AF430359

BESUGEYA BANDHANADALLI ...
BA MATHU BAPU - DAMPTHYA KATHANA

ಬೆಸುಗೆಯ ಬಂಧನದಲ್ಲಿ

[ಬಾ ಮತ್ತು ಬಾಪು – ದಾಂಪತ್ಯ ಕಥನ]

ಡಾ. ವಿಜಯಾ ಸುಬ್ಬರಾಜ್

ಪುಸ್ತಕ

ವಿಜಯನಗರ ಬೆಂಗಳೂರು ೫೬೦೦೪೦

ಬೆಸುಗೆಯ ಬಂಧನದಲ್ಲಿ...

ಬಾ ಮತ್ತು ಬಾಪು – ದಾಂಪತ್ಯ ಕಥನ

BESUGEYA BANDHANADALLI ...

BA MATHU BAPU - DAMPTHYA KATHANA

BY : Dr. Vijaya Subbaraj,
No.50, 1st A Cross,35 th Main
Attimabbe Road, BanagiriNagara, BSK 3rd Stage
Bengaluru 560085 Phone, 080-26793219

Published by:
DESI PUSTAKA
121, 13th Main Road, M.C. Layout
Vijayanagara, Bengaluru - 560 040.
Ph : 080 - 23153558; Mob: 98450 96668
E-mail: desipustaka@gmail.com

First Impression: 2016
Page: xvi + 336 = 352
Book Size : 1/4 Crown (23 x 15.5)
(International Standard Book Size)
₹ : **400/-**
© : **Vijaya Subbaraj**
Paper used: 70 Gsm Ns Book Print
ISBN: 978-93-81577-48-6
Dtp : Srushti
Cover Page : **G . Arunkumar**

Printed at :
POORNIMA PRINTERS
Vijayanagara, Bengalore-560 040
Ph: 080-23351210

This book is protected by copyright laws. No part of this book is to be reproduced, transmitted, utilized or stored in any form or by any means now known or hereinafter invented, electronic, digital or mechanical, including photocopying, scanning, recording or by any information storage or retrieval system, without prior written permission from the author or publisher.

ತಂದೆ   ಸಿ. ಟಿ. ಸೀತಾರಾಮ್

ತಾಯಿ ಲಕ್ಷ್ಮೀ ನಾಂಚಾರ್

ಕಾದಂಬರಿಗೊಂದು ಪ್ರವೇಶ

'ಬೆಸುಗೆಯ ಬಂಧನದಲ್ಲಿ' ಎನ್ನುವ ಈ ಕೃತಿ, ಕಾದಂಬರಿಯೂ ಹೌದು, ದಾಂಪತ್ಯ ಕಥನ, ದಾಂಪತ್ಯ ಚರಿತ್ರೆಯೂ ಹೌದು. ಭಾರತದ ಸ್ವಾತಂತ್ರ್ಯ ಚಳುವಳಿ ಜಗತ್ತಿನ ತಂದೆ, ತಾಯಿಯರಂತೆ ಬಾಳಿ ಬದುಕಿದ ಬಾಪು ಮತ್ತು ಬಾ ರ ನಡುವಿನ ದಾಂಪತ್ಯ ಸಂಬಂಧಗಳು ಹೇಗಿದ್ದಿರಬಹುದೆಂಬ ಕುತೂಹಲ ನನ್ನನ್ನು ಹಲವು ವರ್ಷಗಳಿಂದ ಕಾಡುತ್ತಲೇ ಇತ್ತು. ಎಲ್ಲ ಸಾಮಾನ್ಯರಂತೆ ಹುಟ್ಟಿ ಬೆಳೆದು ಹಲವು ತುರ್ತುಗಳ ಸನ್ನಿವೇಶಗಳಲ್ಲಿ, ದಕ್ಷಿಣ ಆಫ್ರಿಕಾ ಮತ್ತು ಭಾರತದಲ್ಲಿ ವಸಾಹತುಶಾಹಿ ಅಡಳಿತದ ಕಪಿಮುಷ್ಟಿಯಲ್ಲಿ ಸಿಲುಕಿ, ದೌರ್ಜನ್ಯ, ದಬ್ಬಾಳಿಕೆಗಳಿಂದ ಮತ್ತು ಕ್ರೂರ, ಅಮಾನುಷ ಶಾಸನ, ಕಾಯ್ದೆ ಕಾನೂನುಗಳ ಅಡಿಯಲ್ಲಿ ಭಾರತೀಯ ಪ್ರಜೆಗಳು ಅನುಭವಿಸುತ್ತಿದ್ದ ಯಾತನೆಯನ್ನು, ತಾನೂ ಸ್ವತಃ ಅನುಭವಿಸಿ, ಅವುಗಳ ವಿರುದ್ಧ ತಾನೇ ರೂಪಿಸಿಕೊಂಡ ಸತ್ಯ ಅಹಿಂಸೆಗಳೆಂಬ ಮಹಾಸ್ತ್ರಗಳ ಪ್ರಯೋಗದಿಂದ, ಮುಕ್ತಿ ಕಾಣಿಸಿ ವಿಶ್ವದ ಗಮನ ಸೆಳೆದ, ವಿಶ್ವಮಾನವ, ರಾಷ್ಟ್ರ ನಾಯಕ, ರಾಷ್ಟ್ರಪಿತ, ಮಹಾತ್ಮ ಎಂಬೆಲ್ಲಾ ಅಭಿಧಾನಗಳಿಗೆ ಪಾತ್ರನಾಗಿದ್ದ ಮೋಹನದಾಸ ಕರಮಚಂದ ಗಾಂಧಿ ಉರುಫ್ ಬಾಪು – ಅಂಥವನ ಕೈ ಹಿಡಿದು, ಗಂಡನಂತೆ, ಅಥವಾ ಗಂಡನಿಗಿಂತಲೂ ಹೆಚ್ಚಾಗಿ, ಬಾಳಿನಲ್ಲಿ ಉದ್ದಕ್ಕೂ ಅಗ್ನಿದಿವ್ಯಗಳನ್ನು ಹಾದು, ತನ್ನದೂ ಒಂದು ನೆಲೆಯನ್ನು ಚರಿತ್ರೆಯ ಪುಟಗಳಲ್ಲಿ ಗುರುತಿಸಿಕೊಂಡು ಬದುಕಿದ ಕಸ್ತೂರ್ ಅಥವಾ ಕಸ್ತೂರ ಬಾ, ನನ್ನನ್ನು ಬಹಳವಾಗಿ ಕಾಡಿದ್ದುಂಟು.

ಬಾ ಮತ್ತು ಬಾಪುರ ದಾಂಪತ್ಯ ಸರಳವೂ ಅಲ್ಲ, ಸುಖಿಮಯವೂ ಅಲ್ಲ, ಮದುವೆ ಯಾದಂದಿನಿಂದ ಕಡೆಯುಸಿರಿನವರೆಗೂ ಒಂದೊಂದು ಹಂತದಲ್ಲಿ, ದಾಂಪತ್ಯದಲ್ಲಿ ಘರ್ಷಣೆ, ಮಾತಿನ ಚಕಮಕ ಇದ್ದೇ ಇರುತ್ತಿತ್ತು. ಗಾಂಧಿ ಮುಂದೆ ಮಹಾತ್ಮನಂತೆ ತ್ರಿವಿಕ್ರಮನಂತೆ ಗುರುತಿಸಿಕೊಂಡಿದ್ದರೂ, ಎಲ್ಲ ಹಂತಗಳಲ್ಲಿ, ಮನುಷ್ಯ ಸಂಬಂಧಗಳ ನೆಲೆಯಲ್ಲಿ ಸಾಮಾನ್ಯ ಮನುಷ್ಯನಂತೆ, ಮಾನವ ಸಹಜ ದೌರ್ಬಲ್ಯಗಳಿಂದ ಕೂಡಿಯೇ ವರ್ತಿಸುತ್ತಿದ್ದ. ಕೋಪ, ತಾಪ, ಸಿಟ್ಟು, ಸೆಡವು, ಪುರುಷಾಹಂಕಾರ ನಿಷ್ಠುರತೆ ಮತ್ತು ತನ್ನ ಸಿದ್ಧಾಂತಗಳಿಗೆ, ನಿಷ್ಠುರ ನಿಯಮಗಳಿಗೆ ಬದ್ಧರಾಗಿಯೇ ತನ್ನವರೆಲ್ಲ ನಡೆದುಕೊಳ್ಳಬೇಕೆಂಬ ಹಠಮಾರಿತನ ಅವನ ವ್ಯಕ್ತಿತ್ವದ ಅನನ್ಯ ಭಾಗವಾಗಿತ್ತು. ಜೊತೆಗೆ ಉದಾತ್ತ ಮಾನವೀಯ ಗುಣಗಳಾದ ಪ್ರೀತಿ, ಕರುಣೆ, ಸಹಾನುಭೂತಿ ಅನುಕಂಪ ದೀನದಲಿತರ ಬಗ್ಗೆ ಕಾಳಜಿ, ಜಾತ್ಯಾತೀತತೆ, ಸಾಮಾಜಿಕ

ಸಮಾನತೆಯ ತುಡಿತ, ಸಮಷ್ಟಿ ಕ್ಷೇಮ ಚಿಂತನೆ ಇತ್ಯಾದಿ ಭಾವನೆಗಳನ್ನೂ ಎದೆಯಲ್ಲಿರಿಸಿ ಕೊಂಡಿದ್ದ. ಈ ಎಲ್ಲ ಗುಣಗಳೂ ಅವನ ವ್ಯಕ್ತಿತ್ವದ ಭಾಗವಾಗಿದ್ದರೂ, ತನ್ನ ಹೆಂಡತಿ ಮಕ್ಕಳು, ಅಣ್ಣಂದಿರು, ಬಂಧು ಬಾಂಧವರ ವಿಚಾರದಲ್ಲಿ, ತನ್ನ ಸಿದ್ಧಾಂತಗಳಿಗೆ, ನಿಯಮ ನಂಬಿಕೆಗಳಿಗೆ ವಿರುದ್ಧವಾಗಬಹುದೆನ್ನುವ ಕಾರಣಕ್ಕಾಗಿ, ತನ್ನ ಸ್ವಂತ ಕುಟುಂಬವನ್ನೇ ನಿಲಕ್ಷಿಸಿದ. ಮದುವೆಯ ಹೊಸತರಲ್ಲಿ, ಗಂಡನೆಂಬ ಪುರುಷನೆಂಬ ಅಹಂಕಾರದಲ್ಲಿ, ಹೆಂಡತಿಯನ್ನು ಕಾಡಿದ, ತನ್ನ ಕಾಮಾಸಕ್ತಿಯಿಂದ ಬಳಲಿಸಿದ. ನಾಲ್ಕು ಮಕ್ಕಳ ಜನನಕ್ಕೆ ಕಾರಣನಾದ. ಆದರೆ ಆ ಮಕ್ಕಳ ಜವಾಬ್ದಾರಿ, ಭವಿಷ್ಯದ ವಿಚಾರದಲ್ಲಿ, ನಿರಾಸಕ್ತಿ ನಿರ್ಮಮತೆಯಿಂದ ನಡೆದುಕೊಂಡದ್ದು, ಅವರವರ ವೈಯಕ್ತಿಕ ಆಸೆ, ಆಕಾಂಕ್ಷೆಗಳಿಗೆ ಗಮನಕೊಡದೆ, ತಾನು ನಂಬಿದ ಸಿದ್ಧಾಂತಗಳಿಗೆ, ಅವರ ಭವಿಷ್ಯವನ್ನು ಹೊಸಕಿ ಹಾಕಿದ್ದು, ಅವನ ದೃಷ್ಟಿಯಿಂದ ಸಮರ್ಥನೀಯವೇ ಎನಿಸಿದರೂ ವ್ಯಕ್ತಿ ಸ್ವಾತಂತ್ರ್ಯವನ್ನು ಬಲಿಕೊಟ್ಟಂತೆಯೇ ! ಇಂತಹ ನಿಲುವಿನಿಂದಲೇ, ಖೋಟಾಗಾಂಧಿ ಎಂದು ಕರೆಸಿಕೊಳ್ಳುತ್ತಿದ್ದ ಮತ್ತು ತಂದೆಯಂತೆಯೇ ಸತ್ಯಾಗ್ರಹ ಚಳುವಳಿಗಳಲ್ಲಿ ಭಾಗವಹಿಸುತ್ತಿದ್ದ, ಎಲ್ಲರ ಕಣ್ಣಲ್ಲಿ ಗಾಂಧಿಯ ಮುಂದುವರಿಕೆಯ ವಾರಸುದಾರನಾಗುವ ಭರವಸೆಗಳನ್ನು ಹುಟ್ಟು ಹಾಕಿದ್ದ ಹರಿಲಾಲ ಗಾಂಧಿ ತನ್ನ ಸ್ವಂತ ತಂದೆಯ ಬದ್ಧ ಶತ್ರುವಾಗಿ, ಕಡೆ ಕ್ಷಣಗಳವರೆಗೆ ದ್ವೇಷಿಸುತ್ತಿದ್ದುದು ಒಂದು ದುರಂತವೇ ಸರಿ.

ಇನ್ನು ಹೆಂಡತಿಯ ವಿಷಯಕ್ಕೆ ಬಂದರೆ, ಇಂತಹ ನಿಷ್ಠುರಿ ಗಂಡನೊಡನೆ ಬದುಕುವುದು ಕ್ಷಣ ಕ್ಷಣಕ್ಕೂ ಅಗ್ನಿಪರೀಕ್ಷೆಯಂತೆ ಇತ್ತು. ಕಸ್ಟೂರ್ ಸನಾತನ ಪರಂಪರೆಯಲ್ಲಿ, ಸಂಪ್ರದಾಯಸ್ಥ ಪರಿಸರದಲ್ಲಿ ಬೆಳೆದವಳು. ಅವಳು ಕಲಿತದ್ದು, ಗಂಡನಿಗೆ ವಿಧೇಯಳಾಗಿ, ಅವನ ಹೆಜ್ಜೆ ಜಾಡಿನಲ್ಲಿ, ಅವನ ಮನಸ್ಸು ಮರ್ಜಿಗಳನ್ನು ಅನುಸರಿಸಿ, ಬದುಕಬೇಕೆಂಬ ನೀತಿಯನ್ನು. ಅವನನ್ನು ಪ್ರಶ್ನಿಸುವುದಾಗಲೀ, ಪ್ರತಿಭಟಿಸುವುದಗಲೀ ಹೆಂಡತಿಯ ಹಕ್ಕಿನ ವ್ಯಾಪ್ತಿಗೆ ಬರುವಂಥದ್ದೇ ಅಲ್ಲ. ಅವನ ಬದುಕಿನ ಆಶಯಗಳನ್ನು ಪೂರೈಸುವಲ್ಲಿ, ಆದರ್ಶಗಳ ಅನುಸಂಧಾನದಲ್ಲಿ ಸಹಕರಿಸಬೇಕೆಂಬುದಷ್ಟೇ ತನ್ನ ಜೀವನದ ಧ್ಯೇಯವಾಗಿ ಇರಿಸಿಕೊಳ್ಳಬೇಕೆಂಬ ತತ್ವಕ್ಕೆ ಬದ್ಧಳಾಗಿ ಬಾಳುವುದನ್ನೇ ರೂಡಿಸಿಕೊಂಡಿದ್ದವಳು ಕಸ್ತೂರಬಾ. ಆದ್ದರಿಂದಲೇ ಗಂಡ ತನ್ನೊಡನೆ ಎಷ್ಟೇ ಕ್ರೂರವಾಗಿ ನಡೆದುಕೊಂಡರೂ, ರೇಗಾಡಿದರೂ, ಕೂಗಾಡಿದರೂ, ಸಣ್ಣವರ, ದೊಡ್ಡವರ, ಸರೀಕರ ಮುಂದೆ ಅವಮಾನ ಮಾಡಿದರೂ ನಂಜನ್ನು ನುಂಗಿದ ನಂಜುಂಡನಂತೆ, ಬಾಳುತ್ತಲೇ, ಮನೆ, ಮಕ್ಕಳು, ಆಶ್ರಮವಾಸಿಗಳ ಜವಾಬ್ದಾರಿಗಳನ್ನು ಹೆಗಲಿಗಿರಿಸಿಕೊಂಡೇ, ಅವನ ಸಿದ್ಧಾಂತಗಳಿಗೆ ಬದ್ಧಳಾಗಿ, ಅವನೆಲ್ಲ ಕೆಲಸ ಕಾರ್ಯಗಳಲ್ಲಿ, ಹೋರಾಟಗಳಲ್ಲಿ, ಚಳುವಳಿಗಳಲ್ಲಿ ಸತ್ಯಾಗ್ರಹಗಳಲ್ಲಿ, ಸ್ವಯಂ ಸೇವಾಕಾರ್ಯಗಳಲ್ಲಿ, ಗ್ರಾಮೋದ್ಧಾರದ ಕೆಲಸಗಳಲ್ಲಿ, ಗ್ರಾಮೀಣ ಮಹಿಳೆಯರಲ್ಲಿ ಜಾಗೃತಿ ಮೂಡಿಸುವಲ್ಲಿ, ಅಕ್ಷರ ಕಲಿಸುವಲ್ಲಿ, ಹರಿಜನ ಸೇವೆಯಲ್ಲಿ... ಖಾದಿ ಪ್ರಚಾರದಲ್ಲಿ – ಹೀಗೆ ಒಂದಲ್ಲ ಎರಡಲ್ಲ, ನೂರೆಂಟು ಬಗೆಯ ಕೆಲಸಗಳಲ್ಲಿ, ದಕ್ಷತೆಯಿಂದ, ಬದ್ಧತೆಯಿಂದ, ದೇಹಬಲ ಎಷ್ಟೋ ಬಾರಿ ಸಹಕರಿಸದಿದ್ದರೂ, ಆತ್ಮಬಲದಿಂದ ಕ್ರಿಯಾಶೀಲತೆಯಿಂದ ತೊಡಗಿಸಿಕೊಂಡು, ದಕ್ಷಿಣ ಆಫ್ರಿಕಾದ ಭಾರತೀಯರ ಕಣ್ಣಲ್ಲಿ, ದೇಶವಾಸಿಗಳ ಮನದಲ್ಲಿ ಗೌರವಾದರ, ಪ್ರೀತಿಗಳನ್ನು ಸಂಪಾದಿಸಿದ್ದಳು. ಹಾಗೆ ನೋಡಿದರೆ ಗಾಂಧಿಯ ಪ್ರೀತಿ, ಗೌರವಗಳನ್ನು ಗಳಿಸುವಲ್ಲಿಯೂ ಯಶಸ್ವಿಯಾದಳು.

ಗಾಂಧಿ ಪ್ರಬುದ್ಧನಾಗುತ್ತಿದ್ದಂತೆ, ಅನುಭವ ವಿಸ್ತಾರವಾಗುತ್ತಿದ್ದಂತೆ, ಹೆಣ್ಣು–ಗಂಡು ಸಂಬಂಧ ಸೂಕ್ಷ್ಮತೆಗಳನ್ನು ಗ್ರಹಿಸುತ್ತಿದ್ದಂತೆ, – ಹೆಂಡತಿ ಬಗೆಗಿದ್ದ ಪುರುಷಾಹಂಕಾರ ಸೋರಿ ಹೋಗಿ, ಹೆಣ್ಣಿನೊಳಗಿನ ಅಖಂಡ ಶಕ್ತಿಯನ್ನು ಗುರುತಿಸಿ, ತನ್ನ ರಾಜಕೀಯ ಹೋರಾಟಗಳಲ್ಲಿ ಅಪಾರ ಸಂಖ್ಯೆಯಲ್ಲಿ ಮಹಿಳೆಯರು ಭಾಗವಹಿಸಲು ಅನುವು ಮಾಡಿಕೊಟ್ಟಿದ್ದೇ ಅಲ್ಲದೆ, ಭಾಗವಹಿಸಲು ಪ್ರೇರಕಶಕ್ತಿಯಾಗಿ ಟೊಂಕಕಟ್ಟಿ ನಿಂತ ಹೆಂಡತಿ, ಕಸ್ತೂರಳ ಬಗ್ಗೆ ಅವನಲ್ಲಿದ್ದ ಕ್ಷುಲ್ಲಕ ಭಾವನೆಗಳೆಲ್ಲ ಬತ್ತಿ ಹೋಗಿ, ಅವಳಲ್ಲಿನ ಸುಪ್ತ ಚೈತನ್ಯದ ಬಹುಮುಖಿತೆಯನ್ನು ಕೊಂಡಾಡಿದ.

ಒಂದು ಕಡೆ ಗಾಂಧಿ, ಬಾಳ ಬುದ್ಧಿವಂತಿಕೆ, ಚಾಣಾಕ್ಷತನ, ಸಮಯ ಪ್ರಜ್ಞೆ, ಪರಿಸ್ಥಿತಿಗಳನ್ನು ಎದುರಿಸುವ ಸಾಮರ್ಥ್ಯ, ದಿಟ್ಟತನ – ತರ್ಕಬದ್ಧ ವಿಚಾರಗಳು – ಆತ್ಮಾಭಿಮಾನ, ನಿಜವಾದ ಅಹಿಂಸೆಯನ್ನು ಅರ್ಥಮಾಡಿಸುವ ಕ್ಷಮತೆಗಳನ್ನು ಗುರುತಿಸಿ, ಅವಳ ಬಗ್ಗೆ ಉದಾತ್ತ ನಿಲುವನ್ನು ತಳೆದಿದ್ದ. ಹಾಗೆಂದು ತನ್ನ ಸಿದ್ಧಾಂತಗಳನ್ನು ಅತಿಕ್ರಮಿಸಿ ಯಾವುದೇ ಬಗೆಯ ರಿಯಾಯಿತಿಗಳನ್ನು ನೀಡುತ್ತಿರಲಿಲ್ಲ. ಕಸ್ತೂರ್ ಅದನ್ನು ನಿರೀಕ್ಷಿಸುತ್ತಲೂ ಇರಲಿಲ್ಲ. ಆಳದಲ್ಲಿ ಕಸ್ತೂರಳನ್ನು, ಗಾಂಧಿ ಅತಿಯಾಗಿ ಪ್ರೀತಿಸುತ್ತಿದ್ದನಷ್ಟೇ ಅಲ್ಲದೆ, ಅವಳಿಲ್ಲದೆ, ಅವಳನ್ನು ಅವಲಂಬಿಸದೆ ತನಗೆ ಬದುಕೇ ಇಲ್ಲವೆಂದು ಭಾವಿಸಿದ್ದ. ಅನೇಕ ಸಂದರ್ಭಗಳಲ್ಲಿ ಅವನ ಈ ಭಾವನೆಗಳು ವ್ಯಕ್ತವಾಗಿದ್ದವು. ಅವಳ ಕಾರ್ಯಕ್ಷಮತೆ, ಆತ್ಮವಿಶ್ವಾಸ, ನ್ಯಾಯಪರ ನಿಲುವುಗಳು, ಎಂಥದೇ ಕಷ್ಟಕರವಾದ, ಸಂಕೀರ್ಣವಾದ ಸಂದರ್ಭ. ಸನ್ನಿವೇಶಗಳ ಮೂಲಕ ಯಶಸ್ವಿಯಾಗಿ ಹೊಮ್ಮಿಬರುವ ಸಾಮರ್ಥ್ಯ ಗಳನ್ನು ಗುರುತಿಸಿ, ಹೋರಾಟಗಳಲ್ಲಿ ತನ್ನ ಅನನ್ಯ ಸಂಗಾತಿಯಾಗಿ ಜೊತೆಗೆ ಇರಿಸಿಕೊಂಡಿದ್ದ.

ಬಾಪುವಿನ ಬಗ್ಗೆ ಬಾ ಕೂಡಾ ಆಳವಾದ ಪ್ರೀತಿಯನ್ನು ಇರಿಸಿಕೊಂಡಿದ್ದು, ಸದಾಕಾಲ ಅವನ ಯೋಗಕ್ಷೇಮ ಚಿಂತನೆಯಲ್ಲಿ ಮುಳುಗಿರುತ್ತಿದ್ದಳು. ಆ ಕಾಲದ ಸತೀಮಣಿಗಳಂತೆ ದಣಿದು ಬಂದ ಗಂಡನ ಸೇವಾ ಶುಶ್ರೂಷೆಗಳಲ್ಲಿ ತನ್ನನ್ನು ತೊಡಗಿಸಿಕೊಂಡಿರುತ್ತಿದ್ದಳು. ಹಲವಾರು ಬಾರಿ ಸ್ಫೋಟಿಸುತ್ತಿದ್ದ ಅವನ ನಿಷ್ಠುರ ಧೋರಣೆ, ಶಿಸ್ತು, ನಿಯಮಗಳನ್ನು ಹೇರುತ್ತಿದ್ದ ರೀತಿ ಮುಜುಗರ ಬೇಸರಗಳಿಗೆ ಗುರಿಯಾಗಿಸುತ್ತಿದ್ದರೂ. ಕಸ್ತೂರ್ ಅದನ್ನು ದಬ್ಬಾಳಿಕೆಯೆಂದಾಗಲೀ, ಪುರುಷ ಅಹಂಕಾರವೆಂದಾಗಲೀ ಭಾವಿಸುತ್ತಿರಲಿಲ್ಲ. ಆದರೆ ನೋಡುವವರಿಗೆ ಗಾಂಧಿ ಹೆಂಡತಿಯನ್ನು ಬಹಳವಾಗಿ ಹಿಂಸಿಸುತ್ತಿದ್ದಾನೆ, ದಬ್ಬಾಳಿಕೆ ನಡೆಸುತ್ತಿದ್ದಾನೆ ಎನಿಸಿ, ಅವಳಿಗೆ ಅನುಕಂಪ ತೋರಲು ಬಂದವರನ್ನು ತರಾಟೆಗೆ ತೆಗೆದುಕೊಂಡು, ತನ್ನ ಗಂಡನಂಥವನು "ಜಗತ್ತಿನಲ್ಲಿಯೇ ಇರಲಿಕ್ಕಿಲ್ಲ. .. ಸತ್ಯಕ್ಕಾಗಿ, ಅಹಿಂಸಾತತ್ತ್ವ ಸಂಧಾನಕ್ಕಾಗಿ, ವಿಶ್ವವೇ ಅವರನ್ನು ಗೌರವಿಸುತ್ತಿದೆ. ಅಂತಹ ಮಹಾನ್ ವ್ಯಕ್ತಿಯ ಕೈ ಹಿಡಿದದ್ದಕ್ಕಾಗಿಯೇ, ಜಗತ್ತಿನಲ್ಲಿ ನನಗೂ ಪೂಜ್ಯ ಸ್ಥಾನವಿದೆ; ನನ್ನ ಹತ್ತಿರದ ಬಂಧು ಬಾಂಧವರಲ್ಲಿ, ದೇಶಬಂಧುಗಳಲ್ಲಿ ನನ್ನ ಬಗ್ಗೆ ಹೆಚ್ಚಿನ ಪ್ರೀತಿ, ಗೌರವಗಳು ಸಾಧ್ಯವಾಗಿವೆ. ..... ಜನ್ಮ ಜನ್ಮಾಂತರಕ್ಕೂ ಶಂಕರನೇ ತನ್ನ ಪತಿ ಎಂದು ಘೋಷಿಸಿ ಮಾಡಿದ ಪ್ರತಿಜ್ಞೆಯಂತೆ ತನ್ನದೂ ಕೂಡಾ" ಎಂದು ಗಂಡನ ಬಗ್ಗೆ ತನಗಿದ್ದ ಭಾವನೆಗಳನ್ನು ದೃಢ ಪಡಿಸಿ ಬಾಯಿ ಮುಚ್ಚಿಸಿದ ಕಸ್ತೂರಳಂತಹ ಹೆಂಡತಿಯಿಂದ, ಗಾಂಧಿ ಮತ್ತು ಬಾ ರ ದಾಂಪತ್ಯದ ನಡುವೆ ಬಿರುಕುಂಟಾಗುವುದು ಸಾಧ್ಯವೇ ಇರಲಿಲ್ಲ. ದೇಶ ಸೇವೆ, ಜನಸೇವೆ, ಸಮಾಜಸೇವೆ, ದಲಿತರ,

ಶೋಷಿತರ ಉದ್ಧಾರವಾಗಬೇಕೆಂಬ ತಹತಹಿಕೆ – ಇಂತಹ ಮಹೋನ್ನತ ವಿಚಾರಗಳ ಮೂಲಕ ರಚನಾತ್ಮಕ ಕೆಲಸಗಳ ಒತ್ತಡದಲ್ಲಿ, ತಾನು ಗಂಡನಿಂದ ಅನುಭವಿಸುವ ಅವಮಾನ, ಆಕ್ರೋಶ, ದಬ್ಬಾಳಿಕೆಗಳು ತೀರಾ ಸಹಜ, ಅನಿವಾರ್ಯ ಎಂಬಂತೆ ಭಾವಿಸಿ ತಣ್ಣಗಾಗುತ್ತಿದ್ದಳು. ಹಾಗೆಂದು ಎಲ್ಲವನ್ನೂ ಸಹಿಸಿಕೊಂಡು ಕೋಲೆ ಬಸವನಂತೆ ತಲೆಯಾಡಿಸಿ ಒಪ್ಪಿಕೊಳ್ಳುತ್ತಲೂ ಇರಲಿಲ್ಲ. ಗಂಡನೇ ಆದರೂ ಅವನು ಮಾಡುವ ತಪ್ಪುಗಳನ್ನು ಯಾವುದೇ ಭಾವಾವೇಶಕ್ಕೆ ಒಳಗಾಗದೆ, ಸಮಯಾನುಕೂಲ ನೋಡಿ, ತಣ್ಣಗೆ, ಸಮಾಧಾನ ಸ್ಥಿತಿಯಲ್ಲಿ, ಮನವರಿಕೆ ಮಾಡಿಸುತ್ತಿದ್ದಳು. ಅಭಿಪ್ರಾಯ ತಿಳಿಸಿ ಆಲೋಚಿಸಿ, ಸ್ವೀಕರಿಸುವಂತೆ ಸಲಹೆ ನೀಡುತ್ತಿದ್ದಳು. ಕೌಟುಂಬಿಕ ಸಮಸ್ಯೆಗಳಂತೂ ಇಬ್ಬರೂ ಸೇರಿ ಚರ್ಚಿಸಿ ಒಂದು ನಿಲುವಿಗೆ ಬರುತ್ತಿದ್ದರು. ಮಕ್ಕಳ ವಿಚಾರದಲ್ಲಿ, ಅವರ ಶಿಕ್ಷಣ ಕುರಿತ ನಿಲುವುಗಳನ್ನು ವಿರೋಧಿಸುತ್ತಿದ್ದಳಾದರೂ, ಗಾಂಧಿಯ ತರ್ಕ, ಸಮರ್ಥನೆಗಳಿಂದ ಕಡೆಗೆ ಒಪ್ಪಿ ಸುಮ್ಮನಾಗುತ್ತಿದ್ದಳು. ಗಂಡನ ಅಣ್ಣಂದಿರ ಆರ್ಥಿಕ ಸ್ಥಿತಿಯನ್ನು ಮನದಟ್ಟು ಮಾಡಿ, ಅವರಿಗೆ ಸಹಾಯ ಮಾಡುವಂತೆ ಒತ್ತಾಯಿಸುತ್ತಿದ್ದಳು. ಹರಿಲಾಲನ ಪರವಾಗಿ ನಿಂತು ಗಾಂಧಿ ಮಾಡಿದ ಅನ್ಯಾಯವನ್ನು ಪ್ರಶ್ನಿಸುತ್ತಿದ್ದಳು. ಉಪವಾಸ ಸತ್ಯಾಗ್ರಹಗಳ, ಅನಾರೋಗ್ಯದ ಸಂದರ್ಭಗಳಲ್ಲಿ, ಆರೋಗ್ಯದ ಕಡೆ ಗಮನವೀಯಲು ಕಟ್ಟುನಿಟ್ಟಾದ ಆದೇಶಗಳನ್ನು ನೀಡುತ್ತಿದ್ದಳು. ಅವನ ಊಟೋಪಚಾರಗಳ ಕಡೆ ಗಮನವಿಟ್ಟು ನೋಡಿಕೊಳ್ಳುತ್ತಿದ್ದಳು.

ವ್ಯಕ್ತಿಗತ ಅಹಮಿಕೆಯನ್ನು ತೊರೆದಲ್ಲಿ, ದಾಂಪತ್ಯದಲ್ಲಿ, ಸಂಘರ್ಷ, ವಾದ ವಿವಾದ, ಭಿನ್ನಾಭಿಪ್ರಾಯ, ಸಿಟ್ಟು – ಸೆಡವುಗಳನ್ನು ಮೀರಿಯೂ ಸಾಮರಸ್ಯದ ತಂಗಾಳಿಯ ಆಹ್ಲಾದಕ್ಕೆ ಎಂದಿಗೂ ಕೊರತೆಬಾರದು, ಪರಸ್ಪರರ ನಡುವೆ ಬದ್ಧತೆಯಿದ್ದಲ್ಲಿ ಎಂದಿಗೂ ದಾಂಪತ್ಯದ ಬೆಸುಗೆಯಲ್ಲಿ ಬಿರುಕು ಬರುವ ಸಾಧ್ಯತೆಯೇ ಇರುವುದಿಲ್ಲ ಎನ್ನುವ ಭಾವದೊಂದಿಗೆ ಬದುಕಿದ್ದಕ್ಕಾಗಿಯೆ ವಿದೇಶದಲ್ಲಿ, ಸ್ವದೇಶದಲ್ಲಿ ಗಾಂಧಿಯ ಹೋರಾಟದ ವಿಧಿವಿಧಾನಗಳನ್ನು ಒಪ್ಪಿಕೊಂಡು, ಕಾರ್ಯರೂಪಕ್ಕೆ ತರಲು ಗಾಂಧಿ ನಡೆಸುತ್ತಿದ್ದ ಪ್ರಯತ್ನಗಳಿಗೆ ಸಂಪೂರ್ಣವಾಗಿ ತನ್ನನ್ನು ತೆತ್ತುಕೊಂಡಿದ್ದಳು. ಅದೇ ಅವಧಿಯಲ್ಲಿ ತನ್ನೊಳಗಿನ ಹೋರಾಟದ ಕೆಚ್ಚನ್ನು ಗುರುತಿಸಿ, ಬಡಿದೆಬ್ಬಿಸಿದ್ದಳು. ಹೋರಾಟ ಪೂರ್ವದಲ್ಲಿ ಬೇಕಾದ ಸಂಘಟನಾ ಸಾಮರ್ಥ್ಯ, ಪ್ರಚೋದಿಸಬಲ್ಲ ಮಾತುಗಾರಿಕೆ, ಮುಂಚೂಣಿಯಲ್ಲಿ ನಿಂತು ಮುನ್ನಡೆಸುವ ಎದೆಗಾರಿಕೆಗಳು ದಾಖಿಲಾರ್ಹ ಸಂಗತಿಗಳಾಗಿದ್ದವು. ಗಾಂಧಿಯ ಅನುಪಸ್ಥಿತಿಯಲ್ಲಿ, ಅವನ ಜಾಗದಲ್ಲಿ ನಿಂತು, ದೇಶಾಭಿಮಾನ ಕೆರಳಿಸುವ ಪ್ರಚಂಡಶಕ್ತಿಗೆ ಬ್ರಿಟಿಷ್ ಅಧಿಕಾರಿಗಳೇ ತತ್ತರಿಸುತ್ತಿದ್ದರು. ಅನೇಕ ಸಂದರ್ಭಗಳಲ್ಲಿ ಅವಳು ಗಾಂಧಿಗಿಂತ ಹೆಚ್ಚು ಅಪಾಯಕಾರಿಯಾಗಿ ಗೋಚರಿಸಿದಳು. ಆದ್ದರಿಂದಲೇ ಪದೇ ಪದೇ ಅವಳನ್ನು ಜೈಲಿಗೆ ದೂಡಿ ಆತ್ಮಸ್ಥೈರ್ಯ, ನೈತಿಕಬಲವನ್ನು ಸದೆಬಡೆಯಲು ಪ್ರಯತ್ನಿಸಲಾಗುತ್ತಿತ್ತು. ಆದರೂ ಸೊಪ್ಪು ಹಾಕದೆ, ಹೋರಾಟ ಚಳುವಳಿಗಳನ್ನು ಮುನ್ನಡೆಸುತ್ತಲೇ, ಆಶ್ರಮದ, ತನ್ನ ಕುಟುಂಬದ ಜವಾಬ್ದಾರಿಗಳನ್ನೆಲ್ಲ ಅತ್ಯಂತ ಸಮರ್ಥವಾಗಿ ನಿಭಾಯಿಸಿದಳು. ವಿಶ್ವಕುಟುಂಬಿಯಾಗಿ ಆಶ್ರಮದ ಎಲ್ಲರ ಯೋಗಕ್ಷೇಮವನ್ನು ಆಸ್ಥೆಯಿಂದ ನಿರ್ವಹಿಸಿದಳು. ಬಡವರ, ಅಸಹಾಯಕರ ನೋವು ಸಂಕಟಗಳನ್ನು ತನ್ನದೆಂದೇ ಭಾವಿಸಿ, ಅವರ ಸಹಾಯಕ್ಕೆ ಮುಂದಾಗುತ್ತಿದ್ದಳು.

ಗಾಂಧಿಯ ಕಣ್ಣಿಗೆ ತನ್ನೊಳಗಿನ ಶಕ್ತಿ, ಸಾಮರ್ಥ್ಯ, ಹೋರಾಟದ ಕೆಚ್ಚು ಅವನಷ್ಟೇ ಇದೆಯೆಂಬುದನ್ನು ಸಾಬೀತು ಪಡಿಸಲು ತಾನೇ ಮುಂದಾಗಬೇಕಾಯಿತು. ನಿರಕ್ಷರ ಕುಕ್ಷಿ, ವಿದ್ಯಾಭ್ಯಾಸವಿಲ್ಲದ, ಗೊಡ್ಡು ಸಂಪ್ರದಾಯದ ತನ್ನ ಹೆಂಡತಿಯಿಂದ, ಏನನ್ನು ತಾನೇ ನಿರೀಕ್ಷಿಸಲು ಸಾಧ್ಯ ಎಂದು ಅವಳ ಬಗ್ಗೆ ಕೀಳರಿಮೆಯನ್ನು ತಳೆದಿದ್ದ ಗಾಂಧಿಯ ಆ ಭ್ರಮೆಯನ್ನು ದೂರ ಮಾಡಲು ಅವಕಾಶಗಳಿಗಾಗಿ ಕಾಯುತ್ತಿದ್ದವಳಿಗೆ, ಅವಕಾಶ ಅನಿರೀಕ್ಷಿತವಾಗಿ ಎದುರಾಯಿತು. ಭಾರತೀಯ ಪ್ರಜೆಗಳ ಎಲ್ಲ ಹಕ್ಕುಗಳನ್ನು ಹತ್ತಿಕ್ಕುವ ಶಾಸನಗಳು, ಮಸೂದೆಗಳು ನೆಟಾಲ್ ಮತ್ತು ಟ್ರಾನ್ಸ್‌ವಾಲ್‌ನಲ್ಲಿ ಜಾರಿ ಮಾಡುತ್ತಿದ್ದರು. ಅವುಗಳಲ್ಲಿ ಭಾರತೀಯರನ್ನು ಅತಿಯಾಗಿ ಕೆರಳಿಸಿದ್ದು, ಹಿಂದೂ ವಿವಾಹ ವಿಧಿಗಳಿಂದ ದಂಪತಿಗಳ ನೋಂದಾಣಿಯನ್ನು ರದ್ದು ಮಾಡಿದ್ದಷ್ಟೇ ಅಲ್ಲದೆ ಆ ವಿವಾಹಗಳ ಮಾನ್ಯತೆಯನ್ನು ರದ್ದು ಮಾಡಿದ್ದು. ಗಾಂಧಿಗೆ ಇದರ ವಿರುದ್ಧ ಹೋರಾಡಲು ಅಖಂಡವಾದ ಸ್ತ್ರೀ ಶಕ್ತಿಯ ಪಾಲ್ಗೊಳ್ಳುವಿಕೆ ಅನಿವಾರ್ಯವೆನಿಸಿ, ಒಂದಷ್ಟು ಮಹಿಳೆಯರಿಗೆ, ಈ ಸಮಸ್ಯೆಯನ್ನು ಮನವರಿಕೆ ಮಾಡಿ, ಇದರಿಂದ ಒದಗಬಹುದಾದ ತೊಂದರೆಗಳನ್ನು ವಿವರಿಸಿ ತಿಳಿಸುತ್ತಿದ್ದುದನ್ನು ಕೇಳಿಸಿಕೊಂಡ ಕಸ್ತೂರಬಾ, ತನ್ನನ್ನು ಹೊರತು ಪಡಿಸಿದ್ದನ್ನು ಅಕ್ಷೇಪಿಸಿ, ತಾನೂ ಹೋರಾಟದಲ್ಲಿ ಭಗವಹಿಸುವ ಇಚ್ಛೆಯನ್ನು ವ್ಯಕ್ತ ಪಡಿಸಿ, ತನ್ನನ್ನು ದೂರವಿಡಲು, ಪ್ರಯತ್ನಿಸಿದ್ದೇಕೆ? ತನ್ನಲ್ಲಿರುವ ಕೊರತೆಗಳಾದರೂ ಏನು?' ಎಂದು ದಿಟ್ಟವಾಗಿ ಪ್ರಶ್ನಿಸಿದಾಗ, ಗಾಂಧಿ, ಜೈಲುವಾಸದ ಕಷ್ಟಗಳನ್ನು ವಿವರಿಸಿ, ಅವಳಿಗೆ ಅನುಭವಿಸಲು ಸಾಧ್ಯವಾಗದಿರಬಹುದೆಂದು ಊಹಿಸಿದ್ದನ್ನು ವಿವರಿಸಲು, ಅಂಥ ಸಂದರ್ಭ ಬಂದಾಗ ಬೇಕಾದರೆ, ತಾನೇ ತಪ್ಪೊಪ್ಪಿಕೊಂಡು, ಜೈಲಿನಿಂದ ಬಿಡುಗಡೆ ಪಡೆಯುತ್ತೇನೆಂದು ತಿಳಿಸಿ, ಚಳುವಳಿ, ಸತ್ಯಾಗ್ರಹಕ್ಕೆ ಧುಮುಕಿದಲು. ಕಸ್ತೂರಳು ಭಾಗವಹಿಸಿದ್ದರಿಂದ ಮತ್ತಷ್ಟು ಮಹಿಳೆಯರು ಸಂಘಟಿತರಾಗಿ ಜಯಗಳಿಸಿದರು. ಇದು ಗಾಂಧಿಯ ಕಣ್ಣು ತೆರೆಸಿ, ಪ್ರತಿಯೊಂದು ಚಳುವಳಿಯಲ್ಲೂ ತನ್ನ ಜೊತೆಯಾಗಿರಿಸಿಕೊಂಡ.

ಜುಲು ದಂಗೆಯಲ್ಲಿ ಗಾಯಾಳುಗಳ ಸೇವೆ, ಪ್ಲೇಗು ಪೀಡಿತರಾಗಿದ್ದವರ ಶುಶ್ರೂಷೆ, ಚಂಪಾರಣ ಮುಂತಾದೆಡೆಗಳಲ್ಲಿ ಗ್ರಾಮಸೇವೆ, ಮಹಿಳೆಯರಲ್ಲಿ, ಸ್ವಚ್ಛತೆಯ ವಿಷಯದಲ್ಲಿ ಜಾಗೃತಿ ಮೂಡಿಸುವ, ಚರಕಾದಿಂದ ನೂಲುವ ಪಾಠಕಲಿಸುವ ಮತ್ತು ಇನ್ನು ಹಲವಾರು ಕಾರ್ಯಕ್ರಮಗಳಲ್ಲಿ ಗಂಭೀರವಾಗಿ ತೊಡಗಿಸಿಕೊಂಡಿದ್ದಲು.

ಭಾರತಕ್ಕೆ ಹಿಂದಿರುಗಿದ ಮೇಲೆ ಸ್ವಾತಂತ್ರ್ಯ ಚಳುವಳಿಯ ಹಿನ್ನೆಲೆಯಲ್ಲಿ ನಡೆದ ಅಸಹಕಾರ ಚಳುವಳಿ, ಹರತಾಳ, ಮುಷ್ಕರಗಳಲ್ಲಿ. ನಾಗರೀಕರ ಕಾಯಿದೆ ಭಂಗ ಚಳುವಳಿ, ಉಪ್ಪಿನ ಸತ್ಯಾಗ್ರಹ, ಪಿಕೆಟಿಂಗ್, ವಿದೇಶೀ ವಸ್ತುಗಳ ಬಹಿಷ್ಕಾರ ಚಳುವಳಿ, ಭಾರತ ಬಿಟ್ಟು ತೊಲಗಿ ಚಳುವಳಿ – ಹೀಗೆ ಎಲ್ಲ ಚಳುವಳಿಗಳಲ್ಲಿ ಭಾಗವಹಿಸಿದ್ದೇ ಅಲ್ಲದೆ, ಗಾಂಧಿ ಯೋಜಿಸಿಕೊಂಡಿದ್ದ ಕಾರ್ಯಕ್ರಮಗಳು ಹಠಾತ್ ಅವನ ಬಂಧನದಿಂದ, ನಿಂತು ಹೋಗದಂತೆ ಬಾಳೇ ಮುಂದುವರೆಸಿ ಯಶಸ್ವಿಯಾಗಿ ನಿಭಾಯಿಸಿದಲು. ಗಾಂಧಿಯಷ್ಟೇ ಸಮರ್ಥವಾಗಿ ಹೆಜ್ಜೆಯೊಂದಿಗೆ ಹೆಜ್ಜೆ ಗೂಡಿಸಿ, ತಿಂಗಳುಗಟ್ಟಲೆ, ವರ್ಷಗಟ್ಟಲೆ ಜೈಲುವಾಸದ ನರಕಯಾತನೆಯನ್ನು ಅನುಭವಿಸಿ ಕಡೆಗೆ ಜೈಲಿನಲ್ಲಿಯೇ ಕೊನೆಯುಸಿರು ಎಳೆದದ್ದು, ವಿಧಿಯ ಕ್ರೂರವ್ಯಂಗಕ್ಕೆ ಸಾಕ್ಷಿಯಾಯಿತು. ಅವಳ ಸಾವು ಗಾಂಧಿಗೆ ಅಸಹನೀಯವಾಯಿತು. ತನ್ನೆಲ್ಲ ಸ್ಫೂರ್ತಿ ಚೈತನ್ಯಗಳೇ ಬತ್ತಿಹೋದಂತೆ

ಎನಿಸಿತು. ಅವಳು ಅವನಿಗೆ ಬಹುದೊಡ್ಡ ನೈತಿಕಬಲವಾಗಿದ್ದಳು. ತನ್ನಿಂದ ಅವಳು ಅನುಭವಿಸಿದ ನೋವು ಯಾತನೆ, ತಾನು ಮಾಡಿದ ಅನ್ಯಾಯ, ಅವಮಾನ, ಅವಹೇಳನ ಮಾಡಿದ ಕ್ಷಣಗಳು ನೆನಪಾದಾಗಲೆಲ್ಲ ಪಾಪ ಪ್ರಜ್ಞೆ ಕಾಡುತ್ತಿತ್ತು!

ಮೊದಲಿನ ದಿನಗಳಲ್ಲಿದ್ದ ಘರ್ಷಣೆ. ಭಾವನೆಗಳು ಮರೆಯಾಗಿ, ಪ್ರಬುದ್ಧತೆ, ಪರಿಪಕ್ವತೆಗಳು ಹೆಚ್ಚುತ್ತಿದ್ದಂತೆ, ಒಬ್ಬರಿಗಾಗಿ ಒಬ್ಬರು ಎಂದು ನೆಚ್ಚಿ ನಂಬಿ ಬಾಳಿದರು. ಸರಸ, ವಿರಸ, ಸಾಮರಸ್ಯ, ಕೋಪ, ತಾಪ, ನಗೆ, ನಲಿವು ಹಾಸ್ಯ, ಕೀಟಲೆಗಳು ಹೇರಳವಾಗಿದ್ದರೂ, ಕ್ಷಣಾರ್ಧದಲ್ಲಿ ಕರಗಿ ಹೋಗುತ್ತಿದ್ದವು. ಬಾ ಬಾಪುವಿನ ದೃಷ್ಟಿಯಲ್ಲಿ ಅಕ್ಷಯ ನಿಧಿಯಾಗಿದ್ದಳು. ಬಾಳ ಮೂಲಕವಾಗಿಯೇ ಸ್ತ್ರೀ ಶಕ್ತಿಯ ಅಖಂಡತೆಯನ್ನು ಗುರುತಿಸಿದ. ತ್ಯಾಗ, ಬಲಿದಾನಗಳ ಪ್ರತೀಕವೇ ಹೆಣ್ಣು : ಅವಳು ಮನಸ್ಸು ಮಾಡಿದಲ್ಲಿ ಜಗತ್ತನ್ನೇ ಬದಲಾಯಿಸಲು ಸಾಧ್ಯ', ಅವಳೆಂದೂ ಪುರುಷನ ಗುಲಾಮಳಲ್ಲ; ಪುರುಷನ ಸರಿಸಾಟ' ನಿರ್ಭೀತಿಯಿಂದ ಇದ್ದಾಗ ಮಾತ್ರವೇ ಅವಳಿಗೆ ಬಿಡುಗಡೆ ಸಾಧ್ಯ. ಶತಮಾನಗಳಿಂದ ಕೂಡಿಹಾಕಿದ್ದ ಅಜ್ಞಾನದ ಅಹಂಕಾರ ಕೂಪದಿಂದ ಹೊರಗೆದ್ದು ಬರಲು, ತನ್ನ ಸ್ವಂತಿಕೆ ಅನನ್ಯತೆಗಳನ್ನು ಅರ್ಥಮಾಡಿಕೊಳ್ಳಲು ವಿದ್ಯಾಭ್ಯಾಸದ ಅತ್ಯಗತ್ಯತೆಗಳನ್ನು ಅರ್ಥಮಾಡಿಕೊಳ್ಳಲು ವಿದ್ಯಾಭ್ಯಾಸದ ಅಗತ್ಯತೆಯಿದೆ; .... ಮಹಿಳೆಯರನ್ನು ಸೂತ್ರದ ಬೊಂಬೆಗಳಾಗಿ ಭಾವಿಸದೆ, ತಮಗೆ ಎಲ್ಲ ರೀತಿಯಿಂದಲೂ ಸರಿಸಮಾನರೆಂದು ಭಾವಿಸುವುದನ್ನು ಪುರುಷರು ಕಲಿಯಬೇಕು... ಎಂದೆಲ್ಲ, ಮಹಿಳೆಯರ ಬಗ್ಗೆ ಉದಾತ್ತ ಆಲೋಚನೆಗಳನ್ನು ಬೆಳೆಸಿಕೊಳ್ಳುವಲ್ಲಿ ಗಾಂಧಿಯ ಮುಂದೆ ನಿದರ್ಶನವಾಗಿ ಇದ್ದದ್ದೆಂದರೆ ಕಸ್ತೂರಬಾ!!

ತಂದೆಯ ಬಗ್ಗೆ ಸಿಟ್ಟಿನಿಂದ ಸಿಡಿಮಿಡಿಗೊಳ್ಳುತ್ತಿದ್ದ ಕೋಪದಿಂದ ಕುದಿಯುತ್ತಿದ್ದ ಹರಿಲಾಲ ತನ್ನ ಪ್ರತ್ಯಕ್ಷ ಅನುಭವದಿಂದ ಕೋಪದ ಕ್ಷಣಗಳಲ್ಲಿ, 'ಅಮ್ಮನನ್ನು ಅಮ್ಮನಾಗಲು ಬಿಡಲಿಲ್ಲ. ತಾನೂ ತಂದೆಯಾಗಲಿಲ್ಲ, ಸ್ವಂತ ಮಕ್ಕಳೊಂದಿಗೆ ರಿಂಗ್ ಮಾಸ್ಟರ್ ಆಗಿ ವರ್ತಿಸಿದೆ, ನೀನೆಂದೂ ನೀನಾಗಿ ದೊಡ್ಡವನಾಗಲಿಲ್ಲ. ನೀನು ಮಹಾತ್ಮನೆಂದು ಕರೆಸಿಕೊಳ್ಳಲು ಸಾಧ್ಯವಾದದ್ದು. ಅಮ್ಮನಿಂದಾಗಿ!" ಎಂದ ಆರೋಪದ ಮಾತುಗಳು ವಾಸ್ತವದಲ್ಲಿ ಸತ್ಯವಾದದ್ದೇ!"

ಕಸ್ತೂರಬಾಳ ನಿಧನ ಗಾಂಧಿಯನ್ನಷ್ಟೇ ಅಲ್ಲದೆ ಇಡೀ ಜಗತ್ತನ್ನು ಬೆಚ್ಚಿ ಬೀಳಿಸುವಂತೆ, ಅನಾಥವಾದಂತೆ ಮಾಡಿತು. ಅವಳೊಂದು ಅದ್ಭುತಶಕ್ತಿ. ಹೊರನೋಟಕ್ಕೆ ಕಾಣಿಸಿಕೊಳ್ಳುತ್ತಿದ್ದುದ ಕ್ಕಿಂತಲೂ ಅಖಂಡ ಸುಪ್ತಶಕ್ತಿಯನ್ನು ತನ್ನದಾಗಿಸಿಕೊಂಡಿದ್ದಳು. ಅರವತ್ತೆರಡು ವರ್ಷಗಳ ಸುದೀರ್ಘ ದಾಂಪತ್ಯ. ನಿರಂತರ ಹೋರಾಟಗಳಲ್ಲಿ ಅವಳ ಬಹುಮುಖಿ ವ್ಯಕ್ತಿತ್ವ ಹಂಚಿಹೋಗಿದೆ. ಒಬ್ಬೊಬ್ಬರಿಗೂ ಒಂದೊಂದು ಬಗೆಯಲ್ಲಿ ಕಾಣಿಸಿಕೊಂಡಿದ್ದಾಳೆ; ಅರ್ಥವಾಗಿದ್ದಾಳೆ, ಎನ್ನುವುದು, ದೇಶವಿದೇಶಗಳ ಮಹಾನ್‌ವ್ಯಕ್ತಿಗಳು, ರಾಷ್ಟ್ರನಾಯಕರು ಸ್ವಾತಂತ್ರ್ಯ ಹೋರಾಟಗಾರರು, ಪತ್ರಕರ್ತರು, ಶ್ರದ್ಧಾಂಜಲಿ ಸಲ್ಲಿಸುವ ಸಮಯದಲ್ಲಿ, ಆಡಿದ ಮಾತುಗಳಲ್ಲಿ ಸ್ಪಷ್ಟವಾಗಿದೆ.

ಗಾಂಧಿಯ ಧ್ಯೇಯೋದ್ದೇಶಗಳನ್ನು ಪೂರೈಸುವಲ್ಲಿ, ಅವಳ ನಿಸ್ವಾರ್ಥ ನಿಷ್ಠೆ, ಸಮರ್ಪಣಭಾವ, ಗಂಡನಿಗಿಂತಲೂ ಎತ್ತರಕ್ಕೆ ಬೆಳೆದ ಸಾಮರ್ಥ್ಯ. ಸ್ತ್ರೀ ಸಮುದಾಯಕ್ಕೆ ಪ್ರತೀಕವೆಂಬಂತೆ ರೂಪುಗೊಂಡ ವ್ಯಕ್ತಿತ್ವ, ದೇಶಸೇವೆ, ಜನಸೇವೆಯ ದುರಂಧರತೆ,

ಮುಂತಾದವುಗಳನ್ನು ಬಣ್ಣಿಸಿದ್ದರೆ, ಮತ್ತೆ ಕೆಲವರು, ಯಾವುದೇ ಸುಖ ಸೌಲಭ್ಯಗಳಿಗೆ ಹಪಹಪಿಸದೆ ಸದಾ ಗಂಡನ ನಿರೀಕ್ಷೆಗಳ ಎತ್ತರಕ್ಕೆ ಬೆಳೆಯಬೇಕೆಂಬ ವ್ರತನಿಷ್ಠೆಯನ್ನೇ ಸಂತೋಷವೆಂದು ಭಾವಿಸಿಕೊಂಡವಳೆಂದೂ ಆಶ್ರಮದ ಆತ್ಮವಾಗಿ ಜೀವಿಸಿದವಳೆಂದೂ, ಗಾಂಧಿಯ ಯಶಸ್ಸಿನ ಹಿಂದಿನ ಚೈತನ್ಯವೇ ಅವಳೆಂದೂ, ನಿಸ್ವಾರ್ಥ ತ್ಯಾಗ ಬಲಿದಾನಗಳ ದ್ಯೋತಕವೆಂದೂ, ಪರಿಶುದ್ಧಾತ್ಮಳೆಂದೂ ಮೂರ್ತಿ ಚಿಕ್ಕದಾದರೂ ರಾಜಕೀಯ ಆಂದೋಲನದ ಮುಂಚೂಣಿಯಲ್ಲಿದ್ದು ಸಮರ್ಥವಾಗಿ ಮುನ್ನಡೆಸಿದ ಕೀರ್ತಿ ಅವಳದೆಂದೂ ಮುಕ್ತವಾಗಿ ಹಾಡಿ ಕೊಂಡಾಡಿದ್ದಾರೆ.

ಇಂತಹ ಅಖಿಂಡ ವ್ಯಕ್ತಿತ್ವದ ಅದಮ್ಯ ಚೈತನ್ಯದ ಕಸ್ತೂರಳ ಬಗ್ಗೆ, ಅವಳ ಬದುಕಿನ ಸಮಗ್ರ ಚಿತ್ರವನ್ನು ಕಟ್ಟಿಕೊಡುವ, ಗಾಂಧಿಯಂತಹ ನಿಷ್ಠುರ ವ್ಯಕ್ತಿಯ ಜೊತೆಗಿನ ದೀರ್ಘ ದಾಂಪತ್ಯದ ಅವಧಿಯಲ್ಲಿ, ವಿದ್ಯಾಭ್ಯಾಸವಿಲ್ಲದ ಅಬೋಧ, ಸಂಪ್ರದಾಯಸ್ಥ, ಮಡಿವಂತಿಕೆಯ ಮನಸ್ಸಿನ ಕಸ್ತೂರಬಾಗೆ ಬದುಕು ಹೂವಿನ ಹಾದಿಯಾಗಿರಲಾರದು. ಗಂಡ ತನ್ನ ಉನ್ನತ ಶಿಕ್ಷಣ, ಉದಾತ್ತ ನಿಲುವು, ನಿಷ್ಠುರವಾದ ನೈತಿಕ ನಿಯಮಗಳು, ಶಿಸ್ತು, ಸಂಯಮ, ಸಿದ್ಧಾಂತಗಳು, ರಾಜಕೀಯ ವಿಚಾರಗಳು, ಸಾಮಾಜಿಕ, ಆರ್ಥಿಕ ಚಿಂತನೆಗಳು – ಮುಂತಾದವುಗಳಿಂದ ಮಹೋನ್ನತ ವ್ಯಕ್ತಿಯಾಗಿ ಬೆಳೆಯುತ್ತಿರುವಾಗ, ಯಾವ ರೀತಿಯಿಂದಲೂ ಅವನಿಗೆ ಸರಿಸಾಟಿಯಾಗಲಾರದವಳು ಎನಿಸಿದ್ದವಳು. ತನ್ನ ಸುಪ್ತ ಶಕ್ತಿ, ಸಾಮರ್ಥ್ಯಗಳಿಂದ, ಹಟದಿಂದ ಅವನಲ್ಲಿನ ದೌರ್ಬಲ್ಯಗಳನ್ನು ಮರೆತು ಅವನ ಅರಿವಿಗೂ ಬಾರದ ರೀತಿಯಲ್ಲಿ, ತನ್ನೊಳಗೊಬ್ಬ ದೈತ್ಯ ಸತ್ಯಾಗ್ರಹಿಯನ್ನು ರೂಪಿಸಿಕೊಂಡು, ಅವನನ್ನೇ ಬೆಚ್ಚಿ ಬೀಳಿಸುವಂತಹ ರೀತಿಯಲ್ಲಿ ಬೆಳೆದು, ಅವಳೂ ಅವನಂತೆಯೇ ಜಗಮಾನ್ಯಳಾದಳು. ಆದರೆ ಇದು ಅವಳ ಹೊರಗಿನ ನೋಟಕ್ಕೆ ದಕ್ಕುವ ವ್ಯಕ್ತಿತ್ವದ ಚಿತ್ರ. ಅವಳಿಗೊಂದು ಅಂತರಂಗವಿದೆ. ಅಂತರಂಗದಲ್ಲಿ ಹೇಳಿಕೊಳ್ಳಲಾಗದ ನೋವು, ಸಂಕಟಗಳಿವೆ. ಗಂಡ ಮಕ್ಕಳ ಸಂಬಂಧಗಳ ನಡುವೆ ಅನೇಕ ಸನ್ನಿವೇಶ ಸಂದರ್ಭ, ಘಟನೆಗಳು ನಡೆದಿವೆ. ಇವುಗಳಲ್ಲಿ ಸಂಘರ್ಷಗಳಿವೆ, ಮಾತಿನ ಚಕಮಕಿಯಿದೆ; ವಾಗ್ವಾದಗಳಿವೆ; ಭಿನ್ನಾಭಿಪ್ರಾಯಗಳಿವೆ. ಆಕ್ರೋಶ, ಅತೃಪ್ತಿ, ಅವಮಾನ, ಅವಹೇಳನವಿದೆ. ಆಗೆಲ್ಲ, ತಾಯಿಯಾಗಿ, ಹೆಂಡತಿಯಾಗಿ ಎದುರಿಸಬೇಕಾದ ಕ್ಷಣಗಳಲ್ಲಿ, ಅವಳೊಳಗೆ ಮೂಡಿದ ಭಾವನೆಗಳು. ವಿಚಾರಗಳು, ತರ್ಕಗಳು. ನಿರಾಶೆ, ಹತಾಶೆಗಳು, ಚಿಗಿದ ನೋವು ಸಂಕಟಗಳು – ಶಬ್ದಗಳಿಗೆ, ಹೊರಗ್ರಹಿಕೆಗಳಿಗೆ ದಕ್ಕುವಂಥವಲ್ಲ. ಇಂಥ ಒಂದು ಸೂಕ್ಷ್ಮ, ಸಂದಿಗ್ಧ ಸ್ಥಿತಿಯನ್ನು ಯೋಚಿಸಿ, ಕಸ್ತೂರಳ ಜೀವನ ಕಥನವನ್ನು ದಾಂಪತ್ಯ ಕಥನವಾಗಿ, ಈ ಕಾದಂಬರಿಯಲ್ಲಿ ಸಮಗ್ರವಾಗಿ ವಾಸ್ತವ ಮತ್ತು ಕಲ್ಪನೆಗಳೆರಡನ್ನೂ ಹಾಸು ಹೊಕ್ಕಾಗುವಂತೆ ಹೆಣೆದುಕೊಡಲು ಪ್ರಯತ್ನಿಸಿದ್ದೇನೆ. ಕಸ್ತೂರಬಾಳಿಗೆ ತನ್ನದೆಂಬ ವೈಯಕ್ತಿಕ ಬದುಕಿಲ್ಲ; ಅವಳ ವ್ಯಕ್ತಿತ್ವ, ಬದುಕು ರೂಪುಗೊಂಡಿರುವುದೇ ಗಾಂಧಿಯ ಸಾಹಚರ್ಯದಲ್ಲಿ; ಸಾಂಗತ್ಯದಲ್ಲಿ ! ಆದ್ದರಿಂದ 'ಬಾ'ಳ ಬಗ್ಗೆ ಬಂದ ಕೃತಿಗಳು ಜೀವನಚರಿತ್ರೆಗಳಾಗದೆ, ಬಾ ಮತ್ತು ಬಾಪುರ ನಡುವಿನ ಹಲ ಕೆಲವು ಬಿಡಿ ಬಿಡಿ ಪ್ರಸಂಗಗಳ ಸಂಗ್ರಹವಾಗಿ ಮಾತ್ರವೇ ಲಭ್ಯವಾಗಿದೆ. ಆದ್ದರಿಂದಲೇ ಕೌಟುಂಬಿಕ ನೆಲೆಯಲ್ಲಿ, ದಾಂಪತ್ಯದ ನೆಲೆಯಲ್ಲಿ, ಸನ್ನಿವೇಶ, ಸಂದರ್ಭಾನುಸಾರಿಯಾಗಿ ಹೊರ ವಿವರಗಳಿಂದ, ಸ್ವಗತಳಿಂದ – ಅವಳ ಅಂತರ್ – ಬಹಿರ್

ಚಿತ್ರವನ್ನು ಸಮಗ್ರವಾಗಿ ಕಟ್ಟಿಕೊಡುವ ಪ್ರಯತ್ನವೇ ಇದಾಗಿದೆ. ಸಾಂದರ್ಭಿಕವಾಗಷ್ಟೇ, ರಾಜಕೀಯ ಸನ್ನಿವೇಶಗಳನ್ನು ಬಳಸಿಕೊಂಡಿದ್ದೇನೆ. ಕಸ್ತೂರಬಾಳ ಶಕ್ತಿ ಸಾಮರ್ಥ್ಯಗಳ ಅನಾವರಣಕ್ಕೆ ಪೂರಕವಾದ ಸನ್ನಿವೇಶ ಸಂದರ್ಭಗಳನ್ನು ಸೃಷ್ಟಿಸಿಕೊಂಡಿದ್ದೇನೆ. ಗಾಂಧಿಯ ಬಗ್ಗೆ ಬಂದ ಕೃತಿಗಳು ಸಾವಿರಾರು ಸಂಖ್ಯೆಯಲ್ಲಿವೆ. ಅವನು ವಿಶ್ವಕ್ಕೆಲ್ಲ ಪರಿಚಿತ, ಅವನ ಸತ್ಯ ಅಹಿಂಸೆ, ಸತ್ಯಾಗ್ರಹ ಪರಿಕಲ್ಪನೆಗಳು, ರಾಜಕೀಯ, ಸಾಮಾಜಿಕ ಆರ್ಥಿಕ ಚಿಂತನೆಗಳು – ಜಗತ್ತಿನ ವಿಚಾರವಂತರೆಲ್ಲರಿಗೂ ಪರಿಚಿತ. ಆದರೆ ಕಸ್ತೂರಬಾ ಗಾಂಧಿಯ ಅಂದರೆ ಮಹಾತ್ಮ ಗಾಂಧಿಯ ಅನನ್ಯ ಸಂಗಾತಿ. ಭಾರತೀಯ ಸ್ತ್ರೀ ಸಮುದಾಯದ ಪ್ರತೀಕ ಎಂಬುದಷ್ಟೇ ಗೊತ್ತು. ಹಾಗಾಗಿ ಈಗ ನನ್ನ ಸೀಮಿತ ಅಧ್ಯಯನ, ಪರಿಶ್ರಮ, ಸಂಶೋಧನೆಯಿಂದ ಅವಳ ಅಪರಿಚಿತ ವ್ಯಕ್ತಿತ್ವದ ಮಗ್ಗುಲುಗಳ ಮೇಲೆ ಸ್ವಲ್ಪ ಮಟ್ಟಿಗೆ ಬೆಳಕು ಚೆಲ್ಲುವ ಪ್ರಯತ್ನ ನಡೆಸಿದ್ದೇನೆ. ಓದುಗರು ಈ ಕೃತಿಯನ್ನು, ಕಸ್ತೂರಬಾಗೆ ನಾನು ಸಲ್ಲಿಸುತ್ತಿರುವ ಗೌರವಾರ್ಪಣೆಯೆಂದು ಭಾವಿಸಿ ಸ್ವೀಕರಿಸುತ್ತಾರೆಂದು ನಂಬಿದ್ದೇನೆ.

ಇಂತಹ ನನ್ನ ಮಹಾತ್ವಾಕಾಂಕ್ಷೆಯ ಕೃತಿಯನ್ನು ವಿಶಿಷ್ಟ ರೀತಿಯಲ್ಲಿ ರೂಪಿಸಿ ಪ್ರಕಟಿಸಲು ಮುಂದೆ ಬಂದಿರುವ ನನ್ನ ಸೋದರನಂತಿರುವ ಸೃಷ್ಟಿ ನಾಗೇಶ್ ಅವರಿಗೆ ಹೃತ್ಪೂರ್ವಕ ಕೃತಜ್ಞತೆಗಳನ್ನು ಸಲ್ಲಿಸುತ್ತೇನೆ. ಹಾಗೆಯೇ ಈ ಕೃತಿಯ ಹುಟ್ಟಿಗೆ ಕಾರಣರಾದ ಈ ಭಾನುವಾರ ಪತ್ರಿಕೆಯ ಸಂಪಾದಕರಾದ ಮಹಾದೇವ ಪ್ರಕಾಶ್ ಅವರಿಗೆ ನನ್ನ ಅನಂತ ಕೃತಜ್ಞತೆಗಳು. ಸಾಂದರ್ಭಿಕವಾಗಿ ಇಂಥ ಒಂದು ಕೃತಿಯನ್ನು ಬರೆಯುವ ಆಸೆ ವ್ಯಕ್ತಪಡಿಸಿದ್ದೆನಾದರೂ, ಬರೆಯುವುದನ್ನು ಮುಂದೂಡುತ್ತಲೇ ಇದ್ದೆ. ಆದರೆ ಸಂಪಾದಕರು ಪದೇ ಪದೇ ಅದನ್ನು ನೆನಪಿಸಿ, ಉತ್ತೇಜಿಸಿ, ಕಡೆಗೂ ನನ್ನ ಕೈಯಲ್ಲಿ ಅದನ್ನು ಸಾಧ್ಯವಾಗಿಸಿ, ಈಗ ಓದುಗರ ಮುಂದೆ ಬರುವಂತಾಗಿದೆ. ಅವರಿಗೆ ಮತ್ತೊಮ್ಮೆ ನನ್ನ ಕೃತಜ್ಞತೆಗಳು. ಹಾಗೆಯೇ ಈ ಕೃತಿಗೆ ಸುಂದರವಾದ ಅರ್ಥಪೂರ್ಣವಾದ ಮುಖಪುಟವನ್ನು ರಚಿಸಿಕೊಟ್ಟ. ಅರುಣ್ ಕುಮಾರ್ ಅವರಿಗೂ ನನ್ನ ಹೃತ್ಪೂರ್ವಕ ಕೃತಜ್ಞತೆಗಳು.

ದಿನಾಂಕ 27.07.2016   ಡಾ. ವಿಜಯಾ ಸುಬ್ಬರಾಜ್

ದಾಂಪತ್ಯ ಕಥನ...

ಬೆಸುಗೆಯ ಬಂಧನದಲ್ಲಿ

ಕಸ್ತೂರಳ ಮನೆ ತುಂಬಾ ಸಡಗರದ ವಾತಾವರಣ, ನೆಂಟರಿಷ್ಟರಿಂದ ಗಿಜಗುಡುತ್ತಿತ್ತು. ಸಡಗರ ಸಂಭ್ರಮದ ಕೇಂದ್ರ ಕಸ್ತೂರಿಯಾಗಿದ್ದಳು. ಅವಳಿಗೆ ಕರಮಚಂದಗಾಂಧಿಯ ಕಿರಿಯ ಮಗ ಹದಿಮೂರರ ಪೋರ ಮೋಹನ್‌ದಾಸನೊಂದಿಗೆ ವಿವಾಹ. ಕಡೆ ಕ್ಷಣದವರೆಗೂ ಅವಳಿಗೆ ತನ್ನ ಮದುವೆ ವಿಚಾರ ತಿಳಿದಿರಲಿಲ್ಲ. ಆದರೆ ಸೂಕ್ಷ್ಮಮತಿ ಮತ್ತು ಚುರುಕುಬುದ್ಧಿಯ ಕಸ್ತೂರಳಿಗೆ ಹಾಗೂ ಹೀಗೂ ಮನೆಯಲ್ಲಿ ದೊಡ್ಡವರು ಮಾತಾಡುತ್ತಿದ್ದುದು ಮತ್ತು ಮೊಗದಲ್ಲಿನ ಗೆಲುವಿನ ಛಾಯೆಯಿಂದ ಮನೆಯಲ್ಲಿ ಏನೋ ವಿಶೇಷ ನಡೆಯಲಿದೆ ಎಂದು ಗ್ರಹಿಸಿದ್ದಳು. ಈಗ ಅದು ಸ್ಪಷ್ಟವಾಗಿ ತಾನೇ ಅದಕ್ಕೆ ಕಾರಣ ಎಂದು ಅರ್ಥಮಾಡಿಕೊಂಡಳು. ಮದುವೆ ಎಂದರೇನೆಂಬುದರ ಒಳಗುಟ್ಟುಗಳು ಅರ್ಥವಾಗದಿದ್ದರೂ, ತನ್ನದೇ ಆಕರ್ಷಣೆ ಎಂದು ಗ್ರಹಿಸಿದ್ದಳು. ಅವಳು ಒಳಗೊಳಗೇ ಪುಳಕಿತಳಾಗುತ್ತಿದ್ದಳು.

ಮೈತುಂಬ ಒಡವೆ. ಕಣ್ಣು ಕುಕ್ಕುವ ಬಟ್ಟೆ ಬರೆ, ತಿನ್ನಲು ರುಚಿಯಾದ ತಿನಿಸುಗಳು, ತನ್ನದೇ ವಯಸ್ಸಿನ ಗೆಳತಿಯರು, ಚಿಕ್ಕಮ್ಮ, ದೊಡ್ಡಮ್ಮ ಅಕ್ಕಂದಿರು, ದಾಯಾದಿ ಸೋದರರು, ಅಬ್ಬಬ್ಬಾ ಎಷ್ಟೊಂದು ಮಂದಿ! ಅವಳ ಸಂಭ್ರಮವಂತೂ ಹೇಳತೀರದು! ಹಾಡು, ಹಸೆ, ಕುಣಿತ!– ಮುಂದಿನ ದಾಂಪತ್ಯದ ಸ್ವರೂಪದ ಕಲ್ಪನೆಯಿಲ್ಲದೆ. ಅರಳಿದ ಮೊಗದೊಂದಿಗೆ ಶಾಸ್ತ್ರೋಕ್ತವಾಗಿ ಪುರೋಹಿತನ ಮಂತ್ರಗಳೊಂದಿಗೆ, ಗೋಕುಲದಾಸ, ಅಳಿಯನಾಗುತ್ತಿದ್ದ ಮೋಹನದಾಸನ ಕೈಯಲ್ಲಿ ಮಗಳ ಕೈಯ್ಯನ್ನಿರಿಸಿ ಕನ್ಯಾದಾನ ಮಾಡಿ, ಇನ್ನು ಮುಂದೆ ಆತನೇ ತನ್ನ ಮಗಳ ಕಷ್ಟ ಸುಖಗಳಿಗೆ ಬಾಧ್ಯನೆಂದು ತಿಳಿಸಿದ. ಸಪ್ತಪದಿಯೂ ಆಯಿತು. ಇಚ್ಛಾಶಕ್ತಿಯೊಂದಿಗೆ ಜೊತೆಯಾಗಿ ನಡೆಯುವ, ಪ್ರತಿಯೊಂದು ಕೆಲಸಕಾರ್ಯಗಳಲ್ಲಿ ಸಹಭಾಗಿಯಾಗಿ ಇರುವುದಾಗಿಯಾ, ಕಷ್ಟ ಸುಖಗಳನ್ನು ಹಂಚಿಕೊಳ್ಳುವುದಾಗಿಯಾ, ಸದಾ ಸಂತೋಷ ಸಂತೃಪ್ತಿಗಳಿಂದ ಇರುವುದಾಗಿಯಾ, ಪರಸ್ಪರ ಒಬ್ಬರಿಗೊಬ್ಬರು ನಿಷ್ಠೆಯಿಂದ ನಡೆದು ಕೊಳ್ಳುವುದಾಗಿಯಾ, ಧಾರ್ಮಿಕ ಕಾರ್ಯಗಳಲ್ಲಿ ಪಾಲುದಾರರಾಗಿ ಇರುವುದಾಗಿಯಾ, ವಚನ ನಿಷ್ಠರಾಗಿಯಾ ಕರ್ತವ್ಯ ನಿಷ್ಠರಾಗಿಯಾ ಇರುವುದಾಗಿ ಇಬ್ಬರೂ ಒಂದೊಂದು ಹೆಜ್ಜೆಯೊಂದಿಗೆ ಪ್ರಮಾಣ ವಚನ ಸ್ವೀಕರಿಸಿದರು.

ಮುಂದಿನ ಕೆಲಸ ಪ್ರಥಮ ರಾತ್ರಿಯ ಮಧುರ ಅನುಭವಕ್ಕೆ ಸಜ್ಜಾಗಬೇಕಿತ್ತು. ಇಬ್ಬರಿಗೂ ಅದರ ಕಲ್ಪನೆಯಿರಲಿಲ್ಲ. ಆಗಿನ ಕಾಲದಲ್ಲಿ ಬಾಲ್ಯ ವಿವಾಹವೆಂಬುದು ಸಾಮಾನ್ಯವಾಗಿತ್ತು. ದೊಡ್ಡವರು ವಿವಾಹ ದಾಂಪತ್ಯಗಳ ಸೂಕ್ಷ್ಮಗಳನ್ನು ಲೈಂಗಿಕ ಸಂಬಂಧಗಳನ್ನು ಮಕ್ಕಳಿಗೆ ತಿಳಿಸಿ

ಹೇಳುವ ಪರಿಪಾಟವಿರಲಿಲ್ಲವಾದರೂ ಹೋದ ಮನೆಯಲ್ಲಿ ಹೆಣ್ಣು ಮಕ್ಕಳು ಹೇಗೆ ನಡೆದುಕೊಳ್ಳಬೇಕು, ಯಾರ್ಯಾರ ಜೊತೆ ಹೇಗೆ ಮಾತಾಡಬೇಕು. ವಿಶೇಷವಾಗಿ ಗಂಡನನ್ನು ಹೇಗೆ ವಿನಯ, ವಿಧೇಯತೆ, ಭಕ್ತಿಯೊಂದಿಗೆ, ಅವನ ಮನಸ್ಸನ್ನು ಅರಿತು ನೆರಳಿನಂತೆ ಅನುಸರಿಸಬೇಕು ಎಂಬುದನ್ನು ಮಾತ್ರ ಧಾರಾಳವಾಗಿ ಉಪದೇಶದ ರೀತಿಯಲ್ಲಿ ಧಾರೆಯೆರೆಯುತ್ತಿದ್ದರು.

ಈಗ ಕಸ್ತೂರಳಿಗೆ ತಮ್ಮಿಬ್ಬರನ್ನೂ ಹೊಗಿಸಿದ ಶಯ್ಯಾ ಗೃಹದಲ್ಲಿ, ಏಕಾಂತದಲ್ಲಿ ಏನು ಮಾಡಬೇಕೆಂದು ತಿಳಿಯಲಿಲ್ಲ. ಮೋಹನದಾಸನ ಸ್ಥಿತಿಯೂ ಅದೇ ಆಗಿತ್ತು. ಆದರೆ ಕಸ್ತೂರಳಿಗಿಂತ ಸ್ವಲ್ಪ ಮಟ್ಟಿಗೆ ಈ ವಿಚಾರವಾಗಿ ಅತ್ತಿಗೆಯಿಂದ ಸೂಕ್ಷ್ಮವಾಗಿ ತಿಳಿದುಕೊಂಡಿದ್ದ. ಅವಳಿಗೆ ಗೊತ್ತಿದೆಯೋ ಇಲ್ಲವೋ ಎಂಬ ಅನುಮಾನ! ಕೇಳಲು ಸಂಕೋಚ, ನಾಚಿಕೆ ! ಆದರೆ ಈ ಎಲ್ಲ ಸಂದಿಗ್ಧ, ಸಂಶಯಗಳು ಕೆಲ ಕ್ಷಣಗಳ ನಂತರ ದೂರವಾಯಿತು. ಮೋಹನದಾಸ ಅವಳತ್ತ ನೋಡಿ ಒಂದು ಮುಗುಳು ನಗೆಯನ್ನು ಎಸೆದ. ಕಸ್ತೂರಳ ಅಂತರಂಗದ ಅಳುಕು ಮೆಲ್ಲನೆ ಕರಗಿತು. ಇಬ್ಬರೂ ಹತ್ತಿರ ಸರಿದರು. ಮೊದಲ ಸ್ಪರ್ಶದ ಪುಲಕ, ಮುಂದೆ ಎಲ್ಲ ಸಂಕೋಚಗಳ ತೆರೆ ಸರಿಸಿ, ಒಬ್ಬರನ್ನೊಬ್ಬರಿಗೆ ಸಮರ್ಪಿಸಿಕೊಂಡರು. ಆನಂದದ ಬೆಳಕಿನಲ್ಲಿ ಹೊರಗಿನ ಬೆಳಕಿನ ಅಗತ್ಯ ಕಾಣಲಿಲ್ಲ.

ಮದುವೆಯ ಸದ್ದುಗದ್ದಲ ನಿಂತಿತು. ಅತ್ತೆಯ ಮನೆಯತ್ತ ಹೊರಡಲು ಗಾಡಿ ಹತ್ತಿದಳು, ಈಗಲೂ ಅವಳಿಗೆ ರೋಮಾಂಚನ. ಮನೆಯ ಹೊಸ್ತಿಲು ದಾಟಿ ಹೋಗುವುದೆಂದರೆ ಆ ಕಾಲದ ಹೆಣ್ಣು ಮಕ್ಕಳಿಗೆ ಸಾಧ್ಯವೇ ಇರಲಿಲ್ಲ. ಅದೂ ಊರಿಂದ ಊರಿಗೆ ಹೋಗುವುದೆಂದರೆ ಚಂದ್ರಮಂಡಲಕ್ಕೆ ಹೋದಂತೆಯೇ! ಕಸ್ತೂರಳು ಹೆಂಗಸರಿಗೇ ಪ್ರತ್ಯೇಕವಾಗಿ ಮೀಸಲಿರಿಸಿದ್ದ ಗಾಡಿಯಲ್ಲಿ ತನ್ನ ನೆಗಣ್ಣೆಯರ ಜೊತೆಯಲ್ಲಿ ಕುಳಿತು ರಾಜಕೋಟದತ್ತ ಪಯಣ ಬೆಳೆಸಿದ್ದಳು. ಸಾಕಷ್ಟು ಪ್ರಯಾಸದ ಪ್ರಯಾಣದ ನಂತರ ಅತ್ತೆ ಮನೆ ತಲುಪಿದ ಕಸ್ತೂರಳಿಗೆ ಸಣ್ಣಗೆ ಹೆದರಿಕೆಯಾಯಿತು, ತಾನು ಹೋಗುತ್ತಿರುವ ಮನೆಯ ಪರಿಸರ, ಮನೆಯೊಳಗಿನ ಜನ ಹೇಗಿರುತ್ತಾರೋ, ಯಾವ ರೀತಿಯಲ್ಲಿ ತನ್ನನ್ನು ಎದುರುಗೊಳ್ಳುತ್ತಾರೋ ಎಂದು ಯೋಚಿಸುತ್ತಿದ್ದಳು. ಒಮ್ಮೆ ತಲುಪಿದ ನಂತರ ಗಾಡಿಯಿಲಿದು ಮನೆಯ ಕಡೆ ಜೊತೆಯವರೊಂದಿಗೆ ಹೆಜ್ಜೆಹಾಕಿ, ಮನೆ ಬಾಗಿಲನ್ನು ತಲುಪಿದಳು. ತಮ್ಮನ್ನು ಎದುರುಗೊಳ್ಳಲು ಎದುರು ನಿಂತವರ ಮೊಗದಲ್ಲಿ ಎದ್ದುಕಾಣುತ್ತಿದ್ದ ಸಂಭ್ರಮ. ಕಾಣುತ್ತಲೇ ಅವಳಿಗೆ ನಿರಾಳವೆನಿಸಿತು. ಮೋಹನದಾಸ ದಂಪತಿ ಮತ್ತು ಇವರ ಜೊತೆಗೇ ಮದುವೆಯಾಗಿದ್ದ ಕೃಷ್ಣದಾಸ ದಂಪತಿಗಳಿಬ್ಬರಿಗೂ ಸಾಂಪ್ರದಾಯಿಕವಾದ ರೀತಿಯಲ್ಲಿ ಸ್ವಾಗತ ನೀಡಲಾಯಿತು. ಅತ್ತೆಯಾದ ಪುತಲಿಬಾಯಿ ಒಟ್ಟಿಗೆ ಇಬ್ಬರು ಸೊಸೆಯರನ್ನು ಗಂಗಾ ಮತ್ತು ಕಸ್ತೂರಳನ್ನು ಪ್ರೀತಿಯಿಂದ "ಹೊಸ್ತಿಲಲ್ಲಿ ಇರಿಸಿರುವ ಅಕ್ಕಿಯ ಪಾತ್ರೆಯನ್ನು ಕಾಲಿನ ಹೆಬ್ಬೆರಳಿನಿಂದ ಒದ್ದು ಒಳಗೆ ಬಾ ಮಗು" ಎಂದು ಪ್ರೀತಿಯಿಂದ ಹೇಳಿದಳು. ಆ ತಾಯಿಯ ದನಿಯಲ್ಲಿನ ಪ್ರೀತಿಯನ್ನು ಕಸ್ತೂರಳು ಕೂಡಲೇ ಗುರುತಿಸಿದಳು. ಸೊಸೆಯಾಗಿ ಅದೂ ಎಲ್ಲರಿಗಿಂತ ಕಿರಿಯ ಸೊಸೆಯಾಗಿ ತನ್ನ ಬದುಕು ಹೇಗಿರಬಹುದೆಂದು ಊಹಿಸಿಕೊಳ್ಳತೊಡಗಿದಳು.

ತವರಿನಲ್ಲಿ ತನಗಿದ್ದ ಸ್ವಾತಂತ್ರ್ಯ ಇಲ್ಲಿ ಸಿಗಲಾರದು ಎಂಬುದು ಅವಳಿಗೆ ಮನವರಿಕೆಯಾಗಿತ್ತು. ಮನೆಯಲ್ಲಿ ಮುದ್ದಾಗಿ, ಅಕ್ಕರೆಯಲ್ಲಿ ಎಲ್ಲರ ಕಣ್ಮಣಿಯಾಗಿ ಬೆಳೆದವಳು, ಬೇಕಾದ್ದನ್ನು

ಕಸ್ತೂರ್‌ಬಾ ಗಾಂಧಿ

ಬಯಸಿದ್ದನ್ನು ಹಕ್ಕಿನಿಂದ, ಹಠದಿಂದ ಕೇಳಿ ಪಡೆಯುವ ಸ್ವಾತಂತ್ರ್ಯವಿತ್ತು. ಸ್ವಚ್ಛಂದವಾಗಿ ಮನೆಯಲ್ಲಿ ಓಡಾಡಬಹುದಾಗಿತ್ತು. ಆದರೆ ಇದು ತುಂಬಿದ ಮನೆ. ಅವಿಭಕ್ತ ಕುಟುಂಬ, ಗಂಡಸರು ಮತ್ತು ಹೆಂಗಸರ ನಡುವೆ ಅಂತರವಿತ್ತು. ಗಂಡಸರು ಇದ್ದ ಕಡೆ ಹೆಂಗಸರಿಗೆ ಪ್ರವೇಶವಿರಲಿಲ್ಲ. ಅವರೆದುರಿಗೆ ಓಡಾಡುವ ಹಾಗೂ ಇರಲಿಲ್ಲ. ಅವರ ಮಾತಿಗೆ ಪ್ರತಿ ಹೇಳುವ ಹಾಗೆ ಇರಲಿಲ್ಲ, ಅಳುಕು ಸಂಕೋಚಗಳಿಂದಲೇ ವ್ಯವಹರಿಸಬೇಕಿತ್ತು. ತಲೆ ಮೇಲೆ ಸೆರಗು ಹೊದ್ದು ಓಡಾಡಬೇಕಿತ್ತು. ಗಂಡಸರು, ಹಿರಿಯರು ಎದುರಿಗಿದ್ದಾಗ ವಿನಯ, ವಿಧೇಯತೆ, ಗೌರವದಿಂದ ನಡೆದುಕೊಳ್ಳಬೇಕಿತ್ತು. ಕ್ರಮೇಣ ಕಸ್ತೂರಳು ಮನೆಯ ಸೀತಿ ನಿಯಮ, ಕಟ್ಟುಪಾಡುಗಳಿಗೆ, ಪರಿಸರಕ್ಕೆ ಹೊಂದಿಕೊಳ್ಳ ತೊಡಗಿದಳು. ಎಲ್ಲರಿಗಿಂತ ಕಿರಿಯ ಸೊಸೆ ಎನ್ನುವ ವಿನಾಯಿತಿ ಇಲ್ಲದೆ ಮನೆಯ ಇತರ ಹೆಂಗಸರ ಜೊತೆ ಸೇರಿ ಮನೆ ಕೆಲಸಗಳಲ್ಲಿ ತೊಡಗಿಸಿಕೊಳ್ಳಬೇಕಾಯಿತು. ಹೆಂಗಸರಿಗೆ ಬಿಡುವೆಂಬುದೇ ಇರುತ್ತಿರಲಿಲ್ಲ. ಮನೆಯವರ, ಬಂದು ಹೋಗುವವರ ಅಗತ್ಯಗಳನ್ನು ಅತಿಥಿ ಸೇವೆಯನ್ನು ಮಾಡುವುದರಲ್ಲಿಯೇ ಸಾಕುಸಾಕಾಗಿ ಹೋಗುತ್ತಿತ್ತು. ನೆಮ್ಮದಿಯಿಂದ ಒಂದು ಕ್ಷಣ ಕುಳಿತು ನಿರಾಳವಾಗಿ ಉಸಿರಾಡಲೂ ಪುರಸೊತ್ತು ಸಿಗುತ್ತಿರಲಿಲ್ಲ. ಕಡೆಗೆ ಕೈ ಹಿಡಿದ ಗಂಡಂದಿರ ಜೊತೆ ಖಾಸಗಿಯಾಗಿ ಮಾತನಾಡಲು ಮಲಗುವ ಕೋಣೆಗೆ ಹೋಗುವವರೆಗೂ ಕಾಯಬೇಕಿತ್ತು.

ಇಷ್ಟೆಲ್ಲ ಇದ್ದರೂ ಕಸ್ತೂರಳು ಎಂದೂ ಗೊಣಗಿದ್ದಿಲ್ಲ. ಹಿರಿಯ ಹೆಂಗಸರು ಅವಳಿಗೆ ಆದೇಶಿಸುತ್ತಿದ್ದ ಕೆಲಸಗಳನ್ನು ಅಚ್ಚುಕಟ್ಟಾಗಿ, ಸಮರ್ಥವಾಗಿ ನಿರ್ವಹಿಸುತ್ತಿದ್ದಳು. ಅತ್ತೆ, ನೆಗಣ್ಣೆಯರ ವಿಚಾರದಲ್ಲಿ ಎಂದೂ ಅಸಮಾಧಾನಗೊಂಡದ್ದಿಲ್ಲ. ಅದಕ್ಕೆ ಕಾರಣವೂ ಇರಲಿಲ್ಲ. ಅವರೆಲ್ಲರೂ ಅವಳನ್ನು ಪ್ರೀತಿಯಿಂದಲೇ ನೋಡಿಕೊಳ್ಳುತ್ತಿದ್ದರು. ಎಲ್ಲರಿಗಿಂತ ಚಿಕ್ಕವಳೆಂಬ ಕಾರಣಕ್ಕಾಗಿ ಅವಳನ್ನು ನಿಷ್ಠುರವಾಗಿ ನಡೆಸಿಕೊಳ್ಳಲಿಲ್ಲ. ಅವಳ ಮೇಲೆ ದಬ್ಬಾಳಿಕೆಯನ್ನು ಮಾಡಲಿಲ್ಲ. ಎಲ್ಲರನ್ನೂ ನಿಷ್ಪಕ್ಷಪಾತವಾಗಿ ಸಮಾನವಾಗಿ ಕಾಣುತ್ತಿದ್ದ ಅತ್ತೆಯ ಬಗ್ಗೆ, ಆಕೆಯ ನಿಷ್ಕಲ್ಮಶ ಪ್ರೀತಿಯ ಬಗ್ಗೆ, ದೈವಭಕ್ತಿ, ಧರ್ಮನಿಷ್ಠೆ ಸಂಪ್ರದಾಯ ನಿಷ್ಠೆ, ಪೂಜೆ, ವ್ರತ ನೇಮ ನಿಷ್ಠೆಗಳ ಬಗ್ಗೆ ಕಸ್ತೂರಳು ಮುಗ್ಧಳಾಗಿದ್ದಳು. ಆಕೆಯ ಸರಳ ಜೀವನ ಬಟ್ಟೆ, ಬರೆ, ಒಡವೆಗಳ ಬಗೆಗಿನ ನಿರಾಸಕ್ತಿ ಕಸ್ತೂರಳ ಮನಸ್ಸಿನಲ್ಲಿ ಗೌರವವನ್ನು ಹೆಚ್ಚಿಸಿತು. ಹುರಿದು ತಿನ್ನುತ್ತಿದ್ದ ಅತ್ತೆಯರು ಇದ್ದ ಆ ಕಾಲದಲ್ಲಿ ಪುತಲಿಬಾಯಿಯಂಥ ಅತ್ತೆ ಸೊಸೆಯರ ಮನಸೆಳೆದದ್ದು ಅಚ್ಚರಿಯೇನಲ್ಲ. ಆದ್ದರಿಂದಲೇ ಅತ್ತೆಯ ಪ್ರತಿ ಮಾತನ್ನು ಪ್ರೀತಿಯಿಂದಲೇ ಸ್ವೀಕರಿಸುತ್ತಿದ್ದಳು. ಆಕೆ ಹೇಳಿದ ಪ್ರತಿ ಕೆಲಸವನ್ನೂ ಯಾವುದೇ ಗೊಣಗಾಟವಿಲ್ಲದೆ ನಿಜವಾದ ನಿಷ್ಠೆಯಿಂದ ನಿರ್ವಹಿಸುತ್ತಿದ್ದಳು. ಅತ್ತೆಯ ಬಗ್ಗೆ ಯಾವುದೇ ಬಗೆಯ ಅಸಮಾಧಾನವಿಲ್ಲದೆ ಇದ್ದರೂ ಗಂಡ ಮೋಹನದಾಸನಿಂದ, ಕೆಲದಿನಗಳಿಂದ ಕಿರಿಕಿರಿ ಶುರುವಾಗಿತ್ತು. ಹಿಂದೂ ಸಮಾಜದಲ್ಲಿ ಆ ಕಾಲದಲ್ಲಿ ಪ್ರತಿಯೊಬ್ಬ ಪುರುಷನೂ ತಾನು ಗಂಡನಾಗಿ ಕೈ ಹಿಡಿದ ಹೆಂಡತಿಯಿಂದ ವಿನಯ, ವಿಧೇಯತೆ, ಪತಿ ನಿಷ್ಠೆ, ಪತಿಭಕ್ತಿ, ಪ್ರಾಮಾಣಿಕತೆಗಳನ್ನು ನಿರೀಕ್ಷಿಸುವುದು ಸಾಮಾನ್ಯವಾಗಿತ್ತು ಅಲ್ಲದೆ ಆ ರೀತಿಯ ನಿರೀಕ್ಷೆ ತಮ್ಮ ಜನ್ಮಸಿದ್ಧ ಹಕ್ಕು, ಪುರುಷಾಕಾರದ ಭಾಗವೆಂದು ಪರಿಗಣಿಸಲಾಗಿತ್ತು.

ಮೋಹನದಾಸನೂ ಇದಕ್ಕೆ ಹೊರತಾಗಿರಲಿಲ್ಲ. ಪತಿ, ಪತ್ನಿಯರ ದಾಂಪತ್ಯ ಧರ್ಮದ ಸ್ವರೂಪವನ್ನು ಆ ಎಳೆಯ ಪ್ರಾಯದವರಿಗೆ ತಿಳಿಸಿಕೊಡುವುದಕ್ಕಾಗಿ ನೀತಿ ಸಂಹಿತೆಯಂತಹ ಪುಸ್ತಿಕೆಗಳ ಮಾರಾಟ ಭರಭರಾಟೆಯಿಂದ ನಡೆಯುತ್ತಿದ್ದು, ಹೊಸದಾಗಿ ಮದುವೆಯಾಗಿದ್ದ ಮೋಹನದಾಸನಿಗೂ ಅಂತಹ ಪುಸ್ತಿಕೆಗಳ ಓದು ಅಗತ್ಯವೆನಿಸಿ ಕೊಂಡುಕೊಂಡು ಓದಿ ಮನನ ಮಾಡಿಕೊಂಡಿದ್ದರಿಂದ. ಕಸ್ತೂರಳಿಂದ ಅಂತಹುದೇ ರೀತಿಯ ನಡವಳಿಕೆಯನ್ನು ನಿರೀಕ್ಷಿಸುತ್ತಿದ್ದ ಹೆಂಡತಿಯ ಮೇಲೆ ಅಧಿಕಾರ ಚಲಾಯಿಸುವುದು ಪತಿಯಾದ ತನ್ನ ಧರ್ಮವೆಂದೇ ಭಾವಿಸಿದ. ಅದಕ್ಕಾಗಿಯೇ ಅವಳನ್ನು ಕರೆದು, ತನಗೆ ತಿಳಿಸದೆ ಮನೆಯಿಂದ ಹೊರಗೆ ಹೆಜ್ಜೆ ಇಡಬಾರದೆಂದೂ, ತನ್ನ ಅಪ್ಪಣೆಯಿಲ್ಲದೆ ಏನನ್ನೂ ಮಾಡಬಾರದೆಂದೂ ತಾಕೀತು ಮಾಡಿದ, ಎಲ್ಲಿಗಾದರೂ ಹೋದಲ್ಲಿ, ಯಾಕೆ, ಯಾರಜೊತೆ, ಎಷ್ಟು ಹೊತ್ತಿಗೆ ಇತ್ಯಾದಿ ಎಲ್ಲ ವಿವರಗಳನ್ನು ನಿಖರವಾಗಿ ತಿಳಿಸಬೇಕೆಂದು ಆದೇಶಿಸಿದ. ಗಂಡನ ಈ ನಿಲುವು, ಮಾತಿನಲ್ಲಿದ್ದ ಅಧಿಕಾರ, ದರ್ಪ ಕಸ್ತೂರಳ ಸ್ವಾಭಿಮಾನವನ್ನು ಕೆರಳಿಸಿತು. ಆ ಕಾಲದ ಹೆಣ್ಣಾದರೂ ಅವಳಲ್ಲಿ ದಿಟ್ಟತನವಿತ್ತು; ಅತಿಯಾದ ಸ್ವಾಭಿಮಾನವೂ ಇತ್ತು.

ಅಬ್ಬಬ್ಬಾ ಎಂದರೆ ಅವಳು ತನ್ನ ನೆಗಣ್ಣೆಯರ ಜೊತೆ ಗೆಳತಿಯರ ಮನೆಗೋ ಇಲ್ಲ ಅತ್ತೆಯ ಕರೆದಾಗ ಗುಡಿಗೋ ಜೊತೆಯಲ್ಲಿ ಹೋಗಿ ಬರುತ್ತಿದ್ದಳು. ಅಂಥಾದ್ದರಲ್ಲಿ, ಮನೆಯಲ್ಲಿ ಬೇರೆ ಹೆಂಗಸರು ತಮ್ಮ ಗಂಡಂದಿರಿಗೆ ತಿಳಿಸದೆ, ಪರವಾನಗಿ ಪಡೆಯದೆ ಹೋಗಿ ಬರುತ್ತಿದ್ದಾಗ, ತನಗೆ ಮಾತ್ರವೇ ಏಕೆ ಈ ನಿರ್ಬಂಧ ? ಎಂದು ತನ್ನಲ್ಲೇ ಪ್ರಶ್ನಿಸಿಕೊಂಡಳು. ಅಲ್ಲದೆ ಪ್ರತಿಯೊಂದಕ್ಕೂ ಗಂಡನ ಮುಂದೆ ಕುರಿಯಂತೆ ನಿಂತು ಅನುಮತಿ ಬೇಡುವುದೆಂದರೆ, ಅದು ತನಗೆ ಮಾಡುವ

ಅವಮಾನವೆಂದು ಭಾವಿಸಿದಳು. ಆದರೆ ಹಾಗೆಂದ ಮಾತ್ರಕ್ಕೆ ಅವಳು ಉದ್ಧಟಳಾಗಿರಲಿಲ್ಲ–ಯಾರನ್ನೂ ಎದುರು ಹಾಕಿಕೊಳ್ಳುತ್ತಿರಲಿಲ್ಲ, ವಾದಿಸುತ್ತಿರಲಿಲ್ಲ. ಹೊಂದಿಕೊಂಡು ಹೋಗುತ್ತಿದ್ದಳಾದರೂ, ತನ್ನ ಮೇಲೆ ಅಧಿಕಾರ ಚಲಾಯಿಸುವುದನ್ನು ಮಾತ್ರ ಸಹಿಸುತ್ತಿರಲಿಲ್ಲ.

ಸ್ವಲ್ಪ ಸಮಯದವರೆಗೂ ಗಂಡನ ಈ ಆದೇಶಗಳೂ ನಿರೀಕ್ಷೆಗಳೂ, ಅವಳ ಮನಸ್ಸಿನಲ್ಲಿ ಮುಳ್ಳುಗಳಾಗಿ ನೆಟ್ಟವು. ಇದೇ ಧೋರಣೆ ಮುಂದುವರೆದರೆ ಮುಂದೆ ತನ್ನ ಬದುಕು ಹೇಗಾದೀತು? ದೈಹಿಕವಾಗಿ ಹಿಂಸಿಸುವ ಸಂಸ್ಕಾರ ಅವನದಲ್ಲವಾದರೂ ಮಾನಸಿಕವಾಗಿ ಚುಚ್ಚುವ ಮುಳ್ಳು ಮಾತುಗಳನ್ನು ಸಹಿಸಿಕೊಳ್ಳುವುದಾದರೂ ಹೇಗೆ ? ಎಂದೆಲ್ಲ ಯೋಚನೆಗಳು ಇಡಿಕಿರಿದು ತುಂಬಿದ್ದವಾದರೂ ಮೂಲತಃ ಅವಳ ಪ್ರವೃತ್ತಿ ಸಾಂಪ್ರದಾಯಿಕವಾದದ್ದೇ ಆಗಿತ್ತು, ಸಂಪ್ರದಾಯ, ಸಾಮಾಜಿಕ ಕಟ್ಟು ಕಟ್ಟಳೆಗಳನ್ನು ಅತಿಕ್ರಮಿಸುವ ಕಾಂತ್ರಿಕಾರಕ ಮನಸ್ಸು ಅವಳದಾಗಿರಲಿಲ್ಲ, ಸಪ್ತಪದಿ ತುಳಿದಾಗ ಇಬ್ಬರೂ ಒಬ್ಬರೊಬ್ಬರಿಗೆ ಪ್ರಾಮಾಣಿಕವಾಗಿ, ಕಷ್ಟಸುಖಿಗಳಲ್ಲಿ ಸಮಭಾಗಿಗಳಾಗಿ, ಪ್ರೀತಿ, ಸ್ನೇಹ, ಅನ್ಯೋನ್ಯತೆಗಳಿಂದ ನಡೆದುಕೊಳ್ಳುವುದಾಗಿ ವಚನಬದ್ಧರಾಗಿ ಇರುವುದಾಗಿ ಘೋಷಿಸಿದ್ದರು. ಅದು ಅವಳ ನೆನಪಿನಲ್ಲಿತ್ತು, ಗಂಡನ ಮೇಲೆ ಅಧಿಕಾರ ಚಲಾಯಿಸಬೇಕೆಂಬ ಬಯಕೆಯಾಗಲೀ ಅವನು ಹೇಳಿದ್ದಕ್ಕೆ ವಿರುದ್ಧವಾಗಿ ನಡೆದುಕೊಳ್ಳ ಬೇಕೆಂಬ ಉದ್ದೇಶವಾಗಲೀ ಇರಲಿಲ್ಲ, ಆದರೆ ಅವಕಾಶ ಸಿಕ್ಕಾಗ ಗಂಡನೊಂದಿಗೆ ತನ್ನ ಆಂತರ್ಯವನ್ನು, ತೆರೆದಿಟ್ಟು, ಸೌಮ್ಯವಾಗಿಯೇ ಅವನ ನಿಲುವನ್ನು ಪ್ರಶ್ನಿಸಿಬೇಕೆಂದು ಕಾಯುತ್ತಿದ್ದಳು.

ಮನೆಯಲ್ಲಿ ಯಾವಾಗಲೂ ಜನರು ಇದ್ದೇ ಇರುತ್ತಿದ್ದರು. ಹೋಗಿ ಬರುವವರೂ ಸಾಕಷ್ಟು ಮಂದಿ! ಮನೆ ಹೆಂಗಸರಿಗೆ, ಗೃಹಕೃತ್ಯಗಳಿಂದ ಬಿಡುವು ಸಿಗುತ್ತಿದ್ದುದೇ ಅಪರೂಪ. ಅಂಥಾದ್ದರಲ್ಲಿ ಒಂದು ದಿನ ಬೇಗ ಬೇಗನೆ ಮನೆ ಕೆಲಸಗಳನ್ನು ಮುಗಿಸಿ, ಸ್ವಲ್ಪ ಬೇಗನೆ ಮಲಗುವ ಕೋಣೆಗೆ ಹೋದಳು.

ಎರಡು ಮೂರು ದಿನಗಳಿಂದ, ಬೇಕೆಂದೇ ಗಂಡನ ಪರವಾನಗಿ ಇಲ್ಲದೆಯೇ ಗೆಳತಿಯರ ಮನೆಗೆ ಹೋಗಿ ಬರುತ್ತಿದ್ದಳು. ಅತ್ತೆಯ ಜೊತೆ ಒಂದೆರಡು ಬಾರಿ ಗುಡಿಗೂ ಹೋಗಿ ಬಂದಳು. ಮೋಹನದಾಸ ಇದನ್ನೆಲ್ಲ ಮೌನವಾಗಿ ಗಮನಿಸುತ್ತಿದ್ದ, ಕಸ್ತೂರಲೂ ಬೇಕೆಂದೇ ಅವನಿಗೆ ಅರ್ಥ ಮಾಡಿಸಲು ಹೀಗೆ ಮಾಡುತ್ತಿದ್ದಳು. ಅವನಿಗೂಧರ್ಮ ಸಂಕಟ. ಅಮ್ಮ ಕೂಡಾ ಜೊತೆಗೆ ಇರುತ್ತಿದ್ದಾಗ ಹೇಗೆ ಅವಳನ್ನು ಪ್ರಶ್ನಿಸುವುದು? ನಿರ್ಬಂಧಿಸುವುದು ? – ಚಡಪಡಿಸಿದ. ಬಾಲ ಸುಟ್ಟುಕೊಂಡ ಬೆಕ್ಕಿನ ಹಾಗೆ ಶತಪಥಿಸಿದ. ಅವನೂ ಅವಳನ್ನು ತರಾಟೆಗೆ ತೆಗೆದುಕೊಳ್ಳಲು ಕಾಯುತ್ತಿದ್ದ. ಅವಳು ಒಳಗೆ ಬಂದದ್ದೇ ಅವಳ ಮೇಲೆ ಹರಿಹಾಯ್ದು.

"ಎಷ್ಟು ಸಲ ನಿನಗೆ, ನನ್ನ ಅಪ್ಪಣೆಯಿಲ್ಲದೆ ಹೋಗಬಾರದೆಂದು ಹೇಳಿದ್ದೆ? ಗಂಡನ ಬಗ್ಗೆ ಒಂದಿಷ್ಟು ಗೌರವವಾಗಲಿ, ಮಾತಿನ ಮರ್ಯಾದೆಯಾಗಲಿ ಕೊಡಬೇಕೆಂದು ನಿನ್ನ ತಲೆಗೆ ಹೊಳೆಯುವುದಿಲ್ಲವೇನು" ಎಂದು ಅಬ್ಬರಿಸಿದ.

"ನೀವು ನನಗೆ ಗಂಡನೇ ಇರಬಹುದು, ಹಾಗೆಂದ ಮಾತ್ರಕ್ಕೆ ಪ್ರತಿ ಸಣ್ಣ ವಿಷಯಕ್ಕೂ ನಿಮ್ಮ ಅಪ್ಪಣೆ ಬೇಡಬೇಕೇನು? ನಾನು ನಿಮ್ಮಂತೆ ಮನುಷ್ಯಳು. ನಾವು ಗಂಡ ಹೆಂಡಿರು. ಪರಸ್ಪರ ಸೌಹಾರ್ದತೆಯಿಂದ ಒಬ್ಬರ ಭಾವನೆಗಳನ್ನು ಮತ್ತೊಬ್ಬರು ಅರ್ಥಮಾಡಿಕೊಂಡು ಹೋಗುತ್ತೇವೆಂದು ಮಾಡಿದ ಪ್ರಮಾಣಕ್ಕೆ ಬೆಲೆ ಕೊಡುವುದು ಬೇಡವೇ? ಅದೂ ಅಲ್ಲದೆ ನಾನು

ಹೋದದ್ದಾದರೂ ಎಲ್ಲಿಗೆ? ನನ್ನ ಅಕ್ಕಂದಿರು ಜೊತೆಗೆ ಬರಲು ಕರೆದಾಗ ಹೋಗಿದ್ದೆ. ಅತ್ತೆಯವರು ದೇವರ ದರ್ಶನಕ್ಕೆ ಬಾರೆಂದು ಕರೆದಾಗ ಹೋಗಿದ್ದೆ– ನಾನು ಮಾಡಿದ್ದು ಇಷ್ಟೆ ಇದಕ್ಕಿಂತ ಬೇರೆ ಯಾವ ಅಪರಾಧ ಮಾಡಿದ್ದೇನೆ? ನೀವು ಹೀಗೆಲ್ಲ ಆಕ್ಷೇಪಿಸುವುದು, ದಂಡಿಸುವುದು ನಿಮಗೆ ನ್ಯಾಯವೆನಿಸುತ್ತದೆಯೇ? ಅತ್ತೆಯಂತಹ ಹಿರಿಯರು ಕರೆದಾಗ ಬರುವುದಿಲ್ಲವೆಂದು ನಿರಾಕರಿಸುವುದು ಸಮ್ಮತವೇ? ಅಲ್ಲದೆ ನನ್ನ ಗಂಡನ ಅನುಮತಿ ಇಲ್ಲದೆ ನಾನು ಬರುವುದಿಲ್ಲವೆಂದು ಹೇಳುವುದು ನಿಮಗೆ ಗೌರವ ತರುತ್ತದೆಯೇ?" ಎಂದು ದೀರ್ಘವಾದ ಭಾಷಣವನ್ನೇ ಮಾಡಿದಳು.

ಮೋಹನದಾಸನಿಗೆ ಮೊದಲ ಬಾರಿಗೆ ಹೆಂಡತಿಯ ನಿಷ್ಠುರ ಉದ್ಧಟವೆನಿಸಿದರೂ ತರ್ಕಬದ್ಧವಾದ ಮಾತುಗಳು ಸ್ವಲ್ಪ ಮಟ್ಟಿಗೆ ಕಣ್ಣು ತೆರೆಸಿದವು. ಅವಳು ಕೇಳಿದ ಪ್ರಶ್ನೆಗಳಿಗೆ ಅವನಲ್ಲಿ ಉತ್ತರವಿರಲಿಲ್ಲ. ಅಲ್ಲದೆ ಹೆಂಡತಿಯ ವಿಚಾರದಲ್ಲಿ ಕಟು ವಾಸ್ತವವೊಂದು ಅವನಿಗೆ ಅರ್ಥವಾಯಿತು. ಅವಳು ತನಗೆ ಸರಿಯೆನಿಸಿದ್ದನ್ನು ಮಾತ್ರವೆ, ಮಾಡುವಳೆಂಬುದು ಮನವರಿಕೆಯಾಯಿತು. ಎದುರಿನವರು ತಾವಾಡುವ ಮಾತು ಅವಳಿಗೆ ಮನವರಿಕೆಯಾಗುವಂತೆ ಮತ್ತು ನ್ಯಾಯ ಸಮ್ಮತವೆನಿಸುವಂತೆ ತಿಳಿಸಿ ಹೇಳಿದಾಗ ಮಾತ್ರವೇ ಒಪ್ಪಿಕೊಳ್ಳುವುದು ಸಾಧ್ಯವಿತ್ತು.

ಇನ್ನೂ ಪ್ರಬುದ್ಧತೆಯನ್ನು ತಲುಪದ ಈ ದಂಪತಿಗಳು ಆಗಾಗ ಇಂತಹ ಸಣ್ಣಪುಟ್ಟ ಸಂಘರ್ಷಗಳಿಗೆ ಇಳಿಯುತ್ತಿದ್ದರಾದರೂ ಅವರಿಬ್ಬರ ನಡುವೆ ಅಗಾಧ ಪ್ರೀತಿಯಿತ್ತು. ಮೋಹನದಾಸನೂ ಉದ್ದೇಶ ಪೂರ್ವಕವಾಗಿ ಹೀಗೆ ಅಧಿಕಾರ ಚಲಾಯಿಸುತ್ತಿಲ್ಲವೆಂಬ ಸತ್ಯ ಕಸ್ತೂರಳಿಗೂ ತಿಳಿದಿತ್ತು. ಅವನು ತನ್ನನ್ನು ಅತಿಯಾಗಿ ಹಚ್ಚಿಕೊಂಡಿದ್ದಾನೆಂಬುದೂ ಅವಳ ಆಂತರ್ಯಕ್ಕೆ ತಿಳಿದಿತ್ತು. ಎಷ್ಟೋ ಸಲ ಬಾಯಿಬಿಟ್ಟು ತನ್ನ ಹೆಂಡತಿ ಎಲ್ಲ ಹೆಂಗಸರಂತೆ ಅವಿದ್ಯಾವಂತಳಾಗಿ ಉಳಿಯಬಾರದು ಅವಳೂ ಕಲಿಯಬೇಕು. ಆದರ್ಶ ಹೆಂಡತಿಯಾಗಿರುವುದರ ಜೊತೆಗೆ ಸುಶಿಕ್ಷಿತಳಾಗಿ ಬುದ್ಧಿವಂತಳಾಗಿ ಇರಬೇಕೆಂಬ ಅಭಿಪ್ರಾಯವನ್ನು ವ್ಯಕ್ತ ಪಡಿಸಿದ್ದ.

ಒಂದು ದಿನ ಮಧ್ಯಾಹ್ನ ಮನೆಯವರೆಲ್ಲ ಊಟೋಪಚಾರ ಮುಗಿಸಿ ತಮ್ಮ ತಮ್ಮ ಕೊಠಡಿಗಳಲ್ಲಿ ನಿದ್ದೆಯೋ ಅಥವಾ ಖಾಸಗಿ ಕೆಲಸಗಳಲ್ಲಿಯೋ ನಿರತರಾಗಿದ್ದರು, ಕಸ್ತೂರಳು ಕೂಡಾ ತನ್ನ ಕೋಣೆ ಸೇರಿ ಬಟ್ಟೆ ಬರೆಯೆಲ್ಲವನ್ನೂ ಅಚ್ಚುಕಟ್ಟಾಗಿ ಜೋಡಿಸುತ್ತಿದ್ದಳು. ಮೋಹನದಾಸ ಮಾಮೂಲಿಗಿಂತ ಬೇಗನೆ ಶಾಲೆಯಿಂದ ಬಂದುಬಿಟ್ಟಿದ್ದ. ಬಂದವನೇ ಕೋಣೆ ಒಳನುಗ್ಗಿದ. ಕಸ್ತೂರಳು ಕೆಲಸದಲ್ಲಿ ಮಗ್ನಳಾಗಿದ್ದರಿಂದ ಗಂಡ ಬಂದದ್ದನ್ನು ಗಮನಿಸಲಿಲ್ಲ. ಮೋಹನದಾಸ ಕೂಡಾ ಸದ್ದು ಮಾಡದೆ ಅವಳ ಹಿಂದೆ ಹೋಗಿ ನಿಂತ. ಕಸ್ತೂರಳಿಗೆ ಯಾರೋ ಬಂದಂತೆ ಭಾಸವಾಯಿತಾದರೂ ತಿರುಗಿ ನೋಡಲಿಲ್ಲ. ಮೋಹನ್ ಪಿಸುದನಿಯಲ್ಲಿ ಭುಜದ ಮೇಲೆ ತಲೆಯಿರಿಸಿ ಕಿವಿಯಲ್ಲಿ, 'ಕಸ್ತೂರ್'– ಎಂದು ಹೆಸರಿಟ್ಟು ಕರೆದ. ಒಂದು ಕ್ಷಣ ಬೆಚ್ಚಿದಂತಾಗಿ, ತಿರುಗಿದಳು, ಗಂಡನನ್ನು ನೋಡಿ ದಿಗ್ಭ್ರಾಂತಳಾದಳು. ಕೇಳಿದಳು–"ಶಾಲೆ ಬಿಟ್ಟು ಯಾಕೆ ಬಂದಿರಿ" ಎಂದು. ಮೋಹನದಾಸ ಸಂಕೋಚದಿಂದ "ಕಸ್ತೂರ್ ನನ್ನ ಮೇಲಿನ ಸಿಟ್ಟು ಹೋಗಿಲ್ಲವೇನು" ಎಂದು ಕೇಳಿದ. ಕಸ್ತೂರಳು ಬಿಗುಮಾನವನ್ನು ಬದಿಗಿರಿಸಿ, ಮುಖದಲ್ಲಿ ನಗೆ ಮಿಂಚಿಸಿ," ನಾನು ನಿಮ್ಮ ಹೆಂಡತಿಯಲ್ಲವೇ? ಗಂಡನ ಮೇಲೆ ಸಿಟ್ಟು ಮಾಡಿಕೊಳ್ಳುವ ಹಕ್ಕಾದರೂ ನಮಗಿದೆಯೇನು" ಎಂದು ಒಂದು ಚೂರು ವ್ಯಂಗ್ಯದ ದನಿಬೆರೆಸಿ ಕೇಳಿದಳು.

"ನೋಡು ಕಸ್ತೂರ್ ನೀನು ಸಿಟ್ಟಿನಿಂದ ಹೇಳದಿದ್ದರೂ ನಿನ್ನ ಮಾತಿನ ಧಾಟಿ ನನಗೆ ಅರ್ಥವಾಗುತ್ತದೆ. ನಿಜ ನಾನು ನಿಷ್ಠುರವಾಗಿ ಮಾತನಾಡಿದೆ, ಆದರೆ ನಾನು ನಿನ್ನನ್ನು ಎಷ್ಟು ಪ್ರೀತಿಸುತ್ತೇನೆ ಎಂಬುದನ್ನು ಯೋಚಿಸಬಲ್ಲೆಯಾ?" ಎಂದು ಕೇಳಿದ.

"ಯೋಚಿಸುವುದಕ್ಕೆ, ಅರ್ಥ ಮಾಡಿಕೊಳ್ಳುವುದಕ್ಕೆ ನಾನೇನು ನಿಮ್ಮಷ್ಟು ಬುದ್ಧಿವಂತಳೂ ಅಲ್ಲ, ಕಲಿತವಳೂ ಅಲ್ಲ! ಎಂದು ಉತ್ತರಿಸಿದಳು.

"ಕಸ್ತೂರ್, ನೀನು ನನ್ನನ್ನು ಸರಿಯಾಗಿ ಅರ್ಥ ಮಾಡಿಕೊಂಡಿಲ್ಲ. ನನ್ನ ನಿಷ್ಠೂರತೆ ಪ್ರೇಮದಿಂದ ಹುಟ್ಟಿದ್ದು, ನಾನು ನಿನ್ನನ್ನು ಅತಿಯಾಗಿ ಪ್ರೀತಿಸುವುದರಿಂದಲೇ ನೀನೂ ಕಲಿಯ ಬೇಕು, ಜ್ಞಾನಾರ್ಜನೆ ಮಾಡಬೇಕು. ಎಲ್ಲರಿಗಿಂತ ಓದಿದವಳು ಎಂದು ಕರೆಸಿಕೊಳ್ಳಬೇಕು. ನನ್ನ ಜೊತೆ ಸಹಕರಿಸಬೇಕು. ಪುಸ್ತಕ, ಪತ್ರಿಕೆಗಳು ಜ್ಞಾನ ಸಂಪಾದನೆಯ ಮಾರ್ಗಗಳು ಆಗಿರುವುದರಿಂದ, ನೀನು ಅವುಗಳನ್ನು ಓದಿ, ಅರ್ಥಮಾಡಿಕೊಳ್ಳುವಷ್ಟು ಕಲಿತರೆ ಸಾಕು. ದೊಡ್ಡ ದೊಡ್ಡ ಪದವಿಗಳೇ ಬೇಕೆಂದೇನೂ ಇಲ್ಲ. ಆದ್ದರಿಂದ ನಾಳೆಯಿಂದ ನೀನು ಓದು ಬರಹ ಕಲಿಯಬೇಕು. ನಾನೇ ರಾತ್ರಿಯ ಹೊತ್ತು ಒಂದೆರಡು ಗಂಟೆಗಳ ಕಾಲ ಅಕ್ಷರಾಭ್ಯಾಸ ಮಾಡಿಸುತ್ತೇನೆ. ಇದಕ್ಕೆ ನೀನು ಒಪ್ಪಲೇ ಬೇಕು" ಎಂದು ಪ್ರಾರ್ಥಿಸುವ ದನಿಯಲ್ಲಿ ಹೇಳಿದ.

ಕಸ್ತೂರಳಿಗೆ ಗಂಡನ ಈ ಪ್ರಾರ್ಥನೆಗೆ ಏನು ಹೇಳಬೇಕೋ ತಿಳಿಯಲಿಲ್ಲ. ಓದು ಬರಹ ಕಲಿಯಬೇಕೆಂಬ ತುಡಿತವಾಗಲೀ ಹುಮ್ಮಸ್ಸಾಗಲೀ ಅವಳಲ್ಲಿ ಅಷ್ಟಾಗಿ ಇರಲಿಲ್ಲ. ತಾನು ಓದಿದವಳಲ್ಲ ಎಂಬುದರ ಬಗ್ಗೆ ಕೀಳರಿಮೆಯೂ ಇರಲಿಲ್ಲ. ಯಾಕೆಂದರೆ ಆ ಕಾಲದಲ್ಲಿ ಹೆಣ್ಣು ಮಕ್ಕಳಿಗೆ ವಿದ್ಯಾಭ್ಯಾಸ ಅಗತ್ಯವೆಂದು ಯಾರೂ ಭಾವಿಸಿರಲಿಲ್ಲ. ಆದ್ದರಿಂದ ಶಿಕ್ಷಣವೆಂಬುದು ಅವರ ಪಾಲಿಗೆ ಸೊನ್ನೆಯಾಗಿತ್ತು. ಮನೆಯಲ್ಲಿಯೇ ಹಿರಿಯರಿಂದ ನೈತಿಕ ಪಾಠ ಪ್ರವಚನಗಳನ್ನು ನೀಡಲಾಗುತ್ತಿತ್ತು. ಹೆಣ್ಣು ಮಕ್ಕಳ ಶಾಶ್ವತ ನೆಲೆ ಅತ್ತೆ ಮನೆಯಾದ್ದರಿಂದ ಅಲ್ಲಿ ಅವರು ಕುಟುಂಬದಲ್ಲಿ ಹೇಗೆ ಎಲ್ಲರೊಂದಿಗೆ ಹೊಂದಿಕೊಂಡು ಬಾಳಬೇಕು, ಅತ್ತೆ ಮಾವ. ಭಾವಂದಿರು ಮೈದುನಂದಿರು, ನೆಗಣ್ಣೆಯವರೊಂದಿಗೆ ಯಾವ ಯಾವ ಸಂದರ್ಭದಲ್ಲಿ ಹೇಗೆ ವರ್ತಿಸಬೇಕು, ಗುರುಹಿರಿಯರೊಂದಿಗೆ ವಿನಯ ವಿಧೇಯತೆಗಳೊಂದಿಗೆ ಹೇಗೆ ನಡೆದುಕೊಳ್ಳಬೇಕು. ಎಲ್ಲಕ್ಕಿಂತ ಹೆಚ್ಚಾಗಿ ಗಂಡನೊಂದಿಗೆ ಹೇಗೆ ಸಾಮರಸ್ಯದೊಂದಿಗೆ ಬಾಳ್ವೆ ಮಾಡಬೇಕು ವಿರಸಕ್ಕೆ ಎನಿತೂ ಎಡೆಯಾಗದಂತೆ, ಅವನ ಮಾತಿಗೆ ಎದುರುತ್ತರ ಕೊಡದೆ, ಹೇಳಿದಂತೆ ಕೇಳಿಕೊಂಡು, ವಿನಯ ವಿಧೇಯತೆಗಳೊಂದಿಗೆ ತಲೆಬಾಗಿ ಮಣಿದು ಅವರನ್ನು ನೆರಳಿನಂತೆ ಹಿಂಬಾಲಿಸಿ, ಪತಿಭಕ್ತಿ ಪರಾಯಣೆಯರಾಗಿ ಹೇಗೆ ನಡೆದುಕೊಳ್ಳಬೇಕೆಂಬುದನ್ನು ಸೀತೆ, ಸಾವಿತ್ರಿ ದಮಯಂತಿ ಮೊದಲಾದ ಪುಣ್ಯ ಪರಾಯಣೆಯರ ಕತೆಗಳ ಮೂಲಕ ವಿವರಿಸಿ ತಿಳಿಸುತ್ತಿದ್ದರು. ಗೃಹಕೃತ್ಯಗಳ ತರಬೇತಿಯನ್ನು ನೀಡುತ್ತಿದ್ದರು.

ಕಸ್ತೂರಳು ಇದೆಲ್ಲವನ್ನು ಕಲಿತಿದ್ದಳು. ಅಕ್ಷರಜ್ಞಾನವೊಂದನ್ನು ಬಿಟ್ಟರೆ ಅವಳು ಬೇರೆಲ್ಲ ವಿಷಯಗಳಲ್ಲಿ ಜಾಣೆಯಾಗಿದ್ದಳು. ಹೀಗಿರುವಾಗ ಬೆಳಗಿಂದ ರಾತ್ರಿವರೆಗೂ ಮೈದಣಿವವರೆಗೂ ದುಡಿದು. ಬಿದ್ದುಕೊಂಡರೆ ಸಾಕಪ್ಪ ಎಂದು ಮಲಗಲು ಆತುರವಾಗಿ ಇರುವ ಸಮಯದಲ್ಲಿ ಓದಲು ಕಲಿಯಬೇಕೆಂದು ಬೇಡುತ್ತಿರುವ ಗಂಡನಿಗೆ ಏನೆಂದು ಉತ್ತರ ಹೇಳುವುದು ಒಂದು ಕ್ಷಣ ಸುಮ್ಮನಿದ್ದು, ಒಲ್ಲದ ಮನಸ್ಸಿನಿಂದಲೇ ಗಂಡನ ಮೇಲಿನ ಮರುಕದಿಂದಾಗಿ, ರಾತ್ರಿ ಕಲಿಕೆಗೆ

ಒಪ್ಪಿಕೊಂಡಳು. ಹೆಂಡತಿ ಒಪ್ಪಿದ್ದು ಅವನಿಗೆ ಸಂತಸ ತಂದಿದ್ದರೂ ಕಲಿಸುವಾಗ ಅವಳ ನಿರುತ್ಸಾಹ, ದಣಿವಿನಿಂದ ಹೊಮ್ಮುತ್ತಿದ್ದ ಆಕಳಿಕೆ. ಮುತ್ತಿ ಬರುತ್ತಿದ್ದ ನಿದ್ದೆಯ ಮತ್ತು ಅವನಲ್ಲಿ ಅವಳು ಬಹಳ ದೂರ ಕಲಿಯುತ್ತಾಳೆಂಬ ಆಸೆ ತನ್ನದಾಗಿದೆಯೇ ಹೊರತಾಗಿ ಅವಳದಾಗಲು ಸಾಧ್ಯವಿಲ್ಲವೆನಿಸಿತು.

ಕಸ್ತೂರಳಿಗೆ ಗಂಡನ ದ್ವಂದ್ವ ನಿಲುವು ಅಚ್ಚರಿ ಮೂಡಿಸುತ್ತಿತ್ತು. ಒಂದು ಕಡೆ ಹೆಣ್ಣು ಮಕ್ಕಳು ವಿದ್ಯಾವಂತರಾಗಬೇಕು, ಸ್ವತಂತ್ರ ಆಲೋಚನೆಯನ್ನು ಹೊಂದಿರಬೇಕು ಎಂದೆಲ್ಲ ಹೇಳುವುದರ ಜೊತೆಗೆ ತನ್ನದು ಎಲ್ಲರಿಗಿಂತ ಮುಂದುವರೆದ ವಿಚಾರವಂತ ಹೆಣ್ಣಾಗಿ ರೂಪಗೊಳ್ಳಬೇಕು ಎಂದೆಲ್ಲ ಹೇಳಿ ಮನವೊಲಿಸುತ್ತಿದ್ದ. ಒಂದು ಕಡೆ ಪತಿಭಕ್ತಿ, ಪತಿನಿಷ್ಠೆ ಪತಿಯ ಅಂಕೆಯಲ್ಲಿ ಇರಬೇಕು – ಎಂದೆಲ್ಲ ನಿರೀಕ್ಷಿಸುತ್ತಾ ಮತ್ತೊಂದು ಕಡೆ ಆಕೆಯನ್ನು ಸ್ವತಂತ್ರ ಹೆಣ್ಣಾಗಿ ವಿಚಾರವಂತಳಾಗಿ ಕಾಣಬೇಕೆಂದು ಬಯಸುತ್ತಿದ್ದ. ಅದರೂ ಗಂಡನ ಆಣತಿಯನ್ನು ನಿರಾಕರಿಸುವಂತಿರಲಿಲ್ಲ.

ಪ್ರತಿ ರಾತ್ರಿ, ಮಲಗುವ ಹಾಸಿಗೆಯ ಮೇಲೆ ಹಲಗೆ, ಬಳಪ, ಪುಸ್ತಕಗಳು ಹರಡಿಕೊಂಡಿರುತ್ತಿದ್ದವು. ಮೋಹನದಾಸ ಬಹಳ ಉತ್ಸಾಹದಿಂದಲೇ ಅವಳ ಕೈಗೆ ಪುಸ್ತಕ ಕೊಟ್ಟು ಓದಿಸಲು ಪ್ರಯತ್ನಿಸುತ್ತಿದ್ದ. ಆದರೆ ಒಂದೆರಡು ಸಾಲುಗಳು ಸರಿದಂತೆ ಅವಳು ತೂಕಡಿಸುತ್ತಾ ಹಾಗೆಯೇ ಹಾಸಿಗೆ ಮೇಲೆ ಬಿದ್ದು ಬಿಡುತ್ತಿದ್ದಳು. ಬೆಳಗಿನಿಂದ ದಣಿದು ತೊಪ್ಪೆಯಾದ ಮೈಗೆ ಚೈತನ್ಯವಾದರೂ ಎಲ್ಲಿಂದ ಬಂದೀತು! ಪ್ರತಿಸಲವೂ, ಗಂಡನ ಪ್ರಯತ್ನ ನೀರಿನಲ್ಲಿ ಹೋಮ ಮಾಡಿದಂತಾಗುತ್ತಿತ್ತು ಜೊತೆಗೆ ಕಸ್ತೂರಳಿಗೆ ತನ್ನ ವಿದ್ಯಾಭ್ಯಾಸ ಮನೆಯವರ ಜೊತೆಗಿನ ತನ್ನ ಸಂಬಂಧಗಳ ಮೇಲೆ ಯಾವ ಪರಿಣಾಮವನ್ನು ಬೀರೀತೋ ಎಂಬ ಹೆದರಿಕೆ; ಕಲಿಯುವುದಿಲ್ಲವೆಂದರೆ ಗಂಡನ ಜೊತೆಗಿನ ಸಂಬಂಧ ಏನಾಗುವುದೋ ಎಂದು ಕಸ್ತೂರಳು ಒಳಗೊಳಗೆ ತಲ್ಲಣಗೊಳ್ಳುತ್ತಿದ್ದರೆ, ಮೋಹನದಾಸನಿಗೆ ಈ ಒತ್ತಾಯದ ಓದಿಸುವಿಕೆಯಿಂದ ತನ್ನ ಪ್ರೀತಿಯ ಮೇಲೆ ಎಂತಹ ಅಡ್ಡ ಪರಿಣಾಮವಾಗುವುದೋ ಎನ್ನುವ ಭಯ! ಒಟ್ಟಿನಲ್ಲಿ ಓದಿಸುವ ಪ್ರಯೋಗ ಇಬ್ಬರಲ್ಲೂ ಒಂದೊಂದು ರೀತಿಯ ಪ್ರಶ್ನೆಗಳನ್ನು ಹುಟ್ಟುಹಾಕಿದವು. ಜೊತೆಗೆ ವಾರಗಟ್ಟಲೆ ಪ್ರಯೋಗ ಪ್ರಯತ್ನಗಳು ನಿಷ್ಫಲವೆಂದು ಸಾಬೀತಾಗತೊಡಗಿದವು. ಕಸ್ತೂರಳನ್ನು ಅತಿಯಾಗಿ ಕಾಮಿಸುತ್ತಿದ್ದ ಮೋಹನದಾಸ್, ತನ್ನನ್ನು ಇದರಿಂದಾಗಿ ಎಲ್ಲಿ ದೂರವಿಡುವಳೋ ಎಂದು ಹೆದರಿ, ಅವಳಿಗೆ ಕಲಿಸುವುದನ್ನು ಕೈ ಬಿಟ್ಟು ಅವಳೂ ಕೂಡಾ ಮನಸಿಟ್ಟು ಓದುವುದನ್ನು ಎಂದಿನಿಂದಲೂ ತ್ಯಜಿಸಿದ್ದಳು, ಪರಿಣಾಮವಾಗಿ ಇಬ್ಬರೂ ಅವರವರ ಹಾದಿಗಳಲ್ಲಿ ಅವರವರ ನಂಬಿಕೆಗಳಲ್ಲಿ ಮುಂದುವರೆದರು.

ಈಗ ಎಲ್ಲವೂ ಎಂದಿನಂತೆ ಸಾಗುತ್ತಿದ್ದರೂ, ಗಂಡ–ಹೆಂಡಿರ ಸಂಬಂಧದಲ್ಲಿ ಯಾವುದೇ ಏರುಪೇರು ಇಲ್ಲದಿದ್ದರೂ, ಆಘಾತಕಾರಿಯಾದ ಕೆಲವು ಸಂಗತಿಗಳು ಜರುಗಿದವು, ಮೋಹನದಾಸನ ಹಿರಿಯಣ್ಣ ಕೃಷ್ಣದಾಸನ ಸ್ನೇಹಿತನಾಗಿದ್ದ ಷೇಕ್ ಮೆಹತಾಬ್ ಎಂಬವನ ಸ್ನೇಹಕ್ಕೆ ಬಿದ್ದಿರುವ ಗಂಡನ ವಿಚಾರ ಕಸ್ತೂರಳ ಗಮನಕ್ಕೆ ಬಂತು. ಆ ಹೊಸ ಸ್ನೇಹಿತನ ನಡತೆ ಅಷ್ಟು ಚೆನ್ನಾಗಿರಲಿಲ್ಲ. ಮಾಂಸಾಹಾರ, ಕುಡಿತಗಳ ಚಟಕ್ಕೆ ಬಿದ್ದವನಾಗಿದ್ದ ಗಂಡನಿಗೆ ಎಷ್ಟೋ ಸಲ ಬುದ್ಧಿ ಹೇಳಿದಳು. ಅಂಥವನ ಸಹವಾಸದಿಂದ ದೂರವಿರಲು ಬಹಳವಾಗಿ ಕೇಳಿಕೊಂಡಳು.

ಅದಕ್ಕೆ ಮೋಹನದಾಸ ಯಾವುದನ್ನೂ ಕಿವಿ ಮೇಲೆ ಹಾಕಿಕೊಳ್ಳಲಿಲ್ಲ. ಅವನೊಂದಿಗೆ ಸ್ನೇಹ ಮುಂದುವರೆಸಿದ್ದೇ ಅಲ್ಲದೆ ಅವನು ಏನೇ ಹೇಳಿದರೂ ಅದನ್ನು ನಿಜವೆಂದು ನಂಬಿ, ಅದೇ ರೀತಿ ನಡೆದುಕೊಳ್ಳುತ್ತಿದ್ದ.

ಇದೇ ಸಮಯದಲ್ಲಿ, ಕಸ್ತೂರಳಿಗೆ ತವರಿನಿಂದ ಕರೆ ಬಂತು, ಆಗಾಗ ಹೆಣ್ಣುಮಕ್ಕಳು ತವರಿಗೆ ಹೋಗಿ ಬರುವುದು ರೂಢಿಯಲ್ಲಿತ್ತು. ಅಂತೆಯೇ ಕಸ್ತೂರಳು ಒಂದೆರಡು ತಿಂಗಳು ಇದ್ದು ಮೋಹನದಾಸನಿಗೆ ವರವಾಗಿ ಪರಿಣಮಿಸಿತು. ತೂಕಡಿಸುವವನಿಗೆ ಹಾಸಿಗೆ ಹಾಸಿ ಕೊಟ್ಟಂತಾಯಿತು. ಷೇಕ್ ಮೆಹಬೂಬನ ಹಿಡಿತ ಇನ್ನಷ್ಟು ಬಿಗಿಯಾಯಿತು. ಅವನು ಮೋಹನದಾಸನಿಗೆ ಮಾಂಸಾಹಾರದ ಬಗ್ಗೆ, ಅದರ ಪ್ರಯೋಜನದ ಬಗ್ಗೆ ದೊಡ್ಡದಾಗಿ ವಿವರಿಸಿದ. ಮಾಂಸಾಹಾರ ದಿಂದ ಶಕ್ತಿ ವೃದ್ಧಿಯಾಗುತ್ತದೆ. ಬುದ್ಧಿ ಚುರುಕಾಗುತ್ತದೆ. ಆದ್ದರಿಂದ ಗೆಳೆಯನಿಗೆ ಮಾಂಸಾಹಾರ ಸೇವಿಸಲೂ ಉಪದೇಶಿಸಿದ. ದುರ್ಬಲನಾಗಿದ್ದ ಮೋಹನದಾಸನಿಗೆ, ಮಾಂಸಾಹಾರದ ಕಡೆ ಮನ ಒಲಿಯಿತು. ದಿನದಿನವೂ ದೊರೆತ ಗೆಳೆಯನ ಉಪದೇಶ ಅವನಿಗೆ ಉತ್ತೇಜನ ನೀಡಿತು. ಅಲ್ಲದೆ ಅವನಿಗೆ ತನ್ನ ಹೆಂಡತಿ ಕಸ್ತೂರಳಿಗಿದ್ದ ಧೈರ್ಯವಾಗಲಿ, ಸಾಹಸವಾಗಲೀ ಇಲ್ಲದಿರುವುದು ಮನಸ್ಸಿಗೆ ಹೊಳೆಯಿತು. ತನ್ನ ಈ ದೌರ್ಬಲ್ಯವನ್ನು ಹೇಳಿಕೊಂಡಾಗ, ಗೆಳೆಯನಿಂದ ದೊರೆತದ್ದು ಮತ್ತೆ ಅದೇ ಮಾಂಸಾಹಾರ ಸೇವನೆಯ ಸಲಹೆ, ಮಾಂಸಾಹಾರ ಸೇವನೆಯಿಂದ ಯಾವುದೇ ಪಾಪವಿಲ್ಲ ಎಂದೂ ಭಾವಿಸಿದ. ಆದರೆ ಯಾರಿಗೂ ತಿಳಿಯದೆ ತಿಂದುದು ಮೋಸವೆಂಬುದು ಇನ್ನೂ ಮನವರಿಕೆಯಾಗಿರಲಿಲ್ಲ. ಅದೂ ಅಲ್ಲದೆ ತಾನು ಬಲಿಷ್ಠನಾಗಲು ತಿನ್ನುತ್ತಿದ್ದೇನೆಯೇ ಹೊರತು ರುಚಿಗಲ್ಲ' ಎಂದು ತನ್ನೊಳಗೆ ತಾನೇ ಸಮರ್ಥಿಸಿಕೊಂಡು ರುಚಿ ಹತ್ತಿದ್ದೇ ಮತ್ತೆ ಮತ್ತೆ ಮಾಂಸಾಹಾರ ಸೇವನೆಯನ್ನು ಅಭ್ಯಾಸ ಮಾಡಿಕೊಂಡಿದ್ದ.

ಮಹಾತ್ಮ ಗಾಂಧಿ ಮತ್ತು ಕಸ್ತೂರ್ ಬಾ ಗಾಂಧಿ

ಪೋರ್‌ಬಂದರಿನಿಂದ ಹಿಂತಿರುಗಿದ ಕಸ್ತೂರಳು, ಗಂಡನಲ್ಲಿ ಮತ್ತೆ ಏನೋ ಬದಲಾವಣೆಯನ್ನು ಗುರುತಿಸಿದಳು, ಓದಿನಲ್ಲಿ ಆಸಕ್ತಿ ಕಳೆದುಕೊಂಡ, ಮನೆಗೆ ಹಿಂತಿರುಗುತ್ತಿದ್ದಂತೆ ಮಲಗುವ ಯೋಚನೆಯೊಂದೇ ಅವನಿಗಿರುತ್ತಿತ್ತು. ಶಾಲೆಗೆ ತುಂಬ ಬೇಗನೆ ಹೋಗುತ್ತಿದ್ದನಾದರೂ ತಡವಾಗಿ ಹಿಂತಿರುಗುತ್ತಿದ್ದ. ಊಟದಲ್ಲಿ ಆಸಕ್ತಿ ತೋರುತ್ತಿರಲಿಲ್ಲ. ಕಾರಣ ಕೇಳಿದರೆ ಅವನಿಂದ ಬರುತ್ತಿದ್ದ ಉತ್ತರವೆಂದರೆ "ಹೊಟ್ಟೆ ಸರಿಯಿಲ್ಲ" ಎಂಬುದು ಮಾತ್ರ, ಅಪ್ಪ–ಅಮ್ಮ ಅವನ ಈ ಕಾರಣವನ್ನು ಅನಮಾನವಿಲ್ಲದೆ ಒಪ್ಪಿಕೊಂಡರಾದರೂ ಕಸ್ತೂರಳಿಗೆ ಮಾತ್ರ ಗಂಡ ಹೇಳುತ್ತಿರುವುದು, ಅಪ್ಪಟ ಸುಳ್ಳು ಎನಿಸಿತ್ತು. ಉಪಾಯಾಂತರದಿಂದ ಅವಳು, 'ಮಾಂಸ' ತಿನ್ನುತ್ತಿರುವ ಸತ್ಯದ ಸುಳುಹನ್ನು ಪತ್ತೆ ಹಚ್ಚಿದಳು. ಆದರೂ ರೇಗಾಡಲಿಲ್ಲ, ಈ ಬದಲಾವಣೆಗೆ ಗೆಳೆಯ ಮೆಹಬೂಬನೇ ಕಾರಣವೆಂದು ಗ್ರಹಿಸಲು ಹೆಚ್ಚು ಸಮಯಬೇಕಾಗಲಿಲ್ಲ. ಕಸ್ತೂರಳು ಒಂದು ದಿನ ಕೇಳಿಯೇ ಬಿಟ್ಟಳು. "ಅಲ್ಲ ನೀವು ವೈಷ್ಣವರು, ಮಡಿವಂತರು, ಮಾಂಸ ತಿನ್ನುವುದು ಮನುಷ್ಯನ ಮಾಂಸ ತಿಂದಂತೆಯೆ! ನಿಮಗೇಕೆ ಈ ಹುಚ್ಚು ಹತ್ತಿಕೊಂಡಿತು? ತಿಂದು ಪಾಪಕ್ಕೆ ಗುರಿಯಾದುದೇ ಅಲ್ಲದೇ ಹೆತ್ತ ತಂದೆ–ತಾಯಿಗೂ ಸುಳ್ಳು ಹೇಳಿ ಮೋಸ ಮಾಡಿದಿರಿ. ಇದು ನಿಮಗೆ ಸರಿಯೆನಿಸುತ್ತದೆಯೇ?" ಎಂದು ಮೆದುವಾಗಿ ಕೇಳಿದಳು. ಮೋಹನದಾಸ ನಾಚಿಕೆ, ಸಂಕೋಚಗಳಿಂದ ಕುಗ್ಗಿ ಹೋದ. ಅಪರಾಧ ಭಾವ ಅವನನ್ನು ಒಳಗೊಳಗೆ ತಿನ್ನತೊಡಗಿತು, ಆರೋಗ್ಯದ ದೃಷ್ಟಿಯಿಂದ ತಿಂದರೂ, ಕಳ್ಳತನದಿಂದ ಮನೆಯವರನ್ನೆಲ್ಲ ಮೋಸ ಮಾಡಿ ತಿನ್ನುವುದು ಮತ್ತು ಅಪರಾಧವೇ. ಆದ್ದರಿಂದ ಇನ್ನು ಮುಂದೆ ತಿನ್ನುವುದಿಲ್ಲ, ತಿನ್ನಬಾರದು ಎಂದು ಮನದಲ್ಲಿ ನಿಶ್ಚಯಿಸಿ ಹೇಳಿದ.

ಕಸ್ತೂರ್, ಈ ಪ್ರಶ್ನೆಗಳನ್ನು ಕೇಳಿ "ನನ್ನನ್ನು ಮತ್ತಷ್ಟು ಅವಮಾನ ಮಾಡಬೇಡ, ಅಲ್ಲದೆ ಅಪ್ಪ–ಅಮ್ಮರಿಗೆ ಈ ವಿಷಯ ತಿಳಿಸಬೇಡ" ಎಂದು ಅಂಗಲಾಚಿದ.

"ನೋಡಿ, ನೀವು ನನ್ನ ಪತಿ. ನಾನೇ ನನ್ನ ಪತಿಯನ್ನು ಅವಮಾನಕ್ಕೆ ಗುರಿ ಮಾಡುತ್ತೇನೆಯೇ? – ಆದರೆ ಎಂದೂ ಸುಳ್ಳು ಹೇಳಲು ಇಷ್ಟ ಪಡದ ನೀವು ಈ ಸುಳ್ಳನ್ನು ನಿಮ್ಮ ತಂದೆ ತಾಯಿ ಎದುರು ಇಷ್ಟು ನಿರಾಳವಾಗಿ ಒಂದಿಷ್ಟು ಅನುಮಾನ ಬಾರದಂತೆ ಹೇಳಲು ಸಾಧ್ಯವಾದದ್ದಾದರೂ ಹೇಗೆ? ಇದೇ ರೀತಿ ಸುಳ್ಳನ್ನು ಮುಂದುವರೆಸಿ ನೀವು ಮಾಂಸವನ್ನು ಸೇವಿಸುತ್ತಲೇ ಇರಬಹುದು, ಸೇವಿಸಿದರೂ ನಮಗೇನೂ ತಿಳಿಯುವುದಿಲ್ಲ. ಆದ್ದರಿಂದ ತಿನ್ನುವುದು, ಬಿಡುವುದು ನಿಮ್ಮ ನಿರ್ಧಾರಕ್ಕೆ ಬಿಟ್ಟದ್ದು" ಎಂದು ಸುಮ್ಮನಾದಳು.

ಹೆಂಡತಿಯ ಒಂದೊಂದು ಮಾತೂ ಅವನ ಅಂತರಂಗವನ್ನು ಭೇದಿಸುತ್ತಿದ್ದವು. ಅವನಿಗೆ ಹೆಚ್ಚು ಹೊತ್ತು ಅಲ್ಲಿ ನಿಲ್ಲಲಾಗಲಿಲ್ಲ. ಹೆಂಡತಿಯೊಂದಿಗೆ ಒಂದಷ್ಟು ಹೊತ್ತು ಸರಸ ಸಲ್ಲಾಪಕ್ಕೆ ಯೋಚಿಸಿ ಬಂದಿದ್ದನಾದರೂ, ತನಗೆ ಎದುರಾದ ಸನ್ನಿವೇಶಕ್ಕೆ ಮುಖಾಮುಖಿ ನಿಲ್ಲಲು ಸಾಧ್ಯವಾಗದೆ ಬಂದ ಹಾಗೆಯೇ ಹಿಂತಿರುಗಿದ, ಕಸ್ತೂರಳು ತಡೆಯಲು ಪ್ರಯತ್ನಿಸಲಿಲ್ಲ. ಅಂಗಲಾಚಿ ಬೇಡುವುದೂ ಅವಳ ಸ್ವಭಾವಕ್ಕೆ ಬಂದದ್ದಲ್ಲ. ಜೊತೆಗೆ ಗಂಡ ತನ್ನ ತಪ್ಪನ್ನು ಏಕಾಂತದಲ್ಲಿ ಅರ್ಥಮಾಡಿಕೊಳ್ಳಲಿ ಎನ್ನುವ ಉದ್ದೇಶವನ್ನೂ ಹೊಂದಿದ್ದಳು. ಬಲಿಷ್ಠನಾಗ ಬೇಕೆಂಬ ಉದ್ದೇಶದಿಂದ ಸುಮಾರು ಒಂದು ವರ್ಷ ಮಾಂಸ ಸೇವಿಸಿದರೂ ಒಂದು ಚೆನ್ನಷ್ಟು ತೂಕವೂ ಹೆಚ್ಚಲಿಲ್ಲ. ಆದರೆ ಅವನೊಳಗಿನ ಅಪರಾಧೀ ಪ್ರಶ್ನೆ ಭೂತವಾಗಿ ಕಾಡತೊಡಗಿತು.

ಹೆಂಡತಿಗಂತೂ ತನ್ನ ಮೋಸ ತಿಳಿದದ್ದೇ ಅಲ್ಲದೆ ಅಪರಾಯಾಗಿಯೂ ನಿಲ್ಲಬೇಕಾಗಿ ಬಂತು. ಹೀಗಿರುವಾಗ ತಂದೆಗೂ ತಿಳಿಸಿ ಬಿಟ್ಟರೆ ಪಾಪ ಪ್ರಜ್ಞೆಯ ಭಾರವನ್ನಾದರೂ ಕೊಂಚಮಟ್ಟಿಗೆ ಇಳಿಸಿಕೊಳ್ಳಬಹುದಲ್ಲ ಎನಿಸಿತು. ಆದರೆ ಜೊತೆಗೆ ಮತ್ತೊಂದು ಭಯ ಕಾಡಿತು. ತಂದೆಯ ಆರೋಗ್ಯ ಹದಗೆಟ್ಟಿತ್ತು. ಇಂಥ ಸಮಯದಲ್ಲಿ ಮಗನ ಅಪರಾಧ ಕಿವಿಗೆ ಬಿದ್ದರೆ ಏನು ಆಘಾತ ಸಂಭವಿಸುವುದೋ ಎಂದು ಹೆದರಿದ. ತಂದೆಯ ಎದುರು ನಿಂತು ಅವರಿಗೆ ಮುಖಕೊಟ್ಟು ಹೇಳಿಕೊಳ್ಳಲು ಹೆದರಿಕೆ, ಸಂಕೋಚಗಳು ಅಡ್ಡಬಂದವು. ಅದಕ್ಕೆ ಅವನು ಒಂದು ಕಾಗದದಲ್ಲಿ ತಪ್ಪೊಪ್ಪಿಗೆಯ ಪತ್ರವನ್ನು ಬರೆದ, ಮೊದಲಿನಿಂದ ಕಡೆತನಕ ನಡೆದದ್ದೆಲ್ಲವನ್ನೂ ಮುಚ್ಚುಮರೆಯಿಲ್ಲದೆ ಹೇಳಿಕೊಂಡಿದ್ದ. ಹಿಂಜರಿಕೆಯಿಂದಲೇ ತಂದೆಯ ಹಾಸಿಗೆಯನ್ನು ಸಮೀಪಿಸಿದ. ತಂದೆ ಹತ್ತಿರ ಬಂದು ನಿಂತ ಮಗನತ್ತ ನೋಡಿದರು. ಕಾಯಿಲೆಯಿಂದ ನಿಶ್ಶಕ್ತರಾಗಿದ್ದರೂ ಮುಖದ ಮೇಲೆ ಒಂದು ಸಣ್ಣ ನಗೆ ಮಿಂಚು ಹೊಳೆಯಿತು. ಕಣ್ಣುಗಳಲ್ಲಿ ಬಂದದ್ದೇನೆಂಬ ಪ್ರಶ್ನೆ ಕಾಣುತ್ತಿದ್ದುದನ್ನು ಮೋಹನ್ ಗಮನಿಸಿದ. ಮೆಲ್ಲಗೆ ಮರೆಮಾಚಿ ಇಟ್ಟುಕೊಂಡಿದ್ದ ಕಾಗದವನ್ನು ಕೈಲಿರಿಸಿದ. ಒಂದು ಕ್ಷಣ ಕರಮಚಂದರಿಗೆ ಮಗ ಪತ್ರ ಕೊಟ್ಟದ್ದು ಯಾಕೆಂದು ಅರ್ಥವಾಗಲಿಲ್ಲ. ಮೆಲ್ಲಗೆ ಪತ್ರವನ್ನು ಬಿಡಿಸಿ ಕುತೂಹಲದಿಂದ ಕಣ್ಣಾಡಿಸಿದರು. ಪತ್ರ ಓದುವಷ್ಟೂ ಹೊತ್ತು, ಒಳಗೊಳಗೇ ಪರಿಣಾಮ ಹೇಗಾಗಬಹುದೋ ಎಂದು ಊಹಿಸಿ ಕಂಪಿಸುತ್ತಿದ್ದ. ಆದರೆ ಅವನ ಅದೃಷ್ಟಕ್ಕೆ ಪತ್ರ ಓದಿ ಮುಗಿದ ಮೇಲೂ ಯಾವುದೇ ಜ್ವಾಲಾಮುಖಿ ಸ್ಫೋಟಿಸಲಿಲ್ಲ. ಭೂಕಂಪವೂ ಆಗಲಿಲ್ಲ. ಆದರೆ ತಂದೆಯ ಕಣ್ಣಲ್ಲಿ ಕಂಬನಿ ಕಾಣಿಸಿತು. ಕಂಡದ್ದೇ ತಾನೂ ಅವರೊಂದಿಗೆ ಅತ್ತುಬಿಟ್ಟ, ಅಪರಾಧ ಮತ್ತು ಕ್ಷಮೆಗಳೆರಡೂ ಒಂದಾಗಿ ಪರಸ್ಪರ ತಬ್ಬಿಕೊಂಡವು. ತಂದೆ ಕೇಳದೆಯೇ ಮುಂದೆಂದೂ ಇಂತಹ ಅಪರಾಧ ಮಾಡುವುದಿಲ್ಲವೆಂದು ಮಾತುಕೊಟ್ಟ.

ಯಾವ ಕಾರಣಕ್ಕೋ ಮೋಹನದಾಸನ ಸ್ನೇಹ ಮೆಹತಾಬನೊಂದಿಗೆ ಗಾಢವಾಗುತ್ತಿತ್ತು. ತನ್ನ ತೀರಾ ತೀರಾ ಖಾಸಗಿ ಸಮಸ್ಯೆಗಳಿಗೆ ಸಮರ್ಥವಾದ ಸಲಹೆಗಳನ್ನು, ಪರಿಹಾರಗಳನ್ನು ನೀಡಬಲ್ಲ ಸಾಮರ್ಥ್ಯ ಅವನೊಬ್ಬನಿಗೇ ಇದೆಯೆಂದು ಬಲವಾಗಿ ನಂಬಿದ್ದ. ಪ್ರತಿಯೊಂದು ವಿಷಯವನ್ನೂ ಅವನೊಂದಿಗೆ ಹಂಚಿಕೊಳ್ಳುತ್ತಿದ್ದ. ಎಷ್ಟೇ ಸ್ನೇಹಿತನಾದರೂ ತೀರಾ ತೀರಾ ಖಾಸಗಿಯಾದ ಗಂಡ–ಹೆಂಡತಿ ಸಂಬಂಧಗಳ ಬಗ್ಗೆ ಚರ್ಚಿಸುವುದು ಮುಜುಗರದ ವಿಷಯ. ಆದರೂ ಮೋಹನದಾಸನ ಸ್ನೇಹಿತನ ಮೇಲಿನ ಮುಗ್ಧ ನಂಬಿಕೆ, ಅವನನ್ನು ಹೆಂಡತಿಯ ವಿಚಾರದಲ್ಲಿನ ತನ್ನ ಅನುಮಾನಗಳನ್ನು ಅವನೊಂದಿಗೆ ಹಂಚಿಕೊಳ್ಳುವಂತೆ ಮಾಡಿತು. ತಮ್ಮಿಬ್ಬರ ಲೈಂಗಿಕ ಚಟುವಟಿಕೆಗಳಲ್ಲಿ ಹೆಂಡತಿ ಸರಿಯಾಗಿ ಸಹಕರಿಸುತ್ತಿಲ್ಲವೆಂದು ದೂರಿದ. ಆದರೆ ಹಾಗೆ ನೋಡಿದರೆ ಅವನಿಗೇ ಅಂತಹ ವಿಷಯಗಳಲ್ಲಿ ಅನುಭವವಿಲ್ಲದಿದ್ದರೂ! ಹೆಂಡತಿ ಸರಿಯಾಗಿ ಸ್ಪಂದಿಸುತ್ತಿಲ್ಲವೆಂಬ ಅನುಮಾನ! ಮೆಹತಾಬ ಇಂಥ ವಿಷಯಗಳಲ್ಲಿ ತಾನು ಮಹಾ ಪಂಡಿತನೆಂದು ಬೇರೆ ಮೀಸೆ ತಿರುವಿಕೊಳ್ಳುತ್ತಿದ್ದ. ಅದಕ್ಕಾಗಿ ಅವನಿಂದ ಏನು ಮಾಡಬೇಕೆಂದು ಸಲಹೆ ಕೇಳಿದ. ಅಲ್ಲದೆ ತನ್ನ ಹೆಂಡತಿ ಯಾಕೆ ಹಾಗೆ ನಡೆದುಕೊಳ್ಳುತ್ತಾಳೆ ಎಂದು ಪ್ರಶ್ನಿಸಿದ. ಮೆಹತಾಬನಿಗೆ ಇದಕ್ಕೆ ಕಾರಣಗಳು ತಿಳಿಯದಿರುವುದು ಸಾಧ್ಯವೇ!

"ನೋಡು ಗೆಳೆಯಾ ಈ ವಿಚಾರದಲ್ಲಿ ನೀನೇನೂ ತಲೆ ಕೆಡಿಸಿಕೊಳ್ಳಬೇಡ. ಅದಕ್ಕೆ ಕಾರಣಗಳು ಇಲ್ಲದಿರುವುದಿಲ್ಲ. ಒಂದು, ಸಾಮಾನ್ಯವಾಗಿ ಹೆಂಗಸರು ಇಂಥ ವಿಷಯಗಳಲ್ಲಿ ಮುಂದಾಗಲು

ಹೆದರುತ್ತಾರೆ. ಎರಡನೆಯದಾಗಿ, ತಮ್ಮ ಪ್ರೀತಿ ಬೇರೆಯವರೆಡೆಗೆ ಇದ್ದು, ಬಲವಂತದಿಂದ ಮದುವೆಯಾಗಿದ್ದಲ್ಲಿ ಹೀಗಾಡುತ್ತಾರೆ." ಎಂದು ತಿಳಿಸಿದ.

ಅದೇ ದಿನ ರಾತ್ರಿ ಕಸ್ತೂರಳನ್ನು ಅಗ್ನಿಪರೀಕ್ಷೆಗೆ ಒಳಗಾಗಿಸಲು ಮುಂದಾದ. ಗಂಡನ ಮುಖದ ಮೇಲೆ ಸಿಟ್ಟು, ಅನುಮಾನಗಳು ತಾಂಡವವಾಡುತ್ತಿದ್ದವು. ಏನೋ ಆಗಿರಬೇಕೆಂದು ಊಹಿಸಿದಳು. ಈ ಸಮಯದಲ್ಲಿ ಅವನನ್ನು ಕೆದಕುವುದು ಬೇಡವೆಂದು ಭಾವಿಸಿ ದುಪ್ಪಟಿಯನ್ನು ಮುಖದ ಮೇಲೆ ಎಳೆದುಕೊಂಡು ಕಣ್ಣು ಮುಚ್ಚಿದಳು. ಇದರಿಂದ ಅವನು ಇನ್ನಷ್ಟು ಕೆರಳಿದ. ಥಟ್ಟನೆ ಅವಳು ಹೊದ್ದುಕೊಂಡಿದ್ದ ದುಪ್ಪಟಿಯನ್ನೆಳೆದು ಬಿಸಾಡಿದ.

"ಕಸ್ತೂರ್, ಏಳು ಮೇಲೆ" ಎಂದು ಅಬ್ಬರಿಸಿದ. ಕಸ್ತೂರಳಿಗೆ ಎಲ್ಲಿಲ್ಲದ ಸಿಟ್ಟು ಬಂತು. ಇಂಥ ಅವೇಳೆಯಲ್ಲಿ ತನ್ನ ಮೇಲೆ ದೌರ್ಜನ್ಯವೇ? ಏನಿಸಿ ಅವನಷ್ಟೇ ಜೋರಾಗಿ "ಏನಾಗಿದೆ ನಿಮಗೆ, ಯಾವ ಭೂತ ಹೊಕ್ಕಿದೆ? ನೆಮ್ಮದಿಯಿಂದ ನಿದ್ದೆ ಮಾಡಲೂ ಬಿಡದೆ, ಯಾಕೆ ಅಬ್ಬರಿಸುತ್ತಿದ್ದೀರಿ? ನಿಮಗೇನು ಬೇಕಿದೆ?" ಎಂದಳು.

"ನನಗೇನೂ ಬೇಕಿಲ್ಲ. ಆದರೆ ನೀನು, ನಾನು ಕೇಳುವ ಪ್ರಶ್ನೆಗಳಿಗೆ ಸರಿಯಾದ, ಪ್ರಾಮಾಣಿಕವಾದ ಉತ್ತರ ಕೊಡಬೇಕು?" ಎಂದ. "ಪ್ರಾಮಾಣಿಕವಾಗಿ ಉತ್ತರ ಕೊಡಬೇಕಾದರೆ ನಾನು ಮಾಡಿದ ಅಪ್ರಾಮಾಣಿಕವಾದ ಕೆಲಸವಾದರೂ ಏನು?" ಎಂದು ದಿಟ್ಟತನದಿಂದ ಪ್ರಶ್ನಿಸಿದಳು.

"ನಿಜ ಹೇಳು, ನೀನು ನನ್ನನ್ನು ಪ್ರೀತಿಸುತ್ತಿರುವೆಯಾ, ನಾನು ನಿನಗೆ ಗಂಡನಾಗಿರುವುದು ಇಷ್ಟವಿಲ್ಲವೇ...? ನನಗೂ ಮೊದಲು ಯಾರನ್ನಾದರೂ ಪ್ರೀತಿಸಿದ್ದೆಯಾ?" ಎಂದು ಗಿಳಿಪಾಠದಂತೆ ಒಪ್ಪಿಸಿದ.

ಕಸ್ತೂರಳಿಗೆ ಗಂಡನ ಈ ಪ್ರಶ್ನೆಗಳು ವಜ್ರಾಘಾತದಂತೆ ಭಾಸವಾದವು. ಆ ಪ್ರಶ್ನೆಗಳ ಹಿಂದೆ ಇರಬಹುದಾದ ಕೊಳಕು ಸಂಶಯ ಊಹಿಸಿಕೊಳ್ಳುತ್ತಿದ್ದಂತೆ ಆಕ್ರೋಶ, ಸಿಟ್ಟು, ವೇದನೆಗಳಿಂದ ತತ್ತರಿಸಿ ಹೋದಳು. "ಹೆಂಡತಿಗೆ ಗಂಡನು ಕೇಳುವ ಪ್ರಶ್ನೆಗಳೇ ಇವು!?" ಆದರೂ ಕೇಳುತ್ತಿದ್ದಾನೆ..... ಯೋಚಿಸಿದಷ್ಟು ಅವಳಿಗೆ ಸಮಾಧಾನ ಸಿಗಲಿಲ್ಲ. ಅವನು ಬೆಳೆದುಬಂದ ಪರಿಸರ, ಪಡೆದ ಸಂಸ್ಕಾರಗಳ ನಡುವಿನಿಂದ ಇಂಥ ಪ್ರಶ್ನೆಗಳು ಉದ್ಭವಿಸಲು ಸಾಧ್ಯವೇ ಇಲ್ಲ. ಅವಳ ಆತ್ಮಸಾಕ್ಷಿಗೆ ಗೊತ್ತು. ಅವನು ತನ್ನನ್ನು ತುಂಬಾ, ತುಂಬಾ ಪ್ರೀತಿಸುತ್ತಾನೆ. ಒಂದು ಕ್ಷಣ ತೊರೆದಿರಲೂ ಸಂಕಟಪಡುತ್ತಾನೆ. ಹೀಗಿರುವಾಗ ಘುತ್ತೆಂದು ತನ್ನನ್ನು ಅಪ್ಪಳಿಸಿದ ಪ್ರಶ್ನೆಗಳು ಬಂದದ್ದಾದರೂ ಎಲ್ಲಿಂದ?– ಎಂದೆಲ್ಲ ಆಲೋಚಿಸಿದಳು. ಥಟ್ಟನೆ ಇಂಥ ದುಷ್ಟ ಭಾವನೆಗಳ ಪ್ರಚೋದಕ ಮೆಹತಾಬನೇ ಇರಬೇಕೆಂದು ಊಹಿಸಿದಳು. ಸಿಡಿಲಿನಂತೆ ಎರಗಿದಳು.

"ಇದ್ದಕ್ಕಿದ್ದಂತೆ ನಿಮಗೆ ಈ ಅನುಮಾನ ಹೇಗೆ ಬಂತು? ಹೆಂಡತಿಯ ನಡತೆಯನ್ನು ಅಪನಂಬಿಕೆಯಿಂದ ನೋಡುವವನು ಗಂಡ ಎನಿಸಿಕೊಳ್ಳಲು ಯೋಗ್ಯನೇ ಅಲ್ಲ. ಗಂಡ– ಹೆಂಡಿಯಲ್ಲ, ಪರಸ್ಪರ ನಂಬಿಕೆ ವಿಶ್ವಾಸಗಳು ಇದ್ದಾಗಲೇ ಅನ್ಯೋನ್ಯ ದಾಂಪತ್ಯ, ಸಂಸಾರದಲ್ಲಿ ಸಾಮರಸ್ಯ ಸಾಧ್ಯವಾಗುವುದು. ನಿಮ್ಮ ತಂದೆ–ತಾಯಿ, ಅಣ್ಣ–ಅತ್ತಿಗೆಯರ ನಡುವೆ ಈ ರೀತಿಯ ಅನುಮಾನಗಳು, ಸಂಶಯಗಳು ಮೊಳೆತಿದ್ದಲ್ಲಿ ಇವತ್ತು ಸಂಸಾರ ಅವಿಭಕ್ತವಾಗಿ ಒಗ್ಗೂಡಿ ಬದುಕಲು ಸಾಧ್ಯವಿತ್ತೇ...? ನಿಮಗೇಕೆ ಇತ್ತೀಚೆಗೆ ಇಂತಹ ದುಷ್ಟ ಆಲೋಚನೆಗಳು ಬರುತ್ತಿವೆ?

ನಂಬಿಕೆ, ವಿಶ್ವಾಸಗಳಿಲ್ಲದೆ ನಿಮ್ಮೊಂದಿಗೆ ಸಹಬಾಳ್ವೆ ನಡೆಸುವುದಾದರೂ ಹೇಗೆ? ಇನ್ನುಮುಂದೆ ನೀವು ನನ್ನ ಹಾಸಿಗೆಯತ್ತ ಹಾಯಬೇಡಿ, ಧರ್ಮ ಸಮ್ಮತವಾಗಿ ನಿಮ್ಮೊಂದಿಗೆ ವಿವಾಹವಾಗಿರುವುರಿಂದ ಆದರ್ಶ ಪತ್ನಿಯಾಗಿ ಹೇಗೆ ನಡೆದುಕೊಳ್ಳಬೇಕೊ ನಡೆದುಕೊಳ್ಳುತ್ತೇನೆ. ಆದರೆ ರಾತ್ರಿಯ ಸಾಂಗತ್ಯದಿಂದ ದೂರವಿರುತ್ತೇನೆ. ನಿಮಗೆ ಸುಖ ಸಿಗುವಲ್ಲಿ ಹೋಗಲು ನಿಮಗೆ ಸರ್ವಸ್ವಾತಂತ್ರ್ಯವಿದೆ" ಎಂದು ಸರಿಯಾಗಿ ಉತ್ತರ ಹೇಳಿ ಬಾಯಿ ಮುಚ್ಚಿಸಿದಳಾದರೂ ರಾತ್ರಿಗಳು ಅವಳ ಪಾಲಿಗೆ ನರಕಯಾತನೆಯ ಕ್ಷಣಗಳಾದವು. ಗಂಡನೊಂದಿಗೆ ರಾತ್ರಿಯ ಒಡನಾಟ ತಪ್ಪಿದ್ದಕ್ಕಾಗಿ ಪರಿತಪಿಸಲಿಲ್ಲ. ಅವನು ಆವಾಹಿಸಿಕೊಂಡಿದ್ದ ಸಂಶಯಭೂತದ ಬಗ್ಗೆ ಯೋಚನೆ ಹರಿದಾಗಲೆಲ್ಲ ಅತೀವ ಸಂಕಟ ಪಡುತ್ತಿದ್ದಳು. ಅವಮಾನದಿಂದ ಕುಸಿದುಹೋಗುತ್ತಿದ್ದಳು.

ಮೋಹನದಾಸನ ಕಾಮಾಸಕ್ತಿ ಅವನ ವಿವೇಕದ ಕಣ್ಣು ಕುರುಡಾಗುವಂತೆ ಮಾಡಿತ್ತು. ರಾತ್ರಿ ತನ್ನ ಮತ್ತು ಹೆಂಡತಿ ನಡುವೆ ನಡೆದ ಘರ್ಷಣೆಯ ಬಗ್ಗೆ ತಿಳಿಸಿದ. ಇದರಿಂದ ಮೆಹತಾಬನ ವರ್ತನೆಯೇನೂ ಬದಲಾಗಿರಲಿಲ್ಲ. ಅವನು ನಗುತ್ತಲೇ ಹೇಳಿದೆ.

"ಅಯ್ಯೋ ಗೆಳೆಯ ಗಂಡ–ಹೆಂಡಿರ ಮಧ್ಯೆ ಇದೆಲ್ಲ ಮಾಮೂಲೇ! ಇದಕ್ಕೆಲ್ಲ ಚಿಂತೆ ಬೇಡ. ಇಂಥ ವಿಷಯಗಳಲ್ಲಿ ಹೆಂಗಸರ ಸ್ವಭಾವಗಳನ್ನು ತಿಳಿಯಬೇಕಾದರೆ ನಾನು ಹೇಳಿದಂತೆ ಕೇಳು. ನಿನಗೆ ಬೇರೆ ಹೆಂಗಸರ ಪರಿಚಯ ಆಗುತ್ತೆ. ಅವರ ನಡವಳಿಕೆ ತಿಳಿಯುತ್ತೆ. ನಿನಗೂ ಸ್ವಲ್ಪ ಶಾಂತಿ, ನೆಮ್ಮದಿ, ಸುಖ ಸಿಗುತ್ತೆ. ಆ ನಿನ್ನ ಹೆಂಡತಿ ಕೊಡೋ ಸುಖಕ್ಕಿಂತ ಹೆಚ್ಚಿನ ಸುಖ ಸವಿಯಲು ಸಿಗುತ್ತೆ" ಎಂದು ಹೇಳಿ ಒಂದು ಜಾಗಕ್ಕೆ ಕರೆದೊಯ್ದು.

ಆ ಮನೆಯ ಹೆಂಗಸು ಅವನನ್ನು ಬರಮಾಡಿಕೊಂಡು ಬಯಕೆ ತೀರಿಸಲು ಮುಂದಾದಳು. ಆದರೆ ಮೋಹನದಾಸನಿಗೆ ಆ ಕ್ಷಣ ಸಿಡಿಲೆರಗಿದಂತಾಯಿತು. ಸ್ತಂಭಿಸಿ ನಿಂತು ಬಿಟ್ಟ, ಕೈಹಿಡಿದ ಹೆಂಡತಿಯ ನೆನಪಾಯಿತು. ನಿಸ್ಪಂದನಾಗಿ ನಿಂತ ಅವನನ್ನು ನೋಡಿದ ಹೆಣ್ಣು, ಅವಾಚ್ಯ ಶಬ್ದಗಳಿಂದ ಬೈದು ಬಾಗಿಲಿಂದಾಚೆ ಹೋಗಲು ಆದೇಶಿಸಿದಳು. ಅವಳ ಆ ಮಾತುಗಳು ತನ್ನ ಪುರುಷತ್ವಕ್ಕೆ ಸವಾಲಿನಂತಿವೆ ಎನಿಸಿತ. ಆದರೂ ಅವನು ಅದನ್ನು ಸಾಬೀತುಪಡಿಸಲು ಮುಂದಾಗಲಿಲ್ಲ. ಹೆಂಡತಿಗೆ ಕೊಟ್ಟ ಪ್ರಾಮಾಣಿಕತನದ ವಚನವನ್ನು ನೆನಪಿಸಿಕೊಂಡು ಹಿಂತಿರುಗಿದ. ಈ ವಿಷಯ ಮಾತ್ರ ಎಷ್ಟೋ ದಿನಗಳವರೆಗೆ ಯಾರಿಗೂ ತಿಳಿದಿರಲಿಲ್ಲ. ಅವನು ಯಾರಲ್ಲಿಯೂ ಹೇಳಿರಲಿಲ್ಲ. ಹೆಂಡತಿಗೂ ಇದರ ವಾಸನೆ ಹತ್ತಿದಂತಿರಲಿಲ್ಲ. ಯಾಕೆಂದರೆ ಆ ವೇಳೆ ಸೂಕ್ಷ್ಮಮತಿಗೆ ವಿಷಯ ಹೇಗೋ ಪತ್ತೆಯಾಗುತ್ತಿತ್ತು. ಇದು ಮಾತ್ರ ಹೇಗೆ ತಪ್ಪಿಹೋಯಿತೆಂಬುದು ಆಶ್ಚರ್ಯದ ಸಂಗತಿಯಾಗಿತ್ತು. ಈಗ ತಾನೇ ಅದನ್ನೆಲ್ಲ ಅವಳಿಗೆ ತಿಳಿಸಿ ಹೇಳಬೇಕೆನಿಸಿತು. ಅಪರಾಧದ ಹೊರೆ ಅವನನ್ನು ಬಾಧಿಸುತ್ತಿತ್ತು.

ಒಂದು ದಿನ ಹೇಗೋ ಮಾಡಿ ಅವಳ ಮುಂದೆ ಹೋಗಿ ನಿಲ್ಲುವ ಧೈರ್ಯ ಮಾಡಿದ. ಸಿಟ್ಟು, ಸೆಡವು, ಆಕ್ರೋಶ, ಆಕ್ರಮಣ ಇತ್ಯಾದಿಗಳನ್ನು ನಿರೀಕ್ಷಿಸಿದ್ದವನಿಗೆ ವ್ಯಂಗ್ಯ, ಅಣಕದ ಮಾತಿನ ಬಾಣಗಳನ್ನು ಎದೆಯೊಡ್ಡಿ ಎದುರುಗೊಳ್ಳಲು ಸಿದ್ಧನಾಗಿದ್ದವನಿಗೆ ತಣ್ಣನೆಯ ಸ್ವಾಗತ ಅಚ್ಚರಿ ಮೂಡಿಸಿತು. ಕೆಲ ದಿನಗಳ ಹಿಂದಿದ್ದ ವಾತಾವರಣವಿರಲಿಲ್ಲ. ನಡೆದದ್ದು ಯಾವುದೂ ಅವಳ ನೆನಪಿನಲ್ಲಿ ಇದ್ದಂತಿರಲಿಲ್ಲ. ಧೈರ್ಯವಾಗಿ ಅವಳ ಬಳಿ ಸರಿದು ಮೊದಲು ಕ್ಷಮೆಯಾಚಿಸಿ ತಾನು ಮಾಡಿದ ತಪ್ಪನ್ನು ವಿವರಿಸಿದ. ಆ ಮಾತುಗಳನ್ನು ಕೇಳಿಸಿಕೊಂಡ ಕಸ್ತೂರಲು ಯಾವುದೇ

ಭಾವಾವೇಶಕ್ಕೆ ಒಳಗಾಗದೆ ಎಂದಿನಂತೆ ಸಹಜವಾಗಿದ್ದಳು. ಅವನಿಗೆ ಆದದ್ದನ್ನೆಲ್ಲ ಮರೆತು ಮಾಮೂಲಿನಂತೆ ಇರಲು ಹೇಳಿದಳು. ಅವಳ ಔದಾರ್ಯ, ಕ್ಷಮಾಗುಣ ಇನ್ನೂ ಹುಡುಗ ವಯಸ್ಸಿನಲ್ಲಿ ಇದ್ದವನಿಗೆ ಎಷ್ಟು ಅರ್ಥವಾಯಿತೋ ತಿಳಿಯದು. ಅವನಿಗೆ ಹೋಲಿಸಿದಲ್ಲಿ ಕಸ್ತೂರಳು ಸಾಕಷ್ಟು ಪ್ರಬುದ್ಧಳಾಗಿದ್ದಳು. ಸರಿ–ತಪ್ಪುಗಳ ವಿವೇಕ ಅವಳಿಗಿತ್ತು. ತನಗೆಷ್ಟೇ ಸಿಟ್ಟು ಬಂದರೂ ಅದು ಆ ಕ್ಷಣ ಮಾತ್ರ! ಗಂಡನ ತಪ್ಪುಗಳನ್ನು ಎಂಥ ಪ್ರಮಾದಕರವಾದದ್ದೇ ಇರಲಿ, ಹೆಂಡತಿಯಾದವಳು ಅವುಗಳನ್ನು ಗಂಭೀರವಾಗಿ ಪರಿಗಣಿಸದೆ ಅದೆಲ್ಲವನ್ನೂ ಒಪ್ಪಿಕೊಂಡು ಸಹಿಸಿಕೊಂಡು ಬಾಳಬೇಕೆಂಬ ನೀತಿಪಾಠವನ್ನು ಕಲಿತವಳಾಗಿದ್ದಳು. ಆದ್ದರಿಂದ ತನ್ನ ಗಂಡನ ಅಪರಾಧಗಳನ್ನೆಲ್ಲ ಮರೆತು ಬಿಟ್ಟಳು.

ಕರಮಚಂದರ ಕುಟುಂಬದಲ್ಲಿ ಸಂತಸದ ಅಲೆಗಳೆದ್ದವು. ಹದಿನಾರರ ಪೋರಿ ತಾಯಿಯಾಗುವ ಹಂತದಲ್ಲಿ ಇದ್ದಳು. ಚೊಚ್ಚಲ ಬಸಿರು. ಆದರೆ ಇದೇ ಸಂದರ್ಭದಲ್ಲಿ ಮತ್ತೊಂದು ಕಡೆ ಆ ಸಂತಸಕ್ಕೆ ತಣ್ಣೀರು ಎರೆಚುವಂತಹ ಪರಿಸ್ಥಿತಿ ಸೃಷ್ಟಿಯಾಗಿತ್ತು. ಮದುವೆಗೆಂದು ರಾಜಕೋಟದಿಂದ ಪೋರ್‌ಬಂದರಿಗೆ ಹೊರಟಿದ್ದ ಸಮಯದಲ್ಲಿ ಪ್ರಯಾಣಿಸುತ್ತಿದ್ದ ಗಾಡಿ ಉರುಳಿ ಅಪಘಾತಕ್ಕೆ ಗುರಿಯಾಗಿದ್ದು ಮೈತುಂಬಾ ಗಾಯಗಳಾಗಿ ಹಾಸಿಗೆ ಹಿಡಿದಿದ್ದ ಕರಮಚಂದರಿಗೆ ಇನ್ನೂ ವಾಸಿಯಾಗಿರಲಿಲ್ಲ. ವಾಸಿಯಾಗುವುದಕ್ಕೆ ಬದಲಾಗಿ ದಿನೇ ದಿನೇ ಅವರ ಅನಾರೋಗ್ಯ ಉಲ್ಬಣಿಸತೊಡಗಿತ್ತು. ದಿವಾನರಾಗಿದ್ದ ಅವರಿಗೆ ಒಳ್ಳೆಯ ವೈದ್ಯರಿಂದಲೇ ಚಿಕಿತ್ಸೆ ಕೊಡಿಸಲಾಗಿತ್ತು. ಮುರಿದಿದ್ದ ಮೂಳೆಗಳಿಗೆ ಶಸಚಿಕಿತ್ಸೆ ಅಗತ್ಯವೆಂದು ವೈದ್ಯರು ಹೇಳಿದ್ದರೂ ವಯಸ್ಸಿನ ದೃಷ್ಟಿಯಿಂದ ಅದನ್ನು ಕೈಬಿಡಲಾಗಿತ್ತು.

ಮನೆ ಮಂದಿಯೆಲ್ಲ ಅವರ ಶುಶ್ರೂಷೆಗೆ ನಿಂತರು. ಅದರಲ್ಲಿಯೂ ಮೋಹನದಾಸ ತಂದೆಯನ್ನು ಬಹಳ ಚೆನ್ನಾಗಿ ನೋಡಿಕೊಳ್ಳುತ್ತಿದ್ದ. ಹಗಲು–ರಾತ್ರಿ ವಾರಗಟ್ಟಲೆ ತಂದೆಯ ಸೇವೆಯಲ್ಲಿ ನಿರತನಾದ. ಧಾರ್ಮಿಕ ಮನೋಧರ್ಮದ ಕರಮಚಂದರು ಸಾವಿನ ಕ್ಷಣಗಳಲ್ಲಿ ಪುರಾಣ ಪುಣ್ಯ ಕಥೆಗಳ ಪ್ರವಚನಗಳನ್ನು ಕೇಳ ಬಯಸಿದ್ದರಿಂದ ಅದರ ವ್ಯವಸ್ಥೆಯಾಗಿತ್ತು. ಅದೇ ಸಮಯದಲ್ಲಿಯೇ ಮೋಹನದಾಸನಿಗೆ ರಾಮಾಯಣ ಕಥೆ ಕೇಳಿಸಿಕೊಳ್ಳುವ ಅವಕಾಶ ದೊರೆಯಿತು. ತಂದೆಯ ಶುಶ್ರೂಷೆಯಿಂದಾಗಿ ಗಂಡನಿಗೆ ಓದುವುದಕ್ಕಾಗಲೀ, ಆ ದುಷ್ಟ ಗೆಳೆಯ ಮೆಹತಾಬನ ಚೊತೆ ಅಲೆದಾಡುವುದಕ್ಕಾಗಲೀ ಬಿಡುವೇ ಸಿಗುತ್ತಿರಲಿಲ್ಲ. ಬದಲು ಸಮಯ ಸಿಗುತ್ತಿಲ್ಲದ್ದಕ್ಕಾಗಿ ಕಸ್ತೂರಳು ದಃಖಿಸಿದಳಾದರೂ ಮೆಹತಾಬನ ಸಹವಾಸ ತಪ್ಪಿದ್ದಕ್ಕೆ ದೇವರಿಗೆ ನೂರು ಹರಕೆ ಹೊತ್ತಳು.

ಮೊದಲ ಬಸಿರು. ತಿಂಗಳು ತಿಂಗಳು ಸರಿದಂತೆ ತನ್ನೊಳಗೆ ಆಗುತ್ತಿದ್ದ ಬದಲಾವಣೆಗಳ ಪುಳಕ ಅನುಭವಿಸುತ್ತಿದ್ದಳು. ಹುಟ್ಟುವ ಮಗುವಿನ ಕಲ್ಪನೆಯಲ್ಲಿ ಏನೇನೋ ಕನಸುಗಳು! ಚೊತೆಗೆ

ಮನೆ ಮಂದಿಯೆಲ್ಲ ಬಸಿರಿ ಹೆಂಗಸಾದ ತನ್ನ ಬಗ್ಗೆ ತೋರುತ್ತಿದ್ದ ಕಾಳಜಿ, ಪ್ರೀತಿಗಳು ಅವಳನ್ನು ಮುಗ್ಧಳಾಗುವಂತೆ ಮಾಡಿದ್ದವು. ತಾಯಿಯಾಗುವ ಸಿಹಿ ಅನುಭವದ ಜೊತೆಗೆ ಹೆರಿಗೆಯ ಸಂಕಷ್ಟಗಳು ನೆನಪಾದಂತೆ ಸಣ್ಣಗೆ ಕಂಪಿಸುತ್ತಿದ್ದಳು. ಏನಾದರೂ ಅನಾಹುತವಾದರೆ! ಎಂದು ಯೋಚಿಸುತ್ತಿದ್ದಳು. ಆದರೆ ಮರುಕ್ಷಣವೇ ಎಷ್ಟೊಂದು ಮಂದಿ ತನ್ನಂತೆ ಮಕ್ಕಳನ್ನು ಹಡೆದಿಲ್ಲ! ತನ್ನ ಅತ್ತೆಯೇ ಕಣ್ಮುಂದಿದ್ದಾರೆ! ಹಾಗಿರುವಾಗ ತಾನೇಕೆ ಹೆದರಬೇಕು ಎಂದು ತನಗೆ ತಾನೇ ಧೈರ್ಯ ತಂದುಕೊಳ್ಳುತ್ತಿದ್ದಳು. ಅತ್ತೆಯೂ ಕೂಡಾ ಇದಕ್ಕೆ ಸಂಬಂಸಿದಂತೆ ಕಿವಿಮಾತುಗಳನ್ನು ಹೇಳುತ್ತಿದ್ದರು. ಕರಮಚಂದರ ಗಂಭೀರವಾಗುತ್ತಿದ್ದ ಅನಾರೋಗ್ಯದ ಬಗ್ಗೆ ಯಾರೂ ಅವಳ ಮುಂದೆ ಚರ್ಚೆ ಮಾಡದಂತೆ ಎಚ್ಚರಿಕೆ ವಹಿಸಿದ್ದರು. ಅವಳೂ ಕೂಡಾ ತಾಯಿಯಾಗುವ ಸಂಭ್ರಮದಲ್ಲಿ ಮಾವನ ಬಗ್ಗೆ ಯೋಚಿಸಲು ಮರೆತಿದ್ದಳು.

ಇವಳಿಗೆ ಲಭ್ಯವಾಗಿದ್ದ ತಾಯ್ತನದ ಸಂಭ್ರಮದ ಅವಕಾಶ ಮೋಹನದಾಸನಿಗೆ ಸಾಧ್ಯವಿರಲಿಲ್ಲ. ಸಾವಿನ ಕ್ಷಣಗಳನ್ನು ಎಣಿಸುತ್ತಿದ್ದ ತಂದೆಯ ಬದಿಯಲ್ಲಿ ಕುಳಿತಿದ್ದವನಿಗೆ ತಾನು ತಂದೆಯಾಗಲಿರುವ ಸುದ್ದಿಯ ಸಂತಸ ಅನುಭವಿಸಲು ಸಾಧ್ಯವಿರಲಿಲ್ಲ. ತಂದೆಯ ಹಾಸಿಗೆಯ ಬದಿಯಲ್ಲಿ ಕುಳಿತು ಅವರ ಅಗತ್ಯಗಳನ್ನು ಪೂರೈಸುತ್ತಿದ್ದ. ಹೆಂಡತಿಯನ್ನು ಕಾಣಬೇಕೆಂದು ಬಿಟ್ಟು ಹೋಗುವುದು ನ್ಯಾಯವಲ್ಲ. ಈ ಸಂದಿಗ್ಧದ ಸುಳಿಯಲ್ಲಿ ಸಿಲುಕಿ ಏನೂ ಮಾಡಲು ತೋಚದೆ ಚಡಪಡಿಸುತ್ತಿರುವಾಗ ಪುತಲೀಬಾಯಿ ಅಲ್ಲಿಗೆ ಬಂದಾಗ ಮೋಹನನತ್ತ ನೋಡಿದಳು. ಅವನು ಹೊಯ್ದಾಟದಲ್ಲಿ ಇದ್ದಂತೆ ಕಾಣಿಸಿದ.

ಪುತಲೀಬಾಯಿ ಎಷ್ಟಾದರೂ ಹೆಣ್ಣಲ್ಲವೇ? ಹೆಂಡತಿಯನ್ನು ಕಾಣಬೇಕೆಂಬ ತವಕ ಮಗನಿಗಿದ್ದದ್ದನ್ನು ಗ್ರಹಿಸಿದಳು. ಅಲ್ಲದೆ ಹಾಗೆಯೇ ಬಸಿರಿ ಹೆಂಗಸು ಈ ರಾತ್ರಿಯಲ್ಲಿ ಪಕ್ಕದಲ್ಲಿ ಧೈರ್ಯ ತುಂಬಲು ಗಂಡನನ್ನು ನಿರೀಕ್ಷಿಸುತ್ತಾ ಕುಳಿತಿರುತ್ತಾಳೆ ಎಂದು ಭಾವಿಸಿ ಮಗನಿಗೆ ಅಲ್ಲಿಂದ ಬಿಡುವು ಮಾಡಿಕೊಡಲು ನಿರ್ಧರಿಸಿ, "ಮಗು ಮೋಹನ್, ಎಡಬಿಡದೆ ನಿನ್ನ ತಂದೆಗೆ ಮಾಡುತ್ತಿರುವ ಸೇವೆಯನ್ನು ಸಧ್ಯಕ್ಕೆ ಮರೆತು ನಿನ್ನ ಹೆಂಡತಿಯ ಬಳಿಗೆ ಹೋಗು, ಪಾಪದ ಹುಡುಗಿ! ಬಸಿರಿ ಬೇರೆ! ಹೆದರಿಯಾಳು. ನಿನ್ನ ನಿರೀಕ್ಷೆಯಲ್ಲಿ ಕಾಯುತ್ತಿರಬಹುದು. ಹೋಗು, ನಾನು ಕೃಷ್ಣದಾಸ್ ಇಬ್ಬರೂ ಇಲ್ಲಿಯೇ ಇರುತ್ತೇವೆ. ಗಾಭರಿಪಡುವ ಅವಶ್ಯಕತೆಯಿಲ್ಲ. ಹಾಗೇನಾದರೂ ಅಗತ್ಯಬಿದ್ದಲ್ಲಿ ಕರೆಕಳುಹಿಸುತ್ತೇನೆ" ಎಂದು ಅವನನ್ನು ಒಪ್ಪಿಸಿ ಕಳಿಸಿದಳು.

ಮೋಹನದಾಸನಿಗೆ ಜೈಲಿನಿಂದ ಬಿಡುಗಡೆ ಸಿಕ್ಕಷ್ಟು ಖುಷಿಯಾಯಿತು. ಬಸಿರಿನ ಅವಳಲ್ಲಿ ರತಿ ಸುಖ ನಿಷಿದ್ಧವೆಂಬ ಅಂಶ ಗೊತ್ತಿಲ್ಲದೆ ಸುಖದ ಕಲ್ಪನೆಯಲ್ಲಿ ಕೆನೆಯುತ್ತಾ ನಡೆದ. ಆ ಕ್ಷಣಕ್ಕೆ ತಂದೆಯ ಆರೋಗ್ಯದ ವಿಚಾರವನ್ನು ಮರೆತೇ ಬಿಟ್ಟ! "ಅವಳೀಗ ಏನು ಮಾಡುತ್ತಿರಬಹುದು? ಕನ್ನಡಿ ಮುಂದೆ ನಿಂತು ಅಲಂಕಾರ ಮಾಡಿಕೊಳ್ಳುತ್ತಾ ನನ್ನ ಬರವನ್ನು ಹಾರೈಸುತ್ತಿರಬಹುದೆ! ಬಟ್ಟೆ ಬದಲಾಯಿಸಿಕೊಳ್ಳುತ್ತಿದ್ದಾಳೆಯೇ?" ಎಂದೆಲ್ಲ ಊಹಿಸಿಕೊಳ್ಳುತ್ತಾ ಕ್ಷಣಗಳನ್ನು ಯುಗಗಳೆಂಬಂತೆ ಭಾವಿಸುತ್ತ ಆತುರ ಪಡುತ್ತಿದ್ದ.

ಇತ್ತ ಕರಮಚಂದರ ಆರೋಗ್ಯ ಕ್ಷಣ ಕ್ಷಣಕ್ಕೂ ಹದಗೆಡುತ್ತಿತ್ತು. ಮನೆಮಂದಿಯೆಲ್ಲ ಗಾಭರಿಯಿಂದ ದಿಕ್ಕುತೋಚದಂತಾಗಿದ್ದರು. ಎಲ್ಲರಿಗೂ ಒಳಗೆ ಸಾವಿನ ಭೀತಿ ಕಾಡಿತು. ಮನೆ ವೈದ್ಯರಿಗೆ ಹೇಳಿ ಕಳಿಸಲಾಯಿತು. ವೈದ್ಯರು ಎಲ್ಲ ರೀತಿಯಲ್ಲಿ ಪರೀಕ್ಷಿಸಿ ಬದುಕುವ ಭರವಸೆ ಇಲ್ಲವೆಂದು ಘೋಷಿಸಿದರು. ನೆಂಟರಿಷ್ಟರಿಗೆ ಸಂದೇಶ ಹೋಯಿತು.

ವಿಷಯರ್ಯಾಸವೆಂಬಂತೆ ಎಷ್ಟೋ ದಿನಗಳಿಂದ ಹಗಲು ರಾತ್ರಿಗಳನ್ನು ಲೆಕ್ಕಿಸದೆ ತಂದೆಯ ಶುಶ್ರೂಷೆ ಮಾಡುತ್ತಿದ್ದ ಮೋಹನದಾಸ ಅಂದೇ ಆ ಜವಾಬ್ದಾರಿಯಿಂದ ಬಿಡುಗಡೆ ಹೊಂದಿ ಹೆಂಡತಿಯ ಸುಖದ ಕಲ್ಪನೆಯಲ್ಲಿ ಗರಿಗೆದರಿ, ಕಸ್ತೂರಳು ಮಲಗಿದ್ದ ಕೋಣೆ ಪ್ರವೇಶಿಸಿ, ಬಟ್ಟೆ ಬದಲಾಯಿಸಿ, ಹೆಂಡತಿಯ ಪಕ್ಕ ಹಾಸಿಗೆ ಸೇರಿ, ಅವಳ ಸೊಂಟ ಬಳಸಿ ಬೆಚ್ಚಗೆ ಮಲಗಿದ್ದ. ಆದರೆ, ಮಲಗಿ ಇನ್ನೂ ಐದಾರು ನಿಮಿಷಗಳು ಕಳೆದಿರಲಿಲ್ಲ, ಕೋಣೆಯ ಬಾಗಿಲು ತಟ್ಟಿದ ಸದ್ದಾಯಿತು. ಎದ್ದು ಬಾಗಿಲು ತೆರೆದ. ಮನೆಯ ಆಳು ತುಂಬಾ ಗಾಬರಿ ದನಿಯಲ್ಲಿ "ಬಾಬು ಬೇಗ ಬನ್ನಿ, ನಿಮ್ಮ ತಂದೆಯವರು ಸಾಯುವ ಸ್ಥಿತಿಯಲ್ಲಿದ್ದಾರೆ" ಎಂದು ತಿಳಿಸಿದ. ಮೋಹನನಿಗೆ ಆಘಾತವಾಯಿತು, ಹೆಂಡತಿಯನ್ನು ಎಬ್ಬಿಸಬೇಕೇ ಬೇಡವೇ ಎಂದು ಒಂದು ಕ್ಷಣ ಯೋಚಿಸಿದ. ಈ ಸ್ಥಿತಿಯಲ್ಲಿ ಅವಳನ್ನು ಎಬ್ಬಿಸಿ ಗಾಬರಿಗೊಳಿಸುವುದು ಬೇಡ, ಅದೂ ಅಲ್ಲದೆ ತೀರಾ ದಣಿದು ಮಲಗಿ ದೀರ್ಘ ನಿದ್ರೆಯಲ್ಲಿದ್ದಾಳೆ' ಎಂದು ಯೋಚಿಸಿ ಅಂಗಿ ಏರಿಸಿಕೊಂಡು ಬಂದ. ಸೇವಕನನ್ನು ಹಿಂಬಾಲಿಸಿ ನಡೆದ. ಎಷ್ಟೇ ಬೇಗ ಬಂದರೂ ಮೋಹನನ ದುರಾದೃಷ್ಟವೆಂಬಂತೆ ತಂದೆಯನ್ನು ಜೀವಂತವಾಗಿ ನೋಡಲಾಗಲಿಲ್ಲ. ಬರುವಷ್ಟು ಹೊತ್ತಿಗೆ ಕೊನೆಯುಸಿರೆಳೆದಿದ್ದರು.

ಮನೆಯಲ್ಲಿ ವಿಚಿತ್ರ ವಾತಾವರಣ ನಿರ್ಮಾಣವಾಯಿತು. ಆ ಮನೆಯಲ್ಲಿ ಶಾಪವೆಂಬಂತೆ ದುರಂತದ ಮೇಲೆ ದುರಂತ ಸಂಭವಿಸಿತು. ಸಾವಿನ ಶೋಕ ಮತ್ತು ಮಗುವಿನ ಜನನದ

ಸಂತೋಷ ಈ ಎರಡೂ ವೈರುದ್ಧ್ಯಗಳು ಒಟ್ಟಿಗೆ ಇರಬಾರದೆಂದೇ ಬಹುಶಃ ಕರಮಚಂದರ ಸಾವಿನ ನಾಲ್ಕು ದಿನಗಳ ನಂತರ ಕಸ್ತೂರಳಿಗೆ ಮಗು ಹುಟ್ಟಿತಾದರೂ ಅದೂ ಕೂಡ ಕೇವಲ ನಾಲ್ಕೇ ದಿನಗಳಿದ್ದು ಭೂಮಿಯ ಋಣ ತೀರಿಸಿಕೊಂಡಂತೆ ಸಾವನ್ನಪ್ಪಿತು. ಮೊದಲ ಸಂತಾನವೇ ದುರಂತದ ಕಾರ್ಮೋಡ ಕವಿಸಿ ಕಾಣದಾಯಿತು. ಈ ಆಘಾತ ಕಸ್ತೂರಳನ್ನು ಹಿಂಡಿ ಹಿಪ್ಪೆ ಮಾಡಿತು. ಮಾವನ ಸಾವಿಗೆ ಅಳಬೇಕೇ, ಮಗುವಿನ ಸಾವಿಗೆ ಅಳಬೇಕೇ? ದಿಕ್ಕು ತೋಚದಾಯಿತು. ಎರಡೂ ಸಾವುಗಳು ಮನೆ ಮಂದಿಯನ್ನು ಜರ್ಝರಿತಗೊಳಿಸಿತ್ತಾದರೂ, ವಯಸ್ಸಾಗಿದ್ದ, ಅನಾರೋಗ್ಯ ಪೀಡಿತರಾಗಿದ್ದ ಕರಮಚಂದರ ಸಾವಿಗಿಂತ ಮೊಳಕೆಯೊಡೆದು ಚಿಗುರಿ ಹೆಮ್ಮರವಾಗಬೇಕಿದ್ದ ವಂಶದ ಕುಡಿ ಅಕಾಲದಲ್ಲಿ ಮುರುಟಿ ಹೋದದ್ದು ಹೆಚ್ಚಿನ ದುಃಖವನ್ನು ಉಂಟು ಮಾಡಿತ್ತು. ಮಗನನ್ನು ಕಳೆದುಕೊಂಡ ದುಃಖ ಒಂದು ಕಡೆ ತೀಕ್ಷ್ಣವಾಗಿ ಕಾಡುತ್ತಿದ್ದರೆ ಕೊನೆಯ ಕ್ಷಣಗಳಲ್ಲಿ ಕಾಮತೃಷೆಯಿಂದ ಅವರನ್ನು ಬಿಟ್ಟು ಬಂದ ಪಾಪಪ್ರಜ್ಞೆ ಶೂಲದಂತೆ ಮೋಹನದಾಸನನ್ನು ತಿವಿಯುತ್ತಿತ್ತು. ಈ ನೋವು, ಸಂಕಟಗಳು ಎಷ್ಟು ಆಳವಾಗಿ ಬೇರೂರಿಬಿಟ್ಟಿದ್ದವೆಂದರೆ   ಜೀವನ   ಪರ್ಯಂತ   ಅವುಗಳನ್ನು   ಮರೆಯಲು ಸಾಧ್ಯವಾಗುವುದಿಲ್ಲವೇನೋ ಎನಿಸುತ್ತಿತ್ತು..

ಕಸ್ತೂರಳ ಪುತ್ರ ಶೋಕ ಅವಳಲ್ಲಿ ಸಾಕಷ್ಟು ಬದಲಾವಣೆ ತಂದಿತು. ಮುಖದಲ್ಲಿ ಮೊದಲಿನ ಗೆಲುವಿರಲಿಲ್ಲ. ಅದೇ ಮಗು ಬದುಕಿದ್ದರೆ ಎಂಥ ಸಂಭ್ರಮವಿರುತ್ತಿತ್ತು. ನೆಂಟರು, ಸ್ನೇಹಿತರು, ಬಂಧು–ಬಳಗ, ಹಾಡು, ಕುಣಿತ, ಉಡುಗೊರೆ ಹೀಗೆಲ್ಲಾ ಕಲ್ಪಿಸಿಕೊಂಡಷ್ಟೂ ಅವಳೆದೆಯಾಳದ ನೋವು ಬೆಂಕಿಯಂತೆ ಸುಡುತ್ತಿತ್ತು. ಆದರೂ ಅಂತಹ ನೋವನ್ನು ಯಾರ ಮುಂದೆಯೂ ಹೇಳಿಕೊಳ್ಳಲಿಲ್ಲ. ಮೌನವಾಗಿ ನುಂಗಿಕೊಂಡು ದಿನನಿತ್ಯದ ಕೆಲಸಗಳಲ್ಲಿ ಸ್ವಲ್ಪಮಟ್ಟಿಗೆ ಮರೆಯಲು ಯತ್ನಿಸಿದಳು.

ಇದೇ ಸಮಯದಲ್ಲಿ ಮಗಳ ಮನಸ್ಸಿಗೆ ಸ್ವಲ್ಪ ಸಮಾಧಾನವಾದರೂ ಸಿಗಲೆಂದು ತಂದೆ– ತಾಯಿಗಳು ಅವಳನ್ನು ತಮ್ಮಲ್ಲಿಗೆ ಕರೆಸಿಕೊಂಡರು. ಅವಳಿಗೂ ಈ ಆಘಾತಗಳ ಸರಣಿಯ ನಂತರ ಸ್ವಲ್ಪ ಬದಲಾವಣೆ ಬೇಕೆನಿಸಿತ್ತು. ಅಲ್ಲಿಗೆ ಹೋಗಿ ಒಂದಷ್ಟು ತಿಂಗಳು ಇರಬೇಕೆಂದು ನಿಶ್ಚಯಿಸಿ ಹೊರಟಳು. ಕ್ರಮೇಣ ನೋವಿನ ಗಾಯಗಳು ಮಾಗತೊಡಗಿದವು. ಅತ್ತೆಮನೆಯಲ್ಲಿ ಸಾಧ್ಯವಾಗದ ಸ್ವಾತಂತ್ರ್ಯ ಇಲ್ಲಿ ಅವಳಿಗೆ ಸಿಕ್ಕಿತು. ಪೋರ್‌ಬಂದರಿನಲ್ಲಿದ್ದ ಗಾಂಧಿ ಮನೆತನದವರು, ದಾಯಾದಿಗಳು, ಅವರ ಮಕ್ಕಳು ಮರಿಗಳೊಂದಿಗೆ ಗೆಲುವಿನಿಂದ ಕಾಲ ಕಳೆದಳು. ಮೋಹನದಾಸನಿಗೆ ಈ ಅವಧಿ ಹೆಂಡತಿಯ ಅಗಲಿಕೆಯ ಸುದೀರ್ಘ ಘಟ್ಟವಾಗಿತ್ತಾದರೂ ಅವನೂ ತನ್ನ ಓದಿನಲ್ಲಿ ಮುಳುಗಿದ್ದ. ಜೊತೆಗೆ ಕುಟುಂಬದ ಮುಂದೆ ಜೀವನೋಪಾಯದ   ಗಂಭೀರ   ಸಮಸ್ಯೆಯೊಂದು   ಉದ್ಭವಿಸಿತ್ತು.   ಕರಮಚಂದರು ದಿವಾನರಾಗಿದ್ದರೂ ಹೆಚ್ಚಿನ ಆಸ್ತಿಯನ್ನೇನೂ ಮಾಡಿರಲಿಲ್ಲ. ಅಲ್ಲದೆ ಇಲ್ಲಿವರೆಗೆ ಬರುತ್ತಿದ್ದ ನಿವೃತ್ತಿ ವೇತನವೂ ನಿಂತು ಹೋಯಿತು. ಮೋಹನನ ಅಣ್ಣಂದಿರ ಅತ್ಯಲ್ಪ ಸಂಪಾದನೆಯ ಮೇಲೆ ಮನೆ ನಡೆಯಬೇಕಿತ್ತು. ನ್ಯಾಯಯುತವಾಗಿ ಕರಮಚಂದರ ದಿವಾನಗಿರಿ ಅವರ ಮಕ್ಕಳಲ್ಲಿ ಯಾರಿಗಾದರೂ ಬರಬೇಕಿತ್ತು. ಆದರೆ, ಬ್ರಿಟಿಷರ ಆಡಳಿತದಲ್ಲಿ ನಿಯಮಗಳು ಬದಲಾಗಿದ್ದವು. ಸಂಸ್ಥಾನಗಳ ರಾಜರಿಗೆ ಯಾವುದೇ ನಿರ್ಧಾರಗಳ ಅಧಿಕಾರ ಇರಲಿಲ್ಲ.

ಮೋಹನನ ಹಿರಿಯಣ್ಣ ಲಕ್ಷ್ಮೀದಾಸ ಕಾನೂನು ಗುಮಾಸ್ತನಾಗಿದ್ದರೆ, ಮತ್ತೊಬ್ಬ ಅಣ್ಣ ಕೃಷ್ಣದಾಸ ಸಬ್‌ಇನ್ಸ್‌ಪೆಕ್ಟರ್ ಆಗಿದ್ದ. ಅವರಿಬ್ಬರಿಗೂ ಬರುತ್ತಿದ್ದುದು ತೀರಾ ಕಡಿಮೆ ಸಂಬಳ. ಆದ್ದರಿಂದ ಈ ಮನೆಗೆ ಉಜ್ವಲ ಭವಿಷ್ಯ ಸಾಧ್ಯವಾಗಬೇಕೆಂದರೆ ಅತ್ಯಂತ ಕಿರಿಯನಾದ ಮೋಹನದಾಸ ಚೆನ್ನಾಗಿ ಓದಿ ಕಾಲೇಜು ಮೆಟ್ಟಿಲೇರಿ ಉನ್ನತ ವ್ಯಾಸಂಗ, ಒಳ್ಳೆಯ ಉದ್ಯೋಗವನ್ನು ಸಂಪಾದಿಸುವುದರ ಮೇಲೆ ನಿಂತಿತ್ತು. ಪುತಲೀಬಾಯಿ ಇಂಥ ಕನಸುಗಳನ್ನು ಮಗನ ಮೇಲೆ ಕಟ್ಟಿಕೊಂಡಿದ್ದಳು. ಆದರೆ ಮೋಹನದಾಸ ತನ್ನದೇ ಆದ ಆಕಾಂಕ್ಷೆಗಳನ್ನು ಹೊಂದಿದ್ದ. ಅವನಲ್ಲಿಯೂ ಸಾಕಷ್ಟು ಬದಲಾವಣೆಗಳು ಕಾಣಿಸಿಕೊಳ್ಳುತ್ತಿದ್ದವು. ಕಸ್ತೂರಳು ರಾಜಕೋಟಿಗೆ ಹಿಂತಿರುಗಿ ಬಂದಾಗ ಗಂಡನನ್ನು ನೋಡುತ್ತಿದ್ದಂತೆ ದಿಗ್ಭ್ರಮೆಗೊಂಡಳು. ಅವನು ಪೂರ್ತಿಯಾಗಿ ಬದಲಾಗಿದ್ದ. ಮೊದಲಿನ ಹುಡುಗುತನವಾಗಲೀ, ನಿರ್ಲಕ್ಷ್ಯವಾಗಲಿ ಇರಲಿಲ್ಲ. ವಿದ್ಯಾಭ್ಯಾಸದಲ್ಲಿ ಬಹಳ ಮುಂದಿದ್ದು ವಿದ್ಯಾರ್ಥಿವೇತನಕ್ಕೂ ಅರ್ಹನಾಗಿದ್ದ. ಮೆಟ್ರಿಕ್ಯುಲೇಷನ್ ಪರೀಕ್ಷೆಗೆ ಭರಾಟೆಯಿಂದ ಸಿದ್ಧತೆ ನಡೆಸಿದ್ದ. ಓದಿನ ವಿಚಾರವಷ್ಟೇ ಅಲ್ಲ, ಅವನ ನಡೆ–ನುಡಿಗಳಲ್ಲಿ ಗಾಂಭೀರ್ಯ ಪ್ರಬುದ್ಧತೆಗಳು ಒಡೆದೆದ್ದು ಕಾಣುತ್ತಿದ್ದವು. ಕಸ್ತೂರಳಿಗೆ ಗಂಡನಲ್ಲಿನ ಇಂತಹ ಬದಲಾವಣೆಗೆ ಯಾವುದಾದರೂ ಪವಾಡ ನಡೆದಿರಬಹುದೇ ಎಂಬ ಅನುಮಾನ ಬಂತು. ಆದರೂ ಈ ರೀತಿಯಲ್ಲಿ ಗಂಡನನ್ನು ನೋಡಿ ಬಹಳ ಸಂತೋಷಪಟ್ಟಳು. ಇದನ್ನೇ ಅವಳು ಬಯಸುತ್ತಿದ್ದುದು. ಜವಾಬ್ದಾರಿಯುತ ಮನುಷ್ಯನಾಗುವುದನ್ನು ನೋಡಬೇಕೆಂದು ಕಾದಿದ್ದಳು. ಇಷ್ಟೆಲ್ಲಾ ಬದಲಾವಣೆಯಾದರೂ ತನ್ನ ಮೇಲಿನ ಪ್ರೀತಿ ಕಿಂಚಿತ್ತೂ ಕರಗಿರಲಿಲ್ಲವೆಂಬುದು ಅವಳಿಗೆ ಮತ್ತಷ್ಟು ಸಮಾಧಾನವನ್ನು ತಂದಿತ್ತು. ಹೀಗೆಯೇ ಓದಿ ದೊಡ್ಡ ದೊಡ್ಡ ಪದವಿಗಳನ್ನು ಗಳಿಸಿ ಎಲ್ಲರಿಂದ ಸೈಯೆನಿಸಿಕೊಂಡರೆ ಎಷ್ಟು ಚೆನ್ನ! ಎಂದು ಆಶಿಸಿದಳು. ಅವಳ ಈ ಆಸೆಗಳು ಅವಳಿಗೇ ತಿಳಿಯದಂತೆ ಸಾಕಾರವಾಗುವ ಕ್ಷಣಗಳೂ ಸಮೀಪಿಸುತ್ತಿದ್ದವು.

ಕಾಲೇಜು ಪ್ರವೇಶಕ್ಕೆ ಬೇಕಾಗಿದ್ದ ಮೆಟ್ರಿಕ್ಯುಲೇಷನ್ ಪರೀಕ್ಷೆಯನ್ನು ಯಾರಿಗೂ ತಿಳಿಯದೆ ಹೋಗಿ ಬರೆದು ಬಂದ ಮತ್ತು ಅದರಲ್ಲಿ ಉತ್ತೀರ್ಣನೂ ಆದ. ತನ್ನೂರಿಗೆ ಹತ್ತಿರವಾಗಿಯೂ ಮತ್ತು ಹೆಚ್ಚಿನ ಖರ್ಚುವೆಚ್ಚ ಇಲ್ಲದಿರುವುದರಿಂದಲೂ ಭಾವನಗರದ ಶ್ಯಾಮಲ್‌ದಾಸ್ ಕಾಲೇಜಿಗೆ ಸೇರಿದ. ಆದರೆ ಅಲ್ಲಿ ಯಾಕೋ ಮೋಹನದಾಸನಿಗೆ ಮನಸ್ಸಾಗಲಿಲ್ಲ. ಆದರೂ ಓದುವುದು ಅನಿವಾರ್ಯವೆಂದು ಸುಮ್ಮನಾಗಿದ್ದ.

ಇದೇ ವೇಳೆಯಲ್ಲಿ, ಗಾಂಧಿ ಕುಟುಂಬದ ಅತ್ಯಂತ ಆತ್ಮೀಯರಾಗಿದ್ದ ಮಾವಜೀದವೆ ಎಂಬ ಬ್ರಾಹ್ಮಣ ಮಿತ್ರರೊಬ್ಬರು ಒಂದು ದಿನ ಮನೆಗೆ ಬಂದಿದ್ದರು. ಹೀಗೆಯೇ ಲೋಕಾಭಿರಾಮವಾಗಿ ಮಾತನಾಡುತ್ತಿದ್ದಾಗ ಮೋಹನದಾಸನ ವಿದ್ಯಾಭ್ಯಾಸದ ಬಗ್ಗೆ ವಿಚಾರಿಸಿದರು. ಭಾವನಗರದ ಶ್ಯಾಮಲದಾಸ್ ಕಾಲೇಜಿನಲ್ಲಿ ಓದುತ್ತಿರುವ ವಿಷಯ ತಿಳಿದು ತಮಗೆ ತೋರಿದಂತೆ ಸಲಹೆ ನೀಡಿದರು. ಈಗ ಕಾಲ ಬದಲಾಗಿರುವುದರಿಂದ ಸರಿಯಾದ ವಿದ್ಯಾಭ್ಯಾಸ ಗಳಿಸದೆ, ದಿವಾನ ಪದವಿಗೆ ಏರಲು ಸಾಧ್ಯವಿಲ್ಲ. ಅದಾಗಬೇಕೆಂದರೆ ವ್ಯರ್ಥವಾಗಿ ಕಾಲೇಜು ಗೀಲೇಜು ಅಂತ ಅಲೆದಾಡದೆ ವಕೀಲಿ ಪರೀಕ್ಷೆ ಮುಗಿಸಿದರೆ ಬ್ಯಾರಿಸ್ಟರ್ ಆಗಿ ಹೆಸರೂ, ವರಮಾನ ಎರಡನ್ನೂ ಒಟ್ಟೊಟ್ಟಿಗೆ ಗಳಿಸಬಹುದು. ಆದ್ದರಿಂದ ವಿಲಾಯತಿಗೆ ಕಳಿಸಿ, ವಕೀಲಿ ಓದಿಸುವುದೇ ಶ್ರೇಯಸ್ಕರವೆಂದು ಭಾವಿಸಿ ಮೋಹನನ್ನೇ ಕೇಳಿದರು. ವಕೀಲಿ ಓದಲು ತನ್ನ ಅಭ್ಯಂತರ

ಇಲ್ಲದಿದ್ದರೂ ವೈದ್ಯಕೀಯ ಓದಬೇಕೆಂಬ ಆಸೆಯನ್ನು ತಿಳಿಸಿದ. ಆದರೆ ಆ ಓದಿನಲ್ಲಿ ಹೆಣಗಳನ್ನು ಕೊಯ್ಯಬೇಕೆಂಬ ಕಾರಣಕ್ಕೆ ಕೃಷ್ಣದಾಸ ನಿರಾಕರಿಸಿದರೆ, ದವೆಯವರು ಇದರಿಂದ 'ದಿವಾನ ಪದವಿ' ಸಿಗಲಾರದಾದ್ದರಿಂದ ವಕೀಲಿ ಓದುವುದೇ ಒಳ್ಳೆಯದೆಂದು ಮತ್ತೊಮ್ಮೆ ಹೇಳಿದಾಗ ಮೋಹನದಾಸ ಇಂಗ್ಲೇಂಡಿಗೆ ಹೋಗಿ ವಕೀಲಿ ಓದುವುದೆಂದೂ ಮನೆಯರೆಲ್ಲರೂ ಅಂತಿಮವಾಗಿ ತೀರ್ಮಾನಿಸಿದರು. ಆದರೆ, ಅವರ ಮುಂದಿದ್ದ ಸಮಸ್ಯೆ ಖರ್ಚಿನದಾಗಿತ್ತು. ಐದಾರು ಸಾವಿರ ರೂಪಾಯಿಗಳನ್ನು ತರುವುದಾದರೂ ಎಲ್ಲಿಂದ ಎಂಬ ಯೋಚನೆ ಅಣ್ಣಂದಿರದಾದರೆ, ಮಗ ಇಂಗ್ಲೆಂಡಿಗೆ ಹೋಗಿ ಮದ್ಯ, ಸಿಗರೇಟು, ಸೂಳೆಯರ ಸಹವಾಸದಿಂದ ಕೆಟ್ಟು ಎಲ್ಲಿ ಹಾಳಾಗುತ್ತಾನೋ ಎಂಬುದು ಪುತಲೀಬಾಯಿಯ ಚಿಂತೆಯಾಗಿತ್ತು. ಜೊತೆಗೆ ಧರ್ಮ ಭ್ರಷ್ಟತೆಯ ಭೀತಿಯೂ ಇತ್ತು.

ಇಷ್ಟೆಲ್ಲ ಚಟುವಟಿಕೆಗಳು, ಚರ್ಚೆಗಳು ಗಂಡನ ಭವಿಷ್ಯದ ಬಗ್ಗೆ ನಡೆಯುತ್ತಿದ್ದರೂ ಕಸ್ತೂರಳು ಮತ್ತೊಂದು ಮಗುವಿನ ತಾಯಿಯಾಗುತ್ತಿರುವ ಸಂತೋಷದಲ್ಲಿದ್ದಳು. ಇಂಗ್ಲೆಂಡ್, ವಕೀಲಿ ಓದು, ಬಾರಿಸ್ಟರ್ – ಇವು ಯಾವುದೂ ಅವಳಿಗೆ ಸಂಬಂಧಪಟ್ಟಿದ್ದಲ್ಲವೆಂಬಂತೆ ಇದ್ದುಬಿಟ್ಟಳು. ಅಲ್ಲದೆ ಯಾರಿಗೂ ಅವಳ ಸಲಹೆ ಕೇಳಬೇಕೆಂದೂ ಎನಿಸಿರಲಿಲ್ಲ. ಆದರೆ ಮನೆಯವರು ಸಾವಿನ ಸೂತಕದ ವಾತಾವರಣದಿಂದ ಹೊರಬಂದು ಮತ್ತೊಮ್ಮೆ ಮನೆಯಲ್ಲಿ ಒಳ್ಳೆಯ ಫಲಿಗೆಗಳನ್ನು ಕಾಣುವಂತಾಗಿತ್ತು. ಮೋಹನನು ಬ್ಯಾರಿಸ್ಟರ್ ಆಗಿ ಬರುತ್ತಾನೆಂಬ ಸಂತೋಷವನ್ನು ಕಸ್ತೂರಳು ಜನ್ಮಕೊಟ್ಟ ಎರಡನೇ ಸಂತಾನ, ಅದೂ ಗಂಡುಮಗು, ಮತ್ತಷ್ಟು ಹೆಚ್ಚಿಸಿತು. ನೆಂಟರಿಷ್ಟರಿಗೆ, ಕಸ್ತೂರಳ ಮನೆಯವರಿಗೆ ಸುದ್ದಿ ಮುಟ್ಟಿಸಿದರು. ಮನೆಯಲ್ಲಿ ಹಬ್ಬದ ವಾತಾವರಣ ಸೃಷ್ಟಿಯಾಯಿತು. ಆಪ್ತರೆಲ್ಲರಿಗೂ ಸಿಹಿ ಹಂಚಿದರು. ಆರು ದಿನಗಳ ನಂತರ ಕೆಲವು ಧಾರ್ಮಿಕ ವಿಧಿಗಳನ್ನು, ಶುದ್ದೀಕರಣ ಕ್ರಿಯೆಗಳನ್ನೂ ಆಚರಿಸಲಾಯಿತು. ಸಾಂಪ್ರದಾಯಿಕ ನಂಬಿಕೆ ಪ್ರಕಾರ ಆರನೇ ದಿನ ಭಗವಂತನು ಮಗುವಿನ ಭವಿಷ್ಯವನ್ನು ಬರೆಯುತ್ತಾನೆ ಎಂದು ಇದ್ದುದರಿಂದ, ಆ ದಿನವೇ ಅವನಿಗೆ ನಾಮಕರಣವನ್ನೂ ಮಾಡಬೇಕಾಯಿತು. ನೋಡಲು ದುಂಡುದುಂಡಗೆ ಮುದ್ದಾಗಿದ್ದ ಮಗುವಿಗೆ 'ಹರಿಲಾಲ' (ದೇವರ ಮಗು) ಎಂದು ಹೆಸರಿಡಲಾಯಿತು. ಅವರ ಮುಂದಿದ್ದ ಸಮಸ್ಯೆಗಳು ಬಹಳ ಗಂಭೀರವಾದದ್ದಾದರೂ, ಈ ವಿಧಿಯಾಚರಣೆಗಳು ಸ್ವಲ್ಪಮಟ್ಟಿಗೆ ಯೋಚನೆಗಳಿಗೆ ಬಿಡುವುಕೊಟ್ಟಿತು. ಮೋಹನದಾಸ ಸಂತೋಷ, ದುಗುಡಗಳಲ್ಲಿ ಜೀಕಾಡಿದ. ದುಡ್ಡನ್ನು ಸಂಗ್ರಹಿಸುವುದೇ ಅವರಿಗೆ ದೊಡ್ಡ ಸವಾಲಾಗಿತ್ತು. ಗಾಂಧಿ ಕುಟುಂಬದ ನಾಗರಿಕ ಸೇವೆಯ ಬಗ್ಗೆ ಒಳ್ಳೆಯ ಅಭಿಪ್ರಾಯ ಹೊಂದಿದ್ದ ಬ್ರಿಟಿಷ್ ಅಧಿಕಾರಿ ಮಿಸ್ಟರ್‌ಲೆಲೀ ಅವರ ಶಿಫಾರಾಸಿನಿಂದ ಸ್ಟೇಟ್ ಸ್ಕಾಲರ್‌ಶಿಪ್‌ಗಾಗಿ ಪ್ರಯತ್ನಿಸಿದರೂ ಫಲಕಾರಿ ಆಗಲಿಲ್ಲ. ನೆಂಟಗಿಷ್ಟರಲ್ಲಿಯೂ ಪ್ರಯತ್ನಿಸಿದರಾದರೂ ವಿದೇಶಕ್ಕೆ ಹೋಗುವವನಿಗೆ ಸಹಾಯ ಮಾಡಿದಲ್ಲಿ ಎಲ್ಲಿ ಜಾತಿ ಬಹಿಷ್ಕಾರವಾಗುವುದೋ ಎಂಬ ಹೆದರಿಕೆಯಲ್ಲಿ ಒಂದು ಕಾಸೂ ಹುಟ್ಟಲಿಲ್ಲ. ಮೋಹನದಾಸನಿಗೆ ಪರಿಸ್ಥಿತಿ ಗಮನಕ್ಕೆ ಬಂದಾಗ ಆಕಾಶವೇ ಕಳಚಿಬಿದ್ದಂತಾಯಿತು. ಎಷ್ಟು ಯೋಚನೆ ಮಾಡಿದರೂ ದಾರಿಯೇ ಕಾಣದಾಯಿತು. ಹೆಂಡತಿಯನ್ನೊಮ್ಮೆ ಕಂಡು ತನ್ನ ಸಮಸ್ಯೆಯನ್ನು ಹೇಳಿಕೊಳ್ಳೋಣವೆಂದುಕೊಂಡ.

ಕಸ್ತೂರಳು ಮಗುವಿಗೆ ಹಾಲುಣಿಸುತ್ತಿದ್ದಳು. ಹೊತ್ತಲ್ಲದ ಹೊತ್ತಲ್ಲಿ ಗಂಡ ಬಂದಿದ್ದು, ಅಚ್ಚರಿ ಮೂಡಿಸಿತು. ಒಳಗೆ ಹೆಜ್ಜೆಯಿರಿಸುತ್ತಲೇ "ಕಸ್ತೂರ್" ಎಂದು ಹೆಸರಿಡಿದು ಕರೆದ, ಕಸ್ತೂರಳು

ತಲೆಯೆತ್ತಿ ನೋಡಿದಳು. ಮಗುವನ್ನೆತ್ತಿ ಮಂಚದ ಮೇಲೆ ಮಲಗಿಸಿದಳು, ಗಂಡನೆಡೆಗೆ ಒಮ್ಮೆ ನೋಟ ಹರಿಸಿದಳು. ಯಾವುದೋ ಸಮಸ್ಯೆಯಲ್ಲಿ ಸಿಲುಕಿದಂತೆ ಕಾಣಿಸಿದ.

"ಏನು ಬಂದಿರಿ? ಯಾಕೆ ಮುಖ ಬಾಡಿದೆ? ಏನಾದರೂ ಸಮಸ್ಯೆಯೇನು?" ಎಂದು ಕೇಳಿ ಒಂದೆರಡು ಕ್ಷಣಬಿಟ್ಟು "ಸಮಸ್ಯೆ ನಿಮಗೇನಿರಲು ಸಾಧ್ಯ? ಈಗಂತೂ ನೀವು ವಿದೇಶಕ್ಕೆ ಹೋಗಲಿದ್ದೀರಿ, ದೊಡ್ಡ ದೊಡ್ಡ ಓದು ಪದವಿ, ಅಲ್ಲಿ ಸುಖವಾಗಿರುತ್ತೀರಿ, ನಿಮಗೆ ಹೆಂಡತಿ, ಮಕ್ಕಳ ಚಿಂತೆಯಾದರೂ ಯಾಕೆ ಬೇಕು?" ಎಂದಳು.

"ಕಸ್ತೂರ್ ನೀನಾಡುವ ವ್ಯಂಗ್ಯದ ಮಾತುಗಳು ಏನೆಂದು ಅರ್ಥ ಮಾಡಿಕೊಳ್ಳಬಲ್ಲೆ, ಅವು ನಿನ್ನ ಸಿಟ್ಟಿನಿಂದ ಹುಟ್ಟಿದುದಲ್ಲ, ನನ್ನ ಮೇಲಿನ ಪ್ರೀತಿಯಿಂದ ಹುಟ್ಟಿವೆ. ನನ್ನ ಅಗಲಿಕೆ ನಿನಗೆ ನೋವುಂಟು ಮಾಡಿದೆ. ಗೊತ್ತು, ನನಗೂ ಅದೇ ರೀತಿಯಲ್ಲಿ ನೋವಾಗಿದೆ. ಈಗ ನನ್ನ ಮುಂದಿರುವ ಸಮಸ್ಯೆಗೆ ಪರಿಹಾರ ಸಿಕ್ಕರೆ ಮಾತ್ರವೇ ಈ ಅಗಲಿಕೆ ಮಾತುಗಳು" ಎಂದು ಸುಮ್ಮನಾದ.

"ಮೊದಲು ನಿಮ್ಮ ಸಮಸ್ಯೆ ಏನೆಂದು ಹೇಳಿದರೆ ತಾನೇ ಪರಿಹಾರ ಯೋಚಿಸಬಹುದು" ಎಂದಳು. "ನನ್ನ ವಿದೇಶ ಪ್ರಯಾಣಕ್ಕೆ ಬೇಕಾದ ಹಣ ಹೊಂದಿಸುವುದು ಬಹುಶಃ ಸಾಧ್ಯವಾಗದೆಯೇ ಹೋಗಬಹುದು. ಎಲ್ಲಿಂದಲೂ, ಯಾರಿಂದಲೂ ಅಲ್ಲ ಸಹಾಯವೂ ಸಿಗುತ್ತಿಲ್ಲ. ಈ ಪ್ರಯಾಣ ನೂರು, ಹತ್ತರ ಬಾಬ್ತಲ್ಲ. ಕನಿಷ್ಟ ಪಕ್ಷ ಐದಾರು ಸಾವಿರವಾದರೂ ಬೇಕಾದೀತು. ನೀನು ಬೇಸರ ಮಾಡಿಕೊಳ್ಳುವುದಿಲ್ಲವಾದರೆ ಒಂದೇ ಒಂದು ದಾರಿ ಇದೆ".

"ಆ ದಾರಿಯಾದರೂ ಯಾವುದು ಹೇಳಿ" ಎಂದಳು.

"ನಿನ್ನ ಒಡವೆಗಳನ್ನು ಮಾರುವುದು, ಅದರಿಂದಲೂ ಪೂರ್ತಿ ಹಣ ಸಿಗುವುದಿಲ್ಲ. ಮತ್ತೆ ಬೇರೆ ಪ್ರಯತ್ನ ಮಾಡಬೇಕು" ಎಂದ.

ಕಸ್ತೂರ್ ಸ್ವಲ್ಪ ಹೊತ್ತು ಯೋಚಿಸಿದಳು. ಮತ್ತೆ ಹೇಳಿದಳು.

"ನೋಡಿ ನಿಮ್ಮ ಅಗತ್ಯಕ್ಕೆ ಅವು ಉಪಯೋಗಕ್ಕೆ ಬರುವುದೆಂದಾದರೆ ಹಾಗೆಯೇ ಮಾಡಿ. ನಾನೇನೂ ಅವುಗಳನ್ನು ಮೈಮೇಲೆ ಹೇರಿಕೊಂಡು ತಿರುಗಾಡಬೇಕಾದ್ದಿಲ್ಲ" ಎಂದಳು.

ಮೋಹನದಾಸ ದಂಗಾದ. ಹೆಂಗಸರಿಗೆ ಒಡವೆಗಳೆಂದರೆ ಪ್ರಾಣ. ಗಂಡನನ್ನಾದರೂ ಬಿಟ್ಟುಕೊಟ್ಟಾರು ಆದರೆ ಒಡವೆಗಳನ್ನು ಬಿಟ್ಟುಕೊಡುವುದಿಲ್ಲ. ಅಂಥಾದ್ದರಲ್ಲಿ ಒಂದಿಷ್ಟೂ ಗೊಣಗಾಟವಿಲ್ಲದೆ ಮುಂದಾಗುತ್ತಿದ್ದಾಳೆ ಎಂದು ಅಚ್ಚರಿಪಟ್ಟುದೇ ಅಲ್ಲದೆ, ಅವಳ ಬಗ್ಗೆ ಹೃದಯ ತುಂಬಿ ಬಂತು. 'ಇದಲ್ಲವೆ ಹಿಂದೂ ಸ್ತ್ರೀಯರ ತ್ಯಾಗ! ಎಂದು ಮನದಲ್ಲಿಯೇ ನಕ್ಕ. ಹೆಂಡತಿಯ ಈ ನಿಲುವಿನಿಂದ ಸ್ವಲ್ಪಮಟ್ಟಿಗೆ ನಿರಾಳನಾದ. ಆದರೆ ಒಡವೆ ಮಾರಬೇಕಾದ ಪ್ರಸಂಗ ಬರಲಿಲ್ಲ. ಕೃಷ್ಣದಾಸ ಹೇಗೋ ಮಾಡಿ ಬೇಕಾದ ಹಣವನ್ನು ಒಗ್ಗೂಡಿಸಿದ್ದ.

ಎಲ್ಲರಿಂದ ಬೀಳ್ಕೊಂಡು ಕಡೆಗೆ ಮೋಹನದಾಸ ವಿದೇಶಕ್ಕೆ ಹೋಗಲು ಹಡಗು ಹತ್ತಿದ. ಆದರೆ ಮೋದ್‌ಬನಿಯಾ ಸಮುದಾಯದ ಪಂಚರು, ಪಂಚಾಯಿತಿ ನಡೆಸಿ, ಸಮುದ್ರ ದಾಟಿ ಹೋಗುವವರಿಗೆ ಜಾತಿ ಬಹಿಷ್ಕಾರ ಹಾಕುತ್ತಿದ್ದಂತೆ ಗಾಂಧಿ ಕುಟುಂಬಕ್ಕೂ ಹಾಕಿದರು. ಮೋಹನದಾಸ ಇಂಥದ್ದನ್ನು ಮೌನವಾಗಿ ಒಪ್ಪಿಕೊಳ್ಳುವ ಸ್ವಭಾವದವನಾಗಿರಲಿಲ್ಲ; ಅವರು

ಬಹಿಷ್ಕಾರ ಹಾಕಲು ಕಾರಣ ಧರ್ಮಪಾಲನೆ, ಮಡಿ, ಮೈಲಿಗೆಗಳನ್ನು ಅಲ್ಲಿ ಆಚರಿಸಲು ಸಾಧ್ಯವಾಗುವುದಿಲ್ಲ ಎಂದು. ಅವರಿಗೆ ತಾನು ವಿದೇಶಕ್ಕೆ ಹೋಗುತ್ತಿರುವುದರ ಕಾರಣವನ್ನ ತಿಳಿಸಿದ. ವಿದ್ಯಾಭ್ಯಾಸಕ್ಕೆ ಹೋಗುತ್ತಿರುವುದರಿಂದ ಅದು ಅಧರ್ಮವಾಗುವುದಿಲ್ಲ. ಅಲ್ಲದೆ ನಿಷ್ಠೆಯಿಂದ ಧರ್ಮಪಾಲನೆ ಮಾಡುತ್ತೇನೆಂದು ತಾಯಿಗೆ ಮಾತು ಕೊಟ್ಟಿರುವುದಾಗಿಯೂ ತಿಳಿಸಿ ಅವರನ್ನು ಒಪ್ಪಿಸಲು ಪ್ರಯತ್ನಿಸಿದನಾದರೂ ಜಪ್ಪಯ್ಯ ಎಂದರೂ ಒಪ್ಪಲಿಲ್ಲ. ಮೋಹನನಿಗೆ, ಮನೆಯವರಿಗೆ ಇದರಿಂದ ತೊಂದರೆಯಾಗಬಹುದೇನೋ ಎಂದು ಹೆದರಿಕೆಯಾದರೂ ಮನೆಯವರು ಮಾತ್ರ ಒಂದಿಷ್ಟೂ ಹಿಂಜರಿಯಲಿಲ್ಲ. ಪರಿಣಾಮವೇನಾದರೂ ತಾವು ನೋಡಿಕೊಳ್ಳುವುದಾಗಿ, ಅವನು ಮಾತ್ರ ತಮ್ಮಗಳ ಯೋಚನೆ ಬಿಟ್ಟು ಧೈರ್ಯವಾಗಿ ಹೋಗಿಬರಲೆಂದು ಹಾರೈಸಿದರು.

ಗಂಡನ ಅಗಲಿಕೆ ನೋವಿನ ಸಂಗತಿಯಾದರೂ, ಅವನ ಭವಿಷ್ಯ ಮುಖ್ಯವೆನಿಸಿ, ಸಹಜವಾಗಿಯೇ ಈ ಪರಿಸ್ಥಿತಿಯನ್ನು ಒಪ್ಪಿಕೊಂಡಳು. ರಾತ್ರಿಗಳಲ್ಲಿನ ಒಂಟಿತನ ಹರಿಲಾಲನ ಲಾಲನೆ, ಪಾಲನೆ, ಆಟ–ಪಾಠಗಳಲ್ಲಿ ಕಳೆದಳು.

ಮೋಹನದಾಸ್ ಇಂಗ್ಲೆಂಡಿಗೆ ಹೋದ ಮೇಲೆ ಮನೆಯವರ ಜೀವನ ಮಾಮೂಲಿನಂತೆ ಸಾಗಿತು. ಪುತಲೀಬಾಯಿ ಗಾಂಧಿ. ವೈಧವ್ಯದ ಬದುಕಿಗೆ ಹೊಂದಿಕೊಂಡಳು. ಅತ್ತೆ ಎನ್ನುವುದನ್ನು ಮರೆತು ಸೊಸೆಯಂದಿರನ್ನು ಪ್ರೀತಿ ವಿಶ್ವಾಸಗಳೊಂದಿಗೆ ಸ್ವಂತ ಮಕ್ಕಳಂತೆ ಕಾಳಜಿಯೊಂದಿಗೆ ನೋಡಿಕೊಳ್ಳುತ್ತಿದ್ದಳು. ಹಾಗೆಯೇ ಸೊಸೆಯಂದಿರು ಅತ್ತೆಯನ್ನು ಗೌರವದಿಂದ ನಡೆಸಿಕೊಳ್ಳುತ್ತಿದ್ದರು. ಆಕೆಯ ಮಾತಿಗೆ ಗೆರೆ ದಾಟುತ್ತಿರಲಿಲ್ಲ. ಮೊದಲಿನಂತೆ ಮನೆಯ ಹಿರಿತನ ಯಜಮಾನ್ಯಗಳು ಹಾಗೆಯೇ ಮುಂದುವರೆದವು. ಕಸ್ತೂರಳಿಗಂತೂ ಅತ್ತೆಯೆಂದರೆ ಎಲ್ಲರಿಗಿಂತಲೂ ಹೆಚ್ಚಿನ ಪ್ರೀತಿ, ಅವರಲ್ಲಿ ಅವಳಿಗೆ ಹೆಚ್ಚಿನ ಸಮಾಧಾನ ಸಿಗುತ್ತಿತ್ತು. ಮಾವನ ಅಗಲಿಕೆಯಿಂದ ಒಂಟಿತನದ ಅನುಭವ ಆಕೆಗಿದ್ದಂತೆ, ಕಸ್ತೂರಳಿಗೂ ಅದೇ ತೆರನ ಅನುಭವವಾಗುತ್ತಿತ್ತು. ಗಂಡನಿದ್ದೂ ಅವಳಿಂದ ದೂರ ಎಲ್ಲೋ ಇರುವುದರಿಂದ ಅವಳಿಗೂ ಅಸಹನೀಯ ಒಂಟಿತನ ಕಾಡುತ್ತಿದ್ದುದರಿಂದ ಅತ್ತೆ ಸೊಸೆಯರಿಬ್ಬರೂ ಸಮಾನ ದುಃಖಿಗಳಾಗಿದ್ದರು. ಮಗನ ಅಗಲಿಕೆ ಅವಳಿಗೂ ನೋವುಂಟು ಮಾಡಿತ್ತಾದರೂ ಹರಿಲಾಲನಲ್ಲಿ ಮೋಹನನನ್ನು ಕಾಣುತ್ತಿದ್ದಳು. ಹರಿಲಾಲನ ತುಂಟಾಟಗಳು, ಕಿಲಕಿಲ ನಗು, ಪದೇ ಪದೇ ಮೋಹನನ ಬಾಲ್ಯವನ್ನು ನೆನಪಿಸುತ್ತಿದ್ದವು. ಕಸ್ತೂರಳಿಗೆ ಅತ್ತೆಯಿಂದ ತಾಯ್ತನದ ಪಾಠಗಳು ಸಿಗುತ್ತಿದ್ದವು. ತವರಿನಲ್ಲಿ ಸಾಕಷ್ಟು ಶ್ರೀಮಂತಿಕೆಯಲ್ಲಿ ಬೆಳೆದವಳು. ಬೇಡಿದ್ದಲ್ಲವೂ ಅವಳಿಗೆ ಸಿಗುತ್ತಿತ್ತು. ಆದರೆ ಇಲ್ಲಿನ ಪರಿಸ್ಥಿತಿಯೇ ಬೇರೆಯಾಗಿತ್ತು. ತಿನ್ನುವ ಬಾಯಿಗಳ ಸಂಖ್ಯೆ ಹೆಚ್ಚುತ್ತಿದ್ದವು. ದುಡಿವ ಕೈಗಳು ಮಾತ್ರ ಕೆಲವೇ. ಅವಳಿಗೆ ಒಮ್ಮೊಮ್ಮೆ ಮನೆಯ ಆರ್ಥಿಕ ಪರಿಸ್ಥಿತಿಯನ್ನು ಕಂಡು ಸಂಕಟವಾಗುತ್ತಿತ್ತು. ತನ್ನ ಗಂಡನೂ ದುಡಿಯುವಂತಾಗಿದ್ದರೆ ಎಷ್ಟು

ಚೆನ್ನಿತ್ತು ಎಂದುಕೊಳ್ಳುತ್ತಿದ್ದಳು. ಭಾವಂದಿರ ಸಂಪಾದನೆ ಸಾಲದಾಗಿತ್ತು, ತಾನು ಬೇರೆ ಹೊರೆ, ಇದೂ ಸಾಲದೆಂಬಂತೆ ಮೋಹನನ ವಿದೇಶದಲ್ಲಿನ ಓದಿನ ಖರ್ಚು ನಿರೀಕ್ಷಿಸಿದ್ದಕ್ಕಿಂತ ಹೆಚ್ಚಾಗುತ್ತಿತ್ತು. ಸಾಲಗಳನ್ನು ಮಾಡಿದರೆ ತೀರಿಸುವ ದಾರಿಯಾದರೂ ಎಲ್ಲಿದೆ?– ಯೋಚಿಸಿದಷ್ಟೂ ಕುಟುಂಬ ನಿರ್ವಹಣೆ ಭಯ ತರಿಸುತ್ತಿತ್ತು. ತನ್ನಲ್ಲಿ ಕೂಡಿಟ್ಟುಕೊಂಡಿದ್ದ ಅಲ್ಪ ಸ್ವಲ್ಪ ಹಣವನ್ನು ತನ್ನ ಮತ್ತು ಮಗುವಿನ ಅಗತ್ಯ ಖರ್ಚುಗಳಿಗೆ ಬಳಸಿಕೊಂಡಳು. ಸ್ವಲ್ಪವಾದರೂ ಉಳಿತಾಯವಾದೀತೆಂದು ತಿನ್ನುವ ಪ್ರಮಾಣವನ್ನು ತೀರಾ ಕಡಿಮೆ ಮಾಡಿದಳು. ಹರಿಲಾಲನಿಗೆ ಹೊಟ್ಟೆ ತುಂಬಿದರೆ ಸಾಕು, ತನ್ನ ಪಾಡು ಹೇಗಾದರಾಗಲಿ ಎಂದುಕೊಂಡಳು. ಹೊಸ ಬಟ್ಟೆ ಕೊಳ್ಳುವುದನ್ನು ಬಿಟ್ಟಳು. ಹಳೆಯದನ್ನೇ ಸರಿಪಡಿಸಿ ಅಚ್ಚುಕಟ್ಟಾಗಿ ಅಣಿಮಾಡಿಕೊಳ್ಳುತ್ತಿದ್ದಳು. ಕೆಲವೊಮ್ಮೆ ಇದ್ದಕ್ಕಿದ್ದಂತೆ ಅತಿಥಿ ಅಭ್ಯಾಗತರು ಅನಿರೀಕ್ಷಿತವಾಗಿ ಬಂದುಬಿಡುತ್ತಿದ್ದರು. ಅಂತಹ ಸಮಯದಲ್ಲಿ ಆಕಾಶ ನೋಡಬೇಕಾಗುತ್ತಿತ್ತು. ಆದರೂ ಬಂದವರಿಗೆ ಸತ್ಕಾರ ಮಾಡದಿದ್ದರೆ ಹೇಗೆ? ತನ್ನ ಪಾಲಿನ ಊಟವನ್ನು ಬಿಟ್ಟು ಏನೋ ಒಂದಿಷ್ಟು ಶಾಸ್ತ್ರಕ್ಕೆಂದು ಉಣ್ಣುತ್ತಿದ್ದಳು. ಪಕ್ವಾನ್ನಗಳು, ರಸಭೋಜನಗಳು ಕನಸಿನ ಮಾತಾದವು. ಆದರೆ ಇಂಥ ದರಿದ್ರ ಸ್ಥಿತಿಯ ನಡುವೆಯೂ ಗಂಡನಿಗೆ ಇಷ್ಟವೆಂದು 'ಗೋಲ್‌ಪಾಪಡಿ' ಎನ್ನುವ ಸಿಹಿ ತಿಂಡಿಯನ್ನು ಮಾಡಿ ಇಂಗ್ಲೆಂಡಿಗೆ ಕಳಿಸಿಕೊಡುತ್ತಿದ್ದಳು.

ಆಗಾಗ್ಗೆ ಪತ್ರಗಳೇನೋ ಬರುತ್ತಿದ್ದವು. ಸಾಮಾನ್ಯವಾಗಿ ಅಣ್ಣ ಲಕ್ಷ್ಮೀದಾಸನ ಹೆಸರಿಗೆ ಬರೆಯುತ್ತಿದ್ದ, ಆತ ಓದಿ ಮುಖ್ಯವಾದ ಒಂದೆರಡು ವಿಚಾರಗಳನ್ನಷ್ಟೇ ತಿಳಿಸುತ್ತಿದ್ದ. ಕಸ್ತೂರಳಿಗೆ ಗಂಡನಿಂದ ಬಂದ ಪತ್ರಗಳಲ್ಲಿನ ಒಂದೊಂದು ಅಕ್ಷರವನ್ನೂ ತಿಳಿಯುವ ಕುತೂಹಲ! ಆದರೆ ದುರದೃಷ್ಟವೆಂದರೆ ಒಂದು ಆ ಕಾಲದಲ್ಲಿ ಗಂಡ ಹೆಂಡಿರ ನಡುವೆ ಪ್ರತ್ಯೇಕವಾಗಿ ಪತ್ರ ವ್ಯವಹಾರ ನಡೆಯುತ್ತಿರಲಿಲ್ಲ. ಎರಡನೆಯದಾಗಿ ಒಂದುವೇಳೆ ಅಣ್ಣನಿಗೆ ಬರೆದ ಪತ್ರದ ಜೊತೆಗೆ ಬರೆದರ ಓದುವುದಕ್ಕೆ ಬರುತ್ತಿರಲಿಲ್ಲ. ಇದು ಕಸ್ತೂರಳಿಗೆ ಅಸಹನೀಯವಾದ ದುಃಖವನ್ನು ಉಂಟು ಮಾಡುತ್ತಿತ್ತು. ತಾನೂ ಇಂಗ್ಲಿಷ್ ಕಲಿತಿದ್ದರೆ, ಇಲ್ಲ ಚೆನ್ನಾಗಿ ಓದು ಬರಹ ಕಲಿತಿದ್ದರೆ? ಎಂದು ತನ್ನಲ್ಲೇ ಯೋಚಿಸುತ್ತಿದ್ದಳು.

ಸದಾ ಅವನ ಯೋಚನೆಯಲ್ಲೇ ಕಳೆಯುತ್ತಿದ್ದಳು. ಹೋಗಿ ಆಗಲೇ ಒಂದು ವರ್ಷವಾಗಿ ಹೋಗಿತ್ತು. ಮೊದಲಿನ ಹಾಗೆಯೇ ಇರುತ್ತಾನೆಯೇ? ಎಲ್ಲಿರುತ್ತಾನೆ? ಏನು ತಿನ್ನುತ್ತಾನೆ? ಯಾರ ಸಹವಾಸ ಮಾಡಿರಬಹುದು? ಕೆಟ್ಟ ಚಾಳಿಗಳಿಗೆ ಬಿದ್ದಿರಲಾರ ತಾನೆ? ಎಂದು ಸ್ವಲ್ಪ ಆತಂಕದಿಂದ ಏನೇನೋ ಊಹಿಸಿಕೊಳ್ಳುತ್ತಿದ್ದಳು. ಜೊತೆಗೆ ಇಂಗ್ಲಿಷ್ ಹುಡುಗನಾಗಿ ಹೇಗೆ ಕಾಣಬಹುದು ಎಂದು ಊಹಿಸಿಕೊಂಡೂ ಮುಸಿ ಮುಸಿ ನಗುತ್ತಿದ್ದಳು. ಕಾಕತಾಳೀಯವೆಂಬಂತೆ ಮೋಹನ್ ಮನೆಯವರಿಗೆ ತನ್ನದೊಂದು ಭಾವ ಚಿತ್ರ ಕಳಿಸಿದ. ಪುತಲಿಬಾಯಿ ಅದನ್ನು ಕಸ್ತೂರಳಿಗೆ ತೋರಿಸಿದಳು. ಅವಳಿಗೆ ಅದನ್ನು ನೋಡುತ್ತಿದ್ದಂತೆ ದಿಗ್ಭ್ರಮೆಯಾಯಿತು. ಅವನು ತನ್ನ ಗಂಡನೇ ಎಂದು ನಂಬಿಕೆ ಬರಲಿಲ್ಲ. ಪೂರ್ತಿಯಾಗಿ ಬದಲಾಗಿದ್ದ. ಮೊದಲಿಗೂ ಈಗಿನದಕ್ಕೂ ಅಜಗಜಾಂತರ. ತಲೆಗೆ ದೊಡ್ಡ ಪೇಟ ಸುತ್ತಿಕೊಂಡು ಹಳ್ಳಿಗನಂತೆ ಕಾಣುತ್ತಿದ್ದವನ ಈಗಿನ ವೇಷಭೂಷಣ ಸಂಪೂರ್ಣವಾಗಿ ಬೇರೆಯೇ ಆಗಿತ್ತು. ತಲೆಮೇಲೆ ಪೇಟ ಇರಲಿಲ್ಲ, ಕಾಲರ್ ಇದ್ದ ಬಿಳಿಯ ಶರ್ಟನ್ನು ಧರಿಸಿದ್ದ, ಕಾಂತಿಯುಕ್ತ ಕಣ್ಣುಗಳು ಆಕರ್ಷಕ ತುಟಿಗಳು, ಮಧ್ಯ ಬೈತಲೆ

ತೆಗೆದು ಬಾಚಿದ ಕೂದಲು. ನವ ನಾಗರಿಕ ಯುವಕನಂತೆ ಕಾಣುತ್ತಿದ್ದ, ಇವನು ನಿಜವಾಗಿ ತನ್ನ ಮೋಹನನೇ? ಹರಿಲಾಲನ ಅಪ್ಪನೇ? ಎಂದು ವಿಸ್ಮಯಗೊಳ್ಳುತ್ತಿದ್ದಳು. ಇಂಥ ಸುಂದರ ಯುವಕ ಹಿಂತಿರುಗಿ ಬಂದಾಗ ತನಗೆ ಥಟ್ಟನೆ ಗುರುತಿಸಲು ಸಾಧ್ಯವಾಗುವುದೇ? ಎಂದೆಲ್ಲ ಯೋಚಿಸುತ್ತಿದ್ದಳು.

ಇಂಗ್ಲೆಂಡಿನಲ್ಲಿದ್ದಾಗ ಮೋಹನದಾಸನಲ್ಲಿ ಸಾಕಷ್ಟು ಪರಿವರ್ತನೆಗಳಾಗಿದ್ದವು. ನಡವಳಿಕೆಯಿಂದ ಹಿಡಿದು ಊಟೋಪಚಾರಗಳವರೆಗೆ ಮತ್ತು ಮಾತಾಡುವ ರೀತಿಯಲ್ಲಿ ಅನೂಹ್ಯ ಬದಲಾವಣೆ ಗಳಾಗಿದ್ದವು. ಮೂರು ವರ್ಷಗಳ ನಂತರ ಕಸ್ತೂರಳಿಗೆ ಗಂಡನನ್ನು ನೋಡುವ ಅವಕಾಶ ಸಿಕ್ಕಿತು. ಇಪ್ಪತ್ತೆರಡು ವಯಸ್ಸಿನ ತರುಣ ಈಗ ಬ್ಯಾರಿಸ್ಟರ್ ಆಗಿದ್ದ. ಸಮಾಜದಲ್ಲಿ ಅವನು ವಿಶಿಷ್ಟ ವ್ಯಕ್ತಿಯಾಗಿ ಗುರುತಿಸಿಕೊಂಡಿದ್ದ. ಬೌದ್ಧಿಕವಾಗಿ ಬಹಳ ಎತ್ತರಕ್ಕೆ ಬೆಳೆದಿದ್ದ. ಅನೇಕ ಭಾಷೆಗಳನ್ನು ಬಲ್ಲವನಾಗಿದ್ದ, ಫ್ರೆಂಚ್, ಲ್ಯಾಟಿನ್, ಇಂಗ್ಲಿಷ್ ಭಾಷೆಗಳನ್ನು ಅನಾಯಾಸವಾಗಿ ಮಾತನಾಡುತ್ತಿದ್ದ. ಅಲ್ಲಿನ ಸಾಮಾಜಿಕ ಬದುಕಿಗೆ ಅನುಗುಣವಾಗಿ ಶಿಷ್ಟ ಸಮಾಜದ ನಿರೀಕ್ಷೆಗಳಿಗೆ ತಕ್ಕಂತೆ ನೃತ್ಯ ಮಾಡುವುದನ್ನು, ವಾಯಲಿನ್ ನುಡಿಸುವುದನ್ನು, ಸಾರ್ವಜನಿಕವಾಗಿ ನಿರರ್ಗಳವಾಗಿ ಭಾಷಣ ಮಾಡುವುದನ್ನು ಕಲಿತಿದ್ದನು. ಅನೇಕ ವಿಷಯಗಳಲ್ಲಿ ವ್ಯಸ್ತಳಾಗಿದ್ದ ತಾಯಿಗೆ ಧರ್ಮ, ಜಾತಿಗಳಿಗೆ ಧಕ್ಕೆ ಬರುವಂತಹ ಯಾವ ಕೆಲಸಗಳನ್ನೂ ಮಾಡುವುದಿಲ್ಲವೆಂದು ಕೊಟ್ಟ ಮಾತು ಅನೇಕ ಸಂದರ್ಭಗಳಲ್ಲಿ ಅವನನ್ನು ಸಂಕಟಕ್ಕೆ ಗುರಿ ಮಾಡಿತ್ತು. ಹೊರ ಬದಲಾವಣೆಯೊಂದೇ ಸಾಲದು, ಒಳಗಿನಿಂದಲೂ ನೈತಿಕ ಬದುಕನ್ನು ರೂಪಿಸಿಕೊಳ್ಳಬೇಕೆಂಬ ಸತ್ಯವನ್ನು ಮರೆತಿರಲಿಲ್ಲ. ಒಂದು ವೇಳೆ ಆಕಸ್ಮಿಕವಾಗಿ ಎಡವಿದರೂ ಕೂಡಲೇ ಚೇತರಿಸಿಕೊಳ್ಳುತ್ತಿದ್ದ. ಅವನೊಳಗೆ ಥಟ್ಟನೆ ಎಚ್ಚರಗೊಳ್ಳುತ್ತಿದ್ದ ಪಾಪಪ್ರಜ್ಞೆ ಅವನನ್ನು ಶುದ್ಧಾತ್ಮನನ್ನಾಗಿರಿಸಿ ರಕ್ಷಿಸಿತ್ತು.

ಮನೆಯ ಆರ್ಥಿಕ ಪರಿಸ್ಥಿತಿ ತುಂಬಾ ದಯನೀಯವಾಗಿತ್ತು. ಜೊತೆಗೆ ಇತ್ತೀಚೆಗೆ ಪುತಲೀಬಾರ ಆರೋಗ್ಯವೂ ಚೆನ್ನಾಗಿರುತ್ತಿರಲಿಲ್ಲ. ಯಾವುದೇ ಔಷಧೋಪಚಾರಗಳು ಆರೋಗ್ಯದಲ್ಲಿ ಸುಧಾರಣೆ ತರಲಿಲ್ಲ. ದಿನೇ ದಿನೇ ಉಲ್ಬಣಿಸುತ್ತ ಹೋಗಿತ್ತು. ಎಲ್ಲರಿಗಿಂತ ಹೆಚ್ಚಾಗಿ ಕಸ್ತೂರಳಿಗೆ ಚಿಂತೆಯಾಯಿತು. ಗಂಡಸೂ ಹತ್ತಿರದಲ್ಲಿ ಇಲ್ಲದಿರುವಾಗ ಅತ್ತೆಯೂ ತಮ್ಮಿಂದ ದೂರಾದರೆ ತನಗೆ ತಾಯಿಯಾಗಿ ಸಾಂತ್ವನ, ಸಮಾಧಾನ ನೀಡಲು ಯಾರಿದ್ದಾರೆ? ತನ್ನ ಬದುಕೇಕೆ ಹೀಗಾಗುತ್ತಿದೆ? ಎಂದು ಒಳಗೊಳಗೇ ದುಃಖಿಸಿದಳು.

ಅವಳು ಹೆದರಿದಂತೆ ಪುತಲಿಬಾ ಇದ್ದಕ್ಕಿದ್ದಂತೆ ಹಾಸಿಗೆ ಹಿಡಿದ ಕೆಲವೇ ದಿನಗಳಲ್ಲಿ ಸಾವನ್ನಪ್ಪಿದಳು. ಇದು ಕುಟುಂಬದವರಿಗೆ ಬಹುದೊಡ್ಡ ಆಘಾತವೆನಿಸಿತು. ಈಗ ಅವರ ಮುಂದೆ ಒಂದು ಪ್ರಶ್ನೆ ಎದ್ದಿತು. ಮೋಹನದಾಸನಿಗೆ ಸಾವಿನ ಸುದ್ದಿಯನ್ನು ತಿಳಿಸುವುದೋ ಬೇಡವೋ ಎಂದು ಎಲ್ಲರೂ ಆಲೋಚಿಸಿದರು. ಅವನು ಆಗ ತಾನೇ ಕಾನೂನು ಪರೀಕ್ಷೆ ಬರೆಯಲು

ತಯಾರಿ ನಡೆಸುತ್ತಿದ್ದ. ಕಷ್ಟಪಟ್ಟು ಅಲ್ಲಿಗೆ ಕಳಿಸಿ, ಓದಿಸಿ ಬ್ಯಾರಿಸ್ಟರಾಗಿ ಅವನನ್ನು ಕಾಣಬೇಕೆಂಬ ಕನಸು ಒಡೆದು ಚೂರಾಗುವುದು ಬೇಡವೆನಿಸಿದ್ದರಿಂದ ಮತ್ತು ಅವನು ಬಂದು ಮಾಡುವುದಾದರೂ ಏನು? ಅಂತಿಮ ಸಂಸ್ಕಾರಗಳನ್ನು ಮಾಡಲು ಹಿರಿಯ ಮಗ ಲಕ್ಷ್ಮಣದಾಸ ಇದ್ದಾನೆ. ಹೀಗಿರುವಾಗ ವಿನಾಕಾರಣ ಅವನ ವಿದ್ಯಾಭ್ಯಾಸಕ್ಕೆ ಅಡ್ಡಿಮಾಡಿ ಅವನಿಗೆ ತೊಂದರೆ ಕೊಡುವುದು ಬೇಡವೆಂದು ತೀರ್ಮಾನಿಸಿದರು. ಅವನು ಬರುವ ತನಕ ಕಾದಿದ್ದು, ಬಂದ ನಂತರ ಈ ದುಃಖಿದ ಸಂಗತಿ ಹೇಳಿದರಾಯಿತು ಎಂದು ಸುಮ್ಮನಾದರು.

ಮನೆಯವರ ನಿರ್ಧಾರವನ್ನು ಒಪ್ಪಿದಳಾದರೂ ಗಂಡನನ್ನು ನೋಡುವ ಆತುರದಲ್ಲಿ ಇದ್ದವಳಿಗೆ ಸ್ವಲ್ಪ ನಿರಾಶೆಯಾಯಿತು. ಜೊತೆಗೆ ಪ್ರತಲೀಬಾ ಇಲ್ಲದೆ ಹೋದದ್ದು ಅವಳ ಬದುಕಿನಲ್ಲಿ ದೊಡ್ಡದೊಂದು ನಿರ್ವಾತ ಸೃಷ್ಟಿಸಿತು. ಅವಳ ಪ್ರೀತಿಯ ನೆರಳಿನಲ್ಲಿ ನೆಮ್ಮದಿ, ಶಾಂತಿ, ಸುರಕ್ಷತೆಯನ್ನು ಅನುಭವಿಸುತ್ತಿದ್ದಳು. ಮನೆಯವರಂತೂ ಮೋಹನನಲ್ಲಿ ತಮ್ಮ ಭವಿಷ್ಯದ ಭರವಸೆಯನ್ನು ಕಂಡಿದ್ದರು. ಅಂಥಾದ್ದರಲ್ಲಿ ಅವನು ಮನೆಗೆ ಬಂದಾಗ ಈ ದುಃಖಿದ ಸುದ್ದಿಯನ್ನು ಕೇಳಿ ಎಂತಹ ಪರಿಣಾಮಕ್ಕೆ ಒಳಗಾದಾನು? ನಿಜವಾಗಿಯೂ ತನ್ನ ಗಂಡ ಅವರ ನಿರೀಕ್ಷೆ ಭರವಸೆಗಳನ್ನು ಈಡೇರಿಸಲು ಸಮರ್ಥನಾದಾನೆಯೇ ಎಂದು ಶಂಕಿಸಿದಳು. ಆದರೂ ಪರಿಸ್ಥಿತಿಗಳು ಬಂದಂತೆ ಎದುರಿಸುವುದಲ್ಲದೆ ಬೇರೆ ದಾರಿ ಇರಲಿಲ್ಲ. ಅವರೆಲ್ಲರಂತೆ ಗಂಡ ಹಿಂತಿರುಗುವ ಕ್ಷಣಗಳಿಗಾಗಿ ಸಹನೆಯಿಂದ ಕಾಯಬೇಕು ಎಂದುಕೊಂಡಳು.

ಮನೆ ಮಂದಿಗೆ ತಮ್ಮ ಸಂಕಷ್ಟಗಳು, ಆರ್ಥಿಕ ಮುಗ್ಗಟ್ಟುಗಳು ಎಷ್ಟೇ ಇದ್ದರೂ ತಮ್ಮ ವಂಶದಲ್ಲಿ ಇಷ್ಟು ದೊಡ್ಡ ಓದನ್ನು ಓದಿ ಬ್ಯಾರಿಸ್ಟರ್ ಆಗಿ ಬರುತ್ತಿರುವ ಮೋಹನನೇ ಮೊದಲಿಗನೆಂಬ ಹೆಮ್ಮೆ, ಜೊತೆಗೆ ಕಿರಿಯ ಸೋದರನ ಮೇಲಿದ್ದ ಅಪಾರ ಪ್ರೀತಿ, ಇಂಗ್ಲೆಂಡಿನಿಂದ ಬರುತ್ತಿರುವ ತಮ್ಮನಿಗೆ ಇಲ್ಲಿಯೂ ಕೂಡಾ ಅದೇ ರೀತಿಯ ಜೀವನ ಶೈಲಿಗೆ ಅಗತ್ಯವಾದ ವಾತಾವರಣ ನಿರ್ಮಾಣ ಮಾಡಬೇಕೆಂದೆನಿಸಿ, ಮನೆಯಲ್ಲಿ ಸಾಕಷ್ಟು ಬದಲಾವಣೆಗಳನ್ನು ಮಾಡಲು ಮುಂದಾದರು. ಲಕ್ಷ್ಮೀದಾಸ ತನ್ನ ಹೆಂಡತಿಗೆ ಪಿಂಗಾಣಿ ಮತ್ತು ಚೈನಾ ಗ್ಲಾಸಿನ ವಸ್ತುಗಳನ್ನು (ತಟ್ಟೆ, ಲೋಟ, ಬಟ್ಟಲು ಇತ್ಯಾದಿ) ಅಣಿ ಮಾಡಲು ಆದೇಶಿಸಿದ. ಊಟದ ಮೇಜಿನ ವ್ಯವಸ್ಥೆ ಮಾಡಿದ.

ತಮ್ಮನನ್ನು ಎದುರುಗೊಳ್ಳಲು ಎಣೆಯಿಲ್ಲದ ಉತ್ಸಾಹದೊಂದಿಗೆ ರಾಜಕೋಟದಿಂದ ಒಬ್ಬನೇ ಪ್ರಯಾಣ ಮಾಡಿದ. ಹಡಗಿನಿಂದ ಇಳಿಯುತ್ತಿದ್ದ ಪ್ರಯಾಣಿಕರ ಗುಂಪಿನಲ್ಲಿ ಮೋಹನದಾಸನನ್ನು ಗುರುತಿಸುವುದೇ ಕಷ್ಟವಾಯಿತು. ಅಂತೂ ಇಂತೂ ಕಡೆಗೆ ಪಶ್ಚಿಮದ ಉಡುಗೆಯಲ್ಲಿ ಇದ್ದ ತಮ್ಮನನ್ನು ನೋಡಿ ಗರ್ವದಿಂದ ಬೀಗುವಂತಾಯಿತು. ಬ್ಯಾರಿಸ್ಟರ್ ಆಗಿ ಬಂದವನ ಸಾಮಾಜಿಕ ಪ್ರತಿಷ್ಠೆ ಎಷ್ಟಿರಬಹುದೆಂದು ಊಹಿಸಿ ಹಿಗ್ಗಿದ. ಆ ಹಿಗ್ಗಿನ ಜೊತೆಗೆ ಒಂದು ಸಂದೇಹವೂ ಕಾಡಿತು. ಇಂಗ್ಲೆಂಡ್ ಬದುಕನ್ನು ರೂಢಿಸಿಕೊಂಡವನು ಇಲ್ಲಿನ ಬದುಕಿಗೆ ಹೊಂದಿಕೊಂಡಾನೆಯೇ ಎಂದು ತನ್ನೊಳಗೇ ಪ್ರಶ್ನಿಸಿಕೊಂಡ.

ಅಣ್ಣ ತಮ್ಮಂದಿರಿಬ್ಬರೂ ನೇರವಾಗಿ ರಾಜಕೋಟ್‌ಗೆ ಬರದೆ ಇಂಗ್ಲೆಂಡಿನಲ್ಲಿದ್ದಾಗ ಪರಿಚಯವಾಗಿದ್ದ ಮೆಹತ್ತಾರವರ ಪ್ರಾರ್ಥನೆ ಮೇರೆಗೆ ಒಂದೆರಡು ದಿನ ಅಲ್ಲಿದ್ದು ರಾಜಕೋಟ್‌ಗೆ ಹಿಂತಿರುಗಿದರು. ಅದಕ್ಕೂ ಮೊದಲೇ ಮೋಹನದಾಸನಿಗೆ ತಾಯಿಯ ಬಗ್ಗೆ ತಿಳಿದುಕೊಳ್ಳುವ

ಆತುರದಿಂದ 'ಅಣ್ಣ, ಅಮ್ಮ ಹೇಗಿದ್ದಾರೆ? ನನ್ನ ಬಗ್ಗೆ ಯೋಚಿಸಿ ಚಿಂತೆ ಮಾಡುತ್ತಿಲ್ಲ ತಾನೇ'– ಎಂದು ಕೇಳಿದ. ಲಕ್ಷ್ಮೀದಾಸನಿಗೆ ಥಟ್ಟನೆ ವಿಷಯ ತಿಳಿಸಲು ಹಿಂಜರಿಕೆಯಾಯಿತು. "ಎಲ್ಲ ಸರಿಯಾಗಿದೆ. ಈಗಲೇ ಏನು ಆತುರ? ಹೋದ ಮೇಲೆ ನೀನೇ ನೋಡುತ್ತೀಯಲ್ಲ" ಎಂದು ಕೇಳಿದ ಪ್ರಶ್ನೆಗೆ ಉತ್ತರವನ್ನು ಮುಂದೂಡಿದ. ಮೋಹನದಾಸನಿಗೆ ಅನುಮಾನ ಬಂತು. ಅಣ್ಣ ತನ್ನಿಂದ ಏನನ್ನೋ ಮರೆಮಾಚುತ್ತಿದ್ದಾನೆ. ಹೇಳುವುದಕ್ಕೆ ಹಿಂದುಮುಂದು ನೋಡುತ್ತಿದ್ದಾನೆ ಎಂದೆನಿಸಿ ಅವನ ಕಳವಳ ಇನ್ನೂ ಹೆಚ್ಚಾಯಿತು. "ಅಮ್ಮ ಹೇಗಿದ್ದಾಳೆ ಎಂದು ಕೇಳಿದರೆ ಯಾಕೆ ಸರಿಯಾಗಿ ಉತ್ತರ ಕೊಡುತ್ತಿಲ್ಲ. ನೀನು ಏನೆಂದು ಹೇಳಲೇಬೇಕು, ಹೇಳದಿದ್ದರೆ ನನಗೆ ಸಮಾಧಾನ ಆಗೋದಿಲ್ಲ" ಎಂದು ಒತ್ತಾಯಪಡಿಸಿದಾಗ, ಲಕ್ಷ್ಮೀದಾಸ, "ಮೋಹನ ನಾನು ಹೇಳುವುದನ್ನು ಕೇಳಿದರೆ ನೀನು ದುಃಖ ಸಹಿಸುವುದಿಲ್ಲ. ತಾಯಿ ನಮ್ಮೆಲ್ಲರನ್ನು ಅನಾಥರನ್ನಾಗಿ ಮಾಡಿ ಕಣ್ಣುಮುಚ್ಚಿದಳು" ಎಂದು ಹೇಳುತ್ತಾ ಮತ್ತೊಮ್ಮೆ ಕಣ್ಣೀರಿಟ್ಟ.

ಅಣ್ಣನ ಮಾತನ್ನು ಕೇಳಿ ಒಮ್ಮೆಲೇ ಸಿಡಿಲೆರಗಿದಂತಾಯಿತು. ಅವನಿಗೆ ಈ ಸಾವಿನ ಸುದ್ದಿಯನ್ನು ಜೀರ್ಣಿಸಿಕೊಳ್ಳಲು ಸಾಧ್ಯವಾಗಲಿಲ್ಲ. ಯಾವ ರೀತಿಯಿಂದಲೂ ಪ್ರತಿಕ್ರಿಯಿಸಲಿಲ್ಲ. ಅವನ ಹೊರಗಿನ ಮೌನ, ಒಳಗಿನ ಮನಸ್ಸನ್ನು ಬಹುಶಃ ಗಟ್ಟಿಗೊಳಿಸಿಕೊಳ್ಳುವುದರಲ್ಲಿ ಇದ್ದಿರಬೇಕು. ತಾಯಿಯ ಅಗಲಿಕೆ ಸಾಮಾನ್ಯವಾದದ್ದಲ್ಲ. ತುಂಬಲಾಗದ ನಷ್ಟ. ಆದರೂ ಆ ದುಃಖವನ್ನು ನುಂಗಿಕೊಂಡು ಬದುಕುವುದು ಅನಿವಾರ್ಯವಾಗಿತ್ತು. ತಂದೆಯ ಸಾವು ಒಂದು ಆಘಾತವಾದರೆ, ತಾಯಿಯ ಸಾವು ಅದಕ್ಕಿಂತಲೂ ಹೆಚ್ಚಿನ ಆಘಾತವನ್ನುಂಟು ಮಾಡಿತ್ತು. ಏನೇನೋ ಕನಸುಗಳನ್ನು ಕಟ್ಟಿಕೊಂಡಿದ್ದ ಮೋಹನದಾಸನಿಗೆ ಅವೆಲ್ಲ ಪುಡಿಪುಡಿಯಾದಂತೆ ಭಾಸವಾಯಿತಾದರೂ ಈಗ ಆತ್ಮಸ್ಥೈರ್ಯವೊಂದೇ ತನ್ನನ್ನು ಸ್ಥಿಮಿತದಲ್ಲಿ ಇರಿಸಬಲ್ಲದೆಂದು ಭಾವಿಸಿ ನೋವಿನ ನಂಜನ್ನು ನುಂಗಿಕೊಂಡು ಮೃತಸ್ನಾನಾದಿಗಳನ್ನು ಮುಗಿಸಿ ತನ್ನ ಮುಂದಿದ್ದ ಕರ್ತವ್ಯಗಳ ಕಡೆ ಗಮನ ಹರಿಸತೊಡಗಿದ. ಬದುಕನ್ನು ಸಹಜವಾಗಿ ಸ್ವೀಕರಿಸಿದ.

ಜಾತಿ ಬಹಿಷ್ಕಾರದ ಸಮಸ್ಯೆ ಅವರ ಮುಂದಿತ್ತು. ಏನಾದರೂ ಮಾಡಿ ಜಾತಿ ಸಮುದಾಯದೊಳಗೆ ಮತ್ತೆ ಸೇರ್ಪಡೆಯಾಗಲೇಬೇಕಿತ್ತು. ಅಲ್ಲದೆ, ತಾಯಿಯ ಕೊನೆಯಾಸೆ ಅದಾಗಿತ್ತು. ಅದಕ್ಕೆಂದೇ ಲಕ್ಷ್ಮೀದಾಸ "ಮೋಹನ ಈಗ ಸದ್ಯಕ್ಕೆ ನಮಗೆ ಮಾಡಬೇಕಾದ ಕೆಲಸಗಳು ಬಹಳಷ್ಟಿವೆ, ಶಾಶ್ವತವಾಗಿ ನಾವು ಜಾತಿ ಬಹಿಷ್ಕೃತರಾಗಿ ಬಾಳಲು ಸಾಧ್ಯವಿಲ್ಲ. ಮೂರು ವರ್ಷದಿಂದ ಅದರ ಸಂಕಟವನ್ನು ಅನುಭವಿಸಿದ್ದೇವೆ. ತಾಯಿಯ ಅಂತ್ಯ ಸಂಸ್ಕಾರಗಳನ್ನು ವಿಧಿವತ್ತಾಗಿ ಮಾಡಲಿಲ್ಲ, ಕೆಲವರಂತೂ ತಾಯಿಯನ್ನು ಎಷ್ಟೇ ಪ್ರೀತಿಸುತ್ತಿದ್ದವರಾಗಿದ್ದರೂ ಜಾತಿ ಬಹಿಷ್ಕಾರದ ಭೀತಿಯಿಂದ ಅವಳ ಶ್ರಾದ್ಧಾದಿಗಳಲ್ಲಿ ಭಾಗವಹಿಸಲಿಲ್ಲ. ಅಂಥಾದ್ದರಲ್ಲಿ ಜಾತಿ ಬಹಿಷ್ಕೃತನಾಗಿ ಹೋಗಿಬಂದ ನಿನಗೆ ಎಷ್ಟೆಲ್ಲ ಅಡಚಣೆಗಳನ್ನು ಉಂಟು ಮಾಡುತ್ತಾರೋ ಏನೋ... ನಿನ್ನ ಭವಿಷ್ಯದ ಬಗ್ಗೆ ನಮಗೆ ಚಿಂತೆಯಾಗಿದೆ. ವಕೀಲಿ ವೃತ್ತಿ ಕೈಗೊಳ್ಳಲು ಬಿಡುತ್ತಾರೋ ಇಲ್ಲವೋ" ಎಂದಾಗ ಮೋಹನದಾಸ ಹೇಳಿದ.

"ಅಣ್ಣ ನೀನು ಅನವಶ್ಯಕವಾಗಿ ಹೆದರುತ್ತೀಯ. ಅವರು ಜಾತಿ ಕಟ್ಟುಕಟ್ಟಳೆಯಂತೆ ನಡೆದುಕೊಂಡರೇ ಹೊರತು ನನಗೆ ಯಾವ ರೀತಿಯ ತೊಂದರೆಯನ್ನೂ ಕೊಡಲಿಲ್ಲ. ಜಾತಿ ಬಹಿಷ್ಕೃತನೆಂದು ತಿಳಿದರೂ ಜಾತಿ ಬಂಧುಗಳು ನನ್ನ ವಿಚಾರದಲ್ಲಿ ತುಂಬಾ ಜಿದಾರ್ಯ,

ಪ್ರೀತಿಗಳನ್ನೇ ತೋರಿದರು. ನನ್ನ ಕಾರ್ಯದಲ್ಲಿ ಸಹಕಾರವನ್ನೂ ನೀಡಿದ್ದಾರೆ. ಅವರಿಗೆ ನನ್ನ ಸ್ವಭಾವ ತಿಳಿದಿದೆ, ನಾನೆಂದೂ ಸೇಡಿನ ಮನುಷ್ಯನಲ್ಲ ಎಂದು ಅರ್ಥಮಾಡಿಕೊಂಡಿದ್ದಾರೆ" ಎಂದು ತಿಳಿಸಿದ.

"ಏನಾದರಾಗಲಿ ವಿಧಿವತ್ತಾಗಿ ಮತ್ತೆ ಜಾತಿಯೊಳಗೆ ನೀನು ಬರಬೇಕೆಂದು ತಾಯಿಯ ಆಕಾಂಕ್ಷೆ ಇದ್ದುದರಿಂದ, ನಾನು ಇಲ್ಲಿನ ಜಾತಿ ಮುಖಂಡರನ್ನು ಸಂಪರ್ಕಿಸಿ ನಿನ್ನನ್ನು ಮತ್ತೆ ಜಾತಿಯೊಳಗೆ ಸೇರಿಸಿಕೊಳ್ಳುವುದು ಹೇಗೆಂದು ಅವರ ಮಾರ್ಗದರ್ಶನಕ್ಕಾಗಿ ಪ್ರಾರ್ಥಿಸುತ್ತೇನೆ" ಎಂದು ತಿಳಿಸಿದ. ಅಣ್ಣನ ಈ ಮಾತಿಗೆ ಮೋಹನ ಏನನ್ನೂ ಹೇಳಲಿಲ್ಲ. ಜಾತಿ, ಮತ, ಧರ್ಮಗಳ ವಿಚಾರದಲ್ಲಿ ತನಗೆ ಯಾವುದೇ ಮಡಿವಂತಿಕೆ ಇಲ್ಲದಿದ್ದರೂ ಕುಟುಂಬದವರ ಸಮಾಧಾನಕ್ಕಾಗಿ ಮತ್ತು ತಾಯಿಯ ಕಡೆಯಾಸೆಯನ್ನು ಗೌರವಿಸುವುದಕ್ಕಾಗಿ ಜಾತಿಯೊಳಗೆ ಬರಲು ಮಾಡಬೇಕಾದ ರೀತಿ–ರಿವಾಜುಗಳಿಗೆ ತಲೆ ಬಾಗಲು ಒಪ್ಪಿದ.

ಪ್ರಾಯಶ್ಚಿತ್ತದ ಭಾಗವಾಗಿ ಬಾಂಬೆಯಿಂದ ರಾಜಕೋಟ್‌ಗೆ ಮರಳುವಾಗ ನಾಸಿಕ್‌ಗೆ ಬಂದರು. ಅಲ್ಲಿ ಆಹ್ವಾನಿತ ಜಾತಿ ಮುಖಂಡರ ಎದುರಿಗೆ ಮೋಹನ್‌ದಾಸ ಗೋದಾವರಿ ನದಿಯಲ್ಲಿ ಭಕ್ತಿ ಶ್ರದ್ಧೆಯಿಂದ ಮುಳುಗಿ ಪವಿತ್ರ ಸ್ನಾನ ಮಾಡಿದ. ಅಲ್ಲಿಂದ ರಾಜಕೋಟ್‌ಗೆ ಬಂದು ತಲುಪಿದ ನಂತರ ಲಕ್ಷ್ಮೀದಾಸ, ಕೃಷ್ಣದಾಸರು ಜಾತಿಯವರನ್ನೆಲ್ಲ ಆಹ್ವಾನಿಸಿ ಸಂತರ್ಪಣೆಯನ್ನು ವಿಧಿವತ್ತಾಗಿ ಏರ್ಪಡಿಸಿದರು. ಜಾತಿಯ ಮಂದಿಯೆಲ್ಲ ಹೆಚ್ಚಿನ ಸಂಖ್ಯೆಯಲ್ಲಿ ಆಗಮಿಸಿದರು. ಅವರೆಲ್ಲರಿಗೂ ಮೋಹನದಾಸನೇ ಊಟವನ್ನು ಬಡಿಸುವಂತೆ ಕೇಳಿಕೊಂಡರು. ಒಳಗೆ ಇಂಥ ಅರ್ಥಹೀನ ಕ್ರಿಯೆಗಳಿಗೆ ಸಿಡಿಮಿಡಿಗೊಳ್ಳುತ್ತಿದ್ದರೂ ಸೌಜನ್ಯಕ್ಕಾಗಿ ಯಾವುದೇ ಉದ್ಧಟ ಭಾವನೆಗಳಿಗೆ ಎಡೆಮಾಡದೆ ಅವರಿಗೆ ಊಟವನ್ನು ಸ್ವತಃ ತನ್ನ ಕೈಯಿಂದಲೇ ಬಡಿಸಿದ. ಅವನು ಬಡಿಸಿದ ಆಹಾರವನ್ನು ಸೇವಿಸುವುದರ ಮೂಲಕ ಜಾತಿಯೊಳಗೆ ಅವನನ್ನು ಒಪ್ಪಿಕೊಂಡಿದ್ದನ್ನು ಸೂಚಿಸಿದರು. ಎಲ್ಲವೂ ಪ್ರಶಾಂತವಾಗಿ ಮುಗಿಯಿತು. ಬಂದವರೆಲ್ಲ ಊಟದ ನಂತರ ಅವರವರ ಮನೆಯತ್ತ ಹೊರಟರು. ಮನೆಯಲ್ಲಿ ಎಲ್ಲರಿಗೂ ನಿರಾಳವೆನಿಸಿತು, ತಲೆಮೇಲಿನ ದೊಡ್ಡ ಹೊರೆ ಸದ್ಯಕ್ಕೆ ಇಳಿದಂತಾಯಿತು.

ಈ ಪ್ರಸಂಗವೆಲ್ಲ ಮುಗಿಯುವವರೆಗೆ ಕಸ್ತೂರಬಾಳಿಗೆ ಕಾಯಬೇಕಾಯಿತು. ಗಂಡನನ್ನು ಎದುರುಗೊಂಡು ಮಾತನಾಡಿಸಲು ತುದಿಗಾಲ ಮೇಲೆ ನಿಂತಿದ್ದಳಾದರೂ ಎಲ್ಲ ಮುಗಿಸಿ ಬರಲು ಸಾಕಷ್ಟು ಸಮಯವಾಯಿತು. ಮೋಹನದಾಸ ಒಳಗೆ ಹೆಜ್ಜೆ ಇಡುತ್ತಿದ್ದಂತೆ ಅವಳತ್ತ ದೃಷ್ಟಿ ಹರಿಸಿದ, ಅವನಿಗಾಗಿ ಕಾಯುತ್ತಿದ್ದಳಾದರೂ ಒಮ್ಮೆಲೇ ಎದುರಾದಾಗ ತೀರಾ ಸಂಕೋಚಕ್ಕೆ ಒಳಗಾದಳು. ಮೊದಲಿನ ಹುಡುಗುತನವಿಲ್ಲ, ಈಗ ಪ್ರಬುದ್ಧಳಾಗಿದ್ದಾಳೆ. ಸಂಕೋಚದ ನಡುವೆಯೇ ಗಂಡನತ್ತ ಕದ್ದು ಕದ್ದು ನೋಡಿದಳು. ವಿಚಿತ್ರವಾಗಿ ಕಾಣಿಸಿದ. ಸೂಟಿನಲ್ಲಿ ಸುಂದರ ಯುವಕನಾಗಿ ಕಾಣಿಸಿದ. ಅವನ ನಡೆ, ನುಡಿ, ಆಡುವ ಭಾಷೆಯಲ್ಲಿ ಭಿನ್ನತೆ ಇತ್ತು. ಮೂರು ವರ್ಷಗಳಲ್ಲಿ ಎಂಥ ಬದಲಾವಣೆ! ಎಂದು ಅಚ್ಚರಿಪಟ್ಟಳು. ಇವಳಿಗೆ ಹೇಗೆ ಅವನನ್ನು ಕಂಡು ಅಚ್ಚರಿ ಎನಿಸಿತೋ ಹಾಗೆಯೇ ಅವನಿಗೂ ಅವಳನ್ನು ನೋಡಿದಾಗ ಅಚ್ಚರಿ, ಹೆಮ್ಮೆ ಅನಿಸಿತು. ನೋಡಲು ಬಹಳ ಚೆಲುವೆಯಾಗಿ ಕಾಣಿಸಿದಳು. ಅವಳ ಆ ಸೌಂದರ್ಯ ಅವನನ್ನು ಪರಿಪೂರ್ಣವಾಗಿ ಆಕರ್ಷಿಸಿತು. ಒಮ್ಮೆಲೇ ಮೂರು ವರ್ಷಗಳಿಂದ ಅವಳ ಸಾಂಗತ್ಯದಿಂದ

ದೂರವಿದ್ದು ಮಾಡಿಕೊಂಡಿದ್ದ ಇಂದ್ರಿಯ ನಿಗ್ರಹ ಒಮ್ಮೆಲೇ ಸಡಿಲಗೊಳ್ಳುತ್ತಿರುವಂತೆ ಭಾಸವಾಯಿತು. ಹಿಂದೆ ಕಾಣುತ್ತಿದ್ದ ಅವಳ ರೂಪ ಮರುಕಳಿಸಿತು. ಆಕರ್ಷಕವಾದ ಮುಖ, ರೇಷಿಮೆ ನುಣುಪಿನ ಚರ್ಮ, ಮೋಹಕ ಕಣ್ಣುಗಳು, ಕಿರಿದಾದ ಸೊಂಟ, ನೀಳವಾದ ಕೂದಲು, ವಯ್ಯಾರದ ನಡೆ, ಹೆಜ್ಜೆ ಇಡುವಾಗ ಕಾಲ್ಗೆಜ್ಜೆಯ ಮೃದು ಮಧುರ ಲಯ! ಅವಳ ಆ ಮೋಹಕ ಸೌಂದರ್ಯ ಯಾರನ್ನಾದರೂ ಮುಗ್ಧವಾಗಿಸುವಷ್ಟು ಪ್ರಭಾವಶಾಲಿಯಾಗಿರುವಾಗ ತಾನು ಅದರಿಂದ ದೂರ ಉಳಿಯುವುದಾದರೂ ಹೇಗೆ ಸಾಧ್ಯ. ಅವಳ ಸಾಮೀಪ್ಯ ಅಪ್ಪುಗೆಯ ಬಿಸುಪ್ಪು, ರತಿಸುಖದ ಕ್ಷಣಗಳಿಗೆ ಹಪಹಪಿಸಿದ ಮೂರು ವರ್ಷಗಳ ವನವಾಸದ ನಂತರ ಲಭ್ಯವಾಗುತ್ತಿರುವ ಸಮಾಗಮವನ್ನು ವಿಳಂಬಿಸುವುದಾದರೂ ಹೇಗೆ ಸಾಧ್ಯ? ಮೋಹನದಾಸ ಸದ್ಯಕ್ಕೆ ಮುಂದಿನ ತನ್ನ ಜವಾಬ್ದಾರಿಗಳ ಬಗ್ಗೆ, ಕುಟುಂಬ ಸಮಸ್ಯೆಗಳ ಬಗ್ಗೆ ಯೋಚಿಸುವುದನ್ನು ಬಿಟ್ಟು ಸಂಪೂರ್ಣವಾಗಿ ಕಸ್ತೂರಳಲ್ಲಿ ಲೀನವಾದ ಪ್ರಪಂಚವೇ ಮರೆತು ಹೋಯಿತು.

ಕಸ್ತೂರಬಾಲು ಅನುಭವಿಸಿದ ಒಂಟಿತನವೂ ಸಾಮಾನ್ಯವಾಗಿರಲಿಲ್ಲ. ಮಧುರ ಮಿಲನದ ಈ ಕ್ಷಣಗಳ ಆನಂದಾನುಭೂತಿಯ ಅನುಭವವಾಗುತ್ತಿದ್ದಂತೆ ಇಲ್ಲಿಯವರೆಗೆ ತಾನು ಕಳೆದುಕೊಂಡ ಕ್ಷಣಗಳು ಎಷ್ಟು ಅಮೂಲ್ಯವಾದದ್ದೆಂಬುದರ ಅರಿವಿನಿಂದ ಒಂದು ಕ್ಷಣ ಕಂಪಿಸಿದಳು. ಈ ಮಿಲನದಲ್ಲಿ ಅವನು ತೋರಿದ ಪ್ರೀತಿ, ನೀಡಿದ ಸುಖ ತನ್ನ ಗಂಡ ತನ್ನಿಂದ ದೂರದ ಇಂಗ್ಲೆಂಡಿನಲ್ಲಿ ಇದ್ದರೂ ಬದಲಾಗಿಲ್ಲವೆಂಬ ಸಮಾಧಾನ ಅವಳಿಗಾಯಿತು. ತನ್ನಲ್ಲಿ ಅವನ ಆಸಕ್ತಿ ಇನ್ನೂ ಅಚ್ಚ ಹಸುರಾಗಿಯೇ ಇತ್ತು.

ಮಕ್ಕಳ ವಿಷಯದಲ್ಲಿಯೂ ಅದೇ ರೀತಿ ಪ್ರೀತಿ ತೋರಿಸಿದ. ತನ್ನ ಮಕ್ಕಳ ಬೆಳವಣಿಗೆಯ ಬಗ್ಗೆ, ಶಿಕ್ಷಣದ ಬಗ್ಗೆ ತುಂಬಾ ಶ್ರದ್ಧೆ ವಹಿಸಿದ. ಮಕ್ಕಳಿಗೂ ಪಾಶ್ಚಾತ್ಯ ಮಾದರಿಯ ಉಡುಗೆ ತೊಡುಗೆಯನ್ನು ನೀಡಿದ. ಹಾಗೆಯೇ ಆಂಗ್ಲ ಮಾಧ್ಯಮದಲ್ಲಿ ಶಿಕ್ಷಣವನ್ನು ಕೊಡಿಸಲು ನಿರ್ಧರಿಸಿದ. ತನ್ನ ಮಕ್ಕಳೆಲ್ಲರೂ ಒಳ್ಳೆಯ ಶಿಕ್ಷಣ ಪಡೆಯಬೇಕೆಂದು ತೀರ್ಮಾನಿಸಿದ, ಮಕ್ಕಳನ್ನು ಬಹಳ ಪ್ರೀತಿಯಿಂದ ನಡೆಸಿಕೊಂಡ. ಅವರೊಂದಿಗೆ ಆಟ, ಪಾಠಗಳಲ್ಲಿ ಭಾಗವಹಿಸುತ್ತಿದ್ದ. ಗಾಳಿ ಸಂಚಾರಕ್ಕೆ ಜೊತೆಗೆ ಕರೆದುಕೊಂಡು ಹೋಗುತ್ತಿದ್ದ. ತನ್ನ ಮಕ್ಕಳ ಜೊತೆಗೆ ಅಣ್ಣನ ಮಕ್ಕಳ ಜೊತೆಗೂ ಶ್ರದ್ಧೆ ವಹಿಸಿದ. ವ್ಯಕ್ತಿತ್ವ ವಿಕಸನ ದೃಢಕಾಯರಾಗಬೇಕೆಂಬ ಉದ್ದೇಶದಿಂದ ಮಕ್ಕಳಿಗೆ ತಿಳಿವಳಿಕೆಯ ಪಾಠವನ್ನು ನೀಡುತ್ತಿದ್ದ. ವ್ಯಾಯಾಮವನ್ನೂ ಮಾಡಿಸುತ್ತಿದ್ದ. ಒಟ್ಟಾರೆಯಾಗಿ ಮಕ್ಕಳು ಪರಿಪೂರ್ಣ ಮನುಷ್ಯರಾಗಿ ಬೆಳೆಯಬೇಕೆಂಬ ಆಸೆಯೊಂದಿಗೆ ಅವರನ್ನು ತೀಡಿ ತಿದ್ದುತ್ತಿದ್ದ. ಶಿಸ್ತಿನ ಪಾಠವನ್ನು ಕಲಿಸುತ್ತಿದ್ದ.

ಬರುವ ಮೊದಲೇ ಅಣ್ಣಂದಿರು ಮನೆಯಲ್ಲಿ ಚೈನೀ ಪಾತ್ರೆಗಳ ವ್ಯವಸ್ಥೆ ಮಾಡಿದ್ದರು. ಅದರ ಜೊತೆಗೆ ಮೋಹನದಾಸ ಸಾಕಷ್ಟು ಬದಲಾವಣೆಗಳನ್ನು ಜಾರಿಗೊಳಿಸಿದ. ಕಾಫಿ, ಟೀಗೆ ಬದಲು ಕೋಕೋ ಬಳಕೆ ಆರಂಭವಾಯಿತು. ಕಾಲಿಗೆ ಮೋಜಾ ಬೂಟುಗಳು ಬಳಕೆಗೆ ಬಂದವು. ಒಟ್ಟಾರೆಯಾಗಿ ಯೂರೋಪ್ ಜೀವನ ಶೈಲಿ ಪಕ್ಕಾ ಹಿಂದೂ ಸಾಂಪ್ರದಾಯಿಕ ವಾತಾವರಣವನ್ನು ಹಿಂದಿಕ್ಕಿ ವಿಜೃಂಭಿಸಿತು.

ಇಷ್ಟೆಲ್ಲ ಆದ ಮೇಲೆ ಹೆಂಡತಿ ಕೇವಲ ವೇಷದಲ್ಲಿ ಬದಲಾದರೆ ಸಾಲದು, ಇಂಗ್ಲಿಷ್ ಕಲಿಯದಿದ್ದರೆ ಹೇಗೆ? ಎಂದು ಭಾವಿಸಿದ್ದೇ ಅವಳಿಗೆ ಇಂಗ್ಲಿಷ್ ಕಲಿಸಬೇಕೆಂಬ ಭೂತ ಅವನ

ತಲೆಹೊಕ್ಕಿತು. ಅವನು ಹೆಂಡತಿಗೆ ತನ್ನ ಆಲೋಚನೆಯನ್ನು ತಿಳಿಸುತ್ತಿದ್ದಂತೆ ಅವಳು ಬೆಚ್ಚಿಬಿದ್ದಳು. ಉಕ್ಕುತ್ತಿದ್ದ ಸಂತೋಷ ಜರ್ರನೆ ಜಾರಿ ಹೋಯಿತು. ಆದರೂ ಗಂಡನನ್ನು ವಿರೋಧಿಸುವ ಹಾಗಿರಲಿಲ್ಲ. ರಾತ್ರಿ ಪಾಠಗಳಿಗೆ ಮೊದಲಾಯಿತು. ಪ್ರತಿದಿನ ರಾತ್ರಿ ಬೆಳಗಿನ ದುಡಿಮೆಯಿಂದ ದಣಿದು ಹೋಗಿರುವ ದೇಹಕ್ಕೆ ಆದಷ್ಟು ಬೇಗ ವಿಶ್ರಾಂತಿ ಸಿಗಲೆಂದು ಹಂಬಲಿಸುವ ಆ ಜೀವಕ್ಕೆ ಪಾಠ ಕಲಿಯುವ ಶಿಕ್ಷೆ ಸಾಕುಬೇಕಾಗಿ ಹೋಗುತ್ತಿತ್ತು. ಆಕಳಿಸುತ್ತ ಮೈಮುರಿಯುತ್ತ ಒಲ್ಲದ ಮನಸ್ಸಿನಿಂದ ಕಲಿಯಲು ಪ್ರಯತ್ನಿಸುತ್ತಿದ್ದಳು. ಆದರೆ ನಿದ್ದೆಯಿಂದ ಕಣ್ಣೆಳೆದು ಹೋಗುತ್ತಿತ್ತು. ಹಾಸಿಗೆ ಮೇಲೆ ದೊಪ್ಪನೆ ಬಿದ್ದು ನಿದ್ದೆಗೆ ಇಳಿದು ಬಿಡುತ್ತಿದ್ದಳು. ತಾನು ಕಲಿಯಲೇ ಬೇಕೆಂಬ ಗಂಡನ ಹಠದ ಹಿಂದಿನ ಉದ್ದೇಶ ಅರ್ಥವಾಗಿರಲಿಲ್ಲ. ಹೆಂಗಸಾದ ತನಗೆ ಕಲಿತು ಮಾಡಬೇಕಾದದ್ದೇನಿದೆ ಎಂದು ಈ ಶಿಕ್ಷೆ? ಆಲೋಚಿಸಿದಷ್ಟೂ ಅರ್ಥ ಹೊಳೆಯುತ್ತಿರಲಿಲ್ಲ. ಕಲಿಯಲು ತೋರುತ್ತಿದ್ದ ನಿರುತ್ಸಾಹಗಳು ಅವನನ್ನು ಎಷ್ಟು ಕಾಡಿತೆಂದರೆ, ಆ ಕ್ಷಣದಲ್ಲಿ ಅವನಿಗೆ ಅವಳನ್ನು ಅಷ್ಟೊಂದು ಪ್ರೀತಿಸಬಾರದಾಗಿತ್ತೇನೋ ಎನಿಸಿತು. ಸಮಾಜದಲ್ಲಿ ತನ್ನ ಪ್ರತಿಷ್ಠೆ ಗೌರವಗಳಿಗೆ ಅವಳೂ ಕಲಿತು ವಿದ್ಯಾವಂತಳಾದಾಗ ಮತ್ತಷ್ಟು ಬೆಲೆ ಬರುತ್ತದೆ ಎನ್ನುವುದು ಅವನ ಆಲೋಚನೆಯಾಗಿತ್ತು. ಆದ್ದರಿಂದಲೇ ಏನಾದರೂ ಮಾಡಿ ಅವಳನ್ನು ಕಲಿಯಲು ಹಚ್ಚಬೇಕು ಎಂದು ದೃಢ ಮಾಡಿದಾಗ, ಸ್ವಲ್ಪ ನಿಷ್ಠುರತೆ ಅನಿವಾರ್ಯವಾಯಿತು. ಪಾಠ ಕಲಿಯುತ್ತಿದ್ದಂತೆ ನಿದ್ದೆಗೆ ಬಿದ್ದ ಕಸ್ತೂರಬಾಳನ್ನು ರಟ್ಟೆ ಹಿಡಿದು ಎಬ್ಬಿಸಿದ. ಸುಮಾರು ಹೊತ್ತು ಅವಳನ್ನು ಅಲುಗಾಡಿಸಿದಾಗಷ್ಟೇ ಮಂಪರು ಕಣ್ಣಿಂದ ಎದ್ದು ಕುಳಿತಾಗ ತನ್ನೆದುರು ದೈತ್ಯನಂತೆ ನಿಂತಿದ್ದ ಗಂಡನನ್ನು ನೋಡಿ ಗಾಬರಿಯಾದಳು. ಜೊತೆಗೆ ಸಿಹಿನಿದ್ದೆಯಲ್ಲಿ ಇದ್ದವಳಿಗೆ ರೋಷ ಉಕ್ಕಿಬಂತು. ಎಲ್ಲಿಂದಲೋ ಧೈರ್ಯ ಬಂತು ಒಮ್ಮೆಲೇ.

"ನಿಮಗೇನಾಗಿದೇಂತ ನನ್ನ ಪ್ರಾಣ ತೆಗೀತೀರಿ? ನಾನು ಓದಬೇಕೆಂದು ನಿಮಗೇಕೆ ಹಠ, ನಾನು ಓದಿ ಕಲಿತು ನೌಕರಿ ಮಾಡಬೇಕೇನು? ಈ ಮನೆಯಲ್ಲಿ ಯಾವ ಹೆಂಗಸರು ತಾನೇ ಓದಿದ್ದಾರೆ? ಬೆಳಗಿನಿಂದ ಗಾಣದೆತ್ತಿನಂತೆ ದುಡಿದು, ರಾತ್ರಿಯಾದರೂ ಒಂದಿಷ್ಟು ನಿದ್ದೆ ಮಾಡಿ ಹಗುರಾಗೋಣವೆಂದರೆ ನಿಮ್ಮದೊಂದು ಕಾಟ. ಇಂಗ್ಲೆಂಡಿಗೆ ಹೋಗಿ ಬಂದು ಹೊರಗಿನಿಂದಷ್ಟೇ ಬದಲಾಗಿದ್ದೀರಿ, ಹೆಂಗಸರನ್ನು ಅದರಲ್ಲಿಯೂ ಹೆಂಡತಿಯರನ್ನು ಗುಲಾಮರಂತೆ ನಡೆಸಿಕೊಂಡು, ನಿಮ್ಮಾಸೆಗಳನ್ನು ಅವರ ಮೇಲೆ ಹೇರಿದರೆ ಹೇಗೆ? ಇಷ್ಟೊಂದು ಒರಟಾಗಿ, ಹಠಮಾರಿಗಳಾಗಿ ಅಸೂಯೆ ಅನುಮಾನಗಳಿಂದ ನಮ್ಮ ಬದುಕುಗಳನ್ನೇಕೆ ಹಾಳು ಮಾಡುತ್ತೀರಿ"– ಒಂದೇ ಸಮನೆ ಒಂದಾದ ಮೇಲೊಂದು ಆರೋಪಗಳನ್ನು ಅವನ ಮೇಲೆ ಎಸೆದಳು. ಗಾಂಧಿ ತಬ್ಬಿಬ್ಬಾಗಿ ಹೋದ. ಇವಳ ಮೈಯೊಳಗೆ ದೆವ್ವ ಹೊಕ್ಕಿರಬೇಕು, ಇಲ್ಲದಿದ್ದರೆ ಈ ಬಗೆಯಲ್ಲಿ ದೂರುವುದು ಸಾಧ್ಯವೇ ಇಲ್ಲ ಎಂದು ಆಲೋಚಿಸುತ್ತಿರುವಾಗಲೇ ಕಸ್ತೂರಬಾಳ ದನಿ ಮೆದುವಾಯಿತು. ಮೃದುವಾಯಿತು. ಸ್ವಲ್ಪ ನೋವಿನಿಂದಲೇ ಹೇಳಿದಳು.

"ನೀವು ವಿದೇಶಕ್ಕೆ ಹೋಗಿ ಬಂದರೂ ನಿಮ್ಮ ಮೊದಲಿನ ಜಾಯಮಾನ ಬದಲಾಗಲಿಲ್ಲವಲ್ಲ ಎಂದು ದುಃಖವಾಗುತ್ತದೆ. ಈ ಮೊದಲು ಹೇಳಿದ್ದೇನೆ, ನನಗೆ ಓದುವುದು ಬೇಕಿಲ್ಲ, ನಿಮಗೆ ತಕ್ಕ ಹೆಂಡತಿಯಾಗಿ, ನಿಮ್ಮೆಲ್ಲ ಕೆಲಸಗಳಲ್ಲಿ ಜೊತೆಗೂಡಿ ನಡೆಯುವಂತಾದರೆ ಸಾಕು ಎಂದಷ್ಟೇ ಬಯಸುತ್ತೇನೆ. ದಯವಿಟ್ಟು ನನ್ನನ್ನು ಕಲಿಯುವ ಶಿಕ್ಷೆಗೆ ಗುರಿಪಡಿಸಬೇಡಿ" ಎಂದು

ಅಂಗಲಾಚಿದಳು. ಆದರೂ ಅವನೊಳಗಿನ ಉಮ್ಮಳ, ಅವಿದ್ಯಾವಂತ ಹೆಂಡತಿಯ ಗಂಡನಾದುದರ ಪಶ್ಚಾತ್ತಾಪ ಅವನನ್ನು ಬಿಡಲಿಲ್ಲ. ಯಾವ ಮಾತಿಗೂ ಕಿವಿಗೊಡದೆ ಪ್ರತಿ ಮಾತಿಲ್ಲದೆ, "ನಿನ್ನ ಹಣೆಬರಹ, ಹೇಗಾದರೂ ಮಾಡಿಕೋ" ಎಂದು ಕೈ ಕೊಡವಿ ಮುಖ ಊದಿಸಿಕೊಂಡು, ಅದೇ ಮಂಚದ ಮೇಲೆ ಬಿದ್ದುಕೊಂಡು ಮುಖದ ಮೇಲೆ ಹೊದಿಕೆ ಎಳೆದುಕೊಂಡು ಗೊರಕೆ ಹಚ್ಚಿದ.

ಕಸ್ತೂರಿಯ ಕಣ್ಣ ಒದ್ದೆಯಾಯಿತು. ತಾನು ಅಷ್ಟೊಂದು ಒರಟಾಗಿ ಮಾತನಾಡಬಾರದಿತ್ತು ಎಂದೆನಿಸಿತಾದರೂ, ಮರುಕ್ಷಣವೇ ಹೋಗಲಿ ಬಿಡು ನನಗೇನಂತೆ, ಬೇಕಾದಾಗ ಬಂದೇ ಬರುತ್ತಾನೆ, ಇಷ್ಟಕ್ಕೂ ನಾನೇನು ತಪ್ಪು ಮಾತನಾಡಲಿಲ್ಲವಲ್ಲ. ಅವನಾದರೂ ಇಷ್ಟೆಲ್ಲ ಕಲಿತು

ಗಾಂಧಿ ಮತ್ತು ಕಸ್ತೂರಬಾ ಗಾಂಧಿ

ಬಂದು ಹೆಂಡತಿಯನ್ನು ಈ ರೀತಿಯಲ್ಲಿ ಹಿಂಸಿಸಬಹುದಾ? ಎಂದು ತನ್ನಲ್ಲೇ ತಾನು ಪ್ರಶ್ನೆಗಳನ್ನು ಹಾಕಿಕೊಳ್ಳುತ್ತಾ ಸಮಾಧಾನಗಳನ್ನೂ ಹುಡುಕುತ್ತಿದ್ದಳು.

ದಿನ ಕಳೆದಂತೆ ಮೋಹನದಾಸ ಬ್ಯಾರಿಸ್ಟರ್ ಕೆಲಸಗಳ ಜೊತೆಗಿದ್ದರೂ ನಡು ನಡುವೆ ಅವಕಾಶಗಳನ್ನು ನೆಪ ಮಾಡಿಕೊಂಡು ಹೆಂಡತಿಯ ಮೇಲೆ ರೇಗಾಡುತ್ತಿದ್ದ. ಅವಳ ಪ್ರತಿಯೊಂದು ಚಟುವಟಿಕೆ ಮೇಲೂ ಪತ್ತೇದಾರಿ ಕಣ್ಣಿಟ್ಟಿದ್ದ. ತಪ್ಪುಗಳನ್ನು ಮಾಡದಿದ್ದರೂ ವಿನಾಕಾರಣ ತಪ್ಪುಗಳನ್ನು ಹೊರಿಸುತ್ತಿದ್ದ. ಪಾಪ ಕಸ್ತೂರಬಾಲು ತಪ್ಪು ಮಾಡುವುದಿರಲಿ ಮಾಡಬೇಕೆಂಬ ಆಲೋಚನೆಯನ್ನೂ ಮಾಡುತ್ತಿರಲಿಲ್ಲ. ಹೀಗಾಗಿ ಈ ಇಬ್ಬರ ನಡುವೆ ಒಂದು ರೀತಿಯ ವಿರಸದ ವಾತಾವರಣ ಸೃಷ್ಟಿಯಾಯಿತು. ಇದು ಇವರ ವೈಯಕ್ತಿಕ ಸಂಬಂಧಗಳ ಪಾಡಾದರೆ, ಮನೆಯ ನಿರ್ವಹಣೆ ಮತ್ತೊಂದು ಭಯಾನಕ ಸಮಸ್ಯೆಯಾಗಿ ಎದುರಿಗೆ ಬಂತು. ಮೋಹನದಾಸನ ಅಣ್ಣಂದಿರ ಪರಿಸ್ಥಿತಿಯೂ ಬಹಳವಾಗಿ ಹದಗೆಟ್ಟಿತ್ತು. ತಮ್ಮ ಮೋಹನದಾಸ ಹೇಗಾದರೂ ಇಂಗ್ಲಿಷ್ ಕಲಿತು ಬಂದಿರುವುದರಿಂದ ಅವನೂ ಯಾವುದಾದರೂ ಉದ್ಯೋಗ ಹಿಡಿದರೆ ಕುಟುಂಬ ಪೋಷಣೆಗೆ ಜೀವನ ನಿರ್ವಹಣೆಗೆ ಸಹಾಯವಾದೀತೆಂದು ಯೋಚಿಸುತ್ತಿದ್ದರು. ಲಕ್ಷ್ಮೀದಾಸನಿಗಿದ್ದ ತುಂಬ ಒಳ್ಳೆಯ ಉದ್ಯೋಗ, ರಾಜ್ಯಬೊಕ್ಕಸದ ಸೆಕ್ರೆಟರಿಯಾಗಿದ್ದದ್ದು, ಕಾರಣಾಂತರದಿಂದ ಅವನ ಮೇಲೆ ಬೊಕ್ಕಸದ ಹಣ ಖಾಸಗಿ ಸಂಪತ್ತಾಗಿಸಲು ಆತನೇ ಕಾರಣವೆಂಬ ಆರೋಪಕ್ಕೆ ಒಳಗಾಗಿ ಕೆಲಸ ಕಳೆದುಕೊಂಡಿದ್ದ. ಮುಂದೆ ಬಡ್ತಿ, ಒಳ್ಳೆಯ ಆದಾಯ ಸಿಗುವುದೆಂಬ ಕನಸು ನುಚ್ಚು ನೂರಾಯಿತು. ಇದರಿಂದಾಗಿ ಜೀವನೋಪಾಯಕ್ಕಿದ್ದ ಸುಭದ್ರ ದಾರಿಯೊಂದು ಕಣ್ಮರೆಯಾಯಿತು. ಕಸ್ತೂರಬಾಲ ಸೂಕ್ಷ್ಮಬುದ್ಧಿಗೆ ಮನೆಯ ತಾಪತ್ರಯಗಳು ಏನೆಂದು ತಿಳಿಯುತ್ತಿದ್ದರೂ ಲಕ್ಷ್ಮೀದಾಸನ ಹೆಂಡತಿಯಿಂದ ಗಂಡ ಕೆಲಸ ಕಳೆದುಕೊಂಡಿದ್ದ ವಿಚಾರ ಮಾತ್ರ ಅವಳಿಂದಲೇ ತಿಳಿದದ್ದು. ಸಾಮಾನ್ಯವಾಗಿ ಯಾವುದೇ ವಿಷಯಗಳು ಹೆಂಗಸರ ಮುಂದೆ ಚರ್ಚೆ ಆಗುತ್ತಿರಲಿಲ್ಲ. ಆದರೆ ಕಸ್ತೂರಬಾಲು ಮನೆಯಲ್ಲಿಯೇ ಇರುತ್ತಿದ್ದುದರಿಂದ ಮನೆಯ ಪರಿಸ್ಥಿತಿ ಅವಳಿಗೆ ಹೇಗೋ ತಿಳಿದು ಬಿಡುತ್ತಿತ್ತು. ಇದರಿಂದ ಮನಸ್ಸಿಗೆ ತುಂಬಾ ನೋವಾಯಿತು. ವಯಸ್ಸಿಗೆ ಬಂದು ಇಂಗ್ಲೆಂಡಿನಲ್ಲಿ ಬ್ಯಾರಿಸ್ಟರ್ ಮಾಡಿ ಬಂದ ಗಂಡ ಮೋಹನದಾಸ ಮಾತ್ರ ಮನೆಯ ಈ ದರಿದ್ರ ಪರಿಸ್ಥಿತಿಯ ಬಗ್ಗೆ ತಿಳಿದವನಾಗಿರಲಿಲ್ಲ. ತಿಳಿಯುವ ಮನಸ್ಸನ್ನೂ ಮಾಡಿರಲಿಲ್ಲ. ಇದ್ಯಾವುದರ ಗೊಡವೆ ಇಲ್ಲದೆ ತನ್ನದೇ ಲೋಕದಲ್ಲಿ ಇರುತ್ತಿದ್ದ. ತಮ್ಮನಿಗೆ ಇದೆಲ್ಲ ತಿಳಿಸಿ ಮನೆಯ ಜವಾಬ್ದಾರಿ ಹಂಚಿಕೊಳ್ಳಬೇಕೆಂದು ಅವನ ಅಣ್ಣಂದಿರು ಅವನಿಗೆ ಎಂದೂ ಹೇಳುವ ಪ್ರಯತ್ನ ಮಾಡಿರಲಿಲ್ಲ. ಇದೆಲ್ಲ ಕಸ್ತೂರಬಾಲನ್ನು ಬಾಧಿಸುತ್ತಿತ್ತು. ತಾವು ತಮ್ಮ ಮಕ್ಕಳು, ತಮ್ಮ ಕಡೆಯಿಂದ ಒಂದಿಷ್ಟು ಆರ್ಥಿಕವಾಗಿ ಸಹಾಯ ಮಾಡದೆ ಅವರಿಗೆ ಹೊರೆಯಾಗಿ ಇರಬೇಕಾಗುತ್ತಿದೆಯಲ್ಲ ಎನ್ನುವುದು ಅವಳ ಅತೀವ ವೇದನೆಗೆ ಕಾರಣವಾಯಿತು.

ಹೋಗಲಿ ತಾನಾದರೂ ನಿರುದ್ಯೋಗಿಯಾಗಿ ಅಲೆದಾಡುವುದು ಸರಿಯಲ್ಲವೆಂದು ಅರ್ಥಮಾಡಿಕೊಂಡು ಯಾವುದಾದರೂ ಕೆಲಸಕ್ಕೆ ಹೋಗಬಹುದಲ್ಲವೇ ಎಂದೂ ಯೋಚಿಸಿದಳು. ಅವನ ಶಿಕ್ಷಣ, ಸಾಮರ್ಥ್ಯಗಳಿಗೆ ಸರಿಹೊಂದುವ ವಕೀಲಿ ವೃತ್ತಿಯನ್ನೇ ಏಕೆ ಹಿಡಿಯಬಾರದು ಎಂದು ಗಂಡನನ್ನು ಕೇಳಬೇಕೆಂದು ಮನಸ್ಸಿನಲ್ಲಿ ಅಂದುಕೊಂಡಳು. ಅವಳ ಗಮನಕ್ಕೆ ಬಂದಂತೆ ಅವನಿಗೆ ತನ್ನ ಹುಚ್ಚು ಹಿಡಿದಿದೆ, ಮೂರು ಹೊತ್ತು ತನ್ನನ್ನು ಭೇಟಿಯಾಗಲು ಏಕಾಂತದಲ್ಲಿ ಇರಲು ಹಿಂದೆಂದೆಯೇ ತಿರುಗುತ್ತಾನೆ. ಅವಕಾಶಕ್ಕಾಗಿ ಹೊಂಚು ಹಾಕುತ್ತಾನೆ, ಕಸ್ತೂರಬಾಳಿಗೆ ಗಂಡನ ಪ್ರೀತಿ ಬೇಕು, ಆದರೆ ಮದುವೆಯಾಗಿ ಹೆಂಡತಿ, ಮಕ್ಕಳು ಇರುವಾಗ ಇಂತಹ ಬೇಜವಾಬ್ದಾರಿತನ ಸಲ್ಲದು. ಈ ಮನೆಯಲ್ಲಿ ಅವನಿಗೆ ಎಷ್ಟು ಹಕ್ಕಿದೆಯೋ ಈ ಮನೆಯ ಕಷ್ಟಗಳಿಗೆ ಹೆಗಲು ಕೊಟ್ಟು ನಿಲ್ಲುವುದೂ ಕೂಡಾ ಅವನ ಆದ್ಯ ಕರ್ತವ್ಯವಾಗಬೇಕು. ಅವನಾಗಿ ಅರ್ಥಮಾಡಿಕೊಳ್ಳದಿದ್ದ ಪಕ್ಷದಲ್ಲಿ ತಾನೇ ಮುಂದಾಗಿ ಮನೆಯ ಪರಿಸ್ಥಿತಿಯ ಬಗ್ಗೆ ವಿವರಿಸಿ ತಿಳಿಸಬೇಕು; ಬುದ್ಧಿ ಹೇಳಬೇಕು, ಸಂಪಾದನೆಯ ಕಡೆಗೆ ಮನಸ್ಸನ್ನು ತಿರುಗಿಸಬೇಕು ಎಂದು ನಿರ್ಧಾರ ಮಾಡಿದಳು.

ರಾತ್ರಿಗೆ ಮಲಗುವ ಕೋಣೆಗೆ ಬಂದಾಗ ಅವಳು ಸಿಡುಕಿನಿಂದಲೇ ಹೇಳಿದಳು. "ನೋಡಿ ದಯವಿಟ್ಟು ಇನ್ನು ಮುಂದೆ ನನ್ನ ತಂಟೆಗೆ ಬರಬೇಡಿ, ನನ್ನೊಂದಿಗೆ ಸರಸ ಮಾಡುವುದರ ಹೊರತು ನಿಮಗೆ ಮತ್ತೇನೂ ಹೊಳೆಯುವುದಿಲ್ಲವೆ? ಮನೆಯಲ್ಲಿ ಊಟಕ್ಕೆ ತತ್ವಾರ ಬಂದಿದೆ. ನಿಮ್ಮ ಅಣ್ಣಂದಿರು ತಲೆ ಮೇಲೆ ಕೈ ಹೊತ್ತು ಕೂತಿದ್ದಾರೆ, ನಿಮ್ಮ ಓಡಿಗೆ ಮಾಡಿದ ಸಾಲದ ಹೊರೆ ಒಂದೆಡೆಯಾದರೆ ನಿಮ್ಮಣ್ಣ ಇದ್ದ ಕೆಲಸವನ್ನೂ ಕಳೆದುಕೊಂಡು ಹತಾಶರಾಗಿ ಕೂತಿದ್ದಾರೆ. ಕೊನೇಪಕ್ಷ ನಿಮ್ಮ ಓದಿನ ಸಾಲವನ್ನು ತೀರಿಸಲಾದರೂ ನೀವು ಸಹಾಯ ಮಾಡಬಾರದೆ? ನಿಮ್ಮ ಪಾಶ್ಚಾತ್ಯ ಜೀವನಶೈಲಿಗಾಗಿಯೇ ಎಷ್ಟೊಂದು ಖರ್ಚು ಮಾಡಿದ್ದಾರೆ. ಇದ್ಯಾವುದೂ ನಿಮ್ಮ ಗಮನಕ್ಕೆ ಬರುವುದಿಲ್ಲವೆಂದರೆ ನೀವು ಎಂಥ ಮನುಷ್ಯರು? ಆದಷ್ಟು ಬೇಗ ಯಾವುದಾದರೂ ಕೆಲಸ ಹಿಡಿಯಿರಿ. ಅಲ್ವಸ್ವಲ್ಪ ಸಂಪಾದನೆಯಾದರೂ ಸರಿಯೆ, ತಣ್ಣೀರಿಗೋ ಬಿಸಿನೀರಿಗೋ ಆದೀತು" ಎಂದಳು.

ಕಸ್ತೂರಬಾಳು ಇಷ್ಟು ಗಂಭೀರವಾಗಿ, ದಿಟ್ಟವಾಗಿ, ಅತ್ಯಂತ ಜವಾಬ್ದಾರಿ ಹೆಣ್ಣಾಗಿ ಮಾತನಾಡಿದ್ದು ಇದೇ ಮೊದಲ ಸಲ. ಅವಳ ಮಾತುಗಳು ಅವನನ್ನು ದೀರ್ಘವಾದ ಆಲೋಚನೆಗೆ ಹಚ್ಚಿದವು. ತನಗೆ ಹೊಳೆಯದಿದ್ದ ವಿಚಾರಗಳು ಸಂಸಾರದ ಬಗೆಗಿನ ಕಾಳಜಿಗಳು ಮೋಹನದಾಸನ ಕಣ್ಣು ತೆರೆಸಿದವು. ಹೆಣ್ಣಾಗಿರುವುದರಿಂದ ಇಂಥ ಹತಾಶಸ್ಥಿತಿ ತಲುಪುವವರೆಗೂ ಸುಮ್ಮನಿದ್ದು ಎಷ್ಟೆಲ್ಲ ನೋವು ಸಂಕಟಗಳ ನಂಜನ್ನು ಸುಂಗಿಕೊಂಡಿದ್ದು, ಈಗ ಬಾಯಿ ಬಿಡುತ್ತಿರುವುದನ್ನು ಕಂಡು ಮೋಹನದಾಸನಿಗೆ ಹೆಂಡತಿಯ ಮೇಲೆ ಕರುಣೆ ಉಕ್ಕಿತು. ಅವಳು ಹೇಳಿದ ಮಾತುಗಳಿಗೆ ಏನು ಉತ್ತರ ಕೊಡಲು ಸಾಧ್ಯ? ಮಾತಿಗೆ ಪ್ರತಿಮಾತು ಬೇಡ, ಮಾಡಿ ತೋರಿಸುವ ಮನಸ್ಸಿನಿಂದಲೋ ಏನೋ, ತುಟಿಪಿಟಕ್ಕೆನ್ನದೆ ಅವಳನ್ನು ಮತ್ತು ಹರಿಲಾಲನನ್ನು ಜೊತೆಗೆ ಒಯ್ದು ಪೋರ್‌ಬಂದರಿನಲ್ಲಿದ್ದ ಕಸ್ತೂರಬಾಳ ತವರು ಮನೆಗೆ ಬಿಟ್ಟು ಬಂದ.

ಮನೆಗೆ ಮರಳಿ ಬಂದ ಕ್ಷಣದಿಂದ ಅವನು ಆತ್ಮಶೋಧಕ್ಕೆ ಇಳಿದ. ತಾನು ಮಾಡಿದ ತಪ್ಪುಗಳನ್ನು ಮೆಲುಕು ಹಾಕತೊಡಗಿದ. ಅದೇ ಸಮಯದಲ್ಲಿ ಕಸ್ತೂರಬಾಳ ಆತ್ಮಸ್ಥೈರ್ಯ,

ವಿವೇಕ, ಸಹನಶೀಲ ಗುಣಗಳು, ಕುಟುಂಬದ ಬಗೆಗಿನ ಕಾಳಜಿಗಳು – ಇವುಗಳ ಮುಂದೆ, ತನಗೆ ತಾನೇ ಸಣ್ಣತನವನ್ನು ಅನುಭವಿಸಿದ. ಅವಳು ಸಿಟ್ಟಾಗುವುದು, ಬುದ್ಧಿ ಹೇಳುವುದು, ಅವಳು ಅನುಭವಿಸುವ ಸಂಕಟಗಳ ಪರಿಣಾಮವೇ ಹೊರತು ಕೆಟ್ಟ ಉದ್ದೇಶದಿಂದಲ್ಲ. ಯಾರನ್ನೂ ನೋಯಿಸಬೇಕೆಂದಲ್ಲ ಎಂದು ಅರ್ಥಮಾಡಿಕೊಂಡ. ಹಾಗೆ ನೋಡಿದರೆ ತಾನೇ ಹೆಚ್ಚು ಸಿಡುಕುತ್ತಿದ್ದುದು; ಹೆಂಡತಿ ಎಂದು ಅಧಿಕಾರ ಚಲಾಯಿಸಲು ಅವಳನ್ನು ನಿರ್ಬಂಧಿಸಲು ಪ್ರಯತ್ನಿಸುತ್ತಿದ್ದುದು ಎಂದು ತನ್ನನ್ನು ತಾನೇ ವಿಶ್ಲೇಷಿಸಿಕೊಂಡ.

ಮೋಹನದಾಸ್ ಹೆಂಡತಿ ಮಗನನ್ನು ತವರಿಗೆ ಕಳಿಸಿದ್ದು, ತನಗೆ ತನ್ನ ಭವಿಷ್ಯದ ಬಗ್ಗೆ ಯೋಚಿಸಲು ಸ್ವಲ್ಪವಾದರೂ ಸಮಯ ಸಿಕ್ಕೀತೆಂಬ ಲೆಕ್ಕಾಚಾರದಿಂದ! ಕಸ್ತೂರಬಾಳು ಇದರಿಂದ ಹೆಚ್ಚು ತಲೆಕೆಡಿಸಿಕೊಳ್ಳಲಿಲ್ಲ. ತಂದೆ–ತಾಯಿಯ ಜೊತೆ ಒಂದಷ್ಟು ದಿನ ಸುಖಿವಾಗಿ ಕಳೆಯಬಹುದೆನಿಸಿತು. ಹಾಗೆಯೇ ಮೊಮ್ಮಗನ ಜೊತೆ ಆಡಲು ಅವರಿಗೂ ಅವಕಾಶ ಸಿಕ್ಕುವುದಲ್ಲ ಎಂದೂ ಸಂತೋಷಪಟ್ಟಳು.

ಕಸ್ತೂರಬಾಳನ್ನು ಕಳಿಸಿಕೊಟ್ಟದ್ದು ನಿಜಕ್ಕೂ ತಾನೇ ಆದರೂ ಅವಳಿಲ್ಲದ್ದು ಒಂದು ಬಗೆಯ ಶೂನ್ಯತೆಯನ್ನು ಸೃಷ್ಟಿಸಿತು. ಅವಳಿಲ್ಲದೆ ತನಗೆ ತನ್ನ ಬಗ್ಗೆ ತನ್ನ ಭವಿಷ್ಯದ ಬಗ್ಗೆ ಯೋಚಿಸುವುದಕ್ಕೂ ಆಗುತ್ತಿರಲಿಲ್ಲ. ಒಂದು ತಿಂಗಳು ಅವನ ಪಾಲಿಗೆ ಒಂದು ಯುಗದಂತಾಗಿತ್ತು. ಅವಳ ಅಗಲಿಕೆ ಅಸಹನೀಯವೆನಿಸಿತ್ತು. ಕೂಡಲೇ ಅವಳನ್ನು ಕರೆತಂದುಬಿಡಬೇಕೆಂದು ಅತ್ತೆಮನೆಯವರಿಗೆ ಕಾಗದ ಬರೆದ. ಕಸ್ತೂರಬಾಳು ಪತ್ರವನ್ನು ನೋಡುತ್ತಿದ್ದಂತೆ ಮುಸಿಮುಸಿ ನಕ್ಕಳು. ಅವಳಿಗೆ ಗಂಡನ ಆತುರ ಅರ್ಥವಾಗಿತ್ತು. ಅವನ ಅಂತರಂಗದಾಳದ ಅರಿವಾಗತೊಡಗಿತ್ತು. ಅವಳು ಬರುವುದನ್ನೇ ಸಾವಿರ ಕಣ್ಣುಗಳಿಂದ ಎದುರು ನೋಡುತ್ತಿದ್ದ, ಬರುತ್ತಿದ್ದಂತೆ ಅವಳಿಗೆ ತನ್ನೆಲ್ಲ ಯೋಚನೆಗಳನ್ನು, ಯೋಜನೆಗಳನ್ನು ಹೇಳಿಕೊಂಡು ಬಿಡಬೇಕೆಂದು ಆತುರಪಡುತ್ತಿದ್ದ, ಕ್ಷಣ ಕ್ಷಣಕ್ಕೂ ಬಾಗಿಲಿನ ಸದ್ದಿಗಾಗಿ ಕಾಯುತ್ತಿದ್ದ.

ಅಂತೂ ಕಸ್ತೂರಬಾಳು ಬರಬೇಕೆಂದು ತಿಳಿಸಿದ್ದ ದಿನವೇ ಹರಿಲಾಲನೊಂದಿಗೆ ಬಂದಿಳಿದಳು. ಮನೆಯವರೆಲ್ಲರೂ ಅವಳು ಬಂದದ್ದಕ್ಕೆ ಸಂತಸಗೊಂಡರು. ನೆಗಣ್ಣೆಯರಿಗಂತೂ ತಮ್ಮ ಸ್ವಂತ ತಂಗಿಯನ್ನು ಬರಮಾಡಿಕೊಂಡಷ್ಟು ಸಂತಸಗೊಂಡರು.

ರಾತ್ರಿ ಬರುವುದನ್ನೇ ಕಾಯುತ್ತಿದ್ದ ಮೋಹನ, ಕಸ್ತೂರಬಾಳನ್ನು ಪ್ರೀತಿಯಿಂದ ಬರಮಾಡಿಕೊಂಡು, ಬೆಚ್ಚನೆಯ ಅಪ್ಪುಗೆಯಲ್ಲಿ ಇಷ್ಟೂ ದಿನಗಳ ವಿರಹಾಗ್ನಿಯನ್ನು ತಣಿಸಿಕೊಳ್ಳುತ್ತಿದ್ದ. ಅವನ ಬಿಗಿ ಹಿಡಿತದಿಂದ ಬಿಡಿಸಿಕೊಳ್ಳಲು ಕಸ್ತೂರಬಾಳು ಹೆಣಗಾಡಿದಳು. ಹುಸಿ ಸಿಟ್ಟಿನಿಂದಲೇ ಹೇಳಿದಳು.

"ಇದೇನಿದು ನೀವು ಮಾಡುತ್ತಿರುವುದು? ಇನ್ನೂ ನಿಮಗೆ ಹುಡುಗಾಟವೇ? ನೀವು ನನಗೆ ಅರ್ಥವಾಗುವುದೇ ಕಷ್ಟವಾಗಿದೆ. ನನ್ನ ಮೇಲೆ ಅಧಿಕಾರ ಚಲಾಯಿಸುತ್ತೀರಿ, ಮಾತು ಮಾತಿಗೆ ಸಿಟ್ಟಾಗುತ್ತೀರಿ, ನೀವು ಹೇಳಿದ್ದೆಲ್ಲ ಕೇಳಬೇಕೆಂದು ಒತ್ತಾಯಿಸುತ್ತೀರಿ. ಇಲ್ಲಸಲ್ಲದ ಆರೋಪಗಳನ್ನು ಹೊರುತ್ತೀರಿ. ಪ್ರತಿಯೊಂದನ್ನೂ ಅನುಮಾನಿಸುತ್ತೀರಿ. ಸಿಟ್ಟಿನಿಂದ ತವರಿಗೆ ಅಟ್ಟಿಬಿಟ್ಟಿರಿ, ಈಗ ನೋಡಿದರೆ ನಿಮ್ಮ ಪ್ರೀತಿಯ ಪರಾಕಾಷ್ಠೆಯಲ್ಲಿ ಪ್ರಾಣ ತೆಗೆಯುತ್ತೀರಿ" ಎಂದು ಒಂದೇ ಸಮನೆ ಅವನ ಬಂಡವಾಳವನ್ನೆಲ್ಲ ಹೊರಚೆಲ್ಲಿ ಬಿಟ್ಟಳು.

ಮೋಹನ್ ಇದರಿಂದ ಸಿಟ್ಟಾಗಲಿಲ್ಲ. ತನ್ನ ಅಪ್ಪುಗೆಯ ಪಟ್ಟಿನಿಂದ ಅವಳನ್ನು ಬಿಡಿಸಿ ಪಕ್ಕದಲ್ಲಿ ಕೂರಿಸಿಕೊಂಡು ತನ್ನ ಯೋಜನೆಗಳ ಬಗ್ಗೆ ಹೇಳತೊಡಗಿದ.

"ಕಸ್ತೂರ್ ನೀನು ಮನೆಯ ವಿಚಾರದಲ್ಲಿ ಎಷ್ಟೆಲ್ಲ ಆಸಕ್ತಿ ವಹಿಸಿ, ಮನೆಯ ಸಮಸ್ಯೆಗಳ ಬಗ್ಗೆ ನನಗೆ ತಿಳಿಸಿ ತುಂಬ ಉಪಕಾರ ಮಾಡಿದೆ. ನಾನು ಬಹಳ ಸ್ವಾರ್ಥಿ, ವಿದೇಶಿ ಶೈಲಿಯ ಬದುಕನ್ನು ಮೋಜು ಮಸ್ತಿಗಳಿಂದ ಕಳೆಯಬೇಕೆಂದು ಆಸೆ ಪಟ್ಟನೇ ಹೊರತು ಅದು ಮನೆಯವರಿಗೆ ಎಷ್ಟು ಹೊರೆಯಾಗಬಹುದುದೆಂದು ಯೋಚಿಸಲೇ ಇಲ್ಲ. ನನಗೆ ನನ್ನ ಮೇಲೆ ಅಸಹ್ಯವೆನಿಸುತ್ತದೆ. ಇನ್ನಾದರೂ ಸಂಪಾದನೆಯ ಮಾರ್ಗವನ್ನು ಹುಡುಕಿಕೊಂಡು ಅಣ್ಣಂದಿರ ಕಷ್ಟಗಳಲ್ಲಿ ನೆರವಾಗಬೇಕು" ಎಂದ.

"ಅಲ್ಲ, ನಿಮಗೆ ಮಾರ್ಗ ಹುಡುಕುವುದು ಅಷ್ಟೇನೂ ಕಷ್ಟದ ವಿಚಾರವಲ್ಲ, ಹೇಗಿದ್ದರೂ ವಕೀಲಿ ಓದಿದ್ದೀರಿ, ಪ್ರಪಂಚದಲ್ಲಿ ತಂಟೆ ತಕರಾರುಗಳಿಗೆ ಕೊರತೆಯಿಲ್ಲವಾಗಿರುವುದರಿಂದ ಸಾಕಷ್ಟು ಮಂದಿ ಕಕ್ಷಿದಾರರು ಸಿಕ್ಕಿಯೇ ಸಿಗುತ್ತಾರೆ" ಎಂದಳು.

"ನೀನು ಹೇಳುವುದೇನೋ ಸರಿಯೆ. ಆದರೆ ರಾಜಕೋಟ್‌ನಲ್ಲಿ ವಕೀಲಿ ವೃತ್ತಿ ಮಾಡುವುದು ಸುಲಭದ ಮಾತಲ್ಲ. ನನಗೆ ವಕೀಲಿ ವೃತ್ತಿಯ ಅನುಭವವಾದರೂ ಎಲ್ಲಿದೆ? ಅಲ್ಲದೆ ಈಗ ವೃತ್ತಿ ನಿರತರಾಗಿರುವ ವಕೀಲರಿಗೆ ಇರುವಷ್ಟು ತಿಳಿವಳಿಕೆಯಾಗಲೀ, ಜ್ಞಾನವಾಗಲೇ ಇಲ್ಲದಿರುವುದರಿಂದ ನಾನೇನಾದರೂ ವೃತ್ತಿ ಆರಂಭಿಸಿದರೆ ನಗೆಪಾಟಲಿಗೆ ಬಲಿಯಾಗಬೇಕಾಗುತ್ತದೆ" ಎಂದು ತನ್ನ ವಕೀಲಿ ವೃತ್ತಿಯ ಸಮಸ್ಯೆಯನ್ನು ಅವಳ ಮುಂದಿಟ್ಟ.

"ಯಾರಿಗೇ ಆದರೂ ದಿಢೀರನೆ ಅನುಭವ ಬರುವುದಿಲ್ಲ. ಕಾಲಾನುಕ್ರಮದಲ್ಲಿ ಅದನ್ನು ಗಳಿಸಿಕೊಳ್ಳಬಹುದು. ನೀವು ಬೇಕಾದರೆ ಹೀಗೂ ಮಾಡಬಹುದು. ಯಾರಾದರೂ ಹಿರಿಯ ಅನುಭವಿ ವಕೀಲರಲ್ಲಿ ಒಂದಷ್ಟು ಕಾಲ ಅವರ ಸಹಾಯಕರಾಗಿದ್ದು ಅವರನ್ನು ನೋಡಿ ವಕೀಲಿ ವೃತ್ತಿಯ ಪಟ್ಟುಗಳನ್ನು ಕಲಿಯಬಹುದಲ್ಲ" ಎಂದಳು.

"ಹೌದು ನೀನು ಹೇಳಿದ ಹಾಗೆಯೇ ನನ್ನ ಕೆಲ ಸ್ನೇಹಿತರೂ ಹೇಳಿದರು. ಇಲ್ಲಿ ರಾಜಕೋಟ್‌ನಲ್ಲಿ ವೃತ್ತಿ ಆರಂಭಿಸುವುದಕ್ಕೆ ಕೆಲವು ಅಡಚಣೆಗಳಿವೆ. ಮೊದಲನೆಯದಾಗಿ ನನ್ನಂಥ ಅನುಭವವಿಲ್ಲದ ವಕೀಲನ ಬಳಿಗೆ ಯಾವೊಬ್ಬ ಕಕ್ಷಿಗಾರನೂ ಬರಲು ಸಾಹಸ ಮಾಡುವುದಿಲ್ಲ. ಒಂದು ವೇಳೆ, ಅಪ್ಪಿತಪ್ಪಿ ಯಾರಾದರೂ ಬಂದರೆ ನನ್ನ ಅಜ್ಞಾನ, ಉದ್ಧಟತನಗಳಿಂದ ಅವರಿಗೆ ಅನ್ಯಾಯ, ಮೋಸ ಆಗುತ್ತದೆಯೇ ಹೊರತಾಗಿ ಅವರಿಗೆ ಯಾವ ಪ್ರಯೋಜನವೂ ಆಗಲಾರದು. ಜೊತೆಗೆ ನಾನು ನನ್ನ ಪಾಪವನ್ನೂ ಹೆಚ್ಚಿಸಿಕೊಳ್ಳ ಬೇಕಾಗುವುದು. ಆದ್ದರಿಂದ ಇಲ್ಲಿದ್ದು ವಕೀಲಿ ವೃತ್ತಿ ಆರಂಭಿಸುವುದಕ್ಕಿಂತ, ನನ್ನ ಸ್ನೇಹಿತರ ಸಲಹೆಯಂತೆ ನಿನ್ನ ಸೂಚನೆಯಂತೆ ನಡೆಯಲು ನಾನು ಮುಂಬಯಿಗೆ ಹೋಗಿ ಹೈಕೋರ್ಟಿನ ಮೊಕದ್ದಮೆಗಳ ಕುರಿತು ಇರುವ ಕಾನೂನುಗಳನ್ನು ಅಧ್ಯಯನ ಮಾಡಿ, ಅನುಭವ ಗಳಿಸಿಕೊಳ್ಳಲು ಪ್ರಯತ್ನಿಸಬೇಕೆಂದಿದ್ದೇನೆ" ಎಂದು ಅವಳಿಗೆ ವಿವರಿಸಿ ಹೇಳಿದ.

ಮೋಹನದಾಸ ಮೂರು ವರ್ಷಗಳು ಇಂಗ್ಲೆಂಡಿನಲ್ಲಿ ಇದ್ದು ಕಾನೂನು ಓದಿದ್ದರೂ ಹಿಂದೂ, ಮುಸ್ಲಿಂ ಕಾನೂನು ಸಂಹಿತೆಗಳ ಬಗ್ಗೆ ಜ್ಞಾನವಿರಲಿಲ್ಲ. ರೋಮನ್ ಲಾ ಕಾಮನ್ ಲಾಗಳ ಬಗ್ಗೆ

ಸಾಕಷ್ಟು ಪಾಂಡಿತ್ಯವನ್ನು ಹೊಂದಿದ್ದ. ಆದರೆ ಸ್ಥಳೀಯ (ಭಾರತೀಯ) ಕಾನೂನುಗಳ ಬಗ್ಗೆ ಅವರ ಅಣ್ಣಂದಿರಿಗೆ ಇರುವಷ್ಟು ಜ್ಞಾನವಾಗಲೀ, ಅನುಭವವಾಗಲಿ ಅವನಿಗೆ ಇರಲಿಲ್ಲ. ಒಂದು ವೇಳೆ ಕಷ್ಟಪಟ್ಟು ಹಿಂದೂ ಲಾ ಬಗ್ಗೆ ಓದಿ ತಿಳಿದುಕೊಂಡು ಮೊಕದ್ದಮೆಗಳನ್ನು ಒಪ್ಪಿಕೊಂಡರೂ ಇಂಗ್ಲಿಷ್ ಓದಿದ ವಕೀಲನಾದ್ದರಿಂದ ಹೆಚ್ಚಿನ ಶುಲ್ಕವನ್ನು ನಿರೀಕ್ಷಿಸುವುದು ಸಹಜವಾಗಿತ್ತು. ಆದರೆ ಆ ನಿರೀಕ್ಷೆಯ ಶುಲ್ಕವನ್ನು ನೀಡುವ ಕಕ್ಷಿಗಾರರು, ಸ್ಥಳೀಯರಲ್ಲಿ ಇರುವುದು ಸಾಧ್ಯವಿರಲಿಲ್ಲ. ಆದ್ದರಿಂದ ಮುಂಬಯಿಗೆ ಹೋಗಿ ಅಲ್ಲಿನ ಪರಿಸ್ಥಿತಿಯನ್ನು ಗಮನಿಸಿ ಎಲ್ಲವೂ ಸಮರ್ಪಕವಾಗಿದೆಯೆಂದೆನಿಸಿದ ಮೇಲೆ ಹೆಂಡತಿ, ಮಕ್ಕಳನ್ನು ಕರೆದೊಯ್ಯ ಬಹುದೆಂದುಕೊಂಡು ಕಸ್ತೂರಬಾಳಿಗೆ ಈ ವಿಷಯವನ್ನು ತಿಳಿಸಿದ. ಕಸ್ತೂರಬಾಳು ಇದಕ್ಕೆ ಯಾವುದೇ ವಿರೋಧ ವ್ಯಕ್ತಪಡಿಸಲಿಲ್ಲ. ಅವಳಿಗೂ ಗೊತ್ತು, ದೂರದೂರಿಗೆ ಹೋಗುತ್ತಿದ್ದಂತೆಯೇ ಸಂಸಾರದ ವ್ಯವಸ್ಥೆ ನಿರ್ವಹಣೆ ಸಾಧ್ಯವಿಲ್ಲ ಎಂಬ ಸತ್ಯ. ಅಂತೂ ಇಂತೂ ಮೋಹನದಾಸ ಮೊದಲಿಗೆ ಹೋಗಿ ತನ್ನ ಕೆಲಸದ ವ್ಯವಸ್ಥೆ ಮಾಡಿಕೊಳ್ಳುವುದು, ನಂತರ ಮನೆಯವರನ್ನು ಕರೆಸಿಕೊಳ್ಳುವುದು ಎನ್ನುವ ತೀರ್ಮಾನಕ್ಕೆ ಬಂದ. ಹೋಗುವ ದಿನವೂ ನಿಶ್ಚಿತವಾಯಿತು. ಕಸ್ತೂರಬಾಳಿಗೇ ಅಲ್ಲದೆ ಮನೆಯವರಿಗೂ ಮತ್ತೆ ಅವನು ದೂರ ಹೋಗುತ್ತಿರುವುದು ಸ್ವಲ್ಪ ಬೇಸರವೆನಿಸಿತು. ಆದರೂ ಹೋಗಲೇಬೇಕು. ಬೇರೆ ಪರ್ಯಾಯವೇ ಇರಲಿಲ್ಲ. ಹೋಗುವುದು ಅನಿವಾರ್ಯವೆಂಬ ಸತ್ಯವನ್ನು ಕಸ್ತೂರಬಾಳು ಅರ್ಥಮಾಡಿಕೊಂಡಿದ್ದಳು. ಆದರೂ ಅಲ್ಲಿ ಹೋದ ಮೇಲೆ ಅವರ ಪರಿಸ್ಥಿತಿ ಹೇಗೋ ಏನೋ ಎಂಬ ಆತಂಕ ಗಂಡನ ವಿಚಾರದಲ್ಲಿ ಇದ್ದೇ ಇತ್ತು.

ಮತ್ತೊಮ್ಮೆ ಅಗಲಿಕೆ ಅವಳ ಪಾಲಿಗೆ ಬಂದಿತ್ತು. ಅಗಲಿಕೆಯ ನೋವಿನ ಸುಳಿವೂ ಕಾಣಿಸಿಕೊಳ್ಳದಂತೆ ನಗುಮೊಗದಿಂದ ಅವನನ್ನು ಬೀಳ್ಕೊಟ್ಟಳು; ಶುಭ ಹಾರೈಸಿದಳು. ಅವನ ಆ ನಿರ್ಧಾರದಿಂದ ಮನೆಯ ಪರಿಸ್ಥಿತಿ ಸುಧಾರಿಸುವುದೇ ಅಲ್ಲದೆ ಅವನೊಬ್ಬ ಹೆಸರಾಂತ ವಕೀಲನಾಗಬೇಕೆಂಬ ಮನೆಯವರ ಕನಸೂ ಪೂರೈಸುವುದೆಂದು ಸಂತಸಪಟ್ಟಳು.

ಅವನು ಮುಂಬಯಿ ತಲುಪಿದ ಕೆಲ ದಿನಗಳ ನಂತರ ಅಲ್ಲಿನ ಪರಿಸ್ಥಿತಿಯನ್ನು ವಿಚಾರಿಸಿ ಪತ್ರ ಬರೆದಲು (ಗುಜರಾತಿ ಬರುತ್ತಿತ್ತಾಗಿ). ಆದರೆ ಅದರ ಜೊತೆಗೆ ಒಂದು ಶುಭ ಸಮಾಚಾರವಿದ್ದರೂ ಅದನ್ನು ಅವಳು ತಿಳಿಸಲಿಲ್ಲ. ತಿಳಿದರೆ ಎಲ್ಲಿ ಗಂಡ ಮತ್ತೆ ಆಲೋಚನೆಗಳ ಗೊಂದಲದಲ್ಲಿ ಬೀಳುತ್ತಾನೋ ಎಂದು ಹೆದರಿದಳು.

ಕಸ್ತೂರಬಾಳಿಗೆ ಇದ್ದುದರಲ್ಲಿ ಈಗ ಸ್ವಲ್ಪ ನೆಮ್ಮದಿ ಎನಿಸಿತು. ಅವಳು ಮತ್ತೊಮ್ಮೆ ತಾಯಿಯಾಗಲಿದ್ದಳು. ಈ ಸಂತಸವನ್ನು ಆದಷ್ಟು ಬೇಗ ಅವನೊಂದಿಗೆ ಹಂಚಿಕೊಳ್ಳಬೇಕೆಂಬ ಆತುರವಿದ್ದರೂ ಅವನು ಅಲ್ಲಿ ಸರಿಯಾಗಿ ಬೇರೂರಿ ಕೆಲಸ ಕಾರ್ಯಗಳಲ್ಲಿ ಮೊದಲು ತೊಡಗಿಸಿಕೊಳ್ಳಲಿ ಎಂದು ಕಾಯುತ್ತಿದ್ದಳು.

ಮೋಹನದಾಸ ಮುಂಬಯಿಗೆ ಬಂದದ್ದೇನೋ ಆಯಿತು. ಆದರೆ, ಅಲ್ಲಿ ಅವನಿಗೆ ಸ್ವಲ್ಪಕಾಲ ತಾನು ಪರಕೀಯ, ಅನಾಥ ಎಂಬ ಭಾವನೆ ಕಾಡುತ್ತಿತ್ತು. ಇಂಥ ಮಾನಸಿಕ ಸ್ಥಿತಿಯ ನಡುವೆಯೂ ತನ್ನ ಪ್ರಯತ್ನಗಳನ್ನು ನಿಲ್ಲಿಸುವುದು ಸಾಧ್ಯವಿರಲಿಲ್ಲ.

ಮನೆಯೊಂದನ್ನು ಬಾಡಿಗೆಗೆ ತೆಗೆದುಕೊಂಡ. ಅಡಿಗೆಯವನೊಬ್ಬನನ್ನು ನೇಮಿಸಿಕೊಂಡ, ಜಾತಿಯಲ್ಲಿ ಬ್ರಾಹ್ಮಣ. ತಾನು ವಕೀಲಿ ವೃತ್ತಿಯಲ್ಲಿ ಹೇಗೆ ಅನಭಿಜ್ಞನೋ ಹಾಗೆಯೇ ಅವನೂ ಅಡಿಗೆಯ ವಿಚಾರದಲ್ಲಿ ಅನಭಿಜ್ಞನಾಗಿದ್ದ. ಆದರೂ ಅನಿವಾರ್ಯತೆಯಿಂದಾಗಿ ಅವನನ್ನು ಇರಿಸಿಕೊಳ್ಳಲೇಬೇಕಾಯಿತು. ಆದರೆ ಅಡಿಗೆಯ ಹೆಚ್ಚು ಭಾಗವನ್ನು ತಾನೇ ವಹಿಸಿಕೊಳ್ಳುತ್ತಿದ್ದ.

ಈಗಲೂ ಮೋಹನದಾಸನ ಹೊರೆ ಅಣ್ಣಂದಿರ ಮೇಲೆ ಇತ್ತು. ಇವನಿಗೊಂದು ದಾರಿ ಆಗುವವರೆಗೂ ಸಾಲದ ಹೊರೆಯನ್ನು ಹೇರಿಕೊಳ್ಳುತ್ತಲೇ ಇಲ್ಲಿನ ಅವನ ಖರ್ಚುಗಳನ್ನು ನೋಡಿಕೊಳ್ಳಬೇಕಿತ್ತು.

ಮೋಹನದಾಸನೂ ಸಾಕಷ್ಟು ಗಂಭೀರನಾಗಿ, ಕಷ್ಟಪಟ್ಟು ಸಿವಿಲ್ ಪ್ರಕ್ರಿಯಾ ಸಂಹಿತೆ (ಸಿವಿಲ್ ಪ್ರೊಸಿಜರ್ ಕೋಡ್) ಮತ್ತು ಸಾಕ್ಷ್ಯ ಅಧಿನಿಯಮಗಳ ಕುರಿತು ಅಧ್ಯಯನಕ್ಕೆ ತೊಡಗಿಸಿಕೊಂಡ. ಅನೇಕ ವೇಳೆ ಕಾಲು ನಡಿಗೆಯಲ್ಲಿ ಹೈಕೋರ್ಟ್‌ಗೆ ಹೋಗಿ ಅಲ್ಲಿ ದೊಡ್ಡ ದೊಡ್ಡ ವಕೀಲರುಗಳು ನಡೆಸುತ್ತಿದ್ದ ಮೊಕದ್ದಮೆಯ ಕಲಾಪಗಳನ್ನು ಪ್ರತ್ಯಕ್ಷವಾಗಿ ಗಮನಿಸುತ್ತಿದ್ದ. ಆದರೆ ಮೋಹನದಾಸನಿಗೆ ಇವುಗಳಿಂದ ಬೇಸರ ಉಂಟಾಗುತ್ತಿತ್ತು. ಅದೇ ಸಮಯಕ್ಕೆ ಅಲ್ಲಿ ಅವನಿಗೊಬ್ಬ ಸ್ನೇಹಿತ ಸಿಕ್ಕ. ಅವನೇ ವೀರಚಂದ್. ಈತ ಅಲ್ಲಿನ ದೊಡ್ಡ ದೊಡ್ಡ ವಕೀಲರ ವಿಷಯ, ಅವರು ಮೊಕದ್ದಮೆಗಳನ್ನು ನಡೆಸುತ್ತಿದ್ದ ರೀತಿ ಎಲ್ಲವುಗಳ ಪರಿಚಯ ಮಾಡಿಕೊಡುತ್ತಿದ್ದ. ಅಣ್ಣಂದಿರೂ ಅವರಿಗೆ ತಿಳಿದ, ಸಣ್ಣಪುಟ್ಟ ಮೊಕದ್ದಮೆಗಳಿಗೆ ಸಂಬಂಧಿಸಿದಂತೆ ಕಕ್ಷಿದಾರರನ್ನು ಇವನೆಡೆಗೆ ಕಳಿಸಿಕೊಡುತ್ತಿದ್ದರು. ಈ ಮಧ್ಯೆ ಅಣ್ಣ ಲಕ್ಷ್ಮೀದಾಸನಿಂದ ತಾನು ಮತ್ತೊಮ್ಮೆ ತಂದೆಯಾಗಲಿರುವ ಸಂಗತಿ ತಿಳಿದು ಬಂತು. ಇದರಿಂದ ಸಂತೋಷವಾದರೂ ತನ್ನ ಅತಂತ್ರ ಸ್ಥಿತಿ, ಸಂಪಾದನೆ ಇಲ್ಲದ ದರಿದ್ರ ಸ್ಥಿತಿ, ಕೆಲಸಕ್ಕಾಗಿ ಪರದಾಟ ಮುಂತಾದವು ಮುಂದುವರಿದಿತ್ತು. ಒಂದು ಮಗುವೆಂದರೆ ಮತ್ತೊಂದು ಸಾಕುವ, ಪೋಷಿಸುವ ಹೊಣೆಗಾರಿಕೆ, ವಕೀಲಿ ವೃತ್ತಿಯಲ್ಲಿ ಇನ್ನೂ ನೆಲೆಗೊಂಡಿಲ್ಲ. ಆದರೂ ಏನಾದರೂ ಕೆಲಸ ಮಾಡಿ ಹಣ ಗಳಿಸಬೇಕು ಎನಿಸಿ ಕೊನೆಗೆ ಸರಿಯಾದ ಕೆಲಸ ಸಿಗುವವರೆಗೆ ಒಂದು ಹುಡುಗರ ಹೈಸ್ಕೂಲಿನಲ್ಲಿ ಇಂಗ್ಲಿಷ್ ಮೇಷ್ಟ್ರಾಗಿ ಅರೆಕಾಲಿಕ ಕೆಲಸವನ್ನು ಹಿಡಿದ. ಎಪ್ಪತ್ತೆರಡು ರೂಪಾಯಿ ಸಂಬಳದ ಮೇಲೆ ಅಧ್ಯಾಪಕನಾಗಿ ಸೇರಿಕೊಂಡ. ಏನೂ ಇಲ್ಲದಿರುವಾಗ ಇಷ್ಟರಿಂದಲೇ ಸಮಾಧಾನ. ಪೂರ್ಣಾವಧಿ ಅಧ್ಯಾಪಕನಾಗಲು ಇಂಗ್ಲೆಂಡಿನಲ್ಲಿನ ಮೆಟ್ರಿಕ್ಯುಲೇಷನ್ ಮಾಡಿರುವುದೇ ಅಡ್ಡಿಯಾಯಿತು. ಶಾಲೆಯವರಿಗೆ ಭಾರತೀಯ ವಿಶ್ವವಿದ್ಯಾಲಯದ ಪದವೀಧರರೇ ಬೇಕಾಗಿತ್ತು. ಹಾಗಾಗಿ ಇವನಿಗೆ ಪಾರ್ಟ್‌ಟೈಂ ಕೆಲಸದಿಂದಲೇ ತೃಪ್ತಿ ಪಡಬೇಕಾಯಿತು.

ಈ ಬಗೆಯಲ್ಲಿ ಜೀವನ ಹೋರಾಟ, ಆರ್ಥಿಕ ಪರದಾಟಗಳ ನಡುವೆ ಇರುವಾಗಲೇ ಅದೃಷ್ಟವೋ ಎಂಬಂತೆ ಒಂದು ಸಣ್ಣ ಮೊಕದ್ದಮೆ ಅವನ ಕೈಗೆ ಬಂತು. ಮೊದಲ ಬಾರಿಗೆ ವಕೀಲನ ವೇಷದಲ್ಲಿ ಸ್ಮಾಲ್ ಕ್ಲಾಸ್ ಕೋರ್ಟ್ ಪ್ರವೇಶಿಸಿದ. ಆದರೆ ವಾದ ಮಾಡುವ ಸಂದರ್ಭ

ಬಂದಾಗ ಅಧೀರನಾದ. ಕೈ ಕಾಲುಗಳಲ್ಲಿ ನಡುಕ ಹುಟ್ಟಿ ಕುಸಿದು ಕುಳಿತುಬಿಟ್ಟ, ತನ್ನಿಂದ ಈ ಕೇಸು ನಡೆಸಲು ಸಾಧ್ಯವಿಲ್ಲವೆಂದು ತೆಗೆದುಕೊಂಡಿದ್ದ ಶುಲ್ಕವನ್ನು ಹಿಂತಿರುಗಿಸಿದ. ಅದೇ ಮೊದಲು, ಅದೇ ಕಡೆ! ಇನ್ನೆಂದೂ ವಕಾಲತ್ತು ನಡೆಸುವುದಿಲ್ಲವೆಂದು ಮನಸ್ಸಿನಲ್ಲಿ ನಿರ್ಧರಿಸಿದ. ಮೊಕದ್ದಮೆ ನಡೆಸುವುದಕ್ಕೆ ಬೇಕಾದ ಆತ್ಮಸ್ಥೈರ್ಯ, ಆತ್ಮವಿಶ್ವಾಸ, ಕಾನೂನಿನ ಎಲ್ಲ ಸೂಕ್ಷ್ಮಗಳನ್ನು ಸರಿಯಾಗಿ ಅರ್ಥಮಾಡಿಕೊಳ್ಳುವವರೆಗೆ ಕೋರ್ಟ್ ಪ್ರವೇಶ ಮಾಡುವುದಿಲ್ಲವೆಂದು ಪ್ರತಿಜ್ಞೆ ಮಾಡಿದ.

ಮೋಹನದಾಸನ ಗತಿ ಹೀಗಾದರೆ, ಅಲ್ಲಿ ಮನೆಯಲ್ಲಿನ ಕಷ್ಟಗಳು ದಿನೇ ದಿನೇ ಹೆಚ್ಚಾಗುತ್ತಿದ್ದವು. ಅಣ್ಣಂದಿರು ತಮ್ಮ ಶಕ್ತಿ ಮೀರಿ ತಮ್ಮನ ಉತ್ತಮ ಭವಿಷ್ಯಕ್ಕಾಗಿ ಸಾಲ ಸೋಲ ಮಾಡಿ ಹಣ ಒದಗಿಸುತ್ತಿದ್ದರು. ಈಗ ಪರಿಸ್ಥಿತಿ ಕೈ ಮೀರಿ ಹೋಗಿತ್ತು. ಏನು ಮಾಡಿದರೂ ಒಂದು ಕಾಸು ಸಾಲ ಹುಟ್ಟುತ್ತಿರಲಿಲ್ಲ. ಜೊತೆಗೆ ಈಗ ಮಾಡಿದ ಸಾಲ ತೀರಿಸಲು ದಾರಿಯೂ ಇರಲಿಲ್ಲ. ಏನೋ ತಮ್ಮ ವಕೀಲನಾಗಿ ದೊಡ್ಡ ವ್ಯಕ್ತಿಯಾಗಿ ಬೆಳೆಯುತ್ತಾನೆ, ಕೈ ತುಂಬ ಸಂಪಾದನೆ ಮಾಡುತ್ತಾನೆ ಎಂದು ಆಶಿಸಿದ್ದ ಅವರಿಗೆ ಅವನ ಹದಗೆಟ್ಟ ಸ್ಥಿತಿ ತಿಳಿದು ಕುಸಿದು ಹೋದರು. ತಮ್ಮ ಅಸಹಾಯಕ ಸ್ಥಿತಿಯಲ್ಲಿ ಅವನು ಹಿಂತಿರುಗಿ ಬರುವುದೇ ಲೇಸೆನಿಸಿತು.

ಕೂಡಲೇ ಮೋಹನದಾಸನಿಗೆ ಪತ್ರ ಬರೆದರು. ರಾಜ್‌ಕೋಟ್‌ಗೆ ಕೂಡಲೇ ಹಿಂತಿರುಗಬೇಕೆಂದೂ, ಇಲ್ಲಿಯೇ ಕೋರ್ಟ್ ಸಂಬಂಧ ಅರ್ಜಿಗಳನ್ನು, ತಾನು ಬರೆಯುತ್ತಿರುವಂತೆ ಅವನೂ ಬರೆಯಲೆಂದೂ, ಸಾಧ್ಯವಿದ್ದಲ್ಲಿ ಸ್ಥಳೀಯ ಮೊಕದ್ದಮೆಗಳನ್ನು ನಡೆಸುತ್ತ ಬೇಕಾದರೆ ಅನುಭವ ಪಡೆಯಬೇಕೆಂದೂ ತಿಳಿಸಿ ಬರೆದಿದ್ದ. ಮೋಹನದಾಸನಿಗೆ ಬೇರೆ ಗತ್ಯಂತರವಿಲ್ಲದೆ ರಾಜ್‌ಕೋಟ್‌ಗೆ ಮರಳಿದ.

ಗಂಡ ಹಿಂತಿರುಗಿ ಬರುತ್ತಿದ್ದುದು ಅವಳಿಗೆ ಸಂತೋಷವಾದರೂ ಜೀವನ ಸಂಘರ್ಷದಲ್ಲಿ ಸೋತು ಹತಾಶನಾದ ಯೋಧನಂತೆ ಮರಳಿದ್ದು ಮಾತ್ರ ಅವಳಿಗೆ ನಾಚಿಕೆಯೆನಿಸಿತು. ಹೇಳಿಕೊಳ್ಳಲಾಗದ ಸಂಕಟವನ್ನು ಅನುಭವಿಸಿದಳು. ಉದ್ಯೋಗವಿಲ್ಲದ ಪುರುಷನ ಪ್ರೀತಿ ಎಷ್ಟಿದ್ದರೇನು? ಬೆಳೆಯುತ್ತಿರುವ ಸಂಸಾರ, ಜೀವನೋಪಾಯಕ್ಕೆ ದಾರಿಯಿಲ್ಲದೆ ದಿನ ಕಳೆಯುವುದಾದರೂ ಹೇಗೆ? ಎಂದೆಲ್ಲ ಚಿಂತಿಸಿದಳು. ಸ್ವಲ್ಪ ಸಿಟ್ಟೂ ಬಂತು. ಆದರೂ ಸಂಭಾಳಿಸಿಕೊಂಡಳು. ತಾನೇ ಅಪರಾಧಭಾವದಿಂದ, ಅಸಹಾಯಕತೆಯಿಂದ ಬಳಲಿ ಬೆಂಡಾಗಿರುವಾಗ ತನ್ನ ಅಸಮಾಧಾನ, ಅವನನ್ನು ಮತ್ತಷ್ಟು ಕುದಿಯುವಂತೆ ಮಾಡುತ್ತದೆ ಎಂದು ಹೆದರಿ ಸುಮ್ಮನಾದಳು. ಬರುವ ಒಳ್ಳೆಯ ದಿನಗಳ ನಿರೀಕ್ಷೆಯಲ್ಲಿ ಮನೆಗೆ ಬಂದ ಹೊಸ ಅತಿಥಿ ತನ್ನೆರಡನೆಯ ಮಗ ಮಣಿಲಾಲನ ಮತ್ತು ಗಂಡನ ಸಾಮೀಪ್ಯದಲ್ಲಿ ಒಂದಷ್ಟು ಸಂತಸದ ದಿನಗಳನ್ನು ಕಳೆದಳು.

ಮಣಿಲಾಲನ ಆಟ–ಪಾಠಗಳು, ಅವನ ತೊದಲು ಮಾತುಗಳು, ತಡವರಿಸುವ ಹೆಜ್ಜೆಗಳು, ಮನೆಯವರೆಲ್ಲರ ಹೃದಯಗಳನ್ನು ಅರಳಿಸಿದವು. ಬಹುಶಃ ಅವನು ಹುಟ್ಟಿದ ಶುಭ ಗಳಿಗೆಗಳಿರಬಹುದು. ಮೋಹನದಾಸ ರಾಜ್‌ಕೋಟ್‌ನಲ್ಲಿ ಸ್ವಂತ ಕಛೇರಿ ತೆರೆದ. ಅಣ್ಣನ ಶಿಫಾರಸಿನಿಂದ ಅವನಿಗೆ ಪರಿಚಯವಿದ್ದವರಿಗಾಗಿ ಸಾಕಷ್ಟು ಸಂಖ್ಯೆಯಲ್ಲಿ ಅರ್ಜಿಗಳನ್ನು, ನಿವೇದನೆಗಳನ್ನು ಬರೆಯುವುದಕ್ಕೆ ಬೇಡಿಕೆ ಇರುತ್ತಿತ್ತು. ಸರಾಸರಿ ತಿಂಗಳಿಗೆ ಮುನ್ನೂರು

ರೂಪಾಯಿ ವರಮಾನ ಬರುತ್ತಿತ್ತು. ಆದರೆ ಒಂದು ವಿಷಯ ಅವನ ಗಮನಕ್ಕೆ ಬಂತು. ಬಿಡಿ ಕಕ್ಷಿದಾರರು ಮಾತ್ರವೇ ತನ್ನಲ್ಲಿಗೆ ಬರುತ್ತಿದ್ದು, ದೊಡ್ಡ ದೊಡ್ಡವರು ಬೇರೆ ಕಡೆಗೆ ಅನುಭವಿ ವಕೀಲರ ಕಡೆಯಿಂದ ಅರ್ಜಿಗಳನ್ನು ಬರೆಸುತ್ತಿದ್ದರು. ಇದರ ಅರ್ಥ ತನ್ನ ಶಕ್ತಿ ಸಾಮರ್ಥ್ಯಗಳಲ್ಲಿ ಜನರಿಗೆ ಇನ್ನೂ ನಂಬಿಕೆ ಬಂದಿಲ್ಲವೆಂದಾಯಿತು. ಅದರ ಜೊತೆಗೆ ತಾನು ಗಳಿಸಿದ ಹಣದಲ್ಲಿ ಅಣ್ಣನ ಪಾಲುದಾರ ವಕೀಲನಿಗೆ, ದಲ್ಲಾಳಿ ರೂಪದಲ್ಲಿ ಸ್ವಲ್ಪ ಹಣವನ್ನು ಕೊಡುವ ವಿಚಾರದಲ್ಲಿ ಅವನಿಗೂ ಅಣ್ಣನಿಗೂ ನಡುವೆ ಸ್ವಲ್ಪ ವಾಗ್ವಾದ ನಡೆಯಿತು. ಕೊನೆಗೆ ವಿಯಿಲ್ಲದೆ ತನ್ನ ತತ್ವಕ್ಕೆ ವಿರುದ್ಧವಾಗಿ ದಲ್ಲಾಳಿ ಹಣವನ್ನು (ಒಂದು ಪಾಲು ಅಣ್ಣನಿಗೂ ಬರುವುದೆಂಬ ಕಾರಣಕ್ಕೆ) ಕೊಡಲು ಒಪ್ಪಿಕೊಂಡು ತನಗೆ ತಾನೇ ಸಮಾಧಾನ ತಂದುಕೊಂಡ.

ಲಕ್ಷ್ಮೀದಾಸ ಪೋರ್‌ಬಂದರಿನ ರಾಣಾ ಸಾಹೇಬನಿಗೆ ತಪ್ಪು ಸಲಹೆ ಕೊಟ್ಟನೆಂಬ ಆರೋಪದ ಮೇರೆಗೆ ಕೆಲಸ ಕಳೆದುಕೊಂಡಿದ್ದ. ಆ ಕಾಲದಲ್ಲಿ ಪೊಲಿಟಿಕಲ್ ಏಜೆಂಟ್ ಆಗಿದ್ದ ಬ್ರಿಟಿಷ್ ಅಧಿಕಾರಿ, ಮೋಹನದಾಸನಿಗೆ ಇಂಗ್ಲೆಂಡಿನಲ್ಲಿ ಪರಿಚಯವಾಗಿದ್ದ ಕಾರಣ, ಅವನಲ್ಲಿ ತನ್ನ ಪರವಾಗಿ ಶಿಫಾರಸು ಮಾಡಿ, ತನ್ನ ಬಗ್ಗೆ ಇದ್ದ ತಪ್ಪು ಅಭಿಪ್ರಾಯವನ್ನು ಹೋಗಲಾಡಿಸಲು ಬೇಡಿಕೊಂಡ. ಶಿಫಾರಸು ಮಾಡುವುದು ತನಗೆ ಇಷ್ಟವಿಲ್ಲದಿದ್ದರೂ ಅಣ್ಣ ತನಗೆ ಮಾಡಿದ ತ್ಯಾಗವನ್ನು, ಸಹಾಯವನ್ನು ನೆನೆಸಿಕೊಂಡು ಆ ಅಧಿಕಾರಿಯನ್ನು ಭೇಟಿ ಮಾಡಲು ಹೋದಾಗ, ಆತ ಮೋಹನದಾಸನ ಸ್ನೇಹವನ್ನು, ಪರಿಚಯವನ್ನು ಒಪ್ಪಿಕೊಂಡರೂ ಶಿಫಾರಸನ್ನು ನಿರಾಕರಿಸಿ ಸರಿಯಾದ ಮಾರ್ಗದಲ್ಲಿ ಪ್ರಯತ್ನಿಸುವಂತೆ ತಿಳಿಸಲು ಹೇಳಿದ. ಕೂಡಲೇ ಅವನಿಗೆ ವಸಾಹತುಶಾಹಿ ಧೋರಣೆಯ ಕಟು ಅನುಭವವಾಯಿತು. ಅಲ್ಲದೆ ನಿಮ್ಮಣ್ಣ ಪಿತೂರಿಗಾರ, ಇನ್ನೇನನ್ನೂ ನೀನು ನನಗೆ ಹೇಳುವುದು ಬೇಡ, ನನಗೆ ಸಮಯವಿಲ್ಲವೆಂದು ಎಂದು ಹೇಳಿ ಎದ್ದು ಹೋದದ್ದು ಮುಖದ ಮೇಲೆ ಅಪ್ಪಳಿಸಿದಂತಾಯಿತು. ಎಲ್ಲೂ ಇಲ್ಲದ ಧೈರ್ಯ ಅವನಲ್ಲಿ ತುಂಬಿ ಅವಮಾನದಿಂದ ದುಃಖ ಮತ್ತು ಕೋಪದಿಂದ ಪರಿಣಾಮಗಳ ಬಗ್ಗೆ ಯೋಚಿಸದೆ, ತನ್ನಲ್ಲಿ ತನಗೆ ಮಾಡಿದ ಅವಮಾನಕ್ಕಾಗಿ ಕ್ಷಮೆ ಕೋರುವಂತೆ, ಇಲ್ಲದಿದ್ದಲ್ಲಿ ಅವನ ಮೇಲೆ ಮಾನನಷ್ಟ ಮೊಕದ್ದಮೆ ಹಾಕುವುದಾಗಿ ಬೆದರಿಕೆ ಪತ್ರವನ್ನು ಕಳಿಸಿಕೊಟ್ಟ. ಆದರೆ ಆ ಅಧಿಕಾರಿ ಇವನ ಬೆದರಿಕೆಗೆ ಮಣಿಯಲಿಲ್ಲ. ಇಷ್ಟ ಬಂದಂತೆ ಮಾಡಿಕೊಳ್ಳಲು ಸೂಚಿಸಿದ.

ಮನೆಗೆ ಬಂದು ನಡೆದುದೆಲ್ಲವನ್ನೂ ವಿವರಿಸಿದ. ಲಕ್ಷ್ಮೀದಾಸನಿಗೆ ದುಃಖವಾಯಿತು, ಅವನಿಗೂ ಅವಮಾನವಾದಂತೆನಿಸಿತು. ಆ ಅಧಿಕಾರಿಗೆ ಬುದ್ಧಿ ಕಲಿಸದ ಹೊರತು ತನಗಾಗಲೀ, ತನ್ನ ತಮ್ಮನಿಗಾಗಲೀ ನೆಮ್ಮದಿ ಸಾಧ್ಯವಾಗುವುದಿಲ್ಲ. ಬ್ರಿಟಿಷ್ ಅಧಿಕಾರವೆಂದ ಮಾತ್ರಕ್ಕೆ, ಯಾರ ಮೇಲಾದರೂ ಕೈ ಮಾಡುವುದನ್ನು ಕಾನೂನು ಒಪ್ಪಿಕೊಳ್ಳುತ್ತದೆಯೇ? ಎಂದು ಯೋಚಿಸಿದ. ಲಕ್ಷ್ಮೀದಾಸ ತನ್ನ ವಕೀಲರೊಂದಿಗೆ ಈ ವಿಷಯವಾಗಿ ಚರ್ಚಿಸಿದ. ಆದರೆ ಯಾರೂ ಸರಿಯಾಗಿ ದಾರಿ ತೋರಲಿಲ್ಲ. ಬದಲಾಗಿ ಬ್ರಿಟಿಷ್ ಅಧಿಕಾರಿಗಳ ವಿಚಾರವೇನೂ ಗೊತ್ತಿಲ್ಲ, ವಿನಾಕಾರಣ ಅವರನ್ನೇಕೆ ಕೆಣಕಿ ಅಪಾಯವನ್ನು ತಂದುಕೊಳ್ಳುತ್ತೀರಿ ಎಂದು ಬುದ್ಧಿವಾದ ಹೇಳಿದರು. ಮೋಹನದಾಸನಿಗೆ ಇದು ಬ್ರಿಟಿಷರ ವಿಚಾರದಲ್ಲಿ ಮೊದಲ ಪಾಠವಾಯಿತು. ಅವರ ದೌರ್ಜನ್ಯ ದಬ್ಬಾಳಿಕೆಗಳ ಸ್ವರೂಪದ ಸೂಕ್ಷ್ಮ ಅರಿವುಂಟಾಯಿತು. ನನ್ನ ದೇಶದಲ್ಲಿಯೇ ನಾನು ಅವರಿಗೆ ಹೆದರಿ ನಡೆಯಬೇಕೆ? ಎನ್ನುವ ಪ್ರಶ್ನೆ ಅವನನ್ನು ನಿರಂತರ ಕಾಡತೊಡಗಿತು.

ಕಸ್ತೂರಬಾಳಿಗೆ ಇವೆಲ್ಲ ಅರ್ಥವಾಗುತ್ತಿರಲಿಲ್ಲವಾದರೂ ಗಂಡನನ್ನು ಏನೋ ಸಮಸ್ಯೆಗಳು ಕಾಡುತ್ತಿವೆ ಎಂಬುದನ್ನಂತೂ ಊಹಿಸಿದಳು. ಈ ತಂಟೆ ತಾಪತ್ರಯಗಳು, ರಾಜಕೀಯ ಇವೆಲ್ಲ ಅವನಿಗೆ ಯಾಕೆ ಬೇಕು? ದಿವಾನಗಿರಿಯಲ್ಲಿ ಗಂಡನಿಗೆ ಎಂದೂ ಆಸಕ್ತಿಯಿಲ್ಲವೆಂದ ಮೇಲೆ ಕಾಥೇವಾಡದ ರಾಜಕೀಯದಲ್ಲಿ ಮೂಗು ತೂರಿಸುವ ಅಗತ್ಯ ಏನಿತ್ತು, (ಈ ವಿಷಯ ತಿಳಿದದ್ದೂ ಕೂಡ ಲಕ್ಷ್ಮೀದಾಸನ ಹೆಂಡತಿಯೆಂದು) ಎನ್ನುವುದು ಅವಳ ವಾದ. ಈ ಎಲ್ಲ ಬೆಳವಣಿಗೆಯಿಂದ ಅವಳಿಗೆ ಮತ್ತು ಮನೆಯವರಿಗೆ, ಮೋಹನದಾಸನ ವಕೀಲಿ ಬದುಕು ಆರಂಭವಾಗುವ ಮೊದಲೇ ಸಾಯಹೊರಟಿದೆ ಎನಿಸಿತು. ವಕೀಲಿ ವೃತ್ತಿಯ ಬಗ್ಗೆ ಕಟ್ಟಿಕೊಂಡಿದ್ದ ಕನಸುಗಳೆಲ್ಲ ಕರಗಿಹೋದವು. ಮುಂದೇನು? ಎಂಬುದು ಎಲ್ಲರ ಮನದಾಳದ ಪ್ರಶ್ನೆಗಳಾಗಿದ್ದವು. ಮೋಹನದಾಸನ ಆಘಾತಗೊಂಡ ಮನಸ್ಸು ಚೇತರಿಸುವುದಾದರೂ ಹೇಗೆ? ಅವನ ಈ ಅಸಹಾಯಕ ಸ್ಥಿತಿಯಲ್ಲಿ ತಾನು ಏನು ಮಾಡಲು ಸಾಧ್ಯ? ಯಾವ ಮಾತುಗಳಿಂದ ಸಾಂತ್ವನ ಹೇಳಲಿ? ಎಂದು ಚಡಪಡಿಸಿದಳು.

ಬ್ರಿಟಿಷ್ ಅಧಿಕಾರಿಯ ಧೋರಣೆಯಿಂದ ಕಂಗೆಟ್ಟಿದ್ದ ಮೋಹನದಾಸ ಅವನ ಸ್ವಭಾವವೇ ಹಾಗೆಂದು ತಿಳಿದುಬಂದ ನಂತರ ಸ್ವಲ್ಪ ಸಮಾಧಾನ ಸ್ಥಿತಿಗೆ ಬಂದ. ಆದರೆ ಕಾಥೇವಾಡದ ರಾಜಕೀಯ ಪರಿಸ್ಥಿತಿ ದ್ವೇಷ, ಅಸೂಯೆ, ಒಳಜಗಳ, ಪಿತೂರಿ, ಅಕಾರಕ್ಕಾಗಿ ಹೊಡೆದಾಟ– ಮುಂತಾದವುಗಳಿಂದ ಒಂದು ಬಗೆಯ ಅರಾಜಕ ವಾತಾವರಣ ಉಂಟಾಗಿದ್ದು, ಇವನನ್ನು ಮತ್ತಷ್ಟು ಅಸ್ವಸ್ಥತೆಗೆ ದೂಡಿತು. ತಾನು ಮುಂದೆ ಹೇಗೆ? ಏನು ಮಾಡಬೇಕು? ಎನ್ನುವ ವಿಚಾರದಲ್ಲಿ ಡೋಲಾಯಮಾನ ಸ್ಥಿತಿ ತಲುಪಿದ್ದ. ಕಸ್ತೂರಬಾಳು ಅವನನ್ನು ಸಮಾಧಾನ ಪಡಿಸಲು, ಧೈರ್ಯ ತುಂಬಲು ಸಾಕಷ್ಟು ಪ್ರಯತ್ನಿಸುತ್ತಿದ್ದಳು. ಅವಳು ಹೆಣ್ಣು. ಮನೆಯ ಜವಾಬ್ದಾರಿಗಾಗಿ ತುಡಿಯುತ್ತಿದ್ದ ಗಂಡ ಹಾಗೆ ನಿರಾತಂಕವಾಗಿ ಇರಲು ಸಾಧ್ಯವಿಲ್ಲ. ಹೊಟ್ಟೆಪಾಡಿನ ಚಿಂತೆಯಿಂದ ಮುಕ್ತಿ ದೊರೆಯುವವರೆಗೆ ಇಂಥ ಮಾನಸಿಕ ಕ್ಷೋಭೆ ಅನಿವಾರ್ಯವೇ!

ಇದ್ದಲ್ಲಿಯೇ ಅಂತಹ ಹದಗೆಟ್ಟ ರಾಜಕೀಯ ಪರಿಸ್ಥಿತಿಯಲ್ಲಿ ಭೂ ತೆರಿಗೆಯ ವಿಚಾರದಲ್ಲಿ ರೈತರ ಪರವಾಗಿ ಮಧ್ಯಸ್ಥಿಕೆ ವಹಿಸಿ ಸಂಬಂಧಪಟ್ಟ ಅಕಾರಿಗಳನ್ನು ಭೇಟಿಯಾಗಿ ವಾದ ಮಾಡಿದರೂ ಪ್ರಯೋಜನವಾಗದೆ ನಿರಾಶನಾಗಿ ಹಿಂತಿರುಗಬೇಕಾಯಿತು. ಬ್ರಿಟಿಷ್ ಸಾಹೇಬರ ಅಕಾರವೇ ಕಾನೂನು ಎಂಬಂಥ ವಾತಾವರಣ ನೆಲೆಸಿತ್ತು.

ಇದೇ ಸಂದರ್ಭದಲ್ಲಿ ಅನಿರೀಕ್ಷಿತವೆಂಬಂತೆ ಮೋಹನದಾಸನಿಗೆ ಪೋರ್‌ಬಂದರಿನಲ್ಲಿ ಬಹುದೊಡ್ಡ ವ್ಯಾಪಾರ ಸಂಸ್ಥೆಯನ್ನು ನಡೆಸುತ್ತಿದ್ದ ಶ್ರೀಮಂತ ವ್ಯಾಪಾರಿ ಅಬ್ದುಲ್ಲಾ ತಮ್ಮ ದಾದಾ ಅಬ್ದುಲ್ಲಾ ಅಂಡ್ ಕಂಪನಿ, ದಕ್ಷಿಣ ಆಫ್ರಿಕಾದಲ್ಲಿದ್ದ ಇನ್ನೊಂದು ಭಾರತೀಯ ಕಂಪನಿಯ ವಿರುದ್ಧ ಮೊಕದ್ದಮೆ ಹೂಡಿದ್ದರು. ಅವರ ಪರವಾಗಿ ಮೋಹನದಾಸ ಅಲ್ಲಿಗೆ ಹೋಗಿ

ಕೋರ್ಟಿನಲ್ಲಿ ವಾದ ಮಾಡಬೇಕಿತ್ತು. ಕೇಸು ನಲವತ್ತು ಸಾವಿರ ಪೌಂಡ್‌ಗಳಿಗೆ ಸಂಬಂಧಪಟ್ಟದ್ದಾಗಿತ್ತು. ಮೋಸ ಹೋಗಿದ್ದ ಅಷ್ಟೂ ಹಣವನ್ನು ಹಿಂಪಡೆಯಲು ಕೋರ್ಟು ಮೆಟ್ಟಿಲು ಹತ್ತಬೇಕಿತ್ತು. ಅಲ್ಲಿ ಹೋಗಿ ವಾದ ಮಾಡಲು ಇಂಗ್ಲಿಷ್ ಬಲ್ಲ ಒಬ್ಬ ಸಮರ್ಥ ವಕೀಲನನ್ನು ಹುಡುಕುತ್ತಿದ್ದವರು ಮೋಹನದಾಸನನ್ನು ಆಯ್ಕೆ ಮಾಡಿದರು. ಹಾಗೆಯೆ ವಿವರಗಳನ್ನೆಲ್ಲ ತಿಳಿಸಿದರು. ಅಲ್ಲದೆ ಕೆಲಸ ನಿಮಗೆ ಕಷ್ಟವಾಗುವುದಿಲ್ಲ. ನಮಗೆ ಮಿತ್ರರಾಗಿ ಅನೇಕ ಐರೋಪ್ಯರು ಇದ್ದಾರೆ. ನಿಮಗೆ ಅವರ ಪರಿಚಯವಾಗುವುದು. ನಮ್ಮ ಹೆಚ್ಚಿನ ಪತ್ರ ವ್ಯವಹಾರ ಇಂಗ್ಲಿಷಿನಲ್ಲಿದೆ. ಅದರಲ್ಲಿಯೂ ನೀವು ನಮಗೆ ಸಹಾಯ ಮಾಡಬಹುದು. ನೀವು ನಮ್ಮ ಅತಿಥಿಯಾಗಿರುತ್ತೀರಿ. ಆದ್ದರಿಂದ ನಿಮಗೆ ಯಾವ ಖರ್ಚೂ ಬೀಳುವುದಿಲ್ಲ ಎಂದು ಸ್ಪಷ್ಟವಾಗಿ ವಿವರಿಸಿ ತಿಳಿಸಿದರು.

ಮೋಹನದಾಸನಿಗೆ ಇವೆಲ್ಲವೂ ಸರಿಯೆನಿಸಿತು. ತನ್ನ ಅಲ್ಲಿನ ಖರ್ಚು, ಅತಿಥಿಯಾಗಿರುವುದರಿಂದ ಇಲ್ಲದೆ ಹೋಗಬಹುದು. ಆದರೆ ತನ್ನ ವೃತ್ತಿಗೆ ನಿಗದಿತವಾಗಿ ಒಂದಿಷ್ಟು ಸಂಬಳ ಎನ್ನುವುದು ಬೇಡವೇ? ಊಟೋಪಚಾರದ ಹೊರತಾಗಿ ಬೇರೆ ಖರ್ಚುಗಳು ಮತ್ತು ಮನೆಗೆ ಒಂದಿಷ್ಟು ಸಂಬಳ ಎನ್ನುವುದು ಬೇಡವೇ? ಎಂದು ಆಲೋಚಿಸಿ, ನಾನೆಷ್ಟು ಕಾಲ ಅಲ್ಲಿರಬೇಕು? ನನಗೆಷ್ಟು ಸಂಬಳ ಸಿಗಬಹುದು ಎನ್ನುವುದು ತಿಳಿದರೆ ಒಳ್ಳೆಯದಲ್ಲವೇ? ಎಂದು ನಯವಾಗಿಯೇ ಹೇಳಿದ.

ಹೆಚ್ಚಿಂದರೆ ಒಂದು ವರ್ಷ, ನೀವು ಪ್ರಯಾಣ ಮಾಡಲು ಫಸ್ಟ್ ಕ್ಲಾಸ್ ಟಿಕೆಟ್. ಆಫ್ರಿಕಾದಲ್ಲಿರುವಾಗ ವಸತಿ, ಊಟ ಎಲ್ಲದರ ವ್ಯವಸ್ಥೆಯನ್ನೂ ನೋಡಿಕೊಳ್ಳುತ್ತೇವಲ್ಲದೆ ಒಂದು ನೂರಾ ಐದು ಪೌಂಡ್ ಸಂಭಾವನೆಯನ್ನೂ ನೀಡುತ್ತೇವೆ ಎಂದು ಹೇಳಿದಾಗ ಸ್ವಲ್ಪ ಸಮಾಧಾನವಾಯಿತು. ತನ್ನ ಖರ್ಚು ಪೂರ್ತಿ ಅವರೇ ಭರಿಸುತ್ತಿರುವಾಗ ಈ ಮೊತ್ತವನ್ನು ಪೂರ್ತಿಯಾಗಿ ಅಣ್ಣ ಲಕ್ಷ್ಮೀದಾಸನಿಗೆ ನೀಡಿದರೆ, ತಾನು ಹಿಂತಿರುಗಿ ಬರುವವರೆಗೂ ಮನೆಯ ಖರ್ಚಿಗೆ ಸಾಕಾಗುತ್ತದೆ. ಅವನ ಮತ್ತು ತನ್ನ ಕುಟುಂಬವನ್ನು ನೋಡಿಕೊಳ್ಳಲು ಸಹಾಯವಾಗುತ್ತದೆ ಎಂದು ಸ್ವಲ್ಪ ನೆಮ್ಮದಿಯ ನಿಟ್ಟುಸಿರೆಳೆದು, ಕೂಡಲೇ ಒಪ್ಪಿಗೆಯಿತ್ತ. ಅಂದಿನ ಪರಿಸ್ಥಿತಿಯಲ್ಲಿ ಸ್ವಲ್ಪಕಾಲ ಎಲ್ಲಿಯಾದರೂ ದೂರ ಹೋಗಿ ಇರಬೇಕೆಂದು ಬಯಸುತ್ತಿದ್ದವನಿಗೆ ಅನಾಯಾಸವಾಗಿ ಒಳ್ಳೆಯ ಅವಕಾಶ ಸಿಕ್ಕಿತ್ತು.

ಎಲ್ಲಿ ಗಂಡ, ಬಂದ ಈ ಅವಕಾಶವನ್ನು ನಿರಾಕರಿಸಿ ಬಿಡುತ್ತಾನೋ ಎಂದು ಹೆದರಿದ್ದ ಕಸ್ತೂರಬಾಳಿಗೂ ಇದರಿಂದ ಸಮಾಧಾನವಾಯಿತು. ಮತ್ತೊಮ್ಮೆ ಅಗಲಿಕೆಯ ಅಗ್ನಿ ಪರೀಕ್ಷೆಗೆ ಸಜ್ಜಾಗಬೇಕಾಯಿತು. ಒಂದು ವರುಷಕ್ಕಾದರೂ ಚಿಂತೆಯಿಲ್ಲದೆ ಕುಟುಂಬ ಪೋಷಣೆಗೆ ದಾರಿಯಾಯಿತಲ್ಲ ಎನ್ನುವುದೂ ಮತ್ತೊಂದು ಸಂತಸದ ಸಂಗತಿಯಾಗಿತ್ತು.

ಕುಟುಂಬದ ಸದಸ್ಯರಲ್ಲೆಲ್ಲ ಅತ್ಯಂತ ಉನ್ನತ ಶಿಕ್ಷಣ ಪಡೆದಿದ್ದರೂ ಒಂದು ಒಳ್ಳೆಯ ಉದ್ಯೋಗ ಸಿಗಲಿಲ್ಲವೆಂಬ ಕೊರಗು ಅವಳಿಗೆ ಇದ್ದೇ ಇತ್ತು. ಗಂಡ ಚೆನ್ನಾಗಿ ಸಂಪಾದಿಸಿ, ಸಮಾಜದಲ್ಲಿ ಗೌರವ ಪ್ರತಿಷ್ಠೆಗಳಿಂದ ಬಾಳುವುದನ್ನು ನೋಡಲು ಅವಳ ಒಳಮನಸ್ಸು ಹಾತೊರೆಯುತ್ತಿತ್ತು. ಆದರೆ ಇಷ್ಟು ಕಾಲವಾದರೂ ಅದು ಫಲಿಸಲಿಲ್ಲವಲ್ಲ ಎನ್ನುವುದು ಅವಳಿಗೆ ಹೆಚ್ಚಿನ ನೋವನ್ನು ಉಂಟು ಮಾಡಿತ್ತು. ಈಗಿನ ಅವಕಾಶವಾದರೂ ಅವನಿಗೆ ಮುಂದೆ ಒಳ್ಳೆಯ

ಭವಿಷ್ಯಕ್ಕೆ, ಕೀರ್ತಿ ಪ್ರತಿಷ್ಠೆಗಳಿಗೆ ದಾರಿ ಮಾಡುವಂತಾಗಲಿ ಎಂದು ದೇವರನ್ನು ಆರ್ತವಾಗಿ ಬೇಡಿಕೊಂಡಳು. ಅವನಿಗಾಗಿ ತನ್ನ ಭಾವಂದಿರು ಮಾಡಿದ್ದ ಸಾಲ ಇನ್ನೂ ತೀರಿರಲಿಲ್ಲ, ಜೊತೆಗೆ ಸಂಸಾರ ತಾಪತ್ರಯಗಳ ಹೊರೆ ಅವರ ಮೇಲೆ ಇದ್ದುದನ್ನು ಬಲ್ಲವಳಾಗಿದ್ದಳು. ಇಂತಹ ವಿಷಮ ಪರಿಸ್ಥಿತಿಗಳಲ್ಲಿ ಧೈರ್ಯ, ಭರವಸೆಗಳೇ ಶ್ರೀರಕ್ಷೆ ಎಂದು ನಂಬಿ ನಡೆಯುತ್ತಿದ್ದಳು. ಒಂದಲ್ಲ ಒಂದು ದಿನ ತನ್ನ ಗಂಡ ಬಹುದೊಡ್ಡ ವ್ಯಕ್ತಿಯಾಗುತ್ತಾನೆ ಎನ್ನುವುದನ್ನು ಅವಳ ಅಂತರಾಳದ ಪಿಸುದನಿ ಹೇಳುತ್ತಿತ್ತು. ಕೇವಲ ಇಪ್ಪತ್ನಾಲ್ಕು ವಯಸ್ಸಿನ ಮೋಹನದಾಸ 1893ರಲ್ಲಿ ಮುಂಬೈ ಗಾಡಿ ಹತ್ತಿ ಅಲ್ಲಿಂದ ಹಡಗಿನಲ್ಲಿ ನೆಟಾಲಿನತ್ತ ಹೊರಟ ಹಡಗಿನ ಪ್ರಯಾಣದ ಸುಖಿಕರ ಅನುಭವದ ಮಧ್ಯ ಮಧ್ಯೆ ಅವನಿಗೆ ಕಸ್ತೂರಬಾಳ ಮತ್ತು ಮಕ್ಕಳ ನೆನಪಾಗುತ್ತಿತ್ತು.

ಒಂದು ತಿಂಗಳ ಪ್ರಯಾಣದ ನಂತರ ಡರ್ಬಾನ್ ತಲುಪಿದಾಗ ಭೂಭಾಗ ಕಾಣಿಸಿತು. ತನ್ನನ್ನು ಸ್ವಾಗತಿಸಲು ಸ್ನೇಹಿತರು ಬಂದು ಕಾದಿದ್ದರು. ಆದರೆ ಅವರ ಕಣ್ಣಿಗೆ ರಾಚುವಂತೆ ಕಂಡದ್ದು, ದಿಗ್ಭ್ರಾಂತಿಗೆ ಅವನನ್ನು ಒಳಗಾಗಿಸಿತು. ಕಪ್ಪು ಜನರೆಂಬ ಕಾರಣಕ್ಕೆ ಭಾರತೀಯರನ್ನು ಬಹಳ ಹಗುರವಾಗಿ, ಕೆಲವೊಮ್ಮೆ ತಿರಸ್ಕಾರ ಭಾವದಿಂದ ನೋಡುತ್ತಿದ್ದುದನ್ನು ಗಮನಿಸಿದ, ಅವನಿಗೆ ಸ್ವಲ್ಪ ಬೇಸರವೆನಿಸಿತು. ಅಷ್ಟರಲ್ಲಿ ತಾನು ಪ್ರತಿನಿಧಿಸುವ ಕಂಪನಿಯ ಪಾಲುದಾರ ಯಜಮಾನ ದಾದಾ ಅಬ್ದುಲ್ಲಾ ಎಂಬುವವರು ಮುಂದೆ ಬಂದು ಪರಿಚಯಿಸಿಕೊಂಡು ಕೈಕುಲುಕಿ ಸ್ವಾಗತ ಕೋರಿದರು. ಅಬ್ದುಲ್ಲಾರಂತಹ ಬಹುದೊಡ್ಡ ಶಿಪ್ಪಿಂಗ್ ಕಂಪನಿ ಒಡೆಯನನ್ನೇ ಬಿಳಿಯರು ನಡೆಸಿಕೊಂಡ ರೀತಿಯಿಂದ ಕೆರಳಿದ ಮೋಹನದಾಸ, ತನಗೇ ಅವಮಾನವಾದಂತೆ ಭಾವಿಸಿ ಭಾರತೀಯರು ಇಷ್ಟರಮಟ್ಟಿಗೆ ಆತ್ಮಗೌರವ ಹೀನರಾಗಿದ್ದಾರೆಯೇ ಈ ನೆಲದಲ್ಲಿ ಎಂದು ಅಚ್ಚರಿಪಟ್ಟ. ಮಾನಸಿಕ ಹಿಂಸೆಯನ್ನು ಅನುಭವಿಸಿದ.

ಮುಂದೆ ಇನ್ನೂ ಏನೇನು ಅನುಭವಗಳು ಎದುರಾಗುವವೋ ಎಂದು ಯೋಚಿಸುತ್ತಿದ್ದಂತೆಯೇ ಅವನ ಭವಿಷ್ಯವನ್ನೇ ರೂಪಿಸುವ, ಬದಲಾಯಿಸುವ ಸನ್ನಿವೇಶಗಳು ಸೃಷ್ಟಿಯಾದವು. ಅಬ್ದುಲ್ಲಾರು ಮೋಹನದಾಸನನ್ನು ತಮ್ಮ ಪ್ರತಿನಿಧಿ ವಕೀಲನಾಗಿ ಪ್ರಿಟೋರಿಯಾಕ್ಕೆ ಕಳಿಸಿ ಅಲ್ಲಿನ ವಕೀಲರಿಗೆ ಸಹಾಯ ಮಾಡಲು ಕೋರಿದ್ದ ಕಾರಣ, ಮೋಹನದಾಸ ಪ್ರಥಮ ದರ್ಜಿ ಟಿಕೆಟ್‌ನಲ್ಲಿ ಪ್ರಯಾಣಿಸುತ್ತಿದ್ದರೂ ಬಿಳಿಯರು ಪ್ರಯಾಣಿಸುವ ಗಾಡಿಯಲ್ಲಿ ಕರಿಯರಿಗೆ ಅವಕಾಶವಿಲ್ಲದ ಕಾರಣ, ರೈಲಿನೊಳಗಿಂದ ಹೊರಕ್ಕೆ ದಬ್ಬಿದರು. ಅವನ ಲಗೇಜನ್ನೂ ಎತ್ತಿ ಹೊರಹಾಕಿದರು.

ಮೋಹನದಾಸನಿಗೆ ಮೈಯೆಲ್ಲ ಉರಿದುಹೋಯಿತಾದರೂ ಬೇರೆ ದಾರಿಕಾಣದೆ ಹಲ್ಲುಕಚ್ಚಿಕೊಂಡು ಆ ಚಳಿಯಲ್ಲಿ ನಡುಗುತ್ತ ಕುಳಿತುಕೊಂಡ. ಅವನಿಗೆ ಬಿಳಿಯರ ನಡವಳಿಕೆಯಾಗಲಿ, ಧೋರಣೆಯಾಗಲಿ ಅರ್ಥವಾಗಿರಲಿಲ್ಲ. ಅವರೇಕೆ ಹೀಗಾಡ್ತಾರೆ? ಇಂಥವರ ಮಧ್ಯದಲ್ಲಿ ತಾನು ಇಲ್ಲದ್ದು, ತನಗೆ ಒಪ್ಪಿಸಿದ ಕೆಲಸ ಮಾಡಬಲ್ಲೆನೇ? ನಾನ್ಯಾಕೆ ಹಿಂತಿರುಗಿ ಭಾರತಕ್ಕೆ ಹೋಗಬಾರದು? ಎಂದೆಲ್ಲ ಯೋಚಿಸಿದ. ಆದರೆ ಮರುಗಳಿಗೆಯಲ್ಲಿಯೇ ಭಾರತದಲ್ಲಿನ ತನ್ನ ಪರಿಸ್ಥಿತಿಯನ್ನು ಕಣ್ಣ ಮುಂದೆ ತಂದುಕೊಂಡ.

ತಾನು ಅಲ್ಲಿದ್ದು ಮಾಡಿದ್ದೇನು? ಎಲ್ಲದರಲ್ಲಿಯೂ ಸೋಲನ್ನೇ ಅನುಭವಿಸಿದೆ. ಈಗ ಮತ್ತೆ ಅಲ್ಲಿ ಮರಳಿ ಮಾಡುವುದೇನನ್ನು....? ಬೇಡ... ಬೇಡ ಪ್ರಥಮ ಸೋಲಿಗೇ ಹೆದರಿ ಕೂರುವುದು

ಪುರುಷ ಲಕ್ಷಣವಲ್ಲ. ಇಂದಿನ ಈ ಸೋಲು ನಾಳಿನ ಗೆಲುವಿಗೆ ಮೆಟ್ಟಿಲಾಗಬಹುದಲ್ಲವೇ.....? ಇರಲಿ, ಬಂದದ್ದನ್ನು ಧೈರ್ಯದಿಂದ ಎದುರಿಸೋಣ. ಎಷ್ಟೋ ಆಸೆ ಭರವಸೆಗಳ ಮೂಟೆ ಹೊತ್ತು ಇಲ್ಲಿಗೆ ಬಂದು, ಸೋಲಿನ ಸಪ್ಪೆ ಮೊಗದೊಂದಿಗೆ ಅವಳನ್ನು ಎದುರಿಸುವುದು ನನಗೆ ಸಾಧ್ಯವೇ? ಪಾಪ ನನ್ನಿಂದಾಗಿ ಎಷ್ಟು ಸಲ ನಿರಾಶೆ, ಹತಾಶೆಗಳ ಸುಳಿಯಲ್ಲಿ ಸಿಲುಕಿ ನಲುಗಿದ್ದಾಳೆ. ತನ್ನ ನೋವನ್ನು ನುಂಗಿಕೊಂಡು ನನಗೆ ಧೈರ್ಯ ಹೇಳಿದ್ದಾಳೆ. ಹೊಸ ಹೊಸ ಅವಕಾಶಗಳು ಬಂದಾಗಲೆಲ್ಲ ನನ್ನನ್ನು ಪ್ರೋತ್ಸಾಹಿಸಿ ಉತ್ತೇಜಿಸಿ ಕಳಿಸಿಕೊಟ್ಟಿದ್ದಾಳೆ. ಅಂಥಾದ್ದರಲ್ಲಿ ಹೋರಾಟಕ್ಕೆ ಬೆನ್ನು ತಿರುಗಿಸಿ, ಓಡಿ ಹೋಗುವ ಕಾಪುರಷನಾಗಬಾರದು ಎಂದು ತನಗೆ ತಾನೇ ತರ್ಕೈಸಿ ಸಮಾಧಾನ ಹೇಳಿಕೊಂಡ. ಅಲ್ಲದೆ ಇಲ್ಲಿನ ವರ್ಣಭೇದ ನೀತಿಯನ್ನು ಹತ್ತಿಕ್ಕಿ ಮನುಷ್ಯರೆಲ್ಲರೂ ಒಂದೇ ಆದ್ದರಿಂದ ಎಲ್ಲರಿಗೂ ಸಮಾನ ಹಕ್ಕುಗಳು ಸಲ್ಲುವಂತೆ ಮಾಡಬೇಕೆಂದು ಮನೋನಿರ್ಧಾರ ಮಾಡಿಕೊಂಡ. ಅಲ್ಲಿರುವಷ್ಟೂ ಕಾಲ ಪದೇ ಪದೇ ಇಂಥ ಅವಮಾನಕರವಾದ ಪ್ರಸಂಗಗಳಿಗೆ ಮುಖಾಮುಖಿಯಾಗುತ್ತಲೇ ಇದ್ದ.

ಪ್ರಿಟೋರಿಯಾ ತಲುಪುತ್ತಿದ್ದಂತೆ ವಕೀಲ ಮಿಸ್ಟರ್ ಬೇಕರ್ ಎಂಬುವರು ಪ್ರೀತಿಯಿಂದ ಮೋಹನದಾಸನನ್ನು ಬರಮಾಡಿಕೊಂಡರು. ತಾವಿದ್ದಲ್ಲಿಗೆ ಕರೆದೊಯ್ದು ಆತಿಥ್ಯ ನೀಡಿ, ಅಬ್ದುಲ್ಲಾರ ಕೇಸಿನ ವಿವರಗಳನ್ನು ನೀಡಿದರು. ಬೇಕರ್ ಕಟ್ಟಾ ಕ್ರಿಶ್ಚಿಯನ್ ಆಗಿದ್ದ. ಆತನ ಒಡನಾಟ, ಆತ್ಮೀಯತೆಗಳು ಮೋಹನದಾಸನಿಗೆ ಪ್ರಿಯವಾದರೂ, ಕ್ರೈಸ್ತ ಮತಾಂತರದ ಅವನ ಸಲಹೆಯನ್ನು ಸೌಮ್ಯವಾಗಿಯೇ ನಿರಾಕರಿಸಿದ.

ಮೊಕದ್ದಮೆ ನಡೆಸಲು ಉದ್ದೇಶಿಸಿ ಇಲ್ಲಿಗೆ ಬಂದಿದ್ದರೂ, ಮೋಹನದಾಸನಿಗೆ ಇದಕ್ಕಿಂತ ಹೆಚ್ಚಿನ ತುರ್ತು, ಇಲ್ಲಿನ ಜನರಿಗೆ ವರ್ಣಭೇದ ನೀತಿಯ ಸ್ವರೂಪವನ್ನು ವಿವರಿಸಿ ಬಿಳಿಯರು ಕರಿಯರಿಗೆ ಮಾಡುತ್ತಿರುವ ಅನ್ಯಾಯ, ತಮ್ಮವರ ಬಗ್ಗೆ ತೋರುತ್ತಿರುವ ಪಕ್ಷಪಾತದ ಬಗ್ಗೆ ತಿಳಿಸಿಕೊಟ್ಟು ಅವರಲ್ಲಿ ಆತ್ಮಾಭಿಮಾನವನ್ನು ಜಾಗೃತಗೊಳಿಸಬಹುದಾಗಿತ್ತು.

ಅದಕ್ಕೆಂದೇ ಅಲ್ಲಿನ ಭಾರತೀಯ ನಿವಾಸಿಗಳನ್ನೆಲ್ಲ ಒಂದೆಡೆ ಸಮಾವೇಶಗೊಳ್ಳಲು ಆಹ್ವಾನಿಸಿದ. ಅವನ ಕರೆ ಪ್ರತಿಯೊಬ್ಬ ಭಾರತೀಯನ ಎದೆ ಬಾಗಿಲು ತಟ್ಟಿತು. ಅಪಾರ ಸಂಖ್ಯೆಯಲ್ಲಿ ಸೇರಿದರು. ಒಂದಿಬ್ಬರ ಮುಂದೆ ನಿಂತು ಮಾತನಾಡಲೂ ಹಿಂಜರಿಯುತ್ತಿದ್ದ ಮೋಹನದಾಸನಿಗೆ ಇಷ್ಟು ದೊಡ್ಡ ಜನಸಮೂಹದ ಮುಂದೆ ನಿಂತು ಮಾತನಾಡುವುದೇ ಎಂದು ಹೆದರಿಕೆಯಾದರೂ ಅವನೊಳಗಿನ ಕಿಚ್ಚು ಅವನನ್ನು ಹುರಿದುಂಬಿಸಿ ಮುಂದೂಡಿತು. ಅದ್ಭುತವಾದ ರೀತಿಯಲ್ಲಿ ಸಾರ್ವಜನಿಕ ಭಾಷಣವನ್ನು ಮೊಟ್ಟ ಮೊದಲು ಮಾಡಿ ಪ್ರಚಂಡ ಕರತಾಡನವನ್ನು ಗಿಟ್ಟಿಸಿಕೊಂಡ. ಅಲ್ಲಿ ಅವರು ಅನುಭವಿಸುತ್ತಿರುವ ಸಂಕಷ್ಟಗಳ ಬಗ್ಗೆ, ಅವಹೇಳನ, ಅವಮಾನ, ತಿರಸ್ಕಾರ, ದಬ್ಬಾಳಿಕೆ, ಶೋಷಣೆ, ಅನುಸರಿಸುತ್ತಿರುವ ಪಕ್ಷಪಾತ ನೀತಿ–

ಇತ್ಯಾದಿಗಳ ಸ್ವರೂಪವನ್ನು ವಿವರಿಸಿ, ಅವರು ಇದೆಲ್ಲವನ್ನು ಸಹಿಸಿಕೊಂಡು ಮೌನವಾಗಿರುವುದು ಭಾರತೀಯ ಸಂಸ್ಕೃತಿಗೇ ಅವಮಾನ. ಇಲ್ಲಿರುವ ಪ್ರತಿಯೊಬ್ಬರೂ ತಮ್ಮ ತಮ್ಮ ಹಕ್ಕುಗಳಿಗಾಗಿ ಜಾತಿ, ಮತ, ವರ್ಗ ಭೇದವನ್ನು ಮರೆತು ಸಂಘಟಿತರಾಗಿ ಹೋರಾಡಬೇಕೆಂದು ಕರೆ ಕೊಟ್ಟ, ಅವರೂ ನಮ್ಮನ್ನು ಗೌರವಿಸಬೇಕಾದರೆ, ನಾವು ನಮ್ಮ ವ್ಯಾಪಾರ–ವ್ಯವಹಾರಗಳಲ್ಲಿ ಪ್ರಾಮಾಣಿಕರಾಗಿರಬೇಕು. ನಮ್ಮ ಮನೆಮನಗಳನ್ನು ಶುಚಿಯಾಗಿರಿಸಿಕೊಳ್ಳಬೇಕು. ಅವರನ್ನು ಅರ್ಥ ಮಾಡಿಕೊಳ್ಳಲು, ನಮ್ಮನ್ನು ಅವರಿಗೆ ಅರ್ಥ ಮಾಡಿಸಲು ಪ್ರತಿಯೊಬ್ಬರೂ ಇಂಗ್ಲಿಷ್ ಕಲಿಯಬೇಕು. ಅವರ ಭಾಷೆಯಲ್ಲಿಯೇ ಅವರಿಗೆ ನಮ್ಮ ನೋವುಗಳನ್ನು ಸಂಕಷ್ಟಗಳನ್ನು, ಅನ್ಯಾಯಗಳನ್ನು ತಿಳಿಯುವಂತೆ ಹೇಳಿದಾಗ, ಹಕ್ಕುಗಳ ಬಗ್ಗೆ ಒತ್ತಾಯಿಸಿದಾಗ ಅವರು ಕಣ್ಣು ತೆರೆದಾರು. ಇಷ್ಟು ವರ್ಷಗಳು ಅನುಭವಿಸಿದ್ದು ಸಾಕು ಮಾಡಿ, ನಿಮ್ಮ ನೋವುಗಳಿಗೆ ದನಿ ಕೂಡಿ ಎಂದು ತುಂಬ ಭಾವಾವೇಶದಿಂದ ಮಾತನಾಡಿದ.

ಒಮ್ಮೆಲೇ ಅಲ್ಲಿ ನೆರೆದಿದ್ದ ಭಾರತೀಯ ಜನರಲ್ಲಿ ಒಂದು ಬಗೆಯ ವಿದ್ಯುತ್ ಸಂಚಾರವಾದಂತಾಯಿತು. ಅವರೆಲ್ಲ ಒಗ್ಗೂಡಿ ಒಂದು ಸಂಘಟನೆಯನ್ನು ಸ್ಥಾಪಿಸಿ ಪಕ್ಷಪಾತ ನೀತಿಯನ್ನು ಖಂಡಿಸಿ, ದಾಖಲಿಸಿ, ಟ್ರಾನ್ಸ್‌ವಾಲ್ ಅಧಿಕಾರಿಗಳಿಗೆ ತಲುಪುವಂತೆ ಮಾಡಬೇಕೆಂದು ಸಲಹೆ ನೀಡಿದ. ಈ ಬಗೆಯ ಸಂಘಟನೆ ಕಾರ್ಯದಲ್ಲಿ ಇವನಿಗೆ ಸಹಾಯಕನಾಗಿ ಬಂದವನೆಂದರೆ, ಯಾರ ವಿರುದ್ಧವಾಗಿ ಮೊಕದ್ದಮೆ ನಡೆಸಬೇಕಾಗಿತ್ತೋ ಆತನೇ ಆಗಿದ್ದ. ಆತನ ಹೆಸರು ತಯ್ಯಾಬ್ ಸೇಠ್. ಒಂದು ರೀತಿಯಲ್ಲಿ ಅಬ್ದುಲ್ಲಾರ ನೆಂಟನೂ ಆಗಿದ್ದ. ಮೋಹನದಾಸ ಎರಡೂ ಕಡೆಯ ಸತ್ಯ ಸಂಗತಿಗಳೇನೆಂಬುದನ್ನು ತಿಳಿದುಕೊಳ್ಳಲು ಪ್ರಯತ್ನಿಸಿದ. ಮೊಕದ್ದಮೆ ಸಾಲಪತ್ರಗಳನ್ನು ಅವಲಂಬಿಸಿತ್ತು. ನೋಡಿದರೆ ಮೊಕದ್ದಮೆ ತಿಂಗಳುಗಳಲ್ಲಿ ಮುಂದುವರೆಯಬಹುದು. ಹೀಗೆ ಮುಂದುವರೆದರೆ, ಗೆಲ್ಲುವ ಅವಕಾಶಗಳು ನ್ಯಾಯವಾಗಿ ಅಬ್ದುಲ್ಲಾರಿಗೇ ಇತ್ತು. ಆದರೆ ಇದರಿಂದ ಪ್ರಯೋಜನ ವಕೀಲರಿಗೆ ಆಗುತ್ತದೆ. ವಕೀಲರ ಶುಲ್ಕ ಇತ್ಯಾದಿಗಳ ಖರ್ಚು ಎರಡೂ ಪಾರ್ಟಿಯವರಿಗೆ ಹೊರೆಯಾಗುತ್ತದೆ, ಅದಕ್ಕಿಂತ ಅದನ್ನು ಸ್ನೇಹಪೂರ್ವಕ ಮಾತುಕತೆಯಿಂದ ಕೋರ್ಟಿನ ಹೊರಗೆ ತೀರ್ಮಾನಿಸಿಕೊಳ್ಳುವುದಾದರೆ, ಇಬ್ಬರಿಗೂ ಅನುಕೂಲವಾಗುತ್ತದೆಂದು ತಿಳಿಸಿದ ಮೇಲೆ ಇಬ್ಬರೂ ಒಪ್ಪಿದರು. ಕಂತುಗಳಲ್ಲಿ ಸಾಲದ ಹಣ ತೀರಿಸುವುದಾಗಿ ತಯ್ಯಾಬ್ ಸೇಠ್ ಒಪ್ಪಿಕೊಂಡ. ಅಬ್ದುಲ್ಲಾರು ಅದಕ್ಕೆ ಸಮ್ಮತಿ ಇತ್ತರು. ಇದರಿಂದಾಗಿ ಇಬ್ಬರೂ ನಷ್ಟವಾಗುವುದರಿಂದ ಬಚಾವಾಗುವುದರ ಜೊತೆಗೆ ಅವರಿಬ್ಬರ ನಂಟೂ ಮುಂದುವರೆಯಿತು. ಅಲ್ಲದೆ ನಿಜವಾದ ವಕೀಲನ ಗುರುತು ವಿರೋಧ ಪಕ್ಷಗಳನ್ನು ಬೇರೆ ಬೇರೆಯಾಗಿ ಒಡೆಯುವುದರ ಬದಲು ಒಗ್ಗೂಡಿಸುವುದರಲ್ಲಿದೆ ಎನ್ನುವ ಸತ್ಯ ಸಂಗತಿ ಮನವರಿಕೆ ಆಯಿತು.

ಮೋಹನದಾಸನ ಬಂದ ಉದ್ದೇಶ ಸಫಲವಾಯಿತು. ಭಾರತೀಯ ಮಿತ್ರರಿಗೆ ಬಹಳ ಸಂತೋಷವಾಯಿತು. ಎಂತಹ ಒಳ್ಳೆಯ ಕೆಲಸ ಮಾಡಿಕೊಟ್ಟನೆಂಬ ಹೆಮ್ಮೆ ಅವರಲ್ಲಿ ಮೂಡಿತು. ಮೋಹನನ ಬಗ್ಗೆ ಜನರ ಆದರಾಭಿಮಾನಗಳು ರಾಶಿ ರಾಶಿಯಾಗಿದ್ದವು. ಅವರೆಲ್ಲರೂ ಸೇರಿ ಅದ್ದೂರಿಯ ಬೀಳ್ಕೊಡುಗೆಯ ಸಿದ್ಧತೆ ನಡೆಸಿದರು. ಮೋಹನದಾಸನಿಗೂ ತನ್ನ ಯಶಸ್ಸಿನ ವಿಚಾರದಲ್ಲಿ ಭರವಸೆ ಬಂತು. ಎಂತಹ ಸಂತಸದ ಸುದ್ದಿಗಳು! ಕಸ್ತೂರಬಾಳಿಗೆ ಇಲ್ಲಿ

ನಡೆದದ್ದನ್ನೆಲ್ಲಾ ಹೇಳಿದರೆ ಎಷ್ಟು ಖುಷಿಪಡಬಹುದು ಎಂದು ಆಲೋಚಿಸುತ್ತಿದ್ದಂತೆ ಆದಷ್ಟು ಬೇಗ ಅಲ್ಲಿಂದ ಹೊರಟು ಅವಳನ್ನು ಕಾಣುವ ಕ್ಷಣಗಳಿಗಾಗಿ ಆತುರದಿಂದ ಎದುರುನೋಡುತ್ತಿದ್ದ. ಎಲ್ಲರೂ ಸಂತೋಷ, ಸಂಭ್ರಮಗಳ ವಾತಾವರಣದಲ್ಲಿ ಮುಳುಗಿ ಹೋಗಿದ್ದರು. ಪ್ರತಿಯೊಬ್ಬರೂ ಗಾಂಧಿ ಎಂದೇ ಚಲಾವಣೆಯಾಗಿದ್ದ ಅವನ ಕುರಿತು ಮಾತಾಡಿಕೊಳ್ಳುತ್ತಿದ್ದರು. ತಮ್ಮ ಜೊತೆಯಲ್ಲಿಯೇ ಇಡೀ ದಿನ ಕಳೆಯಬೇಕೆಂಬ ಒತ್ತಾಯಕ್ಕೆ ಮಣಿದು ಸ್ನೆಡನ್‌ಹ್ಯಾಮ್‌ನಲ್ಲಿ ವ್ಯವಸ್ಥೆ ಮಾಡಿದ್ದ ಔತಣ ಕೂಟದಲ್ಲಿ ಕುಳಿತಿದ್ದ ಮೋಹನದಾಸ ಬೇಸರ ಕಳೆಯಲು ಅಲ್ಲಿ ಹರಡಿಕೊಂಡು ಬಿದ್ದಿದ್ದ ವೃತ್ತ ಪತ್ರಿಕೆಗಳ ಮೇಲೆ ಕಣ್ಣಾಡಿಸಿದ. ಒಂದು ಪತ್ರಿಕೆಯ ಪುಟವೊಂದರ ಕೆಳಭಾಗದಲ್ಲಿ ಭಾರತೀಯರಿಗೆ ಮತಾಧಿಕಾರವಿಲ್ಲೆಂಬ ಶೀರ್ಷಿಕೆಯನ್ನು ಗಮನಿಸಿದ. ಕೈಗೆತ್ತಿಕೊಂಡು ಅಕ್ಷರಕ್ಷರವನ್ನು ಓದಿದ. ಇಡೀ ಬರಹದ ಉದ್ದೇಶವನ್ನು ಸೂಕ್ಷ್ಮವಾಗಿ ಗ್ರಹಿಸಿದ. ಶಾಸನಸಭೆಗೆ ಸದಸ್ಯರನ್ನು ಆಯ್ಕೆಮಾಡುವ ಹಕ್ಕನ್ನು ಭಾರತೀಯರಿಂದ ಕಸಿದುಕೊಳ್ಳುವ ಮಸೂದೆಯನ್ನು ಸಭೆಯ ಮುಂದೆ ಮಂಡಿಸಲಾಗಿತ್ತು. ಆದರೆ ಅಲ್ಲಿನ ಭಾರತೀಯರಿಗೆ ಇಂಥ ಯಾವ ವಿಷಯಗಳ ಬಗ್ಗೆ ಅರಿವೂ ಇರಲಿಲ್ಲ. ಅರಿತುಕೊಳ್ಳಬೇಕೆಂಬ ಉತ್ಸಾಹವೂ ಇರಲಿಲ್ಲ. ಬಡವಾ ನೀ ಮಡಗಿದ ಹಾಂಗಿರು ಎನ್ನುವ ರೀತಿಯಲ್ಲಿ ತಮ್ಮ ಹಕ್ಕು, ಅಕಾರಗಳ ಚಿಂತೆಯಿಲ್ಲದೆ, ಇಟ್ಟಂತೆ ಇರುತ್ತಿದ್ದರು. ಕೊಟ್ಟದ್ದನ್ನಷ್ಟೆ ತೆಗೆದುಕೊಳ್ಳುತ್ತಿದ್ದರು. ಆದರೆ ಮೋಹನದಾಸನಿಗೆ ಇದು ಸಣ್ಣ ವಿಷಯವೆನಿಸಲಿಲ್ಲ. ಆದರೂ ಅವನಿಗೆ ಹೊರಡಲೇಬೇಕಾಗಿದ್ದರಿಂದ ತಾನೇ ಹೋರಾಟದ ಕಣಕ್ಕೆ ಇಳಿಯುವುದು ಸಾಧ್ಯವಿರಲಿಲ್ಲ. ಆದ್ದರಿಂದ ಅಬ್ದುಲ್ಲಾರೊಬ್ಬರಿಗೆ ಮಾತ್ರ ಈ ಮಸೂದೆಯ ಬಗ್ಗೆ ವಿವರಿಸಿ ತಿಳಿವಳಿಕೆ ನೀಡಿದ. ಅಲ್ಲದೆ ಮಸೂದೆ ಕಾನೂನಿನ ಸ್ವರೂಪ ಪಡೆದಲ್ಲಿ ಭಾರತೀಯರ ವಿನಾಶ ಕಟ್ಟಿಟ್ಟದ್ದೆಂಬ ಮುನ್ನೆಚ್ಚರಿಕೆಯನ್ನೂ ನೀಡಿದ. ಒಂದು ದೇಶದಲ್ಲಿ ವಾಸಿಸುವ ಪ್ರಜೆಗಳನ್ನು ಮತ ಚಲಾವಣೆಯ ಹಕ್ಕಿನಿಂದ ವಂಚಿತರಾಗಿಸುವುದೆಂದರೆ, ಅದಕ್ಕಿಂತ ದೊಡ್ಡ ಶಿಕ್ಷೆ ಮತ್ತೊಂದಿರಲಾರದು. ಅಲ್ಲದೆ ನಮ್ಮ ಆತ್ಮಗೌರವದ ಮೂಲಕ್ಕೇ ಕೊಡಲಿ ಪೆಟ್ಟು ಎಂದು ಎಚ್ಚರಿಸಿದ. ಅಬ್ದುಲ್ಲಾ ಇದನ್ನೆಲ್ಲ ಕೇಳಿಸಿಕೊಂಡ ಮೇಲೆ, ಇಲ್ಲಿನ ಭಾರತೀಯರ ನಿಜವಾದ ಸಮಸ್ಯೆ ಏನೆಂಬುದನ್ನು ತಿಳಿಸಿದ. ನಾವು ಇಲ್ಲಿ ನೆಲೆಸಿದ್ದರೂ ಇಲ್ಲಿನ ಸಂಗತಿಗಳು ಯಾವುದೂ ನಮಗೆ ಗೊತ್ತಾಗುವುದಿಲ್ಲ. ನಮಗೆ ವಿದ್ಯಾಭ್ಯಾಸವಿಲ್ಲ. ಇದ್ದರೂ ಇಂಗ್ಲಿಷ್ ತಿಳಿಯುವುದಿಲ್ಲ. ಪತ್ರಿಕೆಗಳಲ್ಲಿ ನಾವು ಗಮನಿಸುವುದು ವ್ಯಾಪಾರ ವಹಿವಾಟಿಗೆ ಸಂಬಂಧಿಸಿದ ವಿಷಯಗಳನ್ನು ಮಾತ್ರ. ಶಾಸನಗಳ ವಿಚಾರ ತಿಳಿಯುವುದೂ ಕೂಡಾ ಇಂಗ್ಲಿಷ್ ವಕೀಲರುಗಳಿಂದ. ಅವರೇ ನಮ್ಮ ಕಣ್ಣು, ಕಿವಿ ಎಂದು ಪರಿಸ್ಥಿತಿಯನ್ನು ವಿವರಿಸಿದರು.

ಇದನ್ನು ಕೇಳಿದ ಕೆಲಕ್ಷಣಗಳು ಮೌನವಹಿಸಿದ. ಭಾರತಕ್ಕೆ ಹೊರಟುನಿಂತ ಕ್ಷಣಗಳಲ್ಲಿ ಅವರಿಗೆ ಏನೆಂದು ಸಲಹೆ ನೀಡುವುದು? ತಾನು ಬಹಳವಾಗಿ ಯೋಚಿಸಬೇಕಾಗುತ್ತದೆ, ಅಲ್ಲಿ ಮನೆಯಲ್ಲಿ ಹೆಂಡತಿ ಮಕ್ಕಳು, ಅಣ್ಣಂದಿರು, ಅವರ ಪರಿವಾರದ ಸದಸ್ಯರೆಲ್ಲ ಇದ್ದಾರೆ. ಅವರಿಗೂ ತನ್ನ ಅಗತ್ಯವಿದೆ. ಇಂಥ ಪರಿಸ್ಥಿತಿಯಲ್ಲಿ ತನಗೆ ಸಂಬಂಧಪಡದ ವಿಚಾರಗಳಲ್ಲಿ ತಲೆಹಾಕುವುದು ಸರಿಯಲ್ಲ. ನನ್ನ ಪಾಡಿಗೆ ನಾನು ಹೊರಟುಬಿಡಬೇಕು ಎಂದುಕೊಂಡ. ಮೌನವಹಿಸಿದ್ದ ಮೋಹನ ದಾಸನನ್ನು ಅಬ್ದುಲ್ಲಾ ಮಾತನಾಡಿಸಿದ.

"ನೀವೀಗ ನಮ್ಮನ್ನೇನು ಮಾಡಬೇಕೆಂದು ಹೇಳುತ್ತೀರಾ? ನೀವು ಕಾನೂನು ಓದಿದವರು. ಇಂಗ್ಲಿಷನ್ನು ಚೆನ್ನಾಗಿ ಬಲ್ಲವರು, ನಿಮ್ಮಂಥವರು ಅವಿದ್ಯಾವಂತರಾದ ನಮ್ಮೊಂದಿಗೆ ಇದ್ದಾಗ ಮಾತ್ರವೇ ನಾವೇನಾದರೂ ಹೋರಾಟ ಮಾಡಲು ಸಾಧ್ಯ" ಎಂದು ಹೇಳುತ್ತಿದ್ದಂತೆ, ಇವರಿಬ್ಬರ ಸಂಭಾಷಣೆ ಕೇಳಿಸಿಕೊಳ್ಳುತ್ತಿದ್ದಂತೆ ಗುಂಪಿನ ಮಧ್ಯದಿಂದ ಒಬ್ಬರು ಎದ್ದುನಿಂತು, "ಗಾಂಧಿ ಬಾಯಿ, ಇಷ್ಟೆಲ್ಲ ಗೊತ್ತಿದ್ದೂ ನೀವು ನಮ್ಮ ಕೈಬಿಟ್ಟು ಹೋಗುವುದು ಸರಿಯಲ್ಲ, ದೇವದೂತನಂತೆ ನೀವು ಬಂದಿದ್ದೀರಿ. ನಮ್ಮ ದನಿಯಾಗಿ ನೀವು ಹೋರಾಡಿ ನಿಮ್ಮೊಂದಿಗೆ ಜೊತೆಗೂಡಿ ಪ್ರಾಣದ ಹಂಗುತೊರೆದು ಹೋರಾಡುತ್ತೇವೆ, ನಾಳಿನ ನಿಮ್ಮ ಹಡಗು ಪ್ರಯಾಣವನ್ನು ರದ್ದು ಮಾಡಿ, ಒಂದು ತಿಂಗಳು ನಮ್ಮಲ್ಲಿ ಉಳಿದು ಬೆಟ್ಟದಂತೆ ಎರಗುತ್ತಿರುವ ನಮ್ಮ ಸಮಸ್ಯೆಗೊಂದು ಪರಿಹಾರ ಕಾಣಿಸಿ" ಎಂದು ಕೇಳಿಕೊಂಡ.

ಎಲ್ಲರೂ ಒಕ್ಕೊರಲಿನಿಂದ, ಅದೇ ಸರಿ. "ಅಬ್ದುಲ್ಲಾ ಸೇಠರೇ ನೀವು ಗಾಂಧಿ ಭಾಯಿಯನ್ನು ತಡೆಯಬೇಕು, ನೀವು ಹೇಳಿದ ಮಾತಿಗೆ ಇಲ್ಲ ಎನ್ನಲಾರರು" ಎಂದು ಕೂಗಿ ಉತ್ತರಿಸಿದ ದನಿಯಿಂದ ಹೇಳಿದರು.

ಅಬ್ದುಲ್ಲಾ ಸೇಠರಿಗೆ ಸಂದಿಗ್ಧ. ಅವರಿಗೂ ಗಾಂಧಿಯನ್ನು ಬಿಟ್ಟುಕೊಡಲು ಇಷ್ಟವಿಲ್ಲ. ಆದರೆ ಸಮಸ್ಯೆ ಒಂದೆರಡು ದಿನಗಳಲ್ಲಿ ಮುಗಿಯುವಂಥದ್ದಲ್ಲ. ಕನಿಷ್ಟಪಕ್ಷ ಒಂದೆರಡು ತಿಂಗಳಾದರೂ ಇರಬೇಕಾದೀತು. ಇದ್ದ ಮೇಲೆ ಅವರ ವಸತಿ, ಊಟೋಪಚಾರಗಳನ್ನು ಸರಿಯಾಗಿ ನೋಡಿಕೊಳ್ಳಬೇಕು. ಇದೆಲ್ಲಾ ಯೋಚಿಸಿ ಜನರ ಮಾತಿಗೆ ಈ ರೀತಿ ಪ್ರತಿಕ್ರಿಯಿಸಿದರು. "ಸ್ನೇಹಿತರೇ ನಿಮ್ಮಿಚ್ಛೆಯೇ ನನ್ನಿಚ್ಛೆಯೂ ಹೌದಾದರೂ, ಅವರನ್ನು ಬಲವಂತದಿಂದ ಹೋಗುವುದನ್ನು ತಡೆಯುವ ಅಧಿಕಾರ ನನಗಿಲ್ಲ. ನಿಮಗೆಷ್ಟು ಅಧಿಕಾರವಿದೆಯೋ ಅಷ್ಟೇ ಅಧಿಕಾರ ನನಗೆ ಇರುವುದು. ನೀವು ಹೇಳುವುದೇ ಸರಿ. ನಾವೆಲ್ಲ ಸೇರಿ ಅವರನ್ನು ಒಪ್ಪಿಸೋಣ. ಆದರೆ ವಕೀಲರಾಗಿರುವ ಅವರಿಗೆ ಏನಾದರೂ ರುಸುಮಾನ ವ್ಯವಸ್ಥೆ ಆಗಬೇಡವೇ" ಎಂದು ತಿಳಿಸಿದರು.

ರುಸುಮು ಶಬ್ದ ಕಿವಿಗೆ ಬೀಳುತ್ತಿದ್ದಂತೆ, ಮೋಹನ ದಾಸನಿಗೆ ಬಹಳ ಕೆಡುಕೆನಿಸಿತು. ದುಃಖವಾಯಿತು. ಸಾರ್ವಜನಿಕ ಕಾರ್ಯಗಳಿಗೆ ಹಣ ತೆಗೆದುಕೊಳ್ಳುವುದು ಸರಿಯಲ್ಲ. ಈ ಕಾರ್ಯವನ್ನು ಅಹಂನಿಂದ ಮಾಡುತ್ತಿಲ್ಲ. ನನ್ನ ಜನರನ್ನು, ತಮಗೆ ಅನ್ಯಾಯವಾಗುತ್ತಿದ್ದರೂ ಅದನ್ನು ಗ್ರಹಿಸಲಾಗದೆ ಅನುಭವಿಸುತ್ತ ಮೌನವಾಗಿ ಕುಳಿತಿರುವ ಮುಗ್ಧರನ್ನು, ಅಜ್ಞಾನಿಗಳನ್ನು ಜಾಗೃತಗೊಳಿಸಬೇಕು. ತಮ್ಮ ಹಕ್ಕುಗಳಿಗೆ ಕಣ್ಣು ತೆರೆಸಬೇಕು ಎಂಬುದಷ್ಟೇ ನನ್ನ ಉದ್ದೇಶ. ಆದರೆ ಹಣ ವೈಯಕ್ತಿಕವಾಗಿ ನನಗೆ ಬೇಕಿಲ್ಲವಾದರೂ ಪತ್ರ ವ್ಯವಹಾರಕ್ಕೆ ದಸ್ತಾವೇಜುಗಳಿಗೆ ತಂತಿ ಕಳುಹಿಸುವುದಕ್ಕೆ ಕರಪತ್ರಗಳ ಮುದ್ರಣಕ್ಕೆ ಸ್ವಲ್ಪವಾದರೂ ಹಣಬೇಕೇ ಬೇಕಾಗುವುದು. ಕೆಲವೊಮ್ಮೆ ಇಲ್ಲಿನ ವಕೀಲರ ಸಲಹೆ, ಹೋರಾಟದ ವೇಳೆಯಲ್ಲಿ ಬೇಕಾಗಬಹುದು ಎಂದೆಲ್ಲಾ ಯೋಚಿಸಿ ಕಡೆಗೆ ತನ್ನ ಮನಸ್ಸಿನಲ್ಲಿ ಇದ್ದದ್ದನ್ನೆಲ್ಲ ಅಬ್ದುಲ್ಲಾ ಸೇಠರಿಗೆ ವಿವರಿಸಿದ. ಅಲ್ಲದೆ ತನಗೆ ಇಲ್ಲಿ ಅಷ್ಟಾಗಿ ಪರಿಚಯದವರೂ ಸ್ನೇಹಿತರೂ ಇಲ್ಲವಾದ್ದರಿಂದ ಅಬ್ದುಲ್ಲಾ ಅವರೇ ಅಂತಹವರನ್ನೆಲ್ಲ ಒಗ್ಗೂಡಿಸಿ ತನಗೆ ಸಹಕರಿಸುವ ತನ್ನ ಕಾರ್ಯಗಳಲ್ಲಿ ಸಕ್ರಿಯವಾಗಿ ಪಾಲ್ಗೊಳ್ಳುವಂತೆ ನೋಡಿಕೊಳ್ಳುವ ಜವಾಬ್ದಾರಿಯನ್ನು ವಹಿಸಿಕೊಳ್ಳುವಂತೆ ಕೇಳಿಕೊಂಡ.

ಎಲ್ಲರೂ ಒಂದೇ ಕೊರಳಿನಿಂದ "ಗಾಂಧಿ ಭಾಯಿ ಇದರ ಚಿಂತೆ ನಿಮಗೆ ಬೇಡ. ನಿಮಗೆ ಬೇಕಾದ ಎಲ್ಲ ರೀತಿಯ ಸಹಾಯವನ್ನೂ ಒದಗಿಸುತ್ತೇವೆ. ಜಯಗಳಿಸುವವರೆಗೂ ನಿಮ್ಮೊಡನೆ ಕೈಜೋಡಿಸಿ ಹೋರಾಡುತ್ತೇವೆಂದು ಮಾತುಕೊಡುತ್ತೇವೆ. ಆದರೆ ನೀವೂ ಕೂಡಾ ನಮ್ಮ ಬೇಡಿಕೆಯನ್ನು ಮನ್ನಿಸಿ ಇಲ್ಲಿ ಉಳಿಯುತ್ತೇನೆಂದು ಮಾತುಕೊಡಬೇಕು" ಎಂದು ಕೇಳಿಕೊಂಡರು.

ಮೋಹನದಾಸ ಮರು ಮಾತಿಲ್ಲದೆ ಒಪ್ಪಿಕೊಂಡದ್ದೇ ಅಲ್ಲದೆ ಕೂಡಲೇ ಭೋಜನಕೂಟವನ್ನು ಕಾರ್ಯಕಾರಿ ಸಮಿತಿಯಾಗಿ ಪರಿವರ್ತಿಸಿ, ಸಮಿತಿ ಸದಸ್ಯರ ಯಾದಿ ತಯಾರಿಸಿದ ಮೋಹನದಾಸನಿಗೆ ಅಲ್ಲಿ ಉಳಿದುಕೊಳ್ಳುವುದು ಅನಿವಾರ್ಯವೇ ಆಯಿತು. ಅವನಿಗೆ ಹೆಂಡತಿ ಮಕ್ಕಳ ನೆನಪು ಕಾಡದೆ ಇರಲಿಲ್ಲ. ಆದರೆ ಇಷ್ಟೊಂದು ಮಂದಿಗೆ ಅದೂ ವಿದೇಶದಲ್ಲಿ ಆಗುತ್ತಿರುವ ಅನ್ಯಾಯದ ಎದುರು ತನ್ನ ಕೌಟುಂಬಿಕ ಸಂಬಂಧಗಳ ವಿಚಾರದಲ್ಲಿನ ಭಾವನಾತ್ಮಕತೆ ಅಷ್ಟು ದೊಡ್ಡದೆನಿಸಲಿಲ್ಲ. ಕ್ಷಣ ಮಾತ್ರದಲ್ಲಿ ಉದ್ದೇಶಿತ ಕೆಲಸಕ್ಕೆ ಇಳಿದ.

ರಾಜಕೋಟೆಯ ಮನೆಯಲ್ಲಿ ಎಲ್ಲರೂ ಅದರಲ್ಲಿಯೂ ಕಸ್ತೂರಳು ಸಾವಿರ ಕಣ್ಣುಗಳಿಂದ ಅವನ ಬರವನ್ನು ನಿರೀಕ್ಷಿಸುತ್ತಿದ್ದರು. ತನ್ನ ಕಾತರವನ್ನೇನೋ ಹತ್ತಿಕ್ಕಿಕೊಳ್ಳಬಹುದು. ಆದರೆ ಮಕ್ಕಳಿಗೆ ತಂದೆ ಬರುತ್ತಾನೆಂಬ ಸಬೂಬುಗಳನ್ನು ಒಡ್ಡುತ್ತಾ ಅವರ ನಿರೀಕ್ಷೆಗಳನ್ನು ಜೀವಂತವಾಗಿ ಇರಿಸಿದ್ದವಳು ಈಗ ಏನು ಹೇಳಬೇಕು, ಮಣಿಲಾಲನೇನೋ ಇನ್ನೂ ಹಸುಗೂಸು. ಆದರೆ ಹರಿಲಾಲನಿಗೆ ಆರು ವರ್ಷ, ಅದರಲ್ಲಿಯೂ ನಿಜವಾಗಿ ತಂದೆಯ ಜೊತೆ ಕಳೆದದ್ದು ಮಾತ್ರ ಕೇವಲ ಎರಡು ವರ್ಷ. ದಿನಾ ದಿನಾ ಅಪ್ಪ ಎಂದು ಬರುತ್ತಾನೆಂದು ತೊದಲು ಮಾತಿನಿಂದ ಕೇಳುತ್ತಿದ್ದ. ಆದರೆ ಮಣಿಗೆ ಅಪ್ಪನ ಮುಖ ನೆನಪಿರಲು ಸಾಧ್ಯವಿಲ್ಲ. ಮೋಹನದಾಸ ನೆಟಾಲಿಗೆ ಹೊರಟಾಗ ಮಣಿ ಕೇವಲ ಆರು ತಿಂಗಳ ಮಗುವಾಗಿದ್ದ. ಆದ್ದರಿಂದ ಅವನಿಗೆ ನೆನಪೂ ಇಲ್ಲ, ಬಂದ ತಂದೆಯ ಗುರುತು ಹಿಡಿಯುವುದೂ ಸಾಧ್ಯವಿಲ್ಲ. ಹರಿ ಅಪ್ಪನಿಗಿಂತ ದೊಡ್ಡಪ್ಪಂದಿರ ಮಡಿಲಲ್ಲಿ, ಅವರ ಪ್ರೀತಿಯ ಬಿಸುಪಿನಲ್ಲಿ ಬೆಳೆಯುತ್ತಿದ್ದುದರಿಂದ ತಂದೆಯ ನೆನಪು ಆಗೊಮ್ಮೆ ಈಗೊಮ್ಮೆ ಬಿಟ್ಟರೆ ಅವನನ್ನು ಕಾಡಿದ್ದೇ ಇಲ್ಲ. ಕಸ್ತೂರಳಿಗೆ ಈ ತಂದೆ ಮಕ್ಕಳ ಸಂಬಂಧದ ಭವಿಷ್ಯವನ್ನು ನೆನೆದುಕೊಂಡಾಗ ಯಾಕೋ ಅವ್ಯಕ್ತ ಭೀತಿಯೊಂದು ಕಾಡಿತು. ಒಂದು ತಿಂಗಳಲ್ಲಿ ಬರುತ್ತೇನೆಂದು ತಿಳಿಸಿದ ಮೋಹನದಾಸ ಎರಡು ವರ್ಷಗಳಾದರೂ ಬರುವ ಸೂಚನೆ ಕಾಣಲಿಲ್ಲ. ಕಸ್ತೂರಳಿಗೆ ವಿಷಯಗಳೇನೆಂದು ತಿಳಿಯುತ್ತಿರಲಿಲ್ಲ. ಅದೇಕೋ ಏನೋ ಪದೇ ಪದೇ ಹಲವಾರು ಕಾರಣಗಳಿಂದ ಅವರ ನಡುವೆ ಅಗಲಿಕೆ ಅನಿವಾರ್ಯವೆಂಬಂತೆ ಏರ್ಪಡುತ್ತಲೇ ಇರುತ್ತಿತ್ತು.

ಕಾಗದ ಪತ್ರಗಳಂತೂ ಅವಳ ಹೆಸರಿಗೆ ಬರುತ್ತಿರಲಿಲ್ಲ. ಅಣ್ಣಂದಿರಿಗೆ ಬರೆಯುತ್ತಿದ್ದ ಪತ್ರಗಳ ಮೂಲಕ ಪರೋಕ್ಷವಾಗಿ ಒಂದಷ್ಟು ವಿಚಾರಗಳು ಕೇಳಿ ಬರುತ್ತಿದ್ದವು. ಅಲ್ಲಿ ಗಂಡ ಸ್ವಂತ ಕಚೇರಿ ಮತ್ತು ಮನೆಯನ್ನು ಮಾಡಿಕೊಂಡಿರುವ ವಿಚಾರ ತಿಳಿದು, ಸಂತೋಷಕ್ಕೆ ಬದಲು ಒಂದು ದೀರ್ಘ ನಿಟ್ಟುಸಿರೆಳೆದಳು. ಇಷ್ಟೆಲ್ಲ ಆದರೂ ತಮ್ಮನ್ನೇಕೆ ಕರೆಸಿಕೊಳ್ಳುತ್ತಿಲ್ಲ, ಹೆಂಡತಿ ಮಕ್ಕಳನ್ನೂ ಮರೆತು ತಾನೊಬ್ಬನೇ ಪರದೇಶದಲ್ಲಿ ನೆಲೆಸುವ ಜರೂರಾದರೂ ಏಕೆ? ಗಂಡನ ನಡತೆ ಬಗ್ಗೆ, ಸಹವಾಸದ ಬಗ್ಗೆ ಸಾಕಷ್ಟು ಸಮಾಧಾನವನ್ನು ತಳೆದಿದ್ದರೂ, ಅವನು ಅಲ್ಲಿ ಒಬ್ಬನೇ ಹೋಗಿರುತ್ತಾನೋ, ಎಂಥೆಂಥ ಸ್ನೇಹಿತರಿರುತ್ತಾರೋ, ಪರಿಣಾಮವೇನಾಗುವುದೋ ಎಂಬ ಅಳುಕು ಮನದಲ್ಲಿ ಮುಳ್ಳಿನಂತೆ ನೆಟ್ಟಿತ್ತು. ಆದರೂ ಗಂಡ ಒಳ್ಳೆಯ ಕೆಲಸಗಳಲ್ಲಿ

ತೊಡಗಿಸಿಕೊಂಡಿರುತ್ತಾನೆಯೇ ಹೊರತು ತಪ್ಪುದಾರಿ ಹಿಡಿಯುವುದಿಲ್ಲ ಎಂದು ಅವಳಂತರಾತ್ಮ ಹೇಳುತ್ತಿತ್ತು. ಆತ ಹೋದಲ್ಲಿ ಚೆನ್ನಾಗಿ, ಸುಖವಾಗಿ, ಗೌರವ, ಪ್ರತಿಷ್ಠೆಗಳಿಂದ ಬದುಕಿ ಹೆಸರಾದರೆ ಸಾಕು. ತನ್ನದು ಹೇಗೋ ನಡೆಯುತ್ತದೆ. ಎಷ್ಟಾದರೂ ನಾನು ಹೆಣ್ಣು, ಹೆಣ್ಣಿಗೆ ಸಂಸಾರಕ್ಕಿಂತ ಹೆಚ್ಚಿನದೇನು ತಾನೇ ನಿರೀಕ್ಷಿಸಲು ಸಾಧ್ಯ? ಎಂದುಕೊಂಡಳು. ಆದರೆ ಭಾವಂದಿರು ದೊಡ್ಡ ಮನಸ್ಸು ಮಾಡಿ ಕಸ್ತೂರಳಿಗೆ ಮೋಹನದಾಸನ ಬಗ್ಗೆ ಎಲ್ಲವನ್ನು ವಿಸ್ತಾರವಾಗಿ ವಿವರಿಸಿದರು. ದೊಡ್ಡ ಬಂಗಲೆಯಲ್ಲಿ ಹಲವು ಮಂದಿ ಕೆಲಸಗಾರರೊಂದಿಗೆ, ಸ್ನೇಹಿತರೊಂದಿಗೆ ಇರುತ್ತಿರುವುದನ್ನೂ, ಅವನೀಗ ವಕೀಲಿ ವೃತ್ತಿಯನ್ನು ಬಹಳ ಚೆನ್ನಾಗಿ ನಡೆಸುತ್ತಾ ಅಲ್ಲಿ ನೊಂದ ಭಾರತೀಯರ ಪರವಾಗಿ ಹೋರಾಟ ಮಾಡುತ್ತಾ ಅಲ್ಲಿನ ಜನರ ಕಣ್ಣಲ್ಲಿ ದೊಡ್ಡ ವ್ಯಕ್ತಿಯಾಗಿದ್ದಾನೆ ಎನ್ನುವ ವಿಷಯವೆಲ್ಲ ತಿಳಿಸಿದ ಮೇಲೆ ಅವಳಿಗೆ ಸಮಾಧಾನವಾಯಿತು. ಜೊತೆಗೆ ಗಂಡನ ಬಗ್ಗೆ ಇದ್ದ ಪ್ರೀತಿ, ಗೌರವಗಳೂ ಇಮ್ಮಡಿಸಿದವು. ಆದರೆ ಇಂತಹ ಕೆಲಸ ಕಾರ್ಯಗಳಲ್ಲಿ ತಾನೂ ಜೊತೆಗೆ ಇದ್ದಿದ್ದರೆ ಎಷ್ಟು ಚೆನ್ನಾಗಿರುತ್ತಿತ್ತೆಂದು ಹಂಬಲಿಸಿದಳು.

9

ಮೋಹನದಾಸ ಅಲ್ಲಿ ದಿನದಿನಕ್ಕೆ ಹೊಸ ವ್ಯಕ್ತಿಯಾಗಿ ರೂಪಾಂತರಗೊಳ್ಳುತ್ತಿದ್ದ. ಅವನೊಳಗಿದ್ದ ಹೋರಾಟಗಾರನೊಬ್ಬ ಹೊರಹೊಮ್ಮುತ್ತಿದ್ದ. ಒಂದಿಬ್ಬರ ಮುಂದೆ ಬಾಯಿ ಬಿಚ್ಚಲು ಹಿಂಜರಿಯುತ್ತಿದ್ದ ಗಾಂಧಿ ತನ್ನ ಸಾರ್ವಜನಿಕ ಭಾಷಣಗಳಲ್ಲಿ ಆಕ್ರೋಶದ ಕಿಡಿಗಳನ್ನು ಹೊರಚೆಲ್ಲುತ್ತಿದ್ದ. ತನ್ನವರ ಮೇಲೆ ನಡೆಯುತ್ತಿದ್ದ ಅನ್ಯಾಯ, ದೌರ್ಜನ್ಯಗಳನ್ನು ಹತ್ತಿಕ್ಕಲು ಎಂಥ ಸಾಹಸಕ್ಕೂ ಮುಂದಾಗುತ್ತಿದ್ದ ಮೋಹನದಾಸ ಗಾಂಧಿ ಈಗ ಅಲ್ಲಿನ ಭಾರತೀಯರಿಗೆ ದೇವದೂತನಾಗಿದ್ದ. ತನ್ನವರಲ್ಲಿ ಸುಧಾರಣೆ ತರಲು ಪ್ರಯತ್ನಿಸುತ್ತಿದ್ದ. ಅಲ್ಲಿಂದ ಭಾರತೀಯರ ಹಕ್ಕುಗಳಿಗಾಗಿ ಅಲ್ಲಿನ ಸರಕಾರದ ಆಡಳಿತ ನೀತಿ, ಕಾನೂನು, ಮಸೂದೆಗಳಲ್ಲಿ ಬದಲಾವಣೆ, ಸುಧಾರಣೆಗಳನ್ನು ತರಲು ಒತ್ತಾಯಿಸುತ್ತಿದ್ದ. ಕಡೆ ಕಡೆಗೆ 'ಗಾಂಧಿ' ಎನ್ನುವುದು ಸುಧಾರಣೆಗಾಗಿ ನೀಡುವ ಕರೆಗೆ ಪರ್ಯಾಯ ಹೆಸರಾಯಿತು. ಇಷ್ಟು ದೊಡ್ಡ ಪ್ರಮಾಣದ ಹೋರಾಟ ಯಾವುದಾದರೂ ಸಂಘಟನೆಯ ಹೆಸರಿನಡಿಯಲ್ಲಿ ನಡೆಯುವುದು ಅನಿವಾರ್ಯವೆನಿಸಿತು. ಈ ಸಂಘಟನೆ ಅಥವಾ ಸಾರ್ವಜನಿಕ ಸಂಸ್ಥೆಯನ್ನು 'ನೆಟಾಲ್ ಇಂಡಿಯನ್ ಕಾಂಗ್ರೆಸ್' ಎಂದು ಹೆಸರಿಗೆ ತಾನೇ ಅದರ ಮೊದಲ ಕಾರ್ಯದರ್ಶಿಯಾದ. ಪ್ರವಾಹದೋಪಾದಿಯಲ್ಲಿ ಜನ ಬಂದು ಕಾಂಗ್ರೆಸ್ ಸಂಸ್ಥೆಯೊಂದಿಗೆ ಕೈಜೋಡಿಸಿದರು. ಖರ್ಚಿಗೆ ಬೇಕಾದ ಹಣವೂ ರಾಶಿ ರಾಶಿಯಾಗಿ ಬಂದು ಸೇರಿತು. ನೆಟಾಲಿನಲ್ಲಿನ ಬದುಕು ಅವನ ಕಾರ್ಯಚಟುವಟಿಕೆ, ದಮನಿತರ ಬಗೆಗಿನ ಕಳಕಳಿ, ಹೋರಾಟದ ಕಿಚ್ಚು ಸಂಪೂರ್ಣವಾಗಿ ಅವನ ವ್ಯಕ್ತಿತ್ವವನ್ನೇ ಬದಲಾಯಿಸಿತು. ಆದರೆ ಎಂತಹ ಮಹತ್ತರ ಬದಲಾವಣೆ ಎಂಬುದರ ಅರಿವು ಕಸ್ತೂರಳಿಗೆ ಇರಲಿಲ್ಲ.

ದೀರ್ಘಕಾಲದ ನಂತರ ಬಿಡುವಿಲ್ಲದ ಕೆಲಸಗಳ ನಡುವೆಯೂ ಅವನನ್ನು ಮನೆಯ ನೆನಪು ಕಾಡಿದ್ದುಂಟು. ಅವಿರತವಾಗಿ ಕಾಂಗ್ರೆಸ್ ಅನುಗುಣವಾಗಿ ಕಾರ್ಯಚಟುವಟಿಕೆಗಳ

ರೂಪುರೇಷಗಳನ್ನು ನಿರ್ವಹಿಸಿದ್ದ. ಹಾಗಾಗಿ ಒಂದು ಆರು ತಿಂಗಳ ಮಟ್ಟಿಗಾದರೂ ಭಾರತಕ್ಕೆ ಹಿಂತಿರುಗಿ ಇಲ್ಲಿನ ಜನರ ಸ್ಥಿತಿಗತಿಗಳ ಬಗ್ಗೆ ಮನವರಿಕೆ ಮಾಡಿಕೊಡಬೇಕೆಂದು ಯೋಚಿಸಿ ತನ್ನ ಆಪ್ತ ಗೆಳೆಯರೊಂದಿಗೆ ಪರಾಮರ್ಶಿಸಿದ. ಭಾರತದಲ್ಲಿನ ಜನರಿಗೆ ಅವರ ಸಂಕಷ್ಟಗಳ ಬಗ್ಗೆ ವಿವರಿಸಿ ತಿಳಿಸುವುದಲ್ಲದೆ ಅವರ ಬೆಂಬಲವನ್ನು ಪಡೆದುಕೊಳ್ಳುವುದೂ ಅವನ ಉದ್ದೇಶವಾಗಿತ್ತು. ಅಲ್ಲದೆ ದಕ್ಷಿಣ ಆಫ್ರಿಕಾದಲ್ಲಿನ ತಮ್ಮ ಹೋರಾಟ ಎಷ್ಟು ಕಾಲ ಮುಂದುವರೆಯುವುದೋ ಎನ್ನುವ ವಿಚಾರದಲ್ಲಿ ಖಚಿತತೆ ಇರಲಿಲ್ಲ. ಈಗಾಗಲೇ ಸಾಕಷ್ಟು ಸಮಯ ಹೆಂಡತಿ ಮಕ್ಕಳಿಂದ ದೂರವಿದ್ದದ್ದೂ ಕೂಡ ಅವನನ್ನು ಕಾಡುತ್ತಿತ್ತು. ತನ್ನನ್ನು ಮದುವೆಯಾಗಿ ಕಸ್ತೂರಳು ನಿರಂತರ ಅಗಲಿಕೆಯ ಶಿಕ್ಷೆಯನ್ನು ಅನುಭವಿಸುತ್ತಿರುವುದು ನೆನಪಾಗಿ ಮತ್ತೂ ಸಂಕಟಕ್ಕೆ ಒಳಗಾದ. ಅವಳ ವಿಚಾರದಲ್ಲಿ ಮರುಕಗೊಂಡ. ಮಕ್ಕಳಂತೂ ಬಹುಶಃ ತನ್ನನ್ನು ತಂದೆಯೆಂದು ಗುರುತಿಸಲಾಗದೆ ಯಾರೋ ಅಪರಿಚಿತರೆಂದು ಮುಖ ತಿರುಗಿಸಿಕೊಂಡರೂ ಅಚ್ಚರಿಯಿಲ್ಲ ಎಂದುಕೊಂಡ. ಅದಕ್ಕಾಗಿಯೇ ಅವನ ಆತುರ ಕಾತುರಗಳು ಕ್ಷಣ ಕ್ಷಣಕ್ಕೂ ದ್ವಿಗುಣಿಸುತ್ತಿತ್ತು. ಅವನು ಹೊರಟು ಬರುವುದು ನಿಶ್ಚಿತವಾಗುತ್ತಿದ್ದಂತೆ ಅಣ್ಣಂದಿರಿಗೆ ತಂತಿ ಕಳಿಸಿದ.

ಗಂಡ ಬರಲಿರುವ ಸುದ್ದಿ ಕೇಳಿ ಕಸ್ತೂರಳ ಮನದ ನವಿಲು ಗರಿಗೆದರಿದರೂ, ಮರುಕ್ಷಣವೇ ಮತ್ತೆಲ್ಲಿ ಹೊರಡುವ ಮಾತು ತೆಗೆಯುತ್ತಾರೇನೋ ಎಂದು ಅಳುಕಿದಳು. ದೇವರೇ ನಮ್ಮಿಬ್ಬರನ್ನೂ ಎಲ್ಲಿಯೇ ಆಗಲಿ ಒಟ್ಟಿಗೆ ಇರುವಂತೆ ಕರುಣಿಸು ಎಂದು ಮನದಲ್ಲಿ ಪ್ರಾರ್ಥಿಸಿದಳು.

ನಿರೀಕ್ಷಿಸುತ್ತಿದ್ದ ಆ ಕ್ಷಣ ಬಂದೇ ಬಂತು. ಮೂರು ವರ್ಷಗಳ ನಂತರ 1896ರ ಬೇಸಿಗೆಯಲ್ಲಿ ರಾಜಕೋಟ್‌ಗೆ ಬಂದಿಳಿದ ಅವನನ್ನು ಎದುರುಗೊಳ್ಳಲು ಅಣ್ಣಂದಿರು ಬಂದರಿಗೆ ಹೋಗಿದ್ದರು. ಕಸ್ತೂರಳು ಕಣ್ಣ ಕಾಯಾಗಿಸಿ, ಮಾಗಿಹೋಗಲಿರುವ ಹೊಸ ಮನುಷ್ಯನನ್ನು ನೋಡಲು ಉತ್ಸುಕಳಾಗಿದ್ದಳು. ಬಾಗಿಲಲ್ಲಿ ಕಾಣಿಸಿಕೊಂಡವನನ್ನು ಬೆರಗುಗಣ್ಣುಗಳಿಂದ ನೋಡಿದಳು. ಗರ್ವದಿಂದ ಬೀಗಿದಳು. ಆನಂದದ ಉತ್ತುಂಗದಲ್ಲಿ ಇದ್ದಳಾದರೂ ಕೂಡಲೇ ಹೋಗಿ ಅವನ ಬಾಹುಗಳಲ್ಲಿ ಬಂಧಿಯಾಗಬೇಕೆಂದು ಎನಿಸಿದರೂ ಎಲ್ಲರ ಎದುರಿನಲ್ಲಿ ಕ್ರಿಯೆಯಿಂದಲ್ಲ, ಅತಿಯಾದ ಭಾವೋದ್ವೇಗದ ಮೂಲಕವೂ ತೋರಿಸಿಕೊಳ್ಳುವ ಹಾಗಿರಲಿಲ್ಲ. ಆದ್ದರಿಂದ ತನ್ನೆಲ್ಲ ಆನಂದ, ಉದ್ವೇಗಗಳನ್ನು ಸದ್ಯಕ್ಕೆ ಹತ್ತಿಕ್ಕಿಕೊಂಡು ರಾತ್ರಿಯಲ್ಲಿ ತನಗೆ ಸಿಗಬಹುದಾಗಿದ್ದ ಏಕಾಂತದ ಕ್ಷಣಗಳಿಗಾಗಿ ಎದುರು ನೋಡುತ್ತಿದ್ದಳು.

ಕಸ್ತೂರಳು ಮೋಹನದಾಸನನ್ನೇ ನೋಡುತ್ತಾ ಕುಳಿತಳು. ಎಷ್ಟೊಂದು ಮಾತಾಡಬೇಕು, ಏನೆಲ್ಲ ಕೇಳಬೇಕು ಎಂದುಕೊಂಡಿದ್ದಳಾದರೂ ತುಟಿ ಎರಡಾಗಲಿಲ್ಲ. ಮೋಹನದಾಸ ಅವಳ ನಿಡುನೋಟ, ಮೌನಗಳನ್ನು ಗಮನಿಸಿದ. ಮೆಲ್ಲಗೆ ಅವಳ ಪಕ್ಕಕ್ಕೆ ಬಂದ. "ಕಸ್ತೂರ್, ಏನೇ ಮೌನ? ನನ್ನ ಮೇಲೆ ಸಿಟ್ಟೇ? ಇಲ್ಲವೆ ನಾನು ನಿನಗೆ ಪರಕೀಯನಾಗಿ ಬಿಟ್ಟೆನೇ?" ಎಂದು ಮೆದುವಾಗಿ ಪ್ರೀತಿಯಿಂದ ಕೇಳಿದ.

"ಹಾಗೇನಿಲ್ಲ, ಒಮ್ಮೆಲೇ ಉಕ್ಕಿ ಬಂದ ಸಂತೋಷದಲ್ಲಿ ಮಾತನಾಡಲು ಆಗುತ್ತಿಲ್ಲ" ಎಂದಳು.

"ಅಬ್ಬ! ಸಂತೋಷವೆಂದೆಯಲ್ಲ ಸಾಕು! ನೀನೆಲ್ಲಿ ಸಿಟ್ಟಾಗಿ ಬರುತ್ತಿದ್ದಂತೆ ನನ್ನ ಮೇಲೆ ಕಿಡಿ ಕಾರುತ್ತೀಯೋ ಎಂದುಕೊಂಡಿದ್ದೆ".

"ನಾನ್ಯಾಕೆ ಸಿಟ್ಟಾಗಲಿ? ನೀವು ಗಂಡಸರು, ನಿಮ್ಮನ್ನು ಪ್ರಶ್ನಿಸುವ, ನಿಮ್ಮ ಮೇಲೆ ಸಿಟ್ಟಾಗುವ ಹಕ್ಕು ನಮ್ಮಂಥ ಹೆಂಗಸರಿಗೆ ಎಲ್ಲಿದೆ...? ನಿಮ್ಮ ಪಾಡಿಗೆ ನೀವು ಹೊರಟುಬಿಟ್ಟಿರಿ, ಒಂದು ವರುಷವೆಂದವರು ಮೂರು ವರುಷವಾದ ಮೇಲೆ ಬಂದಿರಿ, ಅಲ್ಲಿ ನಿಮ್ಮ ಪರಿಸ್ಥಿತಿ ಹೇಗಿತ್ತೆಂಬ ಸುದ್ದಿಯಾಗಲೀ, ಇಲ್ಲಿ ನಮ್ಮ ಪರಿಸ್ಥಿತಿ ಹೇಗಿದೆಯೆಂಬುದನ್ನಾಗಲೀ ತಿಳಿಸುವ, ತಿಳಿದುಕೊಳ್ಳುವ ಅಗತ್ಯವೇ ನಿಮಗನಿಸಲಿಲ್ಲ. ನಿಮಗೇನು ನೂರೆಂಟು ಕೆಲಸಗಳು, ಅಸಂಖ್ಯ ಸ್ನೇಹಿತರು, ಸಮಯದ ಪರಿವೆಯಿಲ್ಲದೆಯೇ ಕಳೆದುಬಿಡುತ್ತೀರಿ. ಆದರೆ ಇಲ್ಲಿ ನಾನು, ನಿಮ್ಮ ಮಕ್ಕಳು ನಿಮಗಾಗಿ ಹೇಗೆ ಪರಿತಪಿಸುತ್ತಿರಬಹುದೆಂಬ ಕಲ್ಪನೆಯಾದರೂ ಬಂದಿರಲಿಕ್ಕೆ ಸಾಧ್ಯವೇ?" ಎಂದು ತನ್ನ ಹೊಟ್ಟೆಯ ಸಂಕಟವನ್ನು ತೋಡಿಕೊಂಡಳು.

ಮೋಹನದಾಸನಿಗೆ ತೀರಾ ಕೆಡುಕೆನಿಸಿತು. ಅಪರಾಧಿ ಭಾವದಿಂದ ನಾಚಿದ. ಮರುಕ್ಷಣವೇ ಆ ವೇಳೆಗೆ ತಾನು ಅಲ್ಲಿದ್ದಾಗಿನ ಸಂಗತಿಗಳನ್ನು ತಾನು ಅಲ್ಲಿ ಉಳಿದುಕೊಳ್ಳುವ ಅನಿವಾರ್ಯತೆಯ ಕಾರಣಗಳನ್ನು ವಿವರಿಸತೊಡಗಿದ.

"ಕಸ್ತೂರ್, ನಾನು ಹೋದ ಕೆಲಸ ಮುಗಿಯುತ್ತಿದ್ದಂತೆ ಬರಬೇಕೆಂದು ಟಿಕೇಟನ್ನೂ ಕಾದಿರಿಸಿದ್ದೆ, ಆದರೆ ಅಕಸ್ಮಾತಾಗಿ ವರ್ಣಭೇದ ನೀತಿಯಿಂದ ಕರಿಯರೆಂಬ ಕಾರಣಕ್ಕಾಗಿ ಭಾರತೀಯರನ್ನು ಅಲ್ಲಿನ ಸರಕಾರ ಶಾಸನ, ಮಸೂದೆಗಳ ಮೂಲಕ ಹಿಂಸಿಸುತ್ತಾ ಅವರ ಅಜ್ಞಾನ ಸಾಧುತನಗಳನ್ನು ದುರುಪಯೋಗ ಮಾಡಿಕೊಳ್ಳುತ್ತಿದ್ದುದು ನನ್ನ ಗಮನಕ್ಕೆ ಬಂದುದೇ ಅಲ್ಲದೆ ನಾನೇ ಖುದ್ದಾಗಿ ಒಂದೆರಡು ಪ್ರಸಂಗಗಳಲ್ಲಿ ಅವಮಾನಕ್ಕೆ ಗುರಿಯಾಗಿದ್ದುದು ನೆನಪಾಗಿ ಆ ಬಿಳಿಯರ ವಿರುದ್ಧ, ಸರಕಾರದ ವಿರುದ್ಧ ಅಸಂವೈಧಾನಿಕ ನೀತಿ, ನಿಯಮಗಳ ವಿರುದ್ಧ, ನನ್ನ ಜನರನ್ನು ಹೋರಾಟಕ್ಕೆ ಸಜ್ಜುಗೊಳಿಸಬೇಕಿತ್ತು. ಅವರಲ್ಲಿ ಆತ್ಮಗೌರವ, ಕೆಚ್ಚುಗಳನ್ನು ಹೊತ್ತಿಸಬೇಕಿತ್ತು. ಅಲ್ಲಿ ನೆಲೆಸಿ ಅಲ್ಲಿನ ಪ್ರಜೆಗಳಾಗಿದ್ದುಕೊಂಡೂ ಕೇವಲ ವರ್ಣನೀತಿಯಿಂದಾಗಿ ಎರಡನೇ ದರ್ಜೆ ಪ್ರಜೆಗಳಾಗಿ ಅಸಹ್ಯ ಪರಿಸರಗಳಲ್ಲಿ ಹಕ್ಕು ಅಧಿಕಾರ ವಂಚಿತರಾಗಿ ಪಶುಗಳಿಗಿಂತಲೂ ಕಡೆಯಾಗಿ ಬದುಕುತ್ತಿದ್ದುದನ್ನು ನೋಡಿಯೂ ನಾನು ಹೇಗೆ ಬರಲಿ? ಅವರಿಗೆ ಅವರ ಸ್ಥಿತಿಯನ್ನು ತಿಳಿಸಬೇಕಿತ್ತು, ಅವರನ್ನು ಹೋರಾಟದ ಕಣಕ್ಕೆ ಇಳಿಸಲು ಒಬ್ಬರ ನಾಯಕತ್ವದ ಅಗತ್ಯವಿತ್ತು, ಅಲ್ಲಿನ ನನ್ನ ಜನರೆಲ್ಲ ಆ ಜವಾಬ್ದಾರಿಯನ್ನು ನಾನೇ ಹೊರಬೇಕೆಂದು ಒತ್ತಾಯಿಸಿದರು. ಅವನ ಮಾತುಗಳನ್ನು ಗಂಭೀರವಾಗಿ ಕೇಳಿಸಿಕೊಳ್ಳುತ್ತಿದ್ದಳು. "ನಿಜವಾಗಿಯೂ ನಮ್ಮವರು ಅಷ್ಟೊಂದು ಕಷ್ಟಗಳನ್ನು ಅನುಭವಿಸುತ್ತಿರುವರೇ? ಬಣ್ಣದಲ್ಲಿ ವ್ಯತ್ಯಾಸವಾದ ಮಾತ್ರಕ್ಕೆ ಅವರು ಮನುಷ್ಯರಲ್ಲವೇ? ಮನುಷ್ಯರೇ ಮನುಷ್ಯರನ್ನು ಹಿಂಸಿಸುವುದಕ್ಕೆ ಆರಂಭಿಸಿದರೆ ಮನುಷ್ಯ ಅನ್ನೋದಕ್ಕೆ ಅರ್ಥವಾದರೂ ಇದೆಯೇ...? ಹೋಗಲಿ ಬಿಡಿ, ನೀವು ಇಂಥ ಕಾರ್ಯಕ್ಕೆ ಅವರ ಹಕ್ಕುಗಳನ್ನು ಕೊಡಿಸುವ ಕೆಲಸಕ್ಕಾಗಿ ಬರುವುದು ತಡ ಮಾಡಿದ್ದರೆ ಅದಕ್ಕೆ ಖಂಡಿತ ನನ್ನ ಅಭ್ಯಂತರವಿಲ್ಲ. ಆದರೆ ನಾವೂ ನಿಮ್ಮ ಜೊತೆಗಿದ್ದು ನಿಮ್ಮ ಈ ಹೋರಾಟದಲ್ಲಿ ಕೈಜೋಡಿಸುವ ಅವಕಾಶವಿದ್ದರೆ ನಮಗೂ ಸಂತೋಷವಾಗುತ್ತಿತ್ತು, ನನ್ನ ಬದುಕಿಗೂ ಸಾರ್ಥಕತೆ ಎಂಬುದಿರುತ್ತಿತ್ತು".

"ಕಸ್ತೂರ್ ನಿನ್ನ ಈ ಆಸೆಯೂ ಫಲಿಸುತ್ತೆ, ಸದ್ಯಕ್ಕೆ ಏನೂ ಹೇಳದಿದ್ದರೂ ನಿನ್ನ ಸಹಾಯ, ಸಹಕಾರ ನನ್ನ ಭವಿಷ್ಯದ ಬದುಕಿಗೆ ಬಹಳವಾಗಿ ಬೇಕಾಗುವುದೋ ಏನೋ? ವಾಸ್ತವವಾಗಿ ನನಗೆ ಎಷ್ಟೋ ಸಲ ನಿನ್ನ ನೆನಪಾದದ್ದುಂಟು. ಅಂಥ ಗಳಿಗೆಗಳಲ್ಲಿ ನೀನು ಹೇಗೆ ವರ್ತಿಸುತ್ತಿದ್ದೆ

ಎಂದೇ ಆಲೋಚಿಸುತ್ತಿದ್ದೆ. ಇನ್ನು ಮುಂದೆ ನಿನಗೆ ನನ್ನನ್ನು ದೂರುವುದಕ್ಕೆ ಅವಕಾಶವನ್ನೇ ನೀಡುವುದಿಲ್ಲ. ನಾನು ನಿನ್ನನ್ನು ಸುಖಿವಾಗಿ ಇಡುತ್ತೇನೆಯೋ ಇಲ್ಲವೋ ನನಗೆ ಗೊತ್ತಿಲ್ಲ. ನಾನು ಬದುಕುವ ರೀತಿಯಲ್ಲಿಯೇ ನನ್ನನ್ನು ಒಪ್ಪಿಕೊಳ್ಳುತ್ತೀ ಎಂದು ಭಾವಿಸುವೆ" ಎಂದು ಹೇಳಿದಾಗ ಅವನ ದನಿಯಲ್ಲಿ ಗದ್ಗದತೆ ಇತ್ತು. ಕಸ್ತೂರಳ ಹೃದಯ ತುಂಬಿ ಬಂತು. ಅವನು ತೀರಾ ಭಾವುಕತೆಗೆ ಒಳಗಾಗಿದ್ದಾನೆಂದು ಭಾಸವಾಯಿತು.

"ಹಾಗೆಲ್ಲ ಮಾತನಾಡಬೇಡಿ, ನಿಮ್ಮ ಹೆಜ್ಜೆ ಜಾಡಿನಲ್ಲಿ ನಡೆದು ನನ್ನ ಕೊನೆಯುಸಿರಿನವರೆಗೂ ನಿಮ್ಮ ಸಹಚರಿಯಾಗಿ ಬಾಳುತ್ತೇನೆಯೇ ಹೊರತು ಹೆಂಡತಿಯೆಂಬ ಅಧಿಕಾರದಿಂದ ನಿಮ್ಮಿಂದ ನಾನು ಏನನ್ನೂ ಅಪೇಕ್ಷಿಸುವುದಿಲ್ಲ. ಸಪ್ತಪದಿ ತುಳಿದಾಗಿನ ವಚನದಂತೆ ನಿಮ್ಮೆಲ್ಲ ಕಷ್ಟ ಸುಖಿಗಳಲ್ಲಿ ನಾನು ಭಾಗಿಯಾಗುತ್ತೇನೆ" ಎಂದಳು.

"ಕಸ್ತೂರ್ ನನಗೆ ನಿನ್ನ ಮೇಲೆ ಭರವಸೆಯಿದೆ. ಆದರೆ ನನ್ನ ಮಕ್ಕಳು ನನ್ನನ್ನು ಹೇಗೆ ಭಾವಿಸುತ್ತಾರೋ ಏನೋ, ಅವರಿಗೆ ನಾನು ತಂದೆಯಾಗಿಯೂ, ತಂದೆಯಾದವರು ತಮ್ಮ ಮಕ್ಕಳಿಗೆ ಕೊಡಬಹುದಾದ ಯಾವ ಸುಖಿವನ್ನೂ ಕೊಡಲಿಲ್ಲ" ಎಂದ.

"ಅದರ ಬಗ್ಗೆ ನೀವು ಚಿಂತೆ ಮಾಡಬೇಡಿ, ಅವರು ನಮ್ಮ ಮಕ್ಕಳಲ್ಲವೆ? ಅರ್ಥಮಾಡಿಕೊಳ್ಳುತ್ತಾರೆ. ಮನೆಯವರು, ಹೊರಗಿನವರು ನಿಮಗೆ ಕೊಡುತ್ತಿರುವ ಗೌರವವನ್ನು ಕಂಡು ಅವರೂ ಹೆಮ್ಮೆ ಪಡುತ್ತಾರೆ" ಎಂದು ಸಮಾಧಾನ ಹೇಳಿದಳು.

"ನೀನು ನಿನ್ನ ಮಕ್ಕಳು ಇಲ್ಲಿಯವರೆಗೆ ಅನುಭವಿಸಿದ ವನವಾಸ ಸಾಕು. ಈ ಬಾರಿ ನಾನು ದಕ್ಷಿಣ ಆಫ್ರಿಕಾಗೆ ಹೋಗುವಾಗ ನಿಮ್ಮನ್ನೆಲ್ಲ ಕರೆದೊಯ್ಯುತ್ತೇನೆ. ನೀವೂ ನನ್ನ ಜೊತೆಗಿದ್ದರೆ ನನ್ನ ಚಿಂತೆ ಅರ್ಧ ಕಡಿಮೆಯಾಗುತ್ತದೆ" ಎಂದ.

ಅವನ ಮಾತುಗಳಿಂದ ತಾವು ದಕ್ಷಿಣ ಆಫ್ರಿಕಾಗೆ ಹೋಗುವ ವಿಚಾರ ಖಚಿತವಾಯಿತು. ಆದರೆ ಅಲ್ಲಿ ಪರಿಸ್ಥಿತಿ ಹೇಗಿರುತ್ತೋ ಏನೋ? ಪರದೇಶದಲ್ಲಿ ತನ್ನ ಮತ್ತು ತನ್ನ ಮಕ್ಕಳ ಭವಿಷ್ಯ ಏನಾಗುವುದೋ? ಭಾಷೆ ಬಾರದೆ ಅಲ್ಲಿ ವ್ಯವಹರಿಸುವುದಾದರೂ ಹೇಗೆ? ಮಕ್ಕಳು ಯಾವ ಶಾಲೆಗೆ ಹೋಗುತ್ತಾರೆ? ಅವರ ಓದು ಹೇಗಿರಬಹುದು! ಎಂಬುದನ್ನೆಲ್ಲ ಯೋಚಿಸುತ್ತಿದ್ದಳು. ಮೋಹನದಾಸ ಕ್ಷಣ ಕ್ಷಣವೂ ಕೆಲಸದ ಬಗ್ಗೆ ಯೋಚಿಸುತ್ತಿದ್ದ.

10

ಇಲ್ಲಿರುವ ಆರು ತಿಂಗಳಲ್ಲಿ ಮಾಡಬೇಕಾದ ಕೆಲಸಗಳು ಬೆಟ್ಟದಷ್ಟು ಇದ್ದವು. ರಾಜಕೋಟ್‌ನ ಮನೆಯನ್ನೇ ಇಲ್ಲಿನ ಕಚೇರಿಯಾಗಿ ಪರಿವರ್ತಿಸಿಕೊಂಡ. ದಕ್ಷಿಣ ಆಫ್ರಿಕಾದಲ್ಲಿ ಭಾರತೀಯರ ಸ್ಥಿತಿಗತಿಗಳನ್ನು ಕುರಿತು ಲೇಖನಗಳನ್ನು ಬರೆದ. ವರ್ಣನೀತಿಯ ದುರಂತಗಳ ಬಗ್ಗೆ ಬೆಳಕು ಚೆಲ್ಲಿದ. ಅವರ ದ್ವೇಷವನ್ನು ಪ್ರೀತಿಯಿಂದ ಗೆಲ್ಲಬೇಕೆಂಬ ತನ್ನ ಮಂತ್ರವನ್ನು ಉದ್ಧರಿಸಿದ.

ಬರೆಯುವುದು, ಪ್ರಕಟಿಸುವುದು ಇತ್ಯಾದಿ ಹಲವು ಬಗೆಯ ಕೆಲಸಗಳಿದ್ದವು. ತನಗಂತೂ ಅಂಥ ಕೆಲಸಗಳನ್ನು ಮಾಡಲು ಬರುವುದಿಲ್ಲ. ಆದರೆ ಮಕ್ಕಳು ಇಂಥ ಕೆಲಸಗಳಲ್ಲಿ ಸಹಾಯ ಮಾಡಬಹುದೆನಿಸಿ ಹೇಳಿದಳು ಕೂಡಾ.

ಹರಿಲಾಲನ ಕೈಬರಹ ಬಹಳ ದುಂಡಗೆ ಚೆನ್ನಾಗಿ ಇದ್ದುದರಿಂದ ಅವನಿಗೆ ಆ ಕೆಲಸವನ್ನು ವಹಿಸಿಕೊಡಲಾಗಿತ್ತು. ಮಣಿಲಾಲ ಮತ್ತು ಮನೆಯ ಇತರ ಮಕ್ಕಳು ನೆರೆಹೊರೆಯವರ ಮಕ್ಕಳು ಸ್ಟಾಂಪು ಅಂಟಿಸುವ, ಕರಪತ್ರಗಳನ್ನು ಹಂಚುವ ಕೆಲಸದಲ್ಲಿ ಸಹಕರಿಸಿದರು. ಮೋಹನದಾಸ ಅವರಿಗೆ ಫಾರಿನ್ ಸ್ಟಾಂಪ್‌ಗಳನ್ನು ಉಡುಗೊರೆಯಾಗಿ ಕೊಟ್ಟ. ಮೋಹನದಾಸ ಅಲ್ಲಿಂದ ಮುಂದೆ ತನ್ನ ಬದುಕನ್ನು ಸಮಾಜಮುಖಿಯಾಗಿ ಮಾಡಿದ. ಸಾಮಾಜಿಕ ಸಂಸ್ಥೆಗಳು, ಸಮಿತಿಗಳು ಮಾಡುತ್ತಿದ್ದ ಸಮುದಾಯ ಸೇವಾ ಕಾರ್ಯಗಳಲ್ಲಿ ಸಕ್ರಿಯವಾಗಿ ತೊಡಗಿಸಿಕೊಳ್ಳತೊಡಗಿದ. ದಕ್ಷಿಣ ಆಫ್ರಿಕಾದಲ್ಲಿನ ಪರಿಸ್ಥಿತಿಯನ್ನು ತಿಳಿಸುವ ಕಾಗದ ಪತ್ರಗಳನ್ನು ಜನರಿಗೆ ತಲುಪಿಸುವ ಕೆಲಸದಲ್ಲಿ ತೊಡಗಿಸಿಕೊಂಡನೋ ಇಲ್ಲವೋ ಅಷ್ಟರಲ್ಲಿ ಮತ್ತೊಂದು ತುರ್ತಿನ ಪರಿಸ್ಥಿತಿ ಏರ್ಪಟ್ಟಿತು.

ಮುಂಬಯಿ (ಬಾಂಬೆ)ಯಲ್ಲಿ ಭಯಂಕರವಬಾದ ಪ್ಲೇಗ್ ರೋಗ ತಲೆಹಾಕಿತು. ಜನ ಭಯ, ಭ್ರಾಂತರಾದರು. ದಿಕ್ಕು ತೋಚದೆ ಹೌಹಾರಿದರು. ರಾಜಕೋಟ್‌ಗೂ ಪ್ಲೇಗ್‌ನ ಸೋಂಕು ತಗಲಬಹುದೆಂದು ಜನ ಹೆದರಿ ಕಂಗಾಲಾದರು. ಅಂತಹ ತುರ್ತ ಪರಿಸ್ಥಿತಿಯಲ್ಲಿ ತಾನೂ ಸಹಕರಿಸಬಹುದೆನಿಸಿ ಸರಕಾರದ ಆರೋಗ್ಯ ಮತ್ತು ನೈರ್ಮಲ್ಯ ಇಲಾಖಿಯ ಅಕಾರಿಗಳಿಗೆ ತಾನೂ ಸೇವೆ ಸಲ್ಲಿಸಲು ಅವಕಾಶ ಕೊಡಬೇಕೆಂದು ಪತ್ರ ಬರೆದು ಅಂಗೀಕಾರ ಪಡೆದ.

ಪ್ರತಿ ಬೀದಿಯಲ್ಲಿನ ಪ್ರತಿಯೊಂದು ಮನೆಯ ಬಡವರು, ಶ್ರೀಮಂತರು, ಕೊಳೆಗೇರಿಯವರು ಅಸ್ಪೃಶ್ಯರು ಎಂಬ ಭೇದವಿಲ್ಲದೆ ಎಲ್ಲರ ಮನೆಗಳ ಪಾಯಿಖಾನೆ, ಪರಿಸರಗಳ ಸ್ವಚ್ಛತೆಯನ್ನು ಸಮಿತಿ ಸದಸ್ಯರೊಂದಿಗೆ ಪರೀಕ್ಷಿಸಲು ಹೋದ. ಮೇಲ್ಜಾತಿ ಜನ ಇವರನ್ನು ಒಳಗೆ ಬಿಡಲು ತಕರಾರು ಮಾಡಿದರು. ಮಡಿವಂತಿಕೆಯನ್ನು ತೋರುವ ಈ ಜನರ ಮನೆಗಳ ಪಾಯಿಖಾನೆಗಳು ದುರ್ಗಂಧದಿಂದ ಕೂಡಿದ್ದುದು ಅವನಿಗೆ ಅಚ್ಚರಿ ಎನಿಸಿತು. ನೈರ್ಮಲ್ಯ ಪಾಲಿಸುವ ವಿಧಿ ವಿಧಾನಗಳನ್ನು ತೋರಿಸಿಕೊಟ್ಟ, ನೈರ್ಮಲ್ಯದ ಪ್ರಯೋಜನಗಳ ಬಗ್ಗೆ ತಿಳಿಸಿ ಹೇಳಿದ. ರೋಗಗಳ ಸೋಂಕಿನಿಂದ ಪಾರಾಗಲು ಇರುವುದು ಸ್ವಚ್ಛತೆಯೊಂದೇ ದಾರಿ ಎಂದು ತಿಳಿಸಿಕೊಟ್ಟ, ಆದರೆ ಅಸ್ಪೃಶರ ಮನೆಗಳಿಗೆ ಭೇಟಿ ಕೊಟ್ಟಾಗ ಅವರಿಗೆ ಮನೆಗಳಲ್ಲಿ ಪಾಯಿಖಾನೆಗಳ ವ್ಯವಸ್ಥೆಯೇ ಇಲ್ಲದ್ದು ಬಯಲಿನಲ್ಲಿ ಆ ಅಗತ್ಯಗಳನ್ನು ಪೂರೈಸಿಕೊಳ್ಳುತ್ತಿದ್ದುದು ತಿಳಿದು ಅಚ್ಚರಿಗೊಂಡ. ಅಷ್ಟೇ ಅಲ್ಲದೆ ಅಸ್ಪೃಶರ ಬಿಲದಂತಹ ಮನೆಗಳಲ್ಲಿ ದಯನೀಯ ಸ್ಥಿತಿಯಲ್ಲಿ ಬದುಕುತ್ತಿರುವ ದುರಂತ ವಾಸ್ತವದ ಅರಿವಾಯಿತು. ಆಗಲೇ ಅವನ ಮನಸ್ಸಿನಲ್ಲಿ ಅಸ್ಪೃಶ್ಯತೆಯ ಪಿಡುಗಿನ ಭಯಾನಕ ಸ್ವರೂಪದ ಚಿತ್ರ ಅಚ್ಚೊತ್ತಿ ನಿಂತುಬಿಟ್ಟಿತು.

ಮೋಹನದಾಸ ದಕ್ಷಿಣ ಆಫ್ರಿಕಾದಲ್ಲಿ ಭಾರತೀಯರು ಅನುಭವಿಸುತ್ತಿರುವ ಸಂಕಷ್ಟಗಳನ್ನು ತನ್ನ ದೇಶ ಬಾಂಧವರಿಗೆ ಮನವರಿಕೆ ಮಾಡಿಕೊಡುವ ಉದ್ದೇಶದಿಂದ ಕರಪತ್ರಗಳ ಮೂಲಕ ಮತ್ತು ಸಾರ್ವಜನಿಕ ಭಾಷಣಗಳ ಮೂಲಕ ಪ್ರಯತ್ನಿಸುತ್ತಿದ್ದ.

ದಕ್ಷಿಣ ಆಫ್ರಿಕಾಕ್ಕೆ ಹಡಗು ಹತ್ತಿ ಹೊರಡುವ ದಿನ ಬಂದೇ ಬಂತು. ಕಸ್ತೂರಳಿಗಂತೂ ರಾಜಕೋಟ್, ಕಾಥೇವಾಡಗಳ ಹೊರತು ಬೇರೆಲ್ಲಿಯೂ ಹೋಗಿಬಂದು ಅಭ್ಯಾಸವಿರಲಿಲ್ಲ. ಸಾವಿರಾರು ಮೈಲಿಗಳ ದೂರದಲ್ಲಿ ಪರದೇಶದಲ್ಲಿ ನೆಂಟರಿಷ್ಟರನ್ನೆಲ್ಲ ಬಿಟ್ಟು ಹೇಗೆ ಜೀವನ ಮಾಡುವುದೆಂಬುದೇ ಯೋಚನೆಯಾಗಿತ್ತು. ಅಲ್ಲಿನ ವೇಷಭೂಷಣ, ಭಾಷೆ, ಜೀವನಶೈಲಿ ಎಲ್ಲವೂ ಬೇರೆಯಾಗಿರುತ್ತದೆ. ಈ ಯೋಚನೆಗಳಲ್ಲಿ ಇರುವಾಗಲೇ ಮೋಹನದಾಸ ಹೆಂಡತಿ ಮಕ್ಕಳು ಅಲ್ಲಿರುವಾಗ ಯಾವ ರೀತಿ ಉಡುಪು ಇರಬೇಕೆಂಬುದನ್ನು ನಿರ್ಧರಿಸಿದ್ದ. ನಾಗರಿಕರಾಗಿ ಕಾಣಲು ಸಾಧ್ಯವಾದಷ್ಟೂ ಮಟ್ಟಿಗೆ ನಮ್ಮ ಉಡುಪು, ಆಚಾರ, ವಿಚಾರಗಳಲ್ಲಿ ಐರೋಪ್ಯರಂತೆ ಇರಬೇಕೆಂಬುದನ್ನು ಆಲೋಚಿಸಿದ್ದ. ಕಾಥೇವಾಡದ ಬನಿಯರೆಂದು ತೋರಿಸಿಕೊಳ್ಳಲು ಇಷ್ಟವಾಗದೆ ಭಾರತೀಯರಲ್ಲೆಲ್ಲ ಅತ್ಯಂತ ನಾಗರಿಕರೆಂದು ಗುರುತಿಸಿಕೊಂಡಿದ್ದ ಪಾರಸಿಯವರ ಉಡುಪಿನ ಅನುಕರಣೆ ಪೂರ್ತಿ ಐರೋಪ್ಯ ಉಡುಪಿಗಿಂತ ಸಾಧುವಾದುದೆಂದು ಭಾವಿಸಿ ಹೆಂಡತಿ ಮಕ್ಕಳಿಗೆ ಅದೇ ಉಡುಪು ಇರಲಿ ಎಂದು ತೀರ್ಮಾನಿಸಿ ಅವುಗಳನ್ನು ಒದಗಿಸಿದ. ಮಕ್ಕಳಿಗೆ ಪಾರಸಿ ಅಂಗಿ, ಷರಾಯಿ ಧರಿಸಲು ಮತ್ತು ಹೆಂಡತಿಗೆ ಪಾರಸಿಯವರಂತೆ ಸೀರೆ ಉಡುವುದನ್ನು ಅಭ್ಯಾಸ ಮಾಡಿಕೊಳ್ಳಲು ಆದೇಶಿಸಿದ. ಇವುಗಳ ಜೊತೆಗೆ ಎಲ್ಲರಿಗೂ ಬೂಟುಗಳು ಮತ್ತು ಕಾಲುಚೀಲ ಅನಿವಾರ್ಯವಾಗಿತ್ತು. ಈ ಬದಲಾದ ಉಡುಪು ಅವರೆಲ್ಲರಿಗೂ ಅಭ್ಯಾಸವಾಗುವ ತನಕ ನರಕಯಾತನೆಯೆಂಬಂತೆ ಅನಿಸಿತು.

ಅದರಲ್ಲಿಯೂ ಬೂಟುಗಳು ಕಾಲು ಕಚ್ಚುತ್ತಿದ್ದರೆ, ಕಾಲುಚೀಲದೊಳಗೆ ಬೆರಳುಗಳು ಊದಿಕೊಳ್ಳುತ್ತಿದ್ದವು. ಕಾಲುಗಳು ಚೀಲದೊಳಗೆ ಬೆವತು ದುರ್ಗಂಧ ಸೂಸುತ್ತಿತ್ತು. ಕಸ್ತೂರಳಿಗೆ ಈ ಆದೇಶ ನುಂಗಲಾರದ ತುತ್ತಾಗಿತ್ತು. ಆದರೂ ಗಂಡನ ಆದೇಶವನ್ನು ಪಾಲಿಸದೆ ವಿಧಿಯಿಲ್ಲ. ಹಾಗೆಯೇ ಊಟ ಮಾಡುವಾಗ ಮೇಜು ಸಂಸ್ಕೃತಿ ಅನುಸರಿಸಬೇಕಿತ್ತು. ನಿರಾಳವಾಗಿ ಕೈಗಳನ್ನೆತ್ತಿ ತಿಂದು ಅಭ್ಯಾಸವಾದವರಿಗೆ ಚಾಕು, ಚೂರಿ ಮುಳ್ಳಿನ ಚಮಚಗಳಿಂದ ತಿನ್ನುವುದಕ್ಕೆ ಹೆಣಗಾಡಬೇಕಾಯಿತು. ಈ ಪದ್ಧತಿಗಳಿಂದ ರೋಸಿ ಹೋಗಿದ್ದ ಕಸ್ತೂರಳಿಗೆ ಮುಂದೆ ಇನ್ನೂ ಎಂತೆಂಥ ಅಗ್ನಿಪರೀಕ್ಷೆಗಳಿಗೆ ಗುರಿಯಾಗಬೇಕೋ ಎಂದು ಹೆದರಿಕೆಯಾಯಿತು. ಇದೆಲ್ಲಕ್ಕಿಂತ ಅದ್ಭುತ ರೋಮಾಂಚನಕಾರಿ ಅನುಭವ ಹಡಗಿನ ಪ್ರಯಾಣವಾಗಿತ್ತು.

ಊಟದ ಮೇಜಿನ ಮುಂದೆ ಕೂತಾಗ ತಿನ್ನುವುದಕ್ಕೆ ಸರ್ಕಸ್ ಮಾಡುತ್ತಿದ್ದ ಹೆಂಡತಿ ಮಕ್ಕಳಯನ್ನು ನೋಡಿ ಸಿಡುಕುತ್ತಿದ್ದ. ಚಾಕು, ಮುಳ್ಳು ಚಮಚಿಗಳನ್ನು ಹೇಗೆ ಹಿಡಿಯಬೇಕೆಂದು ಸಿಡಿಮಿಡಿಗೊಳ್ಳುತ್ತಲೇ ತೋರಿಸುತ್ತಿದ್ದ. ಆಹಾರವನ್ನು ಬಾಯಿಗಿರಿಸಿಕೊಂಡ ಮೇಲೆ ಅದನ್ನು ಅಗಿಯುವಾಗ ಬಾಯಿ ಮುಚ್ಚಿರಬೇಕೆಂದು ಆಜ್ಞಾಪಿಸಿದ. ಅಲ್ಲದೆ ತಿನ್ನುವಾಗ ಸದ್ದಾಗಬಾರದು ಎಂದು ತಾಕೀತು ಮಾಡಿದ.

ಕಸ್ತೂರಳಿಗೆ ಮೈಯೆಲ್ಲ ಉರಿದು ಹೋಯಿತು. ಎಷ್ಟು ಪ್ರಯತ್ನಿಸಿದರೂ ಚಾಕು ಚೂರಿಗಳಿಂದ ತಿನ್ನುವುದು ಸಾಧ್ಯವೇ ಆಗಲಿಲ್ಲ. "ಇದ್ಯಾವ ಕರ್ಮ, ಲಕ್ಷಣವಾಗಿ ಕೈಯಿಂದ ತೆಗೆದು

ಬಾಯಿಗಿರಿಸಿಕೊಂಡು ಸವಿಯನ್ನು ಚಪ್ಪರಿಸುತ್ತ ತಿನ್ನುವುದು ಬಿಟ್ಟು ಬಾಯಿ ಸದ್ದು ಮಾಡದೆ ಈ ಕಸರತ್ತು ಮಾಡುತ್ತ ತಿನ್ನುವುದು ಯಾವ ಪಾಪಕ್ಕೆ ಶಿಕ್ಷೆ" ಎಂದು ಗೊಣಗುತ್ತಲೇ ಇದ್ದಳು. ಹೋಗಲಿ ಕಷ್ಟಪಟ್ಟು ತಿನ್ನುತ್ತಿರುವ ಊಟವಾದರೂ ಚೆನ್ನಾಗಿದೆಯೇ, ತೊಡು, ಹೊಟ್ಟು ತಿಂದಂತೆ ಇದೆ ಎಂದು ಒಳಗೊಳಗೇ ಬೈದುಕೊಳ್ಳುತ್ತಲೇ ಇದ್ದಳು. ಹಡಗಿನಲ್ಲಿ ಸಿಗುತ್ತಿದ್ದುದು ಬೇಯಿಸಿದ ತರಕಾರಿ, ಕಾಳುಗಳು, ಬ್ರೆಡ್ಡು, ಬೆಣ್ಣೆ. ಲಕ್ಷಣವಾದ, ಪ್ರೋಗದಸ್ತಾದ ಊಟವನ್ನಾದರೂ ಕೊಡಬಾರದಿತ್ತೆ! ಎಂದು ಹಂಬಲಿಸಿದಳು. ಇಂಥ ಆಹಾರದ ಶಿಕ್ಷೆಯಿಂದ ಪಾರಾದರೆ ಸಾಕು ಎನಿಸಿತು. ಆದರೆ ಈ ಪ್ರಯಾಣ ಮುಗಿಯುವ ಸೂಚನೆಯೇ ಕಾಣಿಸಲಿಲ್ಲ. ವೇಳೆ ಕಳೆಯುವುದೇ ಕಷ್ಟವೆನಿಸುತ್ತಿತ್ತು. ದಿನಗಳ ಲೆಕ್ಕ, ಕ್ಷಣಗಳ ಲೆಕ್ಕ ಮಾಡುವುದೇ ಅವಳ ಕೆಲಸವಾಗಿತ್ತು. ಈ ಬೇಸರ ಕಳೆಯುವುದೇ ಕಷ್ಟವಾಗಿರುವ ಸಮಯದಲ್ಲಿ ಒಂದು ಭಯಾನಕ ಘಟನೆ ಸಂಭವಿಸಿತು.

ಇನ್ನೇನು ಡರ್ಬಾನ್ ತಲುಪುವುದಕ್ಕೆ ನಾಲ್ಕೈದು ದಿನಗಳು ಬಾಕಿ ಇದೆ ಎಂದುಕೊಳ್ಳುವಾಗ ಸಮುದ್ರದಲ್ಲಿ ಭಯಂಕರ ಬಿರುಗಾಳಿಯೆದ್ದು ಹಡಗು ಡೋಲಾಯಮಾನವಾಯಿತು. ಚಂಡಮಾರುತ ಬಹಳ ಬಿರುಸಾಗಿದ್ದು ನೌಕಾಘಾತದ ಭೀತಿ ಪ್ರಯಾಣಿಕರನ್ನು ತತ್ತರಿಸುವಂತೆ ಮಾಡಿತು. ಬದುಕಿ ಉಳಿಯುವ ಸಾಧ್ಯತೆಯೇ ಇರಲಾರದೆಂದು ಭಾವಿಸಿದರು. ಆ ಸಂದರ್ಭದಲ್ಲಿ ಮಾನವ ಪ್ರಯತ್ನಗಳು ಏನೇ ಆದರೂ ಸಫಲವಾಗಲಾರದೆಂದೆನಿಸಿ ಕಡೆಯ ಪ್ರಯತ್ನವಾಗಿ ಜಾತಿ, ಮತಾತೀತವಾಗಿ ಎಲ್ಲರೂ ಪರಸ್ಪರ ವೈಯಕ್ತಿಕ ಭಿನ್ನತೆಗಳನ್ನು ಮರೆತು ಮಾನವಾತೀತ ಶಕ್ತಿವಂತನಾದ ಆ ದೇವರಿಗೆ ಮೊರೆಯಿಟ್ಟುಕೊಂಡರು. ಹಡಗಿನ ಕಪ್ತಾನನೂ ಪ್ರಾರ್ಥನೆಯಲ್ಲಿ ಸೇರಿಕೊಂಡದ್ದೇ ಅಲ್ಲದೆ ಪ್ರಯಾಣಿಕರಿಗೆ ಧೈರ್ಯದ ಮಾತುಗಳನ್ನು ಹೇಳಿದ. ಇದಕ್ಕಿಂತ ಪ್ರಚಂಡವಾದ ಬಿರುಗಾಳಿಯಲ್ಲೂ ಹಡಗು ಯಾವುದೇ ಅಪಾಯವಿಲ್ಲದೆ ಪ್ರಯಾಣಿಕರನ್ನು ದಡ ಮುಟ್ಟಿಸಿರುವುದನ್ನು ನಾನು ಕಂಡಿದ್ದೇನೆ, ನೀವು ಯಾರೂ ಇದಕ್ಕೆ ಹೆದರಬೇಕಾದ್ದಿಲ್ಲ. ಆ ದೇವರ ಕೃಪೆಯಿಂದ ನಿಮ್ಮೆಲ್ಲರನ್ನೂ ಸುರಕ್ಷಿತವಾಗಿ ದಡ ಮುಟ್ಟಿಸುತ್ತಾನೆಂಬ ಭರವಸೆ ನನಗಿದೆ ಎಂದು ತಿಳಿಸಿದ.

ಬಹುಶಃ ಇವರ ಮೊರೆ ದೇವರಿಗೆ ಕೇಳಿಸಿರಬೇಕು, ಕ್ರಮೇಣ ಚಂಡಮಾರುತದ ಬಿರುಸು ಕಡಿಮೆಯಾಯಿತು. ಪ್ರಯಾಣಿಕರ ಮುಖಗಳಲ್ಲಿ ಸಾವಿನ ಭೀತಿಯಿಂದ ಪಾರಾದ ಸಂತಸದ ಹೊಳಪು ಕಾಣಿಸಿತು. ಅಷ್ಟೂ ದಿನಗಳ ಪ್ರಯಾಣದ ಅವಯಲ್ಲಿ ಸಾಧ್ಯವಾಗದಿದ್ದ ಸ್ನೇಹ, ಸಾಮೀಪ್ಯಗಳು ಆಪತ್ಕಾಲದಲ್ಲಿ ಸಾಧ್ಯವಾಯಿತು. ಪ್ರಯಾಣಿಕರ ಮಧ್ಯೆ ಬಿಗಿ ಬಾಂದವ್ಯ ಏರ್ಪಟ್ಟಿತು.

ಮಕ್ಕಳನ್ನು ಇಟ್ಟುಕೊಂಡು ಕ್ಯಾಬಿನ್‌ನಲ್ಲಿದ್ದ ಕಸ್ತೂರಳಿಗೆ ಹಡಗು ಅತ್ತಿತ್ತ ವಾಲಿದಾಗಲೆಲ್ಲ ಅದೇ ತಮ್ಮ ಬದುಕಿನ ಕಡೆಯ ಕ್ಷಣಗಳೆಂದು ಹೆದರುತ್ತಿದ್ದಳು. ಒಂದೇ ಒಂದು ಸಮಾಧಾನವೆಂದರೆ ಸಾಯುವುದಾದರೆ ಎಲ್ಲರೂ ಒಟ್ಟಿಗೆ ಸಾಯುತ್ತೇವೆಂಬುದಾಗಿತ್ತು. ಈ ಭಯಾನಕ ಅನುಭವ ಜೀವನದಲ್ಲಿ ಮತ್ತೆಂದೂ ಹಡಗು ಹತ್ತುವುದಿಲ್ಲವೆಂದು ನಿರ್ಧರಿಸುಂತೆ ಮಾಡಿತ್ತಾದರೂ ಹಡಗು ಹತ್ತದೆ ಮರಳಿ ಬರಲು ಸಾಧ್ಯವಿಲ್ಲ ಎನ್ನುವ ಸತ್ಯವನ್ನು ಮರೆತಿದ್ದಳು.

ಈಗ ಎಲ್ಲವೂ ಸರಿ ಹೋಗಿತ್ತು. ದೇವರು ಪ್ರಾರ್ಥನೆ ಕೇಳಿಸಿಕೊಂಡು ಎಲ್ಲರನ್ನೂ ಉಳಿಸಿದ. ಮೋಹನದಾಸ ಮತ್ತೆ ತನ್ನ ಕಡತವನ್ನು ಹೊರತೆಗೆದು ಮಾಡಬೇಕಾದ ಕೆಲಸಗಳಲ್ಲಿ ಮುಳುಗಿದ.

ಕಸ್ತೂರಳಿಗೆ ಈ ಮನುಷ್ಯನಿಗೆ ಭಾವ ಸ್ಪಂದನಗಳೇ ಇಲ್ಲವೇ? ಸತ್ತು ಬದುಕಿದ್ದೇವೆಂಬ ಸಂತಸವೂ ಇಲ್ಲದೆ ಹೇಗೆ ತಾನೇ ಇಷ್ಟು ನಿರ್ಲಿಪ್ತನಾಗಿ ಇರಲು ಸಾಧ್ಯ. ಹಡಗಿನಲ್ಲಿ ಇರುವಾಗಲೂ ಕೆಲಸವೇ?" ಎಂದು ಬೇಸರದೊಂದಿಗೆ ಹೇಳಿಕೊಂಡಳು.

ಹೊರ ಪ್ರಪಂಚವನ್ನು ಮೊದಲ ಬಾರಿಗೆ ನೋಡುತ್ತಿದ್ದ ಕಸ್ತೂರಳಿಗೆ, ಆಗಾಗ ಹೊಸ ಅನುಭವಗಳಿಗೆ ಮುಖಾಮುಖಿಯಾಗುತ್ತಿದ್ದಳು. ಬಿರುಗಾಳಿಯ ಭಯಂಕರ ಅನುಭವದಿಂದ ಪಾರಾಗಿ ದೇವರ ಕೃಪೆಯಿಂದ ಜೀವದಾನ ಪಡೆದೆವೆಂದು ನಿರಾಳವಾಗಿ ಉಸಿರಾಡುತ್ತಿದ್ದಂತೆಯೇ ಮತ್ತೊಂದು ಪ್ರಸಂಗ ಎದುರಾಯಿತು.

ಡರ್ಬಾನ್ ಬಂದರಲ್ಲಿ ಹಡಗು ಬಂದು ನಿಂತಿತು, ಪ್ರಯಾಣಿಕರಲ್ಲಿ ಇಳಿಯುವ ಸಿದ್ಧತೆ ನಡೆಸುತ್ತಿದ್ದಂತೆ ವೈದ್ಯರುಗಳು ಪ್ರಯಾಣಿಕರೆಲ್ಲರನ್ನೂ ಆರೋಗ್ಯ ತಪಾಸಣೆ ಮಾಡದ ಹೊರತು ಬಿಡುತ್ತಿರಲಿಲ್ಲ. ಮೋಹನದಾಸ ಕುಟುಂಬ ಮತ್ತು ಇತರರು ಪ್ಲೇಗ್ ಪೀಡಿತ ಬಾಂಬೆಯಿಂದ ಬಂದವರಾದ್ದರಿಂದ ಸೋಂಕಿನ ಭೀತಿಯಿಂದಾಗಿ ಡರ್ಬಾನ್ ಪ್ರವೇಶಿಸಲು ಅನುಮತಿ ಸಿಗಲಿಲ್ಲ. ಅವರು ಐದು ದಿನ ಹಡಗೂ ಸೇರಿದಂತೆ ಕ್ವಾರಂಟೈನಿನಲ್ಲಿ ಉಳಿಯಬೇಕಾಯಿತು. ಇದು ಪ್ರಯಾಣಿಕರಿಗೆ ಅನುಭವಿಸಲಾಗದ ಶಿಕ್ಷೆಯೇ ಆಗಿತ್ತು. ಆದರೂ ಅಧಿಕಾರಿಗಳ ನಿಷೇಧವನ್ನು ಕಡೆಗಣಿಸುವಂತಿರಲಿಲ್ಲ. ಇದ್ದಲ್ಲಿಯೇ ಸಂತೋಷದ ವಾತಾವರಣವನ್ನು ಸೃಷ್ಟಿಸಿಕೊಳ್ಳಬೇಕಿತ್ತು. ಕರ್ಮರತನಂತೆ ಇರುತ್ತಿದ್ದ ಮೋಹನದಾಸ ಪ್ರಯಾಣಿಕರನ್ನು ಆಟಕ್ಕೆ ಇಳಿಸಿದನು. ಕ್ರಿಸ್‌ಮಸ್ ದಿನದಂದು ಹಡಗಿನ ಕಪ್ತಾನ ಮೇಲ್ಡರ್ಜಿ ಪ್ರಯಾಣಿಕರನ್ನು ಊಟಕ್ಕೆ ಆಹ್ವಾನಿಸಿದ್ದ, ಆಹ್ವಾನಿತರಲ್ಲಿ ಇವನ ಕುಟುಂಬವೂ ಸೇರಿತ್ತು. ಪಾಶ್ಚಾತ್ಯ ನಾಗರಿಕತೆ ಬಗ್ಗೆ ಮೋಹನದಾಸ ಭಾಷಣ ಮಾಡಿದ. ನಿರರ್ಗಳವಾಗಿ ತನಗೆ ಅಪರಚಿತವಾಗಿದ್ದ ಭಾಷೆಯಲ್ಲಿ ಮಾತನಾಡು ತ್ತಿದ್ದುದನ್ನು ಅಚ್ಚರಿ ಕಣ್ಣುಗಳಿಂದ ನೋಡುತ್ತಿದ್ದ ಕಸ್ತೂರಳಿಗೆ ಗಂಡನ ಬಗ್ಗೆ ಹೆಮ್ಮೆ ಎನಿಸಿತು.

ಕ್ರಿಸ್‌ಮಸ್‌ನ ಮರುದಿನ, ಕ್ವಾರಂಟೈನ್‌ನಲ್ಲಿ ಉಳಿಯುವ ಗಡುವನ್ನು ವಿಸ್ತರಿಸಬೇಕೆಂಬ ಆದೇಶ ಬಂತಾದರೂ ಯಾವ ಕಾರಣಕ್ಕೆಂಬುದು ಸ್ಪಷ್ಟಪಡಿಸಿರಲಿಲ್ಲ. 'ಪ್ಲೇಗ್' ಎಂಬುದು ನೆಪವಾಗಿತ್ತು. ನಿಜವಾದ ಕಾರಣ ನೆಟಾಲ್‌ನಲ್ಲಿನ ಬಿಳಿಯರ ಅಸಮಾಧಾನವಾಗಿತ್ತು. ನೆಟಾಲಿನ ಬಿಳಿಯರನ್ನು ಕುರಿತು ಮೋಹನದಾಸ ಅನುಚಿತವಾದ ಮಾತುಗಳಿಂದ ನಿಂದಿಸಿದ್ದಾನೆಂದೂ ಮತ್ತು ಹೆಚ್ಚು ಹೆಚ್ಚು ಸಂಖ್ಯೆಯಲ್ಲಿ ಭಾರತೀಯರನ್ನು ತಂದು ಅಲ್ಲಿ ತುಂಬುತ್ತಿದ್ದಾನೆಂದು ಆರೋಪಿಸಿ ಅವನ ಮೇಲೆ ಹಲ್ಲೆ ಮಾಡುವ ಯೋಜನೆಯ ಪರಿಣಾಮವೇ ಈ ದಿಗ್ಬಂಧನವಾಗಿತ್ತು.

ದಕ್ಷಿಣ ಆಫ್ರಿಕಾದ ತುಂಬ ಭಾರತೀಯರನ್ನು ತಂದು ತುಂಬಿ ಅವರ ಹಕ್ಕುಗಳಿಗಾಗಿ ಅವರನ್ನು ಎತ್ತಿಕಟ್ಟುವ ಹುನ್ನಾರ ಅವನದೆಂದು ಭಾವಿಸಿದರು. ಆದರೆ ವಾಸ್ತವವಾಗಿ ಅದೆಲ್ಲವೂ ಅವರ ಊಹೆಯಾಗಿತ್ತು. ಕಸ್ತೂರಳಿಗಂತೂ ಪರಿಸ್ಥಿತಿಯ ಬೆಳವಣಿಗೆ ಗಮನಿಸುತ್ತಿದ್ದಂತೆ ಯಾಕಾದರೂ ಈ ದೇಶಕ್ಕೆ ಬಂದೆವೋ ಎನಿಸಿತು. ಪ್ರಾರಂಭದಲ್ಲಿಯೇ ಇಷ್ಟೆಲ್ಲ ಅವಘಡಗಳು ಎದುರಾಗುತ್ತಿರುವಾಗ ಮುಂದೆ ಹೇಗಾಗುವುದೋ ಎಂದು ಅವಳ ಹೆಣ್ಣು ಹೃದಯ ಕಂಪಿಸಿತು. ಮೋಹನದಾಸನಿಗೂ ಚಿಂತೆ ಕಾಡಿತು. ಕುಟುಂಬವನ್ನು ಕರೆತಂದು ಅವರನ್ನು ಇಲ್ಲಿ ಸಲ್ಲದ ಸಂಕಷ್ಟಗಳಿಗೆ ಗುರಿ ಮಾಡುವಂತಾಯಿತಲ್ಲ ಎಂದು ಪರಿತಪಿಸಿದ. ತಾನು ತಪ್ಪು ಮಾಡಿದೆನೆಂಬ ಕಾರಣಕ್ಕಾಗಿ ನಿರಪರಾಗಳಾದ ಪ್ರಯಾಣಿಕರು, ದಾದಾ ಅಬ್ದುಲ್ಲಾ ಕಂಪನಿ, ಕೆಲವು ಅಲ್ಲಿನ

ಸ್ನೇಹಿತರು ಎಲ್ಲರೂ ಕಷ್ಟಕ್ಕೆ ಗುರಿಯಾಗುವಂತಾದದ್ದು ಅವನಿಗೆ ದುಃಖವೆನಿಸಿತು. ಅಧಿಕಾರಿಗಳಿಗೆ ಮೋಹನದಾಸನ ಬಗ್ಗೆ ಅಪಾರವಾದ ಆಕ್ರೋಶವಿತ್ತು. ಬಿಳಿಯರ ವಿರುದ್ಧ ಇಲ್ಲಿನ ಭಾರತೀಯರನ್ನೆಲ್ಲ ಒಗ್ಗೂಡಿಸಿ ಎತ್ತಿ ಕಟ್ಟುತ್ತಿದ್ದಾನೆ ಎನ್ನುವ ಆರೋಪಗಳು ಎಷ್ಟು ಬಿರುಸಾಗಿ ಪ್ರಸಾರವಾಯಿತೆಂದರೆ ಮೋಹನದಾಸನ ಅತ್ಯಂತ ಆತ್ಮೀಯರಾಗಿದ್ದ ಬಿಳಿಯ ಸ್ನೇಹಿತರಲ್ಲಿ ಒಬ್ಬನಾದ ಹ್ಯಾರಿ ಎಸ್ಕಾಂಬ್ ಎಂಬುವವನು, ಗೆಳೆಯನ ಒಳ್ಳೆಯ ಉದ್ದೇಶಗಳನ್ನು ಅರಿತಿದ್ದವನಿಗೂ ಅನುಮಾನ ಶುರುವಾಯಿತು.

ಭಾರತೀಯರ ಭರಾಟೆಯನ್ನು ಗಮನಿಸುತ್ತಿರುವ ಸರಕಾರ, ಭಾರತೀಯರೆಲ್ಲರನ್ನೂ ದೇಶದಿಂದ ಹೊರಗೆ ಹಾಕುವ ಆಲೋಚನೆಯಲ್ಲಿದೆ ಎಂಬ ಸುದ್ದಿಯೂ ಕೇಳಿ ಬರತೊಡಗಿತು. ಇದರಿಂದ ಗಾಬರಿಗೊಂಡ ಭಾರತೀಯರು ತಾವೇ ಸ್ವತಃ ಆ ದೇಶದಿಂದ ಹೊರಟು ಹೋಗಲು ಆಲೋಚಿಸುತ್ತಿದ್ದರು. ಆದರೆ ದಶಕಗಳಿಂದ ಅಲ್ಲಿಯೇ ಹುಟ್ಟಿ ಬೆಳೆದು ವಾಸಿಸುತ್ತಿದ್ದು, ಆಸ್ತಿ–ಪಾಸ್ತಿ, ಮನೆ–ಮಠ ಮಾಡಿಕೊಂಡಿದ್ದವರ ಪಾಡು ಹೇಳತೀರದ್ದಾಗಿತ್ತು. ಎಲ್ಲರಿಗೂ ತಮ್ಮ ತಮ್ಮ ಕುಟುಂಬಗಳ ಭದ್ರತೆಯ ಚಿಂತೆ ಕಾಡಿತ್ತು. ಕಸ್ತೂರಳಿಗೂ ಹೆದರಿಕೆಯಾಯಿತು. ಬಂದಿಲ್ಲಿ ಹೆಜ್ಜೆಯೂರುವುದಕ್ಕೆ ಮೊದಲೇ ಇದೇನು ಅವಾಂತರ ಎದುರಾಯಿತು ಎಂದು ಚಿಂತಿಸಿದಳು. ಇಷ್ಟೊಂದು ಪ್ರಕ್ಷುಬ್ಧತೆಯ ವಾತಾವರಣದಲ್ಲಿ ಸುರಕ್ಷಿತವಾಗಿದ್ದು ಮರಳಿ ನಮ್ಮ ದೇಶಕ್ಕೆ ಹೋಗಬಲ್ಲೆವೇ? ಎಂದು ಆಲೋಚಿಸಿದಳು, ಕೆಲವರು ಆಲೋಚಿಸುತ್ತಿದ್ದಂತೆ, ಭಾರತಕ್ಕೆ ತಾವೂ ಯಾಕೆ ಹಿಂತಿರುಗಿ ಹೋಗಬಾರದು, ಮೊದಲು ನಾವು ಸುರಕ್ಷಿತವಾಗಿದ್ದರೆ ಮುಂದೆ ಸಮಾಜ ಸೇವೆ, ಆ ಸೇವೆ ಈ ಸೇವೆ ಎಂದು ಯೋಚಿಸಬಹುದು. ಆದರೆ ಗಂಡ ಕೇಳಬೇಕಲ್ಲ, ಈ ಜನರ ಉದ್ಧಾರಕ್ಕೆಂದೇ ಕಂಕಣತೊಟ್ಟು ಬಂದಿರುವಾಗ ಹಿಂತಿರುಗುವ ಮಾತು ಕೇಳಿಸಿಕೊಂಡರೆ ಕೆಂಡವಾದಾನು. ಹೋಗಬೇಕೆಂದುಕೊಳ್ಳುತ್ತಿರುವ ಮಂದಿಗೆ ಧೈರ್ಯ ತುಂಬಿ ಅಲ್ಲಿದ್ದೆ ಅನ್ಯಾಯದ ವಿರುದ್ಧ ಪ್ರತಿಭಟಿಸುವಂತೆ ಪ್ರಚೋದಿಸುತ್ತಿರುವಾಗ ತನ್ನ ತನ್ನವರ ಬಗ್ಗೆ ಇಂಥ ಆಲೋಚನೆ ತಂದುಕೊಳ್ಳುವುದೇ ಬಹುದೊಡ್ಡ ಅಪರಾಧವೆಂದು ಭಾವಿಸದೆ ಇರಲಾರ. ಆದ್ದರಿಂದ ಅವನ ಹೆಂಡತಿಯಾಗಿ, ಅವನಂತೆ ಎದೆಗೆಡದೆ ಪರಿಸ್ಥಿತಿಗಳನ್ನು ಎದುರುಗೊಳ್ಳುವುದೇ ನನ್ನದೂ ಧರ್ಮವಾದೀತೆಂದುಕೊಂಡಳು. ಭಾರತೀಯರನ್ನು ದೇಶದಿಂದ ಹೊರಗಟ್ಟುವರೆಂಬ ಸುದ್ದಿ ಕೇಳಿದಾಗಲೇ ಗಂಡನಲ್ಲಿ ಈ ವಿಚಾರವಾಗಿ ಪ್ರಶ್ನಿಸಿದ್ದಳು. ಹಾಗಿದ್ದರೆ ತಮ್ಮನ್ನೂ ಕೂಡಾ ಅಟ್ಟಬಹುದಲ್ಲವೇ?– ಎಂದು ಪ್ರಶ್ನಿಸಿದ್ದಳು. ಅದಕ್ಕೆ ಮೋಹನದಾಸ, "ಇಂಥ ಬೆದರಿಕೆಗಳಿಗೆ ಸೋಲಬೇಕಾದ್ದಿಲ್ಲ, ಹೆದರಬೇಕಾದ್ದೂ ಇಲ್ಲ, ದಕ್ಷಿಣ ಆಫ್ರಿಕಾದಲ್ಲಿ ನೆಲೆಸಲು ಬಿಳಿಯರಿಗೆ ಇರುವಷ್ಟೇ ಹಕ್ಕು ಕರಿಯರೆಂದು ಕರೆಸಿಕೊಂಡ ಭಾರತೀಯರಿಗೂ ಇದೆ" ಎಂದು ಹೇಳಿದ್ದನಾದರೂ ಕಸ್ತೂರಳಿಗೆ ಭರವಸೆ ಬರಲಿಲ್ಲ– ಮಕ್ಕಳು ಮತ್ತು ತನ್ನ ಚಿಂತೆಯಾ ಹೆಚ್ಚಾಗಿ, ಕುದ್ಧರಾದ ಇವರು ಗಂಡನಿಗೆ ಏನು ತೊಂದರೆ ಕೊಡುತ್ತಾರೋ ಎನ್ನುವ ಭೀತಿಯೇ ದೊಡ್ಡದಾಗಿತ್ತು. ಅವರು ಅವನ ಮೇಲೆ ಯಾಕಿಷ್ಟು ಸಿಟ್ಟಾಗಿದ್ದರೆಂಬುದಕ್ಕೆ ಅವಳಿಗೆ ಸರಿಯಾದ ಸಮಾಧಾನ ದೊರೆತಿರಲಿಲ್ಲ. ನೇರವಾಗಿ ಅವನನ್ನೇ ಕೇಳಿದಳು– "ಸಹಸ್ರಾರು ಸಂಖ್ಯೆಯಲ್ಲಿ ಭಾರತೀಯರು ಇಲ್ಲಿರುವಾಗ, ನಿಮ್ಮನ್ನೇ ಯಾಕೆ ಗುರಿ ಮಾಡಿದ್ದಾರೆ? ಅವರಿಗೆ ಸಿಟ್ಟು ಬರುವಂತಹ ಹಲ್ಲೆಗೆ ಒಳಗಾಗಿಸುವಂತಹ ಅಪರಾಧವನ್ನೇನು ಮಾಡಿದ್ದೀರಿ..?"

"ನಾನು ಯಾವ ತಪ್ಪನ್ನೂ ಮಾಡಲಿಲ್ಲ, ಪತ್ರಿಕೆಗಳಲ್ಲಿ ಅವರ ನಡವಳಿಕೆ ಕುರಿತು ಬರೆದ ವರದಿ ಸುಳ್ಳಲ್ಲ, ಹಕ್ಕುಗಳಿಗಾಗಿ ದನಿಯೆತ್ತಿದ್ದೂ ಸುಳ್ಳಲ್ಲ, ನ್ಯಾಯವಿದ್ದ ಕಡೆ ನಾನಿರುತ್ತೇನೆ. ನನಗೆ ಯಾವ ಹೆದರಿಕೆಯೂ ಇಲ್ಲ" ಎಂದು ದೃಢವಾದ ಸ್ವರದಲ್ಲಿ ಹೇಳಿದ.

ಹಡಗು ಇಳಿದು ಬರುತ್ತಿದ್ದಂತೆ ಗಾಂಧಿ, ಗಾಂಧಿ ಎಂದ ಕೂಗುತ್ತಾ ಹುಡುಗರ ಗುಂಪೊಂದು ಅವನನ್ನು ಮುತ್ತಿಗೆ ಹಾಕಿದ್ದನ್ನು ಪ್ರತ್ಯಕ್ಷವಾಗಿ ನೋಡಿದ್ದಳು ಕಸ್ತೂರ್. ಅವನ ಮೇಲೆ ಹಲ್ಲೆ ನಡೆದ ಸುದ್ದಿ ತಿಳಿಯುತ್ತಿದ್ದಂತೆ ಪೊಲೀಸರು ಅಲ್ಲಿಗೆ ಬಂದು ಮೋಹನದಾಸನನ್ನು ಸುರಕ್ಷಿತವಾದ ಸ್ಥಳಕ್ಕೆ ಸೇರಿದ್ದರು. ಗಾಂಧಿಗೆ ಶತ್ರುಗಳು ಇದ್ದಂತೆ ಮಿತ್ರರೂ ಹಿತೈಷಿಗಳೂ ಇದ್ದಾರೆಂಬ ಸತ್ಯ ತಿಳಿಯುತ್ತಿದ್ದಂತೆ ಸ್ವಲ್ಪ ನಿರಾಳವಾದಳು. ಅವಳಿಗೇ ಅರಿವಿಲ್ಲದಂತೆ ಅವಳಲ್ಲೂ ಒಬ್ಬ ವೀರ ವನಿತೆಯ ಅವತರಣವಾಗುತ್ತಿತ್ತು.

ಮುಂದೆ ಒದಗಬಹುದಾದ ಅಪಾಯಗಳಿಂದ ರಕ್ಷಿಸಿಕೊಳ್ಳಲು ವೇಷಾಂತರದೊಂದಿಗೆ ತಲೆಮರೆಸಿಕೊಂಡರು.

ಹಲ್ಲೆಗೆ ಮುಂದಾಗಿದ್ದ ಹುಡುಗರಿಂದ ಮೋಹನದಾಸನಿಗೆ ಸಾಕಷ್ಟು ಗಾಯಗಳಾಗಿದ್ದವು. ಅಷ್ಟಾದರೂ ಶಾಂತಿ, ಅಹಿಂಸೆಗಳನ್ನು ಹೋರಾಟದ ಅಸ್ತ್ರಗಳನ್ನಾಗಿ ಬಳಸಬೇಕೆಂದುಕೊಂಡ ಮೋಹನದಾಸ ಹಲ್ಲೆಕೋರರ ಮೇಲೆ ಸಿಟ್ಟಾಗಲಿಲ್ಲ. ಪೊಲೀಸರಿಗೆ ದೂರು ನೀಡಲಿಲ್ಲ. ಯಾಕೆಂದರೆ ಅವರ ಮೇಲೆ ದೂರು ದಾಖಲಿಸಿ ಮೊಕದ್ದಮೆ ಹೂಡಿ ಶಿಕ್ಷೆ ಕೊಡಿಸುವುದರ ಪ್ರಯೋಜನವಾದರೂ ಏನು? ಸಿಟಾಲಿನ ಬಿಳಿಯರನ್ನು ದೂಷಿಸಿದ್ದೇನೆಂದು ನಂಬಿ ಹಲ್ಲೆ ಮಾಡಿದ್ದಾರೆ. ಅವರು ಸಿಟ್ಟಿನಿಂದಾಗಿ ಹಾಗೆ ಮಾಡಿದ್ದಾರೆ. ಅದನ್ನು ನಾನು ತಪ್ಪೆಂದು ಭಾವಿಸುವುದಿಲ್ಲ, ಅವರಿಗೇ ಕ್ರಮೇಣ ತಮ್ಮ ತಪ್ಪಿನ ಅರಿವಾಗುತ್ತದೆ ಎಂದು ಬಂದದ್ದನ್ನು ಸಮಾಧಾನ ಚಿತ್ತದಿಂದಲೇ ಸ್ವೀಕರಿಸಿದ. ಗಂಡನನ್ನು ನೋಡುತ್ತಿದ್ದಂತೆ ಅವಳೆದೆಯಲ್ಲಿ ಹೆಮ್ಮೆಯ ಕಾರಂಜಿ ಪುಟಿಯಿತು. ಎಂಥ ಪ್ರಸಂಗವನ್ನಾದರೂ ಒಂದಿಷ್ಟೂ ಅಳುಕು, ಅಳಲು ಇಲ್ಲದೆ ನಿಲ್ಲುವ ಎದೆಗಾರಿಕೆ! ತಾನು ಕೂಡಾ ಅವನ ಹೆಜ್ಜೆ ಜಾಡಿನಲ್ಲಿಯೇ ನಡೆಯಬೇಕು. ವೀರವನಿತೆ ಎನಿಸಿಕೊಳ್ಳಬೇಕು ಎಂಬೆಲ್ಲ ಯೋಚನೆಗಳಲ್ಲಿ ಮುಳುಗಿರುವಾಗ ಗಾಂಧಿ ಅವಳಿಗೆ "ಕಸ್ತೂರ್ ಮಕ್ಕಳನ್ನು ಕರೆದುಕೊಂಡು ಹೊರಗೆ ನಿಮಗಾಗಿ ಕಾಯುತ್ತಿರುವ ಗಾಡಿಯಲ್ಲಿ ನನ್ನ ಆತ್ಮೀಯ ಗೆಳೆಯ ಜೀವನ್‌ಜಿ ರುಸ್ತುಮ್‌ಜಿ ಅವರ ಮನೆ ಸೇರಿಕೊಳ್ಳಿ, ಅವರಲ್ಲಿದ್ದರೆ ನಿಮಗೆ ಯಾವ ತೊಂದರೆಯೂ ಬರಲಾರದು".

"ನಾವೇನೋ ಸುರಕ್ಷಿತವಾಗಿರಬೇಕೆಂದು ಬಯಸುತ್ತೀರಿ. ನಾವೂ ಹಾಗೆಯೇ ನಿಮ್ಮ ಸುರಕ್ಷೆ ಬಯಸುವುದು ನ್ಯಾಯವೂ, ಧರ್ಮವೂ ಅಲ್ಲವೆ"?

"ಕಸ್ತೂರ್ ತರ್ಕ, ಚರ್ಚೆ, ವಾಗ್ವಾದಗಳಿಗೆ ಇದು ಸಮಯವಲ್ಲ. ಆದಷ್ಟು ಬೇಗ ಅವರ ಮನೆ ಸೇರಿಕೊಳ್ಳಿ, ಹಿಂದಿನಿಂದ ನಾನೂ ಬಂದು ಬಿಡುತ್ತೇನೆ. ನೀನು ಹೆದರುವ ಹಾಗೆ ನನಗೇನೂ ಆಗುವುದಿಲ್ಲ. ಎಲ್ಲವೂ ತಣ್ಣಗಾಗಿದೆ ಎಂದು ಮಿಸ್ಟರ್ ಲಾಟನ್ ಮೊದಲಾದವರು ಹೇಳುತ್ತಿದ್ದಾರೆ".

"ಹಾಗಿದ್ದ ಮೇಲೆ ನಾನೂ ನಿಮ್ಮ ಜೊತೆಯೇ ಬರುತ್ತೇನೆ"

"ಹಠ ಬೇಡ, ಎರಡು ಮೈಲು ನಡೆಯುವುದು ಒಂದಾದರೆ ಮಕ್ಕಳು ತಾವೇ ಒಂಟಿಯಾಗಿ ಹೇಗೆ ಹೋಗಬಲ್ಲರು, ಸ್ವಲ್ಪ ಯೋಚಿಸು, ಮುಂದೆ ನನ್ನೊಂದಿಗೆ ನನ್ನ ಒಂದೊಂದು ಕ್ಷಣವೂ ಜೊತೆಗಿರಬೇಕಾದ ಸಮಯ ಬರುತ್ತದೆಂಬುದರಲ್ಲಿ ಸಂಶಯವಿಲ್ಲ. ನೀನು ಮಕ್ಕಳೊಂದಿಗೆ ಹೋಗಲೇಬೇಕು".

ಕಸ್ತೂರಳಿಗೆ ಸಂಕಟಕ್ಕಿಟ್ಟುಕೊಂಡಿತು. ಅವಳು ಯಾವುದಕ್ಕೆ ಹೆದರುತ್ತಿದ್ದಳೋ ಅದೇ ಮಾಡ ಬೇಕಾಯಿತು. ಅವಳೆಂದೂ ಒಂಟಿಯಾಗಿ ಹೊರಗೆ ಬಂದವಳಲ್ಲ. ಅಂಥಾದ್ದರಲ್ಲಿ ಮಕ್ಕಳೊಂದಿಗೆ ಅಪರಿಚಿತರ ಜೊತೆ ಗೊತ್ತಿಲ್ಲದ ಕಡೆಗೆ ಪರಿಚಯವಿಲ್ಲದವರು ಮನೆಗೆ ಹೋಗುವುದಾದರೂ ಹೇಗೆ? ಗಂಡ ಜೊತೆ ಇದ್ದಿದ್ದರೆ ಅದರ ಕಥೆಯೇ ಬೇರೆ! ಯಾವ ಹೆದರಿಕೆಯೂ ಇರುತ್ತಿರಲಿಲ್ಲ. ಈಗ ಗಾಂಧಿಯ ಮಾತು ಮೀರಲಾಗದೆ ಹೋಗಲೇಬೇಕಾಯಿತು. ಇದರ ಜೊತೆಗೆ ಅವಳನ್ನು ಕಾಡುತ್ತಿದ್ದ ಮತ್ತೊಂದು ಸಮಸ್ಯೆ ಇತ್ತು. ರುಸ್ತುಂಜಿ ಅವರು ಹಿಂದುಗಳಲ್ಲಿ ಅವರ ಸಂಸ್ಕೃತಿ, ಸಂಪ್ರದಾಯ, ಊಟೋಪಚಾರ ಎಲ್ಲವೂ ಬೇರೆ. ಸಂಪ್ರದಾಯದ ಮನೆತನದಲ್ಲಿ ಬೆಳೆದು, ಇಂಥವರ ಮನೆಯ ಪರಿಸರದಲ್ಲಿ ಉಳಿಯುವುದಾದರೂ ಹೇಗೆ? ಹೀಗಿರುವಾಗ ಗಂಡನಿಲ್ಲದೆ ಅವರಲ್ಲಿಗೆ ಅದೂ ತೀರಾ ಅಪರಿಚಿತರಾಗಿರುವ ಮನೆಗೆ ಹೋಗುವುದು ಅವಳಿಗೆ ಮುಜುಗರವಾಗುತ್ತದೆ ಎನ್ನುವುದಾದರೂ ಅರ್ಥವಾಗಬೇಡವೇ? ಎಂದೆಲ್ಲಾ ಅನಿಸುತ್ತಿದ್ದರೂ ಥಟ್ಟನೆ ಮಕ್ಕಳ ನೆನಪಾಗಿ ಇಂಥದ್ದನ್ನೆಲ್ಲ ಸಹಿಸಿಕೊಳ್ಳಲೇಬೇಕೆಂಬ ನಿಲುವಿಗೆ ಬಂದು ತಲುಪಿದಳು. ಒಂದು ನಿರ್ಧಾರಕ್ಕೆ ಬಂದದ್ದೇ ಗಂಡನನ್ನು ಹಿಂಬಾಲಿಸಿ ಮಕ್ಕಳನ್ನು ಜೊತೆಯಲ್ಲಿ ಕರೆದುಕೊಂಡು ಅವರಿಗಾಗಿ ಕಾಯುತ್ತಿದ್ದ ಗಾಡಿ ಹತ್ತಿದರು.

ಕಸ್ತೂರಳು ರುಸ್ತುಂಜಿ ಮನೆಯನ್ನೇನೋ ಸುರಕ್ಷಿತವಾಗಿ ತಲುಪಿದಳು. ಆದರೂ ಗಾಂಧಿ ವಿಚಾರದಲ್ಲಿ ಭಯ, ಆತಂಕ, ತಲ್ಲಣಗಳಿಂದಾಗಿ ನೆಮ್ಮದಿಯಾಗಿ ಉಸಿರಾಡುವುದೂ ಸಾಧ್ಯವಿರಲಿಲ್ಲ. ಕ್ಷಣ ಕ್ಷಣವೂ ಬಾಗಿಲತ್ತ ನೋಡುತ್ತಲೇ ಇದ್ದಳು. ಅವಳ ಆತಂಕವನ್ನು ಅರ್ಥಮಾಡಿಕೊಂಡಿದ್ದ ರುಸ್ತುಂಜಿ ಕುಟುಂಬದವರು ಕಸ್ತೂರಳಿಗೆ ಧೈರ್ಯ ಹೇಳುತ್ತಲೇ ಇದ್ದರು. ಆದರೆ ದುರದೃಷ್ಟವಶಾತ್ ಅದೇ ಸಮಯಕ್ಕೆ ಬಂದರಿನ ಬಳಿ ಇದ್ದ ಆ ಹುಡುಗರ ಗುಂಪು ಗಾಂಧಿ, ಗಾಂಧಿ ಕುಟುಂಬದ ಬೆನ್ನುಹತ್ತಿ ಅಲ್ಲಿಗೂ ಬಂದು ಬಿಟ್ಟರು. ಮಿಸೆಸ್ ಅಲೆಕ್ಸಾಂಡರ್ ಗುಂಪಿನ ನಡುವೆ ಇದ್ದು ಸಮಾಧಾನಪಡಿಸುತ್ತಿದ್ದಳು. ಜೊತೆಗೆ ಹಾಸ್ಯ ಚಟಾಕಿಗಳನ್ನು ಹಾರಿಸುತ್ತಾ, ಅವರ ಗಮನ ಬೇರೆ ದಿಕ್ಕಿನೆಡೆಗೆ ಸೆಳೆಯಲು ಪ್ರಯತ್ನಿಸುತ್ತಿದ್ದರು. ಆದರೆ ಗುಂಪಿನಲ್ಲಿದ್ದ ಹುಡುಗರು ತೀರಾ ಭಾವಾವೇಶಕ್ಕೆ ಒಳಗಾಗಿ ಗಾಂಧಿ ಬೇಕು! ಗಾಂಧಿ ಬೇಕು! ಗಾಂಧಿಯನ್ನು ಹೊರಗೆ ಕಳಿಸಿ ನಮಗೊಪ್ಪಿಸಿ, ಇಲ್ಲವಾದಲ್ಲಿ ನೀವು ಯಾರೂ ಬದುಕಿ ಉಳಿಯುವುದಿಲ್ಲ ಎಂದು ಆಕ್ರೋಶದಿಂದ ಮುಗಿಲೆತ್ತದ ದನಿಯಲ್ಲಿ ಕೂಗುತ್ತಿದ್ದರು. ಮನೆಯಲ್ಲಿ ಹೆಂಗಸರು, ಮಕ್ಕಳು ಭಯದಿಂದ ತತ್ತರಿಸುತ್ತಿದ್ದರು. ಕೂಡಲೆ ಮನೆ ಹೆಂಗಸರು ಮತ್ತು ಗಾಂಧಿ ಕುಟುಂಬದವರನ್ನು ಮಹಡಿ ಮೇಲಕ್ಕೆ ಕಳಿಸಿದರು. ಕಸ್ತೂರಳಿಗೆ ತನ್ನ ತಲೆ ರಕ್ಷಿಸಿಕೊಳ್ಳುವುದು ದೊಡ್ಡದೆನಿಸಲಿಲ್ಲ. ಮೊಟ್ಟಮೊದಲ ಬಾರಿಗೆ ಹೊರ ಜಗತ್ತಿಗೆ ಅದೂ ತಾನು ಹುಟ್ಟಿ ಬೆಳೆದ ದೇಶ, ಸಂಸ್ಕೃತಿ, ಪರಿಸರಗಳಿಗಿಂತ, ಜನರಿಗಿಂತ ಭಿನ್ನವಾದ, ಅನ್ಯ ದೇಶೀಯವಾದ್ದಕ್ಕೆ ಮುಖಾಮುಖಿ ಯಾಗುತ್ತಿದ್ದಾಳೆ. ಅಲ್ಲದೆ ಅಷ್ಟು ಕಲಿತವಳೂ ಅಲ್ಲ. ಏಕಕಾಲಕ್ಕೆ ತನ್ನೆದುರು ಪ್ರತ್ಯಕ್ಷವಾಗಿ

ಸಂಭವಿಸುತ್ತಿರುವ ಘಟನೆಗಳನ್ನು ಅರ್ಥಮಾಡಿಕೊಳ್ಳುವುದಕ್ಕಾಗಲೀ ಅಥವಾ ಜನರ ಆಕ್ರೋಶ ತನ್ನ ಗಂಡನ ಮೇಲೆ ಏಕೆ ಎಂಬುದಕ್ಕೆ ಕಾರಣವಾಗಲಿ ಏನೆಂದು ಗ್ರಹಿಸಲು ಅಸಮರ್ಥಳಾಗಿದ್ದಾಳೆ. ಅವರ ಇಷ್ಟೊಂದು ಭಯಂಕರ ಸಿಟ್ಟಿಗೆ ಕಾರಣವಾದ ಯಾವ ಅಪರಾಧವನ್ನು ತನ್ನ ಗಂಡ ಮಾಡಿರಬಹುದು? ಎಂದೆಲ್ಲ ಪ್ರಶ್ನೆಗಳು ಘುತ್ ಘುತ್ ಎಂದು ಅವಳ ಮುಂದೇಳುತ್ತಿದ್ದವು.

ಕಸ್ತೂರಳಷ್ಟೇ ಅಲ್ಲ, ಹರಿ, ಮಣಿ, ಗೋಕುಲ್– ಎಲ್ಲರೂ ಗಾಬರಿಯಿಂದ ಕಂಪಿಸುತ್ತಿದ್ದಾರೆ. ಅವರಿಗಾದರೂ ಏನೆಂದು ಸಮಾಧಾನ ಹೇಳುವುದು– ಎಂದೆಲ್ಲ ಯೋಚಿಸುತ್ತಿದ್ದಳು. ಅಪ್ಪನನ್ನು ಕಳೆದುಕೊಂಡಿದ್ದ ಗೋಕುಲ ದಾಸನ ಬಗ್ಗೆ ಕಸ್ತೂರಳ ಪ್ರೀತಿ ಮತ್ತು ಮರುಕ ಸ್ವಲ್ಪ ಹೆಚ್ಚಾಗಿಯೇ ಇತ್ತು. ಹರಿಲಾಲ, ಮಣಿಲಾಲರು ಭಯದಿಂದ ಮುದುಡಿಕೊಂಡಿದ್ದರೂ ಅಮ್ಮನ ಮುಂದೆ ಧೈರ್ಯವನ್ನು ನಟಿಸುತ್ತಿದ್ದರು. ಕಸ್ತೂರಳಿಗೆ ಈ ಮುಗ್ಧ ಮಕ್ಕಳನ್ನು ಈ ಕಾಣದ ದೇಶಕ್ಕೆ ಕರೆತಂದು ಎಂತಹ ಅಪಾಯಗಳಲ್ಲಿ ಸಿಲುಕಿಸಿದ್ದೇವೆ ಎಂದು ಮರುಕದ ದೃಷ್ಟಿಯಿಂದ ಅವರತ್ತ ನೋಡಿ ಆ ಮೂರು ಮಕ್ಕಳನ್ನು ಬರಸೆಳೆದು ತನ್ನೆದೆಗೆ ಬಿಗಿಯಾಗಿ ಅಪ್ಪಿಕೊಂಡಳು. ಅವಳ ಕಣ್ಣ ಹನಿಗಳು ಆ ಮೂವರ ಮೇಲೂ ಟಪ ಟಪನೆ ಉದುರಿದವು. ಬಿಸಿ ಹನಿಗಳಿಗೆ ಎಚ್ಚೆತ್ತ ಆ ಮಕ್ಕಳು ತಮ್ಮ ಪುಟ್ಟ ಕೈಗಳಿಂದ ಕಂಬನಿಯನ್ನು ಒರೆಸಿದರು. ಹಿರಿಯನಾದ ಹರಿಲಾಲ "ಬಾ, ನೀವ್ಯಾಕೆ ಅಳುತ್ತೀರಿ? ನಮಗೇನೂ ಆಗುವುದಿಲ್ಲ. ಬಾಪು ಬಂದೇ ಬರುತ್ತಾರೆ. ನಾವೇನೂ ಹೆದರುವುದಿಲ್ಲ" ಎಂದಾಗ ಕಸ್ತೂರಳ ಹೃದಯ ತುಂಬಿ ಬಂತು. ಮೂರು ಕೆನ್ನೆಗಳ ಮೇಲೂ ಮುತ್ತಿನ ಮುದ್ರೆಗಳು ಬಿದ್ದವು.

ಈ ಕುಟುಂಬಕ್ಕೆ ದೇವರ ಮೇಲೆ ಬಾರ ಹಾಕಿ, ಗಾಂಧಿ ಸುರಕ್ಷಿತವಾಗಿ ಮನೆ ಸೇರುವುದನ್ನೇ ಎದುರು ನೋಡುವುದಷ್ಟೇ ಕೆಲಸವಾಗಿತ್ತು.

ಗಾಂಧಿಯ ಜವಾಬ್ದಾರಿಯನ್ನು ಸೂಪರಿಂಡೆಂಟ್ ಆಫ್ ಪೊಲೀಸ್ ಆಗಿದ್ದ ಅಲೆಕ್ಸಾಂಡರ್ ಹೆಗಲಿಗಿತ್ತು. ಗಾಂಧಿಯನ್ನು ಹೇಗಾದರೂ ಮಾಡಿ ಅವರ ಕುಟುಂಬದ ಜೊತೆ ಸೇರಿಸಲು ಹರಸಾಹಸ ಪಡುತ್ತಿದ್ದರು. ಗಾಂಧಿ, ಗಾಂಧಿಯಾಗಿ ತಲುಪುವುದು ಸಾಧ್ಯವಿರಲಿಲ್ಲ. ವೇಷಾಂತರದೊಂದಿಗೆ ಹೊರಡಬೇಕೆಂಬ ಸಲಹೆ ಮೊದಲು ಗಾಂಧಿ ಮನಸ್ಸಿಗೆ ಒಪ್ಪಿತವಾಗಲಿಲ್ಲ. ಆದರೆ ಕಡೆಗೆ ಅನ್ಯದಾರಿಯಿಲ್ಲದೆ, ಒಪ್ಪಿಕೊಳ್ಳಲೇಬೇಕಾಯಿತು. ಪೊಲೀಸ್ ವೇಷದಲ್ಲಿ, ಇತರ ಪೊಲೀಸ್ ಅಧಿಕಾರಿಗಳ ರಕ್ಷಣೆಯಲ್ಲಿ ಅಂತೂ ಇಂತು ಕೂಡಲೇ ರುಸ್ತುಂಜಿ ಮನೆ ಸೇರಿದರು.

ಗಾಂಧಿ ತಮ್ಮ ಮೇಲೆ ಹಲ್ಲೆ ಮಾಡಿದವರ ಮೇಲೆ ಮೊಕದ್ದಮೆ ಹೂಡಲು ನಿರಾಕರಿಸಿದ್ದು ದೊಡ್ಡ ಸುದ್ದಿಯಾಯಿತು. ಗಾಂಧೀಜಿಯು ತನ್ನ ಮೇಲೆ ಆಕ್ರಮಣವಾದಾಗ ಅದನ್ನು ಎದುರಿಸಿ ನಿಂತಾಗಿನ ಧೈರ್ಯದ ಬಗ್ಗೆ ಪತ್ರಿಕೆಗಳಲ್ಲಿ ದೊಡ್ಡ ಸುದ್ದಿಯಾಯಿತು.

ರುಸ್ತುಂಜಿ ಮನೆ ತಲುಪಿ, ಎರಡು ದಿನಗಳಿದ್ದು ನಂತರ ಮೋಹನ್‌ದಾಸ್ ತನ್ನದೇ ಸ್ವಂತ ಒಂದು ಮನೆ ಮಾಡಿಕೊಂಡ ರುಸ್ತುಂ ಕುಟುಂಬದ ಬಗ್ಗೆ ಏನೇನೋ ಊಹಿಸಿಕೊಂಡಿದ್ದ ಕಸ್ತೂರಳಿಗೆ ಮನೆಯಿಂದ ಹೋಗುವಾಗ ತಮ್ಮ ರಕ್ಷಣೆಗಾಗಿ ಕುಟುಂಬದವರು ಪಟ್ಟ ಶ್ರಮ ಇದ್ದಷ್ಟು ದಿನ ತಮ್ಮನ್ನು ಪ್ರೀತಿ, ಸ್ನೇಹಗಳಿಂದ ನಡೆಸಿಕೊಂಡಿದ್ದನ್ನು ನೆನೆಯುತ್ತಿದ್ದಂತೆ ಭಾವುಕಳಾದಳು. ಆತ್ಮೀಯ ಆಲಿಂಗನದೊಂದಿಗೆ ಮೋಹನದಾಸನ ಜೊತೆ ಮಕ್ಕಳನ್ನು ಕರೆದುಕೊಂಡು ತನ್ನ

ಗೂಡನ್ನು ಸೇರಿಕೊಂಡಳು. ತನ್ನದೇ ಸ್ವಂತ ಮನೆ, ತಾನೇ ಅದರ ಯಜಮಾನಿ, ಬೇರೆ ಯಾವ ಹೆಂಗಸಿನ ಹಂಗಿನಲ್ಲಿ ಬದುಕಬೇಕಿಲ್ಲ. ಇನ್ನು ಮುಂದೆ ತಾನು ಕಸ್ತೂರಳಲ್ಲ, ಕಸ್ತೂರ ಬಾ! ಅಬ್ಬ ಎಂತಹ ಗೌರವ, ಸನ್ಮಾನಗಳು! ಊಹಿಸಿಕೊಳ್ಳುತ್ತಿದ್ದಂತೆ ಮಾತಿಗೆ ನಿಲುಕದ ರೋಮಾಂಚನ!

ಹೊಸ ಮನೆಗೆ, ತನ್ನ ಸ್ವಂತ ಮನೆಗೆ, ವಿಶಾಲವಾದ ಮನೆಗೆ ಹೆಜ್ಜೆ ಇಡುತ್ತಿದ್ದಂತೆ ಅವಳ ಮನದ ನವಿಲು ರೆಕ್ಕೆ ಬಿಡಿಸಿ ಕುಣಿಯ ತೊಡಗಿತು. ಮನೆಯಿದ್ದುದು ಕೂಡಾ ಸಮುದ್ರ ದಂಡೆಯಲ್ಲಿ! ತಣ್ಣನೆಯ ಬೀಸುಗಾಳಿ, ಅಸ್ಪಷ್ಟವಾದ ಅಲೆಗಳ ಕುಣಿತ, ಮರೆತ ಬಾಲ್ಯದ ದಿನಗಳ ನೆನಪು ಮರುಕಳಿಸಿತು. ಮೋಹನ ದಾಸನ ವ್ಯವಹಾರವೆಲ್ಲ ಶ್ರೀಮಂತ ಭಾರತೀಯರೊಂದಿಗೆ. ಆತನ ಕಕ್ಷಿದಾರರೇ ಗಾಂಧಿಗೆ ಬೇಕಾದ ಎಲ್ಲ ಬಗೆಯ ಸೌಕರ್ಯಗಳೊಂದಿಗೆ ವಸತಿ ವ್ಯವಸ್ಥೆ ಮಾಡಿಕೊಟ್ಟಿದ್ದರು.

ಮನೆಯೊಳಗಿನ ಪೀಠೋಪಕರಣಗಳೆಲ್ಲ ಐರೋಪ್ಯ ಮಾದರಿಯವು. ಮನೆ ತುಂಬ ಪುಸ್ತಕದ ಕಪಾಟುಗಳು. ಗಾಂಧಿ ವಿಶ್ವವಿಖ್ಯಾತವಾದ ಗ್ರಂಥಗಳನ್ನು ಸಂಗ್ರಹಿಸಿದ್ದ. ವಿಶ್ವದ ಎಲ್ಲ ಮತ ಧರ್ಮಗಳಿಗೆ ಸಂಬಂಧಪಟ್ಟ ಅಮೂಲ್ಯವಾದ ಗ್ರಂಥಗಳ ಸಂಗ್ರಹವಿತ್ತು ಆದರೆ ಎಲ್ಲಿಯೂ ಪೂಜಾ ಸ್ಥಳ ಕಾಣಿಸಲಿಲ್ಲ. ಮನೆಯೆಲ್ಲವನ್ನೂ ಪರಿಶೀಲಿಸಿದ ಕಸ್ತೂರಬಾ ಮುಂದೆ ಒಂದು ಪ್ರಶ್ನೆಯಿದ್ದಿತು. ವಿದೇಶಕ್ಕೆ ಬರುತ್ತಿದ್ದಂತೆ ಎಲ್ಲ ಹಿಂದುಗಳು ತಮ್ಮ ತಮ್ಮ ಆರಾಧ್ಯ ದೇವರುಗಳಿಗೆ ಬಹಿಷ್ಕಾರ ಹಾಕಿ ಬಿಡಬೇಕೇ ಹೇಗೆ? ಇಲ್ಲವಾದರೆ ತನ್ನ ಗಂಡ ಮಾತ್ರ ಇಂತಹ ವ್ಯವಸ್ಥೆ ರೂಪಿಸಿದ್ದಾನೆಯೇ ಹೇಗೆ? ಎಂದು ಯೋಚಿಸುತ್ತ ತಲೆ ಕೆಡಿಸಿಕೊಂಡಿದ್ದಳು.

ಕುಟುಂಬದೊಂದಿಗೆ ಈ ಮನೆ ಪ್ರವೇಶಕ್ಕೂ ಮೊದಲಿನಿಂದಲೇ ಮೋಹನ ದಾಸ ಕೆಲಸ ಕಾರ್ಯದ ಮೇಲೆ ಬಂದಾಗ ಇಲ್ಲಿಯೇ ಉಳಿದು ಕೊಳ್ಳುತ್ತಿದ್ದ. ಈಗೊಂದಷ್ಟು ದಿವಸದಿಂದ ಮಸಿ ಖಾಲಿಯಾಗಿದ್ದು, ಬೀಗ ಬಿದ್ದಿತ್ತಾದ್ದರಿಂದ ಧೂಳು ತುಂಬಿದ ಆ ಮನೆಯನ್ನು ಶುಚಿ ಮಾಡಿ ವಾಸ ಯೋಗ್ಯ ಮಾಡಲು ದಿನಗಳೇ ಬೇಕಾಯಿತು. ಕಸ್ತೂರಳಿಗೆ ಮಕ್ಕಳೂ ಕೂಡಾ ಸಹಾಯ ಮಾಡಿದರು. ಬಿಡುವಿದ್ದಾಗ ಮೋಹನ ದಾಸನೂ ಕೈ ಜೋಡಿಸಿದ. ಮನೆಗೆ ಬೇಕಾದ ಸಾಮಾನು, ಸರಂಜಾಮು, ಆಹಾರ ಪದಾರ್ಥಗಳು ತರಲು ಒಂದಿಬ್ಬರು ಸೇವಕರಿದ್ದರು.

ಈ ಹೊಸ ಪರಿಸರದಲ್ಲಿ ಕಸ್ತೂರಳಿಗೆ ಹೆಜ್ಜೆ ಹೆಜ್ಜೆಗೂ ಸವಾಲುಗಳೇ ಎದುರಾಗುತ್ತಿವೆ ಎನಿಸುತ್ತಿತ್ತು. ಹಳೆ ಕಾಲದ ರೀತಿಯಲ್ಲಿ ತಮ್ಮ ಮನೆಗಳಲ್ಲಿ ಕೂಡು ಒಲೆಗಳ ಮುಂದೆ ಕುಳಿತು ಅಡಿಗೆ ಮಾಡಿ ಅಭ್ಯಾಸವಿದ್ದವಳಿಗೆ ಕಾಲಿಗೆ ಷೂ ಏರಿಸಿಕೊಂಡು, ಏಪ್ರಾನ್ ಕಟ್ಟಿಕೊಂಡು, ಕಟ್ಟೆಯ ಮೇಲಿನ ಒಲೆಯ ಮೇಲೆ ಅಡಿಗೆ ಬೇಯಿಸುವುದು ಅವಳಿಗೊಂದು ಹರಸಾಹಸವೆನಿಸಿತು. ಆದರೂ ವಿಧಿಯಿಲ್ಲದೆ ಎಲ್ಲಕ್ಕೂ ಹೊಂದಿಕೊಂಡು ಬದುಕು ಮಾಡುವುದು ಅವಳಿಗೆ ಅನಿವಾರ್ಯ ವಾಯಿತು. ಇಂಥ ರೀತಿಯಲ್ಲಿ ಅಡಿಗೆ ಮಾಡಿ ಬಡಿಸುವುದೆಂದರೆ ಒಂದು ದೊಡ್ಡ ತಲೆ ನೋವೆನಿಸಿತು. ಪ್ರತಿ ಸಾರಿಯೂ ತನ್ನ ಹಣೆಬರಹವನ್ನು ಹಳಿದುಕೊಳ್ಳುತ್ತಿದ್ದಳು. ತನ್ನ ಕಷ್ಟಗಳನ್ನು ಹೇಳಿಕೊಳ್ಳಲಾದರೂ ಯಾರಾದರೂ ಹೆಂಗಸರಿದ್ದಾರೆಯೇ ಎಂದರೆ ಅದೂ ಅವಳಿಗೆ ಲಭ್ಯವಿರಲಿಲ್ಲ. ತನ್ನೂರಿನ ಸರಳವಾದ ಬದುಕೇ ಎಷ್ಟು ಚೆನ್ನ! ಎಂದುಕೊಳ್ಳುತ್ತಿದ್ದಳು. ಆದರೆ ಅವಳ ಮನದ ಮೂಲೆಯಲ್ಲಿ ಸತಿ ಧರ್ಮದ ನಿಷ್ಠೆ ಅವಳು ಎಲ್ಲವನ್ನು ಸಹಿಸಿಕೊಳ್ಳುವಂತೆ ಮಾಡಿತ್ತು. ಗಂಡನ ಆದೇಶ, ನಿರ್ದೇಶನ, ನಿರೀಕ್ಷೆಗಳಂತೆ ನಡೆಯಲೇಬೇಕು, ಯಾವ ಪರಿಸರಕ್ಕೆ ಬಂದರೆ ಅದಕ್ಕೆ ಹೊಂದಿಕೊಂಡು ಹೋಗಬೇಕೆಂಬ ವಿವೇಕ, ಎಚ್ಚರ, ತನಗಿಷ್ಟವಿಲ್ಲದಿದ್ದರೂ ಗಂಡನಿಗೆ ವಿರುದ್ಧವಾಗಿ

ಹೋಗುವುದಾಗಲೀ, ಪ್ರತಿಭಟಿಸುವುದಾಗಲೀ ಮಾಡದೆ ತನ್ನೊಳಗೆ ತಾನೇ ಸಿಟ್ಟಾಗುತ್ತಾ, ಬೈದುಕೊಳ್ಳುತ್ತಾ ಗೊಣಗುಟ್ಟುತ್ತಾ ಹೊಂದಿಕೊಂಡು ಬದುಕುವುದನ್ನು ರೂಢಿಸಿಕೊಂಡಳು.

ಮನೆಯಿಂದ, ಮನೆಯವರಿಂದ ದೂರವಾಗಿ ಬಂದಿದ್ದು ಪದೇ ಪದೇ ಅವಳ ಮನಸ್ಸನ್ನು ಕಾಡುತ್ತಿತ್ತು. ಮನೆಯವರನ್ನು ಆಗಾಗ ನೆನಸಿಕೊಳ್ಳುತ್ತಿದ್ದರು. ಆಗೊಮ್ಮೆ ಈಗೊಮ್ಮೆ ಅವಳ ಭಾವಂದಿರಿಂದ ಪತ್ರ ಬಂದಾಗ ಗಾಂಧಿ ಅವನ್ನು ಅವಳಿಗೆ ತೋರಿಸಿ ತಿಳಿಸುತ್ತಿದ್ದ. ಅದಷ್ಟೇ ಅವಳಿಗೆ ಸ್ವರ್ಗ ಸಿಕ್ಕಂತಾಗುತ್ತಿತ್ತು. ಅವರೊಂದಿಗೆ ನಡೆಯುತ್ತಿದ್ದ ಮಾತುಕತೆಯ ಪುನರಾವರ್ತನೆ ಅವಳ ಮನೋಲೋಕದಲ್ಲಿ ನಡೆಯಯುತ್ತಿತ್ತು. ಜೊತೆಗೆ ರಾಜಕೋಟ್‍ನಲ್ಲಿ ಗೆಳತಿಯರೂ ನೆನಪಾಗುತ್ತಿದ್ದರು. ಅಲ್ಲಿ ನಡೆಯುವುದನ್ನೆಲ್ಲ ತನಗೆ ಬರೆದು ತಿಳಿಸಿದರೆ ಎಷ್ಟು ಚೆನ್ನ ಎಂದು ಕೊಳ್ಳುತ್ತಿದ್ದಂತೆ ಇಲ್ಲಿ ನಡೆಯುವುದನ್ನೆಲ್ಲ ಅವರಿಗೆ ತಿಳಿಸಲು ಬರೆಯಬೇಕೆಂದು ತುಡಿಯುತ್ತಿದ್ದಳು.

ಮನೆಗೆ ಬರುವವರು, ಹೋಗುವವರು ದಿನ ದಿನಕ್ಕೆ ಹೆಚ್ಚಾಗುತ್ತಿದ್ದರು. ಅನೇಕ ಕಾರಣಗಳಿಗಾಗಿ ಬರುತ್ತಿದ್ದರು. ಇವರಲ್ಲಿ ಕಕ್ಷಿದಾರರು, ಸ್ನೇಹಿತರು, ಬ್ರಿಟಿಷ್ ಅಕಾರಿಗಳು ಅಲ್ಲದೆ ಗಾಂಧಿಯ ಸಲಹೆ ಪಡೆಯಲು, ಮಾರ್ಗದರ್ಶನ ಪಡೆಯಲು ಬರುತ್ತಿದ್ದವರೆಲ್ಲ ಇರುತ್ತಿದ್ದರು. ಇಷ್ಟೊಂದು ಸಂಖ್ಯೆಯಲ್ಲಿ ತನ್ನ ಗಂಡನನ್ನು ನೋಡಲು ಬರುತ್ತಿದ್ದುದು ಅವಳಿಗೆ ಏಕಕಾಲಕ್ಕೆ ಆಶ್ಚರ್ಯ ಮತ್ತು ಹೆಮ್ಮೆಯನ್ನು ಅನುಭವಿಸುವಂತಾಗಿತ್ತು. ಆದರೆ ಅದೇ ಸಮಯದಲ್ಲಿ ಮನೆ, ಹೆಂಡತಿ, ಮಕ್ಕಳ ಕಡೆ ಗಮನ ಹರಿಸಲು ಬಿಡುವೇ ಇಲ್ಲದಂತಾಗಿದ್ದು ನೋವಿನ ಸಂಗತಿಯೂ ಆಗಿತ್ತು. ಅವಳಿಗೆ ಬರುವ ಜನರ ಸಂಖ್ಯೆ ಇಲ್ಲಿಗೇ ನಿಲ್ಲುವುದಿಲ್ಲ ಎಂದೂ ಅನಿಸಿತ್ತು. ಮೋಹನ ದಾಸ ತನ್ನ ಕಾರ್ಯಯೋಜನೆಗಳನ್ನು ಅವಳಿಗೆ ವಿವರಿಸಿ ತಿಳಿಸದಿದ್ದರೂ ಅವಳ ಸೂಕ್ಷ್ಮಮತಿಗೆ ಗಂಡ ನ್ಯಾಯಕ್ಕಾಗಿ, ಶೋಷಣೆ, ದಬ್ಬಾಳಿಕೆ ವಿರುದ್ಧವಾಗಿ ಹೋರಾಟದತ್ತ ಹೆಜ್ಜೆ ಇಡುತ್ತಿದ್ದಾನೆಂಬುದು ಹೊಳೆದಿತ್ತು. ಆದರೂ ಅವಳಿಗೆ ಅವನ ಈ ಎಲ್ಲ ಬಗೆಯ ಚಟುವಟಿಕೆಗಳ ವಿರುದ್ಧ ದನಿ ಎತ್ತಬೇಕು ಎನಿಸುತ್ತಿರಲಿಲ್ಲ. ಪತಿಯ ಕೆಲಸ ಕಾರ್ಯಗಳಲ್ಲಿ, ಅವನ ಕಷ್ಟ ಸುಖಿಗಳಲ್ಲಿ ಸಂಗಾತಿಯಾಗಿ ಹೆಜ್ಜೆ ಇಡಬೇಕೆಂಬ ನೀತಿಪಾಠ ಕಲಿತು ಬಂದವಳಾಗಿದ್ದಳು. ಅಲ್ಲದೆ ತನ್ನನ್ನು ಯಾವ ರೀತಿಯಿಂದಲೂ ಗಂಡ ಹಿಂಸಿಸುತ್ತಿರಲಿಲ್ಲ. ಏನೋ ಮದುವೆಯಾದ ಹೊಸದರಲ್ಲಿ, ಹೆಂಡಂದಿರು–ಗಂಡಂದಿರ ಗುಲಾಮರಂತೆ, ಅವರ ಇಚ್ಛಾ ನಿರ್ದೇಶನದಂತೆ ನಡೆಯಬೇಕು; ತಮ್ಮ ಆಜ್ಞಾವರ್ತಿಗಳಾಗಿರಬೇಕು ಎಂದೆಲ್ಲ ಅಪ್ರಬುದ್ಧ ಆಲೋಚನೆಗಳಿಂದ ಕಿರಿಕಿರಿ ಮಾಡಿದ್ದುಂಟು! ಹಾಗೆಂದ ಮಾತ್ರಕ್ಕೆ ತಾನು ಮಾತ್ರ ಅದೆಲ್ಲವನ್ನೂ ಪ್ರಶ್ನಿಸದೆ ನುಂಗಿಕೊಳ್ಳಲಿಲ್ಲವಲ್ಲ. ಸರಿಯಾಗಿಯೇ ಉತ್ತರಿಸಿದ್ದೆ–ಎಂದು ಮನಸ್ಸಿನಲ್ಲಿ ನಡೆದದ್ದನ್ನೆಲ್ಲ ತಂದುಕೊಂಡು ತನ್ನಲ್ಲಿ ತಾನೇ ನಕ್ಕಳು.

ತನ್ನ ಗಂಡನ ಔದಾರ್ಯ, ಆದರ್ಶಗಳು, ಯಾವುದೇ ರೀತಿಯ ಸಹಾಯ ನಿರೀಕ್ಷಿಸಿ ಬಂದವರಿಗೆ, ತನ್ನೆಲ್ಲ ಶಕ್ತಿ ಸಾಮರ್ಥ್ಯಗಳು ಮೀಸಲಿರಿಸಿದ್ದರೂ, ತಕ್ಷಣಕ್ಕೆ ನೆರವಾಗುತ್ತಿದ್ದ ರೀತಿ ಕಸ್ತೂರಳ ರೀತಿ ನೀತಿ, ಆಲೋಚನೆಗಳಲ್ಲಿ ಸಾಕಷ್ಟು ಬದಲಾವಣೆಗಳನ್ನು ತರುತ್ತಿದ್ದವು.

ತನ್ನ ನಿರೀಕ್ಷೆಯಂತೆ ಗಾಂಧಿಯನ್ನು ಬದಲಾಯಿಸಲು ಸಾಧ್ಯವಿಲ್ಲವೆನ್ನುವುದು ಒಂದಾದರೆ ಒಂದು ಕ್ಷಣವೂ ಬಿಡುವು ಮಾಡಿಕೊಳ್ಳುವುದು, ಸಾಧ್ಯವಾಗುತ್ತಿಲ್ಲವೆಂಬ ವಾಸ್ತವ ಪ್ರಜ್ಞೆಯಿಂದಾಗಿ

ಕುಟುಂಬದ ಜವಾಬ್ದಾರಿ ಮತ್ತು ಮಕ್ಕಳ ಜವಾಬ್ದಾರಿ ಹೊಣೆಯನ್ನು ತಾನೇ ಹೊರಲು ತೀರ್ಮಾನಿಸಿದಳು.

ಗಾಂಧಿಗೆ ಮನೆ, ಮಕ್ಕಳ ಚಿಂತೆ ಬೇಡವೆಂದು ಎನಿಸಿರಲಿಲ್ಲ, ಅಲ್ಲಿಂದ ಈ ದೇಶಕ್ಕೆ ಅವರನ್ನೆಲ್ಲ ಕರೆತಂದುದಾದರೂ ಏಕೆ? ಅವರೊಂದಿಗೆ ಸುಖ, ಸಂತೋಷದ ಕ್ಷಣಗಳನ್ನು ಕಳೆಯಬೇಕೆಂದೇ ಅಲ್ಲವೇ? ಎಷ್ಟು ವರ್ಷಗಳ ಕಾಲ ಅವರಿಂದ ದೂರವಿದ್ದು ಕ್ಷಣ ಕ್ಷಣವೂ, ಅದರ ನೆನಪಿನಿಂದಾಗಿ, ಪರಿತಪಿಸಿದ್ದು ನಿಜವಲ್ಲವೇ? ಎಂದೆಲ್ಲ ಯೋಚಿಸುತ್ತಿದ್ದ ಗಾಂಧಿ ಒಂದು ದಿನ ಒಬ್ಬ ಕಕ್ಷಿಗಾರನ ನಿರೀಕ್ಷೆಯಲಿ ಇದ್ದು, ಅವನು ಬರುವುದು ತಡವಾಗುತ್ತದೆಂದು ತಿಳಿದ ಮೇಲೆ ಕಸ್ತೂರಳನ್ನು ಪ್ರೀತಿಯಿಂದ ಕರೆದ. ಗಂಡನ ಕರೆಯನ್ನು ಕೇಳಿದ ಕಸ್ತೂರಳಿಗೆ ದಿಗ್ಬ್ರಮೆಯಾಯಿತು. ಆದರೂ ಬಂದಳು. ಬಂದವಳೆ, ಏನು, ನೀವು ಕರೆದದ್ದು ನನ್ನನ್ನು ತಾನೇ? ಇಲ್ಲವೇ ಯಾವುದೋ ಯೋಚನೆಯಲ್ಲಿ ಬೇರೆಯವರ ಹೆಸರಿಗೆ ಬದಲಾಗಿ ನನ್ನನ್ನು ಕರೆದು ಬಿಟ್ಟಿರೇ ಹೇಗೆ? ಎಂದು ಹುಸಿ ನಗುತ್ತ ಕೇಳಿಯೇ ಬಿಟ್ಟಳು.

ತಮಾಷೆ ಮಾಡಬೇಡ ಕಸ್ತೂರ್, ನನಗೂ ಹೆಂತಿ, ಮಕ್ಕಳ ಚಿಂತೆ ಇಲ್ಲವೇ? ನಾನೇನು ಸಂನ್ಯಾಸ ತೆಗೆದು ಕೊಂಡಿದ್ದೇನೆಯೇ? ನಿನಗೆ ಗೊತ್ತು ಇಲ್ಲಿನ ಭಾರತೀಯರು ಬಿಳಿಯರ ಕೈಯಲ್ಲಿ ಏನೆಲ್ಲ ನೋವು, ಸಂಕಟ, ಅವಮಾನ, ಕೀಳರಿಮೆಗಳನ್ನು ಅನುಭವಿಸುತ್ತಿರುವುದಲ್ಲದೆ, ಮೂಲಭೂತವಾದ ಮಾನವ ಹಕ್ಕುಗಳಿಂದ ವಂಚಿತರಾಗುತ್ತಿದ್ದಾರೆಂಬುದು. ನನ್ನನ್ನು ಇಲ್ಲಿಗೆ ಬರಮಾಡಿಕೊಂಡಿರುವುದೇ ಅವರ ಸಮಸ್ಯೆಗಳಿಗೆ ಪರಿಹಾರ ಕಾಣಿಸಲು? ಅಂಥಾದ್ದರಲ್ಲಿ ನನ್ನ ಕೆಲಸದ ಆದ್ಯತೆಗಳು ಏನೆಂಬುದನ್ನು ನೀನೇ ನಿರ್ಧರಿಸಿ ಹೇಳು. ಅಪರಿಚಿತ ದೇಶಕ್ಕೆ ಕರೆದು ತಂದೆ. ಈಗ ನನ್ನ ಮಕ್ಕಳ ಭವಿಷ್ಯದ ಚಿಂತೆ ನನ್ನನ್ನು ಕಾಡುತ್ತಿದೆ, ನನ್ನ ಸ್ವಂತ ಮಕ್ಕಳಲ್ಲದೆ ಇವರೆಲ್ಲರೂ ನನ್ನ ಸಹಾಯ ಕೋರಿ ನನ್ನ ಮಕ್ಕಳಷ್ಟೇ ನನ್ನಿಂದ ಜವಾಬ್ದಾರಿಯನ್ನು ನಿರೀಕ್ಷಿಸುತ್ತಿದ್ದಾರೆ. ಆದರೂ ತಂದೆಯಾಗಿ ಮಕ್ಕಳ ಕರ್ತವ್ಯ ನಿರ್ವಹಿಸುವುದು ನನ್ನ ತುರ್ತಿನ ಧರ್ಮವೇ! ಮಕ್ಕಳ ಚೊತೆ ಆರಾಮಾಗಿ ಅಷ್ಟೂ ಕ್ಷಣಗಳನ್ನು ಕಳೆಯಬೇಕು, ಅವರ ಆಸೆ ಆಕಾಂಕ್ಷೆಗಳನ್ನು ಪೂರೈಸಬೇಕು. ಅವರನ್ನು ಜವಾಬ್ದಾರಿಯುತ ನಾಗರಿಕರನ್ನಾಗಿ ರೂಪಿಸಬೇಕು ಎಂಬೆಲ್ಲ ಕನಸುಗಳೂ ನನಗಿವೆ. ಗಾಂಧಿಯ ಬಾಯಿಂದ ಇಂಥ ಭಾವನಾತ್ಮಕ ಮಾತುಗಳನ್ನು ಕಸ್ತೂರ್ ಎಂದೂ ನಿರೀಕ್ಷಿಸಿರಲಿಲ್ಲ ಮತ್ತು ಕೇಳಿಯೂ ಇರಲಿಲ್ಲ. ನಿಜವಾಗಿಯೂ ಗಂಡನ ಹೆಗಲ ಹೊರೆ ಬಹಳ ದೊಡ್ಡದು ಎನಿಸಿದ್ದೇ ಅಲ್ಲದೆ ಒಂದು ರೀತಿಯ ಪ್ರೀತಿಯ ಮರುಕದ ಅಲೆ ಅವಳ ಅಂತರಂಗದಲ್ಲಿ ಪುಟಿದೆದ್ದಿತು. ಗಾಂಧಿಯದನ್ನೂ ಸೇರಿಸಿ ತಾನು ಮಕ್ಕಳಿಗೆ ಪ್ರೀತಿ, ವಾತ್ಸಲ್ಯಗಳನ್ನು ಎರೆಯಬಹುದು ಆದರೆ ಅವರ ಶಿಕ್ಷಣ, ಭವಿಷ್ಯಗಳ ಬಗ್ಗೆ ಹೆಣ್ಣಾದ ತಾನು ಏನನ್ನು ಮಾಡಲು ಸಾಧ್ಯ? ಎಂದು ಯೋಚಿಸಿದಳು.

ನಿವಿಷ್ಟೊಂದು ಭಾವುಕರಾಗಿ ಮಾತನಾಡುವುದನ್ನು ನಾನು ನೋಡಿಯೇ ಇಲ್ಲ ಎಂದು ಮೆಲ್ಲನೆ ನಕ್ಕಳು. ನಾನೂ ಮನುಷ್ಯನೇ ಅಲ್ಲವೆ ಕಸ್ತೂರ್. ಈಗ ನನಗೆ ಅತ್ಯಂತ ಗಂಭೀರವಾದ ಸಮಸ್ಯೆ ಎಂದರೆ ಮಕ್ಕಳ ವಿದ್ಯಾಭ್ಯಾಸ. ಅವರನ್ನು ಎಲ್ಲಿಗೆ ಕಳಿಸುವುದು? ಯಾವ ಶಾಲೆಯಲ್ಲಿ ಪ್ರವೇಶ ಪಡೆದುಕೊಳ್ಳುವುದು. ಇಲ್ಲಂತೂ ದೇಶೀಯ ಶಾಲೆಗಳಾಗಲೀ, ದೇಶಿಯರು ನಡೆಸುವ ಶಾಲೆಗಳಾಗಲಿ ಇಲ್ಲ. ಕ್ರೈಸ್ತ ಮಿಷನರಿಗಳೇ ನಡೆಸುತ್ತಿರುವ ಶಾಲೆಗಳಲ್ಲಿಯೇ ನಮ್ಮ ಭಾರತೀಯ

ಮಕ್ಕಳೂ ಕಲಿಯುತ್ತಿದ್ದಾರೆ. ಅಲ್ಲದೆ ಅಲ್ಲಿ ಬೋಧಿಸುತ್ತಿರುವ ಅಧ್ಯಾಪಕರ ಗುಣಮಟ್ಟವಾಗಲೇ ಅಷ್ಟು ಸರಿಯಾಗಿಲ್ಲ. ಆದ್ದರಿಂದ ನನ್ನ ಮಕ್ಕಳನ್ನು ಶಾಲೆಗೆ ಸೇರಿಸುವುದೇ ಬೇಡ, ಮನೆಪಾಠಕ್ಕೆ ಉತ್ತಮ ಶಿಕ್ಷಕರನ್ನು ಗುರುತಿಸಿ, ಕಲಿಸಲು ಆಹ್ವಾನಿಸೋಣ ಎಂಬುದು ನನ್ನ ಆಲೋಚನೆ ಎಂದು ಒಂದು ಕ್ಷಣ ಸುಮ್ಮನಿದ್ದು, ನೀ ಏನು ಹೇಳುತ್ತೀ ಕಸ್ತೂರ್ ಎಂದು ಪ್ರಶ್ನಿಸಿದ ಕೂಡಲೇ ಉತ್ತರಿಸಲಾಗದಿದ್ದರೂ ಒಂದೆರಡು ಕ್ಷಣ ಆಲೋಚಿಸಿದಂತೆ ಮಾಡಿ, ನಿಮ್ಮ ಆಲೋಚನೆಗಳೇನೋ ಸರಿಯೆ. ಗುಣಮಟ್ಟದ ಬಗ್ಗೆ ವಿಚಾರ ಮಾಡುವಷ್ಟು ಕಲಿತವಳಲ್ಲ ನಾನು. ಆದರೆ ಇಲ್ಲಿರುವ ಭಾರತೀಯರ ಮಕ್ಕಳೆಲ್ಲರೂ ಅಂಥ ಶಾಲೆಗಳಲ್ಲಿ ಓದುತ್ತಿರುವಾಗ, ನಮ್ಮದೇನು ವಿಶೇಷತೆ? ಎಲ್ಲರಂತೆಯೇ ನಾವೂ ಕೂಡಾ ಅಲ್ಲವೇ?'

"ಕಸ್ತೂರ್ ನಿನಗೆ ಅರ್ಥವಾಗುವುದಿಲ್ಲ. ಎಲ್ಲರಿಗಿಂತ ಭಿನ್ನವಾಗಿ ಪರಿಗಣಿಸುತ್ತಾರೆ. ಹೆಚ್ಚಿನ ಗೌರವವನ್ನು ತೋರುತ್ತಾರೆ. ನಮ್ಮ ಭಾರತೀಯರೇ ಅಲ್ಲದೆ ಕೆಲವರು, ಬ್ರಿಟಿಷ್ ಅಧಿಕಾರಿಗಳೂ ಕೂಡಾ ಅನೇಕ ಕಾರಣಗಳಿಂದಾಗಿ ಮತ್ತು ನನ್ನ ಮೇಲಿನ ಪ್ರೀತಿ ಗೌರವಗಳಿಂದಾಗಿ, ನನ್ನ ಮಕ್ಕಳ ಬಗ್ಗೆಯೂ ವಿಶೇಷ ಗಮನ ಕೊಡುತ್ತಾರೆ. ಹಲವು ರಿಯಾಯಿತಿಗಳನ್ನು ಕೊಡುತ್ತಾರೆ. ಇದರಿಂದಾಗಿ ಭಾರತಿಯರ ಮಕ್ಕಳು ಇವರೊಡನೆ ದೂರವಿರಲು ಪ್ರಯತ್ನಿಸುತ್ತಾರೆ. ಇದು ನನಗೆ ಇಷ್ಟವಿಲ್ಲ ಉಳಿದ ಮಕ್ಕಳಿಂದ ಪ್ರತ್ಯೇಕವಾಗಿ, ಹೆಚ್ಚಿನ ಸವಲತ್ತುಗಳನ್ನು ಪಡೆಯುವುದು, ಖಂಡಿತವಾಗಿಯೂ ನನ್ನ ದೃಷ್ಟಿಯಲ್ಲಿ ಸರಿಯೆನಿಸುವುದಿಲ್ಲ.

ಕಸ್ತೂರಳಿಗೆ ಈ ತರ್ಕ ಒಪ್ಪಿತವೆನಿಸಿತು. ನಿಜ ಮಕ್ಕಳ ಮಧ್ಯೆ ತಾರತಮ್ಯದ ಧೋರಣೆ ಖಂಡಿತವಾಗಿಯೂ ಸರಿಯಲ್ಲವೆನ್ನುವುದು ಅವಳಿಗೂ ಮನವರಿಕೆ ಆಯಿತು. ಆದರೆ ಮಕ್ಕಳಿಗೆ ವಿದ್ಯಾಭ್ಯಾಸವಂತೂ ಕೊಡಿಸಲೇ ಬೇಕಲ್ಲ. ಸದ್ಯಕ್ಕೆ ಮಣಿಲಾಲನ ಯೋಚನೆಯನ್ನು ಮುಂದೂಡಬಹುದು. ಅವನಿನ್ನೂ ಚಿಕ್ಕವನು. ಹರಿಲಾಲನಂತೂ ಮಹಾಬುದ್ಧಿವಂತ. ಉತ್ಸಾಹದಿಂದ ಪುಟಿಯುತ್ತಲೇ ಇರುತ್ತಾನೆ. ಆ ವಯಸ್ಸಿಗೇ ಅವನಿಗೆ ಏನೇನೋ ಕನಸುಗಳು. ಅಪ್ಪನಂತೆ ತಾನು ವಕೀಲನಾಗಬೇಕೆಂದು ಸಮಯ ಸಿಕ್ಕಾಗಲೆಲ್ಲ ಉದ್ಗರಿಸುತ್ತಿದ್ದ. ಒಮ್ಮೊಮ್ಮೆ ವಕೀಲನಂತೆಯೇ ಅಭಿನಯಿಸುತ್ತಿದ್ದ ಆದರೆ ಗಾಂಧಿಗೆ ಆದರ್ಶಗಳು, ಮೌಲ್ಯಗಳೇ ಮುಖ್ಯವಾಗಿದ್ದವು. ಮನೆಯಲ್ಲಿಯೇ ಪಾಠ ಹೇಳಿಕೊಡಲು ಉಪಾಧ್ಯಾಯರು ಬೇಕೆಂದು ಪತ್ರಿಕೆಗಳಲ್ಲಿ ಪ್ರಕಟಣೆ ಹೊರಡಿಸಲಾಯಿತು. ಕಸ್ತೂರಳಿಗೆ ಗಾಂಧಿಯ ಚಟುವಟಿಕೆ ನಿರ್ಧಾರಗಳನ್ನು ಗಮನಿಸುವುದಷ್ಟೇ ಕೆಲಸವಾಯಿತು. ಗಂಡನ ವಿರುದ್ಧವಾಗಿ ತಾನೇ ಸ್ವತಂತ್ರ ನಿಲುವುಗಳನ್ನು ಹೊಂದಿರುವುದು ಸಾಧ್ಯವೇ ಇರಲಿಲ್ಲ. ಅಂತೂ ಇಂತೂ ಪತ್ರಿಕೆ ಪ್ರಕಟನೆಗೆ ಪ್ರತಿಕ್ರಿಯೆ ಬಂತು. ಆಂಗ್ಲ ಮಹಿಳೆಯೊಬ್ಬರನ್ನು ಏಳು ಪೌಂಡ್ ಸಂಬಲದ ಮೇಲೆ ನೇಮಿಸಲಾಯಿತು. ಬಿಡುವಿದ್ದಾಗ ಗಾಂಧೀಯೇ ಗುಜರಾತಿ ಭಾಷೆಯನ್ನು ಹುಡುಗರಿಗೆ

ಕಲಿಸುತ್ತಿದ್ದ. ಕಸ್ತೂರ್ ಈ ವಿಚಾರದಲ್ಲಿ ಅಸಹಾಯಕ ಮತ್ತು ಮೂಕ ಪ್ರೇಕ್ಷಕಳಾದಳು. ಗಾಂಧಿ ಭಾವಿಸಿದಂತೆ ಮಕ್ಕಳಿಗೆ ಸಾಕಷ್ಟು ಸಮಯ ಮೀಸಲಿಡಲು ಸಾಧ್ಯವೇ ಆಗಲಿಲ್ಲ.

ಒಂಟಿಯಾಗಿ ಕುಳಿತು ಮೂಕವಾಗಿ ರೋದಿಸಿದಳು. ಎಲ್ಲರಂತೆ ತನ್ನ ಮಕ್ಕಳೂ ಬಿ.ಎ. ಎಂ.ಎ. ಓದಿ ದೊಡ್ಡ ದೊಡ್ಡ ಹುದ್ದೆಗಳಲ್ಲಿ ಇರುವುದನ್ನು ಕಣ್ತುಂಬ ನೋಡಿ ಆನಂದಿಸಬೇಕೆಂದುಕೊಂಡಿದ್ದಳು. ಆದರೆ ಅದೆಲ್ಲವೂ ಕನಸಾಗಿಯೇ ಉಳಿಯಿತು. ಗಾಂಧಿಯ ಆತ್ಮೀಯ ಗೆಳೆಯರೂ ಕೂಡ ಮಕ್ಕಳ ವಿಚಾರದಲ್ಲಿನ ಅವರ ನಿಲುವನ್ನು ಆಕ್ಷೇಪಿಸಿದರು.

ಎಷ್ಟು ತಡೆದುಕೊಳ್ಳಬೇಕೆಂದರೂ ಕಸ್ತೂರಳಿಗೆ ಗಂಡನ ಜೊತೆ ಮತ್ತೊಮ್ಮೆ ಮಕ್ಕಳ ವಿದ್ಯಾಭ್ಯಾಸ ಕುರಿತಾಗಿ ಪ್ರಸ್ತಾಪಿಸಬೇಕೆಂದು ಕಾಯುತ್ತಿದ್ದವಳಿಗೆ ಒಂದು ದಿನ ಅವಕಾಶ ಸಿಕ್ಕಿತು.

"ನೋಡಿ, ನೀವು ಮಾಡುತ್ತಿರುವುದು ಸರಿಯಲ್ಲ ಅವರ ಭವಿಷ್ಯವನ್ನು ನೀವು ನಿರ್ಧರಿಸುವುದರಲ್ಲಿ ನಿಮಗೆ ಯಾವ ಅಧಿಕಾರವಿದೆ? ಎಲ್ಲರ ಉದ್ಧಾರಕ್ಕಾಗಿ ಟೊಂಕ ಕಟ್ಟಿ ನಿಂತಿದ್ದೀರಿ. ಒಳ್ಳೆಯದೇ, ನಾನು ಬೇಡವೆನ್ನುವುದಿಲ್ಲ. ಆದರೆ ನಮ್ಮ ಆ ದೊಡ್ಡ ಮಕ್ಕಳ ವಿಷಯವಾಗಿಯಾದರೂ ಸ್ವಲ್ಪ ಆಲೋಚಿಸಿ. ಐದು ಮಕ್ಕಳ ಭವಿಷ್ಯ ಹಾಳು ಮಾಡುವುದಕ್ಕೆ ನಾನು ಬಿಡುವುದಿಲ್ಲ. ಇಲ್ಲಿ ಬೇಡವೆನ್ನುವುದಾದರೆ, ನಿಮ್ಮ ಅಕ್ಕನ ಮಗನನ್ನು ಮತ್ತು ನಮ್ಮ ಹರಿಲಾಲನನ್ನು ಭಾರತಕ್ಕೆ ಕಳಿಸಿ, ವಸತಿ ಶಾಲೆಯಲ್ಲಿರಿಸಿ ಓದಿಸೋಣ ಇನ್ನು ಇಲ್ಲಿರುವ ಚಿಕ್ಕ ಮಕ್ಕಳ ಹಣೆಬರಹ ಹೇಗಾಗುವುದೋ ನೋಡೋಣ" ಎಂದು ಹೇಳಿದ್ದಕ್ಕೆ ಸಮ್ಮತಿಸಿ, ಗಾಂಧಿ ಹರಿಲಾಲನನ್ನು ಮತ್ತು ಅಕ್ಕನ ಮಗನನ್ನು ಆಫ್ರಿಕಾದಿಂದ ಭಾರತಕ್ಕೆ ಕಳಿಸಿಕೊಟ್ಟರು. ಅವರ ಜೊತೆಗಿದ್ದ ಮಿಕ್ಕವರು ಯಾವುದೇ ಪ್ರತಿರೋಧವಿಲ್ಲದೆ, ಗಾಂಧಿ ಹೇಳಿದಂತೆ ಇರುವಲ್ಲಿಯೇ ಕಲಿಯುತ್ತ ತೃಪ್ತರಾಗಿದ್ದರು.

ಕಸ್ತೂರಳಿಗೆ ಇಲ್ಲಿಗೆ ಬಂದ ಮೇಲೆ ಎರಡು ಬಾರಿ ಗರ್ಭ ನಿಂತಿತು. ಗಾಂಧಿ ಇಂತಹ ಸಮಯದಲ್ಲಿ ಕಸ್ತೂರಳಿಗೆ ಪೂರಕವಾಗಿ ನಿಂತು ಅವಳ ಶುಶ್ರೂಷೆಯನ್ನು ಮಾಡುತ್ತಿದ್ದ, ಅವಳ ಆಗುಹೋಗುಗಳನ್ನು ನೋಡಿಕೊಳ್ಳುತ್ತಿದ್ದ, ಇದೆಲ್ಲ್ಕೂ ಕಸ್ತೂರ್ ಒಳಗೊಳಗೇ ಸಂಭ್ರಮಿಸುತ್ತಿದ್ದಳು. ಅವಳಿಗಿದ್ದ ಒಂದೇ ಒಂದು ಭಯವೆಂದರೆ ಈ ಕಾಣದ ದೇಶದಲ್ಲಿ ಪ್ರಸವ ಪ್ರಕ್ರಿಯೆ ಹೇಗೆ ನಡೆಯುವುದೋ ಎಂದು ಅದರಲ್ಲಿಯೂ ಗಾಂಧಿ ವಿದೇಶಿ ಆಸ್ಪತ್ರೆಗಳಲ್ಲಿ ವಿದೇಶಿ ದಾದಿಯರ ದೇಖರೇಖಿಯಲ್ಲಿ ಪ್ರಸವ ಮಾಡಿಸುವುದನ್ನು ಇಷ್ಟ ಪಡುತ್ತಿರಲಿಲ್ಲ. ಏನೇ ಆದರು ತಾನೇ ಕಸ್ತೂರಳಿಗೆ ಹೆರಿಗೆ ಮಾಡಿಸಲು ಪಣ ತೊಟ್ಟು ನಿಂತಂತೆ ಕಾಣುತ್ತಿದ್ದ. ಇದರಲ್ಲಿ ಸ್ವಾರ್ಥವಿರಲಿಲ್ಲ. ಹೆಂಡತಿಗೆ ಹೆಚ್ಚಿನ ಗಮನ ಸಿಗಬೇಕು. ಅತ್ಯುತ್ತಮವಾದ ವೈದ್ಯಕೀಯ ಸಹಾಯ ದೊರೆಯಬೇಕು ಎಂಬ ಕಾಳಜಿಯೇ ಹೆಚ್ಚಾಗಿದೆ ಎಂದು ಗ್ರಹಿಸಿದ್ದಳು.

ಗಾಂಧಿ ಸೇವಾ ಮನೋಭಾವದಿಂದ ಯಾವುದಾದರೂ ಸಂಘ ಸಂಸ್ಥೆಗಳಲ್ಲಿ ಸೇವ ಮಾಡಬೇಕೆಂಬ ಇಚ್ಛೆಯಿಂದಾಗಿ, ಒಂದು ಸಣ್ಣ ವೈದ್ಯಶಾಲೆಯಲ್ಲಿ ಸೇರಿಕೊಂಡು ಅಲ್ಲಿನ ರೋಗಿಗಳ ಸೇವಾ ಶುಶ್ರೂಷೆ ಮಾಡುವ ಅವಧಿಯಲ್ಲಿ ಸಾಕಷ್ಟು ಜ್ಞಾನ ಮತ್ತು ಅನುಭವವನ್ನು ಗಳಿಸಿಕೊಂಡಿದ್ದ. ಭಾರತೀಯ ದಾದಿಗಳಲ್ಲಿದ್ದ ನಂಬಿಕೆ ಇಲ್ಲಿನ ದಾದಿಯರ ಬಗ್ಗೆ ಇರಲಿಲ್ಲ.

ಕಾಣದ ಈ ಆಫ್ರಿಕೆಯಲ್ಲಿ ಏನಾದರೂ ಹೆಚ್ಚು ಕಡಿಮೆಯಾದರೆ ಗತಿಯೇನು ಎಂಬ ಕಾರಣಕ್ಕಾಗಿ. ಸ್ವತಃ ದಾದಿಯ ಜವಾಬ್ದಾರಿಯನ್ನು ಸಮರ್ಥವಾಗಿ ನಿರ್ವಹಿಸಲು ಬೇಕಾದ ಅನುಭವ, ಚಾಕಚಕ್ಯತೆಗಳ ಬಗ್ಗೆ, ತಾನು ಸೇವೆ ಮಾಡುತ್ತಿದ್ದ ವೈದ್ಯಕೀಯ ಕೇಂದ್ರದಿಂದ, ಹೆರಿಗೆ ಮಾಡುವ ಕುರಿತಾದ ಪುಸ್ತಕಗಳ ಓದಿನಿಂದ ಪಡೆದು ಪ್ರಬುದ್ಧನಾಗಲು ಪ್ರಯತ್ನಿಸುತ್ತಿದುದನ್ನು ಗಮನಿಸಿದ ಕಸ್ತೂರಳಿಗೆ ಗಂಡನ ಬಗ್ಗೆ ಹೆಮ್ಮೆ ಎನಿಸಿತು ಸಿಟ್ಟಿನ ಭರದಲ್ಲಿ ಏನೇ ಮಾತನಾಡಿದರೂ ಅಂತರಂಗದಲ್ಲಿ ತನ್ನ ಬಗ್ಗೆ ಅಪಾರ ಪ್ರೀತಿ, ಅಭಿಮಾನ, ಕಾಳಜಿಗಳು ಇರುವುದನ್ನು ಅರ್ಥ ಮಾಡಿಕೊಂಡಳು.

ಗಂಡ ಹೆಂಡಿರಿಬ್ಬರಲ್ಲಿಯೂ ಹೆರಿಗೆ ಮಾಡುವ, ಮಾಡಿಸಿಕೊಳ್ಳುವ ಧೈರ್ಯ ಉಂಟಾಯಿತು. ಅಂದುಕೊಳ್ಳುವುದು, ಅರಿತುಕೊಳ್ಳುವುದು ಮತ್ತು ಪ್ರಾಯೋಗಿಕವಾಗಿ ಮಾಡುವುದರಲ್ಲಿ ಸಾಕಷ್ಟು ವ್ಯತ್ಯಾಸ ಇರುತ್ತದೆ. ಆದರೂ ಮೂರನೇ ಮಗುವಿನ ಜನನ, ಯಾವ ಆತಂಕವೂ ಇಲ್ಲದೆ ಯಶಸ್ವಿಯಾಗಿದ್ದು, ಅವನಲ್ಲಿ ಹೆಚ್ಚಿನ ಭರವಸೆ ಮತ್ತು ಆತ್ಮವಿಶ್ವಾಸಗಳನ್ನು ಹುಟ್ಟು ಹಾಕಿತ್ತು. ಹಾಗಾಗಿ ಧೈರ್ಯದಿಂದ ನಾಲ್ಕನೆಯ ಅಂದರೆ ಕೊನೆಯ ಮಗುವಿನ ಜನನ ಕಾಲದಲ್ಲಿ ಸ್ವಲ್ಪ ತೊಡಕುಗಳು ಎದುರಾದವು. ಕಸ್ತೂರಳಿಗೆ ಅನಿರೀಕ್ಷಿತವಾಗಿ ಹೆರಿಗೆ ನೋವು ಕಾಣಿಸಿಕೊಂಡಿತು. ತಕ್ಷಣಕ್ಕೆ ವೈದ್ಯರು ಸಿಗಲಿಲ್ಲ ದಾದಿ ಅಥವಾ ಸೂಲಗಿತ್ತಿಯನ್ನು ತಡವಾಗಿಯಾದರೂ ಬರಮಾಡಿಕೊಂಡರು. ಆದರೆ ಅವಳಿಂದ ನಿರೀಕ್ಷಿಸಿದ ಸಹಾಯ ದೊರೆಯಲಿಲ್ಲ. ಗಾಂಧಿ ತಾನು ಓದಿಕೊಂಡಿದ್ದ ಡಾ॥ ತ್ರಿಭುವನದಾಸರ ಪುಸ್ತಕದಲ್ಲಿನ ವಿವರಗಳಿಂದ, ಸೂಚಿಸಿದ ಸಲಹೆಗಳಿಂದ ತಾನೇ ಹೇಗೋ ಹೆರಿಗೆಯನ್ನು ಸುಸೂತ್ರವಾಗಿ ಪೂರೈಸಿದನು.

ಕಸ್ತೂರಳಿಗೆ ಗಾಂಧಿ ಅರ್ಥವಾಗುವುದು ಕಷ್ಟವೆನಿಸಿತ್ತು. ಯಾವ ಕ್ಷಣದಲ್ಲಿ, ಅವನು ಹೇಗೆ ಬದಲಾಗುತ್ತಾನೋ ಹೇಳುವುದು ಕಷ್ಟವಾಗಿತ್ತು. ಎಲ್ಲವೂ ತಾನು ನಿರೀಕ್ಷಿಸಿದಂತೆ ಆಗಬೇಕು. ತಾನು ಹೇಳಿದಂತೆಯೇ ಕೇಳಬೇಕು. ಒಂದಿಷ್ಟು ಅತ್ತಿತ್ತಲಾದರೂ, ತತ್ಕ್ಷಣವೇ ಸಿಡಿದೇಳುತ್ತಿದ್ದ, ಅವನ ಈ ನಿಲುವು ಕಸ್ತೂರಳಿಗೆ ಹೆಜ್ಜೆ ಹೆಜ್ಜೆಗೂ ಘರ್ಷಣೆಗೆ ಪ್ರತಿಭಟನೆಗೆ ಪ್ರಚೋದಿಸುವಂತೆ ಕಾಣುತ್ತಿತ್ತು. ಆ ಕ್ಷಣ ಎದುರಿನ ವ್ಯಕ್ತಿ ಸ್ಥಿತಿಗತಿಯಾಗಲೀ, ಅಸಹಾಯಕತೆಯಾಗಲೀ ಅವನ ಅರಿವಿಗೆ ಹೊಳೆಯುತ್ತಲೇ ಇರಲಿಲ್ಲ. ಆದರೂ ಗಂಡನಲ್ಲಿನ ಒಂದು ವಿಶೇಷತೆಯನ್ನು ಗುರುತಿಸಿದ್ದಳು ಹಿಡಿದ ಕೆಲಸವನ್ನು ಪಟ್ಟುಹಿಡಿದು ಮಾಡುತ್ತಿದ್ದುದೇ ಅಲ್ಲದೆ, ತನ್ನ ಲೆಕ್ಕಾಚಾರದಂತೆ ಯಶಸ್ಸನ್ನೂ ಪಡೆಯುತ್ತಿದ್ದ. ಅವನ ಮಾಡುತ್ತಿದ್ದ ಬಾಣಂತನದ ಆರೈಕೆ ಯಾವ ಅನುಭವಿ ಹೆಂಗಸಿಗೂ, ದಾದಿಗೂ ಕಡಿಮೆಯಿರಲಿಲ್ಲ. ಕಸ್ತೂರಳಿಗೆ ನವಜಾತ ಶಿಶುವಿಗೆ ಹಾಲೂಣಿಸುವುದು ಸಾಧ್ಯವಾಗದಿದ್ದಾಗ, ಗಾಂಧಿ ತಾನೇ ಮಗುವಿಗೆ ಸ್ನಾನ ಮಾಡಿಸುತ್ತಿದ್ದ, ಹಾಲೂಡಿಸುತ್ತಿದ್ದ, ಜೊತೆ ಜೊತೆಗೆ ಹಿರಿಯ ಮಕ್ಕಳ ಕಡೆಗೂ ಗಮನವಿಡುತ್ತಿದ್ದ ದಕ್ಷಿಣ ಆಫ್ರಿಕಾಕ್ಕೆ ಬಂದ ಉದ್ದೇಶಗಳ ಪೂರೈಕೆಯ ತುಡಿತನ ನಡುವೆಯೇ ಕಸ್ತೂರಳ ಹೆರಿಗೆ ಸಮಸ್ಯೆಗಳು, ಒಂದಾದ ಮೇಲೊಂದರಂತೆ ಸಂತಾನೋತ್ಪತ್ತಿ, ಇದಕ್ಕೆ ಬಹುಪಾಲು ಕಾರಣವಾಗಿರಬಹುದಾದ ಕಾಮಲಾಲಸೆ – ಇದೆಲ್ಲವೂ ಅವನನ್ನು ಹೆಚ್ಚು ಹೆಚ್ಚು ಕಾಡತೊಡಗಿತು, ಕಸ್ತೂರಳಂತೂ ಗಂಡ–ಹೆಂಡಿರ ನಡುವಿನ ಲೈಂಗಿಕ ಸಂಬಂಧಗಳ ಬಗ್ಗೆ, ಸಂತಾನ ನಿಯಂತ್ರಣ ಸಾಧ್ಯವಾಗಬಹುದಾದ ವಿಧಾನಗಳ ಬಗ್ಗೆ ಏನನ್ನೂ ತಿಳಿದವಳಾಗಿರಲಿಲ್ಲ, ಎಂದೂ ಗಂಡನನ್ನು ಪ್ರಚೋದಿಸಿದ್ದೂ ಇಲ್ಲ.

ಪಾಪದ ಕಸ್ತೂರಳಿಗೆ ಹಿರಿಯರಿಂದ ತಿಳಿದದ್ದೆಂದರೆ, ಗಂಡನ ಆಸೆಗಳನ್ನು ಯಾವುದೇ ವಿರೋಧವಿಲ್ಲದೆ ಪೂರೈಸಬೇಕು ಎಂಬುದಷ್ಟೇ! ಆದರೆ ಗಾಂಧಿ ಕಸ್ತೂರಳ ಹೆರಿಗೆ ಸಂದರ್ಭಗಳಲ್ಲಿ ಅನುಭವಿಸಿದ ನೋವು, ಸಂಕಟಗಳನ್ನು ಪ್ರತ್ಯಕ್ಷವಾಗಿ ಗಮನಿಸಿದ, ಕಾಮಲಾಲಸೆಯ ಮೇಲೆ ತನಗಿಲ್ಲದ ನಿಯಂತ್ರಣವೇ ಇಷ್ಟಕ್ಕೆಲ್ಲ ಕಾರಣವೆಂದು ಮನವರಿಕೆಯಾಗುತ್ತಿದ್ದಂತೆ, ಇನ್ನು ಮುಂದೆ ಬ್ರಹ್ಮಚರ್ಯವನ್ನು ಪಾಲಿಸಲೇ ಬೇಕೆಂದು ನಿಯಂತ್ರಿಸಿದ. ಆದರೆ ಅವನಿಗೆ ಅದು ಸಾಧ್ಯವಾಗಲಿಲ್ಲ. ಸಂತಾನ ನಿರೋಧಕಗಳ ಬಳಕೆಯ ಬಗ್ಗೆ ಯೋಚಿಸಿದ. ಆದರೆ ಕೂಡಲೇ ಅವನಂತರಾತ್ಮಕ್ಕೆ ಅದು ಒಪ್ಪಿತವಾಗಲಿಲ್ಲ. ಸಂತಾನ ನಿಯಂತ್ರಣವನ್ನು ಸಾಧಿಸುವುದಷ್ಟೇ ಆದರೆ ಬ್ರಹ್ಮಚರ್ಯದ ಅರ್ಥವಾದರೂ ಏನು? ಅದು ಸಾಧ್ಯವಾಗಬೇಕಾದರೆ ಮನೋನಿಗ್ರಹ ಬೇಕು. ಇದೆಲ್ಲ ಹೊಳೆಯುತ್ತಿದ್ದಂತೆ ಭಾರತೀಯ ಸಮಾಜದಲ್ಲಿ ಗಂಡ–ಹೆಂಡತಿ ಸಂಬಂಧಗಳ ಸ್ವರೂಪವೇನು? ಭಾರತೀಯ ಹೆಣ್ಣು ಮಕ್ಕಳ ಪರಿಸ್ಥಿತಿಯೇನು? ಮದುವೆಯಾಗುತ್ತಿದ್ದಂತೆ ಗಂಡನ ಗುಲಾಮಳಾಗಿ ಬಾಳಬೇಕೆಂಬ ನಿರೀಕ್ಷೆ ಎಷ್ಟು ಸಮ್ಮತವಾದುದು. ಗಂಡ ಏಕಪತ್ನೀವ್ರತಸ್ಥನಾಗಬಹುದು. ಅವಳಲ್ಲಿ ಅಪಾರ ಪ್ರೀತಿಯುಳ್ಳವನಾಗಿರ ಬಹುದು ಆದರೆ ಭೋಗಲಾಲಸೆಯ ವಸ್ತುವನ್ನಾಗಿಸುವುದು ಎಷ್ಟರ ಮಟ್ಟಿಗೆ ಸರಿ ಎಂದು ತನ್ನನ್ನೇ ಪ್ರಶ್ನಿಸಿಕೊಳ್ಳತೊಡಗಿದ.

ನಿಜವಾಗಿಯೂ ಬ್ರಹ್ಮಚರ್ಯವನ್ನು ಆತ್ಮಸಂಯಮದಿಂದ ಮಾತ್ರವೇ ಸಾಧಿಸಿಕೊಳ್ಳ ಬೇಕೆಂದು ಹೊಳೆದದ್ದೇ ಪ್ರತ್ಯೇಕವಾಗಿ ಮಲಗಿಕೊಳ್ಳುವುದನ್ನು ರೂಢಿಸಿಕೊಳ್ಳಬೇಕೆಂದು ನಿರ್ಧರಿಸಿ, ಕಸ್ತೂರಳಿಗೂ ತಿಳಿಸಿದ. ಅವಳಿಗೆ ಈ ವ್ಯವಸ್ಥೆ ಅಚ್ಚರಿ ಮಾಡಿಸಿತೇ ಹೊರತು. ಗಂಡನಿಗೆ ಏಕೆಂದು ಪ್ರಶ್ನಿಸಲಿಲ್ಲ ಮತ್ತು ಅವನಲ್ಲಿನ ಹೊಯ್ದಾಟದ ಸ್ವರೂಪವನ್ನು ಅರಿತುಕೊಳ್ಳುವ ಗೋಜಿಗೂ ಹೋಗಲಿಲ್ಲ. ಏಕೆಂದರೆ ಅವನಲ್ಲಿ ಆ ಬಗೆಯ ಸಂಘರ್ಷ ನಡೆಯುತ್ತಿರಬಹುದೆಂದು ಊಹಿಸಿಯೂ ಇರಲಿಲ್ಲ. ಆದ್ದರಿಂದ ಗಾಂಧಿಗೆ ಕಸ್ತೂರಳಿಂದ ಯಾವುದೇ ಬಗೆಯಲ್ಲಿ ಅಡಚಣೆ ಉಂಟಾಗಲಿಲ್ಲ. ಇದರ ಜೊತೆಗೆ ಗಾಂಧಿಯ ಹೋರಾಟದ ಚಟುವಟಿಕೆಗಳಿಗೂ ಹೆಚ್ಚಾಗಿದ್ದವು ಮತ್ತು ವೃತ್ತಿಯಲ್ಲಿಯೂ ಸಾಕಷ್ಟು ಅಭಿವೃದ್ಧಿ ಯಾಗುತ್ತಿದ್ದುದರಿಂದ ಬೇರೆ ಯಾವುದೇ ವಿಚಾರಗಳ ಕಡೆ ಗಮನ ಹೋಗುತ್ತಿರಲಿಲ್ಲ.

13

ಕಸ್ತೂರಳ ಆರೋಗ್ಯದಲ್ಲಿಯೂ ಸಾಕಷ್ಟು ಸುಧಾರಣೆ ಕಾಣಿಸಿತು ಹಾಗೆಯೇ ಗಂಡನ ವಕೀಲಿ ವೃತ್ತಿಯಲ್ಲಿ ಸಾಕಷ್ಟು ಸಂಪಾದನೆ ಆಗುತ್ತಿದ್ದುದು ಕಸ್ತೂರಳಿಗೆ ಮಾನಸಿಕ ನೆಮ್ಮದಿ, ಸಂತೃಪ್ತಿಗಳನ್ನು ತಂದಿತ್ತು. ಒಮ್ಮೊಮ್ಮೆ, ಗಂಡನ ಸಂಪಾದನೆ ತಮ್ಮ ಅಗತ್ಯಕ್ಕಿಂತ ಮೀರಿದೆಯೇನೋ ಎಂದು ಭಾವಿಸುತ್ತಿದ್ದಳು. ಸುಮಾರು ಹನ್ನೆರಡು ಮಂದಿ ಗಂಡನ ಕಛೇರಿಯಲ್ಲಿ ಸಹಾಯಕ್ಕಿದ್ದರು. ಕಸ್ತೂರಳಿಗೆ ಎಷ್ಟೋ ಆರಾಮದ ಜೀವನದ ಕಲ್ಪನೆ ರೋಮಾಂಚನವನ್ನು ಉಂಟು ಮಾಡುತ್ತಿದ್ದರೆ, ಗಾಂಧಿಗೆ ಅಧಿಕ ಆದಾಯದಿಂದ ಸಂತೋಷಕ್ಕಿಂತ ಹಿಂಸೆ ಎನಿಸುತ್ತಿತ್ತು.

ಅಗತ್ಯಕ್ಕಿಂತ ಮೀರಿದ ಆದಾಯ, ಸಂಪತ್ತನ್ನು ಸಾರ್ವಜನಿಕ ಹಿತಕ್ಕಾಗಿ ಬಳಸಬೇಕೆಂದು ಬಯಸುತ್ತಿದ್ದ. ಅದಕ್ಕಾಗಿ ತಮ್ಮ ಸಂಸಾರ ನಿರ್ವಹಣೆಯಲ್ಲಿ ಮಿತಿಯನ್ನು ಹೇರಿಕೊಂಡ. ಮನೆ ಕೆಲಸದವರನ್ನು ಬಿಡಿಸಿ, ಪ್ರತಿಯೊಂದು ಕೆಲಸವನ್ನು ಮನೆ ಮಂದಿಯೇ ಮಾಡಬೇಕೆಂದು ತಾಕೀತು ಮಾಡಿದ. ಗೃಹಕೃತ್ಯಗಳನ್ನು ಮೋಹನದಾಸನೇ ಮಾಡುತ್ತಿದ್ದ. ಅಡಿಗೆಯಿಂದ ಹಿಡಿದು ಕಸಗುಡಿಸುವುದು, ಪಾತ್ರೆ ತೊಳೆಯುವುದು, ಬಟ್ಟೆ ಒಗೆಯುವುದು – ಪ್ರತಿಯೊಂದನ್ನೂ ಅಚ್ಚುಕಟ್ಟಾಗಿ ಮಾಡುವುದನ್ನು ರೂಢಿಸಿಕೊಂಡಿದ್ದ. ಮೊದಲಿಗೆ ಕಸ್ತೂರಳಿಗೆ, ಗಂಡ ಇಂಥ ಕೆಲಸಗಳನ್ನು ಮಾಡುವುದು ಮುಜುಗರದಂತೆನಿಸಿದರೂ ನಂತರ ದಕ್ಷಿಣ ಆಫ್ರಿಕಾಕ್ಕೆ ಬಂದ ಮೇಲೆ ಗಂಡಸರೂ ಮನೆಗೆಲಸಗಳಲ್ಲಿ ತಮ್ಮ ಹೆಂಡಂದಿರಿಗೆ ಸಹಾಯ ಮಾಡುತ್ತಿದ್ದುದನ್ನು ನೋಡಿದಲಾದ್ದರಿಂದ, ಸಹಿಸಿಕೊಂಡಳು. ಭಾರತದಲ್ಲಿ ಗಂಡಸು ಅಡಿಗೆ ಮನೆ ಪ್ರವೇಶಿಸುವುದೆಂದರೆ ಅಚ್ಚರಿಯ ವಿಷಯವಷ್ಟೇ ಅಲ್ಲ, ಹೆಂಡತಿಯ ಗುಲಾಮ ಎಂಬ ಟೀಕೆಗೂ ಗುರಿಯಾಗುತ್ತಿತ್ತು. ಮಕ್ಕಳೂ ಮನೆಕೆಲಸದಲ್ಲಿ ಕೈ ಜೋಡಿಸುತ್ತಿದ್ದರು. ಅವರವರ ವಯಸ್ಸು, ಸಾಮರ್ಥ್ಯಗಳಿಗೆ ಅನುಗುಣವಾಗಿ, ಯಾವುದೇ ರಿಯಾಯಿತಿ ಇಲ್ಲದೆ, ಕೆಲಸಗಳಲ್ಲಿ ಭಾಗಿಯಾಗುತ್ತಿದ್ದರು. ಕಸ್ತೂರಳೇ ಮಕ್ಕಳಿಗೆ, ಯಾವ ಯಾವ ಕೆಲಸ ಹೇಗೆ ಮಾಡಬೇಕೆಂದು ಹೇಳಿಕೊಡುತ್ತಿದ್ದಳು.

ಮೋಹನದಾಸ, ಅಡಿಗೆ ಕೆಲಸಗಳನ್ನು ಮಾಡುತ್ತಿದ್ದರೂ ಇತ್ತೀಚೆಗೆ ಸಾರ್ವಜನಿಕ ಕೆಲಸಗಳ ಒತ್ತಡ ಹೆಚ್ಚಿದ್ದರಿಂದ ಕಸ್ತೂರಳೇ ಮನೆ ಮಂದಿಗೆ ಮತ್ತು ಆಶ್ರಿತರಿಗೆಲ್ಲ ಸೇರಿ ಅಡಿಗೆ ಮಾಡುತ್ತಿದ್ದಳು. ಸೇವಕರಿಲ್ಲದೆ ಕೆಲಸ ಮಾಡಿಗೊತ್ತಿಲದಿದ್ದರೂ, ಈಗ ಇದರಿಂದ ಅವಳಿಗೆ ಕುಟುಂಬದವರಿಗೆ ಇನ್ನಷ್ಟು ಹತ್ತಿರವಾಗುತ್ತಾರೆಂಬ ಸತ್ಯ ತಿಳಿದು ಸಂತಸಪಟ್ಟಳು. ಕಸ್ತೂರಳಿಗೆ, ಗಾಂಧಿ ಮೊದ ಮೊದಲು ಮನೆಕೆಲಸಗಳನ್ನು ಮಾಡುವುದನ್ನು ನೋಡಿ ತಮಾಷೆಯೆನಿಸುತ್ತಿತ್ತು. ಆದರೆ ಬರಬರುತ್ತ ಅಭ್ಯಾಸದಿಂದ, ಪುಸ್ತಕಗಳ ಓದಿನಿಂದ ಗಂಡ ಇಂಥ ಕೆಲಸಗಳಲ್ಲಿಯೂ ಪ್ರಾವೀಣ್ಯ ಪಡೆಯುತ್ತಿದ್ದುದು ಬೆರಗು ಹುಟ್ಟಿಸುತ್ತಿತ್ತು.

ಈ ಮಧ್ಯೆ ಕಸ್ತೂರಳಿಗೂ, ಭಾರತಕ್ಕೆ ಒಮ್ಮೆಯಾದರೂ ಹೋಗಿಬರಬೇಕು, ತನ್ನ ಇಲ್ಲಿನ ಅನುಭವಗಳನ್ನು ಮನೆಯವರಿಗೆ ನೆಂಟರಿಷ್ಟರಿಗೆ ಹೇಳಿಕೊಳ್ಳಬೇಕು, ಆಫ್ರಿಕಾದಲ್ಲಿ ಹುಟ್ಟಿದ ಮಕ್ಕಳನ್ನು ತೋರಿಸಬೇಕು ಎಂದು ತುಡಿಯುವಂತಾಗಿತ್ತು. ಆದರೆ ಗಂಡನ ಬಿಡುವಿಲ್ಲದ ಬದುಕಿನಲ್ಲಿ ಅವರನ್ನು ಹೇಗೆ ಇದಕ್ಕೆ ಒಪ್ಪಿಸುವುದು. ಅವಳಿಗೆ ಹಟ ಹಿಡಿದು ತನ್ನಾಸೆ ನೆರವೇರಿಸಿಕೊಳ್ಳಬೇಕೆಂಬ ಮನಸ್ಸಾಗಲಿಲ್ಲ. ಕಾರಣ ಅವಳಿಗೆ ಗೊತ್ತಿತ್ತು. ತನ್ನ ಗಂಡ ಆದರ್ಶಗಳಿಗಾಗಿ, ನೊಂದವರ ಸಹಾಯಕ್ಕಾಗಿ, ತನ್ನ ದೇಶದ ಒಳಿತಿಗಾಗಿ, ಉದ್ಧಾರಕ್ಕಾಗಿ ದುಡಿಯುತ್ತಿದ್ದಾನೆ. ವಿವರವಾದ ಗಾಂಧಿ ತಾನು ಮಾಡುತ್ತಿರುವ ಕೆಲಸಗಳ ಬಗ್ಗೆ ತಿಳಿಸದಿದ್ದರೂ, ಮನೆಗೆ ಬರುವವರ, ಹೋಗುವವರ ಮಾತುಗಳಿಂದ ಗಾಂಧಿಯ ಮುಖಚರ್ಯೆ, ನಡವಳಿಕೆಗಳಿಂದ ಏನೇನು ಆಗುತ್ತಿರಬಹುದೆಂದು ಊಹೆಯಿಂದ ಅರ್ಥಮಾಡಿಕೊಂಡಿದ್ದಳು. ಗುಜರಾತಿನಲ್ಲಿ ಮಾತಾಡಿದರಾದರೂ ಸ್ವಲ್ಪ ತಿಳಿಯುತ್ತಿತ್ತು. ಆದರೆ ದೊಡ್ಡ ದೊಡ್ಡ ಶ್ರೀಮಂತರು, ಅಧಿಕಾರಿಗಳು ಮಾತನಾಡುತ್ತಿದ್ದುದು ಇಂಗ್ಲಿಷಿನಲ್ಲಿ !

ಒಮ್ಮೆ ಕಸ್ತೂರಳೇ ಗಂಡನನ್ನು ಕೇಳಿದಳು, "ಇದೇಕೆ ನೀವು ಇಷ್ಟೊಂದು ಗಡಿಬಿಡಿಯಲ್ಲಿ ಇರುತ್ತೀರಿ. ಸ್ವಾವಲಂಬನೆಗೂ ಒಂದು ಮಿತಿಯಿದೆ. ನಿಮ್ಮ ಕಛೇರಿ ಕೆಲಸಗಳು, ಸಾರ್ವಜನಿಕ ಕೆಲಸಗಳೂ

ಉಸಿರಾಡಲು ಬಿಡುವು ಇಲ್ಲದಂತೆ ನಿಮ್ಮ ಮುತ್ತಿಕೊಂಡಿರುವಾಗ, ಬಟ್ಟೆ ಒಗೆಯುವ, ಇಸ್ತ್ರಿ ಮಾಡಿಕೊಳ್ಳುವ ಅಡಿಗೆ ಮನೆ ಸಹಾಯಕ್ಕೆ ಬರುವ ಅಗತ್ಯವಾದರೂ ಏನಿದೆ? ನಿಮ್ಮ ಬಟ್ಟೆ ಒಗೆಯಲು ಧೋಬಿ ಇಲ್ಲವೆ? ನಾನಿಲ್ಲವೇ?" ಎಂದು ಪ್ರಶ್ನಿಸಿದಾಗ, ಗಾಂಧಿ ಮಂದಹಾಸ ತಂದುಕೊಂಡು, "ಕಸ್ತೂರ್, ನಿನಗೆ ಹಣದ ಬೆಲೆ ಗೊತ್ತಿಲ್ಲ, ಧೋಬಿಗೆ ಹಣ ಕೊಡಬೇಡವೇ? ಲಾಂಡ್ರಿ ಸೇವೆ ಇಲ್ಲಿ ದುಬಾರಿ, ಇನ್ನು ನಿನ್ನನ್ನು ಕೆಲಸಕ್ಕೆ ಹಚ್ಚುವುದು, ಈಗಾಗಲೇ ನಿನ್ನ ಮೇಲೆ ಸಾಕಷ್ಟು ಹೊರೆಯಿದೆ. ನಿನ್ನ ಈ ಬಡಕಲು ದೇಹವನ್ನು ಮತ್ತಷ್ಟು ದಣಿಸಲು ಇಷ್ಟ ಪಡುವುದಿಲ್ಲ. ಅಲ್ಲದೆ ಇನ್ನು ಮುಂದೆ ನನ್ನಲ್ಲಿ ಹೋರಾಟಗಳಲ್ಲಿ, ಸೇವಾಚಟುವಟಿಕೆಗಳಲ್ಲಿ ನಿನ್ನ ಸಹಕಾರ ನಿರಂತರವಾಗಿ ಬೇಕಾಗಿದೆ. ಹೆಣ್ಣು ಮಕ್ಕಳೆಲ್ಲರಿಗೂ ನೀನು ಮಾದರಿಯಾಗಬೇಕು ಸೇನಾ ಪಡೆಯ ಮುಂಚೂಣೆಯಲ್ಲಿರಬೇಕು! ಎಂದು ಹೇಳಿದ.

ಕಸ್ತೂರ್ ಅವನ ಮಾತುಗಳನ್ನು ಕೇಳಿಸಿಕೊಳ್ಳುತ್ತಲೇ ಕೊಡಬೇಕಾದ ಉತ್ತರವನ್ನು ಯೋಚಿಸುತ್ತಿದ್ದಳು, "ನೀವು ಇಷ್ಟೆಲ್ಲ ನಿರೀಕ್ಷೆಗಳನ್ನು ನನ್ನಲ್ಲಿ ಇಟ್ಟುಕೊಂಡಿದ್ದೀರಿ. ಆದರೆ ನಾನೆಷ್ಟರವಳು. ನಿಜ ಹಿಂದಿನ ದಿನಗಳಲ್ಲಿ ನಿಮ್ಮ ಒರಟುತನ, ಗಂಡನೆಂದು ಅಧಿಕಾರ ಚಲಾವಣೆ, ಹೆಂಡತಿ ಗುಲಾಮಳೆಂಬ ಭಾವನೆ, – ಇವೆಲ್ಲವೂ ನನಗೆ ಸಹಿಸಿಕೊಳ್ಳುವುದಕ್ಕೆ ಹಿಂಸೆ ಎನಿಸುತ್ತಿತ್ತು. ಆದರೆ ನಿಮ್ಮ ಇಂದಿನ ಸರಳ ಬದುಕಿನ ರೀತಿ, ಪರರ ಸಹಾಯಕ್ಕೆಂದು ತುಡಿವ ಮನಸ್ಸು, ಈ ಅಪರಿಚಿತ ದೇಶದಲ್ಲಿನ, ನಿಮ್ಮ ದೇಶಬಾಂಧವರಿಗಾಗಿ ನೀವು ಪಡುತ್ತಿರುವ ಪಾಡು, ನ್ಯಾಯಕ್ಕಾಗಿ ಹೋರಾಟಕ್ಕೆ ಸಜ್ಜಾಗುತ್ತಿರುವ ಪರಿ – ಎಲ್ಲವೂ ನನ್ನನ್ನು ಸಾಕಷ್ಟು ಪ್ರಭಾವಿಸಿದೆ. ಆದರೆ ನಿಮ್ಮ ನಿರೀಕ್ಷೆಗಳಿಗೆ ನಾನು ಬೆಳೆಯುತ್ತೇನೆಯೋ ಇಲ್ಲವೋ ನನಗೆ ತಿಳಿಯದು. ಆದರೂ ಪ್ರಯತ್ನಿಸುತ್ತೇನೆಯೋ ಇಲ್ಲವೋ ನನಗೆ ತಿಳಿಯದು. ಆದರೂ ಪ್ರಯತ್ನಿಸುತ್ತೇನೆ. ಅಗ್ನಿ ದಿವ್ಯವನ್ನಾದರೂ ಹಾದು ಬದುಕಬೇಕೆಂದು ನನ್ನವರು ನನಗೆ ಕಲಿಸಿಕೊಟ್ಟಿದ್ದಾರೆ" ಎಂದು ಹೇಳಿ, ಇನ್ನು ಮುಂದೆ ಗಾಂಧಿಯ ಸಹಧರ್ಮಚಾರಿಣಿಯಾಗಿ ಹೆಜ್ಜೆ ಹಾಕಬೇಕು, ಅವರ ಸಾಧನೆ, ಪ್ರಯತ್ನಗಳ ಅವಿಭಾಜ್ಯ ಅಂಗವಾಗಿ ತನ್ನನ್ನು ತೊಡಗಿಸಿಕೊಳ್ಳಬೇಕು" ಎಂದು ನಿರ್ಧರಿಸಿದಳು.

ಆದರೆ ಗಂಡಿನ ನಿರೀಕ್ಷೆಗಳಿಗೆ ಮತ್ತು ನಿರ್ಧಾರಗಳಿಗೆ ಅನುಗುಣವಾಗಿ ತನ್ನನ್ನು ಪರಿವರ್ತಿಸಿ ಕೊಳ್ಳುವುದ ಅಷ್ಟು ಸುಲಭವೆನಿಸಲಿಲ್ಲ. ಬದುಕಿನಲ್ಲಿ ಸಣ್ಣ ಪುಟ್ಟ ಬದಲಾವಣೆಗಳಿಗೆ ಹೊಂದಿಸಿ ಕೊಳ್ಳುವುದೇ ತೀರಾ ಪ್ರಯಾಸದ ಕೆಲಸವೆನಿಸುವಾಗ ಅವಳು ಅಧೀರಳಾಗುತ್ತಿದ್ದಳು. ಆದರ್ಶಗಳು ಊಹಿಸಿಕೊಳ್ಳಲು ಬಹಳ ಚೆನ್ನಾಗಿರುತ್ತವೆ. ಆದರೆ ಅನುಷ್ಠಾನ ಅತ್ಯಂತ ಕಠಿಣವೆಂಬುದನ್ನು ಅನೇಕ ಸಂದರ್ಭಗಳಿಂದ ಅರ್ಥೈಸಿಕೊಂಡಿದ್ದಳು. ತನ್ನ ಗಂಡ ಮೇರುಪರ್ವತದೆತ್ತರ. ಆ ಎತ್ತರಕ್ಕೆ ತಾನೇರಲು ಸಾಧ್ಯವೇ ತಾನೊಬ್ಬಳು ಸಾಮಾನ್ಯ ಸ್ತ್ರೀ. ವಿದ್ಯಾಭ್ಯಾಸ ಇಲ್ಲದವಳು ತನ್ನ ಕುಟುಂಬದ ಸರಹದ್ದುಗಳನ್ನು ದಾಟಿ ಹೊರ ಪ್ರಪಂಚದತ್ತ ಮುಖ ಮಾಡಿದವಳಲ್ಲ. ಆಧುನಿಕ ಬದುಕಿನ ಸಂಕೀರ್ಣತೆಯನ್ನು ಬಲ್ಲವಳಲ್ಲ. ತಂದೆತಾಯಿ ಬಂಧು ಬಳಗದ ಪ್ರೀತಿಯ ರಕ್ಷೆಯಲ್ಲಿ ಸುಖವಾಗಿ ಬೆಳೆದವಳು ಆದರೆ ಈಗ ಈ ಸರಳ ಬದುಕು! ಕಷ್ಟವಾದರೂ ಆಸೆ ಆಮಿಷಗಳ ಸೆಳೆತಕ್ಕೆ ಬೀಳದೆ, ತನ್ನ ಗಂಡನ ಸಲುವಾಗಿ ಸುಖಕ್ಕೆ ತಿಲಾಂಜಲಿಯಿತ್ತು. ಗಾಂಧಿ ಹಿಡಿದ ಶ್ರೇಯಸ್ಸಿನ ದಾರಿಯಲ್ಲಿ, ಕಠಿಣಾತಿಕಠಿಣವಾದ ಶಿಸ್ತು, ಸಂಯಮಗಳನ್ನು ರೂಢಿಸಿಕೊಂಡೇ ಅವನೊಂದಿಗೆ ಹೆಜ್ಜೆ ಹಾಕಬೇಕಾದ ಅಗತ್ಯವನ್ನು ಮನಗಂಡಳು. ಬಹಳ ಸೂಕ್ಷ್ಮವಾಗಿ ಗಂಡನ ಆದರ್ಶಗಳನ್ನು

ಅರ್ಥಮಾಡಿಕೊಳ್ಳುತ್ತ ಹಗ್ಗದ ನಡೆಯನ್ನು ಕಲಿತಳು, ಭಾರತೀಯ ನಾರೀತ್ವದ ಎಲ್ಲ ಲಕ್ಷಣಗಳನ್ನು ಮೈಗೂಡಿಸಿಕೊಂಡು, ತನ್ನಲ್ಲಿ ಮೊದಲಿಗಿದ್ದ ಸ್ವಾಭಿಮಾನ, ಆತ್ಮಪ್ರತಿಷ್ಠೆಗಳನ್ನೂ ಬದಿಗಿಟ್ಟು ಹೆಜ್ಜೆಯಲ್ಲಿ ಹೆಜ್ಜೆಯಿರಿಸಿ ಮುಂದುವರೆಯುವುದೇ ತನ್ನ ಬದುಕಿನ ಪರಮ ಸಾರ್ಥಕತೆ ಎಂದುಕೊಂಡು. ಸಮಾಧಾನ ತಂದುಕೊಂಡಳು. ಗಂಡ ಮಾಡುತ್ತಿರುವುದು ತನಗಾಗಿ, ತನ್ನವರಿಗಾಗಿ ಅಲ್ಲ, ಅಸಹಾಯಕರಾದ ಮನುಜ ಕುಲಕ್ಕೆ ! ಅನ್ಯಾಯ ಅತ್ಯಾಚಾರ, ದಬ್ಬಾಳಿಕೆಯ ಕಪಿಮುಷ್ಟಿಯಲ್ಲಿ ಸಿಲುಕಿದವರಿಗಾಗಿಯೇ ಅಲ್ಲವೇ! ಇಷ್ಟೆಲ್ಲ ದೃಢ ನಿರ್ಧಾರ, ಮನಸ್ಸಮಾಧಾನ ಗಳೊಂದಿಗೆ ಇದ್ದರೂ, ಅವಳಿಗೆ ಅಗ್ನಿಪರೀಕ್ಷೆ ಎಂಬಂತೆ ಕೆಲವು ಸಂದರ್ಭಗಳು ಎದುರಾದವು.

ಡರ್ಬಾನ್‌ನಲ್ಲಿ ಗಾಂಧಿ ತನ್ನ ವಕೀಲಿ ವೃತ್ತಿಯನ್ನು ಆರಂಭಿಸಿ ಅವನ ಕಛೇರಿ ಅಥವಾ ಕಾರ್ಯಾಲಯ, ವೃತ್ತಿ ಸಂಬಂಧಿ ವ್ಯವಹಾರಗಳಿಗಷ್ಟೇ ಸೀಮಿತಗೊಂಡಿರಲಿಲ್ಲ. ಸ್ನೇಹಿತರು. ಕಾರ್ಯಕರ್ತರು ಸಹಾಯಕರು ಎಲ್ಲರೂ ಬರುತ್ತಿದ್ದರು. ಬಂದವರಿಂದ ಮನೆ, ಕಾರ್ಯಾಲಯಗಳೆರಡು ಜನರಿಂದ ತುಂಬಿ ಹೋಗಿರುತ್ತಿದ್ದುದೇ ಅಲ್ಲದೆ, ಎಷ್ಟೋ ಜನಕ್ಕೆ ಆತಿಥ್ಯ, ಆಶ್ರಯಗಳೆರಡೂ ಲಭ್ಯವಾಗುತ್ತಿತ್ತು. ಕಸ್ತೂರಳಿಗೆ ಬಂದ ಬಂದವರ ಸೇವೆ, ಸತ್ಕಾರ, ಊಟೋಪಚಾರಗಳನ್ನು ಮಾಡಿ, ಎಷ್ಟೋ ನಿಯಂತ್ರಿಸಿಕೊಂಡರೂ ಸಿಟ್ಟೇಳುತ್ತಲೇ ಗೊಣಗುತ್ತಲೇ, ಪಿಟಿ ಪಿಟಿ ತನ್ನೊಳಗೇ ಮಾತಾಡಿಕೊಳ್ಳುತ್ತಾ ಹಣೆಬರಹ ಹಳಿದುಕೊಳ್ಳುತ್ತಲೇ ಇರಬೇಕಾಗುತ್ತಿತ್ತು. ಇಂಥ ಸನ್ನಿವೇಶದಲ್ಲಿ ಸಾಲದೆಂಬಂತೆ, ಗಾಂಧಿ ಕಛೇರಿಗೆ ಕ್ರಿಶ್ಚಿಯನ್ ಒಬ್ಬನು ಗುಮಾಸ್ತನಾಗಿ ಬಂದು ಸೇರಿಕೊಂಡ, ಗಾಂಧಿಯ ನಿಯಮದಂತೆ ಪಾಯಿಖಾನೆ ಪಾತ್ರೆಗಳನ್ನು ಪ್ರತಿಯೊಬ್ಬರೂ ತಮ್ಮದನ್ನು ತಾವೇ ಶುಚಿಮಾಡಿಕೊಳ್ಳಬೇಕಿತ್ತು. ಈ ನಿಯಮಕ್ಕೆ ಮನೆಯವರೂ ಮತ್ತು ಇದನ್ನು ತಿಳಿದಿದ್ದ ಇತರರೂ ಪರಿಪಾಲಿಸುತ್ತಿದ್ದರು. ಆದರೆ ಈ ಕ್ರಿಶ್ಚಿಯನ್ ಗುಮಾಸ್ತ ಮನೆಯ ನಿಯಮಗಳಿಗೆ ಅಪರಿಚಿತ. ಆದ್ದರಿಂದ ಈ ಕೆಲಸವನ್ನು ಕಸ್ತೂರಳೋ ಗಾಂಧಿಯೋ ಮಾಡಬೇಕಿತ್ತು. ಗಾಂಧಿ ಆ ಹೊಸಬನ ಇನ್ನಿತರ ಕೆಲಸಗಳನ್ನು ನೋಡಿಕೊಳ್ಳುತ್ತಿದ್ದ. ಆದ್ದರಿಂದ ಪಾಯಿಖಾನೆ ಶುಚಿ ಮಾಡುವ ಕೆಲಸ ಕಸ್ತೂರಳ ಪಾಲಿಗೆ ಉಳಿಯಿತು. ಹಠದಿಂದ ಇಂಥ ನೀಚ, ಅಸಹ್ಯ ಕೆಲಸ ಮಾಡುವುದಿಲ್ಲವೆಂದು ಹೇಳಬಹುದಾಗಿತ್ತು. ಹೇಳಿದರೆ ಸ್ವತಃ ಗಂಡನೇ ಅದನ್ನೂ ಮಾಡಿಬಿಡುತ್ತಾನೆ ! ಆದರೆ ಹೆಂಡತಿ ಮನಸ್ಸಿಗೆ ಅದು ಒಪ್ಪಿತವಾಗುವುದಾದರೂ ಹೇಗೆ ? ವಿಧಿಯಿಲ್ಲ ಸಿಡಿಮಿಡಿಗೊಳ್ಳುತ್ತಲೇ ಅದನ್ನು ತೆಗೆದುಕೊಂಡು ಹೋಗುತ್ತಿದ್ದುದನ್ನು ಗಾಂಧಿ ನೋಡಿ ಬಿಟ್ಟ. ಗಾಂಧಿಗೂ ಅವಳ ವೇಷ, ರೋಷ, ಗೊಣಗಾಟ ನೋಡಿ ಹತ್ತಿಕ್ಕಲಾಗದ ಸಿಟ್ಟು ಬಂತು. ಮಾಡುವ ಕೆಲಸವನ್ನು ಮನಸಿಟ್ಟು ಮಾಡಬೇಕೇ ಹೊರತು ಹೀಗೆಲ್ಲ ಬೈದುಕೊಳ್ಳುತ್ತ ಒಲ್ಲದ ಮನಸ್ಸಿನಿಂದ ಮಾಡುವುದನ್ನು ಎಂದಿನಿಂದಲೂ ಒಪ್ಪಿಕೊಂಡಿರಲಿಲ್ಲ. ಅದಕ್ಕಾಗಿ ಅವಳನ್ನು ಸರಿದಾರಿಗೆ ತರಲು ಯೋಚಿಸಿದ. ದಢದಢ ಇಳಿಯುತ್ತಿದ್ದ ಅವಳ ಹತ್ತಿರ ಜಿಗಿದು ರಟ್ಟೆ ಹಿಡಿದು ನಿಲ್ಲಿಸಿದ, ಒಮ್ಮೆ ತೀಕ್ಷ್ಣವಾಗಿ ಅವಳತ್ತ ನೋಡಿದ, ಜೊತೆಗೆ ಜೋರಾಗಿ ಅಬ್ಬರಿಸಿ, "ಕಸ್ತೂರ್ ನಿಲ್ಲು ನಿನ್ನ ಗೊಣಗಾಟ ನಿಲ್ಲಿಸು, ನಿನಗೆ ಗೊತ್ತು ಮನಸ್ಸಿಲ್ಲದೆ ಮಾಡುವ ಕೆಲಸವನ್ನು ನಾನೆಂದೂ ಸಹಿಸುವುದಿಲ್ಲ. ಹಾಗಲ್ಲದಿದ್ದರೆ ಮಾಡುವುದೆಲ್ಲ ಜಡ ಕರ್ಮ, ನಿಷ್ಪ್ರಯೋಜಕ."

"ನನಗೂ ಗೊತ್ತಿದೆ. ನಿಮ್ಮನ್ನು ಮದುವೆಯಾಗಿ ಎಷ್ಟು ವರ್ಷಗಳಾಗಿದೆ. ಎಂದಾದರೂ ನಿಮ್ಮ ಕೆಲಸಗಳಿಗೆ ಅಡ್ಡಿ ಬಂದಿದ್ದೇನೆಯೇ? ಅಥವಾ ನನ್ನ ಕರ್ತವ್ಯಗಳಲ್ಲಿ ಲೋಪವನ್ನೇನಾದರೂ

ಮಾಡಿದ್ದೇನೆಯೇ? ಹೇಳಿದ್ದೆಲ್ಲವನ್ನೂ ಮಾಡುತ್ತಲೇ ಬಂದಿಲ್ಲವೇ?" ಎಂದು ಮುಳು ಮುಳು ಅಳುತ್ತಾ ನೋಡಿದಳು.

"ನಿನ್ನ ಹಿಂದಿನ ಕೆಲಸಗಳ ಬಗ್ಗೆ ನಾನು ಟೀಕಿಸುತ್ತಿಲ್ಲ. ಈಗ ನೀನು ಅಸ್ಪೃಶ್ಯನೆಂಬ ಕಾರಣಕ್ಕೆ ಪಾಯಿಖಾನೆ ಪಾತ್ರ ಶುಚಿ ಮಾಡಲು ಹಿಂಜರಿಯುತ್ತಿದ್ದೀಯ. ಬೇಸರ ಪಡುತ್ತಿದ್ದೀಯ ಸೇವೆಯ ಸಂದರ್ಭ ಬಂದಾಗ, ಕರ್ತವ್ಯದ ಅನಿವಾರ್ಯತೆ ಇದ್ದಾಗ ಹೀಗೆಲ್ಲ, ಜಾತಿ, ಪಾತಿಯ ಬಗ್ಗೆ ಯೋಚಿಸಬಾರದು. ಇದೂ ನನ್ನ ಮನೆ ಆಗಿರುವಾಗ ಇಂತಹದಕ್ಕೆಲ್ಲ ಅವಕಾಶವಿಲ್ಲ. ನನ್ನ ಮನೆಯಲ್ಲಿ ಮನಸ್ಸಿಲ್ಲದೆ ಮಾಡುವ ಕೆಲಸವನ್ನು ನಾನು ಒಪ್ಪಿಕೊಳ್ಳುವುದಿಲ್ಲ." ಎಂದು ಗದರಿಸಿ ನುಡಿದ. ಆ ಕ್ಷಣಕ್ಕೆ ಕಸ್ತೂರಳಿಗೆ ಎಲ್ಲಿಲ್ಲದ ಧೈರ್ಯ ಬಂದು, ತನಗಾದ ಅವಮಾನದ ಹೊಡೆತದ ನೋವಿನಿಂದ ತಿರುಗಿ ಬಿದ್ದಳು. "ಹೌದು. ಇದು ನಿಮ್ಮ ಮನೆಯೇ! ಈ ಮನೆಯಲ್ಲಿ ನನಗೇನೂ ಕೆಲಸವಿಲ್ಲ ಅಲ್ಲದೆ ಈ ಮನೆಯಲ್ಲಿ ನನಗೆ ಯಾವ ಹಕ್ಕೂ ಇಲ್ಲ. ಸರಿಬಿಡಿ ಹೋಗುತ್ತೇನೆ. ನೀವೇ ಗೂಟ ಹೊಡೆದುಕೊಂಡು ಸುಖವಾಗಿರಿ, ಆದರೆ ನಿಮ್ಮ ಮಕ್ಕಳನ್ನು ಅನಾಥವಾಗಿಸದೆ ನೋಡಿಕೊಳ್ಳಿ" ಎಂದು ಸ್ವಲ್ಪ ಗಟ್ಟಿಯಾಗಿಯೇ ಮಾತಾಡಿದಳು.

ಗಾಂಧಿಗೂ ಅವಳು ತಿರುಗಿ ಬಿದ್ದದ್ದು ಅವಮಾನ ಎನಿಸಿತು. ತಾನೂ ಸುಮ್ಮನಾಗಲಿಲ್ಲ. ಅವನ ಪುರುಷಾಭಿಮಾನ ಹೆಡೆಯೆತ್ತಿತ್ತು.

"ಹಾಗಾದರೆ ಈ ಕ್ಷಣವೇ ಹೊರಡು" ಎಂದು ಅವಳ ರಟ್ಟೆ ಹಿಡಿದು ದರದರ ಎಳೆದೊಯ್ದು ಬಾಗಲಿಂದ ಹೊರಗೆ ದೂಡಿ ಬಾಗಿಲು ಮುಚ್ಚಿಕೊಂಡು ಸೇರಿಗೆ ಸವ್ವಾಸೇರು ಎಂಬಂತೆ ಕಸ್ತೂರಳು ಜೋರಾಗಿಯೇ ಪ್ರತಿ ಉತ್ತರ ತೊಟ್ಟಿದ್ದಳಾದರೂ ಈಗ ಅವಳಿಗೆ ನಿಜವಾಗಿ ಹೆದರಿಕೆ ಆಯಿತು. ತಾನು ತಪ್ಪು ಮಾಡಬಾರದಿತ್ತು. ಆಕ್ರೋಶದ ದುರ್ಬಲ ಕ್ಷಣಗಳಲ್ಲಿ ಆವೇಶಕ್ಕಾಗಿ ಒಳಗಾಗಿ ಹಾಗೆ ಮಾತನಾಡಬೇಕಾಯಿತೇ ಹೊರತು ಗಂಡನನ್ನು ಕೀಳಾಗಿಸಬೇಕೆಂಬ ಉದ್ದೇಶ ತನ್ನದಾಗಿರಲಿಲ್ಲ ಎಂದೆನಿಸಿದ್ದೆ ಸ್ವಲ್ಪ ತಣ್ಣಗಾದಳು. ಒಟ್ಟೊಟ್ಟಿಗೇ ಆದ ಅವಮಾನ, ದುಃಖದಿಂದ ಕಣ್ಣು ಹನಿಯಿತು. ಕಣ್ಣ ಹನಿ ಧಾರೆ ಧಾರೆಯಾಗಿ ಹರಿಯಿತು.

"ಏನೂಂದ್ರೆ, ಬಾಗಿಲು ತೆಗೆಯಿರಿ, ಇಷ್ಟಕ್ಕೆಲ್ಲ ಇಂಥಾ ದೊಡ್ಡ ಶಿಕ್ಷೆಯೇ? ನಾನು ನಿಮ್ಮ ಹೆಂಡತಿಯಲ್ಲವೇ? ನಿಮ್ಮನ್ನು ನಂಬಿಕೊಂಡು ತಂದೆ ತಾಯಿ ಬಂಧು ಬಳಗ ಬಿಟ್ಟು ಈ ಪರದೇಶಕ್ಕೆ ಬಂದಿದ್ದೀನಿ. ಹೀಗಿರುವಾಗ, ನಿಮ್ಮ ಹೆಂಡತಿ ಅನ್ನುವುದನ್ನು ಮರೆತು ಹೀಗೆಲ್ಲ ನನ್ನನ್ನು ನಡೆಸಿಕೊಳ್ಳಬಹುದೇ? ನೀವು ನನಗೆ ಗಂಡ ಒಪ್ಪಿಕೊಂಡೆ. ಅಂದ ಮಾತ್ರಕ್ಕೆ ನೀವು ಆಡುವುದನ್ನು, ಮಾಡುವುದನ್ನು ಎಲ್ಲವನ್ನೂ ಬಾಯಿ ಮುಚ್ಚಿಕೊಂಡು ಸಹಿಸಿಕೊಳ್ಳಬೇಕೇ? ನಾವು ಹೆಣ್ಣುಗಳಾದ ಮಾತ್ರಕ್ಕೆ ನಮಗೂ ಸ್ವಲ್ಪ ಸ್ವಾಭಿಮಾನ, ಸ್ವತಂತ್ರವಾಗಿ ಆಲೋಚಿಸುವ, ನಡೆದು ಕೊಳ್ಳುವ ಅವಕಾಶ ಬೇಡವೇ? ಗಂಡ ಹೆಂಡಿರ ನಡುವೆ ಯಜಮಾನ, ಗುಲಾಮ ಎಂಬ ಭಾವನೆಗಿಂತ ಪರಸ್ಪರ ಪ್ರೀತಿ, ಸ್ನೇಹಗಳಿಂದ ವರ್ತಿಸಿದರೆ, ಬಾಳು ಸುಗಮವಾಗುತ್ತದೆ ಎಂಬ ಆಲೋಚನೆ ನಿಮಗೆ ಬರುತ್ತಿಲ್ಲವೇಕೆ? ಬಾಳ ಪಯಣದಲ್ಲಿ ನಾವು ಸಹಯಾತ್ರಿಕರು, ಸಂಗಾತಿಗಳು ಎಂಬುದನ್ನು ಮರೆಯಬೇಡಿ. ಈ ನೌಟಂಕಿ ಆಟವನ್ನು ನಿಲ್ಲಿಸಿ ಬಾಗಿಲು ತೆಗೆಯಿರಿ. ಬೇರೆಯವರು ನೋಡಿ ರಂಪ ಆದೀತು. ನಿಮ್ಮ ಹಟವನ್ನೇ ಮುಂದುವರೆಸಬೇಕೆಂದಿದ್ದರೆ ನಾನೆಲ್ಲಿಗೆ ಹೋಗಲಿ? ಕೆರೆ, ಬಾವಿ ನೋಡಿಕೊಳ್ಳಬೇಕಾದೀತು !" ಎಂದು ಬಿಕ್ಕಿ ಬಿಕ್ಕಿ ಅಳಲು ಆರಂಭಿಸಿದಳು.

ಗಾಂಧಿ ಕರುಳು ಚುರುಗುಟ್ಟಿತು. ಕಸ್ತೂರಳ ಮಾತುಗಳಲ್ಲಿ ಒಂದು ಪಾತವಿದ್ದುದನ್ನು ಗುರುತಿಸಿದ. ತನಗೇ ಅವಮಾನವೆನಿಸಿತು. ಸಿಟ್ಟು ಆವೇಶಗಳು ಇಳಿದ ಮೇಲೆ ಶಾಂತಿಯಿಂದ ಆಲೋಚಿಸಿದ, ಅವಳು ಹೇಳಿದ್ದು ನೂರಕ್ಕೆ ನೂರು ಸತ್ಯ. 'ಹೌದು ಅವಳು ಹೇಳಿದಂತೆ ಮನೆ ಮಠ ತಂದೆ, ತಾಯಿ ಇತ್ಯಾದಿ ಎಲ್ಲ ಸಂಬಂಧ ಸೂತ್ರಗಳನ್ನು ಕಳಚಿಕೊಂಡು, ಕೇವಲ 'ಗಂಡ' ಎಂಬ ಸಂಬಂಧವೊಂದನ್ನು ಮಾತ್ರವೇ ನೆಚ್ಚಿಕೊಂಡು ಸುದೀರ್ಘ ಕಾಲವನ್ನು ಜೊತೆಯಾಗಿ ಕಳೆಯಬೇಕೆಂದು ಬಂದವಳನ್ನು ಹೀಗೆ ನಡೆಸಿಕೊಂಡಿದ್ದು ಖಂಡಿತ ಕ್ಷಮಾರ್ಹವಲ್ಲ. ಗಂಡ ಹೆಂಡಿರೆಂದ ಮೇಲೆ ಸರಸ–ವಿರಸಗಳು ಸಹಜವೇ ಹೊರತು ಅಂತಿಮ ಸ್ಥಿತಿಯಲ್ಲ. ಇನ್ನು ಮುಂದೆಂದೂ ಅವಳನ್ನು ಮಾತಿನಿಂದಾಗಲೀ ಕೃತಿಯಿಂದಾಗಲೀ ನೋಯಿಸಬಾರದೆಂದು ತೀರ್ಮಾನಿಸಿದ. ಅಪರಾಧಿಯ ದನಿಯಲ್ಲಿ ಮೆಲ್ಲಗೆ "ಕಸ್ತೂರ್, ನಿನ್ನ ಕೋಪ ಇಳಿದಿದ್ದರೆ, ನನ್ನನ್ನು ಕ್ಷಮಿಸು, ನಿನ್ನ ಮಾತುಗಳಿಂದ ನನ್ನ ಗಂಡು ಗರ್ವ ಇಳಿಯಿತು. ಹೆಂಗಸರ ಅಥವಾ ಹೆಣ್ಣು ಮಕ್ಕಳ ಅಸಹಾಯಕತೆಯ ಭಯಾನಕ ಸ್ವರೂಪದ ಅರಿವಾಯಿತು. ಗಂಡು–ಹೆಣ್ಣು ಇಬ್ಬರೂ ಸಮಾನರೇ ಯಾರೂ ಯಾರಿಗೂ ಅಧೀನರಾಗಿ ಇರಬೇಕಾದ್ದಿಲ್ಲ. ನಿನ್ನ ಮೇಲೆ ಸಿಟ್ಟಾಗುವ ಹಕ್ಕು ನನಗೂ, ನನ್ನ ಮೇಲೆ ಸಿಟ್ಟಾಗುವ ಹಕ್ಕು ನಿನಗೂ ಇದ್ದೇ ಇರುವಾಗ, ನಿನಗೆ ಸಿಟ್ಟಾದಾಗ ನಾನು ಅವಿವೇಕದಿಂದ ವರ್ತಿಸುವುದು ಸರಿಯಲ್ಲ. ಇನ್ನು ಮುಂದೆ ನಾವಿಬ್ಬರೂ ಗಂಡ ಹೆಂಡಿರಲ್ಲ; ಬಾಳ ಸಂಗಾತಿಗಳು; ಗೆಳೆಯರು ಎಲ್ಲವನ್ನೂ ಮರೆತು ನನ್ನನ್ನು ಗೆಳೆಯನಾಗಿ ಸ್ವೀಕರಿಸಿ ಒಳಗೆ ಬಾ" ಎಂದು ಮುಗುಳು ನಗುತ್ತಾ ಅವಳನ್ನು ಎರಡೂ ಕೈಗಳಿಂದ ಒಳಕ್ಕೆ ಸ್ವಾಗತಿಸಿದ.

ಇದು ಗಾಂಧಿಗೆ ಸ್ತ್ರೀ ಸಂಬಂಧವಾಗಿ ಉಂಟಾದ ಜ್ಞಾನೋದಯ ಘಟ್ಟ. ಅಂದಿನಿಂದ ಕಸ್ತೂರಳನ್ನು ಗಾಂಧಿ ಪತ್ನಿಯಾಗಿ ನಡೆಸಿಕೊಳ್ಳಲಿಲ್ಲ. ಶಿಕ್ಷಕನಾಗಿ ನೀತಿ ಪಾಠ ಹೇಳುವುದಕ್ಕೂ ಮುಂದಾಗಲಿಲ್ಲ. ತನಗಾಗಿ ಅವಳು ಹಿಂದೆ ಮಾಡಿದ ಸೇವೆ ಶುಶ್ರೂಷೆಗಳು ನೆನಪಾದವು. ಹೆಂಡತಿಯಾಗಿ ನಿಸ್ವಾರ್ಥತೆಯಿಂದ ಯಾವ ಪ್ರತಿಫಲಾಪೇಕ್ಷೆಯಾಗಿ ಇಲ್ಲದೆ ನಿರ್ವಹಿಸಿದ ಕರ್ತವ್ಯಗಳು, ಮನೆವಾರ್ತೆಯನ್ನು ನಡೆಸುವಲ್ಲಿ – ತೋರಿದ ಅಚ್ಚುಕಟ್ಟುತನ, ಮಕ್ಕಳನ್ನು ಬೆಳೆಸುವಲ್ಲಿ ತೋರಿದ ಶಿಸ್ತು, ನೀಡಿದ ಕ್ರಮ ಶಿಕ್ಷಣ – ಎಲ್ಲವೂ ಒಂದೊಂದಾಗಿ, ಸನ್ನಿವೇಶಗಳ ಚಿತ್ರಗಳೊಂದಿಗೆ ನೆನಪಾದವು. ಇನ್ನು ಮುಂದೆ ಅವಳು ನನ್ನ ಕಾಮಾಸಕ್ತಿಯ ಬಂಧಿ ಬಾಹುಗಳಿಂದ ಮುಕ್ತಳು. ಅವಳು ಕೇವಲ ಸಹಚರಿಯಾಗಿಯೇ ನನ್ನೆಲ್ಲ ಕೆಲಸಗಳಲ್ಲಿ ಭಾಗವಹಿಸುವಂತೆ ನೋಡಿಕೊಳ್ಳಲು ದೀಕ್ಷಾಬದ್ಧನಾಗುತ್ತೇನೆ' ಎಂದು ಯೋಚಿಸಿದ.

ಗಾಂಧಿ ಆಫ್ರಿಕಾದಲ್ಲಿ ಇದ್ದಾಗಲೂ ಭಾರತದ ಬಗ್ಗೆ ಚಿಂತಿಸುತ್ತಿದ್ದುದು ಮಾತ್ರವಲ್ಲ ಭಾರತದಿಂದ ವಲಸೆ ಹೋಗಿ ಆಫ್ರಿಕಾದಲ್ಲಿ ನೆಲೆಸಿ ಅಪಾರ ಸಂಪತ್ತನ್ನು ಗಳಿಸಿಕೊಂಡು ಐಷಾರಾಮಿ ಬದುಕನ್ನು ಬದುಕುತ್ತಿರುವ ಭಾರತೀಯರ ಮನಸ್ಸಿನಲ್ಲಿ ಸ್ವದೇಶ ಪ್ರೇಮವನ್ನು ಹುಟ್ಟುಹಾಕಿ, ದರಿದ್ರ ದೇಶವಾಗಿರುವ ಭಾರತಕ್ಕೆ, ತಮ್ಮ ದೇಶಬಾಂಧವರಿಗೆ, ಸಂಪಾದನೆಯ

ಒಂದು ಸಣ್ಣ ಭಾಗವನ್ನು ಕೊಡುವಂತೆ ಮಾಡಬೇಕೆಂಬುದು ಗಾಂಧಿ ಆಲೋಚನೆಯಾಗಿತ್ತು. ಅಲ್ಲದೆ ಧನಸಹಾಯ ನೀಡಲು ಎಂದೂ ಅವರು ಹಿಂಜರಿಯಲಾರರು ಎನ್ನುವ ಭರವಸೆಯೂ ಇತ್ತು ಅದಕ್ಕಾಗಿ ಗಾಂಧಿ, ಭಾರತಕ್ಕೆ ಹಿಂದಿರುಗುವ ಆಲೋಚನೆಯಿದ್ದಾಗಿ ತನ್ನ ಸ್ನೇಹಿತರನ್ನೆಲ್ಲ ಸೇರಿಸಿ ತಿಳಿಸಿದಾಗ, ಖಂಡಿತವಾಗಿ ಉದಾರ ಮನಸ್ಸಿನಿಂದ ಕೊಡುತ್ತಾರೆಂದು ಸಮಾಧಾನ ತಂದುಕೊಂಡ.

ಕಸ್ತೂರಬಾ ಅಥವಾ ಕಸ್ತೂರ್ ಭಾರತಕ್ಕೆ ಒಮ್ಮೆ ಹೋಗಿ ಬರಬೇಕೆಂಬ ಆಸೆಯನ್ನು ಪರೋಕ್ಷವಾಗಿ ಹೇಳಿದ್ದಳು. ಗಾಂಧಿಗೂ ಈಗ ದಕ್ಷಿಣ ಆಫ್ರಿಕಾಕ್ಕೆ ಬಂದ ಉದ್ದೇಶಗಳಲ್ಲಿ ಸಾಕಷ್ಟು ಪೂರೈಸಿದ್ದವು. ಅಲ್ಲಿನ ಜನರ ನಿರೀಕ್ಷೆಗಳನ್ನು, ಅಗತ್ಯಗಳನ್ನು ಪೂರೈಸಿದ್ದ. ಅಲ್ಲದೆ ಅಲ್ಲಿಯೇ ಉಳಿದರೆ ಹಣ ಸಂಪಾದನೆಯೇ ಗುರಿಯಾಗಿ ತನ್ನ ಮಾತೃಭೂಮಿಗೆ ತನ್ನಿಂದ ಅನ್ಯಾಯವಾಗಬಹುದೆಂದು ಹೆದರಿದ್ದ. ಅಲ್ಲದೆ ಭಾರತದಲ್ಲಿನ ಬಹು ದೊಡ್ಡ ಸ್ನೇಹ ಬಳಗ ಭಾರತಕ್ಕೆ ಹಿಂದಿರುಗುವಂತೆ ಒತ್ತಾಯಿಸುತ್ತಿದ್ದರು. ಈ ಎಲ್ಲ ಕಾರಣಗಳಿಂದಾಗಿ, ಭಾರತಕ್ಕೆ ಹೋಗಲೇಬೇಕೆಂದು ದೃಢ ನಿರ್ಧಾರ ಮಾಡಿದ. ಅಲ್ಲಿನ ಕೆಲಸ ಕಾರ್ಯಗಳನ್ನು ತುರಾತುರಿಯಿಂದ ಮುಗಿಸುತ್ತಿದ್ದ. ಎಷ್ಟೋ ಮಂದಿ ಸ್ನೇಹಿತರು ಗಾಂಧಿ ಕಛೇರಿಗೆ ಬಂದು, ಭಾರತಕ್ಕೆ ಹೋಗದಿರೆಂದು ಒತ್ತಾಯಿಸುತ್ತಿದ್ದರು.

ಸೂಕ್ಷ್ಮಮತಿಯಾದ ಕಸ್ತೂರಳಿಗೆ ಗಾಂಧಿ ಯೋಜನೆ ಏನೆಂದು ಹೇಳದಿದ್ದರೂ, ಗಂಡ ಭಾರತಕ್ಕೆ ಮರಳುವ ತುರಾತುರಿ ಅದೆಂದು ಥಟ್ಟನೆ ಗ್ರಹಿಸಿದಳು. ಒಂದೆರಡು ದಿನ ಬಿಟ್ಟು ನೇರ ಕೇಳಿಬಿಡಬೇಕೆಂದು ಕೊಂಡಳು. ಆದೆ ಅವಳು ಕೇಳುವುದಕ್ಕೆ ಮೊದಲೇ ಗಾಂಧಿ ಒಂದು ಸಂಜೆ ಬೇಗನೆ ಕಛೇರಿಯಿಂದ ಬಂದು,

"ಕಸ್ತೂರ್ ಮಕ್ಕಳೆಲ್ಲ ಎಲ್ಲಿ?" ಎಂದು ಕೇಳಿದ.

"ಇದೇನು ಇದ್ದಕ್ಕಿದ್ದ ಹಾಗೆ ಮಕ್ಕಳ ಬಗ್ಗೆ ಅಕ್ಕರೆ ಗುದ್ದಿಕೊಂಡು ಬಂದಂತಿದೆ!" ಹುಸಿಮುನಿಸು ವ್ಯಂಗ್ಯದಿಂದ ಹೇಳಿದಳು.

"ಕಸ್ತೂರ್ ನನಗೆ ಗೊತ್ತು ಈ ಸಿಟ್ಟೆಲ್ಲ, ನಾನು ನಿನ್ನನ್ನು ಮಕ್ಕಳನ್ನು ಸರಿಯಾಗಿ ಗಮನಿಸುತ್ತಿಲ್ಲ. ಆದರೇನು ಮಾಡಲಿ, ಇಲ್ಲಿ ಮತ್ತು ಭಾರತದಲ್ಲಿ ನನ್ನ ದೇಶಬಾಂಧವರ ಬಗ್ಗೆ ಬಹುದೊಡ್ಡ ಜವಾಬ್ದಾರಿ ಇದೆ. ಭಾರತದ ನಮ್ಮ ಬಾಂಧವರು ಎಷ್ಟೋ ವರ್ಷಗಳಿಂದ ಇಲ್ಲಿ ಬಂದು ನೆಲೆಸಿದ್ದಾರೆ. ಆದರೆ ಇಲ್ಲಿನ ಸರಕಾರದ ನಿಯಮ, ನಿಷೇಧ ಕಾನೂನುಗಳು, ನೆಮ್ಮದಿಯಿಂದ ನಮ್ಮವರು ಬಾಳುವುದಕ್ಕು ಅವಕಾಶ ಕೊಡುತ್ತಿಲ್ಲ. ಅವರ ಪರವಾಗಿ ನಾನು ಹೋರಾಡಿ, ಅವರ ಕಂಬನಿ ಒರೆಸಬೇಕೆಂದೇ ಅಲ್ಲವೆ ನಾನು ಇಲ್ಲಿಗೆ ಬಂದದ್ದು. ಹೀಗಿರುವಾಗ ನಾನು, ನನ್ನದು, ನನ್ನವರು ಎಂದು ಕೂತರೆ ನಿಜವಾಗಿ ನ್ಯಾಯ ಸಂದಂತಾಗುತ್ತದೆಯೇ?" ಎಂದು ಸೌಮ್ಯವಾದ ರೀತಿಯಲ್ಲಿ ಅವನು ತನ್ನ ಸಮಸ್ಯೆ ಅಸಹಾಯಕತೆಯನ್ನು ತಿಳಿಸಿದ.

"ನೋಡಿ, ನಾನು ನಿಮ್ಮನ್ನು ಎಂದಿಗೂ ದೇಶಸೇವೆ, ಜನಸೇವೆ, ಸಮಾಜಸೇವೆ ಮಾಡಬೇಡಿರೆಂದು ನಿರ್ಬಂಧಿಸುವುದಿಲ್ಲ. ಹಿಂದೆಯೂ ನಿರ್ಬಂಧಿಸಿಲ್ಲ. ನನ್ನ ಪ್ರಶ್ನೆ ಇಷ್ಟೆ ನಮಗೂ ಮನೆ, ಮಕ್ಕಳು, ಬಂಧು ಬಾಂಧವರು ಇದ್ದಾರಲ್ಲವೆ? ನಮ್ಮ ಮಕ್ಕಳ ಭವಿಷ್ಯದ ಜವಾಬ್ದಾರಿಯಾಗಿ ನಮ್ಮ ಮೇಲೆ ಇದೆಯಲ್ಲವೆ?"

"ನಾನು ಇಲ್ಲವೆಂದು ಎಂದಾದರೂ ಹೇಳಿದ್ದೇನೆಯೇ?"

"ಹೇಳಿಲ್ಲ ಸರಿ ಆದರೆ ಅವರ ವಿದ್ಯಾಭ್ಯಾಸದ ಗತಿಯೇನು? ಎಲ್ಲರ ಮಕ್ಕಳಂತೆ ನಮ್ಮ ಮಕ್ಕಳಿಗೂ ಒಳ್ಳೆ ಶಿಕ್ಷಣ. ಉದ್ಯೋಗ ಭವಿಷ್ಯವೆನ್ನುವುದು ಬೇಡವೇ? ನಮ್ಮ ಕೆಲಸಕಾರ್ಯ, ಸಮಸ್ಯೆ ಬಿಡುವಿನ ಕೊರತೆಗಳಿಂದಾಗಿ ಅವರ ಬಗ್ಗೆ ಯೋಚಿಸುವುದು ಬೇಡವೇ? ನಿಮಗೆ ನಿಮ್ಮ ಆದರ್ಶಗಳು, ದೇಶಬಾಂಧವರ ಸುರಕ್ಷತೆ, ಅವರ ಪರ ಹೋರಾಟಗಳು ಮುಖ್ಯವಿರಬಹುದು. ಇಲ್ಲಿನ ಶ್ರೀಮಂತ ಬದುಕಿನ ಆಕರ್ಷಣೆಗಳು ನನಗೆ ಬೇಡವಾಗಿ ಭಾರತಕ್ಕೆ ಓಡಿ ಹೋಗೋಣ ಎಂದೆನಿಸುತ್ತಿದೆ ಎಂದು ಒಮ್ಮೆ ನೀವು ಹೇಳಿದ್ದಿರಿ, ಈಗ ನಿಮ್ಮ ಆಲೋಚನೆ ಏನಿದೆಯೋ ನನಗೆ ಗೊತ್ತಿಲ್ಲ. ನನಗಂತು ಒಮ್ಮೆ ಭಾರತಕ್ಕೆ ಹೋಗಿ ನನ್ನವರನ್ನೆಲ್ಲ ನೋಡಿಬರಬೇಕೆಂಬ ಆಸೆಯಿದೆ. ಹಾಗೆಯೇ ನಮ್ಮ ಹರಿಯ ಶಿಕ್ಷಣ ಅಲ್ಲಿಯೇ ನಡೆದರೆ ಚೆನ್ನಾಗಿರುತ್ತದೆ ಎನ್ನುವ ಆಸೆಯೂ ಇದೆ." ಎಂದಳು.

"ಅಬ್ಬಬ್ಬ ! ಬಲುಗಟ್ಟಿಗಿತ್ತಿ ಹೆಣ್ಣೇ ಆಗಿದ್ದೀ. ನನಗಿಂತ ತುಂಬ ದೂರ ಆಲೋಚಿಸುತ್ತಿದ್ದಿ. ನಿನ್ನ ಆ ಆಸೆಗಳನ್ನು ಪೂರೈಸಬೇಕೆಂದೇ ನಿನ್ನೊಟ್ಟಿಗೆ ಭಾರತಕ್ಕೆ ಬರಲು ವಿಚಾರ ಮಾಡುತ್ತಿದ್ದೇನೆ. ಈ ವಿಷಯ ಮಕ್ಕಳಿಗೆ ತಿಳಿದರೆ ಕುಣಿದು ಕುಪ್ಪಳಿಸುತ್ತಾರೆ. ಅದನ್ನು ಅವರಿಗೆ ತಿಳಿಸಲೆಂದೇ ಅವರನ್ನು ಕೇಳಿದ್ದು."

"ಏನು ನೀವೂ ಭಾರತಕ್ಕೆ ಬರಲು ಆಲೋಚಿಸಿದ್ದೀರಾ? ನನ್ನ ಕಿವಿ, ಕಣ್ಣುಗಳು ನನಗೆ ಮೋಸ ಮಾಡುತ್ತಿಲ್ಲ ತಾನೇ?" – ಎಂದು ಬೆರಗಿನಿಂದ ಕಣ್ಣರಳಿಸಿ ಕೇಳಿದಳು.

"ನಾವು ಹೋಗುವುದು ನೂರಕ್ಕೆ ನೂರು ಸತ್ಯ. ಇಲ್ಲಿನವರಿಗೆ ನನ್ನನ್ನು ಕಳಿಸಿಕೊಡಲು ಸುತರಾಂ ಇಷ್ಟವಿಲ್ಲ. ಆದರೆ ಭಾರತದಲ್ಲಿಯೂ ನನ್ನ ಅಗತ್ಯವಿದೆ. ಇಲ್ಲಿಗೆ ಬಂದ ಉದ್ದೇಶ ಸಾಕಷ್ಟು ಫಲಕಾರಿಯಾಗಿದೆ. ನನ್ನ ಜನ ಅಲ್ಲಿ, ಇವರಷ್ಟು ಶ್ರೀಮಂತರಲ್ಲ. ಅದಕ್ಕಾಗಿ ಹೊರಡುವಾಗ ನನ್ನ ಬಡ ಭಾರತಕ್ಕೆ ಏನಾದರೂ ಆರ್ಥಿಕ ಸಹಾಯ ಮಾಡಲು ಯಾಚಿಸುತ್ತೇನೆ. ಇಲ್ಲಿಗೆ ಬರುವ ಮೊದಲು ಅವರೂ ಭಾರತೀಯರೇ ! ಖಂಡಿತವಾಗಿ ತಮ್ಮ ತಾಯ್ನಾಡು ಕಷ್ಟದಲ್ಲಿದೆ ಎಂದು ತಿಳಿಸಿದರೆ ಮುಕ್ತವಾಗಿ ಧನ ಸಹಾಯ ಮಾಡುತ್ತಾರೆ. ಎಲ್ಲಕ್ಕಿಂತ ಹೆಚ್ಚಾಗಿ ಇಲ್ಲಿನ ಐಷಾರಾಮಿ ಬದುಕಿನ ಸೆಳೆತದಿಂದ ನನ್ನನ್ನು ರಕ್ಷಿಸಿಕೊಳ್ಳಬೇಕಿದೆ. ಅದಕ್ಕಾಗಿಯೇ ಭಾರತಕ್ಕೆ ಪ್ರಯಾಣ!" ಎಂದು ವಿವರವಾಗಿ ತಿಳಿಸಿ ಹೇಳಿದ ಮೇಲೆ ಕಸ್ತೂರಳ ಮುಖ ಅರಳಿತು, ನನ್ನ ಗಂಡ ಇಷ್ಟು ಸೌಮ್ಯವಾಗಿ, ಸರಳವಾಗಿ ಹೃದಯಾಂತರಾಳದಿಂದ ಮಾತಾಡಬಲ್ಲನೇ ಎಂಬ ಅಚ್ಚರಿಯ ಜೊತೆಗೆ ಸಮಸ್ಯೆ ಸಂಕಟಗಳಿಂದ ನೊಂದ ಜನರಿಗಾಗಿ ಮಿಡಿಯುವ ಅವನ ಅಂತಃಕರಣದ ಆಳ ಅರಿವಾಗುತ್ತಿದ್ದಂತೆ ಹೃದಯ ತುಂಬಿ ಬಂತು.

"ಕ್ಷಮಿಸಿ, ನಿಮ್ಮನ್ನು, ನಾನು ಸರಿಯಾಗಿ ಅರ್ಥ ಮಾಡಿಕೊಳ್ಳಲಿಲ್ಲವೇನೋ!" ಎಂದು ಅಪರಾಧ ಮಾಡಿದಳೆಂಬಂತೆ ಹೇಳಿದಳು.

"ಗಂಡ ಹೆಂಡಿರ ನಡುವೆ ಜಗಳ ಸಹಜ. ಅಲ್ಲಿ ಅಪರಾಧ ಶಬ್ದಕ್ಕೆ ಅವಕಾಶವೇ ಇಲ್ಲ. ಇರಲಿ ಮಕ್ಕಳಿಗೆ ನೀನೆ ಈ ವಿಷಯ ತಿಳಿಸಿ ಅವರನ್ನು ಹೊರಡಲು ಅಣಿ ಮಾಡು ಹಾಗೆಯೇ ನೀನೂ ಪ್ರಯಾಣದ ಸಿದ್ಧತೆಗಳನ್ನು ಮಾಡಿಕೋ. ನಮಗೆ ಹೊರಡಲು ಇನ್ನೊಂದು ವಾರವಿದೆ. ಈ ಮಧ್ಯೆ

ನಾವು ನಮ್ಮ ಭಾರತೀಯ ಸ್ನೇಹಿತರಿಂದ ಬೀಳ್ಕೊಳ್ಳಬೇಕು. ನಾಳೆಯೇ ಬೀಳ್ಕೊಡುಗೆ ಸಮಾರಂಭ, ಸಂತೋಷ ಕೂಟವಿದೆ ನನ್ನನ್ನೂ ಅದಕ್ಕೆ ಆಹ್ವಾನಿಸಿದ್ದಾರೆ. ನಾನು, ನೀನು, ಮಕ್ಕಳೂ ಎಲ್ಲರೂ ಹೋಗೋಣ. ನೇಟಾಲಿನ ಈ ಭಾರತೀಯ ಮಿತ್ರರ ಪ್ರೇಮಾತಿರೇಕ ನನ್ನನ್ನು ಮೂಕನನ್ನಾಗಿಸಿದೆ. ದಿನಂಪ್ರತಿ ಸಭೆ ಸಮಾರಂಭಗಳಲ್ಲಿ ಭಾಗವಹಿಸುವುದಕ್ಕೆ ನಮಗೆ ಸಮಯ ಸಾಲುವುದಿಲ್ಲ. ಆದರೂ ಹೇಗಾದರೂ ಮಾಡಿಕೊಂಡು ಹೋಗಲೇಬೇಕು. ಅದೂ ನಾಳೆ ಬಹುದೊಡ್ಡ ಸಮಾರಂಭ ಶೇಕಡ 90ರಷ್ಟು ಭಾರತೀಯರೆಲ್ಲ ಅಲ್ಲಿ ಸೇರುತ್ತಾರೆ. ಭಾರತಕ್ಕಾಗಿ ಇಲ್ಲಿನ ಭಾರತೀಯರನ್ನು ಉದ್ದೇಶಿಸಿ ಮಾತಾಡಿ, ಅಲ್ಲಿನ ಸಮಸ್ಯೆಗಳನ್ನು ವಿವರಿಸಿ ಆರ್ಥಿಕ ಸಹಾಯ ಕೇಳುವುದಕ್ಕೆ ಒಳ್ಳೆಯ ಅವಕಾಶ. ಆದ್ದರಿಂದ ನೀನು, ಮಕ್ಕಳು ಎಲ್ಲರೂ ಸಮಾರಂಭಕ್ಕೆ ಹೊರಡಲು ಸಿದ್ಧರಾಗಿ” ಎಂದು ಹೇಳಿ ತನ್ನ ಕೆಲಸದ ಮೇಲೆ ತಾನು ಹೊರಟ,

ಮಾರನೆ ದಿನ ಗಾಂಧಿ ತಿಳಿಸಿದ್ದಂತೆ ಎಲ್ಲರೂ ಸಮಾರಂಭಕ್ಕೆ ಹೊರಟರು. ಕಸ್ತೂರಳ ಸಂಭ್ರಮಾಶ್ಚರ್ಯಗಳಿಗೆ ಮಿತಿಯೇ ಇರಲಿಲ್ಲ. ಗದ್ದಲವೋ ಗದ್ದಲ ! ಅಪಾರ ಜನ ಸೇರಿದ್ದರು. ಎಲ್ಲಿ ನೋಡಿದರೂ ಗಾಂಧಿ ಗಾಂಧಿ ಸ್ಮರಣೆ ! ನೂಕು ನುಗ್ಗಲಿನೊಂದಿಗೆ ಗಾಂಧಿ ಇದ್ದ ಕಡೆ ಜನ ಬಂದು ಗಾಂಧಿಯ ಕೈ ಕುಲುಕು ಸುಖ ಪ್ರಯಾಣವನ್ನು ಕೋರುತ್ತಿದ್ದರು. ಜನ ಪ್ರವಾಹ ನಿಲ್ಲುವಂತೆ ಕಾಣಲಿಲ್ಲ. ಜನ ಜಂಗುಳಿಯ ನಡುವಿನಿಂದ ದೊಡ್ಡದಾಗಿ ದನಿಯೊಂದು ಕೇಳಿಬಂತು ‘ಗಾಂಧಿ ನಮ್ಮನ್ನು ಬಿಟ್ಟು ಹೋಗಬೇಡ. ನಮ್ಮನ್ನು ಅನಾಥರನ್ನಾಗಿ ಮಾಡಿ ಹೋಗಬೇಡ” ಎಂದು ಮತ್ತಷ್ಟು ಕಂಠಗಳು ಕೇಳಿ ಬಂದುವು. ಗಾಂಧಿ ಎದ್ದು ನಿಂತ. ಕೈ ಬೀಸಿದ ಜನ ಕ್ಷಣಾರ್ಧದಲ್ಲಿ ಸುಮ್ಮನಾದರು.

“ನನ್ನ ತಾಯ್ನಾಡಿನ ಬಂಧುಗಳೇ, ಉಕ್ಕಿ ಹರಿಯುತ್ತಿರುವ ನಿಮ್ಮ ಪ್ರೀತಿ ಅಭಿಮಾನಗಳಿಗೆ ನಾನು ಅಪಾರ ಋಣಿಯಾಗಿದ್ದೇನೆ. ನಿಮ್ಮ ಕಷ್ಟಕ್ಕೆ ನೆರವಾಗಬೇಕೆಂದು ಕೋರಿ ಕರೆದದ್ದಕ್ಕೆ ನಾನು ಅದು ನನ್ನ ಆದ್ಯ ಕರ್ತವ್ಯ, ಸಂಕಟದಲ್ಲಿ ಸಹಾಯ ಮಾಡುವುದು ಮನುಷ್ಯ ಧರ್ಮ ಎಂದು ಭಾವಿಸಿ ಬಂದೆನಲ್ಲದೆ, ಏನೋ ಘನಕಾರ್ಯ ಮಾಡಲು ಹೊರಬಿದ್ದೆನೆಂಬ ಭಾವನೆ ನನ್ನದಲ್ಲ. ನನ್ನಿಂದ ಇಲ್ಲಿನ ನನ್ನವರಿಗೆ ಏನಾದರೂ ಉಪಕಾರವಾಗಿದೆ ಎಂದೆನಿಸಿದ್ದರೆ ನಾನು ಧನ್ಯ. ಇಲ್ಲಿಯೇ ಉಳಿಯಬೇಕೆಂಬ ನಿಮ್ಮ ಕೋರಿಕೆ ನಿಮ್ಮ ಪ್ರೀತಿಗೆ ದ್ಯೋತಕವೆಂಬುದು ನನಗೆ ಗೊತ್ತು. ಆದರೇನು ಮಾಡಲಿ? ನನ್ನ ತಾಯ್ನಾಡಿನಲ್ಲಿ ನನ್ನ ಜನ ಬಿಳಿಯರ ಕಪಿಮುಷ್ಟಿಯಲ್ಲಿ ಸಿಲುಕಿ ನಾನಾ ಕಷ್ಟಗಳನ್ನು ಎದುರಿಸುತ್ತಿದ್ದಾರೆ. ಇಲ್ಲಿ ನಿಮಗೆ ನಿಮ್ಮ ಜೊತೆಗೆ ನಿಂತು ನಿಮ್ಮ ಸಮಸ್ಯೆಗಳಿಗೆ ಪೂರ್ತಿಯಾಗಿ ಅಲ್ಲದಿದ್ದರೂ ಸ್ವಲ್ಪಮಟ್ಟಿಗಾದರೂ ಹೋರಾಡಿ ಜಯಗಳಿಸಿದ ಸುದ್ದಿ, ಸಂದೇಶಗಳು ಭಾರತೀಯರಿಗೆ ತಲುಪಿದೆ. ನಿಮ್ಮಂತೆ ಅವರೂ ನನ್ನನ್ನು ಭಾರತಕ್ಕೆ ಹಿಂದಿರುಗಿ ತಮ್ಮ ಹೋರಾಟಗಳಲ್ಲಿ ಕೈಜೋಡಿಸಬೇಕೆಂದು ಕೇಳಿಕೊಳ್ಳುತ್ತಿದ್ದಾರೆ. ಈಗ ಹೋಗುವುದು ಅನಿವಾರ್ಯ. ಇದೇ ಸಂದರ್ಭದಲ್ಲಿ ನಿಮ್ಮಲ್ಲಿ ನನ್ನದೊಂದು ಮನವಿ. ನನ್ನ ದೇಶವಾಸಿಗಳು ಬಡವರು ಅವರ ಹೋರಾಟಗಳಿಗೆ ಸಾಕಷ್ಟು ಆರ್ಥಿಕ ನೆರವು ಬೇಕಾದೀತು. ಹಿಂದೆ ಪ್ರವಾಹ ಪೀಡಿತರಿಗಾಗಿ ನೀವು ಉದಾರವಾಗಿ ಪರಿಹಾರ ನಿಧಿಯಾಗಿ ಸಾಕಷ್ಟು ಹಣ ನೀಡಿದ್ದಿರಿ. ಈಗಲೂ ನಿಮ್ಮಿಂದ ಅಂತಹ ಸಹಾಯ ದೊರೆತರೆ ಉಪಕಾರವಾದೀತು. ಎಂದು ನೀವು ನನ್ನನ್ನು ನಿಮಗೆ ಕಷ್ಟಗಳು ಎದುರಾದಾಗ ಬರಬೇಕೆಂದು ಬಯಸುತ್ತೀರೋ ಅಂದು ನಾನು ಇಲ್ಲಿಗೆ ಬಂದು ನನ್ನ

ಕೈಲಾದ ಸಹಾಯ ಮಾಡಲು ಸಿದ್ಧ" – ಎಂದು ಹೇಳಿ ಕುಳಿತದ್ದೇ ಸಾಲುಸಾಲಾಗಿ ಕುಳಿತಿದ್ದವರೆಲ್ಲ ಎದ್ದು ಬಂದು, ಗಾಂಧಿ ಇಲ್ಲಿಗೆ ಬಂದು ತಮಗೆ ಸಹಾಯ ಮಾಡಿದ್ದಕ್ಕೆ ಕೃತಜ್ಞತೆಯ ಸಂಕೇತವಾಗಿ ಅಮೂಲ್ಯವಾದ ಕಾಣಿಕೆಗಳನ್ನು ತಂದು ಗಾಂಧಿಗೆ ಒಪ್ಪಿಸಿದರು. ರಾಶಿ ರಾಶಿಯಾಗಿ ಹಣ, ಒಡವೆ, (ಚಿನ್ನ ಬೆಳ್ಳಿ, ವಜ್ರಗಳಿಂದಾದವುಗಳು)ಗಳನ್ನು ತಂದು ಸುರಿದರು ಗಾಂಧಿ ದಿಗ್ಭ್ರಾಂತನಾಗಿದ್ದ. ಕಸ್ತೂರಳ ಕಣ್ ಕೂರೈಸಿತು. ಒಡವೆ ಬಗ್ಗೆ ಸ್ತ್ರೀ ಸಹಜವಾದ ಬಯಕೆ ಮೊಳೆಯಿತು. ಅವುಗಳಲ್ಲಿ ಎಂಟು ನೂರು ರೂಪಾಯಿ ಬೆಲೆ ಬಾಳುವ 9 ಗಿನಿಯ ಚಿನ್ನದ ಸರವನ್ನು ಕಸ್ತೂರಳಿಗೆಂದೇ ಕೊಟ್ಟದ್ದೂ ಸೇರಿತ್ತು. ಸಾರ್ವಜನಿಕ ಸೇವೆಗಾಗಿಯೇ ಇದೆಲ್ಲವನ್ನೂ ವ್ಯಯಿಸಬೇಕೆಂದು ಗಾಂಧಿ ಆಗಲೇ ತೀರ್ಮಾನಿಸಿದ್ದ.

ಸಮಾರಂಭ ಮುಗಿದು, ಎಲ್ಲರಿಂದಲೂ ಬೀಳ್ಕೊಂಡು ಉಡುಗೊರೆಗಳ ಹೊರೆ ಹೊತ್ತು ಮನೆಗೇನೋ ತಲುಪಿದ. ತಲುಪುತ್ತಿದ್ದಂತೆ ಗಾಂಧಿಗೆ ಭಯ ಶುರುವಾಯಿತು. ಉಡುಗೊರೆಗಳನ್ನ ತನ್ನ ಕೆಲಸಕ್ಕೆಂದು ಸ್ವೀಕರಿಸಿರಲಿಲ್ಲ. ಯಾಕೆಂದರೆ ಸಾರ್ವಜನಿಕ ಸೇವೆಗೆ ಯಾವುದೇ ರೀತಿಯ ಪ್ರತಿಫಲವನ್ನು ಸ್ವೀಕರಿಸುವುದು ಮಹಾಪರಾಧವೆಂದು ನಂಬಿದ್ದೂ, ಈಗ ಗೆಳೆಯರ ಮನಸ್ಸಿಗೆ ನೋವಾಗಬಾರದೆಂಬ ಕಾರಣಕ್ಕೆ ಮತ್ತು ಇದೆಲ್ಲವೂ ಮತ್ತೆ ಸಾರ್ವಜನಿಕ ಕೆಲಸಕ್ಕೆ ಮೀಸಲಾಗಿಡ ಬೇಕೆಂದು ನಿರ್ಧರಿಸಿದ್ದುದಕ್ಕಾಗಿ, ಸ್ವೀಕರಿಸಲೇ ಬೇಕಾಗಿ ಬಂದಿತ್ತು. ಆದರೆ ಗಾಂಧಿ ಮನಸ್ಸಿನಲ್ಲಿ ಒಂದು ಸಣ್ಣ ದ್ವಂದ್ವ ಶುರುವಾಯಿತು. ತನಗೆ ಭಾರತದ ಭಾರತೀಯರ ಸಹಾಯಕ್ಕಾಗಿ ಹಣದ ಅಗತ್ಯವಿದ್ದರೂ, ಇಲ್ಲಿನ ಭಾರತೀಯರು ತಮ್ಮ ಪ್ರೀತಿಯ ಕುರುಹಾಗಿ ಕೊಟ್ಟದ್ದನ್ನು ಭಾರತಕ್ಕೆ ತೆಗೆದುಕೊಂಡು ಹೋಗಲು ಮನಸ್ಸೊಪ್ಪಲಿಲ್ಲ. ಕೆರೆಯ ನೀರನು ಕೆರೆಗೆ ಚೆಲ್ಲಿ ಎಂಬಂತೆ, ಈ ಬಹುಮಾನಗಳು ಕಾಂಗ್ರೆಸ್‌ನ ಸಿದ್ಧಾಂತಗಳ ಮೇಲಿನ ಅಭಿಮಾನಕ್ಕಾಗಿ ಕೊಟ್ಟದ್ದರಿಂದ 'ನೆಟಾಲ್ ಇಂಡಿಯನ್ ಕಾಂಗ್ರೆಸ್‌'ಗೇ ನೀಡಿ, ಒಂದು ವಿಶ್ವಸ್ಥ ಮಂಡಲಿಯನ್ನು ರಚಿಸಿ, ದಕ್ಷಿಣ ಆಫ್ರಿಕಾದ ಭಾರತೀಯರ ನೆರವಿಗೇ ಮೀಸಲಿರಿಸಬೇಕೆಂದು ತೀರ್ಮಾನಿಸಿ, ತನ್ನ ಗೆಳೆಯ ರುಸ್ತೂಂಜಿಯನ್ನು ಮತ್ತು ಇತರರನ್ನು ಸೇರಿಸಿ 'ಪಬ್ಲಿಕ್ ಟ್ರಸ್ಟ್' ಒಂದನ್ನು ಹುಟ್ಟು ಹಾಕಿದ.

ಕಸ್ತೂರಳ ಬಳಿ ಇದೆಲ್ಲ ಹೇಳಲು ಹೆದರಿಕೆ. ಆದರೂ ಮೆಲ್ಲನೆ ಅವಳನ್ನು ಕರೆದು ತನ್ನ ವಿಚಾರಗಳನ್ನು ತಿಳಿಸಿದ. ಕೊಟ್ಟು ಉಡುಗೊರೆಗಳನ್ನೆಲ್ಲ ಅಲ್ಲಿಯೇ ಬಿಟ್ಟು ಹೋಗಬೇಕೆಂಬ ಕಲ್ಪನೆಯೇ ಅವಳಿಗೆ ಆಘಾತಕಾರಿಯಾಗಿತ್ತು, ವಿಷಯ ತಿಳಿಯುತ್ತಿದ್ದಂತೆ ಸಿಡಿದೆದ್ದಳು. ಗಾಂಧಿ ಇದನ್ನು ನಿರೀಕ್ಷಿಸಿದ್ದ. ಅದಕ್ಕಾಗಿ ಬಹಳ ಆಲೋಚನೆ ಮಾಡಿ, ಮೊದಲು ಮಕ್ಕಳನ್ನು ಭೇಟಿಯಾಗಿ ತನ್ನ ಧರ್ಮಸಂಕಟ ಹೇಳಿಕೊಂಡಿದ್ದ.

'ಮಕ್ಕಳೇ ನೋಡಿ ನೀವು ಬುದ್ಧಿವಂತರು. ನಾನು ಹೇಳುವುದು ನಿಮಗೆ ಅರ್ಥವಾಗಬಹುದು. ಇಷ್ಟೊಂದು ಉಡುಗೊರೆಗಳು ನಮಗೆ ಬಂದೆದ್ದು ನಾವು ಅವರಿಗೆ ಮಾಡಿದ ಕಿಂಚಿತ್ ಸಹಾಯಕ್ಕೆ ಕೃತಜ್ಞತೆಯಾಗಿ ! ನಾವು ಮಾಡಿದ ಸಹಾಯಕ್ಕೆ ಈ ರೀತಿ ಉಡುಗೊರೆಗಳನ್ನು ಪ್ರತಿಯಾಗಿ ಸ್ವೀಕರಿಸುವುದು ಧರ್ಮವೇ? ಸಹಾಯಕ್ಕೆ ಬೆಲೆ ಪಡೆದಂತಾಗುವುದಿಲ್ಲವೇ? ಅದಕ್ಕಾಗಿ ಇದೆಲ್ಲವನ್ನೂ ಒಂದು ಟ್ರಸ್ಟ್ ಮಾಡಿ ಇಲ್ಲಿನ ಜನರ ಸಹಾಯಕ್ಕೆಂದು ಇರಿಸಬೇಕೆಂದಿದ್ದೇನೆ, ಇದರ ಬಗ್ಗೆ ನಿಮ್ಮ ಅಭಿಪ್ರಾಯವೇನು" ಎಂದು ಕೇಳಿದ.

"ಬಾಪು, ನಮಗೆ ಒಡವೆಗಳ ಮೇಲೆ ಆಸೆಯಿಲ್ಲ. ಇಲ್ಲಿನವರಿಗೇ ಕೊಟ್ಟು ಬಿಡಿ. ನಮಗೆ ಬೇಕೆಂದಾಗ ನಾವು ಮಾಡಿಸಿಕೊಳ್ಳುತ್ತೇವೆ" ಎಂದರು.

ಗಾಂಧಿ ನಿರಾಳವಾದ.

"ನೀವೇನೋ ಸುಲಭವಾಗಿ ಹೇಳಿ ಬಿಟ್ಟಿರಿ. ಆದರೆ ನಿಮ್ಮ ತಾಯಿ ಇದಕ್ಕೆ ಒಪ್ಪಬೇಕಲ್ಲ?" ಎಂದು ಅನುಮಾನ ವ್ಯಕ್ತ ಪಡಿಸಿದ. "ನೀವು ಅದರ ಬಗ್ಗೆ ಚಿಂತೆ ಮಾಡಬೇಡಿ. (ಅಮ್ಮನಿಗೆ) ಬಾಗೆ ಹೇಗಾದರೂ ಮಾಡಿ ಒಪ್ಪಿಸುತ್ತೇವೆ. ಅವಳಿಗೂ ಒಡವೆಗಳ ಆಸೆಯೇನೂ ಇಲ್ಲ. ಬೇಕೆನ್ನುವುದಾದರೆ ನಮಗಾಗಿ ಬೇಕೆನ್ನುತ್ತಾಳೆ. ಆಗ ನಾವೇ, ನಮಗೆ ಬೇಕಿಲ್ಲವೆಂದು ಹೇಳಿಬಿಟ್ಟರೆ ಏನು ತಾನೆ ಮಾಡಿಯಾಳು" ಎಂದು ಹೇಳಿ ಬಹಳ ಭರವಸೆಯ ಮಾತಾಡಿದರು.

ಈಗ ನೋಡಿದರೆ ಅವಳು ಸಿಡಿದೆದ್ದಿದ್ದಾಳೆ.

"ನಿಮಗೆ ಅವು ಬೇಕಾಗದೆ ಇರಬಹುದು. ನಿಮ್ಮ ಮಕ್ಕಳಿಗೂ ಬೇಕಾಗದೆ ಇರಬಹುದು, ನಿಮ್ಮ ತಾಳಕ್ಕೆ ತಕ್ಕಂತೆ ಕುಣಿಯುವುದನ್ನು ಚೆನ್ನಾಗಿ ಕಲಿಸಿದ್ದೀರಿ. ಅವಕ್ಕೇನು ತಿಳಿಯುತ್ತೆ, ಇವುಗಳ ಅಗತ್ಯ ಅವಂತೂ ಹುಚ್ಚು ಖೋಡಿಗಳು ! ನನಗೂ ಅವುಗಳನ್ನು ಹೇರಿಕೊಂಡು ಮೆರೆಯಬೇಕೆಂದೇನೂ ಇಲ್ಲ ! ಮೆರೆಯಲು ಬಯಸಿದರೂ ನೀವೆಲ್ಲಿ ಬಿಡುತ್ತೀರಿ? ಆದರೆ ನಾನು ಬೇಕೆನ್ನುತ್ತಿರುವುದು ನನ್ನ ಸೂಸೆಯರಿಗಾಗಿ ! ಅವರಿಗೆ ಇಷ್ಟನ್ನಾದರೂ ಕೊಡಬೇಕಲ್ಲವೇ, ನಾಳೆ ನಮ್ಮ ಹಣೆಬರಹ ಹೇಗಾಗುತ್ತೋ ಏನೋ! ಅದಕ್ಕಾಗಿ ನಾನು ಈಗಲೇ ಎಚ್ಚರಿಕೆ ವಹಿಸಬೇಕಾಗಿದೆ. ನಾನಂತು ಈ ವಡವೆಗಳನ್ನು ಏನಾದರೂ ಬಿಟ್ಟು ಕೊಡುವುದಿಲ್ಲ." ಎಂದು ಹಠ ಹಿಡಿದಳು.

"ಬಾ ಹಠ ಮಾಡ ಬೇಡಿ. ನಮಗೆ ಒಡವೆಗಳು ಬೇಡ. ಮುಂದೆ ಬೇಕಾದಾಗ ನೋಡೋಣ" ಎಂದು ಹೆದರಿಕೆಯಿಂದಲೇ ಹೇಳಿದರು.

"ನೀವು ಸುಮ್ಮನಿರಿ ಮಕ್ಕಳೆ. ನಿಮಗೆ ತಿಳಿಯುವುದಿಲ್ಲ" ಎಂದು ಮಕ್ಕಳ ಬಾಯಿ ಮುಚ್ಚಿಸಿದಳು.

ಗಾಂಧಿ ಮೃದುವಾಗಿ ಅವಳ ಬೆನ್ನ ಮೇಲೆ ಕೈಯಾಡಿಸಿ, "ಕಸ್ತೂರ್, ನೀನು ಕೇಳುತ್ತಿರುವುದು ನಿನ್ನ ಸೊಸೆಯರಿಗಾಗಿ ತಾನೇ? ಮಕ್ಕಳಿನ್ನೂ ಚಿಕ್ಕವರು. ಬೆಳೆದು ದೊಡ್ಡವರಾಗಿ ಮದುವೆ ವಯಸ್ಸಿಗೆ ಬಂದಾಗ ನೋಡೋಣ. ಅವರೇ ಅದೆಲ್ಲವನ್ನು ನೋಡಿಕೊಳ್ಳುತ್ತಾರೆ. ಅಷ್ಟಕ್ಕೂ ಸೊಸೆಯರನ್ನು ತರುವಾಗ, ವಡವೆಗಳ ಆಸೆ ಇಲ್ಲದ ಹೆಣ್ಣುಗಳನ್ನ ಆರಿಸಿದರಾಯಿತು, ಅದರ ಮೇಲೆ ವಡವೆಗಳು ಬೇಕೇ ಬೇಕೆಂದರೆ ನಾನೇ ಮಾಡಿಸಿಕೊಡುತ್ತೇನೆ. ಒಂದು ಮಾತು ಕೇಳಿದರೆ ಆಯಿತು" ಎಂದು ಸರಳ ಪರಿಹಾರವೆಂಬಂತೆ ಹೇಳಿದ.

ಕಸ್ತೂರ್ ಬಡಪೆಟ್ಟಿಗೆ ಸೋಲುವವಳಾಗಿರಲಿಲ್ಲ. "ಏನೆಂದಿರಿ? ನಿಮ್ಮನ್ನು ಕೇಳುವುದೇ? ಬಹಳ ಚೆನ್ನಾಗಿದೆ. ಮೈಮೇಲಿದ್ದ ನನ್ನ ವಡವೆಗಳನ್ನೇ ಸುಲಿದು ಬಿಟ್ಟಿರಿ ಅವು ಮೈಮೇಲೆ ಇದ್ದಷ್ಟು ದಿನವೂ ನಿಮ್ಮ ಕಣ್ಣು ಕೆಂಪಾಗಿತ್ತು. ಬೆತ್ತಲೆ ಗೌರಿಯಂತೆ, ವಡವೆಗಳನ್ನೆಲ್ಲ ಕಳಚಿಕೊಟ್ಟ ಮೇಲೆ ನಿಮ್ಮ ಹೊಟ್ಟೆ ತಣ್ಣಗಾಯಿತು; ಕಣ್ಣೆಲ್ಲ ತಂಪಾಯಿತು. ಅಂಥಾದ್ದರಲ್ಲಿ ನೀವು ಒಡವೆಗಳನ್ನು ಮಾಡಿಸಿಕೊಡುವ ಮಾತಾಡುವುದು ನೋಡಿದರೆ ನಗು ಬರುತ್ತದೆ. ಒಟ್ಟಲ್ಲಿ ನನ್ನ ಮಕ್ಕಳನ್ನು ಈಗಿನಿಂದಲೇ ಸಂನ್ಯಾಸಕ್ಕೆ ಸಜ್ಜುಗೊಳಿಸುತ್ತಿದ್ದೀರಿ. ಇರಲಿ ಎಲ್ಲ ವಡವೆಗಳ

ವಿಚಾರ ಒತ್ತಟ್ಟಿಗಿರಲಿ. ನಿಮ್ಮೆಲ್ಲ ವಡವೆ ನೀವಿರಿಸಿಕೊಳ್ಳಿ. ಆದರೆ ನನಗೆಂದೇ ಕೊಟ್ಟ ಹಾರದ ಮೇಲೆ ನಿಮಗೇನು ಅಧಿಕಾರ?" ಎಂದು ಗಾಂಧಿ ನಿರೀಕ್ಷಿಸದ ಪ್ರಶ್ನೆ ತನ್ನ ಎದುರಾಳಿ ಹೆಂಡತಿಯಿಂದ ಬಂತು.

"ಸರಿ, ನೀನು ಹಾರ ನಿನ್ನದೆಂದೇನೋ ಹೇಳಿದೆ, ನಿನ್ನ ಯಾವ ಘನಕಾರ್ಯಕ್ಕೆಂದು ಕೊಟ್ಟಿದ್ದಾರೆ? ನಾನು ಮಾಡಿದ ಸೇವೆಗೆ ತಾನೆ ಕೊಟ್ಟಿರುವುದು!" ಎಂದು ಗಾಂಧಿ ಹಾಕಿದ ಪ್ರಶ್ನೆಗೆ ಕಸ್ತೂರ್ ನಿರುತ್ತರಳಾದಲು, ಒಂದು ಕ್ಷಣ! "ಹೌದು ನೀವು ಮಾಡಿದ ಸೇವೆಗೆ ಸಂದಿರಬಹುದು. ಆದರೆ ಗಂಡಹೆಂಡಿರೆಂದಾದ ಮೇಲೆ, ಪರಸ್ಪರರಿಗೆ ಹಕ್ಕು ಇರುತ್ತದೆಯಲ್ಲವೇ? ಅಲ್ಲದೆ ನಿಮ್ಮ ಹೆಂಡತಿಯಾಗಿ ನಿಮಗೆಷ್ಟು ಚಾಕರಿ ಮಾಡಿದ್ದೇನೆ. ಯಾರು ಯಾರನ್ನೋ. ಬಂದ ಬಂದ ಹಾಗೆ ಕರೆ ತಂದು, ಗಾಣದ ಎತ್ತಿನಂತೆ ದುಡಿಸಿ. ಅವರ ಚಾಕರಿ ಮಾಡಿಸಿದ್ದೇ ಅಲ್ಲದೆ, ಸರಿಯಾಗಿ ಮಾಡುತ್ತಿಲ್ಲವೆಂದು ಆರೋಪಿಸಿ ಕಣ್ಣಲ್ಲಿ ರಕ್ತ ಬರುವ ಹಾಗೆ ಮಾಡಿದಿರಿ. ಇದಕ್ಕೆಲ್ಲ ತಿಲ ಮಾತ್ರವೂ ಬೆಲೆಯಿಲ್ಲವೇನು?" ಎಂದು ಕಂಬನಿ ಹರಿಸಿದಲು. ಗಾಂಧಿ ಮನಸ್ಸಿಗೆ ಅವಳ ಮಾತುಗಳು ತೀಕ್ಷ್ಣವಾದ ಬಾಣಗಳಂತೆ ನಾಟಿದವು. ಆದರೂ ಮನಸ್ಸು ದುರ್ಬಲ ಗೊಳಿಸಲಿಲ್ಲ. ತನ್ನ ನಿರ್ಧಾರದಂತೆ ಟ್ರಸ್ಟ್ ಸ್ಥಾಪಿಸಿ. ಅದರ ಜವಾಬ್ದಾರಿಯಲ್ಲಿ, ದೊರೆತ ಬಹುಮಾನಗಳನ್ನೆಲ್ಲ, ಆಫ್ರಿಕಾದ ಭಾರತೀಯರ ಸೇವೆಗೆಂದೇ ಬ್ಯಾಂಕಿನಲ್ಲಿ ಇರಿಸಿದ.

ಇಷ್ಟು ದೊಡ್ಡ ಹಗರಣ ನಡೆದು ಹೋಯಿತು. ಗಾಂಧಿ ತನ್ನ ನಿರ್ಧಾರದಿಂದ ವಿಚಲಿತನಾಗಲಿಲ್ಲ. ಕಸ್ತೂರಳ ಸಿಟ್ಟು ಕಂಬನಿಗಳೂ ಕರಗಿ ಹೋದವು. ದಿನ ಕಳೆಯುತ್ತಿದ್ದಂತೆ, ಗಾಂಧಿಯ ನಿರ್ಧಾರಗಳ ಔಚಿತ್ಯ ಮನವರಿಕೆಯಾಗತೊಡಗಿತು. ತನ್ನ ಸಿದ್ಧಾಂತ, ಆದರ್ಶಗಳ ಬದ್ಧತೆಯಿಂದಾಗಿ ಹೀಗೆ ಮಾಡುತ್ತಿದ್ದಾನೆ ಎನಿಸಿತು, ಕಸ್ತೂರಳು ಇದನ್ನು ಅರ್ಥ ಮಾಡಿ ಕೊಂಡಿದ್ದರೂ, ತಾನು ತನ್ನ ಷರತ್ತುಗಳನ್ನು ತನ್ನದೇ ಆದ ಕಾರಣಗಳಿಂದ ಬಿಟ್ಟುಕೊಡುತ್ತಿರಲಿಲ್ಲ.

ಗಾಂಧಿ ಕುಟುಂಬ ನೆಟಾಲಿನಿಂದ ಭಾರತಕ್ಕೆ ಪ್ರಯಾಣಿಸುವ ಸಿದ್ಧತೆಗಳಲ್ಲಿ ಮಗ್ನರಾದರು. ಮತ್ತೆ ಆಫ್ರಿಕಾಕ್ಕೆ ಬರುವ ಅಗತ್ಯ ಬೀಳುವುದೋ ಇಲ್ಲವೋ ಆದ್ದರಿಂದ ಸಾಕಷ್ಟು ತಯಾರಿ ನಡೆಸಬೇಕಿತ್ತು.

ಗಾಂಧಿಯಾಗಿ ತನ್ನ ವ್ಯವಹಾರಗಳನ್ನು ಮುಗಿಸುವ ಭರದಲ್ಲಿ ಗೆಳೆಯರನ್ನು ಕಕ್ಷಿಧಾರರನ್ನು ಹೋಗಿ ಭೇಟಿ ಆಗಿ ಬರುತ್ತಿದ್ದ.

15

ಗಾಂಧಿ ಕುಟುಂಬ ಡಿಸೆಂಬರ್ 17ರಂದು (1901) ಭಾರತ ತಲುಪಿತು. ತಲುಪುತ್ತಿದ್ದಂತೆಯೇ ಜವಾಬ್ದಾರಿಗಳ ಹೊರೆಹೊರಲು ಸಿದ್ಧನಾದ. ಇಂಡಿಯನ್ ನ್ಯಾಷನಲ್ ಕಾಂಗ್ರೆಸ್ ತನ್ನ ಹದಿನೇಳನೆ ವಾರ್ಷಿಕ ಸಭೆಯನ್ನು ಆಯೋಜಿಸಿತ್ತು. ಗಾಂಧಿಗೆ ಆ ಸಭೆಯಲ್ಲಿ ಭಾಗವಹಿಸಿ ದಕ್ಷಿಣ ಆಫ್ರಿಕಾದಲ್ಲಿ ಭಾರತೀಯರು ಅನುಭವಿಸುತ್ತಿದ್ದ ಸಂಕಷ್ಟಗಳನ್ನು ತನ್ನ ದೇಶವಾಸಿಗಳಿಗೆ ವಿವರಿಸಿ ತಿಳಿಸಬೇಕೆನ್ನುವ ಆತುರ ಒಂದು ಕಡೆಯಿದ್ದು, ಮತ್ತೆ ಭಾರತೀಯರ ಸಂಪರ್ಕವನ್ನು

ನವೀಕರಿಸಿಕೊಳ್ಳುವ ಉತ್ಸಾಹದಿಂದಾಗಿ ಕಸ್ತೂರಬಾಳ ಮೊಗದಲ್ಲಿದ್ದ, ತನ್ನವರನ್ನು ತನ್ನ ಬಂಧು ಬಾಂಧವರನ್ನು ನೋಡಬೇಕೆಂಬ ಹುಮ್ಮಸ್ಸನ್ನು ಗಮನಿಸದೆ ಅನ್ಯಮನಸ್ಕನಾಗಿದ್ದುದನ್ನು ಗಮನಿಸಿ, ಮನಸ್ಸಿಗೆ ಸ್ವಲ್ಪ ಬೇಜಾರಾದರೂ ಅವನ ಸ್ವಭಾವ ಅರಿತಿದ್ದವಳಿಗೆ, ಸುಮ್ಮನೆ ಇರುವುದು ಬಿಟ್ಟು ಇನ್ನೇನು ತಾನೇ ಮಾಡಲು ಸಾಧ್ಯವಿತ್ತು !

ಸ್ವದೇಶಕ್ಕೆ ಬಂದು ಕಾಲೂರುವುದಕ್ಕೂ ವ್ಯವಧಾನವಿಲ್ಲದಂತೆ, ರಾಜಕೋಟದಲ್ಲಿ ಹೆಂಡತಿ ಮಕ್ಕಳನ್ನು ಇರಿಸಿ, ಕೂಡಲೇ, ಕಲ್ಕತ್ತಾಗೆ ಹೋಗಲು ಅಣಿಯಾಗುತ್ತಿದ್ದ. ಕಾಂಗ್ರೆಸ್ ನಾಯಕರನ್ನು ಸೇರಿಕೊಳ್ಳಲು ಬೊಂಬಾಯಿಗೆ ಹೊರಟ. ಅವನ ಉದ್ದೇಶ ಲಕ್ಷಕ್ಕೂ ಹೆಚ್ಚು ಸಂಖ್ಯೆಯಲ್ಲಿ, ದಕ್ಷಿಣ ಆಫ್ರಿಕಾದಲ್ಲಿ ನೆಲೆಸಿದ್ದ ಭಾರತೀಯರ ದೀನ ಸ್ಥಿತಿಯನ್ನು ಇಲ್ಲಿನ ಕಾಂಗ್ರೆಸ್ ಮುಖಂಡರಿಗೆ ತಿಳಿಸಿ ಹೇಳುವುದಾಗಿತ್ತು.

ಕಾಂಗ್ರೆಸ್ ಸಭೆ ಮುಗಿದ ಮೇಲೆ ಗಾಂಧಿ ಗೋಖಿಲೆಯವರೊಂದಿಗೆ ದಕ್ಷಿಣ ಆಫ್ರಿಕಾದ ಭಾರತೀಯರ ಸ್ಥಿತಿಗತಿಗಳ ಬಗ್ಗೆ ವಿಚಾರ ವಿನಿಮಯ ಮಾಡಲೆಂದು, ಅವರ ಜೊತೆ ಹೊರಟ. ಗೋಖಿಲೆ ಅವರಿಗೆ ಗಾಂಧಿ ಇಲ್ಲಿಯೇ ಇದ್ದು ಭಾರತೀಯರ ಪರವಾಗಿ ಹೋರಾಡಲೆಂಬ ಆಸೆ. ಅದಕ್ಕಾಗಿ ಅವನನ್ನು ಸಿದ್ಧಗೊಳಿಸಲು ಪ್ರಭಾವಶಾಲಿ ಬೆಂಗಾಲಿ ಕುಟುಂಬಗಳವರೊಂದಿಗೆ ಪರಿಚಯಿಸಿದರು. ಅಲ್ಲಿಗೆ ಬಂದಿದ್ದ ಉದ್ದೇಶ, ಕೆಲಸಗಳು ಮುಗಿದ ಮೇಲೆ ರಾಜಕೋಟೆಗೆ ಹಿಂದಿರುಗುವಾಗ, ಭಾರತವನ್ನು ಬಿಟ್ಟು ವರ್ಷಗಳ ಕಳೆದದ್ದರಿಂದ ಇಡೀ ಭಾರತದ ಹಳ್ಳಿ ಹಳ್ಳಿಗಳನ್ನು ಸುತ್ತಿ ಬಂದ. ಜೊತೆಗೆ ಇರಿಸಿಗೊಂಡದ್ದು ಕೇವಲ ಒಂದು ಚೀಲ, ಅದರಲ್ಲಿ ಒಂದೆರಡು ಬಟ್ಟೆ ಅಷ್ಟೆ ! ಗುಜರಾತಿ ಉಡುಪಿನಲ್ಲಿಯೇ ಅಡ್ಡಾಡಿದ. ಈಗಿನಿಂದಲೇ ಮೂರನೇ ದರ್ಜೆಯಲ್ಲಿ ಪ್ರಯಾಣಿಸುವುದನ್ನು ರೂಢಿಸಿಕೊಂಡಿದ್ದ. ಓಡಾಟದ ಅವಧಿಯಲ್ಲಿ ಸಿಕ್ಕಿದ ಸ್ನೇಹಿತರೊಂದಿಗೆ, ಕಾಂಗ್ರೆಸ್ಸಿಗರೊಂದಿಗೆ, ದಕ್ಷಿಣ ಆಫ್ರಿಕಾದ ತನ್ನ ಅನುಭವಗಳನ್ನು ಕುರಿತು ಹೇಳಿಕೊಳ್ಳುವುದೇ ಅವನ ಕೆಲಸವಾಯಿತು.

ಕಸ್ತೂರಬಾ ಭಾರತಕ್ಕೆ ಬರಬೇಕೆಂದು ಆಸೆಪಟ್ಟು ಬಂದದ್ದೇನೋ ಆಯಿತು. ಆದರೆ ಇಲ್ಲಿ ಬಂದ ಸಂಭ್ರಮವನ್ನು ಹಂಚಿಕೊಳ್ಳುವುದಕ್ಕೆ ಗಾಂಧಿ ಕೈಗೇ ಸಿಗುತ್ತಿರಲಿಲ್ಲ. ನೆಂಟರಿಷ್ಟರು, ಮಿತ್ರರು, ಗಾಂಧಿ ಕುಟುಂಬವನ್ನು ವಿದೇಶದಿಂದ ಬಂದದ್ದಕ್ಕೆ ಸ್ವಾಗತಿಸಲು ಸಂತೋಷಕೂಟಗಳನ್ನು ಏರ್ಪಡಿಸಿ ಆಹ್ವಾನಿಸುತ್ತಿದ್ದರು. ಇಡೀ ಗುಜರಾತಿ ಸಮುದಾಯದಲ್ಲಿ ಗಾಂಧಿ ಮಾತ್ರವಲ್ಲ, ಗಾಂಧಿ ಕುಟುಂಬ ಸಹಿತವಾಗಿ ವಿದೇಶ ಪ್ರಯಾಣಮಾಡಿ ಬಂದದ್ದು ಮತ್ತು ಸಂತಸದ ವಿಷಯವಾಗಿತ್ತು. ಕಸ್ತೂರಳ ಅದೃಷ್ಟವನ್ನು ಕೊಂಡಾಡುವ ಹೆಂಗಸರಿಗೆ ಕೊರತೆಯಿರಲಿಲ್ಲ. ಇದರಿಂದಾಗಿ ಕಸ್ತೂರಳ ಸ್ಥಾನ ಹೆಚ್ಚಿತು. ಅವಳ ಮೊಗದಲ್ಲಿ ಹೆಮ್ಮೆಯ ಭಾವ ಎದ್ದು ಕಾಣುತ್ತಿತ್ತು. ಅಲ್ಲಿನ ಪ್ರತಿಯೊಂದು ವಿವರವನ್ನು ನೀಡಿದಳು. ಹಡಗು ಹತ್ತಿದಾಗಿನಿಂದ ಹಿಡಿದು ವರ್ಷಗಳ ನಂತರ ಹಿಂದಿರುಗಿ ಬರುವವರೆಗೆ ಏನೆಲ್ಲ ಆಯಿತು ಎನ್ನುವುದನ್ನು ಸವಿಸ್ತಾರವಾಗಿ ವಿವರಿಸಿದಳು. ಕೇಳಿಸಿ ಕೊಂಡವರೆಲ್ಲ ಬೆರಗಿನಿಂದ ಕಣ್ಣರಳಿಸಿ, ಬಾಯಿಬಿಟ್ಟುಕೊಂಡು ಕುಳಿತರು. ಅವರೆಲ್ಲರ ದೃಷ್ಟಿಯಲ್ಲಿ ಕಸ್ತೂರ್ ಬಹಳ ದೊಡ್ಡ ವ್ಯಕ್ತಿ ಎನಿಸಿಕೊಂಡಳು. ಈ ಸಂತೋಷದ ಅವಕಾಶಗಳು ತನಗೇನೋ ಸಿಕ್ಕಿತು. ಆದರೆ ಅದನ್ನು ಹಂಚಿಕೊಳ್ಳಲು ಗಂಡ ಕೈಗೇ ಸಿಗುತ್ತಿಲ್ಲವಲ್ಲ ಎನ್ನುವ ನೋವು ಮುಳ್ಳಾಗಿ ಇರಿಯುತ್ತಿತ್ತು.

ಸಾಲದ್ದಕ್ಕೆ ಕಸ್ತೂರ್ ಐದು ವರ್ಷಗಳ ಕಾಲ ಮನೆಯಿಂದ ದೂರವಿದ್ದ ಅವಧಿಯಲ್ಲಿ ಏನೇನೋ ದುರಂತಗಳು ನಡೆದುಹೋಗಿದ್ದವು ತವರಿನಲ್ಲಿ. ಅನೇಕ ಸಾವುಗಳು ಸಂಭವಿಸಿದ್ದವು. ಎಲ್ಲಕ್ಕಿಂತ ಹೆಚ್ಚಾಗಿ ಅವಳನ್ನು ಕಾಡಿದ್ದೆಂದರೆ ತಂದೆತಾಯಿಗಳ ಸಾವು. ಭರಿಸಲಾಗದ ಸಂಕಟ ಅವಳೆದೆಯಲ್ಲಿ ಮಡುಗಟ್ಟಿ ನಿಂತಿತು. ತನ್ನ ಸುತ್ತ ತನ್ನನ್ನು ಮೆಚ್ಚಿಕೊಂಡಾಡುವವರು, ತನ್ನ ಸಂತೋಷವನ್ನು ಹಂಚಿಕೊಳ್ಳುವವರು ಬೇಕಾದಷ್ಟು ಮಂದಿ ಇದ್ದರು. ಆದರೆ ಅವರ್ಯಾರೂ ತಂದೆ ತಾಯಿಗಳ ಸ್ಥಾನವನ್ನು ತುಂಬಲಾರರು. ಹಾಗಾಗಿ ತಂದೆ ತಾಯಿ ಇಲ್ಲದ್ದು ತವರೇ ತನ್ನ ಪಾಲಿಗೆ ಇಲ್ಲವಾದದ್ದು ಇಂತಹ ಸಂತೋಷದ ಕ್ಷಣಗಳಲ್ಲಿ ಮತ್ತಷ್ಟು ನೋವನ್ನು ಹೆಚ್ಚಿಸಿತ್ತು. ಹೀಗಾಗಿ ಅವಳು ಹುಟ್ಟಿ ಬೆಳೆದ ಪೋರ್ ಬಂದರ್ ಅವಳಲ್ಲಿ ನೆನಪಾಗಿ ಮಾತ್ರವೇ ಉಳಿಯಿತು. ಅಲ್ಲಿ ತಮ್ಮಂದಿರು ಬಂಧುಗಳು ಯಾರ ಸಂಪರ್ಕವೂ ಇಲ್ಲದಂತಾಗಿ ಬಿಟ್ಟಿತ್ತು.

ಒಂದೇ ಒಂದು ಅದೃಷ್ಟವೆಂದರೆ ಅತ್ತೆಮನೆಯಲ್ಲಿ, ತಾನು ವಂಚಿತಳಾಗಿದ್ದ ತವರಿನ ಸುಖ, ಸಂತೋಷ, ಪ್ರೀತಿ, ಸ್ನೇಹಗಳು ಧಾರಾಳವಾಗಿ ದೊರೆಯಿತು. ಮನೆ ತುಂಬ ಜನ. ನಾದಿನಿಯರು, ನೆಗಣ್ಣೆಯರು, ಭಾವಂದಿರು, ಅವರ ಮಕ್ಕಳು, ತನ್ನ ಮಕ್ಕಳು ಎಲ್ಲ ಸೇರಿ ಆ ಕುಟುಂಬ ನಂದಗೋಕುಲದಂತೆ ಇತ್ತು. ನಂದಕುಮಾರ್ ಬೇನ್ ಮತ್ತು ಲಕ್ಷ್ಮಿದಾಸ ದಂಪತಿಗೆ, ಕಸ್ತೂರಬಾ ಆಫ್ರಿಕಾದಲ್ಲಿ ಇದ್ದ ಅವಧಿಯಲ್ಲಿ ಇನ್ನಿಬ್ಬರು ಮಕ್ಕಳು ಹುಟ್ಟಿದ್ದರು. ಹಾಗೆಯೇ ಗಂಗಾಬೇನ್ ಮತ್ತು ಕೃಷ್ಣದಾಸ್‌ರಿಗೆ ಹೆಣ್ಣು ಮಗಳು ಜನಿಸಿದ್ದಳು. ಕಸ್ತೂರಳ ಮಕ್ಕಳಿಗೆ ಸಂಭ್ರಮವೋ ಸಂಭ್ರಮ. ಆಡುವುದಕ್ಕೆ ಜೊತೆ ಮಕ್ಕಳಿದ್ದುವು. ಕಸ್ತೂರ್ ಸೇರಿದಂತೆ ಮನೆಯಲ್ಲಿನ ಹೆಂಗಸರಿಗೆ ಮಾತಾಡುವುದಕ್ಕೆ ರಾಶಿ ರಾಶಿ ವಿಷಯಗಳಿದ್ದುವು. ಬಸುರಿಯಾದದ್ದು, ಹೆರಿಗೆ ಕಷ್ಟಗಳು, ಮಕ್ಕಳಿಗೆ ಹಲ್ಲು ಬಂದದ್ದು, ಹೆಜ್ಜೆಹಾಕಿದ್ದು, ಅಮ್ಮಂದಿರನ್ನು ಕಾಡಿದ್ದು, ಅವರನ್ನು ಸಾಕಲು ಅವರು ಹೆಣಗಿದ್ದು –ಹೀಗೆ ಇನ್ನೂ ಏನೇನೋ ನೂರೆಂಟು ವಿಷಯಗಳು ಮಾತಿನಲ್ಲಿ ಹಾದು ಹೋಗುತ್ತಿದ್ದವು.

ಕಸ್ತೂರಳ ಮಕ್ಕಳು ಉಳಿದವರ ಮಕ್ಕಳಿಗಿಂತ ದೊಡ್ಡವರಾಗಿದ್ದುದರಿಂದ ಅವರು ದೊಡ್ಡಪ್ಪಂದಿರ ಜೊತೆಗೆ, ಕಿರಿಯ ಸೋದರ, ಸೋದರಿಯರ ಜೊತೆಗೆ ಸಮಯ ಕಳೆಯುತ್ತಿದ್ದರು. ಕಸ್ತೂರಳಿಗೆ ಉಳಿದ ಹೆಂಗಸರ ಜೊತೆ ಮನೆ ಕೆಲಸಗಳಲ್ಲಿ ಸಹಾಯ ಮಾಡುವಲ್ಲಿ, ಮಾತುಗಳಲ್ಲಿ ಸಮಯ ಕಳೆಯುತ್ತಿತ್ತು. ಆದರೆ ಗಾಂಧಿಗೆ ಸಮಯ ಕಳೆಯುವುದಕ್ಕೆ ಸಮಸ್ಯೆಯೇ ಇರಲಿಲ್ಲ. ಇದ್ದ ಸಮಯವೇ ಸಾಕಾಗುತ್ತಿರಲಿಲ್ಲ. ಈಗಂತೂ ಬೊಂಬಾಯಿಯಲ್ಲಿ ನೆಲಸಿರುವುದರಿಂದ, ಹೋರಾಟ ಚಳುವಳಿ, ಸಂಘಟನೆ ಕಾರ್ಯಗಳಲ್ಲಿ ಎಷ್ಟು ಮಗ್ನನಾಗಿದ್ದನೆಂದರೆ ಮನೆಯವರ ಬಗ್ಗೆ ಆಲೋಚಿಸುವುದಕ್ಕಾಗಲೀ, ಕಾಗದ ಬರೆದು ಕ್ಷೇಮ ಸಮಾಚಾರ ವಿಚಾರಿಸುವುದಕ್ಕಾಗಲೀ ಬಿಡುವೇ ಇರುತ್ತಿರಲಿಲ್ಲ. ಹಾಗಾಗಿ ಒಮ್ಮೊಮ್ಮೆ ಕಸ್ತೂರಳಿಗೆ ಗಂಡನ ಅಗಲಿಕೆ ನೋವುಂಟು ಮಾಡುತ್ತಿತ್ತು. ಗಂಡ ಹೆಂಡಿರು ಒಟ್ಟಿಗೆ ಬದುಕುವ ಕ್ಷಣಗಳ ಸುಖವನ್ನು ಮನೆಯಲ್ಲಿ ಪ್ರತ್ಯಕ್ಷವಾಗಿ ನೋಡಿದಾಗ, ದಕ್ಷಿಣ ಆಫ್ರಿಕಾದಲ್ಲಿದ್ದಾಗಿನ ದಿನಗಳೇ ಎಷ್ಟೋವಾಸಿ ಎನಿಸುತ್ತಿತ್ತು. ಕಡೆಯ ಪಕ್ಷ ಆಗಾಗ ಕೆಲಸಗಳ ನೆವದಲ್ಲಿಯಾದರೂ ಮನೆಯಲ್ಲಿ ಕಾಣಿಸಿಕೊಳ್ಳುತ್ತಿದ್ದರು. ಈಗ ಗಂಡನ ಮುಖ ನೋಡುವುದೂ ಅಪರೂಪವಾಗಿತ್ತು. ಕುಟುಂಬದ ಅಂದರೆ ಮಕ್ಕಳ ಶಿಕ್ಷಣ, ಭವಿಷ್ಯಗಳ ಬಗೆಗಿನ ಆಲೋಚನೆ ತನಗೇ ಕಟ್ಟಿಟ್ಟದ್ದು. ತನಗೂ ತನ್ನದೇ ಪ್ರತ್ಯೇಕವಾದ ಮನೆ ಇರಬೇಕೆಂದು ಆಲೋಚಿಸುತ್ತಿದ್ದಳು. ಈಗಿದ್ದ ಮನೆಯಲ್ಲಿ ಯಾರಿಂದಲೂ ಯಾವ ಸಮಸ್ಯೆಯಿರಲಿಲ್ಲ. ಆದರೂ

ತನ್ನದೂ ಅಂತ ಒಂದು ಮನೆ ಇದ್ದರೆ ಅದೇ ಬೇರೆ. ಈ ವಿಚಾರವನ್ನು ಈ ಸಲ ಗಂಡ ಬಂದಾಗ ಹೇಳಿ ಒಪ್ಪಿಸಬೇಕೆಂದುಕೊಂಡಳು. ಹಾಗೆ ಅಂದುಕೊಳ್ಳುತ್ತಿರುವಷ್ಟರಲ್ಲಿ ಕಲ್ಕತ್ತಾದಿಂದ ಒಂದು ಕೆಲಸದ ಮೇಲೆ ರಾಜಕೋಟ್‌ಗೆ ಬರಬೇಕಾಯಿತು. ಬಂದಾಗ ಸಹಜವಾಗಿಯೇ ಮನೆಯಲ್ಲಿ ಉಳಿದುಕೊಂಡಿದ್ದ. ಅವನ ಸಮಯ ನೋಡಿ, ಕಸ್ತೂರಳು ಗಂಡನಿಗೆ ಚಹ ನೀಡುವ ನೆಪದಲ್ಲಿ ಬಂದಳು. ಬಂದು ಹಾಗೇ ಸ್ವಲ್ಪ ಹೊತ್ತು ನಿಂತಳೂ. ಗಾಂಧಿಗೆ ಅವಳ ರೀತಿ ನೋಡಿ, ಏನೋ ಹೇಳಬೇಕೆಂದು ಕಾಯುತ್ತಿದ್ದಾಳೆ ಎನಿಸಿ, "ಕಸ್ತೂರ್ ಅದೇನು ಹಾಗೆ ಪಿಳಿ ಪಿಳಿ ನೋಡುತ್ತ ನಿಂತಿದ್ದಿ. ಏನಾದರೂ ಕೇಳಬೇಕಿತ್ತಾ? ಇಲ್ಲ ಹೇಳಬೇಕಿತ್ತಾ? ನನ್ನ ಜೊತೆ ಧೈರ್ಯದಿಂದ ಮಾತಾಡಲು ಸಂಕೋಚವಾದರೂ ಏಕೆ?" ಎಂದು ನಯವಾಗಿ ಕೇಳಿದ. "ಏನಿಲ್ಲ, ಇಲ್ಲಿಗೆ ಬಂದು ಎಷ್ಟು ದಿವಸವಾಯ್ತು. ನಮಗೆ ನಮ್ಮದೇ ಆದ ಒಂದು ಗೂಡಾದರೂ ಬೇಡವೇ? ಅವರಿಗೆ ಹೊರೆಯಾಗಿ ಎಷ್ಟು ದಿವಸಾಂತ ಇಲ್ಲಿರೋದು. ಅಲ್ಲದೆ ನಮ್ಮ ಮಕ್ಕಳ ವಿದ್ಯಾಭ್ಯಾಸದ ಬಗ್ಗೆ ಯೋಚಿಸೋದು ಬೇಡವೇ? ನೀವು ಹೀಗೆ ಹೋರಾಟ, ಚಳುವಳಿ ಅಂತ, ಒಂದು ಕಡೆ ನಿಲ್ಲದೆ ಕಾಲಿಗೆ ಚಕ್ರ ಕಟ್ಟಿಕೊಂಡಂತೆ ಓಡಾಡುತ್ತಿದ್ದರೆ, ಹೆಣ್ಣಾದ ನಾನು ಮನೆ, ಮಕ್ಕಳ ಜವಾಬ್ದಾರಿಯನ್ನು ನಿರ್ವಹಿಸುವುದಾದರೂ ಹೇಗೆ ಎಂದು ಕಣ್ಣೀರಿಟ್ಟಳು.

"ಕಸ್ತೂರ್ ನಿನ್ನ ನೋವು ನನಗೆ ಅರ್ಥವಾಗುತ್ತದೆ. ಆದರೆ ನಾನೇನು ಮಾಡಲಿ? ನನ್ನ ದೇಶ ಪರಕೀಯರ ದೌರ್ಜನ್ಯಗಳಿಗೆ ಗುರಿಯಾಗಿ, ನನ್ನ ದೇಶದಲ್ಲೇ ಗುಲಾಮರಾಗಿ, ಆತ್ಮ ಸಮ್ಮಾನವನ್ನು ಕಳೆದುಕೊಂಡು ಬದುಕುತ್ತಿರುವುದನ್ನು ನೋಡಿ ಹೇಗೆ ಸಹಿಸಲಿ? ನನ್ನ ಕುಟುಂಬಕ್ಕಿಂತ ನನಗೆ ದೇಶ ದೊಡ್ಡದು. ನೀನೇ ನಿನ್ನ ಆತ್ಮಸಾಕ್ಷಿಯನ್ನು ಕೇಳು. ಕೇವಲ ನಿನಗೆ ಗಂಡನಾಗಿ, ನಿನ್ನ ಮಕ್ಕಳಿಗೆ ತಂದೆಯಾಗಿ ಕೋಟಿ ಕೋಟಿ ಜನಸಮೂಹದಲ್ಲಿ ಕಳೆದು ಹೋಗಲೇ, ಇಲ್ಲ ಎಲ್ಲರಿಗಿಂತ ಭಿನ್ನವಾಗಿ ಪರರ ಕಷ್ಟಗಳಿಗೆ ಸ್ಪಂದಿಸುತ್ತ, ನನ್ನ ಮಾತೃಭೂಮಿಯನ್ನು ಗುಲಾಮಗಿರಿಯ ಸಂಕೋಲೆಯನ್ನು ಬಿಡಿಸಿ, ನನ್ನಿಂದ ಆದುದನ್ನು ಮಾಡಲೇ? ಅಲ್ಲದೆ ಇಂತಹ ಕೆಲಸಗಳಿಗೆ ಓಡಾಟ ಜಾಸ್ತಿ. ದೇಶವೆಲ್ಲ ಸುತ್ತಾಡಿ ನನ್ನದೇ ಆಶಯಗಳನ್ನು ಹೊಂದಿದ ರಾಷ್ಟ್ರನಾಯಕರ ಜೊತೆ ಕೈ ಜೋಡಿಸಿ ಕೆಲಸ ಮಾಡಬೇಕಾಗಿರುವಾಗ ನೀನು ಹೇಳಿದಂತೆ ಬೇರೆ ಮನೆ ಮಾಡುವುದು ಸಾಧ್ಯವಿಲ್ಲ. ನೀನು ಒಂಟಿಯಾಗಿ ಇರಬೇಕಾಗುತ್ತದೆ. ಇಲ್ಲಾದರೆ ಎಷ್ಟೊಂದು ಜನ ಇದ್ದಾರೆ. ನಿನ್ನ ಜವಾಬ್ದಾರಿಗಳು, ಕೆಲಸಗಳು ಹೊರೆ ಎನಿಸುವುದಿಲ್ಲ. ಕಷ್ಟ ಸುಖಗಳಿಗೆ ಜೊತೆಯಾಗಿರುತ್ತಾರೆ. ಹೀಗಿರುವಾಗ ಇನ್ನೂ ನಿನಗೆ ಬೇರೆ ಮನೆ ಮಾಡಬೇಕೆನಿಸುತ್ತದೆಯೇ?" ಎಂದು ಹೇಳಿದ ಅವನ ಮಾತುಗಳಿಂದ ಅವಳ ಬಾಯಿ ಮುಚ್ಚಿ ಹೋಯಿತು. ಅವನು ಹೇಳಿದ್ದರಲ್ಲಿ ತರ್ಕವೂ ಇತ್ತು. ದಕ್ಷಿಣ ಆಫ್ರಿಕಾದಲ್ಲಿ ಆ ಬಗೆಯ ಚಳುವಳಿ, ಹೋರಾಟಗಳು ಅನಿವಾರ್ಯವಾಗಿತ್ತು. ಗಂಡನ ಕೆಲಸಗಳ ಒತ್ತಡವನ್ನು ನೋಡಿ ಅರ್ಥಮಾಡಿಕೊಂಡಿದ್ದಳು. ಆದರೆ ಇಲ್ಲಿನ ಪರಿಸ್ಥಿತಿ, ಇದರಲ್ಲಿ ಗಂಡನ ಪಾತ್ರ ಎಷ್ಟೆಂಬುದು, ಏನೆಂಬುದು ಇನ್ನೂ ಸರಿಯಾಗಿ ಮನವರಿಕೆ ಆಗಿರಲಿಲ್ಲ. ಭಾರತದಂತಹ ದೊಡ್ಡ ದೇಶದಲ್ಲಿ ಗಂಡನ ಸ್ಥಾನ ಏನೆಂಬುದು ಅವಳ ಬುದ್ಧಿಯ, ಆಲೋಚನೆಯ ವ್ಯಾಪ್ತಿಗೆ ಮೀರಿತು. ಸುಮ್ಮನಾದಳು.

ಈ ಕಡೆ ಸ್ವತಃ ಗಾಂಧಿಗೇ ತನ್ನ ಬದುಕಿನ ಬಗ್ಗೆ ಅನಿಶ್ಚಿತತೆ ಕಾಡುತ್ತಿತ್ತು. ಇನ್ನೂ ವೃತ್ತಿಯಲ್ಲಿ ಸರಿಯಾಗಿ ಬೇರೂರಿಲಿಲ್ಲ. ಅಣ್ಣಂದಿರಿಗೂ ಗಾಂಧಿಯ ವಿಚಾರಗಳು ಏನಿವೆ ಎಂಬುದು

ತಿಳಿದಿರಲಿಲ್ಲ. ಕುಟುಂಬದ ಹಿತೈಷಿಯೊಬ್ಬರು, ಗಾಂಧಿಯನ್ನು ಮತ್ತು ಲಂಡನ್‌ಗೆ ಕಳಿಸಲು ಸೂಚಿಸಿದರು. ಅಂತೆಯೇ ಆ ಹಿತೈಷಿಯೊಬ್ಬ ದಾವೆ ಗಾಂಧಿಗೆ ಒಪ್ಪಿಸಿದ್ದ ಮೂರು ಕೇಸುಗಳನ್ನು ಗೆದ್ದುಕೊಟ್ಟಿದ್ದ ಇದರಿಂದ ಗಂಡ ರಾಜಕೋಟದಲ್ಲಿಯೇ ವಕೀಲವೃತ್ತಿ ಮಾಡಬಲ್ಲ ಎನಿಸಿತು. ಆದರೆ ಮನೆಯವರ ಗೋಖಲೆಯವರ ಆಸೆ ಗಾಂಧಿ ಬೊಂಬಾಯಿಯಲ್ಲಿ ನೆಲಸಿ ವಕೀಲ ವೃತ್ತಿ ಆರಂಭಿಸಬೇಕೆಂಬುದಾಗಿತ್ತು. ಅದರಲ್ಲಿಯೂ ಗೋಖಲೆಯವರಿಗೆ ಗಾಂಧೀ ವೃತ್ತಿಯ ಜೊತೆ ಜೊತೆಗೆ ಕಾಂಗ್ರೆಸ್ ಕೆಲಸಗಳಲ್ಲಿಯೂ ಸಹಾಯ ಮಾಡಬಹುದೆಂಬುದರಲ್ಲಿ ನಂಬಿಕೆಯಿತ್ತು. ಗಾಂಧಿಗೆ ಏನು ಮಾಡಬೇಕೆಂದು ತೋಚಲಿಲ್ಲ. ಒಮ್ಮೆ ಬೊಂಬಾಯಿಯಲ್ಲಿ ವೃತ್ತಿ ಆರಂಭಿಸಿ ಸೋತಿದ್ದರಿಂದ, ವೃತ್ತಿಯ ವಿಚಾರದಲ್ಲಿ ಸ್ವಲ್ಪ ಅನುಮಾನವಿತ್ತು. ಅವನ ಸಂದಿಗ್ಧವನ್ನು ಗ್ರಹಿಸಿದ ಮಾವ್ಜಿ ಮತ್ತು ಗೋಖಲೆ ಇಬ್ಬರೂ ರಾಜಕೋಟದಲ್ಲಿದ್ದು ಕೊಳೆಯುವುದಕ್ಕಿಂತ ಬೊಂಬಾಯಿಗೆ ಹೋಗುವುದರಲ್ಲಿಯೇ ಶ್ರೇಯಸ್ಸಿದೆ ಎಂದು, ಹೋಗಲು ಒತ್ತಾಯ ಮಾಡಿದರು. ಗಾಂಧಿಗೆ ಇನ್ನೂ ಆತ್ಮವಿಶ್ವಾಸ ಜಾಗೃತವಾಗಿಲ್ಲ. ಅವನಲ್ಲಿ ಇನ್ನೂ ಹೊಯ್ದಾಟ ಮುಂದುವರೆದಿತ್ತು. ಸಂಕೋಚದಿಂದಲೇ ಮಾವ್ಜಿ ದಾವೆ ಅವರನ್ನು ನಡುಗುವ ದನಿಯಿಂದ "ನೀವೇನೋ ಬೊಂಬಾಯಿಗೆ ಹೋಗಲು ಒತ್ತಾಯಿಸುತ್ತಿದ್ದೀರಿ. ಆದರೆ ಬೊಂಬಾಯಿಯಂತಹ ದೊಡ್ಡ ನಗರದಲ್ಲಿ ಯಾವುದೇ ಸರಿಯಾದ ಆದಾಯ ಮೂಲವಿಲ್ಲದೆ ಬದುಕುವುದಾದರೂ ಹೇಗೆ? ದುಬಾರಿ ಬೆಲೆಗಳು ಅಂಥಾದ್ದರಲ್ಲಿ ಇರುವುದಕ್ಕೆ ಮನೆ, ವಕೀಲ ವೃತ್ತಿಗಾಗಿ ಒಂದು ಕಚೇರಿ – ಇವೆಲ್ಲವನ್ನೂ ಹೊಂದಿಸುವುದಾದರೂ ಹೇಗೆ? ಅಲ್ಲಿಗೆ ನಾನು ಹೊಸಬನಾದ್ದರಿಂದ ನನ್ನ ಬಳಿಗೆ ಯಾವ ಕಕ್ಷಿದಾರರು ತಾನೇ ಬರುತ್ತಾರೆ?" ಎಂದು ತನಗಿದ್ದ ಅನುಮಾನಗಳನ್ನೆಲ್ಲ ಹೊರಗೆಡಹಿದ. ಅದಕ್ಕೆ ಮಾವ್ಜಿಯವರು "ನೋಡು, ನೀನು ಆ ವಿಚಾರದಲ್ಲಿ ನಿಶ್ಚಿಂತೆಯಿಂದಿರು. ನೀನು ಅಲ್ಲಿ ವೃತ್ತಿಯಲ್ಲಿ ಚೆನ್ನಾಗಿ ಬೇರೂರುವವರೆಗೆ, ನಾವೇ ಇಲ್ಲಿಂದ ಸಾಕಷ್ಟು ಕೇಸುಗಳನ್ನು ಕಳಿಸಿಕೊಡುತ್ತೇವೆ. ಅಲ್ಲದೆ ನಿನ್ನಿಂದ ಕಾನೂನು ಸಲಹೆಗಾಗಿ ರಾಜಕೋಟ್‌ಗೆ ಕರೆಸಿಕೊಳ್ಳುತ್ತಿರುತ್ತೇವೆ" ಎಂದರು.

ಇದೆಲ್ಲ ಕೇಳಿದ ಮೇಲೆ ಮನಸ್ಸು ಹಗುರವಾಯಿತು. ದುಗುಡದ ಛಾಯೆ ಸರಿದು, ಸಣ್ಣ ನಗೆಯ ಗೆರೆಯೊಂದು ಮೂಡಿತು.

"ಇಷ್ಟೆಲ್ಲ ನೀವು ಮಾಡ್ತಿರೋದು ನನ್ನಿಂದ ಬಿಡಿಸಿಕೊಳ್ಳೇಕೆ ತಾನೇ? ನಿಮ್ಮಿಂದ ನಾನು ದೂರ ಹೋಗಲೇಬೇಕು ಅಂತ ಅನಿಸಿದರೆ ಹಾಗೇ ಆಗಲಿ ಬಿಡಿ" ಎಂದ ಹುಸಿ ಮುನಿಸಿನಿಂದ.

"ನೋಡು ಸಿನ್ನ ವಿಚಾರ ತಪ್ಪು. ನಿನ್ನಂಥ ಪ್ರತಿಭಾವಂತ ಇಲ್ಲಿ ಕೊಳೆಯಬಾರದು. ನಿನ್ನ ಸಮಯ ಅತ್ಯಂತ ಅಮೂಲ್ಯವಾದದ್ದು. ನಮಗೆಲ್ಲ ನಿನ್ನ ಬಗ್ಗೆ ತುಂಬ ಭರವಸೆ ಇದೆ. ನಿನ್ನ ಕೆಲಸದಲ್ಲಿ ಬಹಳ ಎತ್ತರಕ್ಕೆ ಬೆಳೆಯುತ್ತಿ. ನಾವು ಹೇಳಿದಂತೆ, ಬೇರೆ ಆಲೋಚನೆಗಳಿಗೆ ಅವಕಾಶ ಕೊಡದಂತೆ ಒಪ್ಪಿಕೊಂಡು ಹೊರಡುವ ಸಿದ್ಧತೆ ಮಾಡಿಕೋ. ನಿನ್ನ ಹೆಂತಿಯೂ ನಿನ್ನ ಜೊತೆಗಿರುತ್ತಾಳೆ. ಅವಳಿಗೂ ಸಂತೋಷವಾದೀತು" – ಎಂದು ಹೇಳಿದ ಮೇಲೆ ಗಾಂಧಿ ಮನಸ್ಸು ಒಂದು ನಿಲುಗಡೆಗೆ ಬಂತು. ವಿಷಯ ತಿಳಿಯುತ್ತಿದ್ದಂತೆ ಕಸ್ತೂರಳ ಸಂತೋಷಕ್ಕೆ ಪಾರವೇ ಇಲ್ಲದಂತಾಯಿತು. ಗಂಡ ಮಕ್ಕಳು ಜೊತೆಗೆ ಇರುತ್ತಾರೆ. ಆದರೆ ಭಾವಂದಿರು, ನೆಗೆಣ್ಣೆಯರು ಮತ್ತು ಅವರ ಮಕ್ಕಳು ದೂರವಾಗುತ್ತಾರಲ್ಲ ಎಂದು ಒಮ್ಮೆ ಮನಸ್ಸಿಗೆ ನೋವಾಯಿತಾದರೂ,

ಬದುಕಿನಲ್ಲಿ ಎಲ್ಲವೂ ಬೇಕೆಂದರೆ ಹೇಗೆ ತಾನೇ ಸಾಧ್ಯವಾದೀತು. ಒಂದು ಕಡೆ ಒಂದು ವಿಚಾರ ಸಂತೋಷದ್ದೆನಿಸಿದರೆ ಮತ್ತೊಂದುಕಡೆ ನೋವಿಗೆ ಕಾರಣವಾದ್ದೂ ಇರುತ್ತದೆ. ಎಲ್ಲವನ್ನೂ ಹೊಂದಿಸಿಕೊಂಡು, ಇಲ್ಲವೆ ಪರಿಸ್ಥಿತಿಯೊಂದಿಗೆ ರಾಜಿ ಮಾಡಿಕೊಳ್ಳಲೇ ಬೇಕಾಗುತ್ತದೆ ಎಂದು ತನಗೆ ತಾನೇ ಸಮಾಧಾನ ತಂದುಕೊಂಡಳು.

ಆದಷ್ಟು ಬೇಗ ಅಲ್ಲಿಂದ ಹೊರಡುವ ಸಿದ್ಧತೆ ಮಾಡಿಕೊಂಡರು. 1902ರ ಆಗಸ್ಟ್ ಮೊದಲ ದಿನಗಳಲ್ಲಿ ಹೆಂಡತಿ ಮಕ್ಕಳೊಡನೆ, ಮನೆಯಲ್ಲಿ ಎಲ್ಲರಿಂದಲೂ ಬೀಳ್ಕೊಂಡು ಹೊರಟ. ಬೊಂಬಾಯಿ ಸೇರುವುದಕ್ಕೆ ಮೊದಲೇ ಗಾಂಧಿ ಅಲ್ಲಿ ಬೇಕಾದ ವ್ಯವಸ್ಥೆ ಮಾಡಿಸಿದ್ದ ಬೊಂಬಾಯಿಯ ಹೃದಯ ಭಾಗವಾದ ಫೋರ್ಟ್ ಏರಿಯಾದಲ್ಲಿ ಆಫೀಸನ್ನು ಮತ್ತು ಹತ್ತಿರದಲ್ಲಿಯೇ ಇದ್ದ ಗಿರ್ಗಾಂವ್ ಬಳಿ ಒಂದು ಪುಟ್ಟ ಬಂಗಲೆಯನ್ನು ಬಾಡಿಗೆಗೆ ತೆಗೆದುಕೊಂಡಿದ್ದ.

ಕಸ್ತೂರಳಿಗೆ, ಇಲ್ಲಿಗೆ (ಬೊಂಬಾಯಿಗೆ) ಬಂದ ಮೇಲೆ ಮತ್ತೊಮ್ಮೆ ದಕ್ಷಿಣ ಆಫ್ರಿಕಾಕ್ಕೆ ಹೋದಾಗಿನ ಅನಾಥತೆಯ ಅನುಭವವೇ ಆಗ ತೊಡಗಿತ್ತು. ಆದರೆ ಒಂದೇ ಒಂದು ಸಮಾಧಾನಕರ ಸಂಗತಿ ಎನಿಸಿದ್ದು ತಾನು ತನ್ನ ದೇಶದಲ್ಲಿ ಇದ್ದೇನೆ. ವಿಪರೀತವಾಗಿ ಬೆಳೆದ ಬೊಂಬಾಯಿಯ ಮಾಯಾಲೋಕ, ಅಲ್ಲಿನ ಜನಸಂದಣಿ, ಎತ್ತರದ ಕಟ್ಟಡಗಳು, ಸದಾ ಓಡಾಡುವ ವಾಹನಗಳು, ಸುಂದರವಾದ ತೋಟಗಳು, ಅರಮನೆಯಂಥ ಮನೆಗಳು, – ಇವೆಲ್ಲವೂ ಏನೋ ಒಂದು ರೀತಿಯಲ್ಲಿ ಊಹಿಸಿಕೊಳ್ಳುವುದರಲ್ಲಿಯೂ ಸುಖವೆನಿಸುತ್ತಿತ್ತು. ಅಲ್ಲದೆ ಈ ಬೊಂಬಾಯಿ ನಗರದೊಂದಿಗೆ ತನ್ನ ತಂದೆ, ಅಣ್ಣಂದಿರು, ವ್ಯಾಪಾರ ಸಂಬಂಧಗಳನ್ನು ಇರಿಸಿಕೊಂಡಿದ್ದರು. ಇಂಥ ನಗರದಲ್ಲಿ ಓಡಾಡುವುದೂ ಕೂಡಾ ಒಂದು ರೀತಿಯ ರೋಮಾಂಚಕ ಅನುಭವವಾಗಿತ್ತು. ಬೇಕಾದುದೆಲ್ಲ ದೊರೆಯುವ ಅಂಗಡಿಗಳು, ಮಾರುಕಟ್ಟೆಗಳು ಇವೆಲ್ಲ ಈಗ ತಾನು ಬಂದು ನೆಲಸಿರುವ ಜಾಗದಲ್ಲಿದೆ ಎಂದುಕೊಂಡಾಗ, ದಕ್ಷಿಣ ಆಫ್ರಿಕಾದ ಒಂಟಿತನದ ನೆನಪು ಮಸುಕಾಗುತ್ತಿತ್ತು.

ಆದರೆ ಈ ಮಧ್ಯೆ, ಸ್ವಂತಮನೆ, ಸ್ವಾತಂತ್ರ್ಯದ ಸುಖವನ್ನು ಅನುಭವಿಸಲು ಹೊರಟ ಕ್ಷಣಗಳಲ್ಲೇ ಮಣಿಲಾಲನ ಆರೋಗ್ಯ ತೀರಾ ಹದಗೆಟ್ಟಿತು. ಅದೇನಾಯಿತೋ ಏನೋ ಎರಡು ವರ್ಷಗಳ ಹಿಂದೆ ಸಿಡುಬು ನಿರೋಧಕ ಇಂಜಕ್ಷನ್ ಹಾಕಿಸದೆ ಇದ್ದುದು ಈಗ ಆರೋಗ್ಯದ ಅನಾಹುತಕ್ಕೆ ದಾರಿಯಾಯಿತು. ಅವನ ಕಣ್ಣ ದೃಷ್ಟಿ ದುರ್ಬಲವಾಯಿತು. ವಿಪರೀತ ಜ್ವರ, ಒಂದು ಕಡೆ ಟೈಫಾಯ್ಡ್ ಮತ್ತೊಂದು ಕಡೆ ನ್ಯೂಮೋನಿಯಾ – ಎರಡೂ ಒಟ್ಟಿಗೆ ಸೇರಿಕೊಂಡು ಆರೋಗ್ಯದ ಮೇಲೆ ದಾಂಧಲೆ ನಡೆದು, ಬಹಳಷ್ಟು ಶಕ್ತಿಯನ್ನು ಕಳೆದುಕೊಂಡ. ನಿಲ್ಲಲೂ ತ್ರಾಣವಿಲ್ಲದಂತಾಯಿತು. ಗಾಂಧಿ ಮತ್ತು ಕಸ್ತೂರಬಾ ಇಬ್ಬರೂ ಬಹಳವಾಗಿ ಹೆದರಿದರು. ಏನು ಮಾಡಬೇಕೆಂದು ತೋಚಲಿಲ್ಲ. ಸುಧಾರಿಸಿಕೊಳ್ಳುವುದಕ್ಕೆ ಬಹಳಷ್ಟು ಸಮಯ ಬೇಕಾಗುತ್ತದೆ ಎನಿಸಿತರು. ಜೊತೆಗೆ ಈಗ ಅವನಿಗೆ ಪುಷ್ಟಿಕರವಾದ ಆಹಾರದ ಅಗತ್ಯವಿತ್ತು. ನೋಡಿದ ಡಾಕ್ಟರ್ ಅವನಿಗೆ ಮೊಟ್ಟೆ ಮತ್ತು ಮಾಂಸದ ಸಾರು ನೀಡಲೇ ಬೇಕೆಂದರು. ಮೊದಲೇ ಹೆದರಿದ ದಂಪತಿ ಡಾಕ್ಟರ್ ಹೇಳಿದ ಈ ಪಥ್ಯಾಹಾರ ಅವರಿಬ್ಬರೂ ಹೌಹಾರುವಂತೆ ಮಾಡಿತು. ಡಾಕ್ಟರಂತು ಗಾಂಧಿಗೆ – "ನೋಡಿ ನಿಮ್ಮ ಮಗನ ಪ್ರಾಣ ಅಪಾಯದಲ್ಲಿದೆ. ಮತ್ತೆ ಅವನನ್ನು ದಕ್ಕಿಸಿಕೊಳ್ಳಬೇಕಾದರೆ, ನಾನಾಗಲೇ ಹೇಳಿದಂತೆ, ನೀರು ಬೆರೆಸಿದ ಹಾಲು, ಮಾಂಸ, ಮೊಟ್ಟೆ

ಅವಶ್ಯಕವಾಗಿ ನೀಡಲೇ ಬೇಕು. ನಿಮ್ಮಂಥ ಎಷ್ಟೋ ಹಿಂದು ಕುಟುಂಬಗಳಿಗೆ ನಾನು ಡಾಕ್ಟರ್. ನಾನು ಹೇಳುವುದೆಲ್ಲನ್ನೂ ನಿಷ್ಠೆಯಿಂದ ಕೇಳಿ, ಸೂಚಿಸಿದ ಆಹಾರವನ್ನು ಕೊಡುತ್ತಾರೆ, ರೋಗ ಸುಧಾರಿಸಿಕೊಳ್ಳುತ್ತಾರೆ. ನೀವೂ ಅಷ್ಟೇ ನಾನು ಹೇಳಿದ್ದನ್ನು ತಪ್ಪದೆ ಪಾಲಿಸಿ, ಮೊದಲಿಗೆ ನಿಮ್ಮ ಮಗನನ್ನು ಉಳಿಸಿಕೊಳ್ಳಿ. ಮುಂದೆ ನಿಮ್ಮ ಇಷ್ಟಾನಿಷ್ಟ, ನಿಷ್ಠೆ, ನೇಮ ! ಸದ್ಯಕ್ಕೆ ನಾನು ಹೇಳಿದಂತೆ ಮಾಡಿ” ಎಂದರು.

“ಡಾಕ್ಟರೇ, ನೀವು ಡಾಕ್ಟರಾಗಿ ನಿಮ್ಮ ವೃತ್ತಿಧರ್ಮವನ್ನು ಸರಿಯಾಗಿಯೇ ನಿಭಾಯಿಸಿದ್ದೀರಿ. ಆದರೆ ನಾನು ಮಾತ್ರ ನಿಜವಾದ ಸಂದಿಗ್ಧದಲ್ಲಿ ಇದ್ದೇನಿ. ಅವನ ಪರವಾಗಿ ನಾನೇ ನಿರ್ಧರಿಸುವುದು ನನಗೆ ಸರಿಯೆನಿಸುವುದಿಲ್ಲ. ಆದರೆ ಅವನನ್ನೇ ಕೇಳೋಣವೆಂದರೆ, ಅವನಿನ್ನೂ ಬಹಳ ಚಿಕ್ಕವನು. ತನಗೆ ಯಾವುದು ಸರಿ ಎಂದು ಯೋಚಿಸಿ ಹೇಳುವ ವಯಸ್ಸಲ್ಲ. ಆದರೆ ನಾನು ಮಾಂಸಾಹಾರವನ್ನು ಯಾವುದೇ ಕಾರಣಕ್ಕೂ ಪುರಸ್ಕರಿಸುವುದಿಲ್ಲವೆಂದು ನಿರ್ಧಾರ ಮಾಡಿದ್ದೇನೆ. ಜೀವಹಿಂಸೆ ಮಾಡಿ, ಜೀವ ರಕ್ಷಿಸಿಕೊಳ್ಳುವುದು ಯಾವ ಧರ್ಮ, ಯಾವ ನೀತಿ, ನಾನಷ್ಟೇ ಅಲ್ಲ, ನನ್ನವರ ಪರವಾಗಿಯೂ ಮಾಂಸಾಹಾರ ನಿಷೇಧವನ್ನು ಹೇರಿಕೊಂಡಿದ್ದೇನೆ.... ಆದ್ದರಿಂದ ಡಾಕ್ಟರೇ ನೀವು ಹೇಳಿದ ಆಹಾರವನ್ನು ಅವನಿಗೆ ಕೊಡಲು ಸಾಧ್ಯವೇ ಇಲ್ಲ. ನಾನು ನಂಬಿಕೆ ಇರಿಸಿಕೊಂಡ ಜಲ ಚಿಕಿತ್ಸೆಗಳನ್ನು ಪ್ರಯೋಗಿಸುತ್ತೇನೆ. ಆದರೆ ನೀವು ಮಾತ್ರ ತಪ್ಪದೆ ಬಂದು ಅವನ ಎದೆ, ನಾಡಿ, ಶ್ವಾಸಕೋಶಗಳ ಸ್ಥಿತಿಗತಿಯನ್ನು ಪರೀಕ್ಷಿಸಿ ಹೇಳಬೇಕು ಯಾಕೆಂದರೆ ಅವುಗಳನ್ನು ಪರೀಕ್ಷಿಸಲು ನನಗೆ ಗೊತ್ತಿಲ್ಲ” ಎಂದು ಹೇಳಿದ.

ಹತ್ತಿರವೇ ನಿಂತಿದ್ದ ಕಸ್ತೂರಬಾ ಈ ವಾದವಿವಾದವನ್ನು ಗಮನಿಸುತ್ತಿದ್ದಳು. ಇಂತಹ ಸಂಕಟದ ಸಮಯದಲ್ಲಿ ನಾವು ಬದುಕಿನ ನಡುವೆ ನಡೆಯುತ್ತಿರುವ ಹೊಯ್ದಾಟದ ಸಮಯದಲ್ಲಿಯಾದರೂ ಡಾಕ್ಟರ್ ಹೇಳಿದಂತೆ ಕೇಳಬಾರದೆ ಎನಿಸಿತು. ಅವಳಿಗೂ ಧರ್ಮ ಸಂಕಟವಿತ್ತು. ಜೊತೆಗೆ ಗಂಡನ ಸಂದಿಗ್ಧ ಸಂಕಟವೂ ಅರ್ಥವಾಗಿತ್ತು. ಗಾಂಧಿ ಕಸ್ತೂರಳನ್ನು, ತನಗೆ ದಿಕ್ಕೇ ತೋಚದಂತೆ ಆದಾಗ ಕೇಳಿದ. “ಕಸ್ತೂರ್, ನೋಡಿದೆಯಾ ಎಂಥ ಪರಿಸ್ಥಿತಿ? ದೇವರು ಬಹುಶಃ ನಮ್ಮನ್ನು ನಮ್ಮ ನಿರ್ಧಾರಗಳನ್ನು ಅಗ್ನಿ ಪರೀಕ್ಷೆಗೆ ಒಡ್ಡುತ್ತಿರ ಬೇಕು” ಎಂದು ಒಂದು ದೀರ್ಘ ನಿಟ್ಟುಸಿರೆಳೆದ.

“ನೀವು ಹೇಳುತ್ತಿರುವುದು ನಿಜವೇ. ಆದರೆ ಈಗ ನಮ್ಮ ಮಗುವಿನ ಅಳಿವು ಉಳಿವಿನ ಪ್ರಶ್ನೆ, ಹೇಗಾದರೂ ನಿಮ್ಮ ದಮ್ಮಯ್ಯಾಂತೀನಿ ನನ್ನ ಮಗನನ್ನು ಉಳಿಸಿಕೊಡಿ” ಎಂದು ಒಂದೇ ಸಮನೆ ಅಳತೊಡಗಿದಳು.

“ಕಸ್ತೂರ್ ಅಳಬೇಡ, ದೇವರಿದ್ದಾನೆ. ನಮ್ಮ ಕೈ ಬಿಡುವುದಿಲ್ಲ ಎನ್ನುವ ನಂಬಿಕೆ ನನಗಿದೆ. ನೀನು ಧೈರ್ಯವಂತಳು. ನನ್ನ ಜೊತೆಗೆ ನಿಂತು ಈ ಸಮಸ್ಯೆಯ ಪರಿಹಾರಕ್ಕೆ ಸಹಕರಿಸು. ನಾನು ನಂಬಿದ ಜಲ ಚಿಕಿತ್ಸೆಯ ಪ್ರಯೋಗಗಳನ್ನು ನಡೆಸಲು ನೀನು ಅಭ್ಯಂತರ ಹೇಳುವುದಿಲ್ಲ ತಾನೇ?” ಎಂದು ಕೇಳಿದ. ಅಷ್ಟರಲ್ಲಿ ಮಣಿಲಾಲನಿಗೆ ಸ್ವಲ್ಪ ಎಚ್ಚರವಾಗಿತ್ತು. ಮುಲುಗುತ್ತಲೇ ‘ಬಾ’ – ಎಂದು ಕೂಗಿದ.

ತಕ್ಷಣವೇ ಕಸ್ತೂರಳು ಕಣ್ಣೊರಸಿಕೊಂಡು ಅವನ ಪಕ್ಕದಲ್ಲಿ ಕುಳಿತು ತಲೆ ನೇವರಿಸುತ್ತಾ,

"ಈಗ ಹೇಗಿದೆ ಮಗು?" ಎಂದಳು.

"ಬಾ, ಡಾಕ್ಟರು ಏನು ಹೇಳಿದರು? ನನಗೆ ಖಾಯಿಲೆ ವಾಸಿಯಾಗುತ್ತಾ?" ಎಂದು ದೈನ್ಯದಿಂದ ಕೇಳಿದ. ಅವನ ಪ್ರಶ್ನೆ ಗಾಂಧಿ ಕಿವಿಗೆ ಬಿತ್ತು. ಕೂಡಲೇ ಹಾಸಿಗೆಯ ಮತ್ತೊಂದು ಪಕ್ಕಕ್ಕೆ ಬಂದು ಕುಳಿತು, ಮಣಿಲಾಲನ ಮೊಗದತ್ತಲೇ ನೋಡುತ್ತಾ ಮಂದಹಾಸದ ನಗೆ ನಕ್ಕು ಮಗನನ್ನು, "ಬೇಟಾ ಮಣಿ. ಈಗ ನಿನಗೆ ಸ್ವಲ್ಪವಾದರೂ ಆರಾಮವೆನ್ನಿಸುತ್ತದೆಯಾ? ಡಾಕ್ಟರ್ ಚಾಚಾ ಬಂದು ಹೋದರು. ಬೇಗನೆ ಗುಣಮುಖವಾಗುತ್ತೀ ಎಂದರು. ಅದಕ್ಕೆ ನೀನು ಮೊಟ್ಟೆ, ಮಾಂಸದ ಸಾರನ್ನು ಆಹಾರವಾಗಿ ತಿನ್ನಬೇಕೆನ್ನುತ್ತಾರೆ, ನಾನು ಅವರಿಗೆ ಏನು ಹೇಳಲಿ? ನಾನಂತೂ ನಿನಗೆ ಜಲಚಿಕಿತ್ಸೆಯಿಂದಲೇ ವಾಸಿ ಮಾಡಲು ಯೋಚಿಸುತ್ತಿದ್ದೇನೆ. ನೀನು ಹೇಗೆ ಹೇಳಿದರೆ ಹಾಗೆಯೇ ಮಾಡಲು ನಾನು ಸಿದ್ಧನಾಗಿದ್ದೇನೆ" – ಎಂದು ಹೇಳಿದ್ದನ್ನು ಕೇಳಿ, ಮಣಿ ಒಂದೆರಡು ನಿಮಿಷ ಮೌನವಾಗಿ ಯೋಚಿಸತೊಡಗಿದ. ಮತ್ತೆ ಹೇಳಿದ "ಬಾಪು, ನೀವು ನಿಮಗೆ ಯಾವುದು ಒಳ್ಳೆಯದೆನಿಸುತ್ತದೆಯೋ ಅದನ್ನೇ ಮಾಡಿ. ನನಗೆ ಮೊಟ್ಟೆಯೂ ಬೇಡ, ಕೋಳಿಮರಿ ಸಾರೂ ಬೇಡ" ಎಂದು ಹೇಳಿದ.

ಅವನು ಹಾಗೆ ಹೇಳಿದ್ದು, ಅದೇ ಸರಿ ಎನ್ನುವ ಭಾವನೆಯಿಂದ ಅಲ್ಲ. ಇದಕ್ಕೆ ಮುಂಚೆ ಒಮ್ಮೆ ಆಹಾರ ರೂಪದಲ್ಲಿ ತೆಗೆದುಕೊಂಡಿದ್ದ. ಈಗಲೂ ತೆಗೆದುಕೊಳ್ಳುವುದರಲ್ಲಿ ಅವನಿಗೆ ಅಭ್ಯಂತರವಿರಲಿಲ್ಲ. ಆದರೂ ಅದನ್ನು ನಿರಾಕರಿಸಿದ್ದು, ತನ್ನ ಸಮಾಧಾನಕ್ಕಾಗಿ. ತನಗೆ ನೋವಾಗದಿರಲಿ ಎಂಬ ಕಾರಣಕ್ಕೆ ಎಂಬುದು ಗಾಂಧಿಗೆ ಚೆನ್ನಾಗಿ ಗೊತ್ತಾಯಿತು.

ಚಿಕಿತ್ಸೆಯೇನೋ ಪ್ರಾರಂಭವಾಯಿತು. ಕಸ್ತೂರಳಿಗೆ ಒಳಗೊಳಗೇ ಭಯ ದಿನದಿನಾ ಮೂರು ನಾಲ್ಕು ಬಾರಿ ಕಟಿಸ್ನಾನ ಮೊದ ಮೊದಲು ಮೂರು ಮೂರು ನಿಮಿಷ ನೀರಲ್ಲಿ ಇರಬೇಕಾಗುತ್ತಿತ್ತು. ತನ್ನ ಭಯ ನಿಜವಾಗುತ್ತಿದೆಯೇನೋ ಎನ್ನುವಂತೆ ಜ್ವರ 104 ಡಿಗ್ರಿಗೆ ಏರಿತು. ಅವಳಿಗೆ ಪ್ರಾಣವೇ ಹಾರಿ ಹೋದಂತಾಯಿತು. ರಾತ್ರಿಯ ಹೊತ್ತು ಸನ್ನಿ. ದೇವರೇ ಕಾಪಾಡು ಎಂದು ಮೊರೆ ಇಟ್ಟುಕೊಂಡಳು. ಜೊತೆಗೆ ಬೇರೆ ಡಾಕ್ಟರಿಗೆ ತೋರಿಸುವ ಆಲೋಚನೆ ಬಂತು ಗಾಂಧಿಯನ್ನೂ ಇವೇ ಆಲೋಚನೆಗಳೂ ಕಾಡಿದವು. ಕಸ್ತೂರಳು ಗಾಂಧಿಯನ್ನು ಕೇಳಿಯೇ ಬಿಟ್ಟಳು.

"ಇನ್ನೂ ನಿಮಗೆ ನಿಮ್ಮ ಚಿಕಿತ್ಸಾ ಕ್ರಮದಲ್ಲಿ ಭರವಸೆ ಇದೆಯೇ? ಇಷ್ಟೆಲ್ಲಾ ಮಾಡಿದರೂ ಜ್ವರ ಇಳಿಮುಖವಾಗುವ ಸೂಚನೆಯೂ ಇಲ್ಲ. ಬೇರೆ ಡಾಕ್ಟರನ್ನು ಕರೆಸೋಣವೇ?" – ಎಂದಳು.

"ಕಸ್ತೂರ್ ನಿನಗಾಗುತ್ತಿರುವ ಭಯ ನನಗೂ ಶುರುವಾಗಿದೆ. ಎಷ್ಟೊಂದು ಸಲ ಈ ಚಿಕಿತ್ಸೆ ಫಲಕೊಟ್ಟಿದೆ. ಆದರೆ ಈಗ ಯಾಕೋ ನನ್ನ ನಂಬಿಕೆಯ ಬೇರುಗಳೇ ಸಡಿಲಾಗುತ್ತಿವೆ. ಒಮ್ಮೊಮ್ಮೆ ನನಗೂ ಬೇರೆ ವೈದ್ಯರನ್ನು ನೋಡುವುದೋ ಇಲ್ಲ ಆಯುರ್ವೇದ ಚಿಕಿತ್ಸೆ ಕೊಡಿಸೋಣವೋ ಎಂದೆನಿಸುತ್ತಿದೆ. ನಮ್ಮ ನಂಬಿಕೆ, ವಿಶ್ವಾಸಗಳ ಹಠದಿಂದಾಗಿ ನಮ್ಮ ಮಕ್ಕಳು ಬಲಿಯಾಗಬಾರದಲ್ಲವೇ? ಅವರ ಪ್ರಾಣದ ಮೇಲೆ ನಮಗೇನು ಅಧಿಕಾರ? ಜೀವ ಕೊಡುವ ಅಧಿಕಾರವಿದೆಯೇ ಹೊರತಾಗಿ ಜೀವ ಕೊಳ್ಳುವ ಅಧಿಕಾರ ನಮಗಿಲ್ಲ" ಎಂದು ಪಶ್ಚಾತ್ತಾಪ ಪಡುತ್ತಿರುವ ದನಿಯಲ್ಲಿ ಹೇಳಿದ.

ಚಿಕಿತ್ಸೆಯಲ್ಲಿ ನಂಬಿಕೆಯಿರಿಸಿಕೊಂಡು ಮುಂದಾದದ್ದು ನಿಜವೇ ಆದರೂ, ಕಸ್ತೂರಳ ಭಯ ಇದ್ದೇ ಇತ್ತು. ಒಂದು ವೇಳೆ ದುರಾದೃಷ್ಟದಿಂದ ಆಗಬಾರದ್ದು ಆಗಿ ಹೋದರೆ ಕಸ್ತೂರಳು ಜೀವನ ಪರ್ಯಂತ ತನ್ನನ್ನು ಕ್ಷಮಿಸುವುದೇ ಇಲ್ಲ ತನಗೆ ಪ್ರತಿ ಹೇಳುವ ಧೈರ್ಯವಿಲ್ಲದೆ, ತನ್ನ ನಿರ್ದೇಶನದಲ್ಲಿ ಮಣಿಲಾಲನ ಮೇಲೆ ಚಿಕಿತ್ಸಾ ಪ್ರಯೋಗಗಳನ್ನು ಮಾಡುತ್ತಿದ್ದಾಳೆ. ಅವಳ ಮುಖ ನೋಡಿದರೆ, ಪೂರ್ತಿಯಾಗಿ ಭರವಸೆ ಕಳೆದುಕೊಂಡಂತಿದೆ ಎಂದು ಕೊಂಡ. ಗಂಡ ಹೆಂಡತಿ ಉಸಿರು ಬಿಗಿಹಿಡಿದು ಪರಿಸ್ಥಿತಿಯ ಗಂಭೀರತೆಯನ್ನು ಗಮನಿಸುತ್ತಿದ್ದರು.

ಒಂದು ಸಂಜೆ ಮಣಿಲಾಲನ ಬಳಿ ಕುಳಿತಿದ್ದ ಗಾಂಧಿ, ಜ್ವರದ ತಾಪವನ್ನು ಅಳೆದು ಹೌಹಾರಿದ. ಕಸ್ತೂರಳನ್ನು ಎತ್ತರದ ದನಿಯಲ್ಲಿ ಆತುರದಲ್ಲಿ ಕರೆದ. ಕಸ್ತೂರಳು ಏನಾಯಿತೋ ಎಂದು ಹೆದರಿ, ಹಣ್ಣಿನ ರಸ ತೆಗೆಯುತ್ತಿದ್ದವಳು ಎದ್ದು ಬಿದ್ದು ಓಡಿ ಬಂದಳು. ಬಂದವಳೇ ಗಾಭರಿಯಿಂದ "ಏನಾಯಿತು ರೀ ಮಣಿಲಾಲನಿಗೆ" ಎಂದು ಕೇಳಿದಳು.

"ಯಾಕೋ ಜ್ವರ ಇಳಿಯುತ್ತಲೇ ಇಲ್ಲ. ನೀನು ಏನೂ ಅಂದುಕೊಳ್ಳದಿದ್ದರೆ ಇನ್ನೊಂದು ಬಗೆಯ ಚಿಕಿತ್ಸೆ ಇದೆ. ಅದನ್ನು ಮಾಡಿದರೆ ಸುಧಾರಿಸಬಹುದೇನೋ ಎನಿಸುತ್ತಿದೆ ಆದ್ದರಿಂದ ಅದನ್ನು ಕಡೆಯ ಪ್ರಯತ್ನವೆಂದು ಮಾಡೋಣ, ದೇವರಿದ್ದಾನೆ ನಮ್ಮ ಕೈ ಬಿಡುವುದಿಲ್ಲ" ಎಂದ.

ಕಸ್ತೂರಳಿಗೆ ಸಿಟ್ಟು ಬಂತು.

"ಈಗ ಮಾಡುತ್ತಿರುವುದು ಸಾಕಾಗಲಿಲ್ಲವೇ? ಅವನ ಪ್ರಾಣ ತೆಗೆಯಬೇಕೆಂದೇ ನೀವು ಆಟವಾಡುತ್ತಿರುವ ಹಾಗೆ ಕಾಣುತ್ತದೆ" ಗದ್ಗದ ಕಂಠದಲ್ಲಿ ಹೇಳಿದಳು.

"ಕಸ್ತೂರ್ ಈಗ ಉಳಿದಿರುವುದು ಇದೊಂದೇ ದಾರಿ ನಮಗೆ. ನಂಬಿಕೆಯಿಡು. ನನಗೆ ಖಂಡಿತವಾಗಿ ಈ ಚಿಕಿತ್ಸೆ ಫಲಕಾರಿಯಾಗುತ್ತದೆ ಎನಿಸುತ್ತಿದೆ. ಈ ಒಂದು ಸಲ ನನಗೆ ಸಹಕರಿಸು. ನೀನು ಈ ರೀತಿ ಮಾತನಾಡಿದರೆ ನನಗಿರುವ ಧೈರ್ಯವೂ ಕುಸಿಯುತ್ತದೆ. ನಿನ್ನನ್ನು ಕೇಳಿಕೊಳ್ಳುತ್ತೇನೆ. ನಾನು ಹೇಳಿದಂತೆ ಮಾಡು" ಎಂದು ಗಾಂಧಿ ಕಸ್ತೂರಳಿಗೆ ಏನು ಮಾಡಬೇಕೆಂದು ಸೂಚಿಸಿದ.

ಕಸ್ತೂರ್ ಒಂದು ಶುಭ್ರವಾಗಿ ಒಗೆದ ಬೆಡ್‌ಶೀಟನ್ನು ತಣ್ಣನೆಯ ನೀರಿನಲ್ಲಿ ನೆನೆಸಿ, ಹಿಂಡಿ ತಂದುಕೊಟ್ಟಳು ಅಷ್ಟು ಹೊತ್ತಿಗೆ ಗಾಂಧಿ ಮಣಿಲಾಲನ ಬಟ್ಟೆಯನ್ನು ಕಳಚಿದ್ದ. ಇಬ್ಬರೂ ಸೇರಿ ಆ ಒದ್ದೆ ಬೆಡ್‌ಶೀಟನ್ನು, ಮಣಿಯ ತಲೆಭಾಗ ಬಿಟ್ಟು ಅವನ ದೇಹದ ಸುತ್ತ ಸುತ್ತಿದರು. ನಂತರ ಎರಡು ಹೊದಿಕೆಗಳಿಂದ ಹೊದಿಸಿದರು. ಅಷ್ಟರಲ್ಲಿ ಗಾಂಧಿ, ಒಂದು ಸ್ವಲ್ಪ ಹೊತ್ತು ಹೊರಗೆ ಅಡ್ಡಾಡಿ ಬರುವುದಾಗಿ ಹೇಳಿ ಹೋದ. ಅವನಿಗೆ ಏನು ಮಾಡಬೇಕೆಂದು ತೋಚದೆ, ಒಂದು ರೀತಿಯ ಉದ್ವಿಗ್ನತೆಯಲ್ಲಿ ಮನೆಯ ಹತ್ತಿರವೇ ಇದ್ದ ಬೀಚಿನಲ್ಲಿ ಶತಪಥಿಸಿದ.

ಕಸ್ತೂರಳು ಮಣಿಯ ಬಳಿ ಕುಳಿತು, ಸುಡುತ್ತಿರುವ ಹಣೆಯ ಮೇಲೆ ಆಗಾಗ ಒದ್ದೆ ಬಟ್ಟೆಯನ್ನು ಹಾಕುತ್ತಿದ್ದಳು. ಅವಳೂ ಯೋಚನೆಗಳಲ್ಲಿ ಮಗ್ನಳಾಗಿದ್ದಳು. ಪ್ರಾಣಕೊಡುವ ದೇವರೇ ಪ್ರಾಣ ತೆಗೆದುಕೊಳ್ಳುತ್ತಾನಲ್ಲವೇ? ಇರಲಿ ಅವನ ಇಚ್ಛೆಯಂತೆಯೇ ಆಗಬೇಕೆಂದಿದ್ದರೆ ಮನುಷ್ಯ ಮಾತ್ರದಿಂದ ಏನು ತಾನೇ ಮಾಡಲು ಸಾಧ್ಯ? ಅದಕ್ಕೆ ಸಿದ್ಧರಾಗಿರುವುಷ್ಟೆ ನಮ್ಮ ಕೆಲಸ? ಎಂದು ತನಗೆ ತಾನೇ ಸಮಾಧಾನಮಾಡಿಕೊಳ್ಳುತ್ತಿದ್ದಳು. ಒಂದರ್ಧಗಂಟೆ ಹಾಗೇ ಕುಳಿತಿದ್ದ ಕಸ್ತೂರಳಿಗೆ, ಮಣಿಲಾಲನ ದೇಹದಿಂದ ಶಾಖ ಹೊಮ್ಮುತ್ತಿರುವ ಅನುಭವವಾಯಿತು ಅವಳಿಗೆ

ನಂಬುವುದಕ್ಕೇ ಆಗದ ರೀತಿಯಲ್ಲಿ, ಮಣಿ ವಿಪರೀತವಾಗಿ ಬೆವರುತ್ತಿದ್ದ. ಅರೆ ಬರೆ ಪ್ರಜ್ಞಾವಸ್ಥೆಯಲ್ಲಿ ಮಣಿಲಾಲ... "ಬಾಪು, ಈ ಹೊದಿಕೆಗಳನ್ನು ತೆಗೆಯಿರಿ ಒಳಗೆ ನಾನು ಸುಟ್ಟು ಹೋಗುತ್ತಿದ್ದೇನೆ. ಮೈಯಲ್ಲಿ ಬೆವರಿನಿಂದ ಒದ್ದೊದ್ದೆಯಾಗಿದೆ" ಎಂದು ಸಣ್ಣ ದನಿಯಲ್ಲಿ ಕೂಗಿ ಹೇಳಿದ. ಗಾಂಧಿ ಮಣಿಲಾಲನ ಬಳಿ ಕುಳಿತು ಹಣೆ ಮುಟ್ಟಿ ನೋಡಿದ ಜ್ವರ ಇಳಿದಿತ್ತು. ಚೆನ್ನಾಗಿ ಬೆವರಿದ್ದ.

"ಮಣಿ ಮರಿ, ನೋಡಿದೆಯಾ ನನ್ನ ಮ್ಯಾಜಿಕ್ಕು. ನಿನ್ನ ಜ್ವರದ ಭೂತ ಬಿಟ್ಟು ಓಡಿಹೋಗುತ್ತೆ, ಇನ್ನೂ ಸ್ವಲ್ಪ ಬೆವರಲಿ, ಕೂಡಲೇ ನಿನ್ನ ಹೊದಿಕೆಗಳನ್ನೆಲ್ಲ ತೆಗೆದು ಬಿಡುತ್ತೇನೆ" ಎಂದು ಹೇಳಿ ಒಂದು ನಗೆ ನಕ್ಕ.

"ಬೇಡ ಬಾಪು ಇನ್ನು ಈ ಹೊದಿಕೆಗಳು ಸಾಕು. ಅದಷ್ಟು ಬೇಗ ಹೊರಕ್ಕೆ ತೆಗೆಯಿರಿ ನನ್ನನ್ನು" ಎಂದು ಬೇಡಿಕೊಂಡ.

ಕಸ್ತೂರ್ ಮತ್ತು ಗಾಂಧಿ ಇಬ್ಬರೂ ಸೇರಿ ಹಾಸಿದ, ಹೊದೆಸಿದ ಬಟ್ಟೆಗಳನ್ನೆಲ್ಲ ತೆಗೆದೆವು. ಇನ್ನೂ ಬೆವರುತ್ತಲೇ ಇದ್ದ ಮಣಿಲಾಲನ ಹಣೆಯನ್ನು ಒರೆಸಿದರು. ಅವನ ಮುಖದಲ್ಲಿ ಒಂದಷ್ಟು ನಿರಾಳತೆ ಕಾಣಿಸಿತು. ಕಸ್ತೂರಳು ದೇವರಿಗೆ ಧನ್ಯವಾದ ಹೇಳಿದಳು. ಮಣಿಲಾಲ ಪೂರ್ತಿಯಾಗಿ ಸುಧಾರಿಸುವವರೆಗೂ ಕಸ್ತೂರಳಿಗೆ ನೆಮ್ಮದಿ ಎನಿಸಲಿಲ್ಲ.

ಈ ಒಂದು ಪ್ರಸಂಗ ನಡೆದ ಮೇಲೆ ಕಸ್ತೂರಳಿಗೆ ತಾವಿರುವ ಮನೆಯ ವಾತಾವರಣವೇ ಸರಿಯಿಲ್ಲವೆನಿಸಿತು. ಮನೆ ವಾತಾವರಣ, ನಗರದ ಜನಸಂದಣೆ, ಇಕ್ಕಟ್ಟಿನ ಬದುಕು ಇದೆಲ್ಲವೂ ಅನುಭವಕ್ಕೆ ಬಂದಾಗ, ದರ್ಬಾನ್‌ನಲ್ಲಿನ ವಿಶಾಲವಾದ ಮನೆಯ ನೆನಪಾಗಿ ಹಾಯೆನಿಸಿತು. ಇನ್ನು ಮುಂದೆ ಈ ಅನಾರೋಗ್ಯಕರ ಪರಿಸರದಲ್ಲಿ ವಾಸಿಸಲು ಅವಳಿಗೆ ಇಷ್ಟವಾಗಲಿಲ್ಲ. ಮನೆಯನ್ನು ಬದಲಾಯಿಸಲೇ ಬೇಕೆನಿಸಿತು. ಗಂಡ ಮತ್ತು ಮನೆ ಬದಲಾವಣೆ ಬಗ್ಗೆ ಏನನ್ನುತ್ತಾನೆ ಎಂಬ ಹೆದರಿಕೆಯನ್ನು ಪಕ್ಕಕ್ಕಿಟ್ಟು, ತನ್ನ ಅಭಿಪ್ರಾಯವನ್ನು ತಿಳಿಸಿದಳು.

ಆಶ್ಚರ್ಯವೆಂಬಂತೆ, ಗಾಂಧಿ ಅವಳ ಮಾತಿನ ತರ್ಕವನ್ನು ಅರ್ಥಮಾಡಿಕೊಂಡ. ಅಲ್ಲದೆ ಅವನಿಗೂ ಮಣಿಯ ಜ್ವರದ ಪ್ರಸಂಗ ಸಾಕಷ್ಟು ಮಾನಸಿಕವಾಗಿ ಅಸ್ವಸ್ಥಗೊಳಿಸಿತ್ತು. ಮಕ್ಕಳು ಸ್ವಚ್ಛ ಪರಿಸರದಲ್ಲಿ ಇರಬೇಕೆಂಬುದು ಅವನಿಗೂ ಮನದಟ್ಟಾಗಿತ್ತು. ಎಲ್ಲವನ್ನು ಯೋಚಿಸಿದ ಬಳಿಕ, ತನಗೂ ಕಸ್ತೂರಳ ಆಲೋಚನೆ ಸರಿ ಎನಿಸಿತ್ತು.

ಮರುದಿನದಿಂದಲೇ ಮನೆಗಳ ಹುಡುಕಾಟ ಶುರುವಾಯಿತು. ಎಷ್ಟೋ ಮನೆಗಳನ್ನು ನೋಡಿಯೂ ನೋಡಿದರು. ಅಷ್ಟು ಸುಲಭವಾಗಿ ಇವರ ನಿರೀಕ್ಷೆಗಳಿಗೆ ಹೊಂದುವಂತಹ ಮನೆಗಳು ಸಿಗುವುದು ಕಷ್ಟವೆನಿಸಿತು. ದೂರವೆಂದೋ, ನೀರಿಲ್ಲವೆಂದೋ, ಪರಿಸರ, ಆವರಣ ಸರಿಯಿಲ್ಲವೆಂದೋ, ನೆರೆಹೊರೆಯ ವಾತಾವರಣ ಸರಿಯಿಲ್ಲವೆಂದೋ, ಎಷ್ಟೋ ಮನೆಗಳನ್ನು ಕೈ ಬಿಡಬೇಕಾಯಿತು. ನಿರಂತರ ಅಲೆದಾಟ, ಹುಡುಕಾಟದ ಶ್ರಮದ ಫಲವಾಗಿ ಕಡೆಗೆ, ಸಾಂತಾಕ್ರೂಜ್ ಏರ್‌ಪೋರ್ಟ್ ಬಳಿ ಒಂದು ವಿಶಾಲವಾದ ಮತ್ತು ಧಾರಾಳವಾಗಿ ಗಾಳಿ ಬೆಳಕು ಲಭ್ಯವಿದ್ದ ಬಂಗಲೆಯೊಂದು ಸಿಕ್ಕಿತು. ಕಸ್ತೂರಳಿಗೆ ಆ ಮನೆ ತುಂಬ ಇಷ್ಟವಾಯಿತು. ಮಾರುಕಟ್ಟೆ, ಶಾಲೆ, ರೈಲ್ವೇಸ್ಟೇಷನ್ ಎಲ್ಲಕ್ಕೂ ಹತ್ತಿರವಾಗಿತ್ತು. ಅದಕ್ಕಾಗಿ ಮೀನಾಮೇಷ ನೋಡದೆ ಕೂಡಲೇ ಅಲ್ಲಿಗೆ ಸ್ಥಳಾಂತರಗೊಂಡರು.

ಅಂತೂ ಇಂತೂ ಸಾಂತಾಕ್ರೂಜ್‌ನ ಹೊಸಮನೆಯಲ್ಲಿ ಮಣಿಯ ಆರೋಗ್ಯದ ಸಂತೋಷದ ಜೊತೆಗೆ ನೆಮ್ಮದಿಯೊಂದಿಗೆ ನೆಲೆಸಿದರು. ಗಾಂಧಿಯೂ ನಿರಾಳವಾದ, ತನ್ನ ವಕೀಲ ವೃತ್ತಿಯಲ್ಲಿ ಬೇರೂರಲು ಪ್ರಯತ್ನಿಸುತ್ತಿದ್ದ. ಪ್ರತಿದಿನ ಟ್ರೈನ್‌ನಲ್ಲಿ ಸಾಂತಾಕ್ರೂಜ್‌ನಿಂದ ಪ್ರಯಾಣಿಸುತ್ತಿದ್ದ. ಆದಾಯ ಅಷ್ಟಾಗಿ ಹೇಳಿಕೊಳ್ಳುವಂತೆ ಇಲ್ಲದಿದ್ದರೂ, ಹೆಚ್ಚಿನ ಮೊಕದ್ದಮೆಗಳು ಬಾರದಿದ್ದರೂ ಹೇಗೋ ನಡೆಯುತ್ತಿತ್ತು. ಬಿಡುವಿನ ವೇಳೆಯಲ್ಲಿ ಕೋರ್ಟಿನ ಲೈಬ್ರರಿಯಲ್ಲಿ ಕುಳಿತು ಸಿಕ್ಕಿದೆಲ್ಲವನ್ನೂ ಓದುತ್ತಿದ್ದ. ಗೋಖಿಲೆಯವರೂ ಆಗಾಗ ಬಂದು ಕಾಂಗ್ರೆಸ್ ಚಟುವಟಿಕೆಗಳ ಬಗ್ಗೆ ಚರ್ಚಿಸುತ್ತಿದ್ದರು. ಕೆಲವೊಮ್ಮೆ ಗಾಂಧಿಯನ್ನು ಅವರಿವರನ್ನು ಭೇಟಿಯಾಗಿ ಬರಲು ಕಳಿಸುತ್ತಿದ್ದರು.

ಕಸ್ತೂರಳಿಗಂತೂ ಸ್ವತಂತ್ರದ ಹಕ್ಕಿಯಂತೆ ಸಂಭ್ರಮಿಸಿದಳು. ಈಗ ಸಾಕಷ್ಟು ಧೈರ್ಯ ತಂದುಕೊಂಡಿದ್ದಳು. ಪ್ರಬುದ್ಧಳಾಗುತ್ತಿದ್ದಂತೆ ಯಾರ ನೆರವೂ ಇಲ್ಲದಂತೆ ಸ್ವ-ನಿರ್ಧಾರಗಳನ್ನು ತೆಗೆದುಕೊಳ್ಳುವಷ್ಟು ಸಮರ್ಥಳಾಗಿದ್ದಳು. ದಕ್ಷಿಣ ಆಫ್ರಿಕಾದಲ್ಲಿ ಗಾಂಧಿ ಹೇರಿದ್ದ ನಿಯಮಗಳನ್ನು ಗಾಳಿಗೆ ತೂರಿಬಿಟ್ಟದ್ದಳು. ಇಲ್ಲಿ ರಾಜಕೋಟದಿಂದ ಬಂದಿದ್ದ ಗುಜರಾತಿ ಸ್ನೇಹಿತರು ನೆರೆಹೊರೆಯವರು, ಸಾಕಷ್ಟು ಮಂದಿ ಇದ್ದರು. ಕಷ್ಟ-ಸುಖಗಳನ್ನು ಹಂಚಿಕೊಳ್ಳುತ್ತಿದ್ದರು. ಸಮಯ ಸಂದರ್ಭಗಳಿಗೆ ಒದಗಿ ಬರುತ್ತಿದ್ದರು. ಎಲ್ಲಕ್ಕಿಂತ ಅವಳಿಗೆ ಇಲ್ಲಿ ಆಫ್ರಿಕಾದಲ್ಲಿಯಂತೆ ಭಾಷಾ ಸಮಸ್ಯೆ ಎದುರಾಗಲಿಲ್ಲ. ಗುಜರಾತಿ ಮಾತೃಭಾಷೆಯಾದರೆ, ವ್ಯವಹಾರ ಭಾಷೆಯಾಗಿ ಹಿಂದಿ ಇತ್ತು. ಆಫ್ರಿಕಾದಲ್ಲಿದ್ದ ಮನೆಯ ಅಕ್ಕಪಕ್ಕ ಇದ್ದವರೆಲ್ಲ ಬಿಳಿಯರಾಗಿದ್ದರು. ಇವರು ಬಿಟ್ಟರೆ ಗಾಂಧಿಯನ್ನು ಭೇಟಿಯಾಗಲು ಬರುತ್ತಿದ್ದವರು ಮುಸ್ಲಿಮರು. ಹೀಗಾಗಿ ಜಾತಿ ಬೇರೆ, ಭಾಷೆ ಬೇರೆ ಇದ್ದುದರಿಂದ ಅವರೊಂದಿಗೆ ಬಯಸಿದರೂ ಸಲೀಸಾಗಿ ಮಾತಾಡಲು ಸಾಧ್ಯವಾಗುತ್ತಿರಲಿಲ್ಲ. ಆದರೆ ಈಗ ಇಲ್ಲಿನ ಪರಿಸ್ಥಿಯೇ ಬೇರೆ, ಮುಕ್ತತೆ ಇತ್ತು. ಸ್ವಾತಂತ್ರ್ಯ ಇತ್ತು. ತಿನ್ನಲು, ಕುಡಿಯಲು, ಸ್ನಾನಮಾಡಲು, ಬಟ್ಟೆ ಒಗೆಯಲು ಹೋದಾಗಲೆಲ್ಲ ಷೂ ಧರಿಸಬೇಕೆಂಬ ನಿಯಮವಿರಲಿಲ್ಲ. ಯಾವುದಕ್ಕೂ ಈಗ ಗಾಂಧಿಗೆ ಹೆದರಬೇಕಾಗಿರಲಿಲ್ಲ. ಆದರೆ ಹೀಗೆಂದ ಮಾತ್ರಕ್ಕೆ ಧರ್ಮ ಜಾತಿ ವಿಚಾರದಲ್ಲಿ ಮಾತ್ರ, ತನಗೆ ಅನುವಂಶಿಕವಾಗಿ ಬಂದ ನಂಬಿಕೆ, ಶ್ರದ್ಧೆಗಳೇ ಮುಂದುವರೆದನ್ನು. ಹಿಂದಿನಿಂದಲೂ ದೊಡ್ಡವರು, ಋಷಿಮುನಿಗಳು ಜಾತಿ, ಧರ್ಮ ವ್ಯವಸ್ಥೆಯ ನಿಯಮಗಳನ್ನು ಪಾಲಿಸುತ್ತಲೇ ಬಂದಿರುವಾಗ ಗಂಡನೇಕೆ ಈ ರೀತಿ ಅದನ್ನು ವಿರೋಧಿಸುತ್ತಾರೆ ಎಂಬುದು ಅವಳಿಗೆ ಅರ್ಥವಾಗಿರಲಿಲ್ಲ. ಏನೇ ಆದರೂ ಭಾರತಕ್ಕೆ ಹಿಂದಿರುಗಿ ಬಂದು ತಮ್ಮ ಬದುಕಿನ ನೆಲೆ ಕಂಡುಕೊಂಡದ್ದೇ ಒಂದು ರೀತಿಯ ಬಿಡುಗಡೆ ! ನಿರಾಳ ಎನಿಸಿತು.

ಕಸ್ತೂರಳ ಬದುಕಿನಲ್ಲಿ ನಿರಂತರತೆ ಎನ್ನವುದು ಸಾಧ್ಯವಾಗದೆ ಇರುವುದೇ ದೇವರ ಇಚ್ಛೆಯೇನೋ, ಇನ್ನೇನು ಎಲ್ಲವೂ ನಿರ್ಧಾರವಾಯಿತು ನೆಮ್ಮದಿಯಾಗಿ ಗಂಡ ಹೆಂಡತಿ ಮಕ್ಕಳು ಒಟ್ಟಿಗೆ ಇರಬಹುದು ಎಂಬ ಭಾವನೆಯಲ್ಲಿ ಇರುವಾಗಲೇ ಒಂದು ಆಘಾತಕಾರಿ ಸುದ್ದಿ

ಎದುರಾಯಿತು. ಗಾಂಧಿಗೆ ಮತ್ತೆ ದಕ್ಷಿಣ ಆಫ್ರಿಕಾಗೆ ಹೊರಡಲೇ ಬೇಕಾದ ಸಂದರ್ಭ ಒದಗಿತು. ಕಸ್ತೂರಳಿಗೆ ಮತ್ತೆ ಗಂಡನ ಅಗಲಿಕೆಯ ಶಾಪ ಎದುರಾಯಿತು. ಆಫ್ರಿಕಾದಿಂದ ಅನಿರೀಕ್ಷಿತವಾಗಿ ಗಾಂಧಿಗೆ ಒಂದು ಟೆಲಿಗ್ರಾಂ ಬಂತು ಅದರಲ್ಲಿ ಮಿ॥ ಚೇಂಬರ್‌ಲೈನರು ಬರುತ್ತಿದ್ದಾರೆ ದಯವಿಟ್ಟು ಒಡನೆಯೇ ಬನ್ನಿ" ಎಂದಿತ್ತು. ಏನು ಮಾಡಬೇಕೆಂದು ತೋಚಲಿಲ್ಲ. ಸ್ಥಿರವಾಗಿ ನಿಲ್ಲಬೇಕೆಂದು ಕೊಳ್ಳುವಾಗಲೇ ಗಾಂಧಿಗೆ ಈ ಸುದ್ದಿ ಬಂದದ್ದು, ಮನಸ್ಸಿನ ಹೊಯ್ದಾಟಕ್ಕೆ ದಾರಿ ಮಾಡಿತು. 'ನಾನು ಬರುವುದಿಲ್ಲ' ಎಂದು ಗಾಂಧಿಗೆ ಹೇಳುವುದಕ್ಕೆ ಸಾಧ್ಯವೇ ಇರಲಿಲ್ಲ. ತಾನೇ ಅವರಿಗೆ ಯಾವಾಗ ಯಾವುದೇ ರೀತಿಯಲ್ಲಿ ಅಗತ್ಯ ಬಿದ್ದರೂ ನಾನು ಬಂದೇ ಬರುತ್ತೇನೆ ಎಂದು ಮಾತು ಬೇರೆ ಕೊಟ್ಟಿದ್ದ. ಆದ್ದರಿಂದ ಕೂಡಲೇ ಅವರಿಗೆ ತಾನು ಬರುವುದಕ್ಕೆ ಬೇಕಾದ ವ್ಯವಸ್ಥೆಯನ್ನು ಮಾಡಬೇಕೆಂದು ತಿಳಿಸಿದ.

ಈ ಸುದ್ದಿಯೊಂದಿಗೆ ಕಸ್ತೂರಳನ್ನು ಭೇಟಿಯಾಗಲು ಭಯವಾಯಿತು. ಇನ್ನೂ ಕಾಲೂರುತ್ತಿರುವಾಗಲೇ ಮತ್ತೆ ಕುಟುಂಬದೊಂದಿಗೆ ಎತ್ತಂಗಡಿ ಮಾಡಬೇಕೆಂದರೆ ಖಂಡಿತ ವಾಗಿಯೂ ಹುಲಿಯಂತೆ ಮೇಲೆ ಹಾರುತ್ತಾಳೆ. ಆದರೂ ಹೇಳದೆ ಇರುವುದಾದರೂ ಹೇಗೆ? ಒಂದೆರಡು ದಿನದ ವಿಷಯವಲ್ಲ. ಏನೆಂದರೂ ಒಂದು ವರ್ಷವಾದರೂ ಅಲ್ಲಿರಬೇಕಾಗುತ್ತದೆ. ತಾನು ಹೊರಟು ಹೋದರೆ ಇಲ್ಲಿ ಅವರ ಪಾಡೇನು? ಜೊತೆಗೆ ಕರೆದುಕೊಂಡು ಹೋದರೆ ಸ್ವಲ್ಪವಾದರೂ ನೆಮ್ಮದಿಯಿರುತ್ತದೆ. ಅವರು ಇಲ್ಲಿಯೇ ಇರುತ್ತೇವೆಂದು ಹಟ ಮಾಡಿದರೆ ಏನು ಮಾಡುವುದು. ಮನೆ ಹೇಗೆ ನಡೆಯುತ್ತದೆ? ಯಾವುದೇ ಆದಾಯಕ್ಕೆ ಮಾರ್ಗವಿರಲಿಲ್ಲ. ಮನೆ ಬಾಡಿಗೆಯದು. ಇದ್ದ ಬದ್ದ ಒಡವೆಗಳನ್ನೆಲ್ಲ ಮಾರಿಯಾಗಿತ್ತು. ಹೀಗೆ ಗಾಂಧಿ ತಲೆಯಲ್ಲಿ ನೂರೆಂಟು ಆಲೋಚನೆಗಳು! ಅದೂ ಅಲ್ಲದೆ ನನ್ನ ಹೋರಾಟದ ಅವಧಿಯಲ್ಲಿ ನನಗೇನಾದರೂ ಆದರೆ ಎಂಬ ಆಲೋಚನೆ ಬಂದದ್ದೇ ಅವನಲ್ಲಿ ಕಂಪನ ಉಂಟಾಯಿತು. ಕುಟುಂಬವನ್ನು ಬಿಟ್ಟು ಹೋದರೆ ಒಂದು ಸಮಸ್ಯೆ, ಬಿಡದೆ ಜೊತೆಗೆ ಕರೆದೊಯ್ದರೆ ಮತ್ತೊಂದು ಸಮಸ್ಯೆ ! ಹೀಗಾಗಿ ಸ್ವತಃ ತಾನೇ ಯಾವುದೇ ನಿರ್ಧಾರ ತೆಗೆದುಕೊಳ್ಳುವುದಕ್ಕೆ ಮೊದಲು ಕಸ್ತೂರಳೊಂದಿಗೆ ಚರ್ಚೆ ಮಾಡುವುದು ಒಳ್ಳೆಯದೆನಿಸಿ, ಅವಳನ್ನು ಕೇಳಿದಾಗ, ಮತ್ತೊಮ್ಮೆ ಇಲ್ಲಿಂದ ಮತ್ತೆಲ್ಲಿಗೋ ಎತ್ತಂಗಡಿ ಎಂದು ಕಿವಿ ಮೇಲೆ ಬಿದ್ದದ್ದೇ, ಸಿಟ್ಟಿನಿಂದ ಸಿಡಿದೆದ್ದಳು.

'ಏನು, ನಿಮಗೆ ಯಾವಾಗಲೂ ಹೆಂಡತಿ ಮಕ್ಕಳನ್ನು ಅಲೆದಾಡಿಸುವುದೇ ಕೆಲಸ ವಾಯಿತೇನು? ದಕ್ಷಿಣ ಆಫ್ರಿಕಾದಲ್ಲಿ ಏನೇ ಆದರೂ ಎಲ್ಲವನ್ನೂ ಪರಿಹಾರಮಾಡೋಕೆ ನೀವೇ ಹೋಗಬೇಕೇನು? ಅಲ್ಲಿನ ಭಾರತೀಯರ ರಕ್ಷಣೆಯ ಹೊರೆ ನಿಮಗೇ ಗುತ್ತಿಗೆಯೇನು? ಮಾತೆತ್ತಿದ್ದರೆ ಅಲ್ಲಿಗೆ ಹೋಗೋಣ ಅಂತ ಹೇಳ್ತಾ ನಾವು ಯಾರೂ ನೆಮ್ಮದಿಯಾಗಿ ಬದುಕೋದಕ್ಕೆ ಬಿಡೋಕೆ ನಿಮಗೆ ಆಗೋದಿಲ್ವೇನು? ನೀವು ಏನೇ ಹೇಳಿ, ನಾನು ಮತ್ತು ಮಕ್ಕಳಂತೂ ಇಲ್ಲಿಂದ ಕದಲುವುದೇ ಇಲ್ಲ. ಬೇಕಾದರೆ ನೀವೇ ಹೋಗಿ, ಸಾಧ್ಯವಾದರೆ ಅಲ್ಲೆಯೇ ಇದ್ದುಬಿಡಿ' ಎಂದು ಕಪಾಳಕ್ಕೆ ಹೊಡೆದಂತೆ ಮಾತನಾಡಿದಳು.

"ಕಸ್ತೂರ್ ನಿನ್ನ ಸಿಟ್ಟು ತರ್ಕಬದ್ಧವೇ! ಏನು ಮಾಡಲಿ, ಇಲ್ಲಿಗೆ ಬರಲು ಬಿಡದೇ ಹೋದಾಗ, ಶಾಶ್ವತವಾಗಿ ಅಲ್ಲಿ ಉಳಿಯಲು ಸಾಧ್ಯವಿಲ್ಲ, ಅಗತ್ಯಬಿದ್ದಾಗ ತಪ್ಪದೆ ಬಂದು ನೆರವಾಗುತ್ತೀನಿ ಎಂದು ಮಾತುಕೊಟ್ಟಿದ್ದೇನೆ" ಎಂದ.

"ಬಹಳ ಒಳ್ಳೆಯದಾಯಿತು. ನೀವು ಸತ್ಯಹರಿಶ್ಚಂದ್ರರಲ್ಲವೇ? ಹೇಗೆ ತಾನೇ ಮಾತು ತಪ್ಪುತ್ತೀರಿ, ಹೋಗಿ ಬನ್ನಿ. ನಾನು ಮಕ್ಕಳು ಹೇಗೋ ಕೂಲಿನಾಲಿ ಮಾಡಿ ಬದುಕುತ್ತೇವೆ. ನೀವೇನು ಚಿಂತೆ ಮಾಡಬೇಡಿ. ಪರೋಪಕಾರಿಗಳಿಗೆ ಕಷ್ಟ ತಪ್ಪಿದ್ದಲ್ಲ" ಎಂದು ಹೇಳುವಾಗ ಗಾಂಧಿಗೆ ಅವಳ ಮಾತಿನಲ್ಲಿನ ವ್ಯಂಗ್ಯ ಅರ್ಥವಾಯಿತು.

"ಕಸ್ತೂರ್ ನೀನು ಏನೇ ಅಂದರೂ ನಾನು ತಪ್ಪು ತಿಳಿಯುವುದಿಲ್ಲ. ನಿನ್ನ ಮಾತಿನ ಹಿಂದೆ ಸತ್ಯ ಇದೆ; ಸಂಕಟ ಇದೆ; ಜೀವನ ಸಮಸ್ಯೆಯ ಭಯ ಇದೆ. ಆದರೆ ಅದಕ್ಕೆಲ್ಲ ನೀನೇನು ಯೋಚನೆ ಮಾಡಬೇಡ. ನಾನು ಅಲ್ಲಿಗೆ ಹೋಗುತ್ತಿರುವುದು ಕೇವಲ ಒಂದು ವರ್ಷಕ್ಕಾಗಿ. ಬೇಗನೆ ಬಂದು ಬಿಡುತ್ತೇನೆ. ಅಲ್ಲದೆ ನಿಮಗೆ ಜೀವನೋಪಾಯಕ್ಕೆ ಒಂದು ವ್ಯವಸ್ಥೆ ಮಾಡಿಯೇ ಹೋಗುತ್ತೇನೆ" ಎಂದು ಹೇಳಿ ಸಮಾಧಾನಪಡಿಸಿದ.

ಗುಡುಗು, ಸಿಲು, ಮಳೆ ನಿಂತ ಮೇಲೆ, ಗಾಂಧಿ ನೆಮ್ಮದಿಯಾಗಿ ಉಸಿರಾಡಿದ. ಕೂಡಲೆ ದಕ್ಷಿಣ ಆಫ್ರಿಕಾದ ಗೆಳೆಯರಿಗೆ ತಾನು ಬರುವುದಾಗಿ ಮತ್ತೊಮ್ಮೆ ಖಚಿತಪಡಿಸಿದ. ಅವನಿಗೆ ಕುಟುಂಬದ ಚಿಂತೆಯ ಜೊತೆಗೆ ತನ್ನ ಪ್ರಾಣದ ಚಿಂತೆಯೂ ಕಾಡುತ್ತಿತ್ತು. ಪರಿಸ್ಥಿತಿ ಎಲ್ಲಿಂದ ಎಲ್ಲಿಗೆ ಹೋಗುವುದೋ ಹೇಳುವುದಕ್ಕೆ ಸಾಧ್ಯವಿಲ್ಲವಾದ್ದರಿಂದ, ತಾನಿಲ್ಲದೆ ಹೋದರೂ ತನ್ನ ಕುಟುಂಬ ಅನಾಥವಾಗಬಾರದೆಂದು ಭಾವಿಸಿ ತನಗೆ ಪರಿಚಯವಿದ್ದ ಜೀವವಿಮೆ ಏಜೆಂಟನ್ನು ಕರೆಸಿದ. ಈತ ಮೊದಲೊಮ್ಮೆ ಪಾಲಿಸಿ ಮಾಡಿಸಲು ಕೇಳಿದಾಗ ಒಲ್ಲೆ ಎಂದಿದ್ದ. ಆದರೆ ಈಗ ಅದರ ಪ್ರಾಮುಖ್ಯತೆ, ಅಗತ್ಯ ಎಷ್ಟೆಂದು ತಿಳಿದಾಗ, ಹಾಗೂ ಹೀಗೂ ಮಾಡಿ ಕಸ್ತೂರಳ ಹೆಸರಿಗೆ ಹತ್ತು ಸಾವಿರ ರೂಪಾಯಿಗಳ ಒಂದು ಪಾಲಿಸಿ ಮಾಡಿಸಿದ. ಇದು ಕಸ್ತೂರಳಿಗೆ ಮಾಡಿಸುವ ಮುಂಚೆ ಗೊತ್ತಿರಲಿಲ್ಲ. ಆದರೆ ಈಗ ಈ ವಿಷಯ ತಿಳಿಸಿ ಅವಳ ಕೈಗೆ ಪಾಲಿಸಿ ಇತ್ತು ವಿವರಿಸಿದಾಗ, ಮತ್ತೊಮ್ಮೆ ಅವಳು ಸಿಟ್ಟಾದಳು. ಕೊಟ್ಟ ಪಾಲಿಸಿಯನ್ನು ನಿರ್ಲಕ್ಷ್ಯದಿಂದ ಹಿಂತಿರುಗಿಸಿದಳು. ಅದು ಅವಳಿಗೆ ಅಪಶಕುನವೆನಿಸಿತು. ಪಾಲಿಸಿ ಹಣ ಬರುವುದು ಗಂಡ ಸತ್ತು ತಾನು ವಿಧವೆಯಾದಾಗ! ಗಂಡನ ಸಾವು, ವೈಧವ್ಯವೆನ್ನುವುದು ಆ ಕಾಲದ ಹೆಣ್ಣುಮಕ್ಕಳಿಗೆ ಊಹಿಸಿಕೊಳ್ಳುವುದೂ ಭಯಾನಕವೇ! ಅಂಥಾದ್ದರಲ್ಲಿ ಈ ತುಂಡು ಕಾಗದ ಅವಳ ಕೈಗೆ ಕೊಟ್ಟು ತಾನು ಸತ್ತ ಮೇಲೆ, ಹಣ ತೆಗೆದು ಕೊಳ್ಳುವ ಗಾಂಧಿಯ ವ್ಯವಸ್ಥೆಯನ್ನು ಧಿಕ್ಕರಿಸಿದಳು. ಅವನ ಮುಖದ ನೀರು ಇಳಿಸಲು ಮುಂದಾದಳು.

"ಏನೆಂದು ಕೊಂಡಿದ್ದೀರಿ, ನಿಮ್ಮ ಹೆಂಡತಿಯನ್ನು. ನಾನು ಸಾಯುವುದಕ್ಕೆ ಮೊದಲು ನೀವು ಸಾಯುತ್ತೀರಿ ಎಂದು ಹೇಗೆ ಊಹಿಸಿದಿರಿ? ಅದೂ ನೀವು ಹೊರಡುವುದಕ್ಕೆ ಮೊದಲು ಇಂಥ ಮಾತು, ಆಲೋಚನೆಗಳು ನನ್ನ ಮೇಲೆ ಏನು ಪರಿಣಾಮ ಬೀರಬಹುದೆಂದು ಯೋಚಿಸಿದ್ದೀರಾ?

"ಅಯ್ಯೋ ದೇವರೇ! ಇದೇನು ದೊಡ್ಡ ವಿಷಯವೇ ಪ್ರತಿಯೊಬ್ಬರೂ ಸಾಯಲೇಬೇಕು. ಯಾರಿಗೆ ಯಾವಾಗ ಸಾವು ಬರುತ್ತೆಂದು ನಿರ್ದಿಷ್ಟವಾಗಿ ಹೇಳುವುದಕ್ಕೆ ಮಾತ್ರವೇ ಆಗುವುದಿಲ್ಲ. ಆದ್ದರಿಂದ ನಾನು ಹೀಗೆ ಕೆಲಸ ಕರ್ತವ್ಯಗಳೆಂದು ಎಲ್ಲೆಲ್ಲೋ ಓಡಾಡುವಾಗ ಏನಾದರೂ ಆದರೆ, ಎಂದು ನನ್ನ ಕುಟುಂಬದ ಕ್ಷೇಮದ ಬಗ್ಗೆ ಚಿಂತಿಸದೆ ಹೋದಲ್ಲಿ ನನ್ನಂಥ ಮುಟ್ಠಾಳ, ಸ್ವಾರ್ಥಿ, ಪ್ರಪಂಚದಲ್ಲಿ ಮತ್ತೊಬ್ಬನಿರಲಾರ" ಎಂದ.

"ನೋಡಿ ಇನ್ನು ಇದರ ಬಗ್ಗೆ ಚರ್ಚೆ ಬೇಡ. ಇಲ್ಲಿಗೇ ಸಾಕು ಮಾಡಿ. ಮುಂದೆ ಒಂದು ಶಬ್ದ ನಿಮ್ಮಿಂದ ಕೇಳಲು ನನಗಿಷ್ಟವಿಲ್ಲ. ಅದೂ ಅಲ್ಲದೆ ನನ್ನಂಥ ಹೆಣ್ಣು ಮಕ್ಕಳಿಗೆ ಪಾಲಿಸಿ ಗೀಲಿಸಿ ಅಂಥಾದ್ದೆಲ್ಲ ಏನು ತಾನೆ ಗೊತ್ತಿರುತ್ತೆ." – ಎಂದು ಹೇಳಿ ಸುಮ್ಮನಾದಳು.

ಗಾಂಧಿ ಪ್ರಯಾಣಕ್ಕೆ ಬೇಕಾದ ಸಾಮಾನು ಸರಂಜಾಮುಗಳ ವ್ಯವಸ್ಥೆಯಲ್ಲಿ ಕಸ್ತೂರ್ ತೊಡಗಿಸಿಕೊಂಡಳು. ಒಂದು ವರ್ಷದವರೆಗೆ ತನ್ನ ಮನೆಯವರಿಗೆ ಮತ್ತು ತನ್ನ ಹೆಂಡತಿ ಮಕ್ಕಳಿಗೆ ಜೀವನೋಪಾಯಕ್ಕೆ ತೊಂದರೆಯಾಗದಂತೆ ಹಣಕಾಸಿನ ಏರ್ಪಾಡು ಮಾಡಿದ. ಹರಿಲಾಲ ಮತ್ತು ಗೋಕುಲದಾಸರ ಓದಿಗೂ ಒಂದು ಏರ್ಪಾಡು ಮಾಡಿದ. ತನ್ನ ಹತ್ತಿರದ ಬಂಧುವಾಗಿದ್ದ ಚಗನ್‌ಲಾಲ್ ಗಾಂಧಿಗೆ, ತನ್ನ ಕುಟುಂಬದ ಜೊತೆಗೇ ಇರುವಂತೆ ಹೇಳಿ. ಅವನ ಕುಟುಂಬವನ್ನೂ ಬರಮಾಡಿಕೊಂಡ. ಇದು ಯಾವುದಕ್ಕೂ ಕಸ್ತೂರ್ ಬೇಡ ಎನ್ನಲಿಲ್ಲ... ತುಂಬಿದ ಮನೆಯ ಬದುಕು ಅವಳಿಗೆ ಮೊದಲಿನಿಂದಲೂ ಬಹಳ ಇಷ್ಟ. ಚಗನ್‌ಲಾಲ್ ಗಾಂಧಿ ಹೆಂಡತಿ ಕಾಶಿಬೆನ್‌ಳನ್ನು ಕಂಡರೆ ಕಸ್ತೂರಳಿಗೆ ಬಹಳ ಇಷ್ಟ.

ಗಾಂಧಿಗೆ ತಾನೊಬ್ಬನು ಬೆಳೆದರೆ ಸಾಲದು. ತನ್ನ ಬಂಧುಗಳೆಲ್ಲರೂ ಬೆಳೆಯಬೇಕು; ಸಂಪಾದಿಸಬೇಕು. ಇದ್ದೆಡೆಯೇ ಇರುವುದಕ್ಕಿಂತ, ತಾನು ಹೋಗುತ್ತಿರುವ ನೆಟಾಲಿಗೆ(ಆಫ್ರಿಕಾ) ಒಂದು ಹೊಸ ಬದುಕಿಗೆ ಪ್ರಯತ್ನಿಸಬಹುದೆನ್ನುವ ಆಸೆಯಿಂದ ತನ್ನ ಸಂಬಂಧಗಳಲ್ಲಿ ಕೆಲ ಯುವಕರನ್ನು ತನ್ನ ಜೊತೆ ಬರಲು ಆಹ್ವಾನಿಸಿದ. ಇಷ್ಟೆಲ್ಲಾ ಹೇಳಿದ ಮೇಲೆ ಹತ್ತೊಂಬತ್ತು ವರ್ಷದ ಮಗನ್‌ಲಾಲ್ (ಚಗನ್‌ಲಾಲನ ತಮ್ಮ) ಸಿದ್ಧವಾಗಿ ಗಾಂಧಿ ಜೊತೆ ಹೊರಡಲು ತುದಿಗಾಲಲ್ಲಿ ನಿಂತ.

ಗಾಂಧಿ ನಿಶ್ಚಿತ ದಿನದಂದು ದಕ್ಷಿಣ ಆಫ್ರಿಕಾದ ಹಡಗು ಹತ್ತಿದ. ಆದರೆ ಮನಸ್ಸು ಮಕ್ಕಳು, ಹೆಂಡತಿ, ಬಂಧು ಮಿತ್ರರನ್ನು ತೊರೆದು ಹೋಗುತ್ತಿರುವುದಕ್ಕೆ ದುಃಖದಿಂದ ತುಂಬಿ ಹೋಗಿತ್ತು.

ಬ್ರಿಟಿಷ್ ಕಲೋನಿಯಲ್ ಸೆಕ್ರೆಟರಿ ಚೇಂಬರ್‌ಲೈನ್ ಅವರನ್ನು ಕಂಡು ಅವರಿಗೆ ಭಾರತೀಯರ ಹಕ್ಕುಗಳ ಬಗ್ಗೆ ಒಂದು ಮನವಿಯನ್ನು ಸಲ್ಲಿಸಿ, ನಿರಾಪರಾಧಿಗಳಾದ ಭಾರತೀಯರ ಮೇಲೆ ಆಗುತ್ತಿರುವ ಅನ್ಯಾಯಗಳನ್ನು ಮನವರಿಕೆ ಮಾಡಿಸಿ, ಇನ್ನು ಮುಂದೆ ಅವರಿಗೆ ಯಾವ ರೀತಿಯಿಂದಲೂ ಅನ್ಯಾಯವಾಗದಂತೆ ನೋಡಿಕೊಳ್ಳಬೇಕೆಂದು ವಿನಂತಿಸಿಕೊಳ್ಳಲು ದೂರದ ಭಾರತದಿಂದ ಬಂದಿದ್ದ. ಆದರೆ ಬ್ರಿಟಿಷ್ ಅಧಿಕಾರಿ ಚೇಂಬರ್ ಲೈನ್ ಅವರು, ಗಾಂಧಿ ಅವರ ಬಗ್ಗೆ ತಳೆದಿದ್ದ ಅಭಿಪ್ರಾಯಕ್ಕಿಂತ ವಿರುದ್ಧವಾಗಿ, ಗಾಂಧಿಯ ಮನವಿಯನ್ನು ಕೇಳಿಸಿಕೊಳ್ಳಲು ನಿರ್ಲಕ್ಷ್ಯ ತೋರಿದ್ದು ತೀರಾ ಆಘಾತಕಾರಿ ಎನಿಸಿತು.

ಬ್ರಿಟಿಷರು ಯಾವಾಗಲೂ ತಮಗೆ ಅನುಕೂಲವಾಗಿ ಇರುತ್ತಾರೆಂದು ನೆಟಾಲಿನ ಭಾರತೀಯರಿಗೆ ಮನದಟ್ಟು ಮಾಡಿಸಿ ಬೋಯರ್ ಯುದ್ಧದಲ್ಲಿ ಬ್ರಿಟಿಷರಿಗೆ ಸಹಾಯವಾಗಿ ನಿಲ್ಲುವಂತೆ ಮಾಡಿದ್ದ. ಈಗ ಚೇಂಬರ್ ಲೈನರ ಧೋರಣೆ ನೋಡಿದ ಮೇಲೆ ತನ್ನ ಅಭಿಪ್ರಾಯ ಸುಳ್ಳು ಎನಿಸಿತು. ಭಾರತೀಯರೂ ಸ್ವಲ್ಪ ಮಟ್ಟಿಗೆ ಗಾಂಧಿ ಮೇಲೆ ಸಿಟ್ಟಾಗಿದ್ದರು. ಈಗ ಗಾಂಧಿಗೆ ತೋರಿದ ದಾರಿಯೆಂದರೆ, ಕಾನೂನು ಬದ್ಧವಾಗಿ ಹೋರಾಟ ಮಾಡುವುದು. ಜೋಹಾನ್ಸ್‌ಬರ್ಗ್ ನಲ್ಲಿ ವಕೀಲಿ ವೃತ್ತಿ ಪ್ರಾರಂಭಿಸಿದ, ಸುಪ್ರೀಂಕೋರ್ಟ್ ನ್ಯಾಯಾಲಯದಲ್ಲಿ ವಕೀಲನಾಗಿ ಕೆಲಸಮಾಡಲು ಅನುಮತಿ ದೊರೆಯಿತು. ಅಲ್ಲಿನ ಕೆಲ ಬ್ರಿಟಿಷ್ ಅಧಿಕಾರಿಗಳ ಸ್ನೇಹ

ಸಂಪರ್ಕಗಳು ದೊರೆತವು. ಟ್ರಾನ್ಸ್‌ವಾಲ್ ಅಧಿಕಾರಿಗಳ ದುರ್ನಡತೆಯ ವಿರುದ್ಧ ಮೊಕದ್ದಮೆ ಹೂಡಿ, ಅವರೆಲ್ಲರ ಬಂಧನ ಮತ್ತು ವಿಚಾರಣೆ ಮಾಡಬೇಕೆಂದು ವಾದಮಾಡಿದರು. ಮೊದಲಿಗೆ ಬಿಳಿಯ ನ್ಯಾಯಾಧೀಶರು ಅವರನ್ನು ಸರಿಯಾದ ಸಾಕ್ಷ್ಯಾಧಾರಗಳಿಲ್ಲದೆ ಅಪರಾಧಿಗಳೆಂದು ತೀರ್ಪ ನೀಡಲು ಸಾಧ್ಯವಿಲ್ಲವೆಂದರೂ, ಗಾಂಧಿಯ ಪ್ರಯತ್ನದಿಂದ ಅವರಿಂದಾದ ಅಪರಾಧಗಳು ಬೆಳಕಿಗೆ ಬಂದು, ಗಾಂಧಿ ಬಯಸಿದಂತೆ ಅವರಿಗೆ ಶಿಕ್ಷೆಯಾಯಿತು. ಈ ಒಂದು ಗೆಲುವು ಟ್ರಾನ್ಸ್‌ವಾಲ್‌ನ ಭಾರತೀಯರಲ್ಲಿ ಗಾಂಧಿ ವಿಚಾರವಾಗಿ ಮತ್ತಷ್ಟು ಭರವಸೆ ತುಂಬಿತು. ಇದರಿಂದಾಗಿ ಗಾಂಧಿ ಬಹು ದೊಡ್ಡ ವ್ಯಕ್ತಿಯಾಗುವ ಸಾಧ್ಯತೆ ಇತ್ತು. ಕಾನೂನಿನ ಅಪಾರ ಜ್ಞಾನ, ಬುದ್ಧಿ ಮತ್ತು ವೃತ್ತಿ ಪ್ರಾವೀಣ್ಯತೆ, ಶಿಸ್ತು, ಕಷ್ಟ ಸಹಿಷ್ಣತೆ, ಎಲ್ಲಕ್ಕಿಂತ ಯಾವ ಪರಿಸರದಲ್ಲಿನ ಜನಗಳನ್ನು ಪ್ರಭಾವಿಸಬಲ್ಲ ಕ್ರಿಯಾಶೀಲತೆಗಳು ಅವನನ್ನು ನಾಯಕನಾಗಲು ಸಿದ್ಧಗೊಳಿಸುತ್ತಿದ್ದವು. ಆದರೆ ಗಾಂಧಿಗೆ, ತನಗೆ ತಾನೊಬ್ಬನೇ ಮುಖ್ಯವಲ್ಲ; ಹೆಂಡತಿ ಮಕ್ಕಳೊಂದಿಗಿರುವ ಸಂಸಾರಿಗನೂ ಹೌದು ಎಂದು ಆಲೋಚಿಸುವಂತಾಗಿತ್ತು. ಆದರೂ ದಕ್ಷಿಣ ಆಫ್ರಿಕಾದ ಭಾರತೀಯರ ಹಕ್ಕು ಮತ್ತು ಸುರಕ್ಷತೆಗಾಗಿ ತನ್ನನ್ನು ತಾನು ಸಂಪೂರ್ಣವಾಗಿ ಅರ್ಪಿಸಿಕೊಂಡಿದ್ದ. ಹಾಗಾಗಿ ಇಲ್ಲಿರುವ ಕೆಲಸಗಳನ್ನು ಬಿಟ್ಟು ಕೂಡಲೇ ಭಾರತಕ್ಕೆ ಹಿಂದಿರುಗುವುದು ಸಾಧ್ಯವಿಲ್ಲವೆಂದು ಒಮ್ಮೆ ಅನಿಸಿದ್ದರೆ, ಅಲ್ಲಿರುವ ಹೆಂಡತಿ ಮಕ್ಕಳ ಸ್ಥಿತಿಯೇನು? ಎಂದು ಗಾಢವಾಗಿ ಯೋಚಿಸುತ್ತಿದ್ದ. ಎಷ್ಟು ದಿನ, ಎಷ್ಟು ವರ್ಷ ಇಲ್ಲಿ ಇರಬೇಕಾಗುವುದೋ ಎನ್ನುವುದು ಇನ್ನೂ ಸ್ಪಷ್ಟವಾಗಿರಲಿಲ್ಲ.

ಈ ಮಧ್ಯೆ ಇಂಡಿಯನ್ ಒಪೀನಿಯನ್ ಪತ್ರಿಕೆಯ ಕೆಲಸವನ್ನು ಮೈ ಮೇಲೆ ಎಳೆದುಕೊಂಡಿದ್ದ. ಸರಳ ಬದುಕನ್ನು ಬದುಕುತ್ತಾ ಸಂಪಾದನೆಯನ್ನೆಲ್ಲ ಪತ್ರಿಕೆಗೆ ಅದಕ್ಕೆ ಇದಕ್ಕೆ ಎಂದು ಖರ್ಚುಮಾಡುತ್ತಿದ್ದ. ಗಾಂಧಿಗೆ ಈ ಪತ್ರಿಕೆ ತನ್ನೆಲ್ಲ ವಿಚಾರಗಳ ಅಭಿವ್ಯಕ್ತಿಗೆ ಮತ್ತು ಅಲ್ಲಿನ ಭಾರತೀಯರ ಸಂಕಷ್ಟಗಳ ಅಭಿವ್ಯಕ್ತಿಗೆ ಒಂದು ಪ್ರಮುಖ ವೇದಿಕೆಯಾಯಿತು. ಬಿಳಿಯರತನಕ ತಮ್ಮ ಸಮಸ್ಯೆಗಳನ್ನು, ವಿಚಾರಗಳನ್ನು ತಲುಪಿಸಲು ಇದು ಸಹಕಾರಿಯಾಯಿತು. ಅಲ್ಲಿ ತನ್ನೆದುರಿಗಿದ್ದ ಕೆಲಸಗಳ ರಾಶಿ ನೋಡಿದ ಮೇಲೆ, ಬಹುಶಃ ಜೀವನವಿಡೀ ಇಲ್ಲಿಯೇ ನೆಲಸಬೇಕಾಗುವುದೋ ಏನೋ ಎಂಬ ಅನುಮಾನ ಬಂತು. ಏನಾದರಾಗಲೇ ಇಂಥ ಸಮಯದಲ್ಲಿ ಕಸ್ತೂರ್ ತನ್ನ ಜೊತೆಗಿದ್ದರೆ ಖಂಡಿತವಾಗಿಯೂ ತನಗೆ ಬಲ, ಬೆಂಬಲಗಳು ದೊರಕುವುದರ ಜೊತೆಗೆ ನೈತಿಕ ಸ್ಥೈರ್ಯವೂ ತನ್ನಲ್ಲಿ ಮೂಡುವುದು. ಆದ್ದರಿಂದ ಆದಷ್ಟು ಬೇಗ ಅವಳನ್ನು ಇಲ್ಲಿಗೆ ಕರೆಸಿಕೊಳ್ಳಬೇಕೆಂದು ತೀರ್ಮಾನಿಸಿದ.

ಕಸ್ತೂರಳ ಬದುಕಿನಲ್ಲಿ ನಿಲುಗಡೆ ಎಂಬುದೇ ಇದ್ದಂತಿರಲಿಲ್ಲ. ಬೊಂಬಾಯಿಯಲ್ಲಿ ಸ್ವತಂತ್ರವಾಗಿ ಜೀವಿಸಬಹುದೆಂದೂ ತನ್ನಿಚ್ಛೆಯಿಂದ ಮಕ್ಕಳನ್ನು ರೂಪಿಸಬಹುದೆಂದೂ ಊಹಿಸಿಕೊಂಡು ನೆಮ್ಮದಿಯ ನಿಲುವಿಗೆ ಬರುತ್ತಿದ್ದಂತೆಯೇ ಗಂಡನಿಂದ ಕೂಡಲೇ ಜೊಹಾನ್ಸ್‌ಬರ್ಗ್‌ಗೆ ಬರಬೇಕೆಂದು ತಂತಿ ಬಂತು. ಹಡಗಿನ ಪ್ರಯಾಣಕ್ಕೆ ಬೇಕಾದ ಎಲ್ಲ ವ್ಯವಸ್ಥೆ ಮಾಡಲಾಗಿದೆಯೆಂದೂ ತಂತಿಯ ಸಂದೇಶವಾಗಿತ್ತು.

ವಿಧೇಯ ಹೆಂಡತಿಯಂತೆ ಕಸ್ತೂರ್ ಮಕ್ಕಳೊಂದಿಗೆ ಹಡಗು ಏರಿ ಜೊಹಾನ್ಸ್ ಬರ್ಗ್‌ನತ್ತ ಪಯಣಿಸಿದಳು. ಹೋಗುತ್ತಿದ್ದಂತೆ ಜೊಹಾನ್ಸ್ ಬರ್ಗ್‌ನಲ್ಲಿದ್ದ ಹಿಂದಿನ ದಿನಗಳು ನೆನಪಾಗಿ

ಮತ್ತೆ ಅವುಗಳನ್ನು ನೋಡುವ ಅವಕಾಶಕ್ಕಾಗಿ ಸಂತೋಷಿಸುವುದೋ ಇಲ್ಲ ಸ್ವದೇಶದಿಂದ ದೂರವಾಗಿ ತನ್ನದಲ್ಲದ ನೆಲದಲ್ಲಿ ಗಾಂಧಿಯ ನೆರಳಲ್ಲಿ ಕಡೆಯದಿನಗಳನ್ನು ಕಳೆಯಬೇಕಾಗುವುದೋ ಎಂದು, ಯಾವುದನ್ನೂ ನಿರ್ಧರಿಸಲಾರದಾಗಿದ್ದಳು. ಒಂದು ಕಡೆ ಈಗ ಹೋಗುತ್ತಿರುವಲ್ಲಿ ನೆಲೆಸುವ ವಿಚಾರದ ಅನಿಶ್ಚತತೆ, ಮತ್ತೊಂದು ಕಡೆ ತನ್ನ ಕಡೆಯ ಮಗ ಕ್ಯಾಪ್ಟನ್ ಜೊತೆ ಆಟವಾಡುತ್ತ ಕೈ ಮುರಿದುಕೊಂಡಿದ್ದ ಚಿಂತೆ. ಸಧ್ಯಕ್ಕೇನೋ ಹಡಗಿನಲ್ಲಿದ್ದ ಡಾಕ್ಟರಿಂದ ಚಿಕಿತ್ಸೆ ಕೊಡಿಸಿದ್ದಾಯಿತು. ನಂತರ ಜೊಹಾನ್ಸ್‌ಬರ್ಗ್ ಸೇರಿದ ಮೇಲೆ ಒಳ್ಳೆಯ ಡಾಕ್ಟರಿಗೆ ತೋರಿಸಿ ಚಿಕಿತ್ಸೆ ಕೊಡಿಸಬೇಕೆಂಬ ಕಾತರ! ಚಿಕಿತ್ಸೆ ಅದರ ಜೊತೆಗೆ ಅವಳಿಗೆ ಇನ್ನೂ ಒಂದು ಭಯ ಸುತ್ತಿಕೊಂಡಿತು. ಗಂಡ ಸಾಮಾನ್ಯವಾಗಿ ಮೊರೆಹೋಗುತ್ತಿದ್ದುದು ಪ್ರಾಕೃತಿಕ ಚಿಕಿತ್ಸೆಗೆ ಡಾಕ್ಟರ್ ಬಳಿ ಹೋಗುವುದು ಬೇಡವೆಂದು ತಾನೇ ಚಿಕಿತ್ಸೆಗೆ ಇಳಿದರೆ ಏನು ಮಾಡವುದು ದೇವರೇ! ಎಂದು ತನ್ನೊಳಗೇ ಗೋಣಗಿಕೊಂಡಳು.

ಜೊಹಾನ್ಸ್ ಬರ್ಗ್ ಅಂತೂ ಇಂತೂ ಮಕ್ಕಳೊಂದಿಗೆ ತಲುಪಿದಳು. ಗಾಂಧಿಯೇ ಬಂದು ಕರೆದುಕೊಂಡು ಹೋದ. ದಾರಿಯುದ್ದಕ್ಕೂ ಪರಸ್ಪರ ಕುಶಲ ಸಮಾಚಾರ, ಮನೆಯವರ ಸ್ಥಿತಿಗತಿಗಳ ಬಗ್ಗೆ ಮಾತು ನಡೆಯಿತು. ಇವರನ್ನು ಕಾಣುತ್ತಿದ್ದಂತೆ ಗಾಂಧಿಯ ಸೂಕ್ಷ್ಮ ಕಣ್ಣಿಗೆ ರಾಮದಾಸನ ಮುರಿದ ಕೈ ಮೇಲಿನ ಬ್ಯಾಂಡೇಜ್ ಕಾಣಿಸಿತು. ಕಸ್ತೂರಳನ್ನು ಅದು ಹೇಗಾಯಿತೆಂದು ಕೇಳಿದ. ಕಸ್ತೂರ್ ಎಲ್ಲವನ್ನೂ ವಿವರಿಸಿದಳು ಹಾಗೆಯೇ,

"ರಾಮದಾಸಸನ್ನು ಕೂಡಲೇ ಯಾರಾದರೂ ಒಳ್ಳೆ ಡಾಕ್ಟರಿಗೆ ತೋರಿಸಿ ಚಿಕಿತ್ಸೆ ಕೊಡಿಸಬೇಕು. ಹುಡುಗ ಚಿಕ್ಕವನು, ನೋವನ್ನು ತಡೆದುಕೊಳ್ಳಲು ಆಗುತ್ತಿಲ್ಲ. ನಿಮ್ಮ ದಮ್ಮಯ್ಯ ಅಂತೀನಿ. ನಿಮ್ಮ ಸಮಾಜ ಸೇವೆಯನ್ನು ಸ್ವಲ್ಪ ಹೊತ್ತು ಪಕ್ಕಕ್ಕಿರಿಸಿ ಮಗುವಿನ ಯೋಗಕ್ಷೇಮ ನೋಡಿಕೊಳ್ಳಿ" ಎಂದ ಮಾತಿನಲ್ಲಿ ದೈನ್ಯವೂ ಇತ್ತು. ಸೂಕ್ಷ್ಮ ಆರೋಪವೂ ಇತ್ತು.

"ಕಸ್ತೂರ್ ನನ್ನ ಮಗನ ವಿಚಾರದಲ್ಲಿ ನನಗೂ ಸಾಕಷ್ಟು ಕಾಳಜಿ ಇದೆ. ನೀನೇನೂ ಹೆದರಬೇಡ ಯಾವ ಡಾಕ್ಟರೂ ಬೇಡ. ನಾನೇ ಅವನ ಚಿಕಿತ್ಸೆ ಮಾಡುತ್ತೇನೆ. ನಾನು ಮಾಡುವ ಚಿಕಿತ್ಸೆಯಲ್ಲಿ ನನಗೆ ನಂಬಿಕೆ, ಭರವಸೆಗಳಿವೆ. ಬಹುಶಃ ಮಣಿಲಾಲನ ಜ್ವರದ ಸಂದರ್ಭದಲ್ಲಿ ನಾನು ಹೇಗೆ ನಿಭಾಯಿಸಿದೆ ಎನ್ನುವುದನ್ನು ನೀನು ಇನ್ನೂ ಮರೆತಿಲ್ಲವೆಂದು ಭಾವಿಸುತ್ತೇನೆ" ಎಂದ.

ಕಸ್ತೂರಳಿಗೆ ಭೀತಿಯೇನೋ ಇತ್ತು. ಆದರೂ ಒಂದು ಪ್ರತ್ಯಕ್ಷ ಅನುಭವ ತನಗೆ ಆಗಿದ್ದುದರಿಂದ ಗಂಡನ ಚಿಕಿತ್ಸಾ ವಿಧಾನಕ್ಕೆ ಮಗನನ್ನು ಒಪ್ಪಿಸಬಹುದೇನೋ ಎಂದುಕೊಂಡಳು. ಮಣ್ಣಿನ ಪೌಲ್ಟೀಸ್ ಹಾಕುವ ವಿಷಯದಲ್ಲಿ ಕಸ್ತೂರ್ ಅಡ್ಡಿ ಹೇಳಲಿಲ್ಲ.

ಪ್ರತಿದಿನಾ ಗಾಂಧಿ ಮುರಿದ ತೋಳಿನ ಸುತ್ತ ಮಣ್ಣಿನ ಲೇಪ ಮಾಡಿ ಅದರ ಮೇಲೆ ಬ್ಯಾಂಡೇಜ್ ಹಾಕುತ್ತಿದ್ದ. ದಿನವೂ ಅದನ್ನು ಬದಲಾಯಿಸಿ ಹೊಸ ಪ್ಯಾಕನ್ನು ಹಾಕಬೇಕಾಗುತ್ತಿತ್ತು. "ಇದು ಸುಮಾರು ಒಂದು ತಿಂಗಳು, ಮುಂದುವರೆಯಿತು. ಕಸ್ತೂರಳು ದಿಗ್ಭ್ರಾಂತಳಾದಳು. ರಾಮದಾಸ ಮಾಮೂಲಿನಂತೆ ಕೈಯಾಡಿಸುತ್ತಿದ್ದ. ಅವನಿಗೆ ಯಾವುದೇ ಸಮಸ್ಯೆಯಾಗಲಿಲ್ಲ. ಗಂಡನ ಕಡೆ ಕೃತಜ್ಞತೆಯಿಂದ ನೋಡಿದಳು. ಇಂತಹ ಸಂದರ್ಭಗಳಲ್ಲೆಲ್ಲ ಅವಳಿಗೆ ಅನಿಸುತ್ತಿತ್ತು

ಸಾಮಾನ್ಯರಾದವರಿಗೆ ಖಂಡಿತ ಗಂಡ ಅರ್ಥವಾಗುವುದಿಲ್ಲ. ಅವನ ಸಿದ್ಧಾಂತಗಳು, ಆದರ್ಶಗಳು, ನಂಬಿಕೆ, ವಿಶ್ವಾಸಗಳು ಅನುಷ್ಠಾನ ದೂರವಾದವು. ಅವೆಲ್ಲ ಆಗದ ಹೋಗದ ವಿಚಾರಗಳು ಅಂತ. ಆದರೆ ತನಗೆ ಅವನು ಕ್ರಮೇಣ ಅರ್ಥವಾಗುತ್ತಿದ್ದಾನೆ. ತನ್ನಂಥ ಯಃಕಶ್ಚಿತ್ ಹೆಣ್ಣು, ಗಾಂಧಿಯಂಥ ಎತ್ತರದ ವ್ಯಕ್ತಿಯ ಜೊತೆ ಬಾಳ್ವೆ ಮಾಡುವುದು ಕಷ್ಟವೇ ಇರಬಹುದು. ಆದರೂ ಅವನ ಸಾಂಗತ್ಯ ಸಹಜೀವನ ತನ್ನನ್ನು ಎಲ್ಲೆಲ್ಲಿಗೋ ಕೊಂಡೊಯ್ಯಬಹುದು. ಆದರೆ ಅವೆಲ್ಲವೂ ತನಗೆ ಪೂರಕವಾಗಬಲ್ಲವೆ ಹೊರತು, ಮಾರಕವಾಗಲಾರದು ಎನ್ನುವ ವಿಶ್ವಾಸ ತನಗೆ ಇದೆ" ಎಂದು ಯೋಚಿಸುತ್ತಲೇ ಇದ್ದಳು.

ರಾಮದಾಸನ, ಸಮಸ್ಯೆ ತೀರಿದ್ದು, ಒಂದು ದೊಡ್ಡ ಬಿಡುಗಡೆ ಎನಿಸಿತು. ಇನ್ನು ಕಸ್ತೂರಳಿಗೆ ಮನೆಯನ್ನು ಹೊಂದಿಸುವ ಜವಾಬ್ದಾರಿ ಕಾದಿತ್ತು. ಈ ಹೊಸ ಮನೆ ಅವಳಿಗೆ ತುಂಬ ಪ್ರಿಯವೆನಿಸಿತು. ಅಡುಗೆ ಕೋಣೆ, ಬಚ್ಚಲು, ಮನೆ, ಹಜಾರ, ಐದಾರು ಕೊಠಡಿಗಳು ಎಲ್ಲವೂ ಅಚ್ಚು ಕಟ್ಟಾಗಿದ್ದವು.

ನೆರೆಹೊರೆಯವರೊಂದಿಗೆ ಸ್ನೇಹ ಕುದಿರಿಸಿಕೊಂಡಿದ್ದಳು. ಹಣ್ಣು, ಹಂಪಲು, ತರಕಾರಿ ಮತ್ತು ಇತರ ಏನೇ ವಸ್ತುಗಳು ಬೇಕಾದರೂ ತಾನೊಬ್ಬಳೇ ಒಂಟಿಯಾಗಿ ಹೋಗಿ ಖರೀದಿಸಿ ತರುವ ಧೈರ್ಯ ಬೆಳೆಸಿಕೊಂಡಿದ್ದಳು. ಅವಳಿಗೇ ಒಮ್ಮೊಮ್ಮೆ ತಾನು ಮೊದಲಿನ ಕಸ್ತೂರಿಯಲ್ಲ ಎನಿಸುತ್ತಿತ್ತು. ಹುಡುಗರನ್ನು ಯಾವ ಶಾಲೆಗೆ ಸೇರಿಸಬೇಕೆನ್ನುವ ಚರ್ಚೆ ಅಕ್ಕಪಕ್ಕದವರೊಂದಿಗೆ ನಡೆಸಿದ್ದಳು.; ಒಟ್ಟಿನಲ್ಲಿ ಕಸ್ತೂರಳ ಸಂಸಾರ ನಿರಾಳವಾಗಿ ಸಾಗುತ್ತಿತ್ತು.

ಗಾಂಧಿಗೆ ಮೈ ತುಂಬ ಕೆಲಸ. ತಲೆ ತುಂಬಾ ಆಲೋಚನೆ. ಮನೆ ಮಕ್ಕಳು, ಹೆಂಡತಿ ಕುರಿತು ಆಲೋಚನೆಗೆ ಎಡೆಯೇ ಇರಲಿಲ್ಲ. ಬೆಳಿಗ್ಗೆ ಬಹಳ ಬೇಗನೆ ಮನೆಯಿಂದ ಕಛೇರಿಗೆ ಹೊರಟುಹೋಗುತ್ತಿದ್ದ. ಬರುವುದಕ್ಕೆ ನಿಗದಿತ ವೇಳೆಯೆಂಬುದಿರಲಿಲ್ಲ. ತಡ ರಾತ್ರಿಗೆ ಹಿಂತಿರುಗುತ್ತಿದ್ದ. ಒಮ್ಮೊಮ್ಮೆ ತೀರಾ ತೀರಾ ತಡವಾದ ರಾತ್ರಿ. ಅಲ್ಲಿಯೇ ಮಲಗಿ ಬಿಟ್ಟು ಬೆಳಗಿನ ಜಾವ, ಸ್ನಾನಗೀನಕ್ಕೆಂದು ಮನೆಗೆ ಬರುತ್ತಿದ್ದ. ರಾತ್ರಿ ಹೊತ್ತು ತಡವಾಗಿ ಬಂದರೆ ಒಮ್ಮೊಮ್ಮೆ ಕಸ್ತೂರಳ ಜೊತೆ ಮಲಗುತ್ತಿದ್ದ, ಇಲ್ಲವಾದಲ್ಲಿ ಅವಳ ನಿದ್ದೆ ಕೆಡಿಸಬಾರದೆಂಬ ಕಾರಣ ಆಫೀಸು ಮಾಡಿಕೊಂಡಿದ್ದ ಕೋಣೆಯಲ್ಲಿಯೇ ಮಲಗುತ್ತಿದ್ದ. ಇದೆಲ್ಲವೂ ಕಸ್ತೂರಳಿಗೆ ಅಭ್ಯಾಸವಾಗಿ ಹೋಗಿತ್ತು. ಗಂಡನ ಜಗತ್ತು ಬೇರೆ ಅದರಲ್ಲಿ ತನಗೇನೂ ಅಂಥ ಪ್ರಮುಖ ಸ್ಥಾನ ಇಲ್ಲೆಂಬ ಸತ್ಯವನ್ನು ಒಪ್ಪಿಕೊಂಡು ಹೋಗುವುದರಲ್ಲಿಯೇ ತನಗೆ ನೆಮ್ಮದಿ ಇದೆ ಎಂದು ಕೊಂಡಳು. ತನಗೆ ಸಮಯ ನೀಡುತ್ತಿಲ್ಲವೆಂದು ಗೋಳಾಡಲು, ಕಾರಣವೇ ಇರಲಿಲ್ಲ, ಅವನು ತನ್ನ ಸ್ವಾರ್ಥಕ್ಕಾಗಿ ವಿಲಾಸಕ್ಕಾಗಲಿ ಸಮಯ ವ್ಯರ್ಥ ಮಾಡುತ್ತಿಲ್ಲ. ನೊಂದವರಿಗಾಗಿ ಶೋಷಿತರಾಗಿ, ದುಡಿಯುತ್ತಿದ್ದಾನೆ. ಅವರ ಸಂಕಟಗಳಿಗೆ ಪತ್ರಿಕೆಯ ಮೂಲಕ ಧ್ವನಿ ಕೊಡುತ್ತಿದ್ದಾನೆ ಎಂದು ಸಾಕಷ್ಟು ಪ್ರಬುದ್ಧತೆಯೊಂದಿಗೆ ತರ್ಕೈಸಿ, ಅವನು ಮಾಡುವ ಕೆಲಸಗಳಿಗೆ ಸಮರ್ಥನೆಯನ್ನು ಸ್ವತಃ ತಾನೇ ಕೊಟ್ಟು ಕೊಳ್ಳುತ್ತಿದ್ದಳು.

ಒಂದಿ ದಿನ ರಾತ್ರಿ ಎಷ್ಟು ಹೊತ್ತಾದರೂ ಬರಲಿಲ್ಲ. ರಾತ್ರಿ ತಡವಾಗಿ ಬರುವುದು, ಬರದೆ ಹೋಗುವುದು, ಯಾರ ಕಡೆಯಿಂದಲಾದರೂ ಸುದ್ದಿ ತಲುಪುತ್ತಿತ್ತು. ಆದರೆ ಈ ಬಾರಿ ಸುದ್ದಿಯೂ ಇಲ್ಲ; ಅವನೂ ಇಲ್ಲ, ಅವಳಿಗೆ ಸ್ವಲ್ಪ ಮಟ್ಟಿಗೆ ಗಾಭರಿಯಾಯಿತು. ಆದರೂ ತನಗೆ

ತಾನೇ ಸಮಾಧಾನ ತಂದುಕೊಂಡು, ರಾತ್ರಿ ಊಟಗೀಟ ಮುಗಿಸಿ, ಹೋಗಿ ಮಲಗಿಕೊಂಡಳು. ಬೆಳಗಾಗಿ ಎದ್ದಾಗ ಬಾಗಿಲು ತಟ್ಟಿದ ಶಬ್ದ ಕೇಳಿ ಕಾತುರತೆಯಿಂದ ಬಂದು ಬಾಗಿಲು ತೆಗೆದಾಗ, ತೀರಾ ಬಳಲಿ, ನಿಲ್ಲಲೂ ತ್ರಾಣವಿಲ್ಲದಷ್ಟು ಸುಸ್ತಾಗಿ ಬಂದ ಗಾಂಧಿಯನ್ನು ನೋಡಿದಳು.

"ಏನಿದು ನಿಮ್ಮ ಸ್ಥಿತಿ, ಶಕ್ತಿಮೀರಿ ಹೀಗೆ ದುಡಿಯಬಹುದೇ? ಸಹಾಯ ಸೇವೆಗಳಿಗೂ ಒಂದು ಮಿತಿಯಿದೆ. ಆದರೆ ಈ ಸ್ಥಿತಿಗೆ ತಂದುಕೊಂಡು ಕಷ್ಟಪಡುವುದರಲ್ಲಿ ಯಾವ ಪುರುಷಾರ್ಥವಿದೆ. ಬೇಗ ಹೋಗಿ ಬಿಸಿಬಿಸಿ ಸ್ನಾನ ಮಾಡಿ ಸುಧಾರಿಸಿಕೊಂಡು ಬನ್ನಿ. ಅಷ್ಟರಲ್ಲಿ ನಾನು ಅಡಿಗೆ ಸಿದ್ಧಮಾಡಿರುತ್ತೇನೆ. ಉಂಡು ಮಲಗಿ, ನಿಮ್ಮ ಕೆಲಸಗಳಿಗೆ ರಜೆ ಕೊಡಿ. ನಾನಂತೂ ನಿಮ್ಮನ್ನು ಈ ದಿನ ಹೋಗಗೊಡುವುದಿಲ್ಲ" ಎಂದು ನಿಷ್ಠುರವಾಗಿ ಹೇಳಿದಳು.

"ಕಸ್ತೂರ್ ಏನು ಮಾತು! ಭಾರತೀಯರು ವಾಸಮಾಡುತ್ತಿರುವ ಸ್ಥಳದಲ್ಲಿ ಪ್ಲೇಗ್ ಹರಡಿದೆ. ಇಪ್ಪತ್ತು ಮೂವತ್ತು ಜನ ಈಗಾಗಲೇ ಇದಕ್ಕೆ ಗುರಿಯಾಗಿದ್ದಾರೆ. ದೇವರ ದಯೆಯಿಂದ ಇಷ್ಟಕ್ಕೇ ನಿಂತರೆ ನಮ್ಮ ಪುಣ್ಯ. ನೀನು ಹೆದರುತ್ತೀಯೆ ಎಂದೇ ನಾನು ನಿನಗೆ ಈ ವಿಚಾರ ತಿಳಿಸಲಿಲ್ಲ. ಇದು ಇನ್ನಷ್ಟು ಜನರನ್ನು ಬಲಿತೆಗೆದುಕೊಂಡಿತು. ತತ್‌ಕ್ಷಣವೇ ಈ ಸೋಂಕು ರೋಗಕ್ಕೆ ತುತ್ತಾಗಿರುವವರನ್ನು ಬೇರೆಡೆಗೆ ಸಾಗಿಸಬೇಕು. ಅದಕ್ಕಾಗಿ ನಾನೂ ಮತ್ತು ನನ್ನ ಗೆಳೆಯ ಮದನ್ ಜೀತ್ ಪ್ರಯತ್ನಿಸುತ್ತಿದ್ದೇವೆ" ಎಂದು ವಿವರಿಸಿದ.

ವಾಸ್ತವವಾಗಿ ಭಾರತೀಯರು ವಾಸವಾಗಿದ್ದ ಜಾಗದಲ್ಲಿ ಪ್ಲೇಗು ಕಾಣಿಸಿಕೊಂಡಿರಲಿಲ್ಲ. ಆದರೆ ಆಫ್ರಿಕಾದ ಗಣಿ ಕಾರ್ಮಿಕರ ಜೊತೆ ಕೆಲ ಭಾರತೀಯರೂ ಕೆಲಸ ಮಾಡುತ್ತಿದ್ದುದರಿಂದ, ಅವರು ಪ್ಲೇಗಿನ ಸೋಂಕು ತಂದರು. ಕೊಳಕು ಪರಿಸರ, ಕೊಳೆಗೇರಿಗಳು, ನಾರುವ ಚರಂಡಿಗಳು, ಸೋಂಕು ರೋಗಗಳಿಗೆ ಅನುಕೂಲವಾದ ಸ್ಥಳ ಒದಗಿಸಿದವು. ಭಾರತೀಯರ ಚಿಕಿತ್ಸೆಗೆ ಒಳ್ಳೆಯ ಆಸ್ಪತ್ರೆಗಳಾಗಲೀ, ಶುಶ್ರೂಷೆ ಮಾಡಲು ನರ್ಸುಗಳಾಗಲೇ ಇರಲಿಲ್ಲ.

ಸದ್ಯದ ತುರ್ತೆಂದರೆ ಅವರನ್ನು ಬೇರೆಡೆಗೆ ಸ್ಥಳಾಂತರಿಸುವುದಾಗಿತ್ತು. ಗಾಂಧಿ ಗೆಳೆಯ ಇದರ ಗಂಭೀರತೆಯನ್ನು ಅರಿತಿದ್ದ ಕಾರಣ ಕೂಡಲೇ ಅಲ್ಲಿ ಇಲ್ಲಿ ಹುಡುಕಿ ಒಂದು ಖಾಲಿ ಮನೆಯನ್ನು ಪತ್ತೆ ಹಚ್ಚಿದ. ಸದ್ಯಕ್ಕೆ ಅದು ಆಸ್ಪತ್ರೆಯಾಗಿ ಉಪಯೋಗಿಸಬಹುದಾಗಿತ್ತು. ಮುಂದಿನ ಕೆಲಸ ವೈದ್ಯರನ್ನು ಶುಶ್ರೂಷಕರನ್ನು ಸ್ವಯಂಸೇವಕರನ್ನು ಒಗ್ಗೂಡಿಸಬೇಕಿತ್ತು. ಗಾಂಧಿ ಮತ್ತು ಮದನ್‌ಜಿ ಇಬ್ಬರೂ ಮುನಿಸಿಪಲ್ ಕಾರ್ಪೋರೇಷನ್ ಅಧಿಕಾರಿಗಳಿಗೆ ತಮ್ಮ ಸದ್ಯದ ವ್ಯವಸ್ಥೆಯನ್ನು ವಿವರಿಸಿದರು. ಆ ಅಧಿಕಾರಿಗೆ ಇವರು ಮಾಡಿದ ಕೆಲಸಕ್ಕೆ ಸಂತೋಷವಾದರೂ ಮನೆ ಮಾಲೀಕನ ಅಪ್ಪಣೆ ಇಲ್ಲದ್ದು ಚಿಂತೆಗೆ ಒಳಗಾಗಿಸಿತ್ತು. ಆದರೂ ಇದು ತುರ್ತಿನ ಕೆಸಲವಾದ್ದರಿಂದ, ಸುಮ್ಮನಾದ. ಆದರೆ ಆದಷ್ಟು ಬೇಗ ಆ ಮನೆಯನ್ನು ಖಾಲಿ ಮಾಡಬೇಕೆಂದೂ ತಾನೂ ಕೂಡ ಅಷ್ಟರಲ್ಲಿ ಬೇರೆ ಜಾಗ ಹುಡುಕುತ್ತೇನೆಂದೂ ತಿಳಿಸಿದ.

ಗಾಂಧಿ ಕಸ್ತೂರಳಿಗೆ ನಡೆದ ಕತೆಯನ್ನೆಲ್ಲ ವಿವರಿಸಿದ. ತಮಗೆ ಹೆಚ್ಚು ಹೆಚ್ಚು ಮಂದಿ ಸ್ವಯಂ ಸೇವಕರ ಅಗತ್ಯದ ಬಗ್ಗೆಯೂ ತಿಳಿಸಿದ.

"ನಿಜವಾಗಿಯೂ ಇದೊಂದು ಭಯಾನಕ ರಾತ್ರಿ, ಆದಷ್ಟು ಬೇಗ ನಾನು ಆ ಜಾಗಕ್ಕೆ ಹೋಗಲೇಬೇಕು" ಎಂದ.

"ಹೀಗಿದ್ದ ಮೇಲೆ ನಾನೂ ಯಾಕೆ ನಿಮ್ಮ ಕೆಲಸದಲ್ಲಿ ಕೈ ಜೋಡಿಸಬಾರದು. ನಿಮ್ಮ ಹೆಂಡತಿಯಾಗಿ ನನಗೂ ಜವಾಬ್ದಾರಿ ಇದೆಯಲ್ಲವೆ? ಎಂದು ಪ್ರಶ್ನಿಸಿದಳು.

ಅದೇ ಸಮಯಕ್ಕೆ ಅಲ್ಲಿಯೇ ನಿಂತಿದ್ದ ಮಣಿಲಾಲನೂ "ಬಾಪೂ ನಾವೂ ನಿಮ್ಮೊಟ್ಟಿಗೆ ಬಂದು ಸಹಾಯ ಮಾಡುತ್ತೇವೆ" ಎಂದ.

"ಮಣೀ ಭೋಟೂ ನೀನಿನ್ನೂ ಚಿಕ್ಕವನು. ಅಲ್ಲಿನ ರೋಗಿಗಳ ಜೊತೆ ಕೆಲಸ ಮಾಡುವುದು ಸುರಕ್ಷಿತವಲ್ಲ. ನಾಳೆ ನೀನು ದೊಡ್ಡವನಾದ ಮೇಲೆ ನನ್ನ ಜೊತೆ ನೀನೂ ಸೇವಾ ಕಾರ್ಯಗಳಲ್ಲಿ ಭಾಗವಹಿಸಬಹುದು" ಎಂದ.

ಕಸ್ತೂರಲು ಮತ್ತೆ ಕೇಳಿದಳು.

"ಏನೂಂದ್ರೆ, ನಾನೂ ನಿಮ್ಮ ಜೊತೆ ಬರುತ್ತೇನೆ" ಎಂದಳು.

ಗಾಂಧಿಗೆ ಒಮ್ಮೆಲೇ ಅವಳೂ ತನ್ನ ಜೊತೆ ಕೆಲಸಕ್ಕೆ ಬರುತ್ತೇನೆಂದದ್ದು ಅಚ್ಚರಿ ಎನಿಸಿತು. ಆದರೆ ಅವಳನ್ನು ಇಷ್ಟು ಭಯಾನಕ ರೋಗ ಸೋಂಕಿತರ ಸಹವಾಸದಲ್ಲಿ ಇರಲು ಬಿಟ್ಟರೆ, ಅವಳಿಗೇನಾದರೂ ಆದರೆ? ಎನ್ನುವ ಭಯ.

ಆದರೆ ಒಮ್ಮೆಲೇ ಅವಳನ್ನು ನಿರಾಶೆಗೊಳಿಸುವುದೂ ಸರಿಯಲ್ಲ. ಆಗಲೇ ಅವಳ ಮುಖದಲ್ಲಿ ಒಂದು ಬಗೆಯ ದುಗುಡ ಕಾಣಿಸಿಕೊಂಡಿತು. "ಕಸ್ತೂರ್ ನೀನು ರೋಗಿಗಳ ಸೇವೆಗೆ ಸಿದ್ಧವಾದದ್ದು ನನಗೇನೋ ಸಂತೋಷವೇ! ಆದರೆ ಆ ಸೋಂಕು ರೋಗ ಬಹಳ ಭಯಾನಕ. ಪ್ರಾಣ ಹೋದರೂ ಹೋಗಬಹುದು. ಅದಕ್ಕಾಗಿ ನೀನು ಸಹಾಯಕ್ಕೆ ಬರಲೇ ಬೇಕೆನ್ನುವುದಾದರೆ ಒಂದು ಕೆಲಸ ಮಾಡು, ಭಾರತೀಯರು ವಾಸಿಸುತ್ತಿರುವ ಪ್ರದೇಶಗಳಿಗೆ ಹೋಗಿ ಅಲ್ಲಿ ಮನೆ ಮನೆಗೆ ಭೇಟಿ ಕೊಟ್ಟು, ಕ್ಷೇಮಸಮಾಚಾರ ವಿಚಾರಿಸಿ, ರೋಗ ಮುಕ್ತರಾಗಿ ಬದುಕುವುದಕ್ಕೆ, ನಿರ್ಮಲ ಪರಿಸರದ ಅಗತ್ಯವನ್ನು ತಿಳಿಸಿ ಹೇಳು. ಮನೆಯೊಳಗೆ ಹೊರಗೆ ಸ್ವಚ್ಛತೆ ಹೇಗಿರಬೇಕೆಂದು, ಪಾಯಿಖಾನೆಗಳನ್ನು ಹೇಗೆ ಶುಭ್ರವಾಗಿ ಇರಿಸಿಕೊಳ್ಳಬೇಕೆಂಬುದನ್ನು ಕಲಿಸಿಕೊಡು. ಅದು ರೋಗಿಗಳಿಗೆ ಮಾಡುವ ಸೇವೆಗಿಂತ ಮುಖ್ಯವಾದದ್ದು" ಎಂದು ಅವಳು ಮಾಡಬಹುದಾಗಿದ್ದ ಪರ್ಯಾಯ ಕೆಲಸದ ಬಗ್ಗೆ ತಿಳಿಸಿದ.

"ನೋಡಿ ನನಗೆ ಅಪರಿಚಿತರ ಮನೆಗಳಿಗೆ ಒಮ್ಮೆಲೇ ನುಗ್ಗಿ ಮಾತನಾಡಿಸುವುದು ಸರಿಯೆನಿಸುವುದಿಲ್ಲ" – ನಾಸು ಬಂದರೆ ನಿಮ್ಮೊಟ್ಟಿಗೇ ಬರುತ್ತೇನೆ. ನಿಮಗಾಗುವುದು ನನಗೂ ಆಗಲಿ ಬಿಡಿ. ಇಂತಹ ಅಪಾಯದ ಸಂದರ್ಭಗಳಲ್ಲಿ ಕೆಲಸ ಮಾಡುವುದೇ ಅತಿ ಮುಖ್ಯವೆನಿಸುತ್ತದೆ. ಆದ್ದರಿಂದ ನೀವು ಏನೇ ಹೇಳಿದರೂ ನಿಮ್ಮ ಜೊತೆ ಇದ್ದೇ ನೀವು ಮಾಡುವ ಕೆಲಸಗಳನ್ನೇ ಮಾಡುತ್ತೇನೆ" ಎಂದು ದೃಢವಾಗಿ ಹೇಳಿದ ಮೇಲೆ ಗಾಂಧಿಯ ಬಾಯಿ ಕಟ್ಟಿಹೋಯಿತು.

ಮಾರನೇ ದಿನ, ಮಣಿಲಾಲನನ್ನು, ಚಿಕ್ಕ ಮಕ್ಕಳ ಕಡೆ ನಿಗಾ ಇಡುವಂತೆ ಹೇಳಿ, ಗಾಂಧಿ ಮತ್ತು ಕಸ್ತೂರಬಾ ಇಬ್ಬರೂ ರೋಗಿಗಳಿದ್ದ ಸ್ಥಳಕ್ಕೆ ಹೋದರು. ಕಸ್ತೂರಳಿಗೆ ಮೊದಲ ಬಾರಿಗೆ ಇಲ್ಲಿಗೆ ಬಂದದ್ದು ಏನೋ ಒಂದು ಹೊಸ ಅನುಭವ. ಯಾವುದೇ ಸಂಕೋಚವಿಲ್ಲದೆ ಅಲ್ಲಿನ

ಹೆಂಗಸರನ್ನು ಮಾತನಾಡಿಸಿದಳು. ಆ ಹೆಂಗಸರೂ ಕೂಡಾ ಎಷ್ಟೋ ಗೆಲುವಿನಿಂದ, ಗಾಂಧಿಯ ಧರ್ಮಪತ್ನಿಯನ್ನು ಸ್ವಾಗತಿಸಿದರು.

ಇದು ನಡೆಯುತ್ತಿರುವಷ್ಟರಲ್ಲಿಯೇ, ಜೊಹಾನ್ಸ್‌ ಬರ್ಗ್‌ಗೆ ಹದಿಮೂರು ಮೈಲು ದೂರದಲ್ಲಿ ಸಾಕಷ್ಟು ಗಾಳಿ, ಬೆಳಕು ಇರುವ ಬಯಲಿನಲ್ಲಿ ಶಿಬಿರಗಳು ಸಿದ್ಧವಾಗಿರುವ ಸುದ್ದಿ ಬಂತು. ಆದರೆ ಅದಕ್ಕೂ ಮೊದಲೇ ವಿಶಾಲವಾದ ಒಂದು ಖಾಲಿ ಕಟ್ಟಡವಿದ್ದು ಅದನ್ನು ಆಸ್ಪತ್ರೆಯಾಗಿ ಉಪಯೋಗಿಸಲು ಬಹಳ ಅನುಕೂಲವಾಗಿದ್ದುದು, ಗಾಂಧಿಯ ದೃಷ್ಟಿಗೆ ಬಿತ್ತು. ಕೂಡಲೇ ಅಲ್ಲಿಗೆ ಸ್ಥಳಾಂತರವಾಗಬೇಕೆಂದು ತೀರ್ಮಾನಿಸಲಾಯಿತು. ಕಸ್ತೂರಬಾ ನೇತೃತ್ವದಲ್ಲಿ ಹೆಂಗಸರೆಲ್ಲರೂ ಆ ಕಟ್ಟಡವನ್ನು ಶುಭ್ರಗೊಳಿಸಿದರು. ಸುತ್ತಮುತ್ತಲ ಮನೆಗಳಿಂದ ಹಾಸಿಗೆ, ದಿಂಬು, ಚಾಪೆ, ಮಡಕೆಗಳು, ಮೂತ್ರ, ಪಾಯಿಖಾನೆ ಪತ್ರೆ ಇತ್ಯಾದಿಗಳನ್ನೆಲ್ಲ ಸಂಗ್ರಹಿಸಿದರು. ರೋಗಿಗಳು ನಿರಾಳವಾಗಿ ಅಲ್ಲಿ ಉಳಿಯಲು ವ್ಯವಸ್ಥೆಯಾಗುವವರೆಗೆ, ಕಸ್ತೂರಬಾ ಅಲ್ಲಿಂದ ಕದಲಲಿಲ್ಲ.

ಹೋದೆಯಾ ಪಿಶಾಚಿ ಎಂದರೆ ಬಂದೆ ಗವಾಕ್ಷಿಯಲ್ಲಿ ಅನ್ನೋ ಹಾಗೆ, ಕೂಲಿಗಳಿದ್ದ ಜಾಗದಲ್ಲಿ ಪ್ಲೇಗ್‌ ಮಾರಿ ಅಪ್ಪಳಿಸಿದೆ ಎನ್ನುವ ಸುದ್ದಿ ಜೊಹಾನ್ಸ್‌ಬರ್ಗ್‌ ಮುನಿಸಿಪಲ್‌ ಕಾರ್ಪೋರೇಷನಿಂದ ಬಂತು. ಕೂಡಲೇ ಅಲ್ಲಿನ ನಿವಾಸಿಗಳೆಲ್ಲರೂ ಜಾಗ ಖಾಲಿ ಮಾಡಬೇಕೆಂಬ ಆದೇಶವೂ ಹೊರಟಿತು. ಗಾಂಧಿಗೆ ವಿಷಯ ತಿಳಿದು ಸಿಟ್ಟು ಬಂತು. ಯಾವುದೇ ಪೂರ್ವ ಸೂಚನೆ ಇಲ್ಲದೆ ಜಾಗ ಖಾಲಿ ಮಾಡುವುದಾದರೂ ಹೇಗೆ? ಎಂದು ಯೋಚಿಸಿದನಾದರೂ ಸದ್ಯಕ್ಕೆ ಏನೂ ಮಾಡುವಂತೆ ಇರಲಿಲ್ಲ. ಊರಾಚೆ ಎಲ್ಲೋ ಇದ್ದ ಶಿಬಿರಗಳಿಗೆ ಅಟ್ಟಿ, ರೋಗ ಕೇಂದ್ರವಾಗಿದ್ದ ಲೊಕೇಷನ್‌ ಅನ್ನು ಕೂಡಲೇ ಬೆಂಕಿ ಹಾಕಿ ಸುಡಲಾಯಿತು.

ಗಾಂಧಿಗೆ ತನ್ನ ಹೆಂಡತಿಯಲ್ಲಿ ಸುಪ್ತವಾಗಿದ್ದ ಅಖಂಡ ಶಕ್ತಿ, ಸಾಮರ್ಥ್ಯಗಳು ಗಮನಕ್ಕೆ ಬಂದವು. ಸಮುದಾಯದ ಹೆಂಗಸರೊಂದಿಗೆ ಎಷ್ಟು ಚೆನ್ನಾಗಿ ಬೆರೆಯಬಲ್ಲಳು; ಹೇಗೆ ಅವರನ್ನು ತಾನು ಮಾಡುವ ಸೇವಾ ಕೆಲಸಗಳಿಗೆ ಸೆಳೆದುಕೊಳ್ಳಬಲ್ಲಳು ಎಂಬುದು ತಿಳಿಯುತ್ತಿದ್ದಂತೆ, ಅವನೆದೆಯಲ್ಲಿ ಅವಳ ಬಗ್ಗೆ ಗೌರವದ ಸೆಲೆಕೊಂದು ಕಾಣಿಸಿತು.

ಜೊಹಾನ್ಸ್‌ಬರ್ಗ್‌ನಲ್ಲಿ ಬಾಕ್‌ ಫೀಲ್ಡ್ಸ್‌ ಎನ್ನುವ ಕೂಲಿಗಳು ವಾಸಮಾಡುತ್ತಿದ್ದ ಕೊಳೆಗೇರಿಯೊಂದಿತ್ತು. ಆದರೆ ಪುರಸಭೆಯ ನಿರ್ಲಕ್ಷ್ಯದಿಂದ ಇದು ನರಕದ ಗೂಡಾಗಿತ್ತು. ಸಂಪೂರ್ಣ ನೈರ್ಮಲ್ಯರಹಿತವಾಗಿತ್ತು. ಪುರಸಭೆ ಆ ಪರಿಸರದ ನೈರ್ಮಲ್ಯ ರಕ್ಷಣೆಗೆ ಮುಂದಾಗುವುದಕ್ಕೆ ಬದಲಾಗಿ, ಅದನ್ನು ನಾಶ ಮಾಡಿದ್ದಕ್ಕಾಗಿ, ಅಲ್ಲಿನ ನಿವಾಸಿಗಳಿಗೆ ಪರ್ಯಾಯ ವ್ಯವಸ್ಥೆಗೆ ಗಾಂಧಿ ಆ ಕೊಳೆಗೇರಿ ನಿವಾಸಿಗಳ ಪರವಾಗಿ ಮೇಲ್ಮನವಿ ಸಲ್ಲಿಸಿದ.

ಗಾಂಧಿ ತನ್ನ ಗೆಳೆಯರೊಂದಿಗೆ ಪ್ಲೇಗ್‌ ಮಾರಿಗೆ ಬಲಿಯಾಗಿದ್ದ ರೋಗಿಗಳಿಗೆ ಹಗಲಿರುಳೆನ್ನದೆ ಶುಶ್ರೂಷೆ ಮಾಡಿದ. ಕೆಲವರಿಗೆ ಗಾಂಧಿ ಮೃತ್ತಿಕೆ ಚಿಕಿತ್ಸೆ ನೀಡಿದ.

ಅನೇಕ ಸಾವುಗಳು ಸಂಭವಿಸಿದವು. ಜನರಲ್ಲಿ ಮತ್ತು ಪುರಸಭೆ ಅಧಿಕಾರಿಗಳಲ್ಲಿ ಜಾಗೃತಿ ಮೂಡಿಸುವ ಸಲುವಾಗಿ ಪ್ಲೇಗ್‌ ಸೋಂಕಿನಿಂದ ಆದ ಅನಾಹುತಗಳನ್ನು ವಿವರಿಸಿ ಬರೆದ.

ಅಲ್ಲದೆ ಈ ರೋಗದ ಸೋಂಕಿಗೆ ನೈರ್ಮಲ್ಯವನ್ನು ನಿಲಕ್ಷಿಸಿದ ಪುರಸಭೆಯೇ ಕಾರಣವೆಂದು ಎತ್ತಿ ತೋರಿಸಿದ.

ಹೋದೆಡೆಯಲ್ಲೆಲ್ಲ ಶುಚಿತ್ವ ನೈರ್ಮಲ್ಯ ಮತ್ತು ಆರೋಗ್ಯದ ಕಾಳಜಿ, ನಮ್ಮ ಬದುಕಿನ ಅವಿಚ್ಛಿನ್ನ ಭಾಗವಾಗಬೇಕು ಎಂಬುದನ್ನು ಒತ್ತಿ ಒತ್ತಿ ಹೇಳಿದ. ಗಾಳಿ ಬೆಳಕು ಮುಕ್ತವಾಗಿ ಬರುವಂತಹ ರೀತಿಯಲ್ಲಿ ಮನೆಗಳ ವ್ಯವಸ್ಥೆಯಾಗಬೇಕೆಂದು ಸಾರಿದ.

ಗಾಂಧಿ ಮತ್ತು ಕಸ್ತೂರಳ ಬದುಕಿನಲ್ಲಿ ಒಂದು ಬಗೆಯ ನಿರಾಳತೆ ಸೃಷ್ಟಿಯಾಯಿತು. ಗಾಂಧಿಯ ವಕೀಲಿ ವೃತ್ತಿ ಕೂಡಾ ಸಾಕಷ್ಟು ಅಭಿವೃದ್ಧಿಯನ್ನು ಕಾಣುತ್ತಿತ್ತು. ಕಸ್ತೂರಳು ಗಾಂಧಿಯ ಒಂದೊಂದು ನಡವಳಿಕೆ ಮತ್ತು ಮಾತುಗಳನ್ನು ಸಾವಧಾನವಾಗಿ ಅರ್ಥೈಸಿಕೊಳ್ಳಲು ಪ್ರಯತ್ನಿಸುತ್ತಿದ್ದಳು. ಜೀವನೋಪಾಯಕ್ಕೆ ಯಾವುದೂ ತೊಂದರೆಯಿರಲಿಲ್ಲ. ಕಸ್ತೂರಳಿಗೆ ಸದಾ ಕೈ ತುಂಬಾಕೆಲಸ. ಅತಿಥಿ, ಅಭ್ಯಾಗತರಿಗೆ, ಸ್ನೇಹಿತರಿಗೆ ಸದಾ ಮನೆ ಬಾಗಿಲು ತೆರೆದಿರುತ್ತಿತ್ತು. ಜೊತೆಗೆ ಅಡಿಗೆ ತಯಾರಿ ಮುಂದುವರೆಯುತ್ತಲೇ ಇತ್ತು.

ತಮ್ಮಿಬ್ಬರ ಜೀವನವೇನೋ ಒಂದು ನೆಲೆ ತಲುಪಿದೆ. ಆದರೆ ಈಗ ಇಬ್ಬರಿಗೂ ಮಕ್ಕಳ ವಿದ್ಯಾಭ್ಯಾಸದ ಸಮಸ್ಯೆ ಎದುರಾಗುತ್ತಿತ್ತು. ಮೊದಲಿನಿಂದಲೂ ಗಾಂಧಿಗೆ ಮಕ್ಕಳನ್ನು ಹೊರಗಿನ ಶಾಲೆಗಳಿಗೆ ಕಳಿಸುವುದು ಇಷ್ಟವಿರಲಿಲ್ಲ. ಮನೆಯಲ್ಲಿ ದೊರೆಯುವ ಶಿಕ್ಷಣದ ಬಗ್ಗೆಯೇ ಅವನಿಗೆ ನಂಬಿಕೆ ಹಾಗಾಗಿ ರಾಮದಾಸ, ಮಣಿಲಾಲ ಇಬ್ಬರನ್ನೂ ಪುಸ್ತಕಗಳೊಂದಿಗೆ, ತನ್ನ ಜೊತೆಗೇ ಆಫೀಸಿಗೆ ಕರೆದೊಯ್ಯುತ್ತಿದ್ದ. ತನ್ನ ವೃತ್ತಿ ಸಂಬಂಧಿ ಕೆಲಸಗಳ ಮತ್ತು ಕಕ್ಷಿಗಾರರ ಜೊತೆ ಮಾತುಕತೆಯ ನಡು ನಡುವೆಯೇ ಮಕ್ಕಳಿಗೆ ಪಾಠ ಹೇಳಿಕೊಡುತ್ತಾ, ಅವರಿಗೆ ಏನಾದರೂ ಬರೆಯಲು ಹಚ್ಚುತ್ತಿದ್ದ. ಮನೆ ಮತ್ತು ಕಛೇರಿಗೆ ಹೋಗಿ ಬರುತ್ತಿದ್ದ ಸಮಯದಲ್ಲಿಯೇ ಅನೇಕ ವಿಚಾರಗಳನ್ನು ವಿವರಿಸಿ ಹೇಳುತ್ತಿದ್ದ. ಸುತ್ತಮುತ್ತಲಿನ ಬೋರ್ಡುಗಳಲ್ಲಿನ ಅಕ್ಷರಗಳನ್ನು ಗುರುತಿಸುವಂತೆಯೂ ಹೇಳುತ್ತಿದ್ದ.

ಒಂದು ದಿನ ಮಣಿಲಾಲ ತನ್ನೊಟ್ಟಿಗೆ ಕನ್ನಡಕ ತೆಗೆದುಕೊಂಡು ಹೋಗುವುದನ್ನು ಮರೆತಿದ್ದರಿಂದ ಓದುವುದಕ್ಕೆ ಕಷ್ಟಪಡುತ್ತಿದ್ದ. ಅದನ್ನು ಗಮನಿಸಿದ ಗಾಂಧಿ 'ಯಾಕೆ ನಿನ್ನ ಕನ್ನಡಕ ಏನಾಯಿತು?' ಎಂದು ಕೇಳಿದ.

ಮಣಿ ಸ್ವಲ್ಪ ಹೆದರಿಕೆಯಿಂದಲೇ "ಬಾಪು ಬರುವಾಗ ಅದನ್ನು ತರುವುದನ್ನು ಮರೆತು ಬಿಟ್ಟಿದ್ದೆ" ಎಂದ.

"ಹಾಗಾದರೆ ಕೂಡಲೇ ಮನೆಗೆ ಹೋಗಿ ಅದನ್ನು ತೆಗೆದುಕೊಂಡು ಬಾ" ಎಂದು ಆದೇಶಿಸಿದ.

ಮಣಿಲಾಲನ ಮುಖ ಸಪ್ಪಗಾಯಿತು. ಹತ್ತು ಮೈಲಿ ದೂರದಿಂದ ನಡೆದು ಬಂದಿದ್ದರಿಂದ ಬಹಳವಾಗಿ ದಣೆದಿದ್ದ. ಮಧ್ಯಾಹ್ನದ ಸಮಯ ಬೇರೆ. ಮನೆಯೊಳಗೆ ಹೆಜ್ಜೆಯಿಡುತ್ತಿದ್ದಂತೆಯೇ ಕುಸಿದು ಕುಳಿತ. ಕಸ್ತೂರಳು ಮಣಿಲಾಲ ಒಬ್ಬನೇ ಹೀಗೆ ಸುಸ್ತಾಗಿ ಬಂದುದನ್ನು ನೋಡಿ, ಒಂದು ಕಡೆ ಗಾಭರಿಗೊಂಡಿದ್ದರೆ, ಮತ್ತೊಂದು ಕಡೆಯಿಂದ ಸಂಕಟವನ್ನು ಅನುಭವಿಸಿದಳು. ಹೀಗೆ ಒಬ್ಬನೇ ಬರಲು ಕಾರಣವಾದರೂ ಏನಿರಬಹುದೆಂದು ತಿಳಿಯಲು "ಮಣಿ ಮಗು, ಇದೇಕೆ ನೀನೊಬ್ಬನೇ ಬಂದಿ?" ಎಂದು ಕೇಳಿದಾಗ, ಮಣಿ ಕಣ್ಣಲ್ಲಿ ಎರಡು ಹನಿಗಳು ಕಾಣಿಸಿದವು. "ಬಾ, ಬಾಪು ನನ್ನನ್ನು ಕನ್ನಡಕ ತೆಗೆದುಕೊಂಡು ಬರಲು ಹೇಳಿದ್ದಾರೆ. ನನ್ನ ಕನ್ನಡಕವನ್ನು ನಾನು ತೆಗೆದುಕೊಂಡು ಹೋಗುವುದನ್ನು ಮರೆತಿದ್ದೆ" ಎಂದು ಸಪ್ಪೆ ಮೋರೆಯೊಂದಿಗೆ ಹೇಳಿದ.

ಕಸ್ತೂರಳ ಕರುಳು 'ಚುರ್' ಎಂದಿತು. ಒಂದು ದಿನ ಕನ್ನಡಕ ಇಲ್ಲದೆ, ಓದದಿದ್ದರೆ ಏನಾಯಿತು? ಪ್ರಪಂಚವೇನೂ ಮುಳುಗಿ ಹೋಗುವುದಿಲ್ಲ. ಈ ಸಣ್ಣ ಹುಡುಗನನ್ನು ಅಟ್ಟಿ ಇಷ್ಟು ದೂರ ಕಳಿಸಿದ್ದಾರಲ್ಲ! ಇವರೇನು ಮನುಷ್ಯರೇ? ಎಂದು ಸಿಡಿಮಿಡಿಗೊಂಡರೂ, ಮಕ್ಕಳ ಮುಂದೆ ತನ್ನ ಗಂಡನನ್ನು ದೂರಿ, ತಂದೆಯ ಬಗೆಗಿನ ಅವರ ಭಾವನೆಗಳನ್ನು ಹಾಳು ಮಾಡಬಾರದು ಎನಿಸಿ,

"ಹೋಗಲಿ ಬಿಡು ಮಗು ಈಗ ನಿನಗೆ ಹಸಿವಾಗಿರಬೇಕು, ಎಳು ಊಟ ಮಾಡಿ ಸ್ವಲ್ಪ ಸುಧಾರಿಸಿಕೊ, ನನಗೆ ಗೊತ್ತು ನಿನಗೆ ಬಾಪು ಮೇಲೆ ಸ್ವಲ್ಪ ಸಿಟ್ಟು ಬಂದಿರಬಹುದು. ಆದರೆ ಬಾಪು ಕೆಟ್ಟವರಲ್ಲ ಮಗು ಮಕ್ಕಳು ಮೊದಲಿನಿಂದಲೂ ಒಳ್ಳೆಯದನ್ನು, ಶಿಸ್ತನ್ನು ಕಲಿಯಬೇಕು ಎನ್ನುವುದಕ್ಕೆ ಈ ರೀತಿ ಸ್ವಲ್ಪ ಒರಟಾಗಿ ವರ್ತಿಸುತ್ತಾರೆ. ನಿಮ್ಮ ಜೊತೇನೇ ಅಲ್ಲ, ನನ್ನ ಜೊತೆಗೂ ಹಾಗೇ ನಡೆದುಕೊಳ್ಳುತ್ತಾರೆ. ಅವರು ಹೇಳಿದ ಕೆಲಸ ಮಾಡದಿದ್ದರೆ ಅವರಿಗೆ ಬಹಳ ಸಿಟ್ಟು, ಆ ಸಿಟ್ಟಿನಲ್ಲಿ ಎಷ್ಟೋ ಸಲ ನನ್ನನ್ನು ಮನೆಯಿಂದ ಆಚೆಗೆ ದೂಡಿದ್ದಾರೆ ಕೂಡಾ" ಎಂದು ತನ್ನ ಜೊತೆ ನಡೆದ ಹಿಂದಿನ ಪ್ರಸಂಗಗಳನ್ನೆಲ್ಲ ವಿವರಿಸಿದಳು, ಮತ್ತೆ ಮುಂದುವರೆಸಿದಳು.

"ಮೇಲು ನೋಟಕ್ಕೆ ಬಹಳ ಒರಟಾಗಿ ಕಾಣುತ್ತಾರೆ. ಆದರೆ ಮನಸ್ಸು ಬಹಳ ಒಳ್ಳೆಯದು, ಹೇಳುವ ಕೆಲಸಗಳು ಬಹಳ ಕಷ್ಟವೆಂದು ಎನಿಸಿದರೂ ಮುಂದೆ ನಮಗೇ ಸರಿ ಎಂದೇ ತೋರುತ್ತದೆ. ಅಲ್ಲದೆ ನಾವೂ ಜೀವನದಲ್ಲಿ ಹೊಸದನ್ನು ಕಲಿಯುತ್ತೇವೆ. ಬಾಪುವಿನ ವಿಚಾರಗಳು ಹಿಂದಿನವರಿಗಿಂತ ಬಹಳ ಬೇರೆಯಾಗಿರುತ್ತದೆ. ಆದರೂ ಅವು, ಯೋಚನೆ ಮಾಡಿದರೆ ಸತ್ಯವೆನಿಸುತ್ತವೆ. ಅದಕ್ಕೇ ನಾನು ನಿನಗೊಂದು ಮಾತು ಹೇಳುತ್ತೇನೆ. ನಿನ್ನ ಬಾಪು ಬಹಳ ಒಳ್ಳೆಯವರು. ನೀವು ಒಳ್ಳೆಯ ಹುಡುಗರಾಗಬೇಕು. ಶಿಸ್ತನ್ನು ರೂಢಿಸಿಕೊಳ್ಳಬೇಕು ಎನ್ನುವ ಕಾರಣಕ್ಕಾಗಿಯೇ ನಿಮ್ಮನ್ನು ಕಷ್ಟದ ಕೆಲಸಗಳಿಗೆ ಹಚ್ಚುತ್ತಾರೆ. ಅದಕ್ಕಾಗಿ ಬೇಸರ ಮಾಡಿಕೊಳ್ಳಬೇಡ. ನೀನು ಜಾಣ ಮರಿ ಅಲ್ಲವೆ? ಬೇಗ ಊಟ ಮಾಡಿ ಬಾಪು ಹೇಳಿದಂತೆ ಕನ್ನಡಕ ತೆಗೆದುಕೊಂಡು ಓಡು. ಇಲ್ಲವಾದರೆ ನಿನಗೆ ಏನಾಯಿತೋ ಎಂದು ಚಿಂತೆ ಮಾಡುತ್ತಾರೆ' ಎಂದು ಸಮಾಧಾನ ಪಡಿಸಿ, ಕೈಗೊಂದು ಸಿಹಿ ಉಂಡೆ ಕೊಟ್ಟು ಕಳಿಸಿದಳು.

ಮಣಿಲಾಲ ಮರುಪ್ರಶ್ನೆಯಿಲ್ಲದೆ, ತಾಯಿ ಹೇಳಿದ್ದೆಲ್ಲವನ್ನೂ ಕೇಳಿಸಿಕೊಂಡು, ಗೆಲುವಿನೊಂದಿಗೆ 'ಬಾಪು' ಆಫೀಸಿನತ್ತ ಓಡಿದ.

ಕಸ್ತೂರಳ ಯೋಚನೆಗಳಿಗೆ ಬಿಡುವೆಂಬುದೇ ಇಲ್ಲ. ಮನೆಯ ಪ್ರತಿಯೊಬ್ಬರ ಬಗ್ಗೆಯೂ ಅತ್ಯಂತ ಕಾಳಜಿ ಇರಿಸಿಕೊಂಡಿದ್ದಳು. ಅವರ ಪ್ರಗತಿಯನ್ನು ಭವಿಷ್ಯವನ್ನು ಕುರಿತು ಚಿಂತಿಸುತ್ತಲೇ ಇದ್ದಳು. ಮಣಿ, ರಾಮು, ಗಂಡ ತನ್ನೆದುರೇ ಇರುತ್ತಾರೆ, ಹೆಚ್ಚು ಶ್ರಮವಿಲ್ಲದೆ ಅವರ ಆಗುಹೋಗುಗಳನ್ನು ಕಣ್ಣ ಮುಂದೆಯೇ ನೋಡಬಹುದಾಗಿತ್ತು. ಆದರೆ ಹಿರಿಯ ಮಗ ಕುಲೋದ್ಧಾರಕ ತಮ್ಮ ದೃಷ್ಟಿಯಿಂದ ದೂರ ಸಮುದ್ರದಾಚೆ, ತಮ್ಮ ದೇಶದಲ್ಲಿ ಇದ್ದಾನೆ. ಅವನ ಬೆಳವಣಿಗೆ, ವಿದ್ಯಾಭ್ಯಾಸ ಗಮನಿಸುವವರು ಯಾರು? ಸುದ್ದಿ ತಿಳಿಯುವುದು ಸುಲಭವಾಗಿರಲಿಲ್ಲ. ಪತ್ರಗಳು ತಲುಪಲು, ತಾವು ಪ್ರತ್ಯುತ್ತರ ಪಡೆಯಲು ತಿಂಗಳುಗಳೇ ಹಿಡಿಯುತ್ತಿದ್ದವು. ಹರಿಲಾಲ ಬಹಳ ಬುದ್ಧಿವಂತ ಅವನು ಚೆನ್ನಾಗಿ ಓದುತ್ತಾನೆ ಎನ್ನುವ ಭರವಸೆಯೇನೋ ಇತ್ತು. ಆದರೆ ಅವನು ಹೇಗಿರುತ್ತಾನೋ, ಏನು ತಿನ್ನುತ್ತಾನೋ ಎನ್ನುವ ವಿಚಾರದಲ್ಲಿ ತಾಯಿಯಾದವಳಿಗೆ ತಳ್ಳಂಕ ಇಲ್ಲದಿರಲು ಸಾಧ್ಯವೇ ಇಲ್ಲ. ಈ ಚಿಂತೆಯಲ್ಲಿ ಇರುವಾಗಲೇ, ಹರಿಲಾಲನ ಅನಾರೋಗ್ಯದ ಸುದ್ದಿ ತಲುಪುತ್ತದೆ. ಇದನ್ನು ಕೇಳಿದ ಮೇಲಂತೂ ಕಸ್ತೂರಳ ಭಯಕ್ಕೆ ರೆಕ್ಕೆ ಮೂಡುತ್ತದೆ. ಕೂಡಲೇ ಹರಿಯನ್ನು ನೋಡಬೇಕೆಂದು ಮನಸ್ಸು ತುಡಿಯುತ್ತದೆ. ಆದರೆ ಹೋಗುವುದಾದರೂ ಹೇಗೆ? ಆದರೆ ಒಂದೇ ಒಂದು ಸಮಾಧಾನವೆಂದರೆ, ಹರಿಲಾಲನ ಭಾವಿ ಮಾವ, ಹರಿಲಾಲನನ್ನು ಮತ್ತು ವಿಧವೆಯಾಗಿ, ಗಂಡು ದಿಕ್ಕಿಲ್ಲದ ಗಾಂಧಿಯ ಸೋದರಿ ರಲಿಯಾಟ್‌ಬೆನ್‌ರನ್ನು ತಮ್ಮ ಮನೆಗೇ ಕರೆದುಕೊಂಡು ಹೋಗಿದ್ದಾರೆಂದೂ, ಯಾವುದೇ ಆತಂಕಕ್ಕೆ ಕಾರಣವಿಲ್ಲವೆಂದೂ ಲಕ್ಷ್ಮೀದಾಸ ಬರೆದಿದ್ದ.

ಗಾಂಧಿ ಕಸ್ತೂರರ ಚಿಂತೆಗಳು, ಚಿಂತನೆಗಳು ಬೇರೆ ಬೇರೆಯೇ ಆದರೂ, ಕಸ್ತೂರ್ ಓದಿದವಳಲ್ಲದಿದ್ದರೂ ಸಂಪ್ರದಾಯಸ್ಥ ಪರಿಸರದಲ್ಲಿಯೇ ಬೆಳೆದವಳಾಗಿದ್ದರೂ ಪ್ರಬುದ್ಧಳಾಗುತ್ತಿದ್ದಂತೆ ಸುತ್ತಲಿನ ಪ್ರಪಂಚದಲ್ಲಿ ಜರುಗುತ್ತಿದ್ದ ವಿದ್ಯಮಾನಗಳನ್ನು ತನ್ನ ಮುಗ್ಧ ಕಣ್ಣುಗಳಿಂದ ನೋಡುತ್ತಲೇ, ತನ್ನೊಳಗಿನಿಂದ ವಿಕಾಸವಾಗುತ್ತಿದ್ದಳು. ಬದುಕಿನ ವಾಸ್ತವತೆಗಳನ್ನು ಅರ್ಥಮಾಡಿಕೊಳ್ಳುತ್ತಿದ್ದಳು. ಗಾಂಧಿ ತನ್ನ ಆಶಯ ಸಿದ್ಧಾಂತಗಳಿಗೆ ಪೂರಕವೆನಿಸುವ ವಿಚಾರಗಳನ್ನು ಪುಸ್ತಕಗಳಿಂದ ಓದಿ, ಅವುಗಳನ್ನು ರೂಢಿಸಿಕೊಳ್ಳಲು ಪ್ರಯತ್ನಿಸುತ್ತಿದ್ದರೆ ಕಸ್ತೂರ್ ಗಾಂಧಿಯಲ್ಲಿನ ಬದಲಾವಣೆಗಳನ್ನು ಗಮನಿಸುತ್ತಾ, ಅರ್ಥಗಳನ್ನು ಹುಡುಕುತ್ತಾ, ತನಗೂ ಅವು ಸರಿತೋರಿದರೆ, ಸಮರ್ಥನೀಯ ವೆನಿಸಿದರೆ ತನ್ನ ಬದುಕಿನಲ್ಲೂ ಅಳವಡಿಸಿಕೊಳ್ಳಲು ಪ್ರಯತ್ನಿಸುತ್ತಿದ್ದಳು. ಹಾಗಾಗಿ ಗಾಂಧಿ ರಸ್ಕಿನ್‌ರ ಒಂದು ಮೂರು ಸಿದ್ಧಾಂತಗಳಿಗೆ ಬಹುವಾಗಿ ತೆತ್ತುಕೊಂಡರು. ಸರ್ವರ ಹಿತದಲ್ಲಿಯೇ ವ್ಯೆಯಕ್ತಿಕ ಹಿತವಿದೆ, ವಕೀಲನ ವೃತ್ತಿಯಾಗಿ ಹಜಾಮನ ವೃತ್ತಿಯೂ ಒಂದೇ. ಎರಡೂ ವೃತ್ತಿಗಳು ಪ್ರಯೋಜನಕಾರಿಯಾದ್ದರಿಂದ ಎರಡರ ಬೆಲೆಯೂ ಒಂದೇ; ಸ್ವಂತ ಶ್ರಮದಿಂದ ಬದುಕುವ ಬದುಕೇ ನಿಜವಾದ ಬದುಕು– ಎನ್ನುವುದು ಗಾಂಧಿಗೆ ಬೀಜ ಮಂತ್ರಗಳಂತೆ ಕಾಣಿಸಿದವು. ಇವೆಲ್ಲವೂ ಸಾಧ್ಯವಾಗಬೇಕಾದರೆ ಸ್ವಯಂಪೂರ್ಣ ಗ್ರಾಮ ರಚನೆ ಅನಿವಾರ್ಯ. ಎಲ್ಲವೂ ಅಲ್ಲಿ ಲಭ್ಯವಿರಬೇಕು. ಎಲ್ಲರೂ ದುಡಿಯಬೇಕು. 'ಇಂಡಿಯನ್ ಒಪೀನಿಯನ್' ಪತ್ರಿಕೆಯನ್ನು ವಿಶಾಲವಾದ ಒಂದು ಪ್ರದೇಶಕ್ಕೆ ಸ್ಥಳಾಂತರಿಸಿ, ಅದರಲ್ಲಿ ಎಲ್ಲರೂ ದುಡಿದು ಜೀವನೋಪಾಯಕ್ಕೆ ಬೇಕಾಗುವಷ್ಟು ಹಣ ಮಾತ್ರ ತೆಗೆದುಕೊಳ್ಳಬೇಕು ಎನ್ನುವುದು ಗಾಂಧಿಯ ಆಲೋಚನೆ ಆಗಿತ್ತು. ಆದರೆ, ಕೆಲವರಿಗೆ ಈ ವಿಚಾರ ಅಷ್ಟಾಗಿ ಹಿಡಿಸಲಿಲ್ಲ.

ಗಾಂಧಿಯ ಷರತ್ತುಗಳಿಗೆ ಮುದ್ರಣಾಲಯದ ಕಾರ್ಮಿಕರು ಒಪ್ಪುತ್ತಾರೆಯೇ ಎನ್ನುವ ಅನುಮಾನ ವ್ಯಕ್ತಪಡಿಸಿದರು. ಆದರೂ ಗಾಂಧಿ ತಮ್ಮ ಆಲೋಚನೆಯನ್ನು ಯಾರಾದರೂ ಒಪ್ಪಲಿ ಬಿಡಲಿ, ಬರಲಿ ಬಾರದಿರಲಿ, ಧೈರ್ಯದಿಂದ ಮುನ್ನುಗ್ಗಿ ಸಾಕಾರಗೊಳಿಸಿದರು. ರೈಲು ನಿಲ್ದಾಣಕ್ಕೆ ಹತ್ತಿರವಿರುವ ಮತ್ತು ಡರ್ಬಾನಿಗೂ ಹತ್ತಿರವಿರುವ ಇಪ್ಪತ್ತು ಎಕರೆ ಜಮೀನನ್ನು ಮತ್ತು ಅಲ್ಲಿ ಬೆಳೆದಿದ್ದ ಹಣ್ಣಿನ ಮರಗಳು, ತೋಟಗಳೂ ಸೇರಿದಂತೆ, ಮಿಸ್ಟರ್ ವೆಸ್ಟರ ಸಹಾಯದೊಂದಿಗೆ ಖರೀದಿಸಿ ಅಲ್ಲಿ ಫೀನಿಕ್ಸ್ ಆಶ್ರಮವನ್ನು ಸ್ಥಾಪಿಸಲಾಯಿತು. ಇಂಡಿಯನ್ ಒಪೀನಿಯನ್ ಪತ್ರಿಕೆ ಅಲ್ಲಿಂದಲೇ ಹೊರಡಲು ಆರಂಭವಾಯಿತು.

ಇಂಡಿಯನ್ ಒಪೀನಿಯನ್ ಪತ್ರಿಕೆಯ ಬಗ್ಗೆ ಸಾಕಷ್ಟು ಕೇಳಿ ತಿಳಿದಿದ್ದ ಭಾರತೀಯ ಪ್ರಜೆಗಳು, ಅದು ಸಂಕಷ್ಟದಲ್ಲಿ ಇರುವುದನ್ನು ಅರಿತು ಧಾರಾಳವಾಗಿ ಸಹಾಯ ಮಾಡಿದರು. ಉದಾರಮನಸ್ಸಿನ ರುಸ್ತುಂಜಿ ಅವರು ಸಣ್ಣ ಕಟ್ಟಡಗಳನ್ನು ಕಟ್ಟಲು ಬೇಕಾದ ಸಾಮಗ್ರಿಯನ್ನು ಒದಗಿಸಿದರು. ಹಗಲಿರುಳೆನ್ನದೆ ಭರದಿಂದ ಕೆಲಸಗಳು ನಡೆದು, ಮನೆಗಳು, ಮುದ್ರಣಾಲಯಗಳು ನಿರ್ಮಾಣವಾದವು. ಫೀನಿಕ್ಸ್ ಆಶ್ರಮ ಪರಿಸರದಲ್ಲಿ ಸ್ವತಃ ಗಾಂಧಿ ಕುಟುಂಬಕ್ಕೆ ವಾಸಿಸಲು ಯೋಗ್ಯವಾದ ಮನೆ ನಿರ್ಮಾಣಪೂರ್ತಿಯಾಗುವವರೆಗೂ ಕಸ್ತೂರಳೂ ಜೊಹಾನ್ಸ್‌ಬರ್ಗ್ ನಲ್ಲಿಯೇ ಇರುತ್ತಿದ್ದಳು. ಗಾಂಧಿ ಆಗಾಗ ಮನೆಗೆ ಭೇಟಿ ಕೊಡುತ್ತಿದ್ದ. ಅತ್ಯಂತ ಸರಳವಾದ ಬದುಕಿನ ರೂಪರೇಷೆಗಳನ್ನು ಕುರಿತು ಯೋಚಿಸುತ್ತಿದ್ದ, ತನ್ನೆಲ್ಲ ಆದರ್ಶಗಳ, ಸಿದ್ಧಾಂತಗಳ ಪ್ರಯೋಗಶಾಲೆಯಾಗಿ ಫೀನಿಕ್ಸ್ ಆಶ್ರಮವನ್ನು, ಕಲ್ಪಿಸಿಕೊಂಡ.

ಫೀನಿಕ್ಸ್ ವಸತಿ ಸ್ಥಾಪನೆಯ ಕೆಲಸದ ಉದ್ದಕ್ಕೂ ಮಿಸ್ಟರ್ ಪೋಲಕ್ ಗಾಂಧಿಯ ಜೊತೆಯಲ್ಲಿಯೇ ಇದ್ದ. ಪೋಲಕ್‌ನ ಸ್ನೇಹ, ಆತ್ಮೀಯತೆ, ಸಾಮೀಪ್ಯಗಳು, ಅವನನ್ನು ಗಾಂಧಿ ಕುಟುಂಬದ ಭಾಗವೋ ಎನ್ನುವಂತೆ ಮಾಡಿತ್ತು. ಆ ಭಾವನೆಯನ್ನು ಸಾಕಾರಗೊಳಿಸಲೊ ಎಂಬಂತೆ, ಪೋಲಕ್‌ನನ್ನು ಗಾಂಧಿ ತನ್ನ ಕುಟುಂಬದ ಸದಸ್ಯನಾಗಿ ತಮ್ಮೊಂದಿಗೇ ಇರಬೇಕೆಂದು ಪ್ರೀತಿಯಿಂದ ಒತ್ತಾಯಿಸಿದ. ಪೋಲಕ್‌ಗೆ ನಿರಾಕರಿಸಲು ಸಾಧ್ಯವಾಗಲಿಲ್ಲ. ಪೋಲಕ್ ಮಾತ್ರವೇ ಅಲ್ಲ ಪೋಲಕ್‌ನ ಮಡದಿ ಮಿಲ್ಲೀ ಪೋಲಕ್ ಕೂಡಾ ಗಾಂಧಿ ಕುಟುಂಬ ಸೇರಿದರು. ಇದರಿಂದ ಕಸ್ತೂರಳಿಗೆ ಎಲ್ಲಿಲ್ಲದ ಸಂಭ್ರಮವೆನಿಸಿತು. ಅವರೊಂದಿಗೆ ಮೊದಲಿನಿಂದಲೂ ತುಂಬಾ ಸಲುಗೆಯಿಂದಲೇ ನಡೆದುಕೊಳ್ಳುತ್ತಿದ್ದಳು. ಈಗ ತನ್ನ ಕುಟುಂಬದ ಜೊತೆಗೆ ಇದ್ದುದರಿಂದ ಸ್ವಂತ ಅಕ್ಕತಂಗಿಯರಂತೆ ಮಿಲ್ಲೀ ಮತ್ತು ಕಸ್ತೂರ್ ಇರತೊಡಗಿದರು. ಇಬ್ಬರೂ ಮನೆಕೆಲಸಗಳನ್ನು ಹಂಚಿಕೊಂಡು ಮಾಡುತ್ತಿದ್ದರು. ಮೊದಲಿನಿಂದಲೂ ಅವಿಭಕ್ತ ಕುಟುಂಬದಲ್ಲಿದ್ದು, ಕೂಡಿ ಬಾಳುವುದರ ಸುಖ ಕಂಡಿದ್ದವಳಿಗೆ, ಈಗ ಇದರಿಂದ ನಿರಾಳವೂ ಸಂತೋಷದಾಯಕವೂ ಅನಿಸಿತು. ಒಂದೇ ಒಂದು ತೊಡಕೆಂದರೆ, ಮುಕ್ತವಾಗಿ ಮಾತಾಡಿ ತನ್ನ ಭಾವನೆಗಳನ್ನು ವಿಚಾರಗಳನ್ನು ಹಂಚಿಕೊಳ್ಳಲು ಇಂಗ್ಲಿಷ್ ಬರುತ್ತಿರಲಿಲ್ಲ. ಆದರೂ ಹರಕು ಮುರುಕು ಇಂಗ್ಲಿಷ್, ಅದೂ ಮಿಲ್ಲೀ ವ್ಯವಹಾರಕ್ಕೆ ಎಷ್ಟು ಬೇಕೋ ಅಷ್ಟನ್ನು ಕಲಿಸಿದ್ದರಿಂದ, ಭಾಷೆಯ ಮೂಲಕ ನಿಭಾಯಿಸುತ್ತಿದ್ದಳು. ಮಕ್ಕಳಿಗಂತೂ ಈ ಪೋಲಕ ದಂಪತಿಗಳನ್ನು ಕಂಡರೆ ಎಲ್ಲಿಲ್ಲದ ಸಂತೋಷ. ಅವರೊಂದಿಗೆ ಅತ್ಯಂತ ಸಲುಗೆಯಿಂದ ನಡೆದುಕೊಳ್ಳುತ್ತಿದ್ದರು. ಮಿಲ್ಲೀ ಪೋಲಕ್ ಆ ಮಕ್ಕಳಿಗೆ ಟ್ಯೂಟರ್ ಆಗಿ ಇಂಗ್ಲಿಷನ್ನು ಚೆನ್ನಾಗಿ ಕಲಿಸುತ್ತಿದ್ದಳು.

ಅದ್ಭುತವಾದ ವಾದ ವೈಖರಿ, ವೃತ್ತಿಯಲ್ಲಿ ತೋರುತ್ತಿದ್ದ ಪ್ರಾಮಾಣಿಕತೆ, ದಕ್ಷತೆಗಳು, ದಕ್ಷಿಣ ಆಫ್ರಿಕಾದ ಟ್ರಾನ್ಸ್‌ವಾಲಿನ ಭಾರತೀಯರಲ್ಲಿ ಹೆಸರಾಗಿದ್ದವು. ಗಾಂಧಿ ತಮ್ಮ ಕೇಸುಗಳನ್ನು ಒಪ್ಪಿಕೊಳ್ಳುವುದೇ ತಮ್ಮ ಅದೃಷ್ಟವೆಂದು ಭಾವಿಸಿದ್ದವರಿಗೆ, ಹಣ ಎಷ್ಟು ಖರ್ಚಾದರೂ ಚಿಂತೆಯಿಲ್ಲವೆಂದು ಭಾವಿಸುತ್ತಿದ್ದುದರಿಂದ, ಧಾರಾಳವಾಗಿ ಹಣ ಸುರಿಯುತ್ತಿದ್ದುದರಿಂದ ಗಾಂಧಿಯ ಆದಾಯ, ಸಂಪತ್ತು ಹತ್ತು ಪಟ್ಟು ಹೆಚ್ಚಾಯಿತು. ಇದರಿಂದ ಸಂತೋಷ, ಸಂತೃಪ್ತಿಗಳೇನೋ ಇದ್ದವು. ಆದರೆ ಮನಸ್ಸಿನ ಮೂಲೆಯಲ್ಲೆಲ್ಲೋ ಒಂದುಕಡೆ ಹೇಳಿಕೊಳ್ಳಲಾಗದ ಅಶಾಂತಿ ಮನೆ ಮಾಡಿತ್ತು. ಈ ಬಗೆಯ ಭೌತಿಕ ಸಂಪತ್ತೆಲ್ಲವೂ ಯಾವುದಕ್ಕಾಗಿ? ಎಂದು ಯೋಚಿಸುತ್ತಿದ್ದ. ಈ ಸಂಪತ್ತಿನ ಆಕರ್ಷಣೆ, ತನ್ನನ್ನು ಮಾತ್ರವೇ ಅಲ್ಲ, ತನ್ನ ಕುಟುಂಬದವರನ್ನೂ ದಾರಿ ತಪ್ಪಿಸಿ, ಎಂಥ ವಿನಾಶದತ್ತ ಕರೆದೊಯ್ಯುವುದೋ ಎನ್ನುವ ಅಂಜಿಕೆ ಕಾಡುತ್ತಿತ್ತು. ವೈಯಕ್ತಿಕ ಸುಖ ಭೋಗಗಳ ಬಲೆಯಲ್ಲಿ ಸಿಲುಕಿ, ತಾನು ಯಾವ ಸಾರ್ವಜನಿಕ ಹಿತಾಸಕ್ತಿಗಾಗಿ ಹೋರಾಡಲು ಬಂದಿದ್ದೆನೋ ಅದರಿಂದ ವಿಮುಖನಾಗಿ ಬಿಡುವೆನೋ ಎಂದು ಹೆದರಿದ. ಘಟ್ಟನೆ ಗೀತೆಯಲ್ಲಿನ ಅಸಂಗ್ರಹದ ಪರಿಕಲ್ಪನೆ ನೆನಪಾಯಿತು. ಅಗತ್ಯಕ್ಕಿಂತ ಹೆಚ್ಚನ್ನು ಸಂಗ್ರಹಿಸಿಕೊಳ್ಳದೆ ಸಮುದಾಯದ ಒಳಿತಿಗಾಗಿ ವ್ಯಯಿಸಬೇಕೆಂದು ನಿರ್ಧರಿಸಿದ. ಎಷ್ಟು ಸಾಧ್ಯವೋ ಅಷ್ಟು ಸರಳವಾದ ಬದುಕನ್ನು ರೂಢಿಸಿಕೊಳ್ಳಬೇಕು. ತಾನಷ್ಟೇ ಅಲ್ಲ, ತನ್ನ ಹೆಂಡತಿ, ಮಕ್ಕಳೂ ಸಹ ತನ್ನ ಈ ಪ್ರಯೋಗಗಳಲ್ಲಿ ಭಾಗಿಯಾಗಬೇಕೆಂದೂ ಬಯಸುತ್ತಿದ್ದ. ಫೀನಿಕ್ಸ್ ವಸತಿಯನ್ನು ಸೇರುವುದಕ್ಕೂ ಮೊದಲೇ ಸರಳ, ಸ್ವಾವಲಂಬಿ ಬದುಕಿನ ಅಭ್ಯಾಸ ಈ ಜೊಹಾನ್ಸ್‌ಬರ್ಗ್ ಮನೆಯಿಂದ ಪ್ರಾರಂಭವಾಗಬೇಕೆಂದು, ಕಸ್ತೂರಳನ್ನು ಕರೆದು ತನ್ನ ವಿಚಾರಗಳನ್ನು ಅವಳೊಡನೆ ಹೇಳಿದ–

"ಕಸ್ತೂರ್ ನೀನು ನನ್ನ ಧರ್ಮಪತ್ನಿ. ನನ್ನ ವಿಚಾರಗಳು, ಸಿದ್ಧಾಂತಗಳು, ನಿನಗೆ ಹಿಡಿಸಬಹುದೆಂದೇ ಭಾವಿಸಿದ್ದೇನಿ. ನಾನು ಹೇಳುವ ಮಾತುಗಳನ್ನು ಕೇಳಿದರೆ ಬೇರೆಯವರೇ ಅಲ್ಲ, ನೀನೂ ಕೂಡಾ ನನ್ನನ್ನು ಹುಚ್ಚನೆಂದೇ ಭಾವಿಸುತ್ತೀ. ಆದರೂ ಅದೆಲ್ಲವನ್ನೂ ನಿನ್ನೊಡನೆ ಹೇಳಿಕೊಳ್ಳದಿದ್ದರೆ ನನ್ನ ಮನಸ್ಸಿಗೆ ಶಾಂತಿ ಇರುವುದಿಲ್ಲ. ಹೇಳುವುದೆಲ್ಲವನ್ನೂ ಸಾವಧಾನವಾಗಿ ಕೇಳಿ, ನಿನ್ನ ಅಭಿಪ್ರಾಯ ತಿಳಿಸು" ಎಂದ.

ಕಸ್ತೂರಳು ಸ್ವಲ್ಪ ದಿನಗಳಿಂದ ಗಂಡನನ್ನು ಗಮನಿಸುತ್ತಲೇ ಇದ್ದಳು. ಒಂದು ಬಗೆಯ ಅಶಾಂತಿ, ಉದ್ವಿಗ್ನತೆಗಳು ಅವನ ಮನಸ್ಸನ್ನು ಕಾಡುತ್ತಿರಬೇಕು ಎಂದು ಕೊಂಡಿದ್ದಳಾದರೂ, ಗಾಂಧಿಯ ಮನಃಸ್ಥಿತಿ ಸರಿಯಿಲ್ಲದ ಪಕ್ಷದಲ್ಲಿ ರೇಗಿಬಿಡಬಹುದೆನ್ನುವ ಭಯಕಾಡುತ್ತಿತ್ತು.

"ಹೇಳಿ ಪರವಾಗಿಲ್ಲ. ಇಷ್ಟು ವರ್ಷ ನಿಮ್ಮೊಡನಿದ್ದೂ ನಿಮ್ಮ ಮನಸ್ಸನ್ನು ಕಾಡುತ್ತಿರುವ ಸಮಸ್ಯೆಗಳೇನೆಂಬುದನ್ನು ತಿಳಿಯಲು ಪ್ರಯತ್ನಿಸಿ, ಸಹಾಯ ಮಾಡದಿದ್ದಲ್ಲಿ ನನ್ನ ಪತ್ನಿ ಧರ್ಮಕ್ಕೇ ಚ್ಯುತಿ ಬಾರದೆ ಇರದು –ಎಂದು ಅವನನ್ನು ಕಾಡುತ್ತಿದ್ದ ವಿಚಾರಗಳನ್ನು ತನ್ನೊಡನೆ ಹಂಚಿಕೊಳ್ಳಲು ಉತ್ತೇಜಿಸಿದಳು.

"ನೋಡು ಕಸ್ತೂರ್, ನಾನಿಲ್ಲಿ ಬಂದದ್ದು, ಇಲ್ಲಿನ ನನ್ನ ಭಾರತೀಯ ಬಂಧು ಮಿತ್ರರಿಗೆ ಸಹಾಯ ಮಾಡಲೆಂದು. ಇಲ್ಲಿನ ಪ್ರಜೆಗಳಾಗಿಯೂ ಇಲ್ಲಿನ ಸರಕಾರದ ಧೋರಣೆಗಳಿಂದ ಅನೇಕ ಬಗೆಯಲ್ಲಿ ಸಮಸ್ಯೆಗಳನ್ನು ಎದುರಿಸುತ್ತಿದ್ದಾರೆ. ಕಾನೂನಾತ್ಮಕವಾಗಿ, ಸಂವಿಧಾನಾತ್ಮಕವಾಗಿ ಅವರಿಗೆ ದೊರೆಯಬೇಕಿದ್ದ ಹಕ್ಕುಗಳು ದೊರೆಯದೆ ವಂಚಿತರಾಗಿದ್ದಾರೆ. ಬಹಳ ಯಶಸ್ವಿ ಅಟರ್ನಿ ಎಂದು ಹೆಸರುಗಳಿಸಿದ್ದರೂ, ನ್ಯಾಯಬದ್ಧವಲ್ಲದ ಕಾನೂನಿನ ಹೇರಿಕೆಗಳನ್ನು ನಿವಾರಿಸಲು, ಬದಲಾಯಿಸಲು ನನ್ನಿಂದ ಸಾಧ್ಯವಾಗಿಲ್ಲ. ನನ್ನ ಸಂಪಾದಕೀಯಗಳು ಮೊದಕದ್ದಮೆಗಳು, ಎಷ್ಟೇ ಪ್ರಕಟವಾದರೂ ಹಠಮಾರಿ ಸರ್ಕಾರ ಅವುಗಳಿಗೆ ಮಣಿಯುತ್ತಲೇ ಇಲ್ಲ. ಇದರಲ್ಲಿ ನನ್ನದೇ ತಪ್ಪಿದೆ. ಬರೀ ಸಂಪಾದನೆಯಲ್ಲಿ ಮುಳುಗಿರುವುದಾಗಲೇ, ಸರಳ ಜೀವನ ನಡೆಸುತ್ತೇನೆ ಎನ್ನುವುದಾಗಲೇ ಸಮಸ್ಯೆಗಳ ಪರಿಹಾರಕ್ಕೆ ಸಾಕಾಗುವುದಿಲ್ಲ. ಈ ವಿಚಾರದಲ್ಲಿ ನಾನು ಇನ್ನಷ್ಟು ಗಂಭೀರವಾಗಿ ಆಲೋಚಿಸಬೇಕಾಗಿದೆ. ನನ್ನ ಸಂಪಾದನೆ ಚೆನ್ನಾಗಿ ಇರುವುದರಿಂದಲೇ ಸ್ವಲ್ಪ ಮಟ್ಟಿಗಾದರೂ ಸಾರ್ವಜನಿಕ ಕೆಲಸಗಳು ಸಾಧ್ಯವಾಗಿವೆ" ಎಂದು ಮನದಂತರಾಳದ ಮಾತುಗಳನ್ನು ತಾನು ಹಾದು ಹೋಗುತ್ತಿರುವ ಸಂದಿಗ್ಧ ಪರಿಸ್ಥಿತಿಯನ್ನು ವಿವರಿಸಿದ.

"ನನಗೆ ಅರ್ಥವಾಗುತ್ತೆ ಈ ಮೊದಲಿನಿಂದಲೂ ನಾನು ನಿಮ್ಮನ್ನು ಗಮನಿಸುತ್ತಾ ಬಂದಿದ್ದೇನಿ. ನಿಮ್ಮೊಳಗೆ ಏನೋ ಸಂಘರ್ಷ ನಡೆಯುತ್ತಿದೆ ಎನ್ನುವುದನ್ನು ಊಹಿಸಿದ್ದೆ. ಯಾವಾಗಲೂ ನೀವು ನಿಮ್ಮ ಸಂಪತ್ತನ್ನು ತ್ಯಾಗಮಾಡುತ್ತೇನೆ ಎಂದು ಹೇಳುತ್ತಲೇ ಇದ್ದೀರಿ. ಹಾಗೆ ಮಾಡಿದರೂ ನನಗೇನೂ ಅಭ್ಯಂತರವಿಲ್ಲ. ನನಗೆ ಗೊತ್ತಿದೆ ನಿಮ್ಮ ಸಂಪಾದನೆಯಲ್ಲಿ ಅಗತ್ಯಕ್ಕಿಂತ ಹೆಚ್ಚು ಇರಿಸಿಕೊಳ್ಳದೆ, ಸಮಾಜ ಸೇವೆ, ಸಾರ್ವಜನಿಕ ಸೇವೆಗಳಲ್ಲಿ ಖರ್ಚುಮಾಡುತ್ತಿದ್ದೀರಿ. ಆದರೆ ಒಂದು ವಿಚಾರ ನನಗೆ ತುಂಬಾ ಬೇಸರ ತಂದಿದೆ. ನಿಮಗೆ ಹಣ ಬೇಡದಿರಬಹುದು. ಆದರೆ ನಿಮ್ಮನ್ನೇ ನಂಬಿಕೊಂಡವರ ಪಾಡೇನು? ಅವರು ನೀವು ಹೇಳುವ ಸಾರ್ವಜನಿಕರಿಗಿಂತ ಬೇರೆಯೇನು? ಲಕ್ಷ್ಮೀದಾಸ ಭಾವನವರಿಗೆ ಸಂಪತ್ತನ್ನು ತ್ಯಾಗ ಮಾಡುತ್ತಿದ್ದೇನೆ. ಇನ್ನು ಮುಂದೆ ನನ್ನಿಂದ ಯಾವುದೇ ಆರ್ಥಿಕ ಸಹಾಯವನ್ನು ಅಪೇಕ್ಷಿಸ ಬೇಡಿ ಎಂದು ಬರೆದಿದ್ದಿರಲ್ಲ, ಅವರಿಗೆ ಸಂಪಾದನೆಯೂ ಇಲ್ಲ, ಜೊತೆಗೆ ಖಾಯಿಲೆ ಬೇರೆ. ಹೀಗಿರುವಾಗ ಅವರಿಗೆ ಸಂಸಾರ ನಿರ್ವಹಣೆಗೆ ಕೊಡುತ್ತಿದ್ದ ಹಣವನ್ನು ನಿಲ್ಲಿಸಿ ಬಿಟ್ಟರೆ ಅವರೇನು ಮಾಡಬೇಕು. ಹೊಟ್ಟೆ ಮೇಲೆ ತಣ್ಣೀರ ಬಟ್ಟೆ ಹಾಕಿಕೊಂಡು ಸಾಯಬೇಕೇನು? ನಿಜ, ಕುಟುಂಬದ ಜವಾಬ್ದಾರಿ ತಂದೆಯ ನಂತರ ಹಿರಿಯ ಮಗನ ಮೇಲೆ ಬೀಳುತ್ತದೆ. ಆದರೆ ಆತನಿಗೆ ಯಾವುದೇ ಆದಾಯ ಮೂಲವಿಲ್ಲದಿರುವಾಗ ಅವರ ನಂತರದ ಗಂಡಸರು ಈ ಜವಾಬ್ದಾರಿಯನ್ನು ತೆಗೆದುಕೊಳ್ಳಬೇಕು. ಆದರೆ ನೀವು ನಿಮ್ಮ ನಿರ್ಣಯವನ್ನು ತಿಳಿಸಿ ತುಂಬಾ ನೋವುಂಟುಮಾಡಿದ್ದೀರಿ. ನನಗೆ ರಲಿಯಾತ್ಬೆನ್ ತಿಳಿಸಿ ಬರೆದಿದ್ದಳು. ನಿಮಗಾಗಿ, ನಿಮ್ಮ ಓದಿಗಾಗಿ, ಮೈತುಂಬ ಸಾಲ ಮಾಡಿಕೊಂಡು ಎಷ್ಟೆಲ್ಲ ಮಾಡಿದ್ದಾರೆ. ಅದಕ್ಕೆ ನೀಯತ್ತು ಬೇಡವೇ? ನೀವು ಇಂಗ್ಲೆಂಡ್, ಆಫ್ರಿಕಾಗಳೆಂದು ಓಡಾಡುತ್ತಿರುವಾಗ ನಮ್ಮನ್ನೆಲ್ಲ ಪೋಷಿಸಿದ್ದು ಯಾರು? ಇದನ್ನಾದರೂ ಯೋಚಿಸಬೇಡವೇ? ಮನೆಯವರನ್ನು ಉಪವಾಸ ಕೆಡವಿ, ದುಃಖದ ಕೂಪದಲ್ಲಿ ತಳ್ಳಿ ಊರಿಗೆ ಉಪಕಾರ ಮಾಡಿದರೆ ಏನು ಬಂದ ಹಾಗಾಯಿತು? ಭಾವನವರು ನಿಮ್ಮ ಬಗ್ಗೆ ಏನು ಯೋಚಿಸುತ್ತಿರಬೇಕು, ಬರಿ ಹಣ ಕೊಡುವುದಷ್ಟೇ ಅಲ್ಲರಿ, ಕೈ ತುಂಬ ಸಂಪಾದಿಸುತ್ತಿರುವಾಗ, ಅವರು ಕಷ್ಟದಲ್ಲಿ ಇರುವಾಗ, ನೀವಾಗಿ ಮುಂದಾಗಿ ಸಹಾಯ

ಮಾಡಬೇಕಾದ್ದು ನಿಮ್ಮ ಧರ್ಮ. ನಿಮ್ಮ ಈ ನಿಲುವನ್ನು ನಾನು ನಿಜವಾಗಿಯೂ ಖಂಡಿಸುತ್ತೇನೆ. ನಾಳೆ ನಮ್ಮ ಪಾಡು ಏನಾಗುವುದೋ ಎನ್ನುವ ಚಿಂತೆ ನನಗೀಗಲೇ ಶುರುವಾಗಿದೆ. ಏಕೆಂದರೆ ನಿಮಗೆ ಅಣ್ಣ ತಮ್ಮ, ಅಕ್ಕ, ತಂಗಿ, ಬಂಧುಗಳೂ ಕಡೆಗೆ ಹೆಂಡತಿ ಮಕ್ಕಳು ಕೂಡಾ ನಿಮ್ಮ ಆದರ್ಶ ಸಿದ್ಧಾಂತಗಳಿಗಾಗಿ ಬಲಿಕೊಟ್ಟೇಕೊಡುತ್ತೀರಿ ಎನಿಸುತ್ತಿದೆ" ಎಂದಳು.

ಕಸ್ತೂರ್ ಇಷ್ಟೊಂದು ಮಾತಾಡುತ್ತಾಳೆಂದು ಗಾಂಧಿ ಭಾವಿಸಿಯೇ ಇರಲಿಲ್ಲ. ಅವಳ ಮಾತಿನಲ್ಲಿ ಸತ್ಯವಿತ್ತು. ಸಂಕಟವೂ ಇತ್ತು. ಆದರೆ ಅವಳ ಮಾತಿನಿಂದ ನನಗೆ ಬದಲಾಗಲು ಸಾಧ್ಯವೇ? ನನ್ನ ತೀರ್ಮಾನಗಳನ್ನು ಕೈಬಿಡಲು ಸಾಧ್ಯವೇ? ತಾನು ಅಣ್ಣಂದಿರಿಗೆ ಬಡತನದ ಬದುಕನ್ನು ಸ್ವೀಕರಿಸಲು ಪ್ರತಿಜ್ಞೆ ಮಾಡಿದ್ದೇನೆ ಎಂದು ಬರೆದು ತಿಳಿಸಿದ್ದೇನೆ. ಅದು ಅವರಿಗೆ ಸುಳ್ಳಾಗಿ ಕಾಣಿಸಿದರೆ ನನ್ನದೇನೂ ತಪ್ಪಿಲ್ಲವಲ್ಲ! ಎಂದು ತನ್ನೊಳಗೆ ತಾನೇ ಸಮರ್ಥಿಸಿಕೊಳ್ಳುತ್ತಾ ಮೌನವಾಗಿದ್ದ. ಕಸ್ತೂರ್ ಬಿಡಲಿಲ್ಲ. ಹೇಳುವುದಕ್ಕೆ ಬೇಕಾದಷ್ಟು ಇತ್ತು.

"ಯಾಕೆ ಸುಮ್ಮನಾದಿರಿ? ನನಗಂತೂ ಇನ್ನೂ ಹೇಳಬೇಕಾಗಿದೆ. ಹಣವನ್ನು ಕಳಿಸಲು ಸಾಧ್ಯವಾಗುವುದಿಲ್ಲವೆಂದು ಏನೇನೋ ಸಬೂಬು ಸಮರ್ಥನೆಗಳನ್ನು ನೀಡಿರಬಹುದು. ಆದರೆ ಅದನ್ನು ಅವರು ಗಂಭೀರವಾಗಿ ತೆಗೆದುಕೊಳ್ಳುವುದಿಲ್ಲ. ನಿಮ್ಮ ಈ ವರ್ತನೆಯ ಹಿಂದೆ ಹೆಂಡತಿ ಇದ್ದಾಳೆಂದೇ ಭಾವಿಸುತ್ತಾರೆ. ಶ್ರೀಮಂತ ಮನೆಯಲ್ಲಿ ಹುಟ್ಟಿ ಸಾಕಷ್ಟು ಸುಖವನ್ನು ಅನುಭವಿಸಿದವಳು. ಜೊತೆಗೆ ಅಣ್ಣಂದಿರೂ ಚೆನ್ನಾಗಿದ್ದಾರೆ, ಹೀಗಿರುವಾಗ ತಾನೂ ಸುಖವಾಗಿರ ಬೇಕೆಂದು ಬಯಸಿ ಗಂಡನನ್ನು ನಿಯಂತ್ರಿಸುತ್ತಿರಬೇಕು. ಎಷ್ಟಾದರೂ ಹೆಂಡತಿಯರು ಬಂದ ಮೇಲೆ ಗಂಡಂದಿರು ಹಿತ್ತಾಳೆ ಕಿವಿಯವರಾಗಿ, ಹೇಳಿದ್ದನ್ನೆಲ್ಲ ಕೇಳುತ್ತಾರೆ, ಎಂದು ಕೊಳ್ಳುತ್ತಿದ್ದರೆ, ನನ್ನ ಬಗ್ಗೆ ಯಾವ ಕಲ್ಪನೆ ಬರಬಹುದು. ನೀವು ಒಳ್ಳೆಯವರಾಗಿಯೇ ಇರುತ್ತೀರಿ. ಆದರೆ ಅವರ ದೃಷ್ಟಿಯಲ್ಲಿ ನಾನು ಮಾತ್ರವೇ ಕೆಟ್ಟವಳಾಗಿರುತ್ತೇನೆ. ಸುಮ್ಮನೆ ಇದೆಲ್ಲ ಯೋಚಿಸುವುದನ್ನು ಬಿಟ್ಟು, ಮನೆಯವರಿಗೆ ಹಣ ಕಳಿಸಿ, ಒಂದೆರಡು ಹೊತ್ತು ಹೊಟ್ಟೆ ತುಂಬ ಊಟವನ್ನಾದರೂ ಮಾಡಲಿ, ನಿಮಗೇನು ಮುದಿವಯಸ್ಸೆ? ಸಾಧು, ಸನ್ಯಾಸಿಗಳಂತೆ ಸರ್ವಸ್ವವನ್ನೂ ತ್ಯಜಿಸುತ್ತೇನೆ, ತ್ಯಜಿಸುತ್ತೇನೆ ಎಂದು ಹಾರಾಡಲು! – ಎಂದು ಒಂದೇ ಸಮನೆ ಗಾಂಧಿಗೆ ಪಾಠ ತೆಗೆದುಕೊಂಡಳು.

✳   ✳   ✳

19

ಒಂದು ಮುಗಿಯುತ್ತಿದ್ದಂತೆ ಮತ್ತೊಂದು ಸಮಸ್ಯೆ ಉದ್ಭವಿಸಿತು. ಪತ್ರಿಕೆಗಳಲ್ಲೆಲ್ಲ, ಸಾವಿರಾರು ವರ್ಷಗಳಿಂದ ವಾಸಿಸುತ್ತಿದ್ದ ಆಫ್ರಿಕ ಮೂಲ ನಿವಾಸಿಗಳಾದ ಜುಲು ಬುಡಕಟ್ಟಿನವರು, ಯೂರೋಪಿಯನ್ನರು ತಮ್ಮ ಪ್ರದೇಶಗಳನ್ನು ಆಕ್ರಮಿಸಿ ಕೊಳ್ಳುತ್ತಿರುವುದರ ವಿರುದ್ಧ ದಂಗೆ ಎದ್ದ ವಿಚಾರಗಳೇ ತುಂಬಿದ್ದವು. ಸಾಲದ್ದಕ್ಕೆ ಏನೇನೋ ತೆರಿಗೆಗಳನ್ನು ಹೇರಿದರು. ಬದುಕುವುದೇ ಕಷ್ಟವಾಗಿರುವಾಗ, ತೆರಿಗೆಗೆ ಹಣವನ್ನೆಲ್ಲಿಂದ ತರುವುದು? – ಇದು ಜುಲುಗಳ ಸಮಸ್ಯೆಯಾಗಿತ್ತು.

ಜುಲುಗಳದೇ ತಪ್ಪು ಎನ್ನುವ ಹಾಗೆ ಪತ್ರಿಕೆಗಳಲ್ಲಿ ಬಿಂಬಿಸಲಾಗಿತ್ತು. ಬಿಳಿಯರು ಜುಲುಗಳ ಬಗ್ಗೆ ಸಹಾನುಭೂತಿ ಉಳ್ಳವರಾಗಿದ್ದರು. ಒಂದಷ್ಟು ಮಂದಿ ಜುಲುಗಳ ಪರವಾಗಿ ನಿಂತರು. ಗಾಂಧಿಗೂ ಕೂಡಾ ಇದನ್ನು ಓದಿದ ಮೇಲೆ ತಾನೂ ತನ್ನ ಭಾರತೀಯ ಮಿತ್ರರೊಂದಿಗೆ ಜೊತೆಗೂಡಿ ಅವರ ಹಕ್ಕುಗಳ ಪರವಾಗಿ ಹೋರಾಡಬೇಕೆಂದು ನಿರ್ಣಯಿಸಿದ.

ಒಂದು ದಿನ ರಾತ್ರಿ ಊಟದ ಮೇಜಿನ ಮುಂದೆ ಕುಳಿತು ಅದೂ ಇದು ಮಾತನಾಡುತ್ತಿರುವಾಗ, ಜುಲುಗಳ ದಂಗೆ, ಕಾರಣಗಳು. ಮಿಲಿಟರಿಯ ದೌರ್ಜನ್ಯ – ಇವುಗಳ ಬಗ್ಗೆ ವಿವರಿಸಿದ. ಕಸ್ತೂರಳಿಗೆ ಎಷ್ಟು ಅರ್ಥವಾಯಿತೋ ಏನೋ? ಅಂತೂ ಜುಲುಗಳು ಸಂಕಟದಲ್ಲಿ ಇದ್ದಾರೆ ಅನ್ನುವಷ್ಟನ್ನು ಗ್ರಹಿಸಿದಳು. "ಹೀಗಾದರೆ ನೀವೂ ಕೂಡಾ ಹೋಗಿ ದಂಗೆಯಲ್ಲಿ ಗಾಯಗೊಂಡವರಿಗೆ ಸಹಾಯ ಮಾಡುವುದು ತಾನೇ?" ಎಂದಳು.

"ಹೌದು ನಾನು ನನ್ನವರು ಎಲ್ಲರೂ ಸಹಾಯಕ್ಕೆ ಸಿದ್ಧರಾಗಬೇಕು. ಸ್ವಯಂ ಸೇವಕರಾಗಿ ಕೆಲಸಮಾಡಬೇಕು. ಮೊದಲಿಗೆ ಗಂಭೀರವಾದ ಗಾಯಾಳುಗಳನ್ನು ಸಾಗಿಸಲು ಆಂಬ್ಯುಲೆನ್ಸ್ ವ್ಯವಸ್ಥೆಯಾಗಬೇಕು. ಆದರೆ ಇದರಲ್ಲಿ ಒಂದು ತೊಂದರೆಯಿದೆ. ನಾವು ಈ ಮನೆಯಲ್ಲಿದ್ದು ಮಾಡುವುದಕ್ಕೆ ಆಗುವುದಿಲ್ಲ. ಮನೆ ಬದಲಾಯಿಸಬೇಕಾಗುತ್ತದೆ. ಅಂದರೆ ಈ ಮನೆ ಬಿಟ್ಟು ಫೀನಿಕ್ಸ್‌ಗೆ ಸ್ಥಳಾಂತರವಾಗಬೇಕು ? ಎಂದು ಹೇಳಿದನಾದರೂ ಕಸ್ತೂರಳ ಮನಸ್ಸಿನ ಮೇಲೆ ಆಗಬಹುದಾದ ಪರಿಣಾಮಗಳನ್ನು ಊಹಿಸಿದ. ಪ್ರತಿಸಲವೂ ಒಂದಲ್ಲ ಒಂದು ಕಾರಣಕ್ಕಾಗಿ ಮನೆ ಎತ್ತಂಗಡಿ ಆಗುತ್ತಲೇ ಇದೆ. ನೆಮ್ಮದಿಯಾಗಿ ಒಂದು ಜಾಗದಲ್ಲಿ ನೆಲೆನಿಂತವರಲ್ಲ. ಇದೂ ಕೂಡ ಒಂದು ಬಗೆಯ ಅಲೆಮಾರಿತನವೇ? ಅವಳಿಂದ ಸಿಟ್ಟಿನ ವಾಗ್ಬಾಣಗಳು ಬರಬಹುದೆಂದು ನಿರೀಕ್ಷಿಸಿ, ಸಿದ್ಧನಾಗಿ ನಿಂತ. ಆದರೆ ಅವನು ನಿರೀಕ್ಷಿಸಿದಂತೆ ಏನೂ ಆಗಲಿಲ್ಲ. ಅವಳೂ ಗಂಡನ ಹೆಜ್ಜೆ ಜಾಡಿನಲ್ಲಿಯೇ ಹೆಜ್ಜೆ ಹಾಕಲು ಸಿದ್ಧವಾಗುತ್ತಿದ್ದಳು. ಪ್ರತಿರೋಧ, ಪ್ರತಿಭಟನೆಗಳು ಯಾವುದೇ ಪ್ರಯೋಜನಕಾರಿ ಫಲಕೊಡುವುದಿಲ್ಲ. ಯಾಕೆಂದರೆ ಗಂಡ ಅಂದುಕೊಂಡದ್ದನ್ನು ಮಾಡಿಯೇ ಮಾಡುತ್ತಾನೆ. ಒಂದು ವಿಷಯ ತಲೆಗೆ ಬಂದರೆ ತುದಿಮುಟ್ಟುವ ತನಕ ಬಿಡುವುದಿಲ್ಲ. ಅಲ್ಲದೆ ಅವನಿಗೆ ಯಾರ ಹಂಗೂ ಇಲ್ಲ. ಯಾರ ಬಗ್ಗೆಯೂ ಚಿಂತಿಸುವುದಿಲ್ಲ. ಹೆಂಡತಿ ಯಾಗಲೀ, ಮಕ್ಕಳಾಗಲೀ ತಾನಂದಂತೆ ನಡೆಯಬೇಕೆನ್ನುವುದೇ ಅವನ ಆಶಯ. ಹಾಗಾಗಿ ಅವನು ನಿರೀಕ್ಷಿಸುವಂತೆ ಅವನೊಡನೆ ಸಹಕಾರದೊಂದಿಗೆ ಬಾಳ್ವೆ ಮಾಡುವುದರಲ್ಲೇ ಕ್ಷೇಮವಿದೆ. ಅಷ್ಟಕ್ಕೂ ಗಂಡ ದಾರಿ ತಪ್ಪುವ ಕೆಲಸಗಳನ್ನೇನೂ ಮಾಡುತ್ತಿಲ್ಲವಲ್ಲ? ಜನೋಪಕಾರ, ಜನಸೇವೆ, ಎಲ್ಲರೂ ಅವನನ್ನು ಎಷ್ಟು ಗೌರವಿಸುತ್ತಾರೆ. ಅಂಥಾದ್ದರಲ್ಲಿ ಹೆಂಡತಿಯೊಡನೆ ವಿರಸ ಅವನ ವ್ಯಕ್ತಿತ್ವಕ್ಕೆ, ಅವನ ಆಶಯಗಳಿಗೆ ಮಸಿ ಬಳಿದಂತೆ ಅಲ್ಲವೇ! ಎಂದು ಯೋಚಿಸುತ್ತಲೇ, ಕೂಡಲೇ ಸಾಮಾನು ಸರಂಜಾಮುಗಳನ್ನು ಗಂಟುಮೂಟೆ ಕಟ್ಟಿ ಫೀನಿಕ್ಸ್‌ಗೆ ಹೊರಡಲು ಸಜ್ಜಾದಳು.

ಗಾಂಧಿಯೂ ಕೂಡ ನೆಟಾಲ್ ಗವರ್ನರ್‌ಗೆ ಭಾರತೀಯ ಸ್ವಯಂ ಸೇವಕರನ್ನು, ಜುಲು ಗಾಯಾಳುಗಳ ಶುಶ್ರೂಷೆಗೆ ಹಚ್ಚುವುದಾಗಿ ತಿಳಿಸಿ ಬರೆದ.

ಗೌವರ್ನರ್‌ಸಿಂದಲೂ ಒಪ್ಪಿಗೆ ಸಿಕ್ಕತು. ಗಾಂಧಿ, ಕಸ್ತೂರಳಿಗೆ ಅವರದೇ ಆದ ಜವಾಬ್ದಾರಿಗಳ ಚಿಂತೆ! ಆದರೆ ಮಕ್ಕಳಿಗೆ ಏನೋ ಸಂಭ್ರಮ ಅವರೂ ತಾಯಿಗೆ ಸಹಾಯ ಮಾಡಿದರು.

ತಂದೆಯನ್ನು ಹಲವಾರು ಪ್ರಶ್ನೆ ಕೇಳಿದರು. ಫೀನಿಕ್ಸ್ ಎಲ್ಲಿದೆ? ಅಲ್ಲಿ ಯಾರು ಇರುತ್ತಾರೆ. ಮನೆ ಇದಕ್ಕಿಂತ ದೊಡ್ಡದಾಗಿ ಇದೆಯೇ, ಅಲ್ಲಿ ಏನೇನು ಇರುತ್ತದೆ. ನಮ್ಮ ಜೊತೆ ಆಡಲು ಮಕ್ಕಳು ಇರುತ್ತಾರೆಯೇ? ಶಾಲೆಗಳಿವೆಯೇ.... ಏನೆಲ್ಲ ಪ್ರಶ್ನೆಗಳು ಮಕ್ಕಳಿಂದ ಹೊರಬಂದವು.

✳   ✳   ✳

ಅಂತೂ ಇಂತೂ ಗಾಂಧಿ ಕುಟುಂಬ ಜೋಹಾನ್ಸ್ ಬರ್ಗ್‌ನಿಂದ ಫೀನಿಕ್ಸ್‌ಗೆ ರೈಲು ಹತ್ತಿದರು.

ಅಲ್ಲಿ ತಲುಪಿದಾಗ, ಕಸ್ತೂರಳು ದಂಗಾದಳು. ಇಲ್ಲಿ ಹೇಗಪ್ಪ ಇರೋದು ಎಂದು ಕೊಂಡಳು. ಅದೊಂದು ಕಾಡು ಪ್ರದೇಶ. ಯಾವ ಸೌಕರ್ಯಗಳೂ ಇರಲಿಲ್ಲ. ಇದ್ದುದೆಲ್ಲ ಹತ್ತಿರದಲ್ಲಿ ಒಂದು ರೈಲ್ವೆ ಸ್ಟೇಷನ್. ಅದೂ ಕೂಡಾ ಎರಡು ಮೈಲಿ ದೂರ. ನಡೆದೇ ಹೋಗಬೇಕಿತ್ತು. ಇವರು ಫೀನಿಕ್ಸ್ ತಲುಪುತ್ತಿದ್ದಂತೆಯೇ ಚಗನ್‌ಲಾಲ್, ಮಗನ್‌ಲಾಲ್ ಮತ್ತು ಇತರರು ಇವರನ್ನು ಬರಮಾಡಿಕೊಂಡು ಅಲ್ಲಿನ ವಸತಿಗೆ ಕರೆದೊಯ್ದರು.

ಹೊಸ ಪರಿಸರ, ಹಳೆ ಮುಖಿಗಳ ಜೊತೆಗೆ ಹೊಸ ಮುಖಿಗಳು. ಕಸ್ತೂರಳಿಗೆ ಒಂದೊಂದು ಕಡೆ ಹೋದಾಗಲೂ ಪರಿಸ್ಥಿತಿ, ಪರಿಸರಕ್ಕೆ ತುಂಬಾ ಬೇಗನೆ ಹೊಂದಿಕೊಂಡು ಬಿಡುತ್ತಿದ್ದಳು. ಅವಳಿಗೆ ಅದೆಲ್ಲವೂ ಬೇಸರವೆನಿಸುತ್ತಿರಲಿಲ್ಲವಾದರೂ ಪ್ರತಿಸಲವೂ ಸಾಮಾನು ಸರಂಜಾಮುಗಳನ್ನು ಕಟ್ಟುವುದು, ಜೋಹಾನ್ಸ್‌ಬರ್ಗ್‌ನ ಅತ್ಯಾಧುನಿಕ ಬದುಕಿನ ಶೈಲಿಗೂ ಬಹಳ ಬೇಗನೆ ಹೊಂದಿಕೊಂಡು ಬಿಟ್ಟದ್ದಳು. ಇಲ್ಲಿ ಸ್ವಲ್ಪ ಕಷ್ಟವೇನೋ ಎನಿಸಿತು. ಇಬ್ಬರು ಮಕ್ಕಳ ಜನನದ ಕಾಲದಲ್ಲಿ ಸ್ವಲ್ಪ ಎರುಪೇರಾದ್ದರಿಂದ, ಆರೋಗ್ಯ ಅಷ್ಟಾಗಿ ಚೆನ್ನಾಗಿ ಇರಲಿಲ್ಲ. ಅತಿಯಾದ ರಕ್ತಸ್ರಾವ ಅವಳನ್ನು ಜೀರ್ಣ ಶೀರ್ಣವಾಗಿಸಿತು. ಗಾಂಧೀಗೂ ಇದು ಗಮನಕ್ಕೆ ಬಂತು. ಆರೋಗ್ಯದ ಕಡೆ ಗಮನಕೊಡುತ್ತಿಲ್ಲವೆಂದು ಸ್ವಲ್ಪ ಸಿಟ್ಟಾದ. ಮನೆ ಸರಿಮಾಡಲು ಎಲ್ಲವನ್ನೂ ಅಚ್ಚುಕಟ್ಟಾಗಿ ಜೋಡಿಸಲು ಸಹಕರಿಸಿದ.

ಇದೇ ಸಮಯಕ್ಕೆ ಸರಿಯಾಗಿ, ಲಕ್ಷ್ಮೀದಾಸನಿಂದ ಬರಸಿಡಿಲಿನಂತಹ ಸುದ್ದಿ ಬಂತು! ಇವರಿಗೆಲ್ಲ ಏನಾಗಿದೆ, ಸ್ವಲ್ಪವಾದರೂ ಯೋಚಿಸೋದು ಬೇಡವೇ, ನನ್ನ ಮಗನ ವಿಚಾರದಲ್ಲಿ ಈ ಬಗೆಯ ಸ್ವತಂತ್ರ ವಹಿಸಲು ಅಧಿಕಾರ ಕೊಟ್ಟವರಾರು? ಎಂದು ಎತ್ತರದ ದನಿಯಲ್ಲಿ ರೇಗಾಡಿದ.

ಗಾಂಧಿಯ ಕೋಪ, ಬಡಬಡಿಕೆ ಏಕೆಂದು ಕಸ್ತೂರಳಿಗೆ ಅರ್ಥವಾಗಲಿಲ್ಲ. ಅಡಿಗೆ ಮನೆಯಲ್ಲಿದ್ದರೂ ಸ್ಪಷ್ಟವಾಗಿ ಕೇಳಿಸುತ್ತಿತ್ತು. ತಕ್ಷಣ ವಿಷಯ ತಿಳಿಯಲು ಮಾಡುತ್ತಿದ್ದ ಕೆಲಸ ಬಿಟ್ಟು, ಕೈಯೊರೆಸಿಕೊಂಡು, ಕಾಗದವನ್ನು ಕೈಲಿಹಿಡಿದಿದ್ದ ಗಾಂಧಿಯ ಬಳಿಗೆ ಬಂದು ನಿಂತು ಸಮಾಧಾನವಾಗಿಯೇ ವಿಚಾರಿಸಿದಳು.

"ಏನ್ರಿ, ಯಾಕೆ ಹಾಗೆ ಸಿಟ್ಟಿನಲ್ಲಿ ಕೂಗಾಡುತ್ತಿದ್ದೀರಿ? ಏನಾಯ್ತು ಅಂತ ಹೇಳಬಾರದೆ?" ಎಂದು.

"ವಿಷಯ ಗೊತ್ತೇನು? ನಮ್ಮ ಹರಿಲಾಲ ಮತ್ತು ಗುಲಾಬಿಯ ಮದುವೆ ಆಗೋಗಿದೆ" ಎಂದ.

ಕಸ್ತೂರಳೂ ಮೂಕವಿಸ್ಮಿತಳಾಗಿ ನಿಂತಳು.

"ಎಲ್ಲ ನಮ್ಮಣ್ಣನದೇ ಕೆಲಸ. ಹರಿಲಾಲನ ಭವಿಷ್ಯದ ಒಳಿತಿಗೆ ಅಂತ ಬೇರೆ ಬರೆದಿದ್ದಾನೆ."

ಸದ್ಯ ಎಂದು ಒಂದು ನಿಟ್ಟುಸಿರೆಳೆದಳು. ಬೈಯುತ್ತಾ ಇರೋದು ಸಿಟ್ಟಾಗಿರೋದು, ಅಣ್ಣನ ವಿಚಾರದಲ್ಲಿ ಹೊರತು ಹರಿಲಾಲನ ಮೇಲೆ ಅಲ್ಲವಲ್ಲ ಎಂದು ಸಮಾಧಾನ ಪಟ್ಟುಕೊಂಡಳು. ಎಷ್ಟಾದರೂ ತಾಯಿ ಹೃದಯ! ತನ್ನ ಮಗ ತಂದೆಯ ಕೋಪಾಗ್ನಿಗೆ ಗುರಿಯಾಗಲಿಲ್ಲವಲ್ಲ ಎಂದು ಕೊಂಡಳು. ಇದೇನೋ ಸಮಾಧಾನದ ವಿಚಾರವೇ, ಆದರೆ ಹೆತ್ತ ತಾಯಿಯಾಗಿ ವಂಚಿತಳಾದೆನಲ್ಲ ಎಂದು ಬಹುವಾಗಿ ಕೊರಗಿದಳು. ಯಾವ ತಾಯಿಗೆ ತಾನೆ ಹೀಗಾದಲ್ಲಿ ನೋವಾಗದಿರದು. ಮದುವೆಯಲ್ಲಿ ತಾವಿರಲಿಲ್ಲವಲ್ಲ ಎನ್ನುವ ಕೊರಗು ಒಂದು ಕಡೆಯಾದರೆ, ಮದುವೆ ಆದ ವಿಷಯವನ್ನೂ ತನಗೆ ತಿಳಿಸಲಿಲ್ಲವಲ್ಲ ಎನ್ನುವುದು ಮತ್ತೊಂದು ಕಡೆ ಅವಳನ್ನು ಬಾಧಿಸುತ್ತಿತ್ತು.

"ಯಾವಾಗ ಆಯ್ತಂತೆ ಮದುವೆ?"

"ಹೋದ ತಿಂಗಳ ಮೊದಲ ವಾರದಲ್ಲಿ, ಮದುವೆಗೆ ತುಂಬಾ ಜನ ಬಂದಿದ್ದರಂತೆ, ಅದ್ಧೂರಿಯಾಗಿ ಆಯಿತಂತೆ. ನಮ್ಮ ಕಡೆ ಅವರ ಕಡೆ ನೆಂಟರಿಷ್ಟರೆಲ್ಲ ಸೇರಿದ್ದರಂತೆ" ಎಂದು ಹೇಳಿ ಒಂದಷ್ಟು ಜನರ ಹೆಸರುಗಳನ್ನು ಓದಿದ.

'ಎಲ್ಲರಿಗೂ ಆಹ್ವಾನ ಪತ್ರಿಕೆ ಕಳಿಸೋದಕ್ಕೆ ಆಯ್ತು. ಆದರೆ ಹೆತ್ತ ತಂದೆ ತಾಯಿಗಳಾದ ನಮಗೆ ಮೊದಲೇ ತಿಳಿಸಬೇಕೆನ್ನುವ ಪ್ರಜ್ಞೆ ಬೇಡವೇ? ಲಕ್ಷ್ಮಿದಾಸನಿಗೆ ಮದುವೆ ವಿಚಾರವಾಗಿ ನನಗಿದ್ದ ಆಲೋಚನೆಗಳೂ ಏನೆಂಬುದು ತಿಳಿದಿತ್ತು. ಆದರೂ ನನ್ನ ಆಲೋಚನೆ, ಅಭಿಪ್ರಾಯಕ್ಕೆ ವಿರುದ್ಧವಾಗಿ ನಡೆದುಕೊಂಡಿದ್ದಾನೆ. ಬಾಲ್ಯವಿವಾಹದ ವಿರೋಧಿ ನಾನೆಂದು ಗೊತ್ತಿದ್ದರೂ ಎಷ್ಟು ಧೈರ್ಯ. ಈ ಮದುವೆ ಮಾಡಿಸಲು? ಹರಿಲಾಲನಿಗೆ ಮದುವೆಗೆ ಮೊದಲು ಕಲಿಯಬೇಕಾದ್ದು ಬೇಕಾದಷ್ಟಿದೆ. ಹೀಗಿರುವಾಗ ಅಣ್ಣ ಮಾಡಿದ್ದು ಅಕ್ಷಮ್ಯ ಅಪರಾಧ!" ಎಂದು ಮತ್ತಷ್ಟು ಉದ್ರಿಕ್ತಗೊಂಡ.

"ಹೋಗಲಿ ಬಿಡಿ, ನಾವು ಇಲ್ಲಿ ಎಷ್ಟೋ ದೂರದಲ್ಲಿದ್ದೇವೆ. ಅವರು ಭಾರತದಲ್ಲಿ ಇದ್ದಾರೆ. ಅವರೆಲ್ಲರಿಗೆ ಅದು ಸರಿ ಅಂತ ಅನಿಸಿರಬಹುದು. ಏನೇನೋ ಬೇರೆ ಬೇರೆ ಕಾರಣಗಳಿರಬಹುದು. ಹುಡುಗ ಹುಡುಗಿ ಒಂದೇ ಕಡೆ ಇದ್ದಾಗ ಏನು ಅನಾಹುತ ಆಗಿದೆಯೋ? ಅಂಥ ಸಂದರ್ಭದಲ್ಲಿ ಮದುವೆ ಮಾಡಲೇಬೇಕಾದ ಒತ್ತಾಯಕ್ಕೆ ಬಿದ್ದಿರಬೇಕು. ನೀವು ನಿಜವಾದ ಕಾರಣ ಕೇಳಿ ತಿಳಿಯದೆ ಹೀಗೆಲ್ಲಾ ಕಿರುಚಾಡಿ ಉದ್ವೇಗಕ್ಕೆ ಒಳಗಾಗುವುದರಲ್ಲಿ ಅರ್ಥವಿಲ್ಲ. ಆದದ್ದನ್ನು ಒಪ್ಪಿಕೊಳ್ಳಿ ಮನಸ್ಸಿಗೆ ಶಾಂತಿಯಾದರೂ ಸಿಕ್ಕೀತು. ಆ ಹುಡುಗಿಯದು ಏನೂ ತಪ್ಪಿರಲಾರದು. ಹರಿಯೇ ಅವಸರಪಡಿಸಿರಬೇಕು" ಎಂದಳು.

"ನಾನ್ ಸೆನ್ಸ್! ಈ ವಯಸ್ಸಿಗೆ ತನಗೇನು ಬೇಕು ಅನ್ನೋದು ಹೇಗೆ ತಾನೇ ತಿಳಿದಿರಲು ಸಾಧ್ಯ" ಎಂದು ಕಾಲು ನೆಲಕ್ಕೆ ಜಾಡಿಸಿದ.

"ನೋಡಿ ನಮ್ಮ ಮಗನಿಗೆ ಗೊತ್ತಿರಬಹುದು. ನೀವು ಅವನ ತಂದೆ. ನಿಮ್ಮವಯಸ್ಸಿನಲ್ಲಿ ನೀವು ಹೇಗಿದ್ದರಿ ಅನ್ನೋದನ್ನು ಸ್ವಲ್ಪ ಯೋಚನೆ ಮಾಡಿದರೆ ಅರ್ಥವಾಗುತ್ತೆ. ಅವನಿಗಿಂತ ಚಿಕ್ಕವಯಸ್ಸಿನಲ್ಲಿ ಮದುವೆಯಾದ ಹೊಸದರಲ್ಲಿ ನಿಮ್ಮ ತುಡಿತಗಳೆನಿದ್ದವು ಅನ್ನೋದನ್ನು ಸ್ವಲ್ಪ ಯೋಚಿಸಿ" ಎಂದಳು.

ಕಸ್ತೂರಳಿಗೆ ಇನ್ನೂ ಏನೇನೋ ಹೇಳಬೇಕೆನಿಸಿತು. ಮೂರು ಹೊತ್ತೂ ತನ್ನ ಸುತ್ತ ತಿರುಗುತ್ತಾ ಹಾಸಿಗೆಗೆ ಬರಲು ತನ್ನನ್ನು ಒತ್ತಾಯಿಸುತ್ತಿದ್ದುದು. ಲೈಂಗಿಕ ತುಡಿತಗಳನ್ನು ಹತೋಟಿಯಲ್ಲಿ ಇಟ್ಟುಕೊಳ್ಳುವುದು ಅದೆಷ್ಟು ಕಷ್ಟ ಅನ್ನೋದು ಅವನ ಅನುಭವಕ್ಕೆ ಬಂದಿರಲಿಲ್ಲ. ಅಂಥ ಅದಮ್ಯ ಬಯಕೆಗಳ ಮೇಲೆ ಜಯ ಸಾಧಿಸಲು ಪಟ್ಟಪಾಡೇನು. ಮಾಡಿದ ಕಸರತ್ತುಗಳೆಷ್ಟು ಅನ್ನೋದು ಗೊತ್ತಿಲ್ಲವೇ? ಸುಮ್ಮನೆ ನನ್ನ ಮಗನ ಮೇಲೆ ಹಾರಾಡುತ್ತಾರೆ ಎಂದು ಮನಸ್ಸಿನಲ್ಲಿಯೇ ಹೇಳಿಕೊಂಡು ಸಮಾಧಾನ ಪಟ್ಟುಕೊಂಡಳೇ ಹೊರತಾಗಿ ಬಾಯಿ ಬಿಟ್ಟು ಗಾಂಧಿಗೆ ಹೇಳಲಿಲ್ಲ. ಇಂಥದ್ದನ್ನೆಲ್ಲ ಹೇಳಿ ಸಿಟ್ಟಿಗೆ ಗುರಿಯಾಗಿ ಪರಿಣಾಮಗಳನ್ನು ಎದುರಿಸುವುದಕ್ಕಿಂತ ಬಾಯಿ ಮುಚ್ಚಿ ಸುಮ್ಮನಿರುವುದು ಮೇಲೆಂದು ಕೊಂಡಳೇ ಹೊರತು ತುಟಿಬಿಚ್ಚಲಿಲ್ಲ.

ಅಣ್ಣನ ಪತ್ರಕ್ಕೆ ಉತ್ತರವಾಗಿ "ಹರಿಲಾಲನ ಮದುವೆಗೂ ನನಗೂ ಯಾವ ಸಂಬಂಧವೂ ಇಲ್ಲವೆಂದು ಖಾರವಾಗಿಯೇ ಬರೆದುಬಿಟ್ಟ. ಇಷ್ಟಾದರೂ ಕಸ್ತೂರಳು ಗಾಂಧಿಯೆದುರು ತನ್ನ ಮನದಾಳದ ನೋವನ್ನು ಸುರಿಯಲಿಲ್ಲ. ಅಣ್ಣ ಮಾಡಿದ ತಪ್ಪೇನು? ಅಲ್ಲಿನ ಪರಿಸ್ಥಿತಿ ಹೇಗಿತ್ತೋ ಏನೋ ಅತಿರೇಕಕ್ಕೆ ಹೋದ ಸಂದರ್ಭ ಬಂದಿದ್ದರೆ ಕುಟುಂಬದ ಮರ್ಯಾದೆಗಾಗಿ ಆತುರದಲ್ಲಿ ಮದುವೆ ಮಾಡಿರಬೇಕು. ಅಷ್ಟಕ್ಕಾಗಿ ಇಷ್ಟು ನಿಷ್ಠುರವೇ? ಸಂಬಂಧವೇ ಬೇಡವೆಂದು ಪತ್ರಗಳನ್ನು ಬರೆಯುವುದನ್ನೇ ನಿಲ್ಲಿಸಿ ಬಿಡಬೇಕು ಇನ್ನೆಂದಿಗೂ ನಾನು ಅಣ್ಣನ ಸಂಬಂಧ ಇರಿಸಿಕೊಳ್ಳುವುದಿಲ್ಲ ಎಂದು ಕಡ್ಡಿ ಮುರಿದ ಹಾಗೆ ಭೀಷ್ಮಪ್ರತಿಜ್ಞೆ ಮಾಡಿದ. ಮನುಷ್ಯ ನಾಳೆ ನನ್ನ ಮತ್ತು ಮಕ್ಕಳ ವಿಚಾರವಾಗಿ ಇನ್ನು ಹೇಗೆ ತಾನೇ ನಡೆದುಕೊಂಡಾನು. ಇವೆಲ್ಲವೂ ಕಸ್ತೂರಳನ್ನು ಅಸ್ವಸ್ಥಗೊಳಿಸಿತು. ಇಂಥ ಮನುಷ್ಯನ ಜೊತೆಯ ಬಾಳ್ವೆ ಹೇಗಿರಬಹುದು ಎಂದು ಹೆದರಿದಳು. ಜೀವನವೆಲ್ಲ ಅಗ್ನಿ ಪರೀಕ್ಷೆಗಳೇ ಎದುರಾಗುವುದೋ ಏನೋ?.... ಏನಾದರೂ ನಾನು ಸೀತೆಯಂತೆ, ದ್ರೌಪದಿಯಂತೆ, ಹಿರಿಯರ ಆದೇಶದಂತೆ ಪತ್ನಿಯಂತೆ ಬಾಳಲೇ ಬೇಕಲ್ಲವೇ? ಅವನು ಮಾಡುತ್ತಿರುವುದೆಲ್ಲ ಒಳ್ಳೆಯ ಕೆಲಸವೇ. ಆದರೆ ಸ್ವಭಾವದಲ್ಲಿನ ನೈಷ್ಠುರ್ಯ. ಎಲ್ಲರಿಂದಲೂ ತಾನು ನಿರೀಕ್ಷಿಸುವ ಶಿಸ್ತು – ಎಲ್ಲರಿಗೂ ಹೇಗೆ ಸಾಧ್ಯ? ಹರಿಲಾಲ ಮೊದಲೇ ಸ್ವಾಭಿಮಾನಿ. ಅವನಿಗೆ ಏನೇನೋ ನಿರೀಕ್ಷೆಗಳಿವೆ. ತುಂಬಾ ತುಂಬಾ ಓದಬೇಕು. ಅಪ್ಪನಂತೆ ತಾನೂ ದೊಡ್ಡ ವಕೀಲನಾಗಬೇಕು ಎಂದು ಎಳೆತನದಿಂದಲೇ ಕಟ್ಟಿಸಿಕೊಂಡಿದ್ದಾನೆ. ತನ್ನ ಬುದ್ಧಿವಂತಿಕೆಯಿಂದ ಒಳ್ಳೆಯ ಬದುಕನ್ನು ಬಾಳಬೇಕೆನ್ನುತ್ತಾನೆ. ಆದರೆ ರಾಮರಾಮ ಈ ಕ್ರೂರ ಮನುಷ್ಯನ ಎದುರಿನಲ್ಲಿ ಅವೆಲ್ಲವನ್ನೂ ಹೇಗೆ ಸಾಧಿಸುತ್ತಾನೋ ಏನೋ! ತದ್ವಿರುದ್ಧ ಸ್ವಭಾವದ ಈ ತಂದೆ ಮಕ್ಕಳ ಸಂಬಂಧ ಹೇಗೋ ಏನೋ ಎಂದು ಒಳ ಒಳಗೇ ಕಂಪಿಸಿದಳು.

✳   ✳   ✳

ಸದ್ಯಕ್ಕೆ ವೈಯಕ್ತಿಕ ಸಮಸ್ಯೆಗಳನ್ನು ಬದಿಗಿಟ್ಟು ಜುಲುಗಾಯಾಳುಗಳು ಇದ್ದ ಜಾಗಕ್ಕೆ ಬಂದರು. ಆದರೆ ಆಶ್ಚರ್ಯ! ಅಲ್ಲಿಯಾರೊಬ್ಬರೂ ಕಾಣಲಿಲ್ಲ. ಗಾಂಧಿ ತಬ್ಬಿಬ್ಬಾದ ಇದೇನು ಪರಿಸ್ಥಿತಿ ಹೀಗಿದೆ ಎಂದು ಯೋಚಿಸುವಷ್ಟರಲ್ಲಿ ಡಾಕ್ಟರೊಬ್ಬರು ಬಂದು ಗಾಂಧಿಗೆ ಪರಿಸ್ಥಿತಿ ವಿವರಿಸಿದರು. ಗಾಯಾಳುಗಳನ್ನೆಲ್ಲ ಒಂದು ಕಡೆಗೆ ಸಾಗಿಸಿದ್ದರು. ಅವರ ಸ್ಥಿತಿ ಚಿಂತಾಜನಕವಾಗಿತ್ತು. ಕಸ್ತೂರ್ ಮತ್ತು ಅನ್ಯ ಸ್ವಯಂಸೇವಕರನ್ನು ಕರೆದು ಗಾಯಾಳುಗಳ ಶುಶ್ರೂಷೆ ಮಾಡಬೇಕಾದ

ವಿಧಾನವನ್ನು ವಿವರಿಸಿದಾಗ, ಡಾಕ್ಟರು ಗಾಂಧಿಯನ್ನು ಗಾಯಾಳುಗಳನ್ನು ಆಂಬ್ಯುಲೆನ್ಸ್ ಮೂಲಕ ಸಾಗಿಸಬಹುದೇ ಹೊರತು ಶುಶ್ರೂಷೆ ಬೇಡವೆಂದ. ಗಾಂಧಿಗೆ ಅವನ ಮಾತು ಅರ್ಥವಾಗಲಿಲ್ಲ. ಎಷ್ಟೋ ದಿನಗಳಿಂದ ಗಾಯಾಳುಗಳೂ ಶುಶ್ರೂಷೆ, ಚಿಕಿತ್ಸೆ ಇಲ್ಲದೆ, ಮಲ, ಮೂತ್ರ, ರಕ್ತದ ಕೊಳಕಿನಲ್ಲಿ ಮರಣಾಂತಿಕ ಸ್ಥಿತಿಯಲ್ಲಿದ್ದರು. ಗಾಂಧಿಗೆ ಸಹಿಸಿಕೊಳ್ಳಲಾಗಲಿಲ್ಲ. ಈಗ ಸಾಗಿಸುವುದು ಮುಖ್ಯವಾಗಿರಲಿಲ್ಲ. ಚಿಕಿತ್ಸೆ, ಶುಶ್ರೂಷೆ ಕೂಡಲೇ ಆಗಬೇಕು. ಬಿಳಿಯ ನರ್ಸುಗಳು ಜುಲುಗಳನ್ನು ಮುಟ್ಟುವುದೇ ಇಲ್ಲವೆಂದ ಮೇಲೆ ಅವರನ್ನು ಶುಚಿಗೊಳಿಸಿ, ಅಗತ್ಯವಾದ ಬ್ಯಾಂಡೇಜುಗಳಿಂದ, ಸ್ವಲ್ಪ ಮಟ್ಟಿಗಾದರೂ ಅವರ ನೋವನ್ನು ಶಮನ ಮಾಡಬೇಕಿತ್ತು. ಡಾಕ್ಟರ್ ಮಾತನ್ನು ಕಿವಿ ಮೇಲೆ ಹಾಕಿಕೊಳ್ಳದೆ ತನಗೆ ತೋಚಿದಂತೆ, ಮಾಡುತ್ತಾ ತಾನು ಮಾಡುವಂತೆ ಹೆಂಡತಿ ಮತ್ತು ಇತರ ಸ್ವಯಂ ಸೇವಕರಿಗೆ ಆದೇಶಿಸಿದ.

ಜುಲುಗಳು ಭಾರತೀಯರ ಸೇವಾ ನಿಷ್ಠೆಯನ್ನು ಮೂಕಭಾಷೆಯ, ಸಂಜ್ಞಾ ಭಾಷೆಯ ಮೂಲಕ ಕೊಂಡಾಡಿದರು. ದೇವರೇ ತಮ್ಮ ಪಾಲಿಗೆ ದೇವದೂತರನ್ನು ಕಳಿಸಿರಬೇಕೆಂದು ವ್ಯಕ್ತಪಡಿಸಿದರು.

ಆದರೆ ಬಿಳಿಯ ಸೈನಿಕರು, ಗಾಯಾಳುಗಳ ಸಹಾಯಕ್ಕೆಂದು ತಂದ ಆಂಬ್ಯುಲೆನ್ಸ್‌ಗಳನ್ನು, ಜುಲುಗಳನ್ನು ಹುಡುಕಿ ತೆಗೆದು ಕ್ರೂರವಾಗಿ ಶಿಕ್ಷಿಸಲು, ಮರಣದಂಡನೆ ವಿಧಿಸಲು ಬಳಸಿಕೊಂಡರು. ಸ್ವಯಂ ಸೇವಕರು ತಂದಿದ್ದ ಫಸ್ಟ್ ಎಯ್ಡ್ ವೈದ್ಯಕೀಯ ಸಾಮಗ್ರಿಗಳನ್ನು ಹಾಳು ಮಾಡಿದರು. ಅವರ ಕ್ರೌರ್ಯ, ಅತ್ಯಾಚಾರಗಳು ಮೇರೆ ಮೀರಿದವು. ಬಿಳಿಯ ಸೈನಿಕರಲ್ಲಿಯೇ ಕೆಲವರು ದಯಾವಂತರು, ಕರುಣಾಳುಗಳು ಇದ್ದರು. ಇವರು ಮಾಡುತ್ತಿರುವ ಅತ್ಯಾಚಾರಗಳಿಂದ ಬಿಳಿಯರ ಸಮುದಾಯಕ್ಕೆ, ಸರಕಾರಕ್ಕೇ ಕೆಟ್ಟ ಹೆಸರು ತರುವುದೆಂದು ಭಾವಿಸಿ, ಗಾಂಧಿಯ ಪ್ರತಿರೋಧದ ನಿಲುವನ್ನು ಮೆಚ್ಚಿ, ಸರಕಾರಕ್ಕೆ ಎಲ್ಲ ವಿವರಗಳನ್ನು ನೀಡಿದರು. ಸರಕಾರಿ ಅಧಿಕಾರಿಗಳೂ ಕೂಡ ಇದನ್ನು ಗಂಭೀರವಾಗಿ ಪರಿಗಣಿಸಿ, ತಮಗೆ ಕೆಟ್ಟ ಹೆಸರು ಬರುವುದೆಂದು ಭಾವಿಸಿ, ಒಂದು ಪ್ರಕಟಣೆಯನ್ನು ಕೊಟ್ಟರು.

'ಜುಲುಗಳ ಬಂಡಾಯವನ್ನು ಹತ್ತಿಕ್ಕಲಾಗಿದೆ' ಎಂದು ಎಲ್ಲ ಪತ್ರಿಕೆಗಳಿಗೆ ರವಾನಿಸಲಾಯಿತು. ಅತ್ಯಾಚಾರಿ ಸೈನಿಕದಳವನ್ನು ವಜಾಮಾಡಿದರು. ಸ್ವಯಂ ಸೇವಕರನ್ನು ಆಂಬ್ಯುಲೆನ್ಸ್ ಸಿಬ್ಬಂದಿಯನ್ನು ಹಿಂದಕ್ಕೆ ಕಳಿಸಿಕೊಡಲಾಯಿತು.

ಆದರೆ ಈ ಪ್ರಸಂಗ ಗಾಂಧಿಯ ಮನಸ್ಸನ್ನು ಅತಿಯಾಗಿ ಕಲಕಿತು. ಹೆಂಡತಿ ಕಸ್ತೂರಳೊಂದಿಗೆ ಜುಲುಗಳ ಆ ಕಪ್ಪು ದೇಹಗಳ ಮೇಲೆ ನಡೆದ ಅತ್ಯಾಚಾರ, ಭಯಾನಕವಾದ ಲೈಂಗಿಕ ಹಿಂಸೆಯ ಕುರಿತು ಚರ್ಚಿಸಿದ. ಗಂಡಸರ ದೌರ್ಜನ್ಯದ ಸ್ವರೂಪ ಹೇಗಿರಬಹುದೆಂಬುದನ್ನು ಪ್ರತ್ಯಕ್ಷವಾಗಿ ಕಂಡ ಮೇಲಂತೂ ಅವನಿಗೆ ಪುರುಷರೆಲ್ಲರೂ ವಿಷ್ಣ ಸಂತೋಷಿಗಳು. ವಿಕ್ಷುಬ್ಧ, ವಿಕಾರ ಮನಸ್ಸಿನವರೂ ಆಗಿರುವುದನ್ನು ಗ್ರಹಿಸಿದ. ಹೆಣ್ಣಿನ ಒಪ್ಪಿಗೆ, ಆಹ್ವಾನವಿಲ್ಲದೆ ಗಂಡು ಅವಳಿಂದ ಪಡೆಯುವ ಲೈಂಗಿಕ ಸುಖ ಸ್ವತಃ ಗಂಡನೇ ಆಗಿರಲಿ, ಬೇರೆಯವರೇ ಆಗಿರಲಿ ಅದು ಅತ್ಯಾಚಾರವೇ ಆಗುತ್ತದೆ ಎಂದು ಭಾವಿಸಿದ್ದೇ, ಅಂದಿನಿಂದ ನಿಷ್ಠುರ ಬ್ರಹ್ಮಚರ್ಯ ವ್ರತವನ್ನು ಸ್ವೀಕರಿಸಿದ. ಅಲ್ಲದೆ ಹೆಣ್ಣಿನ ಬಗ್ಗೆ ಮತ್ತಷ್ಟು ದಯೆ, ಕರುಣೆ, ವಾತ್ಸಲ್ಯಭಾವ, ಸೋದರ ಭಾವವನ್ನು ರೂಢಿಸಿಕೊಂಡ; ಬಲಗೊಳಿಸಿಕೊಂಡ.

ದಿನ ಕಳೆದಂತೆ ಗಾಂಧಿಗೆ ತನ್ನ ಹೆಂಡತಿಯ ಬಗೆಗೆ ಆತ್ಮೀಯತೆ ಬೆಳೆಯಿತು. ತನ್ನ ಕಾರ್ಯಚಟುವಟಿಕೆಗಳನ್ನು, ತನ್ನ ಸಿದ್ಧಾಂತ, ತತ್ವ, ನಂಬಿಕೆಗಳನ್ನು, ತನ್ನ ಆಲೋಚನೆಗಳನ್ನು ಅರ್ಥಮಾಡಿಕೊಳ್ಳುವಷ್ಟು ಪ್ರಬುದ್ಧಳಾಗಿದ್ದಾಳೆ. ವಿನಾಕಾರಣ ವಿದ್ಯೆ ಇಲ್ಲದ್ದಕ್ಕಾಗಿ ಒಂದಷ್ಟು ದಿನ ಕೊರಗಿದೆ; ಬೇಸರಪಟ್ಟುಕೊಂಡೆ; ಬೇಸರ ಪಡಿಸಿದೆ. ಆದರೆ ಬದುಕನ್ನು, ವ್ಯಕ್ತಿ ಸ್ವಭಾವಗಳನ್ನು ಗ್ರಹಿಸಲು ಶಿಕ್ಷಣ, ಪದವಿಗಳ ಅಗತ್ಯವಿಲ್ಲ. ಜಗತ್ತನ್ನು ನೋಡುವ, ಸುತ್ತಲಿನ ಆಗುಹೋಗುಗಳನ್ನು ಗ್ರಹಿಸುವ ಸಾಮರ್ಥ್ಯ ತನಗೆ ತಾನೇ ಅನುಭವದ ಮೂಲಕ ಬರುತ್ತದೆ. ಆದ್ದರಿಂದ, ತನ್ನಲ್ಲಿರುವ ಭಾವನೆಗಳನ್ನು ವಿಚಾರಗಳನ್ನು ಅವಳೊಂದಿಗೆ ಹಂಚಿಕೊಳ್ಳಲೇ ಬೇಕು ಎಂಬ ನಿರ್ಧಾರಕ್ಕೆ ಬಂದ. ಹರಿಲಾಲನ ವಿಷಯವಾಗಿ, ಒಂದಷ್ಟು ಉದ್ವಿಗ್ನಗೊಂಡಿದ್ದ ಮನಸ್ಸನ್ನು ಶಾಂತಗೊಳಿಸಲು ಮತ್ತು ತನ್ನ ಹಿಂದಿನ ಬದುಕಿನಲ್ಲಿ ತನ್ನಿಂದಾದ ತಪ್ಪುಗಳನ್ನು ನೆನಪಿಗೆ ತಂದುಕೊಳ್ಳಲು ಪ್ರಯತ್ನಿಸುತ್ತಿದ್ದ. ಜೊತೆಗೆ ತನ್ನ ಅಸ್ತಿತ್ವದ ಅರ್ಥಕ್ಕಾಗಿ ಹುಡುಕಾಟನಡೆಸುತ್ತಿದ್ದ. ಈ ಸಂದರ್ಭದಲ್ಲಿ ಕಸ್ತೂರಳೊಂದಿಗೆ ತನ್ನ ಮನಸ್ಸಿನಲ್ಲಿ ಆಗುತ್ತಿದ್ದ ಸಂಘರ್ಷವನ್ನು ಹಂಚಿಕೊಳ್ಳಲು ತೀರ್ಮಾನಿಸಿ ಅವಳಿಗೆ ಹೇಳಿದ.

"ಕಸ್ತೂರ್ ನನ್ನನ್ನು ನೀನು ಕ್ಷಮಿಸಬೇಕು. ನಿನ್ನ ಸಹನೆ, ನೀನು ನನಗಾಗಿ ಮಕ್ಕಳಿಗಾಗಿ ಮಾಡುತ್ತಿರುವ ತ್ಯಾಗ ನನ್ನ ಕಣ್ಣನ್ನು ತೆರೆಸುತ್ತಿದೆ. ನನ್ನ ಮನದಾಳದ ವಿಚಾರಗಳನ್ನು ನಿನ್ನೊಂದಿಗೆ ಹೇಳಿಕೊಂಡು, ನಿರಾಳವಾಗ ಬೇಕೆಂದುಕೊಳ್ಳುತ್ತಿದ್ದೇನೆ. ಇತ್ತೀಚೆಗೆ, ಮೊದಲಿನಿಂದ ಕಾಡುತ್ತಿದ್ದ ಬದುಕಿನ ಅರ್ಥವೇನು ಎನ್ನುವುದು ತುಂಬ ತ್ರೀವವಾಗಿ ಕಾಡುತ್ತಿದೆ. ನನ್ನ ಮನಸ್ಸು ಸಂದಿಗ್ಧಗಳ ಗೂಡಾಗಿದೆ. ನಾನು ಒಂದು ಹೆಣ್ಣಿಗೆ ಗಂಡ, ಮಕ್ಕಳಿಗೆ ತಂದೆ, ಮನೆಯ ಜವಾಬ್ದಾರಿ, ಮನೆಯವರ ಕ್ಷೇಮ ಕುರಿತು ಚಿಂತಿಸಬೇಕಾದ್ದು ನನ್ನ ಧರ್ಮವೆಂದು ನಂಬುತ್ತೇನೆ. ಆದರೆ ಅದೇ ಸಮಯದಲ್ಲಿ ಸಾಮಾಜಿಕ ಹೊಣೆಗಾರಿಕೆಯೂ ಇದೆ. ನಾನು, ನನ್ನ ಕುಟುಂಬವಷ್ಟೇ ಮುಖ್ಯವೆಂದುಕೊಂಡರೆ ಅದು ಸ್ವಾರ್ಥವಾಗುತ್ತದೆ. ಸಮುದಾಯಕ್ಕೆ ನಾನು ಮಾಡಬೇಕಾದ್ದು ಏನೂ ಇಲ್ಲವೇ ಎಂದು ಆಲೋಚಿಸುತ್ತೇನೆ. ಮನುಷ್ಯ ಮನುಷ್ಯನ ಮೇಲೆ ನಡೆಸುವ ದೌರ್ಜನ್ಯದ ಕ್ರೌರ್ಯ ಎಷ್ಟು ಭಯಾನಕವಾಗಿರಬಲ್ಲುದೆಂಬುದನ್ನು ನನ್ನೊಂದಿಗೆ ನೀನೂ ಕೂಡಾ ಪ್ರತ್ಯಕ್ಷವಾಗಿ ಕಂಡಿರುವೆ. ಹೀಗಿರುವಾಗ ಮನುಷ್ಯರ ದುಃಖ. ಸಂಕಟಗಳನ್ನು ಸ್ವಲ್ಪ ಮಟ್ಟಿಗಾದರೂ ನಿವಾರಿಸುವ ಜವಾಬ್ದಾರಿ ನಮಗನಿಸುವುದಿಲ್ಲವೇ? ಹೇಳು ಕಸ್ತೂರ್ ಇಂಥ ದ್ವಂದ್ವಗಳಲ್ಲಿ ಸಿಲುಕಿರುವ ನಾನು ಕುಟುಂಬವೇ ಮುಖ್ಯವೆಂದು ಸಾಮಾಜಿಕ ಜವಾಬ್ದಾರಿಗಳಿಂದ ದೂರ ಉಳಿಯಲೇ ಇಲ್ಲವೆ ನೊಂದವರ ಸೇವೆಗಾಗಿ ಮುಂದುವರೆಯಲೇ?" ಎಂದು ಕೇಳಿದಾಗ ಅವನ ಧ್ವನಿಯಲ್ಲಿ ದೈನ್ಯತೆ ಇತ್ತು.

ಕಸ್ತೂರಳಿಗೆ ಗಂಡನ ಮಾತುಗಳು ಅರ್ಥವಾದರೂ ಅವನಿಗೆ ಯಾವುದು ಸರಿ ಯಾವುದು ತಪ್ಪು ಯಾವುದು ಎಂದಾಗಲಿ, ಯಾವ ದಾರಿ ಹಿಡಿಯಬೇಕೆಂದಾಗಲಿ ಹೇಳುವಷ್ಟು ತಾನು

ಪ್ರಬುದ್ಧಳಲ್ಲವೆಂದುಕೊಂಡಳು. ಆದರೆ ಅವಳಿಗೂ ಗೊತ್ತು. ತಾನೆಂದೂ ಅವನ ದಾರಿಗೆ ಅಡ್ಡ ಬರಲಿಲ್ಲ. ಅವಳ ಅಂತಃ ಪ್ರಜ್ಞೆಗೆ ಗೊತ್ತಾಗುತ್ತಿತ್ತು. ಗಾಂಧಿ ಕೇವಲ ತನ್ನ ಕುಟುಂಬಕ್ಕಾಗಿ ಹುಟ್ಟಲ್ಲ. ದೊಡ್ಡ ವ್ಯಕ್ತಿಯಾಗಿ ಬೆಳೆಯುವ ಹಾದಿಯಲ್ಲಿ ಸಾಗುತ್ತಿದ್ದಾನೆ ಎನಿಸಿತ್ತು.

"ನೀವು ಯಾವುದೇ ದಾರಿಯಲ್ಲಿ ಹೋದರೂ ನನ್ನ ಅಭ್ಯಂತರವಿಲ್ಲ. ಏಕೆಂದರೆ ಎಂದಿಗೂ ನೀವು ಸನ್ಮಾರ್ಗ, ಸತ್ಯಮಾರ್ಗಗಳನ್ನು ಬಿಟ್ಟು ಹೋಗಲಾರಿರಿ ಎನ್ನುವ ಪೂರ್ಣಭರವಸೆಯಿದೆ. ಯಾವುದೇ ನಿರ್ಧಾರವಾದರೂ ನನ್ನ ಪ್ರತಿರೋಧವಿಲ್ಲ. ನೀವು ಹಿಡಿದು ನಡೆಯುವ ದಾರಿಯಲ್ಲಿ ನಾನು ನೆರಳಿನಂತೆ ಹಿಂದೆ ಬರುತ್ತೇನೆ. ಮಕ್ಕಳ ಜವಾಬ್ದಾರಿಯನ್ನೂ ಬೇಕಾದರೆ ನನ್ನ ಹೆಗಲಿಗಿರಿಸಿ ನಿಮ್ಮ ಆದರ್ಶಗಳ ಬೆಳಕಿನಲ್ಲಿಯೇ ನಡೆಯಲೆಂದು ಹಾರೈಸುತ್ತೇನೆ. ಆದರೆ ನಿಮ್ಮ ಅತಿಯಾದ ಶಿಸ್ತು, ಕಟ್ಟು ಪಾಡುಗಳು, ನಿಷ್ಠುರತೆ ಮಕ್ಕಳ ಮೃದು ಮನಸ್ಸನ್ನು ಮುರುಟಿಹೋಗುವಂತೆ ಮಾಡದಿರಲಿ ಎಂಬುದೊಂದೇ ನಿಮ್ಮಲ್ಲಿ ನನ್ನ ಪ್ರಾರ್ಥನೆ. ಬೇಕಾದರೆ ಮತ್ತೊಮ್ಮೆ ನಿಮ್ಮ ಹೋರಾಟಗಳಲ್ಲಿ ಸಮಾಜ ಸೇವಾ ಕಾರ್ಯಗಳಲ್ಲಿ ಸಂಪೂರ್ಣವಾಗಿ ನಿಮ್ಮ ಜೊತೆ ಇರುತ್ತೇನೆಂದು ಪ್ರಮಾಣ ಮಾಡುತ್ತೇನೆ" ಎಂದಳು.

"ಕಸ್ತೂರ್ ನಿನಗೆ ಹೇಳಲೇ ಬೇಕಾದ ಮತ್ತೊಂದು ಅತ್ಯಂತ ಮಹತ್ವದ ವಿಷಯವಿದೆ. ಇದು ನಿನಗೆ ಆಘಾತಕಾರಿಯಾಗಿಯೂ ಕಾಣಬಹುದು" ಎಂದ.

"ನಿಮ್ಮ ಕೈಹಿಡಿದ ದಿನದಿಂದ ಆಘಾತಗಳನ್ನು ಆಹ್ವಾನಿಸುವುದೂ, ಸ್ವೀಕರಿಸುವುದು ಮಾಮೂಲೇ ಆಗಿಬಿಟ್ಟಿದೆ. ಹೇಳಿ ಆದರಿಂದ ನನಗೇನೂ ಆಗುವುದಿಲ್ಲ" ಎಂದಳು.

"ಇನ್ನು ಮುಂದೆ ನಾವೆಂದೂ ಹಾಸಿಗೆಯ ಸಂಗಾತಿಗಳಾಗಿ ಇರುವುದಿಲ್ಲ. ಸಪ್ತಪದಿ ತುಳಿಯುವಲ್ಲಿ ಧರ್ಮೋಚ ಅರ್ಥೇಚ ಕಾಮೇಚ ನಾತಿ ಚರಾಮಿ" ಎಂದು ಹೇಳಿಕೊಂಡಿದ್ದೆವು. ಎಲ್ಲ ವಿಷಯ ಗಳಲ್ಲೂ ಅಂತಿಮ ಕ್ಷಣಗಳವರೆಗೂ ಜೊತೆಯಾಗಿ ಇರುತ್ತೇನೆ ಎಂದಿದ್ದೆ. ಆದರೆ ಈಗ ನಾನು ಬ್ರಹ್ಮಚರ್ಯವನ್ನು ಸ್ವೀಕರಿಸಿದ್ದೇನೆಂದು ತಿಳಿಸುತ್ತಿದ್ದೇನೆ. ಇದರ ಬಗ್ಗೆ ಚಗನ್, ಮಗನ್ ಆಲ್ಬರ್ಟ್‌ವೆಸ್ಟ್ ಅವರೊಂದಿಗೆ ಚರ್ಚಿಸಿದ್ದೇನೆ. ಇದಕ್ಕೆ ನಿನ್ನ ಅಭ್ಯಂತರವೇನಾದರೂ ಇದೆಯೇ?" ಎಂದು ಕೇಳಿ.

ಕಸ್ತೂರ್ ಸುಮ್ಮನೆ ನಕ್ಕಳೂ.

"ನಾನು ಯಾವತ್ತು ಹಾಸಿಗೆ ಸುಖಕ್ಕಾಗಿ ಹಪಹಪಿಸಲಿಲ್ಲ. ಅದು ಬೇಕೆನಿಸಿದ್ದು ನಿಮಗೆ ಮಾತ್ರವೇ ಹೊರತು ನನಗಲ್ಲ. ನಾನೆಂದೂ ಒನಪು ಒಯ್ಯಾರಗಳಿಂದ ನಿಮ್ಮಲ್ಲಿ ಬಂದು ನಿಂತು, ಆಹ್ವಾನಿಸಲಿಲ್ಲ. ಹೆಸರು ಹೇಳಲು ನಾಲ್ಕು ಮಕ್ಕಳನ್ನು ಕೊಟ್ಟಿದ್ದೀರಿ. ಇನ್ನೂ ಈ ವಯಸ್ಸಿನಲ್ಲಿ ನಿಮ್ಮ ಸಹವಾಸಕ್ಕೆ ಹಾತೊರೆಯುತ್ತೇನೆಂದು ಕೊಂಡಿರಾ? ಖಂಡಿತವಾಗಿಯೂ ನಾನೆಂದೂ ನಿಮ್ಮನ್ನು ಲೈಂಗಿಕ ಆಕರ್ಷಣೆಯ ಮೂಲಕ ಸೆಳೆದುಕೊಂಡು ನಿಮ್ಮ ನೈತಿಕ ಪತನಕ್ಕೆ ಕಾರಣವಾಗುವುದಿಲ್ಲ. ನಾನು ಹಿಂದೂಧರ್ಮದಲ್ಲಿ ಪತಿಯ ಅನುಸರಣೆಯಲ್ಲಿ ನಂಬಿಕೆ ಇಟ್ಟವಳು. ನಿಮ್ಮ ಬದುಕಿಗೆ ಪೂರಕವಾಗುತ್ತೇನೆಯೇ ಹೊರತಾಗಿ ಮಾರಕವಾಗಲಾರೆ" ಎಂದಳು.

ಕಸ್ತೂರಳು ಆ ಕ್ಷಣದಿಂದಲೇ ವಚನಬದ್ಧಳಾಗಿ ನಡೆದುಕೊಂಡಳು. ಅವಳಿಗೆಂದೂ ರತಿಸುಖದ ಹಂಬಲ ಅಷ್ಟಾಗಿ ಕಾಡಿದ್ದಿಲ್ಲ. ಹಾಗೆ ನೋಡಿದರೆ ಗಾಂಧಿಯನ್ನೇ ಮದುವೆಯಾದ

ಹೊಸದರಲ್ಲಿ ಬಹಳವಾಗಿ ಕಾಡಿತ್ತು. ತಂದೆಯ ಸಾವಿನ ಕ್ಷಣಗಳಲ್ಲಿ ಪತ್ನಿಯೊಂದಿಗೆ ಸುಖಿಸುತ್ತಿದ್ದುದು ನೆನಪಾದಾಗಲೆಲ್ಲ ಪಾಪ ಪ್ರಜ್ಞೆ ಕಾಡುತ್ತಿತ್ತು. ಆದರೂ ಮುಂದೆ ಅದು ಪತ್ನಿ ಸುಖದಿಂದ ದೂರವಿರಬೇಕೆಂದೇನೂ ಪ್ರಯತ್ನಿಸಲಿಲ್ಲ. ಇಬ್ಬರ ನಡುವೆ ಈ ಒಂದು ಫರತ್ತಿನಿಂದಾಗಿ ಯಾವ ಅನಾಹುತಗಳೂ ನಡೆಯಲಿಲ್ಲ. ಬದಲಾಗಿ ಅವರ ನಡುವೆ ಸಾಮರಸ್ಯ ಸೌಹಾರ್ದತೆ, ಸಂತೋಷಗಳು ಹೆಚ್ಚಿದವು.

ಗಂಡ ಹೆಂಡತಿಯಾಗಿರುವ ಗಳಿಗೆಗಳಿಗಿಂತ, ಬ್ರಹ್ಮಚರ್ಯದ ಮೂಲಕ ಅಣ್ಣ ತಂಗಿಯ ಸಂಬಂಧದಲ್ಲಿ ಹೆಚ್ಚಿನ ಆತ್ಮೀಯತೆ ವಿನೋದದ ಕ್ಷಣಗಳು ಮೇಲಿಂದ ಕಾಣಿಸಿಕೊಳ್ಳುತ್ತಿದ್ದವು.

ಒಮ್ಮೆ 'ಜುಲು' ಗಾಯಾಳುಗಳ ಸೇವೆಯಿಂದ ಬಿಡುಗಡೆ ಹೊಂದಿ, ಫೀನಿಕ್ಸ್‌ಗೆ ಮರಳಿ ಬರುವಾಗ, ಗಾಂಧಿ ಒಂದಷ್ಟು ಮಂದಿ ಗೆಳೆಯರನ್ನು ಕರೆತಂದಿದ್ದ ಸಂದರ್ಭದಲ್ಲಿ. ಗಾಂಧಿಗೆ ಅತಿ ಪ್ರಿಯವಾದ ಹೋಳಿಗೆಗಳನ್ನು ಮಾಡುತ್ತಿದ್ದ ಕಸ್ತೂರಳ ಜೊತೆ, ಹೋಳಿಗೆ ಮಾಡುವ ಸ್ಪರ್ಧೆಗೂ ಮುಂದಾಗಿದ್ದ ಗಾಂಧಿ ಎದುರು ಕಸ್ತೂರ್ ಸೋಲನ್ನು ಒಪ್ಪಿಕೊಂಡಳು.

ಕಸ್ತೂರ್ ಮತ್ತು ಗಾಂಧಿಯ ಬದುಕಿನಲ್ಲಿ ಎಂದೂ ದಾಂಪತ್ಯದಲ್ಲಿ ವಿರಸ ಕಂಡಿದ್ದೇ ಇಲ್ಲ. ಆಗಾಗ ಸಣ್ಣ ಪುಟ್ಟ ಜಗಳಗಳು ಆಗುತ್ತಿತ್ತಾದರೂ ಕಸ್ತೂರಳ ಹೊಂದಿ ನಡೆದುಕೊಳ್ಳುವ ಗುಣ ಮತ್ತೆ ಪ್ರಶಾಂತತೆಯನ್ನು ತಂದು ತುಂಬುತ್ತಿತ್ತು.

✳   ✳   ✳

ಗಾಂಧಿಗೆ ಫೀನಿಕ್ಸ್ ಬಿಟ್ಟು ಹೊರಡಬೇಕಾದ ಸಂದರ್ಭ ಒದಗಿತು. ಟ್ರಾನ್ಸ್‌ವಾಲ್ ಸರಕಾರದ ಧೋರಣೆಗಳು, ಕಾನೂನುಗಳೂ ಭಾರತೀಯರೂ ಸೇರಿದಂತೆ ಏಷಿಯಾದ ಅತ್ಯಂತ ಅಲ್ಪಸಂಖ್ಯಾತ ಜನ ಸಮುದಾಯಗಳಾದ ಚೀನೀಯರು, ಜಪಾನಿಗಳು ಮೊದಲಾದವರ ವಿಚಾರದಲ್ಲಿ ಅತ್ಯಂತ ಮಾರಕವಾಗಿರುವಂತೆನಿಸುತ್ತಿದ್ದವು. ತನ್ನ ಹೋರಾಟದ ವಿಶ್ವ ವಿಸ್ತರಿಸುತ್ತಿದೆ ಎನಿಸಿತು. ಕೂಡಲೇ ಕಸ್ತೂರ್‌ಗೆ ವಿದಾಯ ಹೇಳಿ ಜೋಹಾನ್ಸ್‌ಬರ್ಗ್‌ಗೆ ದೌಡಾಯಿಸಿದ. ತನ್ನ ಕಛೇರಿ ಪ್ರವೇಶಿಸುತ್ತಿದ್ದಂತೆ ಟ್ರಾನ್ಸ್‌ವಾಲ್ ಗವರ್ನಮೆಂಟ್ ಗೆಜೆಟ್ ಪ್ರತಿ ಮೇಜಿನ ಮೇಲಿತ್ತು. ಅದರಲ್ಲಿ 'ಏಷಿಯಾಟಿಕ್ ಲಾ ಅಮೆಂಡ್‌ಮೆಂಟ್ ಆರ್ಡಿನೆನ್ಸ್' ಎಂಬ ಲೇಖನ ಪ್ರಕಟವಾಗಿತ್ತು. ಅದನ್ನು ಓದುತ್ತಿದ್ದಂತೆ ಗಾಂಧಿಯ ರಕ್ತ ಕುದಿಯತೊಡಗಿತು. ಇದೆಲ್ಲದರ ಹಿಂದೆ ಅವನಿಗೆ ಕಂಡದ್ದು ದಕ್ಷಿಣ ಆಫ್ರಿಕಾ ಸರಕಾರಕ್ಕೆ ಭಾರತೀಯರ ಮೇಲಿದ್ದ ದ್ವೇಷ! ಅದರ ಹೊರತು ಮತ್ತಾವ ಬಲವಾದ ಉದ್ದೇಶವಿರಲಿಲ್ಲ. ಇನ್ನು ಸುಮ್ಮನೆ ಕೂಡುವುದು ಸಾಧ್ಯವೇ ಇಲ್ಲವೆನಿಸಿ ಕೂಡಲೇ ಅದಷ್ಟನ್ನು ಗುಜರಾತಿಗೆ ಭಾಷಾಂತರಿಸಿ ಇಂಡಿಯನ್ ಒಪೀನಿಯನ್ ಪತ್ರಿಕೆಯಲ್ಲಿ ಪ್ರಕಟಿಸಿದ. ಓದುತ್ತಿದ್ದಂತೆ ಭಾರತೀಯರನ್ನು ನಿಯಂತ್ರಿಸಲು, ಹಕ್ಕುಗಳನ್ನು ಕಸಿದುಕೊಳ್ಳಲು ಅನೇಕ ಕಾನೂನಾತ್ಮಕ ನಿರ್ಬಂಧಗಳನ್ನು ಸೂಚಿಸಲಾಗಿತ್ತು.

ಭಾರತೀಯ ಪ್ರಜೆಗಳು, ಟ್ರಾನ್ಸ್‌ವಾಲ್‌ನಲ್ಲಿ ವಾಸಿಸುವವರು, ವಾಸಿಸಬೇಕೆನ್ನುವವರು, ಪ್ರತಿಯೊಬ್ಬರೂ, ದೊಡ್ಡವರು, ಚಿಕ್ಕವರು, ಮುದುಕರು, ಗಂಡಸರು, ಹೆಂಗಸರು ಎಲ್ಲರೂ, ರಿಜಿಸ್ಟ್ರಾರ್ ಆಫ್ ಏಷಿಯನ್ಸ್ ಕಛೇರಿಯಲ್ಲಿ, ಖುದ್ದಾಗಿ ಹೋಗಿ ತಮ್ಮ ಹೆಸರು ಕುಲ, ಗೋತ್ರ, ವಯಸ್ಸು, ಜಾತಿ ಇತ್ಯಾದಿ ವಿವರಗಳನ್ನು ಅಭ್ಯರ್ಥನ ಪತ್ರದಲ್ಲಿ ನಮೂದಿಸಿ,

ನೋಂದಾಯಿಸಿಕೊಳ್ಳಬೇಕಿತ್ತು. ನೋಂದಾವಣೆ ಪ್ರಮಾಣ ಪತ್ರವಿಲ್ಲದೆ ಯಾರಿಗೂ ಅಲ್ಲಿರುವುದಕ್ಕೆ ಸಾಧ್ಯವಿರಲಿಲ್ಲ. ಹೆಂಗಸರೂ ಸ್ವತಃ ಹೋಗಬೇಕೆಂಬ ಷರತ್ತು ಅಲ್ಲಿನ ಭಾರತೀಯರನ್ನು ಮತ್ತಷ್ಟು ರೊಚ್ಚಿಗೆಬ್ಬಿಸಿತು.

ಗಾಂಧಿ ಅತ್ಯಂತ ಗಂಭೀರವಾಗಿ ಆ ಆರ್ಡಿನೆನ್ಸ್ ಅನ್ನು ಅಧ್ಯಯನ ಮಾಡಿದ. ಅವನಿಗೆ ಸಿಟ್ಟು ನೆತ್ತಿಗೇರಿತು. ಭಾರತೀಯರಿಗೆ ಇದಕ್ಕಿಂತ ಅವಮಾನಕರವಾದ ಪ್ರಸಂಗ ಮತ್ತೊಂದು ಇರಲಾರದೆಂದು ಭಾವಿಸಿದ. ಇದನ್ನು ವಿರೋಧಿಸದೆ ಹಾಗೆಯೇ ಬಿಟ್ಟರೆ ಭಾರತೀಯರಿಗೆ ಅಲ್ಲಿ ಉಳಿಗಾಲವಿಲ್ಲವೆಂದು ಅರ್ಥ ಮಾಡಿಕೊಂಡ.

ಮೊದಲ ಕೆಲಸ ಭಾರತೀಯರಲ್ಲಿ, ಪ್ರಮುಖರಾದ ಕೆಲವರನ್ನು ಕರೆಸಿ, ಪರಿಸ್ಥಿತಿಯನ್ನು ವಿವರಿಸಿ ಹೇಳಿದ. ಕೇಳುತ್ತಿದ್ದಂತೆ ಅವರಲ್ಲಿಯೂ ರಕ್ತ ಕುದಿಯತೊಡಗಿತು. ಅದರಲ್ಲಿ ಒಬ್ಬನಂತೂ, ಯಾರಾದರೂ ತಮ್ಮ ಹೆಂಡಂದಿರಿಂದ ರಿಜಿಸ್ಟ್ರೇಷನ್ ಪ್ರಮಾಣ ಪತ್ರವನ್ನಾಗಲೀ, ಬೆರಳ ಗುರುತಾಗಲೀ ಕೇಳ ಬಂದರೇ ಅಲ್ಲಿಯೇ ಅವನನ್ನು ಗುಂಡಿಟ್ಟು ಕೊಲ್ಲುವೆನೆಂದು ಅಬ್ಬರಿಸಿದ.

ಗಾಂಧಿಯೂ ಈ ಆರ್ಡಿನೆನ್ಸ್‌ನ್ನು ವಿರೋಧಿಸಿಯೇ ತೀರಬೇಕು, ಅದನ್ನು ಹಿಂಪಡೆಯುವಂತೆ ಒತ್ತಾಯಿಸಬೇಕು. ಏನೇ ಆದರೂ ಹೆಚ್ಚಿನ ಪ್ರತಿರೋಧ ತೋರದೆ ಹೇಡಿಗಳಂತೆ ಒಪ್ಪಿಕೊಂಡು ಸುಮ್ಮನಾದರೆ ಎಲ್ಲೆಡೆಯೂ ಇಂಥಾದ್ದೇ ಜಾರಿಯಾಗುತ್ತದೆ ಎಂದು ಭಾವಿಸಿ ಮುಂದಿನ ಕಾರ್ಯಯೋಜನೆ ಬಗ್ಗೆ ಆಲೋಚಿಸಿದ.

ಬಹಳ ರಭಸದಿಂದ ಕಾರ್ಯ ಚಟುವಟಿಕೆಗಳು ಆರಂಭವಾದವು. ಬಿರುಗಾಳಿಯಂತೆ ಗಾಂಧಿ ಓಡಾಡಿದ. ಒಂದಷ್ಟು ಜನ ಸೇರಿಕೊಂಡು ಕರಪತ್ರಗಳನ್ನು ಹಂಚಿದರು. ಸಭೆಗಳನ್ನು ಮಾಡಿದರು. ಭಾಷಣಗಳನ್ನು ಮಾಡಿದರು. ಜನರಲ್ಲಿ ಜಾಗೃತಿ ಮೂಡಿ ಸಂಚಲನ ಉಂಟಾಯಿತು. ಅವರ ಹೋರಾಟಕ್ಕೆ ಏನಾದರೂ ಹೆಸರು ಕೊಡಬೇಕೆಂದು ಕೊಂಡಾಗ, ಮೊದಲಿಗೆ 'ಪ್ಯಾಸೀವ್‌ರೆಸಿಷ್ಟೆನ್ಸ್' ಎಂದು ಇಟ್ಟುಕೊಂಡರಾದರೂ, ತಾವು ಕಾಣಿಸಬಯಸಿದ, ಅರ್ಥ ಅದರಿಂದ ಹೊಮ್ಮಿಸಲು ಸಾಧ್ಯತೆಯಿಲ್ಲವೆನಿಸಿತು. ಕಡೆಗೆ ಒಳ್ಳೆಯ ಅರ್ಥಪೂರ್ಣ ಹೆಸರಿನ ಸ್ಪರ್ಧೆ ಇಟ್ಟಾಗ, ಮಗನ್‌ಲಾಲ್ ಗಾಂಧಿಯಿಂದ 'ಸದಾಗ್ರಹ' ಎಂಬ ಹೆಸರು ಸೂಚಿತವಾಯಿತು. ಸದ್ಯಕ್ಕೆ ಸರಿ ಎನಿಸಿದರೂ ತನ್ನ ನಿರೀಕ್ಷೆಯ ವಿಶಾಲ ಅರ್ಥ ಸೂಚಿಸುವುದಿಲ್ಲವೆಂದೆನಿಸಿ ತಾನೇ ಸ್ವಲ್ಪ ರೂಪ ವ್ಯತ್ಯಾಸ ಮಾಡಿ 'ಸತ್ಯಾಗ್ರಹ' ಪದವನ್ನು ಅದರ ಬದಲಾಗಿ ಬಳಸಿದ.

ಫೀನಿಕ್ಸ್‌ನಲ್ಲಿದ್ದ ಬಡಪಾಯಿ ಕಸ್ತೂರಳಿಗೆ, ಟ್ರಾನ್ಸ್‌ವಾಲ್‌ನಲ್ಲಿ ಏನೇನಾಗುತ್ತಿದೆ ಎಂಬುದೊಂದೂ ತಿಳಿಯುತ್ತಿರಲಿಲ್ಲ. ಗಾಂಧಿ ಆಗೊಮ್ಮೆ ಈಗೊಮ್ಮೆ ಬರುತ್ತಿದ್ದರೂ ಬಹಳ ಆತುರದಲ್ಲಿ ಇರುತ್ತಿದ್ದ. ಅವಳೊಂದಿಗಾಗಲೀ ಮಕ್ಕಳೊಂದಿಗಾಗಲಿ ಮಾತಾಡಲು ಅವಕಾಶವೇ ಆಗುತ್ತಿರಲಿಲ್ಲ. ಹೆಚ್ಚಿನ ಸಮಯ ಇರುತ್ತಲೂ ಇರಲಿಲ್ಲ. ಅವನಿಗೆ ಟ್ರಾನ್ಸ್‌ವಾಲ್, ಡರ್ಬಾನ್ ನಡುವಿನ ಓಡಾಟವೇ ಸಾಕಾಗುತ್ತಿತ್ತು. ತನ್ನ ಇಂಡಿಯನ್ ಒಪೀನಿಯನ್ ಪತ್ರಿಕೆಯ ಮೂಲಕ ಭಾರತೀಯ ಸಮುದಾಯಕ್ಕೆ ಸತ್ಯಾಗ್ರಹ ಚಳುವಳಿ ವಿಚಾರ ತಿಳಿಯುತ್ತಿತ್ತು; ಮತ್ತು ತಪ್ಪದೆ ತಿಳಿಸಲಾಗುತ್ತಿತ್ತು.

ಕಸ್ತೂರಳಿಗೆ ವಾಸ್ತವವಾಗಿ ಗಾಂಧಿ ಮಾಡುತ್ತಿದ್ದ ಕೆಲಸದ ಸ್ವರೂಪ ತಿಳಿಯದಿದ್ದರೂ ಅವನ ತರಾತುರಿಯಿಂದ ಏನೋ ಬಹಳ ಮಹತ್ವದ ಕೆಲಸದಲ್ಲಿ ತೊಡಗಿಸಿಕೊಂಡಿದ್ದಾನೆಂಬುದು ಮಾತ್ರ

ಖಚಿತವಾಗಿತ್ತು. ಅಲ್ಲದೆ ಅದು ನ್ಯಾಯಕ್ಕಾಗಿಯೇ ಇರುತ್ತದೆಂಬುದೂ ಅರ್ಥವಾಗಿತ್ತು. ಅದಕ್ಕಾಗಿ ಹೆಚ್ಚಾಗಿ ಚಿಂತಿಸದೆ ಫೀನಿಕ್ಸ್ ಕುಟುಂಬದೊಂದಿಗೆ ಗಾಂಧಿ ವಹಿಸಿಕೊಟ್ಟಿದ್ದ ಕರ್ತವ್ಯಗಳನ್ನು ಅಚ್ಚುಕಟ್ಟಾಗಿ ನಿರ್ವಹಿಸಿದಳು.

ಬಿಡುವಾದಾಗಲೆಲ್ಲ (ಅದೂ ದಟ್ಟ ಕೆಲಸಗಳ ಒತ್ತಡದ ನಡುವೆ!) ಯಾಕೋ ಅವಳಿಗೆ ಹರಿ ಮತ್ತು ಅವನ ಹೆಂಡತಿಯನ್ನು ನೋಡಬೇಕು ಎನಿಸುತ್ತಿತ್ತು. ತನ್ನ ಬಯಕೆಯನ್ನು ಪತ್ರದ ಮೂಲಕ ತಿಳಿಸಿದ್ದಳೂ ಕೂಡ. ಆಶ್ಚರ್ಯವೆಂಬಂತೆ ತನ್ನ ಕರೆಗೆ ಓಗೊಟ್ಟು ದೇವರೇ ಕಳಿಸಿದನೇನೋ ಎನ್ನುವ ಹಾಗೆ ಹರಿಲಾಲ ತನ್ನ ಪುಟ್ಟ ಹೆಂಡತಿ ಗುಲಾಬಳೊಂದಿಗೆ ಬಂದಿಳಿದ. ಕಸ್ತೂರಳಿಗೆ ಸಂಭ್ರಮವೋ ಸಂಭ್ರಮ. ಮಗ, ಸೊಸೆ ಇಬ್ಬರನ್ನೂ ಬರ ಸೆಳೆದು ಬಿಗಿದಪ್ಪಿಕೊಂಡಳು. ಫೀನಿಕ್ಸ್ ವಸತಿಯಲ್ಲಿನ ನಿವಾಸಿಗಳೆಲ್ಲರಿಗೂ ಕಸ್ತೂರಳ ಸಂತೋಷ, ಸಂಭ್ರಮಗಳನ್ನು ನೋಡುವುದೇ ಹಬ್ಬದಂತಿತ್ತು. ಕಸ್ತೂರ್ ಅವರೆಲ್ಲರಿಗೂ ಬಾ ಆಗಿ ಬಿಟ್ಟಿದ್ದಳು. ಹಾಗೆಯೇ ಗಾಂಧಿ ಬಾಪು ಆಗಿದ್ದ.

ಒಂದು ಕ್ಷಣವೂ ಬಿಡುವಿಲ್ಲದಂತೆ ಹರಿಲಾಲನನ್ನು ಮಾತಾಡಿಸಿದಳು. ಊರಿನಲ್ಲಿ ಮನೆಯಲ್ಲಿ ಎಲ್ಲರೂ ಹೇಗಿದ್ದಾರೆಂದು ವಿಚಾರಿಸಿದಳು. ಗುಲಾಬಳ ಮನೆಯವರ ಯೋಗಕ್ಷೇಮವನ್ನೂ ವಿಚಾರಿಸಿದಳು. ಈ ಸಂಭ್ರಮದ ನೋಟ ಮಣಿಲಾಲ, ರಾಮದಾಸ, ದೇವದಾಸ ಮತ್ತು ಇತರ ಮಕ್ಕಳಿಗೆ ಕಚಗುಳಿ ಇಟ್ಟಂತಾಗಿತ್ತು. ಕಸ್ತೂರ್ ಬಾಳಿಗೆ ತನ್ನ ಸೊಸೆಯನ್ನು ಎಷ್ಟು ನೋಡಿದರೂ ತೃಪ್ತಿಯಾಗಲಿಲ್ಲ. ಹರಿಲಾಲನಂತೂ ಎತ್ತರವಾದ, ಸುಂದರನಾದ ಯುವಕನಾಗಿ ಬಿಟ್ಟಿದ್ದಾನೆ. ಮೊದಲಿಗಿಂತ ಭಿನ್ನವಾಗಿ ಕಾಣುತ್ತಿದ್ದಾನೆ. ಇವರಿಬ್ಬರನ್ನು ತಾನು ನೋಡಿ ಸಂತೋಷ ಪಟ್ಟಿದ್ದಾಯಿತು. ಆದರೆ ಈ ಕ್ಷಣದಲ್ಲಿ ಗಾಂಧಿ ಇದ್ದಿದ್ದರೆ ಅದೆಷ್ಟು ಚೆಂದವಿತ್ತು ಎಂದು ಮನಸ್ಸು ಬಯಸಿತು. ಹರಿ ತಾಯಿಗೆ ನಮಸ್ಕರಿಸಿದ ಗುಲಾಬಳೂ ನಮಸ್ಕರಿಸಿದಳು. ಹರಿ ಅಳುಕುತ್ತಲೇ ತಾಯಿಯನ್ನು ಕೇಳಿದ.

"ಬಾ, ಬಾಪು ಅವರಿಗೆ ನಮ್ಮ ಮದುವೆ ಸಿಟ್ಟು ತರಿಸಿರ ಬೇಕಲ್ಲವೇ? ಅವರೇಕೆ ನಮ್ಮನ್ನು ನೋಡಲು ಕಾಣಿಸುತ್ತಿಲ್ಲ. ಅವರಿನ್ನೂ ಸಿಟ್ಟಾಗಿದ್ದರೆ, ನಮ್ಮನ್ನು ಇಲ್ಲಿ ಇರಲು ಬಿಡುತ್ತಾರೆಯೇ?" ಎಂದು ಕೇಳಿದ.

"ಇಲ್ಲ ಮಗು ಹಾಗೇನೂ ಇಲ್ಲ. ಎಷ್ಟಾದರೂ ಮಕ್ಕಳು ಮಕ್ಕಳೇ ಅಲ್ಲವೇ? ನಿಜ, ನಿಮ್ಮ ಮದುವೆ ಸುದ್ದಿ ತಿಳಿಯುತ್ತಿದ್ದಂತೆ ಸಿಟ್ಟಾದರೂ ಅವರಿಗೊಂದಿಷ್ಟು ಮುನ್ಸೂಚನೆ ಕೊಡದೆ ದಿಢೀರಾಗಿ ಮದುವೆಯಾದ ವಿಷಯ ತಿಳಿಸಿದರೆ, ಅವರಿಗೇ ಅಲ್ಲ, ಯಾರಿಗಾದರೂ ಸಿಟ್ಟು ಬರುವುದಿಲ್ಲವೇ? ಅವರ ಜಾಗದಲ್ಲಿ ನೀನು ನಿಂತು ಆಲೋಚಿಸು" ಎಂದಳು.

ಹರಿ ಮೌನವಾದ. ಬಾಳ ಮಾತಿನಲ್ಲಿ ಸತ್ಯವಿತ್ತು. ಬಾಪುಗೆ ತಿಳಿಸದೆ ಮದುವೆಯಾದದ್ದು ತಪ್ಪೇ ಎನಿಸಿತು.

"ನೀನೇನೂ ಯೋಚನೆ ಮಾಡಬೇಡ. ನಾನು ಅವರೊಂದಿಗೆ ಮಾತನಾಡಿದ್ದೇನೆ ಖಂಡಿತವಾಗಿಯೂ ನಿಮ್ಮನ್ನು ಕ್ಷಮಿಸುತ್ತಾರೆ" – ಎಂದು ಭರವಸೆ ಕೊಟ್ಟಳು.

ಹರಿಲಾಲ, ಗುಲಾಬರನ್ನ ಗಾಂಧಿ ಇದ್ದ ಜಾಗಕ್ಕೆ ಕರೆದೊಯ್ದಳು. ಗಾಂಧಿ ಯಾವುದೋ, ಪುಸ್ತಕ ಓದುವುದರಲ್ಲಿ ಮಗ್ನನಾಗಿದ್ದ. ಮೂರೂ ಜನ ಒಳಗೆ ಪ್ರವೇಶಿಸಿದ ಸದ್ದಿಗೆ ಗಾಂಧಿ ತಲೆ

ಎತ್ತಿ ನೋಡಿದ. ಕೂಡಲೇ ಹರಿಲಾಲ ಗುಲಾಬ್ ಇಬ್ಬರೂ ಒಂದೆರಡು ಹೆಜ್ಜೆ ಮುಂದೆ ಹೋಗಿ 'ಬಾಪು' ಎನ್ನುತ್ತಾ ಕಾಲು ಮುಟ್ಟಿದರು. ಒಂದು ಕ್ಷಣ ಗಾಂಧಿ ನಿಬ್ಬೆರಗಾಗಿ ನೋಡಿದ. ತನ್ನ ಮುಂದೆ ಮುದ್ದಾದ ಯುವ ದಂಪತಿಗಳು ನಿಂತಿದ್ದಾರೆ. ನೋಡುತ್ತಲೇ ಇದ್ದನೇ ಹೊರತಾಗಿ ಒಂದು ಮಾತೂ ಆಡಲಿಲ್ಲ. ಕಸ್ತೂರಳಿಗೆ ಒಳಗೆ ಭಯ. ತಾನೇನೋ ಮೊದಲೇ ಸಮಾಧಾನ ಪಡಿಸಿದ್ದಳು. ಆದರೆ ಗಾಂಧಿ ಮೂಡಿ (Moody). ಯಾವ ಕ್ಷಣದಲ್ಲಿ ಹೇಗೆ ಪ್ರತಿಕ್ರಿಯಿಸುತ್ತಾನೋ ಎನ್ನುವುದು ಯಾರಿಗೂ ಗೊತ್ತಾಗುತ್ತಿರಲಿಲ್ಲ. ಹರಿಲಾಲ ಒಳಗಿಂದೊಳಗೇ ಭಯ ಪಡುತ್ತಿದ್ದ. ಇನ್ನು ಗುಲಾಬ್ ಪಾಪದ ಹುಡುಗಿ. ಮಗುವಾಗಿದ್ದಾಗ ಗಾಂಧಿ ತೊಡೆಯ ಮೇಲೆ ಆಡಿಕೊಳ್ಳುತ್ತಿದ್ದವಳು. ಚಂಚಿ ಎಂದು ಕರೆಯುತ್ತಿದ್ದ. ಈಗೆಷ್ಟೋ ವರ್ಷಗಳು ಸಂದಿವೆ. ಪ್ರಾಪ್ತವಯಸ್ಸಿಗೆ ಬರುತ್ತಿದ್ದಾಳೆ. ಎಲ್ಲರೂ ಒಂದೊಂದು ಬಗೆಯ ಭಾವನೆಗಳಲ್ಲಿ ಇದ್ದರು. ಗಾಂಧಿಯ ಪ್ರತಿಕ್ರಿಯೆಗಾಗಿ ಕಾಯುತ್ತಿದ್ದರು. ಹರಿಲಾಲ ದಂಪತಿ ಗಾಂಧಿಯ ಪಾದಗಳ ಮೇಲೆ ಕೈಯಿರಿಸಿದ್ದರು. ಸಣ್ಣ ದನಿಯಲ್ಲಿ ಹರಿಲಾಲ,

"ಬಾಪು, ನಮ್ಮನ್ನು ಕ್ಷಮಿಸಿ, ನಿಮ್ಮ ಮನಸ್ಸಿಗೆ ನಮ್ಮ ಮದುವೆಯಿಂದ ನೋವುಂಟಾಗಿದೆ. ನಿಮ್ಮ ಅನುಮತಿ ಪಡೆಯದೆ ಮದುವೆ ಆದದ್ದು ತಪ್ಪು" ಎಂದ.

ಗಾಂಧಿಗೆ ಬಹುಶಃ ಮಕ್ಕಳನ್ನು ಇನ್ನಷ್ಟು ಹೊತ್ತು ನೋಯಿಸುವುದು ಸರಿ ಎನಿಸಲಿಲ್ಲ. ಬಾಗಿ ಇಬ್ಬರನ್ನೂ ಎಬ್ಬಿಸಿ, ಆಲಂಗಿಸಿಕೊಂಡು,

"ಮಕ್ಕಳೇ ದೇವರು ನಿಮಗೆ ಒಳ್ಳೆಯದು ಮಾಡಲಿ, ನಿಮ್ಮನ್ನು ಸದಾ ಸುಖವಾಗಿ ಇರಿಸಲಿ. ಆದದ್ದು ಆಗಿ ಹೋಯಿತು. ಆದರೆ ಇನ್ನು ಮುಂದೆ ಯೋಚನೆ ಮಾಡದೆ ಯಾವುದರ ವಿಚಾರದಲ್ಲಿಯೇ ಆಗಲಿ ದಿಢೀರ್ ನಿರ್ಧಾರ ತೆಗೆದುಕೊಳ್ಳುವ ತಪ್ಪು ಮಾಡಬೇಡ. ಏನೋ ಆಗಿ ಹೋಗಿದೆ ಹರಿ, ನಾನು ನಿನ್ನ ಬಾಪು. ನಿನ್ನ ಬಾಪು ನಿನ್ನ ಮೇಲೆ ಸಿಟ್ಟಾಗುವನೇ ಹೊರತಾಗಿ, ನಿನ್ನನ್ನು ಬಿಟ್ಟು ಬಿಡುತ್ತೇನೆಯೇ. ನಿನಗೆ ಮದುವೆಯಾಗುವುದು ನನಗೆ ಇಷ್ಟವಿಲ್ಲವೆಂದೇನೂ ಇಲ್ಲ. ಆದರೆ ಈ ಚಿಕ್ಕ ವಯಸ್ಸಿಗೇ ಮದುವೆ ಬೇಡವಾಗಿತ್ತು ಎನ್ನುವುದು ನನ್ನ ಅಭಿಪ್ರಾಯವಾಗಿತ್ತು. ಅಷ್ಟೆ. ಗುಲಾಬ್‌ಳನ್ನು ಮದುವೆಯಾಗುವುದರಲ್ಲಿ ಖಂಡಿತವಾಗಿಯೂ ನನ್ನ ಸಂತೋಷವಿದೆ. ಗುಲಾಬಳ ತಂದೆ ತಾಯಿ ನನಗೆ ತಿಳಿಯದವರೇನಲ್ಲ. ಜೊತೆಗೆ ಗುಲಾಬಳನ್ನು ಮಗುವಾಗಿದ್ದಾಗ, ಎತ್ತಿ ಆಡಿಸಿದ್ದೇನೆ. ನಮ್ಮ ಮನೆಯ ಸೊಸೆಯಾಗಿ ಬಂದಿರುವುದು ನನಗೂ ನಿನ್ನ 'ಬಾ'ಗೂ ತುಂಬಾ ಸಂತೋಷವೇ ಆಗಿದೆ" ಎಂದು ಅವರನ್ನು ಕ್ಷಮಿಸಿದ್ದೇನೆಂದು ತಿಳಿಸಿ, ಸಂತೋಷಪಡಿಸಿ ಕಳಿಸಿಕೊಟ್ಟ. ಅವರಿಬ್ಬರೂ ಒಳಗೆ ಹೋದ ಮೇಲೆ, ಕಸ್ತೂರಳು ದೀರ್ಘವಾಗಿ ಉಸಿರೆಳೆದು,

'ಅಬ್ಬಾ' ನನಗೆ ಎಷ್ಟು ಹೆದರಿಕೆಯಾಗಿತ್ತು. ನಾನೆಷ್ಟೇ ನಿಮಗೆ ತಿಳಿಸಿ ಹೇಳಿ ಸಮಾಧಾನ ಪಡಿಸಿದ್ದರೂ ನಿಮ್ಮ ಸ್ವಭಾವದ ವಿಚಾರದಲ್ಲಿ ಹೇಗೋ ಏನೋ ಎನ್ನುವ ಭಯ ಇದ್ದೇ ಇತ್ತು. ಸದ್ಯ ಈಗ ನನಗೆ ನಿರಾಳವೆನಿಸಿದೆ" –ಎಂದಳು.

"ಕಸ್ತೂರ್ ಹರಿಲಾಲ ನನಗೇನು ಶತ್ರುವೇ? ನಿನಗೆ ಹೇಗೆ ಮಗನೋ ನನಗೂ ಹಾಗೆ! ನಿನ್ನ ಮಕ್ಕಳು ಎಲ್ಲರಂತಾಗದೆ ಒಂದಷ್ಟು ಶಿಸ್ತು, ಸಂಯಮ, ನಿಯಮ ಪಾಲನೆಗಳೊಂದಿಗೆ ಕರ್ತವ್ಯಗಳೊಂದಿಗೆ ಸರಳ ಬದುಕು ಬದುಕಬೇಕು. ಅವರೂ ಕೂಡಾ ಸಾರ್ವಜನಿಕ ಕೆಲಸಗಳಲ್ಲಿ

ತಮ್ಮ ಕೈಲಾದ ಸೇವೆ ಮಾಡಬೇಕು. ಸ್ವಾವಲಂಬಿಗಳಾಗಬೇಕು. ಆಸೆ ಆಮಿಷಗಳಿಂದ ದೂರವಿರಬೇಕು ಎನ್ನುವುದು ನನ್ನ ನಿರೀಕ್ಷೆ ಮತ್ತು ಆಸೆಯೂ ಕೂಡಾ" ಎಂದ.

"ಚೆನ್ನಾಗಿದೆ ನಿಮ್ಮ ಮಾತು ಇಷ್ಟು ವರ್ಷಗಳ ನಂತರ ಇದನ್ನೆಲ್ಲ ಮಾತಾಡುತ್ತಿದ್ದೀರಿ. ಮಕ್ಕಳು ಈಗಷ್ಟೇ ಕಣ್ಣು ಬಿಡುತ್ತಿದ್ದಾರೆ. ಅವರಿಂದ ಇಷ್ಟೆಲ್ಲ ನಿರೀಕ್ಷೆಗಳನ್ನು ಹೇರುವುದಕ್ಕೆ ಈಗಾಲೇ ಸಂನ್ಯಾಸಿಗಳನ್ನಾಗಿ ಮಾಡುವ ಹುನ್ನಾರದಲ್ಲಿ ಇದ್ದೀರಿ ಎಂದು ಕಾಣುತ್ತದೆ. ನಾನಿದಕ್ಕೆಲ್ಲ ಬಿಡುವುದಿಲ್ಲ. ಅವರೂ ಸುಖ ಪಡಲಿ, ಅವರ ಕನಸುಗಳೇನಿವೆಯೋ, ಪೂರೈಸಿಕೊಳ್ಳಲು ಅವಕಾಶ ಮಾಡಿಕೊಡಿ. ಅವರನ್ನು ಹೆಚ್ಚಿಗೆ ನಿರ್ಬಂಧಿಸಬೇಡಿ ಎಂದಳು.

ಕಸ್ತೂರಳಿಗೆ ಇನ್ನು ಮುಂದೆ ಮತ್ತೊಂದು ಹೊಸ ಪಾತ್ರವೊಂದನ್ನು ಅಭಿನಯಿಸಬೇಕಿತ್ತು. ಅದೆಂದರೆ ಅತ್ತೆಯ ಪಾತ್ರ. ಈ ಪಾತ್ರ ವಹಿಸಲು ಎಂದಿಗಿಂತಲೂ ಹೆಚ್ಚಿನ ಉತ್ಸಾಹದಲ್ಲಿ ಇರುತ್ತಿದ್ದಳು. ಆದರೆ ಗುಲಾಬಳಿಗೆ ಸೊಸೆಯಾಗಿ ತಾನು ಹೇಗೆ ನಡೆದುಕೊಳ್ಳಬೇಕೆನ್ನುವುದು ತಿಳಿದಿರಲಿಲ್ಲ. ಏನು ಮಾಡುವುದಕ್ಕೂ ಹೆದರಿಕೆ ಸಂಕೋಚ? ಆದಷ್ಟೂ ನಯ, ವಿನಯ ಗಳೊಂದಿಗೆ ನಡೆದುಕೊಳ್ಳಲು ಪ್ರಯತ್ನಿಸಿದಳು. ಅತ್ತೆಗೆ ಸಿಟ್ಟುಬಾರದಂತೆ ಎಚ್ಚರವಹಿಸಿದಳು. ಕಸ್ತೂರಳ ಸೂಕ್ಷ್ಮ ಕಣ್ಣಿಗೆ, ಗುಲಾಬಳ ಹಿಂಜರಿಕೆ, ಸಂಕೋಚಗಳು ಕಾಣಿಸಿದವು" ಅವಳನ್ನು ಹತ್ತಿರಕ್ಕೆ ಕರೆದುಕೊಂಡು, ತನ್ನ ಬಗ್ಗೆ ಅವಳಲ್ಲಿ ಇರಬಹುದಾದ ಭಯ ಸಂಕೋಚಗಳನ್ನು ದೂರ ಮಾಡಬೇಕೆಂದುಕೊಂಡಳು. ನಾಲ್ಕು ಗಂಡು ಮಕ್ಕಳ ಹೊರತು,   ತಾನು ಬಹಳವಾಗಿ ಬಯಸುತ್ತಿದ್ದ ಹೆಣ್ಣು ಮಗು ಇರದ ಕೊರತೆ ಅವಳನ್ನು ಬಹಳವಾಗಿ ಕಾಡುತ್ತಿತ್ತು. ಆದರೇನು ಮಾಡುವುದು ಎಲ್ಲವೂ ದೈವ ನಿಯಾಮಕ. ಅವನು ಕೊಟ್ಟಿದ್ದನ್ನು ಒಪ್ಪಿಕೊಳ್ಳಬೇಕೆಂದು ಸಮಾಧಾನಗೊಂಡಿದ್ದಳು. ಈಗ ಗುಲಾಬ್ ಬಂದದ್ದು ಎಷ್ಟೋ ದಿನಗಳಿಂದ ಹೆಪ್ಪು ಗಟ್ಟಿದ್ದ ನೋವು ಕರಗಿ ಹರಿದು ಹೋಯಿತು. ಅವಳನ್ನು ನೋಡಿದಾಗಲೆಲ್ಲ ದೊಡ್ಡ ನಿಧಿಯೊಂದು ಸಿಕ್ಕಿದಾಗ ಆಗುವ ಸಂತೋಷಕ್ಕಿಂತಲೂ ಹೆಚ್ಚಿನ ಸಂತೋಷವಾಗುತ್ತಿತ್ತು. ತನ್ನ ರೆಕ್ಕೆಗಳ ರಕ್ಷಣೆಯಡಿಯಲ್ಲಿ ಅವಳನ್ನು ಜೋಪಾನವಾಗಿ ಇರಿಸಿಕೊಳ್ಳಲು ಮುಂದಾದಳು. ಅಪರಿಚಿತ ದೇಶ, ಅಪರಿಚಿತ ಜನ! – ಮೊದಲು ತಾನು ಇಲ್ಲಿಗೆ ಬಂದಾಗ ತನಗುಂಟಾದ ಅನುಭವವೇ ಅವಳಿಗಾಗುತ್ತಿರಬೇಕು. ಒಂದೆರಡು ದಿನದಲ್ಲಿ ಎಲ್ಲವೂ ಸರಿಹೋಗುತ್ತದೆ ಎಂದು ಆಲೋಚಿಸಿದಳು.

ಮರುದಿವಸ ಕಸ್ತೂರ್ ಸೊಸೆಯನ್ನು ಫೀನಿಕ್ಸ್‌ನಲ್ಲಿದ್ದ ಎಲ್ಲರನ್ನು ಪರಿಚಯ ಮಾಡಿಕೊಟ್ಟಳು. ಮುದ್ದಾದ ಗಾಂಧಿ ದಂಪತಿಗಳ ಸೊಸೆ ಅವರಿಗೂ ಪ್ರಿಯವೆನಿಸಿದಳು. ಕಸ್ತೂರಳ ಜೊತೆಗೆ 'ಬಾ' 'ಬಾ' ಎಂದು ಮಾತಾಡಿಸುತ್ತ ಓಡಾಡುತ್ತಿದ್ದಳು. ಅಡಿಗೆ ಮನೆ ಜವಾಬ್ದಾರಿ ಹೊತ್ತಿದ್ದ ಕಸ್ತೂರಳಿಗೆ ಈ ಗುಲಾಬಳ ಸಹಾಯ ದೊರಕಿತು. ಸಣ್ಣಪುಟ್ಟ ಕೆಲಸಗಳನ್ನು ಮಾಡಿಕೊಡುತ್ತಿದ್ದಳು. ಎಲ್ಲರೊಂದಿಗೂ ತುಂಬಾ ಚೆನ್ನಾಗಿ ಹೊಂದಿಕೊಂಡಿದ್ದಳು. ಹರಿಲಾಲ ತಮ್ಮಂದಿರ ಜೊತೆಗೂಡಿ

ಬಾಪು ಹೇಳಿದ ಕೆಲಸಗಳನ್ನೆಲ್ಲ ಮಾಡಿಕೊಡುತ್ತಿದ್ದ. ಫೀನಿಕ್ಸ್ ಆಶ್ರಮಕ್ಕೆ ಬೇಕಾದ ತರಕಾರಿ, ಹಣ್ಣುಗಳನ್ನೆಲ್ಲ ಖುದ್ದಾಗಿ ಬೆಳೆಯಲಾಗುತ್ತಿತ್ತು. ಆಶ್ರಮವಾಸಿಗಳನ್ನು ನೋಡಿಕೊಳ್ಳಲು ಬೇಕಾದ ಹಣವನ್ನು, ಹೆಚ್ಚಿಗೆ ಬೆಳೆದ ಹಣ್ಣು, ತರಕಾರಿಗಳನ್ನು ಮಾರಿ ಸಂಗ್ರಹಿಸುತ್ತಿದ್ದರು. ಗಾಂಧಿ ಫೀನಿಕ್ಸ್ ನೋಡಿಕೊಳ್ಳುವ ಜವಾಬ್ದಾರಿಯನ್ನು ಸಂಪೂರ್ಣವಾಗಿ ಕಸ್ತೂರಳ ಮತ್ತು ಕೆಲವು ಹಿರಿಯರ ಜವಾಬ್ದಾರಿಗೆ ವಹಿಸಿ, ತಾನು ಸತ್ಯಾಗ್ರಹ ಚಳುವಳಿ ಮುನ್ನಡೆಸುವಲ್ಲಿ ಕಾರ್ಯಗತನಾದ.

ಮೊದಲೇ ತೀರ್ಮಾನಿಸಿದಂತೆ, 1907ರ ಜುಲೈ ಒಂದರಂದು ಏಷಿಯನ್ನರು ಬೆರಳು ಗುರುತು ನೀಡಿ ರಿಜಿಸ್ಟ್ರೇಷನ್ ಪ್ರಮಾಣ ಪತ್ರವನ್ನು ಪಡೆಯಬೇಕಾದುದರಿಂದ ಟ್ರಾನ್ಸ್‌ವಾಲ್‌ನ ಮುಖ್ಯ ನಗರ ಮತ್ತು ಪಟ್ಟಣಗಳಲ್ಲಿ ಅಲ್ಲಲ್ಲಿ ಕೇಂದ್ರಗಳನ್ನು ತೆರೆಯಲಾಗಿತ್ತು. ಸತ್ಯಾಗ್ರಹದ ಸ್ವಯಂಸೇವಕರು ತಾವೇನು ಮಾಡಬೇಕೆಂಬುದನ್ನು ಮೊದಲೇ ರೂಪಿಸಿಕೊಂಡಿದ್ದರು. ಅಲ್ಲದೆ ಇಂಡಿಯನ್ ಒಪೀನಿಯನ್ ಪತ್ರಿಕೆಯಲ್ಲಿ ಸತ್ಯಾಗ್ರಹಿಗಳು ಅನುಸರಿಸಬೇಕಾದ ವಿಧಿ ವಿಧಾನಗಳನ್ನು ಪ್ರಕಟಿಸಲಾಗಿತ್ತು. ಯಾವುದೇ ಕಾರಣಕ್ಕೂ ಹಿಂಸೆಗೆ ಎಡೆಯಾಗದಂತೆ ನೋಡಿಕೊಳ್ಳಬೇಕೆಂದು ತಾಕೀತು ಮಾಡಲಾಗಿತ್ತು. ಕರಪತ್ರಗಳನ್ನು ಹಂಚಿ ಭಾರತೀಯರಲ್ಲಿ ಜಾಗೃತಿ ಮೂಡಿಸುವ ಕೆಲಸ ಭರದಿಂದ ಸಾಗಿತ್ತು. ಯಾರೂ ರಿಜಿಸ್ಟ್ರೇಷನ್ ಮಾಡಿಸಬಾರದೆಂದು ವಿನಂತಿಸಿಕೊಳ್ಳುತ್ತಿದ್ದರು. ಸಂಪೂರ್ಣವಾಗಿ ರಿಜಿಸ್ಟ್ರೇಷನ್ ಮಾಡಿಸಬೇಕೆಂಬ ಕ್ರಮಕ್ಕೆ ಬಹಿಷ್ಕಾರವನ್ನು ಹಾಕುವಂತೆ ಯೋಜಿಸಲಾಗಿತ್ತು.

ರಿಜಿಸ್ಟ್ರೇಷನ್ ಕೇಂದ್ರಗಳು ಖಾಲಿ ಖಾಲಿಯಾಗಿದ್ದವು. ಸುಮಾರು ಎರಡು ಸಾವಿರಕ್ಕೂ ಹೆಚ್ಚು ಭಾರತೀಯರು ಧರಣಿ ಕೂತರು. ಕೊನೆಯ ದಿನಾಂಕವನ್ನು ಆಗಸ್ಟ್ ಮೊದಲವಾರದವರೆಗೆ ವಿಸ್ತರಿಸಿದರು. ಏನೇ ಆದರೂ ಯಾರೊಬ್ಬರೂ ರಿಜಿಸ್ಟ್ರೇಷನ್ ಮಾಡಲು ಮುಂದಾಗಲೇ ಇಲ್ಲ. ಕಾಲಮಿತಿಯನ್ನು ಹೆಚ್ಚಿಸುತ್ತಿದ್ದರೆ ಹೊರತು, ರಿಜಿಸ್ಟ್ರೇಷನ್ ಅಂತೂ ಆಗಲೇ ಇಲ್ಲ. ಕಡೆಗೆ ಸುಸ್ತಾದ ಸರಕಾರ ಚಳುವಳಿಯ ಮುಂದಾಳತ್ವ ವಹಿಸಿದವರನ್ನೆಲ್ಲ ಸೆರೆಹಿಡಿದು ಕೋರ್ಟಿನ ಮುಂದೆ ನಿಲ್ಲಿಸಿ ವಿಚಾರಣೆ ನಡೆಸಿ, ಅಪರಾಧಿಗಳೆಂದು ತೀರ್ಮಾನಿಸಿದಾಗ ಗಾಂಧಿ ಇದಕ್ಕೆ ತಾನೇ ನಾಯಕ ಪ್ರಚೋದಕನಾದ್ದರಿಂದ ತನಗೇ ಕಠಿಣ ಶಿಕ್ಷೆಯನ್ನು ನೀಡಬೇಕೆಂದು ಕೇಳಿಕೊಂಡ. ಇದು ಎಲ್ಲರಿಗೂ ಅಚ್ಚರಿ ಮೂಡಿಸಿತು. ಕಡೆಗೆ ಸರಕಾರ, ಹೆಚ್ಚಿನ ಶ್ರಮದಾಯಕ ಕೆಲಸವಿಲ್ಲದೆ, ಎರಡು ತಿಂಗಳು ಜೈಲು ಶಿಕ್ಷೆಯನ್ನು ಘೋಷಿಸಿತು.

ಗಾಂಧಿ ಹುಟ್ಟುಹಾಕಿದ ಸತ್ಯಾಗ್ರಹ ಚಳುವಳಿ, ಅದರ ಪರಿಣಾಮ, ಗಾಂಧಿಗೆ ಏನಾಗುತ್ತಿದೆ ಎನ್ನುವುದೇನನ್ನೂ ತಿಳಿಯದೆ, ತಮ್ಮ ಪಾಡಿಗೆತಾವು ಒಂದು ಸಮಾರಂಭದಲ್ಲಿ ತನ್ಮಯರಾಗಿದ್ದರು. ಇಡೀ ಫೀನಿಕ್ಸ್ ಆ ಸಮಾರಂಭದಲ್ಲಿ ತೊಡಗಿಸಿಕೊಂಡಿತ್ತು. ಗುಲಾಬಳ 'ಸೀಮಂತ'ದ ಕಾರ್ಯಕ್ರಮ ಅದಾಗಿತ್ತು. ಚಗನ್‌ಲಾಲ್, ಮಗನ್‌ಲಾಲ್ ಹೆಂಡಂದಿರು ಮತ್ತು ಉಳಿದ ಹೆಂಗಸರೆಲ್ಲರೂ ಈ ಸಮಾರಂಭದ ಸಂತೋಷವನ್ನು ಹಂಚಿಕೊಂಡು ಭಾವಿ ತಾಯಿಯಾಗಲಿರುವ ಗುಲಾಬಳನ್ನು ಆಶೀರ್ವದಿಸಿ ಉಡುಗೊರೆಗಳನ್ನು ಕೊಡಲು ಉತ್ಸುಕರಾಗಿದ್ದರು. ಕಸ್ತೂರಳು ಇದನ್ನೆಲ್ಲ ನೋಡಿ, ಸ್ವರ್ಗ ಮೂರೇ ಗೇಣು ಎಂಬಂತೆ ಹಿರಿ ಹಿರಿ ಹಿಗ್ಗಿದಳು. ಬರುವ ಮೊಮ್ಮಗನನ್ನು ಊಹಿಸಿಕೊಂಡು ಯಾವುದೋ ಭಾವನಾಲೋಕದಲ್ಲಿ ಮುಳುಗಿ ಹೋಗಿದ್ದಳು.

ಬಂದವರೆಲ್ಲರೂ ಗುಲಾಬಳನ್ನು ಆಶೀರ್ವದಿಸಿ, ಅಭಿನಂದಿಸಿ, ಈ ಸಂದರ್ಭದಕ್ಕೆಂದೇ ವಿಶೇಷವಾಗಿ ಸಿದ್ಧಪಡಿಸಲಾಗಿದ್ದ ಭಾರಿ ಭೋಜನದ ಸವಿಯುಂಡು ಹೊರಡುತ್ತಿದ್ದರು. ಎಲ್ಲರೂ ಊಟ ಮುಗಿಸಿದ್ದು, ಕಸ್ತೂರಳು ಊಟಕ್ಕೆಂದು ಕುಳಿತು, ಇನ್ನೇನು ಕೈ ಬಾಯಿಗೆ ಹೋಗಬೇಕೆಂದಿರುವಷ್ಟರಲ್ಲಿ ಜೋಹಾನ್ಸ್ ಬರ್ಗ್‌ನಿಂದ ಟೆಲಿಗ್ರಾಂ ಬಂದಿತ್ತು. ಫೀನಿಕ್ಸ್ ಸ್ಟೇಷನ್‌ನಿಂದ ಒಬ್ಬ ಹುಡುಗ ತಂದು ಕೊಟ್ಟು ಹೋದ.

ಟೆಲಿಗ್ರಾಂನಲ್ಲಿ ತನ್ನ ಹೆಸರನ್ನು ರಿಜಿಸ್ಟರ್ ಮಾಡಲು ನಿರಾಕರಿಸಿದ ಅಪರಾಧಕ್ಕಾಗಿ ಗಾಂಧಿಗೆ ಎರಡು ತಿಂಗಳು ಜೈಲು ಶಿಕ್ಷೆಯನ್ನು ವಿಧಿಸಲಾಗಿದೆ ಎಂದು ಬರೆದಿತ್ತು.

ಸುದ್ದಿ ಕಿವಿ ಮೇಲೆ ಬೀಳುತ್ತಿದ್ದಂತೆ, ಕಸ್ತೂರ್ ಕುಸಿದುಹೋದಳು. ಕೈಲಿ ಹಿಡಿದಿದ್ದ ಊಟದ ತುತ್ತನ್ನು ಹಾಗೆಯೇ ತಟ್ಟೆಯಲ್ಲಿರಿಸಿ, ಎದ್ದಳು. ಎರಡು ತಿಂಗಳು ಜೈಲುವಾಸ! ದ್ವೇಷ ಕಾರುತ್ತಿರುವ ಇಲ್ಲಿನ ಮಂದಿ ಮತ್ತೆ ಗಂಡನ ಮೇಲೆ ಏನು ದೌರ್ಜನ್ಯ ನಡೆಸುತ್ತಾರೋ ಎಂದು ಹಿಂದಿನ ಘಟನೆಗಳನ್ನು ನೆನಪುಮಾಡಿಕೊಂಡು ಹೆದರಿದಳು. ಆದರೆ ಆ ಹೆದರಿಕೆ ಒಂದು ಕ್ಷಣ ಮಾತ್ರ. ಗಾಂಧಿಯನ್ನು ದ್ವೇಷಿಸುವವರು ಇರುವಷ್ಟು ಮಂದಿಗಿಂತ ಹೆಚ್ಚಾಗಿ, ಪ್ರೀತಿಸುವ ಜನ ಇದ್ದಾರೆ ಎನ್ನುವುದನ್ನು ನೆನಪಿಗೆ ತಂದುಕೊಂಡು, ಗಂಡನಿಗೆ ಏನೂ ತೊಂದರೆ ಆಗುವುದಿಲ್ಲ. ಅವರು ಹೋರಾಡುತ್ತಿರುವುದು ಸತ್ಯಕ್ಕಾಗಿ, ನ್ಯಾಯಕ್ಕಾಗಿ ಅಲ್ಲದೆ ಇದೆಲ್ಲವನ್ನೂ ನೋಡುತ್ತಿರುವ ದೇವರಿದ್ದಾನೆ. ಅವನಿಚ್ಛೆಯ ಮುಂದೆ ನಮ್ಮದೇನಿದೆ ಎಂದು ತನಗೆ ತಾನೇ ಧೈರ್ಯ ತಂದುಕೊಂಡಳು.

ಜೈಲುವಾಸವೆಂದರೆ ಅಲ್ಲಿನ ಊಟ ಹೇಗಿರಬಹುದೆಂದು ಊಹಿಸಿಕೊಂಡು, ಗಂಡನಿಗೆ ಸಾಧ್ಯವಿಲ್ಲದ ಊಟ ತನಗೂ ಬೇಡವೆಂದು, ಆ ಸಮಾರಂಭದ ಭಾರಿ ಭೋಜನವನ್ನು ಕೈ ಬಿಟ್ಟು ಕೇವಲ, ಉಪ್ಪು, ಹುಳಿ, ಖಾರ ಯಾವುದೂ ಇಲ್ಲದ ಸಾತ್ವಿಕ ಆಹಾರವನ್ನು ಗಂಡ ಜೈಲಿನಿಂದ ಬಿಡುಗಡೆ ಹೊಂದಿ ಬರುವವರೆಗೂ, ವ್ರತದಂತೆ ಮುಂದುವರೆಸುತ್ತೇನೆ ಎಂದು ನಿರ್ಧರಿಸಿದಳು. ಸೊಸೆಯ ಸೀಮಂತದ ಸಿಹಿಯನ್ನೂ ನಿರಾಕರಿಸಿದಳು. ಅಕ್ಷರಶಃ ಹಿಂದೂ ಧರ್ಮಪತ್ನಿಯಂತೆಯೇ ಕಾಣಿಸಿಕೊಂಡಳು. ಗುಲಾಬಳಿಗೆ ಈ ವಿಷಯಗಳಾವುವೂ ತಿಳಿಯಲೇ ಇಲ್ಲ. ತಿಳಿಸುವುದು ಈ ಪರಿಸ್ಥಿತಿಯಲ್ಲಿ ಸಾಧುವಲ್ಲ ಎಂದು ಕಸ್ತೂರಳು ಕೂಡಾ ಭಾವಿಸಿ, ಎಂದಿನಂತೆಯೇ ಅವಳ ಮುಂದೆ ಕಾಣಿಸಿಕೊಂಡಳು.

ಈಗ ಅವಳ ಮೊದಲ ಆದ್ಯತೆ ಗರ್ಭಿಣಿ ಸೊಸೆಯನ್ನು ಚೆನ್ನಾಗಿ ನೋಡಿಕೊಳ್ಳುವುದು. ಅವಳ ಊಟೋಪಚಾರಗಳ ಬಗ್ಗೆ ಕಾಳಜಿ ವಹಿಸುವುದು. ಹೆಚ್ಚು ಓಡಾಡಲು, ಶ್ರಮದ ಕೆಲಸ ಮಾಡಲು ಬಿಡುತ್ತಲೇ ಇರಲಿಲ್ಲ. ಹಾಲು, ಹಣ್ಣು, ತರಕಾರಿಗಳನ್ನು ಚೆನ್ನಾಗಿ ತಿನ್ನಿಸಿದಳು. ಬಿಡುವಾದಾಗಲೆಲ್ಲ ತಾನು ಹುಡುಗಿಯಾಗಿದ್ದಾಗ ಕೇಳಿದ್ದ ರಾಮಾಯಣ, ಮಹಾಭಾರತ ಕತೆಗಳನ್ನು ಹೇಳುತ್ತಿದ್ದಳು. ಹಿಂದೂ ಸತಿಯ ಕರ್ತವ್ಯಗಳನ್ನು, ಕುಟುಂಬ ನಿರ್ವಹಣೆಯ ವಿಧಾನಗಳನ್ನು ವಿವರಿಸಿ ತಿಳಿಸುತ್ತಿದ್ದಳು. ಮೇಲು ನೋಟಕ್ಕೆ ಮಾಮೂಲಿನಂತೆ ಕಾಣಿಸಿಕೊಂಡರೂ ಒಳಗೆ ಗಂಡನ ಬಗ್ಗೆ ತುಂಬಾ ಚಿಂತೆಗೀಡಾಗಿದ್ದಳು. ಬಿಳಿಯರ ಆಕ್ರೋಶದ ಭಯಾನಕತೆಯನ್ನು ಪ್ರತ್ಯಕ್ಷವಾಗಿ ಡರ್ಬಾನ್ ಬಂದರಿನಲ್ಲಿ ಕಂಡಿದ್ದಳು.

✳   ✳   ✳

ಗಂಡನ ಮೇಲೆ ಎರಗಿಬಂದ ಸಂಕಟ ಕಸ್ತೂರಳಿಗೆ ಅಸಹನೀಯವಾಗಿತ್ತು. ಒಂದೊಂದು ದಿನವನ್ನೂ ಒಂದೊಂದು ಯುಗದಂತೆ ಕಳೆಯುತ್ತಿದ್ದಳು. ಎಷ್ಟೋ ಬಾರಿ ಗಂಡನ ಅನುಪಸ್ಥಿತಿಯನ್ನು ಬೇರೆ ಬೇರೆ ಕಾರಣಗಳಿಂದಾಗಿ ಸಹಿಸಿಕೊಂಡಿದ್ದಳು. ನಿರಪರಾಧಿಗಳ ರಕ್ಷಣೆಗೆ ಹೋರಾಟಮಾಡುತ್ತಿದ್ದ ಗಂಡನ ಕೆಚ್ಚೆದೆಗೆ ಒಳಗೊಳಗೇ ಹಿಗ್ಗುತ್ತಿದ್ದಳು. ಇದಕ್ಕಾಗಿ ಗಂಡ ದಿನಗಟ್ಟಲೆ ದೂರವಿದ್ದರೂ ಅವಳಿಗೇನೂ ಆತಂಕವಿರುತ್ತಿರಲಿಲ್ಲ. ಆದರೆ ಈಗಿನ ಸಂದರ್ಭ, ಸನ್ನಿವೇಶ ಬೇರೆಯೇ ಆಗಿದೆ. ಗಂಡನೇ ಅಪರಾಧಿಯಾಗಿ ಸೆರೆಮನೆಯಲ್ಲಿದ್ದಾನೆ. ಅವನ ಅಪರಾಧವೆಂದರೆ ಭಾರತೀಯರ ಪ್ರತಿಭಟನೆಯ ಮುಂದಾಳತ್ವ ವಹಿಸಿಕೊಂಡಿರುವುದೇ ಆಗಿದೆ.

ಕಸ್ತೂರಳು ಮಾತ್ರವೇ ಆತಂಕಕ್ಕೆ ಒಳಗಾಗಿರಲಿಲ್ಲ. ಫೀನಿಕ್ಸ್ ಆಶ್ರಮದಲ್ಲಿನ ಎಲ್ಲರೂ ಗಾಬರಿಗೊಂಡಿದ್ದರು ಪ್ರತಿದಿನ ಜೊಹಾನ್ಸ್‌ಬರ್ಗ್‌ನಿಂದ ಬರುತ್ತಿದ್ದ ಸುದ್ದಿ ಸಮಾಚಾರ ಪತ್ರಿಕೆಗಳನ್ನು ಪ್ರತಿದಿನವೂ ರೈಲ್ವೆ ಸ್ಟೇಶನ್‌ಗೆ ಹೋಗಿ ಸಂಗ್ರಹಿಸಿ ತಂದು ಅಲ್ಲಿನವರೆಲ್ಲ ಓದಿ ವಿಷಯವೇನೆಂದು ತಿಳಿಯುತ್ತಿದ್ದರು, ಒಂದೇ ಒಂದು ಸಮಾಧಾನದ ಸಂಗತಿಯೆಂದರೆ ಗಾಂಧಿಯೊಬ್ಬನೇ ಸೆರೆಯಾಗಿರಲಿಲ್ಲ. ಅವನೊಂದಿಗೆ ಹಲವು ಮಂದಿ ಪ್ರತಿಭಟನಾಕಾರರೂ ಇದ್ದರು.

ಮನಸ್ಸಿನಲ್ಲಿ ಎಷ್ಟೇ ಆತಂಕವಿದ್ದರೂ ತನ್ನೊಳಗೆ ತಾನೇ ಧೈರ್ಯ ತುಂಬಿಕೊಳ್ಳುತ್ತಿದ್ದಳು. ದೇವರೊಬ್ಬನಿಗೆ ಮೊರೆಹೋಗುವುದರ ಹೊರತು ಅವಳಿಗೆ ಬೇರೆ ದಾರಿ ಕಾಣಲಿಲ್ಲ. ಕ್ರಮೇಣ ತನಗೆ ತಾನೇ ಸಮಾಧಾನ ತಂದುಕೊಂಡು ಬಂದದ್ದನ್ನು ಸ್ವೀಕರಿಸಲೇ ಬೇಕೆಂಬ ನಿರ್ಧಾರದೊಂದಿಗೆ ಫೀನಿಕ್ಸ್ ಆಶ್ರಮದಲ್ಲಿನ ಕೆಲಸಕಾರ್ಯಗಳ ಕಡೆ ತಿರುಗಿದಳು. ಇಲ್ಲಿನ ಬದುಕು ಆಶ್ರಮವಾಸಿಗಳೊಡನಾಟ, ಭಿನ್ನ ಜಾತಿ, ವರ್ಗ ಸ್ವಭಾವಗಳ ಪರಿಚಯ, ಸಹಬಾಳ್ವೆ ಇತ್ಯಾದಿಯಾಗಿ ಹಲವಾರು ರೀತಿಗಳಲ್ಲಿ ಪಡೆದ ಅನುಭವ ಅವಳನ್ನು ಮತ್ತಷ್ಟು ಪ್ರಬುದ್ಧತೆಯತ್ತ ಕೊಂಡೊಯ್ದಿತ್ತು. ಫೀನಿಕ್ಸ್‌ವಾಸಿಗಳಲ್ಲಿ ಬಹುಭಾಷಿಕರಿದ್ದರು. ಗುಜರಾತಿ ಮಾತಾಡುವ ಮಂದಿಯೂ ಕೆಲವರಿದ್ದರಾಗಿ, ಕಸ್ತೂರಳಿಗೆ ಅಂತಹ ಸಮಸ್ಯೆಯಾಗಲಿಲ್ಲ. ಇದರ ಜೊತೆಗೆ ಹರಕು ಮುರುಕು ಇಂಗ್ಲಿಷನ್ನೂ ಮಾತಾಡುತ್ತಿದ್ದಳು. ಇದರಿಂದಾಗಿ ಕೆಲಸ ಕಾರ್ಯಗಳಿಗೆ ಯಾವುದೇ ತೊಂದರೆಯಾಗುತ್ತಿರಲಿಲ್ಲ. ವಾಸ್ತವವಾಗಿ ಗಾಂಧಿಯ ಅನುಪಸ್ಥಿತಿಯಲ್ಲಿ ಕಸ್ತೂರಳ ಜವಾಬ್ದಾರಿಗಳು ಇಮ್ಮಡಿಸಿದವು. ಮನೆಯ ಯಜಮಾನಿಯಂತೆ ವರ್ತಿಸುತ್ತಾ, ಎಲ್ಲರ ಯೋಗಕ್ಷೇಮ, ದಿನನಿತ್ಯದ ಅಗತ್ಯಗಳು, ಹಣಕಾಸಿನ ವ್ಯವಹಾರ ಎಲ್ಲವೂ ಅವಳ ಪಾಲಿಗೆ ಬಂತು. ಹೀಗಾಗಿ, ಎಲ್ಲಿಯೂ ನೈಷ್ಠುರ್ಯ, ಕಾಠಿನ್ಯಗಳಿಗೆ ಎಡೆಕೊಡದಂತೆ ಅತ್ಯಂತ ಸಮಾಧಾನಕರವಾಗಿ, ಮತ್ತು ಸೌಜನ್ಯತೆಗಳೊಂದಿಗೆ ವ್ಯವಹಾರಗಳನ್ನು ನಿಭಾಯಿಸುತ್ತಿದ್ದ ರೀತಿ, ಪ್ರತಿಯೊಬ್ಬರ ಬಗ್ಗೆಯೂ ತೋರುತ್ತಿದ್ದ ಕಾಳಜಿಯಿಂದಾಗಿ ಫೀನಿಕ್ಸ್ ವಾಸಿಗಳ ಮನಗೆದ್ದಳು. ಯಜಮಾನಿ ಎಂಬ ಗೌರವಕ್ಕೂ ಪಾತ್ರಳಾದಳು. ಯಾವುದೇ ಅಧಿಕಾರ ಚಲಾವಣೆಗೆ ಅವಕಾಶ ಕೊಡದೆ ಎಲ್ಲರ ಪ್ರೀತಿ, ಸಹಕಾರಗಳಿಂದ ಅತ್ಯಂತ ಸಮರ್ಥವಾಗಿ ಫೀನಿಕ್ಸ್ ವಸತಿಯನ್ನು ನಡೆಸಿಕೊಂಡು ಹೋಗುತ್ತಿದ್ದಳು.

ಸಲುಗೆ ಔದಾರ್ಯಗಳ ಜೊತೆಜೊತೆಗೆ ಬಹಳ ಜಾಗರೂಕತೆಯಿಂದ ಹಣದ ವ್ಯವಹಾರ ನಡೆಸುತ್ತಿದ್ದಳು. ವಸತಿ ಅಥವಾ ಆಶ್ರಮವಾಸಿಗಳ ಊಟೋಪಚಾರ ಮತ್ತು ಇತರೆ ಖರ್ಚುಗಳಿಗೆ ಬೇಕಾದ ಆದಾಯವನ್ನು ಆಶ್ರಮ ಪರಿಸರದಲ್ಲೇ ಬೆಳೆದ ಹಣ್ಣು ಹಂಪಲು, ತರಕಾರಿ ಇತ್ಯಾದಿಗಳ

ಮಾರಾಟದಿಂದ ಗಳಿಸಲಾಗುತ್ತಿತ್ತು. ಸ್ವತಃ ತಮ್ಮವರಿಗೂ ಅದರ ಮೇಲೆ ಹಕ್ಕಿರಲಿಲ್ಲ. ಒಂದು ಹಣ್ಣು ತಿನ್ನಬೇಕೆನಿಸಿದರೂ ಕಸ್ತೂರಳ ಅಪ್ಪಣೆ ಬೇಕಾಗುತ್ತಿತ್ತು. ಕಸ್ತೂರಳ ನಡತೆ, ಅವಳ ಹೊತ್ತುಕೊಂಡಿದ್ದ ಜವಾಬ್ದಾರಿ, ಎಲ್ಲರೊಂದಿಗೂ ನಡೆದುಕೊಳ್ಳುತ್ತಿದ್ದ ಹಿರಿತನದ ರೀತಿಯಿಂದಾಗಿ ಕಸ್ತೂರಳು ಎಲ್ಲರ ಬಾಯಲ್ಲಿ ಪ್ರೀತಿಯಿಂದ ಬಾ ಎಂದು ಕರೆಸಿಕೊಳ್ಳುತ್ತಿದ್ದಳು. ಗಾಂಧಿಯೂ ಕೂಡಾ ಎಲ್ಲರಿಗೂ ಬಾಪು ಆಗಿಬಿಟ್ಟಿದ್ದ. ತಂದೆ–ತಾಯಿ ಸ್ಥಾನದಲ್ಲಿದ್ದು ಅವರೆಲ್ಲರನ್ನೂ ನೋಡಿಕೊಳ್ಳುತ್ತಿದ್ದ ಕಾರಣ ಅವರಿಬ್ಬರೂ ತಮ್ಮ ಮಕ್ಕಳಿಗೆ ಮಾತ್ರವೇ ಅಲ್ಲದೆ ಎಲ್ಲರಿಗೂ 'ಬಾ ಮತ್ತು ಬಾಪು' ಎಂದೇ ಪರಿಚಿತರಾಗಿದ್ದರು. ಈ ಹೆಸರುಗಳಿಂದಲೇ ಪ್ರೀತಿಯಿಂದ ಕರೆದು ಸಮೀಪಿಸುತ್ತಿದ್ದರು.

ಕೆಲಸ ಕಾರ್ಯಗಳಲ್ಲಿ ಮುಳುಗಿ ಹೋಗಿದ್ದ ಬಾ (ಕಸ್ತೂರ್) ಗಂಡನ ಜೈಲುವಾಸದ ಬಗ್ಗೆ ನಿರ್ಲಿಪ್ತಳಾಗಿದ್ದಳು. ಅವಳ ಒಳಮನಸ್ಸಿನಲ್ಲಿ 'ಬಾಪು'ಗೆ ಏನೂ ತೊಂದರೆಯಾಗುವುದಿಲ್ಲ ಎನ್ನುವ ಭರವಸೆ ಅಚ್ಚಾಗಿತ್ತು.

ಒಂದು ದಿನ 'ಬಾ' ಫೀನಿಕ್ಸ್‌ನ ಅಂದಿನ ಖರ್ಚಿನ ಲೆಕ್ಕಗಳನ್ನು ಪರಿಶೀಲಿಸುತ್ತಾ ಕುಳಿತಿದ್ದಾಗ ಮಣಿಲಾಲ ಏದುಸಿರು ಬಿಡುತ್ತಾ ಓಡಿಬಂದ. ಅವನ ಕೈಯಲ್ಲಿ ಅಂದಿನ ದಿನಪತ್ರಿಕೆಯಿತ್ತು. ಪೂರ್ತಿಯಾಗಿ ಓದಿಕೊಂಡು ನಿಧಾನವಾಗಿ ಬರುತ್ತಿದ್ದ ಮಣಿಲಾಲ,

'ಬಾ, ಬಾ!' ಎಂದು ಸೂರೆದ್ದು ಹೋಗುವ ಹಾಗೆ ಕಿರುಚಿದ, ಅವನ ಕೂಗಿಗೆ ಸ್ಪಂದಿಸದೆ ಇರಲು ಸಾಧ್ಯವೇ ಇರಲಿಲ್ಲ. ಲೆಕ್ಕಗಳಲ್ಲಿ ಮನಸ್ಸು ನೆಟ್ಟಿದ್ದ 'ಬಾ' ಗಾಭರಿಯಿಂದ ತಲೆ ಎತ್ತಿ, ಮಣಿಲಾಲನತ್ತ ನೋಡಿದಳು. ಅವನು ಓಡಿ ಬಂದು 'ಬಾ'ಳನ್ನು ಬಿಗಿದಪ್ಪಿ, 'ಬಾ' ವಿಚಾರ ಏನೆಂದು ಕೇಳುವ ಮೊದಲೇ ಮಣಿ, 'ಬಾ' ಬಾಪು ಅವರನ್ನು ಬಿಡುಗಡೆ ಮಾಡಿದ್ದಾರೆ! ಎಂದು ಭಾವಾವೇಶದಿಂದ ಹೇಳಿದ.

"ಏನು! ಏನು! ನಿನ್ನ ಬಾಪು ಜೈಲಿನಿಂದ ಬಿಡುಗಡೆಯಾದರೆ! .... ಮಣಿ, ಮಣಿ ಎಂಥ ಸಂತೋಷದ ಸಮಾಚಾರ ತಂದಿದ್ದೀಯ. ಈ ಸಂತೋಷಕ್ಕಾಗಿ, ಬಾಪುಗೆ ಬಹಳ ಇಷ್ಟವಾದ 'ಮೋಹನ್‌ತಾಳ್' (ಮೈಸೂರು ಪಾಕಿನಂಥ ಖಾದ್ಯ ಪದಾರ್ಥ) ಮಾಡಿ ನಿಮ್ಮೆಲ್ಲರಿಗೂ ಉಣಿಸುತ್ತೇನೆ. ಹೋಗು ನಿಮ್ಮಣ್ಣ ಅತ್ತಿಗೆ ಎಲ್ಲರಿಗೂ ತಿಳಿಸಿ ಬೇಗ ಬಾ. ಮಾಡುವುದಕ್ಕೆ ತುಂಬಾ ಕೆಲಸವಿದೆ" ಎಂದು ತನ್ನೆದೆಯೊಳಗಿನ ಉಕ್ಕಿ ಹರಿವ ಸಂತಸವನ್ನು ಹೊರಗೆ ತೋರಿಸಿಕೊಳ್ಳದೆ ಪ್ರಶಾಂತವಾಗಿ ಹೇಳಿದಳು. ಕಥೆಗಳನ್ನು ಕೇಳಲು ಇದು ಸಮಯವಲ್ಲ. ರಾತ್ರಿ ಕೆಲಸಗಳನ್ನೆಲ್ಲ ಮುಗಿಸಿ ಬಿಡುವಾಗಿ ಕೂಳಿತಾಗ ನಿಧಾನವಾಗಿ ವಿವರಗಳನ್ನೆಲ್ಲ ಓದಿಸಿ ತಿಳಿದುಕೊಂಡರಾಯಿತು ಎಂದು ಸುಮ್ಮನಾದಳು. ಅಲ್ಲದೆ ಗಂಡ ಮನೆ ತಲುಪಿದ ಮೇಲೆ ನೇರವಾಗಿ ಅವರಿಂದಲೇ ಜೈಲಿನ ಅನುಭವಗಳನ್ನು ಕೇಳಿ ತಿಳಿದುಕೊಳ್ಳುವುದು ಇನ್ನೂ ಮೇಲಲ್ಲವೇ ಎಂದು ಸುಮ್ಮನಾದಳು.

ಏನಾದರಾಗಲಿ ಬಾಪುವಿನ ಬಿಡುಗಡೆ 'ಕಸ್ತೂರಳ ಬಾಳಿಗೆ ಮಾತ್ರವೇ ಸಂಭ್ರದ ಸಂಗತಿಯಾಗಿರಲಿಲ್ಲ. ಫೀನಿಕ್ಸ್‌ನಲ್ಲಿ ಇದ್ದವರೆಲ್ಲರಿಗೂ ಅದು ಹಬ್ಬದ ಸಂಭ್ರಮದಂತೆಯೆ ಇತ್ತು. ಆದ್ದರಿಂದ ಕಸ್ತೂರಬಾ ಇಡೀ ಫೀನಿಕ್ಸ್‌ನಲ್ಲಿದ್ದ ಆತ್ಮೀಯರೆಲ್ಲರಿಗೂ ಸೇರಿಸಿ ಚೆತಣದ ಏರ್ಪಾಡಿನ ಬಗ್ಗೆ ಯೋಚಿಸಿದಳು. ಇತಿಮಿತಿಯಲ್ಲಿ ಮತ್ತು ಸರಳವಾದ ಆಹಾರಕಕ್ಷ್ಟೆ ಸೀಮಿತವಾಗಿದ್ದವರಿಗೆ,

ಈ ಚಿತ್ರಣದ ಕಲ್ಪನೆಯೇ ಉತ್ಸಾಹದಾಯಕವಾಗಿತ್ತು. ಅಲ್ಲದೆ 'ಬಾ'ಳೇ ತನ್ನ ಗಂಡನ ಬಿಡುಗಡೆಯ ಸುದ್ದಿಯನ್ನು ಖುದ್ದಾಗಿ ತಾನೇ ಗೆಲುವಿನಿಂದ ಪ್ರತಿಯೊಬ್ಬರೊಂದಿಗೂ ಹಂಚಿಕೊಂಡಿದ್ದಳು. ಹಾಗಾಗಿ ಸಿಹಿಸುದ್ದಿಯೊಂದಿಗೆ ಸಿಹಿಯೂಟವನ್ನೂ ಹಂಚಿಕೊಳ್ಳಬೇಡವೇ' ಎಂದು ಯೋಚಿಸಿದ್ದಳು.

ಅಡುಗೆ ಮನೆಯಲ್ಲಿ ರಭಸದ ಓಡಾಟ ಹೆಂಗಸರೆಲ್ಲರೂ ಸೇರಿಬಿಟ್ಟಿದ್ದರು. ಎಲ್ಲರೂ ಒಂದೊಂದು ಕೆಲಸವನ್ನು ಹಂಚಿಕೊಂಡು ಮಾಡತೊಡಗಿದರು. ಬಸುರಿಯಾಗಿದ್ದರೂ ಗುಲಾಬಳೂ ಕೂಡಾ ತನಗೆ ಸಾಧ್ಯವಾದ ಹಗುರವಾದ ಕೆಲಸಗಳನ್ನು ಮಾಡತೊಡಗಿದಳು. ಅಂತೂ ಇಂತೂ ಭರ್ಜರಿ ಊಟದ ವ್ಯವಸ್ಥೆ ಸಿದ್ಧವಾಯಿತು. ಆದರೆ ತಾನೊಂದು ಬಗೆದರೆ ದೈವವೊಂದು ಬಗೆಯಿತು ಎಂಬಂತೆ, ಅವಳ ಉತ್ತುಂಗದಲ್ಲಿದ್ದ ಸಂತೋಷ ಸರ್ರನೆ ಜಾರಿ ಹೋಗುವಂತ ಪ್ರಸಂಗ ಸೃಷ್ಟಿಯಾಯಿತು.

ಇನ್ನೇನು ಸಂಭ್ರಮದ ಭೋಜನ ಬಾಯಿಗಿಳಿಯಬೇಕಿತ್ತು ಅಷ್ಟರಲ್ಲಿಯೇ ಒಂದು ಆಘಾತಕಾರಿ ಸುದ್ದಿಯೊಂದು ತಂತಿಯ ಮೂಲಕ 'ಬಾ'ಳನ್ನು ತಲುಪಿತು. ಗಾಂಧಿ ವಿರುದ್ಧ ಬಿಳಿಯರ ರೋಷ, ಆಕ್ರೋಶ ಎಷ್ಟಿದೆಯೆಂಬುದಕ್ಕೆ ನಿದರ್ಶನವಾಗಿ, ಬಿಡುಗಡೆ ಹೊಂದಿ ಬಂದ ಗಾಂಧಿಯನ್ನು ಅವನ ಕಛೇರಿ ಬಳಿ, ಮೂತಿ ಮುಖ ನೋಡದೆ ಚೆನ್ನಾಗಿ ಥಳಿಸಿದ್ದರು. ಮೈಯೆಲ್ಲ ಗಾಯಗಳಾಗಿ, ಚಿಕಿತ್ಸೆಗೆ ಒಳಪಡಬೇಕಾಯಿತು. ಇದೆಲ್ಲ ತಿಳಿದದ್ದೇ ಕಸ್ತೂರಬಾ ಗಾಭರಿಯಿಂದ ತತ್ತರಿಸಿ ಹೋಗಿದ್ದಳು. ಆದರೆ ಅದನ್ನು ಹೊರಗೆ ಕಾಣಿಸದೆ ಹತ್ತಿಕ್ಕಿ ಇರಿಸಿಕೊಂಡಿದ್ದಳು. ಯಾಕೆ ಗಂಡನನ್ನು ಹೊಡೆದರೆಂಬುದು ಮಾತ್ರ ಅವಳಿಗೆ ಅರ್ಥವಾಗಿರಲಿಲ್ಲ. ವಿವರವಾಗಿ ತಿಳಿಯಬೇಕೆಂಬ ಕುತೂಹಲವಿತ್ತಾದರೂ ಯಾರನ್ನು ವಿಚಾರಿಸುವುದು ಎಂದು ಚಿಂತಿಸಿದಳು. ಫೀನಿಕ್ಸ್‌ನಲ್ಲಿ ಈ ವಿಷಯ ತಿಳಿದ ಕೆಲವರಿದ್ದವರು. ಅವಳ ಮನಸ್ಸಿನ ಆತಂಕವನ್ನು ಅರ್ಥಮಾಡಿಕೊಂಡಿದ್ದ ಕಾರಣ, ಅವಳಿಗೆ ಕೂಡಲೇ ಜೋಹಾನ್ಸ್‌ಬರ್ಗ್‌ಗೆ ಹೊರಡಲು ಸೂಚಿಸಿದರು. ಗಂಡನ ಆ ಸ್ಥಿತಿಯಲ್ಲಿ ಹೆಂಡತಿ ಪಕ್ಕದಲ್ಲಿರುವುದು ಕ್ಷೇಮಕರವೆಂಬುದು ಅವರ ಅಭಿಪ್ರಾಯ. ಆದರೆ ಅವಳು ಹೊರಡಲು ಒಪ್ಪಲಿಲ್ಲ. ಅವಳ ಚಿಂತೆಯೆಲ್ಲ ಖರ್ಚಿನ ಬಗ್ಗೆ, ಅಲ್ಲಿನ ಕೆಲಸಗಳ ಬಗ್ಗೆ! ಆಲ್ಬರ್ಟ್ ವೆಸ್ಟ್ ಎನ್ನುವವರೂ ಕೂಡಾ, ಆ ಎಲ್ಲ ಜವಾಬ್ದಾರಿಗಳನ್ನು ತಾವು ವಹಿಸುವುದಾಗಿಯೂ, 'ಬಾ' ಕೂಡಲೇ ಹೊರಡಲೇ ಬೇಕೆಂತಲೂ ಒತ್ತಾಯಿಸಿದರೂ 'ಬಾ' ಜಗ್ಗಲಿಲ್ಲ. ಅವಳಿಗೆ ಗೊತ್ತು, ತನ್ನ ಗಂಡ ಒಬ್ಬೊಂಟಿಯಲ್ಲ ಅವನ ಕಷ್ಟ ಸುಖದ ಕ್ಷಣಗಳಲ್ಲಿ ಒಂದು ಕ್ಷಣವೂ ಅವನನ್ನು ಬಿಟ್ಟಿರದ ಆತ್ಮೀಯ ಸ್ನೇಹಿತರು ಇದ್ದೇ ಇರುತ್ತಾರೆನ್ನುವ ಆತ್ಮವಿಶ್ವಾಸ ಅವಳದಾಗಿತ್ತು. ಅಲ್ಲದೆ ನೆಟಾಲ್‌ಗೆ ಬಂದಾಗಿನಿಂದ, ಗಾಂಧಿಯ ಹೋರಾಟದ ಕ್ಷಣಗಳು ಆರಂಭವಾದಾಗಿನಿಂದ ಇಂತಹ ಅಪಾಯದ, ಆತಂಕದ ಸಂದರ್ಭಗಳನ್ನೂ, ಸನ್ನಿವೇಶಗಳನ್ನೂ ನೋಡಿನೋಡಿ ಅಭ್ಯಾಸವಾಗಿತ್ತು. ಅಲ್ಲದೆ ಗಂಡನ ಆತ್ಮಸ್ಥೈರ್ಯಎಷ್ಟು ದೊಡ್ಡು; ಎಷ್ಟು ಅಚಲವಾದುದು ಎನ್ನುವುದನ್ನೆಲ್ಲ ನೋಡುತ್ತಲೇ ಬಂದವಳಾಗಿದ್ದಳು. ಆದ್ದರಿಂದ ಕ್ಷಣದ ಆತಂಕ, ಆಘಾತಗಳಿಂದ ಕೂಡಲೇ ಹೊರಬರಲು ಅವಳಿಗೆ ಸಾಧ್ಯವಾಗಿತ್ತು.

ಅದಕ್ಕೆ ತಕ್ಕಂತೆ, ಮತ್ತು ತನ್ನ ನಂಬಿಕೆಗಳಿಗೆ ಪೂರಕವಾದಂತೆ, ಸಮರ್ಥನೀಯವೆನ್ನುವಂತೆ ಗಾಂಧಿಯ ಅತ್ಯಂತ ಆಪ್ತಮಿತ್ರರಾಗಿದ್ದ ಆಲ್ಬರ್ಟ್ ಪೋಲಕ್‌ರಿಂದ ಸುದೀರ್ಘವಾದ

ಪತ್ರವೊಂದು ಬಂತು. ಪತ್ರದಲ್ಲಿ ಸಮಗ್ರ ವಿವರಣೆಯಿತ್ತು. ಅದರಲ್ಲಿದ್ದಂತೆ, ಗಾಂಧಿ ಸಾಕಷ್ಟು ಸುಧಾರಿಸಿಕೊಂಡಿದ್ದ. ಗಾಯಗಳಿಗೆಲ್ಲ ಚಿಕಿತ್ಸೆಯಾಗಿ, ನೋವಿನಿಂದ ಮುಕ್ತವಾಗಿ ಗೆಲುವಾಗಿದ್ದ. ಕೆಲವೆಡೆ ಮೂಳೆಗಳು ಮುರಿದಿದ್ದರೂ, ಆತಂಕಕ್ಕೆ ಅವಕಾಶವಿರಲಿಲ್ಲ. ಇನ್ನೊಂದು ಅಚ್ಚರಿಯ ಅಂಶ ಪತ್ರದಿಂದ ತಿಳಿದದ್ದೆಂದರೆ, ಗಾಂಧಿಯ ಮೇಲೆ ಆಕ್ರಮಣ ಮಾಡಿದ ವ್ಯಕ್ತಿ ಕಸ್ತೂರಬಾ ಭಾವಿಸಿದಂತೆ ಯಾವ ಬಿಳಿಯನೂ ಆಗಿರದೆ ಅಲ್ಲಿಯೇ ನೆಲಸಿದ್ದ ಭಾರತೀಯನಾಗಿದ್ದ. ಗಾಂಧಿ ಬಿಳಿಯರೊಡನೆ ಮಾಡಿಕೊಂಡಿದ್ದ ಒಪ್ಪಂದವೇನೆಂಬುದುದನ್ನು ತಪ್ಪಾಗಿ ಗ್ರಹಿಸಿದ್ದ. ಅಲ್ಲಿರಲು ಪ್ರತಿಯೊಬ್ಬ ಭಾರತೀಯನೂ ತನ್ನ ಹೆಸರನ್ನು ಸ್ವ ಇಚ್ಛೆಯಿಂದ ನೋಂದಾಯಿಸಿಕೊಳ್ಳಬೇಕೆಂಬ ಅವರ ಷರತ್ತನ್ನು, ವಿರೋಧಿಸಿಯೇ ಚಳುವಳಿ ನಡೆಯುತ್ತಿರುವಾಗ ಗಾಂಧಿ ಇದನ್ನು ಹೇಗೆ ಒಪ್ಪಿಕೊಂಡ, ಎನ್ನುವುದೇ ಅವನಿಗೆ ಅರಗಿಸಿಕೊಳ್ಳಲು ಸಾಧ್ಯವಾಗಿರಲಿಲ್ಲ. ಬಹುಶಃ ಗಾಂಧಿ ಲಂಚ ಪಡೆದು ಬಿಳಿಯರಿಗೆ ಮಾರಿಕೊಂಡು ಬಿಟ್ಟಿರಬೇಕೆಂದು ತರ್ಕಿಸಿದ್ದ. ಈ ಘಟನೆಯ ಹಿಂದಿನ ಇಷ್ಟೆಲ್ಲ ಕಥೆ ಕೇಳಿದ ಮೇಲೆ, ಆ ಭಾರತೀಯನ ಮೇಲೆ ಎಲ್ಲಿಲ್ಲದ ಸಿಟ್ಟು ಬಂತು. ಯಾರ ವಿಚಾರದಲ್ಲಿಯಾದರೂ ಅವನ ಊಹೆ ಸತ್ಯವಾಗಿರಬಹುದೇ ಹೊರತು, ತನ್ನ ಗಂಡ ಇಂಥ ಹೇಯಕೃತ್ಯಕ್ಕೆ ಒಳಗಾಗಿರಬಹುದೆಂದು ಅವನು ಹೇಗೆ ತಾನೇ ಊಹಿಸಬಲ್ಲ. ಕನಸು ಮನಸುಗಳಲ್ಲಿಯಾ ತನ್ನ ಗಂಡನಂಥ ಶುದ್ಧ ಚಾರಿತ್ರ್ಯವುಳ್ಳವನ ಬಗ್ಗೆ ಯೋಚಿಸುವುದೂ ಮಹಾಪಾಪದ ಕೆಲಸವೆಂದೇ ಭಾವಿಸಿದ್ದಳು.

ಗಾಯಾಲುವಾಗಿದ್ದ ಗಾಂಧಿಯನ್ನು ಮಿಸ್ಟರ್ ಪೋಲಕ್ ಮತ್ತು ರೆವೆರೆಂಡ್ ಜೋಸೆಫ್ ಡೋಕರು ತುಂಬಾ ಕಾಳಜಿಯಿಂದ ನೋಡಿಕೊಂಡಿದ್ದರು. ಪೋಲಿಸಿನವರು ಚೇತರಿಸಿಕೊಳ್ಳುತ್ತಿದ್ದ ಗಾಂಧಿಯನ್ನು ಭೇಟಿಯಾಗಿ ಘಟನೆಯ ವಿವರಗಳನ್ನು ಕೇಳಿದರು. ಆಕ್ರಮಣ ಮಾಡಿದ ವ್ಯಕ್ತಿಯ ಹೆಸರು, ಗುರುತನ್ನು ತಿಳಿಸಲು ಕೇಳಿದರಾದರೂ ಗಾಂಧಿ ತಿಳಿಸುವುದಕ್ಕೆ ಒಪ್ಪಲಿಲ್ಲ.

ಸ್ವ ಇಚ್ಛೆಯಿಂದ ಹೆಸರನ್ನು ನೋಂದಾಯಿಸುವ ಷರತ್ತನ್ನು ಒಪ್ಪಿಕೊಂಡದ್ದರಿಂದ, ಸ್ವತಃ ತಾನೇ ಮೊದಲಿಗನಾಗಿ ನೋಂದಾಯಿಸಿಕೊಂಡ. ಅಗತ್ಯ ದಾಖಲೆಗಳೊಂದಿಗೆ ಅಧಿಕಾರಿಯೊಬ್ಬನನ್ನು ತನ್ನ ಬಳಿಗೆ ಕರೆಸಿಕೊಂಡು ಎಲ್ಲ ವಿವರಗಳನ್ನು ನೀಡಿ ತನ್ನ ಹೆಸರನ್ನು ನೋಂದಾಯಿಸಿದ.

ಅಲ್ಲಿ ಗಾಂಧಿಯ ಹೋರಾಟ ಹೆಜ್ಜೆ ಹೆಜ್ಜೆಗೂ ಆಕ್ರಮಣದ ಅಪಾಯಗಳನ್ನು ಎದುರಿಸಲೇ ಬೇಕಾಗುತ್ತಿತ್ತು. ಯಾವ ಕ್ಷಣದಲ್ಲಿ ಸ್ವದೇಶೀಯರೋ ವಿದೇಶಿಯರೋ ಯಾರು ಎರಗುತ್ತಾರೆಂಬುದು ತಿಳಿಯುತ್ತಿರಲಿಲ್ಲ. ಕಾರಣ ಅವನ ಹೋರಾಟದ ಹಿಂದಿನ ಸೈದ್ಧಾಂತಿಕತೆಯಾಗಲೀ, ಸ್ವರೂಪವಾಗಲೀ ಎಲ್ಲರಿಗೂ ಸುಲಭವಾಗಿ ಗ್ರಹಿಸಲು ಸಾಧ್ಯವಾಗುತ್ತಿರಲಿಲ್ಲ. ಅದಕ್ಕಾಗಿ ಅವನ ರಕ್ಷಣೆಗೆ ಒಂದು ನಾಲ್ಕು ಮಂದಿ ಯುವ ರಕ್ಷಕ ಭಟರು ಮುಂದಾದರು. ಆದರೆ ಗಾಂಧಿ ಅವರ ರಕ್ಷಣೆಯನ್ನು ನಿರಾಕರಿಸಿದ. ಸತ್ಯಾಗ್ರಹಿಗೆ ಹೋರಾಟಗಾರನಿಗೆ ಧೈರ್ಯ, ನಿರ್ಭಯಗಳೇ ಪ್ರಬಲವಾದ ಆತ್ಮರಕ್ಷಣೆಯ ಅಸ್ತ್ರಗಳೆಂದು ಭಾವಿಸಿದ್ದ. ಸದಾ ಭಯದಲ್ಲೇ ಬದುಕುವುದು ಗಾಂಧಿಗೆ ಇಷ್ಟವಿರಲಿಲ್ಲ. ಕಸ್ತೂರಳದು ಅದೇ ನಿಲುವಾಗಿತ್ತು. ಎಂಥಾ ಅಪಾಯಕಾರಿಯಾದ ಸನ್ನಿವೇಶ ಗಳನ್ನೂ ತಾನೂ ಎದುರಿಸಲು ಸಿದ್ಧವೆಂದು ಗಂಡನಿಗೆ ಮನವರಿಕೆಮಾಡಿಸಿದಳು. ಸಾರ್ವಜನಿಕ ಬದುಕನ್ನು ಒಪ್ಪಿಕೊಂಡ ವ್ಯಕ್ತಿಗೆ ಇಂಥ ಅಪಾಯಗಳು, ಆಕ್ರಮಣಗಳು ಸರ್ವೇ ಸಾಮಾನ್ಯ ಎನ್ನುವ ನಿಷ್ಠುರ ಸತ್ಯವನ್ನು ಒಪ್ಪಿಕೊಳ್ಳಲೇಬೇಕೆಂಬುದು ತನ್ನ ಮತ್ತು ಗಂಡನ ನಿಲುವಾಗಿತ್ತು.

ತಾನು ನೇರಾಗಿ ಸತ್ಯಾಗ್ರಹ ಚಳುವಳಿ ರಂಗಕ್ಕೆ ಇಳಿಯದಿದ್ದರೂ, ಗಂಡನ ಚಟುವಟಿಕೆಗಳ ಮೇಲೆ ನಿಗಾ ಇಡುತ್ತಿದ್ದಳು. ಅಲ್ಲದೆ ಆಶ್ರಮವಾಸಿಗಳಿಂದ, ಮಕ್ಕಳಿಂದ, ವೆಸ್ಟ್ ಮತ್ತು ಕಾಲನ್ ಬಾಕ್ ಅವರುಗಳಿಂದ, ಅವರು ಮಾತಾಡುವಾಗಿಯೋ ಇಲ್ಲವೇ ಸ್ವತಃ ವಿಚಾರಿಸಿಯೋ ಕೇಳಿ ತಿಳಿದುಕೊಳ್ಳುತ್ತಿದ್ದಳು. ಹಿರಿಯ ಮಗ ಹರಿಲಾಲ ತಂದೆಯ ಸತ್ಯಾಗ್ರಹ ಚಳುವಳಿಗಳಲ್ಲಿ ಭಾಗವಹಿಸುತ್ತಿದ್ದುದರಿಂದ ಪ್ರತ್ಯಕ್ಷ ವರದಿಯೇ ಅವನಿಂದ ಸಿಗುತ್ತಿತ್ತು. ಆದರೆ ಇತ್ತೀಚೆಗೆ ಏಕೋ ಹರಿಲಾಲ ಮುಖ ಊದಿಸಿಕೊಂಡು ಇರುತ್ತಿದ್ದ. ತನ್ನ ಬಳಿಯಾಗಲೀ ಗುಲಾಬಳ ಬಳಿಯಾಗಲೀ ಹೆಚ್ಚಾಗಿ ಮಾತಾಡುತ್ತಿರಲಿಲ್ಲ. ಆದ್ದರಿಂದ ಕೇಳುವುದಕ್ಕೇ ಭಯವಾಗುತ್ತಿತ್ತು.

ನೊಂದಾಯಿಸಿಕೊಳ್ಳುವ ಪ್ರಕ್ರಿಯೆಯಲ್ಲಿ ತಾನೇ ಮುಂದಾಗಿದ್ದುದರಿಂದ ಬೇರೆಯವರೆಲ್ಲ ತನ್ನನ್ನು ಅನುಸರಿಸುತ್ತಾರೆ ಎಂದುಕೊಂಡಿದ್ದ ಗಾಂಧಿಗೆ ತಾನು ಭರವಸೆಯಿರಿಸಿ ಕೊಂಡಿದ್ದರಿಂದಲೇ ಹಲ್ಲೆಗೆ ಒಳ್ಳಗಾಗಬೇಕಾಗಿ ಬಂದದ್ದು ದುರಂತವಾಗಿತ್ತು.

ಕಸ್ತೂರಳು ಹಲವು ಸಂದಿಗ್ಧಗಳ ಸುಳಿಯಲ್ಲಿ ಸಿಕ್ಕಿದ್ದಳು. ಒಂದು ಕಡೆ ತುಂಬು ಬಸುರಿ ಗುಲಾಬ್, ಮತ್ತೊಂದು ಕಡೆ ಗಂಡನ ಮೇಲೆ ಎರಗುತ್ತಿರುವ ಆಘಾತಗಳು? ಮನಸ್ಸಿಗೆ ಎಷ್ಟೇ ಧೈರ್ಯ ತಂದುಕೊಂಡರೂ ಅವಳಂತರಾಳದಲ್ಲಿ ಭಯದ ಭೂತ ತಳವೂರಿತ್ತು. ಇಂಥಾದ್ದರಲ್ಲಿ ಅವಳ ಪ್ರಥಮ ಆಯ್ಕೆ ಗುಲಾಬಳದಾಗಿತ್ತು. ತನ್ನ ಹಿರಿಯ ಮಗನ ಸಂತಾನದ ಸಂತೋಷ ಸ್ವಲ್ಪ ಮಟ್ಟಿಗೆ ನೆಮ್ಮದಿಯನ್ನು ನೀಡಿತ್ತು. ಮೊಮ್ಮಗನೋ, ಮೊಮ್ಮಗಳೋ, ಸುಖ ಪ್ರಸವವಾದರೆ ಸಾಕೆಂದು ಬಯಸುತ್ತಿದ್ದಳು. ಆಶ್ರಮವಾಸಿಗಳೆಲ್ಲರಿಗೂ ಅವಳು ಮಗಳಂತೆ ಇದ್ದುದೇ ಅಲ್ಲದೆ ಗಾಂಧಿಯ ಮೊಮ್ಮಕ್ಕಳನ್ನು ನೋಡಬೇಕೆನ್ನುವ ಕಾತರ ಗಾಂಧಿಗಿಂತ ಹೆಚ್ಚಾಗಿತ್ತು. ಗಾಂಧಿಗೆ ಇದೆಲ್ಲದರ ಕಡೆ ಗಮನ ಕೊಡಲು ವ್ಯವಧಾನವೇ ಇರುತ್ತಿರಲಿಲ್ಲ. ಕೌಟುಂಬಿಕ ನೆಲೆಯಲ್ಲಿನ ಸುಖ ಸಂತೋಷಗಳು ಅವನಿಗೆ ದೊಡ್ಡದೆನಿಸುತ್ತಿರಲಿಲ್ಲ. ದಕ್ಷಿಣ ಆಫ್ರಿಕಾದಲ್ಲಿ ನೆಲಸಿರುವ ಭಾರತೀಯರ ಮೇಲಿನ ಯಾವುದೇ ರೀತಿಯ ಅಪಾಯಕಾರಿ ಶಾಸನವನ್ನಾಗಲೀ, ಕಾನೂನನ್ನಾಗಲೀ ಹೇರುವುದಾಗಲೀ, ಅವರ ಮೇಲೆ ಯಾವುದೇ ರೀತಿಯ ದಬ್ಬಾಳಿಕೆ ದೌರ್ಜನ್ಯಗಳು ನಡೆಯುವುದಾಗಲೀ, ಕಂಡಕಂಡಲ್ಲಿ ಕಪ್ಪು ಜನರೆಂದು ಹಿಯಾಳಿಸಿ ಅವಮಾನಿಸುವುದನ್ನಾಗಲೀ, ಜನಾಂಗ ದ್ವೇಷದ ದಳ್ಳುರಿಗೆ ಆಹುತಿ ಕೊಡುವುದನ್ನಾಗಲೀ ಸಹಿಸುತ್ತಿರಲಿಲ್ಲ. ಆದ್ದರಿಂದಲೇ ಒಂದಾದ ಮೇಲೊಂದು ಸತ್ಯಾಗ್ರಹ ಚಳುವಳಿಗಳು ಅನಿವಾರ್ಯವಾಗುತ್ತಿತ್ತು. ಹೀಗಾಗಿ ಕಸ್ತೂರಳಿಗೆ ಕೌಟುಂಬಿಕ ಸುಖವೆನ್ನುವುದು ಮರೀಚಿಕೆಯಾಗಿತ್ತು. ಹಾಗೆಂದು ಅವಳೂ ಎಂದೂ ಪರಿತಪಿಸಲಿಲ್ಲ. ಹೆಣ್ಣು ಮಗಳಾಗಿ ಸಣ್ಣಪುಟ್ಟ ಬಯಕೆಗಳು, ಆಮಿಷಗಳು ಇದ್ದಿರಬಹುದಾದರೂ ಗಂಡಸನ್ನು ಹಿಂಬಾಲಿಸುವುದರಲ್ಲೇ ತನ್ನ ಬದುಕಿಗೆ ಅರ್ಥವೆಂದುಕೊಂಡಳು. ಒಮ್ಮೊಮ್ಮೆ ಗಾಂಧಿಯನ್ನು, ಯಾಕೆ ಇಷ್ಟೆಲ್ಲ ಹಚ್ಚಿಕೊಳ್ಳುತ್ತೀರಿ? ಪ್ರಪಂಚದ ಎಲ್ಲರ ಸಮಸ್ಯೆಗಳನ್ನು ನೀವೇ ಹೊರಬೇಕೆಂದು ಯಾರಾದರೂ ಆದೇಶಿಸಿದ್ದಾರೆಯೇ? ಯಾರಿಗೂ ಬೇಡದ್ದು ನಿಮಗೇಕೆ? ಎಂದು ಗಟ್ಟಿಯಾಗಿ ಕೇಳಬೇಕು ಎಂದುಕೊಂಡಿದ್ದಳಾದರೂ ಅವಳ ಸಂಸ್ಕಾರದ ಆಳದಲ್ಲಿ, ಅವಳಿಗೆ ತನ್ನ ಗಂಡ ಮಾಡುತ್ತಿರುವ ಕೆಲಸಗಳಿಂದ ಯಾರಿಗಾದರೂ ಒಳ್ಳೆಯದಾದಲ್ಲಿ ಅದು ಪುಣ್ಯದ ಕೆಲಸವಲ್ಲವೇ? ನಮ್ಮಂಥ ಸಾಮಾನ್ಯ ಜನರ ಮುಂದೆ ಎಷ್ಟು ದೊಡ್ಡ ವ್ಯಕ್ತಿಯಾಗಿ, ಎಷ್ಟೊಂದು ಮಂದಿಗೆ ಬೇಕಾಗಿ, ಬೆಳೆಯುತ್ತಿರುವಾಗ, ನಾನು ಅವರಿಗೆ ಅಡ್ಡಿಪಡಿಸುವುದು ಎಷ್ಟು

ಸಮಂಜಸ? ಅದಕ್ಕಿಂತಲೂ ನಾನೇ ಅವರ ಹಾದಿಯಲ್ಲಿ ಸಾಗಿ ನನ್ನಂಥ ಹೆಣ್ಣು ಜನ್ಮವನ್ನು ಸಾರ್ಥಕಪಡಿಸಿಕೊಳ್ಳುವುದರಲ್ಲಿಯೇ ಸುಖವಿದೆಯಲ್ಲವೇ? ಈಗ ತನ್ನ ಕುಟುಂಬವೊಂದೇ ಅಲ್ಲ. ಎಷ್ಟೊಂದು ಮಂದಿಯ ಜೊತೆ ಸಾಮೂಹಿಕ ಬದುಕು ನಡೆಸುವುದರಲ್ಲಿ. ಅವರ ಕಷ್ಟ ಸುಖಿಗಳನ್ನು ಹಂಚಿಕೊಳ್ಳುವುದರಲ್ಲಿ ನಾನು ಅನುಭವಿಸುತ್ತಿರುವ ಆನಂದ, ಮನುಷ್ಯ ಸ್ವಭಾವಗಳ ಅರಿವಿನ ಅನುಭವ ಇಂಥ ಬದುಕಿಲ್ಲದಿದ್ದರೆ ಹೇಗೆ ಸಾಧ್ಯವಿತ್ತು. ಇನ್ನೆಂದೂ ನಾನು ನನ್ನ ಗಂಡ ನನಗಾಗಿ, ನನ್ನವರಿಗಾಗಿ ಮಾತ್ರವೇ ಇರಬೇಕೆಂಬ ಸ್ವಾರ್ಥ ಭಾವನೆಯನ್ನು ಬಿಟ್ಟುಬಿಡುವುದೇ ನನ್ನ ವ್ರತವಾಗಲೀ ಎಂದು ಮನಸ್ಸಿನಲ್ಲಿಯೇ ಪಣತೊಟ್ಟಳು.

ಏನೇನೋ ಯೋಚನೆಗಳ ಲಹರಿಯಲ್ಲಿ ತೇಲುತ್ತಿದ್ದ ಕಸ್ತೂರಳ ಕಣ್ಣಿಗೆ ಜೊಂಪು ಹತ್ತಿತ್ತು. ಹೊರಗಡೆ ಅತಿಯಾದ ಬಿಸಿಲುಬೇರೆ. ಮನುಷ್ಯರಷ್ಟೇ ಅಲ್ಲದೆ ಪಶುಪಕ್ಷಿ ಪ್ರಾಣಿಗಳ ಸದ್ದು ಬಿಸಿಲಿನಿಂದಾಗಿ, ಅಡಗಿ ಕುಳಿತಿತ್ತು.

ಗುಲಾಬಳು ವಿಶ್ರಾಂತಿ ತೆಗೆದುಕೊಳ್ಳುತ್ತಿದ್ದವಳಿಗೆ ಜಗ್ಗನೆ ಎದ್ದು ಕುಳಿತುಕೊಳ್ಳಬೇಕೆನಿಸಿತು. ಆ ಚಿಕ್ಕವಯಸ್ಸಿನ ಹುಡುಗಿಗೆ ಫೀನಿಕ್ಸ್ ಬದುಕು ಇಲ್ಲಿನ ಜನ ಇದೆಲ್ಲವೂ ಹೊಸ ಅನುಭವವಾಗಿತ್ತು. ಆದರೆ ತನ್ನ ಅತ್ತೆ(ಬಾ) ಬಾಪುವಿನ ಮುಂದೆ ಯಾಕೆ ಇಷ್ಟು ಮೌನವಾಗಿರುತ್ತಾರೆ. ಅವರೊಳಗೆ ಯಾವ ಚಿಂತೆಗಳೂ ಇಲ್ಲವೆ? ಎಲ್ಲರಿಗೂ ಎಷ್ಟೊಂದು ಪ್ರೀತಿಯನ್ನು ಹಂಚುವ 'ಬಾ'ಗೆ ಪ್ರೀತಿಯನ್ನು ಯಾರು ತೋರುತ್ತಾರೆ? ಎಂದು ಅದೇಕೋ ಅವಳ ತಲೆಯಲ್ಲಿ ದಿಢೀರನೆ ಇಂಥ ಅನುಮಾನ ಹುಟ್ಟಿದ್ದೇ 'ಬಾ'ಳಲ್ಲಿ ತಾಯಿಯ ಪ್ರೀತಿಯ ಸವಿಯನ್ನು ಕಂಡವಳಿಗೆ ಬಾ ಬಳಿಗೆ ಹೋಗಿ ಅವರ ಮಡಿಲಲ್ಲಿ ತಲೆಯಿರಿಸಿ ಅನುಭವಿಸಬೇಕೆಂದುಕೊಂಡು 'ಬಾ' ಮಲಗಿದ್ದ ಕೋಣೆಗೆ ಹೋದಳು. 'ಬಾ' ಗಾಢ ನಿದ್ದೆಯಲ್ಲೇನೂ ಇರಲಿಲ್ಲ. ಅರೆ ನಿದ್ದೆ. ಅರೆ ಜಾಗೃತಿ ಸ್ಥಿತಿಯಲ್ಲಿ ಇದ್ದವಳಿಗೆ ಗುಲಾಬಳ ಕಾಲಿನ ಗೆಜ್ಜೆಸಪ್ಪಳ ಕೇಳಿಸಿತು. ನಿಧಾನವಾಗಿ ಕಣ್ಣು ಬಿಟ್ಟು ನೋಡಿದಳು. ಮೊಗದಲ್ಲಿ ಸಣ್ಣ ನಗೆ ಮಿಂಚೊಂದು ಸುಳಿಯಿತು.

"ಬಾ ಮಗು, ಇಷ್ಟು ಮಧ್ಯಾಹ್ನದಲ್ಲಿ ವಿಶ್ರಾಂತಿ ತೆಗೆದುಕೊಳ್ಳದೆ ಯಾಕೆ ಹೀಗೆ ಎದ್ದು ಬಂದೆ? ಏನಾದರೂ ಬೇಕಿತ್ತಾ ಹೇಗೆ?" ಎಂದಳು.

"ನನಗೆ ಏನೂ ಬೇಕಿಲ್ಲ. ನಾನು ಕೇಳುವುದಕ್ಕೆ ಮೊದಲೇ ನೀವೆಲ್ಲ ಕೊಡುತ್ತಿದ್ದೀರಿ. ಹೊಟ್ಟೆ ಭಾರವೆನಿಸುವಷ್ಟು ಬಲವಂತದಿಂದ ಬಸಿರ ಬಯಕೆ, ಬಯಕೆ ಅಂತ ಏನೇನನ್ನೋ ಮಾಡಿ ತಿನ್ನಿಸುತ್ತೀರಿ. ಹೀಗಿರುವಾಗ ನನಗೆ ಮತ್ತೇನು ಬೇಕೆನಿಸುತ್ತದೆ ಹೇಳಿ."

"ಮಗು ನೀನು ಬಂದದ್ದು ನನಗೆಷ್ಟು ಸಂತೋಷವೆನಿಸಿದೆ ಗೊತ್ತಾ? ನಿಮ್ಮಿಬ್ಬರ ಮದುವೆಯನ್ನಂತೂ ನೋಡಲಾಗಲಿಲ್ಲ. ಆದರೆ ನಿನ್ನ ಹೆರಿಗೆ, ಬಾಣಂತನ ಮಾಡುವ ಅದೃಷ್ಟವಾದರೂ ದೊರೆಯಿತಲ್ಲ! ಈಗ ನನಗೆ ನಿರಾಳವೆನಿಸುತ್ತಿದೆ. ನನ್ನ ಮಕ್ಕಳೆಲ್ಲರೂ ನನ್ನೊಂದಿಗೆ ಇರುವುದು ನನಗೆ ಸಂತೋಷವೆನಿಸಿದೆ. ನಿನ್ನ ಮಾವನ ಬಿಡುವಿಲ್ಲದ ಕೆಲಸಗಳ ಮಧ್ಯೆ ನಮ್ಮ ನೆನಪೂ ಸಹ ಅವರಿಗೆ ಉಳಿದಿರಲಾರದು. ಇರಲಿ ಬಿಡು ಅವರ ಕೆಲಸ ಅವರಿಗೆ ನಮ್ಮ ಕೆಲಸ ನಮಗೆ. ಇಷ್ಟಕ್ಕೂ ನಿದ್ದೆ ಮಾಡುವುದು ಬಿಟ್ಟು ಅಂಥ ರಾಜಕಾರ್ಯ ಏನಿತ್ತು ಹೇಳು? ಗುಲಾಬ್. ಬಾ ಬಾಪು ಯಾಕೆ ನಮ್ಮ ಜೊತೆ ಅಷ್ಟಾಗಿ ಮಾತಾಡುತ್ತಿಲ್ಲ. ನಮ್ಮ ಮೇಲೆ

ಸಿಟ್ಟಾಗಿದ್ದಾರೇಂತ ನಿಮ್ಮ ಮಗ ಹೇಳುತ್ತಿದ್ದರು. ನಮ್ಮಿಂದ ತಪ್ಪಾಗಿರಬಹುದು. ಆದರೆ ದೊಡ್ಡವರು ನಮಗೊಂದಿಷ್ಟು ಬೈದು ಬುದ್ಧಿ ಹೇಳಬೇಕಿತ್ತು. ನನಗೆ ಬಾಪು ಅವರನ್ನು ಕಂಡರೆ ತುಂಬ ಗೌರವ ಅವರೊಂದಿಗೆ ಎಷ್ಟೋ ಸಲ ಮಾತಾಡಬೇಕೆನಿಸಿದರೂ ಧೈರ್ಯ ಸಾಲುವುದಿಲ್ಲ. ಅಲ್ಲದೆ ಇತ್ತೀಚೆಗೆ ನಿಮ್ಮ ಮಗ ಕೂಡ ಯಾಕೋ ಮುಖ ಊದಿಸಿಕೊಂಡಿದ್ದಾರೆ. ಮಾತಾಡಿಸಿದರೆ ಸಿಡ ಸಿಡ ಎನ್ನುತ್ತಾರೆ. ಅವರಿಗೆ ಬಾಪು ಮೇಲೆ ಸಿಟ್ಟು ಇದ್ದಹಾಗಿದೆ. ಏನು ಸಮಾಚಾರ ಅಂತ ವಿಚಾರಿಸಿದರೆ, ನಿನಗದೆಲ್ಲ ಯಾಕೆ? ಸುಮ್ಮನಿರು ಎಂದು ಬಾಯಿ ಮುಚ್ಚಿಸಿ ಬಿಡುತ್ತಾರೆ ಬಾ. ಅವರು ಹಾಗೇಕೆ ನಡೆದುಕೊಳ್ಳುತ್ತಾರೆ, ಹೇಳಿ ಬಾ. ನನಗೆ ಅವರದೇ ಚಿಂತೆ" ಎಂದು ಸ್ವಲ್ಪ ನೋವಿನಿಂದ ಹೇಳಿದಳು.

"ಮಗು ಗಂಡಸರ ವಿಚಾರ ಹೇಳಲು ಬರುವುದಿಲ್ಲ. ಯಾವ ಕ್ಷಣದಲ್ಲಿ ಅವರು ಹೇಗೆ ನಡೆದುಕೊಳ್ಳುತ್ತಾರೋ ಹೇಳಲು ಬರುವುದಿಲ್ಲ. ನಾವು ಹೆಂಗಸರು ಅವರ ಮನಸ್ಸನ್ನು ತಿಳಿದುಕೊಂಡು ಮಾತನಾಡಿಸಬೇಕು. ನೀನಂದಂತೆ ನಿನ್ನ ಹರಿಗೆ ಬಾಪು ಮೇಲೆ ಸ್ವಲ್ಪ

ಅಸಮಾಧಾನ ಇರಬಹುದು. ಅವನು ಏನೇನೋ ಕನಸುಗಳನ್ನು ಕಟ್ಟಿಕೊಂಡಿದ್ದಾನೆ. ಅದಕ್ಕೆ ಬಾಪು ಆಸ್ಪದ ಕೊಡುತ್ತಿಲ್ಲವೆನ್ನುವ ಸಿಟ್ಟು ಸಹಜವೇ? ಆದರೆ ಹಾಗಂತ ಅವರಿಬ್ಬರ ಮಧ್ಯೆ ಮನಸ್ತಾಪವೇನೂ ಇಲ್ಲ. ಬಾಪುವಿನ ಎಲ್ಲ ಕೆಲಸಗಳಲ್ಲಿ ಸಹಕಾರ ನೀಡುತ್ತಾನೆ. ಬಾಪೂ ಕೂಡಾ ಪತ್ರಿಕೆ, ಚಳುವಳಿಗಳ ವಿಚಾರದಲ್ಲಿ ಮಾರ್ಗದರ್ಶನ ನೀಡುತ್ತಾರೆ. ನನ್ನ ಮಗ ಹರಿ ಬಹಳ ಚುರುಕು. ಅಲ್ಲದೆ ಧೈರ್ಯವಂತ. ಎಷ್ಟು ಸಲ ಜೈಲಿಗೆ ಹೋಗಿಬಂದಿದ್ದಾನೆ. ಬಾಪುವಿನ ರಕ್ತ ಹಂಚಿಕೊಂಡು ಹುಟ್ಟಿದವನಲ್ಲವೆ?"ಎಂದು ನಕ್ಕಳು.

"ಬಾಪು ಚಳುವಳಿಗಳನ್ನೇಕೆ ಮಾಡುತ್ತಾರೆ ಬಾ?" ಎಂದು ಮುಗ್ಧವಾಗಿ ಪ್ರಶ್ನಿಸಿದಳು.

"ಮಗು ಗುಲಾಬ್ ಅದೆಲ್ಲ ನನಗೆ ಅಷ್ಟಾಗಿ ತಿಳಿಯುವುದಿಲ್ಲ. ಆದರೆ ಭಾರತದಿಂದ ಇಲ್ಲಿ ಬಂದು ನೆಲೆಸಿರುವ ಭಾರತೀಯರಿಗೆ ಆಗುತ್ತಿರುವ ಅನ್ಯಾಯ, ತೊಂದರೆಗಳನ್ನು ದೂರ ಮಾಡುವುದಕ್ಕೆ ಅದೇನೇನೋ ಚಳುವಳಿ, ಸತ್ಯಾಗ್ರಹ ಎನ್ನುವ ದೊಡ್ಡ ದೊಡ್ಡ ಪದಗಳನ್ನು ಉಪಯೋಗಿಸುತ್ತಾರೆ. ಈಗೀಗ ನನಗೆ ಸ್ವಲ್ಪ ಸ್ವಲ್ಪ ಅರ್ಥವಾಗುತ್ತಿದೆ. ಬಾಪುವನ್ನು ನೋಡಲು ಬರುವ ಜನ ಅವರೊಂದಿಗೆ ಮಾತನಾಡುವಾಗ ಮತ್ತು ಇಲ್ಲಿರುವ ಆಶ್ರಮ ವಾಸಿಗಳಿಗೆ ಕೆಲವು ಕೆಲಸಗಳನ್ನು ಹೇಳುವಾಗ ಆದೇಶಗಳನ್ನು ನೀಡುವಾಗ ವಿಷಯವನ್ನು ಅರ್ಥಮಾಡಿಕೊಳ್ಳಲು ಪ್ರಯತ್ನಿಸುತ್ತೇನೆ. ಸ್ವಲ್ಪ ಸಮಯ ಕಳೆದ ಮೇಲೆ ನಿನಗೂ ಇದೆಲ್ಲ ಅರ್ಥವಾಗುತ್ತದೆ. ಈಗ ಸದ್ಯಕ್ಕೆ ನಿನ್ನ ಬಗ್ಗೆ ಆಲೋಚಿಸುವುದನ್ನು ಬಿಟ್ಟು ಬೇರೆ ಯಾವುದರ ಕಡೆಯೂ ಯೋಚಿಸಬೇಡ. ಹರಿ ಬಂದರೆ ನಾನೇ ಅವನನ್ನು ವಿಚಾರಿಸಿ ತಿಳಿಯುತ್ತೇನೆ. ನೀನು ಹೋಗಿ ಸ್ವಲ್ಪ ವಿಶ್ರಾಂತಿ ತಗೋ" ಎಂದು ಹೇಳಿ ತಾನೂ ನಿದ್ದೆಯಿಂದ ಹೊರ ಬಂದು ಆಶ್ರಮದ ಕೆಲಸ ಕಾರ್ಯಗಳನ್ನು ನೋಡಿಕೊಳ್ಳಲು ಎದ್ದು ಹೊರಟಳು.

ಗಾಂಧಿಗೆ ಜೈಲಿಗೆ ಹೋಗುವುದು, ಬರುವುದು ಮಾಮೂಲಾಗಿ ಬಿಟ್ಟಿತ್ತು. ಬಿಡುಗಡೆ ಆಯಿತು ಎನ್ನುವ ಸುದ್ದಿ ತಲುಪುತ್ತಿದ್ದ ಬೆನ್ನಿಗೆ ಮತ್ತೇನೋ ಅನಾಹುತ ಮತ್ತೆ ಜೈಲುವಾಸ. ಜೋಹಾನ್ಸ್‌ಬರ್ಗ್‌ನಿಂದ ಬಿಡುಗಡೆ ಆಗಬೇಕೆಂದಿದ್ದಾಗ ಪ್ರಿಟೋರಿಯಾ ಜೈಲಿಗೆ ಸ್ಥಳಾಂತರ!! ಸೆರೆಮನೆ ಎನ್ನುವುದು ಗಾಂಧಿಗೆ ಮನೆಯೇ ಆಗಿತ್ತು. ದಕ್ಷಿಣ ಆಫ್ರಿಕೆಯಲ್ಲಿ ಯಾರಿಗಾಗಿ ಸತ್ಯಾಗ್ರಹ ನಡೆಸುತ್ತಿದ್ದನೋ ಅವರಲ್ಲೇ ಕೆಲವರು ಗಾಂಧಿ ಮೇಲೆ ಅಪವಾದಗಳನ್ನು ಹೊರಿಸುತ್ತಿದ್ದರು. ಪ್ರತಿಭಟನಾಕಾರರು, ಗಾಂಧಿಯನ್ನು ವಿರೋಧಿಗಳಿಗೆ ಮಾರಿಕೊಂಡಿರುವುದರಿಂದಲೇ, ನೋಂದಣಿಗೆ ತಾನೇ ಮುಂದಾಗಿದ್ದಾನೆ ಎಂದೆಲ್ಲ ಅಪಪ್ರಚಾರಕ್ಕೂ ಇಳಿದರು. ಆದರೆ ಗಾಂಧಿ ತಾನಿರಿಸಿಕೊಂಡಿದ್ದ ಸತ್ಯ ನಿಷ್ಠೆಯ ಮೇಲಿನ ನಂಬಿಕೆಯಿಂದ, ತನಗೆ ಹೆದರಬೇಕಾದ ಪ್ರಮೇಯವೇ ಇಲ್ಲವೆಂದು ಕೊಂಡಿದ್ದ. ಭಯದಲ್ಲಿ ಬದುಕುವುದು ಎಂದರೆ ಸಾಯುವುದೆಂದೇ ಅರ್ಥ ಎಂದು ಭಾವಿಸಿದ್ದ.

ಇಂಥ ಆಲೋಚನೆಗಳನ್ನು ಇರಿಸಿಕೊಂಡೇ ಫೀನಿಕ್ಸ್‌ಗೆ ಹಿಂತಿರುಗಿದ. ಕಾತರದಿಂದ ಕಸ್ತೂರಳಿಗೆ ಗಂಡನನ್ನು ನೋಡುವ ಸಂಭ್ರಮದೊಂದಿಗೆ, ಅವನ ಜೈಲಿನ ಅನುಭವಗಳನ್ನು ಹಂಚಿಕೊಳ್ಳುವ ಕುತೂಹಲ! ಸೆರೆಮನೆವಾಸದಲ್ಲಿದ್ದು, ತನ್ನ ಆತ್ಮಸ್ಥೈರ್ಯವನ್ನಾಗಲೀ, ಉತ್ಸಾಹವನ್ನಾಗಲೀ ಕಿಂಚಿತ್ತೂ ಕಳೆದುಕೊಂಡಿಲ್ಲವಲ್ಲ ಎನ್ನಿಸಿ ಖುಷಿ ಪಟ್ಟಳು. ಅಷ್ಟೇ ಅಲ್ಲ ಅವನಷ್ಟೇ ಧೈರ್ಯ ಸಾಹಸ. ಕೆಚ್ಚನ್ನು ರೂಢಿಸಿಕೊಂಡು, ಸಾಧ್ಯವಾದರೆ ತಾನೂ ಹೋರಾಟದ ರಂಗಕ್ಕೆ ಇಳಿಯಬೇಕು. ತನ್ನ ಕೈಲಾದ ರೀತಿಯಲ್ಲಿ ನ್ಯಾಯಕ್ಕಾಗಿ, ಹಕ್ಕುಗಳಿಗಾಗಿ ನಡೆಯುವ ಹೋರಾಟಗಳಲ್ಲಿ ಗಂಡನ ಸಹಭಾಗಿಯಾಗಬೇಕೆಂದು ಒಳಗೇ ತೀರ್ಮಾನಿಸಿಕೊಂಡಳು.

"ಕಸ್ತೂರ್ ನಾನು ಈ ಹೋರಾಟ ಸತ್ಯಾಗ್ರಹಗಳ ಸಮುದ್ರದಲ್ಲಿ ಕಂತದವರೆಗೆ ಮುಳುಗಿ ಬಿಟ್ಟಿದ್ದೇನೆ. ಮಿತ್ರರು ಎಷ್ಟಿದ್ದಾರೋ ಅಷ್ಟೇ ಶತ್ರುಗಳೂ ಇದ್ದಾರೆ. ಈ ಬಿಳಿಯರ ಸರ್ಕಾರದ ವಿಧೇಯಕಗಳ ಶಾಸನಗಳು, ಷರತ್ತುಗಳು ಎಷ್ಟು ಕ್ರೂರವಾಗಿವೆಯೆಂದರೆ, ಎಷ್ಟೋ ವರ್ಷಗಳಿಂದ ನೆಲೆಸಿದ ಭಾರತೀಯರಿಗೆ ಭವಿಷ್ಯವಿರಲಿ, ನೆಮ್ಮದಿಯಿಂದ ಜೀವಿಸುವುದಕ್ಕೂ ಆಗುತ್ತಿಲ್ಲ. ಅವಮಾನ, ದೌರ್ಜನ್ಯ ದಬ್ಬಾಳಿಕೆಗಳಿಂದ ತತ್ತರಿಸುತ್ತಿದ್ದಾರೆ. ಇಲ್ಲಿನ ವಿದ್ಯಮಾನಗಳನ್ನು ನೋಡಿದರೆ, ಬಹುಶಃ ಭಾರತಕ್ಕೆ ಹಿಂತಿರುಗುವುದಕ್ಕೂ ಸಾಧ್ಯವಿಲ್ಲವೇನೋ. ಇಲ್ಲಿನ ನನ್ನ ಹೋರಾಟಗಳಿಗೆ ಜಯ ಸಿಗುವವರೆಗೂ ನಾನು ವಿಶ್ರಾಂತಿ ತೆಗೆದುಕೊಳ್ಳುವುದಿಲ್ಲ. ಭಾರತಕ್ಕೆ ಮರಳುವುದಿಲ್ಲ. ಆದರೆ ಒಂದನ್ನು ನಿನಗೆ ಹೇಳಲೇಬೇಕು. ನನ್ನನ್ನು ಮಣಿಸಲು, ನನ್ನನ್ನು ಅಂತ್ಯಗೊಳಿಸಲು ಅನೇಕ ಪ್ರಯತ್ನಗಳು ನಡೆಯುತ್ತಲೂ ಇರಬಹುದು. ಅಂತಹ ಸಂದರ್ಭದಲ್ಲಿ ನಿನ್ನ ಧೈರ್ಯವೇ ನನಗೆ ಭರವಸೆ: ರಕ್ಷೆ." ಎಂದು ಸೂಕ್ಷ್ಮವಾಗಿ ತನ್ನ ಕಾರ್ಯದ ಸ್ವರೂಪ, ಅದರಲ್ಲಿ ಅಂತರ್ನಿಹಿತ ಅಪಾಯಗಳ ಸೂಚನೆಯನ್ನೂ ನೀಡಿದ. ಕಸ್ತೂರ್ ಒಂದೆರಡು ನಿಮಿಷ ಮೌನ ವಹಿಸಿದಳು. ನಂತರ ಹೇಳಿದಳು.

"ನೋಡಿ, ನಾನು ನಿಮ್ಮ ಹೆಂಡತಿ ಗಂಡನ ಹೆಜ್ಜೆ ಜಾಡಿನಲ್ಲಿ ನಡೆಯಬೇಕೆಂದೇನೋ ನನ್ನ ತಂದೆತಾಯಿ ಹೇಳಿದ್ದಾರೆ. ನಿಜ, ಆದರೆ ಅವರು ಹೇಳಿರುವ ಕಾರಣಕ್ಕಾಗಿ ನಿಮ್ಮನ್ನು ಅನುಸರಿಸಿಲು ನಿರ್ಧರಿಸುತ್ತಿದ್ದೇನೆಂದು ತಿಳಿಯಬೇಡಿ. ನಾನು ಓದಿದವಳಲ್ಲ ನಿಜ. ಆದರೆ ನೀವು ಕೈಗೊಳ್ಳುತ್ತಿರುವ ಕೆಲಸಗಳ ಗಂಭೀರತೆ ಏನೆಂದು ಊಹಿಸಿ ಅರ್ಥ ಮಾಡಿಕೊಳ್ಳುವಷ್ಟು ಬುದ್ಧಿಯನ್ನು ದೇವರು ನನಗೆ ಕೊಟ್ಟಿದ್ದಾನೆ. ಎಂದು ನೀವು ಸಾರ್ವಜನಿಕ ಬದುಕಿಗೆ ತೆತ್ತುಕೊಳ್ಳಲು ಪ್ರಾರಂಭಿಸಿದರೋ, ಅಂದಿನಿಂದಲೇ ನಾನು ಕೂಡಾ ನನ್ನೊಳಗಿನ ಕಸ್ತೂರಳನ್ನು ಎಬ್ಬಿಸಿ ಅಣಿಗೊಳಿಸುತ್ತಿದ್ದೆ. ಎಂಥದೇ ಭಯಂಕರ ಸನ್ನಿವೇಶ ಎದುರಾದರೂ ನಾನು ಎದುರಿಸಬಲ್ಲೆ ಎನ್ನುವ ಆತ್ಮವಿಶ್ವಾಸ ನನ್ನಲ್ಲಿದೆ. ನೀವು ಮಾತ್ರ ನಿಶ್ಚಿಂತೆಯಿಂದ ಮಡದಿ ಮಕ್ಕಳ ವಿಚಾರವನ್ನು ಮರೆತು, ಮಾಡುವುದನ್ನು ಆತ್ಮಸಾಕ್ಷಿಯಿಂದ ಮಾಡಿ. ಫೀನಿಕ್ಸ್, ಮಕ್ಕಳು ಮರಿ. ಇವೆಲ್ಲವುಗಳ ಚಿಂತೆಯನ್ನು ನನ್ನ ಹೆಗಲಿಗಿರಿಸಿ, ದೇವರ ಅನುಗ್ರಹ, ನಿಮ್ಮ ಸತ್ಯ, ಕರ್ತವ್ಯ ನಿಷ್ಠೆಗಳ ಪ್ರಭಾವ ನಮ್ಮ ಮೇಲಿರುತ್ತದೆ" ಎಂದಳು.

ಗಾಂಧಿಯ ಹೃದಯ ತುಂಬಿ ಬಂತು. ಅವನಿಗೆ ಕಸ್ತೂರಳ ಮಾತುಗಳಲ್ಲಿ ಪೂರ್ಣ ಭರವಸೆಯಿತ್ತು. ಮುಖ ಸ್ತುತಿಗಾಗಿ ಎಂದೂ ಮಾತಾಡುವುದಿಲ್ಲ. ಆಂತರ್ಯದಲ್ಲಿ ನಂಬಿ ಇರಿಸಿಕೊಂಡಿದ್ದನ್ನು ಮಾತ್ರವೇ ನುಡಿಯುತ್ತಾಳಲ್ಲದೆ ಅನ್ಯಥಾ ಅಲ್ಲ ಎನಿಸಿತು.

ಗಾಂಧಿಗೂ ನಿರಾಳವೆನಿಸಿದ್ದನ್ನು ಅವನ ಮುಖಚರ್ಯೆಯಿಂದಲೇ ಅರ್ಥಮಾಡಿಕೊಂಡಳು. ಆದರೆ ಅದೇಕೋ ಏನೋ, ಗಾಂಧಿಯಿಂದ ಬೀಳ್ಕೊಂಡು 'ಬಾ' ಕೋಣೆಯತ್ತ ಹೆಜ್ಜೆ ಹಾಕುತ್ತಿದ್ದಂತೆ ಒತ್ತರಿಸಿಟ್ಟುಕೊಂಡಿದ್ದ ಕಣ್ಣ ಹನಿಗಳು ಕೆನ್ನೆಯ ಮೇಲಿಂದ ಜಾರಿ ಸೆರಗಿನ ಮೇಲೆ ಬಿತ್ತು. ಗಾಂಧಿ ಕಣ್ಣಿಗೆ ಬೀಳಬಾರದೆಂದು ಇಷ್ಟು ಹೊತ್ತು ಹತ್ತಿಕ್ಕಿಕೊಂಡಿದ್ದು ಈಗ ನಿರ್ಭೀತಿಯಿಂದ ಹನಿಗಳು ಧಾರೆಯಾಗಿ ಹರಿದವು.

ವಿಚಿತ್ರ ಭಾವನೆಗಳು, ಸಂಘರ್ಷಗಳು, ಅನಿಶ್ಚಿತ ಭವಿಷ್ಯದ ಕಲ್ಪನೆಗಳು! ಇಂತಹ ಬದುಕನ್ನು ಆವರಿಸಿಕೊಂಡ ಅವಘಡಗಳು – ಜೊತೆಗೆ ತೀರಾ ಹತ್ತಿರದಲ್ಲಿರುವ ಗುಲಾಬಳ ಹೆರಿಗೆಯ ಅನೂಹ್ಯ ತಲ್ಲಣಗಳು ಅವಳೆದೆಯ ಕೋಶದಲ್ಲಿ ಕಿಕ್ಕಿರಿದು ತುಂಬಿದ್ದುವು.

ಗಾಂಧಿಯೊಬ್ಬನೇ ಅಲ್ಲ ತನ್ನ ಕುಟುಂಬದ ಎಷ್ಟೋ ಜನ, ಅದರಲ್ಲಿಯೂ ಹರಿಲಾಲ, ಮಣಿಲಾಲರೂ ಸಕ್ರಿಯ ಸತ್ಯಾಗ್ರಹಿಗಳಾಗಿ ಪಾಲ್ಗೊಳ್ಳುತ್ತಿದ್ದರು. ಹರಿಲಾಲನಂತೂ 'ಛೋಟಾಗಾಂಧಿ' ಎಂದೇ ಗುರುತಿಸಿಕೊಂಡಿದ್ದ. ಸತ್ಯಾಗ್ರಹಿಗಳ ಪ್ರೀತಿಯ, ಅಭಿಮಾನದ ನಾಯಕನಾಗಿದ್ದ. ಗಾಂಧಿಗೆ ತಕ್ಕ ಮಗ ಎಂದು ಎಲ್ಲರಿಂದಲೂ ಮುಕ್ತವಾಗಿ ಹೊಗಳಿಸಿ ಕೊಳ್ಳುತ್ತಿದ್ದ. ಅನೇಕ ಬಾರಿ ಜೈಲಿಗೆ ಹೋಗಿದ್ದ. ಕಪ್ಪು ವಿಧೇಯಕವನ್ನು ಹಿಂಪಡೆಯಬೇಕೆಂದು ನಡೆಸಿದ ಚಳುವಳಿಯಲ್ಲಿ, ತಂದೆಯ ಪ್ರೋತ್ಸಾಹದೊಂದಿಗೆ, ಕಾನೂನು ಭಂಗ ಮಾಡುತ್ತ ಸತ್ಯಾಗ್ರಹಿಯಾಗಿ, ಬಂಧನಕ್ಕೆ ಒಳಗಾಗಿ ಜೈಲು ಸೇರಿದ 1908 – 1909ರ ವರೆಗೆ ಹಲವು ಬಾರಿ ಜೈಲು ವಾಸ ಅನುಭವಿಸಿದ. ವಾರಗಟ್ಟಲೆ ತಿಂಗಳುಗಟ್ಟಲೆ ಜೈಲಿನಲ್ಲಿ ಉಳಿದುಕೊಂಡಿದ್ದರೂ ಅವನ ಹಸನ್ಮುಖಿ ವ್ಯಕ್ತಿತ್ವಕ್ಕೆ, ಜೈಲಿನ ನಿಯಮಗಳ ಪಾಲನೆಗೆ ಎಂದಿಗೂ ಕೊರತೆಯುಂಟಾಗಲಿಲ್ಲ. ಜೈಲಿನ ಬದುಕಿನಲ್ಲಿ ಎದುರಾಗುತ್ತಿದ್ದ ಕುಂದುಕೊರತೆಗಳನ್ನು ಬಹಳ ತಾಳ್ಮೆಯಿಂದ ಸಹಿಸಿಕೊಳ್ಳುತ್ತಿದ್ದ. ತಂದೆಯ ಅಂದಿನ ಹೋರಾಟಕ್ಕೆ ಕಾರಣವಾಗಿದ್ದ ಕಾನೂನಿನ ಆದೇಶಗಳನ್ನು ಅತಿಕ್ರಮಿಸುವುದನ್ನೇ ಗುರಿಯಾಗಿ ಮಾಡಿಕೊಂಡಿದ್ದ ಅವನು ಸೆರೆಯಾಗುವುದಕ್ಕೆ ಕಾನೂನು ಭಂಗವೇ ಮುಖ್ಯ ಕಾರಣವಾಗಿತ್ತು.

ಕಸ್ತೂರಳಿಗೆ ಗಂಡ ಮಕ್ಕಳ ಬಂಧನದ ಸುದ್ದಿಗಳು ಸರ್ವೇ ಸಾಮಾನ್ಯವಾಗಿತ್ತು. ಆದ್ದರಿಂದ ಅದಕ್ಕೆಲ್ಲ ಹೆದರುತ್ತಿರಲಿಲ್ಲ. ತನ್ನ ಬದುಕಿನ ಭಾಗವಾಗಿ ಅಂತಹ ಸನ್ನಿವೇಶಗಳನ್ನು ಸ್ವೀಕರಿಸಿಬಿಟ್ಟಿದ್ದಳು. ಆದರೆ ಈಗ ಅವಳ ಕಾಳಜಿಯೆಲ್ಲ ಗುಲಾಬಳ ಹೆರಿಗೆ ಸುಗಮವಾಗಲಿ ಎಂಬುದರ ಕಡೆಗೇ ಇತ್ತು. ಗಾಂಧಿ ಮತ್ತು ಹರಿ ಇಂತಹ ಸಂದರ್ಭಗಳಲ್ಲಿ ಹತ್ತಿರವಿಲ್ಲದಿದ್ದರೂ ಆಶ್ರಮವಾಸಿಗಳೆಲ್ಲ ಜೊತೆಗಿದ್ದರು. ಕಷ್ಟಸುಖಗಳಲ್ಲಿ ನೆರವಾಗುತ್ತಿದ್ದರು.

10ನೇ ಎಪ್ರಿಲ್, 1908ರಂದು ಗುಲಾಬಳಿಗೆ ಹೆರಿಗೆಯಾಯಿತು. ಹತ್ತಿರದಲ್ಲಿ ಯಾವ ಆಸ್ಪತ್ರೆಯೂ ಇರಲಿಲ್ಲ. ವೈದ್ಯರು, ಶುಶ್ರೂಷಕಿ ಯಾರ ಸಹಾಯವೂ ಇಲ್ಲದೆ. ಜೊತೆ ಹೆಂಗಸರು ಸೇರಿ ಸುಖ ಪ್ರಸವವನ್ನು ಮಾಡಿಸಿದರು. ಮುದ್ದಾದ ಹೆಣ್ಣು ಮಗು. ಕಸ್ತೂರಳ ಮುಖ ಅರಳಿತು. ಏನೋ ಒಂದು ಬಗೆಯ ಸಂತೃಪ್ತಿ. ಇಲ್ಲೀವರೆಗೂ ಕಾಣಲಾಗದ್ದನ್ನು ಈಗ ಅನುಭವಿಸುತ್ತಿದ್ದಂತೆ ಅನಿಸಿತು. ಆಶ್ರಮವಾಸಿಗಳೆಲ್ಲರೂ ಗಾಂಧಿ ಕುಟುಂಬದಲ್ಲಿ ಜರುಗುತ್ತಿದ್ದ ಘಟನೆಗಳಲ್ಲಿ ಸಮಭಾಗಿಗಳಾಗಿ ಭಾಗವಹಿಸುತ್ತಿದ್ದರು. ಗಾಂಧಿ ಮತ್ತು ಹರಿ ಇಬ್ಬರಿಗೂ ಈ

ಮಗುವಿನ, ಅದೂ ಹೆಣ್ಣು ಮಗುವಿನ ಜನನ ವಿಶೇಷ ಸಂಭ್ರಮಕ್ಕೆ ಕಾರಣವಾಗಿತ್ತು. ಗಾಂಧಿ ಕಸ್ತೂರ್ ದಂಪತಿಗೆ ಹುಟ್ಟಿದ ನಾಲ್ಕು ಮಕ್ಕಳೂ ಗಂಡು ಮಕ್ಕಳೇ ಆಗಿದ್ದು, ಈಗ ಹರಿಗೆ ಹೆಣ್ಣು ಮಗು ಆಗಿದ್ದು ಸಹಜವಾಗಿ ಹೆಚ್ಚಿನ ಸಂತೋಷಕ್ಕೆ ಕಾರಣವಾಗಿತ್ತು. ಗಾಂಧಿ ಮನೆತನದಲ್ಲಿ ಮಗು ಹುಟ್ಟಿದ ಒಂದು ವಾರಕ್ಕೆ ನಾಮಕರಣ ಸಮಾರಂಭ ಮಾಡುವ ಪದ್ಧತಿ ಇತ್ತು. ಅಂತೆಯೇ ಕಸ್ತೂರಳು, ಆಶ್ರಮದಲ್ಲಿ ಇದ್ದುದರಲ್ಲಿಯೇ ಅದ್ದೂರಿಯಾಗಿ ನಾಮಕರಣ ಸಮಾರಂಭವನ್ನು ಆಯೋಜಿಸಿದಳು. ಅದೃಷ್ಟಕ್ಕೆ ಹರಿಯೂ ಸಮಾರಂಭಕ್ಕೆ ಇದ್ದ, ಗಾಂಧಿ ಬಿಡುವಿಲ್ಲದಿದ್ದರ ನಡುವೆಯೂ, ಆಶ್ರಮಕ್ಕೆ ಆಗಾಗ ಬಂದು ಹೋಗುತ್ತಿದ್ದಂತೆ, ಈ ಸಮಾರಂಭಕ್ಕೂ ಬಂದಿದ್ದ. ಕಸ್ತೂರ್ ಮತ್ತು ಗುಲಾಬರಿಗೆ ಇವರಿಬ್ಬರ ಉಪಸ್ಥಿತಿ ಎಲ್ಲಕ್ಕಿಂತ ಹೆಚ್ಚಿನ ಸಂತಸಕ್ಕೆ ಕಾರಣವಾಯಿತು. ಈ ಮಗು ಬಂದದ್ದು ರಾಮದಾಸ, ದೇವದಾಸರಿಗೆ ಎಲ್ಲಿಲ್ಲದ ಹುರುಪು ತಂದಿತ್ತು. ಮಗುವಿನ ಜೊತೆ ಕಾಲ ಕಳೆಯುವ ನಿರೀಕ್ಷೆಯಲ್ಲಿ ಗೆಲುವಿನ ಗರಿಗೆದರಿಕೊಂಡು ನಿಂತಿದ್ದರು. ಮಗುವಿಗೆ, ಗುಲಾಬ್ ಮತ್ತು ಹರಿ ಇಬ್ಬರೂ ಸೇರಿ 'ರಾಮಿ' ಎಂಬ ಹೆಸರನ್ನು ಇಟ್ಟರು. ಮಗು ತುಂಬಾ ಮುದ್ದಾಗಿ ಇತ್ತು. ಹರಿ ಒಂದಷ್ಟು ದಿನಗಳು ಆಶ್ರಮದಲ್ಲಿ ಮಗುವಿನ ಜೊತೆ ಕಳೆದ. ಜೊತೆ ಜೊತೆಗೆ ಒಪೀನಿಯನ್ ಪತ್ರಿಕೆ ಕೆಲಸಗಳನ್ನೂ ನೋಡಿಕೊಳ್ಳುತ್ತಿದ್ದ. ಮಗುವಿನ ಬರವಿನ ಸಂತೋಷದಲ್ಲಿ ಸತ್ಯಾಗ್ರಹ, ಚಳುವಳಿ. ಜೈಲುವಾಸ ಇತ್ಯಾದಿಗಳನ್ನು ತಾತ್ಕಾಲಿಕವಾಗಿ ಕೆಲವು ದಿನಗಳಿಗಷ್ಟೇ ಮರೆಯಲು ಸಾಧ್ಯವಾಗಿತ್ತು. ಗಾಂಧಿಗೆ ಇದು ಕ್ಷಣದ ಆನಂದ. ವೈಯಕ್ತಿಕ, ಕೌಟುಂಬಿಕ ಸಂತಸಗಳ ಆಚರಣೆಗೆ ಬಿಡುವೆಂಬುದೇ ಇರುತ್ತಿರಲಿಲ್ಲ.

ಇದೇ ಸಂದರ್ಭದಲ್ಲಿ, ಗಾಂಧಿಯ ಕುಟುಂಬದಲ್ಲಿ ನಿಯತಿಯಂತೆ, ಯಾವುದೇ ಸುಖ ಸಂತೋಷದ ಸನ್ನಿವೇಶಗಳು ಇರಲಿ ಅವುಗಳ ಹಿಂದೆಯೇ ನೋವಿನ, ಸಂಕಟದ, ಆಘಾತಕಾರಿಯಾದ ಸುದ್ದಿಗಳು ಬೆನ್ನಿಗೆ ಇರುತ್ತಿದ್ದವು.

ಏಪ್ರಿಲ್ 10ರಂದು ರಾಮಿಯ ಜನನದ ನಾಲ್ಕು ದಿನಗಳ ನಂತರ, ಏಪ್ರಿಲ್ 14ರಂದು, ಗಾಂಧಿಯ ಅಕ್ಕ ರಾಲಿಯಾತ್ ಬೆನ್ನರ ಮಗ ಗೋಕುಲ್‌ದಾಸ್‌ನ ಬಗ್ಗೆ ಗಾಂಧಿಗೆ ಅಪಾರವಾದ ಪ್ರೀತಿಯಿತ್ತು. ಗಾಂಧಿ ದಂಪತಿಗೆ ಗೋಕುಲ್‌ದಾಸ್ ಮತ್ತೊಬ್ಬ ಮಗನಂತೆಯೇ ಇದ್ದ. ಡರ್ಬಾನ್‌ನಲ್ಲಿ ಇವರಿಬ್ಬರ ಜೊತೆಗೇ ಇದ್ದವನು ನಂತರ ತನ್ನ ವಿದ್ಯಾಭ್ಯಾಸವನ್ನು ಮುಂದುವರೆಸುವ ಇರಾದೆಯಿಂದ ಭಾರತಕ್ಕೆ ಹಿಂದಿರುಗಿದ್ದನಾದರೂ, ಅವನ ತುಡಿತವೆಲ್ಲ ಗಾಂಧಿ ಕಸ್ತೂರ್‌ಬಾ ಜೊತೆಗೆ ಇರಬೇಕೆಂಬುದಾಗಿತ್ತು. ಅಲ್ಲದೆ ತನ್ನ ಇಚ್ಛೆಯನ್ನು ಅವರಲ್ಲಿ ಹೇಳಿಯೂ ಇದ್ದ. ಗಾಂಧಿ ಕೆಲಸಗಳಲ್ಲಿ', ಹೋರಾಟಗಳಲ್ಲಿ ತಾನು ಭಾಗವಹಿಸಬೇಕೆಂದೇ ನಿರ್ಧರಿಸಿದ್ದ. ಗೋಕುಲ್‌ದಾಸ್ ಮತ್ತು ಹರಿಲಾಲ್ ಇಬ್ಬರ ನಡುವೆಯೂ ಬಹಳ ಆತ್ಮೀಯವಾದ ಗೆಳೆತನವಿತ್ತು, ಖಾಸಗಿ ವಿಚಾರಗಳನ್ನೆಷ್ಟೋ ಇಬ್ಬರೂ ತಮ್ಮ ನಡುವೆ ಹಂಚಿಕೊಳ್ಳುತ್ತಿದ್ದರು. ತಮ್ಮ ಭವಿಷ್ಯವನ್ನು ಹೇಗೆ ರೂಪಿಸಿಕೊಳ್ಳಬೇಕೆಂದೂ ಚರ್ಚಿಸುತ್ತಿದ್ದರು. ಗೋಕುಲ್‌ದಾಸ್ ಬಹಳ ಬುದ್ಧಿವಂತನೆನಿಸಿಕೊಂಡಿದ್ದ. ಗಾಂಧಿಯಂತೂ ಅವನಲ್ಲಿ ಸಾರ್ವಜನಿಕ ಸೇವಾಕಾರ್ಯಗಳಿಗೆ ಸಂಬಂಧಿಸಿದಂತೆ ಭವ್ಯ ಭವಿಷ್ಯವನ್ನು ಕಾಣುತ್ತಿದ್ದ. ಅಂಥಾದ್ದರಲ್ಲಿ ಅದೂ ಮದುವೆಯಾದ ಕೆಲವೇ ದಿನಗಳಲ್ಲಿ ಅಪಘಾತದಿಂದ ಸಾವನ್ನಪ್ಪಿದ್ದು ಭಯಂಕರ ದುರಂತವೆನಿಸಿ, ಗಾಂಧಿ

ಕುಟುಂಬದ ಪ್ರತಿಯೊಬ್ಬ ಸದಸ್ಯನನ್ನೂ ಭರಿಸಲಾಗದ ತಲ್ಲಣಕ್ಕೆ ಈಡು ಮಾಡಿತ್ತು. ಈ ನೋವಿನಿಂದ ತಪ್ಪಿಸಿಕೊಳ್ಳುವುದಕ್ಕೆ ಹರಿಲಾಲನಿಗೆ ಸತ್ಯಾಗ್ರಹದ ಆಶ್ರಯವಿತ್ತು. ತಂದೆಯಂತೆಯೇ ಹರಿಲಾಲನಿಗೂ ನೊಂದವರ ಬಗ್ಗೆ ಬಹಳ ಕಾಳಜಿ. ಸತ್ಯಾಗ್ರಹಿಗಳ ಬಗ್ಗೆ ಬಹಳ ಸಹಾನುಭೂತಿ. ಚಳುವಳಿಗಳ ಸಂದರ್ಭದಲ್ಲಿ ಯಾರಿಗಾದರೂ ತೊಂದರೆಯಾದರೆ ಅವರ ಸಹಾಯಕ್ಕೆ ಧಾವಿಸುತ್ತಿದ್ದ. ಜೈಲಿನಲ್ಲಿ ಯಾವುದೇ ರೀತಿಯ ತೊಂದರೆಯಾದರೂ ಸಹಿಸುತ್ತಿರಲಿಲ್ಲ. ಸ್ವಚ್ಛತೆಯ ವಿಷಯದಲ್ಲಿ, ಊಟದ ವಿಷಯದಲ್ಲಿ ಸಮಸ್ಯೆಗಳು ಕಾಣಿಸಿದ್ದಲ್ಲಿ ಅಧಿಕಾರಿಗಳ ಮೇಲೆ ಹರಿಹಾಯುತ್ತಿದ್ದ. ಪ್ರತಿಭಟಿಸುತ್ತಿದ್ದ. ಅಲ್ಲಿಗೂ ಬಗ್ಗದಿದ್ದಲ್ಲಿ ಉಪವಾಸ ಸತ್ಯಾಗ್ರಹ ಮಾಡುತ್ತಿದ್ದ ಎಲ್ಲಾ ರೀತಿಯಿಂದಲೂ ಅಪ್ಪನ ಮಗನೇ ಆಗಿದ್ದ. ಇಲ್ಲಿ ಹೋರಾಟಗಳೇ ಅವನ ಬದುಕಿನ ಶೈಲಿಯಾಗಿತ್ತು. ಗುಲಾಬಳನ್ನು ಮಗಳನ್ನು ತಾಯಿಯ ರಕ್ಷಣೆಯಲ್ಲಿರಿಸಿ, ಸತ್ಯಾಗ್ರಹದಲ್ಲಿ ಪಾಲ್ಗೊಳ್ಳಲು ಹೋಗುವುದಾಗಿ ತಾಯಿಗೆ ತಿಳಿಸಿದ, ಕಸ್ತೂರಳು ಮಗನನ್ನು ತಡೆಯಲಿಲ್ಲ. ಮಣಿಲಾಲನೂ ಅಣ್ಣನ ಜೊತೆಗೆ ತಾನೂ ಹೋಗುವುದಾಗಿ ಹಟ ಹಿಡಿದು ಹಿಂಬಾಲಿಸಿದ. ಮಣಿಯಾ ಜೊತೆಗೂಡಿದ್ದು ಗಂಡನಿಂದ ಏನು ಪ್ರತಿಕ್ರಿಯೆ ಬರುತ್ತೋ ಎಂದು ಒಂದು ಕ್ಷಣ ಅಳುಕಿದರೂ, ಅವರದೇ ಅನುಸರಣೆ ಅದಾದ್ದರಿಂದ, ಅದಕ್ಕೆ ವಿರೋಧ ವ್ಯಕ್ತಪಡಿಸಲಾರರು ಎನ್ನುವ ಭರವಸೆಯೂ ಇತ್ತು. ಸೊಸೆ, ಮೊಮ್ಮಗಳ ಸಾಂಗತ್ಯದಲ್ಲಿ ಕಸ್ತೂರಬಾಳಿಗೆ ದಿನಗಳು ಸರಿದದ್ದೇ ತಿಳಿಯುತ್ತಿರಲಿಲ್ಲ.

ಆದರೆ ದುರಾದೃಷ್ಟ ಅವಳ ಬೆನ್ನಿಗೇ ಇದೆಯೋ ಏನೋ ಎಂಬಂತೆ. ಮೇಲಿಂದ ಮೇಲಾದ ಹೆರಿಗೆಗಳು, ಪೌಷ್ಟಿಕ ಆಹಾರದ ಕೊರತೆಯಿಂದುಂಟಾದ ದೌರ್ಬಲ್ಯದಿಂದ ಅತಿಯಾದ ರಕ್ತಸ್ರಾವದಿಂದ ಮುಟ್ಟಿನ ತೊಂದರೆ ತಲೆಹಾಕಿತು. ಇಷ್ಟೆಲ್ಲ ಆದರೂ ತನ್ನ ನೋವು, ಸಮಸ್ಯೆಯನ್ನು ಹಲ್ಲು ಕಚ್ಚಿಕೊಂಡು ಬಿಗಿ ಹಿಡಿದಿದ್ದಳು. ಅವಳಿಗೆ ಗಂಡನ ಚಿಂತೆ, ಜೈಲಿನಲ್ಲಿ ಅನುಭವಿಸುತ್ತಿರಬಹುದಾದ ನರಕ, ಒಳಗಾಗಬಹುದಾಗಿದ್ದ ಕ್ರೂರ ಹಿಂಸೆಗಳ ಕಲ್ಪನೆಯಿಂದ ಅತೀವ ಸಂಕಟವನ್ನು ಅನುಭವಿಸುತ್ತಿದ್ದಳು. ಎಂದಿನಂತೆ ದಿನನಿತ್ಯದ ಕೆಲಸಗಳಲ್ಲಿ ಮುಳುಗುತ್ತಿದ್ದಳು. ತನ್ನ ನೋವು ಸಂಕಟವನ್ನು ಯಾರೊಂದಿಗೂ ಹೇಳಿಕೊಳ್ಳುತ್ತಿರಲಿಲ್ಲ. ಅವಳನ್ನು ನೋಡಿದರೇನೇ ಯಾರಿಗಾದರೂ ಅವಳೆಷ್ಟು ಕ್ಷೀಣಿಸಿದ್ದಾಳೆ, ಎಷ್ಟು ದುರ್ಬಲಾಗಿದ್ದಾಳೆ ಎನ್ನುವುದ ಘಟ್ಟನೆ ಹೊಳೆದು ಬಿಡುತ್ತಿತ್ತು, ಆದರೆ ಗಾಂಧಿಗೆ ತನ್ನ ಬಿಡುವಿಲ್ಲದ ಕೆಲಸಗಳ ಒತ್ತಡದ ನಡುವೆ ಹೆಂಡತಿಯ ಕಡೆ ಕಣ್ಣೆತ್ತಿ ನೋಡುವುದಕ್ಕೂ ಪುರಸೊತ್ತಿರಲಿಲ್ಲ. ಅಲ್ಲದೆ ಯಾವುದೇ ಒಂದು ಕೆಲಸವನ್ನು ಕೈ ಹಿಡಿದಿರುವಾಗ, ಅನ್ಯ ವಿಷಯಗಳ ಕಡೆ ಗಮನಕೊಡುವುದೇ ಸರಿಯಲ್ಲ ಎನ್ನುವುದು ಗಾಂಧಿಯ ನಿಲುವಾಗಿತ್ತು.

ಸತ್ಯಾಗ್ರಹದ ಪರಿಣಾಮಗಳು ಫಲಕಾರಿಯಾಗಿರಲಿಲ್ಲವಾದ ಕಾರಣ ಅದನ್ನು ಮತ್ತಷ್ಟು ತೀವ್ರಗೊಳಿಸುವ ಉದ್ದೇಶದಿಂದ ಫೀನಿಕ್ಸ್‌ನಿಂದ ಜೋಹಾನ್ಸ್‌ಬರ್ಗ್‌ಗೆ, ಮತ್ತೊಂದು ಸಮಸ್ಯೆಯನ್ನು ಎದುರಿಸಲು ಹೊರಟುಬಿಟ್ಟಿದ್ದ. ಹೊಸವಲಸೆಯ ನೀತಿಯ ವಿರುದ್ಧ ಮಾಡಬೇಕಾದ ಹೋರಾಟವಾಗಿತ್ತು. ತಕ್ಷಣವೇ ಇದರ ಬಗ್ಗೆ ಫೀನಿಕ್ಸ್‌ನವರಿಗೆ, ಇಂಡಿಯನ್ ಒಪೀನಿಯನ್ ಪತ್ರಿಕೆಯಲ್ಲಿ ಪ್ರಕಟಿಸಲು ಸಂದೇಶವೊಂದನ್ನು ಕಳಿಸಿದ. ನಮ್ಮ ನಮ್ಮ ನಿರ್ಧಾರಗಳಲ್ಲಿ ನಾವು ದೃಢವಾಗಿರಬೇಕು. ಬಂದದ್ದನ್ನು ಅನುಭವಿಸಿ ಸಹಿಸಿಕೊಳ್ಳುವುದೇ

ನಮಗಿರುವ ಪರಿಹಾರ. ಆದರೆ ಗೆಲುವಂತೂ ಖಂಡಿತವಾಗಿಯೂ ನಮ್ಮದೇ ಎನ್ನುವುದರಲ್ಲಿ ನನಗೆ ಸಂಶಯವಿಲ್ಲ. ಎಂಬುದಾಗಿತ್ತು ಆ ಸಂದೇಶ. ಮಣಿಲಾಲ ಕೂಡಲೇ ಕಸ್ತೂರಬಾಳ ಬಳಿಗೆ ಓಡಿ ಈ ಸಂದೇಶವನ್ನು ಓದಿ ತಿಳಿಸಿದ. ಹೆದರಿದ್ದ ಕಸ್ತೂರಳಿಗೆ ಸ್ವಲ್ಪ ನಿರಾಳವೆನಿಸಿತು.

ಗಾಂಧಿ ಜೈಲುವಾಸ ಮಾಡಿದ. ಇಪ್ಪತ್ತೈದು ಪೌಂಡುಗಳನ್ನು ಕೊಟ್ಟಿದ್ದರೆ ಜೈಲುವಾಸ ತಪ್ಪಿಸಿಕೊಳ್ಳಬಹುದಾಗಿತ್ತು. ಆದರೆ ಗಾಂಧಿ ಜೈಲಿನಲ್ಲಿರುವುದನ್ನೇ ಆಯ್ಕೆ ಮಾಡಿಕೊಂಡ. ವೋಕ್ಸ್‌ಟ್ರಸ್ಟ್ ಜೈಲಿನಲ್ಲಿ ಗಾಂಧಿಯನ್ನು ಇರಿಸಲಾಗಿತ್ತು. ಗಾಂಧಿಯನ್ನು ಭೇಟಿಯಾಗಲು ಆಗಾಗ ಕೆಲವು ಅವಕಾಶಗಳನ್ನು ಕೊಡಲಾಗಿತ್ತು. ಇದರಿಂದಾಗಿ ಮಗ ಹರಿಲಾಲನನ್ನು ಮತ್ತು ಗೆಳೆಯ ಕಾಲೆನ್‌ಬಾಕ್‌ರನ್ನು ಕೂಡಿ ಮಾತಾಡಿಕೊಳ್ಳುವ ಸದವಕಾಶ ಗಾಂಧಿಗೆ ಸಿಕ್ಕಿತು. ಮಗನ ಬಗ್ಗೆ ಹೃದಯ ತುಂಬಿ ಬಂತು. ಹೆಮ್ಮೆ ಎನಿಸಿತು. ನಗೆ ತುಂಬಿಕೊಂಡ ಮೊಗದೊಂದಿಗೆ "ಹರಿ ಈಗ ನನಗೆಷ್ಟು ಸಂತೋಷ ಹೆಮ್ಮೆ ಎನಿಸುತ್ತಿದೆ ಗೊತ್ತೆ? ನಾನು ಗಮನಿಸಿದ್ದೇನೆ, ನಿನಗೆ ನನ್ನ ನಿಷ್ಠುರ ನಿಯಮ, ಸಿದ್ಧಾಂತಗಳ ಬಗ್ಗೆ ವಿರೋಧವಿದೆ. ಎಲ್ಲಕ್ಕೂ ನಾನು ಅಡ್ಡಗಾಲು ಹಾಕುತ್ತಿದ್ದೇನೆ. ನಿನ್ನ ಇಷ್ಟದಂತೆ ಹೋಗಲು ಬಿಡುತ್ತಿಲ್ಲ. ನಿನ್ನ ಆಯ್ಕೆ, ಕನಸುಗಳಿಗೆ ಒತ್ತಾಸೆ ಕೊಡುತ್ತಿಲ್ಲ. ನಿನ್ನ ವಿಚಾರದಲ್ಲಿ ನನ್ನ ಕಾಳಜಿ ಇಲ್ಲ. ಕೇವಲ ನಿನ್ನ ಲೋಪ, ದೋಷಗಳನ್ನೇ ಎತ್ತಿ ತೋರುತ್ತಿದ್ದೇನೆ, ನಿನ್ನಿಷ್ಟದಂತೆಯೇ ನಡೆಯಲು ಬಿಡದೆ ನನ್ನಂತೆಯೇ, ನನ್ನ ಹೆಜ್ಜೆ ಜಾಡಿನಲ್ಲಿಯೇ ನಡೆಯಬೇಕೆಂದು ಒತ್ತಾಯಿಸುತ್ತಿದ್ದೇನೆ ಎಂದು ನೀನು ಭಾವಿಸಿರಬೇಕು. ಇಲ್ಲ ಮಗು ಹಾಗೇನೂ ಇಲ್ಲ. ನಿನ್ನ ಗುಣ ಸಾಮರ್ಥ್ಯ, ಬುದ್ಧಿಶಕ್ತಿಗಳು ನನ್ನ ಗಮನಕ್ಕೆ ಬರುತ್ತಿಲ್ಲವೆಂದು ಭಾವಿಸದಿರು. ತಂದೆಯೇ ಮಕ್ಕಳ ಸಾಮರ್ಥ್ಯ ಪ್ರತಿಭೆಗಳನ್ನು ಅವರ ಮುಂದೆಯೇ ಹೊಗಳಬಾರದು ಎನ್ನುವುದು ನನ್ನ ನಂಬಿಕೆ.

ಜೈಲಿನಲ್ಲಿದ್ದರೂ ಗಾಂಧಿ ಮಕ್ಕಳ ಚಾರಿತ್ರ್ಯ, ಆತ್ಮವಿಕಾಸಗಳ ಬಗ್ಗೆಯೇ ಯೋಚಿಸುತ್ತಿದ್ದ. ಹಾಗೆ ನೋಡಿದರೆ ಜೈಲಿನಲ್ಲಿ ಸಾಕಷ್ಟು ವ್ಯವಧಾನವಿರುತ್ತಿತ್ತು. ದೇವದಾಸ–ರಾಮದಾಸರು ಇನ್ನೂ ಚಿಕ್ಕವರಾಗಿದ್ದುದರಿಂದ ಹೆಚ್ಚಿಗೆ ಗಾಂಧಿಯ ಸಂಪರ್ಕ, ವ್ಯವಹಾರ ಇದ್ದುದು ಹರಿಲಾಲ ಮತ್ತು ಮಣಿಲಾಲರ ಜೊತೆಗೆ ಮಾತ್ರ. ಪತ್ರಗಳನ್ನು ಬರೆದಾಗ ಕಸ್ತೂರಳ ಬಗ್ಗೆಯೂ ಪ್ರಸ್ತಾಪ ಮಾಡಿ ಹೇಗಿದ್ದಾಳೆ ಎಂಬುದನ್ನು ವಿಚಾರಿಸುತ್ತಿದ್ದ.

ಕಸ್ತೂರಳ ಆರೋಗ್ಯದ ಸಮಸ್ಯೆ ಆಶ್ರಮದವರನ್ನು ಬಳವಾಗಿ ಅಧೀರಗೊಳಿಸಿತು. ತಡೆಯುವಷ್ಟೂ ತಡೆದುಕೊಂಡು ಕಸ್ತೂರಳು ಸ್ವಲ್ಪ ಸಮಯ ನಿಭಾಯಿಸಿದಳಾದರೂ, ಬರಬರುತ್ತಾ ಅವಳ ಆರೋಗ್ಯ ತೀರಾ ಹದಗೆಟ್ಟಿತು. ಆಸ್ಪತ್ರೆಗೆ ದಾಖಿಲಿಸಲೇ ಬೇಕಾದ ಅನಿವಾರ್ಯತೆ ಒದಗಿತು. ಕೂಡಲೇ ವೆಸ್ಟ್‌ವೋಕ್‌ಟ್ರಸ್ಟ್‌ನಲ್ಲಿದ್ದ ಗಾಂಧಿಗೆ ತಂತಿ ಮೂಲಕ ಕಸ್ತೂರಳ ಹದಗೆಟ್ಟ ಅನಾರೋಗ್ಯದ ಪರಿಸ್ಥಿತಿಯನ್ನು ವಿವರಿಸಿ, ಹೇಗಾದರೂ ಮಾಡಿ, ಪೆರೋಲ್ ಪಡೆದು ಜೈಲಿನಿಂದ ಹೊರಬರಬೇಕೆಂದು, ಇಲ್ಲವಾದಲ್ಲಿ ದಂಡತೆತ್ತು ಬಿಡುಗಡೆಯಾಗಬೇಕೆಂದು ಫೀನಿಕ್ಸ್‌ನಲ್ಲಿದ್ದ ವೆಸ್ಟ್, ತಿಳಿಸಿದ್ದರು. ಹಾಗೆಯೇ ಹರಿಲಾಲ ಮತ್ತಿತರರಿಗೂ 'ಕಸ್ತೂರಬಾ' ವಿಚಾರ ತಿಳಿಸಲಾಗಿತ್ತು. ಆದರೆ ಇದರಿಂದ ಕರ್ತವ್ಯ ನಿಷ್ಠುರದ ಗಾಂಧಿ ಸ್ವಲ್ಪವೂ ವಿಚಲಿತನಾಗಲಿಲ್ಲ; ಸಮರಾಂಗಣದಲ್ಲಿ ಇರುವ ತಾನು ಅಲ್ಲಿಂದ ಬಿಟ್ಟು ಬರಲು ಸಾಧ್ಯವಿಲ್ಲ ಎಂದು ಸ್ಪಷ್ಟವಾಗಿ ತಿಳಿಸಿದ.

ಗಾಂಧಿಗೆ ಕಸ್ತೂರಳ ಮನಸ್ಸು ಗೊತ್ತು, ತಾನೆಷ್ಟು ಬೈದರೂ ಅವಮಾನಿಸಿದರೂ ಆ ಪಾಪದ ಹೆಣ್ಣು ಸತಿ ಸಾಧ್ವಿಯಂತೆ ಎಲ್ಲವನ್ನೂ ಭರಿಸುತ್ತಾ ತಾನಾಡುವ ಮಾತುಗಳ ತರ್ಕದ ಮೋಡಿಗೆ ಖಂಡಿತವಾಗಿಯೂ ಒಳಗಾಗುತ್ತಾಳೆ. ನೋವನ್ನು ಸಹಿಸಿಕೊಳ್ಳುತ್ತಾಳೆ ಎಂದು ! ಕೂಡಲೇ ಅವಳಿಗೂ ಒಂದು ಸಾಂತ್ವನದ ಪತ್ರ ಬರೆದ. ಅದರಲ್ಲಿ ಮಣಿಲಾಲ ಮತ್ತು ಗುಲಾಬಳನ್ನು ಸಂಬೋಧಿಸಿ, ಪತ್ರದ ವಿವರಗಳನ್ನು ತಿಳಿಸುವಂತೆ ಬರೆದಿದ್ದ. ಕಸ್ತೂರಳನ್ನು ಚೆನ್ನಾಗಿ ನೋಡಿಕೊಳ್ಳುವಂತೆಯೂ, ಅವಳ ಆರೋಗ್ಯದ ಬಗ್ಗೆ ಆಗಾಗ ತಿಳಿಸುತ್ತಿರಬೇಕೆಂತಲೂ, ರಾಮದಾಸ, ದೇವದಾಸರನ್ನು ಗಮನಿಸುತ್ತಿರಬೇಕೆಂತಲೂ ಕೇಳಿಕೊಂಡಿದ್ದ. ಮಣಿಲಾಲನಿಗೆ, ಬಾಪುವಿನ ಪತ್ರಗಳನ್ನು ಓದಿ ತಿಳಿಸುವುದೆಂದರೆ ಬಹಳ ಖುಷಿ. ಈ ಪತ್ರವನ್ನೂ ಜೋಪಾನವಾಗಿ ಹಿಡಿದು ಕಸ್ತೂರಬಾ ಮಲಗಿದ್ದ ಹಾಸಿಗೆಯ ಬಳಿ ಒಯ್ದು ಓದಿದ. ನೋವು ಸಂಕಟದ ನಡುವೆಯೂ ಅರೆಕಣ್ಣು ಮುಚ್ಚಿ ಕಿವಿತೆರೆದು ಗಂಡನ ಪತ್ರದ ವಿವರಗಳನ್ನು ಕೇಳಿಸಿಕೊಳ್ಳುತ್ತಿದ್ದಳು.

"ನನ್ನ ಪ್ರೀತಿಯ ಕಸ್ತೂರ್,

ನಿನ್ನ ಅನಾರೋಗ್ಯದ ವಿಚಾರ ವೆಸ್ಟ್‌ರಿಂದ ತಿಳಿಯಿತು. ನಿನ್ನ ಆರೋಗ್ಯದ ಬಗ್ಗೆ ಚಿಂತಿತನಾಗಿದ್ದೇನೆ. ಆದರೇನು ಮಾಡಲಿ. ನಿನ್ನನ್ನು ನೋಡಿಕೊಳ್ಳಲು ಬರಲು ಅಸಹಾಯಕನಾಗಿದ್ದೇನೆ. ನಿನಗೇ ಗೊತ್ತು ಹೋರಾಟಗಳಿಗಾಗಿ, ನನ್ನ ಬದುಕಿನಲ್ಲಿ ಎಲ್ಲವನ್ನೂ ಪರಿತ್ಯಜಿಸಿದ್ದೇನೆ. ನಾನೇನಾದರೂ ಬರಲೇಬೇಕೆಂದುಕೊಂಡರೆ, ಕಾನೂನನ್ನು ವಿರೋಧಿಸಿದ ಪಾಪ ಪ್ರಜ್ಞೆ ನನ್ನನ್ನು ಕಾಡುತ್ತದೆ. ದಂಡ ತೆರುವುದೆಂದರೆ, ನಿಯಮವನ್ನು ಮೀರಿದಂತೆ ! ನನ್ನ ಹೋರಾಟವೆಂಬುದು ಆಗ ಕೇವಲ ತೋರಿಕೆಯ ಪ್ರಹಸನದಂತಾಗುತ್ತದೆ.

ಧೈರ್ಯವನ್ನು ಬಿಡದೆ, ಹೊತ್ತು ಹೊತ್ತಿಗೆ ಸರಿಯಾಗಿ ಆಹಾರ ಸೇವಿಸುತ್ತಿದ್ದರೆ, ಖಂಡಿತವಾಗಿಯೂ ಬೇಗ ಗುಣಮುಖಿಯಾಗುತ್ತೀಯ, ಇಷ್ಟಾಗಿ ಸಾಯುವುದೇ ನಿನ್ನ ಹಣೆಯಲ್ಲಿ ಬರೆದಿದ್ದರೆ, ನನಗಿಂತ ಮೊದಲೇ ನೀನು ಸಾಯುವುದು ಒಳಿತು ಎಂದೆನಿಸುತ್ತದೆ. ನಿನಗೇ ಗೊತ್ತಿದೆ, ನಾನು ನಿನ್ನನ್ನು ಎಷ್ಟಾಗಿ ಪ್ರೀತಿಸುತ್ತೇನೆ ಎಂದು ! ನೀನು ಬದುಕಿದ್ದಾಗ ನಿನ್ನನ್ನು ಎಷ್ಟು ಪ್ರೀತಿಸುತ್ತಿದ್ದೇನೆಯೋ ಅಷ್ಟೇ ನಂತರವೂ ಪ್ರೀತಿಸುತ್ತಿರುತ್ತೇನೆ. ಈ ಮಾತನ್ನು ಎಷ್ಟೋ ಸಲ ನಿನಗೆ ಹೇಳಿದ್ದು ನೆನಪಿರಬಹುದೆಂದು ಭಾವಿಸುತ್ತೇನೆ. ದೇವರಲ್ಲಿ ನಂಬಿಕೆ ಇಡು. ಆತ್ಮದ ಬಿಡುಗಡೆಗೆ ಸಿದ್ಧಳಾಗು, ನಿನ್ನ ಸಾವು ನಿಜಕ್ಕೂ ಸತ್ಯಾಗ್ರಹಕ್ಕಾಗಿ ನೀನು ಮಾಡಿದ ಮಹಾತ್ಯಾಗವೆಂದೇ ಪರಿಗಣಿಸುತ್ತೇನೆ. ನನ್ನ ಹೋರಾಟ ಅಧಿಕಾರಿಗಳ ವಿರುದ್ಧ ಅಲ್ಲ. ಪರಿಸ್ಥಿತಿಗಳ ವಿರುದ್ಧವೇ ಆಗಿದೆ. ಇದನ್ನು ಅರ್ಥಮಾಡಿಕೋ. ಮನಸ್ಸಿಗೆ ನೋವಾಯಿತೆಂದು ಊಹಿಸದಿರು. ಇಷ್ಟೇ ನಾನು ಹೇಳುವುದು, 'ಗಾಂಧಿ' ಎಂದ ಬರೆದಿದ್ದನ್ನು ಮಣಿಲಾಲ ಓದಿ ಮುಗಿಸಿದ. ಕಸ್ತೂರಳ ಕಣ್ಣು ಹನಿಯಿತು. ಊರಿಗೆ ಉಪಕಾರವೇ ದೊಡ್ಡದಾಯಿತು. ಹೆಂಡತಿ ಸಾವಿನ

ಅಂಚಿನಲ್ಲಿದ್ದಾಗಲೂ ಸತ್ಯಾಗ್ರಹವೇ ಮುಖ್ಯವೇ? ಅವರ ಬದುಕಿನಲ್ಲಿ ನಾನೇನೂ ಅಲ್ಲವೇ? ನನಗೆ ಅಸ್ತಿತ್ವವೇ ಇಲ್ಲವೇ?' ಎಂದೆಲ್ಲ ಯೋಚಿಸುವಂತಾಯಿತಾದರೂ, ಯೋಚನೆಗಳನ್ನು ಪಕ್ಕಕ್ಕೆ ಸರಿಸಿದಳು. ಗಂಡನ ಎತ್ತರದ ವ್ಯಕ್ತಿತ್ವ ಎದುರು ನಿಂತಂತಾಯಿತು. ಸಮಾಧಾನ ತಂದುಕೊಂಡಳು. ಗಳಿಗೆಗಳಿಗೆಗೂ ಆರೋಗ್ಯದಲ್ಲಿ ವಿಪರೀತ ವ್ಯತ್ಯಾಸಗಳಾಗುತ್ತಿದ್ದವು.

ಒಂದೆರಡು ದಿನಗಳಾದ ಮೇಲೆ ಅದೇನು ಪವಾಡವೋ ಅಥವಾ ಕಸ್ತೂರಳ ಇಚ್ಛಾಶಕ್ತಿಯೋ, ಸ್ವಲ್ಪ ಸುಧಾರಣೆ ಕಂಡುಬಂದಿತಾದರೂ ಶಸ್ತ್ರ ಚಿಕಿತ್ಸೆ ಅನಿವಾರ್ಯವಾಯಿತು. ಅದೃಷ್ಟಕ್ಕೆ ಗಾಂಧಿಯೂ ಜೈಲಿನಿಂದ ಬಿಡುಗಡೆಯಾಗಿ ಫೀನಿಕ್ಸ್ ಆಶ್ರಮ ತಲುಪಿದ, ಒಳಗೆ ಪ್ರವೇಶಿಸಿ ಕಸ್ತೂರಳು ಮಲಗಿದ್ದೆಡೆಗೆ ಆತುರದಿಂದ ಧಾವಿಸಿದ. ಅವಳನ್ನು ನೋಡುತ್ತಲೇ ಗಾಭರಿಯಾದ. ಪೂರ್ತಿಯಾಗಿ ಬತ್ತಿ ಹೋಗಿದ್ದಳು. ಮುಖದಲ್ಲಿ ಆಯಾಸ ಎದ್ದು ಕಾಣುತ್ತಿತ್ತು. ಪ್ರೀತಿಯಿಂದ ಗಾಂಧಿ ಅವಳ ತಲೆ ನೇವರಿಸಿದ.

"ಕಸ್ತೂರ್, ನೀನು ಬಹಳ ಧೈರ್ಯಶಾಲಿ. ವಿಪರೀತಗಳನ್ನು ಅವಘಡಗಳನ್ನು ಎದುರಿಸುವ ಮನೋಬಲ ನಿನ್ನಲ್ಲಿದೆ. ನಿನ್ನ ಆ ಧೈರ್ಯ, ಸಾಹಸಗಳ ಮುಂದೆ, ನಿನ್ನ ಖಾಯಿಲೆ ನಿನಗೇನೂ ಮಾಡುವುದಿಲ್ಲ. ನೀನಿಷ್ಟು ಬೇಗ ಸಾಯುವುದೂ ಇಲ್ಲ. ಜೊತೆ ಜೊತೆಯಾಗಿ ನನ್ನ ಹೋರಾಟಗಳಲ್ಲಿ ನಿನ್ನ ಸಹಕಾರ ನನಗೇ ಬೇಕೇ ಬೇಕಿದೆ. ನಿನ್ನಿಂದಲೂ ದೊಡ್ಡ ಕೆಲಸಗಳು ಆಗಬೇಕಿದೆ. ಹೀಗಿರುವಾಗ ದೇವರಾಗಲೇ, ನಾನಾಗಲೇ ನಿನ್ನನ್ನು ನಮ್ಮಿಂದ ದೂರ ಹೋಗಲು ಬಿಡುತ್ತೇವೆ ಎಂದುಕೊಂಡೆಯಾ? ಖಂಡಿತ ಇಲ್ಲ. ಮನಸ್ಸನ್ನು ಗಟ್ಟಿ ಮಾಡಿಕೋ ಡರ್ಬಾನಿಗೆ ಹೋಗೋಣ. ಅಲ್ಲಿ ನಿನಗೆ ಶಸ್ತ್ರಚಿಕಿತ್ಸೆಯಾದ ಕೂಡಲೇ, ನಿನ್ನ ಸಮಸ್ಯೆಗಳು ಪರಿಹಾರವಾಗಿ, ಮೊದಲಿನಂತೆ ಗಟ್ಟಿ ಹೆಣ್ಣಾಗುತ್ತೀಯ" ಎಂದು ಸ್ವಲ್ಪ ತಮಾಶೆಯ ದನಿಯಲ್ಲಿ ಹೇಳಿದ.

ಶಸ್ತ್ರ ಚಿಕಿತ್ಸೆ ಹೆಸರು ಕೇಳುತ್ತಿದ್ದಂತೆಯೇ ಕಸ್ತೂರ್ ಗಾಭರಿಯಾಗಿ ಬೇಡವೇ ಬೇಡವೆಂದು ಹಟ ಹಿಡಿದಳು. ದೈನಂದಿನ ಕೆಲಸ ಕಾರ್ಯಗಳೂ ಅವಳಿಂದ ಸಾಧ್ಯವಾಗದಷ್ಟು ದುರ್ಬಲ ಳಾಗಿದ್ದಳು. ಗಾಂಧಿ ಮತ್ತೆ ಅವಳನ್ನು ಹಲವು ರೀತಿಯಲ್ಲಿ ಸಮಾಧಾನ ಪಡಿಸಿದ. ಡಾಕ್ಟರ್ ಬಳಿ ಪರೀಕ್ಷೆ ಮಾಡಿಸಿ, ಸಮಸ್ಯೆ ಯಾವ ರೀತಿಯಿಂದಿದೆ ಎಂದು ಮೊದಲು ತಿಳಿಯೋಣ. ತೀರಾ ಅನಿವಾರ್ಯವೆನಿಸಿದರೆ ಮಾತ್ರ ಶಸ್ತ್ರ ಚಿಕಿತ್ಸೆ ಮಾಡಿಸೋಣ' ಎಂದು ಮನವೊಲಿಸಿ, ಡರ್ಬಾನ್‌ಗೆ ಕರೆದುಕೊಂಡು ಹೋದ. ಅಲ್ಲಿ ಡಾಕ್ಟರ್ ನಾಂಜಿ ಅವರು ಸಮಗ್ರವಾಗಿ ಪರೀಕ್ಷಿಸಿ, ರಕ್ತಸ್ರಾವ ನಿಲ್ಲು ಶಸ್ತ್ರ ಚಿಕಿತ್ಸೆಯೊಂದೇ ಉಳಿದಿರುವ ದಾರಿ ಎಂದು ಹೇಳಿದ ಮೇಲೆ. ಕಸ್ತೂರಳು ಒಪ್ಪಿಕೊಳ್ಳಲೇ ಬೇಕಾಯಿತು. ಕೂಡಲೇ ಶಸ್ತ್ರಚಿಕಿತ್ಸೆಯ ಏರ್ಪಾಡಾಯಿತು. ಅವಳ ದೇಹದ ಪರಿಸ್ಥಿತಿಯಿಂದಾಗಿ ಅರಿವಳಿಕೆ ಕೊಡುವುದು ಸಾಧ್ಯವಿರಲಿಲ್ಲವಾದ್ದರಿಂದ. ಪ್ರಜ್ಞಾವಸ್ಥೆಯಲ್ಲಿಯೇ ಶಸ್ತ್ರಚಿಕಿತ್ಸೆ ನಡೆಯಿತು. ಕಸ್ತೂರಳೂ ಧೈರ್ಯದಿಂದ ನೋವನ್ನು ನುಂಗಿಕೊಂಡು, ಸಹಕರಿಸಿದಳು.

ಚಿಕಿತ್ಸೆ ಮುಗಿಯಿತಾದರೂ, ಸುಧಾರಿಸಲು ಕಾಲಾವಕಾಶ ಬೇಕಿತ್ತು. ಬಹಳ ಜಾಗರೂಕತೆಯಿಂದ ಅವಳನ್ನು ನೋಡಿಕೊಂಡು ಆರೈಕೆ ಮಾಡಬೇಕಿತ್ತು. ಡಾಕ್ಟರ್ ದಂಪತಿಗಳಿಗೆ ಗಾಂಧಿ ವಿಚಾರಗೊತ್ತಿತ್ತು. ಆಶ್ರಮದಲ್ಲಿ ಅಷ್ಟೊಂದು ನಿಗಾವಹಿಸಿ ನೋಡಿಕೊಳ್ಳುವಂತಹ ತನ್ನವರು ಯಾರೂ ಇರುವುದು ಸಾಧ್ಯವಿರಲಿಲ್ಲ. ಎಲ್ಲಾ ಗಂಡು ಮಕ್ಕಳು. ಗುಲಾಬ್ ಪುಟ್ಟ ಮಗುವನ್ನಿಟ್ಟುಕೊಂಡು ಅತ್ತೆಯನ್ನ ಹೇಗೆ ತಾನೇ ನೋಡಿಕೊಂಡಾಳು ಎನಿಸಿ, ಕಸ್ತೂರಳನ್ನು

ಡರ್ಬಾನ್‌ನ ತಮ್ಮ ಮನೆಯಲ್ಲಿ ಇರಿಸಿಕೊಂಡು ಆರೈಕೆ ಮಾಡುವುದಾಗಿ ಆ ಡಾಕ್ಟರ್ ದಂಪತಿಗಳು ಗಾಂಧಿಯನ್ನು ಒತ್ತಾಯಿಸಿದರು.

ಗಾಂಧಿಗೆ ಸಂದಿಗ್ಧ. ಕಸ್ತೂರಳನ್ನು ಡಾಕ್ಟರ್ ಮನೆಯಲ್ಲಿ ಇರಿಸಿ ಸತ್ಯಾಗ್ರಹ ಕೆಲಸಕ್ಕೆ ಹೋಗಬೇಕೆಂಬ ಸೆಳೆತ ಒಂದು ಕಡೆಯಾದರೆ, ಮತ್ತೊಂದು ಕಡೆ ಹೋದರೆ, ಕಸ್ತೂರಳು ಏನೆಂದುಕೊಳ್ಳುತ್ತಾಳೋ ಎನ್ನುವ ಚಿಂತೆ. ಡಾಕ್ಟರೇನೋ ಗಾಂಧಿಗೆ ತನ್ನ ಕೆಲಸಗಳ ಕಡೆ ಗಮನ ಕೊಡಲು ಜೊಹಾನ್ಸ್‌ಬರ್ಗ್‌ಗೆ ಹೋಗಬಹುದೆಂದೂ ಹೇಳಿದ್ದರೂ ಮನಸ್ಸು ಅಳುಕುತ್ತಿತ್ತು. ಒಂದೆರಡು ದಿನ ಬಿಟ್ಟು ಕಸ್ತೂರ್ ಗೆಲುವಾಗಿದ್ದ ಸಮಯ ನೋಡಿ ತನ್ನ ಆಲೋಚನೆಯನ್ನು ತಿಳಿಸಿದ. ಡಾಕ್ಟರ್ ದಂಪತಿ ಅವಳನ್ನು ಅಲ್ಲಿಯೇ ಇರಿಸಿಕೊಂಡು ಆರೈಕೆ ಇರಬೇಕೆಂದು ಒತ್ತಾಯಿಸುತ್ತಿದ್ದಾರೆಂದೂ ತಿಳಿಸಿದ.

ಗಂಡನ ಆಂತರ್ಯದ ತುಡಿತಗಳು, ಆಯ್ಕೆಯ ಕೆಲಸಗಳು ಏನಿರುತ್ತವೆಂಬುದನ್ನು ನೋಡುತ್ತಲೇ ಬಂದವಳಿಗೆ, ಅವನ ಕೆಲಸಗಳಿಗೆ, ಇಷ್ಟವಿರಲಿ, ಇಲ್ಲದಿರಲಿ ಒಪ್ಪಿಗೆ ನೀಡುವುದು ಅವಳ ಸ್ವಭಾವಕ್ಕಂಟಿಬಂದ ಗುಣವಾಗಿತ್ತು. ತಣ್ಣಗೆ ಒಪ್ಪಿಕೊಂಡಳು. ಅವಳ ಒಪ್ಪಿಗೆಯ ಕ್ಷಣ ಬಂದದ್ದೇ, ಗಾಂಧಿ ಜೊಹಾನ್ಸ್‌ಬರ್ಗ್‌ಗೆ ಧಾವಿಸಿದ.

ಡಾ. ನಾಂಜಿ ದಂಪತಿ ಕಸ್ತೂರಳನ್ನು ಬಹಳ ಪ್ರೀತಿಯಿಂದ ಮತ್ತು ಗಮನದಿಂದ ನೋಡಿಕೊಳ್ಳುತ್ತಿದ್ದರು. ಹೊತ್ತೊತ್ತಿಗೆ ಔಷಧೋಪಚಾರ, ಊಟೋಪಚಾರಗಳನ್ನು ನೋಡಿಕೊಳ್ಳುತ್ತಿದ್ದರು. ಆದರೂ ಕಸ್ತೂರಳಲ್ಲಿ ಚೇತರಿಕೆ ಕಾಣಲಿಲ್ಲ. ಅವಳಿಗೆ ಅಗತ್ಯವಿದ್ದ ಪೌಷ್ಟಿಕತೆ ಅವಳು ತೆಗೆದುಕೊಳ್ಳುತ್ತಿದ್ದ ಸಸ್ಯಾಹಾರದ ಮೂಲಕ ಸಾಧ್ಯವಾಗುತ್ತಿರಲಿಲ್ಲ. ಆದ್ದರಿಂದ ಆತನಿಗೆ, 'ಬಾ'ಗೆ ಮಾಂಸದ ಸಾರನ್ನು ಕುಡಿಸುವುದು ಅನಿವಾರ್ಯವೆನಿಸಿತು. ಆದರೆ ಗಾಂಧಿಯ ಅಪ್ಪಣೆ ಇಲ್ಲದೆ, ಯಾವ ನಿರ್ಧಾರವನ್ನೂ ತೆಗೆದುಕೊಳ್ಳುವ ಹಾಗಿರಲಿಲ್ಲ. ಆದ್ದರಿಂದ ಜೊಹಾನ್ಸ್‌ಬರ್ಗ್ ನಲ್ಲಿದ್ದ ಗಾಂಧಿಗೆ ದೂರವಾಣಿ ಕರೆ ಮಾಡಿ, 'ಬಾ'ಳ ಆರೋಗ್ಯದ ಪರಿಸ್ಥಿತಿಯನ್ನು ವಿವರಿಸಿ, ಅವಳಿಗೆ ಗೋಮಾಂಸದ ಸಾರನ್ನು ನೀಡಿದಲ್ಲದೆ, ಚೇತರಿಕೆ ಸಾಧ್ಯವಿಲ್ಲವೆಂದು ತಿಳಿಸಿದ.

ಈ ಸಲಹೆಯನ್ನು ಗಾಂಧಿಗೆ ಸ್ವೀಕರಿಸುವುದು ಸಾಧ್ಯವೇ ಇರಲಿಲ್ಲ. ಆದ್ದರಿಂದ ಅದನ್ನು ನಿರಾಕರಿಸಿದನಾದರೂ, ಸ್ವತಃ ತಾನೇ ಕೂಡಲೇ ಡರ್ಬಾನಿಗೆ ಬಂದು ಪರಿಸ್ಥಿತಿ ಏನೆಂದು ತಿಳಿದು ನಂತರ ತನ್ನ ನಿರ್ಧಾರ ತಿಳಿಸುವುದಾಗಿ, ದೂರವಾಣಿಯಲ್ಲಿ ಉತ್ತರಿಸಿದ.

ಕೂಡಲೇ ಜೊಹಾನ್ಸ್‌ಬರ್ಗ್‌ನಿಂದ ರೈಲು ಹತ್ತಿ ಡರ್ಬಾನಿಗೆ ಬಂದಿಳಿದ. ಬರುತ್ತಿದ್ದಂತೆಯೇ ಡಾಕ್ಟರನ್ನು ಭೇಟಿಯಾಗಿ ಕಸ್ತೂರಬಾಳ ಆರೋಗ್ಯದ ಬಗ್ಗೆ ಚರ್ಚಿಸಿದ. "ಡಾಕ್ಟರ್ ನೀವು ಸಸಗೆ ಅತ್ಯಂತ ಆಪ್ತರಾದ ಸ್ನೇಹಿತರು. ನಿಮ್ಮಲ್ಲಿ ನನಗೆ ಅತಿಯಾದ ಭರವಸೆಯಿದೆ. ಹಾಗೆಯೇ ನನ್ನ ಸಿದ್ಧಾಂತಗಳ ಬಗ್ಗೆಯೂ ನಿಷ್ಠೆಯಿದೆ. ಸಸ್ಯಾಹಾರ ಪದ್ಧತಿಗೆ ಕಟ್ಟುಬಿದ್ದು ನನ್ನ ಕುಟುಂಬ ಎಂದಿಗೂ ಮಾಂಸಾಹಾರದ ಕಲ್ಪನೆಯನ್ನೂ ಮಾಡುವುದಿಲ್ಲ. ಅದರಲ್ಲಿಯೂ ನನ್ನ ಹೆಂಡತಿ ಕಟ್ಟಾ ಸಂಪ್ರದಾಯವಾದಿ. ದೇವರು, ಧರ್ಮ ಅಹಿಂಸೆಗಳಲ್ಲಿ ಪೂರ್ತಿ ನಂಬಿಕೆ ಇಟ್ಟವಳು. ಅಂಥಾದ್ದರಲ್ಲಿ ಅವಳ ಪರವಾಗಿ ನಾನು ಯಾವುದೇ ನಿರ್ಧಾರ ಮಾಡಲಾರೆ. ಅದು ಅವಳಿಗೇ ಬಿಟ್ಟದ್ದು. ನನ್ನ ವಿಷಯಕ್ಕೆ ಬಂದರೆ, ಖಂಡಿತವಾಗಿಯೂ ಇದನ್ನು ನಾನು ಒಪ್ಪಲಾರೆ". ಎಂದು ಖಡಾಖಂಡಿತವಾಗಿ ಹೇಳಿಬಿಟ್ಟ.

"ಮಿಸ್ಟರ್ ಗಾಂಧಿ 'ಬಾ' ಪರಿಸ್ಥಿತಿಯನ್ನು ನೋಡಿಯೂ ನೀವು ಹೀಗೆ ಹೇಳುವುದು ಸರಿ ಅಲ್ಲ. ನಿಮ್ಮ ವ್ರತ ನೇಮಕ್ಕಿಂತ 'ಬಾ'ರ ಪ್ರಾಣ ಮುಖ್ಯ." ಎಂದರು ಡಾಕ್ಟರ್.

ಇದೇ ಸಮಯದಲ್ಲಿ ಅದು ಹೇಗೋ, ಡಾಕ್ಟರ್ ಕಸ್ತೂರಬಾಳಿಗೆ ತಿಳಿಯದಂತೆ ಅವಳಿಗೆ ಮಾಂಸದ ಸಾರನ್ನು ಕುಡಿಸಿರುವ ಸಂಗತಿ ಕಿವಿಗೆ ಬಿದ್ದು, ಉಗ್ರ ಕೋಪಿಯೂ, ಉದ್ವಿಗ್ನನೂ ಆದ. ಡಾಕ್ಟರ್ ತನ್ನ ನಂಬಿಕೆಯ ಗೆಳೆಯನಾಗಿದ್ದೂ, ತನ್ನ ಸಲಹೆ ಕೇಳುವಷ್ಟು ತಾಳ್ಮೆಯೂ ಇಲ್ಲದೆ, ಹೆಂಡತಿಗೆ ಮೋಸ ಮಾಡಿದ್ದು ಮತ್ತೂ ಸಿಟ್ಟೇರಿಸಿತು.

"ಡಾಕ್ಟರ್, ಏನಿದು ನೀವು ಮಾಡಿದ ಕೆಲಸ? ನಿಮ್ಮಲ್ಲಿ ನನ್ನ ಪೂರ್ತಿ ಭರವಸೆಯಿರಿಸಿದ್ದೆ. ಆದರೆ ನೀವು ಅದನ್ನು ಹಾಳು ಮಾಡಿದಿರಿ. ನನ್ನನ್ನು ಕೇಳದೆ ಮಾಂಸದ ಸಾರು ಕುಡಿಸಿದ್ದು ಒಂದು ತಪ್ಪಾದರೆ, ನನ್ನ ಹೆಂಡತಿಗೆ ತಿಳಿಯದೆ, ಅದನ್ನು ಕುಡಿಸಿದ್ದು ಅವಳಿಗೆ ಮಾಡಿದ ಮೋಸವೆಂದೇ ಭಾವಿಸುತ್ತೇನೆ" ಎಂದ.

"ನೋಡಿ ಮಿಸ್ಟರ್ ಗಾಂಧಿ ನೀವು ಹೇಳುವುದು ನಿಮ್ಮ ದೃಷ್ಟಿಯಿಂದ ಸರಿ. ಆದರೆ ಒಬ್ಬ ವೈದ್ಯನಾಗಿ, ನನ್ನ ಪೇಷೆಂಟ್‌ಗಳ ಯೋಗಕ್ಷೇಮದ ಮತ್ತು ಆರೋಗ್ಯದ ಚಿಂತೆ ನನಗೆ ಬಹಳ ಮುಖ್ಯ. ಅದಕ್ಕಾಗಿ ಯಾರ ಅನುಮತಿಯ ಅಗತ್ಯವೂ ಇಲ್ಲ. ಸಾವು ಬದುಕಿನ ಸಂದಿಗ್ಧದ ಪ್ರಶ್ನೆ ಎದುರಾದಾಗ ನನಗೆ ಯಾವುದು ಸರಿ. ಯಾವುದು ತುರ್ತು ಅನಿಸುತ್ತದೆಯೋ ಅದನ್ನು ನಾನು ಮಾಡಿಯೇ ಮಾಡುತ್ತೇನೆ. ರೋಗಿಯ ಕ್ಷೇಮ ನನಗೆ ಮುಖ್ಯ" ಎಂದು ವಾದಿಸಿದ.

ಗಾಂಧಿ ವೈದ್ಯರ ಜೊತೆ ವಾದ ಮಾಡಿದರಾದರೂ, ಎಲ್ಲೋ ಮನಸ್ಸಿನ ಮೂಲೆಯಲ್ಲಿ ಯಾರೊಬ್ಬರ ಇಷ್ಟಾನಿಷ್ಟಗಳನ್ನು ನಿರ್ಧರಿಸುವುದಕ್ಕೆ, ತಾನು ಯಾರು ಎಂಬ ಪ್ರಶ್ನೆ ಎದ್ದಂತಾಗಿ, ಕಸ್ತೂರಳನ್ನು ಈ ವಿಷಯದಲ್ಲಿ ವಿಚಾರಿಸಿ, ಅವಳ ನಿರ್ಧಾರ ಏನೆಂಬುದನ್ನು ತಿಳಿದುಕೊಳ್ಳುವುದು ಸರಿ ಎನಿಸಿತು. ಅವಳೀಗ ಇರುವ ಸ್ಥಿತಿಯಲ್ಲಿ ಮಾಂಸ, ಮೊಟ್ಟೆ ಅವಳು ಚೇತರಿಸಿಕೊಳ್ಳಲು ಅನಿವಾರ್ಯವಾದರೆ, ಅದಕ್ಕೆ ಅವಳು ಒಪ್ಪಿದರೆ, ಖಂಡಿತವಾಗಿಯೂ ಅಡ್ಡಿ ಹೇಳಬಾರದೆಂದೇ ತೀರ್ಮಾನಿಸಿದ. ಕಸ್ತೂರಳು ಮಲಗಿದ್ದಲ್ಲಿಗೆ ಹೋದ. ಅವಳನ್ನು ಅಡಿಯಿಂದ ಮುಡಿವರೆಗೆ ಗಮನಿಸಿದ. ಕರುಳು ಕಿವಿಚಿದಂತಾಯಿತು. ಇಷ್ಟು ಸಾಧು ಹೆಣ್ಣನ್ನು ಸಹನಾಮೂರ್ತಿಯನ್ನು ಎಷ್ಟು ಸಲ ರೇಗಾಡಿ, ಅವಳ ಮೇಲೆ ಹರಿಹಾಯ್ದಿದ್ದೇನೆ. ನನಗಾಗಿ ನನ್ನ ಮಕ್ಕಳಿಗಾಗಿ ಗಾಣದೆತ್ತಿನಂತೆ ದುಡಿಯುತ್ತಿದ್ದಾಳೆ. ಇಂಥವಳ ಆರೋಗ್ಯದ ವಿಚಾರದಲ್ಲಿ ನಾನು ಹಠ ಮಾಡುವುದು, ನಾನು ಆಚರಿಸುವುದನ್ನೇ ಅವಳೂ ಮಾಡಬೇಕೆಂದುಕೊಳ್ಳುವುದು ಮೂರ್ಖಿತನ ಎಂದುಕೊಂಡ.

ಮೆಲ್ಲಗೆ ಅವಳ ಬಳಿ ಬಂದು, ಅರೆನಿಮೀಲಿತ ನೇತ್ರಳಾಗಿ ಮಲಗಿದವಳ ಕಿವಿಯ ಹತ್ತಿರ "ಕಸ್ತೂರ್" ಎಂದು ಪ್ರೀತಿಯ ದನಿಯಲ್ಲಿ ಹೆಸರಿಡಿದು ಕರೆದ, ಕಸ್ತೂರ್ ಸಂಪೂರ್ಣ ನಿದ್ದೆಗೆ ಇಳಿದಿರಲಿಲ್ಲ. ನೆಮ್ಮದಿಯ ನಿದ್ದೆ ಎಷ್ಟೇ ದಣಿದಿದ್ದದರೂ ಬರುವುದಾದರೂ ಹೇಗೆ? ಗಂಡನ ಚಿಂತೆ, ಹರಿಲಾಲನ ಚಿಂತೆ, ಆಶ್ರಮದಲ್ಲಿ ಅನಾಥವಾಗಿರುವ ಮಕ್ಕಳ ಚಿಂತೆ, ಸೊಸೆಯ ಚಿಂತೆ. ಅವನ ಕರೆ ಅವಳಿಗೆ ಹಿತವೆನಿಸಿತು. ಕಣ್ಣಗಲಿಸಿ ನೋಡಿದಲು. ಆ ಕ್ಷಣದಲ್ಲೂ ಅವಳು. "ಯಾವಾಗ ಬಂದಿರಿ? ಜೋಹಾನ್ಸ್ ಬರ್ಗ್‌ನಲ್ಲಿನ ನಿಮ್ಮ ಸತ್ಯಾಗ್ರಹ ಮುಗಿಯಿತೇ? ನಿಮ್ಮ ಹರಿಲಾಲ ಎಲ್ಲಿ? ಕಾಣಿಸುತ್ತಿಲ್ಲವಲ್ಲ. ನಿಮ್ಮ ಜೊತೆಯಲ್ಲಿಯೇ ಜೈಲಿಗೆ ಹೋಗಿದ್ದವನು.

ಅವನಿಗೂ ಬಿಡುಗಡೆ ಆಗಿರಬೇಕಲ್ಲ?" ಎಂದು ಕಾತರಳಾಗಿ ಕೇಳಿದಲು. "ಬಿಡುಗಡೆ ಆಗಿತ್ತು ಆದರೆ ಮತ್ತೆ ಬಂಧನಕ್ಕೆ ಒಳಗಾದ. ನನ್ನ ಮಗ. ನನ್ನ ಹೆಮ್ಮೆಯ ಮಗ. ನಿಜವಾದ ಅರ್ಥದಲ್ಲಿ ಅವನು ಸತ್ಯಾಗ್ರಹಿ" ಎಂದು ಹೆಮ್ಮೆಯಿಂದ ಹೇಳಿದ ಮತ್ತು ಮಾತು ಮುಂದುವರಿಸಿದ.

"ಕಸ್ತೂರ್, ನೀನು ಕೇಳಬೇಕಾದ ಪ್ರಶ್ನೆಗಳನ್ನು ಸ್ವಲ್ಪಕಾಲ ಬದಿಗಿರಿಸಿ, ನಾನು ಯಾಕೆ ನಿನ್ನಲ್ಲಿಗೆ ಬಂದೆ ಎಂದು ಕೇಳು" ಎಂದ.

"ನಾನು ಕೇಳುವುದು ಏನು ಬಂತು. ನೀವೇ ಹೇಳಿರಲ್ಲ' ನಾನು ಹೇಳುವುದಕ್ಕೆ ಏನೂ ಇರುವುದಿಲ್ಲ. ಆದರೆ ನೀವು ಹೇಳುವುದಕ್ಕೆ ಬೇಕಾದಷ್ಟು ಇರುತ್ತದೆ" ಎಂದಲು.

"ಅದೂ ಸರಿಯೆ, ಈಗ ನಮ್ಮ ಮುಂದೆ ಒಂದು ಸಮಸ್ಯೆ ಎದುರಾಗಿದೆ. ವೈದ್ಯರು ನಿನ್ನ ಆರೋಗ್ಯದ ಬಗ್ಗೆ ತುಂಬಾ ಹೆದರಿದ್ದಾರೆ. ಔಷಧೋಪಚಾರ ಎಷ್ಟೇ ಮಾಡಿದರೂ ದೇಹಕ್ಕೆ ಬಲ ಬರಬೇಕಾದರೆ ಪೌಷ್ಟಿಕವಾದ ಆಹಾರ ಕೊಡಬೇಕೆನ್ನುತ್ತಾರೆ. ನಾವು ತಿನ್ನುವ ಸೊಪ್ಪು ಸದೆಗಳಿಂದ ಏನು ತಾನೇ ಪೌಷ್ಟಿಕತೆ ದೊರೆಯುತ್ತದೆ ಎನ್ನುತ್ತಾರೆ."

"ಅದಕ್ಕಾಗಿ ನಾವೇನು ಮಾಡಬೇಕಂತೆ. ನಮ್ಮ ಆಹಾರ ಪದ್ಧತಿಯಲ್ಲಿ ಸೊಪ್ಪು, ತರಕಾರಿ, ಹಣ್ಣು ಹಂಪಲುಗಳೇ ಸಮ್ಯದ್ಧವಾಗಿರುತ್ತದೆ ಅದಕ್ಕಿಂತ ಇನ್ನೇನು ತಾನೇ ತಿನ್ನಲಿಕ್ಕೆ ಆಗುತ್ತೆ?" ಎಂದಲು.

"ಅದಷ್ಟೇ ಸಾಕಾಗುವುದಿಲ್ಲ. ಜೊತೆಗೆ ಮಾಂಸದ ಸಾರನ್ನು ಸೇವಿಸಬೇಕೆನ್ನುವುದು ವೈದ್ಯರ ಸಲಹೆ. ಅದರಿಂದ ಹೆಚ್ಚಿನ ಶಕ್ತಿ ಬರುತ್ತದೆ ಎನ್ನುವುದು ಅವರ ನಂಬಿಕೆ" ಎಂದು ಹೇಳಿದನೇ ಹೊರತಾಗಿ ಅವಳಿಗೆ ಅರಿವಿಲ್ಲದೆ ಮಾಂಸದ ಸಾರು ಕುಡಿಸಿದ್ದನ್ನು ಹೇಳಲಿಲ್ಲ. ಒಂದು ವೇಳೆ ಅವಳಿಗೆ ತಿಳಿದರೆ ಪ್ರಾಣವನ್ನೇ ತೆತ್ತುಬಿಡುತ್ತಾಳೆ ಎನ್ನುವ ಭೀತಿಯಿಂದ ತಿಳಿಸಲಿಲ್ಲ.

"ಏನಂದಿರಿ? ಮಾಂಸದ ಸಾರು? ವೈದ್ಯರಿಗೇನು ತಲೆಕೆಟ್ಟಿದೆಯೆ, ನಾವು ಅಪ್ಪಟ ಸಸ್ಯಾಹಾರಿಗಳು. ವೈಷ್ಣವ ಪಂಥದವರು ಬನಿಯಾಗಳು ಎನ್ನುವುದು ಗೊತ್ತಿಲ್ಲವೇನು?" ಎಂದು ಹೂಂಕರಿಸಿದಲು. ಅವಳ ಮಾತು ಬಿರುಸಾಗಿದ್ದರೂ ಗಾಂಧಿಗೆ ಮಾತ್ರ ನಿರಾಳವೆನಿಸಿತು. ಏನೇ ಆದರೂ ಅವಳು ಒಪ್ಪುವುದಿಲ್ಲವೆಂಬದು ಖಚಿತವಾಯಿತು. "ಹಾಗಾದರೆ ನಾಂಜಿಯವರಿಗೆ ನಿನ್ನ ಅಭಿಪ್ರಾಯವನ್ನು ತಿಳಿಸಿಬಿಡಲೇ?" ಎಂದು ಮತ್ತೊಮ್ಮೆ ಕೇಳಿದ.

"ತಿಳಿಸಿ ಬಿಡಿ. ಅಷ್ಟೇ ಅಲ್ಲ. ನಾನಿಲ್ಲಿ ಇನ್ನು ಇರುವುದಿಲ್ಲ. ಎಂಬುದನ್ನೂ ಹೇಳಿ... ನಿಮಗೂ ಒಂದು ಮಾತು. ಇಲ್ಲಿದ್ದು ನನಗೆ ಸಾಕಾಗಿದೆ. ನನ್ನನ್ನು ದಯವಿಟ್ಟು ಫೀನಿಕ್ಸ್‌ಗೆ ಕರದುಕೊಂಡು ಹೋಗಿ" ಎಂದು ಹಟ ಹಿಡಿದಲು.

ಗಾಂಧಿಗೆ ಏನು ಮಾಡಬೇಕೆಂದು ತೋಚಲಿಲ್ಲ. ವೈದ್ಯರ ಬಳಿ ಹೋಗಿ 'ಬಾ' ಮತ್ತು ನಡೆದ ಸಂಭಾಷಣೆಯನ್ನು ವಿವರಿಸಿ, ಸಾಧ್ಯವಾದರೆ ಕಸ್ತೂರಳನ್ನು ಫೀನಿಕ್ಸ್‌ಗೆ ವಾಪಸ್ ಕರೆದುಕೊಂಡು ಹೋಗಬೇಕೆಂದಿರುವ ವಿಷಯವನ್ನು, ಅವಳಿಗೆ ಕೇಳಿಸಬಾರದೆಂದು ಮೆಲ್ಲನೆ ಉಸಿರಿದ.

ನಾಂಜಿ ಅವರಿಗೆ ಸಿಟ್ಟು ನೆತ್ತಿಗೇರಿತು. ತಾನು ತಪ್ಪು ಮಾಡಿದ್ದರ ಬಗ್ಗೆ ಪಶ್ಚತ್ತಾಪವಿತ್ತು. ಗಾಂಧಿ ಸಿಟ್ಟಾದನೆಂದು ಬೇಸರಿಸಿಕೊಂಡಿರಲಿಲ್ಲ. ಅವರಿಗೆ ಗಾಂಧಿ ಹೆಂಡತಿಯ ಆರೋಗ್ಯ, ಕ್ಷೇಮ

ಮುಖ್ಯವಾಗಿತ್ತು. ಬೇಸರವಾದರೆ ಚಿಂತೆಯಿಲ್ಲವೆನಿಸಿ, ಒಮ್ಮೆಲೇ "ಮಿಸ್ಟರ್ ಗಾಂಧಿ ನೀವೇನು ಮನುಷ್ಯರೋ ರಾಕ್ಷಸರೋ 'ಬಾ'ಳ ಹದಗೆಟ್ಟ ಆರೋಗ್ಯದ ಈ ಸ್ಥಿತಿಯಲ್ಲಿ, ಇರುವ ಜಾಗದಿಂದ ಒಂದಿಷ್ಟೂ ಕದಲಿಸುವದು ಅಪಾಯಕ್ಕೆ ಆಹ್ವಾನ ನೀಡಿದಂತೆ. ಒಂದು ಕ್ಷಣವೂ ತನ್ನ ಕಾಲ ಮೇಲೆ ನಿಲ್ಲುವ ತ್ರಾಣವಿಲ್ಲದವಳನ್ನು ಹೇಗೆ ತಾನೆ ಸಾಗಿಸುತ್ತೀರಿ?" ಎಂದು ಸ್ವಲ್ಪ ಸಿಟ್ಟಿನಿಂದಲೇ ಪ್ರಶ್ನಿಸಿದರು.

"ನೋಡಿ ಡಾಕ್ಟರ್, ಎಲ್ಲ ದೇವರಿಚ್ಛೆ, ಆಗ ಬೇಕಾದ್ದೇನಿದೆಯೋ ಆಗಿಯೇ ಆಗುತ್ತದೆ. ನಾನಂತೂ ಅವಳನ್ನು ಇಲ್ಲಿಂದ ಕರೆದೊಯ್ಯಲೇ ಬೇಕು. ದಯವಿಟ್ಟು ನೀವು ತಪ್ಪು ತಿಳಿಯಬೇಡಿ? ಎಂದು ಖಿಂಡ ತುಂಡವಾಗಿ ಹೇಳಿದ. ಗಾಂಧಿಯ ಭಯವೆಲ್ಲ ವೈದ್ಯರು ಮತ್ತೆಲ್ಲಿ ಮಾಂಸಾಹಾರ ಮಾಡಿಸುತ್ತಾರೋ ಎನ್ನುವುದಾಗಿತ್ತು. ಡಾ. ನಾಂಜಿ ಅವರಿಗೆ ಎಲ್ಲಿಲ್ಲದ ಸಿಟ್ಟು ಬಂತು. ಗುಡುಗುತ್ತಲೇ ಹೇಳಿದರು,

"ಮಿಸ್ಟರ್ ಗಾಂಧಿ ನಿಮಗೆ ಹೇಗನಿಸುತ್ತೋ ಹಾಗೆ ಮಾಡಿ. ಆದರೆ ವೈದ್ಯನಾಗಿ, ನಿಮ್ಮ ಹಿತದೃಷ್ಟಿಯಿಂದ ಹೇಳಿದ್ದನ್ನು, ನೀವು ನಿರಾಕರಿಸಿ ಹೊರಡುವುದಾದರೆ ನಾನೇನು ಮಾಡಲಿ. ಆದರೆ ಒಂದು ನೆನಪಿರಲಿ, ಇದರ ಪರಿಣಾಮ ಏನಾದರೂ ಕೆಟ್ಟದಾದಲ್ಲಿ ನನ್ನನ್ನು ದೂರಬೇಡಿ. ದೇವರು ನಿಮಗೆ ಒಳ್ಳೆಯದು ಮಾಡಲಿ. ಇದರಿಂದಾಗಿ ನಮ್ಮ ಸ್ನೇಹ ಹಾಳಾಗದಿರಲಿ. ಅಷ್ಟೇ ನಾನು ಬಯಸುವುದು." ಎಂದು ಹೇಳಿ ಒಂದು ಕ್ಷಣವೂ ನಿಲ್ಲದೆ ಹೊರಟು ಹೋದರು.

ನಾಂಜಿಯವರ ಸಿಟ್ಟನ್ನು ನೋಡಿ ಕಸ್ತೂರಳು ಹೆದರಿದಳು. ಎಂದೂ ಅವರು ಸಿಟ್ಟಾದದ್ದನ್ನು ಕಂಡಿರಲಿಲ್ಲ. ಅಂಥಾದ್ದರಲ್ಲಿ ಈಗ ಒಂದೇ ಸಲಕ್ಕೆ ಇಷ್ಟೊಂದು ಸಿಟ್ಟಾಗ ಬೇಕಾದರೆ, ಗಾಂಧಿ ಮತ್ತು ಅವರ ನಡುವೆ ಏನೋ ಮಾತುಕತೆ ನಡೆದಿರಬೇಕೆಂದು ಊಹಿಸಿದಳಾದರೂ ಗಂಡನನ್ನು ಕೇಳಲಿಲ್ಲ. ಗಂಡಸರ ವಿಷಯದಲ್ಲಿ ತಲೆ ತೂರಿಸುವುದು ಬೇಡವೆನಿಸಿತ್ತು.

ಗಾಂಧಿಯೇ ಪ್ರಯಾಣಕ್ಕೆ ಬೇಕಾದ ಎಲ್ಲ ಸಿದ್ಧತೆಗಳನ್ನೂ ಮಾಡಿದ, ಕಸ್ತೂರಳು ಆ ವೈದ್ಯ ದಂಪತಿಗಳು ತನಗೆ ಮಾಡಿದ ಉಪಕಾರಕ್ಕೆ, ಅವರು ತೋರಿದ ಪ್ರೀತಿಗೆ ಹೃದಯ ಪೂರ್ವಕ ಧನ್ಯವಾದಗಳನ್ನು ಅರ್ಪಿಸಿದಳು.

ಗಾಂಧಿಯ ಮೊಗ ನೋಡಿದಳು ಏನೋ ಚಿಂತೆ ಕಾಡುತ್ತಿರಬೇಕೆಂದು ಊಹಿಸಿದಳು.

"ನೀವೇನು ಯೋಚನೆ ಮಾಡುತ್ತಿದ್ದೀರಿ ಎಂದು ನನಗೆ ತಿಳಿದಿದೆ. ನಾನೇ ನಿಮ್ಮ ಚಿಂತೆಗೆ ಕಾರಣ. ಆದರೆ ನನ್ನ ಬಗ್ಗೆ ನೀವು ತಲೆಕೆಡಿಸಿಕೊಳ್ಳಬೇಡಿ. ನನಗೆ ನನ್ನನ್ನು ನೋಡಿ ಕೊಳ್ಳುವುದೇನೂ ಸಮಸ್ಯೆಯಾಗುವುದಿಲ್ಲ. ಆದಷ್ಟು ಬೇಗ ಗುಣಮುಖಳಾಗುತ್ತೇನೆ ಎನ್ನುವ ಭರವಸೆಯಿದೆ. ನೀವು ಎಂದಿನಂತೆ ನಿಮ್ಮ ಸತ್ಯಾಗ್ರಹದ ಜವಾಬ್ದಾರಿ ನೋಡಿಕೊಳ್ಳಿ. ಆಶ್ರಮದಲ್ಲಿ ಮಕ್ಕಳಿದ್ದಾರೆ. ಬೇರೆ ಸ್ನೇಹಿತರೂ ಇದ್ದಾರೆ. ಅಷ್ಟೊಂದು ಮಂದಿ ಜೊತೆಗೆ ವೆಸ್ಟ್ ದಂಪತಿಗಳೂ ಇದ್ದಾರೆ. ಹೀಗಿರುವಾಗ ನೀವೇಕೆ ಇಷ್ಟೊಂದು ಚಿಂತೆ ಮಾಡುತ್ತೀರಿ?" ಎಂದು ಹೇಳಿದಳು. ಅವಳ ಮಾತಿನಲ್ಲಿ ಗಾಂಧಿಗೆ ನಂಬಿಕೆ ಇತ್ತು. ಆದರೂ ಹೇಳಿಕೊಳ್ಳಲಾಗದ ಅವ್ಯಕ್ತ ವೇದನೆ? ಆರೋಗ್ಯದ ಬಗ್ಗೆ ಚಿಂತೆ ಒಂದು ಕಡೆ ಇದ್ದರೆ. ಫೀನಿಕ್ಸ್ ಆಶ್ರಮದವರೆಗೆ ಕಸ್ತೂರಳನ್ನು ಅದೂ ಈ ಸ್ಥಿತಿಯಲ್ಲಿ ಸಾಗಿಸುವುದು ಹೇಗೆ? ಪ್ರಯಾಣವೂ ತ್ರಾಸದಾಯಕ. ಆದರೂ ರೈಲಿನಲ್ಲಿ ಎತ್ತಿಕೊಂಡು ಹೋಗಿ ಕೂರಿಸಿ ಫೀನಿಕ್ಸ್ ಸ್ಟೇಷನ್‌ವರೆಗೆ ಹೇಗೋ ಪ್ರಯಾಣ ಮುಗಿಸಬಹುದು. ಸ್ಟೇಷನ್‌ನಿಂದ

ಆಶ್ರಮದವರೆಗೆ ಕರೆದೊಯ್ಯುವುದೇ ಮುಂದಿನ ಸಮಸ್ಯೆಯಾಗಿತ್ತು. ಎಲ್ಲವನ್ನೂ ಯೋಚಿಸಿದ ಬಳಿಕ, ಹೇಗೋ ಫೀನಿಕ್ಸ್ ಸ್ಟೇಷನ್ ತಲುಪುವುದು, ಅಲ್ಲಿಂದ ಕಸ್ತೂರಳನ್ನು ಆಶ್ರಮದವರೆಗೆ ಯಾರಿಗಾದರೂ ಹೊತ್ತೊಯ್ಯುವುದು ಸಾಧ್ಯವಿರಲಿಲ್ಲವಾಗಿ, ಯೋಚಿಸುತ್ತಲೇ ಇದ್ದಾಗ ಥಟ್ಟಂಥ ಒಂದು ಯೋಚನೆ ಹೊಳೆಯಿತು. ಆಶ್ರಮದಲ್ಲಿ ಹಗ್ಗದಿಂದ ಮಾಡಿದ ಜೋಲೆಯೊಂದಿದ್ದು ಅದನ್ನು ಯಾರೂ ಬಳಸುತ್ತಿರಲಿಲ್ಲವಾಗಿ, ಅದನ್ನೇ ತಂದು 'ಬಾ'ಳನ್ನು ಅದರಲ್ಲಿ ಕೂರಿಸಿ ನಾಲ್ಕು ಜನ ಹೊತ್ತುಕೊಂಡು ಹೋದರೆ ಸರಿಯಾದೀತೆನಿಸಿ, ಸ್ಟೇಷನ್ ಬಳಿ ಕಾಯುತ್ತಿದ್ದ ವೆಷ್ಟರಿಗೆ ತನ್ನ ಆಲೋಚನೆಯ ಬಗ್ಗೆ ತಿಳಿಸಿ ಅದರಂತೆ ವ್ಯವಸ್ಥೆ ಮಾಡಬೇಕೆಂದೂ ಹಾಗೆಯೇ ಫ್ಲಾಸ್ಕ್ ಒಂದರಲ್ಲಿ ಒಂದಿಷ್ಟು ಬಿಸಿ ಹಾಲನ್ನೂ ಜೊತೆಗೆ ಕಳಿಸಿಕೊಡುವಂತೆಯೂ ಹೇಳಿದ.

ಡರ್ಬಾನ್ ಸ್ಟೇಷನ್ ತಲುಪುವುದೂ ಕಷ್ಟವಾಯಿತು. ರಿಕ್ಷಾ ಹೊರತಾಗಿ ಬೇರೆ ವಾಹನ ಸೌಕರ್ಯವಿರಲಿಲ್ಲ. ಮನುಷ್ಯ ಶ್ರಮದಿಂದ ರಿಕ್ಷಾ ಎಳೆಯುತ್ತಿರುವಾಗ ಇನ್ನೊಬ್ಬ ಮನುಷ್ಯ ಅದರಲ್ಲಿ ಹೊರೆಯಾಗಿ ಕೂರುವುದು ಅತ್ಯಂತ ಸಂಕಟದ ವಿಚಾರವಾಗಿತ್ತು, ಗಾಂಧಿಗೆ, ಆದರೆ ಆ ಸಮಯದಲ್ಲಿ ಅದರ ಹೊರತು ಬೇರೆ ಗತ್ಯಂತರವಿರಲಿಲ್ಲ. ಗಾಂಧಿಯೇ ಕಸ್ತೂರಳನ್ನು ಹೊತ್ತು ರಿಕ್ಷಾದಲ್ಲಿ ಕೂರಿಸಿದ. ಕಸ್ತೂರಳಿಗೆ ಮುಜುಗರವೋ ಮುಜುಗರ. ಇಷ್ಟೊಂದು ಜನ ನೋಡುತ್ತಿರುವಾಗ ಗಂಡ ಹೆಂಡತಿಯನ್ನು ಅಪ್ಪಿ ಹಿಡಿದು ಎತ್ತಿಕೊಳ್ಳುವುದೇ? ಸಂಕೋಚದಿಂದ ಮುದುಡಿ ಹೋದಳು. ಅವಳನ್ನು ಎತ್ತಿಕೊಂಡಾಗ, ಅವಳೆಷ್ಟು ಹಗುರವೆನ್ನುವುದು ಗಾಂಧಿ ಅನುಭವಕ್ಕೆ ಬಂದದ್ದೇ ಚಿಂತಿತನಾದ. ಎಷ್ಟೊಂದು ತೂಕ ಕಳೆದುಕೊಂಡಿದ್ದಾಳೆ' ಎಂದು ದಿಗ್ಭ್ರಮೆಗೊಂಡ.

ಸ್ಟೇಷನ್ ತಲುಪಿದ ಮೇಲೆ ಮತ್ತೆ ಕಸ್ತೂರಳನ್ನು ಹೊತ್ತುಕೊಂಡೇ ರೈಲು ಹತ್ತಿದ, ಬೋಗಿಯಲ್ಲಿ ಅದೃಷ್ಟಕ್ಕೆ ಹೆಚ್ಚು ಜನ ಇರಲಿಲ್ಲವಾಗಿ, ಕಸ್ತೂರಳು ಆರಾಮವಾಗಿ ಮಲಗಿ ಸ್ವಲ್ಪ ದಣಿವಾರಿಸಿಕೊಂಡಳು.

ಅಂತೂ ಇಂತೂ ಯಾವುದೇ ಸಮಸ್ಯೆಗಳಿಲ್ಲದೆ ಫೀನಿಕ್ಸ್ ಸ್ಟೇಷನ್ ತಲುಪಿದರು. ಅಷ್ಟು ಹೊತ್ತಿಗೆ ಆಗಲೇ ಇವರನ್ನು ಬರಮಾಡಿಕೊಳ್ಳಲು ಹೆಚ್ಚಿನ ಸಂಖ್ಯೆಯಲ್ಲಿ ಆಶ್ರಮವಾಸಿಗಳು ಕಾದಿದ್ದರು. ಹಾಗೆಯೇ ಗಾಂಧಿ ವೆಷ್ಟರಿಗೆ ಆದೇಶಿಸಿದ್ದ ಎಲ್ಲ ವ್ಯವಸ್ಥೆಯೂ ಆಗಿತ್ತು. ಗಾಂಧಿಯೇ ಫ್ಲಾಸ್ಕಿನಿಂದ ಬಿಸಿಹಾಲನ್ನು ಬಗ್ಗಿಸಿ (ಬಟ್ಟಲಿಗೆ) ಕುಡಿಸಿದ. ಕಸ್ತೂರಳಿಗೆ ಹಾಯೆನಿಸಿತು. ಯೋಜಿಸಿದಂತೆ ಕಸ್ತೂರಳನ್ನು ಜೋಲೆಯಲ್ಲಿ ತೂರಿಸಿ ಸರದಿಯಂತೆ ಒಬ್ಬರಾದ ಮೇಲೆ ಒಬ್ಬರು ಹೆಗಲುಕೊಟ್ಟು ಆಶ್ರಮವನ್ನು ತಲುಪಿದರು.

ಕಸ್ತೂರಳು ಬರುತ್ತಿರುವ ಸುದ್ದಿಯೇ ಆಶ್ರಮವಾಸಿಗಳಲ್ಲಿ ಒಂದು ಬಗೆಯ ಹುರುಪು, ಲವಲವಿಕೆಯನ್ನು ಹುಟ್ಟಿಸಿದ್ದವು. ಈಗ ಅವಳು ಕಣ್ಣಿಗೆ ಬೀಳುತ್ತಿದಂತೆ, 'ಬಾ' 'ಬಾ' ಎಂದು ಎಲ್ಲರೂ ಓಡಿಬಂದು ಅವಳನ್ನು ಸುತ್ತುವರೆದರು ಆಶ್ರಮಕ್ಕೆ ಹಿಂತಿರುಗಿದ್ದು ಒಂದು ಕಾರಣವಾದರೆ, ಆಶ್ರಮವಾಸಿಗಳ ಉಕ್ಕೇರುತ್ತಿದ್ದ ಉತ್ಸಾಹ ಕಂಡದ್ದೇ ತನ್ನ ಖಾಯಿಲೆಯೆಲ್ಲ ವಾಸಿಯಾಗಿದೆ, ತಾನೀಗ ಮೊದಲಿನಂತೆ ಇದ್ದೇನೆ ಎನಿಸತೊಡಗಿತು, ಗಾಂಧಿಗೆ ಕಸ್ತೂರಳ ಮುಖದಲ್ಲಿ ಮಿಂಚುತ್ತಿದ್ದ ಗೆಲುವಿನ ನೋಟ ಎಷ್ಟೋ ಸಮಾಧಾನಕೊಟ್ಟಿತು.

ತನ್ನವರೊಂದಿಗೆ ಬೆರೆತ ಸಂತೋಷ, ದೊರೆಯುತ್ತಿದ್ದ ಉಪಚಾರಗಳು ಕಸ್ತೂರಳನ್ನು ಬೇಗ ಚೇತರಿಸಿಕೊಳ್ಳುವಂತೆ ಮಾಡಿದವು, ಪೂರ್ತಿಯಾಗಿ ಮಾಮೂಲಿ ಸ್ಥಿತಿಗೆ ಬಂದಿದ್ದಾಳೆ

ಎಂದುಕೊಳ್ಳುತ್ತಿರುವಷ್ಟರಲ್ಲಿ, ಮತ್ತೊಮ್ಮೆ ರಕ್ತಸ್ರಾವ ಕಾಣಿಸಿಕೊಂಡಿತು. ಕಸ್ತೂರಳು ಗಾಭರಿಗೊಂಡಳು. ಆದರೆ ಗಾಂಧಿ ಯಾವುದೇ ಭಾವೋದ್ವಿಗ್ನತೆಗೆ ಒಳಗಾಗದೆ ಮಣ್ಣಿನ ಲೇಪದ ಚಿಕಿತ್ಸೆಗೆ ಮುಂದಾದ. ಕಸ್ತೂರಳು ಗಾಂಧಿ ಮಾಡುತ್ತಿದ್ದ ಪ್ರಾಕೃತಿಕ ಚಿಕಿತ್ಸಾ ವಿಧಾನಗಳನ್ನು ಯಾವಾಗಲೂ ವಿರೋಧಿಸುತ್ತಿದ್ದಳಾದರೂ ಈ ಬಾರಿ, ಬೇಡ ಎನ್ನಲಿಲ್ಲ. ಆ ಚಿಕಿತ್ಸೆಗೆ ತನ್ನನ್ನು ಒಪ್ಪಿಸಿಕೊಂಡಳು. ಅಚ್ಚರಿ ಎನ್ನುವಂತೆ, ಗಾಂಧಿ ನಂಬಿಕೆ ಸುಳ್ಳಾಗಲಿಲ್ಲ. ಪೂರ್ತಿಯಾಗಿ ಕಸ್ತೂರಳು ಚೇತರಿಸಿಕೊಂಡಳು.

ಅದೇ ಸಮಯದಲ್ಲಿ ಆಶ್ರಮಕ್ಕೆ ಸ್ವಾಮೀಜಿಯೊಬ್ಬರು ಬಂದರು. ಮಾತುಕತೆಯ ನಡುವೆ, ಡಾಕ್ಟರೊಬ್ಬರು ಮಾಂಸಾಹಾರವನ್ನು ಸೂಚಿಸುತ್ತಿದ್ದನ್ನು ನಿರಾಕರಿಸಿ ತಾವು ಬಂದದ್ದನ್ನು ತಿಳಿಸಿದಾಗ, ಗಾಂಧಿಗೆ ದಿಗ್ಭ್ರಮೆಯಾಗುವಂತೆ ಆ ಸ್ವಾಮೀಜಿಯೂ ಸ್ಮೃತಿಗಳಲ್ಲಿ ಮಾಂಸಾಹಾರದ ಬಗ್ಗೆ ಪ್ರಸ್ತಾಪವಿರುವುದಾಗಿಯೂ ಅದನ್ನು ಸೇವಿಸುವಲ್ಲಿ ಯಾವ ಅಭ್ಯಂತರವೂ ಇಲ್ಲವೆಂದು ಹೇಳಿದರಾದರೂ, ಗಾಂಧಿ ತನ್ನ ಅಭಿಪ್ರಾಯಗಳಿಗೇ ಕಟ್ಟುಬಿದ್ದಿದ್ದರಿಂದ ಮತ್ತು ಕಸ್ತೂರಳಿಗೂ ಸಂಪ್ರದಾಯ ಧರ್ಮವನ್ನೇ ನಂಬಿ ಅನುಸರಿಸುವಳಾದ್ದರಿಂದ, ಸ್ವಾಮೀಜಿಯ ಮಾತಿಗೆ ಕಿವಿಗೊಡಲಿಲ್ಲ. ಮಕ್ಕಳೂ ಕೂಡ ಸ್ವಾಮಿಜಿಯ ಸಲಹೆಯನ್ನು ಹಾಸ್ಯ ಮಾಡಿದರು. ಕಸ್ತೂರಬಾ ವಿನಯದಿಂದಲೇ.'

"ಸ್ವಾಮಿಗಳೇ ನಿಮ್ಮ ಬಗ್ಗೆ ನಮಗೆ ಗೌರವವಿದೆಯಾದರೂ ನೀವು ಕೂಡಾ ಪುರಸ್ಕರಿಸುತ್ತಿರುವ ಮಾಂಸಾಹಾರವನ್ನು ಪ್ರಾಣ ಹೋಗುತ್ತಿದ್ದರೂ ಒಪ್ಪಿಕೊಳ್ಳುವುದು ಸಾಧ್ಯವಿಲ್ಲ. ಆದ್ದರಿಂದ ನಿಮ್ಮ ಉಪದೇಶಗಳು, ಸಲಹೆಗಳು ಖಂಡಿತಾ ನನಗೆ ಬೇಡ. ನನ್ನ ನಿಷ್ಠುರತೆಯನ್ನು ದಯವಿಟ್ಟು ಮನ್ನಿಸಿ"– ಎಂದು ಹೇಳಿದಳು.

24

ಶಸ್ತ್ರಚಿಕಿತ್ಸೆಯ ನಂತರ ಫೀನಿಕ್ಸ್ ಆಶ್ರಮಕ್ಕೆ ಹಿಂತಿರುಗಿದ ಕಸ್ತೂರಳ ಬದುಕಿನಲ್ಲಿ ಕುಟುಂಬದವರೊಂದಿಗೆ ಸಂತೋಷವಾಗಿ ಕಾಲ ಕಳೆಯಲು ಅವಕಾಶವೇ ಸಿಗಲಿಲ್ಲ. ದಿನಕ್ಕೊಂದು ಸುದ್ದಿ, ದಿನಕ್ಕೊಂದರಂತೆ ತಿರುವು ಪಡೆಯುತ್ತಿದ್ದ ಸತ್ಯಾಗ್ರಹ ಚಳುವಳಿ, ಮಣಿಲಾಲನೂ ಸೇರಿದಂತೆ ಗಾಂಧಿ, ಹರಿಲಾಲರ ಬಂಧನದ ಸಂದೇಶಗಳು – ಮಾಮೂಲಿಯಾಗಿ ಬಿಟ್ಟಿದ್ದವು. ಐದ ವರ್ಷಗಳ, ದಕ್ಷಿಣ ಆಫ್ರಿಕಾದಲ್ಲಿ ನಡೆದ ಚಳುವಳಿಗಳು ತಾರಕಕ್ಕೆ ಏರಿದಂತೆ ಸರಿಸುಮಾರು ಹದಿನೆಂಟು ಸಲ ಜೈಲು ಶಿಕ್ಷೆ ಅನುಭವಿಸಿದ್ದಾರೆ. ಇನ್ನೇನು ಜೈಲಿನಿಂದ ಬಿಡುಗಡೆಯಾದರು ಎಂದು ಕೊಳ್ಳುತ್ತಿರುವಲ್ಲಿ, ಹೊಸದೊಂದು ಆರೋಪ ಸೃಷ್ಟಿಯಾಗಿ ಮತ್ತೆ ಜೈಲುವಾಸ ಬೆನ್ನಿಗೇ ಇರುತ್ತಿತ್ತು.

ಸತ್ಯಾಗ್ರಹಿಗಳ ಧೈರ್ಯ ಉಡುಗಿಸಲೆಂದೇ ದಕ್ಷಿಣ ಆಫ್ರಿಕಾ ಸರಕಾರ ಹಲವು ರೀತಿಯ ತೊಂದರೆಗಳನ್ನು ಕೊಡುತ್ತಿತ್ತು. ತೊಂದರೆಯ ಜೊತೆಗೆ ಕಿರುಕುಳವೂ ಸೇರಿತ್ತು. ಸತ್ಯಾಗ್ರಹಿಗಳು ಅಧೀರರಾಗಿ, ಬೇಸತ್ತು, ತಮ್ಮೆಲ್ಲ ರಾಜಕೀಯ ನೀತಿ ನಿಯಮಗಳನ್ನು, ಮಂಡಿಸುವ

ಮಸೂದೆಗಳನ್ನು ಒಪ್ಪಿಕೊಂಡೇ ಒಪ್ಪಿಕೊಳ್ಳುತ್ತಾರೆ ಎನ್ನುವ ಸರಕಾರದ ಲೆಕ್ಕಾಚಾರವನ್ನು ಸತ್ಯಾಗ್ರಹಿಗಳು ಬುಡಮೇಲು ಮಾಡುತ್ತಿದ್ದರು.

ಸರಕಾರ ಇಂತಹ ದುರುದ್ದೇಶಗಳ ಹಿನ್ನೆಲೆಯಲ್ಲಿ ಗಾಂಧಿಯನ್ನು ಮತ್ತೊಮ್ಮೆ ಟ್ರಾನ್ಸ್‌ವಾಲ್‌ಗೆ ಹಿಂತಿರುಗುತ್ತಿದ್ದಾಗ, ಮೂರನೇ ಬಾರಿ ಬಂಧಿಸಿ, ಮೂರು ತಿಂಗಳ ಜೈಲು ಶಿಕ್ಷೆ ವಿಧಿಸಿತ್ತು. ಅದೇ ಸಮಯದಲ್ಲಿ ಹರಿಲಾಲನ್ನೂ ಬಂಧಿಸಿ 6 ತಿಂಗಳು ಕಠಿಣಶ್ರಮದ ಶಿಕ್ಷೆ ವಿಧಿಸಿತ್ತು. ವೋಕ್ ಟ್ರಸ್ಟ್‌ನಲ್ಲಿ ಬಂಧಿಗಳಾಗಿದ್ದ ಸತ್ಯಾಗ್ರಹಿಗಳ ಧೈರ್ಯ ಕುಂದಿಸಲು ಗಾಂಧಿಯನ್ನು ಪ್ರಿಟೋರಿಯಾ ಜೈಲಿಗೆ ಸ್ಥಳಾಂತರಿಸಿತು. ಅಲ್ಲಿ ಜೈಲಿನ ಪರಿಸರ ಭಯಾನಕವಾಗಿತ್ತು ಕೊಳಕಿನ ಗೂಡಾಗಿತ್ತು. ಸರಿಯಾದ ವ್ಯವಸ್ಥೆ ಇರಲಿಲ್ಲ. ಗಬ್ಬುನಾತ ಹೊಡೆಯುತ್ತಿತ್ತು. ಕುಡಿಯುವ ನೀರಿಗೆ, ಸ್ವಚ್ಛ ಶೌಚಾಲಯಗಳಿಗೆ ತತ್ವಾರ ಬಂದಿತ್ತು.

ಗಾಂಧಿಗೆ ಅಂಥ ಸ್ಥಿತಿಯಲ್ಲಿ ಒಂದೇ ಒಂದು ಅವಕಾಶವೆಂದರೆ ತಿಂಗಳಿಗೊಂದರಂತೆ ಕುಟುಂಬದವರಿಗೆ ಪತ್ರ ಬರೆಯುವ ಮತ್ತು ಪತ್ರಗಳನ್ನು ಪಡೆಯುವ ಪರವಾನಗಿ ದೊರೆತದ್ದು. ಗಾಂಧಿಗೆ ಇದಕ್ಕಿಂತ ಹೆಚ್ಚಿನ ಸೌಲಭ್ಯ ಮತ್ತೇನೂ ಬೇಕಿರಲಿಲ್ಲ. ತನಗೆ ಸಿಕ್ಕ ಈ ಸದವಕಾಶವನ್ನು ಸದುಪಯೋಗ ಪಡಿಸಿಕೊಂಡು ಮನೆಯವರಿಗೆ ಪತ್ರ ಬರೆಯುತ್ತಿದ್ದ. ಮಣಿಲಾಲ, ಗುಲಾಬರಿಗೆ ಬರೆದು, ಕಸ್ತೂರಳ ಮುಂದೆ ಓದಿ ತಿಳಿಸುವಂತೆಯೂ ನೆನಪಿಸುತ್ತಿದ್ದ. ಆಶ್ರಮದ ಪರಿಸ್ಥಿತಿ, ಅಲ್ಲಿನ ಆಗುಹೋಗುಗಳು, ಸ್ನೇಹಿತರ ಯೋಗಕ್ಷೇಮ, ಇತ್ಯಾದಿ ಇತ್ಯಾದಿಗಳನ್ನು ಕುರಿತು ವಿಚಾರಿಸುತ್ತಿದ್ದ. ಆಗಬೇಕಾಗಿದ್ದ ಕೆಲಸಗಳ ಬಗ್ಗೆಯೂ ವಿಚಾರಿಸಿ ಕೆಲವೊಮ್ಮೆ ಸಲಹೆ ಸೂಚನೆಗಳನ್ನು ನೀಡುತ್ತಿದ್ದ. ಪ್ರತಿಯೊಂದು ಪತ್ರದಲ್ಲಿಯೂ ಚಾರಿತ್ರ್ಯದ ಬಗ್ಗೆ, ನೀತಿ ನಡತೆಗಳ ಬಗ್ಗೆ, ಆದರ್ಶ ಮೌಲ್ಯಗಳ ಬಗ್ಗೆ, ಊಟೋಪಚರಗಳ ಬಗ್ಗೆ – ಇತ್ಯಾದಿ ಇತ್ಯಾದಿ ಇನ್ನೂ ಹಲವಾರು ವಿಷಯಗಳಿಗೆ ಸಂಬಂಧಿಸಿದಂತೆ ಉಪದೇಶವೇ ತುಂಬಿರುತ್ತಿತ್ತು. ಜೊತೆಗೆ ತನ್ನಂತೆಯೇ ಆಗಬೇಕೆಂಬ ಸೂಚನೆ, ನಿರ್ದೇಶನಗಳು ಸೌಮ್ಯವಾದ ರೀತಿಯಲ್ಲಿ ನಿರೂಪಿತವಾಗಿರುತ್ತಿದ್ದವು. ಆ ಪತ್ರಗಳಲ್ಲಿ ವಯಸ್ಸಿನ ಕನಸುಗಳನ್ನು ಹೊಸಕಿ ಹಾಕುವ ಪ್ರಯತ್ನವಿದ್ದಂತೆ ಕಾಣುತ್ತಿತ್ತು.

ಪತ್ರಗಳೊಳಗಿನ ವಿವರಗಳನ್ನು ಕೇಳಿಸಿಕೊಳ್ಳುತ್ತಿದ್ದಂತೆ ಕಸ್ತೂರಳು "ಈ ಮನುಷ್ಯನಿಗೆ ವಯಸ್ಸಿನಲ್ಲಿ ಸಿಗಬೇಕಾದ ಎಲ್ಲ ಕಾಮನೆಗಳೂ ಸಿಕ್ಕಿ ನಾಲ್ಕು ಮಕ್ಕಳನ್ನು ಹೆರಲು ಕಾರಣವಾಗಿ ಈಗ ಉಪದೇಶ ಮಾಡುತ್ತಾರೆ. ಅವರ ಉದ್ದೇಶ ಮಕ್ಕಳನ್ನೆಲ್ಲಾ ಹುಟ್ಟು ಸನ್ಯಾಸಿಗಳನ್ನಾಗಿ ಮಾಡಬೇಕೆಂಬುದೇ ಆಗಿರುವಂತೆ ಕಾಣಿಸುತ್ತದೆ. ಈ ಹಿಂದೆಯೂ ಹೀಗೆ ಮಾತಾನಾಡಿದ್ದುಂಟು, ಬೇರೆಯವರಿಗೂ ಮನಸ್ಸು, ಆಸೆಗಳು ಇರುತ್ತವೆ. ಇರುವುದೂ ಸಹಜ ಎಂದೇಕೆ ಭಾವಿಸುವುದಿಲ್ಲ ಎಂದು ಮಣಿಲಾಲ, ಗುಲಾಬಳ ಎದುರು ಕೇಳೀ, ಕೇಳಿಸದಂತೆ ಹೇಳಿದಳು. ಮಣಿಲಾಲನ ಬಗೆಗಿನ ನಿರೀಕ್ಷೆಗಳನ್ನೆಲ್ಲಾ ತೋಡಿಕೊಂಡುಬಿಟ್ಟಿದ್ದರು.

"ಮಣಿ, ನನ್ನ ಪ್ರಿಯ ಪುತ್ರ, ಹೇಗಿದ್ದೀಯ? ಎಲ್ಲ ಜವಾಬ್ದಾರಿಗಳನ್ನು ಹೆಗಲಿಗಿರಿಸಿಕೊಂಡು ಸಂತೋಷದಿಂದ ಇದ್ದೀಯೆಂದು ಭಾವಿಸುತ್ತೇನೆ. ನಾನು ನಿನಗೆ ನೀಡಿದ ಮಾರ್ಗದರ್ಶನಕ್ಕಿಂತಲೂ ಹೆಚ್ಚಿನ ಮಾರ್ಗದರ್ಶನ ನಿನಗೆ ಅಗತ್ಯವಿದೆ ಎನಿಸುತ್ತದೆ. ನಿನ್ನ ವಿದ್ಯಾಭ್ಯಾಸವನ್ನು ಹಾಳು ಮಾಡಿದೆ ಎನ್ನುವ ಭಾವನೆ ನಿನ್ನಲ್ಲಿದೆ ಎಂದು ನನಗೆಷ್ಟೋ ಸಲ ಅನಿಸಿದೆ. ಜೈಲಿನಲ್ಲಿ ಇದ್ದುಕೊಂಡು ಹಲವಾರು ಪುಸ್ತಕಗಳನ್ನು ಓದಿದ ಮೇಲೆ ನನಗನಿಸುತ್ತದೆ, ಶಿಕ್ಷಣವೆಂದರೆ ಅಕ್ಷರ

ಜ್ಞಾನವಲ್ಲ ಚಾರಿತ್ರ್ಯದ ವಿಕಾಸ ಎಂದು ! ಕರ್ತವ್ಯದ ಬಗೆಗಿನ ಅರಿವು ಎಂದು... ನಿನ್ನ ತಾಯಿಯ ಸೇವೆ ಮಾಡುವ ಅವಕಾಶ, ಹರಿಲಾಲನಿಲ್ಲದ ಕೊರತೆಯನ್ನು ಮರೆಸುವಂತೆ, ಗುಲಾಬಳನ್ನು ನೋಡಿಕೊಳ್ಳುವುದು, ರಾಮದಾಸ, ದೇವದಾಸರ ಪೋಷಕನಾಗಿರುವುದು – ಇತ್ಯಾದಿಗಳಿಗಿಂತ ಮಹದ್ವದ ಕೆಲಸಗಳು ಮತ್ತೇನು ಇರಲು ಸಾಧ್ಯ?" ಎನ್ನುವುದು ಆ ಪತ್ರದ ಸಾರಾಂಶವಾಗಿತ್ತು.

ಮೇಲಿನಂತಹ ಉಪದೇಶಗಳು ಸಾಲದೆಂಬಂತೆ, ತೋಟಗಾರಿಕೆ ಕಲಿ, ಗಣಿತ ಮತ್ತು ಇಂಗ್ಲಿಷ್, ಸಂಸ್ಕೃತ ಗುಜರಾತಿ, ಹಿಂದಿ ಭಾಷೆಗಳನ್ನು ಕಲಿ. ಸಂಗೀತವನ್ನು ನಿಲಕ್ಷಿಸಬೇಡ, ಶಿಸ್ತಿನಿಂದ ನಡೆದುಕೋ. ಕ್ರಮಬದ್ಧವಾಗಿ ಕೆಲಸಗಳನ್ನು ನಿರ್ವಹಿಸು. ಲೆಕ್ಕಪತ್ರಗಳನ್ನು ಸರಿಯಾಗಿಡು – ಎಂದೆಲ್ಲ ನೂರೆಂಟು ಉಪದೇಶಗಳ ಕೋಶವೆಂಬಂತೆ ಇರುತ್ತಿತ್ತು ಗಾಂಧಿಯ ಪತ್ರಗಳು !

ಜೈಲಿನಿಂದ ಬಿಡುಗಡೆಯಾಗಿ ಬಂದಮೇಲೆ ಫೀನಿಕ್ಸ್‌ನಲ್ಲಿ ಕೆಲದಿನಗಳು ಮಾತ್ರವೇ ಇದ್ದು, ಮತ್ತೆ ಯಾವುದೋ ಕೆಲಸದ ಮೇಲೆ ಲಂಡನ್ನಿಗೆ ಹೋಗಬೇಕಾಯಿತು. ಕಸ್ತೂರಳು ಬಹಳ ಮೊದಲೇ ಈ ಮನುಷ್ಯ ಈ ಫೀನಿಕ್ಸ್‌ನಲ್ಲಿ ಹೆಚ್ಚುದಿನ ಕಾಲೂರಿ ನಿಲ್ಲುವುದಿಲ್ಲ ಎನ್ನುವುದನ್ನು ಊಹಿಸಿದ್ದಳು. ಕಪ್ಪುಶಾಸನ ಸಂಬಂಧವಾಗಿ ಮಾತುಕತೆ ನಡೆಸಲು ಹೋಗಲೇಬೇಕಾದ ಅನಿವಾರ್ಯತೆ ಗಾಂಧಿಗೆ ಬಂದಿತ್ತು.

ಮಣಿಲಾಲ, ಬಾಪುವನ್ನು, ಹರಿಭಾಯಿಯನ್ನು ಗಮನಿಸುತ್ತಲೇ ಇದ್ದ ಗಾಂಧಿ ಕುಟುಂಬದವರಲ್ಲಿ ಸತ್ಯಾಗ್ರಹವೆಂಬುದು ರಕ್ತದಲ್ಲಿಯೇ ಬಂದಿರುವಂಥದ್ದು. ಅವನಿಗೆ ಅಪ್ಪ, ಅಣ್ಣನ ಹೆಜ್ಜೆಜಾಡಿನಲ್ಲಿಯೇ ಹೋಗಬೇಕೆಂಬ ತುಡಿತವಿತ್ತು. ಆದರೆ ಯಾಕೋ ಏನೋ ಗಾಂಧಿ ಮಣಿಲಾಲನನ್ನು ಒತ್ತಾಯಿಸಲಿಲ್ಲ. ತಮ್ಮ ಜೊತೆ ಹೋರಾಟಕ್ಕೆ ಸೆಳೆದುಕೊಳ್ಳಲಿಲ್ಲ. ಅವನೂ ಬಂದು ಬಿಟ್ಟರೆ, ಮನೆಯಲ್ಲಿ ಗಂಡು ವ್ಯಕ್ತಿಯೊಬ್ಬರು ಇಲ್ಲದಂತಾಗುತ್ತದೆ. ತುರ್ತು ಸಂಭವಿಸಿದರೆ ನೋಡಿಕೊಳ್ಳಲು ಯಾರು ದಿಕ್ಕು ಎಂದು ಯೋಚಿಸಿರಬೇಕು. ಅದಕ್ಕೇ ಅವನು ತನ್ನಾಸೆಯನ್ನು ವ್ಯಕ್ತ ಪಡಿಸಿದಾಗಲೆಲ್ಲ. ನೀನಿನ್ನೂ ಚಿಕ್ಕವನು. ದೊಡ್ಡವನಾದ ಮೇಲೆ ನಮ್ಮ ಜೊತೆ ಸೇರುವೆಯಂತೆ ಎಂದು ಹೇಳಿ ಅವನ ಉತ್ಸಾಹವನ್ನು ಹತ್ತಿಕ್ಕುತ್ತಿದ್ದರು.

ಲಂಡನ್ನಿಗೆ ಹೋಗಿದ್ದ ಗಾಂಧಿ ಹತಾಶೆಯಿಂದ ಹಿಂತಿರುಗಿದ. ಬ್ರಿಟಿಷರು ಭಾರತೀಯರ ಪರವಾಗಿ ಮಾತಾಡಲು ಮುಂದಾಗಿರಲಿಲ್ಲ. ಜೊತೆಗೆ ದಕ್ಷಿಣ ಆಫ್ರಿಕಾದವರು ಯಾವುದೇ ರಿಯಾಯಿತಿಗಳನ್ನು ಭಾರತೀಯರಿಗೆ ನೀಡಲು, ಸಾರಾಸಗಟಾಗಿ ನಿರಾಕರಿಸಿದರು. ಗಾಂಧಿಯ ಆಕ್ರೋಶ ಮುಗಿಲು ಮುಟ್ಟಿತ್ತು. ತಮ್ಮ ಬೇಡಿಕೆಗಳನ್ನು ನಿಕೃಷ್ಟವೆಂದು ಭಾವಿಸಿ, ಅದರ ಪೂರ್ವಾಪರವನ್ನು ಯೋಚಿಸಲು ತಿರಸ್ಕರಿಸುವುದರ ಮೂಲಕ ಭಾರತೀಯರಿಗಾದ ಅವಮಾನದಿಂದ ಜ್ವಾಲಾಮುಖಿಯಂತೆ ಸ್ಫೋಟಿಸುವ ಕ್ಷಣಕ್ಕಾಗಿ, ಗಾಂಧಿ ಎದುರು ನೋಡುತ್ತಿದ್ದ.

ಲಂಡನ್ನಿನಲ್ಲಿದ್ದ ಭಾರತೀಯ ಕ್ರಾಂತಿಕಾರರನ್ನು ಭೇಟಿಯಾದ. ದಕ್ಷಿಣ ಆಫ್ರಿಕಾದ ಭಾರತೀಯರ ಸಮಸ್ಯೆಗಳಿಗೆ ಸ್ಪಂದಿಸದ ಬ್ರಿಟಿಷರ ವಿರುದ್ಧ ಭುಗಿಲೆದ್ದ ಕೋಪ ಭಾರತದಲ್ಲಿನ ಬ್ರಿಟಿಷರತ್ತ ತಿರುಗಿತು. ಭಾರತದಿಂದ ಬ್ರಿಟಿಷರನ್ನು ಓಡ್ಡೋಡಿಸುವುದು ಒಂದೇ ಅಲ್ಲ. ಪಾಶ್ಚಿಮಾತ್ಯ ಸಂಸ್ಕೃತಿ, ನಾಗರಿಕತೆಗಳ ಬಗ್ಗೆಯೂ ಅಸಹನೆ ಬೆಳಸಿಕೊಂಡಿದ್ದವನಿಗೆ, ಅದೆಲ್ಲವನ್ನೂ ಭಾರತದಿಂದ ಹೊರಗೋಡಿಸಬೇಕೆಂಬ ಛಲ ಮೊಳಕೆಯೊಡೆಯಿತು.

ಕಸ್ತೂರಳಿಗೆ ಗಂಡನ ಈ ರಾಜಕೀಯ ಹೋರಾಟಗಳ ಅರ್ಥ. ಉದ್ದೇಶಗಳೇನೆಂಬುದು ಸ್ಪಷ್ಟವಾಗಿ ತಿಳಿದಿರಲಿಲ್ಲ ಗಂಡ ಸತ್ಯದ ಅನ್ವೇಷಣೆಯಲ್ಲಿ, ಶೋಷಿತರ, ದಮನಿತರ ಒಳಿತಿಗಾಗಿ ಮಹ್ಮದ ಕಾರ್ಯಗಳಲ್ಲಿ ವ್ಯಸ್ತನಾಗಿದ್ದಾನೆ. ಅವನ ಕೆಲಸಗಳಲ್ಲಿ ತನ್ನಿಂದ ಎಷ್ಟು ನಿರೀಕ್ಷಿಸಲಾಗುತ್ತದೆಯೋ ಅಷ್ಟನ್ನು ತನ್ನ ಶಕ್ತಿ ಸಾಮರ್ಥ್ಯಗಳೊಂದಿಗೆ, ಸಹಾಯ ಮಾಡುವುದು ತನ್ನ ಕರ್ತವ್ಯವೆಂದು ಭಾವಿಸಿದ್ದಳು. ಪ್ರತಿ ಹೆಜ್ಜೆಯಲ್ಲಿಯೂ ಗಾಂಧಿಯ ಚಿಂತೆ, ತಳಮಳಗಳನ್ನು ಭಾವನಾತ್ಮಕವಾಗಿ ಹಂಚಿಕೊಳ್ಳುತ್ತಿದ್ದಳು. ಗಾಂಧಿ ಬಯಸುತ್ತಿದ್ದ ತ್ಯಾಗ – ಬಲಿದಾನ, ಆತ್ಮಸ್ಥೈರ್ಯಗಳಿಗೆ ನಿಸ್ವಾರ್ಥತೆ, ನಿರ್ಮೋಹ, ಸಹನಶೀಲತೆ ಇತ್ಯಾದಿ ಮೌಲ್ಯಗಳಿಗೆ ಸಿದ್ಧಾಂತಗಳಿಗೆ ತನ್ನನ್ನು ಉರಿಸಿಕೊಳ್ಳುತ್ತಿದ್ದಳು. ಕೆಲವೊಮ್ಮೆ ಭರಿಸಲಸಾಧ್ಯವಾದ ಒತ್ತಡಗಳು ಬೀಳುತ್ತಿದ್ದವು. ಹೆಚ್ಚಿನ ನಿರೀಕ್ಷೆಗಳಿಗೆ ಗುರಿಯಾಗುತ್ತಿದ್ದಳು, ಗಂಡನ ಕೆಲಸದ ಒತ್ತಡಗಳು ವಿನಾಕಾರಣ ಅವಳನ್ನು ಸಿಟ್ಟಿಗೆ, ಅವಮಾನಕ್ಕೆ ಗುರಿಯಾಗಿಸುತ್ತಿತ್ತು. ಆದರೂ ಪ್ರತಿಭಟನೆ ಅವಳಿಂದ ಸಾಧ್ಯವಾಗುತ್ತಿರಲಿಲ್ಲ. ಪ್ರತಿಯಾಗಿ ಅವನಿಗಾಗಿ ಸಂಕಟ ಪಡುತ್ತಿದ್ದಳು. ತಮಗೆ ಸುಖಪಡಲು ಅನುವುಮಾಡಿಕೊಡಲಿಲ್ಲ ನಿಜ. ಆದರೆ ಅವನೂ ಸುಖಪಡುತ್ತಿಲ್ಲವಲ್ಲ ! ಎನ್ನುವ ನೋವು ಸದಾ ಅವಳಲ್ಲಿ ಮನೆ ಮಾಡಿತ್ತು.

ಗಾಂಧಿ ಹೊರಗಿಂದ ನಿಷ್ಠುರಿಯಾಗಿ ಕಾಣುತ್ತಿದ್ದ. ಜ್ವಲಂತ ಸಮಸ್ಯೆಗಳ ಸುಳಿಯಲ್ಲಿ ಹೆಣಗಾಡುತ್ತಿದ್ದ. ತನ್ನ ಹೋರಾಟದ ಲಕ್ಷ್ಯಗಳ ಹೊರತಾಗಿ ಬೇರೇನೂ ಅವನ ಮನಸ್ಸಿಗೆ ಬರುತ್ತಿರಲಿಲ್ಲ. ಹಾಗಿದ್ದೂ ಲಂಡನ್ ಮಿಷನ್ ವಿಫಲವಾಗಿ, ಫೀನಿಕ್ಸ್ ಹಿಂತಿರುಗಿದಾಗ, ಕಸ್ತೂರಳ ಆರೋಗ್ಯದ ಬಗ್ಗೆ ವಿಚಾರಿಸಿದ.

ಮತ್ತೆ ಅಲ್ಪ ಸ್ವಲ್ಪ ಅನಾರೋಗ್ಯ. ರಕ್ತಸ್ರಾವದ ತೊಂದರೆ ಕಾಣಿಸಿತ್ತು. ಅದು ಗಾಂಧಿಗೆ ಚಿಂತೆಯಾಗಿ ಪರಿಣಮಿಸಿತು. ಶಸ್ತ್ರ ಚಿಕಿತ್ಸೆಯವರೆಗೂ ಎಲ್ಲ ಬಗೆಯ ಚಿಕಿತ್ಸಾ ಪ್ರಯೋಗಗಳು ನಡೆದಿದ್ದವಾದರೂ ಕಸ್ತೂರಳ ಅನಾರೋಗ್ಯಕ್ಕೆ ಶಾಶ್ವತ ಪರಿಹಾರ ಸಿಕ್ಕಿರಲಿಲ್ಲ. ಈ ಬಾರಿ ಗಾಂಧಿ, ಹೆಂಡತಿಯ ಪಥ್ಯಾಹಾರದ ಬಗ್ಗೆ ಆಲೋಚಿಸಿದ. ಆಹಾರ ಕ್ರಮ, ಯಾವ ಯಾವ ಖಾಯಿಲೆಗೆ ಯಾವ ರೀತಿ ಪಥ್ಯದ ಆಹಾರ ಪದಾರ್ಥಗಳನ್ನು ಸೇವಿಸಬೇಕು ಎಂಬುದನ್ನು ಕುರಿತ ಗ್ರಂಥವೊಂದರಲ್ಲಿ, ತೆಳ್ಳಗಿರುವವರು ಆರೋಗ್ಯ ಸುಧಾರಣೆ ಬಯಸುವವರು ಎಲ್ಲ ಬಗೆಯ ದ್ವಿದಳ ಧಾನ್ಯವನ್ನು ಸೇವಿಸುವುದನ್ನು ನಿಷೇಧಿಸಬೇಕು ಎಂದು ಬರೆದಿದ್ದುದು ನೆನಪಾಯಿತು. ಮೊದಲಿನಂತೆ ಜಲ ಚಿಕಿತ್ಸೆ ಈ ಬಾರಿ ಯಾವುದೇ ಪರಿಣಾಮ ಬೀರಲಿಲ್ಲವಾಗಿ, ಉಪ್ಪು, ಬೇಳೆಯನ್ನು ಬಿಟ್ಟು ಬಿಡೆಂದು ಹೇಳಿದ. ಕಸ್ತೂರಳು ಅದು ಸಾಧ್ಯವೇ ಇಲ್ಲವೆಂದು ವಾದಿಸಿದಳು. ಸಸ್ಯಾಹಾರಿಗಳಿಗೆ ಪೌಷ್ಟಿಕತೆ ಸಿಗುವುದು ಬೇಳೆಗಳಿಂದ. ಮತ್ತು ಉಪ್ಪಿಲ್ಲದೆ ರುಚಿಯಾದರೂ ಹೇಗೆ ಸಾಧ್ಯ. ಆದ್ದರಿಂದಲೇ "ನೋಡಿ ಇವುಗಳನ್ನು ಬಿಡಲು ನನ್ನಿಂದ ಸಾಧ್ಯವೇ ಇಲ್ಲ. ನಿಮಗೆ ಯಾರಾದರೂ ಹೀಗೆ ಹೇಳಿದರೆ ನೀವು ಬಿಡಲು ಒಪ್ಪುತ್ತಿದ್ದಿರೇನು?" ಎಂದು ವಾದ ಮಾಡಿದಳು.

ಗಾಂಧಿಯ ಸಲಹೆ ತರ್ಕಬದ್ಧವೆನಿಸಲಿಲ್ಲ. ಆಹಾರಕ್ಕೂ ಆರೋಗ್ಯಕ್ಕೂ ಏನು ಸಂಬಂಧ ಎಂದು ಯೋಚಿಸಿದಳು. ಕಸ್ತೂರ್ ಮತ್ತು ಗಾಂಧಿ ಇಬ್ಬರಿಗೂ ರುಚಿಕಟ್ಟಾದ ಆಹಾರ ಬಲು ಇಷ್ಟವಾಗಿತ್ತು. ಮಿತಾಹಾರ, ಸಾತ್ವಿಕ ಆಹಾರ ಸೇವನೆಯ ವ್ರತ ಹಿಡಿಯುವವರೆಗೂ ಕಸ್ತೂರಳನ್ನು ಕಾಡಿ ಬೇಡಿ ಗುಜರಾತಿಗಳಲ್ಲಿ ಹೆಸರಾದ ಸಿಹಿಪದಾರ್ಥಗಳನ್ನು ಮಾಡಿಸಿಕೊಂಡು ತಿನ್ನುತ್ತಿದ್ದ.

ಆದರೆ ಕಸ್ತೂರ್ ಅಂತಹ ವ್ರತವನ್ನೇನೂ ಹಿಡಿದಿರಲಿಲ್ಲ. ಹಾಗಾಗಿ ತಾನೇಕ ಉಪ್ಪಿಲ್ಲದ ಊಟವನ್ನು ಮಾಡಬೇಕು ಎಂದುಕೊಂಡು ಗಾಂಧಿಗೆ ಸವಾಲು ಹಾಕಿದಳು.

"ನೋಡಿ ನೀವು ನನಗೆ ಪಥ್ಯ ಹೇಳುತ್ತಿದ್ದೀರಿ. ನನಗೆ ಹೇಳುವುದಕ್ಕೆ ಮೊದಲು ನೀವೇ ಉಪ್ಪನ್ನು ಬಿಡಬಾರದೇಕೆ?" – ಎಂದು ಪ್ರಶ್ನಿಸಿದಳು.

"ನೀನು ಹೇಳುವುದು ನಿಜ ನಾನೂ ಖಾಯಿಲೆಯಿಂದ ನರಳುತ್ತಿದ್ದು ವೈದ್ಯರು ನನಗೆ ಇವುಗಳನ್ನೇ ಅಲ್ಲ, ಯಾವುದೇ ಪದಾರ್ಥವನ್ನಾಗಲಿ ತಿನ್ನಬಾರದೆಂದು ಆದೇಶಿಸಿದರೆ, ಕೂಡಲೇ ಅದನ್ನು ಮಾಡುತ್ತೇನೆ. ಆದರೆ ಈಗ ನಿನಗಾಗಿ, ನಾನು ಕಾಯಿಲೆ ಮನುಷ್ಯನಲ್ಲದಿದ್ದರೂ ಒಂದು ವರುಷ ಉಪ್ಪನ್ನೂ ಬೇಳೆಯನ್ನೂ ಬಿಟ್ಟು ಬಿಡುತ್ತೇನೆ. ಆದರೆ ನಿನ್ನನ್ನು ಮಾತ್ರ ಒತ್ತಾಯಿಸುವುದಿಲ್ಲ. ಬಿಡುತ್ತೀಯೋ ಬಿಡುವುದಿಲ್ಲವೋ – ನಿನಗೆ ಸೇರಿದ್ದು ಎಂದು ಸುಮ್ಮನಾದ.

ಕಸ್ತೂರಳಿಗೆ ಸಿಡಿಲು ಬಡಿದಂತಾಯಿತು. ಗೊತ್ತಿದ್ದೂ ಗೊತ್ತಿದ್ದೂ ಅವರಿಗೆ ಸವಾಲುಹಾಕಿ, ರೇಗಿಸಿದೆ ಎಂದು ಮನದಲ್ಲಿಯೇ ಅತೀವವಾಗಿ ನೊಂದುಕೊಂಡಳು.

"ದಯವಿಟ್ಟು ಕ್ಷಮಿಸಿ, ನಾನು ನಿಮ್ಮನ್ನು ಕೆಣಕಿದೆ, ತಮಾಶೆಗೆ ಹೇಳಿದ್ದನ್ನು ಇಷ್ಟು ಗಂಭೀರವಾಗಿ ತೆಗೆದುಕೊಳ್ಳಬೇಕೆ? ನೀವು ಹೇಳಿದಂತೆ ಕೇಳುತ್ತೇನೆ. ತಿನ್ನಬಾರದೆಂದು ಹೇಳಿದ ವಸ್ತುಗಳನ್ನು ನನ್ನಾಣೆಗೂ ಮುಟ್ಟುವುದಿಲ್ಲ. ಆದರೆ ನೀವು ಮಾತ್ರ ನಿಮ್ಮ ಪ್ರತಿಜ್ಞೆಯನ್ನು ಹಿಂತೆಗೆದುಕೊಳ್ಳಿ. ಇಲ್ಲವಾದಲ್ಲಿ ದಿನನಿತ್ಯವೂ, ಈ ಘಟನೆ ನೆನಪಾದಗಲಲ್ಲ. ಪಾಪ ಪ್ರಜ್ಞೆ ನನ್ನನ್ನು ಕಾಡುತ್ತಲೇ ಇರುತ್ತದೆ, ನಿಮ್ಮ ದಮ್ಮಯ್ಯ. ನಿಮ್ಮ ಪ್ರತಿಜ್ಞೆಯನ್ನು ವಿರಮಿಸಿ" ಎಂದು ಅಂಗಲಾಚಿ ಬೇಡಿಕೊಂಡಳು.

"ಅದು ಹೇಗೆ ಸಾಧ್ಯ? ಒಂದು ಸಲ ನನ್ನ ತುಟಿಯಾಚೆ ಹೊರಬಿದ್ದದ್ದನ್ನು ಹಿಂದಕ್ಕೆ ಹೇಗೆ ಪಡೆಯಲಿ? ಅಲ್ಲದೆ ಆಡಿದ ಮಾತುಗಳಿಗೆ ನಾವೇ ಬೆಲೆ ಕೊಡದಿದ್ದ ಪಕ್ಷದಲ್ಲಿ ಮಾತಿಗೆ ಬೆಲೆಯಾದರೂ ಇರುತ್ತದೆ ಹೇಗೆ? ನೀನು ಈ ಪಥ್ಯದೂಟವನ್ನು ತೆಗೆದುಕೋ, ಸಂಪೂರ್ಣವಾಗಿ ಚೇತರಿಸಿಕೊಳ್ಳುತ್ತಿ. ಜೊತೆಗೆ ನಿನ್ನನ್ನು ಅನುಸರಿಸಿ, ನಾನೂ ಪ್ರಯೋಜನ ಪಡೆಯುತ್ತೇನೆ. ರಾಗದ್ವೇಷಾದಿ ಪ್ರಚೋದಕ ಭಾವನೆಗಳಿಂದ ನನ್ನ ಆತ್ಮವೂ ಪರಿಶುದ್ಧವಾಗುತ್ತದೆ. ನೈತಿಕ ಬಲವೂ ಹೆಚ್ಚುತ್ತದೆ" ಎಂದು ಹೇಳಿ ಸಮಾಧಾನ ಪಡಿಸಿದ.

ಇಬ್ಬರೂ ಒಟ್ಟಿಗೆ ಹೊಸ ಊಟದ ಕ್ರಮವನ್ನು ಆರಂಭಿಸಿದರು. ದಿನ ಕಳೆದಂತೆ ಕಸ್ತೂರಳ ಆರೋಗ್ಯದಲ್ಲಿ ಸುಧಾರಣೆ ಕಾಣಿಸತೊಡಗಿತು. ಒಂದಷ್ಟು ತಿಂಗಳು ಕಳೆದ ಮೇಲೆ ಪೂರ್ತಿಯಾಗಿ ಚೇತರಿಸಿಕೊಂಡು ಆರೋಗ್ಯವಂತಳಾಗಿ ಕಾಣಿಸಿಕೊಂಡಳು. ಅಷ್ಟೇ ಅಲ್ಲ, ಶನಿಯಂತೆ ಮತ್ತೆ ಮತ್ತೆ ಕಾಣಿಸಿಕೊಂಡು ಕಾಡುತ್ತಿದ್ದ ರಕ್ತಸ್ರಾವ ಪೂರ್ತಿಯಾಗಿ, ಶಾಶ್ವತವಾಗಿ ನಿಂತುಹೋಯಿತು. ಇದರಿಂದ ಗಾಂಧೀಜಿಗೆ ಸಂತೋಷವಾಯಿತು. ಅವಳನ್ನು ರೇಗಿಸಬೇಕೆಂದು,

'ಕಸ್ತೂರ್ ನಿನ್ನ ಸಮಸ್ಯೆ ನನ್ನಿಂದ ಸಂಪೂರ್ಣವಾಗಿ ದೂರವಾಗಿದೆ. ನನ್ನ ಚಿಕಿತ್ಸೆಯಲ್ಲಿ ನಿನಗೆ ನಂಬಿಕೆ ಇರುತ್ತಿರಲಿಲ್ಲ. ಈಗ ತಿಳಿಯಿತೇನು ನಿನ್ನ ಗಂಡ ಎಷ್ಟು ಸಮರ್ಥನಾದ ವೈದ್ಯ ಎಂದು! ನನ್ನ ಚಿಕಿತ್ಸೆಗೆ ಫೀಸು ಕೊಡುವುದಿಲ್ಲವೇನು?" ಎಂದು ನಕ್ಕು ಹೇಳಿದ.

"ಕೊಡುವುದಕ್ಕೆ ಸಿದ್ಧ. ಆದರೆ ನಿಮ್ಮ ಸಿದ್ಧಾಂತದಂತೆ ಮಾಡಿದ ಉಪಕಾರಕ್ಕೆ ಪ್ರತಿಯಾಗಿ ಏನನ್ನು ಪಡೆದರೂ ಅದು ಕೂಲಿಗೆ ಸಮ ಎಂದು. ನಿಮ್ಮ ವಿಷಯದಲ್ಲಿ ಮಾತ್ರ ಹಾಗಿಲ್ಲವೇನು?" ಎಂದು ಪ್ರತಿಯಾಗಿ ಪ್ರಶ್ನಿಸಿದಳು.

"ಅಮ್ಮ ಗಟ್ಟಿಗಿತ್ತಿ ! ಅಲ್ಲಿಗೆ ನೀನು, ನನ್ನನ್ನು ಮಾತ್ರ ಅಲ್ಲ. ನನ್ನ ಸಿದ್ಧಾಂತಗಳೇನೆಂಬುದನ್ನೂ ಗಮನಿಸುತ್ತಿದ್ದೀಯ ಎಂದಾಯಿತು" ಎಂದ.

"ನಿಮ್ಮಂಥ ಹೋರಾಟಗಾರರೂ ಸತ್ಯಾನ್ವೇಷಕರೂ ಆದವರನ್ನು ಮದುವೆಯಾದ ಮೇಲೆ ಎಲ್ಲವನ್ನೂ ತಿಳಿದುಕೊಂಡಿರಬೇಕಲ್ಲವೇ?" ಎಂದಳು.

"ಕಸ್ತೂರ್ ನನಗಾಗಿ ನೀನು ಭರಿಸುತ್ತಿರುವ ನೋವು ಕಷ್ಟಗಳನ್ನು ನಾನು ಬಲ್ಲೆನಾದರು ನನ್ನ ಕಾರ್ಯಭಾರ ನಿನ್ನೊಡನೆ ನೆಮ್ಮದಿಯ ಕ್ಷಣಗಳನ್ನು ಕಳೆಯಲೂ ಸಾಧ್ಯವಾಗುತ್ತಿಲ್ಲ. ನಾನಷ್ಟೇ ಅಲ್ಲ. ಇನ್ನುಮುಂದೆ ನನ್ನ ಹೋರಾಟಗಳಲ್ಲಿ ನಿನ್ನ ಪಾತ್ರವೇ ಮಹತ್ವದ್ದಾಗಬೇಕು. ನೀನು ಸ್ತ್ರೀಶಕ್ತಿಯ ಸಂಕೇತವಾಗಬೇಕು. ಹೆಂಗಸರನ್ನು ಶಕ್ತಿ ಸ್ವರೂಪಿಣಿಯರೆಂದೇ ನಮ್ಮ ಸನಾತನ ಪರಂಪರೆ ಭಾವಿಸುತ್ತಾ ಬಂದಿದೆ. ಬರಬರುತ್ತಾ ನಮ್ಮ ಹೋರಾಟಗಳು ವಿಸ್ತೃತವಾದಾಗ, ಉಗ್ರವಾದಾಗ ನಿನ್ನಿಂದ ಹೆಚ್ಚು ಹೆಚ್ಚಿನ ತ್ಯಾಗ ಬಲಿದಾನಗಳನ್ನು ನಿರೀಕ್ಷಿಸುತ್ತೇನೆ" ಎಂದ.

ಗಂಡನ ಮಾತುಗಳನ್ನು ಸಮಾಧಾನದಿಂದ ಕೇಳಿಸಿಕೊಂಡ ಕಸ್ತೂರಳು ಸಾವಧಾನವಾಗಿಯೆ ಗಂಡನೊಂದಿಗೆ ತನ್ನ ಭಾವನೆಗಳನ್ನು ವಿಚಾರಗಳನ್ನು ಹಂಚಿಕೊಂಡಳು. "ನೋಡಿ, ನೀವು ನಿರೀಕ್ಷಿಸುವುದಕ್ಕಿಂತ ಹೆಚ್ಚಿನ ತ್ಯಾಗವನ್ನು ಮಾಡಬಲ್ಲೆ. ಪ್ರಾಣವನ್ನೇ ಸಮರ್ಪಿಸಬಲ್ಲೆ. ನೀವೊಬ್ಬರು ಆದರ್ಶವಾದಿಗಳು. ಸಾರ್ವಜನಿಕ ವ್ಯಕ್ತಿಗಳು. ಜನೋದ್ಧಾರಕ್ಕೆ ದೇಶೋದ್ಧಾರಕ್ಕೆಂದೇ ನೀವು ಹುಟ್ಟಿರಬೇಕು ಎನಿಸುತ್ತದೆ. ನಿಮ್ಮಂಥ ಜನನಾಯಕ ದೇಶನಾಯಕರಾಗುವ ಹಾದಿಯಲ್ಲಿ ಇರುವವರನ್ನು ಮದುವೆಯಾದ ಮೇಲೆ, ನಿಮ್ಮೆಲ್ಲ ವಿಚಾರಗಳಿಗೆ ಸಹಮತಳಾಗುತ್ತ, ನಿಮ್ಮ ಹೆಜ್ಜೆಗಳನ್ನು ಅನುಸರಿಸುತ್ತ ಹೋಗುವುದನ್ನೇ ಧರ್ಮ ಪತ್ನಿಯಾದ ನನಗೆ ಕಲಿಸಿಕೊಟ್ಟಿದ್ದಾರೆ. ನಮಗೆ ನಮ್ಮ ವಿಚಾರಗಳನ್ನು ಸ್ವಂತ ಅನುಭವಗಳನ್ನು ನಿಮ್ಮೊಂದಿಗೆ ವಿನಿಮಯ ಮಾಡಿಕೊಳ್ಳುವ ಹಕ್ಕು ಕೂಡ ನಮಗಿಲ್ಲದಂತಹ ರೀತಿಯ ಸತೀಧರ್ಮ ಬೋಧಿಸಿದ್ದಾರೆ. ಎಂದಾದರೂ ಅಪರೂಪಕ್ಕೆ ತಾಳ್ಮೆಯಿದ್ದಲ್ಲಿ ಗಂಡಂದಿರು ಹೆಂಡತಿಯರ ಮಾತುಗಳನ್ನು ಕೇಳಿಸಿಕೊಳ್ಳುತ್ತಾರೆ. ಇಲ್ಲವಾದಲ್ಲಿ ಕೇಳಿಸಿಕೊಳ್ಳಬೇಕಾದ ಅಗತ್ಯವಿಲ್ಲವೆಂದು ಜಾಣ ಕಿವುಡರಾಗುತ್ತಾರೆ ಎಂದಳು.

"ಕಸ್ತೂರ್ ಇಷ್ಟು ದೊಡ್ಡ ಪೀಠಿಕೆಯನ್ನು, ಯಾರನ್ನು ದೃಷ್ಟಿಯಲ್ಲಿ ಇರಿಸಿಕೊಂಡು ಮಾತನಾಡುತ್ತಿದ್ದೀಯೆಂಬುದನ್ನು ಗ್ರಹಿಸಬಲ್ಲೆ. ಹೇಳು ಯಾವ ವಿಚಾರಕ್ಕಾಗಿ ಇಷ್ಟೆಲ್ಲ. ಹೇಳುತ್ತಿರುವೆ?" – ಎಂದ.

"ತಪ್ಪು ತಿಳಿಯಬೇಡಿ. ನಾನು ತಿಳಿದುಕೊಂಡಂತೆ, ಭಾವಿಸಿದಂತೆ, ನಿಜವಾಗಿಯೂ ನಿಮ್ಮ ಬಗ್ಗೆ, ಜನರು ನಿಮ್ಮನ್ನು ಪ್ರೀತಿಸುವ, ಗೌರವಿಸುವ, ನಿಮ್ಮಲ್ಲೇ ತನ್ನ ಆಸೆ, ಭರವಸೆಗಳನ್ನು ಇರಿಸಿಕೊಂಡಿರುವವದರ ಬಗ್ಗೆ ತಮಗಾಗುತ್ತಿರುವ ಅನ್ಯಾಯದ ವಿರುದ್ಧ ಹೋರಾಡಿ ನ್ಯಾಯ ದೊರಕಿಸಿ ಕೊಡುತ್ತೀರಿ ಎಂಬ ನಂಬಿಕೆಯ ಬಗ್ಗೆ ನಿಜವಾಗಿಯೂ ನನಗೆ ಹೆಮ್ಮೆಯಿದೆ.

ಈಗಲೂ ನಾನು, ನಿಮ್ಮೆಲ್ಲ ಹೋರಾಟಗಳಲ್ಲಿ ಸಮಾಭಾಗಿಯಾಗಿ ಪಾಲ್ಗೊಳ್ಳುತ್ತೇನೆ ಎಂದು ಮಾತುಕೊಡುತ್ತೇನೆ. ಆದರೆ ಒಂದೇ ಒಂದು ಸಂಕಟವೆಂದರೆ, ನಮ್ಮಿಬ್ಬರ ತ್ಯಾಗ ಬಲಿದಾನಗಳೇ ಸಾಕಲ್ಲವೇ? ನಮ್ಮ ಮಕ್ಕಳನ್ನೆಲ್ಲ ಅದರಲ್ಲಿ ಎಳೆದು ಅವರ ಭವಿಷ್ಯದ ಮೇಲೆ ಕಲ್ಲು ಹಾಕುವದು ಯಾವ ನ್ಯಾಯ? ಈಗಾಗಲೇ ಹರಿಲಾಲನನ್ನು ಬಲಿಗೊಟ್ಟಿದ್ದೀರಿ. ಅವನ ಹಿಂದೆ ಹೋಗಲು ಮಣಿಲಾಲನೂ ಹಟ ಮಾಡುತ್ತಿದ್ದಾನೆ. ಇನ್ನುಳಿದ ಚಿಕ್ಕವರೂ ಕೂಡ ಮುಂದೆ ಅವರ ಬೆನ್ನ ಹಿಂದೆ ಹೊರಟುಬಿಡುತ್ತಾರೆ. ತಂದೆ ತಾಯಿಗಳಾಗಿ ಅವರ ಭವಿಷ್ಯವನ್ನು ಉಜ್ವಲವಾಗುವಂತೆ ರೂಪಿಸಬೇಕಲ್ಲವೇ? ಒಳ್ಳೆಯ ಶಿಕ್ಷಣ ಒಳ್ಳೆಯ ನೆಮ್ಮದಿಯ ಬದುಕನ್ನು ನೀಡುವುದು ನಮ್ಮ ಧರ್ಮ. ಕರ್ತವ್ಯವಲ್ಲವೇ?" ಎಂದ ಮಾತಿನ ಆಳದಲ್ಲಿ ಹುದುಗಿದ್ದ ನೋವಿನ ಎಳೆಯನ್ನು ಗಮನಿಸಿದ.

"ನೀನು ಹೇಳುವುದೆಂದರೆ, ನಾನು ಅವರಿಗೆ ಏನನ್ನೂ ಕೊಡಲಿಲ್ಲ. ಅವರ ಭವಿಷ್ಯವನ್ನು ಹಾಳು ಮಾಡಿದ್ದೇನೆಂದಲ್ಲವೇ? ಜಗತ್ತು ನಂಬಿ ನೀಡುತ್ತಿರುವ ಶಿಕ್ಷಣ ನಿಜವಾದ ಶಿಕ್ಷಣವಲ್ಲ. ಸಚ್ಚಾರಿತ್ರ್ಯವೇ ನಿಜವಾದ ಶಿಕ್ಷಣ. ಅದೇ ಆಧಾರಸ್ತಂಭ. ಅದು ಬಲವಾಗಿದ್ದರೆ ಅಕ್ಷರ ಜ್ಞಾನವೂ ಅದರೊಂದಿಗೆ ಸೇರಿದರೆ ಆ ವ್ಯಕ್ತಿ ದೊಡ್ಡವನಾಗುತ್ತಾನೆ. ಜಗತ್ತನ್ನು, ಮೌಲ್ಯಗಳನ್ನು ಅರ್ಥಮಾಡಿಕೊಳ್ಳುತ್ತಾನೆ. ನಾನು ಕಾಣುತ್ತಿರುವ ಆದರ್ಶ ಶಿಕ್ಷಣದ ಕನಸುಗಳೇ ಬೇರೆ. ನೀನು ವೃಥಾ ನನ್ನನ್ನು ದೂರುತ್ತಿರುವಿ" ಎಂದ.

"ನಾನು ದೂರುವ ಪ್ರಶ್ನೆಯಲ್ಲ. ನನಗೆ ಹರಿಲಾಲನ ಹೆಂಡತಿ ಗುಲಾಬಳನ್ನು ನೋಡಿದಾಗಲೆಲ್ಲ ಸಂಕಟವಾಗುತ್ತದೆ. ಫೀನಿಕ್ಸ್‌ನಲ್ಲಿ ಅವನು ಇದ್ದುದೇ ಅಪರೂಪ. ಒಂದು ದಿನ ಇದ್ದರೆ. ಹತ್ತು ದಿನ ಹದಿನೈದು ದಿನ, ಕೆಲವೊಮ್ಮೆ ತಿಂಗಳೂಗಳೇ ಜೈಲಿನಲ್ಲಿ ಇರುತ್ತಾನೆ. ನನ್ನ ಗಮನಕ್ಕೆ ಬಂದಂತೆ, ಹದಿನಾಲ್ಕು ತಿಂಗಳು, ಅದೂ ನಿಮಗಿಂತ ಹೆಚ್ಚಾಗಿ ಜೈಲಿನಲ್ಲಿ ಕಳೆದಿದ್ದಾನೆ. ಗಂಡನು ಸೆರೆವಾಸದಲ್ಲಿರುವಾಗ, ಹೆಂಡತಿ ಮನೆಯಲ್ಲಿ ಅನುಭವಿಸುವ ಒಂಟಿತನದ ಭಯಾನಕತೆಯ ಕಲ್ಪನೆ ನಿಮಗೆ ಬರಲು ಸಾಧ್ಯವಾದೀತು ಹೇಗೆ?" ಎಂದು ಸಂಕಟದಿಂದಲೇ ಹೇಳಿದಳು.

25

ಹರಿಲಾಲನೂ ಇತ್ತೀಚೆಗೆ ಮೌನಿಯಾಗುತ್ತಿದ್ದ. ಕಸ್ತೂರಳೊಂದಿಗೆಯಾಗಲಿ, ಗಾಂಧಿಯೊಂದಿಗೇ ಆಗಲಿ ಮುಖಕೊಟ್ಟು ಮಾತಾಡುತ್ತಿರಲಿಲ್ಲ. ಅವನ ಮನಸ್ಸಿನಲ್ಲಿ ಏನೇನೋ ಲೆಕ್ಕಾಚಾರಗಳು ನಡೆಯುತ್ತಿದ್ದಂತೆ ಕಾಣಿಸಿತು. ಗುಲಾಬಳು ಬೇರೆ ಎರಡನೆ ಮಗುವಿಗೆ ಬಸುರಾಗಿದ್ದಳು. ಫೀನಿಕ್ಸ್‌ನಲ್ಲಿ ಅವಳ ಆರೈಕೆ ಸಾಧ್ಯವಾಗುವುದಿಲ್ಲ ಎನ್ನುವುದು ಒಂದಾದರೆ, ಇತ್ತೀಚೆಗೆ ಕಸ್ತೂರಳೂ ಸಕ್ರಿಯವಾಗಿ ಸತ್ಯಾಗ್ರಹ, ಚಳುವಳಿ ಮೊದಲಾದವುಗಳಲ್ಲಿ ಸೇರಿಕೊಳ್ಳುತ್ತಿದ್ದಳು. ಅದಕ್ಕಾಗಿ ಹರಿಲಾಲ, ಗುಲಾಬಳನ್ನು ಭಾರತಕ್ಕೆ ಕಳಿಸಿ ಬಿಡಲು ನಿರ್ಧರಿಸಿದ. ಕಸ್ತೂರ್ ಮತ್ತು ಗಾಂಧಿ ಮಗನಿಗೆ ಎಷ್ಟೆಲ್ಲಾ ರೀತಿಯಲ್ಲಿ ಗುಲಾಬಳನ್ನು ಅಲ್ಲಿಯೇ ಉಳಿಸಿಕೊಳ್ಳಲು ಕೇಳಿಕೊಂಡರೂ ಹರಿಲಾಲ ಕಿವಿಗೊಡಲಿಲ್ಲ. ಹಾಗಾಗಿ ಗುಲಾಬಳು ಮನಸ್ಸಿಲ್ಲದ ಮನಸ್ಸಿನಿಂದ ಭಾರತಕ್ಕೆ ತೆರಳಿದಳು.

'ಬಾ'ರನ್ನು ತಾಯಿಗಿಂತ ಹೆಚ್ಚಾಗಿ ಪ್ರೀತಿಸುತ್ತಿದ್ದಳು. ಗಾಂಧಿಯ ಕಣ್ಣು ತಪ್ಪಿಸಿ, ಸೊಸೆಗೆ ಏನಾದರೂ ವಿಶೇಷ ತಿಂಡಿಗಳನ್ನು ಮಾಡಿ ಬಲವಂತದಿಂದ ತಿನ್ನಿಸುತ್ತಿದ್ದಳು. ಗುಲಾಬಳ ಒಂಟಿತನದ ದಿನಗಳಲ್ಲಿ 'ಬಾ' ಅವಳ ಜೊತೆ ಬಿಡುತ್ತಿರಲಿಲ್ಲ. ಎಲ್ಲ ಕೆಲಸಗಳಲ್ಲೂ ತನ್ನ ಜೊತೆ ಇರಿಸಿಕೊಳ್ಳುತ್ತಿದ್ದಳು. ತೋಟಕ್ಕೂ ಕರೆದೊಯ್ಯುತ್ತಿದ್ದಳು. ಬಿಡುವಾದಾಗಲೆಲ್ಲ ಕಥೆಗಳನ್ನು ಹೇಳುತ್ತಿದ್ದಳು. ತಾನು ಕಲಿತ ನೀತಿ ಪಾಠಗಳನ್ನು ಹೇಳುತ್ತಿದ್ದಳು. ಆದರೆ ಅದರ ಜೊತೆಗೆ ಹೆಣ್ಣಾದವಳು ದುರ್ಬಲಳಾಗಬಾರದು. ಎಂತಹ ಪರಿಸ್ಥಿತಿಯೇ ಬರಲಿ ಎದೆಗೆಡಬಾರದು. ಗಂಡ ದಾರಿ ತಪ್ಪಿದಲ್ಲಿ, ಸರಿ ತಿದ್ದಲು ಪ್ರಯತ್ನಿಸ ಬೇಕು – ಹೀಗೆ ತಾನು ಕಲಿತ ಅನುಭವದ ಪಾಠಗಳನ್ನು ಸೊಸೆಗೆ ರವಾನಿಸುತ್ತಿದ್ದಳು.

ಗುಲಾಬಳು ಭಾರತಕ್ಕೆ ಹೋದ ಒಂದೆರಡು ತಿಂಗಳು ಕಸ್ತೂರಬಾಗೆ, ಬೇರೆ ಮಕ್ಕಳಿದ್ದರೂ ಅಗಲಿಕೆಯ ನೋವು ಕಾಡುತ್ತಿತ್ತು. ಗುಲಾಬಳ ಮುಗ್ಧತೆ ಅವಳಿಗೆ ಬಹಳ ಇಷ್ಟವಾಗಿತ್ತು. ರಾಮಿಯಂತೂ ಕಸ್ತೂರಬಾಳನ್ನು ಬಹಳವಾಗಿ ಹಚ್ಚಿಕೊಂಡಿದ್ದಳು ಹರಿ ಜೈಲಿನಲ್ಲಿ ಇದ್ದಾಗ ಗುಲಾಬ ಮತ್ತು ರಾಮಿ ಇಬ್ಬರೂ ಅವಳ ಜೊತೆಗೆ ಮಲಗುತ್ತಿದ್ದರು. ಕಾಲ ನಿಲ್ಲುವುದಿಲ್ಲ. ಮುಂಬರಿಯುತ್ತಲೇ ಇರುತ್ತದೆ. ಘಟನೆಗಳು ಸಂಭವಿಸುತ್ತಲೇ ಇರುತ್ತದೆ. ಹರಿಲಾಲನ ಚಿಂತೆ ಒಂದು ಕಡೆ ಕಿತ್ತು ತಿನ್ನುತ್ತಿದ್ದರೆ, ಮಣಿಲಾಲನ ಬಗ್ಗೆಯೂ ಆಘಾತಕಾರಿ ಸುದ್ದಿ ತಲುಪಿತು. 'ಬಾ'ಳ ಎರಡನೆ ಮಗ ಮಣಿಲಾಲ, ಗಾಂಧಿಯ ವಿಧೇಯ ಪುತ್ರ, ಸತ್ಯಾಗ್ರಹಿಯಾಗಿ ಜೈಲು ಸೇರಲು ಚಡಪಡಿಸುತ್ತಿದ್ದವನಿಗೆ, 'ಬಾ' ಅನುಮತಿ ನೀಡಿದ್ದರಾದರೂ, ಅವನು ಬಂಧನಕ್ಕೊಳಗಾಗಿರುವ ಸಂಗತಿ ಅವಳ ಕಿವಿ ಮುಟ್ಟಿತು. ಅವಳೆದೆಯಲ್ಲಿ ಗೂಡು ಕಟ್ಟಿದ್ದ ಭಯ ಘುತ್ತೆಂದು ವಾಸ್ತವವಾಗಿ ಎದುರು ನಿಂತದ್ದು, ಅವಳಿಗೊಂದೆರಡು ಕ್ಷಣ ದಿಗ್ಭ್ರಾಂತಳಾಗುವಂತೆ ಮಾಡಿತು. ಮೂರನೇ ಬಾರಿಗೆ, ಮೂರು ತಿಂಗಳ ಕಾಲ ಕಠಿನ ಶ್ರಮದ ಶಿಕ್ಷೆ ವಿಧಿಸಿದ್ದರು. ಒಂದೊಂದು ಬಾರಿಯೂ ಇಂಥ ಸುದ್ದಿಗಳು ಬಂದಾಗ ಅಧೀರಳಾಗುತ್ತಿದ್ದರೂ, ಮರು ಕ್ಷಣದಲ್ಲಿಯೇ ಇದರೊಂದಿಗೆ ಬದುಕಲೇ ಬೇಕಾಗಿ ಬರುತ್ತಿರುವ ವಾಸ್ತವ ಸತ್ಯವನ್ನೂ ಒಪ್ಪಿಕೊಳ್ಳುತ್ತಿದ್ದಳು.

ಈಗ ಕಸ್ತೂರ'ಬಾ'ಳ ಮುಂದೆ ಮತ್ತೊಂದು ಸವಾಲು ಎದ್ದು ನಿಂತಿತು. ಗಂಡ ಗಾಂಧಿ ದಕ್ಷಿಣ ಆಫ್ರಿಕಾ ಸರಕಾರದ ಅನೇಕ ನಿಷ್ಠುರ, ಕ್ರೂರ, ಅಮಾನುಷ ಶಾಸನಗಳ ವಿರುದ್ಧ ಭಾರತೀಯರನ್ನು ಎತ್ತಿ ಕಟ್ಟಿ ಸತ್ಯಾಗ್ರಹ ಚಳುವಳಿಗೆ ಚಾಲನೆ ಕೊಡುತ್ತಿದ್ದ. ಅಂಥಾದ್ದರಲ್ಲಿ ಗಾಂಧಿಯ ಸಲಹೆಯ ಮೇರೆಗೆ ಕಲ್ಲಿದ್ದಲು ಗಣಿ ಕಾರ್ಮಿಕರು ಚಳುವಳಿಗೆ ಇಳಿದಿದ್ದರಿಂದ, ಕೆಲಸ ಕಳೆದುಕೊಂಡು, ನಿರುದ್ಯೋಗಿಗಳೂ, ನಿರಾಶ್ರಿತರೂ ಆಗಿ ಅಸಹಾಯಕತೆ, ಹತಾಶೆಗಳನ್ನು ಅನುಭವಿಸುತ್ತಿದ್ದವರಿಗೆ, ಒಂದು ದಾರಿ ಮಾಡಲೇ ಬೇಕಾದ ಜವಾಬ್ದಾರಿ ಹೆಗಲೇರಿತು. ಹೆಂಗಸರು, ಮಕ್ಕಳು, ಗಂಡಸರು ಎಲ್ಲರೂ ಸತ್ಯಾಗ್ರಹದಲ್ಲಿದ್ದು, ಕಾನೂನು ವಿರುದ್ಧ ಪ್ರತಿಭಟನೆಗೆ ಇಳಿದು ಅನಾಥರಾಗಿದ್ದರು. ಸರಕಾರ ಸತ್ಯಾಗ್ರಹಿಗಳನ್ನು ಬಂಧಿಸಿದರೆ, ಅವರ ಯೋಗಕ್ಷೇಮ, ವಸತಿ ಊಟಗಳೊಂದಿಗೆ ನೋಡಿಕೊಳ್ಳಬೇಕಿತ್ತು. ಬಂಧಿಸದಿದ್ದಲ್ಲಿ ಕಾನೂನಿನ ವೈಫಲ್ಯವಾಗಿ ತೋರುವುದು. ಇಂಥ ಸಂದಿಗ್ಧದಲ್ಲಿ ಇದ್ದಾಗ, ಗಾಂಧಿಗೆ ಫೀನಿಕ್ಸ್‌ನಂತೆ ಮತ್ತೊಂದು ಆಶ್ರಯಧಾಮ–ವ್ಯವಸ್ಥೆ ಮಾಡುವುದು ಅನಿವಾರ್ಯವೆನಿಸಿತು. ಹಾಗಾಗಿ ಗಾಂಧಿಯ ಅತ್ಯಂತ ಆಪ್ತ ಗೆಳೆಯ ಕಾಲೆನ್‌ಬಾಕ್, ದೇವದೂತನಂತೆ ಗಾಂಧಿಯ ಸಂದಿಗ್ಧದ ಕ್ಷಣಗಳಲ್ಲಿ ನೆರವಿಗೆ ಬಂದ. ಮದುವೆ, ಹೆಂಡತಿ – ಇಂತಹ ವಿಚಾರಗಳಲ್ಲಿ ನಂಬಿಕೆ ಇಲ್ಲದಿದ್ದ ಈತ, ನಿಸ್ವಾರ್ಥತೆಯಿಂದ, ಸುಖದ

ಸುಪ್ಪತ್ತಿಗೆಯಲ್ಲಿ ಮಲಗಿ, ಐಷಾರಾಮಿಯಾಗಿ ಬದುಕಬಹುದಾಗಿದ್ದವನು ಎಕರೆ ಎಕರೆಗಳಷ್ಟು ವಿಸ್ತ್ರತವಾಗಿದ್ದ ಕೃಷಿ ಭೂಮಿಯನ್ನು, ಗಾಂಧಿಯ ವಸತಿ ಯೋಜನೆಯನ್ನು ಸಾಕಾರಗೊಳಿಸಲು ನೀಡಿದ್ದ. ಅಷ್ಟೇ ಅಲ್ಲ, ಅಲ್ಲಿಯೇ ಗಾಂಧಿ ಮತ್ತು ಇತರರೊಂದಿಗೆ ವಾಸಿಸಲು ನಿರ್ಧಾರವನ್ನೂ ಮಾಡಿದ.

ಟಾಲ್ಸ್ಟಾಯ್ ಆಶ್ರಮ ಎಲ್ಲ ರೀತಿಯಿಂದಲೂ ವ್ಯವಸ್ಥಿತವಾಗಿ ಇರಬೇಕೆಂಬ ಯೋಚನೆ ಯಿಂದಾಗಿ, ಬಹಳ ಕುಶಲತೆಯಿಂದ ಕಾಲೆನ್‌ಬಾಕ್ ಫಾರಂನಲ್ಲಿ ಹೆಂಗಸರಿಗೆ, ಗಂಡಸರಿಗೆ ಪ್ರತ್ಯೇಕ ಪ್ರತ್ಯೇಕವಾಗಿ ವಸತಿ ಸಮುಚ್ಚಯಗಳನ್ನು ಕಟ್ಟಿಸಲಾಯಿತು. ಗಾಂಧಿ ಕುಟುಂಬಕ್ಕೆಂದು ಒಂದು ಮನೆ, ಮಕ್ಕ ವಿದ್ಯಾಭ್ಯಾಸಕ್ಕಾಗಿ ಒಂದು ಶಾಲಾ ಕಟ್ಟಡ, ಬಡಗಿ ಮತ್ತು ಮೋಚಿ ಕಸುಬಿನಲ್ಲಿ ತರಬೇತಿ ನೀಡಲು ಕಾರ್ಯಾಗಾರಗಳು, ಐರೋಪ್ಯ ಗಾರೆ ಕೆಲಸದವರಿಗೆ ಸತ್ಯಾಗ್ರಹಿಗಳಿಗೆ ಮತ್ತು ಅವರ ಕುಟುಂಬಗಳಿಗೆ ಮನೆಗಳನ್ನು ನಿರ್ಮಿಸಲಾಯಿತು. ಅಷ್ಟೇ ಅಲ್ಲ, ಆಶ್ರಮವಾಸಿಗಳಿಗೆ ಬೇಕಾದ ಗೃಹೋಪಯೋಗಿ, ವಸ್ತುಗಳನ್ನು, ಪೀಠೋಪಕರಣಗಳನ್ನು ಸ್ವತಃ ನಿರ್ಮಿಸಿಕೊಳ್ಳಲಾಯಿತು.

ಎಲ್ಲವೂ ವ್ಯವಸ್ಥಿತವಾಗಿ ಸಿದ್ಧವಾಗುವವರೆಗೆ ತಾತ್ಕಾಲಿಕ ಶಿಬಿರಗಳಲ್ಲಿ ವಾಸದ ವ್ಯವಸ್ಥೆ ಮಾಡಲಾಯಿತು.

ಇಲ್ಲಿನ ನಿವಾಸಿಗಳು ಎಲ್ಲ ಧರ್ಮ, ಜಾತಿ, ಕೋಮುಗಳಿಗೆ, ವರ್ಗಗಳಿಗ ಸೇರಿದವರಾಗಿದ್ದರು. ಮಕ್ಕಳೂ ಸೇರಿದಂತೆ ಟಾಲ್ಸ್ಟಾಯ್ ವಸತಿಯಲ್ಲಿ ಎಪ್ಪತ್ತೈದು ಜನರಿದ್ದರು. ಗಾಂಧಿ ಮಾಂಸಾಹಾರದ ವಿರುದ್ಧವಿದ್ದರೂ ಮಾಂಸಾಹಾರಿಗಳ ಸಂತೋಷಕ್ಕಾಗಿ, ಪ್ರತ್ಯೇಕ ಅಡುಗೆ ಕೋಣೆಯನ್ನು ಸಿದ್ಧಗೊಳಿಸಲಾಗಿತ್ತು. ಎರಡು ರೀತಿಯ ಅಡುಗೆಯಿಂದ ಖಿರ್ಚಿನ ಬಾಬ್ತು ಏರುಪೇರಾಗುವುದು ಅನಿವಾರ್ಯವಾಗಿತ್ತು.

ಎಲ್ಲವೂ ಸಿದ್ಧವಾಗುವವರೆಗೆ ಗಾಂಧಿ, ಕಸ್ತೂರಳನ್ನು ಬರಮಾಡಿಕೊಳ್ಳಲಿಲ್ಲ. ಆದರೆ ಇಂತಹ ಅಂದರೆ ಫೀನಿಕ್ಸ್‌ನಂತಹ ಒಂದು ವ್ಯವಸ್ಥೆ ಟಾಲ್ಸ್ಟಾಯ್ ಫಾರಂನಲ್ಲಿ ಆಗುತ್ತಿದ್ದೆಯೆಂದೂ ಅದೊಂದು ಅದ್ಭುತವಾದ ಸ್ವಾವಲಂಬಿ ಗ್ರಾಮದಂತೆ ಇರುತ್ತದೆಯೆಂದೂ ತಿಳಿಸಿದ. ಏನಿಲ್ಲವೆಂದರೂ, ಕಸ್ತೂರಳಿಗೆ, ಟಾಲ್ಸ್ಟಾಯ್ ವಸತಿ ಗೃಹಕ್ಕೆ ಬರಲು ನಾಲ್ಕು ವರ್ಷ ತೆಗೆದುಕೊಂಡಿತು. ಅಲ್ಲಿ ತನಕ ಅವಳು ಫೀನಿಕ್ಸ್‌ನಲ್ಲಿಯೇ ಮಗನ್‌ಲಾಲನ ಜೊತೆ ಮತ್ತು ತನ್ನ ಮಕ್ಕಳ ಜೊತೆ ಉಳಿದುಕೊಂಡು, ಗಂಡನಿಂದ ಕರೆಬರುವುದಕ್ಕೆಂದು ಕಾಯುತ್ತಲೇ ಇದ್ದಳು. ಆದರೆ ಭಾವನಾತ್ಮಕವಾಗಿ ಫೀನಿಕ್ಸ್ ಜೊತೆ ತುಂಬಾ ಆತ್ಮೀಯನಂತು ಬೆಳೆಸಿಕೊಂಡಿದ್ದಳಾದ ಕಾರಣ, ಅದನ್ನು ಬಿಡಬೇಕಾಗುತ್ತದೆಯಲ್ಲ ಎಂದು ದುಃಖಿಸಿದಳು. ಆದರೆ ಒಂದೇ ಒಂದು ಸಮಾಧಾನವೆಂದರೆ, ಫೀನಿಕ್ಸ್ ಅನ್ನು ಪೂರ್ತಿಯಾಗಿ ಖಾಲಿ ಮಾಡುವುದಿಲ್ಲ. ಎಂದಿನಂತೆ ಫೀನಿಕ್ಸ್ ಆಶ್ರಮ ಮುಂದುವರೆಯುತ್ತದೆ. ಅಲ್ಲಿ ಇರುವವರೆಲ್ಲಾ ಇದ್ದೇ ಇರುತ್ತಾರೆ. ನೋಡಲು ಮನಸ್ಸಾದಾಗ ಬಂದು ಸ್ನೇಹಿತರನ್ನು, ಬಂಧುಗಳನ್ನು ಭೇಟಿಯಾಗಿ ಹೋಗಬಹುದಾಗಿತ್ತು.

ಕಸ್ತೂರ್ ಗಂಡನ ಆದೇಶದಂತೆ, ಹೆನ್ರಿ ಪೋಲಕ್‌ರ ಜೊತೆ ಟಾಲ್ಸ್ಟಾಯ್ ಫಾರಂಗೆ ಹೊರಟಳು. ಆದರೆ ಅದೇ ಸಮಯದಲ್ಲಿ ಟ್ರಾನ್ಸ್‌ವಾಲ್ ಗಡಿ ಪ್ರದೇಶದಲ್ಲಿ ಅವರನ್ನು ತಡೆ

ಹಿಡಿದು ಕಾನೂನುಬಾಹಿರವಾಗಿ ವಲಸೆ ಹೋಗುತ್ತಿದ್ದಾರೆಂದು ಆರೋಪಿಸಿದರಾದರೂ ಕಡೆಗೆ ಕಸ್ತೂರಬಾ ಯಾರೆಂದು ಅಧಿಕಾರಿಗಳಿಗೆ ತಿಳಿದು ಬಂದಾಗ ಅವಳನ್ನು ಮುಂದುವರೆಯಲು ಅನುಮತಿ ನೀಡಿದರು.

ಟಾಲ್‌ಸ್ಟಾಯ್ ಫಾರಂ ಸೇರಿಕೊಂಡ ಕಸ್ತೂರಬಾಗೆ ಅಲ್ಲಿನ ವ್ಯವಸ್ಥೆ, ಅಚ್ಚುಕಟ್ಟುತನಗಳನ್ನು ನೋಡಿ ಆಶ್ಚರ್ಯವಾಯಿತು. ಗಾಂಧಿ ಅವಳು ಅಲ್ಲಿಗೆ ಬಂದಾಗ, ಬರಮಾಡಿಕೊಳ್ಳಲು ಉಪಸ್ಥಿತ ನಾಗಿರಲಿಲ್ಲ. ಗಂಡನ ಸತ್ಯಾಗ್ರಹದ ಕೆಲಸಗಳಲ್ಲಿಯೇ ತೊಡಗಿಸಿಕೊಂಡಿದ್ದ ಹರಿಲಾಲನನ್ನಾದರೂ ಅಲ್ಲಿ ನೋಡಬಹುದೆಂದುಕೊಂಡಿದ್ದಳಾದರೂ ಹರಿಲಾಲ ಎಲ್ಲೂ ಕಾಣಿಸಲಿಲ್ಲ. ಬದಲಾಗಿ ಮತ್ತೊಮ್ಮೆ ಅವನ ಬಂಧನದ ಸುದ್ದಿ ಮಾತ್ರ ಬಂತು. ತುಂಬಾ ಚಿಂತೆಗೆ ಈಡಾದಳು. ಹರಿಲಾಲನ ಮೇಲೆ ಕೋಪವೂ ಬಂತು. ಸಿಕ್ಕರೆ ಚೆನ್ನಾಗಿ ಬೈದು ಬುದ್ಧಿ ಹೇಳಬೇಕು. ಅವನೂ ಅವನ ಅಪ್ಪನಂತೆ ಹೆಂಡತಿ ಮಕ್ಕಳನ್ನು ಕಡೆಗಣಿಸುತ್ತಿದ್ದನೆಂದೂ. ಅದು ಸರಿಯಲ್ಲವೆಂದೂ, ಅವನೂ ಹೆಂಡತಿ, ಮಕ್ಕಳ ಜವಾಬ್ದಾರಿಯ ಬಗ್ಗೆ ಯೋಚಿಸಬೇಕೆಂದು ತಿಳಿಸಿ ಹೇಳುತ್ತೇನೆ ಎಂದುಕೊಂಡಳು.

ಅಷ್ಟು ಹೊತ್ತಿಗೆ ಹರಿಲಾಲ ಬಿಡುಗಡೆಯಾಗಿ, ಅಸಮಾಧಾನ, ಆಕ್ರೋಶಗಳಿಂದ ಕುದಿಯುತ್ತಿದ್ದ. ಬಾಪುವಿನ ಬಗ್ಗೆಯಷ್ಟೇ ಅಲ್ಲ. ಅವನ ತತ್ವ ಸಿದ್ಧಾಂತಗಳಿಂದಲೂ ರೋಸಿ ಹೋಗಿದ್ದ. ಬಾಪು ತನಗೆ ಅಪ್ಪನೇ ಅಲ್ಲ. ತನ್ನ ವೈಯಕ್ತಿಕ ಬದುಕಿನ ಕೊಲೆಗಾರ; ವಿನಾಶಕ. ದೊಡ್ಡದಾಗಿ ಹೆಸರುಗಳಿಸುವ ಹುನ್ನಾರಗಳೇ ಈ ಸತ್ಯಾಗ್ರಹಗಳು. ವಿವೇಕವಿಲ್ಲದೆ, ಬಾಪುವಿನ ಆದರ್ಶಗಳನ್ನು, ಅವನ ಆಂತರ್ಯವನ್ನು ಸರಿಯಾಗಿ ಅರ್ಥಮಾಡಿಕೊಳ್ಳದೆ, ತನ್ನ ಆಸೆ, ಆಕಾಂಕ್ಷೆಗಳನ್ನೆಲ್ಲ ಸಮಾಧಿ ಮಾಡಿ ಮೂರ್ಖನಾದೆ ಎಂದು ತನ್ನನ್ನೇ ಹಳಿದುಕೊಳ್ಳತೊಡಗಿದ. ಇನ್ನು ಬಾಪುವಿನ ಸಹವಾಸ ಸಾಕೆನಿಸಿ, ತನ್ನ ಬದುಕನ್ನು ತಾನೇ ಹುಡುಕಿ ಕಟ್ಟಿಕೊಳ್ಳಲು ಭಾರತಕ್ಕೆ ಹಿಂತಿರುಗಲು ನಿರ್ಧರಿಸಿ ಟಾಲ್‌ಸ್ಟಾಯ್ ಫಾರಂಗೆ ಬಂದಿಳಿದ, ಇದಕ್ಕೂ ಮುಂಚೆ ಬಾಪುವನ್ನು ಕಂಡು ಹೀನಾಮಾನವಾಗಿ ಬೈದುಹೋಗಬೇಕೆಂದು ಬಂದಿದ್ದನಾದರೂ ಬಾಪು ಇರಲಿಲ್ಲವಾಗಿ ದುಮುಗುಟ್ಟುತ್ತಾ ಹೋಗಿ, ಬಾಪುವಿನ ಮೇಲಿನ ಸಿಟ್ಟಿನಿಂದಾಗಿ, ತಾನಾಗಿಯೇ ಬಂಧನಕ್ಕೆ ಒಳಗಾಗಿದ್ದ.

ಈಗ ಬರುತ್ತಿದ್ದಂತೆ, 'ಬಾ' ಎದುರಾದದ್ದು, ದಿಗ್ಭ್ರಮೆ ಮತ್ತು ಸಂತೋಷಗಳೆರಡನ್ನೂ ಉಂಟುಮಾಡಿತ್ತು. ಇಲ್ಲಿ 'ಬಾ' ಭೇಟಿಯಾಗುವ ನಿರೀಕ್ಷೆ ಇರಲಿಲ್ಲವಾದರೂ, ನಂತರ ಅವಳನ್ನು ಭೇಟಿಯಾಗಿ ವಿಷಯ ತಿಳಿಸಬೇಕೆಂದಿದ್ದ. ಈಗ ಬಯಸಿದ್ದು ಬಾಗಿಲಿಗೇ ಬಂದಂತಾಯಿತು ಎಂಬಂತೆ ಹರಿಲಾಲನಿಗೆ 'ಬಾ' ಕಾಣಿಸಿಕೊಂಡಳು. ಒಬ್ಬರಿಗೊಬ್ಬರು ಎದುರಾಗುತ್ತಿದ್ದಂತೆ ಭಾವೋದ್ವಿಗ್ನರಾದರು. ಇಂಥ ಮಮತಾಮಯಿ ತಾಯಿಯನ್ನೂ ಕಸಾಯಿಯಂತೆ ಕಾಣುತ್ತಿದ್ದಾನಲ್ಲ! ಎನ್ನುವ ಸಂಕಟವೂ ಅವನೆದೆಯಲ್ಲಿತ್ತು.

ಕಸ್ತೂರಬಾ ಒಮ್ಮೆಲೇ 'ಹರಿ, ನನ್ನ ಹರಿ' ಯಾವಾಗ ಬಿಡುಗಡೆ ಆಯ್ತು? ನಿನಗೆ ನಿನ್ನ ಅಮ್ಮನನ್ನು ನೋಡಬೇಕು', ಮಾತಾಡಿಸಬೇಕು ಎಂದು ಅನಿಸುವುದಿಲ್ಲವೇ? ನಿನ್ನ ಸಿಟ್ಟು ಅಸಮಾಧಾನ ಈ ಬಡ 'ಬಾ' ಮೇಲೆ ತೋರಿದರೆ ಹೇಗೆ? – ಹೋಗಲಿ ಈಗಲಾದರೂ ನಮ್ಮನ್ನು ನೋಡಬೇಕೆಂದು ಬಂದೆಯಲ್ಲ! ಬಂದಿದ್ದೀಯ ಒಂದೆರಡು ದಿನ ನನ್ನ ಚೊತೆಗಿದ್ದು ಹೋಗು. ಗುಲಾಬಳಿಂದ ಪತ್ರ ಬಂತೇನು? ಈಗ ಅವಳು ಹೇಗಿದ್ದಾಳೆ? ಹೆರಿಗೆಯಾಗಲು ಇನ್ನೂ ಎಷ್ಟು

ದಿನ ಇದೆಯಂತೆ. ಬಾಪೂನೂ ಬಹುಶಃ ಸದ್ಯದಲ್ಲಿಯೇ ಇಲ್ಲಿಗೆ ಬರಹಬಹುದು. ನಮ್ಮ ಜೊತೆ ಒಂದಷ್ಟು ದಿನ ಕಳೆದರೆ ಮಣಿ, ರಾಮು, ದೇವೂ ಎಲ್ಲರಿಗೂ ಸಂತೋಷವಾಗುತ್ತದೆ” ಎಂದಳು.

“ಬಾ ಕ್ಷಮಿಸಿ ನಾನು ಇಲ್ಲಿಗೆ ಬಂದಿರುವುದು ನಿಮ್ಮ ಜೊತೆ ಇರಲಿಕ್ಕೆ ಅಲ್ಲ. ನಾನು ಕೂಡಲೇ ಭಾರತಕ್ಕೆ ಹೊರಡುವವನಿದ್ದೇನೆ. ಹೋಗುವುದಕ್ಕೆ ಹಣವೂ ಇಲ್ಲದ ದರಿದ್ರ ಸ್ಥಿತಿಯಲ್ಲಿ ಒಂದಿಷ್ಟು ಹಣ ಭಿಕ್ಷೆ ಬೇಡಿ ಕೇಳಬೇಕೆಂದಿದ್ದೇನೆ. ಇಂಥದುಃಸ್ಥಿತಿಗೆ ಬರಲು ಕಾರಣರಾದ ಬಾಪು ಅವರಿಗೆ ಕಡೆಯ ನಮಸ್ಕಾರ ಹೇಳಿ ಹೋಗೋಣವೆಂದು ಬಂದೆ ಅಷ್ಟೆ” ಎಂದ.

ಕಸ್ತೂರಳಿಗೆ ಹರಿಯ ಮಾತುಗಳು ಶೂಲದಂತೆ ಇರಿದವು. ತಂದೆ ತಾಯಿಯ ಬಗ್ಗೆ ಇಂತಹ ತಿರಸ್ಕಾರವೇ? ಇಷ್ಟೊಂದು ಅಸಮಾಧಾನವೇ? ಹರಿಹೇಳುತ್ತಿರುವುದರಲ್ಲಿ ಸತ್ಯವಿದೆ ಎನ್ನುವುದು ನನಗೆ ಗೊತ್ತು. ಪ್ರತಿ ಹೆಜ್ಜೆಯಲ್ಲೂ ಅವನ ಆಸೆಗಳ ಮೇಲೆ ತಣ್ಣೀರು ಎರಚುತ್ತಾ ಬಂದರು. ‘ಸತ್ಯಾಗ್ರಹ ಚಳುವಳಿಗಳಲ್ಲಿ ಛೋಟಾ ಗಾಂಧಿ ಎನಿಸಿಕೊಂಡಾಗ ಹಿರಿ ಹಿರಿ ಹಿಗ್ಗಿದಾಗಲೇ ನನಗೆ ಅನಿಸಿತ್ತು. ಹರಿ ಇದರಲ್ಲಿಯೇ ಮುಂದುವರೆದು ತನ್ನಂತೆಯೇ ಆಗಬೇಕೆಂಬ ಮಹತ್ವಾಕಾಂಕ್ಷೆಯನ್ನು ಎದೆಯಲ್ಲಿ ತುಂಬಿಕೊಂಡಿರುವುದರಿಂದ, ಹರಿಯ ಸ್ವಂತ ಆಲೋಚನೆಗಳಿಗೆ ಪ್ರಯತ್ನಗಳಿಗೆ, ಕನಸುಗಳಿಗೆ ಅವಕಾಶ ಕೊಡುವುದಿಲ್ಲ’ ಎಂದು ಮನದೊಳಗೇ ಅಂದುಕೊಂಡಳು. ಹರಿ ಮತ್ತೆ ‘ಬಾ’ಳನ್ನು ಮಾತಾಡಿಸಲು ಪ್ರಯತ್ನಿಸಿದಾಗ, ಆಲೋಚನಾ ಲಹರಿಗಳಿಂದ ಹೊರಬಂದಳು.

‘ಬಾ’ ನಾನೊಂದು ಮಾತು ಹೇಳಲು ಬಯಸುತ್ತೇನೆ. ಕ್ರೂರವಾಗಿ ನಿಮ್ಮೊಂದಿಗೆ ನಡೆದುಕೊಳ್ಳುವ ಬಾಪುವನ್ನು ಹೇಗೆ ಸಹಿಸಿಕೊಳ್ಳುತ್ತೀರಿ. ನೀವೇಕೆ ಪ್ರತಿಭಟಿಸುವುದಿಲ್ಲ?” ನೀವು ಸಹಿಸಿಕೊಂಡಷ್ಟೂ ನಿಮ್ಮ ಮೇಲೆ ದಬ್ಬಾಳಿಕೆ ಹೆಚ್ಚಾಗುತ್ತದೆ. ನೀವು ಸಂಕಟಪಡುವುದು ನನಗೆ ಇಷ್ಟವಾಗುವುದಿಲ್ಲ. ನಾನು ಭಾರತಕ್ಕೆ ಹೋದ ಮೇಲೆ ಚೆನ್ನಾಗಿ ಓದಿ ಯಾವುದಾದರೂ ಲಾಭದಾಯಕ ವ್ಯಾಪಾರವನ್ನು ಮಾಡಿ ಸಾಕಷ್ಟು ಹಣಗಳಿಸಿ ನಿಮ್ಮೆಲ್ಲರನ್ನೂ ಸುಖವಾಗಿರುವಂತೆ ನೋಡಿಕೊಳ್ಳುತ್ತೇನೆ. ಅದೇ ನನ್ನಾಸೆ. ‘ಬಾ’ ನಾನು ಹೋಗಿ ಅಲ್ಲಿ ಮನೆ ಮಾಡಿದ ಮೇಲೆ ನಿಮ್ಮನ್ನು ಕರೆಸಿಕೊಳ್ಳುತ್ತೇನೆ. ಬರುತ್ತೀರಿ ಅಲ್ಲವೇ?” ಎಂದ.

“ಯಾಕೆ ಬರುವುದಿಲ್ಲ. ನನ್ನ ಪ್ರೀತಿಯ ಹರಿ ದೊಡ್ಡ ವ್ಯಕ್ತಿಯಾದರೆ ನನಗೂ ಸಂತೋಷವಲ್ಲವೇ” ಎಂದಳು.

ಅಷ್ಟರಲ್ಲಿ ದೇವೂ ರಾಮೂ ಇಬ್ಬರು ಓಡೋಡುತ್ತ ಬಂದು ಹರಿ ಭೈಯ್ಯಾ! ಬಾಪು ಬಂದರು! ಬಾಪು ಬಂದರು!” ಎಂದು ಖುಷಿಯಿಂದ ಹೇಳಿದರು. ಹರಿ ‘ಬಾಪು’ವನ್ನು ಬರಮಾಡಿಕೊಳ್ಳಲು ಹೋಗಲಿಲ್ಲ. ಒಳಗೆ ಬಂದು ಎದುರು ನಿಂತರೂ ಮಗುಮ್ಮಾಗಿಯೆ ಇದ್ದ. ಹರಿ ಯಾವ ಕಾರಣಕ್ಕಾಗಿ ಬಂದಿರಬಹುದೆಂದು ಗಾಂಧಿಗೆ ಊಹಿಸಲು ಆಗಲಿಲ್ಲ. ನಗುಮುಖದಿಂದಲೇ ಹರಿಯನ್ನು ವಿಚಾರಿಸಿದರು.

“ಹರಿ, ಜೈಲಿನಿಂದ ಯಾವಾಗ ಬಿಡುಗಡೆಯಾಯಿತು? ಈ ಸಲದ ಜೈಲಿನ ವಾತಾವರಣ ಮೊದಲಿಗಿಂತ ಸುಧಾರಿತವಾಗಿತ್ತು ತಾನೆ? ನಿನ್ನ ಆರೋಗ್ಯ ಹೇಗಿದೆ? ಮುಂದಿನ ನಮ್ಮ ಹೋರಾಟ ಯಾವ ಕಾರಣಕ್ಕಾಗಿ ಎಂಬುದು ನಿನಗೆ ತಿಳಿದಿರಲೇಬೇಕಲ್ಲವೇ?” ಈ ಬಾರಿಯೂ ನಿನ್ನದೇ ನಾಯಕತ್ವ” ಎಂದು ಸೂಚಿಸಿದರು.

"ಬಾಪು, ತಪ್ಪು ತಿಳಿಯಬೇಡಿ. ಇನ್ನು ಮುಂದೆ ನೀವುಂಟು, ನಿಮ್ಮ ಚಳುವಳಿ ಉಂಟು. ನನಗೆ ನಿಮ್ಮ ಹೋರಾಟಗಳು ಸಿದ್ಧಾಂತಗಳು ಬೇಕಿಲ್ಲ. ನಾನು ಭಾರತಕ್ಕೆ ಹಿಂತಿರುಗಿ ನನ್ನ ಬದುಕನ್ನು, ಭವಿಷ್ಯವನ್ನು ಕಟ್ಟಿಕೊಳ್ಳಬೇಕೆಂದಿದ್ದೇನೆ. ಹೋಗಲು ನನಗೆ ಅನುಮತಿ ಕೊಡಿ. ಪ್ರಯಾಣದ ಖರ್ಚಿಗೆ ಒಂದಿಷ್ಟು ಹಣಕೊಟ್ಟು ಉಪಕಾರ ಮಾಡಿರಿ" – ಅಷ್ಟೇ ಸಾಕು" ಎಂದು ನಿಲ್ಲಿಸಿದ.

"ಯಾಕೆ ಹರಿ ನನ್ನ ಮೇಲೆ ಅಷ್ಟೊಂದು ಅಕ್ರೋಶ? ನಿನ್ನ ಮೇಲೆ, ನಿನ್ನ ಸಾಮರ್ಥ್ಯದ ಮೇಲೆ, ಬುದ್ಧಿವಂತಿಕೆಯ ಮೇಲೆ ಹೋರಾಟದ ಕೆಚ್ಚಿನ ಮೇಲೆ ನನಗೆಷ್ಟು ಹೆಮ್ಮೆಯಿದೆ ಎಂಬುದನ್ನು ಬಲ್ಲೆಯಾ? ನೀನೇ ನನ್ನ ಉತ್ತರಾಧಿಕಾರಿ ಎಂದು ತೀರ್ಮಾನಿಸಿ ಬಿಟ್ಟಿದ್ದೇನೆ. ಪ್ರತಿಯೊಂದು ಕೆಲಸದಲ್ಲಿಯೂ ನಿನ್ನ ಅಚ್ಚುಕಟ್ಟುತನ ನನಗೆ ಮೆಚ್ಚಿಗೆಯಾಗಿದೆ. ಹೀಗಿರುವಾಗ ದಿಢೀರನೆ ಭಾರತಕ್ಕೆ ಹೋಗಬೇಕೆನ್ನುತ್ತಿರುವೆಯಲ್ಲ. ಅದಕ್ಕೇನಾದರೂ ಬಲವಾದ ಕಾರಣವಿದ್ದರೆ ಹೇಳು. ನನ್ನ ತಪ್ಪಿದ್ದರೆ ಹೇಳು ಸರಿಮಾಡಿಕೊಳ್ಳುತ್ತೇನೆ" ಎಂದ ಗಾಂಧಿ.

"ಬಾಪು ನೀವು ತಪ್ಪೇ ಮಾಡುವುದಿಲ್ಲ. ತಪ್ಪು ಮಾಡುವವರನ್ನು ತಿದ್ದುವುದಕ್ಕೆ ಪ್ರಯತ್ನಿಸುತ್ತೀರಿ ಮಾತ್ರ. ನಿಮ್ಮಂತೆ ನಡೆದುಕೊಂಡರೆ ಮಾತ್ರ ಮೆಚ್ಚಿಕೊಳ್ಳುತ್ತೀರಿ. ಪ್ರತಿಯೊಬ್ಬರಲ್ಲೂ ನಿಮ್ಮ ಬಿಂಬವನ್ನೇ ಕಾಣಬಯಸುತ್ತೀರಿ. ನನಗೆ ನಿಮ್ಮಂತಾಗುವುದು ಬೇಡ. ನನಗೆ ನನ್ನಂತೆಯೇ ಆಗಬೇಕೆಂದಿದೆ. ನಿಮಗೆ ನಿಮ್ಮ ಮಕ್ಕಳನ್ನು ಹೊರತುಪಡಿಸಿ, ಬೇರೆಲ್ಲರೂ ಬೆಳೆಯಬೇಕು. ಅಭಿವೃದ್ಧಿ ಹೊಂದಬೇಕು. ದೊಡ್ಡ ದೊಡ್ಡ ವಕೀಲರಾಗುವಂಥ ಓದನ್ನು ಪಡೆಯಬೇಕು. ನೀವಾಗಿ ನೀವು ಖರ್ಚುಮಾಡುವುದು ಬೇಡ, ಬೇರೆಯವರು ಖರ್ಚು ಭರಿಸಲು ಬಂದಾಗಲೂ ನಿಮ್ಮ ಸಿದ್ಧಾಂತಗಳು ಅಡ್ಡಿ ಬರುತ್ತವೆ. ಅಲ್ಲವೇ ಬಾಪು?"

"ಹರಿ ನೀನು ನನ್ನನ್ನು ಹಂಗಿಸುತ್ತಿದ್ದೀಯ. ನಿಜ ಪ್ರಾಣಜಿಭಾಯಿ ನಮ್ಮ ಮಕ್ಕಳಲ್ಲಿ ಯಾರಾದರೊಬ್ಬರಿಗೆ ಶಿಕ್ಷಣ ಕೊಡಿಸುವ ಜವಾಬ್ದಾರಿ ಹೊರಲು ಮುಂದೆ ಬಂದರು". ಎಂದು ಮಾತು ಮುಂದುವರೆಸುವುದಕ್ಕೆ ಮೊದಲೇ, ಹರಿ "ಗೊತ್ತೇ ಇದೆಯಲ್ಲ! ನೀವು ನಿಮ್ಮ ಮಕ್ಕಳಿಗೆ ಎಂದದ್ದರಿಂದ ನಿರಾಕರಿಸಿಬಿಟ್ಟಿರಿ. ಹೌದಲ್ಲ?" ಎಂದ ಅಣಕಿನ ಧ್ವನಿಯಲ್ಲಿ.

"ನೋಡು ಹರಿ. ಅವರು ಹೇಳುವುದನ್ನು ಹೇಳುತ್ತಾರೆ. ಸಹಾಯ ಮಾಡುವ ಮನಸ್ಸಿದ್ದರೆ ಬೇರೆ ಯಾವುದಕ್ಕಾದರೂ ಮಾಡಬಹುದಿತ್ತು. ಅದು ಬಿಟ್ಟು ನನ್ನ ಮಕ್ಕಳಿಗೇ ಏಕೆ ಸಹಾಯ ಮಾಡಬೇಕು? ಅಲ್ಲದೆ ನಾನು ಆ ರೀತಿಯ ಸಹಾಯವನ್ನು ಒಪ್ಪಿಕೊಂಡರೆ, ನಾನು ಮಾಡುವ ಕೆಲಸಗಳಿಗೆ ಕೂಲಿಯನ್ನು ಅಥವಾ ಪ್ರತಿಫಲವನ್ನು ಸ್ವೀಕರಿಸಿದಂತೆ ಆಗುತ್ತದೆ ಎಂದು ಭಾವಿಸಿ, ಅವರಿಗೆ, ನೀವು ಒಬ್ಬ ಹುಡುಗನ ಓದಿನ ಖರ್ಚನ್ನು ಭರಿಸುವುದಾದರೆ, ನನ್ನ ಮಕ್ಕಳಲ್ಲಿ ಒಬ್ಬರು ಎನ್ನುವ ಪರತ್ವನ್ನು ಬಿಟ್ಟು ಬೇರೆ ಯಾವ ಹುಡುಗನಿಗಾದರೂ ಕೊಡಬಹುದಲ್ಲ?" ಎಂದು ಹೇಳಿದೆ" ಎಂದ.

"ಹಾಗಾದರೆ ಆ ಅದೃಷ್ಟವನ್ನು ಯಾವ ಪುಣ್ಯವಂತ ಹುಡುಗನಿಗೆ ಕೊಟ್ಟಿರಿ?"

"ಇನ್ನಾರು, ಭಗನ್‌ಲಾಲನಿಗೆ!" ಎಂದ ಗಾಂಧಿ.

"ಬಾ ಇವನ ಹೆಸರನ್ನೇ ಸೂಚಿಸುತ್ತಾರೆಂದು ನನಗೆ ಮೊದಲೇ ಗೊತ್ತು. ಭಗನ್‌ಲಾಲ ಇವರ ಚೇಲಾ. ಇವರಿಗೆ ಅಂಟಿಕೊಂಡೇ ಇರುತ್ತಾನೆ." ಎಂದ ಹರಿ.

"ಅಲ್ಲಾರಿ. ಭಗನ್‌ಲಾಲ ನಿಮಗೆ ಹೊಳೆದನೇ ಹೊರತು ನಿಮ್ಮ ಕಣ್ಮುಂದೆಯೇ ಆಶ್ರಮದಲ್ಲಿ ಎಷ್ಟೆಲ್ಲ ಕಷ್ಟಗಳನ್ನು ಸಹಿಸುತ್ತಾ, ಸುಖವಾಗಿ ತಿನ್ನಲೂ ಮಲಗಲೂ ಸೌಕರ್ಯವಿಲ್ಲದೆ, ಬೆಳಗಿನಿಂದ ಸಂಜೆಯವರೆಗೆ ದುಡಿಯುತ್ತಾ ಬೆವರಲ್ಲಿ ತೊಯ್ದು, ದರಿದ್ರರಂತೆ ಬದುಕುತ್ತಿರುವ ನಿಮ್ಮ ಮಕ್ಕಳ ನೆನಪಾಗಲಿಲ್ಲವೇ? ನಿಮ್ಮ ನಾಲ್ಕೂ ಜನ ಮಕ್ಕಳಲ್ಲಿ ಕಡೆಯ ಪಕ್ಷ ಒಬ್ಬನಾದರೂ ಜೀವನದಲ್ಲಿ ಮೇಲೆ ಬರುತ್ತಿದ್ದನಲ್ಲ ! ನಿಮ್ಮ ಮನಸ್ಸು ಮಕ್ಕಳ ಬಗ್ಗೆ ಅದೆಷ್ಟು ಕ್ರೂರವಾಗಿದೆ" ಎಂದು ನೋವಿನಿಂದ ನುಡಿದಳು.

"ಕಸ್ತೂರ್ ಇದೇನಿದು ಇವತ್ತು ತಾಯಿ ಮಗ ಸೇರಿಕೊಂಡು ನನ್ನ ವಿಚಾರಣೆ ನಡೆಸುತ್ತಿರುವ ಹಾಗೆ ಕಾಣುತ್ತಿದೆಯಲ್ಲ?"

"ಕ್ಷಮಿಸಿ ನಾವಿಷ್ಟು ನಿಷ್ಠುರವಾಗಿ ಮಾತನಾಡಬೇಕಾಗಿ ಬಂದದ್ದು ಮಕ್ಕಳ ಸಲುವಾಗಿ. ಅವರು ಪಡುತ್ತಿರುವ ಕಷ್ಟ ನೋಡಿದರೆ, ಕರುಳು ಹಿಂಡಿದಂತಾಗುತ್ತದೆ.

ನಮ್ಮ ಹರಿಗೇ ಅದನ್ನು ಕೊಡಿಸಿದ್ದರೆ ದೊಡ್ಡ ಬ್ಯಾರಿಸ್ಟರ್ ಆಗಿ ನಮ್ಮ ವಂಶದ ಹೆಸರನ್ನು ಬೆಳಗುತ್ತಿದ್ದನಲ್ಲ."

"ನಿಜ ನೀನು ಹೇಳುವುದು. ಆದರೆ ಭಗನ್‌ಲಾಲ್ ಸಾಮಾನ್ಯನೇನೂ ಆಗಿರಲಿಲ್ಲ. ಕಷ್ಟ ಪಡುತ್ತಿದ್ದ. ಆಶ್ರಮದ ಜವಾಬ್ದಾರಿ ಹೊರುವುದರ ಜೊತೆಗೆ ಚಳುವಳಿಗಳಲ್ಲಿಯೂ ಭಾಗವಹಿಸುತ್ತಿದ್ದ. ಜನರಲ್ಲಿ ಉತ್ಸಾಹ, ಚೈತನ್ಯಗಳನ್ನು ತುಂಬಿಸುತ್ತಿದ್ದ. ಇಂಥವನು 'ಲಾ' ಓದಿ ಬಂದರೆ ಮುಂದೆ ಅವನನ್ನು ಇಲ್ಲಿಯೇ ಇರಿಸಿ. ನನ್ನ ಪ್ರತಿನಿಧಿಯಾಗಿ ಕೆಲಸ ಮಾಡುವ ವ್ಯವಸ್ಥೆ ಮಾಡಬೇಕೆಂದಿದ್ದೆ" ಎಂದ ಗಾಂಧಿ.

"ಆದರೆ ಏನಾಯಿತು? ನಿಮ್ಮಾಸೆ ಉಳಿಸಲು ಆಯಿತೇನು? ಖಾಯಿಲೆ ಬಿದ್ದು ಹಿಂತಿರುಗಿದ. ಸಿಕ್ಕ ಅವಕಾಶವು ಕೈಜಾರಿ ಹೋಯಿತು. ಆಗಲಾದರೂ ಎರಡನೆ ಸಲವೂ ಯಾರನ್ನೋ ಕಳಿಸುವುದಕ್ಕಿಂತ ನಮ್ಮ ಹರಿಯನ್ನೇ ಕಳಿಸಬಹುದಿತ್ತಲ್ಲ? ಇಲ್ಲವಾದಲ್ಲಿ ಮಣಿಯನ್ನು. ಆದರೆ ನೀವೇನು ಮಾಡಿದಿರಿ? ದೊಡ್ಡದಾಗಿ ಜನೋಪಕಾರಿಯಂತೆ ಸೂರಾಬ್ಜಿ ಶಾಪುರ್‌ಜಿ ಅಡಜಣಿಯ ಎನ್ನುವ ಪಾರ್ಸಿ ಹುಡುಗನನ್ನು ಕಳಿಸಿ, ಏನೋ ಸಾಧಿಸಿದಂತೆ, ದೊಡ್ಡದಾಗಿ ನಿಟ್ಟುಸಿರು ಬಿಟ್ಟಿರಿ. ಇಷ್ಟೆಲ್ಲಾ ಆದ ಮೇಲೆ ಅವನಿಗೆ ತಾನೇ ಇಲ್ಲಿರಲು ಹೇಗೆ ಮನಸ್ಸು ಬಂದೀತು?" ಎಂದು ಕಣ್ಣೀರೆಸಿಕೊಂಡಳು.

"ಹರಿ, ನನ್ನ ಮಾತು ಕೇಳು. ಈ ಪ್ರಸಂಗದಿಂದ ನಿನ್ನ ಮನಸ್ಸಿಗೆ ನೋವಾಗಿರಬಹುದು. ಆದರೆ ನೀನು ನನ್ನನ್ನು ಪೂರ್ತಿಯಾಗಿ ಅರ್ಥಮಾಡಿಕೊಂಡಿಲ್ಲ. ಸಿಟ್ಟಿನ ಭರದಲ್ಲಿ ವಿವೇಕ ಕಳೆದುಕೊಂಡಿದ್ದೀಯ. ಸಾವಧಾನವಾಗಿ ಯೋಚಿಸು. ಹೊರಗೆ ಹೋಗಿ ಬದುಕನ್ನು ಕಟ್ಟಿಕೊಳ್ಳುವುದು ಸುಲಭವಲ್ಲ. ನಿನ್ನಲ್ಲಿ ಅಖಂಡ ನಾಯಕತ್ವದ ಶಕ್ತಿಯಿದೆ. ಸತ್ಯಾಗ್ರಹದ ಮುಂಚೂಣಿಯಲ್ಲಿರುವ ಮಹಾದಂಡನಾಯಕ. ಹಿಂದೆ ಮುಂದೆ ತಿಳಿಯದೆ ಹೆಜ್ಜೆಹಾಕಿದಲ್ಲಿ

ದಾರಿಗಳು ತಪ್ಪುವ ಸಾಧ್ಯತೆಗಳಿರುತ್ತವೆ. ಆದ್ದರಿಂದ ನಾನು ಮಾಡಿದ ತಪ್ಪುಗಳಾಗಲೀ, ತಪ್ಪು ಹಾದಿಗಳನ್ನು ಹಿಡಿಯುವುದಾಗಲಿ ನಿಮ್ಮಿಂದ ಆಗಬಾರದೆಂಬುದು ನನ್ನ ವಿಚಾರ" – ಎಂದ.

"ಬಾಪು ಯಾರದೋ ಅನುಭವಗಳು ನಮಗೆ ಪಾಠಗಳಾಗ ಬೇಕಿಲ್ಲ. ಒಳ್ಳೆಯದೂ ಕೆಟ್ಟದೂ ಯಾವುದಾದರೂ ಸರಿ, ನಮ್ಮ ಸ್ವಂತ ಅನುಭವಗಳ ಮೂಲಕ ತಪ್ಪು, ಸರಿ ಕಂಡುಕೊಳ್ಳುತ್ತೇವೆ. ನಮ್ಮನ್ನು ನಾವೇ ತಿದ್ದಿಕೊಳ್ಳುತ್ತೇವೆ. ನಿಮ್ಮ ಅನುಭವಗಳ, ಪ್ರಯೋಗಗಳ ಮೂಲಕ ನೀವು ದೊಡ್ಡವರಾಗಲಿಲ್ಲವೇ? ಹಾಗೆಯೇ ನಾವು ಆಗಲು ಪ್ರಯತ್ನಿಸುತ್ತೇವೆ. ನಿಮ್ಮ ಹೆಸರಿನ ಊರುಗೋಲು, ಶಿಫಾರಸುಗಳು ನಮಗೆ ಬೇಕಿಲ್ಲ. ಇಲ್ಲಿ ನಿಮ್ಮ ಜೊತೆ ಇರುವವರೆಗೆ ನಿಮ್ಮ ವರ್ಚಸ್ಸಿನಿಂದ ಬಿಡಿಸಿಕೊಳ್ಳಲು ಸಾಧ್ಯವಿಲ್ಲ. ಎಲ್ಲಿ ಹೋದರೂ ಗಾಂಧಿ ಮಗ ಗಾಂಧಿ ಮಗ ಎನ್ನುತಾರೆ. ನನಗೆ ಗಾಂಧಿ ಮಗನಾಗಿ ಬದುಕಬೇಕಿಲ್ಲ. ಹರಿಲಾಲನಾಗಿ ಬದುಕ ಬಯಸುತ್ತೇನೆ. ಅದಕ್ಕೆಂದೇ ನಾನು ನಿಮ್ಮಿಂದ, ನಿಮ್ಮ ನೆರಳಿನಿಂದ ದೂರ ಹೋಗಬೇಕೆಂದಿದ್ದೇನೆ. ನೀವು ನಮ್ಮ ಬಾಪುವಾಗುವುದು ಬೇಡ. ಎಲ್ಲರ ಬಾಪುವಾಗಿ ಬದುಕಿರಿ" ಎಂದು ಸ್ವಲ್ಪ ಆವೇಶದಿಂದಲೇ

ಹರಿಲಾಲ್ ಗಾಂಧಿ

ಮಾತನಾಡಿದ. ಗಾಂಧಿಗೆ ಏನು ಮಾಡಬೇಕೆಂದು ತೋಚಲಿಲ್ಲ. ಅವನೆಷ್ಟು ಹೇಳಿದರೂ ಕೇಳುವ ಸ್ಥಿತಿಯಲ್ಲಿ ಇರಲಿಲ್ಲ. ಗಾಂಧಿಗೆ ಅವನ ಮಾತುಗಳು ಬೇಸರ ತರಲಿಲ್ಲ. ಮತ್ತೊಮ್ಮೆ ಅವನ ಮಾತುಗಳನ್ನು ಮೆಲುಕು ಹಾಕುತ್ತ, ಅವುಗಳಲ್ಲಿನ ಸತ್ಯವೆಷ್ಟಿದೆ ಎಂದು ಆಲೋಚಿಸತೊಡಗಿದ.

ಕಸ್ತೂರಳ ಬಾಯಿ ಕಟ್ಟಿ ಹೋಗಿತ್ತು. ಅವಳದು ಸಂದಿಗ್ಧ. ಒಂದು ಕಡೆ ಗಂಡ, ಮತ್ತೊಂದು ಕಡೆ ಮಗ. ಯಾರ ಪರವಾಗಿ ಮಾತನಾಡುವುದು, ಇಬ್ಬರ ಮಾತುಗಳೂ ಅವರವರ ನಂಬಿಕೆಗಳಿಂದ ಹೊಮ್ಮಿವೆ. ಇಬ್ಬರ ಮಾತುಗಳಲ್ಲಿಯೂ ತರ್ಕವಿದೆ; ಅರ್ಥವಿದೆ, ಸತ್ಯವಿದೆ. ಹೀಗಿರುವಾಗ ತಾನೇನು ಮಾಡಬೇಕೆಂದು ತೋಚದೆ, ಒಳಗೊಳಗೇ ಸಂಕಟವನ್ನು ಅನುಭವಿಸಿದಳು. ಮೂವರ ನಡುವೆ ಮೌನವೇ ಕವಿದಿತ್ತು. ಹರಿಗೆ ಸಂಬಂಧ ಪಟ್ಟ ಪ್ರಸಂಗಗಳು ಅಪ್ಪನೊಂದಿಗೆ (ಬಾಪು) ವಾಗ್ವಾದಗಳು ಕಣ್ಣಿಗೆ ಕಟ್ಟಿದಂತೆ ಮರುಕಳಿಸಿದವು.

ಮೌನ ಮುರಿದು ಗಾಂಧಿ ಹರಿಲಾಲನಿಗೆ ಹೇಳಿದ

"ಆಯ್ತು ಮಗು, ನಿನ್ನ ದೃಢನಿರ್ಧಾರವನ್ನು ಮೆಚ್ಚುತ್ತೇನೆ. ಇನ್ನು ನಿನ್ನನ್ನು ಅಡ್ಡಿ ಪಡಿಸುವುದಿಲ್ಲ. ಭಾರತಕ್ಕೆ ಹಿಂತಿರುಗಿ ಒಳ್ಳೆಯ ಕಾರ್ಯಗಳನ್ನು ಮಾಡು. ಗುಲಾಬ್, ರಾಮಿ ಇವರುಗಳನ್ನು ಚೆನ್ನಾಗಿ ನೋಡಿಕೊ. ದೇವರು ಒಳ್ಳೆಯದು ಮಾಡಲಿ. ಈ ತಂದೆಯಿಂದ ನಿನಗೆ ಅನ್ಯಾಯವಾಗಿದ್ದರೆ ಕ್ಷಮಿಸು. ಆದಷ್ಟು ಬೇಗ ಇಲ್ಲಿನ ಕರ್ತವ್ಯಗಳನ್ನು ಮುಗಿಸಿ ನಾನು ಮತ್ತು 'ಬಾ' ಇಬ್ಬರೂ ಬಂದು ನಿನ್ನನ್ನು ಸೇರಿಕೊಳ್ಳುತ್ತೇವೆ." ಎಂದು ಹೇಳಿ ಅವನಿಗೆ ಕಾಣದಂತೆ ಕಣ್ಣೊರೆಸಿಕೊಂಡರು. ಅದು ಹೇಗೋ ಹರಿಯ ಕಣ್ಣಿಗೆ ಬಿದ್ದು, ಅವನಿಗೆ ಅದು ತೀರಾ ಕೆಡುಕೆನಿಸಿತು.

ಕಸ್ತೂರ್ಬಾ ಹರಿಯ ಬಳಿಗೆ ಬಂದು ಅವನ್ನು ಬಿಗಿದಪ್ಪಿ "ನೀನು ಹೋಗುವುದಕ್ಕೆ ಮೊದಲು ಈ ತಾಯಿಯನ್ನೊಮ್ಮೆ ಮಾತನಾಡಿಸಿ ಹೋಗುವುದನ್ನು ಮರೆಯಬೇಡ" ಎಂದಳು.

ಹರಿ ಅಲ್ಲಿ ನಿಲ್ಲದೆ ಹೊರಟುಹೋದ.

ಬಾಪು ಇನ್ನೂ ಮಗನ ಮಾತುಗಳ ಬಗ್ಗೆ ಯೋಚಿಸುವ ಮನಃಸ್ಥಿತಿಯಿಂದ ಹೊರ ಬಂದಿರಲಿಲ್ಲ.

"ಬನ್ನಿ ನಮ್ಮ ಆಶ್ರಮದ ಮನೆಗೆ ಹೋಗೋಣ. ಹೀಗೇ ಚಿಂತೆ ಮಾಡುತ್ತ ಕುಳಿತಿರುವುದರಲ್ಲಿ ಪ್ರಯೋಜನವಿಲ್ಲ. ಮಕ್ಕಳು ಪ್ರಯಾಣದಿಂದ ದಣಿದಿದ್ದಾರೆ. ಅವರು ಸ್ವಲ್ಪ ಊಟ ಮಾಡಿ ವಿಶ್ರಾಂತಿ ಪಡೆಯಲಿ. ನಮ್ಮ ಜೊತೆ ಬಂದ ಪೋಲಕರು ಇಲ್ಲಿನ ವ್ಯವಸ್ಥೆ ಹೇಗಿದೆ ಎಂದು ನೋಡಿ ಬರಲು ಹೊರಟಿದ್ದಾರೆ. ನಾನು ಬರುತ್ತಿದ್ದಂತೆ ಹರಿ ಎದುರಾದದ್ದು, ನೀವು ಬಂದದ್ದು ಎಲ್ಲವೂ ಏನೋ ಕಾಕತಾಳೀಯವೆನಿಸಿತು. ಬಹಳ ದಿನಗಳಿಂದ ಹರಿಯ ವರ್ತನೆಯಲ್ಲಿ ಗಂಭೀರವಾದ ಬದಲಾವಣೆಗಳನ್ನು ಗಮನಿಸಿದ್ದೆ. ಸಮಯ ಸಿಕ್ಕಾಗ ಅವನನ್ನು ವಿಚಾರಿಸಬೇಕೆಂದಿದ್ದೆ. ಆದರೆ ಇವತ್ತು ನೀವು ಸಿಕ್ಕಿದಿರಿ. ನೇರವಾಗಿ ಅವನ ಸಮಸ್ಯೆಗಳು ಏನೆಂಬುದನ್ನು ತಿಳಿದಿರಿ. ಹೋಗ ಬೇಕೆನ್ನುತ್ತಿದ್ದಾನೆ. ಹೋಗಲಿ ಬಿಡಿ. ಸ್ವಂತ ಅನುಭವಗಳಿಂದಾಗಿ ಬದುಕನ್ನು ಅರ್ಥ ಮಾಡಿಕೊಳ್ಳುತ್ತಾನೆ. ಇಲ್ಲವೇ ನೀವು ಹೇಳುವುದರಲ್ಲಿ ಅರ್ಥವಿದೆ ಎಂಬುದನ್ನು ಗ್ರಹಿಸುತ್ತಾನೆ" ಎಂದು ಹೇಳಿ ಅಲ್ಲಿಂದ ಹೊರಟು ನಿಂತಳು.

ಬಾಪುವಿನ ಜೊತೆ ಸಾಕಷ್ಟು ವಾದ ವಾಗ್ವಾದ ನಡೆಸಿದ ನಂತರ ಎದೆ ತುಂಬ ಭವ್ಯ ಭವಿಷ್ಯತ್ತಿನ ಕಸುಗಳನ್ನು ಹೊತ್ತು ಜೋಹಾನ್ಸ್‌ಬರ್ಗ್ ನಿಲ್ದಾಣದಲ್ಲಿ ರೈಲು ಹತ್ತಿದ. ಅವನನ್ನು ಬೀಳ್ಕೊಡಲು ಗಾಂಧಿ ಮಾತ್ರವೇ ಅಲ್ಲ ಇನ್ನೂ ಹಲವಾರು ಮಂದಿ ಹರಿಲಾಲನ ಅಭಿಮಾನಿಗಳೂ ಬಂದಿದ್ದರು. ಮನಸ್ಸು ಕಲಕುವ ಸನ್ನಿವೇಶ. ಹರಿಲಾಲನ ಉದ್ಧಟ ನಡತೆಯಿಂದ ಗಾಂಧಿ ಬೇಸರಗೊಂಡಿರಲಿಲ್ಲ. ಅವನನ್ನು ಸಮೀಪಿಸಿದ. ಬರಸೆಳೆದು ಬಿಗಿದಪ್ಪಿದ. ಕೆನ್ನೆ ಸವರಿದ. ಹಣೆ ಮೇಲೆ ಮೃದುವಾಗಿ ಮುತ್ತಿಕ್ಕಿದ. ಜೊತೆಗೆ ಅತಿಯಾದ ಭಾವುಕತೆಯಿಂದ ಕಂಪಿಸುವ ದನಿಯಲ್ಲಿ "ಹರಿ ನಿನ್ನ ತಂದೆಯಿಂದ ನಿನಗೆ ಅನ್ಯಾಯವಾಗಿದ್ದರೆ ಅವನನ್ನು ಕ್ಷಮಿಸು" ಎಂದರು ಮತ್ತೆ ಮಾತು ಮುಂದುವರೆಸಿದರು.

"ನಿನ್ನ ಬಗ್ಗೆ ಅಪಾರವಾದ ಆಸೆಗಳನ್ನು ಇರಿಸಿಕೊಂಡಿರುವೆ. ದೇವರು ಎಂದಾದರೂ ನಿನ್ನನ್ನು ನಿನ್ನ ಕಹಿ ಭಾವನೆಗಳಿಂದ ಮುಕ್ತಗೊಳಿಸಿ ನನ್ನೆಡೆಗೆ ಬರುವಂತೆ ಮಾಡಿದರೆ, ನನ್ನಷ್ಟು ಸಂತೋಷಪಡುವವರು ಈ ಪ್ರಪಂಚದಲ್ಲೇ ಇರಲು ಸಾಧ್ಯವಿಲ್ಲ. ನಿನ್ನ ಅಗಲಿಕೆಯ ನೋವು ಎಂದೆಂದೂ ನನ್ನೆದೆಯಲ್ಲಿ ಹೆಪ್ಪುಗಟ್ಟಿ ನಿಂತಿರುತ್ತದೆ ಎನ್ನುವುದನ್ನು ಮಾತ್ರ ಮರೆಯಬೇಡ. ಪ್ರಬುದ್ಧನಾಗಿ ಎಲ್ಲವನ್ನು ಅರಿತುಕೊಂಡು ಬಾ. ನಾವು ಗೆಳೆಯರಂತೆ ಇರೋಣ. ನಮ್ಮ ಹೋರಾಟಗಳನ್ನು ಇತಿಹಾಸವಾಗಿಸೋಣ. ಗುಲಾಬ್ ಮತ್ತು ಮಕ್ಕಳನ್ನು ಚೆನ್ನಾಗಿ ನೋಡಿಕೋ. ಹೋಗಿಬಾ" ಎಂದು ಹೇಳುತ್ತ ತೇವಗೊಂಡ ಕಣ್ಣುಗಳಿಂದ ಹಿಂತಿರುಗಿದ. ರೈಲು ಹೊರಡುವ ಸಮಯವಾಯಿತೆಂದು ನಿಲ್ದಾಣದಿಂದ ಹೊರಬಂದ.

✷   ✷   ✷

ಟಾಲ್‌ಸ್ಟಾಯ್ ಫಾರಂನಲ್ಲಿನ ಆಶ್ರಮ. 'ಬಾ'ಳಿಗೆ ಫೀನಿಕ್ಸ್ ಆಶ್ರಮಕ್ಕಿಂತ ಭಿನ್ನವಾಗಿ ಕಾಣಿಸಿತು. ವ್ಯವಸ್ಥೆಯಷ್ಟೇ ಅಲ್ಲ. ಜೀವನ ವಿಧಾನವೂ ಬೇರೆಯಗಿತ್ತು. ಹಿಂದು, ಮುಸ್ಲಿಂ, ಫಾರ್ಸಿ, ಕ್ರಿಶ್ಚಿಯನ್ ಧರ್ಮಗಳಿಂದ ಬಂದ ಸಮುದಾಯಗಳೂ ಇದ್ದವು. ಫೀನಕ್ಸ್‌ನಲ್ಲಿದ್ದ ಜನಸಂಖ್ಯೆಗಿಂತಲೂ ಇಲ್ಲಿ ಸ್ವಲ್ಪ ಹೆಚ್ಚಾಗಿಯೇ ಇತ್ತು. ಪ್ರತಿಯೊಬ್ಬರಿಗೂ ಒಂದೇ ರೀತಿಯ ಉಡುಪುಗಳು. ಮಲಗಲು ಹಾಸಿಗೆ ಗೀಸಿಗೆ ಇರಲಿಲ್ಲ. ವರಾಂಡದಲ್ಲಿಯೇ ಮಲಗುವ ವ್ಯವಸ್ಥೆ. ಹಾಸಿ ಹೊದೆಯಲು ಎರಡು ಹೊದಿಕೆಗಳು ಮತ್ತು ತಲೆಯಡಿಗೆ ಒಂದು ದಿಂಬು ಮಾತ್ರವೇ ಕೊಡಲಾಗಿತ್ತು. ಎಲ್ಲರ ಅಡುಗೆಯೂ ಒಂದೇ ಕಡೆ ಒಂದು ದೊಡ್ಡ ಅಡಿಗೆ ಮನೆಯಲ್ಲಿ ವ್ಯವಸ್ಥೆಯಾಗಿತ್ತು. 'ಬಾ'ಗೆ ಈ ಪರಿಸರಕ್ಕೆ ಹೊಂದಿಕೊಳ್ಳಲು ಕಷ್ಟವೇನೂ ಆಗಲಿಲ್ಲ ದಿನನಿತ್ಯದ ಪ್ರಾರ್ಥನೆಗಳು ಅವಳಿಗೆ ಅಪಾರವಾದ ನೆಮ್ಮದಿ, ಶಾಂತಿಗಳನ್ನು ನೀಡುತ್ತಿದ್ದವು.

ಟಾಲ್‌ಸ್ಟಾಯ್ ಫಾರಂನ ಬದುಕು ಕೂಡಾ ಹೂವಿನ ಹಾಸಿಗೆ ಅಗಿರಲಿಲ್ಲ. ಸಣ್ಣಪುಟ್ಟ ಗಂಭೀರವಾದ ಸಮಸ್ಯೆಗಳು ಆಗಾಗ ತಲೆ ಎತ್ತುತ್ತಿದ್ದವು. 'ಬಾ'ಗೆ ಅದೇನೂ ದೊಡ್ಡದೆನಿಸಲಿಲ್ಲ.

ಅವಳನ್ನು ಕಾಡುತ್ತಿದ್ದ ಸಮಸ್ಯೆಯೆಂದರೆ, ಶಿಸ್ತು ಸಂಯಮ, ಸೌಹಾರ್ದತೆಗಳಿಲ್ಲದೆ ಪುಂಡು ಪೋಕರಿಗಳಂತೆ ವರ್ತಿಸುತ್ತಿದ್ದ ಒಂದಷ್ಟು ಹುಡುಗರಿದ್ದರು. ಅವರು ಬೆಳೆದು ಬಂದ ಪರಿಸರವೇ ಬಹಳ ಭಯಾನಕವಾಗಿತ್ತು. ವಿದ್ಯಾಬುದ್ಧಿ ಇಲ್ಲದೆ, ಶಿಸ್ತು ಸಂಯಮಗಳಿಲ್ಲದೆ, ತೀರಾ ತೀರಾ ದಾರುಣ ಪರಿಸ್ಥಿತಿಯಿಂದ ಕಿತ್ತು ತಿನ್ನುವ ಬಡತನದಿಂದ, ದರಿದ್ರತೆಯ ಸಾಕಾರರೂಪಗಳಂತೆ ಲಂಗು ಲಗಾಮು ಇಲ್ಲದೆ ದಾರಿತಪ್ಪಿದಂತಿದ್ದ ಗಣಿ ಕಾರ್ಮಿಕರ ಮಕ್ಕಳಾಗಿದ್ದು, ಇಂಥವರ ಜೊತೆ ತನ್ನ ಮಕ್ಕಳು ಬೆರೆಯುವುದರಿಂದ ಹಾಳಾಗಿ ಹೋಗುತ್ತಾರಲ್ಲ ಎಂದು ಹೆದರಿದಳು. ಒರಟರು, ಸುಳ್ಳುಗಾರರೂ, ನಿರ್ದಯಿಗಳೂ ಆದವರ ಸಾಂಗತ್ಯದಲ್ಲಿ ಮಕ್ಕಳು ಏನಾಗುತ್ತಾರೋ ಎಂದು ಚಿಂತಿಸಿದಳು. ಯಾರಿಗೆ ತನ್ನ ಈ ಸಮಸ್ಯೆ ಹೇಳಿಕೊಳ್ಳಬೇಕೆಂದು ತೋಚಲಿಲ್ಲ. ಅಂಥ ಸಮಯದಲ್ಲಿ ಸ್ವಲ್ಪ ಯೋಚನೆ ಮಾಡಿದ ಮೇಲೆ, ಅವಳಿಗೆ ಹೊಳೆದದ್ದು ಕಾಲೆನ್‌ಬಾಕ್. ಕಾಲೆನ್‌ಬಾಕ್ ಕೂಡಾ ಇದೇ ವಿಚಾರವನ್ನು ಯೋಚಿಸುತ್ತಾ, ಗಾಂಧಿ ಮಕ್ಕಳ ಬಗ್ಗೆ ಚಿಂತಿತನಾಗಿದ್ದ. ಅದನ್ನೇ 'ಬಾ'ಗೂ ತಿಳಿಸಿ. ತಾನೊಮ್ಮೆ ಗಾಂಧಿ ಜೊತೆ ಮಾತಾಡಿ, ಇದಕ್ಕೆ ಪರಿಹಾರ ಏನು ಹೇಳುತ್ತಾರೋ ತಿಳಿದುಕೊಳ್ಳುತ್ತೇನೆ ಎಂದಿದ್ದ.

ಅವಕಾಶ ಮಾಡಿಕೊಂಡು ಒಂದು ದಿನ ಈ ವಿಚಾರವನ್ನು ತಿಳಿಸಿದ. "ನಿಮ್ಮ ಮಕ್ಕಳ ಬಗ್ಗೆ ನಾನು ಮತ್ತು 'ಬಾ' ಬಹಳ ವ್ಯಗ್ರಗೊಂಡಿದ್ದೇವೆ. ಅವರು ಅಲ್ಲಿನ ಮಕ್ಕಳ ಸಹವಾಸದಲ್ಲಿ ಸುರಕ್ಷಿತವಾಗಿರಲು ಸಾಧ್ಯವಿಲ್ಲ. ನಿಮ್ಮ ಮಕ್ಕಳ ಮೇಲೆ ಅವರ ಪ್ರಭಾವ ತೀರಾ ಕೆಟ್ಟ ಪರಿಣಾಮ ಗಳಿಗೆ ದಾರಿ ಮಾಡಬಹುದು. ಇದರ ಬಗ್ಗೆ ನೀವೇನಾದರೂ ಯೋಚನೆಮಾಡಬೇಕು" ಎಂದ.

"ಹಾಗಾದರೆ ನೀವೇ ನಾನೇನು ಮಾಡಬೇಕೆಂದು ಹೇಳಿ" ಎಂದ ಗಾಂಧಿ "ಇದಕ್ಕೆ ಇರುವುದು ಒಂದೇ ದಾರಿ. ಆ ಮಕ್ಕಳನ್ನು ನಿಮ್ಮ ಮಕ್ಕಳಿಂದ ದೂರವಿಡಿ. ಇಲ್ಲವೆ ಕಳಿಸಿ ಬಿಡಿ" ಎಂದ ಕಾಲೆನ್‌ಬಾಕ್.

"ಅಂದರೆ ನೀವು ಹೇಳುವುದು ನಮ್ಮ ಮಕ್ಕಳು ಬಹಳ ವಿಶೇಷ, ಬೇರೆ ಮಕ್ಕಳಿಗಿಂತ ಭಿನ್ನ. ಬಹಳ ಒಳ್ಳೆಯವರು. ಈ ಕೆಟ್ಟ ಮಕ್ಕಳ ಸಹವಾಸದಿಂದ ಕೆಡುತ್ತಾರೆ. ಅದಕ್ಕೆಂದೇ ಅವರನ್ನು ಆ ಮಕ್ಕಳಿಂದ ಬೇರೆಯಾಗಿ ಇಡುತ್ತಿದ್ದೇನೆ ಎಂದು ಹೇಳಬೇಕು ಎನ್ನುತ್ತೀರಿ?"

"ಹಾಗೆಂದೇನೂ ಹೇಳಬೇಕಿಲ್ಲ. ದೊಡ್ಡ ಹುಡುಗರು ಬಹಳ ತಪ್ಪುಗಳನ್ನು ಮಾಡುತ್ತಿದ್ದಾರೆ, ಅವರ ನಡತೆ ಸರಿಯಾಗಿಲ್ಲ ಅನ್ನೋ ಕಾರಣಕ್ಕಾಗಿ ಆಶ್ರಮದಿಂದ ಕಳಿಸಬೇಕಾಯಿತು ಎಂದು ಹೇಳಿದರೆ ಆಯಿತು."

"ಅದು ಸರಿಯಲ್ಲ ಮಿಸ್ಟರ್ ಕಾಲೆನ್‌ಬಾಕ್. ನನ್ನ ಮಕ್ಕಳಿಗೂ ಈ ಪುಂಡು ಪೋಕರಿಗಳಿಗೂ ಮಧ್ಯೆ ನಾನು ಭೇದ ಮಾಡಿದಂತೆ ಆಗುವುದಿಲ್ಲವೇ? ಒಳ್ಳೆಯ ಮಕ್ಕಳಾಗಲೀ, ಕೆಟ್ಟ ಮಕ್ಕಳಾಗಲೀ ನನ್ನದೇ ಜವಾಬ್ದಾರಿಯಲ್ಲವೇ? ಇಷ್ಟಕ್ಕೂ ಅವರಾಗಿ ಅವರು ಬಂದು ಇಲ್ಲಿ ಸೇರಿಕೊಳ್ಳಲಿಲ್ಲ. ನಾನಾಗಿ ಅವರನ್ನು ಕರೆದು ತಂದೆ. ಈಗೇನೋ ಬಾ ಮತ್ತು ನಿಮ್ಮ ಮಾತಿನಂತೆ, ಒಂದಿಷ್ಟು ಹಣ ಕೊಟ್ಟು ಬುದ್ಧಿವಾದ ಹೇಳಿ ಕಳಿಸಿಬಿಡುತ್ತೇನೆ ಎಂದುಕೊಳ್ಳಿ. ಅವರೇನೋ ಸಂತೋಷದಿಂದ ಓಡಿ ಹೋಗುತ್ತಾರೆ ಮತ್ತು ತಮ್ಮ ಹಳೆಯ ದಾರಿಗಳನ್ನೇ ಹಿಡಿಯುತ್ತಾರೆ. ನಿಜ ಹೇಳಬೇಕೆಂದರೆ ಈ ಹುಡುಗರೂ ಇವರ ಪೋಷಕರು ಇಲ್ಲಿ ಬಂದು ನನಗೆ ಉಪಕಾರ ಮಾಡಿದ್ದಾರೆ ಎಂದುಕೊಳ್ಳಬೇಕು. ಇಲ್ಲೇನು ಅವರು ಸುಖದ ಸುಪತ್ತಿಗೆಯಲ್ಲಿ ಮಲಗುತ್ತಿಲ್ಲ. ಎಷ್ಟೆಲ್ಲ

ಅನಾನುಕೂಲಗಳನ್ನು ಅನುಭವಿಸುತ್ತಿದ್ದಾರೆ. ಅಂಥಾದ್ದರಲ್ಲಿ ನನ್ನ ಮಕ್ಕಳು ಬಹಳ ಉತ್ತಮರು, ನಿಮ್ಮ ಮಕ್ಕಳ ಜೊತೆ ಸೇರಿ ಕೆಟ್ಟು ಹೋಗುತ್ತಾರೆಂದು ಅವರನ್ನು ಪ್ರತ್ಯೇಕವಾಗಿ ಇರಿಸಿದ್ದೇನೆ ಎನ್ನುವ ಅರ್ಥ ಬರುವಂತೆ ಮಾಡಿದರೆ ಅವರೆಷ್ಟು ನೊಂದುಕೊಂಡಾರು! ಯೋಚಿಸಿದ್ದೀರಾ ? ಜೊತೆಗೆ ನನ್ನ ಮಕ್ಕಳೂ ಕೂಡಾ ಹೀಗೆ ಮಾಡುವುದರಲ್ಲಿ ಏನೋ ಇರಬೇಕೆಂದು ಊಹಿಸುತ್ತಾರೆ. ಕುತೂಹಲ ತೋರಿಸುತ್ತಾರೆ. ಒಂದು ವೇಳೆ, ಅವರಿಂದ ಬೇರ್ಪಡಿಸಿದ್ದು ತಾವು ಬಹಳ ಸಾಚಾ, ಉತ್ತಮರು ಎನ್ನುವ ಕಾರಣಕ್ಕಿರಬೇಕು ಎಂದು ಭಾವಿಸಿದರೆ ಅವರ ಅಹಂಕಾರ ಬೆಳೆಯಬಹುದು. ತಪ್ಪುದಾರಿ ಹಿಡಿಯಬಹುದು. ಮಕ್ಕಳನ್ನು ಯಾರೂ ಇತರೆ ಮಕ್ಕಳಿಂದ ಎಂದಿಗೂ ಪ್ರತ್ಯೇಕಿಸಬಾರದು. ಜೊತೆ ಜೊತೆಯಾಗಿಯೇ ಬೆಳೆದರೆ, ಮಕ್ಕಳ ಸ್ವಭಾವಗಳು ಎಷ್ಟು ರೀತಿಯಲ್ಲಿ ಇರುತ್ತವೆ. ಅವರೆಲ್ಲ ಹಾಗ್ಯಾಕೆ ವರ್ತಿಸುತ್ತಾರೆ ಎನ್ನುವುದನ್ನು ಕುತೂಹಲದ ಮೂಲಕ ತರ್ಕಿಸುತ್ತಾರೆ. ತಮ್ಮ ಮತ್ತು ಬೇರೆಯವರ ನಡುವಿನ ಅಂತರವನ್ನು ಅರಿಯುತ್ತಾರೆ. ಅವರ ವರ್ತನೆಗೆ ಹಿರಿಯರು ಪ್ರತಿಕ್ರಿಯಿಸುವುದರ ಮೂಲಕ ಒಳ್ಳೆಯದ್ಯಾವುದು, ಕೆಟ್ಟದ್ಯಾವುದು ಎಂಬುದನ್ನು ಗ್ರಹಿಕೆ ಮತ್ತು ಸ್ವಾನುಭವಗಳಿಂದ ನಿರ್ಧರಿಸುತ್ತಾರೆ. ನಮ್ಮ ಮಕ್ಕಳಲ್ಲಿ ಒಳ್ಳೆಯ ನಡತೆಯಿದ್ದರೆ, ಅವರ ಪ್ರಭಾವ ಉಳಿದ ಸಂಗಾತಿಗಳ ಮೇಲೆ ಒಳ್ಳೆಯ ಪರಿಣಾಮವನ್ನೇ ಬೀರುವ ಸಾಧ್ಯತೆಯೂ ಇರಬಹುದಲ್ಲ. ಆದ್ದರಿಂದ ಉಂಟಾಗಬಹುದಾದ ಸಮಸ್ಯೆಯನ್ನೇ ಮೊದಲು ಊಹಿಸಿ. ಅಪಾಯಗಳಿಗೆ ಹೆದರಿ ಹಿಂಜರಿಯುವುದಕ್ಕಿಂತ ಎದುರಾಗುವುದನ್ನು ಸ್ವಾಗತಿಸುವುದೇ ಒಳ್ಳೆಯದೆಂದೆನಿಸುತ್ತದೆ ! ಎಂದ ಗಾಂಧಿ. ಅವರನ್ನು ಬೇರ್ಪಡಿಸುವುದು ಖಂಡಿತವಾಗಿಯೂ ಸಾಧುವಲ್ಲ. ಅಪಾಯಗಳಿಗೆ ಹೆದರಿ ಹಿಂಜರಿಯುವುದಕ್ಕಿಂತ, ಎದುರಾಗುವುದನ್ನು ಸ್ವಾಗತಿಸುವುದೇ ಒಳ್ಳೆಯದೆಂದು ಅನಿಸುತ್ತದೆ." ಎಂದ ಗಾಂಧಿ.

"ಮಿಸ್ಟರ್ ಗಾಂಧಿ, ನೀವು ಹೇಳುವುದರಲ್ಲಿ ತರ್ಕವಿದೆಯಾದರೂ ತಾಯಿಯ ಮನಸ್ಸಿಗೆ ಅಷ್ಟು ದೂರ ಯೋಚಿಸುವುದು ಸಾಧ್ಯವಾಗುವುದಿಲ್ಲ. ತನ್ನ ಮಕ್ಕಳ ಸುರಕ್ಷತೆಯ ಬಗ್ಗೆಯೇ ಅವಳ ಕಾಳಜಿ. ಬಾ ಹೆದರಿದ್ದರಲ್ಲಿ ಅರ್ಥವಿದೆ ಎನಿಸುವುದಿಲ್ಲವೆ?" ಎಂದು ಪ್ರಶ್ನಿಸಿದ.

"ಹೌದು ಗೆಳೆಯ ಆಕೆಯ ಆತಂಕದ ಬಗ್ಗೆ ನನ್ನ ವಿರೋಧವಿಲ್ಲ ಆದರೆ ಯಾವುದನ್ನೇ ಮೊದಲು ತೀರ್ಮಾನಿಸುವುದು ತಪ್ಪಲ್ಲವೇ? ಅವರ ಸಹವಾಸದೋಷದಿಂದ ಕೆಡುತ್ತಾರೆಂಬುದು ನಿಮ್ಮ ಲೆಕ್ಕಾಚಾರ. ಆದರೆ ನನ್ನ ದೃಷ್ಟಿಯಲ್ಲಿ ನನ್ನ ಮಕ್ಕಳು ಕೆಡುವುದು ಸಾಧ್ಯವೇ ಇಲ್ಲ. ಬದಲಾಗಿ ಎಲ್ಲ ಸ್ವಭಾವದ, ಎಲ್ಲ ಜಾತಿ, ವರ್ಗದ ಮಕ್ಕಳೊಂದಿಗೆ ಕಲೆತು ವಾಸಿಸುವುದರಿಂದ ತಮಗೆ ತಾವೇ ಅನುಭವದಿಂದ, ನಾವು ಕಲಿಸುವುದಕ್ಕಿಂತ ಹೆಚ್ಚಿನ ಪಾಠವನ್ನು ಕಲಿಯುತ್ತಾರೆ. ಆದರೆ ತಂದೆ–ತಾಯಿಯರ ಕಣ್ಗಾವಲು ಇರಲೇ ಬೇಕಾಗುತ್ತದೆ.

ಮತ್ತೊಂದು ವಿಷಯ ನಿನಗೆ ಹೇಳಲೇ ಬೇಕು. ಮಕ್ಕಳನ್ನು ಗಾಳಿಗೇ ಬಿಡದೆ, ಹೊರ ಜಗತ್ತಿಗೆ ಮುಖ ಮಾಡಿಸದೆ ತಂದೆ–ತಾಯಿಯರು ತಮ್ಮ ಮೋಹಪಾಶದಿಂದ ತಮ್ಮ ಜೊತೆಗೇ ಬಿಗಿದುಕೊಂಡಿದ್ದರೆ ಮಕ್ಕಳು ಬೆಳೆಯುವುದಾದರೂ ಹೇಗೆ. ಅರಳುವುದು ಹೇಗೆ? ಭಿನ್ನ ಭಿನ್ನ ಪರಿಸರಗಳಲ್ಲಿ ಬೆಳೆದ ಮಕ್ಕಳ ಜೊತೆಯಲ್ಲಿ ವಾಸಿಸುತ್ತಾ ಶಿಕ್ಷಣ ಹೊಂದುವಾಗ, ತಂದೆ–ತಾಯಿ, ಶಿಕ್ಷಕರೂ ಕೂಡ ಕಠಿಣ ಪರೀಕ್ಷೆಗೆ ಒಳಗಾಗುತ್ತಾರೆ. ಆದ್ದರಿಂದ, ಬಾ ಅವರಿಗೆ ನಾನು ಹೇಳಿದ್ದೆಲ್ಲವನ್ನೂ ತಿಳಿಸಿ ಭಯಕ್ಕೆ ಅವಕಾಶ ಬೇಡವೆಂದು ಮನವರಿಕೆ ಮಾಡಿ, 'ಬಾ' ಅವರು

ಸುಮ್ಮನೆ ಈ ಕ್ಷಣಕ್ಕೆ ಹೆದರಿದ್ದಾರೆ. ಒಳಗಿನಿಂದ ಆಕೆ ಬಹಳ ಧೈರ್ಯವಂತೆ ಎಂಥ ಸನ್ನಿವೇಶಗಳನ್ನೇ ಅಗಲಿ, ಸಮರ್ಥವಾಗಿ ನಿಭಾಯಿಸುತ್ತಾಳೆ.

ಕಾಲೆನ್ ಬಾಕ್ ಸಮಾಧಾನ ಚಿತ್ತದಿಂದ ಗಾಂಧಿ ಹೇಳಿದ ಮಾತುಗಳನ್ನೆಲ್ಲಾ ಕೇಳಿಸಿಕೊಂಡು, ಸ್ವಲ್ಪ ಹೊತ್ತು ಯೋಚಿಸಿದ ಮೇಲೆ ಗಾಂಧಿಯ ಮಾತಿನ ಹಿಂದಿನ ತರ್ಕ ಸಮರ್ಥನೀಯವೆನಿಸಿತು. ಅಲ್ಲದೆ, ಗಾಂಧಿಯಿಂದ ಇದಕ್ಕಿಂತ ಭಿನ್ನವಾದುದು ಬರಬಹುದೆಂದು ನಿರೀಕ್ಷೆಯೂ ಇರಲಿಲ್ಲ. ಆದ್ದರಿಂದ ಇನ್ನು ಮಾತು ಮುಂದುವರೆಸುವುದರಲ್ಲಿ ಪ್ರಯೋಜನವಿಲ್ಲವೆಂಬ ತೀರ್ಮಾನಕ್ಕೆ ಬಂದ. ಈಗ ತನಗೆ ಉಳಿದಿರುವ ಕರ್ತವ್ಯವೆಂದರೆ 'ಬಾ' ಅವರಿಗೆ ಸಮಾಧಾನ ಹೇಳಿ ಧೈರ್ಯ ತುಂಬುವುದು ಅಷ್ಟೆ!

ಕಾಲೆನ್‌ಬಾಕ್‌ರಿಂದ ವಿಷಯ ತಿಳಿದ ಮೇಲೆ 'ಬಾ'ಳಿಗೆ ಬೇರೆ ಪರ್ಯಾಯವೇ ಇರಲಿಲ್ಲ. ಮಾಮೂಲಿನಂತೆ ಗಂಡನ ಎಲ್ಲ ಪ್ರಯೋಗಗಳಿಗೆ ಮಕ್ಕಳನ್ನು ತನ್ನನ್ನು ಬಲಿಪಶು ಮಾಡುತ್ತಿರುವಂತೆ, ಈಗಲೂ ಅಂಥಾದ್ದಕ್ಕೆ ಸಿದ್ಧತೆ ಮಾಡಿಕೊಳ್ಳುವುದಷ್ಟೇ ತನ್ನ ಪಾಲಿಗೆ ಉಳಿದಿರುವುದು ಎಂದು ಸಮಾಧಾನ ತಂದುಕೊಂಡಳು.

ಕ್ರಮೇಣ ಕಸ್ತೂರಳ ಆತಂಕ ದಿನ ಕಳೆದಂತೆ ಕಡಿಮೆಯಾಗತೊಡಗಿತು. ಗಂಡನ ಶಿಕ್ಷಣ ನೀತಿಗಳು ಕೂಡಾ ಮಕ್ಕಳು ಸರ್ವತೋಮುಖಿ ಬೆಳವಣಿಗೆ, ಚಾರಿತ್ರ್ಯ ನಿರ್ಮಾಣ. ವ್ಯಕ್ತಿತ್ವ ವಿಕಸನದ ಆಶಯಗಳನ್ನೇ ಮುಖ್ಯವಾಗಿ ಹೊಂದಿದ್ದವು. ಸ್ವತಃ ಗಂಡನೇ ಶಿಕ್ಷಣದ ಜವಾಬ್ದಾರಿಯನ್ನೂ ವಹಿಸಿಕೊಂಡಿದದ. ಗಂಡು ಮಕ್ಕಳು, ಹೆಣ್ಣುಮಕ್ಕಳ ವಿದ್ಯಾಭ್ಯಾಸಕ್ಕೆ ಅನುಕೂಲವಾದ ಶಿಕ್ಷಣ ನೀತಿ, ವಿಧಾನಗಳನ್ನು ಅಳವಡಿಸಿಕೊಂಡಿದ್ದ. ಆಶ್ರಮ ಶಾಲೆಯಲ್ಲಿ ಹಿಂದು, ಮುಸಲ್ಮಾನ, ಕ್ರೈಸ್ತ, ಪಾರಸಿ, ಹುಡುಗ, ಹುಡುಗಿಯರೂ ಇದ್ದರು. ಹೊರಗಡೆಯಿಂದ ಉಪಾಧ್ಯಾಯನನ್ನು ತರುವ ಅವಶ್ಯಕತೆ ಇಲ್ಲವೆನಿಸಿ ತಾನೇ ಜವಾಬ್ದಾರಿ ಹೊತ್ತು ತಾನು ನಂಬಿದಂತೆ ಅಂದಿನ ಪ್ರಚಲಿತ ವಿದ್ಯಾಭ್ಯಾಸ ಪದ್ಧತಿಯನ್ನು ನಿರಾಕರಿಸಿ, ವಿದ್ಯಾರ್ಥಿಗಳ ಸಚ್ಚಾರಿತ್ರ್ಯ ನಿರ್ಮಾಣಕ್ಕೆ ಅನುಕೂಲವಾದ ವಿಧಾನಗಳನ್ನು ಅಳವಡಿಸಿದ. ಕಾಲೆನ್‌ಬಾಕ್ ಮತ್ತು ಪ್ರಾಗ್ಜಿ ದೇಸಾಯರ ಸಹಯೋಗದಲ್ಲಿ, ಶಾರೀರಿಕ ಶಿಕ್ಷಣ, ಶ್ರಮಶಿಕ್ಷಣ ಔದ್ಯೋಗಿಕ ಶಿಕ್ಷಣ. ಅಧ್ಯಾತ್ಮಿಕ ಶಿಕ್ಷಣ, ಜೊತೆಗೆ ಅಗತ್ಯಕ್ಕೆ ಅನುಗುಣವಾಗಿ ಅಕ್ಷರ ಶಿಕ್ಷಣ – ಹೀಗೆ ಶಿಕ್ಷಣದ ಎಲ್ಲಾ ಆಯಾಮಗಳೂ ಕೂಡಿದಂತಹ ಶಿಕ್ಷಣ ವ್ಯವಸ್ಥೆಯನ್ನು ರೂಪಿಸಿದ. ಈ ಪ್ರಕಾರದ ಶಿಕ್ಷಣ ಟಾಲ್‌ಸ್ಟಾಯ್ ಫಾರಂನಲ್ಲಿ ವಾಸಿಸುವವರಿಗೆ ಅನಿವಾರ್ಯವಾಗಿತ್ತು. ಆಶ್ರಮವಾಸಿಗಳೇ ಸ್ವಯಂ ಸೇವಕರಂತೆ ತೋಟಗಾರಿಕೆ, ಕೃಷಿ, ಮರದ ಕೆಲಸ (ಬಡಗಿ), ಚಪ್ಪಲಿ ಹೊಲಿಯುವ (ಚಮ್ಮಾರ) ಕೆಲಸ, ಪರಿಸರ ನೈರ್ಮಲ್ಯದ ಕೆಲಸ – ಹೀಗೆ ಎಲ್ಲ ಕೆಲಸಗಳನ್ನು ಮಾಡಬೇಕಿತ್ತು. 'ಸೇವಕರು' ಎನ್ನುವ ಪರಿಕಲ್ಪನೆಗೆ ಎಡೆಯೇ ಇರಲಿಲ್ಲ.

ಎಲ್ಲ ಬಗೆಯ ಶಿಕ್ಷಣ ಕಾರ್ಯ ಅಥವಾ ತರಗತಿಗಳು ನಡೆಯುತ್ತಿದ್ದುದು ಮಧ್ಯಾಹ್ನದ ಸಮಯದಲ್ಲಿ. ಬೆಳಗಿನ ಹೊತ್ತು ಬೇರೆಲ್ಲ ಕೆಲಸಗಳು ಇರುತ್ತಿತ್ತು. ಶ್ರಮ ಮೂಲವಾದ ಶಿಕ್ಷಣ ತರಬೇತಿ ಹೇಗೋ ನಡೆದು ಹೋಗುತ್ತಿತ್ತು. ಆದರೆ ಅಕ್ಷರ ಶಿಕ್ಷಣ ಕೆಲಸ ಗಾಂಧಿಗೆ ಬಹಳ ಶ್ರಮದಾಯಕವೆನಿಸಿತು. ಬೆಳಗಿನಿಂದ ದುಡಿದು ದಣಿದ ದೇಹ ವಿಶ್ರಾಂತಿ ಬಯಸುವ ಸಮಯದಲ್ಲಿ ಪಾಠ ಹೇಳುವುದು ಒಂದು ಸಮಸ್ಯೆಯಾಗಿದ್ದರೆ, ಅಕ್ಷರ ಶಿಕ್ಷಣಕ್ಕೆ ಬೇಕಾದ ಸಾಧನ

ಸಾಮಗ್ರಿಗಳಾಗಲೀ, ವಿಷಯ ಜ್ಞಾನವಾಗಲೀ ಸುಲಭದಲಿ ಲಭ್ಯವಿಲ್ಲದ್ದು ಮತ್ತೊಂದು ಸಮಸ್ಯೆಯಾಗಿತ್ತು.

ಅಲ್ಲಿ ಎಲ್ಲ ಭಾಷಿಕ ವಿದ್ಯಾರ್ಥಿಗಳೂ ಇರುತ್ತಿದ್ದುದರಿಂದ ಅವರವರ ಮಾತೃಭಾಷೆಯಲ್ಲಿಯೇ ಪಾಠ ಪ್ರವಚನಗಳನ್ನು ನಡೆಸಲಾಗುತ್ತಿತ್ತು. ಹಿಂದಿ, ತಮಿಳು, ಗುಜರಾತಿ, ಉರ್ದುಭಾಷೆಗಳನ್ನೆಲ್ಲದೆ ಸ್ವಲ್ಪ ಸ್ವಲ್ಪ ಇಂಗ್ಲಿಷನ್ನೂ ಕಲಿಸಲಾಗುತ್ತಿತ್ತು. ಇವೆಲ್ಲದರ ಜೊತೆಗೆ, ಮಕ್ಕಳಿಗೆ ಸ್ವಲ್ಪ ಮಟ್ಟಿಗಾದರೂ ಸಂಸ್ಕೃತ ಜ್ಞಾನವಿರುವುದು ಅಗತ್ಯ ಎಂದು ಗಾಂಧಿ ನಂಬಿದ್ದ ಕಾರಣ ಅದನ್ನೂ ಕೂಡ ಕಲಿಸಲಾಯಿತು. ಸಾಮಾನ್ಯ ಜ್ಞಾನವಿರಲೆಂದು ಭೂಗೋಳ, ಚರಿತ್ರೆ, ಗಣಿತ – ಇತ್ಯಾದಿ ವಿಷಯ ಸಂಬಂಧಿ ಅರಿವನ್ನು ಶಿಕ್ಷಣದ ಮೂಲಕ ಮಕ್ಕಳಿಗೆ ಕಡ್ಡಾಯವಾಗಿ ಕೊಡಲಾಗುತ್ತಿತ್ತು.

ಇವುಗಳೆಲ್ಲಕ್ಕಿಂತ ಗಾಂಧಿಯ ನಂಬಿಕೆಯಲ್ಲಿ ಆಧ್ಯಾತ್ಮಿಕ ಶಿಕ್ಷಣವೇ ಉನ್ನತವಾಗಿತ್ತು. ಆದರೆ ಅದನ್ನು ಮಕ್ಕಳಿಗೆ ಕಲಿಸಿಕೊಡುವುದು ಅಷ್ಟು ಸುಲಭದ ಕೆಲಸವಾಗಿರಲಿಲ್ಲ. ಭಿನ್ನ ಭಿನ್ನ ಧರ್ಮಗಳಿಂದ ಬಂದ ಮಕ್ಕಳಿದ್ದರು. ಆದ್ದರಿಂದ ಯಾವುದೇ ಒಂದು ಧರ್ಮವನ್ನು ಕೇಂದ್ರವಾಗಿರಿಸಿಕೊಳ್ಳದೆ ಚಾರಿತ್ರ್ಯ ವಿಕಾಸದ ಮೂಲಕ ಆತ್ಮಸಿದ್ಧಿ. ಪರಮಾರ್ಥ ಜ್ಞಾನದ ಜೊತೆಗೆ ಹೆಜ್ಜೆ ಹಾಕುವ ವಿಧಾನವನ್ನು ಅಳವಡಿಸಿದ. ಇದಾಗಬೇಕಾದರೆ ಮಕ್ಕಳ ನಡವಳಿಕೆಯ ಕಡೆ ಹೆಚ್ಚಿನ ಗಮನವಿರಿಸಿ, ಅವರಲ್ಲಿ ಲೋಪದೋಷ, ದೌರ್ಬಲ್ಯಗಳು, ದುಷ್ಟ ಸ್ವಭಾವಗಳು ಕಂಡು ಬಂದಲ್ಲಿ ಮೊದಲು ಅವರನ್ನು ತಿದ್ದಿ ತೀಡಿ ಮುಂದಿನ ಶಿಸ್ತು, ಶಿಕ್ಷಣ ಕ್ರಮಗಳಿಗೆ ಹೊಂದಿಸಿಕೊಳ್ಳಬೇಕೆಂಬ ನಿಲುವಿನೊಂದಿಗೆ ಗಾಂಧಿ ಪ್ರಯತ್ನಗಳನ್ನು ಮಾಡಿದ. ಆಲೋಚನೆ, ಪ್ರಯತ್ನ, ಶ್ರಮಗಳು ಕಡೆಗೆ ಫಲ ನೀಡಿದವು. ಮುಂದು ಪೋಕರಿಗಳು, ಜಗಳಗಂಟರು, ಸಿಟ್ಟು ಸ್ವಭಾವದವರು, ಮೊದಲಾದವರೆಲ್ಲರೂ ಕ್ರಮೇಣ ಸುಧಾರಣೆಗೊಂಡರು.

ಕಸ್ತೂರಬಾ ಮತ್ತು ಕಾಲೆನ್‌ಬಾಕ್ ಇಬ್ಬರೂ, ಈ ಒಂದು ಬದಲಾವಣೆಯನ್ನು ಪ್ರತ್ಯಕ್ಷವಾಗಿ ಕಂಡ ಮೇಲೆ, ಗಾಂಧಿಯ ಆಲೋಚನೆಗಳನ್ನು, ಸಿದ್ಧಾಂತಗಳನ್ನು ಮೆಚ್ಚಿಕೊಂಡರು. 'ಕಸ್ತೂರಬಾ'ಗಂತೂ ಸದ್ಯ ತನ್ನ ಮಕ್ಕಳ ವಿಚಾರದಲ್ಲಿ ಇರಿಸಿಕೊಂಡಿದ್ದ ಹೆದರಿಕೆ ದೂರಾಗಿ ನೆಮ್ಮದಿಯ ನಿಟ್ಟುಸಿರು ಬಿಟ್ಟಳು. ಮಣಿದೊಡ್ಡವ. ಅವನಿಗೆ ಅರಿವಿದೆ. ಕೆಟ್ಟದು, ಒಳ್ಳೆಯದು ಯಾವುದೆಂಬುದರ ಪ್ರಜ್ಞೆಯಿದೆ. ಆದರೆ ದೇವು, ರಾಮು – ಇವರಿಬ್ಬರೂ ಚಿಕ್ಕವರು. ಅವರದೇ ಹೆಚ್ಚಿನ ಹೆದರಿಕೆಯಿತ್ತು. ಈಗ ನಿರಾಳವಾಯಿತು.

ಟಾಲ್‌ಸ್ಟಾಯ್ ಫಾರಂನ ಬದುಕೂ ಅವಳಿಗೆ ಆಪ್ತವೆನಿಸಿತು. ಒಂದು ರೀತಿಯಿಂದ ಫೀನಿಕ್ಸ್ ವಸತಿಗಿಂತ ಅನುಕೂಲಕರವಾಗಿತ್ತು. ಇಲ್ಲಿಯೂ ಎಷ್ಟು ದಿನವೋ ಎಂಬ ಚಿಂತೆ ಮಾತ್ರ ಆಗಾಗ ನುಸುಳಿ ಹೋಗುತ್ತಿತ್ತು.

✳   ✳   ✳

ಟಾಲ್‌ಸ್ಟಾಯ್ ಫಾರಂನ ಸಮಸ್ಯೆಗಳಿಲ್ಲದಿದ್ದರೂ ಹರಿಲಾಲನ ಚಿಂತೆಯ ಭೂತ ಅವಳ ಬೆನ್ನು ಬಿಡದೆ ಕಾಡುತ್ತಿತ್ತು.ಅವನು ಭಾರತಕ್ಕೆ ಹೊರಟ ಮೊದಲ ದಿನಗಳಲ್ಲಿಯಂತೂ ಕಸ್ತೂರಬಾ ಹಾಸಿಗೆ ಹಿಡಿಯುವಷ್ಟು ಮಟ್ಟಿಗೆ ದೈಹಿಕವಾಗಿ, ಮಾನಸಿಕವಾಗಿ ಕುಗ್ಗಿ ಹೋಗಿದ್ದಳು. ತನ್ನ ಬದುಕಿನಲ್ಲಿ ಸಮಸ್ಯೆಗಳು ಸರ್ವೇಸಾಮಾನ್ಯವಾಗಿ ಬಿಟ್ಟಿದ್ದವು. ಜೊತೆಗೆ ಹೊರಗಿನ ಆ

ಸಮಸ್ಯೆಗಳಿಗೆ ಹೇಗಾದರೂ ಪರಿಹಾರ ಕಂಡುಕೊಳ್ಳುವ ಸಾಧ್ಯತೆಯಿತ್ತು. ಆದರೆ ಇದು ತನ್ನ ಕರುಳ ಕುಡಿಯ ಸಮಸ್ಯೆ ! ಮರೆತೇನೆಂದರೆ ಮರೆಯಲಾಗದ್ದು. ಹೆಚ್ಚು ಕಡಿಮೆ ಅವನು ಹೋಗಿ ಎರಡು ವರ್ಷಗಳಾಗುತ್ತಿದ್ದರೂ ಚಿಂತೆಯೆಂಬ ಮರಕುಟಿಗ ಹಕ್ಕಿ, ತನ್ನನ್ನು ತನ್ನೊಳಗಿನಿಂದಲೇ ಟೊಳ್ಳುಮಾಡುತ್ತಿತ್ತು. ಇಷ್ಟೊಂದು ದುಃಖಿಸುವುದಕ್ಕೆ, ಚಿಂತಿಸುವುದಕ್ಕೆ ಕಾರಣ ಅವನು ಸಿಟ್ಟಿನಿಂದ, ಅಪ್ಪನ ಮೇಲಿನ ಸೇಡಿನಿಂದ, ಪ್ರತಿಭಟನೆಯ ರೀತಿಯಲ್ಲಿ ಹೋದದ್ದಾಗಿತ್ತು. ನಗುನಗುತ್ತ ಬೇರೆ ಯಾವುದೇ ಕಾರಣಗಳಿಂದ ಹೋಗಿದ್ದರೂ ಸಮಾಧಾನವಾಗಿ ಇರಬಹುದಾಗಿತ್ತು. ಅವನ ಅಂದಿನ ಆಕ್ರೋಶ ಭೀತಿ ಹುಟ್ಟಿಸುತ್ತಿತ್ತು. ತಂದೆ ಮಗನ ನಡುವಿನ ಸ್ವಲ್ಪ ದಿನಗಳಿಂದ ನಡೆಯುತ್ತಿದ್ದ ಶೀತಲ ಸಮರ, ಕಡೆಯ ಕ್ಷಣದಲ್ಲಿ ಸ್ಫೋಟದ ರೂಪವನ್ನು ಪಡೆದಿತ್ತು. ಮಗ, ಗಂಡ–ಯಾರ ಪರವಾಗಿ ನಿಲ್ಲುವುದು? ಇಬ್ಬರ ವಿಚಾರಗಳಲ್ಲೂ ತರ್ಕವಿತ್ತು, ಅರ್ಥವಿತ್ತು. ಹರಿಗೆ ತನ್ನ ಬಾಪು ಎಲ್ಲ ಮಕ್ಕಳ ಬಾಪುವಿನಂತೆ ಮಕ್ಕಳ ಯೋಗಕ್ಷೇಮದ ಬಗ್ಗೆ ಚಿಂತಿಸಬೇಕಿತ್ತು ಎನ್ನುವುದು ನಿರೀಕ್ಷೆಯಾಗಿತ್ತು, ಆದರೆ ಬಾಪುವಿಗೆ, ತಾನು ಮಾಡುವ ಯಾವುದೇ ರೀತಿಯ ನೆರವನ್ನಾಗಲೇ, ಶಿಫಾರಸ್ಸನ್ನಾಗಲಿ ಸ್ವೀಕರಿಸುವುದು, ತನ್ನ ಸೇವೆ, ಕೆಲಸಗಳಿಗೆ ಬೆಲೆ ಕಟ್ಟಿದಂತೆ ಆಗುತ್ತದೆಂಬ ಕಾರಣಕ್ಕಾಗಿ, ಸೌಜನ್ಯದಿಂದ ನಿರಾಕರಿಸಿಬಿಡುತ್ತಿದ್ದ. ಆ ಘರ್ಷಣೆಯ ಕ್ಷಣದಲ್ಲಿ, ತಂದೆಯ ಮೇಲೆ ಗೌರವವಿಲ್ಲದೆ ಮಾತಾಡಿದನೆಂಬ ಸಿಟ್ಟಿಗೆ, ಅವನನ್ನು ಮಾತಾಡಿಸಲೇಬಾರದು, ಅವನ ಬಗ್ಗೆ ಚಿಂತಿಸಲೇ ಬಾರದು, ಆದಷ್ಟು ಅವನನ್ನು ಮರೆಯಲೇ ಬೇಕು ಎಂದುಕೊಂಡರೂ ಸಾಧ್ಯವಾಗಲಿಲ್ಲ. ಎರಡು ಮೂರು ತಿಂಗಳಿಗೊಮ್ಮೆ ಮಣಿಲಾಲನಿಂದ ಪತ್ರಬರೆಸಿ ವಿಚಾರಿಸಿದಳು. ಆದರೆ ಅವನಿಂದ ಪ್ರತ್ಯುತ್ತರಗಳು ಬರಲೇ ಇಲ್ಲ. ಅದಕ್ಕೂ ಕಾರಣ ಏನೆಂಬುದು ಅವಳಿಗೆ ಗೊತ್ತಿತ್ತು. 'ಬಾ'ಳೇ ಬಾಪುವನ್ನು ಹಾಳು ಮಾಡುತ್ತಿದ್ದಾಳೆ ಬಾಪು ಹೇಳಿದ್ದನ್ನೆಲ್ಲಾ ಕೋಲೆ ಬಸವನಂತೆ ಒಪ್ಪಿಕೊಳ್ಳುತ್ತಾಳೆ, ಪ್ರಶ್ನಿಸುವುದೇ ಇಲ್ಲ. ಮೊದಲಲ್ಲೇ ಬಾಪುವನ್ನು ನಿಯಂತ್ರಿಸಿ ಮಕ್ಕಳ ಬಗ್ಗೆ ಏನುಮಾಡಬೇಕೆಂದು ಹಟ ಹಿಡಿದು ಕೇಳಿದ್ದರೆ, ಇಂದು ತನ್ನ ಸ್ಥಿತಿ ಹೀಗಾಗುತ್ತಿರಲಿಲ್ಲ' ಎನ್ನುವುದು ಹರಿಯ ಅಭಿಪ್ರಾಯ.

ಕಸ್ತೂರಬಾ ಹರಿ ತಿಳಿದುಕೊಂಡಂತೆ, ಬಾಪುವನ್ನು ಕಣ್ಣುಮುಚ್ಚಿಕೊಂಡು ಅನುಸರಿಸುತ್ತಿರಲಿಲ್ಲ. ಅನೇಕ ವೇಳೆ ಗಂಡನ ನಿಲುವುಗಳನ್ನು, ಅಭಿಪ್ರಾಯಗಳನ್ನು ಪ್ರಶ್ನಿಸಿದ್ದಾಳೆ, ವಿರೋಧಿಸಿದ್ದಾಳೆ. ಇದು ಹರಿಗೆ ಅರ್ಥವಾಗಿರಲಿಲ್ಲ. ಗಂಡನಿಗೆ ಮಕ್ಕಳ ಮೇಲೆ ಪ್ರೀತಿಯಿಲ್ಲದೆ ಇಲ್ಲ ಎನ್ನುವ ಅಂಶವೂ ಅವಳಿಗೆ ಗೊತ್ತಿತ್ತು. ಹರಿಯ ನಿರ್ಗಮನದಿಂದ ತಾನು ಮಾತ್ರವೇ ದುಃಖಿಸಿದ್ದಿಲ್ಲ, ಅವನು ಗಂಡಸು, ಹೊರಗೆ ತೋರಿಸಿಕೊಳ್ಳುವುದಿಲ್ಲ. ಒಮ್ಮೆಯಂತೂ ಗಾಂಧಿ ಕಸ್ತೂರಬಾ ಬಳಿಗೆ ಬಂದು,

"ಕಸ್ತೂರ್, ನೋಡಿದೆಯಾ ನಿನ್ನ ಮಗನ ಪ್ರತಾಪ! ಅವನನ್ನು ಎಂದಾದರೂ ದ್ವೇಷಿಸಿದ್ದೇನೆಯೇ, ಆಡಿಕೊಂಡಿದ್ದೇನೆಯೇ? ಅವನ ಬಗ್ಗೆ ನಾನು ಎಷ್ಟೊಂದು ಹೆಮ್ಮೆಯಿಂದ ಬೀಗುತ್ತಿದ್ದೆ. ಅವನು ನನ್ನ ಬಲಗೈ ಎಂದು ಭಾವಿಸಿದ್ದೆ. ಕಾನೂನು ಓದಲು ಕಳಿಸಲಿಲ್ಲವೆಂಬ ಒಂದೇ ಕಾರಣಕ್ಕೆ ನನ್ನನ್ನು ಶತ್ರುವಿನಂತೆ ಭಾವಿಸಿ, ಸೇಡು ತೀರಿಸಿಕೊಳ್ಳಲೋ ಎಂಬಂತೆ ಭಾರತಕ್ಕೆ ಹೊರಟು ಹೋದ. ಇದಕ್ಕೂ ಮೊದಲೇ ಒಂದೆರಡುದಿನ ಟಾಲ್ ಸ್ಟಾಯ್ ಫಾರಂನಿಂದ ಯಾರಿಗೂ ಹೇಳದೆ ಕಣ್ಮರೆಯಾಗಿದ್ದ. ದೇವರ ದಯೆಯಿಂದ ಜೋಹಾನ್ಸ್ ಬರ್ಗ್ ನಲ್ಲಿನ ಅವನ ಗೆಳೆಯರಲ್ಲೊಬ್ಬ ಅವನನ್ನು ನೆರೆಯ ಮೊಝಾಂಬಿಕ್ ನಲ್ಲಿ, ಭಾರತಕ್ಕೆ ಹೊರಡಲು ಅಣಿಯಾಗಿ

ನಿಂತಿದ್ದುದನ್ನು ಕಂಡಿದ್ದನಂತೆ! ಕಡೆಗೆ ಕಾಲೆನ್‌ಬಾಕ್‌ರು ಅವನನ್ನು ಸಮಾಧಾನ ಪಡಿಸಿ ಹಿಂದಕ್ಕೆ ಕರೆತಂದರು. ಆದರೆ ಏನಾಯಿತು? ನಾಯಿಬಾಲ ಡೊಂಕು ಎನ್ನುವ ಹಾಗೆ, ಹಠಮಾಡಿ ಭಾರತಕ್ಕೆ ಹೊರಟೇ ಬಿಟ್ಟ. ನಾನು ಮಾಡಿದ ಅಪರಾಧವಾದರೂ ಏನು ಕಸ್ತೂರ್? ಅವನು ಒಬ್ಬನೇ ಇದ್ದರೆ ನನಗಷ್ಟು ಚಿಂತೆಯಿರಲಿಲ್ಲ. ಆದರೆ ಈಗ ಅವನು ಸಂಸಾರಸ್ಥ. ಹೆಂಡತಿ, ಇಬ್ಬರ ಮಕ್ಕಳ ಜವಾಬ್ದಾರಿ ಅವನಿಗಿದೆ. ವಯಸ್ಸಾಯಿತಾದರೂ ಪ್ರಬುದ್ಧತೆ ಬರಲಿಲ್ಲ. ಅವನಿಗೆ ಬುದ್ಧಿ ಹೇಳಬೇಕೆನಿಸುತ್ತದೆ. ಆದರೆ ನನಗೆ ಗೊತ್ತು ನನ್ನಿಂದ ಬರುವ ಮಾತುಗಳನ್ನಾಗಲೀ, ಪತ್ರಗಳನ್ನಾಗೀ ಅವನು ಲೆಕ್ಕಿಸುವುದೇ ಇಲ್ಲ." ಎಂದು ದುಃಖದಿಂದ ಹೇಳಿದ. "ನನಗೂ ಅದೇ ಚಿಂತೆಯಾಗಿದೆ. ಜೀವನೋಪಾಯಕ್ಕೆ ದಾರಿಯೇನಿದೆ? ಸ್ವಂತ ವ್ಯಾಪಾರ ಮಾಡಬೇಕೆಂದರೆ ಕಿಲುಬು ಕಾಸಿನ ಬಂಡವಾಳವಿಲ್ಲ. ಯಾವುದಾದರೂ ಉದ್ಯೋಗಕ್ಕೆ ಪ್ರಯತ್ನಿಸಿದಾನೆಂದರೆ, ಅದಕ್ಕೆ ಅಗತ್ಯವಾದ ವಿದ್ಯಾಭ್ಯಾಸವಿಲ್ಲ. ಇವನ ಹಠ, ಬುದ್ಧಿಗೇಡಿತನದಿಂದಾಗಿ ಗುಲಾಬ್ ಮತ್ತು ಮಕ್ಕಳು ಏನೆಲ್ಲಾ ಅನುಭವಿಸುತ್ತಾರೋ ಎನ್ನುವ ಚಿಂತೆಯಾಗಿದೆ" – ಎಂದಳು.

"ನೀನೇನೂ ಯೋಚನೆ ಮಾಡಬೇಡ. ನಾನು ಗುಲಾಬಳಿಗೆ ಪತ್ರ ಬರೆದು, ಅವನನ್ನು ಸುಧಾರಿಸುವುದು ಅವಳ ಕೈಲಿದೆ. ಅದಕ್ಕಾಗಿ ಏನಾದರೂ ಮಾಡಿ ಅವನ ಮನಸ್ಸನ್ನೊಲಿಸಿ ಸರಿದಾರಿಗೆ ತರಲು ಪ್ರಯತ್ನಿಸುವಂತೆ ಹೇಳುತ್ತೇನೆ" ಎಂದು ನೊಂದ ಕಸ್ತೂರಳ ಮನಸ್ಸಿಗೆ, ತನ್ನ ನೋವನ್ನು ಮರೆಮಾಚಿ, ಸಾಂತ್ವನ ಹೇಳಿದ್ದ.

ಗಾಂಧಿ ಹೇಳಿದ ಮಾತ್ರಕ್ಕೆ ತಣಿಯುವ ಮನಸ್ಸಾಗಿರಲಿಲ್ಲ ಕಸ್ತೂರಬಾಳದು. ಅವಳ ಭಯ. ಆತಂಕಗಳು ಭವಿಷ್ಯದ ಕಡೆಗಿತ್ತು. ಬಾಪುವನ್ನು ಮಣಿಸಲು ಏನೇನು ಅವಾಂತರಗಳನ್ನು ಸೃಷ್ಟಿಸುತ್ತಾನೋ ಎಂದು ಹೆದರಿದಳು. ಕೌಟಂಬಿಕ ನೆಲೆಯಲ್ಲಿನ ವೈಯಕ್ತಿಕ ಸಮಸ್ಯೆಗಳ ಸುಳಿಯಲ್ಲಿ ನಿಲುಕಿ ಅಸ್ವಸ್ಥ ಸ್ಥಿತಿಯಲ್ಲಿ ಇರುವ ಸಂದರ್ಭದಲ್ಲಿಯೇ, ಭಾರತದಲ್ಲಿನ ಕಾಂಗ್ರೆಸ್ ಪಕ್ಷದ ಅಧಿನಾಯಕರಾಗಿದ್ದ ಗೋಪಾಲಕೃಷ್ಣ ಗೋಖಿಲೆಯವರು ದಕ್ಷಿಣ ಆಫ್ರಿಕಾಕ್ಕೆ (1912) ಒಂದು ತಿಂಗಳ ಪ್ರವಾಸಕ್ಕಾಗಿ ಬಂದಿಳಿದರು. ಅನಿವಾರ್ಯವಾಗಿ ಖಾಸಗಿ ಸಮಸ್ಯೆಗಳನ್ನು ಬದಿಗಿರಿಸಿ, ಗೋಖಿಲೆಯವರ ಸ್ವಾಗತಕ್ಕೆ, ವಾಸ್ತವ್ಯಕ್ಕೆ ಮತ್ತು ಅವರ ರಾಜಕೀಯ ವ್ಯವಹಾರಗಳಿಗೆ, ಗಾಂಧಿ ಮತ್ತು ಕಸ್ತೂರಬಾ ಅಣಿಗೊಂಡರು.

ಬಿಳಿಯರಿಂದ, ಭಾರತೀಯರಿಂದ ಗೋಖಿಲೆಯವರಿಗೆ ಅದ್ಭುತವಾದ ಸ್ವಾಗತ ದೊರೆಯಿತು. ಭಾರತೀಯರ ಸಮಸ್ಯೆಗಳಿಗೆ, ಸರಕಾರದೊಂದಿಗೆ ಚರ್ಚೆ ನಡೆಸಿ ಒಂದು ತೀರ್ಮಾನಕ್ಕೆ ಬರುವಂತೆ ಮಾಡುವುದು ಅವರ ಉದ್ದೇಶವಾಗಿತ್ತು. ದಕ್ಷಿಣ ಆಫ್ರಿಕಾದ ಬೇರೆ ಬೇರೆ ಪ್ರದೇಶಗಳಲ್ಲಿದ್ದ ಭಾರತೀಯರು ಗೋಖಿಲೆಯವರು ಅಲ್ಲಿಗೆ ಬಂದಿದ್ದಾಗ ತಮ್ಮ ಅಹವಾಲುಗಳನ್ನು ಹೇಳಿಕೊಂಡಿದ್ದರು. ಗೋಖಿಲೆಯರಿಂದ ಬಹಳ ನಿರೀಕ್ಷೆಗಳನ್ನು ಇರಿಸಿಕೊಂಡಿದ್ದರು. ಗೋಖಿಲೆಯವರಿಗೂ ತಮ್ಮ ಮಧ್ಯಸ್ಥಿಕೆಯಿಂದ ಅಮಾನವೀಯ ಶಾಸನಗಳನ್ನು ಹಿಂದಕ್ಕೆ ತೆಗೆದುಕೊಳ್ಳುವರೆಂಬ ಭರವಸೆಯಿತ್ತು. ಗಾಂಧಿಯೂ ಇದರಿಂದ ಬಿಡುಗಡೆ ಹೊಂದಿ ಭಾರತಕ್ಕೆ ಹಿಂತಿರುಗಬಹುದೆಂಬ ಆಸೆ ಇರಿಸಿಕೊಂಡಿದ್ದ.

ಗೋಖಿಲೆಯವರೂ ಕೂಡಾ ಹೇಗಾದರೂ ಮಾಡಿ ಗಾಂಧಿಯನ್ನು ಭಾರತದಲ್ಲಿನ ಹೋರಾಟಕ್ಕೆ ಸೆಳೆದುಕೊಳ್ಳಬೇಕೆಂಬ ಆತುರದಲ್ಲಿದ್ದರು. ಅದಕ್ಕಾಗಿ ಪ್ರಧಾನಮಂತ್ರಿ ಬೋಥಾ,

ಜನರಲ್ ಸ್ಮಟ್ಸ್ ಮೊದಲಾದವರ ಜೊತೆ ನಿರಂತರ ಎರಡು ಗಂಟೆಗಳ ಕಾಲ ಸಮಾಲೋಚನೆ ನಡೆಸಿದರು. ಮೂರು ಪೌಂಡ್ ತೆರಿಗೆ ಹೊರೆ, ಕರಾಳ ಶಾಸನ, ವರ್ಣಭೇದ ನೀತಿಯನ್ನು ಹಿಂಪಡೆಯುವಂತೆ, ಗಾಂಧಿ ಸಲ್ಲಿಸಿದ ಮನವಿ ಪತ್ರವನ್ನು ಓದಿ ಅರ್ಥಮಾಡಿಕೊಳ್ಳುವಂತೆ ಸಭೆಯಲ್ಲಿ ವಿವರಿಸಲಾಯಿತು. ಕಡೆಗೆ ಸಭೆಯ ನಂತರ ಹಿಂತಿರುಗಿದ ಗೋಖಿಲೆಯವರು, ಗಾಂಧಿಗೆ ತಮ್ಮ ರಾಯಭಾರ ಯಶಸ್ವಿಯಾಗಿದ್ದನ್ನು ತಿಳಿಸಿದರು. ಭಾರತೀಯರ ಕಷ್ಟ ಕೋಟಲೆಗಳು ಇಲ್ಲಿಗೆ ಮುಗಿಯಿತೆಂದು ಗೆಲುವಿನಿಂದ ಹೇಳಿ, ಒಂದು ವರ್ಷದೊಳಗಾಗಿ ಗಾಂಧಿಯನ್ನು ಭಾರತಕ್ಕೆ ಹಿಂತಿರುಗಲೇ ಬೇಕೆಂದು ಆದೇಶಿಸಿದರು.

ಗೋಖಿಲೆಯವರು ಬಹಳ ಭರವಸೆಯ ಮಾತಾಡಿದರೂ ಬಿಳಿಯ ಸರಕಾರದ ಅಧಿಕಾರಿಗಳ ಸ್ವಭಾವವನ್ನು ಚೆನ್ನಾಗಿ ಬಲ್ಲವರಾದ್ದರಿಂದ, ಮೂರು ಬೇಡಿಕೆಗಳು ಮಾನ್ಯವಾಗಿ, ರದ್ದಾಗುವವರೆಗೂ ನಂಬಿಕೆ ಇರಲಿಲ್ಲ, ಗಾಂಧಿಗೆ !

ಕೊನೆಗೆ ಗೋಖಿಲೆಯವರ ನಿರೀಕ್ಷೆಗಳು ಸುಳ್ಳಾಗಿ ಎದುರಾದಾಗ, ಅವರಿಗೆ ಮುಖಭಂಗ ವಾಯಿತು. ಬಿಳಿಯರು ಹಠವಾದಿಗಳು. ಅವರೆಂದಿಗೂ ತಮ್ಮ ನೀತಿ ನಿಯಮಗಳನ್ನು ಸಡಿಲಗೊಳಿಸುವುದಾಗಲೀ, ಹಿಂಪಡೆಯುವುದಾಗಲಿ, ಮಾಡುವುದೇ ಇಲ್ಲವೆಂದು ತಿಳಿಸಿದಾಗ, ಗಾಂಧಿಯ ಮೇಲೆ ಸಿಟ್ಟುಗೊಂಡಿದ್ದರು. ಯಾವಾಗಲೂ ತನ್ನದೇ ನಿಲುವಿನಿಂದ ಮಾತಾಡುತ್ತಾನೆ ಎಂದು ಆಪಾದಿಸಿದ್ದರು. ಈಗ ನೋಡಿದರೆ ಗಾಂಧಿಯ ಮಾತುಗಳೇ ಸತ್ಯವೆನಿಸಿದಾಗ, ಸಿಟ್ಟಿನ ನಡುವೆಯೂ ಗಾಂಧಿಯ ಬಗ್ಗೆ ಹೆಮ್ಮೆಯ ಭಾವವನ್ನು ಹೊಂದಿದ್ದರು. ಅಲ್ಲದೆ ಗಾಂಧಿಯಲ್ಲಿ ಒಬ್ಬ ಮಹಾನ್ ನಾಯಕನನ್ನು ಕಂಡರು. ಆತನಲ್ಲಿ ಸಾಮಾನ್ಯರನ್ನೂ ಅಸಮಾನ್ಯ ನಾಯಕರನ್ನಾಗಿ, ಹುತಾತ್ಮರನ್ನಾಗಿ ಪರಿವರ್ತಿಸುವ ಅಖಂಡವಾದ ಆಧ್ಯಾತ್ಮಿಕ ಶಕ್ತಿ, ಮನೋಬಲಗಳು ಇರುವುದೆಂಬುದನ್ನು ಮುಕ್ತಕಂಠದಿಂದ ಮೆಚ್ಚಿ ಹೊಗಳಿದರು. ಭಾರತಕ್ಕೆ ಹೊರಡುವ ಒಂದೆರಡು ದಿನಗಳಿಗಿಂತ ಮುಂಚೆ ಟಾಲ್‌ಸ್ಟಾಯ್ ಆಶ್ರಮದಲ್ಲಿ ಕಸ್ತೂರಬಾಳನ್ನು ಕಂಡು ಮಾತನಾಡಿಸಿ, ಅವಳ ಯೋಗಕ್ಷೇಮ ವಿಚಾರಿಸಿ ಗಾಂಧಿಯ ವಿಚಾರಕ್ಕೆ ಬಂದರು.

"ಮಗಳೆ, ನನ್ನ ಗೆಳೆಯ, ನಿನ್ನ ಗಂಡ ಮೋಹನ್‌ದಾಸ್ ಗಾಂಧಿ ದೇಶ ವಿಮೋಚನೆಗೆ, ನೊಂದವರ ಕಂಬನಿ ಬರೆಸುವುದಕ್ಕೆ, ಅವತರಿಸಿ ಬಂದಿದ್ದಾನೆಂದು ತಿಳಿದುಕೊಂಡು ಅವನನ್ನು ನನ್ನ ಮಡಿಲಿಗೆ ಹಾಕಿಬಿಡು. ಈಗಾಗಲೇ ಅವನ ಹೋರಾಟದ ಸುದ್ದಿಗಳು ಭಾರತ ತಲುಪಿದ್ದೇ ಅಲ್ಲದೆ, ಬ್ರಿಟಿಷ್ ಅಧಿಕಾರಿಗಳ ಕಿವಿಗೂ ಬಿದ್ದು ಅವನು ಬಂದರೆ ಪರಿಣಾಮಗಳೇನಾಗ ಬಹುದೆಂದು ಈಗಲೇ ಹೆದರಿದಂತಿದ್ದಾರೆ.

"ಅಣ್ಣಾ, ಅವರನ್ನು ತಡೆಯಲು ನಾನೆಷ್ಟರವಳು? ನಡೆದದ್ದೇ ದಾರಿ ಎಂಬಂತೆ ಮುನ್ನುಗ್ಗುವ ಮದಗಜದಂತೆ, ನಾನೇನೇ ಆದರೂ ಅವರ ನೆರಳಿನಂತೆ!" ಎಂದಷ್ಟೇ ಹೇಳಿ ಸುಮ್ಮನಾದಳು.

"ಇನ್ನೇನು ಇಲ್ಲಿನ ಎಲ್ಲ ಸಮಸ್ಯೆಗಳೂ ಮುಗಿದಂತೆ. ಭಾರತೀಯರಿಗೆ ಇಲ್ಲಿನ ಸರಕಾರದಿಂದ ಯಾವುದೇ ರೀತಿಯ ತೊಂದರೆ ಆಗುವುದಿಲ್ಲ. ನಾನೆಲ್ಲವನ್ನು ಸರಿಪಡಿಸಿದ್ದೇನೆ. ಅವರೂ ಮಾತುಕೊಟ್ಟಿದ್ದಾರೆ" ಎಂದು ಭರವಸೆಯ ಮಾತಾಡಿ ಭಾರತದಲ್ಲಿ ಅವರಿಗಾಗಿ ಕಾಯುತ್ತಿರುವುದಾಗಿ ಹೇಳಿದರು.

ಕಸ್ತೂರಬಾಳಿಗೂ ಗೋಖಿಲೆಯವರ ಮಾತುಗಳನ್ನು ನಂಬುವುದು ಸಾಧ್ಯವಿಲ್ಲವೆನಿಸಿತ್ತು. ಬಿಳಿಯರು ಅಷ್ಟು ಸುಲಭವಾಗಿ ಕಪ್ಪು ಜನಾಂಗದ ಸಮಸ್ಯೆಗಳಿಗೆ ಸ್ಪಂದಿಸುತ್ತಿರಲಿಲ್ಲ. ತಮ್ಮ ಸಮಾನವೆಂದು ಭಾವಿಸುವುದು ಅವರಿಗೆ ಅವಮಾನದ ಸಂಗತಿಯಾಗಿತ್ತು ಎನ್ನುವುದನ್ನು ಅನೇಕ ಸಂದರ್ಭಗಳಲ್ಲ ಗಮನಿಸಿದ್ದಳು. ತೀರಾ ಉದ್ವಿಗ್ನತೆಗೆ ಒಳಗಾಗಿದ್ದ ಸಂದರ್ಭದಲ್ಲಿ ಗಾಂಧಿ ಬಿಳಿಯರ ಮೇಲೆ (ಎದುರಿಗಿಲ್ಲದಿದ್ದರೂ) ಹಾರಾಡುತ್ತಿದ್ದ. ಬೈಯುತ್ತಿದ್ದ. ಅವರಿವರ ಜೊತೆ ಎತ್ತರದ ದನಿಯಲ್ಲಿ ಸಮಸ್ಯೆ ಕುರಿತು ಚರ್ಚಿಸುತ್ತಿದ್ದ. ಆದ್ದರಿಂದ ಅವಳ ಸೂಕ್ಷ್ಮಮತಿಗೆ ವಿಷಯಗಳು ಹೊಳೆಯುತ್ತಿದ್ದವು.

✳   ✳   ✳

ಒಂದು ದಿನ ಗಾಂಧಿ ದಿಢೀರನೆ ಪ್ರವೇಶಿಸಿ, ಕಸ್ತೂರಬಾಳನ್ನು ಕೂಗಿ ಕರೆದ. ಅವಳೂ ಆತುರದಿಂದ, ಏನು ಗ್ರಹಚಾರ ಕಾದಿದೆಯೋ ಎಂದು ಹೆದರುತ್ತಲೇ ಬಂದಳು.

"ನೋಡು ಕೂಡಲೆ ನಾವು ಟಾಲ್‌ಸ್ಟಾಯ್ ಫಾರ್ಮ್‌ನಿಂದ ನೆಟಾಲಿನ ನಮ್ಮ ಫೀನಿಕ್ಸ್ ಆಶ್ರಮಕ್ಕೆ ಹೊರಡಬೇಕು. ಇನ್ನು ಮುಂದೆ ನಮ್ಮ ಸತ್ಯಾಗ್ರಹ ಚಟುವಟಿಕೆಗಳೆಲ್ಲ ಅಲ್ಲಿಂದಲೇ ಮುಂದುವರೆಯುತ್ತದೆ."

"ಇದೇನಿದು? ಇದ್ದಕ್ಕಿದ್ದಂತೆ ಈ ನಿರ್ಧಾರ ಯಾಕೆ ತೆಗೆದುಕೊಳ್ಳುತ್ತಿದ್ದೀರಿ? ನನಗೇನೋ ಫೀನಿಕ್ಸ್ ವಾಸವೇ ಇಷ್ಟ. ಹೋಗಲು ನನಗೇನೂ ಅಭ್ಯಂತರವಿಲ್ಲ. ಆದರೆ ಅಲ್ಲಿಗೆ ಹೋಗಲು ಇಷ್ಟೊಂದು ಆತುರ ಯಾಕೆ ಎನ್ನುವುದು ನನ್ನ ಸಮಸ್ಯೆ'

"ನಿನ್ನ ಸಮಸ್ಯೆಗೆ ಸರಿಯಾದ ಉತ್ತರವನ್ನು ಫೀನಿಕ್ಸ್ ಆಶ್ರಮಕ್ಕೆ ಹೋದ ಮೇಲೆ ವಿವರಿಸುತ್ತೇನೆ. ನೀನು ಆದಷ್ಟು ಬೇಗ ಹೊರಡಲು ಸಿದ್ಧಳಾಗು. ಮಕ್ಕಳಿಗೆ ಸಿದ್ಧವಾಗಿರಲು ಹೇಳು" ಎಂದಷ್ಟೇ ಹೇಳಿ ಬಂದಷ್ಟೇ ವೇಗವಾಗಿ ಹೊರಟುಬಿಟ್ಟ.

ಕಸ್ತೂರಬಾ ಕೆಲವೇ ಗಂಟೆಗಳಲ್ಲಿ ಸಿದ್ಧವಾದಳು. ಹೊತ್ತುಕೊಂಡು ಹೋಗುವುದಕ್ಕೆ ಸಾಮಾನು ಸರಂಜಾಮು ಅಷ್ಟೇನೂ ಇರಲಿಲ್ಲ. ನಾಲ್ಕೈದು ಸೀರೆಗಳು, ಮಕ್ಕಳ ಬಟ್ಟೆಗಳನ್ನು ಎರಡು ಟ್ರಂಕುಗಳಲ್ಲಿ ತುಂಬಿದಳು. ನೂರು ಎಣಿಸುವಷ್ಟರಲ್ಲಿ ಸಿದ್ಧವಾಗಿ ಮಣಿಯನ್ನು ಕರೆದು, "ಬಾಪು ಎಲ್ಲಿದ್ದಾರೋ ತಿಳಿದು ಅವರಿಗೆ ನಾವೆಲ್ಲ ಸಿದ್ಧವಾಗಿದ್ದೇವೆಂದು ತಿಳಿಸು" ಎಂದು ಹೇಳಿ ಕಳಿಸಿದಳು.

ತೀರ್ಮಾನಿಸಿದಂತೆ ಕೂಡಲೇ ಫೀನಿಕ್ಸ್ ಕಡೆಗೆ ಪ್ರಯಾಣ ಬೆಳೆಸಿದರು. ಟಾಲ್‌ಸ್ಟಾಯ್ ಫಾರಂ ನೋಡಿಕೊಳ್ಳುವವರಿಲ್ಲದೆ ಬಂದ್ ಮಾಡಬೇಕಾಯಿತು. ಗಾಂಧಿಯ ಬಳಿ ಅಲ್ಲಿನ ನಿತ್ಯ ಕೆಲಸಗಳನ್ನು ನೋಡಿಕೊಳ್ಳಲು ಸೇವಾ ಸೈನ್ಯ ಪಡೆ ಇರಲಿಲ್ಲ. ಈಗ ಆಲೋಚಿಸುತ್ತಿರುವಂತಹ ಸತ್ಯಾಗ್ರಹಕ್ಕೆ ಅಣಿಗೊಳ್ಳಬೇಕಾದರೆ ಕನಿಷ್ಟ ಪಕ್ಷ ಎಪ್ಪತ್ತು ಎಂಬತ್ತು ಮಂದಿಯಾದರೂ ಬೇಕಿತ್ತು. ಗೋಖಿಲೆಯವರಿಗೂ ಸಂದೇಶದ ಮೂಲಕ ಇದನ್ನು ತಿಳಿಸಿದ್ದ. ಇವತ್ತಿನ ಶಾಸನದ ವಿರುದ್ಧ ದನಿಯೆತ್ತಲು ಈಗಿರುವಷ್ಟು ಮಂದಿ ಸತ್ಯಾಗ್ರಹಿಗಳು ಸಾಕಾಗುವುದಿಲ್ಲ. ಅದಕ್ಕೆ ತಾನು ಕಾರ್ಯರಂಗಕ್ಕೆ ಇಳಿಯುವ ಮೊದಲು ಹೆಚ್ಚಿನ ಸಂಖ್ಯೆಯಲ್ಲಿ ಜನಸಂಘಟನೆ, ಜನಶಕ್ತಿ ಸಂಚಯದ ಅಗತ್ಯ ಇತ್ತು. ಹೊಸ ಮಾದರಿಯ, ಹೊಸ ವಿಧಾನದ ರೂಪರೇಷೆಯನ್ನು ಆಲೋಚಿಸಬೇಕಿತ್ತು. ಅದಕ್ಕಾಗಿ ಫೀನಿಕ್ಸ್‌ಗೆ ಸ್ಥಳಾಂತರಗೊಂಡರೆ, ಅಲ್ಲಿ ತನ್ನ ಆಪ್ತೀಯರು,

ಬಂಧುಗಳು. ಹೆಚ್ಚಿನ ಸಂಖ್ಯೆಯಲ್ಲಿ ಮಹಿಳೆಯರೂ ಇದ್ದಾರೆ. ಅವರನ್ನು ಉದ್ದೇಶಿಸಿ ಮಾತನಾಡಿ, ಬಿಳಿಯರ ಕ್ರೌರ್ಯದ, ಭಾರತೀಯ ವಲಸಿಗರ ಮೇಲಿನ ದ್ವೇಷದ ಮತ್ತೊಂದು ಕರಾಳ ಮುಖವನ್ನು ಅವರಿಗೆ ದರ್ಶಿಸಿದರೆ, ಸಮಸ್ಯೆಯ ಗಂಭೀರತೆಯನ್ನು ಅರಿತು ಕೈ ಜೋಡಿಸುತ್ತಾರೆ ಎನ್ನುವ ಭರವಸೆಯ ಮೇಲೆ ಕುಟುಂಬದೊಂದಿಗೆ ನೆಟಾಲಿನ ಫೀನಿಕ್ಸ್ ವಸತಿಗೆ ಬಂದು ಸೇರಿದ.

ಮಾರ್ಚ್ 14, 1913ರಂದು ಸುಪ್ರೀಂಕೋರ್ಟಿನ ನ್ಯಾಯಮೂರ್ತಿ ಮಾಲ್ಕಲಂ ಸೊಲೆ, ದಕ್ಷಿಣ ಆಫ್ರಿಕಾದಲ್ಲಿನ ವಿವಾಹಗಳ ನೋಂದಣಾಧಿಕಾರಿಗಳು ಕ್ರಿಶ್ಚಿಯನ್ ಶಾಸ್ತ್ರವಿಧಿಗನುಗುಣವಾಗಿ ಆದ ವಿವಾಹಗಳನ್ನಷ್ಟೇ ನೋಂದಾಯಿಸಿಕೊಳ್ಳಬೇಕೆಂದೂ, ಹಿಂದು, ಮುಸ್ಲಿಂ, ಫಾರ್ಸಿ, ಜರಾತುಷ್ಟ ಇತ್ಯಾದಿ ಕ್ರಿಶ್ಚಿಯನೇತರ ವಿವಾಹಗಳನ್ನು ನೋಂದಾಯಿಸಿಕೊಳ್ಳುವ ಹಕ್ಕಿಗೆ ಅವಕಾಶ ನೀಡಬಾರದೆಂದು ತೀರ್ಪನ್ನು ಹೊರಡಿಸಿತು! ಇದು ಬರಿ ನೋಂದಾವಣೆಯ ಪ್ರಶ್ನೆಯಾಗಿರಲಿಲ್ಲ. ಗಾಂಧಿಗೆ ಈ ತೀರ್ಪು ಸಹಿಸಿಕೊಳ್ಳಲಾಗದ ಆಕ್ರೋಶ, ಅಸಮಾಧಾನ ಉಂಟುಮಾಡಿತು. ಗಂಡಸರಿಗಿಂತ ಹೆಂಗಸರಿಗೇ ಹೆಚ್ಚಿನ ಅವಮಾನಕರವಾದ ತರ್ಕವಿಲ್ಲದ ವಿವರಣೆಯಿತ್ತು. ಭಾರತೀಯರ ದೃಷ್ಟಿಯಲ್ಲಿ ಅವರ ವಿವಾಹಗಳು ಪವಿತ್ರವೇ ಆದರೂ, ಧರ್ಮ ಸಂಯಮಿತ ದಾಂಪತ್ಯವೇ ಆದರೂ ಇಲ್ಲಿನ ಅಧಿಕಾರಿಗಳ ದೃಷ್ಟಿಯಲ್ಲಿ ವಿವಾಹಿತ ಹೆಂಗಸರು, ಗಂಡಂದಿರ ಹೆಂಡತಿಯರಲ್ಲ. ಬದಲಾಗಿ ಅವರು ಕೇವಲ 'ಇಟ್ಟುಕೊಂಡವರು ! ಇದು ಭಾರತೀಯ ವಿವಾಹಿತ ಮಹಿಳೆಯರಿಗೆ ತೀರಾ ತೀರಾ ಅವಮಾನಕರವಾದ ಸಂಗತಿಯಾಗಿತ್ತು. ತಮ್ಮನ್ನು ಇಟ್ಟುಕೊಂಡವಳೆಂದು ಗುರುತಿಸಿಕೊಳ್ಳುವುದಕ್ಕಿಂತ ಪ್ರಾಣತ್ಯಾಗಕ್ಕಾದರೂ ಸಿದ್ಧವಾಗುತ್ತಾರೆ ಎಂದು ಗಾಂಧಿಗೆ ಭಾರತೀಯ ಮಹಿಳೆಯರ ಮನೋಧರ್ಮ ತಿಳಿದಿತ್ತು. ಅದಕ್ಕಾಗಿ, ಈ ತೀರ್ಪಿನ ವಿವರಗಳನ್ನು ಅವರಿಗೆ ಮನದಟ್ಟು ಮಾಡಿ, ಅವರ ಪ್ರತಿಕ್ರಿಯೆಯನ್ನು ಗಮನಿಸಿ ಮುಂದಿನ ಹೆಜ್ಜೆ ಇಡಬೇಕೆಂಬ ಲೆಕ್ಕಾಚಾರದಲ್ಲಿದ್ದ.

ಭಾರತೀಯ ವಿವಾಹಗಳನ್ನು ಕ್ರಮಬದ್ಧಗೊಳಿಸುವಂತೆ ಮೊದಲಿಗೆ, ಗಾಂಧಿ ಸರಕಾರಕ್ಕೆ ಪತ್ರ ಬರೆದ. ಆದರೆ ಅದರಿಂದ ಪ್ರಯೋಜನವಾಗಲಿಲ್ಲ. ಸರಕಾರ ಪತ್ರಕ್ಕೆ ಮೌನವನ್ನೇ ಉತ್ತರವಾಗಿಸಿತ್ತು. ಇದು ಗಾಂಧಿಗೂ ಮೊದಲೇ ತಿಳಿದಿತ್ತು. ಆದ್ದರಿಂದ ಇದಕ್ಕಿದ್ದ ಒಂದೇ ದಾರಿ ಸತ್ಯಾಗ್ರಹ. ಇದಕ್ಕೆ ಟ್ರಾನ್ಸ್‌ವಾಲ್‌ನ ಸತ್ಯಾಗ್ರಹ ಸಂಘದ ಬೆಂಬಲವೂ ಇತ್ತು.

ಹೀಗಾಗಿ ಗಾಂಧಿ ಸತ್ಯಾಗ್ರಹದಲ್ಲಿ ಮಹಿಳಾಶಕ್ತಿಯ ಮಹಾಸ್ತ್ರ ಪ್ರಯೋಗಕ್ಕೆ ಸಿದ್ಧನಾಗುತ್ತಿದ್ದ. ಟ್ರಾನ್ಸ್‌ವಾಲ್ ಮಹಿಳೆಯರನ್ನು ಇದಕ್ಕಾಗಿ ಪ್ರಚೋದಿಸಿದ. ಆಶ್ರಮದಲ್ಲಿದ್ದ (ಟಾಲ್‌ಸ್ಟಾಯ್ ಆಶ್ರಮ) ತಮಿಳು, ಆಂಧ್ರ ಮತ್ತು ಇತರೆ ಪ್ರದೇಶಗಳಿಂದ ಬಂದು ನೆಲೆಸಿದ್ದ ಮಹಿಳೆಯರಲ್ಲಿ ಮೊದಲಿಗೆ ಹತ್ತಾರು ಮಹಿಳೆಯರು ಹೋರಾಟಕ್ಕೆ ಮುಂದಾದರು. ಗಾಂಧಿ ಅವರಿಗೆ ಜೈಲುವಾಸದ ಬವಣೆಗಳನ್ನು ಪೊಲೀಸರ ದೌರ್ಜನ್ಯಗಳನ್ನು ಮತ್ತು ಎದುರಾಗಬಹುದಾದ ಇನ್ನು ಹಲವಾರು ಸಮಸ್ಯೆಗಳ ಬಗ್ಗೆ ವಿವರಿಸಿ ತಿಳಿಸಿದ. ಇದೆಲ್ಲವನ್ನು ಕೇಳಿಯೂ ತಮಿಳು ಮಹಿಳೆಯರು ಒಂದಷ್ಟು ಮಂದಿ, ತಾವು ಯಾವುದಕ್ಕೂ ಹೆದರುವುದಿಲ್ಲವೆಂದು ಜೈಲಿಗೆ ಹೋಗಲೂ ತಾವು ಸಿದ್ಧವೆಂದು ತಮ್ಮ ದಿಟ್ಟ ನಿಲುವನ್ನು ತೋರಿದರು.

ಇನ್ನೇನು ಗಾಂಧಿ ತನ್ನ ಹೋರಾಟದ ಯೋಜನೆಯನ್ನು ಕಾರ್ಯಗತ ಗೊಳಿಸಲು ಮುಂದಾದ. ಸರಕಾರವನ್ನು ಕೆರಳಿಸಲು ಗಾಂಧಿ ಒಂದಷ್ಟು ಮಂದಿ ಹೆಂಗಸರನ್ನು, ನೆಟಾಲ್‌ನಿಂದ

ಟ್ರಾನ್ಸ್‌ವಾಲ್‌ಗೂ, ಜೋಹಾನ್ಸ್‌ಬರ್ಗ್‌ನಿಂದ ನೆಟಾಲಿಗೂ ಯಾವುದೇ ಪರವಾನಗಿಯಿಲ್ಲದೆ ಪ್ರವೇಶಿಸುವಂತೆ ವ್ಯವಸ್ಥೆ ಮಾಡಿದ.

ಹೀಗೆ ಮಾಡಿದ ಮಹಿಳೆಯರಲ್ಲಿ, ಇದಕ್ಕೆ ಮುಂಚೆ ಹೊಸ್ತಿಲು ದಾಟಿ ಹೊರಗೆ ಬಂದವರಾಗಿರಲಿಲ್ಲ. ಮುಸ್ಲಿಂ ಮಹಿಳೆಯರು ಬುರ್ಖಾದಿಂದ ಹೊರಗೆ ಇಣುಕಿದವರಾಗಿರಲಿಲ್ಲ. ಈ ಪ್ರಮಾಣದಲ್ಲಿ ಮಹಿಳೆಯರು ಕಾನೂನು ಭಂಗ ಮಾಡುತ್ತಿರುವಾಗ ಅಧಿಕಾರಿಗಳಿಗೆ ದಿಕ್ಕು ತೋಚಲಿಲ್ಲ. ಈ ಗುಂಪಿನಲ್ಲಿ ಕಸ್ತೂರಬಾ ಕೂಡಾ ಇದ್ದಳು. ಟ್ರಾನ್ಸ್‌ವಾಲ್‌ನ ಮಹಿಳೆಯರು ತಮ್ಮನ್ನು ಬಂಧಿಸಬೇಕೆಂದು ಹಟ ಹಿಡಿದರು. ವಿಧಿಯಿಲ್ಲದೆ ಇವರೆಲ್ಲರನ್ನೂ ಸೆರೆಗೆ ತಳ್ಳಿದರು. ಅಲ್ಲಿ ಇದ್ದವರು ರೌಡಿಗಳು, ವೇಶ್ಯೆಯರು, ತಕ್ಕರು, ಕೊಲೆಗಡುಕರು ಹೀಗೆ ಬೇರೆ ಬೇರೆ ಅಪರಾಧಗಳನ್ನು ಮಾಡಿ ಜೈಲು ಸೇರಿದವರಾಗಿದ್ದರು.

ಕಸ್ತೂರಬಾ ಈ ಹೋರಾಟಕ್ಕೆ ಸೇರುವುದಕ್ಕೆ ಗಂಡನ ಜೊತೆ ಹಟ ಮಾಡಬೇಕಾಗಿ ಬಂದಿತ್ತು. ಬೇರೆ ಮಹಿಳೆಯರನ್ನು ಉದ್ದೇಶಿಸಿ ಗಾಂಧಿ ಮಾತನಾಡಿದ್ದನ್ನು ಕಸ್ತೂರಬಾ ಹೇಗೋ ಕೇಳಿಸಿಕೊಂಡಿದ್ದಳು. ತನಗೆ ಹೇಳಲಿಲ್ಲವೆಂದು ಒಳಗೆ ಸಿಟ್ಟು ಮಾಡಿಕೊಂಡಿದ್ದಳು. ತನ್ನನ್ನೇಕೆ ಈ ಹೋರಾಟದಲ್ಲಿ ಸೇರಿಸಿಕೊಳ್ಳುತ್ತಿಲ್ಲ. ತಾನು ಇದಕ್ಕೆ ಹೊರತೇ? ಅಥವಾ ತನ್ನಲ್ಲಿ ಕ್ಷಮತೆಯಿಲ್ಲವೆಂದು ಭಾವಿಸಿರುವನೋ ಹೇಗೆ ? ಎಂದೆಲ್ಲ ಯೋಚಿಸಿ ನೊಂದುಕೊಂಡಿದ್ದಳು.

ಫೀನಿಕ್ಸ್‌ಗೆ ಬಂದ ಮೇಲೆ ಒಂದು ದಿನ ಕಸ್ತೂರಬಾ ಅಡಿಗೆ ಮನೆಯಲ್ಲಿ ಇದ್ದುದನ್ನು ಗಮನಿಸಿ ಅಲ್ಲಿಗೆ ಬಂದ. ಅವಳು ಒಲೆಯ ಮೇಲೆ ಅಂದಿನ ಊಟಕ್ಕೆ ಬೇಕಾದ ಆಹಾರವನ್ನು ಬೇಯಿಸುತ್ತಿದ್ದಳು. ಗಾಂಧಿ ಬೆಕ್ಕಿನಂತೆ ಒಳಗೆ ನುಸುಳಿದ. ಆದರೂ ಕಸ್ತೂರಿಯ ಕಣ್ಣು ಕಿವಿ ಚುರುಕಾಗಿತ್ತು. ಗಾಂಧಿ ಅಲ್ಲಿದ್ದ ತರಕಾರಿಗಳನ್ನು ಹೆಚ್ಚತೊಡಗಿದ. ಕಸ್ತೂರಬಾ ಅದನ್ನು ಓರೆಗಣ್ಣಿನಿಂದ ನೋಡಿ ಮುಸಿ ಮುಸಿ ನಕ್ಕಳು.

"ಏನು ದೇಶನಾಯಕರು, ದೇಶೋದ್ಧಾರ, ಜನೋದ್ಧಾರ ಬಿಟ್ಟು ನಳಪಾಕ ಸಿದ್ಧ ಮಾಡಲು ಬಂದಿದ್ದೀರಲ್ಲ?" ಎಂದಳು.

ಗಾಂಧಿಯೂ ನಗುತ್ತಲೇ

"ಏನಿಲ್ಲ ನಿನಗೊಂದು ಸತ್ಯವನ್ನು ಹೇಳಲು ಬಂದಿದ್ದೇನಿ" ಎಂದ

"ನನಗೆ ಹೇಳುವಂತಹ ಸತ್ಯ ಯಾವುದಪ್ಪ?" ಎಂದಳು

"ಏನಿಲ್ಲ, ಇಷ್ಟರಲ್ಲೇ ನಾವು ಸತಿಪತಿ ಬಂಧನದಿಂದ ದೂರ ಆಗುತ್ತೇವೆ. ಇನ್ನು ಮುಂದೆ ನೀನು ನನಗೆ ಹೆಂಡತಿಯಾಗಿ ಇರುವುದಿಲ್ಲ" ಎಂದು ತಣ್ಣಗೆ ನುಡಿದ.

ಈ ಮಾತನ್ನು ಕೇಳಿಸಿಕೊಂಡ ಕಸ್ತೂರಬಾ ಬೆಚ್ಚಿಬಿದ್ದು ಕೇಳಿದಳು "ಏನಂದಿರಿ? ಮತ್ತೊಮ್ಮೆ ಹೇಳಿ. ನಾನು ನೀವು ಹೇಳಿದ್ದನ್ನು ಸರಿಯಾಗಿ ಕೇಳಿಸಿಕೊಳ್ಳಲಿಲ್ಲ". ಎಂದಳು

"ಏನಿಲ್ಲ. ಇಲ್ಲಿನ ಸರಕಾರದ ಆದೇಶದ ಪ್ರಕಾರ ನೀನು ಧರ್ಮಪತ್ನಿಯಾಗಿ ಇರುವುದಿಲ್ಲ. ಇಟ್ಟು ಕೊಂಡವಳಾಗಿ ಅಂದರೆ ಒರಟಾಗಿ ಹೇಳಬೇಕೆಂದರೆ ಸೂಳೆಯಾಗಿ ಇರಬೇಕಾಗುತ್ತದೆ" – ಎಂದದ್ದೇ ಕಸ್ತೂರಬಾ ಕಿಡಿಕಿಡಿಯಾದಳು.

"ನಿಮಗೆ ತಮಾಶೆ ಮಾಡಲು ಬೇರೇನು ತೋರುವುದಿಲ್ಲವೇ ಎಂಥ ದರಿದ್ರ ಮಾತಾಡುತ್ತಿದ್ದೀರಿ. ಮಾತಾಡಲು ಬೇರೆ ಪದಗಳೇ ಇಲ್ಲವೇ? ಸುಮ್ಮನೆ ಬಂದಿದ್ದೀರಿ, ಇದ್ದು ಅಡಿಗೆಯಾದ ಮೇಲೆ ಊಟ ಮಾಡಿ ಹೊರಡಿ" ಎಂದಲೂ.

"ಕಸ್ತೂರ್ ನನ್ನ ಮೇಲೇಕೆ ರೇಗಾಡುತ್ತಿ? ಇದನ್ನು ನಾನು ಹೇಳುತ್ತಿಲ್ಲ. ಇಲ್ಲಿನ ಜನರಲ್ ಸ್ಮಟ್ಸ್, ನಮ್ಮಿಬ್ಬರ ವಿವಾಹ ಕಾನೂನುಬದ್ಧವಲ್ಲ ಎಂದು ಹೇಳಿದ್ದನ್ನು ನಿನಗೆ ಹೇಳಿದೆ. ಸುಮ್ಮನೆ ನನ್ನನ್ನೇಕೆ ದೂರುತ್ತೀ?" ಎಂದು ನಗುತ್ತಲೇ ಹೇಳಿದೆ.

"ಯಾವ್ವೋನ್ರಿ ಅವನು ಸ್ಮಟ್ಸ್. ಅವನಿಗೇನು ತಲೆಗಿಲೆ ಕೆಟ್ಟಿದೆಯೇ ಹೇಗೆ? ಅವನಿಗೇನು ಹೆಂಡತಿ ಮಕ್ಕಳು ಇಲ್ಲೆ? ಪವಿತ್ರವಾದ ದಾಂಪತ್ಯವನ್ನು ಅಶ್ಲೀಲವಾದ ಹೆಸರಿನಿಂದ ಗುರುತಿಸೋವ್ನಿಗೆ ದೆವ್ವಗಿವ್ವ ಬಡಿದಿರಬೇಕು. ಇಂಥ ಹೇಸಿಗೆಯ ಆಲೋಚನೆಗಳು ಅವನ ತಲೆಗೆ ಬಂದದ್ದಾದರು ಹೇಗೆ?" ಎಂದು ದುಮುದುಮು ಗುಟ್ಟಿದಳು.

ಇನ್ನೂ ಇದರ ಬಗ್ಗೆ ಹೆಚ್ಚು ಮಾತಾಡಿದರೆ ಮುಂದೆ ಅವಳ ಸ್ವರೂಪ ಹೇಗಿರುತ್ತೋ ಎಂದು ಹೆದರಿ, ತನ್ನ ತಮಾಶೆಯ ಶೈಲಿಯನ್ನು ಬಿಟ್ಟು ಗಂಭೀರವಾದ ವಿಚಾರಕ್ಕೆ ಬಂದ.

"ನೋಡು ಕಸ್ತೂರ್ ನಾನು ನೀನು ಆಲೋಚಿಸುವುದೇ ಬೇರೆ, ಅವನ ಆಲೋಚನೆಯೇ ಬೇರೆ! ಅವನು ಇದನ್ನು ಗಂಭೀರವಾಗಿ ತೆಗೆದುಕೊಂಡಿದ್ದಾನೆ. ಸರಕಾರವೂ ಅವನ ಜೊತೆಗಿದೆ" ಎಂದ.

"ಹಾಗಾದರೆ ಮುಂದೆ ನೀವೇನು ಮಾಡಬೇಕಂತಿದ್ದೀರಿ?" ಎಂದಲು

"ಮಾಡುವುದೇನು? ಇದ್ದೇ ಇದೆಯಲ್ಲ! ಸತ್ಯಾಗ್ರಹ! ಆದರೆ ಇದರಲ್ಲಿ ನಮ್ಮ ಗಂಡಸರ ಪಾತ್ರಕ್ಕಿಂತ ಹೆಂಗಸರ ಪಾತ್ರವೇ ಮಹತ್ವದ್ದು. ನಿಮ್ಮಂಥ ಹೆಂಗಸರೆಲ್ಲ ಒಟ್ಟಾಗಿ ಬಿಟ್ಟರೆ ಪರ್ವತಗಳೇ ಕಂಪಿಸಿಬಿಡುತ್ತವೆ. ಅದಕ್ಕೆ ನಾನು ಎರಡು ಆಶ್ರಮಗಳಲ್ಲಿನ ಸೋದರಿಯರನ್ನು ಕಂಡು ಅವರಿಗೆ ವಿವರಿಸಿ ಹೇಳಿ, ಎಲ್ಲರನ್ನೂ ಒಗ್ಗೂಡಿಸಬೇಕಾಗಿದೆ" ಎಂದ.

"ಹಾಗಾದರೆ ನಾನೂ ಕೂಡಾ ಆ ಸಂಘಟನೆಯಲ್ಲಿ ಸೇರಬಹುದಲ್ಲವೇ?"

"ಏನು ನೀನು ಸತ್ಯಾಗ್ರಹದಲ್ಲಿ ಸೇರುವೆಯಾ? ಮೊದಲೇ ನಿನ್ನ ಆರೋಗ್ಯ ಸರಿಯಿರುವುದಿಲ್ಲ. ಹಿಡಿದರೆ ಹಿಡಿಯಷ್ಟೂ ಆಗುವುದಿಲ್ಲ. ಅಷ್ಟೇ ಅಲ್ಲ ಜೈಲಿಗೆ ಹೋಗಬೇಕಾಗುತ್ತದೆ. ಅಲ್ಲಿ ವಾತಾವರಣವೂ ಚೆನ್ನಾಗಿರುವುದಿಲ್ಲ. ಕೊಡುವ ಊಟ ತಿಂಡಿಯೂ ಸರಿಯಿರುವುದಿಲ್ಲ. ಖಂಡಿತ ಜೈಲುವಾಸ ನಿನಗೆ ಆಗುವುದಿಲ್ಲ" ಎಂದಲು.

"ಏನು ಇದೆಲ್ಲ ಹೇಳಿ ನನ್ನನ್ನು ಹೆದರಿಸುತ್ತಿರುವಿರಾ? ನನ್ನನ್ನು ಹೇಡಿ ಎಂದು ಭಾವಿಸುತ್ತಿರುವಿರಾ? ಬೇರೆ ಹೆಣ್ಣು ಮಕ್ಕಳೆಲ್ಲ ಸತ್ಯಾಗ್ರಹ ಮಾಡಿ ಜೈಲಿಗೆ ಹೋಗಬಹುದಾದರೆ ನಾನೇಕೆ ಹೋಗಬಾರದು? ಎಲ್ಲರಂತೆ ನಾವಿರಬೇಕೆಂದು ಹೇಳುವ ನೀವು ಹೆಂಡತಿ ಜೈಲಿಗೆ ಹೋಗುತ್ತಾಳಲ್ಲ ಎಂದು ಯಾಕೆ ಯೋಚಿಸಬೇಕು? ನೀವು ಜನನಾಯಕರು. ಅನ್ಯಾಯದ ವಿರುದ್ಧ ಹೋರಾಡಲೆಂದೇ ಬಂದವರು. ಅಂಥವರ ಹೆಂಡತಿಯಾಗಿ ಊರು ಹೊತ್ತಿ ಉರಿಯುತ್ತಿದ್ದರೆ, ಎಲ್ಲೋ ಒಳಗೆ ಸೇರಿ ಅವಿತು ಕುಳಿತು ತಮಾಶೆ ನೋಡುವಂತಾದರೆ, ನಿಮ್ಮ ಹೆಂಡತಿಯಾಗಿರುವುದರ ಅರ್ಥವಾದರೂ ಏನು? ನಿಮ್ಮೆಲ್ಲ ಕೆಲಸಗಳಲ್ಲಿ ಸಹಭಾಗಿಯಾಗಿ

ನಡೆದುಕೊಂಡು ಬರುತ್ತೇನೆಂದು ವಚನಕೊಟ್ಟು ಬಂದವಳಲ್ಲವೇ? ಗಂಡಂದಿರ ಕಷ್ಟ ಸುಖಿಗಳನ್ನು ನಾವು ಹೆಂಡತಿಯರು ಹಂಚಿಕೊಳ್ಳಬೇಡವೇ?

ತಾರಾಮತಿ, ಸೀತೆಯರ ಪರಂಪರೆಯಲ್ಲಿ ಬಂದವರಾಗಿ ಈಗ, ಅದೂ ನಮ್ಮ ಮಾನ, ಮರ್ಯಾದೆ, ಗೌರವಗಳು ಹರಾಜಾಗುತ್ತಿರುವಾಗ, ನಾನಾಗಲಿ, ಬೇರೆ ಯಾವ ವಿವಾಹಿತ ಹೆಣ್ಣಾಗಲಿ ದನಿಯೆತ್ತದಿದ್ದರೆ, ತೀರ್ಪಿನ ವಿರುದ್ಧ ಪ್ರತಿಭಟಿಸದಿದ್ದರೆ, ಸ್ತ್ರೀ ಜಾತಿಗೆ ಅವಮಾನ” ಎಂದು ನಿರರ್ಗಳವಾಗಿ, ತರ್ಕಬದ್ಧವಾಗಿ ಮಾತಾಡಿದ್ದನ್ನು ಮೊದಲ ಬಾರಿಗೆ ಕೇಳಿಸಿಕೊಂಡ ಗಾಂಧಿ ದಂಗಾದ.

ಇನ್ನೂ ಸ್ವಲ್ಪ ಅವಳನ್ನು ಆಟ ಆಡಿಸಬೇಕೆಂದು. “ನೀನು ಹೇಳುವ ಆ ಹೆಂಗಸರೆಲ್ಲ ದೈವೀಶಕ್ತಿಯುಳ್ಳವರು. ಅತಿಮಾನವರು, ಬದುಕಿನ ನೋವು ಸಂಕಟಗಳನ್ನು ಅನುಭವಿಸುತ್ತಲೇ ದೈವತ್ವಕ್ಕೇರಿ ಪೂಜಾರ್ಹರಾದರು. ನಾವೂ ಕೂಡ ಹಾಗೇ ಆಗಬಹುದೆನಿಸುತ್ತದೆ”

“ಅವರ ವಿಚಾರ ಬಿಡಿ. ನಮಗೇನು ದೇವರಾಗಬೇಕಿಲ್ಲ. ಮನುಷ್ಯರಂತೆ ಮನುಷ್ಯರಾಗಿ ಬಾಳಿ. ಮಾಡಬೇಕಾದ ಕರ್ತವ್ಯಗಳನ್ನು ಮಾಡೋಣ. ಇಷ್ಟಕ್ಕೂ ನೀವು ಜೈಲಿನ ಊಟದ ಬಗ್ಗೆ ಹೇಳಿದರಲ್ಲ. ನನಗೆ ಜೈಲಿಗೆ ಹೋಗಲು ಹೆದರಿಕೆಯಿಲ್ಲ. ಆದರೆ ಅಲ್ಲಿ ಕೊಡುವ ಊಟವನ್ನು ಹೇಗೆ ತಿನ್ನುವುದು?” ಎಂದು ಅನುಮಾನದಿಂದ ಕೇಳಿದಳು.

“ಊಟ ಬೇಡದಿದ್ದರೆ ಜೈಲಿನ ಅಧಿಕಾರಿಗಳನ್ನು ಹಣ್ಣುಹಂಪಲು ಕೊಡುವಂತೆ ಕೇಳು” ಎಂದ.

“ಒಂದು ವೇಳೆ ನಾನು ಕೇಳುವುದನ್ನು ಕೊಡುವುದಕ್ಕೆ ಮೊದಲೇ ನಾನು ತೀರಿಕೊಂಡರೆ?” ಎಂದು ಪ್ರಶ್ನಿಸಿದಳು.

“ಬಹಳ ಸಂತೋಷ. ನನ್ನ ಹೆಂಡತಿ ನ್ಯಾಯಕ್ಕಾಗಿ ಹೋರಾಡುತ್ತಾ ಪ್ರಾಣ ಬಿಟ್ಟಳೆಂದು ಹೆಮ್ಮೆ ಪಡುತ್ತೇನೆ! ಹಾಗೆಯೇ ನಿನ್ನನ್ನು ದೇವತೆಯೆಂದು ಕೊಂಡಾಡಿ ಪೂಜಿಸುತ್ತೇನೆ. ನಿನ್ನ ಹೆಸರಿನಲ್ಲಿ ಒಂದು ಸ್ಮಾರಕವನ್ನು ಕಟ್ಟಿಸುತ್ತೇನೆ.” ಎಂದಾಗ ಇಬ್ಬರೂ ಮುಗ್ಧ ಮಕ್ಕಳಂತೆ ನಕ್ಕರು. ಬಹುಶಃ ಈ ನಗು ಅವರ ಜೀವನದಲ್ಲಿ ಅವಿಸ್ಮರಣೀಯ ಕ್ಷಣಗಳಾಗಿ ಉಳಿದು ಬಿಟ್ಟಿರಬೇಕು. ಎಂತಹ ಆತ್ಮೀಯತೆ. ಒಬ್ಬರ ಆದರ್ಶ ಇನ್ನೊಬ್ಬರಿಗೆ ಮಾರ್ಗದರ್ಶಿ!!

✳ ✳ ✳

27

ಈ ಒಂದು ಘಟನೆ ಅವಳೆದೆಯಲ್ಲಿ ಸುಪ್ತವಾಗಿದ್ದ ಸತ್ಯಾಗ್ರಹಿಯನ್ನು ಬಡಿದೆಬ್ಬಿಸಿತು. ಮುಂದಿನ ಅವಳ ಬಾಳಿನ ಭವಿಷ್ಯದ ರೂಪರೇಷೆಗಳು ಇದರೊಂದಿಗೆ ಮೂಡಲು ಆರಂಭಿಸಿದ್ದವು.

ಅಂತೂ ಇಂತೂ ಕಸ್ತೂರಬಾ ಸಹ ಸತ್ಯಾಗ್ರಹಿಗಳೊಂದಿಗೆ ಹೋರಾಟಕ್ಕೆ ಇಳಿದಳು. ಅಪಾರ ಸಂಖ್ಯೆಯ ಮಹಿಳೆಯರು. ಜೈಲಿಗೆ ದೂಡುವುದು ಅಧಿಕಾರಿಗಳಿಗೆ ಅಸಾಧ್ಯವೆನಿಸಿತು. ಆದರೆ

ಕೆಲವು ಟ್ರಾನ್ಸ್‌ವಾಲ್‌ನಿಂದ ಬಂದಿದ್ದ ಕೂಲಿಕಾರ ಮಹಿಳೆಯರೊಂದಿಗೆ ತಮ್ಮನ್ನೂ ಬಂಧಿಸಲು ಒತ್ತಾಯಿಸಿದರು.

ಇವರಲ್ಲಿ ಮುಖ್ಯವಾಗಿ ಕಸ್ತೂರಬಾ, ಚಗನ್‌ಲಾಲನ ಪತ್ನಿ ಕಾಶಿ, ಮಗನ್‌ಲಾಲನ ಪತ್ನಿ ಸಂತೋಕ್ ಹಾಗೂ ಪ್ರಾಣ್ ಜೀವನ್ ಮೆಹ್ತಾರ ಮಗಳು ಜಯಾಕನ್ವರ್ ಮತ್ತು ಫೀನಿಕ್ಸ್‌ನ ಹದಿನಾರು ಮಂದಿ ಮಹಿಳೆಯರು, ಅಲ್ಲದೆ ಗಾಂಧಿಯ ಮೂರನೆ ಮಗ ದೇವದಾಸ ಬಂಧನಕ್ಕೆ ಒಳಗಾಗಲೇ ಬೇಕೆಂದು ಒಂದು ಉಪಾಯವನ್ನು ರೂಪಿಸಿದರು. ಅಧಿಕಾರಿಗಳು ಸತ್ಯಾಗ್ರಹಿಗಳ ಹೆಸರು, ವಿಳಾಸ ಕೇಳಿದಾಗ, ಗಾಂಧಿ ಸೂಚನೆ ಕೊಟ್ಟಿದ್ದಂತೆ ತಿಳಿಸಲು ನಿರಾಕರಿಸಿದರು. ಇದರಿಂದಾಗಿ ಕಾನೂನು ಉಲ್ಲಂಘನೆ ಆರೋಪದ ಮೇಲೆ ಅನಿವಾರ್ಯವಾಗಿ ಬಂಧನಕ್ಕೆ ಒಳಪಡಿಸಲೇ ಬೇಕಾಯಿತು. ಇದರ ಸಂಬಂಧ ತಿಳಿದು, ಗಾಂಧಿ ಜೊತೆ ನಂಟು ಬಯಲಾಗಿ, ಸತ್ಯಾಗ್ರಹವನ್ನು ಗಂಭೀರವಾಗಿ ಪರಿಗಣಿಸದೆ ನಿರ್ಲಕ್ಷಿಸಬಹುದು ಎನ್ನುವ ಕಾರಣಕ್ಕೆ ಈ ಉಪಾಯವನ್ನು ಯೋಚಿಸಲಾಗಿತ್ತು.

ಗಾಂಧಿ ಇದೆಲ್ಲವನ್ನೂ ಗಮನಿಸಿದ. ತಣ್ಣಗೆ ಆಶ್ರಮದ ಉಳಿದ ಕೆಲಸಗಳತ್ತ ಗಮನ ಹರಿಸಲು, ಮಗನ್‌ಲಾಲ್ ಗಾಂಧಿ ಮತ್ತು ಇತರ ಆಶ್ರಮವಾಸಿಗಳನ್ನು ಕೂಡಿಕೊಳ್ಳಲು ಹೊರಟ.

ಗಾಂಧೀ ಯೋಚಿಸಿದಂತೆ, ಯೋಜಿಸಿದಂತೆ ಎಲ್ಲವೂ ನಡೆಯುತ್ತಿತ್ತು. ಫೀನಿಕ್ಸ್ ತಂಡ ಈಗಾಗಲೇ ಗಡಿ ಪೊಲೀಸರಿಂದ ಬಂಧನಕ್ಕೆ ಒಳಗಾಗಿತ್ತು. ಅವರೆಲ್ಲರಿಗೂ ಮೂರು ತಿಂಗಳ ಸಜೆ ಘೋಷಣೆಯಾಗಿ ಪೀಟರ್ ಮಾರ್ಟಿಜ್‌ಬರ್ಗ್ ಸೆರೆಮನೆಗೆ ದೂಡಲಾಗಿತ್ತು. ಟ್ರಾನ್ಸ್‌ವಾಲ್ ಮಹಿಳೆಯರನ್ನು ಬಂಧಿಸಿರಲಿಲ್ಲ. ಆದರೆ ಫೀನಿಕ್ಸ್ ಮಹಿಳೆಯರ ಬಂಧನದ ಒಂದು ತಿಂಗಳ ನಂತರ ಅಕ್ಟೋಬರ್ 23ರಂದು ಬಂಧಿಸಿ ಅವರನ್ನೂ ಅದೇ ಜೈಲಿಗೆ ದೂಡಿದರು.

ಎಲ್ಲ ಮಹಿಳೆಯರೂ ಒಂದೇ ಕಡೆ ಇದ್ದಾರೆಂಬ ಸಮಾಧಾನವೊಂದನ್ನು ಬಿಟ್ಟರೆ ಬೇರೆ ಯಾವ ಸೌಕರ್ಯವೂ ಇರಲಿಲ್ಲ. ಜೈಲಿನ ಊಟ ಅಸಹನೀಯವಾಗಿದ್ದುದರಿಂದ ಕಸ್ತೂರಬಾ ಕೂಡಾ ಸೇರಿದಂತೆ ಅನೇಕ ಮಹಿಳೆಯರು ತೀರಾ ತೀರಾ ಬಡಕಲಾಗಿದ್ದರು. ಆದರೂ ಅವರೊಳಗಿನ ಉತ್ಸಾಹ ಚೈತನ್ಯಗಳು ಮುಗಿದಿರಲಿಲ್ಲ. ಅವರಲ್ಲಿ ಒಟ್ಟು ಹದಿನಾರರ ಹೆಣ್ಣ ಮಗಳು ಬಹಳವಾಗಿ ದಣಿದು ಹೋಗಿದ್ದಳು. ಅವಳನ್ನು ನೋಡಿ ಕಸ್ತೂರಬಾ ಮತ್ತು ಗಾಂಧಿ ಅಧೀರರಾದರೂ ಬಿಡುಗಡೆಯಾಗಿ ಬಂದ ನಂತರ ಗಾಂಧಿ ವಳ್ಳಿಯಮ್ಮನ್ನು ಭೇಟಿಯಾಗಿ, ಜೈಲಿಗೆ ಹೋದದ್ದಕ್ಕೆ ಪಶ್ಚಾತ್ತಾಪವಾಗುತ್ತಿದೆಯೇ ಎಂದು ಕೇಳಿದಾಗ, ನಗುನಗುತ್ತಲೇ "ಅಗತ್ಯಬಿದ್ದರೆ ಮತ್ತೆ ಜೈಲಿಗೆ ಹೋಗಲು ಸಿದ್ಧಳಾಗಿದ್ದೇನೆ. ಅಲ್ಲಿಯೇ ಸಾಯಬೇಕಾಗಿ ಬಂದರೂ ಎದೆಗೆಡುವುದಿಲ್ಲ" ಎಂದು ಉತ್ತರಿಸಿದ್ದು ಗಾಂಧಿಯನ್ನು ದಿಗ್ಭ್ರಾಂತನನ್ನಾಗಿ ಮಾಡಿತು.

ಕಸ್ತೂರಬಾ ಜೈಲಿನಲ್ಲಿರುವವರೆಗೆ ಸೋನ್ಯಾಷ್ಲೇಸಿನ್, ಚಳುವಳಿಯ ಹೊಣೆಯನ್ನು ತಾನಿರಿಸಿಕೊಂಡಿದ್ದಳು. ರಾತ್ರಿಯ ಹೊತ್ತಿನಲ್ಲಿ ಜೊಹಾನ್ಸ್‌ಬರ್ಗ್‌ನ ಅಪಾಯಕಾರಿ ರಸ್ತೆಗಳಲ್ಲಿ ಓಡಾಡಿ ಮನೆಮನೆಗೂ ಸಂದೇಶಗಳನ್ನು ತಲುಪಿಸಿದಳು. ಕಾಂಗ್ರೆಸ್‌ನ ಹಣಕಾಸೂ ಕೂಡಾ ಅವಳ ಜವಾಬ್ದಾರಿಯಲ್ಲಿಯೇ ಇತ್ತು. ಜೊತೆಗೆ ವೆಸ್ಟ್ ಜೈಲಿಗೆ ಹೋಗಿದ್ದಾಗ 'ಇಂಡಿಯನ್ ಒಪೀನಿಯನ್' ಪತ್ರಿಕೆಯನ್ನೂ ನೋಡಿಕೊಳ್ಳುತ್ತಿದ್ದಳು. ಕಸ್ತೂರಬಾ ಹಿಂತಿರುಗುತ್ತಿದ್ದಂತೆ, ಆಕೆಯ ಹೆಗಲಿಗೂ ಒಂದಷ್ಟು ಕೆಲಸಗಳನ್ನು ವಹಿಸಿಕೊಟ್ಟಲು.

ಕೆಲವು ಮಹಿಳೆಯರಿಗೆ ಬಿಡುಗಡೆಯಾದರೆ ಮತ್ತೆ ಕೆಲವರಿಗೆ ಜೈಲು ಶಿಕ್ಷೆ ಮುಂದುವರೆಯಿತು.

ದಿನ ಕಳೆದಂತೆ ಕಸ್ತೂರಬಾಳಿಗೆ ಸತ್ಯಾಗ್ರಹದ ಅನುಭವವಾಗತೊಡಗಿತು. ತನಗೂ ಅದು ಪ್ರಥಮ ಅನುಭವವೇ ಆದರೂ ತನಗಿಂತ ಕಿರಿಯ ಸತ್ಯಾಗ್ರಹಿ ಮಹಿಳೆಯರಿಗೆ ಧೈರ್ಯ ತುಂಬುತ್ತಿದ್ದಳು. ಜೈಲಿನಲ್ಲಿ ಇದ್ದಾಗಲೂ ಸಹಜೈಲುವಾಸಿಗಳ ಪರವಾಗಿ ಜೈಲು ಅಧಿಕಾರಿಗಳೊಂದಿಗೆ ವಾದ ಮಾಡುತ್ತಿದ್ದಳು. ತಮಗ್ಯಾರಿಗೂ ಜೈಲಿನಲ್ಲಿ ಕೊಡುತ್ತಿರುವ ಊಟ ಸಹಿಸುವುದಿಲ್ಲವೆಂದೂ ಬೇರೆ ಊಟ ನೀಡಬೇಕೆಂದು ಕೇಳುತ್ತಿದ್ದಳು.

ಮಹಿಳೆಯರಿಗೆ ಅದರಲ್ಲಿಯೂ ಗಾಂಧಿಯ ಮಡದಿ ಕಸ್ತೂರಬಾರಿಗೂ ಜೈಲುಶಿಕ್ಷೆ ನೀಡಲಾಗಿದೆ ಎನ್ನುವ ಸುದ್ದಿ ಇಡೀ ಆಫ್ರಿಕಾದಲ್ಲಿನ ಭಾರತೀಯ ಸಮುದಾಯದ ಮೇಲೆ ತೀವ್ರವಾದ ಪ್ರಭಾವವನ್ನು ಬೀರಿತು. ಎಲ್ಲರೂ ಭಾವನಾತ್ಮಕವಾಗಿ ಸ್ಪಂದಿಸಿದ್ದು ಮಾತ್ರವಲ್ಲ ಗಂಡ ಹೆಂಡಿರ ಧೈರ್ಯ, ಸಾಹಸ ತ್ಯಾಗಗಳಿಂದ ಪ್ರೇರಿತರಾಗಿ ಟಾಲ್ ಸ್ಟಾಯ್ ಫಾರ್ಮ್‌ನ ಹೆಂಗಸರು ಸಿಕ್ಕ ಸಿಕ್ಕಲ್ಲಿ ಬಂಧನಕ್ಕೆ ಒಳಗಾಗಲು ಮುಂದಾದರು.

ಎಲ್ಲಿ ನೋಡಿದರೂ ಸತ್ಯಾಗ್ರಹಿ ಪ್ರತಿಭಟನಾಕಾರರೇ! ದಕ್ಷಿಣ ಆಫ್ರಿಕಾದ ಜೈಲುಗಳು ಸತ್ಯಾಗ್ರಹಿ ಗಳಿಂದ ತುಂಬಿ ಹೋದವು. ಕಸ್ತೂರಬಾ ಮಗ ಮಣಿಲಾಲನೂ ಬಂಧಿತನಾದ. ಮೂರು ತಿಂಗಳು ಕಠಿಣ ಸೆರೆವಾಸದ ಆದೇಶವಾಯಿತು. ಇಲ್ಲಿ ಇಷ್ಟೊಂದು ಗಂಭೀರವಾದ ಸತ್ಯಾಗ್ರಹ ಚಳುವಳಿ ನಡೆಯುತ್ತಿರುವುದನ್ನು, ಗೋಖಿಲೆ ಅವರಿಗೆ, ವೆಸ್ಟ್, ಮಗನ್‌ಲಾಲ್ ಗಾಂಧಿ, ದೇವದಾಸ – ಈ ಮೂವರ ಪ್ರಯತ್ನದಿಂದ ಇಂಡಿಯನ್ ಒಪೀನಿಯನ್ ಪತ್ರಿಕೆ ಮೂಲಕ ತಿಳಿಸಲಾಯಿತು.

ಮಹಿಳೆಯರನ್ನು ಇರಿಸಲಾಗಿದ್ದ ಜೈಲುಗಳ ಪರಿಸ್ಥಿತಿ ತೀರಾ ಹದಗೆಟ್ಟಿತ್ತು. ಗಬ್ಬು ನಾರುತ್ತಿತ್ತು. ಶೌಚಕ್ಕೆ, ಕುಡಿವ ನೀರಿಗೆ ಸರಿಯಾದ ವ್ಯವಸ್ಥೆಯೇ ಇರಲಿಲ್ಲ. ಸೋಂಕಿನ ರೋಗಗಳಿಂದ ಎಷ್ಟೋ ಮಹಿಳೆಯರು ನರಳುತ್ತಿದ್ದರು. ಆದರೆ ಇಂಥದರ ಮಧ್ಯೆಯೂ ಕಸ್ತೂರಬಾ ಗೊಣಗಾಟವಿಲ್ಲದೆ ತನ್ನ ನಿತ್ಯಕರ್ಮಗಳನ್ನು ತಪ್ಪಿಸುತ್ತಿರಲಿಲ್ಲ. ಆದರೆ ಹೃದಯ ದೌರ್ಬಲ್ಯವಿದ್ದುದರಿಂದ ಸೋತವಳಂತೆ ಕಾಣಿಸುತ್ತಿದ್ದರೂ ಮುಖದ ಮೇಲಿನ ಮಂದಹಾಸ ನಿರ್ಭೀತತೆಗಳು ಎದ್ದು ಕಾಣುತ್ತಿದ್ದವು. ಒಂದೇ ಒಂದು ಸಮಾಧಾನವಾಗಿ ಸಂತೋಕ್‌ಬೆನ್ ಮತ್ತು ಕಾಶಿಬೆನ್ ಅವಳ ಜೊತೆಗೆ ಇರುತ್ತಿದ್ದರು.

ಗಾಂಧಿ, ಕಸ್ತೂರಬಾ ಮತ್ತು ಮಕ್ಕಳು ಎಲ್ಲರೂ ತಮ್ಮನ್ನು ಒಂದಲ್ಲ ಒಂದು ರೀತಿಯಿಂದ ಇಂತಹ ಸತ್ಯಾಗ್ರಹಕ್ಕಾಗಿಯೇ ಮೀಸಲಿರಿಸಿಕೊಂಡಿದ್ದರು. ಮಣಿಲಾಲ, ದೇವದಾಸ, ಗಾಂಧಿ, ಕಸ್ತೂರಬಾ ಎಲ್ಲರೂ ಬೇರೆ ಬೇರೆ ಕಡೆ ಜೈಲುಗಳಲ್ಲಿದ್ದರು. ಮನೆಯಲ್ಲಿ ಇರುವುದಕ್ಕಿಂತ, ಜೈಲುಗಳನ್ನೇ ಮನೆ ಮಾಡಿಕೊಂಡಿದ್ದಂತೆನಿಸಿತ್ತು.

ದಕ್ಷಿಣ ಆಫ್ರಿಕಾದ ಭಾರತೀಯರ ಸಮಸ್ಯೆಗಳೇ ಎಲ್ಲೆಲ್ಲೂ ಚರ್ಚಿತವಾದವು. ಈ ಸಮಸ್ಯೆಗಳನ್ನು ಸರಿಯಾದ ರೀತಿಯಲ್ಲಿ ನಿರ್ವಹಿಸುತ್ತಿಲ್ಲವೆಂದೂ ಇದರ ಜವಾಬ್ದಾರಿ ಹೊರಲು ನಿಯುಕ್ತವಾಗಿದ್ದ ಜನರಲ್ ಸ್ಮಟ್ಸ್ ಅವರನ್ನು ಲಂಡನ್‌ನಲ್ಲಿನ ಅಧಿಕಾರಿಗಳು ತರಾಟೆಗೆ ತೆಗೆದುಕೊಂಡರು. ಇದು ಸ್ಮಟ್ಸ್‌ಗೆ ನುಂಗಲೂ ಆಗದ ಉಗುಳಲೂ ಆಗದ ಬಿಸಿ ತುಪ್ಪದಂತಿತ್ತು.

ವಿಧಿಯಿಲ್ಲದೆ 18ನೇ ಡಿಸೆಂಬರ್, 1913ರಂದು, ಗಾಂಧಿ, ಹೆನ್ರಿಪೋಲಕ್ ಮತ್ತು ಕಾಲೆನ್‌ಬಾಕ್ ಅವರನ್ನು ಬೇಷರತ್ತಿನೊಂದಿಗೆ ಬಿಡುಗಡೆ ಮಾಡಲಾಯಿತು. ಗಾಂಧಿಯ ಪ್ರಾರ್ಥನೆಯ ಮೇರೆಗೆ ಜೈಲುವಾಸದಲ್ಲಿದ್ದ ಮಹಿಳೆಯರೆಲ್ಲರನ್ನೂ ಬಿಡುಗಡೆ ಮಾಡಲಾಯಿತು.

ಸಾಲೊಮನ್ ಆಯೋಗದ ವರದಿಯಲ್ಲಿ ಪರಿಶೀಲಿಸಿದ ನಂತರ ದಕ್ಷಿಣ ಆಫ್ರಿಕಾದ ಪಾರ್ಲಿಮೆಂಟಿನ ಉಭಯ ಸದನಗಳೂ ಭಾರತೀಯರ ಪರಿಹಾರ ಶಾಸನವನ್ನು ಅಂಗೀಕರಿಸಿತು. ಇದರಿಂದಾಗಿ ಮೂರು ಪೌಂಡ್ ತೆರಿಗೆ ರದ್ದಾಯಿತು. ಭಾರತೀಯರ ವಿವಾಹ ನೋಂದಣಿಗೆ ಹಾಕಿದ್ದ ನಿರ್ಬಂಧಗಳನ್ನು ಸುಶಿಕ್ಷಿತ ಭಾರತೀಯರ ದಕ್ಷಿಣ ಆಫ್ರಿಕಾ ಪ್ರವೇಶಕ್ಕೆ ಸಂಬಂಧಿಸಿದ ಷರತ್ತುಗಳನ್ನು ಅಲಿಖಿತವಾಗಿ ತೆರವುಗೊಳಿಸಿತು.

ಇದೆಲ್ಲ ಮುಗಿಯಿತೆನ್ನುವಾಗ ರೈಲ್ವೆ ಕಾರ್ಮಿಕರ ಪ್ರತಿಭಟನೆ ಶುರುವಾಯಿತು. ಸರಕಾರಕ್ಕೆ ದಿಕ್ಕು ತೋಚದಾಯಿತು. ಗಾಂಧಿ ಯೋಚಿಸಿದ್ದ ಪಾದಯಾತ್ರೆ ಕಾರ್ಯಕ್ರಮವನ್ನು ಸದ್ಯಕ್ಕೆ ಸ್ಥಗಿತಗೊಳಿಸಿ, ಈ ಕಾರ್ಮಿಕರ ಸಮಸ್ಯೆಯ ಪರಿಹಾರಕ್ಕೆ ಮುಂದಾದ. ಅಧಿಕಾರಿಗಳೊಂದಿಗೆ ಮಾತಾಡಿದ. ಇನ್ನೇನು ಅದಕ್ಕೆಲ್ಲಾ ಪರಿಹಾರ ದೊರೆಯಲಿದೆ ಎಂದುಕೊಳ್ಳುವಷ್ಟರಲ್ಲಿ ಫೀನಿಕ್ಸ್‌ನಿಂದ ಕಸ್ತೂರಬಾಳ ಗಂಭೀರವಾದ ಅನಾರೋಗ್ಯದ ಸಂದೇಶ ಬಂತು. ಗಾಂಧಿಗೆ ಕೂಡಲೇ ಹೊರಡಬೇಕಾಯಿತು. ಎರಡು ತಿಂಗಳಿಂದ 'ಬಾ' ಹಾಸಿಗೆ ಹಿಡಿಯುಬಿಟ್ಟಿದ್ದಳು. ಅವಳನ್ನು ನೋಡಿದ ಕೂಡಲೇ ಅವನಿಗೆ ಕರುಳು ಹಿಂಡಿದಂತಾಯಿತು. ಅವಳು ಈ ಸ್ಥಿತಿಗೆ ಬರಲು ತಾನೇ ಕಾರಣವೆಂದು ತನ್ನನ್ನೇ ನಿಂದಿಸಿದ. ಒಳಗೊಳಗೇ ದುಃಖಿಸಿದ. "ನಾನೇಕೆ ಎಲ್ಲರನ್ನೂ, ನನ್ನ ಹೆಂಡತಿಯೂ ಸೇರಿದಂತೆ ದುಃಖ ಕೂಪಕ್ಕೆ ದೂಡಿದೆ. ನಿಜವಾಗಿಯೂ ನನ್ನಲ್ಲೇನೋ ಕೆಡುಕಿದೆ. ನನ್ನ ಆದರ್ಶಗಳು, ಸಿದ್ಧಾಂತಗಳಿಂದಾಗಿ ನನ್ನನ್ನು ನಂಬಿದ, ಪ್ರೀತಿಸಿದ, ನನ್ನನ್ನು ಹಿಂಬಾಲಿಸಿ ಬಂದವರೆಲ್ಲರನ್ನೂ ಹೀಗೇಕೆ ಕ್ರೂರವಾದ ಹಿಂಸೆ, ಯಾತನೆಗೆ ದೂಡುತ್ತಿದ್ದೇನೆ? ನನ್ನ ಮಾತನ್ನೇಕೆ ವೇದವಾಕ್ಯವೆಂದು ನಂಬುತ್ತಾರೆ. ನನ್ನ ಸಂತೋಷಕ್ಕಾಗಿ, ಒಂದಿಷ್ಟೂ ಪ್ರತಿರೋಧವಿಲ್ಲದೆ ಶಕ್ತಿ ಮೀರಿ ನಡೆಸಿಕೊಡುತ್ತಾರೆ. ಪ್ರಾಣದ ಹಂಗೂ ತೊರೆಯುತ್ತಾರೆ. ದೇವರೆ, ಇದರಿಂದ ನಾನು ಹೊರುತ್ತಿರುವ ಪಾಪಕ್ಕೆ ಪ್ರಾಯಶ್ಚಿತ್ತವಿಲ್ಲವೇ?" ಎಂದು ತನ್ನನ್ನು ತಾನೇ ಹಳಿದುಕೊಂಡ.

ಹತಾಶ ಸ್ಥಿತಿಯಲ್ಲಿದ್ದ ಗಾಂಧಿಗೆ, ಹೆಂಡತಿಯಲ್ಲಿ ಸ್ವಲ್ಪ ಚೇತರಿಕೆ ಕಂಡು ಬರುತ್ತಿದ್ದಂತೆ, ಪೂರ್ವದ ಉತ್ಸಾಹ ಸ್ಥಿತಿಗೆ ಬರತೊಡಗಿದ.

ಇನ್ನೂ ಹೋರಾಟ ಪೂರ್ತಿಯಾಗಿ ಮುಗಿದಿರಲಿಲ್ಲವಾಗಿ, ಜನರಲ್ ಸ್ಮಟ್ಸ್ ಮತ್ತು ಪಾರ್ಲಿಮೆಂಟಿನ ಅಧಿಕಾರಿಗಳೊಂದಿಗೆ ಮಾತುಕತೆ ಮುಂದುವರೆಸಲು ಹೋಗಬೇಕಾಗಿತ್ತು. ಸ್ವಲ್ಪ ಸುಧಾರಿಸಿದಂತಿದ್ದ 'ಬಾ'ಳನ್ನು, ಪ್ರೀತಿಯಿಂದ ನೋಡುತ್ತ "ಕಸ್ತೂರ್ ಈಗ ಆರಾಮವಾಗಿದ್ದೀಯಲ್ಲ", ದೇವರು ದೊಡ್ಡವನು. ನಾವು ನಮಗಾಗಿ ಅಲ್ಲ, ಜನಕ್ಕಾಗಿ ದುಡಿಯುವುದರಿಂದ ನಮಗೆಂದೂ ಅನ್ಯಾಯವಾಗುವುದಿಲ್ಲ. ಜನ ನಮ್ಮಲ್ಲಿಟ್ಟ ಪ್ರೀತಿ, ವಿಶ್ವಾಸಗಳೇ ನಮಗೆ ಬಲ. ಒಂದು ಉದ್ದೇಶಕ್ಕಾಗಿ ಇಲ್ಲಿಗೆ ಬಂದಿದ್ದೇವೆ. ಅದನ್ನು ಅರ್ಧದಲ್ಲಿ ಬಿಟ್ಟು ಹೋಗುವುದೆಂದರೆ ಜನರ ವಿಶ್ವಾಸವನ್ನು ಮುರಿದಂತೆ ಆದ್ದರಿಂದ ನೀನು ನಗುನಗುತ್ತ

ನನ್ನನ್ನು ಹೋಗಲು ಅನುಮತಿಸಿದರೆ, ಆ ಉಳಿದ ಕೆಲಸಗಳನ್ನು ಪೂರೈಸಿ ಬೇಗನೆ ಹಿಂತಿರುಗುತ್ತೇನೆ." ಎಂದ ಗಾಂಧಿ.

"ನಿಮಗೆ ಅಭ್ಯಂತರವಿಲ್ಲದಿದ್ದರೆ, ನಾನೂ ನಿಮ್ಮ ಜೊತೆ ಬರುತ್ತೇನೆ. ನಿಮ್ಮೊಂದಿಗೆ ಇರಬೇಕೆಂದು ನನ್ನ ಅಂತರಾತ್ಮ ಹೇಳುತ್ತಿದೆ." ದಯವಿಟ್ಟು ನನ್ನನ್ನು ಕರೆದುಕೊಂಡು ಹೋಗಿ" ಎಂದಳು. ಪ್ರಾರ್ಥಿಸುವ ದನಿಯಲ್ಲಿ. "ಕಸ್ತೂರ್ ನಿನ್ನನ್ನು ಬಿಟ್ಟು ನಾನೆಂದಿಗೂ ದೂರವಿರುವುದಿಲ್ಲ. ಹೋರಾಟಗಳು ಇಲ್ಲಿಗೇ ಮುಗಿಯುವುದಿಲ್ಲ. ನಮ್ಮ ದೇಶದಲ್ಲೂ ಇದೇ ರೀತಿ ಹೋರಾಟಬೇಕಾಗುತ್ತದೆ. ಅದರಲ್ಲಿ ನಿನ್ನದೇ ಪಾತ್ರ ಮಹತ್ತ್ವದ್ದಾಗಿರುತ್ತದೆ. ನೀನು ಈಗಷ್ಟೇ ಜೈಲುವಾಸದ ಕಷ್ಟಗಳನ್ನು ಅನುಭವಿಸಿ ಬಂದಿದ್ದೀಯ. ಒಂದಷ್ಟು ದಿನ ವಿಶ್ರಾಂತಿ ಪಡೆದು ಸುಧಾರಿಸಿಕೊ. ಮುಂದಿನ ಹೋರಾಟಗಳಿಗೆ ಬೇಕಾದ ಶಕ್ತಿ ಸಾಮರ್ಥ್ಯಗಳನ್ನು ಸಂಚಿಯಿಸಿಕೊ. ಎಲ್ಲವೂ ಸರಿ ಹೋಗುತ್ತಿದೆ. ಆದಷ್ಟು ಬೇಗ ನಮ್ಮ ಮಾತೃಭೂಮಿಗೆ ಹಿಂದಿರುಗಬೇಕು. ತಾಯಿ ಭಾರತಿ ನಮ್ಮನ್ನು ಕರೆಯುತ್ತಿದ್ದಾಳೆ. ಸದ್ಯದಲ್ಲಿಯೇ ಹೊರಟು ಬಿಡೋಣ. ದಯವಿಟ್ಟು ಹಠ ಮಾಡಬೇಡ" ಎಂದು ಅಂಗಲಾಚಿದ.

ಒಮ್ಮೆ ಗಾಂಧಿಯತ್ತ ಮುಖಮಾಡಿ, ಒಂದು ಸಣ್ಣ ನಗೆ ನಕ್ಕು, "ಹೋಗಿ ಬನ್ನಿ, ನನಗೆ ಅರ್ಥವಾಗಿದೆ" ಎಂದಷ್ಟೇ ಹೇಳಿದಳು.

ದಕ್ಷಿಣ ಆಫ್ರಿಕಾ ಕೇಳಿದ್ದೆಲ್ಲವನ್ನೂ ಹೆಚ್ಚು ಕಡಿಮೆ ಪೂರೈಸಿದರೂ ವರ್ಣಭೇದ ನೀತಿಯನ್ನು ಬದಲಾಯಿಸಲಿಲ್ಲ. ಕರಾಳ ಶಾಸನ ಹಾಗೆಯೇ ಮುಂದುವರೆಯಿತು. ಒಂದು ಪ್ರದೇಶದಿಂದ ಮತ್ತೊಂದು ಪ್ರದೇಶಕ್ಕೆ ಮುಕ್ತವಾಗಿ ಹೋಗಿ ಬರಲು ಭಾರತೀಯರಿಗೆ ಪರವಾನಗಿ ಸಿಗಲಿಲ್ಲ. ಆದರೂ ದೊರೆತದ್ದಷ್ಟೂ ಅಹಿಂಸಾತ್ಮಕವಾದ ಸತ್ಯಾಗ್ರಹದ ಫಲ ಎಂಬುದು ಯಾರೂ ಅಲ್ಲಗೆಳೆಯಲಾಗದ ಸಂಗತಿ ಎಂಬುದು ಸತ್ಯವಾಗಿತ್ತು.

✶   ✶   ✶

ಎಷ್ಟೋ ವರ್ಷಗಳಿಂದ, ಮಾತೃಭೂಮಿಯಿಂದ ದೂರವಾಗಿ ಕಾಣದ ದೇಶದಲ್ಲಿ ಗಂಡಹೆಂಡತಿ ಮಕ್ಕಳೂ ಸೇರಿ ತಮ್ಮೆಲ್ಲ ಸುಖ, ನೆಮ್ಮದಿಗಳನ್ನು ಬಲಿಗೊಟ್ಟು ದಕ್ಷಿಣ ಆಫ್ರಿಕಾದಲ್ಲಿನ ಭಾರತೀಯರಿಗೆ, ಎಷ್ಟೋ ವರ್ಷಗಳಿಂದ ವಂಚಿತರಾಗಿದ್ದ ಹಕ್ಕುಗಳನ್ನು ಗಳಿಸಿಕೊಟ್ಟ ಗಾಂಧಿ ದಂಪತಿಗಳನ್ನು ಸುಲಭವಾಗಿ ಕಳಿಸಿಕೊಡಲು ಭಾರತೀಯರು ಒಪ್ಪಲಿಲ್ಲವಾದರೂ, ಗಾಂಧಿಗೆ ಭಾರತಕ್ಕೆ ಹಿಂತಿರುಗಲೇಬೇಕೆಂಬ ಒತ್ತಡ, ಒತ್ತಾಯಗಳು ಹೆಚ್ಚಾಗಿ, ಮಾತೃಭೂಮಿಯ ಸೇವೆಯೂ ತನ್ನ ಆದ್ಯ ಕರ್ತವ್ಯವೆಂಬುದನ್ನು ಅಲ್ಲಿನವರಿಗೆ ಮನವರಿಕೆ ಮಾಡಿಕೊಟ್ಟು, ಹಡಗು ಏರಲು ಸಿದ್ಧತೆ ನಡೆಸಿದ.

ಕಸ್ತೂರಳಿಗೆ ತನ್ನ ದೇಶಕ್ಕೆ, ತನ್ನವರು ಇರುವೆಡೆಗೆ ಹೋಗುತ್ತಿದ್ದೇನೆಂಬ ಸಂತೋಷ ಒಂದು ಕಡೆಯಾದರೆ, ಕೆಲಸದ ಒತ್ತಡದಲ್ಲಿ ನೆನಪಿಸಿಕೊಳ್ಳಲೂ ಸಾಧ್ಯವಾಗದಿದ್ದ ಮತ್ತು ಸಿಟ್ಟುಗೊಂಡು ಹೋದ ಹರಿಲಾಲನು ಅಲ್ಲಿ ಹೇಗೆ ಬದುಕುತ್ತಿದ್ದಾನೋ ಎನ್ನುವುದನ್ನು ಕಾಣುವ ಕುತೂಹಲ ಮತ್ತೊಂದು ಕಡೆಯಿದ್ದು, ಆದಷ್ಟು ಬೇಗ ಹೋಗುವ ತವಕದಲ್ಲಿ ಇದ್ದಳು.

ಗಾಂಧಿ ದಂಪತಿಯನ್ನು ಬೀಳ್ಕೊಡಲು ಎಷ್ಟೊಂದು ಸಭೆ ಸಮಾರಂಭಗಳು ನಡೆದವೋ, ದೇವರೇ ಬಲ್ಲ. ಪ್ರತಿಯೊಂದು ಭಾಷಣದಲ್ಲಿಯೂ ಗಾಂಧಿಯ ಹೊಗಳಿಕೆ, ದಕ್ಷಿಣ ಆಫ್ರಿಕಾದ ಭಾರತೀಯರ ಪಾಲಿಗೆ ಅವನೊಬ್ಬ ದೇವದೂತ! ಮಹಾತ್ಮ ಮತ್ತು ಇನ್ನೂ ಏನೇನೋ ವಿಶೇಷಣಗಳಿಂದ ಹಾಡಿದ್ದೇ ಹಾಡಿದ್ದು, ಇದೆಲ್ಲವನ್ನು ಕೇಳಿಸಿಕೊಂಡ ಕಸ್ತೂರಳಿಗೆ ಗಂಡನ ಮಹಾನತೆ ಅರಿವಿಗೆ ಬರುತ್ತಿದ್ದಂತೆ ತನ್ನನ್ನು ತಾನು ಮತ್ತಷ್ಟು ಅಲ್ಪಳನ್ನಾಗಿಸಿಕೊಂಡಳು. ಇಲ್ಲಿಗೆ ಬಂದ ಮೇಲೆ ಗಂಡನೂ ಎಷ್ಟೊಂದು ಬದಲಾಗಿದ್ದಾನೆ ಎಂದು ಅಚ್ಚರಿಪಟ್ಟಳು. ಜೊತೆಗೆ ಭಾರತದ ನೆಲದಲ್ಲಿ ಹೆಜ್ಜೆ ಹಾಕುತ್ತಿದ್ದಂತೆ ಇನ್ನೆಂತಹ ಬದುಕು ಎದುರಾಗುವುದೋ ಎಂದೂ ಒಳಗೆ ಅಳುಕಿದಳು. ಅಲ್ಲಿನ ಪರಿಸ್ಥಿತಿಯೋ ಇಂಥದ್ದೇ! ಅಣ್ಣ ಗೋಖಿಲೆಯವರು ಮೇಲಿಂದ ಮೇಲೆ ಕರೆ ಕಳಿಸುತ್ತಿದ್ದಾರೆ. ಆದರೆ ರಾಜಕೀಯ ವಿಷಯಗಳು ತನ್ನ ಮೊದ್ದು ತಲೆಗೆ ಹೋಗುವುದಾದರೂ ಹೇಗೆಂದು ಸುಮ್ಮನಿದ್ದಳು.

ಹಡಗು ಹತ್ತುವ ಕ್ಷಣಗಳನ್ನು ಎಣಿಸುತ್ತಿದ್ದಳು. ಇವರನ್ನು ಬೀಳ್ಕೊಡಲು ಬಹಳವಾಗಿ ಕಾಡಿದ್ದ ಜನರಲ್ ಸ್ಮಟ್ಸ್ ಸ್ವತಃ ಬಂದಿದ್ದ. ಸತ್ಯಾಗ್ರಹದ ಪ್ರಚಂಡ ಶಕ್ತಿಯನ್ನು ದಂಪತಿಗಳ ಮುಂದೆ ಹೊಗಳಿದ. ಆಲಿವರ್ ಶ್ಲೀನರ್ ಕೂಡಾ ಬಂದಿದ್ದಳು. ಸತ್ಯಾಗ್ರಹ ಜೈಲುವಾಸದ ಸಂದರ್ಭದಲ್ಲಿ ಕಸ್ತೂರಬಾಳೊಡನೆ ಒಡನಾಡಿದ ಅವಳಿಗೆ 'ಬಾ' ಶಕ್ತಿ ಎಷ್ಟೆಂಬುದು ಅರ್ಥವಾಗಿತ್ತು. ಆದರೆ ಇಬ್ಬರ ನಡುವೆ ಭಾಷೆಯ ಕಾರಣದಿಂದ ಸಂವಾದ ಸಾಧ್ಯವಾಗಿರಲಿಲ್ಲ. ಒಂದನ್ನಂತು ಗ್ರಹಿಸಿದ್ದಳು. ಗಾಂಧಿ ಭಾರತದೇಶದ ದನಿಯಾಗಿದ್ದರೆ ಬಾ ಅದರ ಆತ್ಮ ಎಂದು!

ದಕ್ಷಿಣ ಆಫ್ರಿಕಾದಲ್ಲಿನ ಕೆಲಸಗಳೆಲ್ಲ ಮುಗಿದಿದ್ದವು. ಇನ್ನೇನಿದ್ದರೂ ಭಾರತಕ್ಕೆ ಹೊರಡಲಿದ್ದ ಹಡಗನ್ನು ಹತ್ತಬೇಕಿತ್ತು. ಫೀನಿಕ್ಸ್ ಆಶ್ರಮ ವಾಸಿಗಳು ಈಗಾಗಲೇ ಭಾರತಕ್ಕೆ ಹೊರಟಿದ್ದರು. ಕಸ್ತೂರಬಾ ಮತ್ತು ಗಾಂಧಿ ಮಕ್ಕಳು ಭಾರತಕ್ಕೆ ಹೊರಟ ಮೊದಲ ತಂಡದೊಂದಿಗೆ ಹೊರಟುಬಿಟ್ಟಿದ್ದರು. ಈಗ ಕೇವಲ ಗಾಂಧಿ ಮತ್ತು ಕಸ್ತೂರಬಾ ಮಾತ್ರವೇ ಹೊರಟಿದ್ದರು. ಮದುವೆಯಾದ ಇಷ್ಟು ವರ್ಷಗಳ ಮೇಲೆ ಮೊದಲ ಬಾರಿಗೆ ದಂಪತಿಗಳು ಹೊರಟು ನಿಂತಿದ್ದರು. ಅವರು ಈ ಬಾರಿ ಲಂಡನ್ ಮೂಲಕವಾಗಿ ತಲುಪುವ ಯೋಚನೆ ಮಾಡಿದ್ದರು. ಲಂಡನ್‌ನಲ್ಲಿ ಇಳಿದು ಅಲ್ಲಿನ ಬ್ರಿಟಿಷ್ ಅಧಿಕಾರಿಗಳನ್ನು ಭೇಟಿಯಾಗಿ ಭಾರತದ ಸಮಸ್ಯೆಗಳ ಬಗ್ಗೆ, ಅವರ ನಿಲುವಿನ ಬಗ್ಗೆ ತಿಳಿಯಬೇಕಾಗಿತ್ತು. ಆದ್ದರಿಂದ ಅವರು ಕಿಲ್ಡೋನ್ಸ್ ಕ್ಯಾಸಲ್ ಹಡಗನ್ನು ಹತ್ತಿದರು. ದಕ್ಷಿಣ ಅಟ್ಲಾಂಟಿಕ್ ಮೂಲಕ ಹಡಗು ತೇಲುವುದಿತ್ತು. ಅದರಲ್ಲಿ ಕುಳಿತು ಮುಂದೆ ಮಾಡಬೇಕಾದ ಕೆಲಸಗಳ ಬಗ್ಗೆಯೇ ಗಾಂಧಿ ಆಲೋಚಿಸುತ್ತಿದ್ದ. ತನ್ನಲ್ಲಿದ್ದ ಪತ್ರಗಳನ್ನು ಪತ್ರಿಕೆಗಳನ್ನು ಹುಡುಕಿ ಹುಡುಕಿ ತೆಗೆಯುತ್ತಿದ್ದ. ಗಾಂಧಿಗೇನೋ ಓದುವುದರಲ್ಲಿ ಕಾಲ ಸರಿದುಹೋಗುತ್ತಿತ್ತು. ಆದರೆ ಕಸ್ತೂರಬಾಗೆ ಒಂಟಿತನ ವಿಪರೀತವಾಗಿ ಕಾಡುತ್ತಿತ್ತು. ತಾನು ಕಲಿತಿದ್ದ ಭಗವದ್ಗೀತೆಯ ಶ್ಲೋಕಗಳನ್ನು ನೆನಪಿನಿಂದ ಹೇಳಿಕೊಳ್ಳುತ್ತಿದ್ದಳು. ಗಾಂಧಿ ಕಸ್ತೂರಬಾರಿಗೆ ಈ ಕೆಲಸಗಳನ್ನು ಬಿಟ್ಟರೆ ದೈಹಿಕ ಶ್ರಮವನ್ನು ಬಯಸುವ ಯಾವ ಕೆಲಸವೂ ಇರಲಿಲ್ಲವಾದರೂ, ಸತ್ಯಾಗ್ರಹ, ಜೈಲುವಾಸ, ಅಲ್ಲಿನ ಹಿಂಸೆ ಇತ್ಯಾದಿಗಳಿಂದ ಸಾಕಷ್ಟು ದಣಿದು ಹೋಗಿದ್ದರು. ಅವರ ದೇಹಕ್ಕೆ ವಿಶ್ರಾಂತಿಯ ಅತ್ಯಗತ್ಯವಿತ್ತು. ಅದಕ್ಕೆ ಎಷ್ಟೋ ಸಲ ಊಟಕ್ಕೆ ತಿಂಡಿಗೆ ಎದ್ದು ಹೋಗದೆ ಕ್ಯಾಬಿನ್ನಿಗೇ ತರಿಸಿಕೊಂಡು ತಿನ್ನುತ್ತಿದ್ದರು.

ಗಾಂಧಿಗೆ ಮುಂದಿನ ಹೆಜ್ಜೆಗಳ ಬಗ್ಗೆ ಯೋಚನೆ ಇದ್ದರೆ, ಕಸ್ತೂರಬಾಗೆ ತನ್ನವರ ಚಿಂತೆ ಬೇಡೆಂದರೂ ಕಾಡುತ್ತಿತ್ತು. ದಕ್ಷಿಣ ಆಫ್ರಿಕಾ ತೊರೆದದ್ದಕ್ಕೆ ಅವಳಿಗೆ ಎಳ್ಳಷ್ಟೂ ಚಿಂತೆ ಇರಲಿಲ್ಲ. ಯಾವಾಗ ಮುಂಬಯಿ ತಲುಪಿ ಹರಿಲಾಲ, ಗುಲಾಬ್ ಮತ್ತು ಅವರ ಮಕ್ಕಳನ್ನು ನೋಡಿಯೇನು ಎಂದು ಕಾತರಿಸುತ್ತಿದ್ದಳು. ರಾಮಿ ಮತ್ತು ತಾನು ನೋಡದೆ ಇದ್ದ ಮೊಮ್ಮಕ್ಕಳು ಶಾಂತಿ, ರಸಿಕ್‌ರನ್ನು ಯಾವಾಗ ಎತ್ತಿ ಮುದ್ದಾಡಿಯೇನು ಎಂದು ಎದುರು ನೋಡುತ್ತಿದ್ದಳು. ಆದರೆ ಈ ಸುಖದ ಕ್ಷಣಗಳ ನಿರೀಕ್ಷೆಗಳ ನಡುವೆಯೇ ಭಾರತಕ್ಕೆ ಹೊರಟು ಬರುವ ಕೆಲವು ದಿನಗಳ ಮುಂದೆಯೇ ತನ್ನ ಭಾವಂದಿರಾದ ಕೃಷ್ಣದಾಸ, ಲಕ್ಷ್ಮಿದಾಸರ ಸಾವಿನ ಸುದ್ದಿಯ ಆಘಾತವನ್ನೂ ಅನುಭವಿಸ ಬೇಕಾಯಿತು. ಸಾವಿನ ನೋವು ಒಂದು ಕಡೆಯಾದರೆ ತನ್ನ ನೆಗಣ್ಣೆಯರ ವೈಧವ್ಯದ ಚಿತ್ರ ಕಣ್ಣ ಮುಂದೆ ಸುಳಿದಾಗ ಅವಳ ಕಣ್ಣು ಒದ್ದೆಯಾಗದೆ ಉಳಿಯಲು ಸಾಧ್ಯವಾಗಲಿಲ್ಲ. ಇವುಗಳೇ ಸಾಲದೆಂಬಂತೆ ಅತ್ಯಂತ ಭಯಾನಕವಾದ ಮತ್ತೊಂದು ಸುದ್ದಿ ಕಸ್ತೂರಳನ್ನು ತತ್ತರಿಸುವಂತೆ ಮಾಡಿತು. ತನ್ನ ಸೋದರ ಕುಶಾಲ್‌ದಾಸ್ ಕಪಾಡಿಯಾ ಅವನ ಹೆಂಡತಿ ಮತ್ತು ಅವರಿಬ್ಬರ ಮಗಳು ಮೂವರೂ ಕೆಲವು ದಿನಗಳ ಅಂತರದಲ್ಲಿ ಒಬ್ಬರಾದ ಮೇಲೆ ಒಬ್ಬರು ಸಾವನ್ನಪ್ಪಿದರು...

ಈ ಎಲ್ಲ ಸುದ್ದಿಗಳಿಂದಾಗಿ ಗಾಂಧಿ ದಂಪತಿಗಳು ಆಘಾತಕ್ಕೆ ಒಳಗಾಗಿದ್ದರು. ಅವರ ಸುದೀರ್ಘ ದಾಂಪತ್ಯದ ಬದುಕಿನಲ್ಲಿ ಇಬ್ಬರೂ ಒಟ್ಟಿಗೆ ಪಯಣಿಸಿದ್ದು ಇದೇ ಮೊದಲಾದರೂ, ಗಂಡ ಯಾವ ಒತ್ತಡಗಳೂ ಮುಕುರುವ ಸ್ನೇಹಿತರೂ ಇಲ್ಲವಾಗಿ, ಸಂಪೂರ್ಣವಾಗಿ ತನ್ನವನೇ ಆಗಿದ್ದರೂ ಘಟಿಸಿದ ಸಂಗತಿಗಳಿಂದಾಗಿ ಮಧುರ ಸ್ಮೃತಿಗಳನ್ನು ಸೃಷ್ಟಿಸಿಕೊಳ್ಳಲೂ ಆಗಲಿಲ್ಲ. ಮೆಲುಕು ಹಾಕಲೂ ಆಗಲಿಲ್ಲ. ಕಡೆಯ ಪಕ್ಷ ಮೊದಲು ಅಂದುಕೊಂಡಂತೆ ಕಾಲೆನ್‌ಬಾಕ್ ಜೊತೆಗೆ ಇದ್ದಿದ್ದರೆ ಇಬ್ಬರಿಗೂ ಹೊತ್ತುಕಳೆಯುವುದು ಸುಲಭವಾಗುತ್ತಿತ್ತು. ಅವರ ಬಳಿ ಏನಾದರೂ ಚರ್ಚೆಗೆ ವಿಷಯ ಇರುತ್ತಿತ್ತು. ಗಂಡ ಮತ್ತು ಕಾಲೆನ್‌ಬಾಕ್‌ರ ನಡುವೆ ಎಷ್ಟೊಂದು ವಿಷಯಗಳ ಕುರಿತು ಚರ್ಚೆ ನಡೆಯುತ್ತಿದ್ದು, ಅದನ್ನು ಕೇಳುವವರಿಗೂ ಕುತೂಹಲ ಆಸಕ್ತಿ ಹೆಚ್ಚಾಗುತ್ತಿತ್ತು. ಅಂಥಾದ್ದರಲ್ಲಿ ಗಾಂಧಿಗೆ ಆ ಗೆಳೆಯ ಇಲ್ಲದ್ದು ಕಸ್ತೂರಬಾಗಿಂತಲೂ ಹೆಚ್ಚಿನ ಬೇಸರ ತರಿಸುತ್ತಿತ್ತು. ಆದ್ದರಿಂದ ಪ್ರಯಾಣದಲ್ಲಿ ಇರುವಾಗಲೇ ಕಾಲೆನ್‌ಬಾಕ್‌ಗೆ ಪತ್ರ ಬರೆದು, ತಮಗಾಗುತ್ತಿದ್ದ ಬೇಸರದ ಬಗ್ಗೆ ತಿಳಿಸಿದ್ದರು. ಅಲ್ಲದೆ ತಾವೀಗ ಐರೋಪ್ಯ ಶೈಲಿಯ ಉಡುಪು ಧರಿಸುವುದನ್ನು ಬಿಟ್ಟು ದಕ್ಷಿಣ ಆಫ್ರಿಕಾದ ಕೂಲಿ ಕಾರ್ಮಿಕರಂತೆ ಬಟ್ಟೆ ತೊಡುತ್ತಿದ್ದೇವೆಂದೂ ಪತ್ರದಲ್ಲಿ ತಿಳಿಸಿದ್ದರು. ಇದೆಲ್ಲವೂ ಗಾಂಧಿಗೆ ಸರಿಹೋಗಬಹುದಾಗಿದ್ದರೂ ಕಸ್ತೂರಬಾಳಿಗೆ ಮಾತ್ರ ಅಸಹಸೀಯವಾಗಿತ್ತು.

ಗಾಂಧಿ ತನ್ನ ಸಿದ್ಧಾಂತಗಳಿಗೆ ಕಟ್ಟು ಬಿದ್ದು ಈ ಉಡುಪನ್ನು ಧರಿಸಿದ್ದರಾದರೂ ಭಾರತ ತಲುಪಿದ ಮೇಲೆ, ಅಂದರೆ ಮುಂಬಯಿ ಹಡಗು ಕಟ್ಟೆಯ ಮೇಲೆ ಹೆಜ್ಜೆ ಇಡುತ್ತಿದ್ದಂತೆ, ಕೂಲಿಕಾರರ ಆ ಉಡುಪನ್ನು ಧರಿಸುವುದು ಸಾಧ್ಯವಿಲ್ಲ ಎಂಬ ಸತ್ಯ ಅರಿವಾಗುತ್ತಿದ್ದಂತೆ ಸ್ವಲ್ಪ ಆತಂಕಕ್ಕೆ ಒಳಗಾಗಿದ್ದ.

ಘಟ್ಟನೆ ಅವನ ಆಲೋಚನೆಗಳು ಮತ್ತೊಂದು ದಿಕ್ಕಿನತ್ತ ಹೊರಳಿತು. ಎಷ್ಟೋ ಸಲ ಭಾರತಕ್ಕೆ ಹಿಂತಿರುಗಬೇಕೆಂದು ಅಂದುಕೊಳ್ಳುತ್ತಿದ್ದರೂ, ಅನೇಕ ಕಾರಣಗಳಿಂದಾಗಿ, ತನ್ನಲ್ಲಿ ಇರಬೇಕಾದ

ಅಗತ್ಯದ ಒತ್ತಡಗಳಿಂದ ಪ್ರತಿಸಲವೂ ಅವಕಾಶ ವಂಚಿತನಾಗುತ್ತಿದ್ದವನಿಗೆ, ಈಗ ನಿಜವಾಗಿಯೂ ಭಾರತಕ್ಕೆ ಹಡಗಿನಲ್ಲಿ ಪಯಣಿಸುತ್ತಿರುವುದು ನಿಜವೇ ಎಂದು ತನ್ನನ್ನು ತಾನೇ ಪ್ರಶ್ನಿಸಿಕೊಳ್ಳುತ್ತಿದ್ದ. ಈ ಸಂದಿಗ್ಧದ ಬಗ್ಗೆ ಕಸ್ತೂರಬಾಳನ್ನು ಮಾತನಾಡಿಸಿದ.

"ಕಸ್ತೂರ್ ಎಷ್ಟು ವರ್ಷಗಳ ನಂತರ ನಾವು ಭಾರತಕ್ಕೆ ಹೊರಟಿದ್ದೇವೆ. ಈ ಒಂದು ಆಲೋಚನೆಯಿಂದ ನಿನಗೆ ಏನನಿಸುತ್ತಿದೆ?" ಎಂದು.

"ಅನಿಸುವುದೇನಿದೆ? ಯಾರಿಗೇ ಆಗಲಿ ತಮ್ಮ ಸ್ವದೇಶವೇ ಪ್ರೀತಿಯಲ್ಲವೆ? ಪರಕೀಯ ದೇಶಗಳಲ್ಲಿ ನಾವೆಷ್ಟೇ ಇದ್ದರೂ ಅದು ನಮ್ಮದಾಗುವುದಿಲ್ಲ ಅಲ್ಲವೆ? ಬೇರೆಯವರ ಮಕ್ಕಳನ್ನು ಎಷ್ಟು ಮುದ್ದಾಡಿದರೂ ನಮ್ಮ ಮಕ್ಕಳನ್ನು ಎದೆಗಪ್ಪಿಕೊಂಡಾಗ ಸಿಗುವ ಸುಖಿದಂತೆ ಇರಲು ಸಾಧ್ಯವೇನು? ನಮ್ಮವರು ನಮ್ಮ ಊರು, ನಮ್ಮ ದೇಶದ ಸೆಳೆತ ಸಾಮಾನ್ಯವೇನು? ಅವುಗಳ ಪ್ರೀತಿ ನಮ್ಮ ಬೆನ್ನಿಗೆ ಅಂಟಿಕೊಂಡೇ ಇರುತ್ತದೆ." ಎಂದಳು.

"ನೀನು ಹೇಳುವುದು ನಿಜ. ನಾವು ನಮ್ಮ ಸೆಳೆತಗಳನ್ನು ಬಯಕೆಗಳನ್ನು ಬಿಟ್ಟು ಬಿಟ್ಟಿದ್ದೇವೆ. ಎಂದುಕೊಳ್ಳುತ್ತೇವೆ. ಆದರೆ ಸ್ವಲ್ಪ ಸಮಯದ ನಂತರ ಅದೆಲ್ಲ ಭ್ರಮೆ ಎನಿಸುತ್ತದೆ. ಈಗ ನೋಡು ನಾನೇ ನನ್ನ ಕಾಮನೆಗಳಿಂದ, ಆಸೆ, ಸೆಳೆತಗಳಿಂದ ದೂರವಿದ್ದೇನೆಂದುಕೊಂಡಿದ್ದವುಗಳಿಗೆ ಹಂಬಲಿಸುತ್ತಿದ್ದೇನೆ. ಹಿಂದಕ್ಕೆ ಪಡೆಯಲು ಹೊಯ್ದಾಡುತ್ತಿದ್ದೇನೆ. ಇದರರ್ಥವಾದರೂ ಏನು? ಕಾಮನೆಗಳು, ಆಸೆಗಳು ನಮ್ಮಲ್ಲಿ ಇನ್ನೂ ಸತ್ತಿಲ್ಲವೆಂದೇ ಅಲ್ಲವೆ? ನಿಶ್ಚಿತವಾಗಿ ಅವೆಲ್ಲವೂ ನಮ್ಮೊಳಗೇ ಸುಪ್ತವಾಗಿ ಅಡಗಿ ಕುಳಿತಿವೆ" ಎಂದಾಗ ಕಸ್ತೂರಬಾಗೆ, ಯೋಚಿಸಿದಾಗ ನಿಜವೆನಿಸಿತು. ಎಷ್ಟು ನಿಷ್ಠುರವಾಗಿ ಹೊರಗೆ ಕಾಣಿಸಿಕೊಳ್ಳುವ ಗಂಡನಲ್ಲಿ ಇಂಥ ಭಾವುಕತೆ, ಸಂವೇದನೆ ಇದ್ದದ್ದು ನೋಡಿ ಆಶ್ಚರ್ಯವಾಯಿತು. ಬೆರಗು ಮತ್ತು ಹೆಮ್ಮೆಯಿಂದ ಅವನೆಡೆಗೊಮ್ಮೆ ದೃಷ್ಟಿ ಹಾಯಿಸಿ ತನ್ನಲ್ಲಿಯೇ ನಕ್ಕಳು.

ಪ್ರತಿ ರಾತ್ರಿಯೂ ಪ್ರಾರ್ಥನೆ ಗೀತೆ ಹಾಡಿಯೇ ಮಲಗುತ್ತಿದ್ದ ಈ ದಂಪತಿಗೆ ಹಡಗಿನ ತೇಲುವಿಕೆ ಒಂದು ರೀತಿಯ ತೊಟ್ಟಿಲ ತೂಗಿನಂತಾಗಿ, ನೆಮ್ಮದಿಯ ನಿದ್ದೆಯೊಂದಿಗೆ ದಿನ ಕಳೆಯುತ್ತಿದ್ದರು. ಮರುದಿನದ ಸೂರ್ಯೋದಯಕ್ಕೆ ಸಜ್ಜಾಗುತ್ತಿದ್ದರು. ಹಡಗಿನಲ್ಲಿ ಬೇಕಾದಷ್ಟು ಮಂದಿ ಪ್ರಯಾಣಿಕರಿದ್ದರೂ ಅವರೊಡನೆ ಅಷ್ಟೊಂದು ಸಲಿಗೆ ಸಾಧ್ಯವಾಗಿರಲಿಲ್ಲ. ಆದ್ದರಿಂದ ಒಂಟಿತನದ ಬೇಸರ ಇಬ್ಬರನ್ನೂ ಕಾಡಿತ್ತು.

ಅಂತೂ ಇಂತೂ ಆಗಸ್ಟ್ 6ನೇ ತಾರೀಖು ಸೌತಮ್‌ಪ್ಟನ್ ತಲುಪಿದ್ದರು. ಕಸ್ತೂರಬಾಗೆ ಎಲ್ಲವೂ ಹೊಸ ಅನುಭವ. ಅಲ್ಲಲ್ಲಿ ಕಾಣುತ್ತಿದ್ದ ಇಂಗ್ಲಿಷ್ ಬೋರ್ಡುಗಳು ಅವಳಿಗೆ ತೀರಾ ಅಪರಿಚಿತವಾಗಿತ್ತು. ಅಕ್ಷರಕ್ಷರ ಕೂಡಿಸಿಕೊಂಡು ಓದುವ ಪ್ರಯತ್ನದಲ್ಲಿ ಹಿಂದಿನದೆಲ್ಲ ಮರೆತು ಹೋಗುತ್ತಿತ್ತು. ಅಷ್ಟರಲ್ಲಿ ವಿಚಿತ್ರವಾದ ಸದ್ದು ಗದ್ದಲಗಳು ಕೇಳಿಸುತ್ತಿದ್ದವು. ಅದೆಲ್ಲವೂ ಅವಳಲ್ಲಿ ಮಾತ್ರವಲ್ಲ, ಅಲ್ಲಿನ ಮತ್ತು ಕೆಲವರಿಗೆ ಬೆರಗು ಮೂಡಿಸುತ್ತಿತ್ತು. ಲಂಡನ್ ಬೀದಿಗಳು ಬಣ್ಣಬಣ್ಣದ ಬಾವುಟಗಳಿಂದ ತೋರಣಗಳಿಂದ ಅಲಂಕೃತಗೊಂಡಿದ್ದವು. ದೊಡ್ಡದಾದ ಬ್ಯಾಂಡ್‌ಸೆಟ್, ದೇಶಭಕ್ತಿ ಗೀತೆಗಳನ್ನು ನುಡಿಸುತ್ತಿತ್ತು. ಒಂದಷ್ಟು ಮಂದಿ ಸ್ವಯಂ ಸೇವಕರು. ಸೇನಾ ತರಬೇತಿ ಶಿಬಿರಗಳತ್ತ ಶಿಸ್ತಿನ ಹೆಜ್ಜೆ ಹಾಕಿ ಸಾಗುತ್ತಿದ್ದರು. ಈ ದಂಪತಿಗೆ ಇದೆಲ್ಲವೂ ತಮಗಾಗಿ ಎಂಬುದರ ಕಲ್ಪನೆ ಇರಲಿಲ್ಲ. ತಾವು ಅಲ್ಲಿಗೆ ಆಗಮಿಸುವ ವಿಷಯವನ್ನು ತಾವಾಗಿ

ತಿಳಿಸಿರಲಿಲ್ಲವಾದರೂ ಅದು ಹೇಗೋ ಲಂಡನ್ನಿಗರಿಗೆ ತಿಳಿದು ಹೋಗಿತ್ತು. ಗಾಂಧಿಯ ಬಗ್ಗೆ, ಅವನ ಹೋರಾಟದ ಬಗ್ಗೆ ಕಾಳ್ಗಿಚ್ಚಿನಂತೆ ಹರಡಿದ್ದು, ಭಾರತಸಂಜಾತನಾದ ಗಾಂಧಿಯ ಸತ್ಯಾಗ್ರಹ ಸಮರ ವಿಧಾನ ಬ್ರಿಟಿಷ್ ಪತ್ರಕರ್ತರಲ್ಲಿ ಅಚ್ಚರಿ ಮತ್ತು ಕುತೂಹಲವನ್ನು ಕೆರಳಿಸಿತ್ತು. ದಕ್ಷಿಣ ಆಫ್ರಿಕಾದಲ್ಲಿನ ಭಾರತೀಯರಿಗಾಗಿ ಎಷ್ಟೆಲ್ಲ ಕಷ್ಟಗಳನ್ನು ಎದುರಿಸಿ, ಅನೇಕಸಲ ಜೈಲಿಗೆ ಹೋಗಿ ಬಂದದ್ದೇ ಅವರಿಗೆ ಅಭೂತಪೂರ್ವ ಸುದ್ದಿಯಾಗಿತ್ತು. ಅದ್ದೂರಿ ಸ್ವಾಗತ, ಅಪಾರ ಜನಸ್ತೋಮವನ್ನು ಕಂಡು ಕಸ್ತೂರಬಾ ಪುಲಕಿತಳಾದಳು. ಇದೆಲ್ಲವೂ ತನ್ನ ಗಂಡನಿಗಾಗಿ ಎಂದು ಅರಿಯಲು ಹೆಚ್ಚು ಸಮಯ ಬೇಕಾಗಲಿಲ್ಲ. ಅವಳೆದೆಯಲ್ಲಿ ಹೆಮ್ಮೆ, ಸಂತೋಷಗಳ ಮಹಾಪೂರವೇ ಉಕ್ಕಿ ಹರಿಯಿತು. ಗಾಂಧಿಯ ಭಾರತೀಯ ಮಿತ್ರರು, ಆಂಗ್ಲಮಿತ್ರರು ಅಲ್ಲದೆ ಅಲ್ಲಿಯೇ ನೆಲಸಿದ್ದ ಭಾರತೀಯ ವೈದ್ಯರು, ವಕೀಲರು, ವಿದ್ಯಾರ್ಥಿಗಳು ಮುಂತಾದವರೆಲ್ಲರೂ ಸೇರಿದ್ದರು. ಈ ಸ್ವಾಗತ ಕಾರ್ಯಕ್ರಮವನ್ನು ಸೆಸಿಲ್ ಹೋಟೆಲಿನಲ್ಲಿ ವ್ಯವಸ್ಥೆ ಮಾಡಲಾಗಿತ್ತು. ಗಾಂಧಿ ದಂಪತಿಗಳು ಅಲ್ಲಿಗೆ ಬರುವಂತೆ ಮಾಡಿದ ಗೋಖಲೆಯವರೇ ಕಾಣದಿದ್ದಾಗ, ಬೇಸರವಾಯಿತು. ನಂತರ ಗೋಖಲೆಯವರು ತಮ್ಮ ಸಕ್ಕರೆ ಖಾಯಿಲೆಗೆ ಬೇಕಾಗಿದ್ದ ಔಷಧೀಯ ನೀರನ್ನು ತರಲು ಪ್ಯಾರಿಸ್ಗೆ ಹೋಗಬೇಕಾಗಿದ್ದ ವಿಷಯ ತಿಳಿಯಿತು. ಕೂಡಲೇ ಕಸ್ತೂರಬಾಗೆ, ಅವರು ಬರುವವರೆಗೆ ಇನ್ನೆಷ್ಟು ದಿನ ಈ ಪರದೇಶದಲ್ಲಿ ಇರಬೇಕಾಗುತ್ತದೆಯೋ ಎಂದು ಒಂದು ನಿಟ್ಟುಸಿರು ಬಿಟ್ಟಳು.

ನಂತರ ಗಾಂಧಿ ಕೆನ್ಸಿಂಗ್ಟನ್ನಲ್ಲಿ ಸಾಧಾರಣ ಬಾಡಿಗೆಗೆ ಒಂದು ಮನೆಯನ್ನು ವಾಸಕ್ಕಾಗಿ ಪಡೆದರು.

ಇವರು ಇಲ್ಲಿಗೆ ಬಂದಾಗ ಯುದ್ಧದ ಕಾರ್ಮೋಡಗಳು ಕವಿದಿದ್ದವು. ಇಂಗ್ಲೆಂಡ್ ಮತ್ತು ಫ್ರಾನ್ಸ್ ನಡುವೆ ಯುದ್ಧ ನಡೆಯುತ್ತಿತ್ತು. ಈ ಸಂದರ್ಭದಲ್ಲಿ ಅಲ್ಲಿ ನೆಲಸಿದ್ದ ಭಾರತೀಯರ ಪಾತ್ರವೇನು ಎಂದು ಯೋಚಿಸಲು ಆರಂಭಿಸಿದ. ಗಾಂಧಿಗೆ ಎಲ್ಲಿ ಹೋದರೂ ಸತ್ಯಾಗ್ರಹದ ಲಹರಿ ಚೆನ್ನ ಹತ್ತುತ್ತದೆ. ಗಾಂಧಿಯ ಸೇವಾ ಮನೋಭಾವ ಸದಾ ಜಾಗ್ರತವಾಗಿರುತ್ತದೆ. ಇಂಗ್ಲೆಡಿನ ಸರಕಾರದ ಅನ್ನ ತಿನ್ನುತ್ತಿರುವ ಅಲ್ಲಿನ ಭಾರತೀಯರು ಯುದ್ಧ ಸಮಯದಲ್ಲಿ ತಮಗಾದ ರೀತಿಯಲ್ಲಿ ಸೇವಾಕಾರ್ಯದಲ್ಲಿ ತೊಡಗುವಂತಾಗಬೇಕು. ಸ್ವಯಂ ಸೇವಕರಾಗಿಯಾದರೂ ಗಾಯಾಳುಗಳಾಗಿ ಬರುವ ಸೈನಿಕರ ಶುಶ್ರೂಷೆಯನ್ನು ಮಾಡಬೇಕು ಎನಿಸಿತು. ಕೂಡಲೇ ಎಲ್ಲ ವೃತ್ತಿ ವರ್ಗದ ಭಾರತೀಯರನ್ನು ಸಂಘಟಿಸಿ, ತನ್ನ ಉದ್ದೇಶವನ್ನು ಮನಪರಿಕೆ ಮಾಡಿದ. ಅವರೆಲ್ಲರೂ ಗಾಂಧಿಯಂತಹ ಮಹಾನ್ ವ್ಯಕ್ತಿಯ ಆದೇಶಗಳನ್ನು ಗೌರವಿಸಿ, ಅವರು ಹೇಳಿದಂತೆ ನಡೆಯುವುದಾಗಿ ಆಶ್ವಾಸನ ನೀಡಿದರು. ಗಾಂಧಿ ಕೂಡಲೇ ಕಾರ್ಯಗತನಾದ. ತಮ್ಮೆಲ್ಲರ ಸಹಕಾರದ ಬಗ್ಗೆ ತಿಳಿಸುತ್ತ ಒಂದು ಪತ್ರವನ್ನು ಬರೆದು ಅಂಡರ್ ಸೆಕ್ರೆಟರಿ ಆಫ್ ಸ್ಟೇಟ್ ಫಾರ್ ಇಂಡಿಯಾ'ಗೆ ಕಳಿಸಿಕೊಟ್ಟ. ಆಶ್ಚರ್ಯದ ಸಂಗತಿ ಎಂದರೆ ಆ ಪತ್ರದಲ್ಲಿನ ಸಹಿ ಮಿಸ್ಟರ್ ಎಂ.ಕೆ. ಗಾಂಧಿ ಎಂದಿರದೆ ಮಿಸೆಸ್ ಎಂ.ಕೆ. ಗಾಂಧಿ ಎಂದಿತ್ತು.'

ಅಲ್ಲಿ ಭಾರತೀಯ ಮಹಿಳೆಯರನ್ನು ವಿಶೇಷವಾಗಿ, ಈ ಸ್ವಯಂ ಸೇವಾಕಾರ್ಯದಲ್ಲಿ ಪಾಲ್ಗೊಳ್ಳಬೇಕೆಂದು ಬೇಡಿಕೊಂಡ. ಕಸ್ತೂರಬಾ ಮುಖಂಡತ್ವದಲ್ಲಿ ಅಲ್ಲಿನ ವರಿಷ್ಠರ ಕುಟುಂಬ ಗಳಲ್ಲಿನ ಎಲ್ಲ ಹೆಣ್ಣುಮಕ್ಕಳೂ ಬಹಳ ಸಂತೋಷದಿಂದ ಗಾಂಧಿ ದಂಪತಿಗಳ ಕರೆಗೆ ಸ್ಪಂದಿಸಿದರು.

ಗಾಂಧಿ ಒಂದು ಕಡೆ ಪುರುಷ ಸ್ವಯಂ ಸೇವಕರನ್ನು ಸಜ್ಜುಗೊಳಿಸುತ್ತಿದ್ದರೆ ಕಸ್ತೂರಬಾ ಸೇರಿದಂತೆ ಎಲ್ಲ ಮಹಿಳೆಯರೂ ಆಸ್ಪತ್ರೆಯಲ್ಲಿ ನರ್ಸ್ ಟ್ರೇನಿಂಗ್‌ಗಾಗಿ ಹೆಸರುಗಳನ್ನು ನೋಂದಾಯಿಸಿದರು.

ಗಂಡಹೆಂಡತಿ ಇಬ್ಬರೂ ಉತ್ಸಾಹದ ಉತ್ತುಂಗದಲ್ಲಿದ್ದು ಸೇವಾ ಚಟುವಟಿಕೆಗಳಲ್ಲಿ ತೊಡಗಿಸಿಕೊಂಡಿದ್ದಾಗಲೇ ದುರಾದೃಷ್ಟವೆಂಬಂತೆ, ಅಲ್ಲಿ ಹವಾಗುಣದ ಕಾರಣದಿಂದಾಗಿ ಗಾಂಧಿ ಒಂದು ಬಗೆಯ ವಿಚಿತ್ರ ಜ್ವರಕ್ಕೆ ತುತ್ತಾಗಿ ತನ್ನ ಮನೆಯಲ್ಲಿಯೇ ನಿಶ್ಚಿಯನಾಗಿ ಉಳಿದುಕೊಳ್ಳ ಬೇಕಾಯಿತು. ಗಾಂಧೀಜಿಯ ಜ್ವರದಿಂದ ಕಸ್ತೂರಬಾ ಕಾಣದ ದೇಶ, ಬಾರದ ಭಾಷೆಯ ಪರಿಸರದಲ್ಲಿ ಬಹಳ ಆತಂಕಕ್ಕೆ ಒಳಗಾದಳು. ಆಂಬುಲೆನ್ಸ್ ಜವಾಬ್ದಾರಿ ನೋಡಿಕೊಳ್ಳುತ್ತಿದ್ದ ಸಿಬ್ಬಂದಿಗೆ ಗಾಂಧಿ ಇಲ್ಲದೆ ಚಟುವಟಿಕೆಗಳಲ್ಲಿ ಉತ್ಸಾಹವನ್ನೇ ಕಳೆದುಕೊಂಡಂತಾಗಿತ್ತು.

ಭಾರತೀಯ ಯುವಕರನ್ನು ಆರ್ಮಿ ಹಾಸ್ಪಿಟಲ್‌ಗೆ ತರಬೇತಿಗೆಂದು ಕಳಿಸಲು ಪ್ರಯತ್ನಿಸಿದಾಗ, ಗಾಂಧಿ ಇಲ್ಲದೆ ಹೋಗುವುದಿಲ್ಲವೆಂದು ಹಠ ಹಿಡಿದರು. ಆದರೂ ಕೂಡಾ ಭಾರತೀಯ ಮೆದು ಮನಸ್ಸುಗಳು, ತೀವ್ರವಾಗಿ ಗಾಯಗೊಂಡ ಬ್ರಿಟಿಷ್ ಸೈನಿಕರು ಬರಲಾರಂಭಿಸಿದಂತೆ ತಮ್ಮ ಹಠವನ್ನು ಬಿಟ್ಟು ಮಾನವೀಯ ಅನುಕಂಪಕ್ಕೆ ಒಳಗಾಗಿ ಆ ಗಾಯಳು ಸೈನಿಕರ ಶುಶ್ರೂಷೆ ಆರೈಕೆಗಳಿಗೆ ಕಟಿಬದ್ಧರಾಗಿ ನಿಂತರು.

ಕಸ್ತೂರಬಾಳಿಗೆ ಗಂಡನನ್ನು ನೋಡಿಕೊಳ್ಳಬೇಕಾದ್ದರಿಂದ ಮನೆಯಲ್ಲಿಯೇ ಅವನ ಸಹಾಯಕ್ಕೆ ನಿಂತಳು. ಗಾಂಧಿಯದು ಸ್ವಯಂ ಚಿಕಿತ್ಸೆ. ಎಂಥ ಗಂಭೀರವಾದ ಆರೋಗ್ಯದ ಸಮಸ್ಯೆಯಾದರೂ ತಾನೇ ಸ್ವತಃ ತನ್ನ ಚಿಕಿತ್ಸೆಗೆ ತೊಡಗುತ್ತಿದ್ದ. ಪಥ್ಯವನ್ನೂ ತಾನೇ ನಿರ್ಧರಿಸುತ್ತಿದ್ದ. ಕಸ್ತೂರಳಿಗೆ ಇದೆಲ್ಲದರ ಪರಿಚಯ ಇದ್ದುರಿಂದ, ತಾನು ಯಾವುದಕ್ಕೂ ಮಧ್ಯ ಪ್ರವೇಶಿಸದೆ ಅವನು ಹೇಳಿದಂತೆ, ಅವನ ಆರೈಕೆ, ಊಟೋಪಚಾರ, ಜಲ ಚಿಕಿತ್ಸೆ ಇತ್ಯಾದಿಗಳನ್ನು ಬಹಳ ನಿಷ್ಠೆಯಿಂದ ನೆರವೇರಿಸುತ್ತಿದ್ದಳು. ಮಧ್ಯೆ ಮಧ್ಯೆ ತೈಲಮರ್ದನ, ಹಸಿಹಣ್ಣು ಹಂಪಲು ತರಕಾರಿ ಊಟ, ಉಗುರು ಬೆಚ್ಚಗಿನ ನೀರಿನಿಂದ ಸ್ನಾನ, ಧಾರಾಳವಾದ ಗಾಳಿ ಬೆಳಕು ಬರುವ ವ್ಯವಸ್ಥೆ – ಹೀಗೆ ಎಷ್ಟೊಂದು ವಿಧಗಳಲ್ಲಿ ಗಂಡನ ನಿರಂತರ ಸೇವೆಯಲ್ಲಿ ದಿನದ ಇಪ್ಪತ್ತನಾಲ್ಕು ಗಂಟೆಗಳನ್ನೂ ಮೀಸಲಿರಿಸಿದ್ದಳು.

ಇಷ್ಟೆಲ್ಲ ಕಾಳಜಿಯೊಂದಿಗೆ ಆರೈಕೆ ನಡೆಸಿದರೂ ಪ್ರಯೋಜನವಾಗಲಿಲ್ಲ. ಗಾಂಧಿಯ ಆರೋಗ್ಯದಲ್ಲಿ ಸುಧಾರಣೆ ಆಗದೆ ಮತ್ತಷ್ಟು ಹದಗೆಟ್ಟಿತು. ಸಾಲದ್ದಕ್ಕೆ ಕಸ್ತೂರಬಾ ನೆಗಡಿ ಹತ್ತಿಸಿಕೊಂಡಳು.

ದಿನದಿನಕ್ಕೆ ಇವರಿಬ್ಬರ ಪರಿಸ್ಥಿತಿ ತೀರಾ ಕೆಡುತ್ತಾ ಹೋಯಿತು. ಬ್ರಿಟಿಷ್ ನೆಲದಲ್ಲಿ ತಮ್ಮ ಸೇವೆ ಸಲ್ಲಿಸಬೇಕೆಂದುಕೊಂಡ ಅವರ ಆಸೆ, ನಿರ್ಧಾರಗಳು ನೆಲಕಚ್ಚಿದವು. ಇದೇರೀತಿ ಅನಾರೋಗ್ಯ ಮುಂದುವರೆದು ಏನಾದರೂ ಗಂಭೀರ ಪರಿಣಾಮಗಳಿಗೆ ಎಡೆಯಾದರೆ, ಅಪರಿಚಿತ ದೇಶದಲ್ಲಿ ಏನು ಮಾಡುವುದು ಎಂದು ಹೆದರಿ, ಗಾಂಧಿ ತನ್ನ ಸ್ವ ಚಿಕಿತ್ಸೆಗೆ ತಿಲಾಂಜಲಿ ಕೊಟ್ಟು ಭಾರತೀಯ ವೈದ್ಯರೊಬ್ಬರನ್ನು ಬರಮಾಡಿಕೊಂಡ. ವೈದ್ಯರು ಇವರ ಸ್ಥಿತಿ ನೋಡಿ, ಕನಿಕರಪಟ್ಟು ಅವರನ್ನು ಈ ಕೂಡಲೇ ಭಾರತಕ್ಕೆ ಹೊರಟುಹೋಗಲು ಸೂಚಿಸಿದರು. ಅಲ್ಲದೆ ಚಳಿಗಾಲವೂ ಹತ್ತಿರ ಬರುವುದರಿಂದ ಅಲ್ಲಿಯೇ ಉಳಿದುಕೊಳ್ಳಲು ಹೋದರೆ ಚಳಿಯಿಂದ ಹೆಪ್ಪುಗಟ್ಟಿ ಅನಾಹುತವಾಗುವ ಸಾಧ್ಯತೆ ಇದೆಯೆಂದೂ ತಿಳಿಸಿ, ಇಲ್ಲಿಂದ ಆದಷ್ಟು ಬೇಗ ಹೊರಡುವುದೇ ಕ್ಷೇಮಕರವೆಂದು ಸಲಹೆ ನೀಡಿದ.

ಗಾಂಧಿ ದಂಪತಿಗೆ ಬೇರೆ ಮಾರ್ಗವಿರಲಿಲ್ಲ. ಬಾಂಬೆ ಕಡೆಗೆ ಹೊರಡಲಿದ್ದ ಅರೇಬಿಯಾ ಎಂಬ ಹಡಗು ಹತ್ತುವುದಷ್ಟೇ ಬಾಕಿಯಿತ್ತು. 1915ನೇ ಜನವರಿ 9ರಂದು, ಗಂಟುಮೂಟೆ ಕಟ್ಟಿಕೊಂಡು ತಮ್ಮ ಅಂತಿಮ ಗುರಿಯಾಗಿದ್ದ ಭಾರತ ತಲುಪಲು ಹಡಗು ಹತ್ತಿದವರು ಮುಂಬಯಿಯ ಸಮುದ್ರತೀರದ ಮೇಲೆ ಹೆಜ್ಜೆಯಿಟ್ಟರು.

ಮುಂಬಯಿಯ ಹಡಗು ಕಟ್ಟೆಯಲ್ಲಿ ಗಾಂಧಿ ದಂಪತಿ ತಮ್ಮ ಆತ್ಮೀಯ ಗೆಳೆಯರೂ ಬಂಧುಗಳೂ ಆದ ಒಂದು ನಾಲ್ಕೈದು ಮಂದಿ ಮಾತ್ರವೇ ತಮ್ಮನ್ನು ಸ್ವಾಗತಿಸಲು ಬಂದಿರುತ್ತಾರೆಂದು ಊಹಿಸಿದ್ದವರಿಗೆ ಅಲ್ಲಿ ಬಂದು ನೆರೆದಿದ್ದ ಜನಸಮೂಹವನ್ನು ನೋಡಿ ದಿಗ್ಭ್ರಮೆಯಾಯಿತು. ದಕ್ಷಿಣ ಆಫ್ರಿಕಾದಲ್ಲಿ ಭಾರತೀಯರ ಹಕ್ಕುಗಳಿಗಾಗಿ ನಡೆಸಿದ ಹೋರಾಟದ ಸುದ್ದಿಗಳು ಜಗತ್ತಿನಾದ್ಯಂತ ಕಾಳ್ಗಿಚ್ಚಿನಂತೆ ಹರಡಿರುವಾಗ ಭಾರತೀಯರಿಗೆ ತಮ್ಮ ದೇಶನಾಯಕನ ವಿಚಾರದಲ್ಲಿ ಎಂಥ ಹೆಮ್ಮೆ ಮೂಡಿದ್ದಿರಬಹುದೆಂಬುದಕ್ಕೆ ಸಾಕ್ಷಿಯಂತೆ, ಬಹುದೊಡ್ಡ ಜನಸ್ತೋಮ ಅಲ್ಲಿ ನೆರೆದಿತ್ತು. ಗಾಂಧಿ ತಾತ್ವಿಕ ನಿಲುವುಗಳು, ಸತ್ಯ ಅಹಿಂಸೆ ಮೂಲವಾದ, ಸತ್ಯಾಗ್ರಹದ ಪರಿಕಲ್ಪನೆಗಳು ಇಲ್ಲಿನವರಿಗೆ ಊಹಿಸಲೂ ಆಗದ ಸತ್ಯಗಳಾಗಿದ್ದುದು ಗಾಂಧಿಯ ಬಗೆಗಿನ ಗೌರವಾದರಗಳೂ ಆರಾಧ್ಯಭಾವನೆಗೆ ಕಾರಣವಾಗಿದ್ದವು. ವಸಾಹತುಶಾಹಿ ಸರಕಾರದ ಆಡಳಿತಾಧಿಕಾರಿಗಳೂ ಕೂಡಾ ಗಾಂಧಿಯನ್ನು ಬಹಳ ಆತ್ಮೀಯವಾಗಿ ಪ್ರೀತಿಯಿಂದ ಬರಮಾಡಿಕೊಂಡರು.

ಹಿಂದೊಮ್ಮೆ ತನ್ನೊಂದಿಗೆ ಅತ್ಯಂತ ನಿಷ್ಠುರವಾಗಿ, ಕ್ರೂರವಾಗಿ, ಅವಹೇಳನಕಾರಿಯಾಗಿ ನಡೆದುಕೊಂಡಿದ್ದ ಅಧಿಕಾರಿಗಳೇ ಇಂದು ತನ್ನನ್ನು ಆದರಿಸುತ್ತಿರುವ, ವರ್ತಿಸುತ್ತಿರುವ ರೀತಿಗೆ ಗಾಂಧಿ ಬೆರಗಾಗಿದ್ದ. ಹೀಗೆ ಬದಲಾಗಲು ತನ್ನಲ್ಲಿರುವ ಅಪರೂಪದ ಯೋಗ್ಯತೆಗಳಾದರೂ ಏನಿರಬಹುದೆಂದು ಆತ್ಮಶೋಧಕ್ಕೆ ಹೊರಟವನಂತೆ ಕಾಣಿಸಿಕೊಂಡ. ಸ್ನೇಹ ಪೂರ್ವಕ ಸಭೆಯಲ್ಲಿ ಭಾಗವಹಿಸುವಂತೆ ಮುಂಬಯಿ ಗವರ್ನರ್ ಲಾರ್ಡ್ ವಿಲ್ಲಿಂಗ್‍ಡನ್ ಆತ್ಮೀಯವಾಗಿ ಆಹ್ವಾನಿಸಿದ. ಅತ್ಯಂತ ಸರಳವಾದ, ಸಾಧಾರಣವಾದ ಉಡುಪಿನಲ್ಲಿ, ಮತ್ತು ಗಾಜಿನ ಬಳೆಗಳಲ್ಲಿ ಕಾಣಿಸಿಕೊಂಡಿದ್ದ ಆಕೆಯನ್ನು ಅಲ್ಲಿನ ಜನ "ದಕ್ಷಿಣ ಆಫ್ರಿಕಾದ ಖ್ಯಾತ ಕಥಾನಾಯಕಿ"ಯೆಂದೂ, ಕಾಥೇವಾಡದ ದೇಸೀ ಉಡುಪಿನಲ್ಲಿದ್ದ ಗಾಂಧಿಯನ್ನು 'ಭಾರತ ಸ್ವಾತಂತ್ರ್ಯದ ಕಥಾನಾಯಕನನ್ನಾಗಿಯೂ ಬಣ್ಣಿಸಿ ಕೊಂಡಾಡಿದರು.

ಕಸ್ತೂರಬಾಳಿಗೆ ಇದೆಲ್ಲವೂ ಅಪರೂಪದ ಅನುಭವಗಳಾಗಿದ್ದವು. ಈ ಅನುಭವಗಳ ಸಂತೋಷದ ಉತ್ಸಾಹದ ಉಬ್ಬರ ಕ್ಷಣಗಳು ಕಳೆದಂತೆ, ವಾಸ್ತವ ಲೋಕಕ್ಕೆ ಹಿಂತಿರುಗಿದಳು. ಅವಳ ಮನಸ್ಸು ತನ್ನ ಬಂಧುಬಾಂಧವರ, ಮಕ್ಕಳ ಕಡೆಗೆ ಹೊರಳಿತು. ವಿಧೆವೆಯರನ್ನಾಗಿ ತನ್ನ ನೆಗಣ್ಣೆಯರನ್ನು ನೋಡಬೇಕಾಗಿ ಬರುವ ದುರದೃಷ್ಟಕ್ಕೆ ತನ್ನನ್ನೇ ಹಳಿದುಕೊಂಡಳು. ಅವರ ಬದುಕಿನ ದುರಂತದ ಕಲ್ಪನೆ, ಭವಿಷ್ಯದ ಬಗೆಗಿನ ಆಲೋಚನೆ, ಅವಳನ್ನು ದುಃಖಿಸುವಂತೆ ಮಾಡಿತು. ಭಾರತೀಯ ಸಮಾಜದಲ್ಲಿನ ವಿಧೆವೆಯರ ಪಾಡನ್ನು ಕಂಡವಳಾಗಿದ್ದರಿಂದ ತುಂಬ ನೊಂದುಕೊಂಡಳು. ತಮಗಿಂತ ಮುಂಚೆಯೇ ಆಶ್ರಮವಾಸಿಗಳೊಂದಿಗೆ ಬಂದಿದ್ದ ಮಕ್ಕಳನ್ನು ಕಾಣುವ ತವಕ ಒಂದೆಡೆಯಾದರೆ, ಹರಿಯನ್ನು ಹೇಗೆ ಎಲ್ಲಿ ನೋಡಲು ಸಿಗುತ್ತಾನೋ ಎಂದು ಬೇರೆ ಯೋಚಿಸಲುತೊಡಗಿದ್ದಳು.

ತಮ್ಮವರು ಅಂದರೆ ಫೀನಿಕ್ಸ್ ವಾಸಿಗಳು, ಮಕ್ಕಳು ಎಲ್ಲರೂ ಎಲ್ಲಿದ್ದಾರೆಂದು ತಿಳಿದು ಭೇಟಿಯಾಗುವುದಕ್ಕೆ ಮೊದಲು ಒಂದು ಮುಖ್ಯವಾದ ಕರ್ತವ್ಯವಿತ್ತು. ಗಂಡಂದಿರನ್ನು ಕಳೆದು ಕೊಂಡು ದುಃಖಿಸುತ್ತಿರುವ ಗಾಂಧಿಯ ಅಣ್ಣಂದಿರಾದ ಕೃಷ್ಣದಾಸ, ಲಕ್ಷ್ಮೀದಾಸರ ಮಡದಿಯರನ್ನು ಕಂಡು ವಿಚಾರಿಸಿ ಸಾಂತ್ವನ ಹೇಳಬೇಕಿತ್ತು. ಕಸ್ತೂರಬಾ ಮತ್ತು ಗಾಂಧಿಗೆ ಇವರಲ್ಲದೆ ಹೆಂಡತಿಯ ಅಣ್ಣನ ಕುಟುಂಬವೇ ಯಾವುದೋ ಜ್ವರಕ್ಕೆ ತುತ್ತಾಗಿ ಮರಣಿಸಿತ್ತು. ಕುಟುಂಬದವರು ಯಾರೊಬ್ಬರೂ ಉಳಿದಿರಲಿಲ್ಲ. ಈಗ ಕಸ್ತೂರಬಾಳ ಕಿರಿಯ ಸೋದರ ಮಾಧವದಾಸ್ ಕಪಾಡಿಯಾ ಮಾತ್ರವೇ ಉಳಿದಿದ್ದ. ಅವರನ್ನು ನೋಡಿಬರಲು ತೀರ್ಮಾನಿಸಿದ್ದರು.

ಪೋರ್ ಬಂದರಿನ ಮನೆಗೆ ಭೇಟಿಕೊಟ್ಟಾಗ, ಗಂಗಾ, ನಂದಕುವರಬೆನ್ ಇಬ್ಬರೂ ಸಂಕೋಚದಿಂದಲೇ ಬಂದು ಸ್ವಾಗತಿಸಿದರು. ತಲೆಯ ಮೇಲೆ ಸೆರಗುಹೊದ್ದು ಬೋಳು ಹಣೆ, ಬೋಳು ಕೈಗಳೊಂದಿಗೆ, ಬಿಳಿ ಸೀರೆಗಳೊಂದಿಗೆ ಕಾಣಿಸಿಕೊಂಡ ಅವರನ್ನು ನೋಡಿ ಕಸ್ತೂರಬಾಳ ಕರುಳು ಕಿತ್ತುಬರುವಂತಾಯಿತು. ಗಾಂಧಿ ಆ ಇಬ್ಬರಿಗೂ ನಮಸ್ಕರಿಸಿದ. ಸಾಂತ್ವನ ಹೇಳಿದ. ಮಕ್ಕಳ ಬಗ್ಗೆ ಮತ್ತು ತನ್ನ ಸೋದರಿಯ ಬಗ್ಗೆ ವಿಚಾರಿಸಿದ. ಕಸ್ತೂರಬಾ ಕೂಡಾ ತಾನು ಚಿಕ್ಕವಳೇ ಆದರೂ ಸಾಧ್ಯವಿದ್ದ ರೀತಿಯಲ್ಲಿ ಸಾಂತ್ವನ ಹೇಳಿದಳು. ಆ ಇಬ್ಬರು ಹೆಣ್ಣುಮಕ್ಕಳು ಗಾಂಧಿ ದಂಪತಿಗಳನ್ನು ಮನೆಯಲ್ಲಿಯೇ ಉಳಿದುಕೊಳ್ಳಲು ಒತ್ತಾಯಿಸಿದರೂ ಅವರು ಬೇರೆ ಬೇರೆ ಕಡೆ ಹೋಗಿ, ತಮಗೆ ತಿಳಿದವರೆಲ್ಲರನ್ನೂ ಮಾತಾಡಿಸಿಕೊಂಡು ಬರಬೇಕೆಂದು ಹೇಳಿ ಹೊರಟುಬಿಟ್ಟರು. ಹಾಗೆಯೇ ರಾಜಕೋಟದಲ್ಲಿನ ಬಂಧುಗಳನ್ನೂ ಮಾತಾಡಿಸಿಕೊಂಡು ಬಂದರು. ಆ ದಿನದ ಕಾರ್ಯಕ್ರಮವನ್ನು ಅಲ್ಲಿಗೇ ಮುಗಿಸಿ ಮರುದಿನ ಫೀನಿಕ್ಸ್ ಬಂಧುಗಳನ್ನು ಕೂಡಿಕೊಳ್ಳಲು ಪಶ್ಚಿಮ ಬಂಗಾಳಕ್ಕೆ ಪಯಣಿಸಿದರು.

ಕಸ್ತೂರಬಾ ಮತ್ತು ಗಾಂಧಿ ಭಾರತಕ್ಕೆ ಬರುವ ಎರಡು ಮೂರು ವಾರಗಳ ಮೊದಲೇ ಆಲ್ಬರ್ಟ್ ವೆಸ್ಟ್ ಮತ್ತು ಹೆನ್ರಿ ಪೋಲಕರು ಬಂದು ಇಲ್ಲಿ ಫೀನಿಕ್ಸ್ ಆಶ್ರಮವಾಸಿಗಳ ವಸತಿ ವ್ಯವಸ್ಥೆಯನ್ನು ನೋಡಿಕೊಂಡಿದ್ದರು. ಮೊದಲು ಕಾಂಗ್ರಿಯಲ್ಲಿ ಶ್ರದ್ಧಾನಂದ ಸ್ವಾಮಿಗಳ ಗುರುಕುಲದಲ್ಲಿ ಇಳಿದುಕೊಂಡಿದ್ದರು. ಆಶ್ರಮ ವಾಸಿಗಳನ್ನು ತಮ್ಮ ಸ್ವಂತ ಮಕ್ಕಳಂತೆ ಸ್ವಾಮಿಗಳು ನೋಡಿಕೊಂಡಿದ್ದರು. ಫೀನಿಕ್ಸ್ ಗುಂಪಿನವರಿಗೆ ಯಾವುದೇ ಕೊರತೆಯ ಅನುಭವವಾಗಿರಲಿಲ್ಲ. ಫೀನಿಕ್ಸ್ ವಸತಿಯಲ್ಲಿ ಇದ್ದ ಹಾಗೇ ಅನಿಸಿತ್ತು. ಇಲ್ಲಿದ್ದ ಕೆಲದಿನಗಳ ನಂತರ ಗಾಂಧಿಯ ಗೆಳೆಯರಾಗಿದ್ದ ಆಂಡ್ರೂಸರ ಪ್ರಯತ್ನದಿಂದ ನೃತ್ಯ, ಸಂಗೀತಾದಿ ಕಲೆಗಳಿಗೆ ಕೇಂದ್ರವಾಗಿದ್ದ ಕಲ್ಕತ್ತಾಬಳಿಯ ಶಾಂತಿ ನಿಕೇತನದಲ್ಲಿ ಸದ್ಯಕ್ಕೆ ಇಳಿದುಕೊಂಡಿರಲು ಸಾಧ್ಯವಾಗಿತ್ತು. ನೊಬೆಲ್ ಪುರಸ್ಕೃತರಾಗಿದ್ದ ಕವಿ ರವೀಂದ್ರನಾಥ ಟ್ಯಾಗೋರರಿಂದ ಸ್ಥಾಪಿತವಾಗಿದ್ದ ಈ ಶಾಂತಿನಿಕೇತನ ವಿಶ್ವವಿಖ್ಯಾತ ಕಲಾಕೇಂದ್ರವಾಗಿತ್ತು. ಇದೊಂದು ನಿಜವಾಗಿಯೂ ಸ್ವಯಂ ಪರಿಪೂರ್ಣ ಪ್ರಪಂಚವಾಗಿತ್ತು. ಇದರೊಳಗೇ ಹಾಲಿನ ಡೈರಿ ಆಸ್ಪತ್ರೆ ಅಂಚೆ ಕಛೇರಿ ಎಲ್ಲವೂ ಇದ್ದು ಅತ್ಯಂತ

ಸುವ್ಯವಸ್ಥಿತವಾದ ಪುಟ್ಟ ಪ್ರಪಂಚವಾಗಿತ್ತು. ಟ್ಯಾಗೋರರು ಬಣ್ಣಿಸಿದಂತೆ, ಸಾಹಿತ್ಯ, ಸಂಗೀತ, ನೃತ್ಯದ ಕಲೆಗಳಿಂದ ಸಮೃದ್ಧವಾಗಿದ್ದ ಇದು "ಭಾರತದ ಚೈತನ್ಯದ ನೆಲ"ಯೇ ಆಗಿತ್ತು.

ಬಾ ಮತ್ತು ಗಾಂಧಿ ಬರುವ ದಿನದ ಖಚಿತತೆ ತಿಳಿದಿರಲಿಲ್ಲವಾಗಿ ಇವರಿಬ್ಬರೂ ಬಂದಾಗ ಟ್ಯಾಗೋರರು ಇವರನ್ನು ಎದುರುಗೊಳ್ಳಲು ಶಾಂತಿನಿಕೇತನದಲ್ಲಿ ಇರಲಿಲ್ಲ. ಅಲ್ಲಿನ ಒಬ್ಬ ಅಧ್ಯಾಪಕರೇ ಟ್ಯಾಗೋರರ ಅನುಪಸ್ಥಿತಿಯಲ್ಲಿ ಅವರು ಮಾಡಬೇಕಾದ ಕೆಲಸಗಳನ್ನು ತುಂಬಾ ಚೆನ್ನಾಗಿ ನಿರ್ವಹಿಸಿದರು. ಫೀನಿಕ್ಸ್ ಮಂದಿಗೆಂದು ಸಿದ್ಧಪಡಿಸಲಾಗಿದ್ದ ವಿಶೇಷ ವಸತಿಗೃಹಗಳೆಡೆಗೆ ಗಾಂಧಿ ದಂಪತಿಗಳನ್ನು ಕರೆದುಕೊಂಡು ಹೋದರು.

ಗಾಂಧಿ ಮಗನ್ ಲಾಲ್ ಗಾಂಧಿಯ ಜೊತೆ ಲೋಕಾಭಿರಾಮವಾಗಿ ಮಾತನಾಡುತ್ತಾ, ಫೀನಿಕ್ಸ್ ಆಶ್ರಮದ ನಿಯಮಪಾಲನೆ, ಶಿಸ್ತು, ಮುಂದುವರೆದಿದೆಯೇ ಇಲ್ಲವೇ ಎಂದು ಪ್ರಶ್ನಿಸಿದ. ಮಗನ್‌ಲಾಲ ಫೀನಿಕ್ಸ್‌ನವರ ಕ್ರಮಬದ್ಧ ಬದುಕು, ನಿಯಮ ಪಾಲನೆ, ಊಟೋಪಚಾರಗಳಲ್ಲಿ ಯಾವುದೇ ವ್ಯತ್ಯಾಸಗಳಿಲ್ಲದೆ, ಎಲ್ಲರೂ ತಮ್ಮ ತಮ್ಮ ಕೆಲಸಗಳನ್ನು ಕರ್ತವ್ಯಗಳನ್ನು ನಿಷ್ಠುರವಾಗಿ ಪಾಲಿಸುತ್ತಿದ್ದಾರೆ ಎಂದು ವಿವರಿಸಿ ತಿಳಿಸಿದ.

ಗಾಂಧಿಗೆ ಇವಿಷ್ಟೇ ಸಾಲಲಿಲ್ಲ. ಫೀನಿಕ್ಸ್ ನಿಯಮಗಳನ್ನು ಇನ್ನಷ್ಟು ಗಂಭೀರತೆಯೊಂದಿಗೆ ಶಾಂತಿನಿಕೇತನದಲ್ಲೂ ಮುಂದುವರೆಯುವಂತೆ ಮಾಡಬೇಕೆಂದು ಯೋಚಿಸಿದ.

ಕಸ್ತೂರಬಾ ಅಲ್ಲಿದ್ದ ಹೆಂಗಸರೊಂದಿಗೆ, ಅವರವರ ವ್ಯಯುಕ್ತಿಕ ತೊಂದರೆಗಳ ಬಗ್ಗೆ ಆಶ್ರಮದಲ್ಲಿನ ವ್ಯವಸ್ಥೆ ಬಗ್ಗೆ ವಿಚಾರಿಸಿ, ಸಲಹೆ ಸೂಚನೆಗಳನ್ನು ನೀಡಿದಳು. ಅಲ್ಲದೆ, ತನ್ನ ಹೋರಾಟ, ಲಂಡನ್ನಿನಲ್ಲಿ ಉಳಿದುಕೊಂಡಿದ್ದಾಗಿನ ಅನುಭವ, ಗಂಡ ಖಾಯಿಲೆ ಬಿದ್ದದ್ದು ಇದೆಲ್ಲವನ್ನು ವಿವರಿಸಿದಳು. ಅವರೆಲ್ಲ ಕೇಳುತ್ತಿದ್ದ ಪ್ರಶ್ನೆಗಳಿಗೆ ಸಾವಧಾನವಾಗಿ ಉತ್ತರಿಸಿದಳು. ಎಲ್ಲಕ್ಕಿಂತ ಹೆಚ್ಚಾಗಿ ಮತ್ತೆ ಮಕ್ಕಳೊಂದಿಗೆ ಕೂಡಿಕೊಂಡ ಆನಂದಕ್ಕೆ ಎಣೆಯಿಲ್ಲದಂತಾಗಿತ್ತು.

ಟ್ಯಾಗೋರರು ಬಂದಾಗ, ತಮ್ಮ ಶಾಲೆಯ ವಿದ್ಯಾರ್ಥಿಗಳೂ ಫೀನಿಕ್ಸ್ ವಾಸಿಗಳಂತೆ ಹಲವು ರೀತಿಯ ಚಟುವಟಿಕೆಗಳಲ್ಲಿ ತೊಡಗಿಸಿಕೊಂಡಿದ್ದನ್ನು ಕಂಡು ಅಚ್ಚರಿಪಟ್ಟರು. ಗಾಂಧಿ ದಂಪತಿಗಳ ಮಾರ್ಗದರ್ಶನದಲ್ಲಿ ಅಡಿಗೆ, ಬಟ್ಟೆ, ಪಾತ್ರೆ, ಗುಡಿಸುವ, ಸಾರಿಸುವ, ಕಸ ತೆಗೆಯುವ ಕೆಲಸಗಳನ್ನೆಲ್ಲ ಸ್ವತಃ ಮಾಡುತ್ತಿದ್ದರು. ವಿದ್ಯಾರ್ಥಿಗಳೇನೋ ಖುಷಿಯಿಂದಲೇ ಕೆಲಸಗಳನ್ನು ಮಾಡುತ್ತಿದ್ದರೂ ಅಧ್ಯಾಪಕರಲ್ಲಿ ಅಸಮಾಧಾನ ಹೊಗೆಯಾಡುತ್ತಿತ್ತು. ಆದ್ದರಿಂದಲೇ ತಮ್ಮ ತಮ್ಮ ಕೆಲಸಗಳನ್ನು ತಾವೇ ಮಾಡಿಕೊಳ್ಳಬೇಕೆಂಬ ಸಿದ್ಧಾಂತ ಬಹಳ ದಿನ ಮುಂದುವರೆಯಲಿಲ್ಲ.

ಶಾಂತಿನಿಕೇತನಕ್ಕೆ ಬರುವ ಮೊದಲೇ, ಗಾಂಧಿ ಬರವಿಗಾಗಿಯೇ ಕಾತರತೆಯಿಂದ ಕಾಯುತ್ತಿದ್ದ ಗೋಖಿಲೆಯವರನ್ನೂ ಭೇಟಿಯಾಗಿ ಭಾರತದ ಹೋರಾಟಕ್ಕಾಗಿ ಮಾಡಬೇಕಾದ ಕಾರ್ಯನೀತಿಯನ್ನು ತಿಳಿದುಕೊಂಡರು. ಗೋಖಿಲೆಯವರನ್ನು ರಾಜಕೀಯ ಗುರುವೆಂದು ಭಾವಿಸಿದ್ದರೆ, ಗೋಖಿಲೆ ಗಾಂಧಿಯನ್ನು ಭಾರತದ ಭವಿಷ್ಯವೆಂದು, ಅವನಿಂದಲೇ ಬಿಡುಗಡೆಯೆಂದು ಬಲವಾಗಿ ನಂಬಿದ್ದರು. ಅವರೊಂದಿಗೆ ಭೇಟಿ, ಚರ್ಚೆ ಎಲ್ಲಾ ಮುಗಿದ ಮೇಲೆಯೇ ಶಾಂತಿನಿಕೇತನಕ್ಕೆ ಬಂದವರಾಗಿದ್ದರು. ಅಲ್ಲಿ ಒಂದೆರಡು ವಾರಗಳಿದ್ದರು. ಅಷ್ಟರಲ್ಲಿ ಗಾಂಧಿಯ ಹೃದಯ ಬಡಿತವೇ ನಿಲ್ಲುವಂತಾಗಬಹುದಾದ ಸುದ್ದಿಯೊಂದು ಬಂತು.

ಪೂನಾದಿಂದ ಬಂದ ತಂತಿ ಗೋಖಲೆಯವರ ಸಾವಿನ ಸುದ್ದಿಯನ್ನು ಹೇಳಿತು. ಈಗಷ್ಟೇ ಮಾತನಾಡಿ ಬಂದಿದ್ದ ಗೋಖಲೆ ಇನ್ನಿಲ್ಲವೆನ್ನುವ ಸುದ್ದಿ ಸುಲಭವಾಗಿ ಜೀರ್ಣಿಸಿಕೊಳ್ಳಲಾಗಲಿಲ್ಲ. ಕೂಡಲೇ ಪೂನಾಕ್ಕೆ ಹೊರಡಲು ಸಿದ್ಧವಾಗಬೇಕೆಂದು ಗಾಂಧಿ, ಕಸ್ತೂರಬಾಗೆ ಆದೇಶಿಸಿದ.

ದಕ್ಷಿಣ ಆಫ್ರಿಕಾದಲ್ಲಿನ ಮೂರನೆಯ ದರ್ಜೆಯ ರೈಲ್ವೆ ಪ್ರಯಾಣ ಗಾಂಧಿಗೆ ಒಂದು ಸಿದ್ಧಾಂತವಾಗಿಬಿಟ್ಟಿತ್ತು. ಅನೇಕ ಕಡೆ ದಾರುಣ ಪರಿಸ್ಥಿತಿಗಳಲ್ಲಿ ನೂಕು ನುಗ್ಗಲು ಕೊಳಕುಗಳ ಮಧ್ಯೆ ಪ್ರಯಾಣಿಸುವುದು ಗಾಂಧಿಗೆ ರೂಢಿಯಾಗಿತ್ತು. ಆದರೆ ಕಸ್ತೂರಬಾಳಿಗೆ ಅಂತಹ ಪರಿಸ್ಥಿತಿ, ಪರಿಸರದಲ್ಲಿ ಪ್ರಯಾಣಿಸುವುದು ಮೊಟ್ಟ ಮೊದಲ ಅನುಭವವಾಗಿತ್ತು. ರೈಲು ಡಬ್ಬಿಗಳು ಕಿಕ್ಕಿರಿದು ತುಂಬಿದ್ದವು. ಒಳನುಗ್ಗುವುದಕ್ಕೆ ಕುಳಿತುಕೊಳ್ಳುವುದಕ್ಕೆ ಒಬ್ಬರ ಮೇಲೊಬ್ಬರು ಬೀಳುತ್ತಿದ್ದರು. ಸುಮಾರು ಮಂದಿ ಗೋಖಲೆಯವರ ಪಾರ್ಥಿವ ಶರೀರ ದರ್ಶನಕ್ಕೆಂದೇ ಅಂತಿಮ ಸಂಸ್ಕಾರಗಳಿಗೆಂದೇ ಹೊರಟು ಬಂದಿದ್ದರು. ಕಸ್ತೂರಬಾಳಿಗೆ ತುಂಬ ಮುಜುಗರವಾಗುತ್ತಿತ್ತು. ಆದರೂ ಗಂಡನ ತತ್ವ ಸಿದ್ಧಾಂತಗಳೆಲ್ಲ ಸುಖಿಕರವಾಗಿರಬಹುದಾದ ಯಾವ ಸಾಧ್ಯತೆಗಳೂ ಇರಲಿಲ್ಲ. ಅನುಕೂಲ, ಸುಖಿ–ಇವುಗಳ ಬಯಕೆಗಾಗಿ ನಿಯಮಗಳನ್ನು ಸಡಿಲಗೊಳಿಸುವುದಕ್ಕೆ ಅವಕಾಶವೇ ಇಲ್ಲ!

ಕಷ್ಟಪಟ್ಟುಕೊಂಡು ಯಾತನೆಯನ್ನೆಲ್ಲ ಸಹಿಸಿಕೊಂಡು, ಹೇಗೋ ಗಂಡನನ್ನು ಹೊಂದಿಕೊಂಡೇ ಒಂದಿಷ್ಟು ಜಾಗಮಾಡಿಕೊಂಡು ಕಸ್ತೂರಬಾ ಕುಳಿತಿದ್ದಳು. ಮಧ್ಯೆ ಕಲ್ಯಾಣ್ ಸ್ಟೇಷನ್ ಬಂದಾಗ, ಸ್ಟೇಷನ್ ಪೈಪಿನಿಂದ ಗಾಂಧಿ ಮತ್ತು ಮಗನ್‌ಲಾಲ್ ಒಂದಿಷ್ಟು ನೀರು ತಂದುಕೊಂಡು ಸ್ನಾನ ಮಾಡಿದರು. ಹೆಂಡತಿಯೂ ಸ್ನಾನ ಮಾಡಬೇಕಿತ್ತು ಗಾಂಧಿಯನ್ನು ಗುರುತಿಸಿದ ಗೋಖಲೆಯ ಸಹಕಾರ್ಯಕರ್ತನೊಬ್ಬನು ಕಸ್ತೂರಬಾಳ ಸಂದಿಗ್ಧ ಸ್ಥಿತಿಯನ್ನು ಗಮನಿಸಿ, ಆಕೆಯನ್ನು ಎರಡನೇ ದರ್ಜಿ ಬೋಗಿಗೆ ಕರೆದುಕೊಂಡು ಹೋಗುವುದಾಗಿ ಸೂಚಿಸಿದ. ಗಾಂಧಿಯ ಸಿದ್ಧಾಂತ ಇದಕ್ಕೆ ಒಪ್ಪುವುದಿಲ್ಲವಾದರೂ ಹೆಂಡತಿಗಾಗಿ, ಇಷ್ಟವಿಲ್ಲದಿದ್ದರೂ ಒಪ್ಪಿಗೆ ನೀಡಿದ. ಇದು ಗಾಂಧಿಗೆ, ತಾನು ಹೆಂಡತಿಗಾಗಿ ಸತ್ಯದೊಂದಿಗೆ ಪಕ್ಷಪಾತ ಮಾಡಿದೆ ಎನ್ನುವ ಅರಿವು ಸ್ವಲ್ಪ ಮಟ್ಟಿಗೆ ಮುಜುಗರವನ್ನು ಉಂಟುಮಾಡಿತು.

ದಾರಿಯುದ್ದಕ್ಕೂ ಗೋಖಲೆಯವರು ತನ್ನೊಂದಿಗೆ ಆಡಿದ ಮಾತುಗಳ ನೆನಪು ಮರುಕಳಿಸುತ್ತಿತ್ತು. ಅವರ ಮಾತುಗಳಿಂದ ತನ್ನಲ್ಲಿ ಅವರು ಇರಿಸಿಕೊಂಡಿದ್ದ ಭರವಸೆಯನ್ನು ಅರ್ಥಮಾಡಿಕೊಂಡಿದ್ದರಿಂದ, ತನ್ನ ಜವಾಬ್ದಾರಿ ಎಷ್ಟು ಗುರುತರವಾದ್ದು ಎಂದುಕೊಂಡ. ತನಗೆ ಇಷ್ಟು ವರ್ಷಗಳೂ ಪರಿಚಿತವಾಗಿರದಿದ್ದ ಸ್ವದೇಶದಲ್ಲಿ ಸಾರ್ವಜನಿಕ ಕಾರ್ಯಗಳಿಗಾಗಿ ತನ್ನನ್ನು ರೂಪಿಸಬೇಕೆಂದಿದ್ದ ಗೋಖಲೆಯವರ ಸಾವು ಅವನನ್ನು ಅಧೀರಗೊಳಿಸಿತ್ತು. ಆದರೆ ಗೋಖಲೆ ಹೇಳಿದ ಒಂದೆರಡು ಮಾತುಗಳು, ಅವರ ರಾಜಕೀಯ ಜಾಣ್ಮೆ, ದೂರದರ್ಶಿತ್ವಕ್ಕೆ ನಿದರ್ಶನಗಳಾಗಿದ್ದವು. ರಾಜಕೀಯ ರಂಗಕ್ಕೆ ಧುಮುಕುವ ಮೊದಲು, ದೇಶವನ್ನೆಲ್ಲ ಸುತ್ತಿ ಎಲ್ಲೆಲ್ಲಿನ ಪರಿಸ್ಥಿತಿ ಏನೆಂದು ತಿಳಿದುಕೂ. ನಿನ್ನ ಆಲೋಚನೆಗಳೇನಿವೆಯೋ ಅವೆಲ್ಲವೂ ತಮಗೆ ತಾವೇ ಸರಿಹೋಗುತ್ತವೆ ಎಂದು ಕವಿ ಮಾತನ್ನು ಹೇಳಿದ್ದರು.

ಗೋಖಲೆಯವರ ಪಾರ್ಥಿವ ಶರೀರ ದರ್ಶನವನ್ನು ಮಾಡಿ ಬಂದ ಮೇಲೆ, ಅವರ ಇಚ್ಛೆಯಂತೆ ಒಂದು ವರ್ಷ ಮೌನವನ್ನು ಆಚರಿಸಿ, ಇಡೀ ದೇಶವನ್ನು ಸುತ್ತಿಬರಬೇಕೆಂದು

ನಿರ್ಧರಿಸಿದ. ಈ ನಿರ್ಧಾರ ಮತ್ತು ಕಾರ್ಯಯೋಜನೆಗಳಲ್ಲಿ ಹೆಂಡತಿಯ ಸಮಾವೇಶವೂ ಇರಬೇಕೆಂದು ಯೋಚಿಸಿ ಕಸ್ತೂರಬಾಗೆ ತನ್ನ ಆಲೋಚನೆಗಳನ್ನು ತಿಳಿಸಿದ.

"ಕಸ್ತೂರ್ ಇನ್ನು ಮುಂದೆ ನೀನು ನನಗೆ ಹೆಂಡತಿ ಅಲ್ಲ. ಈಗಾಗಲೇ ದಕ್ಷಿಣ ಆಫ್ರಿಕಾದಲ್ಲಿ ಸತ್ಯಾಗ್ರಹಿ ದೀಕ್ಷೆಗೆ ಒಲಿದು ಅದ್ಭುತವಾದ ಕೆಲಸ ಮಾಡಿರುವೆ. ಈಗ ಈ ಸ್ವದೇಶದಲ್ಲಿಯೂ ನಿನ್ನ ಸಹಕಾರ ಸಂಪೂರ್ಣವಾಗಿ ಬೇಕಾಗುತ್ತದೆ. ಮಹಿಳೆಯರಲ್ಲಿನ ಅಖಂಡವಾದ ಪ್ರಚಂಡ ಶಕ್ತಿಯನ್ನು ಗುರುತಿಸಿದ್ದೇನೆ. ಇಲ್ಲಿಯೂ ಅವರೆಲ್ಲರ ಸಹಕಾರಬೇಕಾಗುತ್ತದೆ. ನೀನೇ ಮುಂಚೂಣೆಯಲ್ಲಿದ್ದು ಎಲ್ಲ ವರ್ಗದ ಮಹಿಳೆಯರಿಗೆ ಸ್ಫೂರ್ತಿಯಾಗಿಯೂ ಮಾರ್ಗದರ್ಶಕಗಳಾಗಿಯೂ ನಿಸ್ವಾರ್ಥ ತ್ಯಾಗ ಬಲಿದಾನಗಳಿಗೆ ಸಿದ್ಧಳಾಗಿರಬೇಕು. ನಮ್ಮೆಲ್ಲ ಕೌಟುಂಬಿಕ ಸಂಬಂಧಗಳು ಇಂಥ ಪರಿಸ್ಥಿತಿಯಲ್ಲಿ ಗೌಣ" ಎಂದ.

"ಎಂದಿನಿಂದಲೂ ನಾನು ನನ್ನನ್ನು ನಿಮಗೆ ಅರ್ಪಿಸಿಕೊಂಡಿದ್ದೇನೆ. ಪ್ರತಿಕ್ಷಣವು ನಿಮ್ಮ ನೆರಳಾಗಿ ಹಿಂಬಾಲಿಸುತ್ತೇನೆ. ನಾನು ಅವಿದ್ಯಾವಂತಳು. ನಿಮಗೆ ನಾನು ಯೋಗ್ಯಳಲ್ಲ ಅನ್ನುವುದು ಗೊತ್ತಿದೆ. ಕಡೆಯ ಪಕ್ಷ ನಿಮ್ಮ ಸತ್ಯಾಗ್ರಹ ಅಹಿಂಸಾ ಹೋರಾಟ, ಆಶ್ರಮಗಳ ಸಮುದಾಯ ಬದುಕಿನ ನಿರ್ವಹಣೆಯಲ್ಲಿ ಹೆಗಲುಕೊಡುತ್ತೇನೆ. ನಿಮ್ಮದು ವಿಶಾಲವಾದ ಬದುಕು ಬಹುದೊಡ್ಡ ಕುಟುಂಬ, ನೀವು ದೇಶಕ್ಕೆ ಬೇಕು. ಹೂವಿನಿಂದ ನಾರಿಗೆ ಸ್ವರ್ಗ ಎಂಬಂತೆ ನೀವೇ ನನ್ನ ಶ್ರೇಯಸ್ಸಿನ ಏಣಿ" ಎಂದಳು.

"ಕಸ್ತೂರ್ ನಿನ್ನದು ದೊಡ್ಡ ಮನಸ್ಸು, ನಾನೆಷ್ಟೋ ಬಾರಿ ನಿನ್ನನ್ನು ಗದರಿಸಿದ್ದೇನೆ, ಹಿಂಸಿಸಿದ್ದೇನೆ, ನಿನ್ನಾಸೆಗಳನ್ನೆಲ್ಲ ಹೊಸಕಿ ಹಾಕಿದ್ದೇನೆ. ಎಷ್ಟೋ ಸಲ ಸಿಟ್ಟಿನ ಭರದಲ್ಲಿ ಎಲ್ಲರ ಮುಂದೆ ಅವಮಾನಿಸಿದ್ದೇನೆ, ನಿನ್ನೆದೆಯಲ್ಲಿ ಅದು ನಂಜಾಗಿ ಉಳಿದಿರಲೂಬಹುದು. ಮಕ್ಕಳ ವಿಚಾರದಲ್ಲಿ ನಾನು ಬಹಳ ಅನ್ಯಾಯ ಮಾಡಿದ್ದೇನೆಂದು ತಿಳಿದು ಬಹಳವಾಗಿ ವಾದಿಸಿದ್ದೀಯ, ಆದರೂ ನನ್ನದೇ ಹಟವನ್ನು ಗೆಲ್ಲಿಸಲು ಮುಂದಾದಾಗಲೂ ನಿನ್ನ ಯಾತನೆಯನ್ನೆಲ್ಲ ಹತ್ತಿಕ್ಕಿ ಮೌನವಹಿಸಿದೆ. ನಾನೇನು ಮಾಡಲಿ? ನಾನು ನಂಬಿ ನಡೆಯಬೇಕೆನ್ನುವ ಭರದಲ್ಲಿ ಯಾರು ಯಾರನ್ನೋ ಬಲಿಗೊಟ್ಟಿದ್ದೇನೆ. ನನಗೆ ನನ್ನವರು, ಪರರು ಎನ್ನುವ ಭೇದವಿಲ್ಲ. ಕಡೆಗೆ ನಾನೂ ನೀನೂ ಕೂಡ ಅಂತೆಯೇ !" ಎಂದ.

"ಆಗಿ ಹೋದದ್ದನ್ನೆಲ್ಲ ನೆನಪಿಸಿಕೊಂಡು ಏನು ತಾನೇ ಮಾಡಬಲ್ಲಿರಿ. ನಮ್ಮ ಕುಟುಂಬವೇ ದೇಶೋದ್ಧಾರ, ಸಮಾಜೋದ್ಧಾರಕ್ಕೆಂದೇ ಬ್ರಹ್ಮ ಸೃಷ್ಟಿಸಿದ್ದಾನೆಂದುಕೊಂಡು ನಮ್ಮ ಕರ್ತವ್ಯಗಳಲ್ಲಿ ಮುಂದುವರೆಯೋಣ. ಈಗ ತಕ್ಷಣಕ್ಕೆ ನಾವು ಮಾಡಬೇಕಾದ ಕೆಲಸವೇನೆಂಬುದನ್ನು ಯೋಚಿಸಿ". ಎಂದು ಸುಮ್ಮನಾದಳು.

ಕಸ್ತೂರಳು ಅನಕ್ಷರಸ್ಥಳಿರಬಹುದು. ಆದರೆ ಅವಳ ಮಾತುಗಳಲ್ಲಿನ ಪಕ್ವತೆ ಗಾಂಧಿಯನ್ನು ಬೆರಗು ಮಾಡಿತು.

"ಸದ್ಯಕ್ಕೆ ನಾವು ದೇಶವನ್ನು ಸುತ್ತಿಬರಬೇಕು. ಅಲ್ಲಲ್ಲಿನ ಅಂದರೆ ಸ್ಥಳೀಯ ಸಮಸ್ಯೆಗಳನ್ನು ಪರಿಸ್ಥಿತಿಗಳನ್ನು ಮೊದಲು ಗಮನಿಸಬೇಕು. ಅಲ್ಲಿನ ಸಮಸ್ಯೆಗಳ ಪರಿಹಾರಕ್ಕೆ ಯಾವುದೇ ಮಾರ್ಗದಿಂದಲಾದರೂ, ಅಹಿಂಸೆಯನ್ನು ಹೊರತುಪಡಿಸಿ ಪ್ರಯತ್ನಿಸಬೇಕು, ಸಾಧ್ಯವಾದರೆ ನಮ್ಮ ಮಕ್ಕಳನ್ನೂ ಕರೆದುಕೊಂಡು ಹೋಗೋಣ. ಅವರೂ ಸಹ ಅನುಭವ ಪಡೆಯಲಿ.

ಕಸ್ತೂರಬಾ ಗಾಂಧಿ ತನ್ನ ಮಕ್ಕಳೊಂದಿಗೆ

ನಮ್ಮ ಭವಿಷ್ಯ ಅವರೇ ಅಲ್ಲವೆ? ಹರಿಲಾಲನನ್ನೂ ಒಮ್ಮೆ ಕೇಳಿ ನೋಡೋಣ. ಬರುವುದಾದರೆ ಅವನೂ ಬರಲಿ. ಇದರಿಂದಾಗಿಯಾದರೂ ಅವನ ಮನಃ ಪರಿವರ್ತನೆ ಸಾಧ್ಯವಾದೀತೇನೋ" ಎಂದು ಹೇಳಿ ನಕ್ಕ.

ಹರಿಯ ಪ್ರಸ್ತಾಪ ಬಂದದ್ದೇ ಕಸ್ತೂರಳ ಮುಖ ಅರಳಿತು. ಅಬ್ಬ ಇದರಿಂದಾಗಿಯಾದರೂ ತಂದೆ ಮಗನ ನಡುವಿನ ಮನಸ್ತಾಪ, ಜಗಳಗಳು ಕೊನೆಯಾದಾವು ಎಂದು ಆಶಿಸಿದಳು. ಹರಿ ಶಾಲೆ ಬಿಟ್ಟು ಬಿಟ್ಟಿದ್ದ. ಬಾ ಮತ್ತು ಬಾಪು ಶಾಂತಿನಿಕೇತನದಲ್ಲಿ ಇರುವ ವಿಷಯ ತಿಳಿದು ಒಂದೆರಡು ಬಾರಿ ಭೇಟಿ ಕೊಟ್ಟಿದ್ದ.

ಅವರು ಅಂದುಕೊಂಡಂತೆ ದೇಶ ಪರ್ಯಟನೆಗೆ ಹೊರಟರು. ಮಣಿಲಾಲ, ರಾಮದಾಸರು ಅವರ ಜೊತೆಗಿದ್ದರು. ಹರಿಲಾಲ ಒಂದೆರಡು ಕಡೆಗೆ ಮಾತ್ರ ಅವರ ಜೊತೆ ಬಂದಿದ್ದ. ನಂತರ ಕಸ್ತೂರಳು ಊಹಿಸಿದಂತೆ ತಂದೆ ಮಗನ ಸಂಬಂಧ ಎಂದಿನಂತೆಯೇ ಇತ್ತು. ಹರಿಲಾಲ ಶಾಶ್ವತವಾಗಿ ತಂದೆಯನ್ನು ತೊರೆಯಲು ನಿರ್ಧರಿಸಿದ.

ಯಾರು ಬರಲಿ ಬಿಡಲಿ, ಈ ದಂಪತಿಗಳಿಗೆ ಮಾತ್ರ ಜೊತೆಯಲ್ಲಿರುವುದು ಅನಿವಾರ್ಯವಾಯಿತು. ಗಾಂಧಿ ಜೊತೆ ಹೋದ ಕಡೆಗಳಿಗೆಲ್ಲ ಹೋಗುತ್ತಿದ್ದಳು. ಅವನ ಜೊತೆ ಹೋಗಿ ಮಾಡುವುದೇನೂ ಇರಲಿಲ್ಲವಾದರೂ ಗಂಡನನ್ನು ಜೋಪಾನವಾಗಿ ನೋಡಿಕೊಳ್ಳುವ ಕರ್ತವ್ಯವನ್ನು ಉಸಿರಾಗಿಸಿಕೊಂಡಿದ್ದಳು. ಸುತ್ತಾಡುವುದು, ಪ್ರಯಾಣಿಸುವುದು ಕಸ್ತೂರಬಾಳಿಗೆ ಇಷ್ಟವಿರಲಿಲ್ಲವಾದರೂ ಗಂಡ ಕರೆದಾಗ ಬರುವುದಿಲ್ಲ ಎನ್ನುವುದು ಅವಳಿಗೆ ಸಾಧ್ಯವೇ ಇರಲಿಲ್ಲ. ಆದಷ್ಟು ಬೇಗ ಎಲ್ಲಿಯಾದರೂ ಒಂದು ಕಡೆ ಶಾಶ್ವತವಾಗಿ ನೆಲೆ ನಿಲ್ಲಬೇಕೆನ್ನುವುದು ಅವಳ ಆಸೆಯಾಗಿತ್ತು. ಭಾರತವನ್ನೆಲ್ಲಾ ಸಾಕಷ್ಟು ಕಡೆ ಸುತ್ತಿ ಬಂದ ಮೇಲೆ, ತಮ್ಮದಾದ ಗುಜರಾತಿನಲ್ಲಿ

ನೆಲಸಬೇಕೆನ್ನುವುದು ಅವಳ ಒಳಮನಸ್ಸಿನ ಆಸೆಯಾಗಿತ್ತು. ಆದರೆ ಆಸೆಗಳೆಲ್ಲ ಗಾಂಧಿಯಂತಹ ಗಂಡನನ್ನು ಕಟ್ಟಿಕೊಂಡ ಮೇಲೆ ಹೇಗೆ ಸಾಧ್ಯ ಎಂದುಕೊಂಡಳು. ಆದರೆ ಆಶ್ಚರ್ಯದ ಸಂಗತಿಯೆಂದರೆ ಸೂಕ್ಷ್ಮವಾಗಿ ಗಮನಿಸಿದಾಗ ಗಾಂಧಿಗೂ ಅದೇ ವಿಚಾರವಿದೆಯೆಂಬುದು ಹೊಳೆಯುತ್ತಿತ್ತು. ಗುಜರಾತಿನಲ್ಲೇ ನೆಲೆಸಿದರೆ ತನ್ನವರು, ತನ್ನ ಬಂಧುಗಳು ಇರುವುದು ಒಂದಾದರೆ, ತನ್ನದೇ ಭಾಷೆಯಲ್ಲಿ ವ್ಯವಹರಿಸುವುದು ಸಾಧ್ಯವಿತ್ತು.

ಇಬ್ಬರ ಆಸೆಯೂ ಪುರಾತನ ನಗರವಾಗಿದ್ದ, ಸುಂದರವಾದ ಕಟ್ಟಡಗಳು, ಭವ್ಯವಾದ ಬಂಗಲೆಗಳು, ಬಟ್ಟೆ ಉದ್ಯಮಗಳು, ಶ್ರೀಮಂತ ವ್ಯಾಪಾರಿಗಳು ತುಂಬಿದ್ದ ಅಹಮದಾಬಾದಿನಲ್ಲಿ ನೆಲೆಸಬೇಕೆಂಬುದಾಗಿತ್ತು.

ಗಾಂಧಿ ತನ್ನ ಹಳೆ ಸ್ನೇಹಿತರನ್ನು ಭೇಟಿಯಾಗುತ್ತಿದ್ದ. ಹಾಗೆಯೇ, ಎಲ್ಲಿ ನೆಲೆಸಬೇಕೆಂದಿದ್ದೀಯ ಎನ್ನುವ ಅವರ ಪ್ರಶ್ನೆಗೆ, ಉತ್ತರವಾಗಿ, ಅಹಮದಾಬಾದಿನಲ್ಲಿ ನೆಲೆಸಬೇಕೆಂದಿರುವ ಆಲೋಚನೆಯನ್ನು ಅವರ ಮುಂದಿರಿಸಿದ. ಕೂಡಲೇ ಸ್ಥಳೀಯ ಬ್ಯಾರಿಸ್ಟರ್ ಆಗಿದ್ದ ಜೀವನ್‌ಜಿದೇಸಾಯಿ ಕೊಚ್ರಾಬ್‌ನಲ್ಲಿದ್ದ ತನ್ನ ಬೃಹತ್ ಬಂಗಲೆಯನ್ನು ಬಾಡಿಗೆಗೆ ನೀಡುವುದಾಗಿ ತಿಳಿಸಿದ. ಗಾಂಧಿ ಕೂಡಲೇ ಒಪ್ಪಿ ಅದನ್ನು ತನ್ನ ಕೇಂದ್ರ ಕಾರ್ಯಸ್ಥಾನವನ್ನಾಗಿ ಮಾಡಿಕೊಂಡ. ಅದಕ್ಕೆ ಸೂಚಿಸಲಾದ ಹಲವಾರು ಹೆಸರುಗಳಲ್ಲಿ, ಗಾಂಧಿ ತಾನು ನೀಡಬೇಕಾದ ಸಂದೇಶಕ್ಕೆ ಪೂರಕವಾಗಿ ಇರಲೆಂದು 'ಸತ್ಯಾಗ್ರಹ ಆಶ್ರಮ' ಎಂಬ ಹೆಸರನ್ನು ಒಪ್ಪಿಕೊಂಡ.

29

ಬಂಗಲೆಯೇನೋ ಅನುಕೂಲಕರವಾಗಿತ್ತಾದರೂ ಫೀನಿಕ್ಸ್‌ನಿಂದ ಜೊತೆಗೂಡಿ ಬಂದಿದ್ದ ಅಷ್ಟೂ ಜನಕ್ಕೆ ಅದು ಸಾಕಾಗುತ್ತಿರಲಿಲ್ಲ. ಆದರೆ ಬೇಕಾದಷ್ಟು ವಿಶಾಲವಾದ ಖಾಲಿ ಜಾಗವಿತ್ತು. ಅಲ್ಲಿ ಸಾಕಷ್ಟು ಕುಟೀರಗಳನ್ನು ವಾಸಕ್ಕೆ ನಿರ್ಮಿಸಿಕೊಳ್ಳಬಹುದಾಗಿತ್ತು. ಆಶ್ರಮದಲ್ಲಿ ವಾಸಿಸುವುದಕ್ಕೆ ಮೊದಲು, ಅಹಮದಾಬಾದಿನ ಪ್ರತಿಷ್ಠಿತ, ಶ್ರೀಮಂತ ವ್ಯಕ್ತಿಗಳನ್ನು ಭೇಟಿಯಾಗಿ ತನ್ನ ಯೋಜನೆಗಳ ಬಗ್ಗೆ ಅಲ್ಲಿ ವಾಸಿಸುವ ಜನರ ಬಗ್ಗೆ ಎಲ್ಲವನ್ನೂ ಸ್ಪಷ್ಟವಾಗಿ ತಿಳಿಸಬೇಕಾಗಿತ್ತು. ಆಶ್ರಮವಾಸಿಗಳ ನಡುವೆ ಜಾತಿ, ಮತ, ಭೇದವಿಲ್ಲ. ಮೇಲ್ಜಾತಿಯವರೊಡನೆ ಅಸ್ಪೃಶ್ಯರೂ ಆಶ್ರಮದಲ್ಲಿ ಸಹ ಜೀವನ ನಡೆಸುವುದಕ್ಕೆ ಅವಕಾಶವಿರಬೇಕು. ಎಲ್ಲರೂ ಕಡ್ಡಾಯವಾಗಿ ನಿಯಮ ಗಳನ್ನು ಪಾಲಿಸಬೇಕು. ಆಶ್ರಮ ಸೇರಬಯಸುವವರು ಅಹಿಂಸೆ, ಸತ್ಯನಿಷ್ಠೆ, ಬ್ರಹ್ಮಚರ್ಯಗಳನ್ನು ಪಾಲಿಸಬೇಕು. ಆಸ್ತಿ ಸಂಚಯ ಮಾಡಬಾರದು. ಸ್ವಾವಲಂಬಿಗಳಾಗಿ ದುಡಿಯಬೇಕು. ಜಿಹ್ವಾ ಚಾಪಲ್ಯದಿಂದ ಮುಕ್ತರಿರಬೇಕು ಎಂಬುದನ್ನೆಲ್ಲ ಅವರಿಗೆ ತಿಳಿಸಿ ಹೇಳಿದ. ಅವರು ಗಾಂಧಿಯ ಎಲ್ಲ ನಿಯಮ ಪರಿಪಾಲನೆಯ ಪ್ರಸ್ತಾಪಕ್ಕೆ ತಲೆದೂಗಿದರಾದರೂ, ಅಸ್ಪೃಶ್ಯರನ್ನು ಸೇರಿಸಿಕೊಳ್ಳುವುದರ ಬಗ್ಗೆ ಕಸಿವಿಸಿಗೊಂಡರಾದರೂ, ಅಸ್ಪೃಶ್ಯರೇ ಸ್ವತಃ ಮೇಲ್ಜಾತಿಯವರ ಜೊತೆ ಸೇರುವ ಧೈರ್ಯ ಮಾಡುವುದಿಲ್ಲವೆಂದು ಗಾಂಧಿಯ ಮಾತಿಗೆ ಬಹಿರಂಗವಾಗಿ ವಿರೋಧವನ್ನು ತೋರಿಸಲಿಲ್ಲ.

ಎಲ್ಲವೂ ತೀರ್ಮಾನಗೊಂಡಂತೆ ಆಶ್ರಮ ಅಸ್ತಿತ್ವಕ್ಕೆ ಬಂದು ಸಮುದಾಯ ಬದುಕು ಆರಂಭವಾಯಿತು. ಕಸ್ತೂರಬಾಳಿಗೆ ಒಂದು ರೀತಿ ನೆಮ್ಮದಿ ಎನಿಸಿತು. ಸದ್ಯಕ್ಕೆ ಶಾಶ್ವತವಾಗಿ ಒಂದು ನೆಲೆ ಸಿಕ್ಕಿತಲ್ಲ ಎನ್ನುವುದೇ ಸಮಾಧಾನದ ಸಂಗತಿಯಾಗಿತ್ತು. ಕೆಲವು ತಿಂಗಳು ಆಶ್ರಮಜೀವನ ಸುಗಮವಾಗಿ ಸಾಗಿತು. ಇದ್ದಕ್ಕಿದಂತೆ ಒಂದು ದಿನ ಒಂದು ಒಂದು ಸಣ್ಣ ಬಿರುಗಾಳಿ ಹುಟ್ಟಿಕೊಂಡಿತು. ಗಾಂಧಿಯ ಪರಿಚಯವಿದ್ದ ಅಮೃತಲಾಲ್ ಠಕ್ಕರ್ ಬಾಬಾ ಎಂಬುವವರು ಒಂದು ಅಸ್ಪೃಶ್ಯ ಕುಟುಂಬದವರು ಆಶ್ರಮ ಪ್ರವೇಶ ಬಯಸಿರುವುದಾಗಿಯೂ ಅಭ್ಯಂತರವಿಲ್ಲದ ಪಕ್ಷದಲ್ಲಿ ಅವರನ್ನು ಕಳಿಸಿಕೊಡುವುದಾಗಿ ಪತ್ರ ಬರೆದಿದ್ದರು. ಗಾಂಧಿಯೂ ಕೂಡಾ ಆಶ್ರಮ ನಿಯಮಗಳನ್ನು ಒಪ್ಪಿ ನಡೆಯುವುದಾದರೆ, ಆಶ್ರಮಕ್ಕೆ ಸೇರಿಸಿಕೊಳ್ಳಲು ತಮ್ಮ ಒಪ್ಪಿಗೆ ಇದೆಯೆಂದು ತಿಳಿಸಿ ಬರೆದಿದ್ದ.

ಆ ಕುಟುಂಬವೂ ಬಂದು ಸೇರಿಕೊಂಡಿತು. ಮರುಕ್ಷಣವೇ ದೊಡ್ಡ ಕೋಲಾಹಲ ಉಂಟಾಯಿತು. ಒಳಗೊಳಗೇ ಆಶ್ರಮವಾಸಿಗಳಲ್ಲಿ ಅಸಮಾಧಾನ ಹೊಗೆಯಾಡತೊಡಗಿತು. ಅಸ್ಪೃಶ್ಯ ಕುಟುಂಬದ ದೂದಾಭಾಯ್ ಆತನ ಹೆಂಡತಿ ದಾನಿಬೆನ್ ಮತ್ತು ಅವರ ಮಗಳು ಲಕ್ಷ್ಮಿಯ ಜೊತೆ ಬೆರೆಯಲು ಇಷ್ಟಪಡದೆ, ಅವರಿಂದ ಯಾವ ಕೆಲಸವನ್ನೂ ಮಾಡಿಸದೆ ಅಸ್ಪೃಶ್ಯರಂತೆಯೇ ನಡೆಸಿಕೊಂಡರು. ಅವಕಾಶ ಸಿಕ್ಕಾಗಲೆಲ್ಲ ಬೈಯ್ಯುವುದು, ಬಾವಿಯಿಂದ ನೀರು ಸೇದಿಕೊಳ್ಳಲು ಅಡ್ಡಪಡಿಸುವುದು ಮತ್ತು ಇನ್ನೂ ಅನೇಕ ರೀತಿಯಲ್ಲಿ ಕಿರುಕುಳ ಕೊಡುವುದು ಒಂದು ಕಡೆಯಾದರೆ, ಆಶ್ರಮಕ್ಕೆ ಹಣ ಸಹಾಯ ಮಾಡುತ್ತಿದ್ದವರು, ಹಣ ನೀಡುವುದನ್ನು ನಿಲ್ಲಿಸಿಬಿಟ್ಟರು. ಜೊತೆಗೆ ಸಾಮಾಜಿಕ ಬಹಿಷ್ಕಾರದ ಬೆದರಿಕೆಯೂ ಎದುರಾಯಿತು.

ಗಾಂಧಿ ಯಾವ ಬೆದರಿಕೆಗೂ ಹೆದರಲಿಲ್ಲ. ಏನಾದರೂ ಅಹಮದಾಬಾದನ್ನು ಬಿಡುವುದಿಲ್ಲವೆಂದು ನಿರ್ಧರಿಸಿದ. ಹಣ ಸಹಾಯ ನಿಂತರೂ ಹೇಗೋ ಸ್ವಂತ ದುಡಿಮೆಯಿಂದ ಬದುಕಬಹುದೆಂದು ನಂಬಿದ್ದಷ್ಟೇ ಅಲ್ಲ, ಆಶ್ರಮವಾಸಿಗಳಲ್ಲಿ ಧೈರ್ಯ ತುಂಬಿದ.

ಬರುವಾಗಲೇ ಅಸ್ಪೃಶ್ಯ ಕುಟುಂಬದ ದೂದಾಭಾಯ್‌ಗೆ ತಮ್ಮನ್ನು ಉಳಿದ ಆಶ್ರಮವಾಸಿಗಳು ಹೇಗೆ ಸ್ವೀಕರಿಸುತ್ತಾರೋ ಎನ್ನುವ ಭಯವಿತ್ತು. ಈಗ ಅದು ಕಾಣಿಸಿಕೊಳ್ಳುತ್ತಿತ್ತು. ಗಾಂಧಿಯ ಅಭಯ, ಅವರಿಗೆ ಎಲ್ಲವನ್ನೂ ಸಹಿಸಿಕೊಳ್ಳುವ ಶಕ್ತಿಯನ್ನು ನೀಡಿತ್ತು. ಗಾಂಧಿಗೆ ಬೇರೆಯವರ, ಕಡೆಗೆ ಸ್ವಂತ ಮಕ್ಕಳ, ಹೆಂಡತಿಯ ಭಾವನೆಗಳೂ ಮುಖ್ಯವಾಗಲಿಲ್ಲ. ತಾನು ನಂಬಿದ ಸಿದ್ಧಾಂತಗಳಿಗೆ ಬದ್ಧರಾಗಿ ತಾನೂ ಸೇರಿದಂತೆ ನಡೆದುಕೊಳ್ಳಬೇಕೆಂಬ ಪ್ರಚಂಡ ಹಠವಿತ್ತು. ದೂದಾಭಾಯ್ ಊಟಮಾಡಿದ ತಟ್ಟೆಗಳನ್ನು ತೊಳೆಯುವಂತೆ ಗಾಂಧಿ ತನ್ನ ಮಗ ರಾಮದಾಸನಿಗೆ ಆದೇಶಿಸಿದ. ಮುಜುಗರ ಪಡುತ್ತಲೇ ತನ್ನೊಳಗೆ ಬೈದುಕೊಳ್ಳುತ್ತಲೇ, ಹೇಳಿದ ಕೆಲಸ ಮಾಡಿದ. ಆಶ್ರಮದಲ್ಲಿ ಹಣಕಾಸಿನ ಕೊರತೆ ಒಂದು ಕಡೆಯಾದರೆ ಈ ಅಸ್ಪೃಶ್ಯರ ಆಶ್ರಮ ಪ್ರವೇಶದಿಂದ ಹೊರಗೆ, ಒಳಗೆ ಸಮಸ್ಯೆಗಳು ಮೊಳೆಯುತ್ತಿದ್ದವು. ಕಸ್ತೂರಬಾ ಸೇರಿದಂತೆ ಎಲ್ಲ ಹೆಂಗಸರೂ ಈ ಕುಟುಂಬದ ಬಗ್ಗೆ ತೀರಾ ಔದಾಸೀನ್ಯ ತೋರುತ್ತಿದ್ದರು. ದೂಧಾಬೆನ್‌ಳನ್ನು ಅಡಿಗೆ ಮನೆಗೆ ಸೇರಿಸುತ್ತಿರಲಿಲ್ಲ. ಅಡಿಗೆಗೆ ಸಹಾಯ ಮಾಡುವುದಕ್ಕೂ ಬಿಡುತ್ತಿರಲಿಲ್ಲ. ಅಕಸ್ಮಾತ್ತಾಗಿ ಪುಟ್ಟ ಹುಡುಗಿ ತಿಳಿಯದೆ ಅಡಿಗೆ ಮನೆಗೆ ಬಂದು ಪಾತ್ರೆ ಮುಟ್ಟಿದರೆ, ಮತ್ತೆ ಅದನ್ನು ತೊಳೆಯುತ್ತಿದ್ದರು. ಅಡಿಗೆ ಮನೆಯನ್ನು ಮತ್ತೊಮ್ಮೆ ಸಾರಿಸುತ್ತಿದ್ದರು. ಇಷ್ಟೆಲ್ಲ

ಆಗುತ್ತಿದ್ದರೂ ಕಸ್ತೂರಬಾ ಮತ್ತು ಮಗನ್‌ಲಾಲನ ಹೆಂಡತಿ ಸಂತೋಕ್ ಬೆನ್ ಏನೂ ಮಾತಾಡದೆ ತಾವೂ ಸಹ ಅವರನ್ನು ಮುಟ್ಟಿಸಿಕೊಳ್ಳದೆ ದೂರದೂರವೇ ಇರುತ್ತಿದ್ದರು. ಒಂದೆರಡು ಸಂದರ್ಭಗಳಲ್ಲಿ ಗಾಂಧಿ ಇದನ್ನು ಗಮನಿಸಿದ. ಬೇರೆಯವರ ವಿಚಾರದಲ್ಲಿ ಅವರ ನಡೆ ಸಹಜವೆನಿಸಿದರೂ ದಕ್ಷಿಣ ಆಫ್ರಿಕಾದಲ್ಲಿ ಅಸ್ಪೃಶ್ಯರೊಂದಿಗೆ ಬೆರೆಯುತ್ತಿದ್ದ ಕಸ್ತೂರಬಾಳ ನಡವಳಿಕೆ ಅವನಿಗೆ ಅಚ್ಚರಿಯನ್ನೂ ಸಿಟ್ಟನ್ನೂ ತರಿಸಿತು. ಅವರೆಲ್ಲರಿಗೆ ತಿಳಿಸಿ ಹೇಳಬೇಕೆಂದು ನಿರ್ಧರಿಸಿದ. ಎಲ್ಲರನ್ನೂ ಒಂದು ದಿನ ಒಂದು ಕಡೆ ಸೇರಿಸಿ ಹೇಳಿದ– ಆಶ್ರಮದ ನಿಯಮಗಳು, ಧ್ಯೇಯೋದ್ದೇಶಗಳು ಗೊತ್ತಿದ್ದರೂ ದಾದೂಬಾಯ್ ಕುಟುಂಬದವರೊಂದಿಗೆ ನಡೆದು ಕೊಳ್ಳುತ್ತಿರುವ ರೀತಿ ಸರಿಯಿಲ್ಲವೆಂದೂ, ಅವರಿದ್ದಲ್ಲಿ ಇರುವುದಕ್ಕೆ ಸಂಕೋಚ, ಹೆದರಿಕೆಗಳನ್ನು ಇರಿಸಿಕೊಂಡವರು ಯಾರೂ ಇಲ್ಲಿ ಇರಬೇಕಾದ ಅಗತ್ಯವಿಲ್ಲದ್ದರಿಂದ ಗಂಟುಮೂಟೆ ಕಟ್ಟಿಕೊಂಡು ಜಾಗ ಖಾಲಿ ಮಾಡಬಹುದೆಂದೂ, ಈ ವಿಷಯದಲ್ಲಿ ತನ್ನ ಹೆಂಡತಿ ಮಕ್ಕಳಿಗೂ ಯಾವುದೇ ರಿಯಾಯಿತಿ ಇಲ್ಲವೆಂದೂ ಚುರುಕು ಮುಟ್ಟಿಸಿ ಹೋಗಲು ಅನುಮತಿಸಿದ. ಗಾಂಧಿ ಹೇಳಿದ ಮಾತುಗಳು ಎಲ್ಲರ ಆತ್ಮಸಾಕ್ಷಿಯನ್ನು ಕೆಣಕಿದವು. ರಾತ್ರಿಯಿಡೀ ಆಶ್ರಮವಾಸಿಗಳ್ಯಾರಿಗೂ ನಿದ್ದೆ ಹತ್ತಲಿಲ್ಲ. ತಮ್ಮ ನಡವಳಿಕೆಗೆ ತಾವೇ ನಾಚಿದರು. ಎಷ್ಟು ಪ್ರಯತ್ನಿಸಿದರೂ ಕಣ್ಣು ಹತ್ತಲಿಲ್ಲ. 'ಬಾಪುವಿನ ಮುಂದೆ ತಮ್ಮ ತಪ್ಪನ್ನು ಒಪ್ಪಿಕೊಂಡು ಕ್ಷಮೆ ಕೇಳಬೇಕೆಂದು ಎಲ್ಲರೂ ನಿರ್ಧರಿಸಿದರು. ಗಾಂಧಿಗೂ ನಿದ್ದೆ ಹತ್ತಿರಲಿಲ್ಲ. ಸ್ವಲ್ಪ ನಿಷ್ಠುರವಾಗಿಯೇ ಮಾತನಾಡಿ ಮನ ನೋಯಿಸಿದೆನೇನೋ ಎಂದು ತಾನೂ ಯೋಚಿಸುತ್ತಲೇ ಇದ್ದ. ಮಗನ್‌ಲಾಲ್ ಮೊದಲು ಬಾಪುವಿನ ಕುಟೀರವನ್ನು ಪ್ರವೇಶಿಸಿದ. ತಲೆ ಮೇಲೆ ಕೈ ಹೊತ್ತು ಕುಳಿತಿದ್ದ. ಬಾಪುವಿನ ಗಮನ ಸೆಳೆಯಲು ಕೆಮ್ಮಿದ. ಬಾಪು ತಲೆ ಎತ್ತಿ ನೋಡಿದ. ಮಗನ್‌ಲಾಲನ ಮುಖದಲ್ಲಿ ಅಪರಾಧಿ ಭಾವ ಎದ್ದು ಕಾಣುತ್ತಿತ್ತು.

"ಬಾಪು ನಿಮ್ಮನ್ನು ಕಾಣಲು ಆಶ್ರಮವಾಸಿಗಳು ಹೊರಗೆ ಕಾಯುತ್ತಿದ್ದಾರೆ. ನಿಮಗೆ ಬೇಸರ ಉಂಟುಮಾಡಿದ್ದಕ್ಕಾಗಿ ತುಂಬ ನೊಂದಿದ್ದಾರೆ" ಎಂದು ತಿಳಿಸಿದ.

"ಬಾಪು, ನಾವು ನಿಮ್ಮ ಮಕ್ಕಳು. ನಿಮ್ಮ ಆದೇಶವನ್ನು ಪಾಲಿಸದೆ ಇರುವುದಾಗಲೀ, ನಿಮ್ಮ ಮಾತಿಗೆ ಬೆಲೆ ಕೊಡಬೇಕಾದ್ದಿಲ್ಲ ಎಂದು ಯೋಚಿಸಿದ್ದಾಗಲೀ ಮಾಡಲಿಲ್ಲ. ಅವರ ಬಗ್ಗೆ ನೀವೆಷ್ಟು ಆಳವಾದ ಕಾಳಜಿ ಹೊಂದಿದ್ದೀರಿ ಎಂಬುದನ್ನು ಗ್ರಹಿಸದೆ, ಇಲ್ಲಿವರೆಗೆ ನಾವು ಅಸ್ಪೃಶ್ಯರ ಬಗ್ಗೆ ನಡೆದುಕೊಂಡು ಬಂದ ರೀತಿಯಲ್ಲಿಯೇ ವ್ಯವಹರಿಸಿದೆವು. ನಮ್ಮ ಮನೆಗಳಲ್ಲಿ ನಾವು ಬೆಳೆದದ್ದೇ, ಹೀಗೆ. ಮೊದಲಿನಿಂದಲೂ ಅಸ್ಪೃಶ್ಯರೆಂದರೆ ಮಲಹೊರುವ ಮಂದಿಯಾಗಿಯೇ ಭಾವಿಸುತ್ತ ಬಂದಿದ್ದೇವೆ. ಅವರನ್ನು ಸ್ಪರ್ಶಿಸಿದರೆ ಮಡಿ ಹಾಳಾಗುತ್ತೆ, ಪಾಪ ಬರುತ್ತೆ ಎನ್ನುವ ಭಾವನೆಗಳೇ ನಮ್ಮಲ್ಲಿ ರಕ್ತಗತವಾಗಿವೆ. ಆದ್ದರಿಂದ ನಾವೆಷ್ಟೇ ಪ್ರಯತ್ನಿಸಿದರೂ ನಮಗೆ ಅವರನ್ನು ಒಪ್ಪಿಕೊಳ್ಳಲು ಸಾಧ್ಯವಾಗಲಿಲ್ಲ. ಹಾಗಾಗಿ ಅವರೊಂದಿಗೆ ಈ ರೀತಿ ನಡೆದುಕೊಂಡೆವು. ಇನ್ನು ಮುಂದೆ ನಾವು ಯಾರೂ ಅವರನ್ನು ಅವಮಾನಿಸುವುದಿಲ್ಲ. ಪ್ರತ್ಯೇಕಿಸುವುದಿಲ್ಲ. ನೀವು ನಮ್ಮನ್ನು ಕ್ಷಮಿಸಿ ಬಿಡಿ ಬಾಪು" ಎಂದು ಒಕ್ಕೊರಲಿನಿಂದ ಅಂಗಲಾಚಿ ಬೇಡಿಕೊಂಡರು. ಆ ಗುಂಪಿನಲ್ಲಿಯೇ ಸ್ವಲ್ಪದೂರದಲ್ಲಿ ಬೆಕ್ಕಿನಂತೆ ನಿಂತಿದ್ದ ಕಸ್ತೂರಬಾಳನ್ನು ಬಾಪು ನೋಡಿದ.

"ಬಾ ಇಲ್ಲಿ ಬಾ" ಎಂದು ಜೋರಾಗಿ ಕೂಗಿದ. (ಇತ್ತೀಚಿಗೆ ಗಾಂಧಿ ಕಸ್ತೂರಬಾಳನ್ನು 'ಬಾ' ಎಂದೇ ಸಂಬೋಧಿಸುತ್ತಿದ್ದ. ಹಾಗೆಯೇ ಕಸ್ತೂರ್ ಅಥವಾ ಕಸ್ತೂರಬಾ ಎಲ್ಲರಂತೆ ಗಂಡನನ್ನು ಬಾಪು ಎಂದೇ ಕರೆಯುತ್ತಿದ್ದಳು). ಬಾಪುವಿನ ಗುಟುರಿನ ಕೂಗು 'ಬಾ'ಳಲ್ಲಿ ಒಂದು ಸಣ್ಣ ನಡುಕ ತಂದಿತು. ಅವಮಾನಿತಳಾದಂತೆ ತಲೆ ಬಗ್ಗಿಸಿ ಒಂದೆರಡು ಹೆಜ್ಜೆ ಮುಂದೆ ಬಂದು 'ಬಾಪು'ವಿನ ಎದುರು ನಿಂತಳು. ಮುಖಕ್ಕೆ ಮುಖ ಕೊಟ್ಟು ನೋಡುವ ಧೈರ್ಯ ಬರಲಿಲ್ಲ.

"ಬಾ, ಅವರಿಗೆ ಬುದ್ಧಿ ಇಲ್ಲವಾದರೆ ನಿನಗೇನಾಗಿತ್ತು. ಅಸ್ಪೃಶ್ಯರ ಸಂಗ ನಿನಗೇನೂ ಹೊಸದಲ್ಲವಲ್ಲ. ದಕ್ಷಿಣ ಆಫ್ರಿಕಾದಲ್ಲಿ ಆಶ್ರಮಗಳಲ್ಲಿ ಅಸ್ಪೃಶ್ಯರು ನಮ್ಮೊಂದಿಗೆ ಇರಲಿಲ್ಲವೇ? ನಿನಗೆ ಅವರೊಂದಿಗಿದ್ದು, ಅನುಭವವಿಲ್ಲದವರಂತೆ ಬುದ್ಧಿಗೇಡಿಗಳಂತೆ ನಡೆದುಕೊಂಡ ಆಶ್ರಮ ವಾಸಿಗಳಿಗೆ ಅವರು ಮಾಡುತ್ತಿರುವುದು ತಪ್ಪೆಂದು ಹೇಳಿ, ತಿದ್ದುವುದು ಬಿಟ್ಟು ಅವರೊಂದಿಗೆ ಸೇರಿ ಪಿತೂರಿ ನಡೆಸಿದೆಯಾ? ಆ ಮುಗ್ಧ ಮಗು ಲಕ್ಷ್ಮಿಯನ್ನು ಬೈದು ಅವಮಾನ ಮಾಡುವಾಗ ನಿನ್ನ ತಾಯಿ ಹೃದಯ ಎಲ್ಲಿ ಹೋಗಿತ್ತು? ಅಸ್ಪೃಶ್ಯರ ವಿಚಾರದಲ್ಲಿ ನಿನ್ನ ಆಲೋಚನೆಗಳು ಬದಲಾಗಿದೆ ಎಂದು ಕೊಂಡಿದ್ದೆ. ಆದರೆ ನೀನು ಮಾಡಿದ್ದೇನು? ಅವರನ್ನು ಕ್ಷಮಿಸಬಲ್ಲೆನಾದರೂ ನಿನ್ನನ್ನು ಕ್ಷಮಿಸುವುದು ಸಾಧ್ಯವೇ ಇಲ್ಲ. ನಿನಗಿಲ್ಲಿರಲು ಸಾಧ್ಯವಾಗದಿದ್ದ ಪಕ್ಷದಲ್ಲಿ ಆಶ್ರಮ ಬಿಟ್ಟು ಹೋಗಿ ಬಿಡು. ನಿನ್ನ ಮಕ್ಕಳು, ಮೊಮ್ಮಕ್ಕಳೊಂದಿಗೆ ಎಲ್ಲಿ ಬೇಕಾದರೂ ಇರು. ಇದೇ ನಾನು ನಿನಗೆ ಕೊಡುವ ಶಿಕ್ಷೆ. ನನ್ನನ್ನು ಅನುಸರಿಸಿಬಾಳುತ್ತೇನೆಂಬ ನಿನ್ನ ದೀಕ್ಷೆ ಏನಾಯಿತು" ಎಂದು ಸಾಕಷ್ಟು ನಿಷ್ಠುರವಾಗಿಯೇ ಮಾತನಾಡಿದ.

ಅಲ್ಲಿ ನೆರೆದಿದ್ದವರೆಲ್ಲರಿಗೂ ಕಸ್ತೂರಬಾಳ ಸ್ಥಿತಿಯ ಬಗ್ಗೆ ಕನಿಕರವೆನಿಸಿತು. ಎಲ್ಲರ ಮುಂದೆ 'ಬಾ'ಳನ್ನು ಬೈದದ್ದು ತೀರಾ ಕೆಡುಕೆನಿಸಿತು. ಆದರೂ ಯಾರೊಬ್ಬರೂ ದನಿಯೆತ್ತಲಿಲ್ಲ. ಅಂದರೆ ಎತ್ತುವುದು ಸಾಧ್ಯವೂ ಇರಲಿಲ್ಲ.

ಇನ್ನು ಮುಂದೆ ದೂದಾಭಾಯ್, ದಾನಿಬೆನ್ ಮತ್ತು ಲಕ್ಷ್ಮಿಯರನ್ನು ತಮ್ಮಲ್ಲಿ ಒಬ್ಬರನ್ನಾಗಿ ನೋಡಿಕೊಳ್ಳುತ್ತೇವೆಂದು ಮಾತುಕೊಟ್ಟರಾದರೂ, ಅಸ್ಪೃಶ್ಯರ ಸಹವಾಸದಿಂದ ಜಾತಿ ಕೆಟ್ಟಿತೆಂದು, ಮಡಿ ಹಾಳಾಯಿತೆಂದು ಒಳಗೇ ಕನಲಿದರು. ಗಾಂಧಿಯ ಅಪ್ಪಟ ಅನುಯಾಯಿಯಾಗಿದ್ದ ಮಗನ್‌ಲಾಲ್‌ಗೂ ಒಳಗೊಳಗೇ 'ಅಪವಿತ್ರ'ವಾಗುತ್ತಿರುವ ಭೀತಿ ಕಾಡುತ್ತಲೇ ಇತ್ತು.

ದಕ್ಷಿಣ ಆಫ್ರಿಕಾದಲ್ಲಿ ಗಂಡನ ಆದರ್ಶಗಳ ಧ್ಯೇಯೋದ್ದೇಶಗಳ ಜೊತೆಗೆ ಒಂದಾಗಿ ಒಟ್ಟಿಗೆ ನಡೆಯಬೇಕೆಂಬ ಅವನ ಎಲ್ಲ ಚಟುವಟಿಕೆಗಳಲ್ಲಿ, ಯಾವುದೇ ವಿರೋಧವಿಲ್ಲದೆ ಒಂದಾಗಿ ಪಾಲುಗೊಳ್ಳಬೇಕೆಂಬ ಜಾತಿ, ಮತ, ಧರ್ಮಗಳೆಲ್ಲ ಒಂದೇ ಎಂಬ ಭಾವನೆಯಲ್ಲಿ ಮುಳುಗಿ ನಡೆದಳಾದರೂ, ಇಲ್ಲಿಗೆ ಬಂದ ಮೇಲೆ ತನ್ನವರ ನಡುವೆ ಬದುಕಲು ತೊಡಗಿದಾಗ, ತನ್ನ ಸಮಾಜದ ರೀತಿ ರಿವಾಜು ನಂಬಿಕೆಗಳೆಲ್ಲ ಮತ್ತೆ ಮರುಕಳಿಸಿದ್ದರಿಂದ ಹಾಗೆ ನಡೆದುಕೊಳ್ಳ ಬೇಕಾಯಿತು. ಅಸ್ಪೃಶ್ಯರ ದಾರುಣ ಬದುಕನ್ನು ಕಂಡಿದ್ದಳು. ಸಮಾಜದಲ್ಲಿ ಎಷ್ಟು ಅವಮಾನಕ್ಕೆ ತುತ್ತಾಗಿದ್ದರು ಎಂಬುದನ್ನೂ ತಿಳಿದವಳಾಗಿದ್ದಳು. ಆದರೆ ಅದು ಅವರು ಮಾಡಿದ ಪೂರ್ವ ಕರ್ಮಗಳ ಪರಿಣಾಮವೆಂದು ಭಾವಿಸಿದ್ದರಿಂದ, ನಂಬಿದ್ದರಿಂದ, ಗಾಂಧಿಯಷ್ಟು ಉದಾರವಾಗಿ, ಉದಾತ್ತವಾಗಿ ನಡೆದುಕೊಳ್ಳಲು ಅವಳಿಂದ ಆಗಿರಲಿಲ್ಲ. ಜೊತೆಗೆ ಸಮಾಜದವರಿಂದ,

ಅಸ್ಪೃಶ್ಯರನ್ನು ಆಶ್ರಮಕ್ಕೆ ಸೇರಿಸಿಕೊಂಡದ್ದರಿಂದ ಗಂಡನ ಭವಿಷ್ಯ ಏನಾಗುವುದೋ ಎಂದು ಹೆದರಿದ್ದಳೂ ಕೂಡಾ.

ಗಾಂಧಿ ಮೊದಲಿನಿಂದಲೂ ಜಾತಿಭೇದ, ವರ್ಣಭೇದ ನೀತಿಯನ್ನು ವಿರೋಧಿಸುತ್ತಲೇ ಬಂದವನಾಗಿದ್ದ. ಅಸ್ಪೃಶ್ಯರೆಂದು ಕರೆಯುವುದನ್ನೂ ವಿರೋಧಿಸಿ 'ಹರಿಜನ'(ದೇವರ ಮಕ್ಕಳು) ಎಂದು ಹೊಸ ನಾಮಕರಣ ಮಾಡಿ, ಗೌರವದ ಸ್ಥಾನ ನೀಡಿದ್ದ. ಆದರೆ ಸಾಮಾನ್ಯರಿಗೆ, ಕಸ್ತೂರಬಾ ಕೂಡಾ ಸೇರಿದಂತೆ, ಹಾಗೆ ಯೋಚಿಸಲು ಹಾಗೆ ಬಾಳಲು ಸಾಧ್ಯವೇ ಇರಲಿಲ್ಲ. ಆದರೆ ಈಗ ಆಶ್ರಮದ ನಿಯಮಪಾಲನೆಗೆ ಬದ್ಧರಾಗಿ ಗಾಂಧಿ ನಿರೀಕ್ಷಿಸಿದಂತೆ, ಆದೇಶಿಸಿದಂತೆ ಬಾಳುವುದು ಅನಿವಾರ್ಯವಾಗಿತ್ತು.

ಈ ಪ್ರಸಂಗ ಒಂದು ರೀತಿಯಲ್ಲಿ ಎಲ್ಲರ ಮನಸ್ಸನ್ನೂ ಕಲಕಿತ್ತು. ಆಶ್ರಮವಾಸಿಗಳೂ ಸೇರಿದಂತೆ ಬಾ ಮತ್ತು ಬಾಪು ಇಬ್ಬರೂ ಅಪರಾಧಿ ಭಾವದಿಂದ ನರಳುತ್ತಿದ್ದರು. 'ಬಾ'ಅಂತೂ ಬಾಪುವಿಗಿಂತ ಹೆಚ್ಚಾಗಿ ನೊಂದಿದ್ದಳು. ದಕ್ಷಿಣ ಆಫ್ರಿಕಾದಲ್ಲಿ ತೋರಿಸದಿದ್ದ ಮಡಿವಂತಿಕೆ ಇಲ್ಲಿ ಯಾಕೆ ತೋರಿಸಿದೆ. ಆಶ್ರಮವಾಸಿಗಳಿಗೆ ತಿಳಿಸಿ ಹೇಳಿ ಅವರ ಮನಸ್ಸಿನ ಪರಿವರ್ತನೆ ಮಾಡುವುದನ್ನು ಬಿಟ್ಟು ಅವರಂತೆಯೇ ನಡೆದುಕೊಂಡೆ. ಗಂಡನ ಹಾದಿಯಲ್ಲೇ ನಡೆಯುತ್ತೇನೆಂದು ಹೇಳುತ್ತಿದ್ದವಳು ಹೀಗೇಕೆ ಹೀಗೆ ಮಾಡಿದೆ? ಬಾಪು ಹೆಂಡತಿಯೇ ಅವರಿಂದ ದೂರವಿರಲು ಪ್ರಯತ್ನಿಸುತ್ತಿದ್ದರೆ, ನಾವ್ಯಾಕೆ ಅವರನ್ನು ಹತ್ತಿರ ಸೇರಿಸಿಕೊಂಡು, ಮುಟ್ಟಿಸಿಕೊಂಡು ಪಾಪಕ್ಕೆ ಬಿದ್ದು ನರಕಕ್ಕೆ ಹೋಗಬೇಕು? ಎಂದು ಹೇಳಿಕೊಂಡಿರುವುದಿಲ್ಲವೇ? ಎಂದು ಯೋಚಿಸಿದಳು. ಏನಾದರಾಗಲಿ ನಾಳೆ ಬಾಪು ಇರುವಾಗ ನಾನೊಬ್ಬಳೇ ಹೋಗಿ ಕ್ಷಮೆ ಕೋರುತ್ತೇನೆ ಎಂದು ನಿರ್ಧರಿಸಿದಳು.

ಅತ್ತ ಬಾಪುವೂ ಕೂಡಾ ಉದ್ವಿಗ್ನನಾಗಿದ್ದ. ಯಾವುದೋ ಆಗಬಾರದ್ದು ಆಗಿ ಹೋಗಿದೆ. ಇದಕ್ಕೆ ಕಾರಣ ಯಾರು? ನನ್ನ ಸುತ್ತಲೂ ಇರುವವರನ್ನು ಸ್ವತಃ ನನ್ನ ಹೆಂಡತಿಯ ಆಲೋಚನೆಗಳನ್ನೇ ಬದಲಾಯಿಸಲು ಸಾಧ್ಯವಾಗದಿರುವುದರಲ್ಲಿ ನನ್ನದೇ ದೋಷವಿರಬೇಕು. ಅವರಿಗೆ ನಾನು ಸರಿಯಾಗಿ ವಿವರಿಸಿ ತಿಳಿಸಲಿಲ್ಲವೆಂದು ಕಾಣುತ್ತದೆ. ಆಶ್ರಮವಾಸಿಗಳಿಗೆ ಇದು ಮೊದಲ ಅನುಭವ. ಆದರೆ 'ಬಾ'ಳ ನಿಲುವನ್ನು ನಾನು ಸಮರ್ಥಿಸಲಾರೆ; ಹಾಗೆಯೇ ಅವಳಿಗೆ ಶಿಕ್ಷೆಯನ್ನೂ ಕೊಡಲಾರೆ. ಆದರೆ ಅವರೆಲ್ಲರ ಪರವಾಗಿ ಮತ್ತು ನನ್ನಿಂದಾದ ತಪ್ಪಿನಿಂದಾಗಿ ನಾನು ಉಪವಾಸ ಕೈಗೊಳ್ಳುತ್ತೇನೆ ಎಂದು ನಿರ್ಧರಿಸಿದ.

ಬಾ ಯೋಚಿಸಿದಂತೆಯೇ ಬಾಪುವಿನ ಬಳಿ ಬಂದಳು. ಕುಟೀರದ ಬಾಗಿಲು ತೆರೆದೇ ಇತ್ತು. ಬೆಕ್ಕಿನಂತೆ ಒಳಗೆ ಪ್ರವೇಶಿಸಿದಳು. ಹೆಜ್ಜೆ ಸದ್ದು ಕೇಳಿದ ಬಾಪು ಏನೋ ಓದುತ್ತಿದ್ದವನು ತಲೆಯೆತ್ತಿ ಅವಳನ್ನು ನೋಡಿದ.

"ಓ ನೀನಾ? ನನ್ನ ಕುಟೀರ ಅಸ್ಪೃಶ್ಯರ ಬರಹೋಗುಗಳಿಂದ ಅಪವಿತ್ರವಾಗಿರುತ್ತೆ. ನೀನು ಇಲ್ಲಿಗೆ ಬಂದು ಅಪವಿತ್ರಳಾಗುವುದು ನನಗೆ ಇಷ್ಟವಿಲ್ಲ" ಎಂದ ವ್ಯಂಗ್ಯವಾಗಿ.

"ಬಾಪು ನೀವು ಹೀಗೆಲ್ಲ ಮಾತಾಡಬೇಡಿ. ನಾನು ಅವಿದ್ಯಾವಂತಳು. ಧರ್ಮ ಸೂಕ್ಷ್ಮಗಳನ್ನು ಅರಿಯಲಾಗದ ಅಸಮರ್ಥಳು. ನಿಮ್ಮಂತೆ ನಾನು ಪ್ರಪಂಚಕಂಡವಳಲ್ಲ. ನನಗೆ ನೀವು, ಮಕ್ಕಳು

ಆಶ್ರಮ, ಆಶ್ರಮದ ಜನ – ಇಷ್ಟೇ ನನ್ನ ಜಗತ್ತು. ನೀವು ಭಾವಿಸಿದಂತೆ ತಿಳಿದೂ ತಿಳಿದೂ ಮಾಡಿದ್ದು ತಪ್ಪೇ! ನಿಮ್ಮ ಈ ಮೂರ್ಖಿ ಹೆಂಡತಿಯ ಅಪರಾಧವನ್ನು ಕ್ಷಮಿಸಲಾರಿರಾ?" ಎಂದು ನೋವಿನ ದನಿಯಲ್ಲಿ ಹೇಳಿದಳು.

"ನಾನು ಯಾರನ್ನೂ ಕ್ಷಮಿಸುವಷ್ಟು ದೊಡ್ಡವನಲ್ಲ. ಒಂದು ನಿರ್ಧಾರ ತೆಗೆದುಕೊಳ್ಳುವಲ್ಲಿ ನಿಮ್ಮೆಲ್ಲರನ್ನೂ ವಿಚಾರಿಸಿ, ಇಲ್ಲಿಯೇ ವಾಸಿಸುವ ನಿಮ್ಮ ಅಭಿಪ್ರಾಯವನ್ನು ತೆಗೆದುಕೊಳ್ಳುಬೇಕಿತ್ತು. ಆದರೆ ನಾನು ಹಾಗೆ ಮಾಡಲಿಲ್ಲ. ಅದಕ್ಕಾಗಿಯೇ ನಾನು ಉಪವಾಸ ಮಾಡಲು ನಿರ್ಧರಿಸಿದ್ದೇನೆ"– ಎಂದ.

"ಬಾಪು (ಇತ್ತೀಚೆಗೆ ಎಲ್ಲರಂತೆ ಬಾಪು ಎಂದೇ ಕರೆಯುತ್ತಿದ್ದಳು) ಇಂಥ ಸಣ್ಣ ವಿಷಯಕ್ಕಾಗಿ ನಿಮ್ಮನ್ನು ಉಪವಾಸದ ಮೂಲಕ ದಂಡಿಸಿಕೊಳ್ಳುವುದು ಸಾಧುವಲ್ಲ. ನನಗೆ ನೀವು ಯಾವ ಶಿಕ್ಷೆ ವಿಧಿಸಿದರೂ ಸಿದ್ಧಳಿದ್ದೇನೆ" ಎಂದಳು.

"ಬಾ, ನಾನು ಹೇಳಿದಂತೆ ಪರಿಶುದ್ಧ ಮನಸ್ಸಿನಿಂದ ನಿಜವಾದ ಅಂತರಾಳದಿಂದ ಆ ಕುಟುಂಬವನ್ನು ನಮ್ಮದೇ ಕುಟುಂಬವೆನ್ನುವಂತೆ ಒಪ್ಪಿಕೊಂಡು, ಅವರ ಮಗಳು ಲಕ್ಷ್ಮಿಯನ್ನು ನಿನ್ನ ಮಗಳಾಗಿ ಸ್ವೀಕರಿಸಬೇಕು. ಅದು ನಿನ್ನ ಪ್ರಾಯಶ್ಚಿತ್ತ. ಆದರೆ ನಾನು ಪ್ರಾಯಶ್ಚಿತ್ತ ರೂಪವಾಗಿ ಉಪವಾಸವನ್ನು ಮಾಡಿಯೇ ಮಾಡುತ್ತೇನೆ" ಎಂದು ನಿರ್ಧಾರ ತಿಳಿಸಿದ.

ಕಸ್ತೂರಬಾ ಕಣ್ಣೀರೊರೆಸಿಕೊಳ್ಳುತ್ತಾ ಹೊರಗೆ ಬಂದಳು. ಬರುತ್ತಿದ್ದಂತೆಯೇ ಅಂಗಳದಲ್ಲಿ ಪುಟ್ಟ ಹುಡುಗಿ ಲಕ್ಷ್ಮಿ ಆಡುತ್ತಿದ್ದುದು ಕಣ್ಣಿಗೆ ಬಿತ್ತು. ಆಡುತ್ತಿದ್ದ ಅವಳನ್ನು ಓಡಿ ಹೋಗಿ ತಬ್ಬಿ ಹಿಡಿದಳು. ಲಕ್ಷ್ಮಿ ಗಾಭರಿಯಾದಳು. ಲಕ್ಷ್ಮಿಯ ಮುಖವನ್ನು ತನ್ನೆಡೆಗೆ ತಿರುಗಿಸಿಕೊಂಡು ಒಂದೇ ಸಮನೆ ನೋಡುತ್ತಿದ್ದಂತೆ ತುಂಟಿಯಂಚಿನಲ್ಲಿ ಮುಗುಳು ನಗೆಯೊಂದು ಮೂಡಿತು. "ಅಬ್ಬ ಎಷ್ಟು ಮುದ್ದಾಗಿದ್ದಾಳೆ! ಇಂಥ ಮುದ್ದು ಮುಖದ ಮಗುವನ್ನು ಅಸ್ಪೃಶ್ಯಳೆಂದು ಕರೆಯಬಹುದೇ? ದೇವರ ದೃಷ್ಟಿಯಲ್ಲಿ ಎಲ್ಲರೂ ಒಂದೇ ಆಗಿರುವುದರಿಂದ ಜಾತಿಗೊಂದೊಂದು ಬೇರೆ ಬೇರೆ ರೂಪಗಳನ್ನು ಕೊಡುವುದಿಲ್ಲ. ಅವರೂ ನಮ್ಮೆಲ್ಲರಂತೆಯೇ ಅಲ್ಲವೇ? ಹೀಗಿರುವಾಗ, ಬಾಪು ಕೇಳುವಂತೆ, ನಮ್ಮಿಂದ ದೂರವೆಂದು, ಪ್ರತ್ಯೇಕವೆಂದು ಅಸ್ಪೃಶ್ಯರೆಂದು ಏಕೆ ಭಾವಿಸಬೇಕೆಂದು ಕೇಳಿಕೊಳ್ಳಬೇಕಲ್ಲವೇ? ಹಿಂದೆಂದೂ ಕಾಣದಿದ್ದ ಅಂದಚೆಂದ ಈ ಮಗುವಿನಲ್ಲಿ ಈಗೇಕೆ ಕಾಣುತ್ತಿದ್ದೇನೆ! ಇದು ನನ್ನ ಕಣ್ಣಿನ ದೋಷವಿರಲಾರದು. ನನ್ನ ಮನಸ್ಸಿನ ದೋಷವೇ ಇರಬೇಕು. ಕೂಡಲೇ ಅವಳ ನೆನಪುಗಳು ದಕ್ಷಿಣ ಆಫ್ರಿಕಾದಲ್ಲಿನ ಟಾಲ್ ಸ್ಟಾಯ್ ಆಶ್ರಮದ ಕಡೆ ಹೊರಳಿದವು. ಸತ್ಯಾಗ್ರಹಿಗಳ ಮಕ್ಕಳು. ತಂದೆತಾಯಿಯರು ಜೈಲುಶಿಕ್ಷೆ ಅನುಭವಿಸುತ್ತಿದ್ದಾಗ, ಆಶ್ರಮದಲ್ಲಿ ಇರುವಾಗ ಅವರನ್ನೆಲ್ಲ ನಾನು ಪ್ರೀತಿಸುತ್ತಿರಲಿಲ್ಲವೇ. ಅವರೆಲ್ಲರನ್ನೂ ಸ್ವಂತ ನನ್ನ ಮಕ್ಕಳಂತೆಯೇ, ಯಾವುದೇ ಕೊರತೆಗಳು ಇರದಂತೆ, ನೋಡಿಕೊಳ್ಳಲಿಲ್ಲವೇ? 'ಬಾ', 'ಬಾ' ಎಂದು ಕರೆಯುತ್ತಾ ನನ್ನನ್ನು ಮುತ್ತಿಕೊಂಡಿದ್ದು, 'ಬಾ' ಎಂಬ ಭಾವನೆಯನ್ನು ನನ್ನಲ್ಲಿ ಮೂಡಿಸಲಿಲ್ಲವೇ? ಆಗ ನನ್ನ ಮನಸ್ಸಿಗೆ ಅವರ ಜಾತಿ, ಕುಲ, ಧರ್ಮ ಯಾವುದೂ ಬಾಧಿಸಿರಲಿಲ್ಲ. ಹೀಗಿರುವಾಗ ಈ ಲಕ್ಷ್ಮಿಯೂ ಕೂಡಾ ಅವರಂತೆಯೇ ಅಲ್ಲವೇ. ಅವರೆಲ್ಲ ದೇವರ ಮಕ್ಕಳು, ಇವಳೂ ದೇವರ ಮಗುವೇ! ಇವಳ ತಂದೆ ತಾಯಿಯೂ ಕೂಡಾ ದೇವರ ಮಕ್ಕಳೇ! ಇನ್ನೆಂದೂ ಜಾತಿ ಭಾವ ನನ್ನಲ್ಲಿ ಬಾರದಿರುವಂತೆ ನೋಡಿಕೊಳ್ಳಬೇಕು ಎಂದು ಯೋಚಿಸಿ ಬಿಗಿದಪ್ಪಿದ ಲಕ್ಷ್ಮಿಗೆ,

'ಲಕ್ಷ್ಮೀ ಇನ್ನು ಮುಂದೆ ನೀನು ನನ್ನನ್ನು ನಿನ್ನ 'ಬಾ' ಎಂದೇ ಭಾವಿಸಬೇಕು. ಬಾ ಮಣಿ ಭೈಯ್ಯಾ ಒಂದಿಷ್ಟು ಸಿಹಿ ತಂದಿದ್ದಾನೆ. ನೀನು ರಾಮಿ ಇಬ್ಬರೂ ಸೇರಿ ತಿಂದು ಜೊತೆಯಾಗಿ ಆಟ ಆಡುವಿರಂತೆ' – ಎಂದು ಹೇಳಿ ಅವಳನ್ನು ತನ್ನೊಂದಿಗೆ ಕರೆದೊಯ್ದಳು.

30

ಗಾಂಧಿ, ಕಸ್ತೂರಬಾ ಇಬ್ಬರೂ ದೂರದ ದಕ್ಷಿಣ ಆಫ್ರಿಕಾದಲ್ಲಿನ ದಮನಿತ ವಲಸೆ ಭಾರತೀಯರ ಸಮಸ್ಯೆಗಳಿಗೆ ಪರಿಹಾರ ಒದಗಿಸಿ ಸ್ವದೇಶಕ್ಕೆ ಬಂದಿದ್ದರಾದರೂ, ಇಲ್ಲಿನ ಅಂದರೆ ಸ್ವದೇಶ ಅಥವಾ ಮಾತೃಭೂಮಿಗೆ ತಮ್ಮಿಂದ ಯಾವ ರೀತಿಯ ಸೇವೆಯಾಗಬೇಕೆಂಬುದರ ಅರಿವು ಇರಲಿಲ್ಲ. ದೇಶವೆಲ್ಲ ಸುತ್ತಾಡಿ ಸಮಸ್ಯೆಗಳನ್ನು ತಿಳಿದುಕೊಳ್ಳುಬೇಕೆಂದು ಸುತ್ತಾಡಿದರಾದರೂ ಇಲ್ಲಿನ ಜನಕ್ಕೆ ಪತ್ರಿಕೆಗಳ ಮೂಲಕ ಗಾಂಧಿಯ ಹೆಸರು, ಮಾಡಿದ ಕೆಲಸಗಳ ಅಲ್ಪಸ್ವಲ್ಪ ಪರಿಚಯವಿತ್ತಾದರೂ, ಗಾಂಧಿ ತಮ್ಮ ಉದ್ಧಾರಕ್ಕಾಗಿ ಬಂದವನೆಂದಾಗಲೇ ತಮ್ಮ ಸಂಕಟಮೋಚಕನಾಗಬಲ್ಲನೆಂಬ ಭರವಸೆಯನ್ನಾಗಲಿ ಹೊಂದಿದವರಾಗಿರಲಿಲ್ಲ. ಹಾಗಾಗಿ, ಗಾಂಧಿಗೆ ಇಡೀ ಭಾರತದ ಪರಿಸ್ಥಿತಿ ಮನದಟ್ಟಾಗುವವರೆಗೆ ಅಷ್ಟಾಗಿ ಯಾವುದೇ ಕೆಲಸವಿರಲಿಲ್ಲ. ಗೋಖಲೆ ಗಾಂಧಿಯಲ್ಲಿ ದೇಶದ ರಾಜಕೀಯ ಭವಿಷ್ಯವನ್ನು ಕಂಡಿದ್ದ. ಆದರೆ ಗಾಂಧಿಗೆ ರಾಜಕೀಯ ಕ್ಷೇತ್ರದಲ್ಲಿ ತನ್ನ ಪಾತ್ರವೇನು ಎಂಬುದು ಸ್ಪಷ್ಟವಾಗಿ ಇರಲಿಲ್ಲ. ಆದ್ದರಿಂದಲೇ ಒಂದು ವರ್ಷಕಾಲ ರಾಜಕೀಯ ಮೌನವನ್ನು ಹೇರಿಕೊಂಡಿದ್ದ. ಅದು ಮುಗಿಯುತ್ತಿದ್ದಂತೆ ಮುಂಬಯಿಯಲ್ಲಿ ಇಂಡಿಯನ್ ನ್ಯಾಷನಲ್ ಕಾಂಗ್ರೆಸ್‌ನ ವಾರ್ಷಿಕ ಸಭೆ ನಡೆಯುವ ಸಂದರ್ಭದಲ್ಲಿ ಅಜ್ಞಾತ ವ್ಯಕ್ತಿಯಾಗಿ ಭಾಗವಹಿಸಿದ.

ಕಸ್ತೂರಬಾಗೆ ಗಂಡನ ಈ ಮೌನ, ನಿಷ್ಕ್ರಿಯತೆ ಅಚ್ಚರಿಮೂಡಿಸಿತು. ಅವಳಿಗನಿಸಿತ್ತು. ಇದು ಬಿರುಗಾಳಿಯ ಪೂರ್ವಭಾವಿ ಸ್ಥಿತಿ ಎಂದು. ಭಾಷಣಗಳ ಚಂಡಮಾರುತ ಇನ್ನೇನು ಹತ್ತಿರದಲ್ಲಿದೆ ಎಂದೆನಿಸಿತು. ಅಂತೆಯೇ ಬನಾರಸ್ ಹಿಂದು ವಿಶ್ವವಿದ್ಯಾಲಯದಲ್ಲಿ ಭಾಷಣ ಮಾಡುತ್ತಿದ್ದ ಸಂದರ್ಭದಲ್ಲಿ ಹಿಂದೂ ರಾಜರುಗಳನ್ನು, ಬ್ರಿಟಿಷರನ್ನು, ಕಾಂಗ್ರೆಸ್ ನಾಯಕರನ್ನು ತರಾಟೆಗೆ ತೆಗೆದುಕೊಂಡ ವಿಷಯ ಕಾಳ್ಗಿಚ್ಚಿನಂತೆ ದೇಶವ್ಯಾಪಿಯಾಗಿ ಹರಡಿತು. ಗಾಂಧಿಯ ನಿಷ್ಠುರ ನಾಲಗೆಗೆ ಗುರಿಯಾಗಿದ್ದವರೆಲ್ಲರೂ ಅಸ್ವಸ್ಥರಾದರು. ಅಷ್ಟು ಧೈರ್ಯವಾಗಿ ಮಾತನಾಡುವ ಗಾಂಧಿಯಂತಹ ವ್ಯಕ್ತಿಯೇ ತಮ್ಮ ತಮ್ಮ ಸಮಸ್ಯೆಗಳಿಗೆ ಪರಿಹಾರ ಕಾಣಿಸಿಯಾನು ಎನಿಸಿ ಎಲ್ಲೆಂದಲೋ ಗಾಂಧಿಗೆ ಕರೆಗಳು ಬರತೊಡಗಿದವು. ಅದರಲ್ಲಿಯೂ ಶಾಲಾ ಕಾಲೇಜುಗಳಿಂದ ಯುವ ಭಾರತೀಯರ ಒತ್ತಾಯ ಹೆಚ್ಚಾಗಿತ್ತು. ಇಂಥ ಒಬ್ಬ ದಿಟ್ಟ ನಾಯಕನನ್ನು ನೋಡಬೇಕು. ಅವನು ಮಾತಾಡುವುದನ್ನು ಕೇಳಿಸಿಕೊಳ್ಳಬೇಕೆಂಬ ತುಡಿತದ ಅಲೆಗಳು ಕ್ರಮಕ್ರಮವಾಗಿ ದೇಶಾದ್ಯಂತ ವ್ಯಾಪಿಸತೊಡಗಿದವು. ಆದರೂ ಗಾಂಧಿ ದೂರದೂರದ ಪ್ರಯಾಣಕ್ಕೆ ಸಿದ್ಧನಾಗಿರಲಿಲ್ಲ.

'ಬಾ' ಗೆ ಆಶ್ರಮದ ಕೆಲಸಗಳೇ ಕೈ ತುಂಬ ಇರುತ್ತಿತ್ತು. ಎಲ್ಲ ವ್ಯವಸ್ಥೆಯನ್ನು ಅವಳೇ ನೋಡಿಕೊಳ್ಳುತ್ತಿದ್ದಳು. ಆಶ್ರಮ ನಿಮಯಗಳ ಪಾಲನೆಗೆ ಧಕ್ಕೆ ಬಾರದಂತೆ ಎಚ್ಚರವಹಿಸುತ್ತಿದ್ದಳು. ಸುಮಾರು ಇಪ್ಪತ್ತೈದು ಕುಟುಂಬಗಳಿದ್ದ ಆ ಆಶ್ರಮ ಸ್ವಯಂಪೂರ್ಣವಾಗಿತ್ತು. ಆಶ್ರಮದಲ್ಲಿನ ಜೀವನ ನಿರ್ವಹಣೆಗೆ ಸ್ವತಃ ದುಡಿದು ಸಂಪಾದಿಸಬೇಕಿತ್ತು. ಕೆಲವರು ಶ್ರೀಮಂತರು ಗಾಂಧಿಯ ವರ್ಚಸ್ಸಿನಿಂದಾಗಿ ಉದಾರವಾಗಿ ಆಶ್ರಮಕ್ಕೆ ಹಣ ನೀಡುತ್ತಿದ್ದರು. ಮಗನ್‌ಲಾಲ್ ಗಾಂಧಿ ಹಣದ ವ್ಯವಹಾರ ನೋಡಿಕೊಳ್ಳುತ್ತಿದ್ದ ಮಗನ್‌ಲಾಲ್ ಸಂತೋಕ್ ಬೆನ್, ಒಂದು ಪ್ರಸಂಗದಿಂದ ಬೇಸರಗೊಂಡು ಮದ್ರಾಸಿಗೆ ಹೊರಟು ಹೋಗಿದ್ದವರು ಪುನಃ ಆಶ್ರಮದಲ್ಲಿರಲು ಬಂದರು. ಹರಿಜನ ಕುಟುಂಬದ ದೂಧಾಭಾಯ್ ತನ್ನ ಪರಿವಾರದೊಂದಿಗೆ ಮುಂಬಯಿಗೆ ಹೊರಟುನಿಂತಿದ್ದ. ಕಸ್ತೂರಬಾಗೆ ಈ ಕುಟುಂಬವನ್ನು ಕಳಿಸಿಕೊಡಲು ಮನಸ್ಸಿರಲಿಲ್ಲ. ಅದರಲ್ಲೂ ಲಕ್ಷ್ಮಿಯನ್ನು ಎಷ್ಟು ಹಚ್ಚಿಕೊಂಡಿದ್ದಳೆಂದರೆ, ಅವಳನ್ನು ಒಂದು ಕ್ಷಣವೂ ಬಿಟ್ಟಿರಲಾರದ ಸ್ಥಿತಿ ತಲುಪಿದ್ದಳು. ಅದಕ್ಕಾಗಿ ಲಕ್ಷ್ಮಿಯನ್ನಾದರೂ ತನ್ನ ಬಳಿ ಬಿಟ್ಟು ಹೋಗಲು ಕೇಳಿಕೊಂಡಳು. 'ಬಾ'ಗೆ ಅವಳನ್ನು ಅಗಲಲು ಎಷ್ಟು ನೋವಾಗಿರಬಹುದೆಂದು ಊಹಿಸಿದ ದಾನಿಬೆನ್, "ಬಾ ನೀವಿಷ್ಟು ನೊಂದುಕೊಳ್ಳಬೇಕಾದ ಅಗತ್ಯವಿಲ್ಲ. ನಿಮಗಿರುವ ಬೆಟ್ಟದಷ್ಟು ಕೆಲಸಗಳು ಇರುವಾಗ ಇನ್ನೂ ಚಿಕ್ಕವಳಾದ ಲಕ್ಷ್ಮಿಯನ್ನು ನಿಮಗೆ ಹೊರೆಯಾಗಿ ಬಿಡಲು ನನಗೆ ಸರಿ ಎನಿಸುವುದಿಲ್ಲ" ಎಂದು ದಾನಿಬೆನ್ ಹೇಳಿದಾಗ,

"ಬೇನಾ, ಇಷ್ಟೊಂದು ಮಕ್ಕಳು ಆಶ್ರಮದಲ್ಲಿ ಇರುವಾಗ ಇವಳು ಹೇಗೆ ತಾನೆ ನನಗೆ ಹೊರೆಯಾದಾಳು? ನನ್ನನ್ನು ನೀನು ಸರಿಯಾಗಿ ಅರ್ಥಮಾಡಿಕೊಂಡಿಲ್ಲ. ಲಕ್ಷ್ಮಿ ನಮ್ಮಿಬ್ಬರ ದತ್ತು ಮಗಳು. ನನ್ನ ಮಡಿಲಿಗೇ ಅವಳನ್ನು ಹಾಕಿ ಬಿಡು. ಬಾಪೂ ಕೂಡಾ ಅವಳನ್ನು ಬಿಟ್ಟಿರಲಾರರು" ಎಂದಳು.

"ಬಾ, ನಾವೆಲ್ಲ ಹೋಗುತ್ತೇವೆ ಶಾಶ್ವತವಾಗಿ! ಆಗಾಗ ನಿಮ್ಮನ್ನು ಕಾಣಲು.. ನಿಮ್ಮ ಆಶ್ರಮದಲ್ಲಿ ಇರಲು ಬರುತ್ತೇವೆ. ಸ್ವಲ್ಪ ದೊಡ್ಡವಳಾದ ಮೇಲೆ ನೋಡಿ ಅವಳೇ ಇಲ್ಲಿಗೆ ಓಡಿ ಬರುತ್ತಾಳೆ" ಎಂದೆಲ್ಲಾ ಹೇಳಿ ಸಮಾಧಾನ ಮಾಡಿದರು.

ಇದೇ ಸಂದರ್ಭದಲ್ಲಿ ಕಲ್ಕತ್ತಾದಿಂದ ಗುಲಾಬಲು ಐದನೇ ಮಗುವಿಗೆ ಜನ್ಮ ನೀಡಿದ್ದಾಳೆಂಬ ಸುದ್ದಿ ಕಲ್ಕತ್ತಾದಿಂದ ಬಂತು.

ನಿರಂತರ ಗಂಡನ ಸಹಚರಿಯಾಗಿ ಇರಬೇಕೆಂಬುದು ಕಸ್ತೂರಬಾಳ ವ್ರತವಾಗಿತ್ತು. ಹಾಗಾಗಿ ಅನಿವಾರ್ಯವಾಗಿ ಗಾಂಧಿ ಊರುಗಳಿಗೆ ಹೋಗಬೇಕಾಗಿ ಬಂದಾಗ ಬಿಡುವಿಲ್ಲದ ಆಶ್ರಮದ ಕೆಲಸಗಳಿಂದ ಬಿಡುಮಾಡಿಕೊಂಡು ಗಂಡನ ಜೊತೆ ಪ್ರಯಾಣಕ್ಕೆ ಹೊರಡಲು ಸಿದ್ಧವಾಗಿ ಬಿಡುತ್ತಿದ್ದಳು. ಪ್ರಯಾಣದ ಸಮಯದಲ್ಲಿ ಮಾತ್ರವೇ 'ಬಾ'ಗೆ ಬಾಪು ಜೊತೆ ಖಾಸಗಿಯಾಗಿ ಮಾತಾಡಲು ಅವಕಾಶ ಸಿಗುತ್ತಿತ್ತು. ಆಶ್ರಮದಲ್ಲಿ ಮಾತಾಡಲು ಏಕಾಂತವೆಂಬುದೇ ಇರುತ್ತಿರಲಿಲ್ಲ. ಬಂದುಹೋಗುವ ಜನರಂತೂ ಇದ್ದೇ ಇರುತ್ತಿದ್ದರು. ಟ್ರೈನುಗಳಲ್ಲಿಯೂ ಅದೂ ಮೂರನೇ ದರ್ಜೆಯ ಬೋಗಿಗಳಲ್ಲಿ ಗಿಜಿಗುಡುವಷ್ಟು ಜನ ಇರುತ್ತಿದ್ದರಾದರೂ ಅವರು ಸಂಬಂಧಪಡದವರಾದ್ದರಿಂದ ಧೈರ್ಯವಾಗಿ ಇಬ್ಬರ ನಡುವೆ ಮಾತುಕತೆ ನಿರಾಳವಾಗಿ ಸಾಗುತ್ತಿತ್ತು. ಅಲ್ಲಿ ಮಾತಾಡುತ್ತಿದ್ದುದರಲ್ಲಿಯೂ ಯಾವುದೇ ಖಾಸಗಿತನ ಇರುತ್ತಿರಲಿಲ್ಲ. ಆಶ್ರಮದಲ್ಲಿನ

ವ್ಯವಸ್ಥೆ, ವ್ಯವಹಾರಗಳು ಕುಂದುಕೊರತೆಗಳು ಅಗತ್ಯಗಳು ಇತ್ಯಾದಿಗಳೇ ಆಗಿರುತ್ತಿದ್ದವು. ಈಗಾಗಲೇ ಗಾಂಧಿ ಹೆಸರು ಜನಜನಿತವಾಗುತ್ತಿದ್ದುದರಿಂದ, ಎಲ್ಲಿಂದಲಾದರೂ ಗಾಂಧಿ ದಂಪತಿಗಳ ಪ್ರಯಾಣದ ವದಂತಿ ಹರಡಿದರೆ ಸಾಕು ರೈಲ್ವೆ ಸ್ಟೇಷನ್‌ಗಳಲ್ಲಿ ನುಗ್ಗಿ ಹುಡುಕಾಡಿ ಬಿಡುತ್ತಿದ್ದರು. ನಿರಾಶರಾಗಿದ್ದರೂ ಕಡೆಯ ಪ್ರಯತ್ನವೆಂದು ಮೂರನೇ ದರ್ಜಿ ಬೋಗಿಯಲ್ಲಿ ಗಾಂಧಿ ದಂಪತಿಗಳು ಚಿರಾಯುವಾಗಲಿ ಎಂದು ಸೂರು ಹಾರಿಹೋಗುವ ಎತ್ತರದಲ್ಲಿ ಕೂಗುತ್ತಿದ್ದರು. ಇದೆಲ್ಲವನ್ನೂ ನೋಡಿ ದಿಗ್ಭ್ರಾಂತಳಾದ ಕಸ್ತೂರಬಾ ಮತ್ತು ಗಾಂಧಿಯನ್ನು ಇಳಿಸಿಕೊಂಡು ಅವರನ್ನು ಕರೆದೊಯ್ದು ಹೊರಗೆ ಕಾದಿರಿಸಿದ್ದ ಗಾಡಿಯಲ್ಲಿ ಕೂರಿಸಿ, ಗಾಡಿಗೆ ಹೂಡಿದ್ದ ಕುದುರೆಗಳನ್ನು ಬಿಚ್ಚಿ ವಿದ್ಯಾರ್ಥಿಗಳು ಹರ್ಷೋದ್ಗಾರಗಳಿಂದ ಸ್ವತಃ ತಾವೇ ಗಾಡಿಗಳನ್ನು ಎಳೆದುಕೊಂಡು ಹೋಗುತ್ತಿದ್ದರು. ಕಸ್ತೂರಬಾಗೆ ಮಾತೇ ಹೊರಡಲಿಲ್ಲ. ಇಂತಹ ಗೌರವಾದರಗಳಿಗೆ ತಾನೂ ಪಾತ್ರಳಾಗಿದ್ದೇನೆಂದರೆ, ಅದು ಬಾಪುವಿನ ಕಾರಣದಿಂದ! ಹೃದಯ ತುಂಬಿ ಬಂದ ಕಸ್ತೂರಬಾ, ತಾನಿರುವುದೇ ಬಾಪುವಿಗಾಗಿ, ತಾನಿರುತ್ತೇನೆನ್ನೆವುದೂ ಬಾಪುವಿಗಾಗಿ!! ಎನ್ನುವ ಭಾವನೆ ಗಟ್ಟಿಗೊಳ್ಳುತ್ತಿತ್ತು. ಗಂಡನ ಸಿಟ್ಟು, ಸೆಡುವು, ನಿರ್ಲಕ್ಷ್ಯ, ಅವಮಾನ ಅಸಮಾಧಾನ, ಇವೆಲ್ಲವೂ ತಾನು ರೂಪುಗೊಳ್ಳುವುದಕ್ಕಾಗಿ ಸಹಿಸಿಕೊಳ್ಳಲೇ ಬೇಕು. ಅವನಿದ್ದಲ್ಲಿ ನಾನು. ಅವನಿಲ್ಲವೆಂದರೆ ನನ್ನ ಅಸ್ತಿತ್ವವೇ ಇರುವುದಿಲ್ಲ. ಇನ್ನೆಷ್ಟು ಕಾಲವಾದರೂ ಅವನ ಕೆಲಸಕಾರ್ಯಗಳ, ಅವನ ಕಷ್ಟ, ಸಂಕಟಗಳ, ಜೈಲುವಾಸ, ಉಪವಾಸಗಳ ಅವಿಚ್ಛಿನ್ನ ಭಾಗವಾಗಿ ನಾನು ಬದುಕ ಬೇಕು. ಎಂದೆಲ್ಲಾ ಆಲೋಚಸುತ್ತಲೇ ಕಾರ್ಯಕ್ರಮದ ಸ್ಥಳ ತಲುಪಿದರು.

ಅದ್ಧೂರಿಯಾದ ತಯಾರಿ ನಡೆದಿತ್ತು. ಆ ಯುವ ಮುಖಿಗಳಲ್ಲಿ ಹರ್ಷೋತ್ಸಾಹಗಳು ಒಡೆದೆದ್ದುಕಾಣುತ್ತಿದ್ದವು. ಅವರೇ ಅವನಿಗೆ ಭವ್ಯಭಾರತದ ಭವಿಷ್ಯದ ನಿರ್ಮಾಪಕರು. ಭಾರತವನ್ನು ಬ್ರಿಟಿಷರ ಕಬಿಮುಷ್ಟಿಯಿಂದ ದಬ್ಬಾಳಿಕೆಯಿಂದ ಬಿಡಿಸಬೇಕಾದರೆ ಇಂತಹ ಯುವ ಪೀಳಿಗೆಯ ಅವಶ್ಯಕತೆಯಿರುತ್ತದೆ ಎಂದು ನಂಬಿ ಆ ವಿದ್ಯಾರ್ಥಿಗಳನ್ನು ಉದ್ದೇಶಿಸಿ ಮಾತನಾಡುವಾಗ, ನೈತಿಕತೆ, ಪಾವಿತ್ರ್ಯತೆ ಚಾರಿತ್ರ್ಯಗಳ ಅಗತ್ಯವನ್ನು ಎತ್ತಿಹಿಡಿದದ್ದೇ ಅಲ್ಲದೆ ಮೇಲುಕೀಳು ಭಾವನೆಗಳಿಂದ ಜಾತಿ, ಧರ್ಮ ಸಂಕೋಲೆಗಳಿಂದ ಮುಕ್ತವಾಗಿ ಎಲ್ಲ ಮನುಷ್ಯರೂ ಸಮಾನತೆಯ, ಬಂಧುತ್ವದ ನ್ಯಾಯ, ನೀತಿ, ತ್ಯಾಗ, ಬಲಿದಾನಗಳ ತಳಹದಿಯ ಮೇಲೆ ಬದುಕಬೇಕು. ಬರೀ ಭಾಷಣಗಳಿಂದ ಏನೂ ಸಾಧಿಸಲು ಸಾಧ್ಯವಿಲ್ಲ. ಸತ್ಯ, ಅಹಿಂಸೆ, ಸತ್ಯಾಗ್ರಹಗಳೆಂಬ ಅಸ್ತ್ರಗಳ ಪರಿಣಾಮಕಾರಿತೆಗೆ ದಕ್ಷಿಣ ಆಫ್ರಿಕಾದಲ್ಲಿ ನಡೆದ ಹೋರಾಟಗಳೇ ನಿದರ್ಶನ. 'ಸತ್ಯಾಗ್ರಹ'ವೆಂಬುದು ಬಾಂಬುಗಳ ಸ್ಫೋಟಕ್ಕಿಂತಲೂ, ಪ್ರಬಲವಾದುದು. ಅದು ಯುದ್ಧವಲ್ಲ ಒಂದು ರೀತಿಯ ಮುಷ್ಕರ. ಚಳುವಳಿ. ಇದರಿಂದ ಯಾವ ರೀತಿಯ ಹಾನಿಯೂ ಇಲ್ಲ ಎಂದು ಮಾಡಿದ ಭಾಷಣದ ಮಾತುಗಳು ಹುಡುಗರ ಹೃದಯದಾಳದಲ್ಲಿ ನಾಟಿತು. ಗಾಂಧಿ, ಕಸ್ತೂರಬಾರಿಗೆ ಮತ್ತೊಮ್ಮೆ ಜಯಕಾರ ಹಾಕಿದರು.

ಗಾಂಧಿ ನುಡಿದಂತೆ ನಡೆಯಬಲ್ಲ. ಹೇಳಿದಂತೆ ಮಾಡಬಲ್ಲ ಎನ್ನುವ ಭರವಸೆ ದೇಶವಾಸಿಗಳಲ್ಲಿ ಮೊಳೆಯತೊಡಗಿತು. ಅಲ್ಲಲ್ಲಿ ಬ್ರಿಟಿಷರ ವಿರುದ್ಧ ಹೊಗೆಯಾಡುತ್ತಿದ್ದ ಅಸಮಾಧಾನಕ್ಕೆ ಒಂದು ಹೋರಾಟದ ಸ್ವರೂಪವನ್ನು ಕೊಡುವುದು ಅನಿವಾರ್ಯವೆಂದು ಮನವರಿಕೆಯಾಗತೊಡಗಿತು. ಅದರಲ್ಲಿಯೂ ಉತ್ತರ ಬಿಹಾರದ ರಾಜಕುಮಾರ ಶುಕ್ಲ, ತಾನೂ

ಸೇರಿದಂತೆ ಬ್ರಿಟಿಷ್ ಮಾಲಿಕತ್ವದ ಜಮೀನಿನಲ್ಲಿ 'ನೀಲಿ' ಬೆಳೆಯುತ್ತಿದ್ದ. ಅವನಿಗೆ ನೀಲಿ ಬೆಳೆಗಾರರು ಬ್ರಿಟಿಷರ ಕೈಯಲ್ಲಿ ಅನುಭವಿಸುತ್ತಿದ್ದ ದುರವಸ್ಥೆಯನ್ನು ಗಾಂಧಿಗೆ ತಿಳಿಸಿದಾಗ, ಗಾಂಧಿ ಒಪ್ಪಿಕೊಂಡು ಬರುವುದಾಗಿ ಹೇಳಿದ. 'ಬಾ'ಳನ್ನೂ ಜೊತೆಗೆ ಕರೆದೊಯ್ಯಬೇಕೆಂದಿದ್ದರೂ, ಗುಲಾಬಳ ಬಾಣಂತನಕ್ಕೆ 'ಬಾ' ಹೋಗಬೇಕಾಗಿ ಬರಬಹುದೆಂದು ಭಾವಿಸಿದ್ದ ಗಾಂಧಿ, ತಾವಿಬ್ಬರೂ ಕಲ್ಕತ್ತೆಗೆ ಹೋಗಿ ಗುಲಾಬಳನ್ನು ನೋಡಿಕೊಂಡು ಬರಬೇಕೆಂದಿದ್ದರು. ಅದೇ ಸಮಯದಲ್ಲಿ ಗಾಂಧಿಗೆ ಒಂದು ಸಭೆಯಲ್ಲಿ ಭಾಗವಹಿಸಬೇಕಾಗಿ ಬಂದದ್ದರಿಂದ, ಗುಲಾಬಳ ಜೊತೆಗೆ 'ಬಾ' ಅಲ್ಲಿಯೇ ಉಳಿಯಬೇಕೆಂದು ತೀರ್ಮಾನವಾಯಿತು.

ಗಾಂಧಿ ಸಭೆ ಮುಗಿದ ನಂತರ 'ಚಂಪಾರಣ್'ಗೆ ಭೇಟಿ ಕೊಡಲು ಬರುವ ದಿನವನ್ನು ತಿಳಿಸುವುದಾಗಿ ಶುಕ್ಲಾಗೆ ಹೇಳಿದರು. ಶುಕ್ಲಾ ಬೆಂಬಿಡದ ಭೂತದ ಹಾಗೆ ಗಾಂಧಿ ಹಿಂದೆ ಹಿಂದೆಯೇ ಕಾಣಿಸಿಕೊಳ್ಳುತ್ತಿದ್ದ 'ಬಾ' ಕಲ್ಕತ್ತಾ ಸ್ಟೇಷನ್‌ನಲ್ಲಿಯೂ ಆತ ಬಂದಿದ್ದನ್ನು ಗಮನಿಸಿದ್ದಳು. 'ಬಾ'ಗೆ ಹರಿಲಾಲನ ಕುಟುಂಬವನ್ನು ನೋಡುವ ಕಾತರ. ಮಗ, ಸೊಸೆ, ಮೊಮ್ಮಕ್ಕಳನ್ನು ಭೇಟಿಯಾಗುವ ಸಂಭ್ರದ ಕ್ಷಣಗಳಿಗಾಗಿ ಕಾದಿದ್ದಳು. ಗಾಂಧಿಗೆ ಮಗ ಮೊಮ್ಮಕ್ಕಳನ್ನು ನೋಡುವ ಕಾತರಕ್ಕಿಂತ ಚಂಪಾರಣ್‌ದ ಬಡರೈತರ ಬವಣೆಗಳನ್ನು ನೋಡುವುದು ಮುಖ್ಯವಾಗಿತ್ತು. ಆದ್ದರಿಂದ 'ಬಾ' ಕಲ್ಕತ್ತಾದಲ್ಲಿ ಉಳಿದಳು. ಗಾಂಧಿ ಚಂಪಾರಣ್‌ಗೆ ಹೊರಟ. ಗುಲಾಬಳಿಗೆ ಯಾವ ಕ್ಷಣದಲ್ಲಿಯಾದರೂ ಹೆರಿಗೆ ಆಗಬಹುದಾಗಿತ್ತು. ಕಡೆಗೆ ಒಂದೆರಡು ದಿನಗಳ ನಿರೀಕ್ಷೆಯ ನಂತರ ಗುಲಾಬ್ ಒಂದು ಹೆಣ್ಣು ಮಗುವಿಗೆ ಜನ್ಮಕೊಟ್ಟಳು. ಹೆಣ್ಣೇನು, ಗಂಡೇನು? 'ಬಾ'ಗೆ ಆದ ಆನಂದ ಹೇಳತೀರದು ಇಪ್ಪತ್ತಾಲ್ಕು ಗಂಟೆ ಗುಲಾಬ್ ಮತ್ತು ಮಗುವಿನ ಆರೈಕೆಯಲ್ಲಿ ಮೈ ಮರೆತಿದ್ದಳು. ಆ ಮಗುವಿಗೆ 'ಮನು' ಎಂದು ಹೆಸರಿಸಲಾಗಿತ್ತು. ತನ್ನತ್ತೆಯ ಅನನ್ಯ ಪ್ರೀತಿ, ಆರೈಕೆಗಳು ಗುಲಾಬಳ ಸಾಂಸಾರಿಕ ಕಷ್ಟಗಳನ್ನು ಮರೆಯಿಸಿತು. ಈಗ ತಾನೇ ಹುಟ್ಟಿದ ಕೂಸಿನ ಜೊತೆಗೆ ಉಳಿದ ಮಕ್ಕಳನ್ನೂ ನೋಡಿಕೊಳ್ಳುವ ಜವಾಬ್ದಾರಿ ಬೇರೆ ಹೆಗಲಿಗಿತ್ತು. ಅಡಿಗೆ, ಮನೆ ಕೆಲಸ, ಮೊಮ್ಮಕ್ಕಳ ಲಾಲನೆ, ಪಾಲನೆಗಳು ಸ್ವಲ್ಪ ಕಾಲ ಆಶ್ರಮದ ಜೀವನ, ಹೋರಾಟದ ನೆನಪುಗಳು. ಮುಂದೆ ಮಾಡಬೇಕಿದ್ದ ಕರ್ತವ್ಯಗಳನ್ನೆಲ್ಲ ಮರೆಸಿತ್ತು. ಗುಲಾಬ್ ಹರಿಲಾಲರ ನಡುವೆ ಅನನ್ಯ ಪ್ರೀತಿಯಿತ್ತು. ಆದರೆ ಪ್ರೀತಿಯೊಂದೇ ಹೊಟ್ಟೆ ತುಂಬುವುದಿಲ್ಲವಲ್ಲ. ಹರಿಲಾಲನ ಬಡತನದ ವಾಸನೆ ಮೂಗಿಗೆ ಬಡಿಯಿತು. ಬಟ್ಟೆ ಗಿರಣಿಯಲ್ಲಿ ಕೆಲಸಮಾಡುತ್ತಿದ್ದ. ಏನೇನೋ ಕನಸುಗಳನ್ನು ಕಟ್ಟಿಕೊಂಡು, ಸಾಲಸೋಲ ಮಾಡಿ ಬಹಳವಾಗಿ ಜರ್ಝರಿತನಾಗಿದ್ದ. ತನ್ನ ನಾಲ್ಕು ಜನ ಮಕ್ಕಳಲ್ಲಿ ಇವನೊಬ್ಬ ಯಾಕೆ ಹೀಗಾದ? ದೇವರೇ ನೀನೆಂಥ ನಿಷ್ಕರುಣಿ ಎಂದು ಮನದಲ್ಲಿ ಕೊರಗಿದಳು. ಗಂಡ ಜಪ್ಪಯ್ಯ ಎಂದರೂ ಬಿಡಿಗಾಸಿನ ಸಹಾಯ ಮಾಡಲು ಸಿದ್ಧನಿರಲಿಲ್ಲ. ಸಾಲದ್ದಕ್ಕೆ ಅವನ ಸಾಲದ ಬಗ್ಗೆ ಪತ್ರಿಕೆಗಳಲ್ಲಿ ಬಂದಾಗ. ನೇರವಾಗಿ ನಿಷ್ಠುರವಾಗಿ "ಹರಿಲಾಲ ವಯಸ್ಸಿಗೆ ಬಂದಿರುವ ಮಗ, ನಮ್ಮಿಂದ ದೂರವಾಗಿ ಸ್ವತಂತ್ರನಾಗಿ ಬದುಕುತ್ತಿದ್ದಾನೆ. ಅವನ ಸಾಲಸೋಲದ ಜವಾಬ್ದಾರಿಯನ್ನು ಹೊರುವುದಕ್ಕೆ ಈ ಸಮರ್ಥ ಸಮಾಜ ಸೇವಕ ತಂದೆ ಅಸಮರ್ಥನಾಗಿದ್ದಾನೆ" ಎಂದು ಬಹಿರಂಗ ಪತ್ರವನ್ನು ಬರೆದು ಕೈ ತೊಳೆದುಕೊಂಡು ಬಿಟ್ಟದ್ದ.

ಚಂಪಾರಣ್‌ಗೆ ಹೊರಟ ಗಾಂಧಿಯ ಬಗ್ಗೆ, ಅವನ ಕಾರ್ಯ ಸ್ವರೂಪದ ಬಗ್ಗೆ ಯಾವುದೇ ಸುದ್ದಿ ತಿಳಿಯಲಿಲ್ಲ. ಅಲ್ಲಿಗೂ ಅವಳಿಗೆ ಹೋಗಬೇಕಾಗಿ ಬರಬಹುದೆಂಬ ಕಲ್ಪನೆಯೂ ಇರಲಿಲ್ಲ. ಚಂಪಾರಣ್‌ದ ರೈತರು ನೀಲಿ ಬೆಳೆಯುವುದು ಲಾಭದಾಯಕವಲ್ಲವೆಂದು ತಿಳಿದಿದ್ದರೂ, ಅದನ್ನೇ

ಬೆಳೆಯಬೇಕೆಂಬ ಜಮೀನ್ದಾರರ ಒತ್ತಾಯಕ್ಕೆ ಕಟ್ಟುಬಿದ್ದು ಬೆಳೆದರೂ ಬ್ರಿಟಿಷ್ ಜಮೀನ್ದಾರರು ಕೊಡುತ್ತಿದ್ದ ಅತ್ಯಲ್ಪ ಬೆಲೆಯಿಂದಾಗಿ ರೈತರಿಗೆ ಬದುಕುವುದೇ ಕಷ್ಟವಾಗಿತ್ತು. ಜೊತೆಗೆ ರೈತರ ಮೇಲೆ ದೌರ್ಜನ್ಯ, ದಬ್ಬಾಳಿಕೆ. ಫಲವಿಲ್ಲದಿದ್ದರೂ ರೆಟ್ಟೆಮುರಿಯುವಂತೆ ದುಡಿಯಬೇಕಾಗಿತ್ತು. ಗಾಂಧೀಜಿ ರೈತರ ಪರವಹಿಸಿ ವಿಚಾರಣೆ ಏರ್ಪಡಿಸಿದ್ದನ್ನು ಯೂರೋಪಿಯನ್ ಪ್ಲಾಂಟರುಗಳು, ಬಿಹಾರ ಸರ್ಕಾರ ವಿರೋಧಿಸಿತು. ಗಾಂಧಿ ಸುಮ್ಮನಾಗಲಿಲ್ಲ. ಗಾಂಧಿಯ ನಿಲುವಿನಿಂದ ರೈತರ ಮನದಲ್ಲಿ ಆಸೆಯ ಕಿರಣ ಹೊಳೆಯಿತು. ತಮ್ಮ ಸಮಸ್ಯೆಗೆ ಪರಿಹಾರವನ್ನು ಕಾಣಿಸಲೇಬೇಕೆಂದು ರೈತರು ಬೇಡಿಕೊಂಡರು.

ಅವರ ಪರಿಸ್ಥಿತಿ ಗಾಂಧಿಯ ಅಂತರಂಗದಲ್ಲಿ ನೋವಿನ ಸೆಲೆ ಉಕ್ಕುವಂತೆ ಮಾಡಿತು ಹಳ್ಳಿಹಳ್ಳಿಗೂ ಭೇಟಿ ಕೊಟ್ಟು ಪರಿಸ್ಥಿತಿಯನ್ನು ಪರಿಶೀಲಿಸಿದ. ಹೆಜ್ಜೆ ಹೆಜ್ಜೆಗೂ ಬ್ರಿಟಿಷರು ತೋಟಗಳ ಒಡೆಯರು ಗಾಂಧಿಯ ಮೇಲೆ ಪ್ರತಿಬಂಧಕಾಜ್ಞೆ ಹೇರಿದರು. ಗಾಂಧಿ ಹೆದರಲಿಲ್ಲ. ಹಿಂಜರಿಯಲಿಲ್ಲ, ಬಡರೈತರು ದೊಡ್ಡ ಸಂಖ್ಯೆಯಲ್ಲಿ ಅವನ ಬೆಂಬಲಕ್ಕೆ ನಿಂತರು. ಗಾಂಧಿ ಪ್ರತಿಬಂಧಕಾಜ್ಞೆ ಉಲ್ಲಂಘಿಸಿದ ನ್ಯಾಯಾಲಯದಲ್ಲಿ ವಿಚಾರಣೆ ನಡೆಯಿತು. ಗಾಂಧಿಗೆ ಗೆಲುವು ಸಿಕ್ಕಿತು. ಈಗ ಗಾಂಧಿಯ ಮುಂದೆ ಹಳ್ಳಿಗಳಲ್ಲಿದ್ದ ಭಯಾನಕ ಸ್ಥಿತಿಯನ್ನು ನಿವಾರಿಸಬೇಕಿತ್ತು. ಆರ್ಥಿಕ ಸಾಮಾಜಿಕ ಸುಧಾರಣೆಯನ್ನು ತರಬೇಕಿತ್ತು. ಇಂಥ ಕೆಲಸಗಳಲ್ಲಿ ಸಾಕಷ್ಟು ಅನುಭವವಿದ್ದ 'ಬಾ'ಳನ್ನು ಕೂಡಲೇ ಕರೆಸಿಕೊಂಡ. ಕರೆ ಬಂದದ್ದೇ ಯಾವುದೇ ಸಬೂಬುಗಳಿಲ್ಲದೆ ಸಂಬಂಧಗಳ ಸೆಳೆತಗಳನ್ನೂ ಮೀರಿ ಕೂಡಲೇ ಧಾವಿಸಿ ಬಂದಳು. ಕಸ್ತೂರಬಾ ಮಾತ್ರವೇ ಅಲ್ಲದೆ ಆಶ್ರಮದಿಂದಲೂ ಕೆಲವು ಮಹಿಳೆಯರನ್ನು ಕರೆಸಿಕೊಂಡ. ರೈತರ ಹೆಣ್ಣು ಮಕ್ಕಳಿಗೆ (ಅಂದರೆ ಹೆಂಡಂದಿರು ಮತ್ತು ಮಕ್ಕಳು) ವಿದ್ಯಾಭ್ಯಾಸ ಮಾಡಿಸುವುದು ಶುಚಿತ್ವದ ಬಗ್ಗೆ ತಿಳಿಸಿಹೇಳುವುದು ಒಳ್ಳೆಯ ಅಭ್ಯಾಸ, ಶಿಸ್ತು ಕ್ರಮಗಳು, ಅಚ್ಚುಕಟ್ಟುತನ ಕಲಿಸುವುದು ಇತ್ಯಾದಿ ಅಸಂಖ್ಯಾತ ಕೆಲಸಗಳಿದ್ದವು. ಗಾಂಧಿಯ ಈ ಕಾರ್ಯವಿಧಾನ. ಉದ್ದೇಶಗಳನ್ನು ತಿಳಿದದ್ದೇ ಎಲ್ಲೆಲ್ಲಿಂದಲೋ ಜನ ಪ್ರವಾಹೋಪಾದಿಯಲ್ಲಿ ಬಂದು ಸೇರಿದರು. ಕಸ್ತೂರಬಾ ಮುಖಂಡತ್ವದಲ್ಲಿ ಉದ್ದೇಶಿಸಿದ ಕೆಲಸಗಳು ಸುಸೂತ್ರವಾಗಿ ನಡೆಯುತ್ತಿದ್ದವು.

ಹಳ್ಳಿಯ ಹೆಂಗಸರ ಬಟ್ಟೆ ಬರೆ ಕೊಳಕಾಗಿರುತ್ತಿದ್ದುವು. ದಿನಗಟ್ಟಲೆ ಸ್ನಾನವೂ ಮಾಡುತ್ತಿರಲಿಲ್ಲ. ಬಟ್ಟೆ ಬದಲಾಯಿಸುತ್ತಿರಲಿಲ್ಲ. ಇದನ್ನು ಗಮನಿಸಿದ 'ಬಾ' ಹಳ್ಳಿಗೆ ಹೋಗಿ ಹೆಂಗಸರನ್ನು ಒಟ್ಟುಗೂಡಿಸಿದಳು. ಅವರಿಗೆ ಶುಚಿತ್ವದ ಬಗ್ಗೆ, ಸ್ನಾನದ ಅಗತ್ಯದ ಬಗ್ಗೆ, ಒಗೆದ ಬಟ್ಟೆಗಳನ್ನು ಧರಿಸುವುದರ ಬಗ್ಗೆ ಮಾತನಾಡಿ, ಒಬ್ಬಾಕೆಯನ್ನು ಕರೆದು "ನೀನೇಕೆ ಸೀರೆಯನ್ನು ಒಗೆದು ಕೊಳ್ಳುವುದಿಲ್ಲ" ಎಂದು ಪ್ರಶ್ನಿಸಿದಳು. ಆ ಪ್ರಶ್ನೆಗೆ ಏನು ಉತ್ತರ ಕೊಡಬೇಕೆಂದು ಹೊಳೆಯಲಿಲ್ಲ. ಕಸ್ತೂರಬಾಳನ್ನು ಒಳಗೆ ಕರೆದೊಯ್ದು ತೋರಿದಳು. ಮನೆಯೆಲ್ಲ ಖಾಲಿ. ಬಟ್ಟೆ ಇಡಲು ಒಂದು ಜಾಗವೂ ಇರಲಿಲ್ಲ. ಆ ಹೆಂಗಸಿನ ಇಬ್ಬರು ಸೋದರಿಯರು ಅರೆನಗ್ನರಾಗಿ ನಾಚಿಕೆ, ಸಂಕೋಚ ಗಳಿಂದ ಮೂಲೆಯಲ್ಲಿ ಅವಿತುಕುಳಿತಿದ್ದರು. ಮತ್ತೊಬ್ಬ ಹೆಂಗಸು, ತನಗೆ ಇರುವುದೇ ಒಂದು ಸೀರೆ ಎಂದ ಮೇಲೆ, ಅದನ್ನು ಬಿಚ್ಚಿದಾಗ ಮೈ ಮುಚ್ಚಿಕೊಳ್ಳಲು ಮತ್ತೊಂದು ಸೀರೆಯನ್ನು ಎಲ್ಲಿಂದ ತರಲಿ' ಎಂದು ಮರುಪ್ರಶ್ನೆ ಹಾಕಿದಳು. ಇನ್ನೂ ಒಬ್ಬ ದಿಟ್ಟ ಹೆಂಗಸಂತೂ 'ತಾಯಿ ನಿಮಗಿಷ್ಟೊಂದು ಕಳಕಳಿ ಇದೆಯೆಂದ ಮೇಲೆ ನಿಮ್ಮ ಗಾಂಧಿಗೆ ಹೇಳಿ ಸೀರೆಯೊಂದನ್ನು ಕೊಡಿಸಬಾರದೇ?' ಎಂದಳು.

ಇದನ್ನೆಲ್ಲ ಕಣ್ಣಾರೆ ನೋಡಿದ ಕಸ್ತೂರಬಾ ಸಂಕಟಕ್ಕೆ ಮೇರೆ ಇಲ್ಲದಾಯಿತು. ಭಾರತದ ಹಳ್ಳಿಗಳಲ್ಲಿ ಇಂಥ ದರಿದ್ರಸ್ಥಿತಿ ಇರುವಾಗ ತಾವೆಷ್ಟು ಸುಖಿಗಳು; ಭಾಗ್ಯವಂತರು! ಇನ್ನೆಂದೂ ತಮ್ಮ ಸ್ಥಿತಿಗಾಗಿ ಮರುಗಬಾರದು. ಶ್ರೀಮಂತಿಕೆಯ ಬದುಕನ್ನು ಹಾರೈಸಬಾರದು ಎಂದು ಕೊಂಡಳು.

ಬಡತನದಿಂದ ಮುಕ್ತರಾಗಿ, ಸಾಮಾನ್ಯ ಬದುಕನ್ನಾದರೂ ಬದುಕಲು ಸ್ವಾವಲಂಬಿಗಳಾಗ ಬೇಕು. ತಮಗೆ ಬೇಕಾದ ಅಗತ್ಯಗಳನ್ನು ತಮ್ಮ ಸ್ವಪ್ರಯತ್ನದಿಂದಲೇ ಗಳಿಸಿಕೊಳ್ಳಬೇಕು. ಈ ತತ್ವವನ್ನು ಮನದಟ್ಟುಮಾಡಲು, ಮಹಿಳೆಯರಿಗೆ ತಾವೇ ಸ್ವತಃ ಪೊರಕೆಗಳನ್ನು ಮಾಡಿ ಊರೆಲ್ಲವನ್ನೂ ಗುಡಿಸಿ ಸ್ವಚ್ಛ ಮಾಡುವುದನ್ನು ತನ್ನ ಮನೆಯನ್ನೂ ಸ್ವಚ್ಛ ಮಾಡುವುದನ್ನು ಹೇಳಿಕೊಟ್ಟಳು. ಹೆಂಗಸರು ಮಕ್ಕಳು ಉತ್ಸಾಹದಿಂದಲೇ ಮಾಡಲು ಮುಂದಾದರು. ಹಾಗೆಯೇ ಗಂಡಸರು ಬಾವಿಗಳನ್ನು ಸ್ವಚ್ಛಗೊಳಿಸಿದರು. ಚರಂಡಿ ವ್ಯವಸ್ಥೆ ಮಾಡುವುದನ್ನೂ ಕಲಿತರು. ಊರು ಕೇರಿ ಸ್ವಚ್ಛವಾಗಿದ್ದರೆ ಸಾಲದು, ವೈಯಕ್ತಿಕವಾಗಿ ಪ್ರತಿಯೊಬ್ಬರೂ ಶುಚೀರ್ಭೂತರಾಗಿರಬೇಕೆಂಬುದನ್ನು ತಿಳಿದರು.

ಗಾಂಧಿ ದಂಪತಿಗಳ ಮೇಲೆ ಕಣ್ಣಿಟ್ಟಿದ್ದ ಅಧಿಕಾರಿಗಳು ಅವರ ಕೆಲಸಗಳನ್ನು ಹಾಳು ಮಾಡಲು ಪ್ರಯತ್ನಿಸಿದರಾದರೂ ಅವರ ಉದ್ದೇಶ ಸಫಲವಾಗಲಿಲ್ಲ.

ಹೆಂಗಸರನ್ನು ಭೇಟಿಯಾಗಿ, ಸ್ನಾನ, ನೈರ್ಮಲ್ಯಗಳ ಬಗ್ಗೆ ಮಾತನಾಡಿದಾಗ, ಹೆಂಗಸರಿಂದ ಬಂದ ಉತ್ತರಗಳು, ಪ್ರಶ್ನೆಗಳ ಬಗ್ಗೆ, ಆ ದಿನ ಸಂಜೆ ಗಾಂಧಿಯ ಬಳಿ ಹೇಳಿಕೊಂಡಳು. ಗಾಂಧಿ ಸಾವಧಾನದಿಂದ ಕೇಳಿಸಿಕೊಂಡ. ಆ ಹೆಂಗಸರು ಎತ್ತಿದ ಪ್ರಶ್ನೆಗಳಿಗೆ ಸರಳವಾಗಿ ಉತ್ತರಿಸಲು ಸಾಧ್ಯವಿರಲಿಲ್ಲ. ಅವು ಕೇವಲ ಪ್ರಶ್ನೆಗಳಾಗಿರದೆ ಸಮಸ್ಯೆಗಳಾಗಿದ್ದವು.

"ಬಾ, ಆ ಹೆಣ್ಣು ಮಕ್ಕಳು ಕೇಳಿದ ಪ್ರಶ್ನೆಗಳಿಗೆ ಉತ್ತರ ಹೇಳುವುದಾಗಲೀ, ಸಮಸ್ಯೆಗಳಿಗೆ ಪರಿಹಾರಕಾಣಿಸುವುದಾಗಲೀ ಮೇಲುನೋಟಕ್ಕೆ ಕಾಣಿಸುವಷ್ಟು ಸುಲಭವಲ್ಲ. ಇದು ಒಂದು ದಿನದ ಸಮಸ್ಯೆಯಾದರೆ ಉದಾರ ದಾನಿಗಳಿಂದ ಒಂದಷ್ಟು ಸಂಗ್ರಹಿಸಿ ಎಲ್ಲರಿಗೂ ಬಟ್ಟೆ ಕೊಡಿಸುವುದು ಕಷ್ಟದ ಕೆಲಸವೇನಲ್ಲ. ಆದರೆ ಅದು ತಾತ್ಕಾಲಿಕ. ಆದ್ದರಿಂದ ಇದಕ್ಕೆ ಶಾಶ್ವತ ಪರಿಹಾರದ ಬಗ್ಗೆ ನಾವು ಯೋಚಿಸಲೇ ಬೇಕು" ಎಂದ.

"ನಿಜ. ಇದು ತತ್ಕ್ಷಣಕ್ಕೆ ಆಗುವಂಥಾದ್ದಲ್ಲ. ಆದ್ದರಿಂದಲೇ ನಾನು ಅವರಿಗೆ ಸ್ವಲ್ಪ ಸಮಯ ಕೊಡುವಂತೆ ಕೇಳಿದ್ದೇನಿ. ಇದಕ್ಕೆ ಏನಾದರೂ ವ್ಯವಸ್ಥೆ ಮಾಡಲೇ ಬೇಕು" ಎಂದಳು. "ಇದಕ್ಕೆಲ್ಲ ಮೂಲಕಾರಣ ಏನೆಂಬುದನ್ನು ಹುಡುಕಬೇಕು." ನನಗೆ ತಿಳಿದ ಮಟ್ಟಿಗೆ ಭೂಮಾಲಿಕರೆ ಈ ಬಡ ರೈತರನ್ನು ಸುಲಿಗೆ ಮಾಡಿ ನಿರ್ಗತಿಕರನ್ನಾಗಿಸಿದ್ದಾರೆ. ಬೆಳೆಗೆ ಸರಿಯಾದ ಬೆಲೆಯನ್ನೂ ಕೊಡದೆ, 'ಭೂಮಿ'ಗೆ ಬಾಡಿಗೆಯನ್ನು ತೆರಿಗೆಯ ರೂಪದಲ್ಲಿ ಬಲಾತ್ಕಾರದಿಂದ ಪಡೆದು, ದುರವಸ್ಥೆಗೆ ತಂದು ನಿಲ್ಲಿಸಿದ್ದಾರೆ. ಇದನ್ನು ನಿಲ್ಲಿಸಿ ಅವರಿಂದ ಬಲಾತ್ಕಾರದಿಂದ ಪಡೆದ ಹಣವನ್ನು ರೈತರಿಗೆ ಹಿಂತಿರುಗಿಸುವಂತೆ ಸತ್ಯಾಗ್ರಹ ಮಾಡಲೇಬೇಕು" ಎಂದು ತನ್ನ ಯೋಜನೆಯನ್ನು ವಿವರಿಸಿದ.

ಮಾರನೇ ದಿನವೇ ರೈತರ ಈ ಸಮಸ್ಯೆಯನ್ನು ವಕೀಲರಿಗೆ ರೈತರು ಅಫಿಡಾವಿಟ್ (ಪ್ರಮಾಣ ಪತ್ರ) ಗಳನ್ನು ಸಲ್ಲಿಸುವಂತೆ ಮಾಡಿದ. ಅಂತೂ ಕಡೆಗೆ ರೈತರಿಗೆ ಒಂದಿಷ್ಟು ಹಣ ಹಿಂದಕ್ಕೆ ಕೊಡಿಸುವಲ್ಲಿ ಯಶಸ್ವಿಯಾದ.

ಕಸ್ತೂರಬಾ ಹೆಂಗಸರಿಗೆ ಉತ್ತರ ಹೇಳಲು ಕಾಯುತ್ತಿದ್ದಳು. ಅಷ್ಟರಲ್ಲಿ ಅವಳಿಗೊಂದು ಯೋಚನೆ ಹೊಳೆಯಿತು. ಹತ್ತಿರದ ಹೊಳೆಯ ಬಳಿಗೆ ಎಲ್ಲ ಹೆಂಗಸರು ಮಕ್ಕಳನ್ನು ಕರೆದೊಯ್ದಳು. ಸುತ್ತಮುತ್ತ ಗಂಡಸರ್ಯಾರೂ ಇರಲಿಲ್ಲ. ಹೆಂಗಸರು ಮಕ್ಕಳನ್ನು ಕೈ ಹಿಡಿದು ಹೊಳೆ ನೀರಿಗೆ ಇಳಿಸಿದಳು. ಮಕ್ಕಳಂತೂ ಪರಸ್ಪರ ನೀರೆರೆಚಾಟದೊಂದಿಗೆ ಆಟವಾಡಿದರು. ಎಂದೂ ಕಾಣದ ಸಂತೋಷವನ್ನು ಕಂಡರು. ಕತ್ತಿನವರೆಗೆ ನೀರಿಗೆ ಇಳಿದಿದ್ದರಿಂದ ಉಟ್ಟ ಸೀರೆಗಳೂ ಒಗೆದಂತಾಗಿದ್ದವು. ಹೆಂಗಸರ ಮತ್ತೊಂದು ಗುಂಪು ದಡದಲ್ಲಿ ವೃತ್ತಾಕಾರವೊಂದನ್ನು ನಿರ್ಮಿಸಿ, ಒದ್ದೆಬಟ್ಟೆ ಬಿಚ್ಚಿ ಹಿಂಡಿ ಸ್ವಲ್ಪ ಒಣಗಿಸಿದ ಮೇಲೆ ಎರಡನೇ ಗುಂಪಿನ ಹೆಂಗಸರೂ ಹಾಗೆಯೇ ಮಾಡಿದರು. ಕಸ್ತೂರಬಾಳ ಈ ಯೋಜನೆ ಅವರಿಗೆ ಆಟದಂತೆ ಮುದವಾಗಿತ್ತು.

ಹಳ್ಳಿಗೆ ಹಿಂತಿರುಗುವಾಗ ಕಸ್ತೂರಬಾ ಅವರ ಅನುಭವದ ಬಗ್ಗೆ ಕೇಳಿದಳು. ಅವರೆಲ್ಲರೂ ಕೃತಜ್ಞತಾ ಭಾವದಿಂದ ಕೈ ಮುಗಿದು ಹೇಳಿದರು. "ಬಾ ನಿಮ್ಮಿಂದ ದೊಡ್ಡ ಪಾಠ ಕಲಿತೆವು. ಮನಸ್ಸಿದ್ದಲ್ಲಿ ಮಾರ್ಗವಿದೆ. ಪರಸ್ಪರ ಸಹಕಾರ, ಸಹಯೋಗಗಳು ನಮ್ಮ ಬದುಕನ್ನೇ ಬದಲಾಯಿಸಬಲ್ಲದು ಎಂದು ನಮಗೆ ತೋರಿಸಿ ಕೊಟ್ಟಿದ್ದೀರಿ" ಎಂದದ್ದೇ ಅಲ್ಲದೆ ಭಾಷ್ಪಾಂಜಲಿಯನ್ನೂ ಸಲ್ಲಿಸಿದರು. ಇಷ್ಟಕ್ಕೇ 'ಬಾಪು' ಮತ್ತು 'ಬಾ' ರ ಕೆಲಸಗಳು ಮುಗಿದಿರಲಿಲ್ಲ. ತಾವು ಪ್ರತ್ಯಕ್ಷವಾಗಿ ಕಂಡ ಚಂಪಾರಣದ ಗ್ರಾಮಗಳು ಆದರ್ಶ ಗ್ರಾಮಗಳಾಗಿ ರೂಪುಗೊಳ್ಳಬೇಕೆಂಬುದು ಅವರ ಕನಸಾಗಿತ್ತು. ಜೊತೆಗೆ ಅಷ್ಟು ಹೊತ್ತಿಗೆ ಬಾಬುರಾಜೇಂದ್ರ ಪ್ರಸಾದ್, ಕೃಪಲಾನಿ, ವಜ್ರಕಿಶೋರ್ ಬಾಬು, ಗೋರಖ್ ಬಾಬು ಮುಂತಾದ ಸಮಾಜದ ಪ್ರತಿಷ್ಠಿತ ಮತ್ತು ಇಂಡಿಯನ್ ನ್ಯಾಷನಲ್ ಕಾಂಗ್ರೆಸ್ ಜೊತೆಗಿದ್ದವರೂ ಇದ್ದರು.

31

ಬ್ರಿಟಿಷ್ ಅಧಿಕಾರಿಗಳು ಜಮೀನ್ದಾರರು ಈ ಗಾಂಧಿ ದಂಪತಿಗಳ ಕೆಲಸಕ್ಕೆ ವಿಪರೀತಿ ತೊಂದರೆ ಕೊಡುತ್ತಿದ್ದರು. ಗಾಂಧಿ ಮತ್ತು ಶ್ರೀಮತಿ ಗಾಂಧಿಯವರನ್ನು ಯಾವುದಾದರೂ ಆರೋಪ ಅಥವಾ ಅಪರಾಧದ ಅಡಿಯಲ್ಲಿ ಬಂಧಿಸಬೇಕೆಂದು ಹೊಂಚುಹಾಕುತ್ತಿದ್ದರು. ಆದರೆ ಸುತ್ತಮುತ್ತಲಿನ ರೈತರು ತಮ್ಮ ಉದ್ಧರಕ್ಕೆಂದೇ ಗಾಂಧಿ ಬಂದಿದ್ದಾರೆ ಎಂದು ಭಾವಿಸಿ ಪ್ರತಿ ಹಂತದಲ್ಲೂ ಗಾಂಧಿ ಜೊತೆಗೆ ನಿಂತರು. ಇಷ್ಟೆಲ್ಲಾ ಇದ್ದರೂ ಕಡೆಗೂ ಗಾಂಧಿಯನ್ನು, ಸಾರ್ವಜನಿಕ ಶಾಂತಿ ಭಂಗದ ಆರೋಪದಡಿ ಎಪ್ರಿಲ್ 16ರಂದು ಬಂಧಿಸಲಾಯಿತು. ಇದರಿಂದ ಮುಂದಿನ ಕೆಲಸಗಳಿಗೆ ತೊಂದರೆಯಾಗುತ್ತಿದೆಯಲ್ಲ ಎಂದು ಗಾಂಧಿ ಯೋಚಿಸಿದನೇ ಹೊರತು ಧೈರ್ಯಗೆಡಲಿಲ್ಲ.

ರಾತ್ರಿ ಕಳೆಯುವಷ್ಟರಲ್ಲಿ ತಮ್ಮ ಮಹಾತ್ಮನ ಸೆರೆಯಾಗಿದೆ ಎನ್ನುವ ಸುದ್ದಿ ಕಾಳ್ಗಿಚ್ಚಿನಂತೆ ಹಬ್ಬಿತು. ಬಂಧನದ ಘಟನೆ ನಡೆದದ್ದು 'ಮೋತಿಹಾರ' ಎಂಬ ಹಳ್ಳಿಯಲ್ಲಿ, ಬೆಳಿಗ್ಗೆ ವಿಚಾರಣೆ ಎಂದು ತಿಳಿದದ್ದೇ ನ್ಯಾಯಾಲಯದ ಅಂಗಳದಲ್ಲಿ ನೂರಾರು ಮಂದಿ ಅಭಿಮಾನಗಳು ತುಂಬಿ ಬಿಟ್ಟರು. ವಿಚಾರಣೆಯಲ್ಲಿ ಗಾಂಧಿ ದಂಡ ತೆರುವುದಾದರೆ ತಾತ್ಕಾಲಿಕ ಬಿಡುಗಡೆ ಸಿಗುವುದೆಂದೂ

ಇಲ್ಲವಾದಲ್ಲಿ ಜೈಲು ಶಿಕ್ಷೆಯನ್ನು ಒಪ್ಪಿಕೊಳ್ಳಬೇಕೆಂದೂ ಸೂಚಿಸಲಾಯಿತು. ಗಾಂಧಿ ದಂಡ ತೆರಲು ನಿರಾಕರಿಸಿ, ಜೈಲು ಶಿಕ್ಷೆಯನ್ನು ಆಹ್ವಾನಿಸಿದ. ಕೆಲ ದಿನಗಳ ನಂತರ ಗಾಂಧಿ ಮೇಲಿನ ಆರೋಪಗಳೆಲ್ಲ ರದ್ದಾಗಿ ಜೈಲಿನಿಂದ ಬಿಡುಗಡೆಯಾಯಿತು. ರೈತರಲ್ಲಿ ಇನ್ನಷ್ಟು ಉತ್ಸಾಹಕ್ಕೆ ಕಾರಣವಾಯಿತು. ಗ್ರಾಮ ಸೇವೆಯಲ್ಲಿ ಮಗ್ನಳಾಗಿದ್ದ ಕಸ್ತೂರಬಾ ಗಂಡನ ಜೈಲು ಶಿಕ್ಷೆಯ ಸುದ್ದಿಯನ್ನು ತಿಳಿದೂ ಒಂದಿಷ್ಟೂ ಗಾಬರಿಯಾಗಲಿಲ್ಲ. ತನ್ನ ಪರಿವಾರದವರಿಗೆ ಜೈಲು ಶಿಕ್ಷೆಯ ಅನುಭವ ತೀರಾ ಮಾಮೂಲು. ಅವರಿಗೆಲ್ಲ ಅದು ನೀರು ಕುಡಿದಂತೆ!

ಗಾಂಧಿ ಮೋತಿಹಾರಿಯಲ್ಲಿ ಒಂದು ಮನೆಯನ್ನು ಬಾಡಿಗೆಗೆ ಹಿಡಿದ. ಈಗಾಗಲೇ ಆಶ್ರಮದಿಂದ ಹೆಂಡತಿಯೂ ಸೇರಿದಂತೆ ಹಲವಾರು ಮಂದಿ ಗ್ರಾಮಗಳ ಸುಧಾರಣೆಗೆಂದು ರಂಗಕ್ಕೆ ಇಳಿದಿದ್ದರು. ಗಾಂಧಿಯ ದೃಷ್ಟಿಯಲ್ಲಿ ಉಚಿತವಾದ ಯೋಗ್ಯವಾದ ಗ್ರಾಮಾಂತರ ಶಿಕ್ಷಣವಿಲ್ಲದೆ ಬೇರೆ ಯಾವ ಕೆಲಸವೂ ಸಾಧ್ಯವಾಗುವುದಿಲ್ಲ ಎನ್ನುವುದಾಗಿತ್ತು. ರೈತರ ಮತ್ತು ರೈತರ ಮಕ್ಕಳ ಅಜ್ಞಾನ ಎಷ್ಟಿತ್ತೆಂಬುದನ್ನು ಶಬ್ದಗಳಲ್ಲಿ ವಿವರಿಸಲು ಆಗುತ್ತಿರಲಿಲ್ಲ. ಮಕ್ಕಳನ್ನು ಬೀದಿಯಲ್ಲಿ ಅಲೆಯಲು ಬಿಟ್ಟುಬಿಡುತ್ತಿದ್ದರು. ಇಲ್ಲವೆ ಅರ್ಧಾಣೆ ಕೂಲಿಗಾಗಿ ನೀಲಿ ತೋಟಗಳಿಗೆ ದುಡಿಯಲು ಕಳಿಸುತ್ತಿದ್ದರು. ಇಂಥ ಸನ್ನಿವೇಶದಲ್ಲಿ ಅಕ್ಷರಜ್ಞಾನ ಅತಿ ಮುಖ್ಯವೆನಿಸಿತು. ಶಿಕ್ಷಣದಿಂದ, ತಮ್ಮ ಹೊಟ್ಟೆಪಾಡಿಗೆ ಗೌರವಯುತ ವೃತ್ತಿಗಳ ಮೂಲಕ ದಾರಿಗಳನ್ನು ಕಂಡುಕೊಳ್ಳಬಹುದಾಗಿತ್ತು. ಕಲಿಸುವಾಗಲೇ ವೃತ್ತಿಪರ ಶಿಕ್ಷಣವನ್ನು ಕೊಟ್ಟರೆ ಸ್ವಾವಲಂಬಿಗಳಾಗಿ ಬದುಕಬಹುದಾಗಿತ್ತು.

ಇಂಥ ಯೋಚನೆಯಲ್ಲಿ ಆರು ಗ್ರಾಮಗಳಲ್ಲಿ ಪ್ರಾಥಮಿಕ ಶಾಲೆಗಳನ್ನು ಆರಂಭಿಸಿ, ಉಪಾಧ್ಯಾಯರಿಗೆ ಅನ್ನ, ವಸತಿ ವ್ಯವಸ್ಥೆಯನ್ನು ಗ್ರಾಮಸ್ಥರು ಮಾಡುವಂತೆ ಒಪ್ಪಿಸಿ, ಮಿಕ್ಕ ವಿಷಯಗಳನ್ನು ನೋಡುವ ಜವಾಬ್ದಾರಿಯನ್ನು ಗಾಂಧಿ ಮತ್ತು ಸಂಗಡಿಗರು ವಹಿಸಿಕೊಂಡರು. ಆದರೆ ಸಂಬಳವಿಲ್ಲದೆ ಕೆಲಸಕ್ಕೆ ಬರಲು ಒಪ್ಪಿಕೊಳ್ಳುವ ಉಪಾಧ್ಯಾಯರದೇ ಸಮಸ್ಯೆಯಾಯಿತು. ಹೀಗಿರುವಾಗ ತಮ್ಮವರನ್ನು ತಮಗೆ ತಿಳಿದವರನ್ನು ಕರೆಸಿಕೊಳ್ಳಲಾಯಿತು. ಕಸ್ತೂರಬಾ ಅಂತೂ ಗಾಂಧಿ ಜೊತೆ ನೆರಳಿನಂತೆ ಇದ್ದೇ ಇರುತ್ತಿದ್ದಳು. ಆಶ್ರಮದಲ್ಲಿ ವಿದ್ಯಾವಂತ ಮಹಿಳೆಯರಿದ್ದು. ಅವರಲ್ಲಿ ಆನಂದಿಬಾಯಿ, ಅವಂತಿಕಾ ಬಾಯಿ, ದುರ್ಗಾದೇಸಾಯಿ, ಮಣಿ ಬೆಹನ್ ಮೊದಲಾದವರೆಲ್ಲ ಇದ್ದರು. ಕಸ್ತೂರಬಾಗೆ ಕಲಿಸುವಷ್ಟು ಜ್ಞಾನವೂ ಇರಲಿಲ್ಲವಾದರೂ ಲೋಕಜ್ಞಾನ, ಸಾಮಾನ್ಯಜ್ಞಾನ, ನೈತಿಕ ಶಿಕ್ಷಣ ನೀಡುವಷ್ಟು ಸಾಮರ್ಥ್ಯವಿತ್ತು. ಗಾಂಧಿ ಶಿಕ್ಷಣ ಪದ್ಧತಿಯಲ್ಲಿ ಇವೆಲ್ಲವೂ ಸಾಮಾನ್ಯವಾಗಿ ಇದ್ದೇ ಇರುತ್ತಿದ್ದುದರಿಂದ, ಅಧ್ಯಾಪಕ ಪಾತ್ರ ಅವಳಿಗೂ ಸಿಕ್ಕಿತ್ತು. ಗಾಂಧಿ ಮಗ ದೇವದಾಸನೂ ಈ ಕೆಲಸದಲ್ಲಿ ಬಂದು ಸಹಾಯಕ್ಕೆ ನಿಂತನು. ಗಾಂಧಿ ಇದ್ದಲ್ಲಿ ಮಹದೇವದೇಸಾಯಿ ಇರಲೇಬೇಕೆಂಬ ನಿಯಮದಂತೆ ಆತನೂ ಬಂದು ಸೇರಿಕೊಂಡ.

ಮಹಿಳೆಯರ ಸುಪರ್ದಿಯಲ್ಲಿ ಶಾಲೆಗಳು ಜಯಪ್ರದವಾಗಿ ನಡೆದವು. ಕಲಿಸುವವರಲ್ಲಿ ಉತ್ಸಾಹ, ಆತ್ಮವಿಶ್ವಾಸಗಳು ಹೆಚ್ಚಿದವು. ಅವಂತೀ ಬಾಯಿಯಯಂತೂ ಶ್ರಮವನ್ನೂ ಮನಸ್ಸನ್ನೂ ಮುಡಿಪಾಗಿಟ್ಟು ತನ್ನ ಜವಾಬ್ದಾರಿಗೆ ಬಂದ ಶಾಲೆಯನ್ನು ಮಾದರಿ ಶಾಲೆಯಾಗಿ ರೂಢಿಸಿದಳು. ಗ್ರಾಮಸ್ಥ ಮಕ್ಕಳಿಗೆ ಆಸಕ್ತಿಯಿಂದ ಕಲಿಯಲು ಬಂದ ಮಹಿಳೆಯರಿಗೆ ಹೊಸಲೋಕದ ಅನುಭವವಾಯಿತು.

ಶಿಕ್ಷಣ ಕಲಿಕೆ, ಕಲಿಸುವುದರಲ್ಲಿ ಆಸಕ್ತಿ ಹೆಚ್ಚುತ್ತಿದ್ದಂತೆ ನೈರ್ಮಲ್ಯದ ಪಾಠಗಳೂ ಶುರುವಾದವು. ಗಾಂದಿ ಗೆಳೆಯ ಡಾ॥ ದೇವರ್ ಗಾಂಧಿ ಪ್ರಾರ್ಥನೆಯ ಮೇಗೆ ಬಂದು ಆರು ತಿಂಗಳು ಗ್ರಾಮದಲ್ಲಿ ವಾಸ್ತವ್ಯ ಹೂಡಿ ಆರೋಗ್ಯ ಸಂಬಂಧಿ ವಿಷಯಗಳನ್ನು ನೋಡಿಕೊಳ್ಳುತ್ತಿದ್ದರು. ಪ್ರತಿದಿನ ಆರೋಗ್ಯ ತಪಾಸಣೆ, ಚಿಕಿತ್ಸೆ ಅವರ ನಿಯಮಿತ ಕರ್ತವ್ಯಗಳಾಗಿದ್ದವು.

ಸಾಧ್ಯವಾದಷ್ಟು ಮಟ್ಟಿಗೆ ಒಂದೊಂದು ಶಾಲೆಯನ್ನು ಒಬ್ಬ ಉಪಾಧ್ಯಾಯನಿಗೆ ವಹಿಸಿಕೊಡಲಾಗಿತ್ತು. ಇವರು ಪಾಠದ ಜೊತೆಗೆ ವೈದ್ಯ ಸೌಕರ್ಯ, ಆರೋಗ್ಯ ನೈರ್ಮಲ್ಯ ವಿಷಯಗಳನ್ನು ನೋಡಿಕೊಂಡು ವೈದ್ಯರಿಗೆ ಸ್ವಲ್ಪ ಮಟ್ಟಿನ ಸಹಾಯ ಒದಗಿಸಬೇಕಿತ್ತು. ಸ್ತ್ರೀಯರಿಗೆ ಸಂಬಂಧಪಟ್ಟ ಕೆಲಸಗಳನ್ನು ಸ್ತ್ರೀಯರೇ ನೋಡಿಕೊಳ್ಳುತ್ತಿದ್ದರು. ಇಷ್ಟೆಲ್ಲ ಸೌಕರ್ಯಗಳು ಹಳ್ಳಿಮಂದಿಗೆ ಸಿಕ್ಕಿದಾಗ, ಅವರು ಇದೆಲ್ಲಕ್ಕೂ ಸರಿಯಾದ ರೀತಿಯಲ್ಲಿ ಕೆಲವು ವಿಷಯಗಳಲ್ಲಿ ಸ್ಪಂದಿಸುತ್ತಿರಲಿಲ್ಲ. ಪಾಯಖಾನೆ ವಿಷಯದಲ್ಲಿ ಝೂಡಮಾಲಿಗಳಾಗಲು ಕೂಲಿಗಾರೂ ಮುಂದೆ ಬರಲಿಲ್ಲ. ಅವರಿಗೆ ಅಂಥ ಕೆಲಸಗಳು ಅವಮಾನಕರವೆನಿಸಿತು. ಆದರೂ ವೈದ್ಯರಾಗಲೀ, ಸ್ವಯಂ ಸೇವಕರಾಗಲಿ ಎದೆಗುಂದದೆ ಗ್ರಾಮವನ್ನು ಸ್ವಚ್ಛವಾಗಿ ಇಡಲು ಪ್ರಯತ್ನಿಸಿದರು.

ಇಷ್ಟೆಲ್ಲ ನಡೆಯುವಾಗ ಒಂದು ದುರಂತ ಸಂಭವಿಸಿತು. ಕಸ್ತೂರಬಾ ಮತ್ತು ಶ್ರೀ ಸೋಮನ್‌ರ ಅಧೀನದಲ್ಲಿದ್ದ ಭೀತಿಹರವಾದಲ್ಲಿನ ಶಾಲೆ ಬಿದಿರು ಮತ್ತು ಹುಲ್ಲಿನಿಂದ ನಿರ್ಮಿಸಲಾಗಿತ್ತು. ಅದನ್ನು ಅಲ್ಲಿನ ಕೆಲಸಗಾರರೋ ತೋಟಗಾರರೋ ದ್ವೇಷದಿಂದ ಒಂದು ರಾತ್ರಿ ಬೆಂಕಿ ಹಚ್ಚಿ ಸುಟ್ಟುಬಿಟ್ಟರು. ಇದು ತುಂಬಾ ನೋವಿನ ಸಂಗತಿಯಾಗಿತ್ತು. ಆದರೂ ಹಿಮ್ಮೆಟ್ಟದೆ, ಇಂಥ ಅವಘಡಗಳು ಆಗದಂತೆ ಇಟ್ಟಿಗೆ ಕಟ್ಟಡವೊಂದನ್ನು ಸಿದ್ಧಪಡಿಸಿದರು.

ಗಾಂಧಿ ಮತ್ತು 'ಬಾ'ರ ಕನಸುಗಳು ಸಾಕ್ಷಾತ್ಕಾರಗೊಳ್ಳುತ್ತಾ, ಗಟ್ಟಿಗೊಳ್ಳುತ್ತಾ ಹೋಗುವುದರ ಜೊತೆಗೆ ಅಲ್ಲಿನ ಅಧಿಕಾರಿಗಳು, ಗಾಂಧಿ ದಂಪತಿಗಳನ್ನು ಅಲ್ಲಿಂದ ಉಚ್ಚಾಟಿಸುವ ಪ್ರಯತ್ನದಲ್ಲಿದ್ದರು. ಬಿಹಾರ ಸರಕಾರ, ಗಾಂಧಿಯನ್ನು ಬಿಹಾರ ಬಿಟ್ಟು ಹೋಗಲು ಆದೇಶಿಸಿತು. ಅದೇ ರೀತಿ ಕಲ್ಕತ್ತೆಯ ಸ್ಟೇಟ್ಸ್‌ಮನ್ ಪತ್ರಿಕೆಗೆ ಒಂದು ಪತ್ರಬರೆದ. "ಸ್ವರಾಜ್ಯ ಮತ್ತು ಅಂಥ ಇತರ ಸಮಾರಂಭಗಳಲ್ಲಿ ಸಾಮ್ರಾಜ್ಯದ ದಣಿಗಳ ಗೈರುಹಾಜರಿಯಲ್ಲಿ ಶ್ರೀಮತಿ ಗಾಂಧಿ ಶಾಲೆ ತೆರೆಯುವ ನೆಪದಲ್ಲಿ ದರ್ಪ ದೊಡ್ಡಸ್ತಿಕೆಗಳಿಂದ ಬಜಾರನ್ನು ಪ್ರಾರಂಭಿಸಿದ್ದಾರೆ" ಎಂದು ಪತ್ರದಲ್ಲಿ ಆರೋಪಿಸಲಾಗಿತ್ತು. ಇದಕ್ಕೆ ಗಾಂಧಿ ತಕ್ಕ ಉತ್ತರ ನೀಡಿದ. ಅತಿ ಮುಗ್ಧಳಾದ ಮಹಿಳೆಯ ಮೇಲೆ ಹೃದಯಹೀನ ಆಕ್ರಮಣ ನಡೆಸಿದ್ದಾರೆ; ಅನುದಾರವಾಗಿ ವರ್ತಿಸಿದ್ದಾರೆ ಎಂದು ಪ್ರತ್ಯುತ್ತರ ನೀಡಿದ.

ಗಾಂಧಿ ಮತ್ತು ಕಸ್ತೂರಬಾಗೆ ಚಂಪಾರಣವೊಂದೇ ಗುರಿಯಾಗಿರಲಿಲ್ಲ. ಸುತ್ತಮುತ್ತಲ ಅನೇಕ ಪ್ರದೇಶಗಳಿಂದ ಅವರ ಸಹಾಯಕೋರಿ ಹೆಚ್ಚಿನ ಸಂಖ್ಯೆಯಲ್ಲಿ ಪತ್ರಗಳು ಬರುತ್ತಿದ್ದವು. ವ್ಯಕ್ತಿಗಳು ಖುದ್ದಾಗಿ ಬಂದು ತಮ್ಮ ಅಳಲನ್ನು ತೋಡಿಕೊಳ್ಳುತ್ತಿದ್ದರು. ಗಾಂಧಿ ದಂಪತಿಗಳು ತುಂಬಾ ಬೇಡಿಕೆಯಲ್ಲಿದ್ದು, ಅವರಿಗೆ ತಮ್ಮ ವೈಯಕ್ತಿಕ, ಕೌಟುಂಬಿಕ ಸಮಸ್ಯೆಗಳತ್ತ ಗಮನ ಹರಿಸುವುದೇ ಸಾಧ್ಯವಿರಲಿಲ್ಲ. ಗಾಂಧಿ ಮತ್ತೊಮ್ಮೆ ಚಂಪಾರಣ್‌ಗೆ ಹಿಂತಿರುಗಿ ಪರಿಸ್ಥಿತಿಯಲ್ಲಿನ ಸುಧಾರಣೆ ಪರಿಶೀಲಿಸಬೇಕೆಂದುಕೊಳ್ಳುತ್ತಿದ್ದಂತೆ ಗಾಂಧಿಯ ಎದುರು ತಮ್ಮ ಮಕ್ಕಳ ಸಂಬಂಧವಾಗಿ ಒಂದು ಸಮಸ್ಯೆ ಎದುರಾಯಿತು. ಹರಿ ದಕ್ಷಿಣ ಆಫ್ರಿಕಾದಿಂದ ಭಾರತಕ್ಕೆ ಹಿಂದಿರುಗಿ ಕಲ್ಕತ್ತಾದಲ್ಲಿ ಮನೆ

ಮಾಡಿ ಹೇಗೋ ಸಂಸಾರ ದೂಡುತ್ತಿದ್ದವನು ಕೆಟ್ಟ ಚಟಗಳಿಗೆ ಬಿದ್ದು ಹಾಳಾಗಿ ಹೋಗಿದ್ದ. ಹಣದ ಮುಗ್ಗಟ್ಟು ಅತಿಯಾಗಿದ್ದರೂ ಯಾರ ಬಳಿಯೂ ಸಾಲ ಹುಟ್ಟುವಂತಿರಲಿಲ್ಲ. ಗಾಂಧಿ ಮಗನಿಗೆ ಸಾಲ ಯಾರಿಂದಲೂ ಸಿಗದಂತಹ ಪರಿಸ್ಥಿತಿ ನಿರ್ಮಿಸಿದ್ದ. ಅಂತಹ ಸಮಯದಲ್ಲಿ ಹರಿಲಾಲ ತನ್ನ ಸೋದರ ಮಣಿಲಾಲನಿಗೆ ತನ್ನ ಕಷ್ಟಗಳನ್ನು ಹೇಳಿಕೊಂಡು ಸ್ವಲ್ಪವಾದರೂ ಹಣದ ವ್ಯವಸ್ಥೆ ಮಾಡಬೇಕೆಂದು ಕೋರಿದ್ದ. ಬಡಪಾಯಿ ಮಣಿಲಾಲ ಅಣ್ಣನ ಸಂಕಟಕ್ಕೆ ಮರುಗಿ, ಕೂಡಿಟ್ಟಿದ್ದ ತನ್ನ ಸ್ವಸಂಪಾದನೆಯ ಒಂದು ಸಣ್ಣ ಮೊತ್ತದ ಹಣವನ್ನು ಕಳಿಸಿಕೊಟ್ಟಿದ್ದ. ಹರಿಲಾಲ ತಮ್ಮನ ಈ ಸಹಾಯಕ್ಕೆ ಕೃತಜ್ಞತೆ ತಿಳಿಸಿ ಪತ್ರ ಬರೆದಿದ್ದ. ಮಣಿಲಾಲನ ಅದೇನು ದುರದೃಷ್ಟವೋ ತನ್ನ ಕೈಗೆ ಸೇರಬೇಕಿದ್ದ ಪತ್ರ, ಅವನ ಗಮನಕ್ಕೆ ಬೀಳದೆ ಗಾಂಧಿ ಕಣ್ಣಿಗೆ ಬಿತ್ತು. ಒಂದೆರಡು ದಿನವಾದರೂ ಪತ್ರ ಅಲ್ಲೇ ಉಳಿದಿದ್ದರಿಂದ, ಗಾಂಧಿ ಕುತೂಹಲದಿಂದ ಅದನ್ನು ಬಿಡಿಸಿ ಪತ್ರದಲ್ಲಿನ ವಿವರಗಳನ್ನು ಓದಿದ್ದೇ ಕೆಂಡಾಮಂಡಲವಾದ. ಇಬ್ಬರು ಮಕ್ಕಳ ಮೇಲೂ ತಡೆಯಲಾಗದಷ್ಟು ಅಸಮಾಧಾನ ಬೇರೆ ಉಂಟಾಯಿತು. ಹರಿಲಾಲನಿಗೆ ಹಣದ ಸಹಾಯ ಮಾಡಿದ್ದು ಮೊದಲ ಅಪರಾಧ. ಅಷ್ಟು ಹಣ ಮಣಿಲಾಲನು ತನ್ನ ಖಾಸಗಿ ಲೆಕ್ಕದಲ್ಲಿ ಉಳಿಸಿಕೊಂಡಿದ್ದು ಎರಡನೆ ಅಪರಾಧ. ಇಬ್ಬರೂ ಶಿಕ್ಷಾರ್ಹರೇ! ಮಣಿಲಾಲನ ದೃಷ್ಟಿಯಲ್ಲಿ ಅಣ್ಣನ ಕಷ್ಟಕ್ಕೆ ಒಂದಿಷ್ಟು ಸಹಾಯ ಮಾಡುವುದು ಮಾನವೀಯತೆಯೇ ಹೊರತು ಅಪರಾಧವಲ್ಲ. ಆದರೆ ಬಾಪುವಿನ ಲೆಕ್ಕಚಾರದಲ್ಲಿ ಅಪರಾಧವೆಂಬ ಸಮರ್ಥನೆಗೆ ಬೇರೆ ಕಾರಣಗಳೇ ಇದ್ದವು. ಹಾಗೆ ನೋಡಿದರೆ ಆ ಪತ್ರದ ಕಡೆ ಗಾಂಧಿಯ ಗಮನ ಸೆಳೆದವರು ಬೇರೆಯಾರೋ ಒಬ್ಬ ಆಶ್ರಮದ ವ್ಯಕ್ತಿ. ಏನೇ ಆದರೂ ಮಣಿಲಾಲನ ವಿಚಾರಣೆ ಗಾಂಧಿ ಎಂಬ ಏಕವ್ಯಕ್ತಿ ನ್ಯಾಯಾಲಯದಲ್ಲಿ ನಡೆದೇ ನಡೆಯಿತು. ಕೂಡಲೇ ಮಣಿಲಾಲನನ್ನು ತನ್ನ ಮುಂದೆ ಹಾಜರಾಗಬೇಕೆಂಬ ಆದೇಶವನ್ನು ಕಳಿಸಿದ. ಪಾಪ ಮಣಿಲಾಲನಿಗೆ ವಿಷಯ ಏನೆಂದು ತಿಳಿದಿರಲಿಲ್ಲ. ಪತ್ರಿಕೆಗೆ ಸಂಬಂಧಿಸಿದ ಏನಾದರೂ ವಿಷಯ ತಿಳಿಸಲು ಹೇಳಿ ಕಳಿಸಿರಬೇಕೆಂದುಕೊಂಡ. ಬರುತ್ತಿದ್ದಂತೆ ಮಣಿಲಾಲನ ಕಣ್ಣಿಗೆ ಉರಿಮುಖದೊಂದಿಗೆ ಬಾಪು ಕಾಣಿಸಿಕೊಂಡ. ಸಿಟ್ಟೆಂದು ಅರ್ಥವಾಯಿತು. ಆದರೆ ಏಕೆಂದು ಅರ್ಥವಾಗಿರಲಿಲ್ಲ. ಭಯ, ಗೌರವಗಳಿಂದ, ವಿನಯದಿಂದಲೇ,

"ಬಾಪು ಏನು ಹೇಳಿ ಕಳಿಸಿದೀರಿ"

"ನಿನ್ನಿಂದ ನಾನು ಕೇಳುವ ಪ್ರಶ್ನೆಗಳಿಗೆ ಪ್ರಾಮಾಣಿಕವಾದ ಸಮಾಧಾನ ಬೇಕು" ಎಂದ.

"ಕೇಳಿ ಬಾಪು ನಾವು ನಿಮ್ಮ ಮಕ್ಕಳು. ಪ್ರಾಮಾಣಿಕತೆ ಸತ್ಯಗಳು ನಮ್ಮ ಉಸಿರಿನ ಭಾಗವಾಗಿದೆ" ಎಂದು ಸಮಾಧಾನದಿಂದ ಉತ್ತರಿಸಿದ.

"ಬಹಳ ಸಂತೋಷ ಹಾಗಾದರೆ ಹೇಳು. ನೀನು ಹರಿಲಾಲನಿಗೆ ಹಣ ಕಳಿಸಿದೆಯಾ?" ಎಂದು ಪ್ರಶ್ನಿಸಿದ.

ಮಣಿಲಾಲ ಈ ಪ್ರಶ್ನೆಯಿಂದ ಬೆಚ್ಚಿಬಿದ್ದ. ಹರಿಲಾಲ ಮತ್ತು ಬಾಪುರ ನಡುವಿನ ಸಂಬಂಧ ಹೇಗಿತ್ತೆಂಬುದು, ಹೇಗಿದೆ ಎಂಬುದು ಅವನಿಗೆ ಗೊತ್ತಿತ್ತು. ತಂದೆ ಮಗನ ನಡುವೆ ನಿರಂತರ ವಾಗ್ವಾದಗಳು ನಡೆಯುತ್ತಲೇ ಇತ್ತು. ತನ್ನ ವಿನಾಶಕ್ಕೆ ತನ್ನ ಭವಿಷ್ಯ ಹಾಳಾಗುವುದಕ್ಕೆ ಬಾಪುವೇ ಕಾರಣ ಎಂಬ ವಿಚಾರವನ್ನು ಅವನಿಗೆ ಮರೆಯಲು ಸಾಧ್ಯವಿರಲಿಲ್ಲ. ಗಾಂಧಿಗೆ, ಸಿಕ್ಕ ಅವಕಾಶಗಳನ್ನು ಮಕ್ಕಳಿಗೆ ಬಳಸಿಕೊಳ್ಳುವುದು ತನ್ನ ಸಿದ್ಧಾಂತಗಳಿಗೆ ಎರುದ್ಧವೆಂಬ

ನಂಬಿಕೆಯನ್ನು ಕೈ ಚೆಲ್ಲಿ ಬಿಡುವುದು, ತನಗೆ ತಾನು ಮಾಡಿಕೊಳ್ಳುವ ದ್ರೋಹವೆಂಬ ಪ್ರಜ್ಞೆ – ಇದರಿಂದಾಗಿ ತಾನಷ್ಟೇ ಅಲ್ಲ. ಸಂಪೂರ್ಣವಾಗಿ ಅಡ್ಡ ಹಾದಿಗಳನ್ನು ಹಿಡಿದು ಕೈಬಿಟ್ಟು ಹೋಗಿರುವ ಸ್ವಯಂ ಕೃತಾಪರಾಧಗಳಿಂದ ವಿನಾಶದ ಅಂಚನ್ನು ತಲುಪಿರುವ ಹರಿಲಾಲನಿಗೆ ಯಾರೂ ಸಹಾಯಮಾಡಕೂಡದೆಂಬ ನಿಲುವಿನಿಂದಾಗಿ, ಮಣಿಲಾಲ ಸಹಾಯಮಾಡಿದ್ದು ಗಾಂಧಿಯನ್ನು ಕೆರಳಿಸಿತ್ತು. ಹೀಗಾಗಿ ಅಪರಾಧಿ ಭಾವದಿಂದಲೇ,

"ಹೌದು ಬಾಪು, ಹರಿ ತುಂಬಾ ತೊಂದರೆಯಲ್ಲಿದ್ದೇನೆ. ನಿನ್ನ ಅತ್ತಿಗೆ ಮಕ್ಕಳು ಉಪವಾಸದಿಂದ ಸಾಯುತ್ತಿದ್ದಾರೆ. ಯಾರನ್ನು ಕೇಳಿದರೂ ಸಾಲ ಹುಟ್ಟುವುದು ಸಾಧ್ಯವೇ ಇಲ್ಲ. ಏನಾದರೂ ಮಾಡಿ ಒಂದಷ್ಟು ಹಣವನ್ನ ಕಳಿಸಿಕೊಡು ಎಂದು ತುಂಬಾ ನೊಂದು ಬರೆದಿದ್ದ" ಎಂದ.

"ಅವನು ಹಾಗೆ ಬರೆದ ಮಾತ್ರಕ್ಕೆ ನಂಬಿ ಬಿಟ್ಟಿಯೇನು? ಅವನು ಬರೆದ ಪ್ರತಿಯೊಂದು ಮಾತೂ ಸುಳ್ಳು. ಕುಡಿತ, ಜೂಜುಗಳಲ್ಲಿ ಮುಳುಗಿ ಮಸ್ತಿ ಮಾಡುತ್ತಿರುವ ಅಣ್ಣನಿಗೆ ಕುಡಿಯಲು, ಜೂಜಾಡಲು, ಹೆಂಗಸರ ಸಹವಾಸ ಮಾಡಲು ಹಣ ಕೇಳಿದನೇ ಹೊರತು ಹೆಂಡತಿ, ಮಕ್ಕಳ ಹಸಿವು ತೀರಿಸಲು ಅಲ್ಲ" ಎಂದ.

"ಹೌದು ಬಾಪು, ನೀವು ಆಶ್ರಮದವರು ಯಾರೂ ಹರಿಗೆ ಸಹಾಯ ಮಾಡಬಾರದೆಂದು ಹೇಳಿದ್ದಿರಿ. ಆದರೂ ಅಣ್ಣನ ಮಾತುಗಳಲ್ಲಿ ದೈನ್ಯತೆಯಿತ್ತು. ಹಸಿವಿನಿಂದ ಇದ್ದಾರೆಂಬ ವಿಷಯ ತಿಳಿದ ಮೇಲೂ ಅಣ್ಣನಿಗೆ ಸಹಾಯ ಮಾಡದೆ ಇರುವುದು ನನ್ನಿಂದ ಸಾಧ್ಯವಾಗಲಿಲ್ಲ. ಕೆಟ್ಟ ಚಾಳಿಗಳಿಗೆ ಬಳಸಲು ಕೇಳುತ್ತಿದ್ದಾನೆಂದು ನನಗೆ ಅನಿಸಲೇ ಇಲ್ಲ" ಎಂದ.

"ಹಾಗಿದ್ದ ಮೇಲೆ ಹರಿ ಪತ್ರ ಬರೆದಿದ್ದರ ಬಗ್ಗೆ ನನಗಾಗಲೀ 'ಬಾ' ಗಾಗಲಿ ತಿಳಿಸಿ ಸಲಹೆ ಕೇಳಬೇಕೆಂದು ಎನಿಸಲಿಲ್ಲವೇ? ಇಷ್ಟಕ್ಕೂ ನಿನಗೆ ಹಣವಾದರೂ ಎಲ್ಲಿಂದ ಬಂತು? ತಮ್ಮ ಸ್ವಂತದ ಹೆಸರಿನಲ್ಲಿ ಯಾರೂ ಹಣವನ್ನು ಸಂಗ್ರಹಿಸಿಟ್ಟುಕೊಳ್ಳಬಾರದೆಂಬ ಆಶ್ರಮದ ನಿಯಮ ನಿನಗೆ ಗೊತ್ತಿರಲಿಲ್ಲವೇ?" ಎಂದು ಪ್ರಶ್ನಿಸಿದ.

"ಬಾಪು ಅದು ನಾನು ಪತ್ರಿಕೆಯ ಕೆಲಸಕ್ಕೆಂದು ಪಡೆಯುತ್ತಿದ್ದ ಸಂಬಳ. ಖಂಡಿತವಾಗಿಯೂ ಆಶ್ರಮದ ಹಣ ಅಲ್ಲವೇ ಅಲ್ಲ. ಇಷ್ಟಕ್ಕೂ ನಾನು ಕೊಟ್ಟಿರುವುದು ಕೇವಲ ಹತ್ತು ರೂಪಾಯಿ ಮಾತ್ರ. ಅದರಿಂದ ಹರಿಗೆ ಜೀವಿಸಲು ಸಾಧ್ಯವಾಗುವುದಾದರೂ ಹೇಗೆ? ಏನೋ ಒಂದೆರಡು ದಿನ ಉಪವಾಸ ತಪ್ಪಿದರೆ ಸಾಕಲ್ಲವೇ ಎಂದು ಭಾವಿಸಿದೆ."

"ನಿನ್ನ ಉದ್ದೇಶಪೇಸೋ ಒಳ್ಳೆಯದೆ. ನೀನು ಕೊಟ್ಟ ಹಣವೂ ದೊಡ್ಡ ಮೊತ್ತದ್ದೂ ಅಲ್ಲ. ಹಣ ಸಹಾಯ ಜಾಸ್ತಿಯಾದ್ದು, ಕಡಿಮೆಯಾದ್ದು ಎನ್ನುವ ಪ್ರಶ್ನೆ ಮುಖ್ಯವಲ್ಲ. ವಿವೇಚನೆಯಿಲ್ಲದೆ ಕಳಿಸಿಕೊಟ್ಟು ಕೆಟ್ಟ ಚಟಗಳನ್ನು ಪ್ರೋತ್ಸಾಹಿಸಿದೆ ಎಂಬುದೇ ನನ್ನ ಭಾವನೆ. "ಬಾಪು ಹರಿಯ ಮಾತುಗಳನ್ನು ಪೂರ್ತಿಯಾಗಿ ನಂಬಿದೆ. ಅಣ್ಣನೂ ಉಪವಾಸವಿದ್ದಾನೆಂದು ಯೋಚಿಸಿ ಮರುಗಿದೆ."

"ಇರಬಹುದು ಉಪವಾಸವೇ ಇದ್ದಾನೆಂದು ನಂಬೋಣ. ಅಷ್ಟೊಂದು ಅಸಹಾಕ ಸ್ಥಿತಿಯಲ್ಲಿರುವಾಗ ನೇರವಾಗಿ ಆಶ್ರಮಕ್ಕೆ ಬಂದು ತನ್ನ ಕಷ್ಟ ಹೇಳಿಕೊಳ್ಳಬಹುದಿತ್ತಲ್ಲ. ತನ್ನ ತಪ್ಪನ್ನು ಹೇಳಿಕೊಂಡು ಕ್ಷಮೆಕೋರಿ, ಸಹಾಯ ಯಾಚಿಸಿದ್ದರೆ, ಎಂದೂ ಉಪವಾಸ ಬೀಳುವ ಸ್ಥಿತಿ ಬರುತ್ತಿರಲಿಲ್ಲ. ನಾವೆಂದೂ ಅವನಿಗೆ ಶತ್ರುಗಳಲ್ಲ. ನಿನ್ನ ಹಾಗೆ ಅವನೂ ಮಗ. ಅವನ

ಸಂಕಟ ನಮ್ಮ ಸಂಕಟವೂ ಹೌದಲ್ಲವೇ? ನಿಮ್ಮ ಹಾಗೆ ಅವನೂ ಬುದ್ಧಿಯಿಂದ ನಮ್ಮ ಜೊತೆ ಇದ್ದಿದ್ದರೆ, ಮಕ್ಕಳೊಂದಿಗೆ ಅವನೂ ಸುಖಿವಾಗಿ ಈ ಆಶ್ರಮದಲ್ಲಿ ಶಿಸ್ತು, ನಿಯಮ ಪಾಲನೆಗಳಿಗೆ ಹೊಂದಿಕೊಂಡಿದ್ದರೆ ಇಂಥಾ ಪರಿಸ್ಥಿತಿ ಯಾಕೆ ತಾನೇ ಬರುತ್ತಿತ್ತು. ಅವನು ಬದುಕುತ್ತಿರುವ ಇಂದಿನ ಬದುಕಿನಿಂದ ಅವನಿಗಾಗಲೀ ಅವನ ಹೆಂಡತಿ ಮಕ್ಕಳಿಗಾಗಲೀ ಎಂದೂ ಸುಖಿ, ನೆಮ್ಮದಿಗಳನ್ನು ಕೊಡಲಾಗದು. ಎಷ್ಟು ಬೇಗ ಎಚ್ಚೆತ್ತುಕೊಂಡು ಅನುಭವಿಸುತ್ತಿರುವ ನರಕ ಕೂಪದಿಂದ ಹೊರಬಂದರೆ ಅಷ್ಟು ಬೇಗ ಅವನ ಜೀವನ ಸುಖಕರವಾಗುತ್ತದೆ" ಎಂದ. ಗಾಂಧಿಯ ಮಾತಿನಲ್ಲಿ ಸಂಕಟದ ಸೂಕ್ಷ್ಮತೆ ಕಾಣುತ್ತಿತ್ತು.

"ಬಾಪು ನೀವು ಹೇಳಿದ್ದೆಲ್ಲವೂ ಸರಿ. ನಾನು ತಪ್ಪು ಮಾಡಿದೆ. ಯಾರ ದುಃಖವೂ ನನ್ನಿಂದ ಸಹಿಸಲಾಗುವುದಿಲ್ಲ."

"ಸಂತೋಷ ಕರುಣೆ, ಮಾನವೀಯತೆಗಳು ಮನುಷ್ಯನನ್ನು ಮನುಷ್ಯನನ್ನಾಗಿಯೇ ಉಳಿಸುತ್ತದೆ. ಆದರೆ ನಿನ್ನ ಅಪರಾಧ ಸ್ವೀಕಾರ ನಿನ್ನನ್ನು ದಂಡನೆಯಿಂದ ಮುಕ್ತಗೊಳಿಸಲಾರದು ಈ ಮಾತು ನೆನಪಿರಲಿ" ಎಂದ.

"ನಿನ್ನ ಜೊತೆಗೆ ನಾನೂ ಕೂಡಾ, ನನ್ನನ್ನು ದಂಡಿಸಿಕೊಳ್ಳುತ್ತೇನೆ. ಎಲ್ಲಿಯೋ ನನ್ನ ಶಿಕ್ಷಣದಲ್ಲಿ ನನ್ನ ಪೋಷಣೆಯಲ್ಲಿ ಕೊರತೆಯಿದೆ ಎನಿಸುತ್ತದೆ. ಅದಕ್ಕೆ ಪ್ರಾಯಶ್ಚಿತ್ತವಾಗಿ ಉಪವಾಸ ಮಾಡುತ್ತೇನೆ" ಎಂದು ತನ್ನ ನಿರ್ಧಾರ ತಿಳಿಸಿದ. ಮಣಿಲಾಲನಿಗೆ ಬಾಪು ಉಪವಾಸದ ಮಾತು ಎತ್ತಿದಾಗ ಸಹಿಸಿಕೊಳ್ಳಲು ಆಗಲಿಲ್ಲ. ಖಂಡಿತ ಬಾಪು ಉಪವಾಸ ಮಾಡಬಾರದೆಂದು ಅಂಗಲಾಚಿಬೇಡಿಕೊಂಡ. ತಾನು ಮಾಡಿದ ತಪ್ಪಿಗೆ ತಾನೇ ಶಿಕ್ಷೆಗೆ ಗುರಿಯಾಗಬೇಕೇ ಹೊರತು, ಬಾಪು ತಮ್ಮನ್ನು ದಂಡಿಸಿಕೊಳ್ಳಬಾರದೆಂದು ಹೇಳಿ ಕಣ್ಣೀರಿಟ್ಟ, ಅವನ ಪ್ರಾರ್ಥನೆ, ಪಶ್ಚಾತ್ತಾಪಗಳಲ್ಲಿ ಪ್ರಾಮಾಣಿಕತೆ ಇರುವುದನ್ನು ಗಮನಿಸಿ, ಉಪವಾಸ ಮಾಡುವುದಿಲ್ಲವೆಂದು ಮಾತುಕೊಟ್ಟ. ಆದರೆ ಮಣಿಲಾಲ ತನ್ನ ತಪ್ಪಿಗೆ ದಂಡ ತೆತ್ತೇ ತೆರೆಬೇಕೆಂಬ ಎಚ್ಚರಿಕೆಯೊಂದಿಗೆ!

ಮಾರನೆ ದಿನ ಮದ್ರಾಸಿಗೆ ಹೋಗಲು ರೈಲ್ವೆ ಟಿಕೇಟನ್ನು ಕೈಗೆ ಕೊಟ್ಟು.

"ನೀನು ಒಂದು ವರ್ಷ, ಅಜ್ಞಾತವಾಗಿ ಅಂದರೆ ನೀನು ಯಾರೆಂಬುದು ತಿಳಿಯದಂತೆ ಇದ್ದು, ನಿನ್ನ ಸ್ವಯಾರ್ಜಿತದಿಂದ ನೀನು ಬದುಕಬೇಕು. ಇಲ್ಲಿಂದ ಯಾವ ರೀತಿಯ ಸಹಾಯವನ್ನೂ ನಿರೀಕ್ಷಿಸಲಾರದೆಂದು ಷರತ್ತು ಹಾಕಿದ.

ಮಣಿ ತುಟಿಪಿಟಿಕ್ಕೆನ್ನದೆ ಬೇಸರವಿಲ್ಲದೆ, ಬಾಪು ಹೇಳಿದಂತೆಯೇ ಬದುಕುವುದಾಗಿ ನಿರ್ಧರಿಸಿದ.

ಕಸ್ತೂರಿಬಾಗೆ ತಂದೆ ಮಗನ ನಡುವೆ ಏನಾಯಿತೆಂಬುದು ಗೊತ್ತಿರಲಿಲ್ಲ. ಮಣಿಲಾಲ ಮದ್ರಾಸಿಗೆ ಏಕೆ ಹೋಗಬೇಕು. ಅಲ್ಲೇನು ಕೆಲಸವಿರುತ್ತದೆ ಎಂದು ಯೋಚಿಸಿದಳು. ಹೋಗಿ ಬರುತ್ತೇನೆಂದು ಹೇಳುವವರೆಗೂ ಅವಳಿಗೆ ವಿಷಯ ತಿಳಿದಿರಲಿಲ್ಲ. ಬಂದು ಬಾ ಕಾಲಿಗೆ ನಮಸ್ಕಾರ ಮಾಡಿ,

'ಬಾ, ನಾನು ಒಂದು ವರುಷ ಮದ್ರಾಸಿನಲ್ಲಿದ್ದು ಬರಬೇಕೆಂದು ಆದೇಶಿಸಿದ್ದಾರೆ ನಾನು ಹೋಗಿ ಬರುತ್ತೇನೆ" ಎಂದ.

"ಅಲ್ಲ ಮಣಿ ಕಾರಣ ಇಲ್ಲದೆ ಇದ್ದಕ್ಕಿದ್ದಂತೆ ದಿಢೀರನೆ ಹೋಗುತ್ತೇನೆಂದರೆ ಏನೆಂದುಕೊಳ್ಳ ಬೇಕು. ಅಲ್ಲಿ ಅಂತಹ ತುರ್ತಿನ ಕೆಲಸವಾದರೂ ಏನಿದೆ? ಬಾಪು ಇಷ್ಟು ಆತುರವಾಗಿ ಹೋಗಲು ಹೇಳಿದ್ದೇಕೆ?" ಎಂದಳು.

"ಬಾ, ಬಾಪು ನಾನು ಮಾಡಿದ ತಪ್ಪಿಗೆ ಪ್ರಾಯಶ್ಚಿತ್ತ ರೂಪವಾಗಿ ಕಾಣದ ಆ ಊರಲ್ಲಿ ಅಜ್ಞಾತವಾಗಿ ಒಂದು ವರ್ಷ, ಸ್ವ ಸಂಪಾದನೆಯಿದ ಜೀವನ ಮಾಡಬೇಕೆಂದು ಹೇಳಿದ್ದಾರೆ" ಎಂದು.

"ಪ್ರಾಯಶ್ಚಿತ್ತ, ಶಿಕ್ಷೆ, ಇದೆಲ್ಲ ಏನು? ನೀನು ಮಾಡಿರುವ ಅಪರಾಧವಾದರೂ ಏನು?"

"ಬಾ ಹರಿ ಅಣ್ಣನಿಗೆ, ಸಹಾಯ ಬೇಕೆಂದು ತುಂಬಾ ನೋವಿನಿಂದ ಪತ್ರ ಬರೆದು ಕೋರಿದ್ದ. ಊಟಕ್ಕೂ ದಾರಿಯಿಲ್ಲದ ಪರಿಸ್ಥಿತಿ ಎಂದು ತಿಳಿಸಿ ಬರೆದಿದ್ದ. ನನಗೆ ತುಂಬಾ ಸಂಕಟವಾಗಿ ನಾನು ಕೂಡಿಟ್ಟ ಹಣದಿಂದ ಸ್ವಲ್ಪ ಹಣವನ್ನು ಬಾಪುವಿಗೆ ಗೊತ್ತಾಗದಂತೆ ಕಳಿಸಿದ್ದೆ. ಅದು ಹೇಗೋ ತಿಳಿದು, ಬಾಪು ನನ್ನ ಮೇಲೆ ಅಸಮಾಧಾನಗೊಂಡರು. ಹರಿಲಾಲನ ಸ್ವಭಾವ ಗೊತ್ತಿದ್ದ ಬಾಪು, ಹರಿ ಊಟಕ್ಕಿಲ್ಲವೆಂದು ಹಣ ಕೇಳಿಲ್ಲ, ಕುಡಿತ, ಜೂಜಿಗಾಗಿ ಹಣ ಕೇಳಿದ್ದಾನೆ. ಅವನು ಬರೆದದ್ದೆಲ್ಲ ಸುಳ್ಳು ಎಂದು ಹೇಳಿದ್ದೇ ಅಲ್ಲದೆ ಆಶ್ರಮ ನಿಯಮಕ್ಕೆ ವಿರುದ್ಧವಾಗಿ ನನ್ನದೆಂದು ಹಣ ಇಟ್ಟುಕೊಂಡದ್ದೇ ತಪ್ಪೆಂದು, ನನಗೆ ಈ ಶಿಕ್ಷೆ ಅಷ್ಟೆ!"

"ನಿನ್ನ ಬಾಪು ಅದೆಂಥ ತಂದೆ? ಮಕ್ಕಳು ಸತ್ತರೂ ಕರಗದ ನಿಷ್ಠುರ ಮನಸ್ಸು, ಆಶ್ರಮ ನಿಯಮಗಳು ಮುಖ್ಯವೇ ಹೊರತು ಮಕ್ಕಳ ಪರಿಸ್ಥಿತಿಯ ಬಗ್ಗೆ ಯೋಚಿಸುವುದೇ ಇಲ್ಲ" ಎಂದು ಸಿಟ್ಟಿನಿಂದ ಹೇಳಿದಳು.

"ಬಾ ನೀವು ಬೇಸರ ಪಡಬೇಡಿ. ಬಾಪುವಿನಂಥವರಿಗೆ, ಆದರ್ಶ, ಶಿಸ್ತು, ತತ್ವ, ನಿಯಮ ಪರಿಪಾಲನೆಗೇ ಮಹತ್ವ ಕೊಡುವವರಿಗೆ ನನ್ನವರು, ತನ್ನವರು ಎನ್ನುವ ಮರುಕ, ಕಳಕಳಿ ಕೂಡದು. ನಿಷ್ಠುರತೆ ಶಿಸ್ತಿನ ಜೀವನಕ್ಕೆ ಅನಿವಾರ್ಯ."

"ಸರಿ ಹೋಯಿತು. ನಾನು ಹೇಳಿದ್ದಕ್ಕೆ ನನಗೇ ಉಪದೇಶವೇ? ಬಾಪುವಿಗೆ ತಕ್ಕ ಮಗನೇ ನೀನು! ಆದರೆ ಹರಿ ಕೇಳಿದ್ದು ಹೇಳಿದ್ದು ಸುಳ್ಳು ಎಂದು ಹೇಗೆ ಹೇಳುತ್ತಾರೆ? ಮೊದಲಿನಿಂದಲೂ ಹರಿಯನ್ನು ಕಂಡರೆ ಆಗುವುದಿಲ್ಲ. ಅದಕ್ಕೆಂದೇ ನೀನು ಕೊಟ್ಟದ್ದು ತಪ್ಪೆಂದು ನಿನಗೆ ಶಿಕ್ಷೆ."

"ಹೋಗಲಿ ಬಿಡಿ ಬಾ. ನನಗೂ ಜೀವನದಲ್ಲಿ ಒಂದು ಹೊಸ ಪಾಠ ಕಲಿತಂತಾಗುತ್ತದೆ." ಎಂದು ಹೇಳಿ ಹೊರಟೇ ಬಿಟ್ಟ,

ಕಸ್ತೂರಬಾಳ ತಾಯಿ ಹೃದಯ ಮಮ್ಮಲ ಮರುಗುತ್ತಿತ್ತು. ಮಕ್ಕಳ ವಿಚಾರದಲ್ಲಿ ಇಷ್ಟು ಕ್ರೂರವಾಗಿ ನಡೆದುಕೊಳ್ಳುವುದೇ? ತುಂಬಾ ಕಷ್ಟದಲ್ಲಿ ಇದ್ದೇನೆ. ಊಟಕ್ಕಿಲ್ಲ, ಸಹಾಯ ಮಾಡು ಎಂದು ಕೇಳಿಕೊಂಡದ್ದು ತಪ್ಪೇ? ಮಕ್ಕಳವಂದಿಗ ಹರಿ ಎಷ್ಟು ಪಾಡು ಪಡುತ್ತಿದ್ದಾನೋ ಏನೋ! ಮಣಿಲಾಲ ಗೊತ್ತಿಲ್ಲದ ಕಡೆ ಹೋಗುತ್ತಿದ್ದಾನೆ. ಅವನಿಗೆ ಕೆಲಸ ಸಿಗುವುದು ಹೇಗೋ, ಯಾವಾಗೋ, ಅಲ್ಲಿವರೆಗೆ ಅವನು ಎಲ್ಲಿರಬೇಕು? ಹೇಗೆ ಬದುಕಬೇಕು? ಇವೆಲ್ಲವೂ ಅವರ ತಲೆಗೆ ಬರುವುದಿಲ್ಲವೇ? ನಾನು ಅವರಿಗೆ ಬುದ್ಧಿ ಹೇಳುವುದಾದರೂ ಹೇಗೆ, ಹತಮಾರಿ ಬೇರೆ! ಪರಿಪೂರ್ಣತೆ ಶಿಸ್ತುಗಳನ್ನು ಯಾರಿಂದ ನಿರೀಕ್ಷಿಸುತ್ತೇವೆಯೋ ಅವರ ಮನಸ್ಸಿಗೆ

ಎಷ್ಟು ನೋವಾಗುವುದೆಂಬ ಅರಿವಾದರೂ ಅಂಥ ನಿಷ್ಠುರ ಮನುಷ್ಯನಿಗೆ ಸಾಧ್ಯವೇ? ಇರಲಿ ಅವರು ಕಲಿಸಿದ ಪಾಠದ ಮೂಲಕವೇ ಅವರಿಗೆ ತಿಳಿಸಿ ಹೇಳಲು ಪ್ರಯತ್ನಿಸುತ್ತೇನೆ ಎಂದೆಲ್ಲ ಯೋಚನೆ ಮಾಡಿದಳು.

ಒಂದೆರಡು ದಿನ ಮೌನವ್ರತ ಆಚರಿಸಿದಳು. ಬಾಪುವಿನ ಜೊತೆ ಮಾತಾಡುವುದನ್ನೇ ಬಿಟ್ಟಳು. ಬಾಪು ಸೂಕ್ಷ್ಮವಾಗಿ ಗಮನಿಸಿದ ಗಾಂಧಿ ಕಾರಣವನ್ನು ಊಹಿಸಿದ. ಆದರೂ ಅವಳೊಂದಿಗೆ ಮಾತಾಡಲು ಅವಕಾಶಕ್ಕಾಗಿ ಕಾದ.

ಮಾಮೂಲಿನಂತೆ ಬಾ, ಬಾಪುವಿನ ಕುಟೀರಕ್ಕೆ ಹೋದಳು. ಅವಳಿಗೆ ಬಾಪುವಿನ ಕಾಲೊತ್ತಬೇಕಿತ್ತು. ಅವಳ ನಿರೀಕ್ಷೆಯಲ್ಲಿಯೇ ಇದ್ದಂತೆ ಕಾಣುತ್ತಿತ್ತು. ಹೋದವಳು ಹಾಸಿಗೆ ಪಕ್ಕ ಕುಳಿತಳು. ಕೈಗಳನ್ನು ಕಾಲುಗಳ ಮೇಲೆ ಇರಿಸಿದಳು.

ಗಾಂಧಿ ಕಾಲೆಳೆದುಕೊಂಡ.

"ನಿನ್ನ ಮೌನವ್ರತಕ್ಕೆ ಕಾರಣ ಹೇಳದಿದ್ದರೆ, ನನಗೆ ನಿನ್ನ ಸಹಾಯ ಬೇಕಿಲ್ಲ" ಎಂದ.

ಘಟ್ಟನೆ, ಸಮಯಕ್ಕಾಗಿ ಕಾಯುತ್ತಿದ್ದವಳು, "ಹೌದೌದು ದೊರೆಗಳು, ನಿಮ್ಮ ಮಾತು, ನಿಮ್ಮ ಆದೇಶಗಳನ್ನು ಶಿರಸಾವಹಿಸಿ ಮಾಡುವ ನಮ್ಮಂಥವರ ಸಹಾಯವೂ ಬೇಕಿಲ್ಲ. ಹಾಗೆಯೇ ನೀವೂ ಯಾರ ಸಹಾಯವೂ ಮಾಡುವುದಿಲ್ಲ. ಅದರಲ್ಲಿಯೂ ನಿಮ್ಮ ಮಕ್ಕಳಿಗೆ ಸಹಾಯ ಮಾಡುವುದೆಂದರೆ ನಿಮಗೆ ಚೇಳು ಕಡಿದ ಹಾಗೆ ಅಲ್ಲವೇ?" ಎಂದು ವ್ಯಂಗ್ಯದಿಂದ ಹೇಳಿದಳು.

"ನೀನೇನು ಹೇಳುತ್ತಿರುವೆ? ಯಾರ ಬಗ್ಗೆ ಹೇಳುತ್ತಿರುವೆ?"

"ಅಲ್ಲ ನಿಮ್ಮ ಹರಿ, ಮಣಿ ನಮಗೇನು ಅನ್ಯಾಯ ಮಾಡಿದ್ದಾರೆ? ಅವರನ್ನು ಮಕ್ಕಳು ಎನ್ನುವ ಕನಿಕರವೂ ಇಲ್ಲದೆ ಹೀಗೆ ದಂಡಿಸಬಹುದೇ? ಇಷ್ಟೆಲ್ಲ ಆಗಿದ್ದರೂ ನಿಮಗೊಬ್ಬ ಹೆಂಡತಿ ಇದ್ದಾಳೆ. ಅವಳನ್ನೂ ಕರೆಸಿ ಮಾತಾಡಬೇಕು ಎನಿಸಲಿಲ್ಲವೇ? ಅವರು ನನ್ನ ಮಕ್ಕಳಲ್ಲವೇ? ನಿಮಗಿಂತಲೂ ಹೆತ್ತವಳು, ನನಗೆ ಹತ್ತಿರವಲ್ಲವೇ? ನಿಮ್ಮದೇ ಎಲ್ಲದರಲ್ಲೂ ನಿರ್ಧಾರ ನಾನಿದ್ದೂ ನಿಮಗೆ ಇಲ್ಲದಂತೆ" – ಎಂದು ಕಣ್ಣೀರಿಟ್ಟಳು.

"ಓ ಆಗಲೇ ಗಂಗಾವತರಣವಾಯಿತೇ? ನಿನ್ನ ಮಕ್ಕಳು ನನ್ನ ಮಕ್ಕಳಲ್ಲವೇ? ನಿಜ ನಿನಗೆ ನಾನು ಹೇಳಬೇಕಿತ್ತು, ಮಣಿ ಮಾಡಿದ ಕೆಲಸ ಆಶ್ರಮ ನಿಯಮಗಳಿಗೆ ವಿರುದ್ಧವಾಗಿತ್ತು. ಇಲ್ಲಿ ಯಾರದೂ ಏನೂ ಖಾಸಗಿ ಎಂದು ಇರುವುದು ಸಾಧ್ಯವಿಲ್ಲ. ಅವನು ನಿರ್ಧಾರ ತೆಗೆದುಕೊಳ್ಳುವ ಮೊದಲು ನನ್ನನ್ನೋ ನಿನ್ನನ್ನೋ ವಿಚಾರಿಸಬೇಕಿತ್ತು. ಅದರಲ್ಲೂ ಹರಿಯ ವ್ಯವಹಾರಗಳು, ದುಷ್ಟಟಗಳು ಅವನನ್ನು ಸತ್ಯ, ಪ್ರಾಮಾಣಿಕತೆಗಳಿಂದ ದೂರ ಮಾಡಿವೆ. ಅಂಥಾದ್ದರಲ್ಲಿ ಅವನು ಹೇಳಿದ್ದರಲ್ಲಿ ಎಷ್ಟು ಸತ್ಯವಿದೆ ಎಂದು ಯೋಚಿಸಬೇಕಿತ್ತು."

"ಚೆನ್ನಾಗಿದೆ! ಹಸಿವು, ಬಡತನಗಳಿಂದ ಸಾಯುತ್ತಿದ್ದೇನೆ ಎಂದು ಬರೆದ ಮೇಲೆ, ಸತ್ಯ ಹುಡುಕಿ ಸಹಾಯ ಮಾಡುವಷ್ಟು ಹೊತ್ತಿಗೆ ಸತ್ತೇ ಹೋಗಿರುತ್ತಾರೆ. ಮೊದಲಿನಿಂದಲೂ ಹರಿಯ ಮೇಲೆ ಮಲಮಗನೆಂಬ ಧೋರಣೆ ಯಾಕೆಂದರೆ ಅವನು ನಿಮ್ಮ ಮಾತು ಕೇಳಲಿಲ್ಲ. ನಿಮ್ಮನ್ನು ಹಲವು ರೀತಿಯಲ್ಲಿ ಪ್ರಶ್ನಿಸುತ್ತ, ಪ್ರತಿಭಟಿಸುತ್ತ ಬಂದಿದ್ದಾನೆ. ಅದಕ್ಕೆ ಅಲ್ಲವೇ ನೀವು ಅವನ

ವಿಚಾರದಲ್ಲಿ ಕಲ್ಲಾಗಿರುವುದು... ಅವನ ವಿಷಯ ಇರಲಿ, ಮಣಿಯನ್ನು ಇಲ್ಲಿಂದ ಶಿಕ್ಷೆಯ ಹೆಸರಿನಲ್ಲಿ ಓಡಿಸಿ ಬಿಟ್ಟಿರಲ್ಲ. ಅಲ್ಲಿ ಅವನನ್ನು ಕರೆದು ಮಣೆ ಹಾಕಿ, ಊಟ ತಿಂಡಿ ಕೊಟ್ಟು ಸಾಕುವವರು ಯಾರು? ಅವನಿಗೆ ಕೆಲಸ ಯಾರು ಕೊಡುತ್ತಾರೆ? ನೀವು ನಿಯಮ, ಸಿದ್ಧಾಂತ ಆದರ್ಶಗಳ ಹೆಸರಿನಲ್ಲಿ ಮನುಷ್ಯತ್ವ ಮಾನವೀಯತೆಗಳನ್ನೇ ಮರೆಯುತ್ತಿದ್ದೀರಿ. ಅಹಿಂಸೆ, ಅಹಿಂಸೆ ಎಂದು ಬೊಬ್ಬೆ ಹಾಕುತ್ತೀರಿ. ಮನಸ್ಸಿಗೆ ನೋವುಂಟುಮಾಡುವುದು ಹಿಂಸೆಯಲ್ಲವೇ. ಚಳುವಳಿಗಳಲ್ಲಿ ಏಟು ತಿಂದು ಸುಮ್ಮನಿರಿ ಎನ್ನುತ್ತೀರಿ. ಆದರೆ ಮನಸ್ಸು ಮೈ ಮನಸ್ಸುಗಳನ್ನು ಒಂದೇ ಎಂದು ಭಾವಿಸಿದರೆ ನಿಮ್ಮ ಅಹಿಂಸೆಗೆ ಅರ್ಥವೇ ಇಲ್ಲ" ಎಂದು ಬಡಬಡನೆ ಮನಸ್ಸಿನಾಳದಲ್ಲಿ ಅಡಗಿ ಕುಳಿತಿದ್ದ ಮಾತುಗಳನ್ನೆಲ್ಲ ಒಮ್ಮೆಲೇ ಹೊರಹಾಕಿಬಿಟ್ಟಳು.

"ಅಬ್ಬಬ್ಬಾ ನಮ್ಮ ಬಾ ಇಷ್ಟೆಲ್ಲ ತರ್ಕವನ್ನು ಬಲ್ಲವಳೆಂದು ನನಗೆ ತಿಳಿದಿರಲಿಲ್ಲ. ನೀನು ಹಿಂಸೆ, ಅಹಿಂಸೆಗಳನ್ನು ವಿವರಿಸಿದ ರೀತಿ ನನಗೆ ಮೆಚ್ಚುಗೆಯಾಯಿತು. ನೀನು ಎತ್ತಿದ ಪ್ರಶ್ನೆಗಳಿಂದ ನಿಜವಾದ ಅಹಿಂಸೆ ಏನೆಂಬುದನ್ನು ಇಂದು ಅರ್ಥಮಾಡಿಕೊಂಡಿದ್ದೇನೆ. ನೀನು ನಿಜವಾಗಿಯೂ ಅಹಿಂಸೆಯ ಪಾಠವನ್ನು ಕಲಿಸಿದ ಗುರು" ಎಂದ.

"ನಿಮ್ಮ ಹೊಗಳಿಕೆಯ ಮಾತುಗಳು ಸಾಕಿನ್ನು" ಎಂದಳು.

"ಹೊಗಳುತ್ತಿಲ್ಲ ಗಂಭೀರವಾಗಿ ಮಾತಾಡುತ್ತಿದ್ದೇನೆ" ಎಂದ.

"ಹಾಗಾದರೆ ಮಣಿಯ ವಿಷಯದಲ್ಲಿ ಏನು ಮಾಡುತ್ತೀರಿ".

"ಮಾಡುವುದೇನು? ನಾನು ಮಾಡಿದ ತಪ್ಪನ್ನು ನಾನೇ ಸರಿಪಡಿಸಬೇಕಲ್ಲವೇ? ಮಣಿಗೆ ಪತ್ರಿಕೆ ನಡೆಸುವುದರಲ್ಲಿ ಸಾಕಷ್ಟು ಅನುಭವವಿದೆ. ನನ್ನ ಗೆಳೆಯನ ಪಬ್ಲಿಷಿಂಗ್ ಹೌಸೊಂದು ಮದ್ರಾಸಿನಲ್ಲಿದೆ. ಆತನಿಗೆ ಈ ಕೂಡಲೇ ಪತ್ರ ಬರೆದು ಪ್ರಿಟಿಂಗ್ ಪ್ರೆಸ್‌ನಲ್ಲಿ ಯಾವುದಾದರೂ ಕೆಲಸ ಕೊಡುವಂತೆ ಹೇಳುತ್ತೇನೆ ಎಂದು ಹೇಳಿ ಸಮಾಧಾನ ಪಡಿಸಿದ.

32

ಚಂಪಾರಣದಲ್ಲಿ ಇನ್ನೂ ಅಲ್ಪ ಸ್ವಲ್ಪ ಕೆಲಸ ಉಳಿದಿತ್ತು. ಕಸ್ತೂರಬಾ ಕೂಡಲೇ ಅಲ್ಲಿಗೆ ಹೊರಟಳು. ಅವಳು ಮಾಡಿದ ಪ್ರಯತ್ನಗಳಿಂದ ಹಳ್ಳಿಗೆ ಹಳ್ಳಿಯೇ ಅವಳನ್ನು ಅಪಾರವಾಗಿ ಪ್ರೀತಿಸಿ ಗೌರವಿಸುತ್ತಿತ್ತು. ಹೇಳಿದ ನಿರ್ದೇಶಗಳನ್ನು ಅಚ್ಚುಕಟ್ಟಾಗಿ ಪಾಲಿಸುತ್ತಿದ್ದರು ಎನ್ನುವುದಕ್ಕೆ ಅಲ್ಲಿನ ಪರಿಸರವೇ ಸಾಕ್ಷಿಯಾಗಿತ್ತು. ಸ್ವಚ್ಛವಾದ ರಸ್ತೆಗಳು, ದುರ್ವಾಸನೆ ಹೊಮ್ಮಿಸುತ್ತಿದ್ದ ಕಸ ಎಲ್ಲಿಯೂ ಕಾಣುತ್ತಿರಲಿಲ್ಲ. ಕೊಳಕು ಚರಂಡಿಗಳಿಂದಾಗಿ ಗುಂಯ್ ಗುಡುತ್ತಿದ್ದ ಸೊಳ್ಳೆಗಳಾಗಲೀ ನೊಣಗಳಾಗಲೀ ನೋಡಬೇಕೆಂದರೂ ಸಿಗುತ್ತಿರಲಿಲ್ಲ. ಜನ ಶುಭ್ರವಾದ ಬಟ್ಟೆಗಳನ್ನು ಧರಿಸುತ್ತಿದ್ದರು. "ಬಾ"ಗೆ ಒಂದು ಬಗೆಯ ಸಾರ್ಥಕತೆ ಎನಿಸಿತು. ಇನ್ನು ತನ್ನ ಮುಂದಿನ ದಾರಿಯನ್ನು ಕಂಡುಕೊಳ್ಳಬೇಕಿತ್ತು. ಕಸ್ತೂರಬಾಗೆ ಮತ್ತು ಬಾಪುವಿಗೆ ಬಿಡುವು ಎನ್ನುವುದು ಊಹಿಸಲೂ

ಸಾಧ್ಯವಿರಲಿಲ್ಲ. ಚಂಪಾರಣ್‌ದಲ್ಲಿ ಸಾಧಿಸಿದ ವಿಜಯ, ಹಳ್ಳಿಗಳಲ್ಲಿ ಸಮಸ್ಯೆಗಳಿಗೆ ದೊರೆತ ಪರಿಹಾರ, ದೀನ, ದರಿದ್ರ ಕುಟುಂಬದ ಹೆಂಗಸರಲ್ಲಿ ಮಕ್ಕಳಲ್ಲಿ ಕಾಣಿಸಿಕೊಂಡ ಜಾಗೃತಿ, 'ಬಾ' ಮತ್ತು ಬಾಪು ಎಲ್ಲರ ಮನಗಳಲ್ಲಿ ನಿಜವಾದ ತಂದೆ ತಾಯಿಯರೆಂಬ ಭಾವನೆಗೆ ದಾರಿ ಮಾಡಿತು.

ಗಾಂಧಿಯ ಮುಂದಿನ ಗುರಿ ಖೇಡಾದ ಅಶಾಂತ ರೈತರನ್ನು ಕಂಡು ಅವರ ಸಮಸ್ಯೆಗಳಿಗೆ ಸ್ಪಂದಿಸುವುದಾಗಿತ್ತು. ಅತಿವೃಷ್ಟಿ ಅನಾವೃಷ್ಟಿಗಳಿಂದ ನೆಲಕಚ್ಚಿದ ಬೆಳೆಯಿಂದ ಭೂಕಂದಾಯವನ್ನು ನಿಗದಿತ ಶುಲ್ಕದ ಮೊತ್ತದಲ್ಲಿ ಪಾವತಿಸಲಾಗದೆ ವಿನಾಯಿತಿ ನೀಡುವಂತೆ, ಸರಕಾರವನ್ನು ಕೇಳಿಕೊಂಡರೂ, ಸರಕಾರ ಅದರ ಬಗ್ಗೆ ಗಮನವನ್ನು ಕೊಟ್ಟಿರಲಿಲ್ಲ. ಹಾಗಾಗಿ ಅವರೆಲ್ಲರೂ ಗಾಂಧಿಯನ್ನು ಈ ವಿಷಯದಲ್ಲಿ ಸಹಾಯ ಮಾಡಬೇಕೆಂದು ಕೋರಿಕೊಂಡಿದ್ದರು. ಗಾಂಧಿ ಸಮಸ್ಯೆಯನ್ನು ಅಮೂಲಾಗ್ರವಾಗಿ ಪರಿಶೀಲಿಸಿ ವಾಸ್ತವವನ್ನು ಅರಿತುಕೊಂಡು ಸಭೆಯೊಂದನ್ನು ಏರ್ಪಡಿಸಿ, ಚರ್ಚಿಸಿ, ಮನವಿಯೊಂದನ್ನು ಸಿದ್ಧಪಡಿಸಿ ಸಂಬಂಧಪಟ್ಟ ಅಧಿಕಾರಿಗಳಿಗೆ ಕಳಿಸಿಕೊಟ್ಟು, ಅಲ್ಲಿಂದ ಉತ್ತರ ಬರುವವರೆಗೆ ಕಂದಾಯ ಪಾವತಿಸದಂತೆ ರೈತರಿಗೆ ತಾಕೀತು ಮಾಡಿದರು. ಐದು ತಿಂಗಳ ದೀರ್ಘ ಹೋರಾಟ ನಡೆಯಿತು. ಸರದಾರ್ ಪಟೇಲರೂ ಗಾಂಧಿಯೊಂದಿಗೆ ಕೈಜೋಡಿಸಿದ್ದರು. ಶಾಂತಿಯುತ ಹೋರಾಟಕ್ಕೆ ಮಣಿದ ಬ್ರಿಟಿಷ್ ಸರಕಾರ, ಕಂದಾಯ ಪಾವತಿ ಮನ್ನಾ ಮಾಡಿದ ತೀರ್ಮಾನವನ್ನು ಪ್ರಕಟಿಸಿತು.

ಕಸ್ತೂರಬಾ ಚಂಪಾರಣ್‌ದ ಕೆಲಸಗಳನ್ನು ಮುಗಿಸಿಕೊಂಡು ಸಬರ್‌ಮತಿ ಆಶ್ರಮಕ್ಕೆ ಬಂದಳು. ಅದು ಆಗತಾನೆ ಅಸ್ತಿತ್ವಕ್ಕೆ ಬಂದಿತ್ತು. ಆಶ್ರಮದ ಕೆಲಸಗಳು ಭರದಿಂದ ಸಾಗುತ್ತಿದ್ದವು. ಹೊಸ ಹೊಸ ಕಟ್ಟಡಗಳು ನಿರ್ಮಾಣವಾಗುತ್ತಿದ್ದವು. ಹಾಗೆಯೇ ಆಶ್ರಮದ ವಿಸ್ತಾರವಾದ ಖಾಲಿ ಜಾಗದಲ್ಲಿ ಹಣ್ಣು ಹಂಪಲು ತರಕಾರಿ, ಹೂ ಗಿಡಗಳನ್ನು ನೆಡುತ್ತಿದ್ದ ಕೆಲಸಗಳೂ ನಡೆಯುತ್ತಿದ್ದವು. ಆಶ್ರಮಕ್ಕೆ ಅತ್ಯಗತ್ಯವಾಗಿ ಬೇಕಾದ ಗ್ರಂಥಾಲಯ ಖಾದಿ ಬಟ್ಟೆ ನೇಯಲು, ನೂಲು ತೆಗೆಯಲು ಬೇಕಾದ ಷೆಡ್ಡುಗಳು, ಆಶ್ರಮವಾಸಿಗಳು ಇರುವುದಕ್ಕಾಗಿ ಕುಟೀರಗಳು, ಎಲ್ಲವೂ ಶೀಘ್ರ ವೇಗದೊಂದಿಗೆ ಸಿದ್ಧಗೊಳ್ಳುತ್ತಿದ್ದವು. ಅತ್ಯಂತ ಸುಂದರವಾದ ಆಹ್ಲಾದಕರವಾದ ಪರಿಸರ ಅದಾಗಿತ್ತು. ಸಬರಮತಿ ದಂಡೆಯಲ್ಲಿ ತಲೆಎತ್ತಿ ನಿಲ್ಲುತ್ತಿದ್ದ ಈ ಆಶ್ರಮದ ಹತ್ತಿರವೇ ಸಮೃದ್ಧವಾಗಿ ಬೆಳೆದ ಹುಲ್ಲುಗಾವಲು, ನದಿಯಲ್ಲಿ ಇಳಿಯಲು ಅನುಕೂಲವಾಗುವಂತೆ ಮೆಟ್ಟಿಲುಗಳೂ ಇದ್ದವು. ಇನ್ನೂ ನಿರ್ಮಾಣದ ಹಂತದಲ್ಲಿ ಇದ್ದುದರಿಂದ ಜನ ವಸತಿ ಅಷ್ಟಾಗಿ ಇರಲಿಲ್ಲವಾದ್ದರಿಂದ 'ಬಾ' ಗೆ ಒಂದೆರಡು ದಿನ ಏಕಾಕಿತನ ಕಾಡಿತಾದರೂ ಆಶ್ರಮದ ಅಂದಿನ ಪರಿಸರ, ಇದು ಮುಂದೆ ಹೇಗಾಗಬಹುದೆಂಬ ಕಲ್ಪನೆಯೇ ಅವಳಲ್ಲಿ ಏನೋ ಒಂದು ಬಗೆಯ ಆನಂದದ ಅಲೆಗಳನ್ನು ಸೃಷ್ಟಿಸಿತು.

ದಿನ ಕಳೆದಂತೆ ಕುಟುಂಬಗಳು ಬಂದು ಸೇರ ತೊಡಗಿದವು. ಒಂದೊಂದು ಕುಟೀರದಲ್ಲಿ ಒಂದೊಂದು ಕುಟುಂಬ. 'ಬಾ' ದೂ ಒಂದು ಚಿಕ್ಕದಾದ ಮನೆ, ಅಂದರೆ ಕುಟೀರವಿತ್ತು. ಅಷ್ಟೇನೂ ದೊಡ್ಡದಾಗಿ ಇರಲಿಲ್ಲ. 10x12 ಅಡಿಯ ಒಂದು ಕೊಠಡಿ ಜೊತೆಗೆ ಅದಕ್ಕೆ ಸೇರಿದಂತೆಯೇ ಇರುವ ಮತ್ತೊಂದು ಚಿಕ್ಕ ಕೊಠಡಿ. ಇದರಲ್ಲಿ ಹಾಸಿಗೆ, ದಿಂಬು, ದಾವಳಿ ಅಲ್ಲದೆ 'ಬಾ'ಗೆ ಸೇರಿದ ಸಮಸ್ತ ಆಸ್ತಿಯೂ ಇರುತ್ತಿತ್ತು. ಎಲ್ಲರೂ ನೆಲದ ಮೇಲೆ ಮಲಗಬೇಕೆಂಬ ಆಶ್ರಮದ ನಿಮಯವಿದ್ದುದರಿಂದ ಮಂಚ, ಸೋಫಾಗಳಿಗೆ ಅವಕಾಶವಿರಲಿಲ್ಲ. ಮೊಮ್ಮಕ್ಕಳು

ಯಾರೇ ಬಂದರೂ ಈ ಚಿಕ್ಕ ಕುಟೀರದಲ್ಲಿಯೇ 'ಬಾ' ಜೊತೆಗಿದ್ದು ಸಂತೋಷದೊಂದಿಗೆ ಸ್ವರ್ಗವನ್ನು ಕಾಣುತ್ತಿದ್ದರು.

ಮನೆ ಅಥವಾ ಕುಟೀರದ ಹಿತ್ತಲಲ್ಲಿ ಬಿದಿರು ತಟ್ಟಿಗೆಗಳಿಂದ ನಿರ್ಮಿಸಿದ ಬಚ್ಚಲು ಮನೆ, ನಲ್ಲಿ ವ್ಯವಸ್ಥೆ ಇರುತ್ತಿರಲಿಲ್ಲವಾಗಿ ನದಿಯಿಂದ ತಂದ ನೀರಿನ ಬಕೆಟ್ಟುಗಳನ್ನು ಇರಿಸುತ್ತಿದ್ದರು. ಸ್ನಾನಕ್ಕೆಂದು ಒಂದು ಕಲ್ಲಿನ ಹಾಸಿತ್ತು. ಅದರ ಆಸುಪಾಸಿನಲ್ಲಿಯೇ ದನದ ಕೊಟ್ಟಿಗೆ, ಮತ್ತು ಅವುಗಳಿಗೆ ಕುಡಿಸಲು ನೀರಿನ ತೊಟ್ಟಿಗಳೂ ಇದ್ದವು. ರಾಮದಾಸನ ಮಕ್ಕಳು ಸುಮಿತ್ರಾ, ಮತ್ತು ಕನು ಇಬ್ಬರೂ 'ಬಾ'ಳನ್ನು ತುಂಬ ಹಚ್ಚಿಕೊಂಡಿದ್ದರು. ಅವರ ಬಾಯಲ್ಲಿ 'ಬಾ' ಬರೀ 'ಬಾ' ಆಗದೆ ಮೋಟಿಬಾ ಎಂದು ಹೆಸರಾಗಿದ್ದಲು. 'ಬಾ'ಗೆ ವಯಸ್ಸಾಗಿದ್ದರೂ ವಯಸ್ಸು ಹೊರೆ ಅಲ್ಲ ಎನ್ನುವುದನ್ನು ಚುರುಕು ನಡಿಗೆ, ನಿರಂತರ ಚಟುವಟಿಕೆಗಳಿಂದ ಸಾಬೀತು ಪಡಿಸಿದ್ದಲು.

ಮೊಮ್ಮಕ್ಕಳ ಮೇಲೆ ಪ್ರೀತಿ ಇದ್ದರೂ ಆಶ್ರಮ ನಿಯಮಗಳನ್ನು ಮೀರಲು ಬಿಡುತ್ತಿರಲಿಲ್ಲ. ಮತ್ತು ತಾನೂ ಮೀರುತ್ತಿರಲಿಲ್ಲ. ಇಪ್ಪತ್ತು, ಇಪ್ಪತ್ತೈದು ಎಕರೆಯಷ್ಟು ವಿಶಾಲವಾಗಿದ್ದ ಜಮೀನಿನಲ್ಲಿ, ಅಡಿಗೆ ಮನೆ, ತರಕಾರಿ ಹೆಚ್ಚುವ ಮೊಗಸಾಲೆ, ಊಟದ ಮೊಗಸಾಲೆ, ಸ್ನಾನದ ಕೋಣೆಗಳು, ಪಾತ್ರೆ ತೊಳೆಯುವ ಜಾಗ, ಬಾಪುವಿನ ಕೋಣೆ, ಅತಿಥಿಗೃಹ, ಗೋಶಾಲೆ, ಎಲ್ಲವೂ, ಕನಿಷ್ಠಪಕ್ಷ 30, 40 ಗಜ ದೂರದಲ್ಲಿ ಇದ್ದವು. ಎಲ್ಲ ಕಡೆಗೂ 'ಬಾ'ಗೆ ಓಡಾಡಬೇಕಾಗಿ ಬರುತ್ತಿತ್ತು. ಯಾಕೆಂದರೆ ಎಲ್ಲವೂ ಅವಳ ಮೇಲ್ವಿಚಾರಣೆಯಲ್ಲಿ ಕೆಲಸಗಳು ನಿರ್ವಹಣೆಯಾಗುತ್ತಿದ್ದವು. ಅಡಿಗೆ ಕೆಲಸ ಹರಿಜನರಿಂದಲೇ ನಡೆಯುತ್ತಿತ್ತು. ಆದರೆ ಗಾಂಧಿಗೆ ಇಷ್ಟವಾದ ಒಣರೊಟ್ಟಿ, ಬಾಖಿರಾ, ಬೇಯಿಸಿದ ತರಕಾರಿ, ಮತ್ತು ಇಷ್ಟವಾದ ಮೋಹನ್‌ತಾಳ್ – ಮುಂತಾದ ಆಹಾರ ಪದಾರ್ಥ ಮತ್ತು ಸಿಹಿತಿಂಡಿಗಳನ್ನು ಕಸ್ತೂರಬಾಲೇ ಸ್ವತಃ ಮಾಡುತ್ತಿದ್ದ ಬಾ ಬಾಪುಗೆ ಆಡಿನ ಹಾಲಿನಿಂದ ಮಾಡಿದ ಚಾಕಲೇಟ್ ಇಷ್ಟವೆಂದು ಮಾಡಿದಾಗ, ಮೊಮ್ಮಕ್ಕಳೆಲ್ಲರೂ ಮುತ್ತಿಕೊಳ್ಳುತ್ತಿದ್ದರು. ಗಾಂಧಿಗೂ ಮೊಮ್ಮಕ್ಕಳಿಂದರೆ, ಸೊಸೆಯರೆಂದರೆ ಬಹಳವಾದ ಪ್ರೀತಿ, ಹಾಲಿನ ಚಾಕಲೇಟನ್ನು ತಾನು ಚಪ್ಪರಿಸಿ ತಿನ್ನುತ್ತಿದ್ದೆ ಅಲ್ಲದೆ, ಅವರುಗಳ ಬಾಯಿಗೂ ತಾನೇ ಒಂದೊಂದು ತುಂಡು ಇಡುತ್ತಿದ್ದ.

ಆಶ್ರಮದ ಕೆಲಸಗಳಷ್ಟೇ ಅಲ್ಲ ಗಂಡ ಹೊರಗೆ ವಾಕಿಂಗ್ ಮುಗಿಸಿ ಒಳಬಂದಾಗ, ಉಗುರು ಬೆಚ್ಚಗಿನ ನೀರಲ್ಲಿ ಕಾಲು ತೊಳೆಯುತ್ತಿದ್ದಲು. ಗಂಡನ ಸೇವೆಗೆ ಒಂದಿಷ್ಟೂ ಹಿಂಜರಿಯುತ್ತಿರಲಿಲ್ಲ. ಹೆಂಡತಿಯಾದ ತನ್ನ ಕರ್ತವ್ಯವೆಂದೇ ಭಾವಿಸಿದ್ದಲು. ಅವಳಿಗೆ ದಾಸ್ಯಭಾವ ಎಂದೂ ಕಾಡಿರಲಿಲ್ಲ. ಬಾ ಮತ್ತು ಬಾಪು ಒಬ್ಬರನ್ನೊಬ್ಬರು ನೋಡುತ್ತಿದ್ದುದೇ ಪ್ರಾರ್ಥನೆ, ತಿಂಡಿ, ಊಟ ಮತ್ತು ಸಂಜೆ ಪ್ರಾರ್ಥನೆಯ ಸಮಯಗಳಲ್ಲಿ ಮಾತ್ರ.

ಗಾಂಧಿಗೋ ರಾಶಿಗಟ್ಟಲೆ ಕೆಲಸ. ಎಲ್ಲ ಕಡೆಗಳಿಂದಲೂ ನೊಂದವರಿಂದ, ಅನ್ಯಾಯ, ದಬ್ಬಾಳಿಕೆಗಳಿಗೆ ಒಳಗಾದವರಿಂದ ಕರೆಗಳು ಬರುತ್ತಲೇ ಇರುತ್ತಿದ್ದವು. ಅನೇಕ ಮಂದಿ ರಾಷ್ಟ್ರನಾಯಕರೊಂದಿಗೆ ಚರ್ಚೆ, ಅಲ್ಲಲ್ಲಿ ಸಭೆಗಳು, ಭಾರತದ ಸ್ವಾತಂತ್ರ್ಯ ಕುರಿತಾಗಿ ಕಾರ್ಯಯೋಜನೆಯ ಚಿಂತನೆಗಳು! ಹೀಗಾಗಿ ಆಶ್ರಮದಲ್ಲಿ ಇರುತ್ತಿದ್ದುದೇ ಅಪರೂಪ. ಹಲವಾರು ಕೆಲಸ ಕಾರ್ಯಗಳಿಂದಾಗಿ ಗಾಂಧಿ ದೇಶವೆಲ್ಲಾ ಸುತ್ತಾಡುತ್ತಿದ್ದ. ಚಂಪಾರಣ, ಖೇಡಾ ಸಮಸ್ಯೆಗಳಿಗೊಂದು ದಾರಿ ಕಾಣಿಸಿದ ಮೇಲೆ ಅಹಮದಾಬಾದಿನ ಕೂಲಿಗಾರರಿಗೆ ನೀಡುತ್ತಿದ್ದ

ಸಂಬಳ ಅತಿ ಕಡಿಮೆ ಇದ್ದುದನ್ನು ತಿಳಿಸಿ ಅನಸೂಯ ಬೆನ್ ಗಾಂಧಿಗೊಂದು ಪತ್ರಬರೆದಿದ್ದರು. ಯಾವುದೇ ಸಮಸ್ಯೆಯನ್ನು ಪರಿಹರಿಸಲು ಗಾಂಧಿ ನಂಬಿದ್ದ ತತ್ವ ಮುಷ್ಕರ. ಮುಷ್ಕರವನ್ನು ಹೂಡಲು ಸಲಹೆ ನೀಡಿ, ಅದರ ಯಶಸ್ಸಿಗೆ ಅನುಕೂಲಕರವಾದ ಕೆಲವು ಷರತ್ತುಗಳನ್ನೂ ತಿಳಿಸಿ ಹೇಳಿದ. ಗಾಂಧಿಯ ನಿರ್ದೇಶನದಂತೆ ಎರಡು ವಾರಗಳು ಗಿರಣಿ ಕೆಲಸಗಾರರು ಧೈರ್ಯದಿಂದಲೇ ಮುಷ್ಕರ ಮುಂದುವರೆಸಿದರಾದರೂ ಕೆಲವರಲ್ಲಿ ಆಗಲೇ ಸೋಲುವ ಮನೋಭಾವ ಗೋಚರಿಸಿದ್ದನ್ನು ಗಮನಿಸಿ, ಧೈರ್ಯಗೆಡದೆ ಮುಷ್ಕರ ಮುಂದುವರೆಸದಿದ್ದರೆ, ತಾನು ಉಪವಾಸ ಸತ್ಯಾಗ್ರಹಕ್ಕೆ ಮುಂದಾಗುವುದಾಗಿ ಘೋಷಿಸಿದ ಮೇಲೆ, ಅಂತೂ ಇಂತು ಮುಷ್ಕರ ಮುಂದುವರೆದು, ಜಯದಲ್ಲಿ ಪರಿಸಮಾಪ್ತಿ ಆಯಿತು.

ಇಂಥ ಮುಷ್ಕರಗಳಿಗೆ ಚಾಲನೆ ನೀಡುತ್ತಾ ಗಾಂಧಿ ತನ್ನ ಕ್ರಿಯಾತ್ಮಕ ಹೋರಾಟಗಳನ್ನು ಮುಂದುವರೆಸುತ್ತ, ಆಶ್ರಮ, ಮಕ್ಕಳು ಮೊಮ್ಮಕ್ಕಳು ಹೆಂಡತಿ – ಯಾರ ನೆನಪಿಗೂ ಎಡೆಕೊಡದಂತೆ ಇದ್ದುಬಿಟ್ಟಿದ್ದ. ಕಸ್ತೂರಬಾಳ ಜವಾಬ್ದಾರಿಗಳು ದಿನದಿನಕ್ಕೂ ಹೆಚ್ಚುತ್ತಿದ್ದವು. ಜೊತೆಗೆ ಗಾಂಧಿಯಿಂದ ಯಾವಾಗ ಕರೆ ಬಂದರೂ ಹೋಗುವ ಸಿದ್ಧತೆಯಲ್ಲಿಯೂ ಇರಬೇಕಾಗುತ್ತಿತ್ತು.

ಗಾಂಧಿಯ ಖ್ಯಾತಿ ಬೆಳೆಯುತ್ತಿದ್ದಂತೆ ಅವನತ್ತ ನೋಡುವ ಜನರ ಸಂಖ್ಯೆಯೂ ಬೆಳೆಯುತ್ತಿತ್ತು. ಹಳ್ಳಿಗಳ ಸಮಸ್ಯೆಗಳ ಪರಿಹಾರ ಅಭಿವೃದ್ಧಿ ಕಾರ್ಯಗಳ ಜೊತೆ ಜೊತೆಗೆ ಸ್ವಾತಂತ್ರ್ಯ ಚಳುವಳಿಯ ಮುಂಚೂಣಿಯಲ್ಲಿ ನಿಲ್ಲಲು ಒತ್ತಡಗಳು ಹೆಚ್ಚಾದವು. ಆಲ್ ಇಂಡಿಯಾ ಹೋಂರೂಲ್ ಲೀಗ್‍ಗೆ ಪ್ರವೇಶ ಪಡೆದು ಅದರ ಅಧ್ಯಕ್ಷನಾದ. ಈಗ ಗಾಂಧಿ ಇಡೀ ದೇಶದ ಉದ್ಧಾರದ ಹೊಣೆ ಹೊತ್ತ. ತಾನು, ತನ್ನದು, ತನ್ನ ಮನೆ, ಮಕ್ಕಳು, ಜಗತ್ತಿನಿಂದ ನಿರ್ಲಿಪ್ತನೆಂಬಂತೆ ಉಳಿಯಬೇಕಾದ ಅನಿವಾರ್ಯತೆ, ಇದರಿಂದಾಗಿ ಕಸ್ತೂರಬಾ ಮುಂದೆ ಬೆಟ್ಟದಷ್ಟು ಜವಾಬ್ದಾರಿಗಳು ರಾಶಿ ರಾಶಿಯಾಗಿ ಬಿದ್ದಿದ್ದವು. ಆಶ್ರಮಕ್ಕೆ ಬರುವ ಅತಿಥಿಗಳಿಗೆ ಕೊನೆ ಇರಲಿಲ್ಲ. ಬಂದುಹೋಗುವವರು ಕೆಲವರಿದ್ದರೆ, ಆಶ್ರಮದಲ್ಲಿಯೇ ಉಳಿದುಕೊಳ್ಳುವವರೂ ಇದ್ದರು. ಅಂಥ ಅತಿಥಿಗಳ ಸಂಖ್ಯೆ ನೋಡಿದರೆ ಗಾಂಧಿ ಮತ್ತು ಬಾ ವಿಶ್ವಕುಟುಂಬಿಗಳಾಗಿ ಕಾಣುತ್ತಿದ್ದರು. ಒಂದಿಷ್ಟು ಗೊಣಗಾಟವಿಲ್ಲದಂತೆ ಕಸ್ತೂರಬಾ ಅತಿಥಿ ಸತ್ಕಾರಕ್ಕೆ ಟೊಂಕ ಕಟ್ಟಿ ನಿಲ್ಲುತ್ತಿದ್ದಳು.

ಇಷ್ಟೆಲ್ಲ ಬಿಡುವಿಲ್ಲದ ಕೆಲಸಗಳ ನಡುವೆ ಹರಿಲಾಲನ ವಿಚಾರವಾಗಿ ಏನೆಲ್ಲ ಸುದ್ದಿಗಳು ಅವಳ ಕಿವಿಮುಟ್ಟಿ ಒಳಗೊಳಗೇ ಜರ್ಝರಿತಳಾಗುತ್ತಿದ್ದರೆ ಒಂದು ಕ್ರಮವಾದ ಶಿಕ್ಷಣವಿಲ್ಲದೆ, ನೆಟ್ಟಗೆ ಒಂದು ಉದ್ಯೋಗವಿಲ್ಲದೆ, ಕೆಲಸಕ್ಕೆ ಬಾರದ ಗೆಳೆಯರ ಗುಂಪು ಕಟ್ಟಿಕೊಂಡು ದುಶ್ಚಟಗಳಿಗೆ ಬಲಿಯಾಗುತ್ತ, ಗೊತ್ತು ಗುರಿಯಿಲ್ಲದೆ ಅಲೆದಾಡುತ್ತ, ಆ ವ್ಯಾಪಾರ, ಈ ವ್ಯಾಪಾರ ಮಾಡುತ್ತೇನೆಂದು ಕಂಡ ಕಂಡವರ ಬಳಿ ಸಾಲ ಮಾಡುತ್ತ, ಸಾಲ ಹಿಂತಿರುಗಿಸಲಾರದೆ ಕೋರ್ಟ್ ಕಛೇರಿ ಮುಖಕಾಣುತ್ತ, ಗಾಂಧಿಯ ಮಗ ಹಾಗೆ, ಹೀಗೆ ಎಂದೆಲ್ಲ ಪತ್ರಿಕೆಗಳಲ್ಲಿ ಸುದ್ದಿಯಾಗುತ್ತಿದ್ದು ಗಾಂಧಿ ಮತ್ತು ಬಾ ಇಬ್ಬರೂ ತಲೆ ತಗ್ಗಿಸುವಂತೆ ಮಾಡುತ್ತಿದ್ದ. ಅಪ್ಪನ ಮೇಲಿನ ದ್ವೇಷದ ಜ್ವಾಲಾಮುಖಿ, ಎಲ್ಲೆಲ್ಲಿ ಹೇಗೆ ಸ್ಫೋಟಿಸುತ್ತಿತ್ತೋ, ಕೇಳಲೂ, ನಂಬಲೂ ಸಾಧ್ಯವಿರಲಿಲ್ಲ. ಇಂತಹ ಸುದ್ದಿಗಳ ನಂಜನ್ನೆಲ್ಲ ನುಂಗಿಕೊಳ್ಳುತ್ತಿರುವಾಗಲೇ ಹರಿಲಾಲನ ಹೆಂಡತಿ

ಗುಲಾಬ್ ತನ್ನ ಮಕ್ಕಳೊಂದಿಗೆ ಆಶ್ರಮಕ್ಕೆ ಆಗಮಿಸಿದ್ದು, 'ಬಾ' ಳ ಫಾಸಿಗೊಂಡ ಮನಸ್ಸಿಗೆ ಸಮಾಧಾನದ ಸಿಂಪಡಿಕೆಯ ತಂಪು ಹಾಯೆನಿಸುವಂತೆ ಮಾಡಿತು.

ಈಗಾಗಲೇ ಗುಲಾಬ್ ನಾಲ್ಕು ಮಕ್ಕಳ ತಾಯಿಯಾಗಿದ್ದಳು. ರಾಮಿ, ರಸಿಕ್, ಕಾಂತಿ, ಶಾಂತಿ – ಮುದ್ದಾದ ಮಕ್ಕಳು ರಾಮಿಯಂತೂ ದಕ್ಷಿಣ ಆಫ್ರಿಕಾದಲ್ಲಿ ಹುಟ್ಟಿ ಬೆಳೆದವಳು. ಅಜ್ಜಿಯ ಪ್ರೀತಿಯ ಮಡಿಲಲ್ಲಿ ಬೆಳೆದವಳಿಗೆ ಈಗ ಹತ್ತು ವರ್ಷವಾಗಿತ್ತು. ಇವರನ್ನು ನೋಡುತ್ತಲೇ ಹಿರಿಹಿರಿ ಹಿಗ್ಗಿದ 'ಬಾ' ಅವರೆಲ್ಲರೂ ತನ್ನೊಟ್ಟಿಗೆ ತನ್ನ ಕುಟೀರದಲ್ಲಿ ಒಂದಷ್ಟು ದಿನ ಇರಬೇಕೆಂದು ಬಯಸಿದಳು. ಗುಲಾಬಳು ಬಂದದ್ದು ಸಂತೋಷ ತಂದಿತ್ತಾದರೂ, ಅವಳ ಇಳಿದು ಹೋದ ಮೈ, ಬಾಡಿದ ಕಣ್ಣು ಬೆನ್ನಿಗೆ ಅಂಟಿದ ಹೊಟ್ಟೆಯನ್ನು ನೋಡಿದಾಗ ದುಃಖ ಉಕ್ಕಿ ಬಂತು. ಒಮ್ಮೆಲೇ ಗುಲಾಬಳನ್ನು ಬರಸೆಳೆದು, ಯಾವುದೋ ಅನಾಹುತದಿಂದ ತಪ್ಪಿಸುವ ಹಾಗೆ, ಬಿಗಿದಪ್ಪಿಕೊಂಡಳು. ಇಪ್ಪತ್ತಾರರ ಹರಯದ ಹೆಣ್ಣು ಹೇಗಿರಬೇಕಿದ್ದವಳು, ಹೇಗಿದ್ದಾಳೆ ಎಂದು ಮನಸ್ಸಿನಲ್ಲಿ ಚಿಂತಿಸಿದಳು. ಗುಲಾಬಳೂ ಅತ್ತೆಯ ಆ ಪ್ರೀತಿಯ ಅಪ್ಪುಗೆಯಲ್ಲಿ ಅನಿರ್ವಚನೀಯವಾದ ಶಾಂತಿ ನೆಮ್ಮದಿಯನ್ನು ಕಂಡಳು. ಬಿಗಿದ ಬಾಹುಗಳನ್ನು ಸಡಿಲಗೊಳಿಸುತ್ತಾ, ಮಕ್ಕಳತ್ತ ಒಮ್ಮೆ ಮುಗುಳು ನಗೆಯ ನೋಟ ಬೀರಿ, ಕೂಡಲೇ ಒಂದು ನಿಮಿಷ ಒಳಗೆ ಹೋಗಿ, ಮಕ್ಕಳಿಗೆಂದು ಮಿಠಾಯಿ ಮತ್ತು ಒಂದೊಂದು ಹಿಡಿಯಷ್ಟು ಒಣ ಹಣ್ಣುಗಳನ್ನು ತಂದುಕೊಟ್ಟು, ಮತ್ತೊಮ್ಮೆ ಒಬ್ಬೊಬ್ಬರಿಗೂ ಮುತ್ತು ಕೊಟ್ಟು, ಅವರನ್ನೆಲ್ಲ ಆಶ್ರಮದ ಉಳಿದ ಮಕ್ಕಳೊಂದಿಗೆ ಆಡಿಕೊಳ್ಳಲು ಕಳಿಸಿಕೊಟ್ಟಳು. ಒಂದು ವರ್ಷದ ಮನುವನ್ನು 'ಬಾ' ಗುಲಾಬಳಿಂದ ತಾನು ಎತ್ತಿಕೊಂಡು ಮಡಿಲಲ್ಲಿ ಮಲಗಿಸಿಕೊಂಡು 'ಜೋ' ತಟ್ಟುತ್ತಿದ್ದಳು. ಗುಲಾಬಳು ದಣಿದ ದನಿಯಲ್ಲಿ.

'ಬಾ' ತಾವು ಹೇಗಿದ್ದೀರಿ? ಬಾಪು ಹೇಗಿದ್ದಾರೆ? ಅವರನ್ನು ತುಂಬ ತುಂಬ ನೋಡಬೇಕೆನಿಸುತ್ತದೆ. ನನ್ನನ್ನು ಕಂಡರೆ ಅವರು ಎಷ್ಟೊಂದು ಪ್ರೀತಿ ತೋರುತ್ತಾರೆ. ಆಗಾಗ ನನಗೆ ನನ್ನ ಯೋಗಕ್ಷೇಮ ವಿಚಾರಿಸಿ ಪತ್ರಗಳನ್ನೂ ಬರೆಯುತ್ತಿರುತ್ತಾರೆ. ಬಾ ಬಾಪುವಿನಂಥ ದೊಡ್ಡ ಮನುಷ್ಯರನ್ನು ನಾನು ಕಂಡೇ ಇಲ್ಲ. ಅವರ ನೆರಳಿನಲ್ಲಿ ಬದುಕುವುದಕ್ಕೆ ಅವಕಾಶ ಸಿಗುವುದೇ ದೊಡ್ಡ ಪುಣ್ಯ. ಅಂಥಾದ್ದರಲ್ಲಿ ನಿಮ್ಮ ಮಗ ಅವರನ್ನು ಅಷ್ಟೊಂದು ದ್ವೇಷ ಮಾಡುವುದಕ್ಕೆ ಮನಸ್ಸಿಗೆ ಎಷ್ಟೊಂದು ನೋವು ಕೊಡುತ್ತಿದ್ದಾರೆ. ಅದನ್ನು ನೆನೆದರೆ ಸಂಕಟವಾಗುತ್ತದೆ" ಎಂದು ನೊಂದು ನುಡಿದಳು.

"ಮಗಳೆ ನಮಗೆ ಅವನಿಂದ ಕಷ್ಟವಾಗಿದೆ ಎಂದು ನೀನು ಸಂಕಟಪಡುವುದು ಬೇಡ. ನಮಗೆ ವಯಸ್ಸಾಗಿದೆ. ಅನುಭವವಿದೆ. ಪ್ರಪಂಚದಲ್ಲಿನ ವ್ಯಕ್ತಿಗಳ ಸ್ವಭಾವಗಳನ್ನು ನೋಡಿದ್ದೇನೆ. ಎಷ್ಟಾದರೂ ಅವನು ನಮ್ಮ ಮಗನಲ್ಲವೇ? ಅದಿರಲಿ, ನಿನ್ನೊಟ್ಟಿಗೆ ಅವನು ಹೇಗಿದ್ದಾನೆ?" ಎಂದು ಪ್ರಶ್ನಿಸಿದಳು.

"ಬಾ ನಾನು ಹೊಸದಾಗಿ ಹೇಳುವುದೇನಿದೆ? ಅವರ ನಡುವಳಿಕೆ ಪ್ರಪಂಚಕ್ಕೆ ತಿಳಿದು ಬಿಟ್ಟಿದೆ. ತಲೆಯೆತ್ತಿ ಓಡಾಡುವುದಕ್ಕೂ ಸಾಧ್ಯವಿಲ್ಲವಂತಾಗಿದೆ. ದಿನದಿನಕ್ಕೂ ಅವರ ವರ್ತನೆ ಮಿತಿಮೀರುತ್ತಿದೆ. ಅವರಿಗೆ ತನ್ನನ್ನು ಸೇರಿದಂತೆ, ಯಾರನ್ನು ಕಂಡರೂ ಆಗುವುದಿಲ್ಲ. ಯಾವಾಗಲೂ ದುಮುಗುಡುತ್ತಲೇ ಇರುತ್ತಾರೆ. ಹೆಂಡತಿ ಮಕ್ಕಳು ಊಟ ಮಾಡಿದ್ದಾರೋ

ಇಲ್ಲವೋ ಎನ್ನುವ ಕಾಳಜಿಯೂ ಇಲ್ಲ. ಕೆಟ್ಟ ಗೆಳೆಯರ ಸಹವಾಸದಲ್ಲಿ ಬಿದ್ದು ದಿನಾ ಕುಡಿದು ತೂರಾಡುತ್ತಾ ಹೊತ್ತಲ್ಲದ ಹೊತ್ತಿನಲ್ಲಿ ಬಂದು ಬಾಗಿಲು ತಟ್ಟಿ, ತಡವಾದರೆ ರಾದ್ಧಾಂತ ಮಾಡುತ್ತಾರೆ. ನಿದ್ದೆ ಮಾಡುವ ಮಕ್ಕಳು ಬೆಚ್ಚಿಬಿದ್ದು ಎಚ್ಚರಗೊಂಡು ಭಯದಿಂದ ಎದ್ದು ಬಂದು ನನ್ನನ್ನು ಬಿಗಿದುಕೊಳ್ಳುತ್ತಾರೆ. 'ಬಾ' ಹರಿ ಬಾಪು ಯಾಕೆ ಹೀಗೆ? ಎಂದು ಕೇಳುತ್ತಾರೆ. ಎಷ್ಟೋ ದಿನ ರಾತ್ರಿ ಮನೆಗೆ ಬಾರದೆ, ಸೂಳೆಯರ ಸಹವಾಸದಲ್ಲಿದ್ದು ಬರುತ್ತಾರೆ. ಯಾಕೆ ಹೀಗೆಲ್ಲ ಮಾಡುತ್ತೀರಿ. ಒಂದು ಕಡೆ ನೆಟ್ಟಗೆ ಉದ್ಯೋಗ ಮಾಡಿಕೊಂಡು ಇರಬಾರದೇ ಎಂದು ಕೇಳಿದರೆ, ಸಿಟ್ಟಿನಿಂದ ಮೇಲೆ ಹಾಯುತ್ತಾರೆ. ಯಾವ ಕೆಲಸ ಸಿಕ್ಕಿದರೂ ಒಂದೆರಡು ದಿನಕ್ಕಿಂತ ಹೆಚ್ಚು ಮುಂದುವರೆಯುವುದಿಲ್ಲ. ಸ್ವಂತ ವ್ಯಾಪಾರಕ್ಕೆಂದು ಸಾಲ ಮಾಡುತ್ತಾರೆ. ಅಮ್ಮನ ಬಳಿಯೂ ಮೂರು ಸಾವಿರ ರೂಪಾಯಿ ಸಾಲ ಪಡೆದು ಯಾವುದೋ ಬಟ್ಟೆ ವ್ಯಾಪಾರಾಂತ ಮಾಡಿ, ಹಣವನ್ನೆಲ್ಲ ಮುಳುಗಿಸಿ ಬಿಟ್ಟರು. ಅಮ್ಮನಿಗೆ ಒಂದು ಕಾಸು ಬಡ್ಡಿಯೂ ಸಿಗಲಿಲ್ಲ. ಅವಕಾಶ ಸಿಕ್ಕರೆ ಸಾಕು ಬಾಪು ಅವರನ್ನು ಬೈಯುತ್ತಲೇ ಇರುತ್ತಾರೆ. ತನಗೆ ಅನ್ಯಾಯ ಮಾಡಿಬಿಟ್ಟರೆಂದು ಸೂರು ಹಾರಿ ಹೋಗುವ ಹಾಗೆ ರೇಗಾಡುತ್ತಾರೆ. ನಾನು ಸಮಾಧಾನ ಮಾಡಲು ಪ್ರಯತ್ನಿಸಿ, ನಿಮ್ಮ ತಮ್ಮಂದಿರೂ ನಿಮ್ಮಪ್ಪನ ಮಕ್ಕಳೇ ಅಲ್ಲವೇ? ಅವರೆಲ್ಲ ಎಷ್ಟು ಮರ್ಯಾದೆಯಿಂದ, ಸಂತೋಷದಿಂದ ಬಾ ಮತ್ತು ಬಾಪುರ ಜೊತೆ ಬಾಳುತ್ತಿಲ್ಲವೇ? ನಿಮಗೊಬ್ಬರಿಗೆ ಮಾತ್ರ ಶತ್ರುವು ಹೇಗಾದರು? ಎಂದು ಕೇಳಿದರೆ, ಗುಲಾಬ್ ಅವರ ವಿಷಯ ಮಾತಾಡಬೇಡ ಅವರಿಗೆ ಸ್ವತಂತ್ರವಾಗಿ ಬದುಕಬೇಕೆಂದಾಗಲೀ, ಜೀವನದಲ್ಲಿ ಏನನ್ನಾದರೂ ಸಾಧಿಸಬೇಕೆಂಬ ಮಹತ್ವಾಕಾಂಕ್ಷೆಯಾಗಲೀ ಇಲ್ಲ. ಅಪ್ಪನ ಗುಲಾಮಗಿರಿ ಮಾಡುತ್ತಾ, ಅವರಿಗೇ ಊರುಗೋಲಾಗಿ ಏನೋ ಧನ್ಯತೆ ಸಾಧಿಸಿದ್ದೇವೆ ಎಂದು ಭಾವಿಸಿಕೊಂಡು ಬಾಯಿಲ್ಲದೆ ಬದುಕುತ್ತಿದ್ದಾರೆ. ನಾನು ಅವರ ಹಾಗೆ ಇರಲು ಸಾಧ್ಯವಿಲ್ಲ. ನನ್ನ ಅಸ್ತಿತ್ವವನ್ನು ನನಗೆ ಕಂಡುಕೊಳ್ಳಬೇಕಿದೆ. 'ಬಾ' ಅಂತೂ ನನ್ನಪ್ಪನ ಗುಲಾಮಳು. ಅವನು ರಿಂಗ್ ಮಾಸ್ಟರ್‌ನಂತೆ ನಮ್ಮೆಲ್ಲರನ್ನೂ ಕುಣಿಸುತ್ತಾನೆ. ನಿನಗೆ ನನ್ನಪ್ಪ ಸರಿಯಾಗಿ ಗೊತ್ತಿಲ್ಲ. ನೀನು ಬೇಕಾದರೆ ಅವನನ್ನು ಪೂಜೆಮಾಡು. ಅವನ ತರಫ್‌ದಾರಿ ನನ್ನೆದುರು ಮಾಡಬೇಡ' ಎಂದೆಲ್ಲ ಕಿರುಚಾಡಿ ಬಾಯಿ ಮುಚ್ಚಿಸಿಬಿಡುತ್ತಾರೆ." ಎಂದು ಕಂಬನಿ ಇಟ್ಟಳು.

'ಬಾ' ಗೆ ಗುಲಾಬಳ ಸಂಕಟ ಕಂಡು ಕರುಳು ಹಿಂಡಿದಂತೆ ಆಯಿತು. ಇಂಥ ಕ್ರೂರಿ ದುರಭ್ಯಾಸಿ, ಅವಿವೇಕಿ ಮಗನ ಜೊತೆ ಬಾಳ್ವೆ ಮಾಡುತ್ತಿರುವ ಗುಲಾಬಳ ಭವಿಷ್ಯದ ಬಗ್ಗೆ ಚಿಂತಿತಳಾದಳು.

"ಅಷ್ಟೆಲ್ಲ ಅನುಭವಿಸಿಕೊಂಡು, ಮಕ್ಕಳನ್ನು ಇಟ್ಟುಕೊಂಡು ಹೇಗೆ ತಾನೇ ಬದುಕಿದೆ ಮಗಳೆ! ನಾವು ಯಾರೂ ನಿನಗೆ ನೆನಪಾಗಲಿಲ್ಲವೇ? ಈ ಆಶ್ರಮದಲ್ಲಿ ಇಷ್ಟೊಂದು ಮಂದಿ ಇರುವಾಗ, ನೀವು ಹೇಗೆ ಬಾರದೆ ಹೋದಿರಿ? ನೀವಿಲ್ಲಿ ಇದ್ದರೆ ಬಾಪು ಎಷ್ಟು ಸಂತೋಷ ಪಡುತ್ತಿದ್ದರು. ಮಕ್ಕಳಿಗೂ ಅಜ್ಜನ ಒಡನಾಟ ಆಗಾಗ ಸಿಗುತ್ತಿತ್ತಲ್ಲವೇ?" ಎಂದು ಪ್ರಶ್ನಿಸಿದಳು.

"ಎಷ್ಟೋ ಸಲ ಮನಸ್ಸಾಯಿತು ಆದರೆ ಬರುವುದಕ್ಕೆ ಪ್ರಯಾಣದ ಖರ್ಚಾದರೂ ಎಲ್ಲಿಂದ ಬರಬೇಕು. ಈಗಲೂ ಕೂಡಾ ಹರಿಲಾಲರ ಸಂಸಾರ ಹಾಳಾಗಬಾರದೆಂದೂ, ಹೆಂಡತಿ, ಮಕ್ಕಳೂ ಒಮ್ಮೆಯಾದರೂ ಸಾಬರಮತಿಗೆ ಹೋದರೆ ನೋವನ್ನು ಸ್ವಲ್ಪ ಮಟ್ಟಿಗಾದರೂ

ಮರೆಯಲೆಂದು ಕನಿಕರಿಸಿ ಪ್ರಯಾಣದ ಟಿಕೆಟ್ಟಿಗೆ ಹಣಕೊಟ್ಟದ್ದರಿಂದ ನಮಗೆ ಬರಲು ಸಾಧ್ಯವಾಯಿತು" ಎಂದಳು.

"ಒಳ್ಳೆಯದೇ ಮಾಡಿದೆ ಮಗಳೆ. ಇನ್ನು ನೀನು ಹರಿಯ ಜೊತೆಗೆ ಇರುವುದು ಬೇಡ. ಇಲ್ಲಿಯೇ ಆಶ್ರಮದಲ್ಲಿ ಇದ್ದು ಬಿಡು" ಎಂದಳು.

"ಇಲ್ಲ ಬಾ. ಇಲ್ಲಿ ಒಂದೆರಡು ವಾರವಿದ್ದು. ಮತ್ತೆ ನಾವು ರಾಜಕೋಟೆಗೆ ನನ್ನಮ್ಮನ ಜೊತೆಗೆ ಇರಲು ಹೋಗುತ್ತೇನೆ ಎಂದಳು."

'ಬಾ'ಗೆ ಅದಷ್ಟು ದಿನಗಳೇ ಸಾಕು ಎನಿಸಿತು. ಅವರು ಇರುವಷ್ಟು ದಿನವೂ 'ಬಾ'ಗೆ ಗಡಿ ಬಿಡಿ. ಒಂದು ಕ್ಷಣವೂ ಸುಮ್ಮನಿರಲಾರದೆ, ಮೊಮ್ಮಕ್ಕಳ ಸೇವೆಯಲ್ಲಿ ತನ್ಮಯಳಾಗಿ ಬಿಡುತ್ತಿದ್ದಳು. ಅವರಿಗೆ ಸ್ನಾನ ಮಾಡಿಸುವುದು. ಬಟ್ಟೆಹಾಕುವುದು, ಹೊಟ್ಟೆ ತುಂಬ ಉಣಬಡಿಸುವುದು, ಕತೆ ಹೇಳುವುದು, ಹಾಡುಗಳನ್ನು ಕಲಿಸುವುದು. ಬಾಚಿ ಜಡೆ ಹಾಕುವುದು – ಇತ್ಯಾದಿಯಲ್ಲದೆ, ಮೊಮ್ಮಕ್ಕಳಿಗೆ, ಅವರು ಇರುವಷ್ಟು ದಿನವೂ ಆಶ್ರಮ ನಿಯಮಗಳನ್ನು ಪಕ್ಕಕ್ಕೆ ಇರಿಸಿ, ಪ್ರತಿದಿನವೂ ಏನಾದರೂ ತಿಂಡಿ ತಿನಿಸುಗಳನ್ನು ಸಿಹಿ ಪದಾರ್ಥಗಳನ್ನು ಮಾಡಿಕೊಡುತ್ತಿದ್ದಳು.

ಸಂಜೆ ವೇಳೆಯಲ್ಲಿ ಅಜ್ಜಿ, ಮೊಮ್ಮಕ್ಕಳು ಗಾಳಿ ಸಂಚಾರಕ್ಕೆ ಹೋಗುತ್ತಿದ್ದರು. ಮಕ್ಕಳ ಮೊಗದಲ್ಲಿ ಎಂದೂ ಕಾಣದ ಆನಂದ ತುಂಬಿ ತುಳುಕುತ್ತಿತ್ತು. ಗುಲಾಬಳ ಮೊಗದಲ್ಲಿಯೂ ಸ್ವಲ್ಪ ಗೆಲುವು ಕಾಣಿಸಿತು. ಮಕ್ಕಳೆಲ್ಲ ನಿದ್ದೆ ಮಾಡಿದ ಮೇಲೆ ಅತ್ತೆ ಸೊಸೆ ಗಂಟೆ ಗಟ್ಟಲೆ ಊರಿನ ಸಮಾಚಾರ, ನೆಂಟರಿಷ್ಟರ ಸಮಾಚಾರ, ಊರಿನಲ್ಲಿನ ಆಗುಹೋಗುಗಳ ಬಗ್ಗೆ ಮಾತಾಡುತ್ತಾ, ಹೊತ್ತಾಗುತ್ತಿದ್ದುದರ ಪರಿವೆಯೂ ಇಲ್ಲದೆ ಮೈ ಮರೆಯುತ್ತಿದ್ದರು.

ದಿನಗಳು ಕಳೆದದ್ದೇ ಗೊತ್ತಾಗಲಿಲ್ಲ. ಗುಲಾಬ್ ಮಕ್ಕಳೊಂದಿಗೆ ಹೊರಟುನಿಂತಾಗ, 'ಬಾ'ಗೆ ತಡೆದುಕೊಳ್ಳಲು ಆಗಲಿಲ್ಲ. ಆದರೂ ಕಳಿಸಿಕೊಡುವುದು ಅವಾರ್ಯವಾಗಿತ್ತು. 'ಬಾ'ಳ ಸಂಕಟವನ್ನು ಗಮನಿಸಿದ ಗುಲಾಬ್ ಮತ್ತೆ ಮತ್ತೆ ಆಶ್ರಮಕ್ಕೆ ಬರುತ್ತಿರುವಾಗ ಭರವಸೆ ಕೊಟ್ಟು ಮಕ್ಕಳೊಂದಿಗೆ ನಿಂತಿದ್ದು ಕೈ ಬೀಸಿ ಬೀಳ್ಕೊಟ್ಟು, ಎದೆ ಭಾರದಿಂದ ನಿಧಾನವಾಗಿ ಹೆಜ್ಜೆ ಹಾಕುತ್ತ ಆಶ್ರಮ ತಲುಪಿದಳು.

ಆಶ್ರಮಕ್ಕೆ ಹಿಂತಿರುಗಿದಳಾದರೂ, ಆಶ್ರಮದ ಕೆಲಸಗಳಲ್ಲಿ ಮನಸ್ಸನ್ನು ತೊಡಗಿಸಿಕೊಳ್ಳಲು ಸಾಧ್ಯವಾಗಲಿಲ್ಲ. ಅಷ್ಟೊಂದು ಆಶ್ರಮವಾಸಿಗಳಿದ್ದರೂ, ಏಕಾಕಿತನ ಕಸ್ತೂರಬಾಳನ್ನು ಕಾಡುತ್ತಿತ್ತು. ಈ ಒಂಟಿತನದ ಭಯಾನಕತೆಯಿಂದ ಮುಕ್ತವಾಗಿರಬೇಕಾದರೆ, ಗಂಡನ ಸಮಾಜ ಸೇವಾ, ಗ್ರಾಮಸೇವಾ, ರಾಜಕೀಯ ಚಳುವಳಿಗಳಲ್ಲಿ ತೊಡಗಿಸಿಕೊಳ್ಳಬೇಕೆನಿಸಿ, ಗಾಂಧಿಗೆ, ಪತ್ರ ಬರೆದಳು. ಗುಲಾಬಳು ಮಕ್ಕಳೊಂದಿಗೆ ಬಂದದ್ದು, ಅವರೊಂದಿಗೆ ಮಧುರ ಕ್ಷಣಗಳನ್ನು ಕಳೆದದ್ದು ಆ ಮುದ್ದು ಮೊಮ್ಮಕ್ಕಳ ಆಟಪಾಠಗಳಿಂದ ನಲಿದದ್ದು ಎಲ್ಲವನ್ನೂ ವಿವರಿಸಿ ಬರೆದಿದ್ದಲ್ಲದೆ ಗುಲಾಬಳಿಂದ ಹರಿಲಾಲನ ಬಗ್ಗೆ ತಿಳಿದ ವಿಷಯಗಳನ್ನು ಮಾತ್ರ ಪ್ರಸ್ತಾಪಿಸಿರಲಿಲ್ಲ. ಅವಳಿಗೆ ಹೇಗೂ ಗೊತ್ತಿತ್ತು, ಪ್ರಪಂಚಕ್ಕೆ ತಿಳಿದ ಮೇಲೆ ಗಂಡನಿಗೆ ತಿಳಿಯದೆ ಹೋಗುವುದು ಸಾಧ್ಯವಿರಲಿಲ್ಲ ಎಂದು ನಂಬಿದ್ದಳು. ಅವರನ್ನೆಲ್ಲ ಕಳಿಸಿಕೊಟ್ಟ ಮೇಲೆ ತನ್ನನ್ನು ಕಾಡುತ್ತಿರುವ ಒಂಟಿತನವನ್ನು ವಿವರಿಸಿ, ಅದನ್ನು ಮರೆಯಲು ಗಂಡನ ಪ್ರವಾಸಗಳಲ್ಲಿ, ಕೆಲಸಗಳಲ್ಲಿ ತಾನೂ

ಜೊತೆ ಗೂಡಲು ಅವಕಾಶ ಕೊಡಬೇಕೆಂದು ಕೇಳಿಕೊಂಡಿದ್ದಳು. ಆದರೆ ಬಾಪುವಿಗೆ ಅವಳನ್ನು ಬರಮಾಡಿಕೊಳ್ಳಲು ಕೆಲವು ನಿಬರ್ಂಧಗಳಿದ್ದವು. ಅಲೆಮಾರಿ ಚಟುವಟಿಕೆ ಗಳಾಗಿದ್ದರಿಂದ, 'ಬಾ'ಗೆ ತೊಂದರೆಯಾಗಬಾರದೆಂದು ಭಾವಿಸಿ ಸಮಾಧಾನ ಮಾಡುತ್ತಾ ಪತ್ರ ಬರೆದಿದ್ದ. ಎರಡು ದಿನಗಳ ಅಂತರದಲ್ಲಿ ಎರಡು ಪತ್ರಗಳನ್ನು ಬರೆದಿದ್ದ. ಮೊದಲು ಬಂದ ಪತ್ರದಲ್ಲಿ.

'ನನ್ನ ಪ್ರೀತಿಯ ಕಸ್ಕೂರ್,

ನನ್ನ ಜೊತೆಗಿರಲು ನೀನು ತುಡಿಯುತ್ತಿರುವುದನ್ನು ಅರ್ಥಮಾಡಿಕೊಂಡೆ. ಆದರೆ ನಾವು ನಮ್ಮ ನಮ್ಮ ಕೆಲಸಗಳಲ್ಲಿ ತೊಡಗಿಸಿಕೊಂಡು ಮುಂದುವರೆಯಬೇಕಿದೆ. ಆದ್ದರಿಂದ ನಾವು ಎಲ್ಲೆ ಇದ್ದೇವೆಯೋ ಅಲ್ಲಿಯೇ ಇದ್ದು ಕೆಲಸ ಮುಂದುವರೆಸಬೇಕು. ನಿನ್ನಿಂದ ಮಕ್ಕಳು ದೂರಾದರೆಂಬ ನೋವು ಕಾಡುತ್ತಿರುವುದು ನಿಜವೇ ಇರಬಹುದು. ಆಶ್ರಮದಲ್ಲಿ ಎಷ್ಟೊಂದು ಮಕ್ಕಳಿದ್ದಾರೆ. ಅವರೆಲ್ಲರನ್ನೂ ನಿನ್ನ ಮಕ್ಕಳೆಂದೇ ಭಾವಿಸಿ ಅವರನ್ನು ನೋಡಿಕೊಳ್ಳುವುದಾದರೆ, ಅವರ ಅಗಲಿಕೆ ನಿನ್ನನ್ನು ಕಾಡುವುದಿಲ್ಲ. ಅನ್ಯರನ್ನು ನಿನ್ನವರೆಂದೇ ಭಾವಿಸಿ ಪ್ರೀತಿಸುವುದಾದರೆ, ಅವರ ಸೇವೆ ಮಾಡುವುದಾದರೆ, ಅವರೆಲ್ಲರೂ ನಿನ್ನವರೆಂಬ ಭಾವನೆ ಮೂಡಿ ಎಂದೂ ಇಲ್ಲದ ಸಂತಸವನ್ನು ಅನುಭವಿಸುವಿ.... ಎಂದು ಪತ್ರದಲ್ಲಿ ವಿವರಿಸಿದ್ದ. ಈ ಪತ್ರ ಬರೆದ ಎರಡು ದಿನಗಳ ಅಂತರದಲ್ಲಿ ಮತ್ತೊಂದು ಪತ್ರವನ್ನೂ ಬರೆದ.

ಪ್ರೀತಿಯ ಕಸ್ಕೂರ್,

ನೀನು ಸಂತೋಷವಾಗಿಲ್ಲದಿದ್ದರೆ, ನನಗೂ ಸಂತೋಷವಿರುವುದಿಲ್ಲ. ನೀನು ದುಃಖಿಸುವುದನ್ನು ನೋಯುವುದನ್ನು ನಾನು ಊಹಿಸಿಕೊಳ್ಳಲಾರೆ, ಆದರೇನು ಮಾಡಲಿ? ನಾನು ಹೋಗುವ ಜಾಗಗಳಿಗೆ ಹೆಂಗಸರು ಬರಲು ಆಗುವುದಿಲ್ಲ. ಆದ್ದರಿಂದ ನಿನ್ನ ಬೇಡಿಕೆಯನ್ನು ಮನ್ನಿಸಲಾರೆ. ನಾವು ಹೀಗೆ ಒಬ್ಬರಿಂದೊಬ್ಬರು ದೂರವಿರುವುದು ಹೊಸದೇನಲ್ಲ. ಅಗಲಿಕೆಯ ಅನುಭವ, ಮತ್ತು ಅದರಲ್ಲಿಯೇ ತೃಪ್ತಿ, ಸಂತೋಷಗಳನ್ನು ಕಾಣುವುದನ್ನು ನಾವು ರೂಢಿಸಿಕೊಂಡಿದ್ದೇವಲ್ಲವೇ?– ಎಲ್ಲವನ್ನೂ ಮರೆತು, ನಿನ್ನ ಕರ್ತವ್ಯ ಪಾಲನೆಯಲ್ಲಿ ದೈನಂದಿನ ಚಟುವಟಿಕೆಗಳಲ್ಲಿ ಸಮಾಧಾನ, ಸಂತೋಷಗಳನ್ನು ಕಂಡುಕೊಳ್ಳಲು ಪ್ರಯತ್ನಿಸು. ದೇವರಿಚ್ಛೆ ಇದ್ದಲ್ಲಿ ಆದಷ್ಟು ಬೇಗನೆ ನಾವು ಭೇಟಿಯಾಗೋಣ – ಎಂದು ವಿವರಿಸಿ ಸಮಾಧಾನ ತಳೆಯಲು ಆರ್ತವಾಗಿ ಬೇಡಿಕೊಂಡಿದ್ದ.

ಗಾಂಧಿಯ ಈ ಸಾಂತ್ವನದ ಮಾತುಗಳಲ್ಲಿ, ಕಸ್ತೂರಬಾ ಬಗ್ಗೆ ಎದೆಯಾಳದಲ್ಲಿ ಹುದುಗಿದ್ದ ಅಪಾರ ಪ್ರೀತಿ ಅಡಗಿರುವುದು ಸ್ಪಷ್ಟವಾಗಿತ್ತು. ನೋಡಿದವರೆಲ್ಲರಿಗೂ ಅವರಿಬ್ಬರ ಅನನ್ಯತೆ, ಅನ್ಯೋನ್ಯತೆ ಒಬ್ಬರಿಗಾಗಿ ಒಬ್ಬರು ತಮ್ಮನ್ನು ಸಮರ್ಪಿಸಿಕೊಳ್ಳುತ್ತಿದ್ದ ರೀತಿಯು ಗೋಚರಿಸಿತ್ತು. ಗಾಂಧಿ ಹಲವು ಸಂದರ್ಭಗಳಲ್ಲಿ ರೇಗಾಡಿರಬಹುದಾದರೂ ಆಳದಲ್ಲಿ ಕಸ್ತೂರಳನ್ನು ತನ್ನ ಗುರುವೆಂದು, ಸತ್ಯ, ಅಹಿಂಸೆ ಶಾಂತಿಗಳ ಪ್ರತೀಕವೆಂದೂ ಭಾವಿಸಿದ್ದ. ಒಬ್ಬರನ್ನೊಬ್ಬರು ಅರ್ಥ ಮಾಡಿಕೊಂಡಿದ್ದರಲ್ಲದೆ, ಗಾಂಧಿ, ಕಸ್ತೂರಬಾಳನ್ನು ಅತಿಯಾಗಿ ಅವಲಂಬಿಸಿದ್ದ. ಅವಳಿಲ್ಲದ ಬದುಕನ್ನು ತಾನೆಂದೂ ಊಹಿಸಿಕೊಳ್ಳಲಾರೆ ಎನ್ನುವ ಮಾತನ್ನು ಅನೇಕ ಸಲ ಅನೇಕ

ಸಂದರ್ಭಗಳಲ್ಲಿ ವ್ಯಕ್ತಪಡಿಸಿದ್ದ. ಅವಳಲ್ಲಿನ ಕಾರ್ಯಕ್ಷಮತೆ, ದಯೆ, ಕರುಣೆ, ದೀನ ದಲಿತರ ಬಗ್ಗೆ ಅಪಾರವಾದ ಅನುಕಂಪವನ್ನು ಮೆಚ್ಚಿಕೊಂಡಿದ್ದ, ಗುರುತಿಸಿದ್ದ. ಯಾವಾಗಲೂ ಅವಳು ಬಡವರ ಪರವಾಗಿಯೇ ನಿಲ್ಲುವಳೆಂಬ ಅಚಲ ನಂಬಿಕೆಗೆ ಸಾಕ್ಷಿಯಾಗುವಂತಹ ಅನೇಕ ಸಂಗತಿಗಳು ನಡೆದಿದ್ದವು.

ಬಾಪುವಿನ ಬಗ್ಗೆ ಬಾ ಕೂಡಾ ಉದಾತ್ತವಾದ ನಿಲುವುಗಳನ್ನು ತಳೆದಿದ್ದಳು. ನೋಡುವವರ ಕಣ್ಣಿಗೆ ನಿಷ್ಠುರವಾಗಿ ಕಾಣುತ್ತಿದ್ದ ಬಾಪುವಿನ ವರ್ತನೆಯಿಂದ, ಬಾಪು "ಬಾ" ಬಗ್ಗೆ ದಬ್ಬಾಳಿಕೆ ನಡೆಸುತ್ತಿದ್ದಾನೆಂಬ ಗುಸುಗುಸು ಕೇಳಿ ಬಂದಾಗ 'ಬಾ' ಒಮ್ಮೆಲೇ ಸಿಟ್ಟಿನಿಂದ, ಇಂತಹ ಟೀಕೆಗೆ ಕಾರಣಳಾಗಿದ್ದ ಲೀಲಾವತಿ ಎಂಬಾಕೆಗೆ ಅಖಂಡ ಸೌಭಾಗ್ಯವತಿ ಲೀಲಾವತಿ

ನಿಮ್ಮ ಮಾತುಗಳು ನನ್ನನ್ನು ಚುಚ್ಚುತ್ತಿವೆ. ನನ್ನ ನಿಮ್ಮ ನಡುವೆ ಯಾವತ್ತೂ ಯಾವ ಮಾತುಕತೆಗೂ ಅವಕಾಶವೇ ಸಿಕ್ಕಿಲ್ಲ. ಆದರೂ, ಗಾಂಧೀಜಿ ನನ್ನನ್ನು ನೋಯಿಸುತ್ತಾರೆಂದು ನಿಮಗೆ ಹೇಗೆ ಗೊತ್ತಾಯಿತು? ನನ್ನ ಮುಖ ಕಳೆಗುಂದಿರುತ್ತದೆ, ಹೊಟ್ಟೆಗೂ ಕೊಡದೆ ಅವರು ನನ್ನನ್ನು ಹಿಂಸಿಸುತ್ತಾರೆ ಎನ್ನಲು ನೀವೇನು ಬಂದು ನೋಡಿರುವಿರಾ ಹೇಗೆ? ನನ್ನ ಪತಿಯಂಥವರು ಜಗತ್ತಿನಲ್ಲಿಯೇ ಯಾರೂ ಇರಲಿಕ್ಕಿಲ್ಲ. ಸತ್ಯದ ಕಾರಣಕ್ಕಾಗೇ ಅವರು ವಿಶ್ವಮಾನ್ಯರಾಗಿದ್ದಾರೆ. ಅವರ ಸಲಹೆ ಪಡೆಯಲು ಬರುವವರಂತೂ ಸಹಸ್ರಗಟ್ಟಲೆ ಇದ್ದಾರೆ. ನನ್ನ ತಪ್ಪುಗಳನ್ನು ಅವರು ಎತ್ತಿ ಆಡಿರಬಹುದು. ಆದರೆ ದೋಷವನ್ನಲ್ಲ, ನಾನು ದೂರಾಲೋಚನೆಯವಳಲ್ಲದೆ ಇರಬಹುದು, ದೃಷ್ಟಿ ಸಂಕುಚಿತವೂ ಇರಬಹುದು. ಜಗತ್ತಿನಲ್ಲಿ ನನ್ನಂಥವರು ಬಹಳಷ್ಟು ಮಂದಿ ಇರುತ್ತಾರೆಂದು ನನ್ನ ಗಂಡನೇ ಸಮಾಧಾನ ಮಾಡಿದ್ದಾರೆ. ಗಾಂಧೀಜಿ ಪತ್ರಿಕೆಗಳ ಮೂಲಕ ಚರ್ಚೆ ನಡೆಸುತ್ತಾರೆ. ಮತ್ತೊಬ್ಬರ ಮನೆಯ ಕಲಹಗಳನ್ನು ಬಗೆಹರಿಸುತ್ತಾರೆ. ನನ್ನ ಗಂಡನ ಕಾರಣದಿಂದಾಗಿಯೇ ನನಗೂ ಜಗತ್ತಿನಲ್ಲಿ ಪೂಜನೀಯ ಸ್ಥಾನವಿದೆ. ನನ್ನ ಹತ್ತಿರದ ಬಂಧು ಬಾಂಧವರಲ್ಲಿ ನನ್ನ ಬಗ್ಗೆ ಪ್ರೇಮವಿದೆ. ಗೆಳೆಯರಂತೂ ಇನ್ನೂ ಹೆಚ್ಚಾಗಿಯೇ ಪ್ರೀತಿಸುತ್ತಾರೆ. ಸ್ನೇಹಿತರ ಮಧ್ಯೆ ನನಗೆ ಎಷ್ಟು ಗೌರವವಿದೆಯೆಂದರೆ, ನೀವು ಏನೇ ಹೇಳಿದರೂ, ಸುಳ್ಳು ಆರೋಪಗಳನ್ನು ಹೊರಿಸಿದರೂ ಅದನ್ನು ನಂಬುವವರಿಲ್ಲ. ನಾನು ನಿಮ್ಮಗಳ ಹಾಗೆ ಈಗಿನ ಕಾಲದವಳಲ್ಲ ಗಂಡನನ್ನು ಹದ್ದು ಬಸ್ತಿನಲ್ಲಿ ಇಡಬೇಕು, ಇಲ್ಲದಿದ್ದರೆ ನಿನ್ನದಾರಿ ನಿನಗೆ ನನ್ನ ದಾರಿ ನನಗೆ ಎಂದು ಹೇಳುವ ಮಹಾನ್ ಸ್ವಾತಂತ್ರ್ಯ ನಮ್ಮಂಥ ಸನಾತನಿ ಹಿಂದೂಗಳಿಗೆ ಶೋಭಾಯಮಾನವಲ್ಲ. ಶಂಕರನೇ ತನ್ನ ಜನ್ಮ ಜನ್ಮಾಂತರದ ಪತಿ ಎನ್ನುವುದೇ ಪಾರ್ವತಿಯ ಪ್ರತಿಜ್ಞೆ ಆಗಿತ್ತು. ನನ್ನದೂ ಕೂಡಾ ಅಂಥದೇ ಒಂದು ಪ್ರತಿಜ್ಞೆಯಿದೆ. ನನ್ನ ಗಂಡನ ಬಗ್ಗೆ" ಎಂದು ತನ್ನ ಮನಸ್ಸಿನಲ್ಲಿ ಗಂಡನ ಬಗ್ಗೆ ಇಟ್ಟುಕೊಂಡಿದ್ದ ಅಖಂಡ ಪ್ರೀತಿ, ವಿಶ್ವಾಸ, ಅಚಲವಾದ ನಿಷ್ಠೆ ನಂಬಿಕೆಗಳೇ ಗಂಡ–ಹೆಂಡಿರ ನಡುವಿನ ವಿಶ್ವಾಸ ಮುರಿದು ಮುಕ್ಕಾಗದಂತೆ ಇರಲು ಅನುವು ಮಾಡಿದ್ದವು.

ಗಂಡನಿಗೆ ತಾನು ವಿದ್ಯಾವಂತೆ ಅಲ್ಲವೆಂಬ ಅಸಮಾಧಾನ ಇದ್ದದ್ದು ನಿಜವೂ ಆಗಿತ್ತು. ಅದನ್ನು ಅವಳು ಒಪ್ಪಿಕೊಂಡಿದ್ದಳು ಮತ್ತು ಕಲಿಯಬೇಕಾದ ಸಮಯದಲ್ಲಿ ಕಲಿಯದೆ ಹೋದೆನಲ್ಲ ಎಂಬ ದುಃಖಿವೂ ಇತ್ತು; ಪಶ್ಚಾತ್ತಾಪವೂ ಇತ್ತು.

ಗಾಂಧಿ ರೂಪಿಸಿಕೊಂಡಿದ್ದ ಹೋರಾಟದ ವಿಧಾನಗಳಾದ ಅಸಹಕಾರ, ಉಪವಾಸ, ಹರತಾಳ ಅಥವಾ ಮುಷ್ಕರ ನಾಗರಿಕರ ಕಾಯಿದೆ ಭಂಗ – ಇತ್ಯಾದಿಗಳಲ್ಲಿ ಮಹಿಳೆಯರ ಪಾತ್ರದ ಅಗಾಧತೆಯನ್ನು, ಅವರಲ್ಲಿನ ಸುಪ್ತಶಕ್ತಿಯನ್ನು – ಬಳಸಿಕೊಂಡು, ಅದ್ಭುತ ಪರಿಣಾಮಗಳನ್ನು ಕಲ್ಪಿಸಿಕೊಂಡಿದ್ದ ಗಾಂಧಿ, ಸತ್ಯಾಗ್ರಹ ಚಳುವಳಿಯಲ್ಲಿ ಭಾಗವಹಿಸಲು ಕರೆಕೊಟ್ಟಿದ್ದ. ಗಾಂಧಿಯ ಕರೆಯ ಮಾಂತ್ರಿಕ ಮೋಡಿಗೆ ಆಕರ್ಷಿತರಾಗಿ, ಅತ್ಯಂತ ಉನ್ನತವರ್ಗದ ಮಹಿಳೆಯರಿಂದ ಹಿಡಿದು ಕೆಳವರ್ಗದ ಎಲ್ಲ ಮಹಿಳೆಯರೂ ಅಪಾರ ಸಂಖ್ಯೆಯಲ್ಲಿ ಸ್ಪಂದಿಸಿದರು. ಇಂತಹ ಸನ್ನಿವೇಶಗಳಲ್ಲಿ ಕಸ್ತೂರಬಾಳ ಕೆಚ್ಚು ಪ್ರತಿಭೆಗಳು ಅನಾವರಣಗೊಂಡವು. ನೆಹರೂ, ಬಾಬು ರಾಜೇಂದ್ರ ಪ್ರಸಾದ್, ಕೃಪಲಾನಿ ರಾಜಾಜಿ ವಲ್ಲಭಬಾಯಿ ಪಟೇಲ್ ಮುಂತಾದ ಮಹಾನ್ ನಾಯಕರು ಗಾಂಧಿಯನ್ನು ಸುತ್ತುವರೆದಿದ್ದಂತೆ ಅನೇಕ ಮಹಿಳೆಯರೂ ಇದ್ದರು. ಇವರಲ್ಲಿ ವಿದೇಶಿ ಮಹಿಳೆಯರಾದ ಸೋನ್ಯಾಶ್ಲೇಷಿನ್, ಮಿಲ್ಲಿಗ್ರಾಹಮ್ ಪೋಲಕ್, ಆಲೀವ್ ಶ್ರೀನೆರ್, ಅನಿಬೆಸೆಂಟ್ ಮೊದಲಾದವರಿದ್ದರೆ ನಮ್ಮವರೇ ಆದ ಭಾರತೀಯ ಮಹಿಳೆಯರಾದ ಸರೋಜಿನಿ ನಾಯ್ಡು, ಗಂಗಾಬೆಹನ್, ಅನಸೂಯಾ ಸಾರಾಬಾಯಿ ವಿಜಯಲಕ್ಷ್ಮಿ, ಸುಶೀಲ, ಸುಶೀಲಾ ನಯ್ಯರ್, ಸರಳಾದೇವಿ ರಾಜಕುಮಾರಿ ಅಮೃತಕೌರ್, ಮತ್ತು ಮೀರಾಬೆನ್, (ಮೂಲತ, ಮೆಡಲೀನ್ ಸ್ಲೇಡ್ ಹೆಸರಿನ ವಿದೇಶಿ ಮಹಿಳೆ) ಮೊದಲಾದವರು ಇದ್ದುದೇ ಅಲ್ಲದೆ ಇವರೆಲ್ಲರೂ ಗಾಂಧಿಗೆ ತುಂಬಾ ಹತ್ತಿರವಾಗಿದ್ದರು. ಇವರೆಲ್ಲರೂ ಶ್ರೀಮಂತರೂ, ಬುದ್ಧಿವಂತರೂ, ಸುಶೀಕ್ಷಿತರೂ ಸುಸಂಸ್ಕೃತರೂ ಆಗಿದ್ದುದು ಗಾಂಧಿಗೆ ಹತ್ತಿರವಾಗಲು ಕಾರಣವಾಗಿತ್ತು. ಅವರ ಜೊತೆಗಿನ ಆತ್ಮೀಯ ಒಡನಾಟವನ್ನು ಹತ್ತಿರದಿಂದ ಕಾಣುತ್ತಿದ್ದ 'ಬಾ' ಅಸೂಯೆಯಿಂದ ನೋಡಬಹುದಾದ ಎಲ್ಲ ಸಾಧ್ಯತೆಗಳಿದ್ದರೂ ಗಂಡನ ನಿಗ್ರಹ ಶಕ್ತಿಯ ಅರಿವಿದ್ದ ಅವಳು ಯಾವುದೇ ಬಗ್ಗೆಯ ಅನುಮಾನಕ್ಕೆ ಅವಕಾಶವನ್ನೇ ಕೊಡಲಿಲ್ಲ. ಅವರೆಲ್ಲರೊಂದಿಗೆ ಸಹಜವಾಗಿಯೇ ನಡೆದುಕೊಳ್ಳುತ್ತಿದ್ದಳು. ಆ ಹೆಂಗಸರಿಗೋ ಗಾಂಧಿಯ ಕಾರ್ಯ ವಿಧಾನಗಳು. ವಿಚಾರಗಳು ಆದರ್ಶಗಳು ಸಿದ್ಧಾಂತಗಳ ಬಗ್ಗೆ ಅಪಾರ ಭಕ್ತಿ, ಶ್ರದ್ಧೆ ಇದ್ದಂತೆ, ವೈಯಕ್ತಿಕವಾಗಿ ಗಾಂಧಿಯ ಬಗ್ಗೆಯೂ ಅಷ್ಟೇ ಆತ್ಮೀಯತೆ, ಸಲುಗೆಗಳೂ ಇದ್ದವು. ಚಳವಳಿಯ ನೆಪದಲ್ಲಿ ಒಗ್ಗೂಡಿ ಬಂದಿದ್ದ ಮಹಿಳೆಯಲ್ಲಿ ಕೆಲವರಂತೂ ಗಾಂಧಿಯ ಆರಾಧಕರಾಗಿ ಬಿಟ್ಟಿದ್ದರು. ಅದರಲ್ಲಿಯೂ ಮೀರಾಬೆನ್ ಎಂದು ನಾಮಾಂಕಿತಳಾಗಿದ್ದ ಮೆಡಲಿನ್ ಸ್ಲೇಡ್ ಸ್ನೇಹಕ್ಕಿಂತ ಹೆಚ್ಚಿನದನ್ನು ನಿರೀಕ್ಷಿಸುತ್ತಿದ್ದಳು. ಒಂದು ಕ್ಷಣವಾದರೂ ಗಾಂಧಿಯನ್ನು ಬಿಟ್ಟಿರುವುದು ಅವಳಿಗೆ ಸಾಧ್ಯವಾಗುತ್ತಿರಲಿಲ್ಲ. ಗಾಂಧಿಗೆ ಅವಳು ಅತಿಯಾಗಿ ಹಚ್ಚಿಕೊಂಡದ್ದು ತಲೆನೋವಾಯಿತು. ಅವಳು ತನ್ನನ್ನು ಇಷ್ಟೊಂದು ಮನಸ್ಸಿಗೆ ತೆಗೆದುಕೊಳ್ಳುವುದು ಸರಿಯಲ್ಲ. ಏನಿದ್ದರೂ ಧ್ಯೇಯಸಾಧನೆಯ ಕಡೆಗೆ ಗಮನ ನೀಡಬೇಕೆಂದು ತಿಳಿಸಿ ಹೇಳಿದ. ತಾಕೀತು ಮಾಡಿದ. ತನ್ನಿಂದ ದೂರವಿರಿಸಲು, ಖಾದಿ ಪ್ರಚಾರದ ಹಿನ್ನೆಲೆಯಲ್ಲಿ ಹಳ್ಳಿಗಳಿಗೆ ಹೋಗಿ ವಾಸಿಸಲು ಆದೇಶಿಸಿದ.

ಇದೇ ರೀತಿಯಲ್ಲಿ ಮತ್ತೊಬ್ಬ ಮಹಿಳೆ ಸಮಸ್ಯೆಯಾದದ್ದು ಪಂಡಿತ್ ರಾಂಭೋಜ್‌ದತ್ ಚೌಧರಿಯ ಹೆಂಡತಿ ಸರಳಾದೇವಿ ಚೌಧರಿ, (ಪಂಜಾಬಿನ ರಾಷ್ಟ್ರೀಯ ನಾಯಕರಲ್ಲಿ ಒಬ್ಬರಾಗಿದ್ದವರು) 1919ರಲ್ಲಿಯೇ ಗಾಂಧಿ ಸರಳಾದೇವಿ ಚೌಧರಿಯ ಸಂಪರ್ಕಕ್ಕೆ ಬಂದಿದ್ದ. ತುಂಬಾ ಸುಂದರಿ, ಬುದ್ಧಿವಂತೆ, ಪ್ರತಿಭಾವಂತೆ ಅಷ್ಟೇ ಅಲ್ಲದೆ ಸುಶ್ರಾವ್ಯ ಗಾಯಕಿಯೂ ಕ್ರಿಯಾಶೀಲ ಕಾರ್ಯಕರ್ತೆಯೂ ಆಗಿ ಸ್ವದೇಶಿ ಚಳುವಳಿಯಲ್ಲಿ ಭಾಗವಹಿಸಿದ್ದಳು. ಬ್ರಹ್ಮಚರ್ಯ, ನಿಗ್ರಹಗಳ ಬಗ್ಗೆ ಮಾತನಾಡುತ್ತಿದ್ದ, ಮತ್ತು ಪಾಲಿಸುತ್ತಿದ್ದವನಾಗಿದ್ದ ಗಾಂಧಿಗೆ ಸರಳಾದೇವಿಯ ಚುಂಬಕ ಶಕ್ತಿಯಿಂದ ದೂರವಿರಲು ಸಾಧ್ಯವಾಗುತ್ತಿರಲಿಲ್ಲ. ಹಾಗೆಂದು ಕಾಮುಕತೆಗೆ ಒಳಗಾಗದೆ ಆಕೆಯನ್ನು 'ಆಧ್ಯಾತ್ಮ ಸಂಗಾತಿ'ಯೆಂದು ಸಂಬೋಧಿಸಿದ. ಗಾಂಧಿಯ ದೃಷ್ಟಿಯಲ್ಲಿ 'ಆಧ್ಯಾತ್ಮ ಸಂಗಾತಿ' ಎನ್ನುವುದಕ್ಕೆ ಸಮರ್ಥವಾದ ವ್ಯಾಖ್ಯಾನವಿತ್ತು. ಇದರ ಅರ್ಥ ಇಬ್ಬರು ಭಿನ್ನಲಿಂಗಿಗಳ ನಡುವಿನ ಮಾನಸಿಕ ಸಂಬಂಧ, ದೈಹಿಕ ಸಂಬಂಧಕ್ಕೆ ಅವಕಾಶವೇ ಇಲ್ಲ' ಎನ್ನುವುದಾಗಿತ್ತು. ಅಲ್ಲದೆ ಬ್ರಹ್ಮಚರ್ಯ ವಿಚಾರವನ್ನು ಕಟ್ಟುನಿಟ್ಟಾಗಿ ಪಾಲಿಸುವವರ ಮಧ್ಯೆ ಮಾತ್ರ ಇಂತಹ ಸಂಬಂಧ ಸಾಧ್ಯವಾಗುವುದು. ಆದ್ದರಿಂದ ಅರ್ಥದ ಈ ನೆಲೆಯಲ್ಲಿ ನೀನು ನನ್ನ ಹೆಂಡತಿಯಾಗಿ ಬರಲು ಸಾಧ್ಯವೇ? ಎಂದು ಪ್ರಶ್ನಿಸಿ ಬರೆದಿದ್ದ ಒಂದು ಪತ್ರವನ್ನು!

ತನ್ನ ಕಾರ್ಯಸಾಧನೆಯಲ್ಲಿ ಸರಳಾದೇವಿಯ ಸಹಕಾರ ಅನನ್ಯವಾದುದಾಗಿತ್ತು. ಭಾವನಾತ್ಮಕ ಬೆಂಬಲ ಸ್ಥೈರ್ಯಗಳನ್ನು ಗಾಂಧಿಗೆ ನೀಡುವಷ್ಟು ಸಮರ್ಥಳಾಗಿದ್ದಳು. ಕಾರ್ಯಭಾರಗಳಿಂದ, ದಣಿವಿಲ್ಲದ ಹೋರಾಟಗಳಿಂದ, ಅಪ್ರತಿಮ ಆತ್ಮವಿಶ್ವಾಸಗಳಿಂದ ಲೋಕದ ಕಣ್ಣಲ್ಲಿ ಸತ್ಯಾಗ್ರಹದ ಸಂಸ್ಥಾಪಕ ದಂಡನಾಯಕನಾಗಿದ್ದ ಗಾಂಧಿಯೂ ಕೂಡಾ ಹೇಳಿಕೇಳಿ ಸಾಮಾನ್ಯ ಮನುಷ್ಯನೇ ಆಗಿದ್ದ ಕಾರಣ ಅವರೊಳಗೂ ಅನೇಕ ಬೇಗುದಿಗಳು, ನೋವು, ಸಂಕಟಗಳು ಸಾಕಷ್ಟು ಇದ್ದು ಒಳಗೊಳಗೇ ಕಿತ್ತು ತಿನ್ನುತ್ತಿದ್ದವು. ಆದರೆ ಅದೆಲ್ಲವನ್ನೂ ಹತ್ತಿಕ್ಕಿ ಆತ್ಮ ಸಂಯಮದೊಂದಿಗೆ ಭಾರತದೊಂದಿಗೆ ಸತ್ಯದ ಅನುಸಂಧಾನ ನಡೆಸಿದ. ಇಂತಹ ಸಂದರ್ಭದಲ್ಲಿ ತನ್ನ ಅಂತರಂಗದ ಆಶಯಗಳನ್ನು, ಸಿದ್ಧಾಂತಗಳನ್ನು, ತತ್ವಗಳನ್ನು ನಿರೀಕ್ಷೆಗಳನ್ನು ಕನಸುಗಳನ್ನು ಬೌದ್ಧಿಕ ನೆಲೆಯಿಂದ, ಮಾನಸಿಕ ನೆಲೆಯಿಂದ ಅರ್ಥಮಾಡಿಕೊಳ್ಳಬಲ್ಲ ಮತ್ತು ಹೆಜ್ಜೆ ಹೆಜ್ಜೆಗೂ ಸಮಜೋಡಿಯಾಗಿ ನಿಂತು, ತನ್ನ ಕೆಲಸಕಾರ್ಯಗಳಲ್ಲಿ ಕೈ ಜೋಡಿಸಬಲ್ಲ ಸಂಗಾತಿಯನ್ನು ಕಸ್ತೂರಬಾಳಲ್ಲಿ ಕಾಣುವುದು ಸಾಧ್ಯವಿರಲಿಲ್ಲ. ಆಕೆ ಒಳ್ಳೆಯವಳೇ ತನ್ನ ಸನಾತನ ಪರಂಪರೆಯಲ್ಲಿನ ನಿಷ್ಠೆಯ ಹಿನ್ನೆಲೆಯಲ್ಲಿ ಗಂಡನ ಅನನ್ಯ ಸಹಚರಿಯಾಗಿ ಬಾಹ್ಯದ ಅಗತ್ಯಗಳನ್ನು ಪೂರೈಸಬಲ್ಲವಳಾಗಿದ್ದಳು. ಕೌಟುಂಬಿಕ ಸಮಸ್ಯೆಗಳಲ್ಲಿ, ಮಕ್ಕಳ ಲಾಲನೆ ಪಾಲನೆಯಲ್ಲಿ, ಗಂಡನ ಆಗುಹೋಗುಗಳಲ್ಲಿ, ದಣಿದಾಗ, ಅನಾರೋಗ್ಯಕ್ಕೆ ಗುರಿಯಾದಾಗ ಸೇವೆ, ಆರೈಕೆಗಳಲ್ಲಿ ನಿಸ್ವಾರ್ಥತೆಯಿಂದ, ನಿರಂತರತೆಯಿಂದ ತನ್ನ ಹಸಿವು, ದಣಿವುಗಳನ್ನು ಮರೆತು ತಪಸ್ವಿನಂತೆ ಸೇವೆ ಮಾಡಬಲ್ಲವಳಾಗಿದ್ದಳೇ ಹೊರತು, ದೇಶದ, ಜಗತ್ತಿನ ಸಮಸ್ಯೆಗಳ ಸಂಕೀರ್ಣತೆಯನ್ನಾಗಲೀ ಗಂಭೀರತೆಯನ್ನಾಗಲೀ ಅರ್ಥಮಾಡಿಕೊಳ್ಳುವಷ್ಟು ಬೌದ್ಧಿಕಳಾಗಿರಲಿಲ್ಲ. ಹೀಗಿರುವಾಗ 'ಸರಳಾದೇವಿ' ತನ್ನ ಎಲ್ಲ ನಿರೀಕ್ಷೆಗಳನ್ನು ಸಾಕಾರಗೊಳಿಸುವಲ್ಲಿ ಸಮರ್ಥವಾದ ಸಾಂಗತ್ಯವನ್ನು ನೀಡಬಲ್ಲವಳಾಗಿದ್ದಳು. ಸಾರಥ್ಯವನ್ನೂ ಮಾಡಬಲ್ಲವುಳಾಗಿದ್ದಳು ಎನ್ನುವುದು ಗಾಂಧಿಗೆ ಪ್ರತ್ಯಕ್ಷ ಅನುಭವಗಳಿಂದ ಸಾಬೀತಾಗಿತ್ತು. ಪಂಜಾಬಿನ ಪ್ರವಾಸಗಳಲ್ಲಿ ಸರಳಾದೇವಿಯೂ ಜೊತೆಯಾಗಿದ್ದರು. ಗಾಂಧಿಯು ಭಾಷಣ ಮಾಡುತ್ತಿದ್ದ ಸಭೆಗಳಲ್ಲಿ

ಹಾಡುತ್ತಿದ್ದಳು. ಸ್ವತಃ ಖಾದಿ ಧರಿಸಿದ ಮೇಲೆಯೇ ಖಾದಿಯ ಪ್ರಚಾರಕ್ಕೆ ಮತ್ತು ಸತ್ಯಾಗ್ರಹದ ಅರ್ಥ ಬೋಧನೆಗೆ ಮುಂದಾಗುತ್ತಿದ್ದಳು. ಇಂತಹ ಸರಳಾದೇವಿಯಲ್ಲಿ ನವಭಾರತ ನಿರ್ಮಾಣದ ಕನಸನ್ನು ಕಂಡಿದ್ದರು; ಅಲ್ಲದೆ ಹಾಗೆ ಆಗಬೇಕೆನ್ನುವುದು ಭಗವಂತನ ಇಚ್ಛೆಯೋ ಆಗಿದೆ ಎಂದು ಬಲವಾಗಿ ನಂಬಿದ್ದರು. ಆಕೆಯಿಂದ ಎಷ್ಟು ಆಕರ್ಷಿತರಾಗಿದ್ದರೆಂದರೆ, ಆಕೆಯಿಲ್ಲದೆ ತಮ್ಮ ಹೋರಾಟಗಳಿಗೆ ಅರ್ಥವೇ ಇರುವುದಿಲ್ಲವೇನೋ ಎಂದು ಭಾವಿಸತೊಡಗಿದ್ದರು. 'ಯಂಗ್ ಇಂಡಿಯಾ'ದಲ್ಲಿ ಸರಳಾದೇವಿಯ ಆತ್ಮೀಯ ಒಡನಾಟಗಳು ಆಶ್ರಮವಾಸಿಗಳಲ್ಲಿ ಸ್ವಲ್ಪ ಅಸಮಾಧಾನವನ್ನು ಸೃಷ್ಟಿಸಿದ್ದವು. ಅಷ್ಟೇ ಅಲ್ಲ ಕೆಲವು ಅಸಭ್ಯ ಟೀಕೆಗಳೂ ಹರಿದಾಡಿದವು.

ಕಸ್ತೂರಬಾ ಮೂಕ ಸಾಕ್ಷಿಯಾಗಿ ಎಲ್ಲವನ್ನೂ ಗಮನಿಸುತ್ತಿದ್ದಳೇ ಹೊರತು, ಅದರ ಕುರಿತು ಪ್ರಶ್ನಿಸುವುದಕ್ಕಾಗಲೀ, ಪ್ರತಿಭಟಿಸುವುದಕ್ಕಾಗಲೀ ಮುಂದಾಗಲಿಲ್ಲ. ಮನಸ್ಸಿನ ತುಂಬ ನೋವಿನ ಊಟೆಗಳು! ತನ್ನ ಜೊತೆಗೆ ತನ್ನ ಗಂಡ ಇಷ್ಟು ಆತ್ಮೀಯವಾಗಿ ನಡೆದುಕೊಳ್ಳಲಿಲ್ಲವೆಂದು ನೊಂದುಕೊಳ್ಳಲಿಲ್ಲ. ಬೇಸರ ಪಡಲಿಲ್ಲ: ಅಸೂಯೆಗೂ ದಾರಿ ಮಾಡಿಕೊಳ್ಳಲಿಲ್ಲ. ಅವಳಿಗೆ ಸಂಕಟವಾದದ್ದು, ಆಶ್ರಮವಾಸಿಗಳು, ಕೆಲವರು ರಾಷ್ಟ್ರೀಯ ನಾಯಕರು, ಹಗುರವಾಗಿ ಮಾತಾಡಿಕೊಳ್ಳುತ್ತಿದ್ದುದರಿಂದ!! 'ಬಾ' ಬಾಯ ಬಿಚ್ಚದೆ ಮೌನವಾಗಿದ್ದರೂ ಮಕ್ಕಳಾದ ರಾಮದಾಸ್, ದೇವದಾಸ್ ಮತ್ತು ದೇಸಾಯಿ, ಮಘುರಾದಾಸ್ ಮುಂತಾದವರು ಸುಮ್ಮನಿರಲಿಲ್ಲ. ಗಾಂಧಿಯನ್ನು ನೇರವಾಗಿ ಪ್ರಶ್ನಿಸಿದರು. ಕಸ್ತೂರಬಾ ಮನಸ್ಸಿನ ಮೇಲೆ ಆಗಬಹುದಾದ ಭಯಂಕರ ಪರಿಣಾಮಗಳನ್ನು ಕುರಿತು ಎಚ್ಚರಿಸಿದರು.

ಅಷ್ಟೇ ಏಕೆ? ರಾಜಗೋಪಾಲಾಚಾರಿಯಂತಹ ಮುತ್ಸದ್ದಿಯವರೂ ಇವರಿಬ್ಬರ ಸಂಬಂಧದ ಬಗ್ಗೆ ತುಂಬಾ ಕಳವಳಗೊಂಡಿದ್ದರು. ಬುದ್ಧಿಯ ಮಾತುಗಳನ್ನು ಹೇಳಿದರು. ಅವರಿಬ್ಬರ ಸಂಬಂಧದ ವೈದೃಶ್ಯವನ್ನು ಹೋಲಿಕೆಗಳಲ್ಲಿ ವಿವರಿಸಿದ್ದರು. ಗಾಂಧಿಯಂತಹ ದಿವ್ಯಾತ್ಮವನ್ನು ಆವರಿಸಿರುವ ಮಾಂಸವನ್ನು ಹೊರಸರಿಸಿ ಬನ್ನಿ ಎಂದು ಗಾಂಧಿಯನ್ನು ಪ್ರಾರ್ಥಿಸಿಕೊಂಡರು. ಗಾಂಧಿಗೆ ತನ್ನವರು, ತನ್ನ ಹಿತೈಷಿಗಳು ಹೇಳಿದ್ದರಲ್ಲಿ ಅಸೂಯೆಯ ನೆರಳನ್ನು ಗುರುತಿಸಿದ. ಆದರೂ ಆತ್ಮಾವಲೋಕನ ಮಾಡಿಕೊಂಡು, ತಮ್ಮಿಬ್ಬರ ಸಂಬಂಧದಲ್ಲಿ ಪರಿಶುದ್ಧತೆಯಲ್ಲದೆ ಪಾಪವಿಲ್ಲ ಎಂಬುದನ್ನು ಗ್ರಹಿಸಿದ.

ಸರಳಾದೇವಿಯ ಗಂಡ ರಾಮಭುಜ್ ದತ್ ಚೌಧರಿ ಜೈಲಿನಿಂದ ಬಿಡುಗಡೆಯಾಗಿ ಬಂದ ನಂತರ, ಗಾಂಧಿ ಸರಳಾದೇವಿಯನ್ನು ಕುರಿತು "ನಾನು ಈ ಮೊದಲು ಗಂಡನಿಂದ ಪ್ರತ್ಯೇಕಿತಳಾದ ಒಂಟಿ ಜೀವನ ನಡೆಸುತ್ತಿದ್ದ ಮಹಿಳೆಯನ್ನು ಕಂಡಿದ್ದೆ... ಈಗ ಸರಳಾದೇವಿಯ ಮುಖದಲ್ಲಿ ಪ್ರಭೆಯೊಂದನ್ನು ನಾನು ಕಂಡೆ. ಆತಂಕದ ಗೆರೆಗಳಿದ್ದ ಮುಖದಲ್ಲಿ ಇಂದು ಹಿಗ್ಗಿನ ಹೊಳಪನ್ನು ಕಂಡೆ" – ಎಂದು ನವಜೀವನ ಪತ್ರಿಕೆಯಲ್ಲಿ ಬರೆದಿರುವರಾದರೂ ಆಂತರ್ಯ ದಾಳದ ತಂತುಗಳು ಮಿಡಿದಿರಬಹುದಾದ ವಿಷಾದದ ಸ್ವರಗಳನ್ನು ಕೇಳಿಸಿಕೊಂಡನೋ ಇಲ್ಲವೋ, ತಮ್ಮಿಬ್ಬರ ಸಂಬಂಧಗಳ ಸುತ್ತ ಬೆಳೆದಿದ್ದ ಗುಮಾನಿಯ ಹುತ್ತ, ಮತ್ತಷ್ಟು ಬೆಳೆಯಲು ಅನುವು ಮಾಡಿಕೊಡದೆ. ಸ್ವಾನು ಸಂಧಾನದ ಮೂಲಕ ಒಂದು ನಿಲುವನ್ನು ತಳುಹಿ ಸರಳಾದೇವಿಗೆ ತಮ್ಮಿಬ್ಬರ ಸಂಬಂಧಕ್ಕೆ ವಿದಾಯ ಹೇಳುತ್ತಿರುವುದಾಗಿ ತಿಳಿಸಿದಾಗ ಸರಳಾದೇವಿ ಹತಾಶಳಾದಳು.

ಗಾಂಧಿಗೆ ಸರಳಾದೇವಿಯನ್ನು ಮರೆಯುವುದು ಅಷ್ಟು ಸುಲಭವಾಗಿರಲಿಲ್ಲ. 1923ರಲ್ಲಿ ಗಂಡನನ್ನು ಕಳೆದುಕೊಂಡ ನಂತರವಂತೂ ಸೆಳೆತ, ಆಕರ್ಷಣೆಗಳ ಜೊತೆಗೆ ಅನುಕಂಪವೂ ಸೇರಿಕೊಂಡಿತು. ಆದರೂ ತನ್ನನ್ನು ನಿಯಂತ್ರಿಸಿಕೊಳ್ಳುವ ಪ್ರಯತ್ನವನ್ನು ಗಾಂಧಿ ಮುಂದುವರೆಸಿದ. ತಮ್ಮಿಬ್ಬರ ನಡುವಿನ ಸಂಬಂಧದಲ್ಲಿನ ಪರಿಶುದ್ಧತೆಯ ಬಗ್ಗೆಯೇ ಅನುಮಾನ ವ್ಯಕ್ತಪಡಿಸಿದ. ಪರಿಪೂರ್ಣ ಸಮ್ಮತಿ, ಪರಿಪೂರ್ಣ ಐಕ್ಯತೆ, ಆದರ್ಶಗಳ ಅನನ್ಯತೆ, ಸ್ವಾರ್ಥ ತ್ಯಾಗ, ನಿರ್ದಿಷ್ಟ ಗುರಿ, ನಂಬಿಕೆ – ವಿಶ್ವಸನೀಯತೆಗಳು ಕೇವಲ ತನ್ನ ಹಂಬಲಗಳೆಂದೂ, ಮಹತ್ವಾಕಾಂಕ್ಷೆಗಳೆಂದೂ ಆದ್ದರಿಂದ ಆಕೆಯ ಆ ಸಂಬಂಧಕ್ಕೆ ಅನರ್ಹನೆಂದು, ತಪ್ಪೊಪ್ಪಿಗೆಯೊಂದಿಗೆ ತಿಳಿಸಿ ಬರೆದಿದ್ದ. ಆದರೆ ನಂತರವೂ ಸಂಪರ್ಕ ಸಂವಹನಗಳು ಮುಂದುವರೆದಿದ್ದವು.

ಇಷ್ಟೆಲ್ಲ ರಾದ್ಧಾಂತ, ವದಂತಿಗಳ ಹರಿದಾಟ ನಡೆದಿದ್ದರೂ ಯಾರ ಯಾರ ತಪ್ಪಿಗೋ ತಾನು ಉಪವಾಸ ಮಾಡುತ್ತಿದ್ದವನು, ಸತ್ಯವಚನಕ್ಕೇ ಬದ್ಧನಾದವನು. ಸಪ್ತಪದಿ ತುಳಿದು ಜೀವನ ಸಂಗಾತಿಯಾಗಿ ಅವನೆಲ್ಲ ಧೋರಣೆಗಳಿಗೆ, ನಿಲುವು ನಡವಳಿಕೆಗಳಿಗೆ ತನ್ನನ್ನು ಕುಂಚಿಸುತ್ತ ಹಿಗ್ಗಲಿಸಿಕೊಳ್ಳುತ್ತ ಹೊಂದಿಕೊಂಡು ನಡೆಯುತ್ತಿದ್ದ 'ಬಾ' ಳ ಮುಂದೆ ತನ್ನ ದೌರ್ಬಲ್ಯ, ಸಂಕಟ, ಸಂದಿಗ್ಧ ಹೊಯ್ದಾಟಗಳನ್ನು ಮಾತ್ರ ತೋಡಿಕೊಳ್ಳಲೇ ಇಲ್ಲವಾದ್ದರಿಂದ ಮಹಾತ್ಮನಾದರೂ ಮನುಷ್ಯ ಸಹಜ ದೌರ್ಬಲ್ಯಗಳ ಸಂಕೋಲೆಯಿಂದ ಬಿಡಿಸಿಕೊಳ್ಳಲಾಗದ ಅಸಹಾಯಕತೆ ಅವನದಾಗಿತ್ತು ಎನ್ನುವುದನ್ನು ಸಾಬೀತುಮಾಡಿದ. ಆದರೆ ಕಸ್ತೂರಬಾ ಅವರಿಬ್ಬರ ಸಂಬಂಧಗಳ ಮಗ್ಗುಲುಗಳನ್ನು, ತಿರುವುಗಳನ್ನು ಸೂಕ್ಷ್ಮವಾಗಿ ಗಮನಿಸುತ್ತಲೇ ಇದ್ದಳು. ಜೊತೆಗೆ ತನ್ನ ಮಕ್ಕಳಾದ ರಾಮದಾಸ, ದೇವದಾಸರಿಂದ ಮಾಹಿತಿ, ವಿವರಣೆಗಳು ದೊರೆಯುತ್ತಿದ್ದವು ಕೂಡಾ!

ಸಂಬಂಧಗಳು ಈಗ ಅಂತರದಲ್ಲಿದ್ದರೂ ಅಲ್ಲಿಯವರೆಗಿನ ಸಂಬಂಧಗಳಲ್ಲಿದ್ದ ದೌರ್ಬಲ್ಯಗಳ ಬಗ್ಗೆ ಬಹಳ ಕಾಲದ ವರೆಗೆ ಅವನ ಮನಸ್ಸು ಪರಿತಪಿಸುತ್ತಿತ್ತು. ಜೊತೆಗೆ ಹೆಂಡತಿಯನ್ನು ಅವಲಕ್ಷಿಸಿದ್ದು ಕೂಡಾ ಅವನನ್ನು ಕಾಡುತ್ತಿತ್ತು ಎನ್ನುವುದಕ್ಕೆ. ರಾಮದಾಸನಿಗೆ ಕೆಲವರ್ಷಗಳ ನಂತರ ಬರೆದ ಪತ್ರದಲ್ಲಿನ ಮಾತುಗಳೇ ಸಾಕ್ಷಿಯಾದವು. ರಾಮದಾಸನಿಗೆ ಬುದ್ಧಿ ಹೇಳುವ ನೆಪದಲ್ಲಿ ತಾನು ಬಾ ಬಗ್ಗೆ ನಡೆದುಕೊಂಡಂತೆ, ತಮ್ಮ ಮಕ್ಕಳು ತಮ್ಮ ಪತ್ನಿಯರ ಬಗ್ಗೆ ನಡೆದುಕೊಳ್ಳಬಾರದೆಂದೂ, ತಾನೂ ಕೋಪಮಾಡಿಕೊಳ್ಳಲು ಸ್ವತಂತ್ರನೆಂದು ಭಾವಿಸುತ್ತಿದ್ದು, ಹೆಂಡತಿಗೆ ಕೋಪಮಾಡಿಕೊಳ್ಳುವ ಸ್ವಾತಂತ್ರ್ಯವನ್ನು ನೀಡಿರಲಿಲ್ಲವೆಂದೂ, ಅಲ್ಲದೆ ತಾನು ಅನುಭವಿಸುತ್ತಿದ್ದ ಕ್ರಿಯಾ ಸ್ವಾತಂತ್ರ್ಯವನ್ನು ಆಕೆಗೆ ಕೊಡಲಿಲ್ಲವೆಂದೂ, ಅವಳಲ್ಲಿ ಗಂಡನ ಬಗ್ಗೆ ಇನ್ನೂ ಭಯವಿರುವುದಾಗಿಯೂ ತಿಳಿಸಿಬರೆದು, ತಾನು ಪಶ್ಚಾತ್ತಾಪ ಪಡುತ್ತಿರುವುದನ್ನು ಧ್ವನಿಸಿದ್ದ.

ಇಷ್ಟೆಲ್ಲದರ ನಡುವೆಯೂ, ಕಸ್ತೂರಬಾ, ಗಂಡನ ಮನಸ್ಸಿನಲ್ಲಿ ನಡೆಯುತ್ತಿದ್ದ ಸಂಘರ್ಷಗಳನ್ನು, ಅವನಲ್ಲಿ ಉಂಟಾಗುತ್ತಿದ್ದ ಸಂಘರ್ಷಗಳನ್ನು ಅವನಲ್ಲಿ ಉಂಟಾಗುತ್ತಿದ್ದ ಉದ್ವಿಗ್ನತೆಗಳನ್ನು ಅರ್ಥಮಾಡಿಕೊಳ್ಳಲು, ಸಾಂತ್ವನ ನೀಡಲು ಪ್ರಯತ್ನಿಸುತ್ತಿದ್ದಳು. ಇಂತಹ ಮಾನಸಿಕ ಒತ್ತಡಗಳನ್ನು ತನ್ನ ಮೇಲೆ ಸಿಟ್ಟಾಗಲು ಅಸಮಾಧಾನಗೊಳ್ಳಲು, ಕಾರಣಗಳೆಂದು ಅರ್ಥೈಸುತ್ತಿದ್ದಳು. ಅವನ ರೇಗಾಟ, ಕೂಗಾಟ, ದಬ್ಬಾಳಿಕೆಗಳು ಅಂತರಂಗದ ಉದ್ವಿಗ್ನತೆ, ನೋವು

ಸಂಕಟಗಳ ಹೊರರೂಪವಾಗಿದ್ದವು ಎಂದು ಗಂಡನ ಸಮರ್ಥನೆಯತ್ತಲೇ ಅವಳ ಯೋಚನೆಗಳು ಇರುತ್ತಿದ್ದವು. ಅವನ 'ಪ್ರೀತಿಯ ಕಸ್ತೂರ್' ಎನ್ನುವ ಸಂಬೋಧನೆಯಲ್ಲಿ ಗಂಡನ ಬೆಟ್ಟದಷ್ಟು ಪ್ರೀತಿ ಅಡಗಿದೆ ಎಂದು ಭಾವಿಸುತ್ತಿದ್ದಳು. ಅವನ ಮಾತುಗಳಲ್ಲಿ ಹಲವು ಬಾರಿ ಅವನಿಗೆ ತನ್ನ ಸಾಂತ್ವನ ಬೇಕಾಗಿದೆ ಎಂದು ಊಹಿಸುತ್ತಿದ್ದಳು. ಅವನು ಸ್ವಾತಂತ್ರ್ಯ ಹೋರಾಟಗಾರರನ್ನು ಸಜ್ಜುಗೊಳಿಸುವ ಪ್ರಯತ್ನದಲ್ಲಿ ಪರದಾಡುತ್ತಿದ್ದ; ಪರದಾಡುತ್ತಲೇ ಪ್ರಚಾರಕ್ಕೆ ಮುಂದಾಗುತ್ತಿದ್ದ. ಅವನ ಈ ಕೆಲಸದ ಹೊರೆ ಅವನಿಗೇ ಅಸಹನೀಯವೆನಿಸಿತು. ನೈತಿಕ, ರಾಜಕೀಯ, ದೈಹಿಕ ಪರಣಾಮಗಳನ್ನು ಇನ್ನು ಸಹಿಸಿಕೊಳ್ಳುವುದು ತನ್ನಿಂದ ಸಾಧ್ಯವಾಗುತ್ತಿಲ್ಲವೆನಿಸಿತು. ಒಂದು ಕಡೆ ಬ್ರಿಟಿಷ್ ವೈಸ್‌ರಾಯ್ ಭಾರತೀಯರು ಯುದ್ಧದಲ್ಲಿ ತಮ್ಮ ಸಹಾಯಕ್ಕೆ ಮುಂದಾದಲ್ಲಿ, ಯುದ್ಧ ಮುಗಿಯುತ್ತಿದ್ದಂತೆಯೇ ಹೋಂರೂಲ್ ಬೇಡಿಕೆಯನ್ನು ಪರಿಗಣಿಸುವುದಾಗಿ ಷರತ್ತು ಹಾಕಿದ. ಜೊತೆಗೆ ನಮ್ಮವರೇ ಆದ ತಿಲಕರು, ಮತ್ತು ಅನಿಬೆಸೆಂಟರು, ಗಾಂಧಿ ಒಂದು ಕಡೆ ಅಹಿಂಸಾತ್ಮಕ ಹೋರಾಟವನ್ನು ಸಹಾಯ ಮಾಡಲು ಶಸ್ತ್ರಾಸ್ತಗಳನ್ನು ಹಿಡಿಯಲು ಉಪದೇಶಿಸುತ್ತಿದ್ದಾನೆ ಎಂದು ಲೇವಡಿ ಮಾಡುತ್ತಿದ್ದರು. ಇದು ಗಾಂಧಿಯ ದ್ವಂದ್ವ ನಿಲುವಿಗೆ ನಿದರ್ಶನವಾಗಿ ಅವರಿಗೆ ಕಾಣುತ್ತಿತ್ತು.

ಇದೆಲ್ಲವೂ ಗಾಂಧಿಯನ್ನು ಜರ್ಝರಿತವಾಗಿಸಿತ್ತು. ಮಾನಸಿಕ, ದೈಹಿಕ ಹಿಂಸೆಯನ್ನು ಅನುಭವಿಸುತ್ತಿದ್ದ ಇಂತಹ ಪರಿಸ್ಥಿತಿಯಲ್ಲಿ ಗಾಂಧಿ ಆಗೊಮ್ಮೆ ಈಗೊಮ್ಮೆ ನಿಯತವಾಗಿ ಸಾಬರಮತಿ ಆಶ್ರಮಕ್ಕೆ ಬಂದು ಹೋಗುತಿದ್ದಂತೆಯೇ ಒಮ್ಮೆ ಬಂದಿದ್ದ, ಗಾಂಧಿ ಬರುವುದನ್ನೇ ಚಾತಕ ಪಕ್ಷಿಯಂತೆ ಕಾಯುತ್ತಿದ್ದ 'ಬಾ'ಳಿಗೆ ಅವನು ಕಣ್ಣಿಗೆ ಬಿದ್ದದ್ದೇ ಹೌಹಾರಿದಳು. ಬರುತ್ತಿದ್ದಂತೆಯೇ ಅವಳ ಅಂತಃಪ್ರಜ್ಞೆಗೆ ಗಾಂಧಿಯ ಮನಸ್ಥಿತಿ ಅರ್ಥವಾಗಿತ್ತು. ನೋಡಲು ಕೂಡಾ ಊಟವಿಲ್ಲದೆ ಸೊರಗಿ ಹೋದಂತೆ ಕಾಣಿಸುತ್ತಿದ್ದ. ಅಂತೆಯೇ ಮುಖದಲ್ಲಿಯೂ ಖಿನ್ನತೆಯ ಛಾಯೆ ಢಾಳಾಗಿ ಕಾಣುತ್ತಿತ್ತು. ಈಗ ಅವಳ ಮೊದಲ ಆದ್ಯತೆ ಮೈಮನಗಳನ್ನು ಚೇತರಿಸಿಕೊಳ್ಳುವಂತೆ ಮಾಡುವುದಾಗಿತ್ತು. ಅವನಿಗಾಗಿ ಪಥ್ಯದ ಆದರೆ ಆರೋಗ್ಯದ ಬಲವರ್ಧನೆಗೆ ಅನುಕೂಲವಾಗುವಂತಹ ಅಡುಗೆ ಮಾಡಿ, ಬಲವಂತ ಮಾಡಿ ತಿನ್ನಿಸಿದಳು. ಅಷ್ಟೇ ಅಲ್ಲ ತೀರಾ ಕಾಳಜಿಯೊಂದಿಗೆ, ಬುದ್ಧಿವಾದವನ್ನೂ ಹೇಳಿದಳು.

"ಏನೂಂದ್ರೆ, ಯಾಕೆ ಹೀಗೆ ನಿಮ್ಮನ್ನು ದಣೆಸುತ್ತಿದ್ದೀರಿ. ಊಟೋಪಚಾರ, ಆರೋಗ್ಯದ ಕಡೆಗೆ ಗಮನ ಕೊಡಬಾರದೇ? ನೀವು ಚೆನ್ನಾಗಿ, ಸ್ವಸ್ಥವಾಗಿ, ಬಲಿಷ್ಠವಾಗಿ ಇಲ್ಲದಿದ್ದರೆ ಹೇಗೆ ಹೋರಾಡಬಲ್ಲಿರಿ? ಹೋರಾಡಿಸಬಲ್ಲಿರಿ? ನನಗೆ ಗೊತ್ತು ಒಂದು ಕ್ಷಣವೂ ಬಿಡುವಿಲ್ಲದೆ ಕೆಲಸಗಳನ್ನು ಮೈಮೇಲೆ ಹಾಕಿಕೊಳ್ಳುತ್ತೀರಿ. ದೇಶಕ್ಕಾಗಿ ಹೋರಾಡುವುದನ್ನು ನೀವೊಬ್ಬರ ಮಾತ್ರವೇ ಗುತ್ತಿಗೆ ಪಡೆದಿದ್ದೀರೇನು? ನಿಮ್ಮ ಸುತ್ತ ಸಾವಿರಾರು ಮಂದಿ ಇದ್ದಾರೆ. ಅವರೆಲ್ಲರೂ ನಿಮ್ಮ ಹಾಗೆಯೇ ತಮ್ಮ ಮೈಮನಗಳನ್ನು ದುಡಿಸಿಕೊಳ್ಳುತ್ತಿದ್ದಾರೆಯೇ? ದಣೆಸಿ ಕೊಳ್ಳುತ್ತಿದ್ದಾರೆಯೇ? ಎಂದಳು.

"ಕಸ್ತೂರ್ ನನ್ನ ಮೇಲಿನ ಅಪಾರ ಪ್ರೀತಿಯಿಂದಾಗಿ ನೀನು ಹೇಳುತ್ತಿದ್ದಿ. ನೀನು ಹೇಳುವುದೆಲ್ಲವೂ ಸರಿಯೇ, ಆದರೆ ನಾನೇ ಮುಂದಿಟ್ಟ ಹೋರಾಟದ ಪರಿಕಲ್ಪನೆಗಳಿಗೆ ನಾನೇ ಬದ್ಧನಾಗಿರ ಬೇಕಲ್ಲವೆ? ಆದ್ದರಿಂದ ನನ್ನ ಮೇಲಿನ ಜವಾಬ್ದಾರಿಗಳು ಹೆಚ್ಚಾದಾಗ, ನನಗೆ ಇಂಥ ಸ್ಥಿತಿ ಸಹಜವೇ".

"ಸರಿ ಸರಿ, ಏನೋ ಹೇಳಿ ಹೇಗೋ ಬಾಯಿ ಮುಚ್ಚಿಸಿಬಿಡುತ್ತೀರಿ. ನಾನೇನು ನಿಮ್ಮನ್ನು ಹೋರಾಟ ಮಾಡಬೇಡಿ ಎಂದು ಹೇಳಿ, ಹೇಡಿಯಂತಿರಲು ಸೂಚಿಸುತ್ತಿಲ್ಲ. ಒತ್ತಡಗಳ ನಡುವೆಯೂ ನಮ್ಮ ಕ್ಷೇಮ ಚಿಂತನೆ ಮಾಡಬೇಕಲ್ಲವೇ? ಆರೋಗ್ಯದ ಕಡೆ, ಊಟದ ಕಡೆ ಗಮನ ಹರಿಸಬೇಕಲ್ಲವೇ ಎಂದು ಪ್ರಶ್ನಿಸುತ್ತಿದ್ದೇನೆ. ಈಗ ಹೇಗಿದ್ದರೂ ಬಂದಿದ್ದೀರಿ, ಒಂದೆರಡು ದಿನ ಹೆಚ್ಚಿಗೆ ಇಲ್ಲಿದ್ದು ಹೊಟ್ಟೆ ತುಂಬ ಊಟ ಮಾಡಿ ಎಲ್ಲವನ್ನೂ ಮರೆತು ಕಣ್ತುಂಬ ನಿದ್ದೆ ಮಾಡಿ ಸುಧಾರಿಸಿಕೊಂಡು ಹೋಗಿ ಎಂದು ಮಾತ್ರ ಕೇಳಿ ಕೊಳ್ಳುತ್ತಿದ್ದೇನೆ" ಎಂದಳು.

"ಕಸ್ತೂರ್ ನಿನ್ನ ಉಪಚಾರದ ಊಟದ ರುಚಿಗೆ ಬಲಿಬಿದ್ದು ಇದ್ದು ಬಿಟ್ಟರೆ ಮತ್ತೆ ಯಾವುದೂ ಬೇಡವೆನಿಸಿ ನಿನ್ನಸರೆಯಲ್ಲಿ ಶಾಶ್ವತವಾಗಿ ಉಳಿದು ಬಿಡುತ್ತೇನೆ. ಚಳುವಳಿ ಸತ್ಯಾಗ್ರಹ, ಸ್ವಾತಂತ್ರ್ಯಗಳ ಗಾಳಿಯಲ್ಲಿ ತೂರಿ ಹೋಗುತ್ತೇವೆ. ದಯವಿಟ್ಟು ನನ್ನನ್ನು ತಡೆಯಬೇಡ" ಎಂದು ಹೇಳಿ, ತೀವ್ರವಾದ ಅನಾರೋಗ್ಯ ಒಳಗೆ ಇಟ್ಟುಕೊಂಡು ಕೂಡಲೇ ಹೊರಟುಬಿಟ್ಟ. ಆದರೆ ಹೋಗಿ ಒಂದು ದಿನವೂ ಆಗಿರಲಿಲ್ಲ. ಹೊರಟುಬಂದ ರಾತ್ರಿಯೇ ಗಂಭೀರವಾಗಿ ಖಾಯಿಲೆ ಬಿದ್ದ. ಅತಿಸಾರ ಜ್ವರಗಳಿಂದ ತುಂಬಾ ನರಳುತ್ತಿದ್ದ. ಈ ಬಗೆಯ ತೀವ್ರವಾದ ಅನಾರೋಗ್ಯಕ್ಕೆ ತುತ್ತಾಗಿದ್ದು ಇದೇ ಮೊದಲ ಸಲವಾಗಿತ್ತು. ಶರೀರವೆಲ್ಲ ಕಂಪಿಸುತ್ತಿತ್ತು. ಇನ್ನೇನು ತಾನು ಸಾಯುವುದು ಖಚಿತ ಎನಿಸಿತ್ತು. ಗಾಂಧಿಯ ಚಿಂತಾಜನಕ ಸ್ಥಿತಿಯ ಬಗ್ಗೆ ಪತ್ರಿಕೆಗಳಲ್ಲಿ ವರದಿಗಳು ಹರಿದಾಡಿದವು.

ಕಸ್ತೂರಬಾ ತತ್ತರಿಸಿಹೋದಳು. ಹೇಗಾದರೂ ಗಾಂಧಿಯನ್ನು ಆಶ್ರಮಕ್ಕೆ ಕರೆದು ತಂದರೆ ಅವನನ್ನು ನೋಡಿಕೊಳ್ಳಬಹುದು ಎನಿಸಿತು. ಆದರೆ ದೂರದ ಪ್ರಯಾಣವಾಗಿದ್ದು, ಆ ಸ್ಥಿತಿಯಲ್ಲಿ ಗಾಂಧಿಗೆ ಟ್ರೈನ್‌ನಲ್ಲಿ ಇಲ್ಲಿಗೆ ಬರಲು ಸಾಧ್ಯವಿರಲಿಲ್ಲ. 'ಬಾ' ಊಟ, ನೀರು ಬಿಟ್ಟು ಗಾಂಧಿಯ ಚಿಂತೆಯಲ್ಲಿ ಮುಳುಗಿದಳು. ಆಶ್ರಮವಾಸಿಗಳು 'ಬಾ'ಗೆ ಧೈರ್ಯ ತುಂಬಲು ಪ್ರಯತ್ನಿಸಿದರು. ಗಾಂಧಿಯಿಂದ ದೇಶೋದ್ಧಾರ ಆಗಬೇಕೆಂಬುದು ದೇವರ ಇಚ್ಛೆಯಾಗಿರುವುದರಿಂದ ಅವನಿಗೇನೂ ಆಗುವುದಿಲ್ಲವೆಂದು ಭರವಸೆಯ ಮಾತುಗಳನ್ನು ಹೇಳಿ ಸಮಾಧಾನ ಪಡಿಸುತ್ತಿದ್ದರು. ಆಗ ಮಕ್ಕಳೂ ಜೊತೆಗಿರಲಿಲ್ಲ. ಆ ಸಮಯದಲ್ಲಿ ಅಂಬಾಲಾಲ್ ಸಾರಾಭಾಯಿ ದಂಪತಿ, 'ಬಾ'ಳಿಗೆ ಸಮಾಧಾನ ಹೇಳುತ್ತ ತಾವೇ ಖುದ್ದಾಗಿ ನದಿಯಾದ್‌ಗೆ ಹೋಗಿ ಗಾಂಧಿಯನ್ನು ಕಾರಿನಲ್ಲಿ ಅಹಮದಾಬಾದಿಗೆ ಕರೆತಂದು ಒಳ್ಳೆ ಚಿಕಿತ್ಸೆ ಕೊಡಿಸುವುದಾಗಿ ಭರವಸೆಯಿತ್ತು, ಕೂಡಲೇ ದಂಪತಿಗಳು, ಗಾಂಧಿಯನ್ನು ಕರೆತರಲು ಹೊರಟುಬಿಟ್ಟರು.

ಅವರಿಬ್ಬರೂ ಹೋದಾಗಿನಿಂದ 'ಬಾ' ಕಾಲು ಸುಟ್ಟುಕೊಂಡ ಬೆಕ್ಕಿನಂತೆ ಚಡಪಡಿಸುತ್ತ ಶತಪಥ ಹಾಕುತ್ತಿದ್ದಳು. ಎಂದಿನಂತೆ, ಆಕೆ ದೇವರಿಗೆ ಮೊರೆ ಇಟ್ಟುಕೊಂಡಳು. ಅಂಬಾಲಾಲ್ ದಂಪತಿಗಳಿಂದ ಸುದ್ದಿ ಬರುವುದನ್ನೇ ಕಾಯುತ್ತಿದ್ದಳು. ಒಂದೊಂದು ಕ್ಷಣವೂ ಅವಳಿಗೆ

ಒಂದೊಂದು ಯುಗದಂತೆ ಭಾಸವಾಯಿತು. ಮೈಯೆಲ್ಲ ಕಣ್ಣಾಗಿ ಅವರು ಹಿಂತಿರುಗುವುದನ್ನು ಎದುರುನೋಡುತ್ತಿದ್ದ 'ಬಾ'ಗೆ ಆಶ್ರಮದ ಮುಂದೆ ಕಾರು ನಿಂತಿದ್ದನ್ನು ಕಂಡು ಸ್ವಲ್ಪ ನಿರಾಳವೆನಿಸಿತು. ಕ್ಷಣಾರ್ಧದಲ್ಲಿ ಆಶ್ರಮವಾಸಿಗಳೆಲ್ಲರೂ ಗಾಂಧಿಯ ಯೋಗಕ್ಷೇಮ ವಿಚಾರಿಸಲು ನಾ ಮುಂದು ತಾ ಮುಂದು ಎಂದು ಕಾರಿನ ಹತ್ತಿರ ಬರತೊಡಗಿದರು. ಅಂಬಾಲಾಲ್ ಕೈ ಜೋಡಿಸಿ, ಗಾಂಧಿಗೆ ಜನ ಹೀಗೆ ನುಗ್ಗುವುದರಿಂದ ತೊಂದರೆಯಾಗುತ್ತದೆ. ದಯವಿಟ್ಟು ದೂರವಿರಿ. ಬಾಪು ಬೇಗನೆ ಗುಣಮುಖಿರಾಗಿ ಆಶ್ರಮಕ್ಕೆ ಹಿಂತಿರುಗುತ್ತಾರೆ ಎಂದು ಭರವಸೆಯ ಮಾತುಗಳನ್ನು ಹೇಳಿ ಗುಂಪನ್ನು ಹೇಗೋ ಚದುರಿಸಿದರು.

'ಬಾ' ಕಾರಿನ ಗಾಜಿನೊಳಗಿಂದ ನಿತ್ರಾಣವಾಗಿ ಮಲಗಿದ್ದ ಗಂಡನನ್ನು ನೋಡಿದಳು. ಕಣ್ಣ ಹನಿಗಟ್ಟಿತು. ಅಂಬಾಲಾಲ್ ಅದನ್ನು ಗಮನಿಸಿ,

'ಬಾ' ನೀವು ಚಿಂತಿಸಬೇಡಿ, ಇವರು ನಮ್ಮೆಲ್ಲರ ಬಾಪು. ಇವರನ್ನು ಕಾಪಾಡುವುದು ನಮ್ಮ ಜವಾಬ್ದಾರಿ, ಆದರೆ ನೀವ್ಯೊಂದು ಮಾತಿಗೆ ಒಪ್ಪಿಗೆ ಕೊಡಬೇಕು. ಇಲ್ಲಿಂದ ಹೊರಡುವ ಆತುರದಲ್ಲಿ ನಿಮಗೆ ತಿಳಿಸುವುದನ್ನು ಮರೆತಿದ್ದೆವು. ಬಾಪುವನ್ನು ನಮ್ಮ ಜೊತೆ ನಮ್ಮ ಮನೆಗೆ ಕರೆದುಕೊಂಡು ಹೋಗಿ ಒಳ್ಳೆಯ ಚಿಕಿತ್ಸೆ ಮಾಡಿಸುತ್ತೇವೆ. ಜೊತೆಗೆ, ಅಲ್ಲಿ ಬಂದು ಹೋಗುವವರಿಂದ ತೊಂದರೆಯಾಗುವುದಿಲ್ಲ. ಪೂರ್ಣ ವಿಶ್ರಾಂತಿ ಸಿಗುತ್ತದೆ. ಇಲ್ಲಿ ಆಶ್ರಮ ಒಂದು ಸಂತೆ ಇದ್ದ ಹಾಗೆ. ಬಾಪುವನ್ನು ನೋಡಲು ಬರುವವರಿಂದ ಏಕಾಂತಕ್ಕೆ ಭಂಗ ಬರುತ್ತದೆ. ಆದರೆ ನೀವು ಪ್ರತಿದಿನಾ ಬಂದು ಮಾತನಾಡಿಸಿಕೊಂಡು ಹೋಗಬಹುದು" ಎಂದು ತಿಳಿಯಪಡಿಸುವಂತೆ ಹೇಳಿದರು.

'ಬಾ' ಯೋಚಿಸಿದಳು. ಅವರು ಹೇಳುತ್ತಿರುವುದು ಸರಿ ಎನಿಸಿತು. ಬಾಪುವನ್ನು ತಮ್ಮ ಪಾಡಿಗೆ ತಾವು ಇರಲು ಜನ ಬಿಡುವುದಿಲ್ಲ. ಹಾಗಾಗಿ ಇವರು ಹೇಳುವುದೇ ಸರಿ ಎಂದು ಕೊಂಡಳು.

"ಭಾಯಿ ನೀವು ಹೇಳಿದಂತೆಯೇ ಆಗಲಿ, ಅವರು ಎಲ್ಲಿದ್ದರೇನು ಒಟ್ಟಿನಲ್ಲಿ ಚೇತರಿಸಿ ಕೊಂಡು ಮೊದಲಿನಂತೆ ಆದರೆ ಸಾಕು. ನಿಮ್ಮ ಉಪಕಾರವನ್ನು ಖಂಡಿತ ಮರೆಯಲು ಸಾಧ್ಯವಿಲ್ಲ". – ಎಂದಳು.

'ಬಾ' ಬಾಪು ನಮ್ಮ ನಿಮ್ಮೆಲ್ಲಾರ ಸ್ವತ್ತು, ಅವರನ್ನು ಕಾಪಾಡಿಕೊಳ್ಳುವುದು ನಮ್ಮೆಲ್ಲರ ಜವಾಬ್ದಾರಿ ಎಂದು ಹೇಳುತ್ತ ಹೊರಟೇ ಬಿಟ್ಟರು. ಕಾರು ಕಣ್ಮರೆಯಾಗುವವರೆಗೂ ಕಾಯುತ್ತಲೇ ಇದ್ದಳು. ಇನ್ನೂ ಕುತೂಹಲದಿಂದ ನೋಡುತ್ತ ನಿಂತಿದ್ದ ಆಶ್ರಮವಾಸಿಗಳು ಮೆಲ್ಲನೆ ಸರಿದು ಒಳಹೋದರು.

ನಿಯಮದಂತೆ ನಿತ್ಯವೂ ಹೋಗಿ ಗಾಂಧಿಯನ್ನು ನೋಡಿಕೊಂಡು ಬರುತ್ತಿದ್ದಳು. ಹೋದಾಗಲೆಲ್ಲ ಬುದ್ಧಿವಾದ ಹೇಳುತ್ತಿದ್ದಳು. "ಬಾಪು, ನೀವು ನನ್ನ ಮಾತನ್ನು ಕೇಳಿ, ಹೊತ್ತು ಹೊತ್ತಿಗೆ ಊಟ, ತಿಂಡಿ ತೆಗೆದುಕೊಳ್ಳುತ್ತಿದ್ದರೆ, ನಿಮ್ಮ ಓಡಾಟವನ್ನು ಸ್ವಲ್ಪ ಕಡಿಮೆ ಮಾಡಿದ್ದರೆ, ಹೀಗೆ ಹಾಸಿಗೆ ಹಿಡಿದು ಮಲಗುತ್ತಿರಲಿಲ್ಲ."

ಗಾಂಧಿ ಮೆಲ್ಲಗೆ ದಣಿದ ಮೊಗದ ಮೇಲೆ ಸಣ್ಣಗೆ ಒಂದು ಮುಗುಳ್ಗೆಯನ್ನು ತಂದುಕೊಂಡು ಹೇಳಿದ.

"ತಿಂಡಿ ತೆಗೆದುಕೊಳ್ಳುವುದೇನು ಬಂತು. ನಾನಿಲ್ಲಿ ಒಂದೆರಡು ದಿನಕ್ಕೆಂದು ಬಂದಾಗ, ಬೇಡ ಬೇಡವೆಂದರೂ, ನನ್ನ ಆಹಾರ ನಿಯಮಗಳನ್ನು ಹಾಳು ಮಾಡಿ ವರ್ಷ ಪೂರ್ತಿ ತಿನ್ನಬಹುದಾದ್ದನ್ನು ಒಮ್ಮೆಲೇ ತಿನ್ನಿಸಿದೆ. ಆದ್ದರಿಂದಲೇ ಅಜೀರ್ಣವಾಗಿ ಆಮಶಂಕೆ, ಜ್ವರದಿಂದ ನರಳುವಂತಾಯಿತು. ಗಂಡನಿಗೆ ಈ ಪಾಟಿ ತಿನ್ನಿಸಿದರೆ, ಪಾಪದ ಮನುಷ್ಯ! ಏನಾಗಬೇಕು. ನೀನೇ ಹೇಳು,"

"ಸಾಕು ಸುಮ್ಮನಿರಿ, ಯಾವಾಗಲೂ ನನ್ನನ್ನು ದೂರುವುದು, ನನ್ನ ಮೇಲೆ ರೇಗಾಡುವುದು ನಿಮಗೆ ಅಭ್ಯಾಸವಾಗಿ ಹೋಗಿದೆ." – ಎಂದು ಹುಸಿ ಮುನಿಸನ್ನು ತೋರಿದಳು. ಮತ್ತೆ ಮರುಕ್ಷಣದಲ್ಲಿ,

"ಇರಲಿ, ಈ ಮಾತುಕತೆ ಸಾಕು ಮಾಡಿ, ನಿಮ್ಮ ಆರೋಗ್ಯ ಈಗ ಹೇಗಿದೆ? ಇನ್ನೂ ಎಷ್ಟು ದಿನ ಬೇಕಾಗಬಹುದು. ಮೊದಲಿನಂತೆ ಆಗಲು" ಎಂದು ಕೇಳಿದಳು, ಗುಲಾಬ್ ಮತ್ತು ಮಕ್ಕಳು ಹೋದ ಮೇಲಂತೂ ತುಂಬಾ ಬೇಸರವಾಗುತ್ತಿದೆ." ಎಂದಳು.

"ಇನ್ನೊಂದಷ್ಟು ದಿನ ಇದ್ದು ಹೋಗುವಂತೆ ಹೇಳಬಾರದಿತ್ತೇನು."

"ಅವಳಲ್ಲಿ ಕೇಳುತ್ತಾಳೆ, ಕಲ್ಕತ್ತಾದಿಂದ ರಾಜಕೋಟೆಗೆ ಹೋಗುತ್ತಾಳಂತೆ, ನೀವಿಲ್ಲದ್ದು ಅವರಿಗೆಲ್ಲ ತುಂಬಾ ಬೇಸರವಾಯಿತೆಂದು ಪದೇ ಪದೇ ಹೇಳುತ್ತಿದ್ದಳು."

"ಅದು ಸರಿ, ನಮ್ಮ ಕುಲಪುತ್ರನ ವಿಚಾರ ಹೇಗಂತೆ" ಎಂದು ಕೇಳಿದ.

"ಬಿಡಿ ಈ ಸಮಯದಲ್ಲಿ ಅವನ ಮಾತು ಬೇಡ ಗುಲಾಬ್ ತುಂಬಾ ನೊಂದುಕೊಂಡಿದ್ದಾಳೆ" ಎಂದಳು.

ಅಷ್ಟರಲ್ಲಿ ಅಂಬಾಲಾಲ್ ಅಲ್ಲಿಗೆ ಬಂದರು. 'ಬಾ'ಳನ್ನು ಮಾತನಾಡಿಸಿದರು. ನಗುನಗುತ್ತಲೇ "ನೋಡಿ ಬಾ, ನೀವು ಬಂದದ್ದೇ ಎಷ್ಟು ಗೆಲುವಾಗಿ ಬಿಟ್ಟರು" ಎಂದರು.

"ಭಾಯಿ ನೀವು ಇಷ್ಟೆಲ್ಲ ಆರೈಕೆ ಮಾಡಿ, ಇವರು ಚೇತರಿಸಿಕೊಳ್ಳತವಂತೆ ಮಾಡಿದ್ದೀರಿ. ಇನ್ನೆಷ್ಟು ದಿನ ಇವರು ಇಲ್ಲಿ ಇರಬೇಕಾಗುತ್ತದೆ?" ಎಂದು ಕೇಳಿದಳು.

"ಇನ್ನೇನು ಇನ್ನೊಂದೆರಡು ಮೂರು ದಿನಗಳಲ್ಲಿ ಆಶ್ರಮಕ್ಕೆ ಬರುತ್ತಾರೆ. ಗಾಂಧಿಯವರು ಆರೋಗ್ಯದ ಬಗ್ಗೆ ಎಷ್ಟೇ ಗುಟ್ಟಾಗಿಟ್ಟಿದ್ದರೂ, ಪಟೇಲರು, ನೆಹರೂ ಅವರು ಹೇಗೋ ಕೇಳಿ, ಇಲ್ಲಿರುವುದನ್ನು ತಿಳಿದು ಬಂದು ಮಾತಾಡಿಸಿಕೊಂಡು ಹೋದರು."

"ಬಹಳ ಸಂತೋಷ. ಅವರನ್ನು ನೋಡಿಯೇ ಇವರಲ್ಲಿ ಉತ್ಸಾಹ ಸಂಚಯವಾಗುತ್ತದೆ" ಎಂದಳು.

ಗೆಲುವಿನಿಂದಲೇ ಆಶ್ರಮಕ್ಕೆ ಹಿಂತಿರುಗಿದಳು. ಗಾಂಧಿಯೂ ಆದಷ್ಟು ಬೇಗನೆ ಆಶ್ರಮಕ್ಕೆ ಹಿಂತಿರುಗಬೇಕೆಂದೂ, ಸಾಯುವುದಾದರೆ ಅಲ್ಲಿಯೇ ಸಾಯುತ್ತೇನೆಂದು ಹಠಹಿಡಿದಿದ್ದ.

ಸುಮಾರು ಒಂದು ತಿಂಗಳು ಅಂಬಾಲಾಲರ ಮನೆಯಲ್ಲಿ ಸುಧಾರಿಸಿಕೊಂಡು ಆಶ್ರಮಕ್ಕೆ ಬಂದ.

ದುರಾದೃಷ್ಟವೆಂಬಂತೆ ಅದೇ ಸಮಯದಲ್ಲಿ, ವಿಶ್ವಾದ್ಯಂತ ಸಾಂಕ್ರಾಮಿಕ ಜ್ವರ ಇನ್ಫ್ಲೂಯೆಂಜಾ ಹರಡಿತು. ಸಾವಿರಾರು ಮಂದಿ ಸಾವನ್ನು ಅಪ್ಪುತ್ತಿದ್ದರು. ಸಹಸ್ರಾರು ಸಂಖ್ಯೆಯಲ್ಲಿ ವೈದ್ಯರು

ಸೇವೆಗಿಳಿದರಾದರೂ, ಜ್ವರದ ನಿಯಂತ್ರಣ ಅಸಾಧ್ಯವಾಯಿತು. ಅದರಲ್ಲಿಯೂ ಭಾರತದಲ್ಲಿನ ಸಾವುಗಳ ಸಂಖ್ಯೆ ಬೆಚ್ಚಿ ಬೀಳಿಸುವಂತಿತ್ತು.

ಈ ರೋಗ ಮಾರಿಯ ದಾಂಧಲೆಯಿಂದ, ಬಾ ಮತ್ತು ಬಾಪು ತಮ್ಮ ಮಕ್ಕಳ ಮೊಮ್ಮಕ್ಕಳ ಬಗ್ಗೆ ತುಂಬಾ ಚಿಂತಿತರಾದರು. ಚಿಕ್ಕ ಪ್ರಾಯದ ಗುಲಾಬ್ ತನ್ನ ಮಕ್ಕಳನ್ನು ಹೇಗೆ ಸಂಭಾಳಿಸುತ್ತಾಳೋ ಎಂದು ವ್ಯಗ್ರರಾದರು. ಇವರ ಒಳ ಮನಸ್ಸಿನ ಆತಂಕ, ಭಯಗಳೇ ಭವಿಷ್ಯದ ದುರಂತವನ್ನು ಸುದ್ದಿಯಾಗಿ ಕೇಳಿಸಿಕೊಂಡಿತು. ಹರಿಲಾಲನ ಕಡೆಯ ಮಗ ಮೂರು ವರ್ಷ ವಯಸ್ಸಿನ ಶಾಂತಿಗಾಂಧಿ, ಈ ಸಾಂಕ್ರಾಮಿಕ ರೋಗಕ್ಕೆ ಬಲಿಯಾಗಿದ್ದ. ಹರಿಲಾಲ ಆ ಸಮಯದಲ್ಲಿ ರಾಜಕೋಟೆಗೆಂದೇ ಪ್ರಯಾಣಿಸುತ್ತಿದ್ದ. ಬಾಪು ಅಲ್ಲಿಗೆ ಹೋಗುವ ಸ್ಥಿತಿಯಲ್ಲಿ ಇರಲಿಲ್ಲ. ಬಾ ಒಬ್ಬಳೇ ಮೊಮ್ಮಗನ ಸಂಸ್ಕಾರ ಕ್ರಿಯೆಯಲ್ಲಿ ಭಾಗವಹಿಸಲು ರಾಜಕೋಟೆಗೆ ಪ್ರಯಾಣಿಸಿದಳು.

ರಾಜಕೋಟೆಯ ಮನೆಯಲ್ಲಿ ಶೋಕ ಮುಗಿಲು ಮುಟ್ಟಿತ್ತು. ಗುಲಾಬಳ ದುಃಖವನ್ನು ತಡೆಗಟ್ಟುವುದು ಸಾಧ್ಯವೇ ಇರಲಿಲ್ಲ. ಆದರೆ ವಿಧಿಯ ಕ್ರೌರ್ಯ ಭಯಾನಕವಾಗಿತ್ತು. ಮಗನ ಶೋಕದಲ್ಲಿದ್ದ ತಾಯಿ ಗುಲಾಬ್ ಸ್ವತಃ ತಾನೇ ರೋಗಕ್ಕೆ ತುತ್ತಾಗಿ, ಕೇವಲ ಎರಡೇ ದಿನಗಳಲ್ಲಿ 18ನೇ ಅಕ್ಟೋಬರ್ 1918ರಂದು ಕೊನೆಯುಸಿರೆಳೆದಳು. ಮೇಲಿಂದ ಮೇಲೆ ಎರಗುತ್ತಿರುವ ಸಾವಿನ ಆಘಾತಗಳಿಂದ ಗುಲಾಬಳ ತಾಯಿ, ಸೋದರಿಯರು, ಕಸ್ತೂರಬಾ ಎಲ್ಲರಿಗಿಂತ ಹೆಚ್ಚಾಗಿ ಹರಿಲಾಲ ತತ್ತರಿಸಿಹೋದರು. ಹರಿಲಾಲನ ಬದುಕಿನಲ್ಲಿ ಗುಲಾಬ್ ಹರಿಲಾಲನಿಗೆ ಊರುಗೋಲಾಗಿದ್ದಳು. ಕಷ್ಟಗಳನ್ನು ಹಲ್ಲುಕಚ್ಚಿ ಸಹಿಸಿಕೊಳ್ಳುತ್ತಲೇ ಗಂಡನಿಗೂ ಧೈರ್ಯ ತುಂಬುತಿದ್ದಳು. ಯಾರಿಗೂ ಇಂತಹ ಸಾವುಗಳನ್ನು ಸತ್ಯವೆಂದು ನಂಬಲೂ ಸಾಧ್ಯವಿರಲಿಲ್ಲ. ಆದರೂ ನಂಬಲೇ ಬೇಕಾಗಿದ್ದ ಕಟು ವಾಸ್ತವಗಳಾಗಿದ್ದವು. ನೆಂಟರಿಷ್ಟರು, ಸ್ನೇಹಿತರು ಬರುತ್ತಲೇ ಇದ್ದರು. ಅಗಲಿಕೆಯ ನೋವಿನಿಂದ ಕುಸಿದುಹೋಗಿದ್ದ ಎಲ್ಲರನ್ನೂ ಸಾಂತ್ವನಗೊಳಿಸಲು ಪ್ರಯತ್ನಿಸಿದರು. ಬರಲು ಆಗದಿದ್ದರೂ ಸಂತಾಪ ಸೂಚಕ ಪತ್ರಗಳನ್ನು ಬರೆದರು.

ಗಾಂಧಿಯೂ ಕೂಡಾ ವಿಷಯ ತಿಳಿದು ತುಂಬಾ ನೊಂದುಕೊಂಡ. ಮಗನ ಜೊತೆ ವಿರಸವಿದ್ದರೂ, ಮಗನು ಮಗನೇ ಅಲ್ಲವೇ? ಒಂದಷ್ಟು ಬುದ್ಧಿವಾದ, ಸಮಾಧಾನದ ಮಾತುಗಳನ್ನು ಪತ್ರದಲ್ಲಿ ಬರೆದ. ಹರಿಲಾಲ ತಂದೆ ಬರೆದ ಪತ್ರಗಳನ್ನು 'ಬಾ'ಗೆ ಓದಿ ತಿಳಿಸಿದ. ಒಂದು ಪತ್ರದಲ್ಲಿಯಂತೂ ಮಗ ಮತ್ತು ತನ್ನ ನಡುವಿನ ವಿರಸಕ್ಕೆ ತಪ್ಪು ಕಲ್ಪನೆಗಳೇ, ಒಬ್ಬರನ್ನೊಬ್ಬರು ಅರ್ಥಮಾಡಿಕೊಳ್ಳದಿದ್ದುದೇ ಕಾರಣವೆಂದು ವಿಷಾದದಿಂದ ಪರಿತಾಪದಿಂದ ಬರೆದಿದ್ದ. ಅಲ್ಲದೆ ಮತ್ತೊಂದು ಪತ್ರದಲ್ಲಿ ತಾನು ಸಂಧಾನಕ್ಕೆ ಸಿದ್ಧನಾಗಿರುವ ಮನಃಸ್ಥಿತಿಯನ್ನು ವ್ಯಕ್ತಪಡಿಸಿದ್ದ.

'ಮನುಷ್ಯ ಅಹಂಕಾರದಲ್ಲಿರುವಾಗ ದೇವರನ್ನು ಸಹಾಯಕ್ಕೆ ಪ್ರಾರ್ಥಿಸಿದರೆ ಸ್ಪಂದಿಸುವುದಿಲ್ಲ. ಆದರೆ ಪಶ್ಚಾತ್ತಾಪ, ಅಸಹಾಯಕ ಸ್ಥಿತಿಯಲ್ಲಿದ್ದಾಗ ಮಾತ್ರವೇ ದೇವರು ಆರ್ತಮೊರೆಯನ್ನು ಕೇಳಿಸಿಕೊಳ್ಳುತ್ತಾನೆ. ಹಾಸಿಗೆಯಲ್ಲಿ ಮಲಗಿರುವಾಗ, ನನ್ನ ಮನಸ್ಸಿನ ವೈಫಲ್ಯಕ್ಕೆ, ನಾಚಿಕೆಯಿಂದ ತಲೆತಗ್ಗಿಸುವಂತಾಗುತ್ತದೆ. ನನ್ನ ದೇಹಕ್ಕೆ ಆರೈಕೆ ಬೇಕಾಗಿದೆ ಎನಿಸುತ್ತದೆ. ಸಾಂತ್ವನ ಬೇಕು ಎನ್ನಿಸುತ್ತದೆ. ಹೀಗಿರುವಾಗ, ಬೇರೆಯವರೂ ಇದೇ ರೀತಿ ತಮ್ಮ ಬಗ್ಗೆ ಅಕ್ಕರೆ, ಗಮನಬೇಕೆಂದು ಬಯಸುವುದರಲ್ಲಿ ಯಾವ ತಪ್ಪೂ ಇಲ್ಲವೆಂದೆನಿಸುತ್ತದೆ. ನನ್ನ ಅನುಭವದ ಪೂರ್ಣಲಾಭವನ್ನು

ನಿನಗೆ ನೀಡುತ್ತಿದ್ದೇನೆ, ನಿಜವಾಗಿಯೂ ನಿನಗೆ ಗೆಳೆಯನಾಗಿಯೇ ಇರುತ್ತೇನೆ. ನಮ್ಮಿಬ್ಬರ ಮಧ್ಯೆ ಭಿನ್ನಾಭಿಪ್ರಾಯ, ಮನಸ್ತಾಪಗಳು ಇದ್ದರೆ ಏನಂತೆ : ಇಬ್ಬರೂ ಒಟ್ಟಿಗೆ ಕೂತು ಮಾತನಾಡೋಣ' – ಎಂದು ಹೃದಯದ ಭಾವನೆಗಳನ್ನೆಲ್ಲಾ ತೋಡಿಕೊಂಡಿದ್ದ.

'ಬಾ'ಗೆ ಸಂತೋಷವಾಯಿತು. ಕಡೆಗೆ ಗಂಡ ತನ್ನ ತಪ್ಪನ್ನು ಅರಿತು ಮಗನನ್ನು ಹತ್ತಿರಕ್ಕೆ ಬಾ ಎಂದು ಕೈ ಚಾಚಿ ಕರೆಯುತ್ತಿದ್ದಾನೆ ಎನಿಸಿತು. ಅವಳಿಗೂ ಅನಿಸಿತು. ಹರಿಲಾಲನಿಗೆ ತಂದೆ ತಾಯಿ ತಮ್ಮಂದಿರ ಸಹಾಯ ಅಗತ್ಯವಾಗಿದೆ ಎಂದು. ಹರಿಲಾಲನ ಭವಿಷ್ಯದ ಬಗ್ಗೆ ಚಿಂತಿತಳಾಗಿದ್ದಲು, ಮಗನ ಮೊಮ್ಮಕ್ಕಳ ಗತಿಯೇನು? – ಎನ್ನುವ ಪ್ರಶ್ನೆ ಅವಳನ್ನು ಒಳಗಿನಿಂದಲೇ ಕೊರೆಯುತ್ತಿತ್ತು. ಮೊದಲೂ ಕೂಡಾ ಹರಿಯ ಕುಟುಂಬದ ಯೋಗಕ್ಷೇಮ ನೋಡಿಕೊಳ್ಳಲು ಮುಂದಾಗಿದ್ದಲು. ಹಾಗೇನಾದರೂ ಆಗಿದ್ದರೆ, ಗುಲಾಬಳು ಅದನ್ನು ಒಪ್ಪಿಕೊಂಡು ತನ್ನ ಜೊತೆಗೇ ಇದ್ದಿದ್ದರೆ, ಇವತ್ತು ಶಾಂತಿಲಾಲ, ಗುಲಾಬಳ ಸಾವು ಸಂಭವಿಸುತ್ತಿರಲಿಲ್ಲವೇನೋ! ಎಂದು ಭಾವಿಸಿದಲು. ಆದರೆ ಈಗ ಅದು ಮುಗಿದುಹೋದ ಅಧ್ಯಾಯವಾಗಿತ್ತು. ಹರಿಲಾಲನಿಗೆ ಮಕ್ಕಳನ್ನು ನೋಡಿಕೊಳ್ಳುವುದು ಒಬ್ಬನ ಕೈಯಲ್ಲಿ ಆಗುವ ಮಾತಾಗಿರಲಿಲ್ಲ. ಗುಲಾಬಳ ವಿಧವೆ ತಾಯಿಯೂ ಆರ್ಥಿಕವಾಗಿ, ದೈಹಿಕವಾಗಿ ತುಂಬಾ ಸೋತುಹೋಗಿದ್ದಲು ತನಗೂ ಇಲ್ಲಿರುವುದು ಸಾಧ್ಯವಿರಲಿಲ್ಲ. ಬಾಪುವಿನ ಆರೋಗ್ಯ ಸರಿ ಇರಲಿಲ್ಲವಾಗಿ, ಅವನನ್ನು ನೋಡಿಕೊಳ್ಳಲು ಅವಳಿಗೆ ಸಾಬರಮತಿಗೆ ಹೊರಡಲೇ ಬೇಕಿತ್ತು. ಅಲ್ಲಿ ಎಲ್ಲಾ ಸರಿಹೋದ ಮೇಲೆ, ಹರಿಲಾಲನನ್ನು, ಮಕ್ಕಳನ್ನು, ಹೇಗಾದರೂ ಮಾಡಿ ಸಾಬರಮತಿಗೆ ಕರೆದು ತರೋಣವೆಂದು ಮನಸ್ಸಿನಲ್ಲಿ ನಿರ್ಧರಿಸಿ ಒಲ್ಲದ ಮನಸ್ಸಿನಿಂದಲೇ ಆಶ್ರಮಕ್ಕೆ ಹೊರಟುಬಂದಲು. ಹರಿಲಾಲ ತಾಯಿಯ ಜೊತೆಗೆ ಬಂದು 'ಬಾ'ಳನ್ನು ಆಶ್ರಮದಲ್ಲಿ ಬಿಟ್ಟು, ಹಾಸಿಗೆ ಹಿಡಿದುಮಲಗಿದ್ದ ಬಾಪುವನ್ನು ನೋಡಲು ಹೋದ.

ಬಾಪುವನ್ನು ಆ ಸ್ಥಿತಿಯಲ್ಲಿ ನೋಡಿದ ಕ್ಷಣದಲ್ಲಿ, ತಂದೆಯ ಮೇಲಿನ ಸಿಟ್ಟು, ಆಕ್ರೋಶಗಳೆಲ್ಲ ಮರೆಯಾಗಿ ಹತ್ತಿರ ಸರಿದು, ಕಾಲು ಮುಟ್ಟಿ ನಮಸ್ಕರಿಸಿ,

"ಬಾಪು ಹೇಗಿದ್ದೀರಿ? ಹಾಸಿಗೆ ಹಿಡಿದು ಮಲಗುವಂಥ ಖಾಯಿಲೆ ನಿಮಗೇನಾಗಿದೆ?" ಎಂದ.

ಬಾಪು ತೀರಾ ಸುಸ್ತಾಗಿದ್ದರು. ಹೊಟ್ಟೆಗೆ ಏನೂ ಸೇರುತ್ತಿರಲಿಲ್ಲವಾಗಿ ತುಂಬಾ ನಿತ್ರಾಣವಾಗಿದ್ದ, ಆಮಶಂಕೆ ಭೇದಿ, ಮತ್ತು ಹೊಟ್ಟೆನೋವು, ಸಹಿಸಲಸಾಧ್ಯವಾಗಿತ್ತು. ಎಷ್ಟು ತೀವ್ರವಾಗಿತ್ತೆಂದರೆ ತನಗೆ ಬದುಕುವ ಸಾಧ್ಯತೆಯೇ ಇಲ್ಲವೆಂದು ಭಾವಿಸಿದ್ದ. ಮಗನ ಬಾಯಿಂದ ಬಂದ "ಬಾಪು" ಶಬ್ದ ನೀರಸ ದೇಹದಲ್ಲಿ ಚೈತನ್ಯವೆಂಬ ವಿದ್ಯುತ್ ಸಂಚಾರವಾದಂತೆನಿಸಿ, ಮೆಲ್ಲಗೆ ಕಣ್ಣುಬಿಟ್ಟು ಅವನತ್ತ ನೋಡಿದ, ಹತ್ತಿರಕ್ಕೆ ಬಾ ಎಂದು ಸನ್ನೆ ಮಾಡಿದ. ಬಂದವನ ಕೈಯನ್ನು, ತನ್ನ ಕೈಯಲ್ಲಿರಿಸಿಕೊಂಡು ಮೆಲ್ಲಗೆ ನೇವರಿಸಿದ. ಕ್ಷೀಣವಾದ ದನಿಯಲ್ಲಿ.

"ಹರಿ, ಮಗು, ಈ ವಯಸ್ಸಿಗೆ ನಿನ್ನ ಜೀವನದಲ್ಲಿ ಇಂಥ ದುರಂತ, ಆಘಾತಗಳು ಸಂಭವಿಸಿದ್ದು ಕೇಳಿ, ನನಗೆ ತುಂಬಾ ದುಃಖವಾಗಿದೆ. ಗುಲಾಬಳಂಥ ಹೆಂಡತಿ ಸಿಗುವುದು ಕೋಟಿಗೊಬ್ಬರು ಮಾತ್ರ. ಆಕೆಯನ್ನು ಅಗಲಿ ಬಾಳಬೇಕಾದ ನಿನ್ನ ಬದುಕನ್ನು ಸ್ಮರಿಸಿಕೊಂಡರೆ, ನನಗೆ ತುಂಬಾ ನೋವಾಗುತ್ತದೆ. ಮಗು ಹರಿ, ಎಲ್ಲ ಮರೆತು ನಿನ್ನ ಮಕ್ಕಳೊಂದಿಗೆ ನಮ್ಮ ಜೊತೆ ಇದ್ದು ಬಿಡು. ನಿನ್ನಲ್ಲಿರುವ ಅಖಂಡ ಹೋರಾಟದ ಚೈತನ್ಯವನ್ನು ಟಡಿದೆಬ್ಬಿಸು" ಎಂದ.

"ಬಾಪು ನನ್ನ ಕುಟುಂಬದ ಬಗ್ಗೆ ಆಲೋಚಿಸಲು ಸಮಯವಿದೆ. ನೀವು ಈ ಸ್ಥಿತಿಯಲ್ಲಿ ಹೆಚ್ಚು ಆಯಾಸ ಪಡಬಾರದು. ನಿಮ್ಮ ಆರೋಗ್ಯವನ್ನು ನೋಡಿ ಕೊಳ್ಳಿ, ನೀವು ಜಗತ್ತಿಗೇ ಬೇಕಾದವರು. ಮತ್ತೊಮ್ಮೆ ಎಂದಾದರೂ ಬರುತ್ತೇನೆ" ಎಂದು ಹೇಳಿ ಹೊರಡಲು ಅನುವಾದ. ಕಸ್ತೂರಬಾ ಮಧ್ಯೆ ಪ್ರವೇಶಿಸಿ.

"ನೀವು ಚಿಂತೆ ಮಾಡಬೇಡಿ ಹರಿಗೆ ನಾವೆಲ್ಲರೂ ಇದ್ದೇವೆ. ನೀವು ಬೇಗ ಗುಣಮುಖಿರಾಗಿ ನಿಮಗೊಂದಿಷ್ಟು ಗಂಜಿಯನ್ನಾದರೂ ಮಾಡಿ ತರುತ್ತೇನೆ" ಎಂದು ಹೇಳಿ ಹರಿ ಜೊತೆ ಗಾಂಧಿಯ ಕೊಠಡಿಯಿಂದ ಹೊರಗೆ ಬಂದಳು.

ಗಾಂಧಿ ಮೊದಲಿನಂತೆ ಪ್ರಕೃತಿ ಚಿಕಿತ್ಸೆಗೆ ಹಟ ಹಿಡಿಯಲಿಲ್ಲ. ಬೇರೆ ಬೇರೆ ವೈದ್ಯರು ಬಂದು, ಪರೀಕ್ಷಿಸಿ, ಔಷಧೋಪಚಾರಗಳನ್ನು ತಿಳಿಸಿ ಹೋಗುತ್ತಿದ್ದರು. ತಾನು ಖಡಾಖಂಡಿತವಾಗಿ ಬೇಡವೆಂದು ನಿರಾಕರಿಸುತ್ತಿದ್ದ, ಔಷಧೋಪಚಾರಗಳಿಗೇ ಮೊರೆ ಹೋಗಬೇಕಾಗಿ ಬಂದುದು ಒಂದು ರೀತಿಯಲ್ಲಿ ಗಾಂಧಿಯ ಮನಸ್ಸಿನಲ್ಲಿ ಅಳುಕುವ ಭಾವವನ್ನು ಹುಟ್ಟಿಹಾಕಿತು. ಇಷ್ಟೊಂದು ಗಂಭೀರವಾಗಿ ಹಾಸಿಗೆ ಹಿಡಿದದ್ದು, ಗಾಂಧಿಗೆ ಸಾವಿನ ನೆರಳು ಹೆಡೆಯಾಡುತ್ತಿದ್ದೆಂತೆನಿಸಿತು. ತಾನಿನ್ನು ಬದುಕುಳಿಯುವುದು ಸಾಧ್ಯವಿಲ್ಲವೆನಿಸಿತು. ಆದರೂ ಧೈರ್ಯ ತಂದುಕೊಳ್ಳಲು ಪ್ರಯತ್ನಿಸಿದ. ಮನದಲ್ಲಿ ಅರಳುತ್ತಿದ್ದ ಅಳುಕನ್ನು ಒತ್ತಟ್ಟಿಗೆ ಸರಿಸಿದ. ತಾನು ಸಾಯಲೇ ಬೇಕೆಂಬುದು ದೇವರ ಇಚ್ಛೆಯಾದರೆ, ಹಾಗೇ ಆಗಲೆಂದು ಒಪ್ಪಿಕೊಂಡು ಕಸ್ತೂರಬಾ ಹಗಲಿರುಳೆನ್ನದೆ ಗಾಂಧಿಯ ಶುಶ್ರೂಷೆಗೆ ನಿಂತಳು. ಅವಳಿಗೂ ವಯಸ್ಸಾಗಿತ್ತು. ವಯಸ್ಸಿನ ದಣಿವನ್ನು ಮರೆತು ಗಂಡನ ಸೇವೆಗೆ ತನ್ನನ್ನು ಅರ್ಪಿಸಿಕೊಂಡಳು.

ಅದೇ ಸಮಯದಲ್ಲಿ ವಲ್ಲಭಾಯಿ ಪಟೇಲರು, ಸಾಬರಮತಿ ಆಶ್ರಮಕ್ಕೆ ಬಂದು ಗಾಂಧಿಗೆ ಸಿಹಿ ಸುದ್ದಿಯೊಂದನ್ನು ತಿಳಿಸಿದರು. ಯುದ್ಧ ಮುಗಿದು, ಕದನ ವಿರಾಮವನ್ನು ಘೋಷಿಸಲಾಗಿದ್ದ ಸಂಗತಿಯನ್ನು ವಿವರಿಸಿದರು. ಇದರಿಂದ 'ಬಾಪು' ಸಂತೋಷದಿಂದ ಎದ್ದು ಕುಣಿದಾಡಿಯಾರು ಎಂದು ಭಾವಿಸಿದ್ದ ಪಟೇಲರಿಗೆ ನಿರಾಶೆಯಾಯಿತು. ಗಾಂಧಿ ಯಾವುದೇ ಆಸಕ್ತಿಯನ್ನು ತೋರಲಿಲ್ಲ. ಭಾರತೀಯರನ್ನು ಯುದ್ಧದಲ್ಲಿ ಪಾಲ್ಗೊಳ್ಳಲು ನೇಮಿಸುವ ಅಗತ್ಯವಿಲ್ಲವೆಂದು ಬ್ರಿಟಿಷ್ ಸರಕಾರ ಘೋಷಿಸಿದ್ದು ಎಲ್ಲ ಭಾರತೀಯರಿಗೂ ಸಂತೋಷದ ಸಂಗತಿಯಾಗಿತ್ತು. ಎಲ್ಲರೂ ನಿರಾಳವಾಗಿ ಉಸಿರಾಡಿದರು. ಆದರೆ ಗಾಂಧಿಯ ಧೋರಣೆಯೇ ಬೇರೆಯಾಗಿತ್ತು. ಮಾನಸಿಕವಾಗಿ ಕುಸಿದು ಹೋಗಿದ್ದ ಸಾವಿನ ಭೀತಿ ಒಳಗೊಳಗೇ ಅವನನ್ನು ಕೊರೆಯುತ್ತಿತ್ತು. ಯಾಕೆಂದರೆ ತಮ್ಮ ತಂದೆಯೂ ಇಂಥದೇ ಕೀವುಗುಳ್ಳೆಗಳಿಂದ ಪ್ರಾಣ ನೀಗಿದ್ದರು, ಎನ್ನುವುದು ಗಾಂಧಿಗೆ ಆಗಾಗ ನೆನಪಾಗುತ್ತಿತ್ತು. ತನ್ನ ಸಾವು ದೇವರ ಇಚ್ಛೆ ಎಂದು ಹೇಳುತ್ತಿದ್ದರೂ ಬದುಕಬೇಕೆನ್ನುವ ಸುಪ್ತ ಆಕಾಂಕ್ಷೆ ಅವನದಾಗಿತ್ತು. ತಾನು ಈ ದೇಶಕ್ಕೆ ಹೇಗಾದರೂ ಸ್ವಾತಂತ್ರ್ಯ ದಕ್ಕಿಸಿಕೊಡಬೇಕೆಂಬ ಹಟ ಅವನದಾಗಿತ್ತು. ಆದರೆ ಇಚ್ಛೆಯಿದ್ದ ಮಾತ್ರಕ್ಕೆ ಬದುಕಲು ಆಗುವುದಿಲ್ಲವೆಂಬ ಸತ್ಯದ ಅರಿವೂ ಇತ್ತು. ಅದಕ್ಕಾಗಿಯೇ ತಾನು ಮರಣಾಸನ್ನವಾಗುತ್ತಿರುವ ವಿಷಯವನ್ನು ಹರಿಲಾಲನಿಗೆ, ದೇವದಾಸನಿಗೆ ಪತ್ರದ ಮೂಲಕ ತಿಳಿಸಿ, ಅದನ್ನು ಎದುರಿಸಲು ಅವರು ಸಿದ್ಧರಾಗಬೇಕೆಂದೂ ಸೂಚಿಸಿದ್ದ.

ಗಾಂಧಿ ಇಂತಹ ಯೋಚನೆಗಳಿಂದಲೋ, ಹಾಲು ಆಹಾರ ಸೇವನೆಯಿಂದ ತನ್ನ ಸುಧಾರಣೆ ಸಾಧ್ಯವಿಲ್ಲವೆಂದೋ ಹಾಲು ಕುಡಿಯಲೂ ನಿರಾಕರಿಸುತ್ತಿದ್ದ. ಅದರಲ್ಲಿಯೂ ಹಸುವಿನ ಹಾಲು ಕುಡಿಯುವುದು ತನ್ನ ನಿಯಮಕ್ಕೆ, ಪ್ರತಿಜ್ಞೆಗೆ ವಿರುದ್ಧವೆಂದು ಭಾವಿಸಿದ್ದ. ಇದು ಕಸ್ತೂರಬಾಳಿಗೂ

ಗೊತ್ತಿತ್ತು. ಆದ್ದರಿಂದ ಇದಕ್ಕೆ ಪರ್ಯಾಯ ಪರಿಹಾರವೆಂಬಂತೆ ಮೇಕೆಯ ಹಾಲನ್ನು ಕುಡಿಯಬಹುದೆಂದು ಮನವೊಲಿಸಿ, ಕುಡಿಸಿದಳು. ಇದರಿಂದ ಬೆಟ್ಟದಷ್ಟು ದೊಡ್ಡದಾದ ಸಮಸ್ಯೆಯ ಹೊರೆ ಇಳಿದಂತಾಯಿತು. ಬಂದವರೆಲ್ಲರೂ 'ಬಾ' ಗಂಡನಿಗೆ ಮಾಡುತ್ತಿದ ಸೇವೆ, ಆರೈಕೆ, ತೋರುತ್ತಿದ್ದ ಪ್ರೀತಿ, ಕಾಳಜಿಗಳನ್ನು ಮೆಚ್ಚಿಕೊಂಡಾಡುತ್ತಿದ್ದರು. ಗಾಂಧಿಗೂ ತನ್ನ ಪತ್ನಿಯ ಸೇವಾವ್ರತವನ್ನು ನೋಡಿ, ಮನದುಂಬಿ ಹೋಯಿತು. ಇಂಥ ಹೆಂಡತಿ ಲಭಿಸಿದ್ದಕ್ಕೆ ತಾನು ಪುಣ್ಯವಂತ, ಕೃತಾರ್ಥ ಎಂದು ಭಾವಿಸಿದ್ದೇ ಅಲ್ಲದೆ ಪೋಲಕರಿಗೆ ಬರೆದ ಪತ್ರದಲ್ಲಿಯೂ ಕಸ್ತೂರಬಾಳ ಬಗ್ಗೆ ಮೆಚ್ಚುಗೆ ಮಾತುಗಳನ್ನು ಹೇಳಿದ್ದ.

ಕಸ್ತೂರಬಾಳ ನಿರಂತರ ಸೇವೆ, ಶುಶ್ರೂಷೆಗಳು ಗಾಂಧಿಯಲ್ಲಿ ಸ್ವಲ್ಪ ಚೈತನ್ಯವನ್ನು ತುಂಬಿತು. ಆದರೂ ಇನ್ನೂ ನಿಶ್ಶಕ್ತಿಯಿಂದ ಮುಕ್ತವಾಗಿರಲಿಲ್ಲ. ಮೊದಲಿನ ಹಾಗೆ ಓಡಾಡುವುದು ಸಾಧ್ಯವಿರಲಿಲ್ಲ.

ಗಾಂಧಿ ನರಳುತ್ತಿದ್ದ ಕುರುಗಳ ಬಾಧೆಗೆ ಪರಿಹಾರ ಶಸ್ತ್ರಚಿಕಿತ್ಸೆಯೊಂದೇ ಎಂದು ತಿಳಿದಾಗ 'ಬಾ' ದಿಟ್ಟತನದಿಂದ ತಾನೊಬ್ಬಳೇ ಒತ್ತಾಯ ಮಾಡಿ ಮುಂಬಯಿಗೆ ಕರೆದೊಯ್ದು ಶಸ್ತ್ರಚಿಕಿತ್ಸೆಯನ್ನೂ ಮಾಡಿಸಿದ್ದಳು! ಇದೆಲ್ಲವೂ ಗಾಂಧಿಯ ಮನಸ್ಸನ್ನು ಕಸ್ತೂರಬಾಳ ವಿಚಾರದಲ್ಲಿ ಮೆದುಮಾಡಿತ್ತು. ತನ್ನೊಳಗೇ ಅವಳನ್ನು ಅಭಿವಂದಿಸಿದ್ದ.

ಖಾಯಿಲೆ ಉಲ್ಬಣ ಸ್ಥಿತಿಯಲ್ಲಿದ್ದಾಗ, ಅವನ ಮನಸ್ಸಿನ ವಿಕ್ಷುಬ್ಧತೆ, ಅಸಮಾಧಾನಗಳು ಎಲ್ಲರ ಮೇಲೂ ರೇಗಾಡುವಂತೆ ಮಾಡಿದ್ದವು. ಅದರಲ್ಲಿಯೂ ಗಂಡನೆಂಬ ಅಹಮ್ಮಿನಿಂದ ಕಸ್ತೂರಬಾಳ ಬಗ್ಗೆ ನಿಷ್ಠುರವಾಗಿ ಮಾತನಾಡಿದ್ದ, ಅವಳನ್ನು ತನ್ನೆದುರು ಬರಬೇಡವೆಂದೂ, ಅವಳ ಮುಖ ನೋಡುವುದೂ ತನಗೆ ಅಸಹ್ಯವೆಂದು ಸಿಡಿಮಿಡಿಯೊಂದಿಗೆ ಹೇಳಿದ್ದ.

ಆದರೆ ಈಗ ಅದೆಲ್ಲವೂ ನಡೆದುಹೋದ ಸಂಗತಿಗಳಾಗಿದ್ದವು. ಆರೋಗ್ಯದಲ್ಲಿ ಬಂದ ಸುಧಾರಣೆ ಮನಸ್ಸನ್ನು ಸ್ಥಿಮಿತಕ್ಕೆ ತಂದಿತ್ತು. ಭಾರತದ ಪರಿಸ್ಥಿತಿಯ ಬಗ್ಗೆ ಆಲೋಚನೆಗಳು ಹೊರಳಿದವು. ಬದುಕಿನ, ಜಗತ್ತಿನ ವಾಸ್ತವಗಳನ್ನು ಗ್ರಹಿಸತೊಡಗಿದ.

ಆದಷ್ಟು ಬೇಗ ರಾಷ್ಟ್ರ ರಾಜಕೀಯದಲ್ಲಿ ಘುಮುಕಿ, ರಾಶಿ ರಾಶಿ ಬಿದ್ದಿರುವ ಕರ್ತವ್ಯಗಳನ್ನು ಮಾಡಬೇಕೆಂಬ ಆತುರ. ಆದರೆ ಕಸ್ತೂರಬಾ ಅಷ್ಟು ಬೇಗ ಗಂಡನನ್ನು ಕೆಲಸಕಾರ್ಯಗಳಿಗೆ ಬಿಟ್ಟುಕೊಡಲು ಸಿದ್ಧಳಿರಲಿಲ್ಲ. ಗಾಂಧಿ ಕುಟುಂಬದ, ಬಂಧುಗಳಲ್ಲಿ ಒಬ್ಬರಾದ ಡಾ. ಪಿ. ಜೆ ಮೆಹ್ತಾ ಎಂಬುವವರು ಮುಂಬಯಿಯ ಲ್ಯಾಬರ್ನಮ್ ರಸ್ತೆಯಲ್ಲಿನ ಮಣಿಭವನ್ ಎಂಬ ಮನೆಯನ್ನು ಗಾಂಧಿ ದಂಪತಿ ಹಾಯಾಗಿ, ನೆಮ್ಮದಿಯಾಗಿ ಇದ್ದು, ಗಾಂಧಿ ವಿಶ್ರಾಂತಿ ತೆಗೆದುಕೊಂಡು ಚೇತರಿಸಿಕೊಳ್ಳಲೆಂದು ಬಿಟ್ಟುಕೊಟ್ಟಿದ್ದರು.

ಈ ಭವನದಲ್ಲಿ ಗಾಂಧಿ ಸಾಕಷ್ಟು ವಿಶ್ರಾಂತಿ ಪಡೆದರು. ಮೇಕೆಹಾಲಿಗೆಂದು ಮೇಕೆಯೊಂದನ್ನು ಸಾಕಿದರು. ಗಾಂಧಿ ಬಹಳ ಪ್ರೀತಿಯಿಂದ ಅದಕ್ಕೆ 'ಮೇಕೆತಾಯಿ' ಎಂದು ಹೆಸರಿಟ್ಟರು. ಸಾಕಷ್ಟು ಸುಧಾರಣೆ ಗಾಂಧಿ ಆರೋಗ್ಯದಲ್ಲಿ ಕಂಡು ಬಂದರೂ ಇನ್ನೂ ನೀರಸತೆ, ಬಲಹೀನತೆಗಳೂ ಇದ್ದವು. ಆದರೂ ಗಾಂಧಿ ಹಾಸಿಗೆ ಬಿಟ್ಟು ಕಾರ್ಯಜಗತ್ತಿಗೆ ಎದ್ದೋಡಲು ತವಕಿಸುತ್ತಿದ್ದ. ಆದರೆ ಕಸ್ತೂರಬಾ ಗಾಂಧಿಯನ್ನು ಗದ್ದರಿಸಿ ಸುಮ್ಮನೆ ಇರಿಸುತ್ತಿದ್ದಳು. ಗಾಂಧಿಯೋ ಸಂದಿಗ್ಧ? ಬೇರೆ ಸಂದರ್ಭಗಳಲ್ಲಾಗಿದ್ದರೆ ಅವಳ ಬಾಯಿ ಬಡಿದು ಗಂಡನೆಂಬ ಅಹಮ್ಮನ್ನು ತೋರುತ್ತಿದ್ದ. ಈಗ ಕಸ್ತೂರಬಾಳ ಎದೆಯ ಪ್ರೀತಿ, ಕಾಳಜಿಗಳು ಹೆಂಡತಿಯ ಮೇಲಿನ

ಧೋರಣೆಯನ್ನೇ ಬದಲಾಯಿಸಿತ್ತು. ಅದಕ್ಕಾಗಿಯೇ ಅವನು ತನ್ನನ್ನು ಹೋಗಲು ಬಿಡದೆ ನಿರ್ಬಂಧಿಸಿದ್ದನ್ನು, ವಿನೋದದ ದನಿಯಲ್ಲಿ ಪ್ರಶ್ನಿಸಿದ.

"ಬಾ, ನನ್ನನ್ನು ಹೀಗೆ ಕೈಕಾಲು ಕಟ್ಟಿಹಾಕಿ ಕೂಡಿಸಿಬಿಟ್ಟರೆ, ನನ್ನ ಕೆಲಸಗಳು ಹೇಗೆ ಆಗಬೇಕು. ನಿನ್ನ ರೀತಿ ನೋಡಿದರೆ ನಾನು ನಿನಗೆ ಯಜಮಾನನೋ ಇಲ್ಲ ನೀನು ನನಗೆ ಯಜಮಾನಿಯೋ ಅರ್ಥವಾಗುತ್ತಿಲ್ಲ" ಎಂದ.

"ನೀವು ಹೇಗೆ ಬೇಕಾದರೂ ತಿಳಿದುಕೊಳ್ಳಿ, ನಿಮ್ಮ ಆರೋಗ್ಯ ಮುಖ್ಯ. ನೀವು ಪೂರ್ಣವಾಗಿ ಗುಣಮುಖಿರಾಗಿದ್ದೀರಿ ಎಂದು ನನಗೆ ಖಾತ್ರಿಯಾಗದ ಹೊರತು, ಒಂದು ಹೆಜ್ಜೆಯೂ ಹೊರಗೆ ಇಡಲು ಬಿಡುವುದಿಲ್ಲ. ನಿಮ್ಮನ್ನು ಕಾಪಾಡಿಕೊಳ್ಳುವುದು, ಜಗತ್ತಿನ ವತಿಯಿಂದ ನನ್ನ ಜವಾಬ್ದಾರಿ" ಎಂದಳು.

"ಅಬ್ಬಬ್ಬಾ? ಬ್ರಿಟಿಷರಿಗಿಂತಲೂ ಭಯಂಕರ ದಬ್ಬಾಳಿಕೆ ನಿನ್ನದು."

"ಇರಲಿ ಬಿಡಿ, ದಬ್ಬಾಳಿಕೆಯೆಂದೇ ಒಪ್ಪಿಕೊಳ್ಳುತ್ತೇನೆ. ಹಾಗಂತ, ಬ್ರಿಟಿಷರನ್ನು ಓಡಿಸಲು ಪಿತೂರಿ ನಡೆಸುತ್ತಿರುವಂತೆ ನನ್ನನ್ನು ಓಡಿಸಲೂ ಪಿತೂರಿ ನಡೆಸುತ್ತಿದ್ದೀರಾ ಹೇಗೆ?"

"ನಿನ್ನನ್ನು ಓಡಿಸುವುದೇ! ನಿನ್ನ ಇಂಥ ದಬ್ಬಾಳಿಕೆ ಇರುವುದರಿಂದಲೇ ನನಗೆ ದಾರಿ ತಪ್ಪಿ ಹೋಗಲು ಸಾಧ್ಯವಿರಲಿಲ್ಲ. ನನಗೆ ಗೊತ್ತು, ನನ್ನ ಹೆಂಡತಿ ಯಾವಾಗಲೂ ನನ್ನ ಹಿತ ಚಿಂತನೆಯ ವ್ರತದಲ್ಲಿಯೇ ಮಗ್ನಳಾಗಿ ಇರುತ್ತಾಳೆ ಎಂದು."

"ಸಾಕು ಸಾಕು ನಿಮ್ಮ ಹೊಗಳಿಕೆ, ಇಂಥ ಹೊಗಳಿಕೆಗಳಿಂದ ನನ್ನನ್ನು ಮೋಸಮಾಡಲಾರಿರಿ. ಈಗ ಸುಮ್ಮನೆ ಹಾಲು, ಹಣ್ಣು ತೆಗೆದುಕೊಂಡು ತೆಪ್ಪಗೆ ಮಲಗಿಕೊಳ್ಳಿ. ಆಶ್ರಮದಲ್ಲಂತೂ ನಿಮ್ಮನ್ನು ನೆಮ್ಮದಿಯಿಂದ ಉಸಿರಾಡಲೂ ಜನ ಬಿಡುವುದಿಲ್ಲ. ಈಗಂತೂ ಪಾಪ ಮೆಹ್ತಾರವರು ಪ್ರಶಾಂತವಾದ, ವಿಶಾಲವಾದ, ಆರೋಗ್ಯಕರವಾದ ಪರಿಸರದ ಮನೆಯನ್ನು ಕೊಟ್ಟು ಉಪಕಾರ ಮಾಡಿದ್ದಾರೆ. ನೀವು ಪೂರ್ತಿಯಾಗಿ ಮೊದಲಿನಂತೆ ಆರೋಗ್ಯವಾಗಿ ಹೊರಬಂದರೆ ಅವರಿಗೂ ಸಮಾಧಾನ. ಸಂತೃಪ್ತಿ."

ಮಣಿಭವನದಲ್ಲಿ ದಿನಗಳು ಹಾಯಾಗಿ ಕಳೆದುಹೋಗುತ್ತಿದ್ದವು. ಇಂಥ ದಿನಗಳಲ್ಲಿಯೇ ಕಸ್ತೂರಬಾಳಿಗೆ ಗಾಂಧಿಯೊಂದಿಗೆ ದಾಂಪತ್ಯ ಜೀವನದ ಪೂರ್ಣ ತೃಪ್ತಿ ಸಿಕ್ಕಿದ್ದು. ಯಾರದೂ ಮಧ್ಯ ಪ್ರವೇಶವಿರಲಿಲ್ಲ. ಸಂದರ್ಶಕರೂ ಹೆಚ್ಚಾಗಿ ಬರುತ್ತಿರಲಿಲ್ಲ. ಬಂದರೂ ತೀರಾ ಅಪರೂಪಕ್ಕೆ. ಅದೂ ಅನಿವಾರ್ಯತೆಯಿದ್ದಾಗಷ್ಟೇ! ಗಾಂಧಿ ಪೂರ್ತಿಯಾಗಿ ಚೇತರಿಸಿಕೊಂಡು ಮೊದಲಿನ ಸ್ಥಿತಿಗೆ ಬಂದಿದ್ದ. ಗುಲಾಬಳ ಸಾವಿನ ನಂತರ ಹರಿಲಾಲ ಕಲ್ಕತ್ತೆಗೆ ಹಿಂತಿರುಗಿದ್ದ. ಆದರೆ ಮಕ್ಕಳನ್ನು ನೋಡಿಕೊಳ್ಳುವುದು ಅವನಿಂದ ಸಾಧ್ಯವಿರಲಿಲ್ಲ. ಕೂಡಲೇ 'ಬಾ'ಗೆ ಪತ್ರ ಬರೆದು ತನ್ನ ನಾಲ್ಕು ಮಕ್ಕಳನ್ನು ಕಳಿಸುತ್ತಿರುವುದಾಗಿ ತಿಳಿಸಿದ. ಮೊಮ್ಮಕ್ಕಳು ಬರುವ ಸುದ್ದಿಯೇ 'ಬಾ'ಳಲ್ಲಿ ಹುರುಪು ತುಂಬಿತು. ಓಡಿ ಹೋಗಿ ಗಂಡನಿಗೆ ವಿಷಯ ತಿಳಿಸಿದಳು. ಬಾಪುವಿಗೆ ಮೊಮ್ಮಕ್ಕಳ ಬಗ್ಗೆ ಅತಿಯಾದ ಪ್ರೀತಿಯಿತ್ತು. ಎಲ್ಲಕ್ಕಿಂತ ಹೆಚ್ಚಾಗಿ, ಹೆಂಡತಿ ಮೊಮ್ಮಕ್ಕಳ ಬರವಿನಿಂದ ಇನ್ನಷ್ಟು ಸಂತೋಷ ಪಡುತ್ತಾಳೆ ಎನಿಸಿ, ನೆಮ್ಮದಿಯಿಂದ ಉಸಿರುಬಿಟ್ಟ. ಅದೇ ಸಮಯಕ್ಕೆ, ಮಹದೇವ

ದೇಸಾಯಿ, ಈಗ ಗಾಂಧಿ ಆರೋಗ್ಯ ಸುಧಾರಿಸಿರುವುದರಿಂದ ಏನಾದರೂ ಕೆಲಸ ಕಾರ್ಯಗಳು ಇದ್ದಾವು ಎಂದು ಭಾವಿಸಿ ಮುಂಬಯಿಯ ಮಣಿಭವನಕ್ಕೆ ಬಂದಿಳಿದ.

35

ನಾಲ್ಕು ಜನ ಮಕ್ಕಳು ಬಂದದ್ದೇ ಮನೆ ತುಂಬಿಹೋಯಿತು. ಮನೆಯಲ್ಲಿನ ಸಾವುಗಳಿಂದ, ಪೂರ್ತಿಯಾಗಿ ತಾವು ಕಳೆದುಕೊಂಡಿದ್ದೇನು ಎಂದು ಸರಿಯಾಗಿ ಅರ್ಥವಾಗದಿದ್ದರೂ ತಾಯಿ ಮತ್ತು ಶಾಂತಿಯ ಸಾವು ಅವರ ಮೇಲೆ ಪ್ರಭಾವ ಬೀರಿಯೇ ಇತ್ತು. ವಿಷಾದ ಛಾಯೆ ದೈನ್ಯ ಭಾವದ ಆ ಪುಟ್ಟ ಮಕ್ಕಳ ಮುಖಗಳನ್ನು ನೋಡಿದಾಗ ಕಸ್ತೂರಬಾಳ ಕರುಳು ಕಿವುಚಿದಂತಾಯಿತು. ಎಲ್ಲ ಮಕ್ಕಳಲ್ಲಿ ದೊಡ್ಡವಳಾದ ರಾಮಿಗೆ ತಾಯಿಯ ಸಾವಿನ ನೋವು ಹೆಚ್ಚಾಗಿ ಕಾಡಿತ್ತು. ಆದರೆ ಈ ಸಮಯದಲ್ಲಿ 'ಬಾಪು' ಮಕ್ಕಳನ್ನು ಹತ್ತಿರಕ್ಕೆ ಕರೆದುಕೊಂಡು ಮುದ್ದಿಸುತ್ತಾ, ಅವರ ಗಮನ ಬೇರೆ ಕಡೆಗೆ ಸೆಳೆಯಲು, ಬಗೆಬಗೆಯ ಆಟಗಳನ್ನು ಆಡಿಸುತ್ತಾ, ಕತೆಗಳನ್ನು ಹೇಳುತ್ತಾ ಮನರಂಜಿಸುತ್ತಿದ್ದ. ಅಷ್ಟೇ ಅಲ್ಲ ತನ್ನನ್ನು ಶತ್ರುವೆಂದೇ ಭಾವಿಸುತ್ತಿದ್ದ ಹರಿಲಾಲನಿಗೆ ಪತ್ರ ಬರೆದು ಮಕ್ಕಳು ಇಲ್ಲಿ ಸಂತೋಷವಾಗಿದ್ದಾರೆಂದೂ, ಅವರನ್ನು ನೋಡಿದರೆ ಹರಿಲಾಲನ ಬಾಲ್ಯ ನೆನಪಾಗುತ್ತದೆಯೆಂದೂ, ಮಕ್ಕಳ ಬಗ್ಗೆ ಏನೊಂದಿಷ್ಟು ಚಿಂತ ಬೇಡವೆಂದು ತಿಳಿಸಿ ಬರೆದಿದ್ದ. ಅವರಲ್ಲಿ ಆರು ವರ್ಷದ ರಸಿಕ್‌ಲಾಲನನ್ನು ಒಳ್ಳೆ ಲಹರಿಯಲ್ಲಿರಿಸಲು

"ರಸಿಕಲಾಲಹರಿಲಾಲ್ ಮೋಹನದಾಸ್ ಕರಮಚಂದಗಾಂಧಿ
ಮೇಕೆಯೊಂದನು ತನ್ನಲ್ಲಿ ಇರಿಸಿದ್ದ
ಮೇಕೆಯ ಹಾಲನು ಕರೆಯಲಾಗದು
ಗಾಂಧಿಯ ಅಳುವನು ನಿಲಿಸಲಾಗದು"

ಎಂದು ಕವಿತೆ ಬರೆದ.

ಮಕ್ಕಳು ಕ್ರಮೇಣ ಅಜ್ಜಿ ತಾತರೊಂದಿಗೆ ಹೊಂದಿಕೊಂಡರು. ಸಪ್ಪೆ ಮೋರೆಗಳು ಅರಳಿ ನಳನಳಿಸಿದವು. ತಾತನನ್ನಂತೂ ಬಹಳ ಸಲುಗೆಯಿಂದ ಕಾಂತಿಲಾಲ ಮತ್ತು ರಸಿಕಲಾಲರು. ಆಟವಾಡಿಸುತ್ತಿದ್ದರು. ತಾತನ ತೊಡೆಯೇರಲು ಜಗಳ ಮಾಡುತ್ತಿದ್ದರು. ಗಾಂಧಿ ಇಬ್ಬರನ್ನೂ ಎರಡೂ ತೊಡೆಗಳ ಮೇಲೆ ಕೂರಿಸಿಕೊಂಡು ಏನಾದರೂ ಕತೆ ಹೇಳುತ್ತಿದ್ದರು. ಇಲ್ಲವೆ ದೇವರ ಶ್ಲೋಕಗಳನ್ನು ಹೇಳಿಕೊಡುತ್ತಿದ್ದರು. ಅಪ್ಪನ, ಚಿಕ್ಕಪ್ಪಂದಿರ ಬಾಲ್ಯದಾಟಗಳನ್ನು ತುಂಟತನ ಗಳನ್ನು ಬಣ್ಣಕಟ್ಟಿ ಹೇಳುತ್ತಿದ್ದರು.

ತಾತ ಮೊಮ್ಮಕ್ಕಳ ನಡುವಿನ ಸಲುಗೆ, ಅವರ ಆಟಪಾಠಗಳಿಂದ 'ಬಾ'ಗೆ ಸ್ವರ್ಗ ಸಿಕ್ಕಷ್ಟೇ ಸಂತೋಷವನ್ನು ಅನುಭವಿಸುತ್ತಿದ್ದಳು. ಸೊಸೆ, ಮೊಮ್ಮಗನ ಸಾವು, ಗಂಡನ ಗಂಭೀರ ಖಾಯಿಲೆಯ ನಂತರ ಈ ದೃಶ್ಯಗಳು, ಏನೋ ಒಂದು ಬಗೆಯ ನಿರಾಳತೆ, ಬಿಡುಗಡೆಯ ಭಾವಗಳನ್ನು ಅನುಭವಿಸುತ್ತಿದ್ದಳು. ಇಂಥದೇ ಪರಿಸರದಲ್ಲಿ, ವೈದೃಶ್ಯವೆಂಬಂತೆ, ಗಾಂಧಿ,

ಪತ್ರಿಕೆಯಲ್ಲಿ ರೌಲತ್ ಮಸೂದೆಯ ಸುದ್ದಿ ಓದಿದ ಕೂಡಲೇ ಸಿಡಿಮಿಡಿಗೊಂಡ. ಮೊದಲೇ ಭಾರತೀಯರು ಕದನವಿರಾಮದಿಂದ ಚಡಪಡಿಸುತ್ತಿದ್ದರು. ಅದರ ಜೊತೆಗೆ ಇನ್‌ಫ್ಲೂಯೆಂಜಾ ರೋಗಮಾರಿಯ ಆಕ್ರಮಣದಿಂದ ತತ್ತರಿಸುತ್ತಿದ್ದರು. ಇದೇ ಸಂದರ್ಭದಲ್ಲಿ, ಭಾರತೀಯರನ್ನು ಅಗೌರವ ತಿರಸ್ಕಾರಗಳಿಂದ ಕಾಣುವ ದೃಷ್ಟಿಯನ್ನು ಬಿಂಬಿಸುವಂತೆ ರೌಲತ್ ಮಸೂದೆ ಜಾರಿಯಾಗುತ್ತಿರುವುದು ಸ್ವಾಭಿಮಾನಿಯಾದ ಯಾವ ಭಾರತೀಯನಿಗೂ ಅಸಹನೀಯವಾಗಿತ್ತು. ಭಾರತೀಯರನ್ನು ದೇಶದ್ರೋಹಿಗಳೆಂಬಂತೆ ಬಿಂಬಿಸಲಾಗಿತ್ತು. ಯುದ್ಧದಲ್ಲಿ ಬ್ರಿಟಿಷರ ಪರವಾಗಿ ನಿಂತ ಭಾರತೀಯರ ಬಗ್ಗೆ ಘನತೆ, ಗೌರವ ಕೃತಜ್ಞತೆಗಳೊಂದಿಗೆ ನಡೆದುಕೊಳ್ಳಬೇಕಿದ್ದ ಬ್ರಿಟಿಷ್ ಸರಕಾರ ಈ ಮಸೂದೆಯಿಂದ ಭಾರತೀಯರ ಮನದಲ್ಲಿನ ಘಾಯಗಳ ಮೇಲೆ ಬರೆ ಎಳೆದಂತೆ ಮಾಡಿತ್ತು.

ಗಾಂಧಿ ಕೂಡಲೇ ಈ ಅಮಾನುಷವಾದ ಮಸೂದೆಗೆ ತತ್ಕ್ಷಣ ಪ್ರತಿಕ್ರಿಯೆ ತೋರಿಸುವುದು ಅನಿವಾರ್ಯವೆನಿಸಿತು. ಇದು ಜಾರಿಗೆ ಬಂದಲ್ಲಿ, ಪೌರಹಕ್ಕುಗಳಿಗೆ ಸಂಚಕಾರ ಬರುವುದಷ್ಟೇ ಅಲ್ಲ, ದೇಶದ್ರೋಹದ ಆರೋಪದ ಮೇಲೆ, ವಿಚಾರಣೆಯೂ ಇಲ್ಲದೆ, ಅಪೀಲಿಗೂ ಅವಕಾಶವಿಲ್ಲದೆ, ರಹಸ್ಯವಾಗಿಯೇ ದಂಡನೆಯನ್ನು ವಿಧಿಸಬಹುದಾಗಿತ್ತು. ಅಲ್ಲದೆ ಸಾರ್ವಜನಿಕವಾಗಿ ಭಾಷಣ ಮಾಡುವ ಮತ್ತು ಮುದ್ರಿತ ಕಾಗದ ಪತ್ರಗಳನ್ನು ಹೊಂದಿರುವ ಸ್ವಾತಂತ್ರ್ಯವನ್ನೂ ಹತ್ತಿಕ್ಕಲಾಗುವ ಸಾಧ್ಯತೆಯೂ ಇತ್ತು.

ಇಷ್ಟು ದಿನದ ವಿರಾಮ ವಿಶ್ರಾಂತಿಗಳನ್ನು ಬದಿಗಿಟ್ಟು ಗಾಂಧಿ ಕೂಡಲೇ ರಣಾಂಗಣಕ್ಕಿಳಿದ. ಪಟೇಲರೂ ಸೇರಿದಂತೆ, ಹಾರ್ನಿಮನ್, ಸರೋಜಿನಿ ನಾಯ್ಡು, ಅನಸೂಯಬೆನ್ ಸಾರಾಭಾಯಿ, ಉಮರ್ ಸೊಭಾನಿ, ಯಾಜ್ಞಿಕ್, ಶಂಕರ್‌ಲಾಲ್ ಬ್ಯಾಂಕರ್ ಕಾರ್ಯಕರ್ತರ ಸಭೆ ಕರೆದ. ಜೊತೆಗೆ ಮಣಿಭವನದಿಂದಲೇ ವೈಸ್‌ರಾಯ್ ಅವರಿಗೆ ಈ ಮಸೂದೆಯ ಹಿಂದಿನ ದುರುದ್ದೇಶಗಳನ್ನು ಮನವರಿಕೆ ಮಾಡಿ ಪತ್ರ ಬರೆದ. ಈಗ ತೀಕ್ಷ್ಣ ಹೋರಾಟದ ಗಳಿಗೆಗಳು ಎದುರಾಗುತ್ತಿದೆ ಎನಿಸಿ ಕೂಡಲೇ ತನ್ನ ಕಾರ್ಯಕ್ಷೇತ್ರವನ್ನು ಸಬರಮತಿ ಆಶ್ರಮಕ್ಕೆ ಸ್ಥಳಾಂತರಿಸಿಬೇಕೆನಿಸಿ, ಕಸ್ತೂರಬಾ ಮತ್ತು ಮಕ್ಕಳನ್ನು ಜೊತೆಗಿದ್ದ ಮೇಕೆಯನ್ನೂ ಕರೆದುಕೊಂಡು ಸಬರಮತಿಗೆ ಹಿಂತಿರುಗಿದ.

ಗಾಂಧಿಗೆ ಕೂಡಲೇ ಪ್ರತಿಭಟನೆಯ ಕಾರ್ಯವಿಧಾನ ಹೊಳೆಯಲಿಲ್ಲ. ಯೋಚಿಸುತ್ತಲೇ, ಅಸ್ವಸ್ಥ ಮನಃ ಸ್ಥಿತಿಯಲ್ಲಿಯೇ ಮಲಗಿದ. ಕನಸಿನಲ್ಲಿ ಯಾರದೋ ಧ್ವನಿ ಕೇಳಿದಂತಾಯಿತು. ಥಟ್ಟನೆ ಎದ್ದು ಕಣ್ಣು ಬಿಟ್ಟ, ಮೊದಲಿನಿಂದಲೂ ತಾನು ನಡೆದ ಅಹಿಂಸಾಮಾರ್ಗದಲ್ಲಿಯೇ ಮುನ್ನಡೆಸಿಕೊಂಡು ಹೋಗಬೇಕೆಂದು ತೀರ್ಮಾನಿಸಿದ. ಕೂಡಲೇ ಕಾರ್ಯರಂಗಕ್ಕೆ ಸಿದ್ಧನಾದ.

ಬೆಳಿಗ್ಗೆ ಉಪಹಾರ ಮುಗಿಯುತ್ತಿದ್ದಂತೆ ಸಭೆಕರೆದ. ಕೆಲ ಕಾಂಗ್ರೆಸ್ಸಿಗರು ಗಾಂಧಿಯ ವಿರುದ್ಧವಾಗಿದ್ದರು. ಆದರೂ ಗಾಂಧಿ ಹಿಂಜರಿಯಲಿಲ್ಲ. ಇಂಥ ಕೆಲವರನ್ನು ಬಿಟ್ಟರೆ, ಗಾಂಧಿ ನೀಡಿದಹರತಾಳದ ಕರೆಗೆ ಪ್ರಚಂಡವಾದ ಪ್ರತಿಕ್ರಿಯೆ ದೊರೆಯಿತು. ಜನಸಾಗರವೇ ಹರಿದುಬಂತು. ಹಿಂದೂ – ಮುಸ್ಲಿಮರೆಲ್ಲ ಒಟ್ಟುಗೂಡಿ ಕರಾಳ ಶಾಸನದ ವಿರುದ್ಧ ಕಪ್ಪು ಭಾನುವಾರ ಆಚರಿಸಿದರು. ಇದು ಮೊಟ್ಟಮೊದಲ ರಾಷ್ಟ್ರವ್ಯಾಪಿ ಶಕ್ತಿ ಪ್ರದರ್ಶನವಾಗಿತ್ತು. ಸರಿಸುಮಾರು 200000 ಜನ ಸೇರಿದ್ದರು. ಗಾಂಧಿ 5000 ಜನ ಸೇರಿದ್ದ ಮಸೀದಯೊಂದರಲ್ಲಿ ಭಾಷಣ ಮಾಡಿದ. ಬ್ರಿಟಿಷ್ ಸರಕಾರ ಸತ್ಯಾಗ್ರಹಿಗಳನ್ನು ಬಂಧಿಸುವ ತಂಟೆಗೆ ಹೋಗಲಿಲ್ಲ. ಹಾಗೇಸಾದರೂ ಕ್ರಮ ಕೈಗೊಂಡಲ್ಲಿ, ಗಾಂಧಿಯ ವರ್ಚಸ್ಸು ಮತ್ತಷ್ಟು ಅಧಿಕಗೊಳ್ಳುತ್ತದೆ ಎಂಬ ದೂರದೃಷ್ಟಿ ಅವರದಾಗಿತ್ತು. ಭಾರತದ ಉದ್ದಗಲ ಗಾಂಧೀಜಿಯೆಡೆಗೆ ಸೆಳೆಯಲ್ಪಟ್ಟರು. ಬ್ರಿಟಿಷರು ಕ್ರಮ ಕೈಗೊಳ್ಳುಬಾರದೆಂದುಕೊಂಡರೂ, ಕಡೆಗೆ ಗೋಲಿಬಾರ್ ಮಾಡಿದರು. ಗಾಂಧಿ ಪಂಜಾಬ್, ದೆಹಲಿಗೆ ಪ್ರಯಾಣಿಸಿದರು. ರೈಲಿನಲ್ಲಿ ಪ್ರಯಾಣ ಮಾಡುತ್ತಿದ್ದ ಗಾಂಧಿಯನ್ನು ಬಲಾತ್ಕಾರದಿಂದ ಇಳಿಸಿ, ಅಲ್ಲಿಂದ ರಾತ್ರಿ ಕಳೆದ ಮೇಲೆ ಮುಂಬಯಿಗೆ ಕಳುಹಿಸಿ, ಗಾಂಧಿಯನ್ನು ಅಲ್ಲಿ ಬಿಡುಗಡೆ ಮಾಡಿದರು. ಹಿಂಸೆಯಾಗಬಾರದೆಂದು, ಉದ್ರೇಕಗೊಳ್ಳಬಾರದೆಂದು ಸತ್ಯಾಗ್ರಹಿಗಳಲ್ಲಿ ಎಷ್ಟೇ ನಿವೇದಿಸಿಕೊಂಡಿದ್ದರೂ ಹಿಂಸಾಚಾರ ನಡೆದೇ ಹೋಯಿತು.

ಅಲ್ಲಲ್ಲಿ ಗಾಂಧಿ ಭಾಷಣಗಳನ್ನು ನೀಡಿದ. ಜೊತೆಗೆ ಸರೋಜಿನಿ ನಾಯ್ಡುರವರೂ ಇದ್ದರು. ನಿಂತ ನಿಂತಲ್ಲಿ ಭಾಷಣ; ಮರು ಮುದ್ರಣಗೊಂಡ ಹಿಂದ್ ಸ್ವರಾಜ್ ಪತ್ರಿಕೆಯ ಪ್ರತಿಗಳ ಹಂಚಿಕೆ!? ರೌಲತ್ ಮಸೂದೆಯ ವಿವರಗಳನ್ನು ಉಳ್ಳ ಲಘು ಪತ್ರಿಕೆಗಳನ್ನೂ ಹಂಚಲಾಯಿತು.

ಬ್ರಿಟಿಷ್ ಅಧಿಕಾರಿಗಳು ಭಾರತೀಯರ ಒಗ್ಗಟ್ಟಿನ ಪ್ರದರ್ಶನವನ್ನ ಕಂಡು ದಿಗ್ಭ್ರಾಂತರಾದರು. ಇದನ್ನು ಪ್ರತ್ಯಕ್ಷವಾಗಿ ಕಂಡ ಬ್ರಿಟಿಷ್ ಸರಕಾರ ಅಥವಾ ಸಾಮ್ರಾಜ್ಯಶಾಹಿ ತನಗೆ ಬರಲಿರುವ ಕುತ್ತನ್ನು, ಸಮ್ರಾಜ್ಯದ ಬೇರುಗಳು ಅಲುಗಾಡುವುದನ್ನು ಗಮನಿಸಿತು. ಅಮೃತಸರದ ಗವರ್ನರ್ ಜನರಲ್ ಡೈಯರ್ ಸಾರ್ವಜನಿಕ ಸಭೆಗಳನ್ನು ನಿಷೇಧಿಸಿದ್ದ. ಈ ನಿಷೇಧದ ಬಗ್ಗೆ ತಿಳಿಯದ ಹಿಂದೂ ಮುಸ್ಲಿಮರು ಜಲಿಯನ್‌ವಾಲಾ ಬಾಗ್‌ನಲ್ಲಿ ಸಭೆ ಸೇರಿದ್ದರು. ಈ ಭಾರತೀಯರಿಗೆ ಬುದ್ಧಿ ಕಲಿಸಲು ಅವಕಾಶ ನೋಡುತ್ತಿದ್ದ ಡೈಯರ್, ಈ ಸಮಯದಲ್ಲಿಯೇ ತನ್ನ ಕ್ರೂರ ಕಾರ್ಯವನ್ನು ಜಾರಿಗೊಳಿಸಿದ. ಒಳಹೋಗಲು ಹೊರಬರಲು ಇದ್ದ ಒಂದೇ ಪ್ರವೇಶ ದ್ವಾರವನ್ನು ಮುಚ್ಚಿಸಿ, ಅಲ್ಲಿ ಸೇರಿದ್ದ ಭಾರತೀಯರಿಗೆ ಸೂಚನೆಯೇ ಇಲ್ಲದಂತೆ ಗೋಲಿಬಾರಿಗೆ ಆಜ್ಞೆ ನೀಡಿದ. ಭಾರತೀಯರು ಕಂಡೆಯಲ್ಲಿ ಡೊಗ್ಗಿ ಸಲಾಮು ಮಾಡಬೇಕೆಂದು ಆದೇಶಿಸಿದ. ಬೇರೆ ಬೇರೆ ಕಡೆಗಳಲೆಲ್ಲ ಹಲ್ಲೆ ಮಾಡಿಸಿದ. ಗಂಡಸರು, ಹೆಂಗಸರು ಮಕ್ಕಳು ಮುದುಕರು ಸೇರಿದಂತೆ, ಸಾವಿರಾರು ಮಂದಿ ಗುಂಡಿಗೆ ಬಲಿಯಾದರು. ಹೊರಗೆ ಹೋಗುವುದಕ್ಕೆ ಅವಕಾಶವಿಲ್ಲದಾಗಿ ಇದ್ದವರು ಇದ್ದಲ್ಲಿಯೇ ಗುಂಡಿನೇಟಿನಿಂದ ಸಾವಿಗೆ ಈಡಾದರು. ಸಾವಿನ ಚೀತ್ಕಾರಗಳು ನರಕದ ಕಲ್ಪನೆಗಿಂತ ಭಯಾನಕವಾಗಿದ್ದವು.

ರೈತರ ಗುಂಪುಗಳ ಮೇಲೆಯೂ ಹಲ್ಲೆ, ಗೋಲಿಬಾರ್ ನಡೆದವು. ಬ್ರಿಟಿಷರ ಈ ಕ್ರೂರನೀತಿ, ನಡವಳಿಕೆಗಳಿಂದ, ಮೊದಲೇ ಖಾಯಿಲೆಯಿಂದ ನರಳಿದ್ದ ಗಾಂಧಿ ಮತ್ತಷ್ಟು ಕುಸಿದುಹೋದ. ಬ್ರಿಟಿಷರ ಅಸಹನೆ, ಮುಂಗೋಪ ಅಮಾಯಕ ಜನರ ಹತ್ಯಾಕಾಂಡಕ್ಕ ದಾರಿಮಾಡಿದ್ದು ಎಂದು ನಂಬಿದ ಗಾಂಧಿಗೆ, ಅಲ್ಲಿಯವರೆಗೆ ಬ್ರಿಟಿಷರ ಬಗ್ಗೆ ಸ್ವಲ್ಪ ಮೆದುಭಾವನೆ ಹೊಂದಿದ್ದದ್ದು ಮರೆಯಾಗಿ, ಅವರ ಈ ಅಕ್ಷಮ್ಯ ಅಪರಾಧಕ್ಕೆ ಸರಿಯಾದ ಪಾಠ ಕಲಿಸಬೇಕೆಂದು ನಿರ್ಧರಿಸಿದ. ಸರಕಾರಕ್ಕೂ ಕೂಡಾ ಎಲ್ಲೋ ಒಂದು ಕಡೆ ಮುಖಭಂಗವಾದಂತೆನಿಸಿತು. ತಮ್ಮ ಆಳ್ವಿಕೆಯ ಅನಿಶ್ಚಿತತೆಯ ವಾಸನೆ ಬಡಿಯಿತು.

ಗಾಂಧಿ ಮೊದಲಿನಂತೆ ಕಾರ್ಯ ತತ್ಪರನಾಗುವುದನ್ನು ಕಸ್ತೂರಬಾ ಗಮನಿಸಿದಳು. ಮೊದಲಿನಂತೆ ಸಾಬರಮತಿ, ಹೆಂಡತಿ ಮಕ್ಕಳು ನೆನಪಿನಿಂದ ಕರಗುತ್ತಿದ್ದವು. ಬಿಡುವಿಲ್ಲದ ರಾಷ್ಟ್ರೀಯ ಆಂದೋಲನದ ಚಟುವಟಿಕೆಗಳಲ್ಲಿ ಹಗಲು ರಾತ್ರಿಗಳನ್ನೇ ಮರೆತ.

ಮತ್ತೊಮ್ಮೆ ಆಶ್ರಮದ ಜವಾಬ್ದಾರಿಯ ಹೊರೆ 'ಬಾ'ಳ ಹೆಗಲಿಗೆ ಬಂತು. ಆಶ್ರಮದ ಕೆಲಸ ಕಾರ್ಯಗಳಲ್ಲಿ 'ಬಾ' ಕೂಡಾ ಗಾಂಧಿಯಷ್ಟೇ ವ್ಯಸ್ತಳಾದಲು. ಆಶ್ರಮವಾಸಿಗಳ ದೈನಂದಿನ ಅಗತ್ಯಗಳಲ್ಲದೆ, ಬರುವ ಅತಿಥಿಗಳ, ಸಂದರ್ಶಕರ ಅಗತ್ಯಗಳನ್ನೂ ಗಮನಿಸಬೇಕಿತ್ತು. ಆಶ್ರಮದ ನಿಯಮಗಳಲ್ಲಿ ವ್ಯತ್ಯಯವಾಗದಂತೆ ಎಚ್ಚರವಹಿಸಬೇಕಿತ್ತು. ಬೆಳಿಗ್ಗೆ ಪ್ರಾರ್ಥನೆಯ ಸಮಯಕ್ಕೆ ಎಲ್ಲರೂ ಎದ್ದು ಬರುವಂತೆ ನೋಡಿಕೊಳ್ಳುತ್ತಿದ್ದಳು. ಆಶ್ರಮವಾಸಿಗಳ ನಡುವೆ ಏಳುವ ಸಣ್ಣ ಪುಟ್ಟ ಜಗಳ, ವಾಗ್ವಾದಗಳನ್ನು ನ್ಯಾಯಧೀಶರಂತೆ ಪರಿಹರಿಸುತ್ತಿದ್ದಳು. ಪ್ರತಿಯೊಬ್ಬರ ಮನಸ್ಸಿನ ಭಾವನೆಗಳನ್ನು ಅರಿಯುವ ಸೂಕ್ಷ್ಮತೆ ಇದ್ದುದರಿಂದ, ಎಲ್ಲರನ್ನೂ ಅರ್ಥಮಾಡಿಕೊಂಡು

ಅವರಿಗೆ ಸಮಾಧಾನ ಹೇಳುತ್ತಿದ್ದಳು. ಸಮಸ್ಯೆಗಳಿಗೆ ಪರಿಹಾರ ಸೂಚಿಸುತ್ತಿದ್ದಳು. ಸಲಹೆ – ಸಹಕಾರಗಳನ್ನು ನೀಡುತ್ತಿದ್ದಳು. ಇಂಥ ಎಲ್ಲ ಕೆಲಸಗಳಲ್ಲಿ, ಗಾಂಧಿಯ ಬಲಗೈಬಂಟನಾಗಿದ್ದ ಮಹದೇವ ದೇಸಾಯಿಯ ಸಹಕಾರ ಇದ್ದೇ ಇರುತ್ತಿತ್ತು.

ಐವತ್ತರ ಪ್ರಾಯದಲ್ಲಿದ್ದ 'ಬಾ' ತನ್ನದೇ ಕುಟುಂಬದ ಅನೇಕ ಕರ್ತವ್ಯಗಳನ್ನು ನಿಭಾಯಿಸುವುದರ ಜೊತೆಗೆ ಆಶ್ರಮದ ಕಡೆಗೂ ಲಕ್ಷ್ಯಕೊಡುತ್ತಿದ್ದುದು, ಗಾಂಧಿಯ ಮನಸ್ಸಿಗೆ ಬಂದಾಗ ತನ್ನಲ್ಲಿ ತಾನೇ ನಕ್ಕು ಭೇಷ್ ಎನ್ನುತ್ತಿದ್ದ. ಹರಿಲಾಲನ ನಾಲ್ಕು ಮಕ್ಕಳ ಜವಾಬ್ದಾರಿ 'ಬಾ' ಗಿತ್ತು. ಇದರ ಜೊತೆಗೆ ಗಾಂಧಿ ತನ್ನ ಸೋದರಿ ರಲಿಯಾತ್‌ಬೆನ್‌ಳನ್ನು ಸಾಬರಮತಿ ಆಶ್ರಮಕ್ಕೆ ಬಂದಿರಲು ಹೇಳಿದ. ವಿಧವೆಯಾಗಿದ್ದ ಅವಳ ಪಾಲಿಗೆ ಉಳಿದಿದ್ದುದು ಒಬ್ಬನೇ ಒಬ್ಬ ಸೋದರ ಗಾಂಧಿಯಾಗಿದ್ದ.

ಕಸ್ತೂರಬಾ, ಇಷ್ಟು ಹೊತ್ತಿಗೆ ಗಾಂಧಿಯ ಮನಸ್ತತ್ವವನ್ನು ಅವನ ಆದರ್ಶ, ಸಿದ್ಧಾಂತಗಳನ್ನು, ಹೋರಾಟದ ಪಟ್ಟುಗಳನ್ನು ಸಂಪೂರ್ಣವಾಗಿ ಮೈಗೂಡಿಸಿಕೊಂಡಿದ್ದಳು. ಅವನಿಗಾಗಿಯೇ ತಾನು ಎಂದು ಬಲವಾಗಿ ನಂಬಿದ್ದಳು. ಗಂಡ ಪರಿಭಾವಿಸಿದ ಸತ್ಯಾಗ್ರಹವೆಂಬ ಅಸ್ತ್ರದ ಶಕ್ತಿಯನ್ನು ಸಂಪೂರ್ಣವಾಗಿ ಗ್ರಹಿಸಿದ್ದಳು. ಈಗ ಅವನ ಪ್ರತಿಯೊಂದು ಹೆಜ್ಜೆಯಲ್ಲೂ ಜೊತೆಗೂಡಿ ಹೋರಾಟಕ್ಕೆ ಕೈ ಜೋಡಿಸುವುದೇ ತನ್ನ ಜೀವನದ ಧ್ಯೆಯವೆಂದು ಭಾವಿಸಿದಳು. ಅವಳೊಳಗೊಬ್ಬ ಅಪ್ಪಟ ಸತ್ಯಾಗ್ರಹಿ ಸೈನಿಕ ಹುಟ್ಟು ಪಡೆಯುತ್ತಿದ್ದ. ಕಸ್ತೂರಬಾಳನ್ನು ಹತ್ತಿರದಿಂದ ಬಲ್ಲವರೂ ದೂರದಿಂದ ಕಾಣುತ್ತಿದ್ದವರೂ 'ಆದರ್ಶಸತಿ'ಯೆಂದು, ಸಮರ್ಥ ಸಂಗಾತಿ ಎಂದೂ

ಮಹಾತ್ಮ ಗಾಂಧೀ ಮತ್ತು ಕಸ್ತೂರ್ ಬಾ ಗಾಂಧಿ ರವೀಂದ್ರನಾಥ ಠಾಗೂರ್‌ಒಂದಿಗೆ

ಕೊಂಡಾಡುತ್ತಿದ್ದರು. ತನ್ನ ಗಂಡನು ಕಂಡ ಸ್ವತಂತ್ರ ಭಾರತದ ಕನಸು ತನ್ನದೂ ಆಗಿದೆ ಎಂದು ಭಾವಿಸಿದಳು. ಒಂದು ವರ್ಷದೊಳಗಾಗಿ ಸ್ವಾತಂತ್ರ್ಯದ ಗುರಿ ಮುಟ್ಟಬೇಕೆಂಬುದು ಗಾಂಧಿಯ ಹಠವಾಗಿತ್ತು. ದಿನದಿನಕ್ಕೂ ಅವನ ವರ್ಚಸ್ಸು ಸೂರ್ಯನನ್ನೂ ಮಂಕಾಗಿಸುವಂತಿತ್ತು. ಸ್ವಾತಂತ್ರ್ಯದ ಕನಸಿನ ಸಾಕ್ಷಾತ್ಕಾರದ ಭರವಸೆಯನ್ನು ಮೂಡಿಸಿದ್ದ ತಿಲಕರು, ಅದಕ್ಕೂ ಮುಂಚೆ ಗೋಖಿಲೇ ತೀರಿಕೊಂಡಿದ್ದರು. ಭಾರತೀಯರಿಗಿದ್ದ ಆಸೆಯ ಬೆಳ್ಳಿರೇಖೆ ಗಾಂಧಿಯದೇ ಆಗಿತ್ತು. ಅನಿಬೆಸೆಂಟರ ಪ್ರಭಾವವೂ ಕ್ಷೀಣವಾಗಿತ್ತು. ಇಂಥ ಸಂದರ್ಭದಲ್ಲಿ ಗಾಂಧಿಯಲ್ಲದೆ ಬೇರಾರೂ ಹೋರಾಟವನ್ನು ಸಮರ್ಥವಾಗಿ ಮುನ್ನಡೆಸಲು ಸಾಧ್ಯವಿಲ್ಲ ಎನ್ನುವ ಅಭಿಪ್ರಾಯ ಎಲ್ಲೆಲ್ಲೂ ಕೇಳಿ ಬರುತ್ತಿತ್ತು. ಅಷ್ಟೇ ಅಲ್ಲದೆ ವಾಮನ ಮೂರ್ತಿಯಂತಿದ್ದ ಕಸ್ತೂರಬಾ, ಗಾಂಧಿಯ ಬಾಳ ಸಂಗಾತಿ ಮಾತ್ರವಾಗಿರದೆ, ಅವನ ಹೋರಾಟದಲ್ಲಿ ಮಹಿಳಾ ಸೇನಾನಾಯಕಿಯಾಗಿದ್ದಳು. ಹೆಣ್ಣೊಬ್ಬಳು ಹೀಗೆ ಸಾರ್ವಜನಿಕ ಸ್ಥಳಗಳಲ್ಲಿ ವೇದಿಕೆಗಳಲ್ಲಿ, ಹೋರಾಟದ ಮುಂಚೂಣಿಯಲ್ಲಿ ಕಾಣಿಸಿಕೊಂಡದ್ದು ಸ್ತ್ರೀ ಸಮುದಾಯಕ್ಕೆ ಒಂದು ವಿಸ್ಮಯದ ವಿಚಿತ್ರದ ಸಂಗತಿಯಾಗಿತ್ತು. ಮಹಿಳೆಯರನ್ನು ಉದ್ದೇಶಿಸಿ ಭಾಷಣಗಳನ್ನು ಮಾಡುವಾಗ, ಅವರಲ್ಲಿ ಧೈರ್ಯ ಸಾಹಸ ದೇಶ ಪ್ರೇಮ, ಗುಲಾಮಿತನದ ಭಯಾನಕ ಪರಿಣಾಮಗಳ ವಿವರಣೆಯಿಂದ, ಅವರೆಲ್ಲರನ್ನೂ ಸತ್ಯಾಗ್ರಹ ಚಳುವಳಿಗೆ ಪ್ರಕೋದಿಸುತ್ತಿದ್ದ ರೀತಿ, ಗಾಂಧಿಯಂತಹ ವ್ಯಕ್ತಿಯ ಹೆಂಡತಿಯಾಗಿಯೂ ಅವಳಲ್ಲಿ ಸಹನೆ, ಪ್ರೀತಿ ವಾತ್ಸಲ್ಯ ಬಡವರ ಬಗೆಗಿನ ಕಾಳಜಿ, ಹೆಂಗಸರಲ್ಲಿಯೂ ಸುಧಾರಣೆ ಬರಬೇಕು. ಸ್ವಾವಲಂಬಿಗಳಾಗಬೇಕು ಎನ್ನುವ ತುಡಿತ ಇತ್ಯಾದಿಗಳಿಂದ ಮಂತ್ರಮುಗ್ಧ ರಾಗುತ್ತಿದ್ದರು. ಮೊದಲು ಅಸ್ಪೃಶ್ಯರ ಬಗೆಗಿದ್ದ ಅಸಹನೆ ಮರೆಯಾಗಿ ಮನುಷ್ಯರೆಲ್ಲರೂ ಒಂದೇ ಎಂಬ ಗಂಡನ ನಿಲುವಿಗೆ ಸಂಪೂರ್ಣವಾಗಿ ತೆತ್ತುಕೊಂಡಿದ್ದಳು. ತನ್ನ ಸಾಕು ಮಗಳಾಗಿದ್ದ ಲಕ್ಷ್ಮಿಯನ್ನು ಪದೇ ಪದೇ ಸ್ಮರಿಸಿಕೊಳ್ಳುತ್ತಿದ್ದರು. ಗಾಂಧಿ ಮತ್ತು ಕಸ್ತೂರಬಾ ದಾಂಪತ್ಯವೇ ಒಂದು ಅದ್ಭುತ ಕಲ್ಪನೆಯಾಗಿತ್ತು.

ಕೊಚರಬ್ ಆಶ್ರಮದಲ್ಲಿದ್ದಾಗ, ಬರೋಡಾ ಬಳಿಯ ಒಂದು ಸಣ್ಣಗ್ರಾಮದಲ್ಲಿ, ಕಸ್ತೂರಬಾ ಹರಿಜನರ ನಡುವೆ ಹೇಗೆ ಬದುಕಿದಳು, ಹೇಗೆ ಅವರಲ್ಲಿ ಸುಧಾರಣೆ ತಂದಳು ಎನ್ನುವುದನ್ನು ಅಲ್ಲಿನ ಪ್ರತಿಯೊಬ್ಬರೂ ಸ್ಮರಿಸಿಕೊಳ್ಳುತ್ತಿದ್ದರು.

36

ಗಾಂಧಿಯೇನೋ ದಿನದಿನಕ್ಕೂ ಮುಗಿಲೆತ್ತರ ಬೆಳೆಯುತ್ತಿದ್ದ. ಆದರೆ ಅವನು ಬೆಳೆದಷ್ಟೂ ಮತ್ತು ಠ್ಯಾಗೂರರು ಕೊಟ್ಟ ಬಿರುದಿನಂತೆ 'ಮಹಾತ್ಮ'ನೆಂದು ಗುರುತಿಸಿಕೊಂಡಷ್ಟೂ ಕಸ್ತೂರಬಾಳ ಕಷ್ಟಗಳು ಹೆಚ್ಚಾದವು. ಗಂಡನೊಂದಿಗೆ ಮಾತಾಡಲೂ ಅವಕಾಶ ಸಿಗುತ್ತಿರಲಿಲ್ಲ. ಮಹಾತ್ಮನ ಆರಾಧಕರಿಂದ ಅವಕಾಶ ಸಿಗುತ್ತಿರಲಿಲ್ಲ. ಮಹಾತ್ಮನ ಆರಾಧಕರಿಂದ ಗಂಡನ ಸೇವೆಯಿಂದಲೂ ವಂಚಿತಳಾಗಬೇಕಾಯಿತು. ಅವರ ಹಿಂಸೆ, ಅವಳಿಗೆ ಒಂದು ರೀತಿ ಅತಿಯಾಗುತ್ತಿದೆ ಎನಿಸಿತು. ನಿಲುಗಡೆಯಿಲ್ಲದ ಪಾದಯಾತ್ರೆ ಗಾಂಧಿಯ ಕಾಲುಗಳಿಗೆ ಯಾತನೆಯನ್ನು ಉಂಟು

ಮಾಡುತ್ತಿತ್ತು. ಬೊಬ್ಬೆಗಳು ಎದ್ದಿರುತ್ತಿದ್ದವು. ಆದರೂ ಆರ್ತಕೆ ಮಾಡಲು ಮುಂದೆ ಹೋಗುವುದೂ ಸಾಧ್ಯವಿರಲಿಲ್ಲ. ಭಕ್ತರು ಪಾದಮುಟ್ಟಿ ನಮಸ್ಕರಿಸುತ್ತಿದ್ದರು. ಇದನ್ನು ನೋಡಿದ ಕಸ್ತೂರಬಾ ಈ ಜನ ಹೀಗೆ ಪಾದಸ್ಪರ್ಶಕ್ಕೆ ಮುಗಿ ಬೀಳುವುದಕ್ಕಿಂತ ಈ ಮಹಾತ್ಮನ ಹೆಜ್ಜೆ ಜಾಡಿನಲ್ಲಿ ನಡೆದು ತಮ್ಮನ್ನು ದೇಶಸೇವೆಗೆ ಅರ್ಪಿಸಿಕೊಂಡರೆ, ಬಯಸಿದ ಸ್ವಾತಂತ್ರ್ಯ ಇನ್ನಷ್ಟು ಶೀಘ್ರವಾಗಿ ಬರುತ್ತದೆಯಲ್ಲವೇ ಎಂದು ಮನದೊಳಗೇ ಯೋಚಿಸುತ್ತಿದ್ದಳು. ಜೊತೆಜೊತೆಗೇ ತನ್ನ ಗಂಡನ ಮುಗಿಲೆತ್ತರದ ಕೀರ್ತಿ, ಅವನ ಸಂದೇಶಗಳಿಗೆ ದೊರೆಯುತ್ತಿದ್ದ ಪ್ರಚಂಡ ಪ್ರತಿಕ್ರಿಯೆಗಳು ತನ್ನನ್ನು ತಾನೇ ಅವನೆದುರು ಮತ್ತಷ್ಟು ಕುಬ್ಜಳಾಗುತ್ತಿದ್ದೇನೆಯೇ ಎನ್ನುವ ಅನುಮಾನಕ್ಕೆ ದಾರಿಮಾಡುತ್ತಿತ್ತು. ತಾನು ಮಾಡುತ್ತಿರುವುದು ಗಂಡನ ಸೇವೆ. ಗಂಡನ ಕೆಲಸಕಾರ್ಯಗಳಿಗೆ ಕೇವಲ ಸಹಾಯಹಸ್ತ ನೀಡುತ್ತಿದ್ದೇನೆಯೇ ಹೊರತು, ಅದಮ್ಯ ದೇಶಪ್ರೇಮದಿಂದ, ದೇಶದ ಸ್ವಾತಂತ್ರ್ಯಕ್ಕಾಗಿ ಹೋರಾಡುತ್ತಿಲ್ಲ. ತನಗೂ ಏನಾದರೂ ಮಾಡಲು ಕೆಲಸಬೇಕು. ಆದ್ದರಿಂದ ಅವನ ಕೆಲಸಗಳಲ್ಲಿ ಭಾಗಿಯಾಗಿ ಹೂವಿನಿಂದ ನಾರಿಗೂ ಸ್ವರ್ಗವೆಂಬಂತೆ, ತನಗೂ ಅಲ್ಪಸ್ವಲ್ಪ ಗೌರವ, ಮರ್ಯಾದೆ, ಮತ್ತು ಅನನ್ಯತೆ ಸಿಗುತ್ತಿದೆಯೇ ಹೊರತಾಗಿ, ಗಂಡನಂತೆ ಮಹಾತ್ಮಳಾಗುವುದಾಗಲಿ ಕೀರ್ತಿ ಸಂಪಾದಿಸುವುದಾಗಲಿ, ಉದ್ದೇಶ ಹೊಂದಿಲ್ಲವೆಂದು ತನ್ನನ್ನು ತಾನೇ ವಿಮರ್ಶಿಸಿಕೊಳ್ಳುತ್ತಾ, ತರ್ಕಿಸಿ ಅರ್ಥಮಾಡಿಕೊಳ್ಳುತ್ತಾ ಇದ್ದಳು. ಆದರೆ ಒಮ್ಮೊಮ್ಮೆ ತಾನೇ ಸ್ವತಃ ಚಂಪಾರಣದಲ್ಲಿ ಹಳ್ಳಿಗಳಲ್ಲಿನ ಹೆಂಗಸರಲ್ಲಿ ಸುಧಾರಣೆಗಾಗಿ ದುಡಿದದ್ದು, ಅಲ್ಲಿನ ಕುಟುಂಬಗಳಲ್ಲಿ ಆರ್ಥಿಕ ಸ್ವಾವಲಂಬನೆಗಾಗಿ ಖಾದಿ ಪ್ರಚಾರ ಮಾಡಿದ್ದು, ಚರಕದಿಂದ ನೂಲು ತೆಗೆಯುವುದನ್ನು ಹೆಂಗಸರಿಗೆ ಕಲಿಸಿಕೊಟ್ಟದ್ದು, ಇದೆಲ್ಲವೂ ತನ್ನ ಸಾಧನೆಗಳಾಗಲಾರದೇ ಎಂದು ಪ್ರಶ್ನಿಸಿಕೊಂಡಳು.

ತನಗೆ ಸುಲಭವೂ ಆಪ್ತವೂ ಆಗಿದ್ದ ಚರಕದಿಂದ ನೂಲುವುದನ್ನೇ ಉಸಿರಾಗಿಸಿಕೊಳ್ಳುವುದು, ಭಾರತದಲ್ಲಿನ ಹೆಂಗಸರನ್ನು ಈ ರೀತಿಯ ಕೆಲಸಗಳಲ್ಲಿ ತೊಡಗಿಸಿಕೊಂಡು, ಖಾದಿ ಉದ್ಯಮವನ್ನು ಅಭಿವೃದ್ಧಿಪಡಿಸುವುದು, ಮುಂತಾದವುಗಳನ್ನೇ ತನ್ನ ದೇಶಸೇವೆಯ ಆಶಯಗಳನ್ನಾಗಿ ರೂಪಿಸಿಕೊಂಡಳು. ಈಕೆಯ ಆಶಯಗಳಿಗೆ ಪೂರಕವಾಗಿದ್ದವಳೆಂದರೆ ಗಂಗಾಬೆನ್ ಮಜುಂದಾರ್. ಮಿಲ್ಲಿನ ಮಾಲಿಕರು, ಕೈ ಮಗ್ಗದವರಿಗೆ ನೂಲು ಸಿಗದಂತೆ ಮಾಡಿದ ಸಂದರ್ಭದಲ್ಲಿ ಗಂಗಾಬೆನ್ ಸ್ವತಃ ಚರಕವನ್ನು ಅನ್ವೇಷಿಸಿ, ನೂಲು ಪೂರೈಕೆಯ ಕೊರತೆಯನ್ನು ದೂರಮಾಡಿದ್ದಳು. ಇದರಿಂದಾಗಿ ಆಶ್ರಮವಾಸಿಗಳು, ಮತ್ತು ಆಶ್ರಮದ ಸುತ್ತಮುತ್ತಲಿನವರು ಮಗನ್‌ಲಾಲ್ ಗಂಗಾಬೆನ್ ಸಹಾಯದಿಂದ ಹೆಚ್ಚಿನ ಸಂಖ್ಯೆಯಲ್ಲಿ ಬಟ್ಟೆ ನೇಯುವುದನ್ನು ಕಲಿತರು. ನೂಲಿಗಾಗಲೀ ಬಟ್ಟೆಗಾಗಲೀ ಗಿರಣಿಗಳನ್ನು ಅವಲಂಬಿಸಬೇಕಾದ ಅನಿವಾರ್ಯತೆ ತಪ್ಪಿತು. ಗಾಂಧಿ, ಕಸ್ತೂರಬಾ ಇಬ್ಬರೂ ಬಿಡುವಾದಾಗಲೆಲ್ಲ ಚರಕದಿಂದ ನೂಲು ತೆಗೆಯುತ್ತಿದ್ದರು. ಅಷ್ಟೇ ಅಲ್ಲ ಗಾಂಧಿಗೆ ಭಾಷಣಗಳಿಗಾಗಿ, ಸಭೆ, ಸಮಾರಂಭಗಳಿಗಾಗಿ ಹೋಗಬೇಕಾಗಿಬಂದಾಗ, ಕಸ್ತೂರಬಾ ಕೂಡಾ ಗಂಡನ ಜೊತೆ ಹೊರಡುತ್ತಿದ್ದಳು. ಗಾಂಧಿ, ಭಾಷಣ, ಸಮಾರಂಭಗಳಲ್ಲಿ ವ್ಯಸ್ತನಾಗಿದ್ದರೆ, ಬಾ ಹೆಂಗಸರನ್ನು ಕಂಡು ಅವರಿಗೆ ಖಾದಿ ಸಂದೇಶವನ್ನು ನೀಡುತ್ತಿದ್ದಳು. ಸ್ವತಃ ಚರಕ ಹಿಡಿದು ನೂಲುವುದನ್ನು ತೋರಿಸಿಕೊಡುತ್ತಿದ್ದಳು. ಜನರಲ್ಲಿ ಕುತೂಹಲ ಹೆಚ್ಚಿತು. ಸ್ವಯಂ ಪ್ರೇರಣೆಯಿಂದ, ನೂಲುವ ಕ್ರಿಯೆಯಲ್ಲಿ ತಾವೂ

ಭಾಗಿಗಳಾಗಲು ಉತ್ಸಾಹ ತೋರುತ್ತಿದ್ದರು. ಗಾಂಧಿ ಅನುಯಾಯಿಗಳು ಧಾರಾಳವಾಗಿ ಚರಕಗಳನ್ನು ಹಂಚಿದರು. ಇವರ ಈ ಉತ್ಸಾಹ 'ಬಾ'ಗೆ ಮತ್ತಷ್ಟು ಸ್ಫೂರ್ತಿಯನ್ನು ನೀಡಿತು. ಎಷ್ಟರ ಮಟ್ಟಿಗೆ ಅವಳಿಗೆ ಚರಕದ ಪ್ರೇಮ ಹೆಚ್ಚಾಯಿತೆಂದರೆ, ಗಾಂಧಿ ಪಾಲ್ಗೊಳ್ಳುತ್ತಿದ್ದ ಸಭೆಗಳಿಗೆ ತಾನೂ ಹೋಗಿ ವೇದಿಕೆಯ ಪಕ್ಕದಲ್ಲಿಯೇ ಕುಳಿತು, ತನ್ನ ಪಾಡಿಗೆ ತಾನು ನಿರ್ಲಿಪ್ತಳಾಗಿ, ಗಾಂಧಿ ಭಾಷಣಗಳ ಮಳೆಯ ಕಡೆಗೂ ಗಮನ ಹರಿಸದೆ, ನೂಲುತ್ತಲೇ ಇರುತ್ತಿದ್ದಳು. ಪತ್ರಕರ್ತರಿಗೆ ಇದೊಂದು ಬಗೆಯ ಹೊಸ ಅನುಭವವಾಗಿತ್ತು. ಹಾಗಾಗಿ ಗಾಂಧಿ ಭಾಷಣಗಳ ಚಿತ್ರಗಳ ಜೊತೆಗೆ ಬಾ ಚರಕದೊಂದಿಗೆ ಕುಳಿತಿದ್ದುದನ್ನೂ ಕ್ಲಿಕ್ಕಿಸುತ್ತಿದ್ದರು. ಮನೆ ಹೆಂಗಸರಿಗೆ, 'ಬಾ'ಳ ರೀತಿಯನ್ನು ನೋಡಿ ಅಚ್ಚರಿಯಾಗುತ್ತಿದ್ದುದರ ಜೊತೆಗೆ ತಾವೂ ಏಕೆ ಇಂಥ ಸಭೆಗಳಿಗೆ ಹೋಗಬಾರದು ಎಂದು ಆಲೋಚಿಸುವಂತಾಯಿತು. ಮೆಲ್ಲಮೆಲ್ಲನೆ ಹೆಂಗಸರೂ ಒಬ್ಬೊಬ್ಬರಾಗಿ ಮನೆಯಿಂದ ಹೊರಗೆ ಬರಲಾರಂಭಿಸಿದರು. ಗಾಂಧಿಯ ಭಾಷಣದ ವಿಚಾರಗಳು ಎಷ್ಟು ಅರ್ಥವಾಗುತ್ತಿತ್ತೋ ಏನೋ! ಆದರೆ ಬಂದು ಭಾಷಣ ಕೇಳಿಸಿಕೊಳ್ಳಲು ಪ್ರಯತ್ನಿಸುತ್ತಿದ್ದರು. 'ಬಾ' ಅಂತೂ ಗಾಂಧಿಯಂತಹ ಪುರುಷನ ಹೆಂಡತಿಯಾಗಿದ್ದುದು ಅವರ ದೃಷ್ಟಿಯಲ್ಲಿ ಪರಮಪುಣ್ಯವೆನಿಸಿತ್ತು. ಹೆಮ್ಮೆಯಿಂದ ಸ್ತ್ರೀಜಾತಿಗೇ ನಿದರ್ಶನವೆಂದು ಅವಳನ್ನು ಕೊಂಡಾಡುತ್ತಿದ್ದರು.

ಇಷ್ಟೊಂದು ಪರಿಣಾಮಕಾರಿಯಾದ ಚರಕ, ಪ್ರಭಾವಿಸಿದ ಚರಕ ಗಾಂಧಿಯ ಹೋರಾಟದ ಮತ್ತೊಂದು ವಿಧಾನಕ್ಕೆ ಕುಮ್ಮಕ್ಕು ಕೊಟ್ಟಿತು. ವಿದೇಶಿ ವಸ್ತ್ರ ಬಹಿಷ್ಕಾರಕ್ಕೆ ಕರೆಕೊಟ್ಟರು. ಕೈ ಮಗ್ಗದಿಂದ ತಯಾರಾದ ಖಾದಿ ಹೊರತಾಗಿ ಯಾರೊಬ್ಬರೂ ವಿದೇಶಿ ವಸ್ತ್ರಗಳನ್ನು ಧರಿಸುವುದಾಗಲೀ, ಮನೆಯಲ್ಲಿ ಇಟ್ಟುಕೊಳ್ಳುವುದಾಗಲೀ ಮಾಡಬಾರದೆಂದು ಆದೇಶಿಸಿದರು. ಉತ್ಸಾಹದಿಂದ ಜನ, ಎರಡನೇ ಆಲೋಚನೆಯಿಲ್ಲದೆ ತಮ್ಮಲ್ಲಿದ್ದ ವಿದೇಶಿ ಬಟ್ಟೆಗಳನ್ನು (ಉಡುಪುಗಳನ್ನು) ತಂದು ತಂದು ಸಾರ್ವಜನಿಕ ಸ್ಥಳಗಳಲ್ಲಿ ಬೆಂಕಿಗೆ ಹಾಕಿ ಸುಟ್ಟರು ಕಸ್ತೂರಬಾ ಕೂಡಾ, ಗೋಖಿಲೆಯವರು ತುಂಬ ಪ್ರೀತಿಯಿಂದ ಉಡುಗೆಯಾಗಿ ನೀಡಿದ್ದ ಸೀರೆಯನ್ನು (ದುಃಖವಾದರೂ ಹತ್ತಿಕ್ಕಿಕೊಂಡು) ಬೆಂಕಿಗೆ ಹಾಕಿದಳು. ಇದನ್ನು ಕಂಡಾಗ ಗಾಂಧಿಗೂ ಸ್ವಲ್ಪ ಮನಸ್ಸು ಹಿಂಜರಿಯಿತು.

ಬರಬರುತ್ತ ಕಸ್ತೂರಳ ವರ್ಚಸ್ಸು ಬೆಳೆಯತೊಡಗಿತು. ಗೃಹಿಣೀ ಗೃಹಮುಚ್ಯತೆ ಎಂಬಂತಿರಲಿಲ್ಲ. ರಾಷ್ಟ್ರವೇದಿಕೆಯಲ್ಲಿ ಆಗಾಗ ಕಾಣಿಸಿಕೊಳ್ಳತೊಡಗಿದಳು. ಆಶ್ರಮದಲ್ಲಿಯೂ ಎಷ್ಟೋ ಸಂದರ್ಭಗಳಲ್ಲಿ, ಗಂಡನಿಗೆ ಎಚ್ಚರಿಕೆ, ಸಲಹೆ, ಸೂಚನೆಗಳನ್ನು ನೀಡುವುದರ ಜೊತೆಗೆ ಗಂಡನ ಮೇಲಿನ ಕಾಳಜಿಯಿಂದಾಗಿ ಆದೇಶಗಳನ್ನೂ ನೀಡುತ್ತಿದ್ದಳು. ಆ ಆದೇಶಗಳಿಂದ ಗಾಂಧಿ ಸಿಟ್ಟಾಗುತ್ತಿರಲಿಲ್ಲ. ಸಮಾಧಾನದಿಂದಲೇ ಒಂದು ಮುಗಳ್ನಗೆಯೊಂದಿಗೆ ಪ್ರತಿಕ್ರಿಯಿಸಿ, ಆದೇಶ ಪಾಲನೆಗೆ ಮುಂದಾಗುತ್ತಿದ್ದ.

ಒಂದು ದಿನ ಗಾಂಧಿ, ಇಡೀ ದಿನ ಹೊರಗೆ ಬಯಲಿನಲ್ಲಿ ಸಭೆಯನ್ನು ಉದ್ದೇಶಿಸಿ ಮಾತನಾಡುತ್ತಾ, ಮುಂದಿನ ಹೋರಾಟದ ಕ್ರಮಗಳನ್ನು ವಿವರಿಸುತ್ತಿದ್ದ. ಸಭೆಗಾಗಲೀ, ಭಾಷಣಕ್ಕಾಗಲೀ ಕಾಲದ ಮಿತಿಯಿರಲಿಲ್ಲ. ಬೆಳಿಗಿನಿಂದ ಸಂಜೆವರೆಗೂ ಸಭೆ ಮುಂದುವರೆಯಿತು. ಸಭೆಯಲ್ಲಿ ಕುಳಿತು ಕೇಳುವವರಿಗೂ ಸಭೆಯಲ್ಲಿ ಮಾತನಾಡುತ್ತಿದ್ದ ಗಾಂಧಿಗೂ ಕಾಲದ ಪ್ರಜ್ಞೆಯೇ ಇರಲಿಲ್ಲ. ಆಗ ಅದು ಬೇಸಿಗೆಯ ದಿನಗಳಾಗಿದ್ದವು. ತಲೆ,

ಅಂಡುಗಳು ಸುಡುತ್ತಿದ್ದರೂ ಮೈಮೇಲೆ ಎಚ್ಚರವಿರಲಿಲ್ಲ. ಅದು ಮುಗಿಯಿತು ಎನ್ನುತ್ತಿದ್ದ ಹಾಗೆ ಸಂಜೆ ಪ್ರಾರ್ಥನೆ ಸಮಯ ಬಂತು. ಇದೆಲ್ಲವನ್ನೂ ಗಮನಿಸುತ್ತಿದ್ದ ಕಸ್ತೂರಬಾಗೆ ಗಂಡ ಬಳಲಿ ಬೆಂಡಾಗಿರುವುದನ್ನು ಗಮನಿಸಿದಲು. ಇನ್ನು ಹಾಗೇ ಮುಂದುವರೆದರೆ ಬವಳಿ ಬಂದು ಬಿದ್ದಾನೆನಿಸಿ, ಎಲ್ಲರೂ ನೋಡುತ್ತಿದ್ದುದನ್ನು ಗಮನಿಸಿಯೂ, ಹಿಂಜರಿಯದೆ,

"ಬಾಪು, ತಮಗೆ ಒಂದೆರಡು ಗಂಟೆಗಳ ವಿಶ್ರಾಂತಿ ಅಗತ್ಯವಿದೆ. ದಯವಿಟ್ಟು ಒಳಗೆ ಹೋಗಿ ಸುಧಾರಿಸಿಕೊಳ್ಳಿ."

"ದಣಿವು, ಬಳಲಿಕೆ ನನಗೆ ಮಾತ್ರವಲ್ಲ. ಇಲ್ಲಿರುವ ಎಲ್ಲರಿಗೂ ಆಗಿರುತ್ತದೆ. ನಾನು ವಿಶ್ರಾಂತಿಗೆ ತೆರಳುವುದು ಸಾಧ್ಯವಲ್ಲ. ಅಲ್ಲದೆ ಒಳಗೆ ಇದಕ್ಕಿಂತಲೂ ಭಯಂಕರ ಬಿಸಿ."

"ನೀವು ನಿಮ್ಮ ವಯಸ್ಸನ್ನು, ಕಾರ್ಯದ ಹರವನ್ನು ಅರ್ಥಮಾಡಿಕೊಳ್ಳಿ. ಮುಂದಿನ ಕೆಲಸಕ್ಕೆ ಬೇಕಾದ ಶಕ್ತಿಯನ್ನು ದಣಿವಾರಿಸಿಕೊಳ್ಳದೆ, ಎಲ್ಲಿಂದ ತರುತ್ತೀರಿ?" "ಬಾ ನಿನ್ನ ಹಠವೇ ಹಠ. ತಾಯಿಯಂತೆ ದಂಡಿಸುತ್ತೀ, ಇವರೊಂದಿಗೆ ಇನ್ನೂ ನಾನು ಮಾತಾಡಬೇಕಿದೆ. ಪ್ರಾರ್ಥನಾ ಸಭೆಯನ್ನೂ ನಡೆಸಬೇಕಾಗಿದೆ."

"ಮಾಡಿ, ಮಾಡಬೇಕಾದ್ದನ್ನೆಲ್ಲ ಮಾಡಿ, ನಾನೇನು ಬೇಡವೆಂದೆನೆ? ನಿಮಗೆ ಅನುಕೂಲ ವಾಗುವಂತೆ ಏರ್ಪಾಡುಮಾಡುತ್ತೇನೆ. ಅಲ್ಲಿ ನೀವು ನಿಮ್ಮ ಸಹಚರರೊಂದಿಗೆ, ಸಹೋದ್ಯೋಗಿ ಗಳೊಂದಿಗೆ, ನಾಳೆ ಬೆಳಗಿನ ತನಕ ಬೇಕಾದರೂ ಮಾತಾಡಿ" ಎಂದು ಹೇಳಿ ಥಟ್ಟನೆ ಎದ್ದು ಒಂದು ಮರದ ಕೆಳಗೆ ತೆಲುವಾದ ಹಾಸನ್ನು ಹಾಸಿ, ಆ ಮರದ ನೆರಳಿನಲ್ಲಿ ಮಗ್ಗಲಾಗುವಂತೆ ಹೇಳಿದಲು. ಹಾಗೆಯೇ ಹೊದ್ದುಕೊಳ್ಳಲು ಚಾದರವನ್ನೂ ತಂದಿರಿಸಿದಲು. ಗಂಡನ ಹಾಸಿನ ಪಕ್ಕದಲ್ಲಿಯೇ ಕುಳಿತು ಅಲ್ಲಿದ್ದವರೊಂದಿಗೆ ಅದೂ ಇದೂ ಮಾತಾಡುತ್ತಿದ್ದುದನ್ನು ಕೇಳಿಸಿಕೊಳ್ಳುತ್ತ, ಮಧ್ಯೆ ಮಧ್ಯೆ ತನ್ನ ಅಭಿಪ್ರಾಯಗಳನ್ನೂ ವ್ಯಕ್ತಪಡಿಸುತ್ತಿದ್ದಲು. ಎಲ್ಲರೂ ಮಾತಿನಲ್ಲಿ ಮುಳುಗಿ ಹೋಗಿದ್ದರಿಂದ, ಕತ್ತಲಾದದ್ದು ಯಾರಿಗೂ ಗೊತ್ತಾಗಲಿಲ್ಲ. ಆದರೆ ಗಾಂಧಿಗೆ ತನ್ನ ಹೊದಿಕೆಯ ಅಡಿಯಲ್ಲಿ ಏನೋ ಮುಲುಮುಲು ಓಡಾಡಿದಂತೆ ಭಾಸವಾಗುತ್ತಿತ್ತು. ಗಾಂಧಿ ಸ್ವಲ್ಪ ಅಲುಗಾಡಿದ. ಪಕ್ಕದಲ್ಲಿದ್ದವರು, 'ಬಾಪು ಏನಾಗುತ್ತಿದೆ' ಎಂದು ಕೇಳಿದರು. ಬಾಪು ಸನ್ನೆಯಿಂದಲೇ ಸುಮ್ಮನಿರಲು ಹೇಳಿದ. ಮೆಲ್ಲಗೆ ಚಾದರವನ್ನು ಎರಡೂ ತುದಿಗಳಿಂದ ಹಿಡಿದು ಎತ್ತಿಕೊಂಡು ಹೋಗಿ ದೂರದಲ್ಲಿ ಕೊಡವಿ ಬರುವಂತೆ ಸೂಚಿಸಿದ. ಕಸ್ತೂರಬಾ ಭಯದಿಂದ ಕಂಪಿಸಿದಲು. ಹಾವುಗೀವು ಏನಾದರೂ ಆಗಿದ್ದ ಪಕ್ಷದಲ್ಲಿ ದೇವರೇ ಕಾಪಾಡಬೇಕು ಎಂದು ಪ್ರಾರ್ಥಿಸಿದಲು. ಚಾದರವನ್ನು ಹಿಡಿದುಕೊಂಡವರು ಹಿಂತಿರುಗಿ ಬಂದು, ಅದು ಹಾವಾಗಿತ್ತು ಎಂಬುದನ್ನು ತಿಳಿಸಿದರು. 'ಬಾ'ಗೆ ಈಗ ಪ್ರಾಣವೇ ಹೋದಂತಾಯಿತು. ಯಾವ ಸಮಯದಲ್ಲಿ ಈ ಹಾವು ಯಾರನ್ನು ಕಚ್ಚುವುದೋ ಎಂದು ಹೆದರಿದಲು. ಕೂಡಲೇ ಬಾಪುವೂ ಸೇರಿದಂತೆ, ಒಳನಡೆಯಬೇಕೆಂದು 'ಬಾ' ಆದೇಶಿಸಿದಲು. ಆಶ್ರಮದ ಸುತ್ತ ಕಾಡಿನಂತೆ ಬೆಳೆದಿದ್ದ ಗಿಡಮರಗಳ ಮರೆಯಲ್ಲಿ ಎಂಥೆಂಥ ವಿಷಜಂತುಗಳು, ಕ್ರಿಮಿಕೀಟಗಳು ಅಡಗಿರುತ್ತವೆಯೋ ದೇವರೇ ಬಲ್ಲ ಎಂದುಕೊಂಡು ಅಂದಿನ ಅಪಾಯದಿಂದ ತಮ್ಮನ್ನು ಉಳಿಸಿದ್ದಕ್ಕೆ ದೇವರಿಗೆ ಧನ್ಯವಾದ ಹೇಳಿದಲು.

ಗಾಂಧಿಯ ರಾಜಕೀಯ ಚಟುವಟಿಕೆಗಳು. ಆಂದೋಲನಗಳು ಸತ್ಯಾಗ್ರಹಗಳು ದಿನದಿನಕ್ಕೆ ಹೆಚ್ಚುತ್ತಾ ಬ್ರಿಟಿಷ್ ಸರಕಾರಕ್ಕೆ ಒಂದು ದೊಡ್ಡ ತಲೆನೋವಾಗಿತ್ತು. ಹೋರಾಟಗಳು ಮುಂದುವರೆಯದಂತೆ ಮಾಡಲು, ಮೊದಲಿಗೆ ಗಾಂಧಿಯನ್ನು ಸದೆ ಬಡಿಯಬೇಕು. ಅದರಲ್ಲಿಯೂ ಗಾಂಧಿ ಹುಟ್ಟುಹಾಕಿದ ಅಸಹಕಾರ ಚಳುವಳಿ ಬ್ರಿಟಿಷ್ ಸಾಮ್ರಾಜ್ಯದ ಆಡಳಿತ ಹಳಿ ತಪ್ಪುವಂತೆ ಮಾಡಿತು. ಇಂತಹ ಚಳುವಳಿ ಘೋಷಣೆಯಾದಾಗ ಬ್ರಿಟಿಷ್ ಸರಕಾರ ಅದನ್ನು ನಿರ್ಲಕ್ಷಿಸಿತು. ಇದು ತಮ್ಮನ್ನು ಏನು ಮಾಡುತ್ತದೆ. ಒಬ್ಬೊಬ್ಬರನ್ನೂ ತದಕಿ ಒಳಗಿಟ್ಟರೆ, ಸರಿದಾರಿಗೆ ಬಂದಾರು ಎಂದು ತೀರಾ ಹಗುರವಾಗಿ ಭಾವಿಸಿದರು. ಆದರೆ ಅದಕ್ಕೆ ದೊರೆತ ಪ್ರಚಂಡ ಪ್ರತಿಕ್ರಿಯೆ, ಸೇಡು, ಅವಮಾನ, ಆಕ್ರೋಶಗಳಿಂದ, ತೀವ್ರವಾದ ಅಸಹನೆಯಿಂದ ತುಂಬಿತ್ತು. ಎಲ್ಲ ಹಂತಗಳಲ್ಲೂ ಅಸಹಕಾರ ಭಾವನೆ!! ರೌಲತ್ ಮಸೂದೆ, ಸಾರ್ವಜನಿಕ ಸಭೆಗಳು, ಅಭಿಪ್ರಾಯ ಸ್ವಾತಂತ್ರ್ಯ ಇತ್ಯಾದಿಗಳ ಮೇಲೆ ಹೇರಿದ್ದ ನಿಷೇಧ, ನಿರ್ಬಂಧಗಳಿಂದ ಜನ ರೊಚ್ಚಿಗೆದ್ದಿದ್ದರು. ಇದರಿಂದ ಭಯಭೀತ ಸರಕಾರ ಮಧ್ಯ ರಾತ್ರಿಗಳಲ್ಲಿ ಕಾಂಗ್ರೆಸ್ ಕಛೇರಿಗಳ ಮೇಲೆ ಧಾಳಿ ನಡೆಸಿತು. ಸರಕಾರದ ವಿರೋಧಿಗಳೆಂದು ಭಾವಿಸಿದ, ಸಾವಿರಾರು ಮಂದಿ ಭಾರತೀಯರನ್ನು ಎಲ್ಲ ಕಡೆಗಳಿಂದಲೂ ಹುಡುಕಿ ತೆಗೆದು ಜೈಲಿಗೆ ಹಾಕಿದರು. ಅಂಥಾ ದಿನಗಳಲ್ಲಿ ಒಂದು ದಿನ ಇದ್ದಕ್ಕಿದಂತೆ ರಾತ್ರಿ 11.30ರ ಸುಮಾರಿಗೆ ಪೊಲೀಸ್ ಕಾರೊಂದು ಆಶ್ರಮದೊಳಗೆ ಬಂದು ಗಾಂಧಿ ಕುಟೀರದ ಮುಂದೆ ನಿಂತಿತು. ಪೊಲೀಸ್ ಸೂಪರಿಡೆಂಟ್ ಒಬ್ಬರು ಕುಟೀರದೊಳಗೆ ಪ್ರವೇಶಿಸಿ, ಬಾಪುವನ್ನು ಬಂಧಿಸಲು ತಾವು ಬಂದಿರುವುದಾಗಿ ತಿಳಿಸಿದ. ಇದನ್ನು ಕೇಳಿದ ಗಾಂಧಿ ಒಂದಿಷ್ಟೂ ಅಂಜಲಿಲ್ಲ, ಅಳುಕಲಿಲ್ಲ. ಗಾಂಧಿ ಎದ್ದು ಕೂಡಲೇ ಒಂದೆರಡು ಮೂರು ಜೊತೆ ಬಟ್ಟೆ ಪುಸ್ತಕಗಳು. ಬರೆಯಲು ಕಾಗದ, ಪೆನ್ನುಗಳನ್ನು ತೆಗೆದುಕೊಂಡು ಹೊರಬಂದ. ನಿದ್ರಾವಸ್ಥೆಯಲ್ಲಿದ್ದ ಒಂದಷ್ಟು ಮಂದಿ ಆಶ್ರಮವಾಸಿಗಳು, ಕಸ್ತೂರಬಾ ಮೊದಲಾದವರು, ತುಂಬಿ ಬರುತ್ತಿದ್ದ ನಿದ್ದೆಯನ್ನು ಪಕ್ಕಕ್ಕೆ ಸರಿಸಿ ಗಾಂಧಿ ಕುಟೀರದ ಬಳಿ ಬಂದು ಸೇರಿದರು. ಈ ದೃಶ್ಯವನ್ನು ನೋಡುತ್ತಿದ್ದವರ್ಯಾರಿಗೂ ಅಚ್ಚರಿಯಾಗಲೇ, ಭಯವಾಗಲೇ, ಚಿಂತೆಯಾಗಲೇ ಆಗಲಿಲ್ಲ. ಯಾಕೆಂದರೆ ಇಂಥ ಸಂದರ್ಭ ಬಂದೇ ಬರುವುದೆಂದು ನಿರೀಕ್ಷಿಸಿದ್ದರು. ಅಷ್ಟೆಲ್ಲ ರಾಷ್ಟ್ರವ್ಯಾಪಿ ಆಂದೋಲನ, ಭಯಾನಕ ಪ್ರತಿರೋಧಗಳು, ಪ್ರತಿಭಟನೆಗಳು ನಡೆದ ಮೇಲೆ ಬಂಧನಗಳು ಆಗಿಯೇ ತೀರುತ್ತವೆ ಎಂಬುದು ಎಲ್ಲ ಸತ್ಯಾಗ್ರಹಿಗಳ, ಜನ ಸಾಮಾನ್ಯರ ನಂಬಿಕೆಯಾಗಿತ್ತು.

ಬಂಧನದ ಒಂದು ವಾರದ ನಂತರ ಅಲಹಾಬಾದಿನ ನ್ಯಾಯಾಲಯದಲ್ಲಿ ವಿಚಾರಣೆ ನಡೆಯಿತು. ಈ ವಿಚಾರಣೆ ಅತ್ಯಂತ ಮಹತ್ವದ್ದಾಗಿದೆ ಎಂದೂ ಎಲ್ಲೆಲ್ಲೂ ಪರಿಗಣಿಸಲಾಯಿತು. ದೇಶದ ಒಳ ಹೊರಗೆ ಇದೊಂದು ದೊಡ್ಡ ಸುದ್ದಿಯಾಗಿ ಪತ್ರಿಕೆಗಳಲ್ಲಿ ಪ್ರಕಟವಾಯಿತು. ಗಾಂಧಿಯ ಮೇಲೆ ದೊಡ್ಡದೊಂದು ಆರೋಪಗಳ ಪಟ್ಟಿಯೇ ಸಿದ್ಧವಾಯಿತು. ಗಾಂಧಿ ಆ ಎಲ್ಲ ಆರೋಪಗಳನ್ನು ಒಪ್ಪಿಕೊಂಡ, ತಾನೇ ನ್ಯಾಯಾಲಯದಲ್ಲಿ ತನ್ನ ಪರವಾಗಿ ವಾದಮಾಡಿದ.

ಗಾಂಧಿಯ ವಾಗ್ಝೈಖರಿ, ಕಾನೂನಿನ ಅರಿವು, ವಾದಗಳನ್ನು ಮಂಡಿಸುವ ರೀತಿ, ಅಲ್ಲಿ ನ್ಯಾಯಾಲಯದಲ್ಲಿ, ಸಾವಿರಾರು ಸಂಖ್ಯೆಯಲ್ಲಿ ಸೇರಿದ್ದ ವೀಕ್ಷಕರನ್ನು ಶ್ರೋತೃಗಳನ್ನು ದಂಗುಬಡಿಸಿತು. ವಸಾಹತು ಆಡಳಿತದ ದುಷ್ಪರಿಣಾಮಗಳನ್ನು ವಿವರಿಸಿದ. ಅದರಿಂದಾಗಿ, ಇಂಥ ದುಷ್ಟ ದರಿದ್ರ ವ್ಯವಸ್ಥೆಯನ್ನು, ಅಹಿಂಸೆ, ಅಸಹಕಾರಗಳ ಮೂಲಕ, ವಿರೋಧಿಸುವುದರ ಹೊರತು ಅನ್ಯಮಾರ್ಗವಿಲ್ಲ. "ನನ್ನ ಜನರ ನೋವು ಸಂಕಟಗಳ ನಿವಾರಣೆಗೆ, ನಾನು ಹಿಡಿದ ದಾರಿಯೇ ಪರಿಹಾರ' ಎಂದು ಅಪಾರ ಜನಸ್ತೋಮದ ಮುಂದೆ ನ್ಯಾಯಾಲಯದ ಸಭಾಂಗಣದಲ್ಲಿ ಘೋಷಿಸಿದ.

ನ್ಯಾಯಾಧೀಶರಿಗೆ ಗಾಂಧಿಯ ನಿಲುವುಗಳು, ತರ್ಕಗಳು ಸಮರ್ಥನೆಗಳು ಸರಿತೋರಿದರೂ ತನ್ನವರ ಸರಕಾರದ ವಿರುದ್ಧವಾಗಿ ಹೋಗುವುದು ಸಾಧ್ಯವಿರಲಿಲ್ಲ. ಮೆಚ್ಚುಗೆ, ಮರುಕಗಳಿಂದಲೇ ಆರು ವರ್ಷಗಳ ಕಠಿನ ಜೈಲು ಶಿಕ್ಷೆಯನ್ನು ಘೋಷಿಸಿದ.

ಕೂಡಲೇ ಸರಕಾರದ ವಿರುದ್ಧದ ಘೋಷಣೆಗಳು, ಗಾಂಧಿಯ ಧೈರ್ಯ ಸಾಹಸ, ಪ್ರಚಂಡ ದೇಶ ಪ್ರೇಮಗಳ ಬಗ್ಗೆ ಮಂತ್ರಮುಗ್ಧರಾಗಿದ್ದವರ ಜಯಘೋಷಗಳು ಮುಗಿಲು ಮುಟ್ಟಿದವು.

ಕೋರ್ಟ್ ಹಾಲಿನಲ್ಲಿ, ಬಾ ಮುಂದಿನ ಸಾಲಿನಲ್ಲಿಯೇ ಕುಳಿತು ಇಡೀ ದಿನದ ವಿಚಾರಣೆಯನ್ನು ಕೇಳಿಸಿಕೊಂಡಳು. ಸಹಸ್ರ ಸಹಸ್ರ ಸಂಖ್ಯೆಯ ಅಭಿಮಾನಿಗಳಿಂದ ತನ್ನ ಗಂಡನ ಮೇಲೆ ಸುರಿಯುತ್ತಿದ್ದ ಮೆಚ್ಚುಗೆಯ ಮಾತಿನ ಮಳೆ, ಗಾಂಧಿ ಜಿಂದಾಬಾದ್ ಎಂಬ ಘೋಷಣೆಗಳು ಕಿವಿ ಮುಟ್ಟುತ್ತಿದ್ದಂತೆ, ಎಂಥ ಧನ್ಯತೆಯ ಭಾವ ಅವಳೆದೆಯಲ್ಲಿತ್ತೋ ಬಹುಶಃ ಊಹೆಗೂ ನಿಲುಕದ್ದಾಗಿರಬೇಕು!

ಮಹಾತ್ಮಾಕಿ ಜೈ! ಎನ್ನುತ್ತಾ ಒಬ್ಬರ ಮೇಲೊಬ್ಬರು ಬಿದ್ದು ಪಾದ ಸ್ಪರ್ಶಕ್ಕೆ ಮುಂದಾಗುತ್ತಿದ್ದರು. ಪೊಲೀಸಿನವರು ಗುಂಪನ್ನು ಚದುರಿಸಿ ಗಾಂಧಿಯನ್ನು ವ್ಯಾನಿನೆಡೆಗೆ ಕರೆದು ತಂದರು. ಅವನನ್ನು ಹಿಂಬಾಲಿಸುತ್ತಲೇ 'ಬಾ'ಳೂ ಕೂಡಾ ವ್ಯಾನಿನೆಡೆಗೆ ನಡೆದು ಬಂದು ಗಂಡನೊಂದಿಗೇ ವ್ಯಾನ್ ಹತ್ತಿ ಕುಳಿತಳು. ನಿಧಾನವಾಗಿ ವ್ಯಾನು ಸಾಬರಮತಿ ಜೈಲಿನೆಡೆಗೆ ಸಾಗಿತು.

ಕಸ್ತೂರಬಾ ಆಶ್ರಮಕ್ಕೆ ಹಿಂತಿರುಗಿದಳಾದರೂ ಸುಮ್ಮನೆ ಕೂರಲಿಲ್ಲ. ಜನರನ್ನು ಗಾಂಧಿ ಬಿಡುಗಡೆಗೆ ಎಚ್ಚರಿಸಿದಳು. ಬಹಿರಂಗ ಪತ್ರವನ್ನು ಬರೆಸಿದಳು.

ನನ್ನ ದೇಶದ ಮಹನೀಯರೇ ಮತ್ತು ಮಹಿಳೆಯರೇ; ಈ ದಿನ ನನ್ನ ಪತಿಯನ್ನು ಆರು ವರ್ಷಗಳ ಸಜೆಗೆ ಗುರಿ ಮಾಡಿದ್ದಾರೆ. ಈ ಕಠಿಣ ಸಜೆಯಿಂದ ನನ್ನ ಮನಸ್ಸಿಗೂ ಬಹಳ ನೋವಾಗಿದೆ. ಆದರೆ ಈ ಸಜೆಯಿಂದ ಅವಧಿಗೆ ಮೊದಲೇ ತಪ್ಪಿಸುವುದು ನಮಗೆ ಶಕ್ತಿ ಮೀರಿದ್ದು ಎಂದು ನನಗೆ ನಾನೇ ಸಮಾಧಾನ ಹೇಳಿಕೊಳ್ಳಬಹುದಾಗಿತ್ತು. ಭಾರತ ಎಚ್ಚೆತ್ತುಕೊಂಡು, ಕಾಂಗ್ರೆಸ್ಸಿನ ರಚನಾತ್ಮಕ ಕೆಲಸಗಳನ್ನು ಮುಂದುರೆಸಿದರೆ, ಬಾಪುವನ್ನು ಬಿಡಿಸಿಕೊಳ್ಳುವುದರಲ್ಲಿ ಮತ್ತು ನಾವು ಯಾವ ಉದ್ದೇಶಕ್ಕಾಗಿ ಹೋರಾಡುತ್ತಿದ್ದೇವೆಯೋ, ಸಂಕಟ ಅನುಭವಿಸುತ್ತಿದ್ದೇವೆಯೋ ಅದೆಲ್ಲದರಲ್ಲಿ ಯಶಸ್ಸನ್ನು ಕಾಣುವುದರಲ್ಲಿ, ಪರಿಹಾರ ಕಂಡುಕೊಳ್ಳುವುದರಲ್ಲಿ ಒಂದಿಷ್ಟೂ ಅನುಮಾನವಿಲ್ಲ.

ಆದ್ದರಿಂದ ಪರಿಹಾರ ಕಂಡುಕೊಳ್ಳುವುದು ನಮ್ಮ ಮೇಲಿದೆ. ನಾವು ಸೋತರೆ, ಅದಕ್ಕೆ ನಾವೇ ಜವಾಬ್ದಾರರಾಗುತ್ತೇವೆ. ಹಾಗಾಗಿ ನನ್ನ ನೋವಿಗೆ ಪ್ರತಿಸ್ಪಂದಿಸುವ ಮತ್ತು ನನ್ನ ಪ್ರತಿಯಲ್ಲಿ ಪ್ರೀತಿಯಿರಿಸಿಕೊಂಡ ಸ್ತ್ರೀಪುರುಷರೆಲ್ಲರಲ್ಲೂ ನಾನು ಕೇಳಿಕೊಳ್ಳುವುದಿಷ್ಟೇ, ಹಗಲು ರಾತ್ರಿಯೆನ್ನದೆ ರಚನಾತ್ಮಕ ಕಾರ್ಯಗಳಲ್ಲಿ ತೊಡಗಿಸಿಕೊಂಡು ಯಶಸ್ವಿಗೊಳಿಸಿ, ನಮ್ಮ ಯಶಸ್ಸು, ಭಾರತದ ಆರ್ಥಿಕತೆಯನ್ನು ಹೆಚ್ಚಿಸುವುದಷ್ಟೇ ಅಲ್ಲ, ರಾಜಕೀಯ ಗುಲಾಮಗಿರಿಯಿಂದಲೂ ಮುಕ್ತಗೊಳಿಸುತ್ತದೆ. ಮಿಸ್ಟರ್ ಗಾಂಧಿಯ ನಂಬಿಕೆಗೆ, ಬದ್ಧತೆಗೆ ಭಾರತ ನೀಡುವ ಉತ್ತರಗಳೆಂದರೆ:

(1) ಎಲ್ಲ ಸ್ತ್ರೀ ಪುರುಷರು ವಿದೇಶಿ ವಸ್ತ್ರಗಳನ್ನು ಮೊದಲು ಬಹಿಷ್ಕರಿಸಬೇಕು ಮತ್ತು ಖಾದಿಯನ್ನು ಧರಿಸಲು ನಿರ್ಧರಿಸಬೇಕು. ಅಲ್ಲದೆ ಬೇರೆಯವರನ್ನೂ ಹಾಗೆ ಮಾಡುವಂತೆ ತಿಳಿಸಿ ಹೇಳಬೇಕು.

(2) ಎಲ್ಲ ಸ್ತ್ರೀಯರೂ ನೂಲುವುದನ್ನು ಧಾರ್ಮಿಕ ಕರ್ತವ್ಯವೆಂದು ಭಾವಿಸಿ, ಪ್ರತಿದಿನವೂ ನೂಲು ತೆಗೆಯುವಂತೆ ಒಲಿಸಬೇಕು.

(3) ವ್ಯಾಪಾರಿಗಳೆಲ್ಲರೂ ವಿದೇಶಿ ಬಟ್ಟೆ ವ್ಯಾಪಾರವನ್ನು ಬಿಡಬೇಕು.

ಕಸ್ತೂರ ಬಾ

ಮೇಲಿನ ಬಹಿರಂಗ ಪತ್ರ 'ಯಂಗ್ ಇಂಡಿಯಾ'ದ 23ನೇ ಮಾರ್ಚ್ 1922ರ ಸಂಚಿಕೆಯಲ್ಲಿ ಪ್ರಕಟವಾಯಿತು.

ಗಾಂಧಿ ಯೆರವಾಡ ಜೈಲಿನಲ್ಲಿ ಓದು ಬರಹಗಳಲ್ಲಿ ಮುಳುಗಿದ್ದ. ಜೈಲಿನ ಪರಿಸರ ಅಷ್ಟಾಗಿ ಅನುಕೂಲಕರವಾಗಿ ಇರಲಿಲ್ಲ. ಓದುವುದು ಬರೆಯುವುದು, ದೀಪಗಳಿಲ್ಲದ ಕಾರಣ ಸಾಧ್ಯವಾಗುತ್ತಿರಲಿಲ್ಲ. ಆದರೂ ಹಗಲು ಬೆಳಕಿನಲ್ಲಿಯೇ ಓದುವ, ನೂಲುವ ಕೆಲಸವನ್ನು ಮಾಡಿ ಮುಗಿಸಿಕೊಳ್ಳುತ್ತಿದ್ದ. ಗಾಂಧಿಗೆ ನೂಲುವುದು ಆಧ್ಯಾತ್ಮಿಕ ಕಸರತ್ತಾಗಿತ್ತು. ಪ್ರಾರ್ಥನೆಯಂತೂ ತಪ್ಪುತ್ತಿರಲಿಲ್ಲ. ಧರ್ಮಗ್ರಂಥಗಳನ್ನು ಓದುತ್ತಾ ತನಗನಿಸಿದ್ದನ್ನು ಬರೆಯುತ್ತಿದ್ದ.

ಏಕಾಂತ ಗಾಂಧಿಗೆ ಪ್ರಿಯವಾದರೂ, ಬಹುದಿನಗಳವರೆಗಿನ ಏಕಾಂತ ಯಾವ ಮನುಷ್ಯನಿಗೂ ಅಸಹನೀಯವೇ! ಜೈಲಿನ ಅಧಿಕಾರಿಗಳು, ಗಾಂಧಿಯಿಂದಲೇ, ಜೈಲಿಗೆ ಬಂದು ತನ್ನನ್ನು ಭೇಟಿಯಾಗಬಹುದಾಗಿದ್ದ ವ್ಯಕ್ತಿಗಳ ಪಟ್ಟಿಯನ್ನು ಪಡೆದುಕೊಂಡರು. ಮೂರು ತಿಂಗಳಿಗೊಮ್ಮೆ ಪತ್ರ ಬರೆಯುವ ಅವಕಾಶವನ್ನು ನೀಡಲಾಗಿತ್ತು. ಬೇರೆ ಸ್ನೇಹಿತರಿಗೂ ಬರೆಯುತ್ತಿದ್ದನಾದರೂ 'ಬಾ'ಗೆ ಆಗಾಗ ಬರೆದು ಧೈರ್ಯ, ಭರವಸೆಗಳನ್ನು ಹೇಳುತ್ತಿದ್ದ. ತನ್ನ ಬಗ್ಗೆ ಚಿಂತೆಯಿರಿಸಿಕೊಳ್ಳದೆ ಆಶ್ರಮದ ಕೆಲಸಕಾರ್ಯಗಳಲ್ಲಿ ಯಾವುದೇ ವ್ಯತ್ಯಯವಾಗದಂತೆ ನೋಡಿಕೊಳ್ಳಬೇಕೆಂದೂ, ಸಾಧ್ಯವಾದಲ್ಲಿ ಮಕ್ಕಳು ಮೊಮ್ಮಕ್ಕಳನ್ನು ಒಮ್ಮೆ ಕರೆದುಕೊಂಡು ಬರಬೇಕೆಂದು ತಿಳಿಸುತ್ತಿದ್ದ. "ನನ್ನ ಮೇಲೆ ಆಣೆಯಿಟ್ಟು ಹೇಳುತ್ತಿದ್ದೇನೆ... ನೀನೆಂದಿಗೂ ಕಣ್ಣೀರು ಹಾಕಬಾರದು. ಪದೇ ಪದೇ ಜೈಲಿಗೆ ಬಂದು ನನ್ನನ್ನು ನೋಡಲು ಪ್ರಯತ್ನಮಾಡಬೇಡ" ಎಂದು ತಾಕೀತು ಮಾಡಿದ್ದ.

ತಂದೆಯನ್ನು ನೋಡಲು ಇಪ್ಪತ್ತೂರರ ದೇವದಾಸ ಯೆರವಾಡ ಜೈಲಿಗೆ ಎರಡನೆ ಸಲ ಬಂದಿದ್ದ. ಅವನೂ ಕೂಡಾ ಆಗಷ್ಟೇ ಕೆಲ ತಿಂಗಳುಗಳು ಅಹಮದಾಬಾದಿನ ಜೈಲಿನಿಂದ

ಬಿಡುಗಡೆ ಹೊಂದಿ ಬಂದಿದ್ದ. ಆತ್ಮೀಯವಾದ ಮಾತುಕತೆ ನಡೆಯಿತು. ಅವರ ಆ ಮಾತುಕತೆಗಳೂ ಸಾಮಾನ್ಯವಾಗಿ ಚಳುವಳಿ. ಹೋರಾಟ, ಬಂಧನ, ಬಂಧನಕ್ಕೆ ಒಳಗಾದ ಸತ್ಯಾಗ್ರಹಿಗಳು – ಇವುಗಳ ಸುತ್ತ ಗಿರಕಿ ಹೊಡೆಯುತ್ತಿತ್ತು.

'ಯಂಗ್ ಇಂಡಿಯಾ'ದಲ್ಲಿ ಪ್ರಕಟವಾಗಿದ್ದ ಕಸ್ತೂರಬಾಳ ಪತ್ರ ಜನಸಾಮಾನ್ಯರಲ್ಲಿ ಇಲ್ಲದ ಉತ್ಸಾಹವನ್ನು ತುಂಬಿತ್ತು. ದೇಶಪ್ರೇಮದ ಕಿಡಿಗಳು ಉರುಬಿ ಬೆಂಕಿಯ ಜ್ವಾಲೆಗಳಾಗುವ ನಿಟ್ಟಿನಲ್ಲಿದ್ದವು. ಕಸ್ತೂರಳಿಗೋ ಆಶ್ರಮದ ಕೆಲಸಕಾರ್ಯಗಳು ಹಾಸಿ ಹೊದೆಯುವಷ್ಟಿದ್ದವು. ಸಮಯ ಪಾಲನೆ, ನಿಯಮಪಾಲನೆ, ಚರಕದಿಂದ ನೂಲು ತೆಗೆಯುವ ಕೆಲಸ – ಯಾವುದಕ್ಕೂ ರಿಯಾಯಿತಿ ಇಲ್ಲದಂತೆ ನೋಡಿಕೊಂಡಳು. ಗಂಡನ ದೀರ್ಘಕಾಲದ ಅಗಲಿಕೆಯನ್ನು ಸಹಜವೆಂಬಂತೆ ಸ್ವೀಕರಿಸಿ, ನಿತ್ಯ ಕರ್ಮಗಳಲ್ಲಿ ಸಂಪೂರ್ಣ ತಲ್ಲೀನತೆಯನ್ನು ತೋರುತ್ತಿದ್ದಳು.

ರಾಷ್ಟ್ರೀಯ ಚಳುವಳಿ, ರಾಷ್ಟ್ರದ ಉದ್ಧಾರಕ್ಕೆ! ದೇಶದ ಪ್ರಜೆಗಳ ಆತ್ಮಗೌರವಕ್ಕೆ! ಆದರೆ 'ಬಾ'ಗೆ ಅದಷ್ಟೇ ಮುಖ್ಯವಲ್ಲ. ತನ್ನ ನಾಲ್ಕು ಜನ ಮಕ್ಕಳ ಭವಿಷ್ಯದ ಚಿಂತೆ ಕಾಡತೊಡಗಿತು. ಅವರೆಲ್ಲರೂ ಮದುವೆಯ ವಯಸ್ಸಿಗೆ ಬಂದಿದ್ದಾರೆ. ಹರಿಲಾಲನ ವಿಚಾರವಂತೂ ತೀರಾ ಮರೆಯುವಂತೆ ಆಗಿತ್ತು. ದಾರಿ ತಪ್ಪಿದ ಮಗನಾಗಿದ್ದ. ಆದರೆ ಇರುವ ಇನ್ನೂ ಮೂವರ ವಿಚಾರ! ಅವರಿಗೂ ಆಸೆ, ಆಕಾಂಕ್ಷೆಗಳು ಇರುವುದಿಲ್ಲವೇ? ಹೆಂಡತಿ, ಮಕ್ಕಳು, ಸಂಸಾರದ ಕನಸು, ಸುಖ ಅವರಿಗೂ ಬೇಕಲ್ಲವೇ? ಗಂಡನಂತೆ ಹೋರಾಟದ ನೊಗಕ್ಕೆ ಹೆಗಲಿರಿಸಬೇಕೇ? ಗಂಡನಿಗೇನು, ರಾಜಕೀಯ ಸಮಸ್ಯೆಗಳಲ್ಲಿ ತಲೆ ಕೆಡಿಸಿಕೊಂಡು, ಮಕ್ಕಳ ಬಗ್ಗೆ ಎಂದಿಗೂ ಯೋಚಿಸುವುದಿಲ್ಲ. ಕುಟುಂಬವೆನ್ನುವುದು ಅವರಿಗೆ ಅಷ್ಟೇನೂ ಮಹತ್ತ್ವದ ವಿಷಯವಾಗುವುದಿಲ್ಲ. ಮದುವೆಯ ವಿಚಾರವಂತೂ ತಲೆಗೆ ಹೋಗುವುದೇ ಇಲ್ಲ' ಎಂದೆಲ್ಲ ಯೋಚಿಸಿ ದೀರ್ಘವಾಗಿ ಉಸಿರೆಳೆದಳು.

ಮಣಿಲಾಲನಾದರೊ ದಕ್ಷಿಣ ಆಫ್ರಿಕೆಯಲ್ಲಿ ಇಂಡಿಯನ್ ಒಪೀನಿಯನ್ ಪತ್ರಿಕೆಯನ್ನು ನೋಡಿಕೊಂಡು ದೂರ ಇದ್ದು ಬಿಟ್ಟಿದ್ದಾನೆ. ದೇವದಾಸ, ರಾಮದಾಸರಿಗಿಂತ ಮೊದಲು ಅವನ ಮದುವೆಯ ಬಗ್ಗೆ ಯೋಚಿಸಬೇಕೆಂದು ಕೊಂಡಳು. ಹರಿಲಾಲನ ನಂತರ ಅವನೇ ಹಿರಿಯ. ಅವನಿಗೊಂದು ಒಳ್ಳೆಯ ಹುಡುಗಿಯನ್ನು ತಂದು ಮದುವೆ ಮಾಡಿಬಿಡಬೇಕು. ಒಂಟಿಯಾಗಿ ಬದುಕುವುದು ಅವನಿಗೂ ಬೇಸರವಾಗುವುದಿಲ್ಲವೇ ಎಂದುಕೊಂಡಳು. ಇನ್ನೇನು ಅವನಿಗೂ ಮೂವತ್ತು ಆಗಲಿದೆ. ಹೇಗಾದರೂ ಗಾಂಧಿಯನ್ನು ಮಣಿಲಾಲನ ವಿವಾಹದ ಬಗ್ಗೆ ಯೋಚಿಸುವಂತೆ ಹೇಳಬೇಕು.

ಕಸ್ತೂರಬಾ ಮಕ್ಕಳ ವಿವಾಹದ ಚಿಂತೆ ಮಾಡುತ್ತಿದ್ದರೆ, ಗಾಂಧಿ ಬಂಧನಕ್ಕೆ ಒಳಗಾದ ಎರಡು ದಿನಗಳಲ್ಲಿಯೇ ಒಂದು ಪತ್ರವನ್ನು ಮಣಿಲಾಲನಿಗೆ ಬರೆದ. ಇಂಡಿಯನ್ ಒಪೀನಿಯನ್ ಪತ್ರಿಕೆಯ ಕೆಲಸ ಹೇಗೆ ನಡೆಯುತ್ತಿದೆ ಎಂದು ವಿಚಾರಿಸಿದ್ದ. ಲೆಕ್ಕಪತ್ರಗಳನ್ನು ಕುರಿತು ಪ್ರಶ್ನಿಸಿದ್ದ. ಅದಾದ ನಂತರ ಮಣಿಲಾಲನ ಮದುವೆಗೆ ಸಂಬಂಧಿಸಿದಂತೆ ರಾಮದಾಸ ಪತ್ರ ಬರೆದಿರುವುದನ್ನು ತಿಳಿಸಿದ್ದ. ಆಶ್ರಮದಲ್ಲಿ ನಡೆದಿದ್ದ ಒಂದು ಅಚಾತುರ್ಯದ ಸಂಗತಿಯನ್ನು ನೆನಪಿಸಿ, ತಾನು ಮಣಿಲಾಲನಿಗೆ ಪಾವಿತ್ರ್ಯತೆಯನ್ನು ಕಾಪಾಡಿಕೊಳ್ಳುವಂತೆ ಹೇಳಿ, ಅವನಿಂದ ಮಾತು ತೆಗೆದುಕೊಂಡಿದ್ದ. ತಾನಾಗಿ ಅವನನ್ನು ವಚನ ಮುಕ್ತನನ್ನಾಗಿ ಮಾಡುವವರೆಗೂ ಯಾವ ನಿರ್ಧಾರವನ್ನು ತೆಗೆದುಕೊಳ್ಳಬಾರದೆಂದೂ ಆದೇಶಿಸಿದ್ದ. ಅಲ್ಲದೆ

"ನನ್ನ ಅಭಿಪ್ರಾಯದಲ್ಲಿ, ನೀನು ಈಗಿರುವಷ್ಟು ಪ್ರಶಾಂತ ಮನಃಸ್ಥಿತಿ ಸಾಧ್ಯವಾಗಿರುವುದು ನಿನ್ನ ಬ್ರಹ್ಮಚರ್ಯದ ವ್ರತನಿಷ್ಠೆಯಿಂದ. ಹಿಂದೆ ನೀನು ಒಂದು ಹುಡುಗಿಯ ಜೊತೆ ನಡೆಸಿದ ಅಸಭ್ಯವ್ಯವಹಾರದ ಆಲೋಚನೆಗಳಿಂದ ಪಾಪ ಪ್ರಜ್ಞೆಯಿಂದ ದೂರವಿರಬೇಕೆಂದರೆ, ಮದುವೆಯ ವಿಚಾರವನ್ನು ಮರೆಯಬೇಕು. – ಈಗ 'ಬಾ' ಮತ್ತು ನಾನು ಗೆಳೆಯರಾಗಿ ಬದುಕುತ್ತಿದ್ದೇವೆ. ಎಂದಿಗೂ ನಾನು ಅವಳಿಂದ ಲೈಂಗಿಕ ಸಾಹಚರ್ಯ ಬಯಸುವುದಿಲ್ಲ. ಒಂದು ವೇಳೆ ನಾನು ಬ್ರಹ್ಮಚರ್ಯ ಪಾಲನೆಯಲ್ಲಿ ಒಂದಿಷ್ಟು ಎಡವಿದರೂ, ಎಡವಿದ ಕ್ಷಣದಿಂದಲೇ ನನ್ನ ಕೆಲಸ ಕಾರ್ಯಗಳು, ಕರ್ತವ್ಯಗಳು ಮಣ್ಣುಪಾಲಾಗುತ್ತವೆ. ಆದ್ದರಿಂದ ನಿನ್ನ ಮದುವೆ ಕುರಿತಾಗಿ ನಿನ್ನ ಆಲೋಚನೆಗಳನ್ನು ಮುಕ್ತವಾಗಿ ತಿಳಿಸು. ನಂತರ ನಿನಗೆ ಹೇಗೆ ಅನಿಸುತ್ತೋ ಹಾಗೆ ಮಾಡು. ನಿನ್ನ ಗೆಳೆಯನಾಗಿ ಈ ಪತ್ರವನ್ನು ಬರೆಯುತ್ತಿದ್ದೇನೆಯೇ ಹೊರತು, ತಂದೆಯ ಅಧಿಕಾರದಿಂದ ಅಲ್ಲ ಎಂಬುದನ್ನು ಮತ್ತೊಮ್ಮೆ ತಿಳಿಸುತ್ತಿದ್ದೇನೆ.

ಇಷ್ಟೆಲ್ಲ ಹೇಳಿದ ನಂತರವೂ ನಿನಗೆ ಮದುವೆಯಾಗಲೇ ಬೇಕೆನಿಸಿದರೆ, ಮದುವೆಗೆ ಮುಂದಾಗು, ಆದರೆ ಯಾವುದಕ್ಕೂ ತಪ್ಪದೆ ಬರೆದು ತಿಳಿಸು, ತಂದೆಯ ಪ್ರೀತಿಪೂರ್ವಕ ಆಶೀರ್ವಾದಗಳು ಸದಾ ನಿನ್ನ ಮೇಲಿರುತ್ತವೆ."

ನಿನ್ನ ಬಾಪು

–ಎಂದು ಸುದೀರ್ಘ ಪತ್ರವನ್ನು ಬರೆದಿದ್ದ. ಆದರೆ ಕಸ್ತೂರಬಾಳಿಗೆ ತಂದೆ ಮಗನ ಪತ್ರವ್ಯವಹಾರದ ವಿಷಯ ತಿಳಿದಿರಲಿಲ್ಲ. ಒಂದು ವೇಳೆ ಅವಳಿಗೆ ತಿಳಿದಿದ್ದರೆ ನಿಜವಾಗಿಯೂ ಗಂಡನ ಹೃದಯಹೀನ ಉಪದೇಶಕ್ಕೆ ಬಹಳವಾಗಿ ನೊಂದುಕೊಳ್ಳುತ್ತಿದ್ದಳು. 'ಬಾ' ತನ್ನ ಉಳಿದ ಮೂವರು ಮಕ್ಕಳ ಮದುವೆ ಕುರಿತು ಆಲೋಚಿಸುತ್ತಿದ್ದರೆ, ದಾರಿ ತಪ್ಪಿದ ಮಗ ಹರಿಲಾಲ, ಹೆಂಡತಿಯ ವಿಯೋಗದಿಂದ ಹುಚ್ಚನಂತಾಗಿದ್ದ. ಬಾಳ ಸಂಗಾತಿಯ ಕೊರತೆ ಅವನನ್ನು ಅತಿಯಾಗಿ ಕಾಡುತ್ತಿತ್ತು. ತನ್ನನ್ನು, ಮಕ್ಕಳನ್ನು ನೋಡಿಕೊಳ್ಳಲು ಒಂದು ಹೆಣ್ಣಿನ ಅಗತ್ಯವಿದೆಯೆಂದು ಯೋಚಿಸಿದ. ಇಷ್ಟಾದರೂ ಬಾಪು, 'ಬಾ'ಳ ಜೊತೆ ಆರಾಮವಾಗಿ ಮಕ್ಕಳೊಂದಿಗೆ ಇರಬಹುದಾಗಿದ್ದರೂ, ಅವನೆದೆಯಲ್ಲಿ ಬಾಪುವಿನ ಬಗ್ಗೆ ಇದ್ದ ದ್ವೇಷ ಕರಗಿರಲಿಲ್ಲ. ಆದರೂ ತನ್ನ ಸಿಟ್ಟು, ಸೆಡವುಗಳನ್ನು ಬದಿಗಿಕ್ಕಿ, ಬಾ ಮತ್ತು ಬಾಪುರನ್ನು ಕಂಡು ತನ್ನ ಮನದಿಚ್ಛೆಯನ್ನು ತಿಳಿಸಬೇಕೆಂದು ಕೊಂಡ.

ಗುಲಾಬ್ ಸಾವನ್ನಪ್ಪಿದ ಕೆಲ ದಿನಗಳಲ್ಲೇ ಹರಿಲಾಲ ಮತ್ತೊಂದು ಮದುವೆಯನ್ನು ಮಾಡಿಕೊಳ್ಳುವ ಅಭಿಪ್ರಾಯವನ್ನು ತಂದೆ ತಾಯಿಯ ಮುಂದಿಟ್ಟ, ಆದರೆ ಇಬ್ಬರೂ ಮರು ಮದುವೆಯ ಅವನ ಆಲೋಚನೆಯನ್ನು ಪುರಸ್ಕರಿಸಲಿಲ್ಲ. ಬಾಪು ಜೊತೆಗೇನೋ ವಾಗ್ವಾದ ಮಾಡಿದನಾದರೂ 'ಬಾ'ಳ ಮನಸ್ಸನ್ನು ನೋಯಿಸುವುದು ಸರಿಯಲ್ಲವೆಂದು ಸುಮ್ಮನಿದ್ದ. ಆದರೆ ಗಾಂಧಿ 6 ತಿಂಗಳ ಸಜೆಯ ನಂತರ ಯೆರವಾಡಾ ಜೈಲಿನಿಂದ ಬಿಡುಗಡೆಯಾದ ಮೇಲೆ ಮತ್ತೆ ತಾನು ಮದುವೆಯಾಗುವ ಆಸೆಯನ್ನು ಮುಂದಿಟ್ಟ, ಗಾಂಧಿಗೆ ಮೊದಲು ಅವನಿಗೆ ಏನು ಹೇಳಬೇಕೆಂದೇ ತೋಚಲಿಲ್ಲ. ಈಗಲೂ ಮದುವೆಯಾಗುವುದು ಬೇಡವೆಂದರೆ, ಸಿಡಿದೇಳುವುದರಲ್ಲಿ ಸಂಶಯವಿಲ್ಲ ಎಂದುಕೊಂಡ. ಸಾವಧಾನವಾಗಿ ಯೋಚಿಸಿ ಹೇಳಿದ.

"ಹರಿ ನೀನು ಮದುವೆಯಾಗಲು ಇಚ್ಛಿಸುವುದಾದರೆ ನಾನು ತಡೆಯುವುದಿಲ್ಲ. ಆದರೆ ನಾನು ಹೇಳುವ ಒಂದು ಷರತ್ತನ್ನು ಒಪ್ಪುವುದಾದರೆ ಮಾತ್ರ!"

"ಹೇಳಿ ಬಾಪು ಮೊದಲು ನಿಮ್ಮ ಷರತ್ತು ಏನೆಂಬುದು ತಿಳಿದರೆ ತಾನೇ ನಾನು ಒಪ್ಪಿಕೊಳ್ಳುವ ಪ್ರಶ್ನೆ!"

"ನೋಡು ಹರಿ, ನೀನು ಇನ್ನೂ ಚಿಕ್ಕವನಲ್ಲ. ಈಗಾಗಲೇ ಮೂವತ್ತಾಲ್ಕು ವರ್ಷ, ಜೊತೆಗೆ ನಾಲ್ಕು ಮಕ್ಕಳು ಬೇರೆ. ಹೀಗಿರುವಾಗ ಯಾರು ತಾನೇ ನಿನಗೆ ಹುಡುಗಿಯನ್ನು ಕೊಡುತ್ತಾರೆ? ಅದಕ್ಕೇ ನೀನು ಮದುವೆಯಾಗುವುದಾದರೆ, ಒಬ್ಬಳು ವಿಧವೆಯನ್ನು ಅವಳಿಗೂ ಇರಬಹುದಾದ ಮಕ್ಕಳನ್ನೂ ಒಪ್ಪಿಕೊಂಡು ಮುಂದುವರೆ."

"ಏನು ಹೇಳುತ್ತಿದ್ದೀರಿ ಬಾಪು? ನಾನು ವಿಧವೆಯನ್ನು ಮದುವೆಯಾಗುವುದೇ?" ಎಂದು ದಿಗ್ಭ್ರಾಂತನಾಗಿ ಕೇಳಿದ?

ಒಂದು ಕ್ಷಣದ ನಂತರ ಕೇಳಿದ.

"ನಮ್ಮ ಸಂಪ್ರದಾಯ, ಸಮಾಜದಲ್ಲಿ ಇಂತಹ ಅಸಂಗತ ಸಂಗತಿ ಎಂದಾದರೂ ಸಾಧ್ಯವೇ, ಯಾವನೋ ಒಬ್ಬ ಗಂಡಸಿನ ಜೊತೆ ಮಲಗಿ, ಮಕ್ಕಳನ್ನು ಹೆತ್ತವಳನ್ನು ನಾನು ಹೆಂಡತಿಯಾಗಿ ಒಪ್ಪಿಕೊಳ್ಳುವುದಾದರೂ ಹೇಗೆ ಬಾಪು?"

"ಹಾಗೆಂದರೆ, ನೀನು ಒಂದು ಹೆಣ್ಣಿನ ಜೊತೆ ಮಲಗಿ ಮಕ್ಕಳನ್ನು ಹುಟ್ಟಿಸಬಹುದಾದರೆ ಮತ್ತೊಂದು ಹೆಣ್ಣನ್ನು ಮದುವೆಯಾಗಬಹುದಾದರೆ, ಅವಳಿಗೇಕೆ ಅವಕಾಶವಿಲ್ಲ. ವೈಧವ್ಯದ ದಾರುಣ ಬದುಕಿನ ಕಲ್ಪನೆಯಾದರೂ ನಿನಗಿದೆಯೇನು? ವಿಧವೆಯನ್ನು ಮದುವೆಯಾಗುದುರಿಂದ, ನೀನೊಬ್ಬ ಸಮಾಜ ಸುಧಾರಕನಾಗುವುದರ ಜೊತೆಗೆ, ಕತ್ತಲ ಭವಿಷ್ಯದಲ್ಲಿ ಹೆಣಗಾಡುತ್ತಿರುವ ಹೆಣ್ಣಿಗೆ ಒಂದು ಬಾಳನ್ನು ಕೊಟ್ಟಂತೆಯೂ ಆಗುವುದಿಲ್ಲವೇ?"

ಗಂಡ ಹೇಳುತ್ತಿರುವುದರಲ್ಲಿ ಅರ್ಥವಿದೆ. ಹರಿ ಏಕೆ ವಿಧವೆಯನ್ನು ಮದುವೆಯಾಗಬಾರದು ಎನಿಸುತ್ತಿದ್ದರೂ ಹರಿ ತುಟಿ ಎರಡುಮಾಡದೆ ಸುಮ್ಮನೆ ಓಲೆತೋಟಿಗೆ ಸರಿದಂತೆ ಕಾಣಿಸುತ್ತಿದ್ದುದನ್ನು ಗಮನಿಸಿದ್ದು ವಿಧವೆಯನ್ನು ಮದುವೆಯಾಗಲು ಹಿಂಜರಿಯುತ್ತಿದ್ದಾನೆ! ಸಮಾಜವನ್ನು ಎದುರಿಸುವ ಧೈರ್ಯವಿಲ್ಲವೆಂದೇ ಅಥವಾ ಬೇರೊಬ್ಬ ಗಂಡಸಿನ ಸಂಪರ್ಕ ಹೊಂದಿದ್ದವಳನ್ನು ಹಾದರಮಾಡಿದವಳೆಂದು ಭಾವಿಸುತ್ತಿದ್ದಾನೆಯೇ? ಅವನಿಗೆ ಗೊತ್ತಿಲ್ಲವೇ, ಈ ಸಂಪ್ರದಾಯದ ಸಮಾಜದಲ್ಲಿ ಗಂಡನನ್ನು ಕಳೆದುಕೊಂಡ ಹೆಂಗಸರು ಎಷ್ಟೆಲ್ಲ ಕಷ್ಟಗಳನ್ನು ಅನುಭವಿಸುತ್ತಿದ್ದಾರೆಂದು! ಎರಡನೇ ಹೆಂಡತಿಯಾಗಿ ಇನ್ನೊಂದು ಮದುವೆಮಾಡಿಕೊಳ್ಳುವ ಹಕ್ಕು ಗಂಡಸರಿಗೆ ಇರುವುದಾದರೆ, ಎರಡನೆ ಗಂಡನನ್ನು ಪಡೆಯುವ ಹಕ್ಕು ವಿಧವೆಯರಾದ ಹೆಣ್ಣುಗಳಿಗೇಕಿರಬಾರದು? ಎಂದೆಲ್ಲ ಮನಸ್ಸಿನಲ್ಲಿ ಆಲೋಚಿಸಿದಳು.

ಈ ಮಾತುಕತೆಯ ನಂತರ ಮೂವರೂ ಆಶ್ರಮದ ಕಡೆಗೆ ಹೆಜ್ಜೆ ಹಾಕಿದರು. ಹರಿಯನ್ನು, ಆಶ್ರಮ ತಲುಪಿದ ಮೇಲೆ ಆಶ್ರಮದಲ್ಲಿಯೇ ಉಳಿದುಕೊಳ್ಳುವಂತೆ ಒತ್ತಾಯಿಸಿದಳು. ಹಾಗೆಯೇ ರಾತ್ರಿಯೆಲ್ಲ ಯೋಚಿಸಿ, ಮದುವೆಯ ವಿಚಾರದಲ್ಲಿ, ಅವನ ಅಭಿಪ್ರಾಯ ಏನೆಂದು ತಿಳಿಸುವಂತೆ ಹೇಳಿದಳು.

ಹರಿ ಆ ದಿನ ಅಲ್ಲಿ ಕಳೆದು, ಬೆಳಿಗ್ಗೆ ಏಳುತ್ತಿದ್ದಂತೆಯೇ 'ಬಾ'ಳನ್ನು ಸಂಧಿಸಿ, ತಾನು ಕೂಡಲೇ ಕಲ್ಕತ್ತೆಗೆ ಹೋಗಬೇಕಾಗಿದೆ ಎಂದು ತಿಳಿಸಿದ. 'ಬಾ' ಸುಮ್ಮನೆ ಕೇಳಿಸಿಕೊಂಡಳು. ಅವನು ಇಲ್ಲಿ ಉಳಿದುಕೊಳ್ಳಲು ಒಪ್ಪುವುದಿಲ್ಲವೆನ್ನಿಸುವುದು ಅವಳಿಗೆ ಗೊತ್ತಿತ್ತು. ಅದಕ್ಕಾಗಿ ಇರುವಂತೆ ಒತ್ತಾಯಿಸಲಿಲ್ಲವಾದರೂ ರಾತ್ರಿ ತಾನು ಹೇಳಿದ ವಿಚಾರವಾಗಿ ಅಭಿಪ್ರಾಯವನ್ನು ತಿಳಿಸುವಂತೆ ಕೇಳಿದಳು.

"ಬಾ, ನೀವು ಹೇಳಿದ್ದನ್ನು ಯೋಚಿಸಿದೆ. ನನಗೆ ಈಗ ಮದುವೆಯೇ ಬೇಡವೆನ್ನಿಸಿದೆ. ಬಾಪು ಮತ್ತು ನೀವು ಹೇಳುವಂತೆ ಮಕ್ಕಳು ಇರುವ ವಿಧವೆಯೇ ಗಂಟು ಬಿದ್ದರೆ, ಕಾಸಿನ ಸಂಪಾದನೆಗೆ ದಾರಿಯಿಲ್ಲದಿರುವಾಗ, ದೊಡ್ಡ ಕುಟುಂಬವನ್ನು ಪೋಷಿಸುವುದಾದರೂ ಹೇಗೆ? ಅಲ್ಲದೆ ಮುಂದೆ ಹುಟ್ಟುವ ಮಕ್ಕಳೂ ಸೇರಿದರೆ ಗತಿಯೇನು? ಅದಕ್ಕಾಗಿ ಮದುವೆ ಯೋಚನೆಯನ್ನೇ ಬಿಟ್ಟು ಬಿಟ್ಟಿದ್ದೇನೆ."

ಹಾಗೇ ಮಾಡು ಹರಿ. ನಿನ್ನ ಕಷ್ಟಗಳಲ್ಲಿ ಜೊತೆಯಾಗಲು ನಿನ್ನ ಬಾ ಮತ್ತು ಬಾಪು ಇನ್ನೂ ಬದುಕಿದ್ದಾರೆ ಎನ್ನುವುದನ್ನು ಮರೆಯಬೇಡ.

ಗಾಂಧಿ ಮತ್ತೊಮ್ಮೆ ಯೆರವಾಡ ಜೈಲಿನಲ್ಲಿದ್ದ. ಅಲ್ಲಿ ಗಾಂಧಿ ಅಪೆಂಡಿಸ್ಯೆಟಿಸ್‌ನಿಂದಾಗಿ ತುಂಬಾ ಗಂಭೀರ ಸ್ಥಿತಿಯನ್ನು ತಲುಪಿದ. ವೈದ್ಯರ ಆದೇಶದಂತೆ ಕೂಡಲೇ ಶಸ್ತ್ರಚಿಕಿತ್ಸೆ ಮಾಡ ಬೇಕಾಯಿತು. ಚಿಕಿತ್ಸೆಯಾಗಿದ್ದು, ಕರ್ನಲ್ ಮಧೋಕ್ಕರ ಟೆಲಿಗ್ರಾಂ ಬರುವವರೆಗೂ ತಿಳಿದಿರಲಿಲ್ಲ. ಟೆಲಿಗ್ರಾಂ ಬರುತ್ತಿದ್ದಂತೆ ಸರ್ಜನ್ ಜನರಲ್ ಆಗಿದ್ದವರು, ಪೂನಾದ ಸಸ್ಸೂನ್ ಆಸ್ಪತ್ರೆಯಿಂದ ಸಬರಮತಿ ಆಶ್ರಮಕ್ಕೆ ಬಂದಿಳಿದರು. ಅವರು ಬಂದುದರ ಉದ್ದೇಶ ಶ್ರೀಮತಿ ಗಾಂಧಿ ಗಂಡನ ಸುದ್ದಿ ಕೇಳಿ ಭಯಭೀತರಾದಾರೆಂದು, ಅವರಿಗೆ ನೇರವಾಗಿ ವಿಷಯವನ್ನು ವಿವರಿಸಿ ತಿಳಿಸಬೇಕೆಂದು! ಅಲ್ಲದೆ ಅವರಿಗೂ ಗಾಂಧಿಗೆ ಏನಾದರೂ ಆದಲ್ಲಿ ದೇಶದಲ್ಲಿಯೇ ಅಶಾಂತಿ, ಗಲಭೆಗಳು ಆದಾವೆಂದು ಹೆದರಿ, ಗಾಂಧಿಯನ್ನು ಬಹಳ ಎಚ್ಚರಿಕೆಯಿಂದ ನೋಡಿಕೊಳ್ಳುತ್ತಿದ್ದರು.

ಇಂಥ ಗಂಭೀರ ಪರಿಸ್ಥಿತಿಯಲ್ಲಿ ಇರುವ ಗಂಡನ ಬಳಿ ಇರಬೇಕೆಂದು ಬಯಸುವ ಎಲ್ಲ ಹೆಂಡತಿಯರಂತೆ 'ಬಾ' ಕೂಡಾ ಗಂಡನ ಹಾಸಿಗೆಯ ಪಕ್ಕದಲ್ಲಿಯೇ ಇರಬೇಕೆಂದು ಬಯಸಿದಳು. ಆದರೆ ಎಷ್ಟು ದಿನವೂ ಏನೋ! ಆಶ್ರಮವನ್ನು ಬಿಟ್ಟುಹೋಗುವುದು ಸಾಧ್ಯವೇ ಇರಲಿಲ್ಲ. ಆದ್ದರಿಂದ ಮಗ ದೇವದಾಸನನ್ನು ತಂದೆ ಜೊತೆ ಇರುವಂತೆ ಹೇಳಿ, ಪೂನಾಗೆ ಕಳಿಸಿಕೊಟ್ಟಳು. ದೇವದಾಸನಲ್ಲದೆ, ಒಂದು ಕ್ಷಣವೂ ಜೊತೆ ಬಿಡದ ಮಹದೇವದೇಸಾಯಿ ಮೊದಲೇ ಇದ್ದ. ದೇಶಾದ್ಯಂತ ಗಾಂಧಿ ಆಸ್ಪತ್ರೆಯಲ್ಲಿರುವ ಸುದ್ದಿ ಕಾಳ್ಗಿಚ್ಚಿನಂತೆ ಹರಡಿತು. ಗಾಂಧಿಯ ಅಭಿಮಾನಿಗಳು, ರಾಷ್ಟ್ರ ನಾಯಕನ ಆರೋಗ್ಯ ಆದಷ್ಟು ಬೇಗ ಸುಧಾರಿಸಲಿ, ಬಾಪು ಬೇಗ ಗುಣಮುಖಿವಾಗಲಿ ಎಂದು ಹಾರೈಸಿ ರಾಶಿ ರಾಶಿ ಪತ್ರಗಳನ್ನು ಅಪಾರ ಸಂಖ್ಯೆಯ ಉಡುಗೊರೆ, ಹೂಗುಚ್ಚಗಳನ್ನು ಕಳಿಸಿ ಕೊಡುತ್ತಿದ್ದರು. ಅದೆಲ್ಲವನ್ನೂ ಗಮನಿಸಿ ಹಾರೈಸಿದವರಿಗೆ

ಪ್ರತ್ಯುತ್ತರವನ್ನು, ಧನ್ಯವಾದಗಳನ್ನು ಬರೆಯುವ ಕೆಲಸದಲ್ಲಿ ಮಹದೇವ ದೇಸಾಯಿಗೆ, ದೇವದಾಸನೂ ಸಹಕರಿಸುತ್ತಿದ್ದ.

ಗಾಂಧಿಯ ಪರಿಸ್ಥಿತಿಯಲ್ಲಿ, ನಿರೀಕ್ಷಿಸಿದಷ್ಟು ಸುಧಾರಣೆ ಕಾಣಲಿಲ್ಲ. ಬ್ರಿಟಿಷ್ ಸರಕಾರ ಕಂಪಿಸಿತು. ಗಾಂಧಿಗೆ ಏನಾದರೂ ಅನಾಹುತವಾದರೆ, ತಮ್ಮೆಲ್ಲರನ್ನೂ ಜೀವಂತ ಸುಡುವಷ್ಟು ಆಕ್ರೋಶಕ್ಕೆ ಜನ ಒಳಗಾಗುತ್ತಾರೆಂಬುದನ್ನು ಊಹಿಸಿಕೊಂಡಷ್ಟೂ, ಅವರ ತಲ್ಲಣ ಹೆಚ್ಚಾಯಿತು. ಅವರಿಗೆ ಕೂಡಲೇ ತೋಚಿದ್ದು, ಗಾಂಧಿಯನ್ನು ಜೈಲಿನಿಂದ ಬಿಡುಗಡೆ ಮಾಡುವುದು, ಇದೊಂದೇ ಅವರಿಗೆ ಸುರಕ್ಷಿತಮಾರ್ಗವೆಂದು ತೋರಿತು.

ಯಾರೂ ನಿರೀಕ್ಷಿಸದ, ಆದರೆ ಎಲ್ಲರಿಗೂ ಸಂತೋಷದ ಸುದ್ದಿಯಾದ, ಗಾಂಧಿಯ ಬಿಡುಗಡೆ? ಅದೂ ಯಾವುದೇ ಷರತ್ತಿಲ್ಲದ್ದು! – ಎಂಬುದು ಎಲ್ಲ ಪತ್ರಿಕೆಗಳಲ್ಲಿನ ತಲೆ ಬರಹವಾಗಿತ್ತು.

ಈ ಸುದ್ದಿಯಿಂದ ಎಲ್ಲರಿಗಿಂತ ಹೆಚ್ಚಾಗಿ ಸಂತೋಷ ಪಟ್ಟದ್ದೆಂದರೆ ಕಸ್ತೂರಬಾ. ತನ್ನ ಗಂಡ ಯಾವುದೇ ಸ್ಥಿತಿಯಲ್ಲಿ ಇರಲಿ, ಕಣ್ಣ ಮುಂದಿದ್ದರೆ ನೆಮ್ಮದಿ, ನಿರಾಳ! ಆಶ್ರಮದಲ್ಲಿ ಯಾರಿಂದಲೂ ತೊಂದರೆಯಾಗದಂತೆ, ಒಂದು ಪ್ರಶಾಂತವಾದ ಜಾಗಕ್ಕಾಗಿ ಹುಡುಕಾಡಿದಳು. ಆದರೆ ಅಷ್ಟರಲ್ಲಿ, ಗಾಂಧಿಯ ಮಿತ್ರರೊಬ್ಬರು, ಒಂದೆರಡು ವಾರಗಳು ಜುಹು ಬೀಚಿನ ಬಳಿಯಿರುವ ತಮ್ಮ ಮನೆಯಲ್ಲಿ ಕಳೆಯಲು ಆಹ್ವಾನಿಸಿದರು. ಗಾಂಧಿಗೆ ಆಶ್ರಮದಿಂದ ದೂರವಿರಲು ಇಷ್ಟವಾಗದಿದ್ದರೂ ಬಾ ಮತ್ತು ಗಾಂಧಿಯ ಸ್ನೇಹಿತರ ಒತ್ತಾಯದಿಂದ ಒಪ್ಪಿಕೊಂಡ.

ಗಾಂಧಿಯ ಆರೋಗ್ಯದಲ್ಲಿ ಕ್ರಮೇಣ ಸುಧಾರಣೆ ಕಂಡಿತು. ಕೂಡಲೇ ಆಶ್ರಮಕ್ಕೆ ಹಿಂದಿರುಗಿದ. ರಾಷ್ಟ್ರೀಯ ಚಟುವಟಿಕೆಗಳು ಬೆಟ್ಟದಷ್ಟು ಇರುವಾಗ ಎಷ್ಟು ದಿನ ವಿಶ್ರಾಂತಿ ಸಾಧ್ಯ ಎಂದು, ಬಂದುಬಿಟ್ಟು ಆಶ್ರಮದ ಕೆಲಸ ಕಾರ್ಯಗಳಲ್ಲಿ ವ್ಯಸ್ತನಾದ.

ಗಾಂಧಿ ಆಶ್ರಮಕ್ಕೆ ಪ್ರವೇಶಿಸುತ್ತಿದ್ದಂತೆಯೇ, ಎಲ್ಲರೂ ಜಾಗ್ರತರಾಗುತ್ತಿದ್ದರು. ನೀತಿ, ನಿಯಮಗಳ ಕಡ್ಡಾಯ ಪಾಲನೆ, ಶಿಸ್ತು, ಸಂಯಮ, ಸ್ವಚ್ಛತೆ, ಪರಿಶುದ್ಧತೆಗಳ ಜೊತೆಗೆ ಯಾರೂ ಅಗತ್ಯಕ್ಕಿಂತ ಹೆಚ್ಚಾಗಿ ಏನನ್ನೂ ಹೊಂದಿರಬಾರದು. ಸರಳತೆ, ಆತ್ಮನಿರ್ಭರತೆ, ಮಿತವ್ಯಯಗಳನ್ನು ಪ್ರತಿಯೊಬ್ಬರಲ್ಲಿ ನಿರೀಕ್ಷಿಸುತ್ತಿದ್ದ.

ಒಂದು ದಿನ ಕಸ್ತೂರಬಾ ಗಾಭರಿಯಿಂದ ಬಾಪು ಇದ್ದ ಕುಟೀರಕ್ಕೆ ಆತುರದಿಂದ ಓಡಿಬಂದಳು. ಬಂದವಳು ಏದುಸಿರು ಬಿಡುತ್ತಿದ್ದಳು. ಬಾಪು ಪತ್ರಗಳ ಕಡತವನ್ನು ಹರಡಿಕೊಂಡು ಕುಳಿತಿದ್ದ.

"ಬಾಪು ಬಾಪು ಆಶ್ರಮಕ್ಕೆ ಕಳ್ಳ ಬಂದು ಹೋದಂತಿದೆ"– ಎಂದಳು.

"ಬರಲಿ, ಆಶ್ರಮದಲ್ಲಿ, ಕಳ್ಳ ಬಂದರೆ ಅವನಿಗೆ ಏನುತಾನೇ ಸಿಕ್ಕೀತು. ಬಂದು ಬರಿಗೈಲಿ ಹೋಗಬೇಕಾಗಿ ಬಂತಲ್ಲ ಎಂದು ತಾನೇ ತಲೆ ಚಚ್ಚಿಕೊಳ್ಳುತ್ತಾನೆ."

"ಬಾಪು, ನಿಮಗೆ ಎಲ್ಲ ಸಂದರ್ಭಗಳಲ್ಲಿಯೂ ತಮಾಶೆಯೇ ತೋಚುತ್ತದೆ. ನನ್ನ ಕುಟೀರದಲ್ಲಿದ್ದ ಒಂದು ಪೆಟ್ಟಿಗೆ ಕಾಣುತ್ತಿಲ್ಲ ಎಂದಳು.

"ನಿನ್ನ ಪೆಟ್ಟಿಗೆಯನ್ನು ಮಾತ್ರವೇ ಕದ್ದಿದ್ದಾನೆಂದರೆ ಅದರಲ್ಲಿ ಅಮೂಲ್ಯವಾದದ್ದೇನನ್ನೋ ನೀನು ಇರಿಸಿರಬೇಕು."

"ನಾನೇನು ಅಮೂಲ್ಯವಾದದ್ದು ಇಡಲಿ ಮಣ್ಣು! ನೀವೊಂದು ಒಡವೆಯನ್ನಾದರೂ ಇರಿಸಿಕೊಳ್ಳಲು ಬಿಟ್ಟರೇನು?

"ಹಾಗಿದ್ದ ಮೇಲೆ ಇಷ್ಟೊಂದು ಗಾಭರಿ?"

"ಅದರಲ್ಲಿ ನನ್ನ ಮೊಮ್ಮಕ್ಕಳ ಬಟ್ಟೆಗಳನ್ನು ಇರಿಸಿದ್ದೆ. ಅವರಿಲ್ಲಿಗೆ ಬಂದಾಗ, ಉಡಲು ಬೇಕಾಗುವುದೆಂದು ಒಂದಷ್ಟು ಬಟ್ಟೆಯನ್ನು ಇಲ್ಲಿಯೆ ಉಳಿಸಿಕೊಂಡಿದ್ದೆ"

"ನೀನು ಮಾಡುತ್ತಿರುವುದು ತಪ್ಪು. ಅವರವರ ಬಟ್ಟೆ ಅವರವರು ನೋಡಿಕೊಳ್ಳಲು ಹೇಳಬೇಕಿತ್ತು."

"ಸರಿ ಸರಿ ಬಿಡಿ. ನಿಮ್ಮ ಮುಂದೆ ಕಷ್ಟ ಸುಖ ಹೇಳಿಕೊಳ್ಳುವುದೆಂದರೆ ಸುಂಕದವನ ಮುಂದೆ ಸುಖ ದುಃಖ ಹೇಳಿಕೊಂಡಂತೆಯೇ?"

"ಈಗ ಗೊತ್ತಾಯಿತಲ್ಲ. ಇನ್ನು ಮುಂದೆ ಯಾರ ವಸ್ತುವಿನ ಜವಾಬ್ದಾರಿಯನ್ನೂ ತೆಗೆದುಕೊಳ್ಳಬೇಡ."

"ನಿಮ್ಮದು?"

"ನನ್ನದೂ ಕೂಡಾ!" ಎಂದು ಮೆಲ್ಲನೆ ನಕ್ಕ. ಆ ದಿನದಿಂದ 'ಬಾ'ಳ ಆಸ್ತಿಯೆಂದರೆ ಒಂದು ಪುಟ್ಟ ಪೆಟ್ಟಿಗೆ!

ಗಾಂಧಿಯ ವರ್ಚಸ್ಸಿನ ಸೆಳೆತಕ್ಕೆ ಅದೆಷ್ಟು ಮಂದಿಯೋ ಒಳಗಾಗಿ, ಊರು, ದೇಶ, ಮನೆ ಮಠ ಬಿಟ್ಟು, ಗಾಂಧಿಯ ಸಾನ್ನಿಧ್ಯದಲ್ಲಿ ಇರಲು ಓಡಿ ಬರುತ್ತಿದ್ದರು. ಗಾಂಧಿಯೊಬ್ಬನೇ ಈ ಸೆಳೆತಕ್ಕೆ ಒಳಗಾಗಿದ್ದುದಲ್ಲ. 'ಬಾ' ಕೂಡಾ ಅನೇಕ ಮಹಿಳೆಯರನ್ನು ಮಂತ್ರಮುಗ್ಧಳಾಗಿಸಿದ್ದಳು. ಹೀಗೆ ಬಂದವರು ಸ್ವತಃ ತಮ್ಮಿಚ್ಛೆಯಿಂದಲೇ ಆಗಿದ್ದರೂ, ಅವರಿಗೆ ಸಂಬಂಧ ಪಟ್ಟವರು ಗಾಂಧಿಯನ್ನು ದೂರುತ್ತಿದ್ದರು.

ಮಹದೇವ ದೇಸಾಯಿ ಬಲಗೈ ಬಂಟನಾಗಿದ್ದಂತೆ ಅವನಿಗೆ ಸರಿ ಜೋಡಿಯಾಗಿ ಬಂದು ಸೇರಿದವನೆಂದರೆ, ಪ್ಯಾರೇಲಾಲ್ ಎಂಬ ಬುದ್ಧಿವಂತ ಯುವಕ, ಗಾಂಧಿಯ ಆದರ್ಶಗಳಿಗೆ, ಗಾಂಧಿಯ ಗುರಿಗೆ ಆಕರ್ಷಿತನಾಗಿ, ಗಾಂಧಿಗಾಗಿ ತಾನೂ ಕೆಲಸ ಮಾಡಬೇಕೆಂಬ ಕನಸನ್ನು ಸಾಕ್ಷಾತ್ಕಾರಗೊಳಿಸಿಕೊಳ್ಳಲು ಬಂದು ಸೇರಿದ್ದ. ಕಸ್ತೂರಬಾ ಅಂತೂ ಈ ಪ್ಯಾರೇಲಾಲ್‌ನನ್ನು ಮಗನಿಗಿಂತ ಹೆಚ್ಚಾಗಿ ಪ್ರೀತಿಸುತ್ತಿದ್ದಳು. ಇವನನ್ನಷ್ಟೇ ಅಲ್ಲ, ಇವನ ತಂಗಿ ಸುಶೀಲಾ ಎಂಬ ಹುಡುಗಿ, ವೈದ್ಯಕೀಯವನ್ನು ಓದುತ್ತಿದ್ದವಳೂ, ಅಣ್ಣ, 'ಬಾ ಮತ್ತು ಬಾಪು'ರವನ್ನು ಬಣ್ಣಿಸುತ್ತಿದ್ದ ರೀತಿಯಿಂದಲೇ, ಪ್ರಭಾವಿತಳಾಗಿ, ತನ್ನನ್ನೂ ಒಮ್ಮೆ ಕರೆದೊಯ್ಯಬೇಕೆಂದು ಹಠಹಿಡಿದಿದ್ದಳು. ಎಷ್ಟೋ ದಿನ ಪೀಡಿಸಿದ ಮೇಲೆ ಅವಳನ್ನು ಆಶ್ರಮಕ್ಕೆ ಕರೆ ತಂದಿದ್ದ.

ಅಣ್ಣನ ಜೊತೆಗೆ ಆಶ್ರಮಕ್ಕೆ ಬಂದಿದ್ದ, ಸುಶೀಲಾ, ಅಲ್ಲಿನ ವಾತಾವರಣವನ್ನು ಸೂಕ್ಷ್ಮವಾಗಿ ಗಮನಿಸುತ್ತಿದ್ದಳು. ಅಲ್ಲಿ ಅವಳಿಗೆ ಪರಿಚಯದವರು ಯಾರೂ ಇರಲಿಲ್ಲ. ಕಸ್ತೂರಬಾ ಕೂಡಾ ಆ ಹೊತ್ತಿನಲ್ಲಿ ಬೇರೆಲ್ಲೋ ಕೆಲಸದಲ್ಲಿ ಮಗ್ನಳಾಗಿದ್ದಳು. ತಂಗಿಯ ಜೊತೆಗಿದ್ದ ಪ್ಯಾರೇಲಾಲನಿಗೆ ಗಾಂಧಿಯಿಂದ, ಕೂಡಲೇ ಬಂದು ತನ್ನನ್ನು ಕಾಣಬೇಕೆಂಬ ಆದೇಶಬಂತು. ತಂಗಿಯನ್ನು ಆ ಅಪರಿಚಿತ ಆಶ್ರಮದಲ್ಲಿ ಬಿಟ್ಟು. ಗಾಂಧಿಯ ಕೆಲಸದ ಮೇಲೆ ಅಲ್ಲಿಂದ ಹೊರಟ. ಸುಶೀಲಾಗೆ

ಅಲ್ಲಿ ಏನು ಮಾಡಬೇಕೆಂದು ದಿಕ್ಕು ತೋಚದೆ ಕಳೆದು ಹೋದವಳಂತೆ ಅತ್ತ ಇತ್ತ ಕಣ್ಣು ಹಾಯಿಸುತ್ತಿದ್ದಾಗ ಪುಟ್ಟ ಆಕಾರದ ಕಸ್ತೂರಬಾ ತನ್ನತ್ತ ಬರುತ್ತಿದ್ದುದನ್ನು ಗಮನಿಸಿದಳು. ಸೂಕ್ಷ್ಮಗ್ರಾಹಿ 'ಬಾ' ಅವಳ ಮುಖದ ಹೋಲಿಕೆಯಿಂದಲೇ ಯಾರೆಂಬುದನ್ನು ಅರಿತಳು. ಅಲ್ಲದೆ ಪ್ಯಾರೇಲಾಲ್ ತನ್ನ ತಂಗಿಯನ್ನು ಆಶ್ರಮದಲ್ಲಿ ಕೆಲದಿನ ಇರಲು ಕರೆದುಕೊಂಡು ಬರುವುದಾಗಿ ಹೇಳಿದ್ದನಾದ್ದರಿಂದ ತನ್ನ ಊಹೆ ಖಚಿತವೆಂದು ಭಾವಿಸಿದಳು. ಹರಕು ಮುರುಕು ಹಿಂದೂಸ್ತಾನಿ ಭಾಷೆಯಲ್ಲಿ ಮಾತಾಡಿದಳು. ಎಷ್ಟೋ ವರ್ಷಗಳ ಪರಿಚಯವಿದ್ದವಳಂತೆ, ಸುಶೀಲಾಳನ್ನು ಹತ್ತಿರಕ್ಕೆ ಕರೆದು, ಆಶ್ರಮದ ಪರಿಚಯವನ್ನು ಮಾಡಿಕೊಡಲು, ಕೈ ಹಿಡಿದು ಕರೆದೊಯ್ದಳು.

ಆಶ್ರಮದಲ್ಲಿ ಪ್ರತಿಯೊಬ್ಬರೂ ಒಂದಲ್ಲ ಒಂದು ಕೆಲಸದಲ್ಲಿ ಮಗ್ನರಾಗಿದ್ದರು. ಆಶ್ರಮದಲ್ಲಿ ಎಲ್ಲರನ್ನೂ ಪರಿಚಯ ಮಾಡಿಸಿದ್ದಳು. ಕಸ್ತೂರಬಾ ಜೊತೆಗೇ ಮಲಗುವ ವ್ಯವಸ್ಥೆಯೂ ಆಗಿತ್ತು. ಕಸ್ತೂರಬಾಳಿಂದ ಎಲ್ಲ ಕೆಲಸಗಳನ್ನು ಕಲಿತಿದ್ದಳು. ಒಟ್ಟಾರೆಯಾಗಿ ಬಾ ಅವಳ ಆಕರ್ಷಣೆಯ ಕೇಂದ್ರವಾಗಿದ್ದಳು.

ಅಣ್ಣನೂ ಬಿಡುವಿಲ್ಲದೆ ಗಾಂಧಿಯ ಕೆಲಸಗಳಲ್ಲಿ ತೊಡಗಿದ್ದ. ಗಾಂಧಿ ಅಪರೂಪಕ್ಕೆ ಕಣ್ಣಿಗೆ ಬೀಳುತ್ತಿದ್ದ. ಒಂದೆರಡು ವಾರಗಳಲ್ಲಿಯೇ ಅವಳ ಮನಃ ಪರಿವರ್ತನೆ ಆಗಿ ಹೋಗಿತ್ತು. ತಾನೂ ಏಕೆ ಆಶ್ರಮವಾಸಿಯಾಗಬಾರದು ಎಂದು ಯೋಚಿಸಿದ್ದಳು. ತಾನೂ ಇನ್ನು ಮುಂದೆ ಖಾದಿಯನ್ನೇ ಧರಿಸಬೇಕೆಂದು ನಿರ್ಧರಿಸಿದ್ದಳು.

ಮನೆಗೆ ಹಿಂತಿರುಗಿದಾಗ ಸುಶೀಲಾಳ ತಾಯಿ, ಮಗಳಲ್ಲಿ ಆಗುತ್ತಿದ್ದ ಪರಿವರ್ತನೆಗಳನ್ನು ಗಮನಿಸಿದ್ದಳು. ರೇಗಾಡಿದ್ದಳು. ಇನ್ನು ಮುಂದೆ ಆಶ್ರಮದತ್ತ ಮುಖಮಾಡಬಾರದೆಂದು ತಾಕೀತು ಮಾಡಿದ್ದಳು. ಈಗಾಗಲೇ ಒಬ್ಬ ಮಗನನ್ನು ದೂರಮಾಡಿಕೊಂಡಿದ್ದಳು. ಮತ್ತೆ ಈಗ ಮಗಳೂ ಕೈ ಜಾರಿ ಹೋಗುವುದನ್ನು ಅವಳಿಗೆ ಸಹಿಸಲಾಗಲಿಲ್ಲ. ಗಾಂಧಿಯನ್ನು ಒಮ್ಮೆ ಭೇಟಿಯಾಗಿ ತಮ್ಮಮಕ್ಕಳ ಮೇಲೆ ಮೋಡಿ ಮಾಡಿ, ಕಿತ್ತುಕೊಳ್ಳಬೇಡವೆಂದು ಬುದ್ಧಿ ಹೇಳಬೇಕೆಂದು, ಮೊದಲು ಪತ್ರವೊಂದನ್ನು ಬರೆದು, ತನ್ನ ಆರೋಪಗಳನ್ನು ವಿವರಿಸಿದಳು. ಅವನನ್ನು ಆರಾಧಿಸುವವರನ್ನು ಈ ರೀತಿಯಾಗಿ ತಂದೆತಾಯಿಯರಿಂದ ದೂರಮಾಡುವುದು ಗಾಂಧಿಯ ವ್ಯಕ್ತಿತ್ವಕ್ಕೆ ತಕ್ಕುದಲ್ಲವೆಂದು ಇನ್ನು ಮುಂದೆ ಹಾಗೆ ಮಾಡಬಾರದೆಂದು ತಿಳಿಸಿದ್ದಳು.

ಗಾಂಧಿ ಪತ್ರವನ್ನು ಓದಿ ಆಕೆ ತನ್ನನ್ನು ದೂರಿದ್ದರಿಂದ ಸಿಟ್ಟಾಗದೆ, ತಣ್ಣಗೆ ಸಮಾಧಾನದಿಂದಲೇ ಉತ್ತರಿಸಿದ್ದ. ಅಲ್ಲದೆ ಆಕೆಯನ್ನು ತಮ್ಮಾಶ್ರಮಕ್ಕೆ ಬರುವ ಕೃಪೆ ಮಾಡಬೇಕೆಂದು ಪ್ರಾರ್ಥಿಸಿದ್ದ.

ಸುಶೀಲಾ ತಾಯಿ ಶ್ರೀಮತಿ ನಯ್ಯರ್, ಗಾಂಧಿ ಬರಲು ಹೇಳಿದ್ದ ದಿನದಂದೇ ಸಬರಮತಿಗೆ ಬಂದಿಳಿದಳು. ಬಂದಾಗ ಯಾರೂ ಕಾಣಲಿಲ್ಲವಾದರೂ, ತನ್ನ ಮಗ ಮತ್ತು ಗಾಂಧಿ ತಾನು ಬಂದಿರುವುದನ್ನೂ ಗಮನಿಸದಷ್ಟು ಗಂಭೀರವಾದ ಮಾತುಕತೆಯಲ್ಲಿ ಮುಳುಗಿದ್ದರು. ತಾನೇ ಮಗನ ಹೆಸರು ಹಿಡಿದು ಕರೆಯಬೇಕೆಂದುಕೊಳ್ಳುವಷ್ಟರಲ್ಲಿ 'ಬಾ' ಕಾಣಿಸಿ, ಕುಶಲೋಪರಿ ವಿಚಾರಿಸಿ, ಬಂದ ಅತಿಥಿಯನ್ನು, ಊಟಕ್ಕೆ ಕರೆದೊಯ್ದಳು. ನಯ್ಯರ್ 'ಬಾ' ಜೊತೆ ತಾನು ಸ್ವಲ್ಪ ಮಾತನಾಡಬೇಕಿದೆ ಎಂದು ಹೇಳಿದಾಗ, ಊಟವಾದ ಮೇಲೆ ನಿರಾಳವಾಗಿ ಕುತು ಮಾತನಾಡಬಹುದೆಂದು ತಿಳಿಸಿ ಊಟದ ಮನೆಗೆ ಕರೆದೊಯ್ದಳು.

ಊಟ ಮುಗಿದ ಮೇಲೆ ಇಬ್ಬರು ಹೆಂಗಸರೂ ತಣ್ಣಗಿದ್ದ ವರಾಂಡದಲ್ಲಿ ತಮ್ಮ ಮಾತಿಗೆ ಮೊದಲು ಮಾಡಿದರು. 'ಬಾ' ಜಾಣೆ, ಮಾತಿಗೆ ಎಲ್ಲಿ ಮೊದಲು ಮಾಡಬೇಕೆಂದು, ಯೋಚಿಸಿದಾಗ, ತಾಯಂದಿರಿಗೆ ತಮ್ಮ ಮಕ್ಕಳ ಬಗ್ಗೆ ಹೊಗಳಿ ಮಾತಾಡಿದರೆ ತುಂಬಾ ಇಷ್ಟವಾಗುವುದಲ್ಲದೆ, ಒಳಗೆ ಎಷ್ಟೇ ಫಾಟಿದ್ದರೂ ಸಪ್ಪೆಯಾಗಿ ಬಿಡುತ್ತಾರೆಂಬ ವ್ಯವಹಾರಜ್ಞಾನ ಅವಳಿಗಿದ್ದುದರಿಂದ ಮಗ ಪ್ಯಾರೇಲಾಲನ ಬಗ್ಗೆ ಹೇಳಲು ಶುರುಮಾಡಿದಳು.

"ಬಹೆನ್ ಜಿ, ನಿಮ್ಮ ಪ್ಯಾರೇಲಾಲ್, ನಮ್ಮಿಬ್ಬರಿಗೂ ಮಗನಂತೆ. ಒಂದು ಕ್ಷಣವಾದರೂ ನಮಗೆ ಕಾಣಿಸಿಕೊಳ್ಳದಿದ್ದರೆ, ಕಾತರರಾಗುತ್ತೇವೆ. ಏನೋ ಕಳೆದುಕೊಂಡಂತಾಗುತ್ತದೆ.

ಸ್ವಂತ ಮಕ್ಕಳಿಗೆ ಸಿಗದ ಸಲುಗೆ, ಬಾಪು ಜೊತೆ ಪ್ಯಾರೇ ಲಾಲನಿಗಿದೆ. ಅವನು ಬಹಳ ಸುಖಿವಾಗಿದ್ದಾನೆ. ಸಂತೋಷವಾಗಿದ್ದಾನೆ. ಅಂಥ ಹುಡುಗನನ್ನು ಕಾಣುವುದೇ ಅಪರೂಪ. ಇನ್ನು ನಿಮ್ಮ ಸುಶೀಲಾನೋ ಒಂದು ಅಪರೂಪದ ರತ್ನ. ಅಂದ, ಚಂದ, ನಯ, ವಿನಯ, ವಿದ್ಯೆ ಬುದ್ಧಿ ಎಲ್ಲವನ್ನೂ ಏಕಕಾಲದಲ್ಲಿ ದೇವರು ಧಾರೆ ಎರೆದು ಬಿಟ್ಟಿದ್ದಾನೆ. ಅಂಥ ಮಕ್ಕಳನ್ನು ಪಡೆಯಲು ನೀವೆಷ್ಟು ಪುಣ್ಯ ಮಾಡಿರಬೇಕೆಂದು ಯೋಚಿಸಿದ್ದೇನೆ. ನನಗೆ ಎಲ್ಲ ಗಂಡು ಮಕ್ಕಳು. ಹೆಣ್ಣು ಮಕ್ಕಳೆಂದರೆ ನಮ್ಮಿಬ್ಬರಿಗೂ ಪ್ರೀತಿ. ನಿಮ್ಮ ಸುಶೀಲಾ ಪ್ಯಾರೇಲಾಲ್ ಬಾಪುವಿಗೆ ಬಹಳ ಆತ್ಮೀಯ. ಸಮಯ ಸಿಕ್ಕಾಗಲೆಲ್ಲ ಅವರ ಬಗ್ಗೆ ಮಾತಾಡುತ್ತಾರೆ. ವೈದ್ಯಕೀಯ ಶಿಕ್ಷಣ ಮುಗಿದ ಕೂಡಲೇ ಅವಳಿಂದ ಬಹಳ ಕೆಲಸಗಳು ಆಗಲಿವೆ ಎನ್ನುವುದು ಬಾಪುವಿನ ನಂಬಿಕೆ"

ಇಷ್ಟೆಲ್ಲ ಹೇಳಿದ ಮೇಲೆ ಶ್ರೀಮತಿ ನಯ್ಯರ್, ತಮ್ಮ ಸಿಟ್ಟನ್ನು ಮರೆತು, ಹೆಮ್ಮೆ ಪಡುತ್ತಾರೆ ಎಂದು ಭಾವಿಸಿದ್ದ ಬಾಳ ನಿರೀಕ್ಷೆ ಸುಳ್ಳಾಯಿತು. ಆಕೆಯೊಳಗಿನ ರೋಷ ತಣ್ಣಗಾಗಿರಲಿಲ್ಲ.

"ಬಾ ನೀವು ಹೇಳುವುದೆಲ್ಲ ನಿಜವಿರಬಹುದು. ನಿಮ್ಮ ದೃಷ್ಟಿಯಲ್ಲಿ ಅವನು ಬಹಳ ಬೆಳೆದಿರಬಹುದು. ಆದರೆ ಅಂಥ ಮಕ್ಕಳಿಂದ, ತಂದೆ ತಾಯಿಗಳು ಏನೇನೋ ಕನಸುಗಳನ್ನು ಕಟ್ಟಿಕೊಂಡಿರುತ್ತಾರಲ್ಲವೇ? ಇರುವ ಒಬ್ಬನೇ ಮಗನಿಗಾಗಿ, ಅವನ ಶಿಕ್ಷಣಕ್ಕಾಗಿ ನಾವು ನಮ್ಮ ಶಕ್ತಿ ಮೀರಿ ಹಣ ಒದಗಿಸಿದ್ದೇವೆ. ಅವನು ಶಿಕ್ಷಣವನ್ನು ಪೂರೈಸಿ, ನಮ್ಮ ಕುಟುಂಬದ ಪರಂಪರೆಯಂತೆ ಅವನೂ ಐ.ಸಿ.ಎಸ್. ಪೂರೈಸಿ, ಒಳ್ಳೆಯ ಕೆಲಸಕ್ಕೆ ಸೇರಿ ಕೈ ತುಂಬಾ ಹಣ ಸಂಪಾದಿಸುವುದನ್ನು, ಸಮಾಜದಲ್ಲಿ ಪ್ರತಿಷ್ಠೆ, ಗೌರವಗಳನ್ನು ಗಳಿಸಿ ಬದುಕುವುದನ್ನು ನೋಡಬೇಕೆಂದು ನಾನು, ನನ್ನ ಗಂಡ ಕ್ಷಣ ಕ್ಷಣವೂ ಎದುರು ನೋಡುತ್ತಿದ್ದೆವು. ಆದರೆ ಬಾಪುವಿನಿಂದಾಗಿ ನಮ್ಮೆಲ್ಲ ಕನಸಿನ ಮಹಲುಗಳು ಕುಸಿದುಬಿದ್ದವು. ಬಾಪುವಿನ ಮೋಡಿಯ ಮಾತುಗಳಿಗೆ ಉಜ್ವಲ ದೇಶಪ್ರೇಮದ ವಿಚಾರಗಳಿಗೆ ಪರವಶನಾದ. ಪ್ರತಿಯೊಬ್ಬ ಭಾರತೀಯನೂ, ಪರಕೀಯರ ಗುಲಾಮತನದಿಂದ ದೇಶದ ಬಿಡುಗಡೆಗೆ, ಸ್ವರಾಜ್ಯ ಸ್ಥಾಪನೆಗೆ ಪಣತೊಟ್ಟು, ನಿಜವಾದ ಸತ್ಯಾಗ್ರಹಿಯಾಗಲು ಮುಂದೆ ಬಂದರೆ, ನಮ್ಮ ಆಶಯ, ಸ್ವಾತಂತ್ರ್ಯದ ಕನಸು ಸಫಲವಾಗುವುದರಲ್ಲಿ ಸಂಶಯವಿಲ್ಲ ಎನ್ನುವ ಕರೆಗೆ ಕಿವಿಗೊಟ್ಟು, ತನ್ನ ಬದುಕಿನ ಭವಿಷ್ಯವನ್ನೇ ಧಿಕ್ಕರಿಸಿ ಬಂದು ಸೇರಿಕೊಂಡ. ಬಾಪು ಸ್ವಲ್ಪ ವಿವೇಕವನ್ನು ಉಪಯೋಗಿಸಬೇಕಿತ್ತು. ಅವರ ಅನುಯಾಯಿಗಳಾದ ಮಾತ್ರಕ್ಕೆ ಅವರಿಂದ, ಅವರ ಕುಟುಂಬಗಳಿಂದ ಇಷ್ಟೊಂದು ನಿರೀಕ್ಷಿಸುವುದು ತಪ್ಪಲ್ಲವೇ? ಈಗ ನಾನು ಗಂಡನನ್ನು ಕಳೆದುಕೊಂಡು ಅನಾಥಳಾಗಿದ್ದೇನೆ.

ಇಬ್ಬರು ಮಕ್ಕಳೂ ಕೈ ಜಾರಿ ಹೋಗುತ್ತಿದ್ದಾರೆ. ಮುಂದೆ ನನ್ನ ಗತಿಯೇನು?" ಎಂದು ಕಣ್ಣೀರಿಟ್ಟರು.

ಬಾಳ ಕರುಳು ಚುರುಗುಟ್ಟಿತು. ಆದರೂ ಗಂಡನನ್ನು ಬಿಟ್ಟುಕೊಡಲಾರಳು.

"ಬಹೆನ್‌ಜಿ ನಿಮ್ಮ ಸಂಕಟ, ನಿಮಗಾದ ನಷ್ಟದ ಪ್ರಮಾಣ ಎಷ್ಟೆಂಬುದು ನನಗೆ ಗೊತ್ತಿದೆ. ಬಾಪು ನೀವು ತಿಳಿದಷ್ಟು ಕ್ರೂರಿಗಳಲ್ಲ. ನೋಡಲು ನಿಷ್ಠುರಿಗಳಂತೆ ತೋರಿದರೂ ಎದೆಯಾಳದಲ್ಲಿ ಬತ್ತದ ಪ್ರೀತಿಯ ಸೆಲೆ ಇರುತ್ತದೆ. ಆದರೆ ಅವರನ್ನು ಅರ್ಥ ಮಾಡಿಕೊಳ್ಳುವವರೆಗೆ ಸ್ವಲ್ಪ ಕಷ್ಟವೆನಿಸುತ್ತದೆ. ಅವರ ಶಿಸ್ತು, ನಿಯಮ ಪಾಲನೆ, ನಿಷ್ಠುರತೆ, ಸತ್ಯನಿಷ್ಠೆಗಳಿಗೆ ಮಹತ್ವಕೊಡುವ ಈ ಮಹಾನುಭಾವ ಗಂಡನನ್ನು ಕಟ್ಟಿಕೊಂಡು ನಾನು ಏನೆಲ್ಲ ಕಷ್ಟಗಳನ್ನು ಅನುಭವಿಸಿದ್ದೆನ್ನುವುದು ದೇವರಿಗೇ ಗೊತ್ತು. ಇಂಥ ತಂದೆಯಿಂದ ಮಕ್ಕಳು ಶಿಸ್ತಿನ ಹೆಸರಿನಲ್ಲಿ ಅನುಭವಿಸಿದ ಯಾತನೆ ಎಂಥದ್ದೆಂದು ನೆನಸಿಕೊಂಡರೆ ಈಗಲೂ ಮೈ ಜುಂ ಎನ್ನುತ್ತದೆ.

ಅವರು ಹೇಳಿದಂತೆ ನಡೆಯಲು, ಅವರು ನಿರೀಕ್ಷಿಸಿದ್ದನ್ನೇ ಮಾಡಲು ನಾನು ಮತ್ತು ಮಕ್ಕಳು (ಇಷ್ಟವಿಲ್ಲದಿದ್ದರೂ) ಎಷ್ಟೆಲ್ಲ ತ್ಯಾಗವನ್ನು ಮಾಡಿದ್ದೇವ. ಇಂತಹ ಗಂಡನ ಜೊತೆ ದಶಕಗಳನ್ನೇ ಕಳೆದಿದ್ದೇನೆ. ಎಷ್ಟೆಲ್ಲ ಆಸೆಗಳನ್ನು ಕೊಂದುಕೊಂಡಿದ್ದೇನೆ. ನಿರೀಕ್ಷೆಗಳನ್ನು ನೆಲಸಮ ಮಾಡಿದ್ದೇನೆ. ಆದರೆ ಅವು ಕಾಣುತ್ತಿರುವ ಮಹಾನ್ ಕನಸಿನ ಸಾಕ್ಷಾತ್ಕಾರಕ್ಕೆ ನಾವೆಲ್ಲರೂ ಕೈ ಜೋಡಿಸುತ್ತಿದ್ದೇವೆ. ಅವರ ಕನಸಿನಲ್ಲಿ ಸ್ವಾರ್ಥವಿಲ್ಲ. ತನಗೆ ತನ್ನವರಿಗೆ ಎನ್ನುವ ಕಲ್ಪನೆಯೂ ಇಲ್ಲ. ದೇಶೋದ್ಧಾರ, ಗ್ರಾಮೋದ್ಧಾರ, ಸಮಾಜೋದ್ಧಾರ, ಎಲ್ಲಕ್ಕಿಂತ ಹೆಚ್ಚಾಗಿ ಭಾರತೀಯರ ಹಕ್ಕಾದ ಸ್ವಾತಂತ್ರ್ಯವನ್ನು ಅವರಿಗೆ ಗಳಿಸಿಕೊಡುವುದಾಗಿದೆ ಎನ್ನುವ ವಿಚಾರ ಎಲ್ಲರಿಗೂ ತಿಳಿದಿದೆ. ಅದಕ್ಕಾಗಿ ಜನ ತಾವಾಗಿ, ಬಾಪುವಿನ ಬಲ ಹೆಚ್ಚಿಸಲು ಬರುತ್ತಿದ್ದಾರೆ" ಎಂದು ತನ್ನ ಅಂತರಂಗದ ಭಾವನೆಗಳನ್ನು ಹಂಚಿಕೊಂಡಳು.

ಕೇಳಿಸಿಕೊಳ್ಳುತ್ತಿದ್ದ ಶ್ರೀಮತಿ ನಯ್ಯರ್ ಸಮಾಧಾನದಿಂದ ಕೇಳಿಸಿಕೊಳ್ಳುತ್ತಾ, ಒಂದೊಂದು ಶಬ್ದದ ಹಿಂದಿನ ಅವಳ ಭಾವನೆಗಳನ್ನು, ಪ್ರಾಮಾಣಿಕತೆಯನ್ನು ಗ್ರಹಿಸುತ್ತ ಹೋದಂತೆ, ಒಳಗಿನ ಕಾವು ತಣ್ಣಗಾಗಿತು. ಕಾರಿನ್ಯ ಕರಗಿ ಹೋಗಿತು. ಬಾಪುವನ್ನು ಕಾಣುವ ಮೊದಲೇ ತನ್ನ ಮನಃ ಸ್ಥಿತಿ ಬದಲಾಗಿ ಹೋಗಿತು.

ಬಾಪುವಿಗೆ ಸವಾಲುಗಳನ್ನು ಎಸೆಯಬೇಕೆಂದು ಬಂದ ಉದ್ದಟ ಮನಸ್ಸು, ಸೌಮ್ಯ ಶಾಂತ ಸ್ಥಿತಿಯನ್ನು ತಲುಪಿತು. ಸಂಜೆಯಾದದ್ದೇ ತಿಳಿಯಲಿಲ್ಲ. ನಂತರ ಇಬ್ಬರು ಹೆಂಗಸರೂ ಗಾಂಧಿ ಮತ್ತು ಪ್ಯಾರೇಲಾಲನನ್ನು ಸಂಧಿಸಲು ಹೊರಟರು. ಅವರನ್ನು ಸಮೀಪಿಸುತ್ತಿದ್ದಂತೆಯೇ "ಬನ್ನಿ ಶ್ರೀಮತಿ ನಯ್ಯರ್. ನನಗೆ ಗೊತ್ತು ನನ್ನ ಮೇಲೆ ನಿಮಗೆ ವಿಪರೀತವಾದ ಸಿಟ್ಟಿದೆ. ನಿಮ್ಮ ಮಗನನ್ನು ನಾನು ಸೆರೆ ಹಿಡಿದಿದ್ದೇನೆಂದು ನಿಮ್ಮ ಭಾವನೆ. ಆದರೆ ನಾನು ಯಾರನ್ನೂ ಅವರ ಇಚ್ಛೆಗೆ ವಿರುದ್ಧವಾಗಿ ಒತ್ತಾಯಿಸುವುದಿಲ್ಲ. ಸ್ವಯಂ ಪ್ರೇರಣೆಯಿಂದ ದೇಶ ಸೇವೆಗೆ ಬರುತ್ತೇನೆಂದವರನ್ನು ಸಂತೋಷದಿಂದ ಬರಮಾಡಿಕೊಳ್ಳುತ್ತೇನೆ. ನಿಮ್ಮ ಮಗ ನಿಮ್ಮಿಂದ ದೂರಾದನೆಂಬ ನಿಮ್ಮ ಸಂಕಟವನ್ನು ಅರ್ಥಮಾಡಿಕೊಳ್ಳಬಲ್ಲೆ. ಈಗಲೂ ನೀವು ಬಯಸುವುದಾದರೆ ನಿಮ್ಮ ಮಗನಿಗೆ ತಿಳಿಸಿ ಹೇಳಿ ಕರೆದೊಯ್ಯಬಹುದು. ಖಂಡಿತವಾಗಿಯೂ ನನಗೆ ಬೇಸರವಿಲ್ಲ, ಅಭ್ಯಂತರವೂ ಇಲ್ಲ".

"ಇಲ್ಲ ಬಾಪು, ನಾನು ಕರೆದೊಯ್ಯುವುದಿಲ್ಲ. ನಾನು ವಿನಾಕಾರಣ ನಿಮ್ಮನ್ನು ತಪ್ಪಾಗಿ ತಿಳಿದಿದ್ದೆ. ಹಾಗೆ ನೋಡಿದರೆ ನನ್ನ ಮಕ್ಕಳೇ ವಾಸಿ. ನಿಮ್ಮನ್ನು ಬಹಳ ಬೇಗ ಅರ್ಥಮಾಡಿಕೊಂಡರು. ನಿಮ್ಮ ಮಹೋನ್ನತ ಗುರಿಗಳನ್ನೂ ಗ್ರಹಿಸಿದರು. ನೀವು ಸ್ಪರ್ಶಮಣಿಯಂತೆ! ನಿಮ್ಮ ಬಳಿ ಬಂದವರನ್ನೆಲ್ಲ ಚಿನ್ನವಾಗಿಸಿ ಬಿಡುತ್ತೀರಿ... ಈಗಲೇ ನನ್ನ ಮಗನನ್ನು ಕರೆದುಕೊಂಡು ಹೋಗಬೇಕೆಂದಿಲ್ಲ, ಬಾಪು. ಆದರೆ ನೀವೊಂದು ಮಾತು ಕೊಡಬೇಕು. ನಾಲ್ಕೈದು ವರ್ಷಗಳ ನಂತರ ನೀವು ನಿಮ್ಮ ಗುರಿಗಳನ್ನು ಮುಟ್ಟಿದ ನಂತರ ಅವನನ್ನು ನನ್ನ ಬಳಿಗೆ ಕಳಿಸಿಕೊಡಬೇಕು."

"ಬಹಳ ಸಂತೋಷ. ಹಾಗೆಯೇ ಆಗಬಹುದು. ಇದರ ಜೊತೆಗೆ ನಿಮಗೊಂದು ಸಲಹೆಯನ್ನು ಕೊಡುತ್ತೇನೆ. ಇದು ಸಲಹೆಯೂ ಹೌದು; ಸ್ವಾಗತವೂ ಹೌದು. ನೀವು ಮತ್ತು ನಿಮ್ಮ ಮಗಳು ಇಬ್ಬರೂ ನಮ್ಮೊಟ್ಟಿಗೆ ಆಶ್ರಮದಲ್ಲಿಯೇ ಇರಬಹುದಲ್ಲ. ಹಾಗಾದರೆ, ನೀವು ಮೂವರೂ ಒಟ್ಟಿಗೇ ಇದ್ದಂತಾಗುತ್ತದೆ."

"ಸದ್ಯಕ್ಕೆ ಸಾಧ್ಯವಿಲ್ಲ ಬಾಪು. ನೋಡೋಣ, ಎಂದಾದರೂ ನನ್ನ ಮನಃ ಪರಿವರ್ತನೆಯಾಗಿ, ಶಾಶ್ವತವಾಗಿ ನಿಮ್ಮೊಟ್ಟಿಗೆ ಇರಲು ಬಂದರೂ ಬರಬಹುದು" ಎಂದಳು.

39

ಕಸ್ತೂರಳ ತಲೆಯಿಂದ ಮಕ್ಕಳ ಮದುವೆಯ ಆಲೋಚನೆಯ ಭೂತ ಇಳಿದಿರಲಿಲ್ಲ. ಹರಿಲಾಲ ಎರಡನೆ ಮದುವೆಯ ಆಲೋಚನೆ ಬಿಟ್ಟು ಬಿಟ್ಟಿದ್ದ. ಮಣಿಲಾಲನಿಗೆ ಯಾವುದಾದರೂ ಒಳ್ಳೆಯ ಕುಟುಂಬದ ಒಳ್ಳೆಯ ಹುಡುಗಿಯನ್ನು ತಂದು ಮದುವೆ ಮಾಡಬೇಕೆಂದು ಕೊಳ್ಳುತ್ತಿದ್ದಳು. ಇಂಥ ಹೊತ್ತಲ್ಲಿ ಗಾಭರಿಗೊಳಿಸುವ ಸುದ್ದಿಯೊಂದು ಬಾ ಮತ್ತು ಬಾಪುರ ಕಿವಿಗೆ ಬಿತ್ತು. ಮಣಿಲಾಲ ತಮ್ಮ ರಾಮದಾಸನಿಗೆ ಪತ್ರ ಬರೆದು, ದಕ್ಷಿಣ ಆಫ್ರಿಕಾದ ಕೇಪ್ ಟೌನಿನ ವ್ಯಾಪಾರಿಯಾದ ಯೂಸುಫ್ ಗೂಲ್ ಎನ್ನುವವರ ಪುತ್ರಿ ಫಾತಿಮಾ (ಟಿಮ್ಮಿಗೂಲ್) ಎಂಬುವಳನ್ನು ಪ್ರೀತಿಸುತ್ತಿರುವುದಾಗಿ ತಿಳಿಸಿ ಬರೆದಿದ್ದ. ಹುಡುಗಿಯ ತಂದೆ ಸೂರತ್ ಮೂಲದವಳು. ಟಿಮ್ಮಿಗೂ ಮಣಿಲಾಲನನ್ನು ಕಂಡರೆ ತುಂಬಾ ಪ್ರೀತಿಯಿತ್ತು. 1914ರಲ್ಲಿ ಗಾಂಧಿ ಬಳಗ ಕೇಪ್ ಟೌನಿನಲ್ಲಿ, ಭಾರತಕ್ಕೆ ಬರುವ ಮೊದಲು ಗೂಲ್ ಮನೆಯಲ್ಲಿ ಉಳಿದುಕೊಂಡಿತ್ತು. ಆ ಸಂದರ್ಭದಲ್ಲಿ ಫಾತಿಮಾ ಮತ್ತು ಮಣಿಲಾಲರ ನಡುವೆ ಪ್ರೇಮಾಂಕುರವಾಗಿ ಮುಂದುವರೆದಿತ್ತು.

ಗಾಂಧಿ ಈ ವಿಷಯ ತಿಳಿದಾಗ, ದಿಢೀರನೆ ತನ್ನ ನಿಲುವನ್ನು ತಿಳಿಸಲು ಹೋಗಲಿಲ್ಲ. ಎರಡು ವಿಭಿನ್ನ ಜಾತಿ, ಧರ್ಮಗಳಿಗೆ ಸೇರಿದವರ ಮದುವೆಯಿಂದ ಅನೇಕ ಸಮಸ್ಯೆಗಳು ಸೃಷ್ಟಿಯಾಗ ಬಹುದೆನ್ನುವ ಆತಂಕವಿತ್ತು. ಅಷ್ಟೇ ಹೊರತು, ಜಾತ್ಯಂತರ ಮದುವೆಗಳಿಗೆ ಗಾಂಧಿಯ ವಿರೋಧವಿರಲಿಲ್ಲ. ಆದರೆ ನಾವು ಒಂದು ಸಮಾಜದ ನಡುವೆ ಬದುಕುತ್ತಿರುವುದರಿಂದ, ಸಮಾಜವನ್ನು ಕಡೆಗಣಿಸಲಾಗದು ಎನ್ನುವುದು ಬಾಪುವಿನ

ಅಭಿಪ್ರಾಯವಾಗಿತ್ತು. ಅಲ್ಲದೆ ಈ ಮದುವೆಯಿಂದ ಇಂಡಿಯನ್ ಒಪೀನಿಯನ್ ಕೆಲಸವೂ ನಿಂತುಹೋಗಬಹುದು; ಮಣಿಲಾಲನಿಗೆ, ಭಾರತಕ್ಕೆ ಹಿಂತಿರುಗುವ ಸಾಧ್ಯತೆಯೂ ಇಲ್ಲದಾಗಬಹುದು ಎನ್ನುವ ಕಳವಳದ ಮನಃಸ್ಥಿತಿಯಿತ್ತು. ಅದಕ್ಕಾಗಿ ಗಾಂಧಿ ತನ್ನ ಮನಸ್ಸಿನ ವಿಚಾರಗಳನ್ನೂ, ಅಂತರ್ಧರ್ಮ ವಿವಾಹದಿಂದ ಹುಟ್ಟಿಕೊಳ್ಳಬಹುದಾದ ಸಮಸ್ಯೆಗಳನ್ನೂ, ಆತಂಕಕಾರಿ ಪರಿಣಾಮಗಳನ್ನೂ ಸ್ಪಷ್ಟವಾಗಿ ವಿವರಿಸಿ ಮಣಿಲಾಲನಿಗೆ ಪತ್ರ ಬರೆದ:–

ಚಿ॥ ಮಣಿಲಾಲ,

ರಾಮದಾಸನಿಗೆ ನೀನು ಬರೆದ ಪತ್ರವನ್ನು ಓದಿದೆ. ಹಾಗೆಯೇ ಫಾತಿಮಾ ಬರೆದಿದ್ದ ಪತ್ರವನ್ನೂ ಓದಿದೆ. ನೀನು ಹಿಂದೂ ಧರ್ಮವನ್ನು ಪಾಲಿಸುತ್ತೀ, ಫಾತಿಮಾ ಇಸ್ಲಾಂ ಧರ್ಮವನ್ನು ಪಾಲಿಸುತ್ತಾಳೆ. ನೀನು ಮದುವೆಯಾಗುತ್ತಿರುವುದು ನೀನು ಪಾಲಿಸುತ್ತಿರುವ ಧರ್ಮಕ್ಕೆ ವಿರುದ್ಧವಾದದ್ದು. ಇದು ಹೇಗಾಗುತ್ತದೆಯೆಂದರೆ ಒಂದು ಒರೆಯಲ್ಲಿ ಎರಡು ಕತ್ತಿಗಳು ಇರುವಂತೆ! ನಿನ್ನ ಮಕ್ಕಳು ಈ ಧರ್ಮ ಸಂಕಟದಿಂದ ಹುಟ್ಟಿದವರಾಗಿದ್ದು, ಅವರು ಯಾವ ಧರ್ಮವನ್ನು ಅನುಸರಿಸಬೇಕು? ಯಾವ ಧರ್ಮದ ಪ್ರಭಾವ ಯಾವುದರ ಮೇಲೆ ಹೆಚ್ಚಿರುತ್ತದೆ. ನಿನ್ನನ್ನು ಮದುವೆಯಾಗುವ ಸಲುವಾಗಿ ಫಾತಿಮಾ ತನ್ನ ಧರ್ಮವನ್ನು ಬಿಟ್ಟರೆ, ಧರ್ಮಕ್ಕೆ ಅನ್ಯಾಯಮಾಡಿದಂತೆ, ... ಇಲ್ಲವಾದಲ್ಲಿ ನೀವಿಬ್ಬರೂ ನಿಮ್ಮ ಧಾರ್ಮಿಕ ನಂಬಿಕೆಗಳನ್ನು ಬಿಟ್ಟಿದ್ದೀರಾ ಹೇಗೆ?

ನಿಮ್ಮಿಬ್ಬರ ಮದುವೆ ಹಿಂದು–ಮುಸ್ಲಿಂ ಸಮಸ್ಯೆಯ ಮೇಲೆ ಪ್ರಬಲವಾದ ಪರಿಣಾಮ ಬೀರುತ್ತದೆ. ಹಿಂದು–ಮುಸ್ಲಿಂ ಸಮಸ್ಯೆ ಈ ಮದುವೆಯಿಂದ ಪರಿಹಾರವಾಗಲಾರದು. ನೀನು ನನ್ನ ಮಗನೆಂಬುದನ್ನು ಮರೆಯಲಾಗುವುದಿಲ್ಲ. ಸಮಾಜದಿಂದಲೂ ಮರೆಯಲಾಗದು. ಈ ಮದುವೆಯನ್ನು ಮಾಡಿಕೊಳ್ಳುವುದರಿಂದ ಜನಸೇವೆ ಸಮಾಜ ಸೇವೆ, ದೇಶಸೇವೆಯನ್ನು ಮಾಡಲು ನಿನ್ನಿಂದ ಆಗುವುದಿಲ್ಲ. ಇಂಡಿಯನ್ ಒಪೀನಿಯನ್ ಪತ್ರಿಕೆಯನ್ನೂ ನಿನ್ನಿಂದ ನಡೆಸಲಾಗುವುದಿಲ್ಲ.

ನಿನ್ನ ಈ ಮದುವೆ ವಿಚಾರದಲ್ಲಿ ಬಾಳ ಒಪ್ಪಿಗೆಯನ್ನು ಕೇಳಲಾರೆ. ಕೇಳಿದರೂ ಅವಳಿಂದ ಕೊಡಲಾಗದು. ಇದು ತಿಳಿದರೆ ಜೀವನದುದ್ದಕ್ಕೂ ದುಃಖಿಸುತ್ತಾಳೆ. ಅವಳಿಗೆ ಈ ಮದುವೆ ವಿಚಾರ ಹೇಳಲು ಧೈರ್ಯವಿಲ್ಲ. ದೇವರು ನಿನಗೆ ಸರಿದಾರಿ ತೋರಲಿ.

ಬಾಪುವಿನ ಆಶೀರ್ವಾದಗಳು.

ಹರಿಲಾಲನ ಸಮಸ್ಯೆಯಿಂದಲೇ 'ಬಾ' ಳ ಮನಸ್ಸು ಕದಡಿತ್ತು. ವಯಸ್ಸು ಮೀರುತ್ತಿರುವ ಮಣಿಲಾಲನ ವಿವಾಹವನ್ನು ಆದಷ್ಟುಬೇಗ ಮಾಡಬೇಕಾದ್ದರಿಂದ ಬಾಪುವಿಗೆ ಕಾಯದೆ, ತಾನೇ ಮಣಿಲಾಲನಿಗೆ ತಕ್ಕ ವಧುವಿನ ಅನ್ವೇಷಣೆಗೆ ಮುಂದಾದಳು ಮತ್ತು ಗಂಡನಿಗೂ ಹುಡುಕುವಂತೆ ಸ್ವಲ್ಪ ಗಟ್ಟಿಯಾಗಿಯೇ ಹೇಳಿದ್ದಳು.

ಒಂದು ಕಾಲದಲ್ಲಿ ಬಹುದೊಡ್ಡ ಶ್ರೀಮಂತ ಬಟ್ಟೆ ವ್ಯಾಪಾರಿಗಳಾಗಿದ್ದ ನಾನಾ ಬಾಯ್ ಮಶ್ರೂವಾಲ ಮತ್ತು ವಿಜಯಲಕ್ಷ್ಮಿ ದಂಪತಿಗಳ ಮೂರುಜನ ಸೋದರಿಯರಲ್ಲಿ

ಯಾರಾದರೊಬ್ಬರನ್ನ ಮಣಿಲಾಲನಿಗೆ ತಂದುಕೊಳ್ಳಬಹುದೆಂಬ ಆಲೋಚನೆ ಹೊಳೆಯಿತು. ಗಾಂಧಿವಾದದಿಂದ ಆಕರ್ಷಿತರಾಗಿ ತಮ್ಮೆಲ್ಲ ಆಸ್ತಿಪಾಸ್ತಿಯನ್ನು ಸಾರ್ವಜನಿಕ ಕೆಲಸಗಳಿಗೆ ವಿನಿಯೋಗಿಸಿ ಮುಂಬಯಿಂದ 200 ಮೈಲಿಗಳ ದೂರದಲ್ಲಿದ್ದ ಅಕೋಲಾದಲ್ಲಿ ವಾಸಿಸುತ್ತಿದ್ದರು. ಕಸ್ತೂರಬಾ ಮತ್ತು ಇತರೆ ಆಶ್ರಮ ವಾಸಿಗಳು ಪ್ರಯಾಣಿಸುತ್ತಿದ್ದಾಗ, ಮಧ್ಯೆ ಮಧ್ಯೆ ಉಳಿದುಕೊಳ್ಳಬೇಕಾದಾಗ, ಇವರ ಮನೆಯಲ್ಲಿಯೇ ತಂಗುತ್ತಿದ್ದರು. ಮಶ್ರುವಾಲಾಗಳೂ ಕೂಡಾ ಬನಿಯಾ ಜಾತಿಯವರೇ ಆಗಿದ್ದದಲ್ಲದೆ, ಕಸ್ತೂರಬಾಗೆ ತಾಯಿ ಕಡೆಯಿಂದ ದೂರದ ಸಂಬಂಧಿಗಳೂ ಆಗಿದ್ದರು.

ಮೂರುಜನ ಹೆಣ್ಣು ಮಕ್ಕಳಲ್ಲಿ ಕಸ್ತೂರಬಾ ಸುಶೀಲಾ ಎಂಬ ಹುಡುಗಿಯನ್ನು ಮಣಿಲಾಲನಿಗೆ ತಂದುಕೊಳ್ಳಲು ಇಷ್ಟಪಟ್ಟಳು. ಒಂದು ನಿಶ್ಚಿತ ದಿನದಂದು ಕಸ್ತೂರಬಾ ಅವರ ಮನೆಗೆ ಭೇಟಿ ಕೊಟ್ಟಳು. 'ಬಾ' ಅವರ ಮನೆಗೆ ಬಂದದ್ದು ಎಲ್ಲರ ಸಂತೋಷ ಸಂಭ್ರಮಗಳಿಗೆ ಕಾರಣವಾಯಿತು. ಬಾಪುವಿನಂತಹ ದೊಡ್ಡ ವ್ಯಕ್ತಿಯ ಹೆಂಡತಿ ತಮ್ಮ ಮನೆಗೆ ಬರುವುದೆಂದರೆ ಸಾಮಾನ್ಯವೇ!

ಕಸ್ತೂರಬಾ ಭಾವಿ ಸೊಸೆಯನ್ನು ನೋಡಲು ಹಲವು ಬಾರಿ ಅವರ ಮನೆಗೆ ಭೇಟಿ ಕೊಟ್ಟಳು. ಒಂದು ಬಾರಿ ಕಸ್ತೂರಬಾ ಗಾಂಧಿಯನ್ನೂ ಜೊತೆಗೆ ಕರೆತಂದು ಸುಶೀಲಾಳ ತಂದೆ ತಾಯಿಯರೊಂದಿಗೆ ಮಾತನಾಡಿಸಿದಲು. ಎರಡೂ ಕುಟುಂಬಗಳಲ್ಲಿನ ಹಿರಿಯರು ಮದುವೆಯ ವಿಚಾರವಾಗಿ ಮಾತನಾಡಿಕೊಂಡರು. ಮೂರು ಜನರಲ್ಲಿ ಸುಶೀಲಾಳನ್ನು ಮಣಿಲಾಲನಿಗೆ ಮದುವೆ ಮಾಡಿಕೊಡಬೇಕೆಂದು ಕೇಳಿಕೊಂಡರು. ಕೂಡಲೇ ಗಾಂಧಿ ಮಣಿಲಾಲನ ಭಾವಚಿತ್ರವನ್ನು ಮಶ್ರುವಾಲಾ ದಂಪತಿಗಳಿಗೆ ತೋರಿಸುತ್ತಾ,

"ನೋಡಿ ಇವನೇ ನಮ್ಮ ಮಗ, ಮಣಿಲಾಲ. ಅವನು ದಕ್ಷಿಣ ಆಫ್ರಿಕಾದಲ್ಲಿ ಪತ್ರಿಕೆಯ ಕೆಲಸವನ್ನು ಮಾಡುತ್ತಿದ್ದಾನೆ. ಆದ್ದರಿಂದ ನಿಮ್ಮ ಮಗಳಿಗೆ ದಕ್ಷಿಣ ಆಫ್ರಿಕಾಕ್ಕೆ ಹೋಗಬೇಕಾಗುತ್ತದೆ. ಕಡೆ ಪಕ್ಷ ಮೂರು ನಾಲ್ಕು ವರ್ಷಗಳು ಆದ ನಂತರವೇ ಭಾರತಕ್ಕೆ ಬರುವ ಸಾಧ್ಯತೆ ಇರುತ್ತದೆ. ನಿಮ್ಮ ಮಗಳು ಆಶ್ರಮದಲ್ಲಿ ಇರಬೇಕಾಗುತ್ತದೆ. ಸರಳ ಜೀವನಕ್ಕೆ ಹೊಂದಿಕೊಳ್ಳಬೇಕಾಗುತ್ತದೆ."

"ನೀವು ಅದರ ಬಗ್ಗೆ ಯೋಚನೆ ಮಾಡಬೇಡಿ. ಮಕ್ಕಳಿಗೆ ಸರಳ ಜೀವನವನ್ನು, ಸಮಾಜ ಸೇವೆಯನ್ನು ಕಲಿಸಿಕೊಟ್ಟಿದ್ದೇವೆ. ಎಂತಹ ಬಡತನದ ಬದುಕಾದರೂ ಗೊಣಗಾಟವಿಲ್ಲದೆ ಸಂತೋಷದಿಂದ ಬದುಕಬಲ್ಲರು."–ಎಂದರು ನಾನಾಭಾಯಿ ಮಶ್ರುವಾಲ.

ಸುಶೀಲಾ ಬಾಗಿಲ ಸಂದಿನಿಂದ ಎಲ್ಲವನ್ನೂ ಗಮನಿಸುತ್ತ ಕೇಳಿಸಿಕೊಳ್ಳುತ್ತ ನಿಂತಿದ್ದಳು. ಹಾಗೆಯೇ ಭಾವಚಿತ್ರವನ್ನು ನೋಡಲು ಸಮಯ ಕಾಯುತ್ತಿದ್ದಳು. ಮೂವರಲ್ಲಿ ಯಾವ ಹುಡುಗಿ ತನ್ನ ಸೊಸೆಯಾಗುವಳೋ ಎಂದು ಎದುರು ನೋಡುತ್ತ, ಗಾಂಧಿ ದಂಪತಿ ಅಲ್ಲಿಂದ ಹೊರಟರು.

ಮಣಿಲಾಲ ತಂದೆಯ ಪತ್ರವನ್ನು ಓದಿದ ಮೇಲೆ, ಅವನಿಗೆ ಯಾವ ಆಸೆಯೂ ಉಳಿಯಲಿಲ್ಲ. ಫಾತಿಮಾಳನ್ನು ಪ್ರೀತಿಸಿದ್ದರೂ, ತಂದೆಯನ್ನು ಎದುರಿಸಿ ಮದುವೆಯಾಗುವ

ಧೈರ್ಯವಿರಲಿಲ್ಲ. ಆದ್ದರಿಂದ ತನ್ನ ಪ್ರೀತಿಯನ್ನು ತಂದೆಯ ಮೇಲಿನ ಗೌರವಕ್ಕಾಗಿ ಬಿಟ್ಟುಕೊಟ್ಟ ಮಣಿಲಾಲನಿಗೆ, ಮತ್ತೊಬ್ಬಾಲಾರು ಕಳಿಸಿಕೊಟ್ಟಿದ್ದ ಭಾವಚಿತ್ರವನ್ನು ತಲುಪಿಸಿದರು. ಆದರೆ ಮಣಿಲಾಲಾ ಚೆನ್ನಾಗಿದ್ದಾಳೆ. ಎನ್ನುವುದ್ಯಾವುದನ್ನೂ ಹೇಳದೆ ಅವರು ತೋರಿಸಿದ, ಆರಿಸಿದ ಹುಡುಗಿಯನ್ನು ಮದುವೆಯಾಗಲು ಸಿದ್ಧನಾದ.

6ನೇ ಮಾರ್ಚ್ 1927ರಲ್ಲಿ ಮಣಿಲಾಲ್ ಮತ್ತು ಸುಶೀಲಾರ ಮದುವೆ ಅಕೋಲಾದಲ್ಲಿ ಅತ್ಯಂತ ಸರಳವಾದ ರೀತಿಯಲ್ಲಿ ನಡೆಯಿತು. ಗಾಂಧಿ ಕುಟುಂಬ ಮತ್ತು ಜೊತೆಗಿದ್ದವರು ಸಬರಮತಿಗೆ ಹಿಂತಿರುಗಲು ಸಿದ್ಧರಾದರು. ಬಾಪು, ಬಾ ಮಣಿಲಾಲಾ ಮತ್ತು ಸುಶೀಳಲಾರನ್ನು ಬೀಳ್ಕೊಡಲು ಬೀಗರು ಸ್ಟೇಷನ್ನಿಗೆ ಬಂದಿದ್ದರು. ರೈಲು ಹೊರಡುವವರೆಗೂ ಅಲ್ಲಿದ್ದು, ಸುಶೀಲಾ ತಂದೆ ತಾಯಿಯರು ಮನೆಗೆ ನಡೆದರು. ಸುಶೀಲಾ ನಾಚಿಕೆ ಸಂಕೋಚಗಳಿಂದ ಬೆಕ್ಕಿನಂತೆ ಮುದುಡಿ ಕುಳಿತಿದ್ದಳು. 'ಬಾ' ಸೊಸೆಯ ಸಂಕೋಚ ಭಯಗಳನ್ನು ಗಮನಿಸಿ, ಅವುಗಳನ್ನು ಹೋಗಲಾಡಿಸಲು ಏನೇನೋ ನೆಪಗಳಿಂದ ಮಾತನಾಡಿಸಲು ಪ್ರಯತ್ನಿಸಿದಲು. ಮೊದಲು ಸೊಸೆಯನ್ನು ಕರೆದು ತನ್ನ ಪಕ್ಕದಲ್ಲಿ ಕೂರಿಸಿಕೊಂಡಳು. ಗಾಂದಿಗೆ ಒಂದು ಕಿತ್ತಲೆ ಹಣ್ಣನ್ನು ಬಿಡಿಸಿಕೊಡುವಂತೆ ಹೇಳಿದಳು. ಪಾಪ! ಹೊಸದಾಗಿ ಮದುವೆಯಾಗಿ ಬಂದವಳಿಗೆ ಇದು ಅಗ್ನಿ ಪರೀಕ್ಷೆ ಎನಿಸಿತ್ತು. 'ಬಾಪು' ಎಲ್ಲದರಲ್ಲೂ ಅಚ್ಚುಕಟ್ಟು. ತಾನು ತೊಳೆ ಬಿಡಿಸಿಕೊಡುವಾಗ ಏನಾದರೂ ಎಡವಟ್ಟಾದರೆ ಹೇಗೆ ಎಂದು ಒಳಗೆ ಅಳುಕಿದಳು. ಬಾಪು ಮುಗುಳ್ನಗುತ್ತಾ ಅವಳ ಕೆಲಸವನ್ನು ಗಮನಿಸುತ್ತಿದ್ದ. ಮಣಿಲಾಲನೂ ಪಾಪ, ದಿಕ್ಕು ದಿಕ್ಕು ನೋಡುತ್ತಾ ಕುಳಿತಿದ್ದ. ನವದಂಪತಿಗಳ ಬಯಕೆ ಏನಿರಬಹುದೆಂದು ಊಹಿಸಿದ 'ಬಾ' ಸುಶೀಲಾಳನ್ನು ಮಣಿಲಾಲನ ಪಕ್ಕದಲ್ಲಿ ಹೋಗಿ ಕುಳಿತುಕೊಳ್ಳಲು ಸನ್ನೆ ಮಾಡಿ ಹೇಳಿದಳು. ಮರುಮಾತಿಲ್ಲದೆ ಸುಶೀಲಾ ಮಣಿಲಾಲನ ಪಕ್ಕದಲ್ಲಿ ಕುಳಿತಳು. ಎಲ್ಲರ ಎದುರು ಗಂಡಹೆಂಡತಿ ಅಕ್ಕಪಕ್ಕದಲ್ಲಿ ಕುಳಿತಿದ್ದರಾದರೂ ಬೊಂಬೆಗಳಂತೆ ಮೂಕರಾಗಿದ್ದರು. ಮಣಿಯಾಗಲೀ, ಸುಶೀಲಾ ಆಗಲಿ ಒಂದು ಮಾತನ್ನು ಆಡಲಿಲ್ಲ. ಅವರಿಬ್ಬರಿಗೂ, ದೊಡ್ಡವರ ಮುಂದೆ ಮಾತನಾಡಲು ಸಂಕೋಚವ್ವೋ ಸಂಕೋಚ. ಕಡೆಗೆ 'ಬಾ'ನೇ ಮಾತನಾಡಲು ಮುಂದಾಗಿ ಅವರಿಬ್ಬರನ್ನೂ ಮಾತಿಗೆ ಹಚ್ಚುವ ಕೆಲಸಕ್ಕೆ ಮುಂದಾದಳು.

ಸಬರಮತಿ ತಲುಪಿದ ನಂತರ, ಅವರಿಬ್ಬರ ಮಧುರಾತ್ರಿಯನ್ನು ಏರ್ಪಡಿಸಿದ್ದರು. ಆಶ್ರಮವಾಸಿಗಳಿಗೆ ನವದಂಪತಿಗಳನ್ನು ಬರಮಾಡಿಕೊಳ್ಳಲು ಉತ್ಸಾಹವ್ವೋ ಉತ್ಸಾಹ. ಆಶ್ರಮವನ್ನು ತಳಿರು ತೋರಣಗಳಿಂದ ಸಿಂಗರಿಸಿದರು. ನವದಂಪತಿಗಳ ಗೌರವಾರ್ಥವಾಗಿ ಒಂದು ಸಣ್ಣ ಸಿಹಿಯೂಟವನ್ನು ಏರ್ಪಡಿಸಬೇಕೆಂದು ಬಾಪುವನ್ನು ಕೇಳಿಕೊಂಡರು. ಬಾಪುವಿಗೆ ನಿರಾಕರಿಸಲು ಸಾಧ್ಯವಾಗಲಿಲ್ಲ.

ಸುಶೀಲಾಗೆ ಹೊಸ ಪರಿಸರವೇ ಆದರೂ ತುಂಬಾ ಚೆನ್ನಾಗಿ ಹೊಂದಿಕೊಂಡುಬಿಟ್ಟಲು. ಕಸ್ತೂರಬಾಗಂತೂ, ಈ ಎರಡನೆ ಸೊಸೆ ಮಗಳಿಗಿಂತ ಹೆಚ್ಚೆನಿಸಿತು. ಅತ್ತೆಯ ಜೊತೆ ಜೊತೆಗೇ ಓಡಾಡುತ್ತ ಕೆಲಸಗಳಲ್ಲಿ ಸಹಾಯ ಮಾಡುತ್ತಿದ್ದಳು. ಸುಶೀಲಾಳ ಸುಶೀಲ ಗುಣವನ್ನು ಕಂಡು ಗಾಂಧಿಯೂ ಸಂಪ್ರೀತನಾಗಿದ್ದ. ಒಂದು ದಿನ ಮಗನನ್ನು ಕರೆದು ಅವನಿಗೆ ಒಂದೆರಡು ಬುದ್ಧಿಮಾತುಗಳನ್ನು ಹೇಳಿದರು.

"ಮಣಿ ನೀವಿಬ್ಬರೂ ಇನ್ನೇನು ದಕ್ಷಿಣ ಆಫ್ರಿಕಾಗೆ ಹೊರಡುವವರಿದ್ದೀರಿ. ಅಲ್ಲಿ ನೀವಿಬ್ಬರೇ ಸಂಸಾರ ಮಾಡಬೇಕು. ನೀನು ಗಂಡನೆಂಬ ಅಹಂಕಾರದಿಂದ ಎಂದೂ ವರ್ತಿಸಬೇಡ. ಯಾವುದೇ ನಿರ್ಧಾರಗಳನ್ನು ತೆಗೆದುಕೊಳ್ಳುವಾಗ ಇಬ್ಬರೂ ಚರ್ಚಿಸಿ. ಪರಸ್ಪರ ಭಾವನೆಗಳನ್ನು ಅರ್ಥಮಾಡಿಕೊಳ್ಳಿ; ಗೌರವಿಸಿ. ಅವಳನ್ನೆಂದೂ ಕಟ್ಟಿಹಾಕುವ ಪ್ರಯತ್ನ ಮಾಡದೆ, ಸ್ವಾತಂತ್ರ್ಯವನ್ನು ಕೊಡು. ಅವಳ ಒಪ್ಪಿಗೆಯಿಲ್ಲದೆ ಸುಖಿಪಡಲು ಪ್ರಯತ್ನಿಸಬೇಡ. ಹೆಣ್ಣು ಸಾಮಾನ್ಯಳಲ್ಲ. ಅವಳಲ್ಲಿ ಅಖಂಡ ಶಕ್ತಿಯಿದೆ. ಅವಳೇನು ಮಾಡಬಲ್ಲಳು ಎನ್ನುವುದನ್ನು ನಿನ್ನ ತಾಯಿಯಿಂದ ಕಲಿತಿದ್ದೇನೆ. ಮೊದಮೊದಲು ನನ್ನಲ್ಲಿದ್ದ ಗಂಡು ಅಹಂಕಾರವನ್ನು 'ಬಾ' ತನ್ನ ಸಹನೆ, ಮೌನಗಳಿಂದಲೇ ಮೆಟ್ಟಿ ಮೇಲೇರಿದ್ದಾಳೆ.

ಇವತ್ತು ನಾನು ಏನಾಗಿದ್ದೇನೆ ಎನ್ನುವುದರ ಹಿಂದೆ ಅವಳ ತ್ಯಾಗವಿದೆ; ಸ್ಫೂರ್ತಿ ಇದೆ; ಸಹಕಾರವಿದೆ; ಮಾರ್ಗದರ್ಶನ ಮಾಡಬಲ್ಲ ವಿವೇಕವೂ ಇದೆ. ಹಿಂದೂ ಧರ್ಮ ಹೆಂಡತಿಯನ್ನು ಸಹಧರ್ಮಚಾರಿಣಿ ಎಂದು ವಿವರಿಸುತ್ತದೆ. ಪ್ರತಿಯೊಂದು ಹೆಜ್ಜೆಯಲ್ಲೂ ಅವಳ ಸಹಕಾರವಿರುತ್ತದೆ. ಆದ್ದರಿಂದ ನಿನ್ನ ಸಂಗಾತಿಯನ್ನು, ನಿನ್ನ ಸಹಧರ್ಮಚಾರಿಣಿಯನ್ನು ನಂಬು. ಅವಳಲ್ಲಿ ವಿಶ್ವಾಸವಿಡು. ಯಾವುದನ್ನೂ ಅವಳಿಂದ ಮರೆಮಾಚಬೇಡ". ಎಂದು ಒಂದು ದೀರ್ಘವಾದ ಭಾಷಣವನ್ನೇ ಮಾಡಿದ.

ದಕ್ಷಿಣ ಆಫ್ರಿಕಾಗೆ ಹೊರಡುವ ದಿನ ಬಂದಾಗ ಮಗ ಸೊಸೆಯನ್ನು ಕರೆದು ಆಶೀರ್ವದಿಸಿ ಅವರಿಬ್ಬರಿಗೂ ಭಗವದ್ಗೀತೆಯ ಒಂದು ಪ್ರತಿಯನ್ನು, ಆಶ್ರಮದ ಪ್ರಾರ್ಥನಾ ಪುಸ್ತಕವನ್ನೂ ಮತ್ತು ತಕಲಿಯೊಂದನ್ನು ಉಡುಗೊರೆಯಾಗಿ ನೀಡಿದ. ಜೊತೆಗೆ ತಾನೇ ನೂಲಿನಿಂದ ಮಾಡಿದ ಹಾರಗಳನ್ನು ಇಬ್ಬರ ಕೊರಳಿಗೂ ಹಾಕಿದ. ಇದನ್ನು ನೋಡುತ್ತಿದ್ದ ಕಸ್ತೂರಬಾಳ ಎದೆ ತುಂಬಿ ಬಂತು. ಜೊತೆಗೆ ಮಗ ಸೊಸೆಗೆ ಕೊಡಲು ತನ್ನಲ್ಲೇನೂ ಇಲ್ಲವಲ್ಲ ಎಂದು ಕೊರಗಿದಳು.

ಮಣಿಲಾಲನ ಪ್ರೇಮವಿವಾಹ ಭಂಗವಾಗಿದ್ದರೂ ಅದರ ಬಗ್ಗೆ ಮತ್ತೆಂದೂ ಯೋಚಿಸಲಿಲ್ಲ. ಅವಕಾಶ ದೊರೆತಾಗ, ತನ್ನ ತಂದೆ ಹೇಳಿದಂತೆ ಯಾವುದೇ ಮುಚ್ಚುಮರೆಯನ್ನು ಮಾಡಬಾರದೆಂದು, ಮಣಿಲಾಲ ಸುಶೀಲಳಿಗೆ ತನ್ನ ಪ್ರೇಮ ಕತೆಯನ್ನು ಹೇಳಿದ. ಆದರೆ ಇದರಿಂದ ಸುಶೀಲಳು ಬೇಸರಗೊಳ್ಳಲಿಲ್ಲ. ಪ್ರಾಮಾಣಿಕತೆಯಿಂದ ಮಾಡಿದ ತಪ್ಪನ್ನು ತನ್ನೆದುರು ಬಿಚ್ಚಿಟ್ಟದ್ದನ್ನು ನೋಡಿ ಹೆಮ್ಮೆಪಟ್ಟಳು. ಅದು ಅವಳಿಗೆ ಗಂಭೀರ ಸಮಸ್ಯೆಯೆಂದು ಅನಿಸಲಿಲ್ಲ. ತಂದೆತಾಯಿ ಒಪ್ಪಿ ಮಾಡಿದ ಮದುವೆಯನ್ನು ಸಂತೋಷದಿಂದಲೇ ಸ್ವೀಕರಿಸಿದ.

ಕಸ್ತೂರಬಾಳಿಗೆ ಮಣಿಲಾಲನ ಮದುವೆಯಿಂದ ಸ್ವಲ್ಪ ನೆಮ್ಮದಿ ಸಿಕ್ಕಿತು. ಒಳ್ಳೆಯ ಸುಶೀಲೆಯಾದ, ವಿದ್ಯಾವಂತ, ಬುದ್ಧಿವಂತ ಹುಡುಗಿ ಸಿಕ್ಕಿದ್ದು ಮತ್ತು ಸಂತೋಷವಾಯಿತು. ದಕ್ಷಿಣ ಆಫ್ರಿಕಾಗೆ ಹೋದಮೇಲೆ, ಮಣಿಲಾಲ ಆಗಾಗ ತಪ್ಪದೆ ಬರೆಯುತ್ತಿದ್ದ. ಬಾಪುವಿನ ಯೋಗಕ್ಷೇಮದ ಜೊತೆಗೆ ಇಂಡಿಯನ್ ಒಪೀನಿಯನ್ ಪತ್ರಿಕೆಯ ಸ್ಥಿತಿಗತಿಗಳ ಬಗ್ಗೆಯೇ ಹೆಚ್ಚಾಗಿ ಬರೆಯುತ್ತಿದ್ದ. ದಕ್ಷಿಣ ಆಫ್ರಿಕಾದಲ್ಲಿದ್ದುದರಿಂದ ಇಂಗ್ಲಿಷಲ್ಲದೆ, ತಾಯಿಗೆ ಬರೆಯಲು ಗುಜರಾತಿ ತಿಳಿಯುತ್ತಿರಲಿಲ್ಲ. ರಾಮದಾಸನಿಗೆ ಪತ್ರ ಬರೆದು 'ಬಾ' ವಿಚಾರವಾಗಿ ಕೇಳಿ ತಿಳಿಯುತ್ತಿದ್ದ. ಮಣಿಲಾಲ 'ಬಾ' ಮತ್ತು ಬಾಪುರ ಮನಗೆದ್ದ ಮಗನಾಗಿದ್ದ.

ಈಗ 'ಬಾ' ರಾಮದಾಸ, ದೇವದಾಸರ ಮದುವೆ ಚಿಂತೆ ಹಚ್ಚಿಕೊಂಡಳು. ರಾಮದಾಸನೂ ಬಹಳ ವಿಧೇಯನಾದ ಹುಡುಗ. ಒಟ್ಟಿನಲ್ಲಿ ಸ್ಫುರದ್ರೂಪಿ. ನೋಟವೂ ಆಕರ್ಷಕ ಮಾತೂ ಆಕರ್ಷಕ ಮತ್ತು ಮೆದು. ರಾಮದಾಸ, ದೇವದಾಸರಿಬ್ಬರೂ ದಕ್ಷಿಣ ಆಫ್ರಿಕಾದಲ್ಲಿ ಹುಟ್ಟಿದವರೇ. ಆದಷ್ಟು ಬೇಗ ಅವನ ಮದುವೆ ಮುಗಿಸಬೇಕೆನ್ನುವುದು ಬಾಪು ಮತ್ತು 'ಬಾ' ರ ಇಚ್ಛೆಯಾಗಿತ್ತಾದರೂ, ಇತ್ತೀಚೆಗೆ ಗಾಂಧಿಯ ಆರೋಗ್ಯ ಸರಿ ಇರುತ್ತಿರಲಿಲ್ಲ. ಮಣಿಲಾಲನ ಮದುವೆಯ ಸಂದರ್ಭದಲ್ಲೂ ಸ್ವಲ್ಪ ಅನಾರೋಗ್ಯವೇ ಇತ್ತು. ರಾಷ್ಟ್ರೀಯ ಚಳುವಳಿಯ ಕೆಲಸಗಳ ಮಧ್ಯೆ ಬಿಡುವಿಲ್ಲದ ಓಡಾಟ. ಜನಜಾಗೃತಿಗಾಗಿ ಭಾಷಣಗಳು, ಸುಡುಬಿಸಿಲಿನ ಝಳ– ಇವುಗಳಿಂದಾಗಿ ತುಂಬಾ ದಣಿದು ಹೋಗಿದ್ದ. ವೈದ್ಯರು ಪರೀಕ್ಷೆ ನಡೆಸಿ ಕೆಲವು ತಿಂಗಳು ಎಲ್ಲಿಯಾದರೂ ತಂಪಾದ, ಪ್ರಶಾಂತವಾದ ತಾಣಗಳಲ್ಲಿ ಹೋಗಿ ಇದ್ದರೆ, ಸುಧಾರಿಸಬಹುದೆಂದು ತಿಳಿಸಿದಾಗ, ಗಾಂಧಿಯ ವಿಶ್ರಾಂತಿಗಾಗಿ ಬೆಂಗಳೂರು ಮತ್ತು ನಂದಿಬೆಟ್ಟವನ್ನು ನಿಗದಿ ಮಾಡಲಾಯಿತು. ರಾಜಾಜಿ ಗಾಂಧಿಯ ಖಾಸಾ ಸ್ನೇಹಿತನಾಗಿದ್ದುದೇ ಅಲ್ಲದೆ, ಅವರ ಸೇವೆಗೂ ಮುಂದಾಗುತ್ತಿದ್ದರು. ಗಾಂಧಿಯ ಆತಿಥೇಯನಾಗಿ ಇರುವುದರ ಜೊತೆಗೆ ಹೊರಗಿನಿಂದ ಬರುವ ಸಂದರ್ಶಕರಿಂದ ಗಾಂಧಿಗೆ ತೊಂದರೆಯಾಗದಂತೆ ನೋಡಿಕೊಂಡರು ರಾಜಾಜಿ. ವಲ್ಲಭಬಾಯಿ ಪಟೇಲ್. ರಾಜೇಂದ್ರ ಪ್ರಸಾದ್ ಮೊದಲಾದ ರಾಷ್ಟ್ರೀಯ ನಾಯಕರು ಗಾಂಧಿವಲಯದ ಆಪ್ತರಾಗಿದ್ದರು. ಗಾಂಧಿ ಕುಟುಂಬದ ಸದಸ್ಯರಂತೆ ಕಿರಿಯ ಮಗನೂ ತುಂಬ ಹಿಡಿಸಿದ್ದ. ಅವರ ಜೊತೆಗೇ ದೇವದಾಸ ಹೆಚ್ಚಾಗಿ ಇರುತ್ತಿದ್ದುದು. ಇಂದೋಕ್ನಲ್ಲಿ ರಾಷ್ಟ್ರಾಭಾಷಾ ಪ್ರಚಾರಕ್ಕಾಗಿ ಸಾಹಿತ್ಯ ಪರಿಷತ್ತೊಂದರ ರಚನೆಯಾಗಿದ್ದು, ಬಾಪು ಅದರ ಅಧ್ಯಕ್ಷನಾಗಿದ್ದ, ಹಿಂದಿ ಭಾಷಾ ಪ್ರಚಾರ ಕಾರ್ಯದಲ್ಲಿ ಹರಿಹರ ಶರ್ಮರ ಜೊತೆ ದೇವದಾಸನೂ ತೊಡಗಿಸಿಕೊಂಡಿದ್ದಕ್ಕಾಗಿ, ಮದ್ರಾಸಿನಲ್ಲಿಯೇ ಸುಮಾರು ಕಾಲ ನೆಲಸಬೇಕಾಯಿತು. ಅಲ್ಲಿದ್ದು ತಮಿಳು ಭಾಷೆಯನ್ನು ಚೆನ್ನಾಗಿ ಕಲಿತುಕೊಂಡ. ಇದೇ ಅವಧಿಯಲ್ಲಿ ರಾಜಾಜಿಯವರಲ್ಲಿಗೆ ಆಗಾಗ ಹೋಗಿ ಬರಬೇಕಾಗಿತ್ತು. ಹೀಗಾಗಿ ಭೇಟಿಗಳ ಸಂರ್ಭದಲ್ಲಿ ರಾಜಾಜಿಯವರ ಮಗಳು ಲಕ್ಷ್ಮಿಯ ಪರಿಚಯವಾಯಿತು. ಪರಿಚಯ ಪ್ರೇಮಕ್ಕೆ ತಿರುಗಿತು. ಇಬ್ಬರೂ ಮದುವೆಯಾಗುವ ಆಲೋಚನೆಗೆ ಬಂದರು. ಸೌಜನ್ಯವನ್ನು ತಳೆದಿದ್ದರು. ಇವರಿಬ್ಬರ ಪ್ರೀತಿಯ ವಿಷಯ ರಾಜಾಜಿ ಮತ್ತು ಗಾಂಧಿಗೆ ತಿಳಿಯಿತು. ಆದರೆ ಬ್ರಾಹ್ಮಣ ಬನಿಯಾರ ನಡುವೆ ಅಂತರ್ಜಾತಿ ವಿವಾಹ ಸಾಧ್ಯವಿರಲಿಲ್ಲ. ರಾಜಾಜಿ ಸುತರಾಂ ಒಪ್ಪಲಿಲ್ಲ. ಆದರೆ ಪ್ರೇಮಿಗಳಿಬ್ಬರೂ ಹಠ ಹಿಡಿದಾಗ, ಸ್ವಲ್ಪಕಾಲ ಕಾಯಬೇಕೆಂದೂ ತಮ್ಮ ನಿರ್ಧಾರ ತಿಳಿಸುವುದಾಗಿಯೂ, ಸಮಾಧಾನ ಪಡಿಸಿ ಒಪ್ಪಿಸಿದರು. ಸದ್ಯಕ್ಕೆ ಸಮಸ್ಯೆಯನ್ನು ಮುಂದೂಡಿದರು. ದೇವದಾಸ್ ಉತ್ತರ ಭಾರತಕ್ಕೆ ಹೋದ. ತಂದೆಯ ಜೊತೆ ಲಕ್ಷ್ಮಿ ಹೋದಳು.

ಗಾಂಧಿ ಪೂರ್ಣ ವಿಶ್ರಾಂತಿಯ ನಂತರ, ಚೇತರಿಸಿಕೊಂಡಿದ್ದು, ಸಿಲೋನಿಗೆ ಯಾವುದೋ ಒಂದು ಕಾರ್ಯಭಾರದ ಮೇಲೆ ಹೋದ.

ಬಾಳ ಮೂವರು ಮಕ್ಕಳ ಮದುವೆಯ ಕತೆ ಒಂದೊಂದು ರೀತಿಯದಾಗಿತ್ತು. ಆದರೆ ರಾಮದಾಸನ ಮದುವೆಗೆ ಯಾವುದೇ ಅಡ್ಡಿ ಆತಂಕಗಳು ಇರಲಿಲ್ಲ. ಆಶ್ರಮದಲ್ಲಿಯೇ ಇದ್ದ ನಿರ್ಮಲವ್ಫೋರಾ ಎಂಬ ಹುಡುಗಿಯನ್ನು ರಾಮದಾಸನಿಗೆ ಮದುವೆ ಮಾಡಿಸಿದರು. ತಂದೆಯಿಲ್ಲದ ಹುಡುಗಿ. ಹೆಚ್ಚು ಓದೂ ಇರಲಿಲ್ಲ. ಬಡತನವನ್ನು ಚೆನ್ನಾಗಿ ಬಲ್ಲವಳಾಗಿದ್ದಳು.

ಸಣ್ಣವಯಸ್ಸಿನಿಂದಲೇ ಆಶ್ರಮದಲ್ಲಿ ನೆಲೆಸಿದ್ದರಿಂದ ಆಶ್ರಮದ ಜೀವನ ಶೈಲಿಯನ್ನು ಚೆನ್ನಾಗಿ ಬಲ್ಲವಳಾಗಿದ್ದಳು. 'ಬಾ' ಬಾಪುರಷ್ಟೇ ಖಾದಿಯನ್ನು ಅತಿಯಾಗಿ ಪ್ರೀತಿಸುತ್ತಿದ್ದಳು. ಡಂಭಾಚಾರಕ್ಕೆ, ವಿಲಾಸಿ ಜೀವನಕ್ಕೆ ಹೇಸುತ್ತಿದ್ದಳು. ಸರಳ ಬಟ್ಟೆ, ಸರಳ ಭೋಜನ, ಸರಳವಾದ ನಡೆ ನುಡಿ. ಅವಳ ಗುಣ, ಸ್ವಭಾವ, ಮತ್ತು ಒಟ್ಟಾರೆ ಅವಳ ವ್ಯಕ್ತಿತ್ವಕ್ಕೆ ಮುಗ್ಧನಾಗಿದ್ದ ಗಾಂಧಿಗೆ ಅವಳು ಆದರ್ಶ ಸೊಸೆ ಎನಿಸಿದ್ದಳು. ನಿರ್ಮಲಾಳ ತಂದೆಯ ಪರಿಚಯವೂ ಮೊದಲಿಗೇ ಗಾಂಧಿಗಿತ್ತು.

ಮದುವೆಯ ನಂತರ ರಾಮದಾಸ್ ದಂಪತಿಗಳು ಬಾರ್ದೋಲಿ ಆಶ್ರಮದಲ್ಲಿ ತಮ್ಮ ಸಂಸಾರ ಹೂಡಿದರು. ರಾಮದಾಸನ ಆದರ್ಶ ಪತ್ನಿಯಾಗಿ ರಾಮದಾಸನ ಹೆಜ್ಜೆ ಜಾಡಿನಲ್ಲಿಯೇ ನಡೆಯುತ್ತಿದ್ದಳು. ಗಂಡನ ಚಳುವಳಿಗಳು, ಜೈಲುವಾಸ, ದೇಶದ್ರೋಹದ ಆಲೋಪದ ಮೇಲೆ, ರಾಮದಾಸನ ಮನೆ ಜಪ್ತಿ,–ಹೀಗೆ ಎಷ್ಟೆಲ್ಲಾ ಆಘಾತಗಳು ಎದುರಾದರೂ ದಿಟ್ಟತನದಿಂದ ಅವುಗಳನ್ನು ಎದುರಿಸಿದಳು. ಗಂಡನಿಗೆ ನೈತಿಕಬಲವಾಗಿ ನಿಂತಳು. ಮನೆ ಬೇರೆಯಾಗಿದ್ದರೂ ಬಾಪು ಮತ್ತು 'ಬಾ'ರೊಂದಿಗೆ ಸಮಾಜ ಸೇವಾ ಕಾರ್ಯಗಳಲ್ಲಿ ತೊಡಗಿಸಿಕೊಂಡಿರುತ್ತಿದ್ದಳು.

1930. ಐತಿಹಾಸಿಕವಾಗಿ ಅತ್ಯಂತ ಮಹತ್ವದ ವರ್ಷ ಇಡೀ ಜಗತ್ತಿನ ದೃಷ್ಟಿಯನ್ನು ಭಾರತದೆಡೆಗೆ ಸೆಳೆದುಕೊಂಡ ವರ್ಷ. ಬಾ ಮತ್ತು ಬಾಪುರ ಬದುಕಿನಲ್ಲಿ ಗಂಭೀರವಾದ ಕ್ರಿಯಾಶೀಲವಾದ, ಅತ್ಯಂತ ಕ್ಲಿಷ್ಟವಾದ ಕಾಲಘಟ್ಟ.

ದಿನಂಪ್ರತಿ, ಅಸಂಖ್ಯಾತ ಸ್ನೇಹಿತರು, ಬಂಧುಗಳು, ಪರಿಚಯದವರು ಸ್ವಯಂ ಸೇವಕರು ದಂಡುದಂಡಾಗಿ ಬಂದು ಸೇರುತ್ತಿದ್ದರು. ಗಾಂಧಿಯ ಹೋರಾಟದ ಕಾರ್ಯವಿಧಾನದ ಬಗ್ಗೆ ತಿಳಿಯಲು ಉತ್ಸುಕರಾಗಿರುತ್ತಿದ್ದರು. ದಿನನಿತ್ಯದ ಬಳಕೆಯ ವಸ್ತುವಾದ ಉಪ್ಪಿನ ಮೇಲೆ ತೆರಿಗೆ ಹೇರಿದ್ದನ್ನು ಪ್ರಶ್ನಿಸುವಂತೆ ಕರ ನಿರಾಕರಣೆಯ ಆಂದೋಲನಕ್ಕೆ ಮುಂದಾಗಿದ್ದರು. ಸಮುದ್ರದ ನೀರಿನಿಂದ ತಯಾರಿಸುವ ಉಪ್ಪಿನ ಮೇಲೆ ಎಲ್ಲರಿಗೂ ಹಕ್ಕಿದೆ. ಆದ್ದರಿಂದ ಕರಹೇರಿಕೆಯ ವಿರುದ್ಧವಾಗಿ, ಬಹಿರಂಗವಾಗಿ ಉಪ್ಪು ತಯಾರಿಸಿ ಕಾನೂನನ್ನು ಮುರಿಯುವುದರ ಮೂಲಕ ತಮ್ಮ ಪ್ರತಿಭಟನೆಯನ್ನು ಪ್ರದರ್ಶಿಸುವ ಯೋಜನೆಯಿತ್ತು. ಇಂತಹ ಒತ್ತಡದ ಗಂಭೀರವಾದ ದಿನಗಳಲ್ಲಿಯೇ, 'ಬಾ'ಳನ್ನು ಆಕಸ್ಮಿಕ ಅಚ್ಚರಿಗೆ ಒಳಗಾಗಿಸುವಂತೆ, ಮಣಿಲಾಲ ತನ್ನ ಹೆಂಡತಿ ಮತ್ತು ಮಗುವಿನೊಂದಿಗೆ ಬಂದಿಳಿದ. ಅವರ ಬರವಿನ ಸಂಭ್ರಮದಲ್ಲಿ ಈ ಆಂದೋಲನದ ಒತ್ತಡವನ್ನೇ ಮರೆತಳು. ಬಿಡುವಿಲ್ಲದ ಕೆಲಸಗಳಿಂದಾಗಿ, ಮೊಮ್ಮಗಳೊಂದಿಗೆ ಸಮಯ ಕಳೆಯಲು ಸಾಧ್ಯವೇ ಆಗಲಿಲ್ಲ. ಮಧ್ಯೆ ಮಧ್ಯೆ ಸಿಗುವ ಕೆಲ ಕ್ಷಣಗಳನ್ನು ಆ ಸಂತೋಷಕ್ಕೆ ಬಳಸಿಕೊಂಡಳು.

ಮಾರ್ಚ್ 12ನೇ ತಾರೀಖು ಬೆಳಗಿನ ಜಾವ ಮಾಮೂಲಿನಂತೆ ನಾಲ್ಕು ಗಂಟೆಗೇ ಆಶ್ರಮದ ಮುಂದೆ ಜನಜಾತ್ರೆ ನೆರೆದಿದ್ದುದನ್ನು ಗಮನಿಸಿದಳು. ವರದಿಗಾರರು, ಫೋಟೋಗ್ರಾಫರುಗಳು

(ಸುದ್ದಿಭಾಯಾಗ್ರಾಹಕರು) ಹಿಂಡು ಹಿಂಡಾಗಿ ಸಬರಮತಿ ಆಶ್ರಮದ ಸುತ್ತಲೂ ನೆರೆದಿದ್ದರು. ಉಪ್ಪಿನ ಮೇಲೆ ಕರನಿರಾಕರಣೆ, ಕಾನೂನು ಭಂಗಕ್ಕಾಗಿ ಸರಿ ಸುಮಾರು ಎಪ್ಪತ್ತೆಂಟು ಮಂದಿ ಸತ್ಯಾಗ್ರಹಿಗಳು ಸಬರಮತಿ ಆಶ್ರದಿಂದ ಪಾದಯಾತ್ರೆ ಆರಂಭಿಸುವ ಕಾರ್ಯಕ್ರಮವನ್ನು ಘೋಷಿಸಲಾಗಿತ್ತು.

ಬೇರೆ ಬೇರೆ ಪ್ರದೇಶಗಳಿಂದ ಬಂದ ಪ್ರತಿನಿಧಿಗಳು, ಎಲ್ಲ ಜಾತಿ, ಜನಾಂಗದವರೂ, ಭಿನ್ನಮತೀಯರೂ, ಬಂಧುಮಿತ್ರರು, ಗಾಂಧಿ ಕುಟುಂಬದ ಸದಸ್ಯರು, ಹೆಂಗಸರು, ಯುವಕರು ಎಲ್ಲರೂ ಹರ್ಷೋದ್ಗಾರಗಳಿಂದ, ಪ್ರಾರ್ಥನಾ ಗೀತೆಗಳಿಂದ ಹೆಜ್ಜೆಹಾಕತೊಡಗಿದರು. ಹುಡುಗಿಯರು ವಿಜಯ ತಿಲಕವಿಟ್ಟು ಹಾರಗಳೊಂದಿಗೆ ಸತ್ಯಾಗ್ರಹಿಗಳಿಗೆ ಶುಭಕೋರಿದರು. ಎಲ್ಲಾ ಪಾದಯಾತ್ರಿಗಳೂ ಖಾದಿ ಧಾರಿಗಳಾಗಿದ್ದರು. ದಂಡಿ, ತಲುಪಲು ಇನ್ನೂರು ಮೈಲಿಗಳು ಕ್ರಮಿಸಬೇಕಾದ್ದರಿಂದ ಪಾದಯಾತ್ರಿಗಳು, ಒಂದು ನೇತು ಚೀಲದಲ್ಲಿ ಒಂದು ಜೊತೆ ಬಟ್ಟೆ ಇರಿಸಿಕೊಂಡಿದ್ದರು.

ಈ ಉಪ್ಪಿನ ಸತ್ಯಾಗ್ರಹದಿಂದ ಗಾಂಧಿಯ ಉದ್ದೇಶ, ಹೋರಾಟ ಸಫಲವಾಗಬಹುದಾದರೂ ಈ ಪ್ರಯತ್ನದಲ್ಲಿ ಎಷ್ಟು ಮಂದಿ ಸುರಕ್ಷಿತವಾಗಿ ಹಿಂತಿರುಗುತ್ತಾರೆ, ತನ್ನ ಕುಟುಂಬದ ವಿಷಯಕ್ಕೆ ಬರುವುದಾದರೆ, ತನ್ನ ಗಂಡ, ಮಗ ಮಣಿಲಾಲ, ಮತ್ತು ಎಲ್ಲ ಮೊಮ್ಮಕ್ಕಳಿಗಿಂತ ಹಿರಿಯನಾದ ಹತ್ತೊಂಬತ್ತು ವರುಷದ ಯುವಕ ಹರಿಲಾಲನ ಮಗ ಕಾಂತಿ ಸೇರಿದಂತೆ ಮೂರು ತಲೆಮಾರಿನವರೂ ಇದ್ದಾರೆ! ಅವರಿಗೇನಾದರೂ ಆದರೆ ಎನ್ನುವ ಆತಂಕ ಅವಳನ್ನು ಕಾಡುತ್ತಿತ್ತು.

ಪಾದಯಾತ್ರಿಗಳನ್ನು ಹುರಿದುಂಬಿಸಲು ರಸ್ತೆಯುದ್ದಕ್ಕೂ ಹಳ್ಳಿಹಳ್ಳಿಗಳಲ್ಲಿ ಜನ ಸೇರಿರುತ್ತಿದ್ದರು. ಕೈ ಬೀಸಿ ಶುಭ ಕೋರುತ್ತಿದ್ದರು. ಆಶ್ರಮದಿಂದ ಬೀಳ್ಕೊಡುವಾಗ ಮಣಿಲಾಲನ ಹೆಂಡತಿ

ಭಾವುಕಳಾಗಿ ಬಿಟ್ಟಳು. ಎಷ್ಟೇ ಪ್ರಯತ್ನಿಸಿದರೂ ಕಂಬನಿಯನ್ನು ಹತ್ತಿಕ್ಕಲಾಗಿರಲಿಲ್ಲ. ಓಡಿಹೋಗಿ 'ಬಾ'ಳನ್ನು ಅಪ್ಪಿಕೊಂಡು ನಿಂತುಬಿಟ್ಟಳು 'ಬಾ' ಅವಳಿಗೆ ಸಮಾಧಾನ ಹೇಳಿದಳು.

"ನೋಡು ಹೀಗೆಲ್ಲ ಕಣ್ಣೀರಿಡಬಾರದು. ನಮ್ಮ ಗಂಡಸರು ಹೇಡಿಗಳಲ್ಲ. ವೀರ ಯೋಧರು. ವೀರ ಯೋಧರ ಹೆಂಡತಿಯರಾದ ನಾವು ಕಣ್ಣೀರಿಟ್ಟು, ಅವರನ್ನು ಅಧೀರರನ್ನಾಗಿ ಮಾಡಬಾರದು. ಅವರನ್ನು ಉತ್ತೇಜಿಸಬೇಕು. ಧೈರ್ಯದ ಭರವಸೆ ನೀಡಬೇಕು. ಖಂಡಿತವಾಗಿ ಜಯಗಳಿಸಿ ಬರುತ್ತೀರೆಂದು ಬೆನ್ನು ತಟ್ಟಿ ವಿಶ್ವಾಸ ತುಂಬಬೇಕು" ಎಂದು ಮತ್ತೊಮ್ಮೆ— ಸುಶೀಲಾಗೆ ಭರವಸೆ ಮಾತುಗಳನ್ನು ಹೇಳಿದಳು.

ಪಾದಯಾತ್ರಿಗಳ ಮುಂಚೂಣಿಯಲ್ಲಿದ್ದ ಗಾಂಧಿ ಕೈಯಲ್ಲಿ ಒಂದು ಕೋಲನ್ನು ಹಿಡಿದಿದ್ದ. 'ಬಾ' ಹಿಂದಿನ ರಾತ್ರಿಯೇ ಸಿದ್ಧಪಡಿಸಿಟ್ಟುಕೊಂಡಿದ್ದ ಆರತಿ ತಟ್ಟೆಯನ್ನು ತಿಲಕವಿಡಲು ಕುಂಕುವನ್ನು ಹಿಡಿದು ಗಾಂಧಿಗೆ ಎದುರು ಬಂದು ಹಣೆಗೆ ತಿಲಕವಿಟ್ಟು ಆರತಿ ಬೆಳಗಿದಳು. ಅಷ್ಟೇ ಅಲ್ಲ. ಅಲ್ಲಿಂದ ಮುಂದು ಮುಂದಕ್ಕೆ ಬಂದು ಸಾಧ್ಯವಾದಷ್ಟು ಮಂದಿ ಪಾದಯಾತ್ರಿಗಳಿಗೂ ತಿಲಕವಿಟ್ಟು ಶುಭ ಕೋರಿದಳು. 'ಬಾ' ಕೈಯಿಂದ ತಿಲಕವಿರಿಸಿಕೊಂಡವರಿಗೆ ರೋಮಾಂಚನ! ಎಂತಹ ಅಮೂಲ್ಯ ಉಡುಗೊರೆ ಇದೆಂದು ಪುಲಕಿತರಾಗುತ್ತಿದ್ದರು.

ಸುಶೀಲಾ ಬಿಟ್ಟ ಕಣ್ಣುಗಳಿಂದ 'ಬಾ'ಳ ಧೈರ್ಯ ತಾಳ್ಮೆಗಳನ್ನು ಗಮನಿಸುತ್ತಿದ್ದಳು. 'ಬಾ'ಳ ಮುಖದಲ್ಲಿ ಚಿಂತೆ. ಕಳವಳದ ಒಂದು ಸಣ್ಣಗೆರೆಯೂ ಕಾಣಲಿಲ್ಲ. ತನ್ನ ಗಂಡನ ಹಿಮಾಲಯ ಸದೃಶ ವ್ಯಕ್ತಿತ್ವವನ್ನು ಕಣ್ಣು ತುಂಬಿಕೊಂಡು, ಮನದಲ್ಲಿಯೇ ಹೆಮ್ಮೆ ಪಡುತ್ತಿದ್ದಳು. ತನ್ನ ಗಂಡನನ್ನು ಆರಾಧಿಸುವ, ಆದೇಶಗಳನ್ನು ಶಿರಸಾವಹಿಸಿ ಪಾಲಿಸಲು ಮುಂದಾಗುವ ಜನಸ್ತೋಮ ಅವಳಿದೆಯಲ್ಲಿ ಹೆಮ್ಮೆಯ ಮಹಾಪೂರವನ್ನೇ ಉಕ್ಕಿಸಿತು.

ಪಾದಯಾತ್ರಿಗಳ ಹಾದಿಯುದ್ದಕ್ಕೂ ಕಿವಿಗಡಚಿಕ್ಕುವ ಕರತಾಡನ, ಉತ್ಸಾಹ, ಹುಮ್ಮಸ್ಸುಗಳನ್ನು ಹುರಿದುಂಬಿಸುವ ಜಯಘೋಷಗಳು! ಎಲ್ಲಿ ನೋಡಿದರೂ ಧ್ವಜ ತೋರಣಗಳು! ಕಣ್ಣ ನೋಟದಿಂದ, ಪಾದಯಾತ್ರಿಗಳು ದೂರಾಗುವವರೆಗೆ ನೋಡುತ್ತಾ ನಿಂತಿದ್ದ 'ಬಾ' ಸುಶೀಲಾ ಮತ್ತು ಇತರ ಆಶ್ರಮ ವಾಸಿಗಳು, ಆಶ್ರಮದೊಳ ಹೋದರೂ ಅವರೆಲ್ಲರ ಆತಂಕ ಮುಂದುವರೆದೇ ಇತ್ತು. ಯಾವ ಕ್ಷಣದಲ್ಲಿ ಎಂಥ ಅನಾಹುತ ಸಂಭವಿಸುವುದೋ ಎಂದು ಹೆದರಿಕೆಯಿಂದಲೇ, ಒಲ್ಲದ ಮನಸ್ಸಿನಿಂದಲೇ ಕೆಲಸ ಕಾರ್ಯಗಳಿಗೆ ಮುಂದಾದರು.

ನಿರಂತರವಾಗಿ ಸುದ್ದಿಗಳು ಆಶ್ರಮದ ಬಾಗಿಲುಗಳನ್ನು ತಟ್ಟುತ್ತಲೇ ಇದ್ದವು. ಪೋಲೀಸರ ದೌರ್ಜನ್ಯ. ಸತ್ಯಾಗ್ರಹಿಗಳ ಪ್ರತಿಭಟನೆ, ಸರಕಾರದ ನಿರ್ಲಕ್ಷ್ಯ ಧೋರಣೆ, ಗಾಂಧಿ ಉಪ್ಪಿನ ಸತ್ಯಾಗ್ರಹ ಕುರಿತಾದ ವರದಿಗಳನ್ನು ತನ್ನ ಪತ್ರಿಕೆಗಳ ಮೂಲಕವೇ ರವಾನಿಸುತ್ತಿದ್ದ, ತಮ್ಮ ಪ್ರತಿಯೊಂದು ನಡೆಯ ಬಗ್ಗೆ ಆಶ್ರಮಕ್ಕೆ ಮಾಹಿತಿಗಳನ್ನು ಕಳಿಸುತ್ತಿದ್ದ.

ಮಣಿಲಾಲ ತನ್ನ ಧೈರ್ಯ, ಸಾಹಸಗಳನ್ನು ಪೂರ್ಣ ಪ್ರಮಾಣದಲ್ಲಿ ಪ್ರದರ್ಶಿಸಿದ್ದ. ಏಪ್ರಿಲ್ ಆರರಂದು ಗಾಂಧಿ ಮುಂಜಾನೆ ಎದ್ದು ಸಮುದ್ರ ಸ್ನಾನ ಮಾಡಿದ. ಉಪ್ಪಿನ ಹರಳುಗಳನ್ನು ಮುಷ್ಟಿಯಲ್ಲಿ ತುಂಬಿಕೊಂಡು ಮೇಲೆತ್ತಿ ಸಾವಿರಾರು ಮಂದಿಗೆ ಅದನ್ನು ತೋರಿದ. ಗಾಂಧಿಯ ಈ ಯೋಜನೆಯ ವಾಸನೆ ಹಿಡಿದ ಪೊಲೀಸರು ಹಿಂದಿನ ದಿನವೇ ಉಪ್ಪನ್ನೆಲ್ಲ ಸಾಗಿಸಿ ಬಿಟ್ಟಿದ್ದರು.

ಭಾರತ ಮತ್ತು ವಿದೇಶಗಳಿಂದ ಬಂದಿದ್ದ ಪತ್ರಕರ್ತರೂ ಅಪಾರ ಸಂಖ್ಯೆಯಲ್ಲಿ ಸೇರಿದ್ದರು. ಗಾಂಧಿಯ ಹೇಳಿಕೆಗಳನ್ನು ಕೋರಿದರು. ಗಾಂಧಿ ಏನನ್ನೂ ಹೇಳದೆ, 'ಬಲಾಢ್ಯ ಶಕ್ತಿಯ ವಿರುದ್ಧ ನಡೆಸುತ್ತಿರುವ ಈ ಹಕ್ಕಿನ ಹೋರಾಟಕ್ಕೆ ನನಗೆ ಪ್ರಪಂಚದ ಸಹಾನುಭೂತಿಯ ಅಗತ್ಯವಿದೆ' ಎಂದಷ್ಟೇ ಹೇಳಿ ಸುಮ್ಮನಾದ.

ಈ ಹೋರಾಟ, ಭಾರತದ ಅಖಂಡ ಶಕ್ತಿಯ ಸ್ಫೋಟಕ್ಕೆ ಕಾರಣವಾಯಿತು. ಗಾಂಧಿ ಕಳೆದ ಆರುವರುಷಗಳಿಂದ ತೋರಿದ ಶಿಸ್ತು ಸಂಯಮಗಳು, ಆಶ್ರಮವಾಸಿಗಳ ಮೇಲೂ ಹೇರಿದ್ದ ಶಿಸ್ತು ಸಂಯಮಗಳು, ಇಷ್ಟು ದಿನ ಅದುಮಿಟ್ಟುಕೊಳ್ಳಲಾಗಿದ್ದುದು, ಈಗ ಮಹಾಶಕ್ತಿ ಸ್ಫೋಟಕ್ಕೆ ಕಾರಣವಾಯಿತು. ಸತ್ಯಾಗ್ರಹ ಕಾಳ್ಗಿಚ್ಚಿನಂತೆ ನಾಡಿನಾದ್ಯಂತ ವ್ಯಾಪಿಸಿತು. ಪಾದಯಾತ್ರಿಗಳಿಂದ ಗಾಂಧಿಯಿಂದ ಹೊತ್ತಿಕೊಂಡ ಜನಾಂದೋಲನದ ಬೆಂಕಿ ಭಾರತದ ಮೂಲೆ ಮೂಲೆಗೂ ಜ್ವಾಲೆಯ ನಾಲಗೆಗಳನ್ನು ಚಾಚಿತು.

ಸಮುದ್ರ ದಂಡೆಯಲ್ಲಿ ಗುಂಪು ಗುಂಪಾಗಿ ನಿಂತಿದ್ದ ಸತ್ಯಾಗ್ರಹಿಗಳು ಮತ್ತು ಸುತ್ತಮುತ್ತಲಿನ ಹಳ್ಳಿಗರು, ಉಪ್ಪನ್ನು ತಯಾರಿಸುವುದರಲ್ಲಿ, ಸಂಗ್ರಹಿಸುವುದರಲ್ಲಿ, ಮಾರಾಟ ಮಾಡುವುದರಲ್ಲಿ, ನಿರತರಾಗಿದ್ದರು. ಉಪ್ಪಿನ ಸತ್ಯಾಗ್ರಹವನ್ನು ವಿರೋಧಿಸಿದವರೂ ಕೂಡಾ ಉಪ್ಪನ್ನು ಪಾರ್ಟಿಗಳಲ್ಲಿ ಹರಾಜು ಹಾಕುವುದನ್ನು ಪ್ರಾರಂಭಿಸಿದ್ದರು.

ದಂಡಿ ಶಿಬಿರದಲ್ಲಿದ್ದ ಗಾಂಧಿ ಪತ್ರಕರ್ತರನ್ನುದ್ದೇಶಿಸಿ, ಮಾತನಾಡುತ್ತಿದ್ದರು.

ಬಹಳಷ್ಟು ಮಂದಿ ಯಾವುದೇ ಪ್ರತಿಭಟನೆಯಿಲ್ಲದೆ ಬಂಧನಕ್ಕೆ ಒಳಗಾದರು. ಮೊದಲು ಪೊಲೀಸರು ಬಂಧಿಸದೆ ನಿರ್ಲಕ್ಷ್ಯ ತೋರಿದರೂ ಈಗ ಚಳುವಳಿ ಉಲ್ಬಣಗೊಳ್ಳುವುದನ್ನು ಗಮನಿಸಿ, ಆಗಬಹುದಾದ ಅನಾಹುತಗಳನ್ನು ನಿಯಂತ್ರಿಸುವ ಉದ್ದೇಶದಿಂದ, ಬಂಧನಕ್ಕೆ ಮುಂದಾಗಿದ್ದರು. ಗಾಂಧಿಯನ್ನು ಬಂಧಿಸಿದರೆ ಜನ ಉದ್ರೇಕಕ್ಕೆ ಒಳಗಾಗುತ್ತಾರೆಂದು ಸುಮ್ಮನಿದ್ದ ಸರಕಾರ, ಗಾಂಧಿಯಿಂದ ಒಂದು ರೀತಿಯ ಬೆದರಿಕೆಯ ಪತ್ರವನ್ನು ಓದಿದ ಮೇಲೆ ಬಂಧಿಸಲು ಮುಂದಾಯಿತು. ಅಹಿಂಸಾತ್ಮಕ ಪ್ರತಿಭಟನೆ ಮತ್ತು ಸರಕಾರದ ವಶದಲ್ಲಿರುವ ಧಾರಸಾಲದಲ್ಲಿರುವ ಉಪ್ಪಿನ ಕಾರ್ಖಾನೆಯನ್ನು ವಶಕ್ಕೆ ಪಡೆಯುವುದಾಗಿ, ತಿಳಿಸಿದ್ದರಿಂದ ಗಾಂಧಿ ಬಂಧನಕ್ಕೆ ಆದೇಶ ಹೊರಟಿತು.

ಗಾಂಧಿ ಬಂಧನವನ್ನು ಪ್ರತಿಭಟನೆ ಇಲ್ಲದೆ ಸ್ವೀಕರಿಸಿದ. ಅವನನ್ನು ಯೆರವಾಡಾ ಜ್ಯೆಲಿಗೆ ರವಾನಿಸಲಾಯಿತು.

ಗಾಂಧಿ, ಒಂದು ವೇಳೆ ತಾನು ಬಂಧನಕ್ಕೆ ಒಳಗಾದರೆ, ಮಗ ಮಣಿಲಾಲ, ತನ್ನ ಕೆಲಸವನ್ನು ಮುಂದುವರೆಸಬೇಕೆಂದೂ ಉಪ್ಪಿನ ಕಾರ್ಖಾನೆಯನ್ನು ವಶಕ್ಕೆ ತೆಗೆದುಕೊಳ್ಳಬೇಕೆಂದೂ, ತನ್ನ ಅಭಿಪ್ರಾಯವನ್ನು ಸುದ್ದಿ ಮಾಧ್ಯಮಗಳಿಗೆ ನೀಡಿದ. ಈ ಎಲ್ಲ ಸುದ್ದಿಗಳೂ, ಎಷ್ಟು ಧೈರ್ಯದಿಂದ ಇರಬೇಕೆಂದು ಕೊಂಡರೂ ಅಧ್ಯೆರ್ಯಕ್ಕೆ ಗುರಿಮಾಡುತ್ತಿದ್ದವು. ದಕ್ಷಿಣ ಆಫ್ರಿಕಾದಲ್ಲಿನ ಚಳುವಳಿಯ ದಿನಗಳು ನೆನಪಾದವು.

ಗಾಂಧಿಯ ಕೋರಿಕೆಯಂತೆ ಮಣಿಲಾಲ, ಮೇ 31ನೇ ತಾರೀಖು ಎರಡೂವರೆ ಸಾವಿರ, ಅಚ್ಚ ಬಿಳುಪಿನ ಖಾದಿ ದಾರಗಳೊಂದಿಗೆ ಉಪ್ಪು ತಯಾರಾಗುತ್ತಿದ್ದ ಧಾರಸಾಲಾ ಬಳಿ ಬಂದು

ಮುತ್ತಿಗೆ ಹಾಕಿದರು. ಜಯಕಾರ ಕೂಗಿದರು. ಪೊಲೀಸರು ನಿಶ್ಶಸ್ತ್ರರಾಗಿದ್ದ ಸತ್ಯಾಗ್ರಹಿಗಳ ಮೇಲೆ ಲಾಠಿ ಚಾರ್ಜ್ ಮಾಡಿದರು. ಜನರ ಗುಂಪನ್ನು ಚದುರಿಸಲು ಮಾಡಿದ ಪ್ರಯತ್ನಗಳೆಲ್ಲವೂ ನಿಷ್ಫಲಗೊಂಡವು.

ಲಾಠಿಚಾರ್ಜ್ ಮಾಡಿದಷ್ಟೂ, ಬಂಧಿಸಿದಷ್ಟೂ ಜನ ಭೂಮಿಯ ಬಸಿರಿನಿಂದ ಹೊಮ್ಮುವಂತೆ, ಬರುತ್ತಲೇ ಇದ್ದರು. ಲಾಠಿ ಏಟಿಗೆ ತಲೆಯೊಡ್ಡಿದರು. ಬಂಧನಕ್ಕೆ ಕೈಚಾಚಿದರು.

ಪೊಲೀಸ್ ಗಲಾಟೆಯಲ್ಲಿ, ದೊಂಬಿಯಲ್ಲಿ ಮಣಿಲಾಲ ಎಲ್ಲೋ ಕಳೆದುಹೋಗಿದ್ದ. ಅವನ ಸುಳಿವೇ ಇರಲಿಲ್ಲ. ಎಲ್ಲರೂ ಆತಂಕಕ್ಕೆ ಒಳಗಾದರು. ಬಾ ಮತ್ತು ಸುಶೀಲಾ ಈ ಸುದ್ದಿಯಿಂದ ಆಘಾತಗೊಂಡು, ಕುಸಿದುಬಿದ್ದರು. ಸುಶೀಲಾಗಂತೂ ಪ್ರಾಣವೇ ಹೋದಂತಾಯಿತು.

ಅಪಾರ ಸಂಖ್ಯೆಯಲ್ಲಿ ಜನ ಘಾಯಗೊಂಡಿದ್ದರು. ಸುಮಾರು ಜನ ಪ್ರಾಣ ಕಳೆದುಕೊಂಡಿದ್ದರು. ರಕ್ತಧಾರೆಗಳು ಮಡುಗಟ್ಟಿದ್ದವು. ಸ್ವಯಂ ಸೇವಕರು ಗಾಯಾಳುಗಳನ್ನು ಸ್ಟ್ರೆಚರ್‌ಗಳ ಮೇಲೆ ಸಾಗಿಸುತ್ತಿದ್ದರು. ಮುಂಚೂಣಿಯಲ್ಲಿದ್ದ ಸರೋಜಿನಿ ನಾಯ್ಡು ಗುಂಪನ್ನು ಪೊಲೀಸರು ಮುತ್ತಲು ಬಿಡಬಾರದೆಂದು ನಾಯಕರಿಗೆ ಆದೇಶಿಸುತ್ತಿದ್ದಳು. ಅಷ್ಟರಲ್ಲಿ ಪೊಲೀಸರು ಅವಳನ್ನು ಬಂಧಿಸಲು ಬಂದಾಗ, ಸುಮ್ಮನೆ ನಕ್ಕು, ತನ್ನನ್ನು ಅವರು ಸ್ಪರ್ಶಿಸಬಾರದೆಂದೂ ತಾನೇ ಬರುವುದಾಗಿಯೂ ಹೇಳಿ, ಅವರನ್ನು ದೂರವಿಸಿದಳು.

ಕಸ್ತೂರಬಾ ಮತ್ತು ಸುಶೀಲಾ ಮಣಿಗಾಗಿ ಪ್ರತಿಕ್ಷಣ ಪ್ರತಿದಿನ ಎದುರು ನೋಡುತ್ತಿದ್ದರೂ ದಿನಗಳು ಕಳೆದರೂ ಅವನೇನಾದನೆಂದು ಯಾರಿಗೂ ತಿಳಿಯಲಿಲ್ಲ. ಕಡೆಗೊಂದು ದಿನ ಮಣಿಲಾಲ ಸೂರತ್‌ನಲ್ಲಿ ಜೈಲಿನ ಆಸ್ಪತ್ರೆಯಲ್ಲಿ ಇರುವುದಾಗಿ ಸುದ್ದಿ ಬಂತು. ತಲೆಗೆ ಏಟು ಬಿದ್ದು ಗಂಭೀರವಾಗಿ ಘಾಯಗೊಂಡಿದ್ದ. ಚೇತರಿಸಿಕೊಳ್ಳಲು ಬಹಳ ದಿನ ಬೇಕಾಗಿತ್ತು. ಆದರೂ ಅವನನ್ನು ಸಬರಮತಿ ಜೈಲಿಗೆ ತಂದು ಆರುತಿಂಗಳು ಶಿಕ್ಷೆ ಅನುಭವಿಸಬೇಕೆಂಬ ಆದೇಶವಿತ್ತು. ಮಣಿಲಾಲನಲ್ಲದೆ, ರಾಮದಾಸ ಮತ್ತು ಇತರೆ ಸತ್ಯಾಗ್ರಹಿಗಳೂ ಅಲ್ಲಿಯೇ ಇದ್ದರು. ಆದರೆ ಅವರನ್ನು ಸಂದರ್ಶಿಸಲು ಆಶ್ರಮದಿಂದ ಬಂದ ಯಾರಿಗೂ ಅನುಮತಿ ಇರಲಿಲ್ಲ. ಆದರೆ ಬಾ ಮತ್ತು ಸುಶೀಲಾರಿಗೆ, ಜೈಲಿನ ಅಧಿಕಾರಿ ತನ್ನ ಕಛೇರಿಯಲ್ಲಿ, ತನ್ನೆದುರೇ ಅವನನ್ನು ಮಾತಾಡಿಸಬೇಕೆಂಬ ಷರತ್ತನ್ನು ಒಡ್ಡಿದರು. ಈ ಇಬ್ಬರು ಹೆಂಗಸರಿಗೂ ಮಾತಾಡುವುದಕ್ಕಿಂತ ಹೆಚ್ಚಾಗಿ ರಾಮದಾಸ ಮಣಿಲಾಲ ಜೀಂತವಾಗಿ ಸುರಕ್ಷಿತವಾಗಿ ಇದ್ದಾರೆಂಬುದನ್ನು ಕಣ್ಣಾರೆ ನೋಡಬೇಕೆಂಬ ಉದ್ದೇಶವಷ್ಟೆ ಇತ್ತು.

ರಾಮದಾಸ, ಮಣಿಲಾಲ ಕಾಣಿಸಿಕೊಳ್ಳುತ್ತಿದ್ದಂತೆ ಸುಶೀಲಾ ಒತ್ತರಿಸಿ ಬರುತ್ತಿದ್ದ ದುಖ ಹತ್ತಿಕ್ಕಿಕೊಂಡಳು. ಮಣಿಲಾಲ ತೀರಾ ಸೊರಗಿ ಸಣ್ಣಗಾಗಿದ್ದ. ಜೊತೆಗೆ ಘಾಯಗಳಿಂದಾದ ಗುರುತುಗಳು ಅವನ ಮುಖವನ್ನು ವಿಕಾರಗೊಳಿಸಿದ್ದವು. ಬರುತ್ತಿದ್ದ ಹಾಗೆಯೇ ಜೈಲಿನ ಉಸಿರುಗಟ್ಟುವ ವಾತಾವರಣದಿಂದ ಹೇಸಿದ್ದ ಸುಶೀಲಾ, ಈಗ ಜೈಲಿನ ಜೀವನವನ್ನು ಕಲ್ಪಿಸಿಕೊಂಡು ಒಳಗೊಳಗೇ ದುಃಖಿಸಿದಳು. ರಾಮದಾಸ ಪ್ರಶಾಂತವಾಗಿ ಮಾತನಾಡುತ್ತಿದ್ದ. ಅವನಲ್ಲಿ ಸ್ವಲ್ಪವೂ ಉದ್ವಿಗ್ನತೆ ಕಂಡುಬರಲಿಲ್ಲ. ಮಣಿಲಾಲನಿಗೂ ಜೈಲಿನ ಅನುಭವ ಮಾಮೂಲೇ ಆಗಿತ್ತಾದರೂ, ಪೊಲೀಸ್ ಹೊಡೆತಗಳಿಂದ ಸ್ವಲ್ಪ ಜೀರ್ಣ ಶೀರ್ಣನಾಗಿದ್ದ 'ಬಾ'

ಮಾತ್ರ ಭಾವಾವೇಶಕ್ಕೆ ಒಳಗಾಗದೆ ಯೋಗಕ್ಷೇಮದ ಬಗ್ಗೆ ವಿಚಾರಿಸುತ್ತಿದ್ದಳು. ಆಶ್ರಮವಾಸಿ ಸತ್ಯಾಗ್ರಹಿಗಳ ಬಗ್ಗೆಯೂ ವಿಚಾರಿಸುತ್ತಿದ್ದಳು. ಅವರನ್ನು ನೋಡಲು ಬೇರೆ ಯಾರಿಗೂ ಅನುಮತಿ ಇಲ್ಲದ್ದಕ್ಕಾಗಿ, ತಾನೇ ಅವರ ಪರವಾಗಿ ಯೋಗಕ್ಷೇಮ ವಿಚಾರಿಸಿ, ಆಶ್ರದಲ್ಲಿರುವ ಅವರಿಗೆ ಸಂಬಂಧಪಟ್ಟವರಿಗೆ ತಿಳಿಸಬೇಕಾಗಿದ್ದರಿಂದ, ತುಂಬಾ ಕಾಳಜಿವಹಿಸಿ ವಿವರಗಳನ್ನು ಸಂಗ್ರಹಿಸುತ್ತಿದ್ದಳು. ಸುಶೀಲಾ ಅತ್ತೆಯ ಧೈರ್ಯ, ಸಹನೆ, ಶಾಂತಿ ಚಿತ್ತತೆಗಳನ್ನು ನೋಡಿ ಪಾಠ ಕಲಿಯುತ್ತಿದ್ದಳು. ಪ್ರತಿದಿನವೂ ಅಷ್ಟಷ್ಟು ಮಂದಿಯ ಬಂಧನಗಳು ಆಗುತ್ತಲೇ ಇದ್ದವು.

'ಬಾ'ಗೆ ಇದನ್ನು ನೋಡಿದಾಗ ತಾವೂ ಯಾಕೆ ಈ ಅಸಹಕಾರ ಚಳುವಳಿಯಲ್ಲಿ ಸಕ್ರಿಯವಾಗಿ ಭಾಗವಹಿಸಬಾರದು ಎನಿಸಿತು. ಮಹಿಳೆಯರನ್ನು ಅದರಲ್ಲೂ ಆಶ್ರಮದಲ್ಲಿರುವ ಎಲ್ಲರನ್ನೂ ಕಲೆಹಾಕಿ ಚಳುವಳಿಯ ರಥಕ್ಕೆ ಹೂಡಬೇಕೆಂದು ಯೋಚಿಸಿದಳು. ದಕ್ಷಿಣ ಆಫ್ರಿಕಾದಲ್ಲಿ 'ಭಾರತೀಯ ವಿವಾಹ'ಗಳ ಬಗ್ಗೆ ಹೊರಡಿಸಿದ ಮಸೂದೆಯ ವಿರುದ್ಧ ನಡೆದ ಹೋರಾಟದಲ್ಲಿ ಹೆಂಗಸರದೇ ಪ್ರಮುಖ ಪತ್ರವಾಗಿದ್ದುದನ್ನು, ಅವರು ಪಟ್ಟು ಹಿಡಿದು ನಡೆಸಿದ ಚಳುವಳಿಯನ್ನು, ಅದಕ್ಕೆ ಬಂದ ಶಕ್ತಿಯನ್ನು ನೆನಪಿಸಿಕೊಂಡಳು. ಜೊತೆಗೆ ಗಾಂಧಿ ಯೆರವಾಡ ಜೈಲಿನಿಂದ ಬರೆದ ಪತ್ರದಲ್ಲಿ ಮಹಿಳೆಯರ ಪ್ರಚಂಡ ಶಕ್ತಿಯ ಬಗ್ಗೆ ಮೆಚ್ಚಿ ಬರೆದುದಷ್ಟೇ ಅಲ್ಲ, ಹೆಂಗಸರನ್ನು ಉದ್ದೇಶಿಸಿ, ತನ್ನ ಭರವಸೆಗಳೆಲ್ಲ ಅವರ ಮೇಲೆ ನಿಂತಿದೆಯೆಂದೂ, ಅಹಿಂಸಾತ್ಮಕ ಹೋರಾಟದ ಯಶಸ್ಸು ಪೂರ್ತಿಯಾಗಿ ಹೆಂಗಸರ ಮೇಲೆ ನಿಂತಿದೆ ಎಂಬುದು ತನ್ನ ಭಾವನೆಯೆಂದೂ ತಿಳಿಸಿದ್ದ.

ಗಂಡನ ಆಶಯಗಳಿಗೆ, ಭರವಸೆಗಳಿಗೆ ತಾನೊಂದು ಚಾಲಕ ಶಕ್ತಿಯಾಗಬೇಕು. ಎಲ್ಲಿಯವರೆಗೆ ತಾನು ಹೆಣ್ಣು ಅಬಲೆ ಎಂದು ತಲೆಮರೆಸಿಕೊಂಡು ಕುಳಿತಿರುತ್ತಾಳೆಯೋ ಅಲ್ಲಿಯವರೆಗೆ ಪುರುಷಮಾತ್ರರಿಂದ ಪೂರ್ತಿಯಾಗಿ ಏನನ್ನು ಸಾಧಿಸಲು ಆಗುವುದಿಲ್ಲ. ಸ್ತ್ರೀಶಕ್ತಿ– ಪುರುಷ ಶಕ್ತಿಗಳ ಅಖಂಡ ಬೆಸುಗೆಯಾದಾಗ ಮಾತ್ರವೇ ವಿಶ್ವವನ್ನೇ ಗೆಲ್ಲುವ ಸಾಧ್ಯತೆಯಿರುವಾಗ, ದೇಶದ ಸ್ವಾತಂತ್ರ್ಯವನ್ನು ಸಾಧಿಸುವುದೇನೂ ಅಸಾಧ್ಯವಾಗುವುದಿಲ್ಲ ಎನ್ನುವ ಆಲೋಚನೆಗಳು ಅವಳಲ್ಲಿ ಬರುತ್ತಿದ್ದಂತೆ ಕಾರ್ಯ ಪ್ರವೃತ್ತಳಾದಳು. ಆಶ್ರಮದ ಕೆಲಸಗಳನ್ನು ಯಾರು ಬೇಕಾದರೂ ಮಾಡುತ್ತಾರೆ, ಆದರೆ ನನ್ನ ಗಂಡ ಮಾಡುತ್ತಿರುವ ಕೆಲಸಗಳಿಗೆ ನನ್ನ ಸಹಕಾರಬೇಕು. ಅವನ ಅನುಪಸ್ಥಿತಿಯಲ್ಲಿ ಕೆಲಸಗಳು ನಿಲ್ಲಬಾರದು. ನನ್ನ ರೀತಿಯಿಂದ ನಾನು ಪ್ರಯತ್ನಿಸುತ್ತೇನೆ ಎಂದು ತೀರ್ಮಾನಿಸಿದಳು.

ನಾಗರೀಕರ ಕಾಯಿದೆ ಭಂಗ ಚಳುವಳಿಯನ್ನು ಮುನ್ನಡೆಸುವ ನಾಯಕತ್ವವನ್ನು ವಹಿಸಿಕೊಂಡಳು. ಊರಿಂದೂರಿಗೆ ಪ್ರಯಾಣಿಸುತ್ತ ಹೆಂಗಸರನ್ನು ಒಟ್ಟುಗೂಡಿಸಿ, ತಾನು ಮುಂದಾಗಿರುವ ಚಳುವಳಿಗೆ ಅವರೆಲ್ಲರ ಸಹಕಾರ ಬೇಕೆಂದೂ, ಚಳುವಳಿಯ ಉದ್ದೇಶ ಏನೆಂಬುದನ್ನೂ, ಹೇಗೆ ಮಾಡಬೇಕೆಂಬುದನ್ನು ವಿವರಿಸಿದಳು. ಅವರು ಮಾಡಬೇಕಾದ್ದಿಷ್ಟೇ! ಮದ್ಯದಂಗಡಿಗಳನ್ನು ಅದರಲ್ಲಿಯೂ ಸರಕಾರ ನಡೆಸುತ್ತಿರುವ ಅಂಗಡಿಗಳನ್ನು ಕೊಳ್ಳೆ ಹೊಡೆಯಬೇಕು. ಹೆಂಗಸರನ್ನು ಕಂಡರೆ ಪೊಲೀಸರಿಗೆ ಭಯ. ಗಂಡಸರೂ ಅವರ ಕೆಲಸಗಳಿಗೆ ಅಡ್ಡಿ ಬರಲು ಹೆದರುತ್ತಾರೆ. ಆದ್ದರಿಂದ ಹೆಂಗಸರಾದ ನಾವೇ ಇಂಥ ಕೆಲಸಗಳಿಗೆ ಮುನ್ನುಗ್ಗಬೇಕೆಂದು ಹುರಿದುಂಬಿಸಿ ಮಾತನಾಡಿದಳು.

ಕಸ್ತೂರಬಾಳ ಚಟುವಟಿಕೆಗಳ ಬಗ್ಗೆ ಗಾಂಧಿಗೆ ಸುದ್ದಿ ಹೋದಾಗ, ತನ್ನ ಹೆಂಡತಿಯ ಕಾರ್ಯದ ಬಗ್ಗೆ ಮೆಚ್ಚುಗೆ ಸೂಚಿಸಿದ. ಅವಳ ಕೆಲಸದಿಂದ ಗಾಂಧಿ ಎಷ್ಟು ಸಂತೋಷ ಪಟ್ಟನೆಂದರೆ, ತನ್ನ ಸಂತೋಷ, ಮೆಚ್ಚುಗೆಯ ಪ್ರತೀಕವಾಗಿ ಯೆರವಾಡ ಜೈಲಿನಲ್ಲಿ ನೂತ ನೂಲಿನಿಂದ, ಸೀರೆಯೊಂದನ್ನು ನೇಯಿಸಿ ಉಡುಗೊರೆಯಾಗಿ ಕೊಟ್ಟ. ಹೆಂಗಸರು ಮನಸ್ಸು ಮಾಡಿದರೆ ಪ್ರಪಂಚದಲ್ಲಿ ಯಾವುದೂ ಅಸಾಧ್ಯವಲ್ಲ. ಯಾಕೆಂದರೆ ಅವರಿಗೆ ಶಕ್ತಿ ಕೊಟ್ಟವನು ಭಗವಂತ. ಸೋಲೆಂಬುದೇ ಅವರ ಪಾಲಿಗೆ ಇರುವುದಿಲ್ಲ ಎನ್ನುವ ನಂಬಿಕೆಗೆ ನಿದರ್ಶನವೆಂಬಂತೆ 'ಬಾ' ಗಾಂಧಿಯ ಕಣ್ಣಿಗೆ ಕಾಣಿಸಿದಳು.

ಗಾಂಧಿಯ ಕಣ್ಣಿಗಷ್ಟೇ ಅಲ್ಲ ದೇಶಬಂಧುಗಳಿಗೆಲ್ಲ ಅವಳು ಗಾಂಧಿಯ ಮತ್ತೊಂದು ಮುಖ ಎಂಬಂತೆ ಕಾಣಿಸಿದಳು. ಮಣಿಲಾಲ, ರಾಮದಾಸ ಸಬರಮತಿ ಜೈಲಿನಲ್ಲಿದ್ದರೆ ಕಿರಿಯ ಮಗ ದೇವದಾಸನನ್ನು ನೋಡಬೇಕೆನಿಸಿತು. ಗುಜರಾತ್ ಜೈಲಿನಲ್ಲಿ ಇದ್ದವನನ್ನು ಭೇಟಿಯಾಗ ಬೇಕೆಂದು ಟ್ರೈನು ಹತ್ತಿ ಹೊರಟಳು. ಟ್ರೈನ್ ಸ್ಟೇಷನ್ ತಲುಪಿದಾಗ ಸಾವಿರಾರು ಮಂದಿ ಗುಂಪುಗೂಡಿದ್ದರು. ಅವಳಿಗೆ ಆಶ್ಚರ್ಯವಾಯಿತು. ಅಲ್ಲಿದ್ದ ಕೆಲವರನ್ನು ವಿಚಾರಿಸಿದಳು.

"ಇದೇನು ಇಲ್ಲಿ ಇಷ್ಟೊಂದು ಜನ ಸೇರಿದ್ದಾರೆ. ಯಾರಾದರೂ ದೊಡ್ಡವರು ಬರುವವರಿದ್ದಾರಾ ಹೇಗೆ?"

'ಬಾ' ನಿಮಗಿಂತ ದೊಡ್ಡವರು ಯಾರಿದ್ದಾರೆ. ನಿಮ್ಮನ್ನು ಮೆರವಣಿಗೆಯಲ್ಲಿ ಕರೆದೊಯ್ಯಲು ಬಂದಿದ್ದೇವೆ."

"ಛೆ! ಛೆ! ಇದೆಲ್ಲ ಬೇಡ. ಇದು ನನಗೆ ಹಿಡಿಸುವುದಿಲ್ಲ. ನಾನೇನು ಮಾಡಿದ್ದೇನೆಂದು ಈ ಗೌರವ?"

"ಬರಿ ಗೌರವವೇ, ಈ ದೇಶದ ಗೌರವವೇ ನೀವಾಗಿದ್ದೀರಿ. ಈ ದೇಶದ ಸ್ತ್ರೀಯರ ಮಣಿರತ್ನದಂತೆ ನೀವಿದ್ದೀರಿ. ಅವರಿಗೆ ಸ್ಫೂರ್ತಿಯಾಗಿದ್ದೀರಿ".

"ಅದೆಲ್ಲ ಕೇವಲ ಹೊಗಳಿಕೆಯ ಮಾತು. ನಾನೂ ಕೂಡಾ ಈ ದೇಶದ ಸಾಮಾನ್ಯ ಮಹಿಳೆಯರಲ್ಲಿ ಒಬ್ಬಳು. ದಯವಿಟ್ಟು ನನ್ನನ್ನು ಸಂಕೋಚಕ್ಕೆ ತಳ್ಳಬೇಡಿ" ಎಂದು ಅಂಗಲಾಚಿದಳು.

"ಬಾ ದಯವಿಟ್ಟು ನೀವು ಹಾಗೆ ಹೇಳಬೇಡಿ. ನೀವು ಬರುವುದನ್ನೇ ಕಣ್ಣ ಕಾಯಾಗಿಸಿಕೊಂಡು ಕಾಯುತ್ತಿದ್ದೇವೆ. ನಮ್ಮಾಸೆಯನ್ನು ನೆರವೇರಿಸಿಕೊಡಬೇಕು. ಈ ಊರಿನ ಜನವೆಲ್ಲ ನಿಮ್ಮ ದರ್ಶನದಿಂದ ಪುನೀತರಾಗಬೇಕೆಂಬುದೇ ನಮ್ಮ ಇಚ್ಛೆ. ನಿರಾಶೆ ಗೊಳಿಸಬೇಡಿ ಬಾ" ಎಂದು ಆರ್ತವಾಗಿ ಪ್ರಾರ್ಥಿಸಿದಾಗ, 'ಬಾ'ಗೆ ನಿರಾಕರಿಸಲು ಸಾಧ್ಯವಾಗಲೇ ಇಲ್ಲ. ಸಂಕೋಚದಿಂದಲೇ ಒಪ್ಪಿ ನಡೆದಳು. ಕಸ್ತೂರಬಾಳ ಖ್ಯಾತಿ ವಿಶ್ವಾದ್ಯಂತ ಹರಡಿತು. ದಕ್ಷಿಣ ಆಫ್ರಿಕಾದಲ್ಲಿನ ಭಾರತೀಯ ಮಹಿಳೆಯರು ಕಸ್ತೂರಬಾ ಹೆಸರಿಗೇ ಒಂದಷ್ಟು ಹಣವನ್ನು ಸಾರ್ವಜನಿಕ ಕಾರ್ಯಗಳಿಗಾಗಿ ಕಳಿಸಿಕೊಟ್ಟರು.

ಎಲ್ಲರೂ 'ಬಾ' ಳ ಮುಂದಿನ ಗತಿ ಯಾವ ಕಡೆಗೆ ಎನ್ನುವುದನ್ನು ಎದುರು ನೋಡುತ್ತಿದ್ದರು. ಈ ಮಧ್ಯೆ ಗಾಂಧಿ ಸಿಮ್ಲಾದ ವೈಸ್‌ರಾಯ್ ಜೊತೆ ಮಾತುಕತೆಗಾಗಿ ಸಿಮ್ಲಾಗೆ

ಹೋಗಬೇಕಾಯಿತು. ಈ ಬಾರಿ 'ಬಾ'ಳನ್ನೂ ತನ್ನೊಟ್ಟಿಗೆ ಬರಬೇಕೆಂದು ಬಲವಂತ ಮಾಡಿದ, ಅಲ್ಲಿಗೆ ಹೋದ ಮೇಲೆ 'ಬಾ'ಗೆ ವೈಸ್‌ರಾಯ್‌ನ ಹೆಂಡತಿಯನ್ನು ಮೊದಲ ಬಾರಿಗೆ ನೋಡುವ ಅವಕಾಶ ದೊರೆಯಿತು. ಅಲ್ಲಿ ನೆರೆದಿದ್ದ ಬೇರೆ ಬೇರೆ ಅಧಿಕಾರಿಗಳ ಹೆಂಡತಿಯರು 'ಬಾ' ಬಗ್ಗೆ ಅಷ್ಟಾಗಿ ಕುತೂಹಲ ತೋರಲಿಲ್ಲವಾದರೂ ಲೇಡಿ ವಿಲ್ಲಿಂಗ್‌ಡನ್ ಮಾತ್ರ ಭಾರತೀಯ ಮಹಿಳೆಯರ ಬಗ್ಗೆ ಬಹಳ ಉದಾರವಾಗಿ ಮಾತನಾಡಿದಳು. ಅಲ್ಲದೆ ಮನೆಗಳಲ್ಲಿಯೇ ತಯಾರಾಗುವ ಖಾದಿಯ ಬಗ್ಗೆ ವಿಚಾರಿಸಿದಳು. ಸಾಧ್ಯವಾದರೆ ತನಗೊಂದಷ್ಟು ಖಾದಿ ಬಟ್ಟೆಯನ್ನು ಕೊಳ್ಳಬೇಕೆಂದು ಹೇಳಿದಳು. ಮನೆಯಲ್ಲಿ ತಯಾರಾಗುವ ಈ ಬಟ್ಟೆಯ ಮೂಲಕ ಇಲ್ಲಿನ ಮಹಿಳೆಯರ ಸಮೀಪಕ್ಕೆ ಹೋಗಬಹುದು. ಅವರ ಪರಿಚಯ ಮಾಡಿಕೊಳ್ಳಬಹುದು. ನನಗೆ ಭಾರತೀಯ ಮಹಿಳೆಯರೆಂದರೆ ತುಂಬ ಇಷ್ಟ ಎಂದು ತಿಳಿಸಿದಳು.

ಲೇಡಿ ವಿಲ್ಲಿಂಗ್‌ಡನ್ ಮಾತುಗಳು, 'ಬಾ'ಗೆ ತುಂಬಾ ಆಪ್ತವೆನಿಸಿತು. ಕೂಡಲೇ ತಾನು ಖಾದಿ ಬಟ್ಟೆಯನ್ನು ಕಳಿಸಿಕೊಡುವುದಾಗಿ ಮಾತುಕೊಟ್ಟಳು. ಅಲ್ಲದೆ ಭಾರತೀಯ ಮಹಿಳೆಯರ ಬಗ್ಗೆ ಉದಾತ್ತವಾಗಿ ಮಾತನಾಡಿದುದರ ಬಗ್ಗೆ ಉದಾತ್ತವಾಗಿ ಮಾತನಾಡಿದುದರ ಬಗ್ಗೆ ಮೆಚ್ಚಿಗೆ ಮತ್ತು ಕೃತಜ್ಞತೆಯನ್ನು ವ್ಯಕ್ತಪಡಿಸಿದಳು.

ಸಿಮ್ಲಾ ಸಭೆಯಲ್ಲಿ ಭಾಗವಹಿಸಿದ ನಂತರ ಗಾಂಧಿಗೆ ದುಂಡು ಮೇಜಿನ ಪರಿಷತ್ತಿನ ಸಭೆಯಲ್ಲಿ ಇಲ್ಲಿನ ಪ್ರತಿನಿಧಿಗಳೊಂದಿಗೆ ಭಾಗವಹಿಸಬೇಕಾಯಿತು. 'ಬಾ'ಳನ್ನು ತನ್ನ ಜೊತೆ ಬರಲು ಹೇಳಿದಾಗ, ಆಶ್ರಮದಲ್ಲಿ ಮಾಡಬೇಕಾದ ಕೆಲಸಗಳು ಬೇಕಾದಷ್ಟು ಇರುವುದರಿಂದ ತನಗೆ ಬರಲಾಗುವುದಿಲ್ಲವೆಂದು ನಿರಾಕರಿಸಿದಳು.

ಆಶ್ರಮಕ್ಕೆ ತಿರುಗಿ ಬಂದವಳೇ, ತನ್ನ ಕೆಲಸ ಕಾರ್ಯಗಳಲ್ಲಿ ನಿರತಳಾದಳು.

ದುಂಡು ಮೇಜಿನ ಪರಿಷತ್ತಿನಲ್ಲಿ ನಡೆದ ಸಭೆಯಲ್ಲಿನ ಚರ್ಚೆಗಳು ವಿಫಲವಾದದ್ದೇ ಹೆಚ್ಚಾಯಿತು. ಕಾರಣ ನಮ್ಮವರೇ ಆದ ಪ್ರತಿನಿಧಿಗಳು, ಮುಸ್ಲಿಮರು, ರಾಜಮಹಾರಾಜರುಗಳು ಪಾರ್ಸಿಗಳು, ಆಂಗ್ಲೋ ಇಂಡಿಯನ್ನರು, ಇತ್ಯಾದಿ ಸಮುದಾಯದ ಪ್ರತಿನಿಧಿಗಳಲ್ಲದೆ ಅಸ್ಪೃಶ್ಯ ಮುಖಂಡರಾದ ಭೀಮರಾವ್ ಅಂಬೇಡ್ಕರ್ ಕಾಂಗ್ರೆಸ್ ಪಕ್ಷ ಭಾರತವನ್ನು ಪ್ರತಿನಿಧಿಸುವುದಿಲ್ಲವಾದ ಕಾರಣ ಆ ಪಕ್ಷದ ಪ್ರತಿನಿಧಿಗಳ, ನಾಯಕರ ವಿಚಾರಗಳನ್ನು ಒಪ್ಪುವುದು ಸದ್ಯವಿಲ್ಲವೆಂಬ ಅಭಿಪ್ರಾಯ ಹರಿದಾಡಿತು. ಇದರಿಂದಾಗಿ ಈ ಸಭೆ ವಿಫಲವಾದ ಸುದ್ದಿ ಎಲ್ಲೆಲ್ಲೂ ಹರಡಿತು. ದೇಶಾದ್ಯಂತ ಪ್ರತಿಭಟನೆಗಳು ನಡೆದವು. ಸರಕಾರ ನಾಗರೀಕ ಕಾನೂನು ಭಂಗವನ್ನು ಪ್ರೋತ್ಸಾಹಿಸುವ ಕಾಂಗ್ರೆಸಿಗರನ್ನು ಬಂಧಿಸಿತು. ಚಟುವಟಿಕೆಗಳನ್ನು ಹತ್ತಿಕ್ಕಿತು. ಪಕ್ಷದ ಕಛೇರಿಗಳನ್ನು ಶೋಧಿಸಿತು. ಪುಸ್ತಕಗಳನ್ನು ಮತ್ತು ನಿಧಿಯನ್ನು ಬಲಾತ್ಕಾರದಿಂದ ವಶಪಡಿಸಿಕೊಂಡಿತು. ಪತ್ರಕರ್ತರ, ಮಾಧ್ಯಮ, ಛಾಯಾಚಿತ್ರಕಾರರ ಮೇಲೆ ನಿರ್ಬಂಧ ಹೇರಿತು. ಸರಕಾರದ

ವಿರುದ್ಧವಾದ ಟೀಕೆಗಳಿಗೆ ಕತ್ತರಿಹಾಕಿತು. ಯಾವ ಮಟ್ಟಕ್ಕೆ ಸರಕಾರದ ನಿಯಂತ್ರಣದ ಆದೇಶವಿತ್ತೆಂದರೆ ಗಾಂಧಿಯ ಭಾವಚಿತ್ರವನ್ನು ಪ್ರಕಟಿಸುವುದೂ ಅಪರಾಧವೆಂದು ಪರಿಗಣಿಸಲಾಯಿತು.

ನಾಗರೀಕ ಹಕ್ಕುಗಳನ್ನು ಸಂಪೂರ್ಣವಾಗಿ ದಮನ ಮಾಡಲಾಯಿತು. ಯಾರನ್ನು ಎಲ್ಲಿಬೇಕಾದರೂ ಯಾವುದೇ ವಿಚಾರಣೆಯಿಲ್ಲದೆ ಬಂಧಿಸುವ ಹಕ್ಕನ್ನು ಪೊಲೀಸ್ ಅಧಿಕಾರಿಗಳಿಗೆ ನೀಡಲಾಯಿತು. ಇದರಿಂದಾಗಿ, ಸರಕಾರದ ವಿರುದ್ಧ ದನಿಯೆತ್ತುವವರನ್ನು ಸಂಪೂರ್ಣವಾಗಿ ನಿರ್ಮಾಮ ಮಾಡಬಹುದು ಎನ್ನುವುದು ಸರಕಾರದ ನಂಬಿಕೆಯಾಗಿತ್ತು. ಎಲ್ಲೆಂದರಲ್ಲಿ ಭರಾಟೆಯಿಂದ ಬಂಧನಗಳು ನಡೆದವು. ಕಂಡ ಕಂಡವರನ್ನೆಲ್ಲ ಕೋಳಹಾಕಿ ಜೈಲಿಗೆ ದಬ್ಬುವುದೇ ಸರಕಾರದ ಆದ್ಯ ಕರ್ತವ್ಯವೆಂಬಂತೆ ತೋರಿತು. ಸುಮಾರು ಹೆಂಗಸರೂ ಗಂಡಸರೂ ಸೇರಿದಂತೆ ಬಂಧನಕ್ಕೆ ಒಳಗಾದವರ ಸಂಖ್ಯೆ 40,000–50,000ದವರೆಗಿತ್ತು. ಆಶ್ಚರ್ಯಕರವಾದ ಸಂಗತಿಯೆಂದರೆ, ಬಂಧನಕ್ಕೆ ಒಳಗಾದವರಲ್ಲಿ ಈ ಬಾರಿ ಗಂಡಸರ ಸಂಖ್ಯೆಗಿಂತ ಹೆಂಗಸರ ಸಂಖ್ಯೆಯೇ ಹೆಚ್ಚಾಗಿತ್ತು. ಇದಕ್ಕೆಲ್ಲ ಕಾರಣ ಕಸ್ತೂರಬಾಳ ನಾಯಕತ್ವ ಮತ್ತು ದೇಶದ ಸ್ವಾತಂತ್ರ್ಯಕ್ಕಾಗಿ ಮಹಿಳೆಯರೂ ಮುಂದಾಗಿ ತ್ಯಾಗಬಲಿದಾನಗಳಿಗೆ ಸಿದ್ಧರಾಗಿ ಜಗತ್ತಿಗೆ ಮಹಿಳೆಯರ ಶಕ್ತಿ ಏನೆಂಬುದನ್ನು ಎಷ್ಟೆಂಬುದನ್ನು ತೋರಿಸಬೇಕಾಗಿದೆ ಎಂದು ಹುರಿದುಂಬಿಸಿಕೊಟ್ಟ ಕರೆ!!

ಸರಕಾರದ ಲೆಕ್ಕಾಚಾರದಲ್ಲಿ ದೇಶದಲ್ಲಿನ ಗಲಭೆಗಳಿಗೆ ಅಶಾಂತಿ, ಹಿಂಸೆಗಳಿಗೆ, ಮಿಸ್ಟರ್ ಮತ್ತು ಮಿಸೆಸ್ ಗಾಂಧಿ ಎನ್ನುವ ಅಭಿಪ್ರಾಯ. ಅವರ ಪ್ರಚೋದನೆಯೇ ಸರಕಾರದ ಅಡಿಪಾಯ ಕಂಪಿಸಲು ಕಾರಣ. ಆದ್ದರಿಂದ ಅವರಿಬ್ಬರನ್ನೂ ಜೈಲಿನೊಳಗೆ ಇರಿಸಿದರೆ ಎಲ್ಲವೂ ತಣ್ಣಗಾಗುತ್ತದೆ. ನಾಯಕತ್ವವಿಲ್ಲದ ಚಳುವಳಿ ತೀವ್ರತೆಯನ್ನು ಕಳೆದುಕೊಳ್ಳುತ್ತದೆ. ಸತ್ಯಾಗ್ರಹಿಗಳು ಬಾಲ ಮುದುಡಿ ಕೂರುತ್ತಾರೆ ಎನ್ನುವ ತಪ್ಪು ಕಲ್ಪನೆಯಿತ್ತು.

ಮುಂಬಯಿಯಲ್ಲಿ ಗಾಂಧಿ ಬಂಧನವಾದ ಕೂಡಲೇ ಬಾ ಆಶ್ರಮಕ್ಕೆ ಹಿಂತಿರುಗಿದ್ದಳು. ಸುದ್ದಿ ತಿಳಿಯುತ್ತಿದ್ದಂತೆ, ಆಶ್ರಮಕ್ಕೆ ಬಂದು ಅವಳನ್ನು ಮತ್ತು ಅವಳ ಜೊತೆಗೆ ಉಳಿದ ಒಂದಷ್ಟು ಮಂದಿ ಹೆಂಗಸರನ್ನು ವ್ಯಾನ್ ಹತ್ತಿಸಿಕೊಂಡು ಹತ್ತಿರದ ಸಬರಮತಿ ಜೈಲಿನಲ್ಲಿ ದೂಡಿದ್ದಲ್ಲದೆ, ಆಶ್ರಮದ ಆಸ್ತಿಪಾಸ್ತಿಯನ್ನೆಲ್ಲ ಹೊತ್ತೊಯ್ದರು. ಬಾಗೆ ಸೆರೆಮನೆ ಹೊಸದೇನೂ ಆಗಿರಲಿಲ್ಲ. ಇವರಷ್ಟೇ ಅನೇಕ ಕಡೆಗಳಿಂದ ಬಹುಸಂಖ್ಯೆಯಲ್ಲಿ ಹೆಂಗಸರು ಬಂಧನಕ್ಕೊಳಗಾದರು. ಎಲ್ಲ ಹೆಂಗಸರಿಗೂ ಕಠಿನವಾದ ಶಿಕ್ಷೆಯನ್ನು ವಿಧಿಸಲಾಯಿತು. ಕಠಿನವಾದ ಶಿಕ್ಷೆ ಅನುಭವಿಸುವುದರಿಂದ, ಪಾಠ ಕಲಿತು ಮುಂದೆ ಇಂಥ ಸಾಹಸಕ್ಕೆ ಮುಂದಾಗಲಾರರು ಎಂದು ಭಾವಿಸಲಾಗಿತ್ತು. ಆದರೆ 'ಬಾ' ಗೆ ಮಾತ್ರ ಕೇವಲ ಆರುವಾರಗಳ ಸರಳ ಶಿಕ್ಷೆಯನ್ನು ಘೋಷಿಸಿದ್ದು 'ಬಾ' ಗೆ ಅಚ್ಚರಿಯಾಯಿತು. ಹಾಗೆಯೇ ಉಳಿದ ಹೆಂಗಸರ ಶಿಕ್ಷೆಯನ್ನು ತಿಳಿದು ನೊಂದುಕೊಂಡಲ್ಲದೆ, ಪಾಪ ಪ್ರಜ್ಞೆಯೂ ಕಾಡಿತು.

ಜೈಲಿನಲ್ಲಿ ಅವಳ ಆಗ್ರಹ ಪ್ರಬಲವಾಗಿತ್ತು. ಅವರು ಕೊಡುವ ಊಟ ತಿಂಡಿಗಳನ್ನು ತಿರಸ್ಕರಿಸಿ ತನಗೆ ಬೇಕಾದ್ದನ್ನು ಕೊಡಲು ಹಟ ಹಿಡಿದು ಕೇಳುತ್ತಿದ್ದಳು.

ಆರು ತಿಂಗಳು ಸಜೆ ಮುಗಿದ ನಂತರ 'ಬಾ' ಪೂನಾದಲ್ಲಿನ ಯೆರವಾಡ ಜೈಲಿನಲ್ಲಿದ್ದ ಗಂಡನನ್ನು ನೋಡಬೇಕೆಂದುಕೊಂಡಳು. ಆದರೆ, ದುರದೃಷ್ಟವೆಂಬಂತೆ, ಬಾಪು ಯಾರನ್ನೂ

ಜೈಲಿನಲ್ಲಿ ನೋಡುವುದಿಲ್ಲವೆಂದು ಪ್ರತಿಜ್ಞೆ ಮಾಡಿದ್ದ. ನಂತರ ಗಾಂಧಿಗೇ ತಾನು ಮಾಡಿದ್ದು ಸರಿಯಿಲ್ಲವೆನಿಸಿ, ತನ್ನನ್ನು ಸಂದರ್ಶಿಸಲು ಬರುವವರನ್ನು ಬರಮಾಡಿಕೊಂಡ. ಹಾಗೆ ಬಂದವರಲ್ಲಿ ಬಾ ಇರಲಿಲ್ಲ. ಅವಳನ್ನು ಉದ್ದೇಶಪೂರ್ವಕವಾಗಿ ಭೇಟಿಮಾಡದಂತೆ ಎಚ್ಚರ ವಹಿಸಿದ. ಯಾಕೆಂದರೆ ತನ್ನ ನೋಡಬರುವವರ ಮೇಲೆ ಗುಮಾನಿ ಇರುತ್ತಿತ್ತಾದರೂ 'ಬಾ' ಬಂದರೆ, ಅವಳಿಗೆ ದೊಡ್ಡ ಬೆಲೆ ತೆರೆಬೇಕಾಗುತ್ತದೆ ಎಂದು ಎಚ್ಚರವಹಿಸಿದ. ಆದರೂ ಅವಳನ್ನು ಬಂಧಿಸಿ ಆರು ತಿಂಗಳು ಮತ್ತೆ ಸೆರೆಮನೆಗೆ ಕಳುಹಿಸಲಾಯಿತು.

ಅಷ್ಟರಲ್ಲಿ ಬಾಪು, ಆ ಮರಣಾಂತ ಉಪವಾಸ ಕೈಗೊಂಡಿರುವ ಸುದ್ದಿಯ ಸಿಡಿಲು ಬಡಿಯಿತು. ಅಂಬೇಡ್ಕರ್ ಅವರ ಅಸ್ಪೃಶ್ಯರ ಪರವಾದ ನಿಲುವು ಗಾಂಧಿಗೆ ಆಘಾತವನ್ನುಂಟು ಮಾಡಿತು. ಅವರು ಕೆಳವರ್ಗದ ಅಂದರೆ ಅಸ್ಪೃಶ್ಯರಿಗೆ ಪ್ರತ್ಯೇಕವಾದ ಮತದಾನದ ಹಕ್ಕು ಕಾಯಿದೆಬೇಕೆಂದು ಅಭಿಪ್ರಾಯವನ್ನು ಮುಂದಿಟ್ಟಿದ್ದರು. ಇದರಿಂದಾಗಿ ಹಿಂದುಗಳು ಇದನ್ನು ಸಮರ್ಥಿಸಿದರೆ ಸಂವಿಧಾನದಲ್ಲಿ ಜಾತಿ ಭೇದದ ಧೋರಣೆ ಸೇರಿಕೊಳ್ಳುತ್ತದೆ ಎನ್ನುವುದು ಬಾಪುವಿನ ಆತಂಕವಾಗಿತ್ತು.

ಬಾಪುವಿನ ಉಪವಾಸದ ಸುದ್ದಿ ಇಂಗ್ಲೆಂಡಿನಲ್ಲಿ, ಆತಂಕ, ಭಯ ತಲ್ಲಣಗಳನ್ನು ಸೃಷ್ಟಿಸಿತ್ತು.

'ಬಾ' ಗೆ ಈ ಉಪವಾಸದ ಹಿಂದಿನ ರಾಜಕೀಯ ಕಾರಣಗಳ ಸಂಕೀರ್ಣತೆ ಅರ್ಥವಾಗುತ್ತಿರಲಿಲ್ಲವಾದರೂ, ಉಪವಾಸ ಮಾಡುವುದು ಮಹತ್ತದ ಕೆಲಸಕ್ಕಾಗಿ ಎಂಬುದನ್ನು ಅರ್ಥಮಾಡಿಕೊಂಡಿದ್ದಳು. ಅಲ್ಲದೆ ಬಾಪು ಈಗ ಇದನ್ನು ಮಾಡುತ್ತಿರುವುದು ಮಾನವತೆ, ಐಕ್ಯತೆಗಳಿಗಾಗಿ ಆಚರಿಸುತ್ತಿರುವ ಧಾರ್ಮಿಕ ವ್ರತವೆಂದೇ ಪರಿಗಣಿಸಿದ್ದಳು. ಆದ್ದರಿಂದ ಮುಂದೆ ತನ್ನ ನಿಲುವನ್ನು ನಿರ್ಧರಿಸುವುದಕ್ಕೆ ಉಪವಾಸದಲ್ಲಿರುವ ಗಂಡನನ್ನು ನೋಡಿಬರಬೇಕೆಂದು ಯೆರವಾಡ ಜೈಲಿಗೆ ಭೇಟಿಕೊಟ್ಟಳು.

ಹೊರಗಡೆ ಅಂಗಳದಲ್ಲಿ ಕಬ್ಬಿಣದ ಮಂಚದ ಮೇಲೆ ಮಾವಿನ ಮರದ ನೆರಳಿನಲ್ಲಿ ಮೌನವಾಗಿ ನಿಶ್ಚಲವಾಗಿ ಮಲಗಿದ್ದ ಎಷ್ಟೋ ತಿಂಗಳು ಕಳೆದ ನಂತರ ಮೊದಲ ಬಾರಿಗೆ ಗಂಡನನ್ನು ನೋಡುತ್ತಿದ್ದಳು. ತೀರಾ ಜೀರ್ಣದೇಹಿಯಾಗಿದ್ದ. ಸಾವಿನ ಭಯವೂ ಇತ್ತು. ಇಂಥ ಸ್ಥಿತಿಯಲ್ಲಿ ಗಂಡನನ್ನು ನೋಡುವುದು ಯಾರಿಗೇ ಆಗಲಿ ಕ್ರೂರ ಹಿಂಸೆ ಎಂದೆನಿಸದಿರದು. ಆದರೆ ಕಸ್ತೂರಬಾ ಮೊಗದಲ್ಲಿ ಒಂದಿಷ್ಟೂ ಉದ್ವಿಗ್ನತೆ ಕಾಣಿಸಲಿಲ್ಲ. ಪ್ರಶಾಂತವಾದ ಮುಖ, ಒಂದಿಷ್ಟು ದುಃಖಿವನ್ನಾಗಲೇ ಅಥವಾ ಕ್ಷೋಭೆಯನ್ನಾಗಲಿ, ತೋರಿಸಿಕೊಳ್ಳಲಿಲ್ಲ. ಬದಲಾಗಿ ತಾನೆಷ್ಟು ಧೈರ್ಯದಿಂದ ಇದ್ದೀನೆಂಬುದನ್ನು ತೋರಲು,

"ಹೂಂ, ನಿಮ್ಮದು ಇದು ಮಾಮೂಲೇ! ಮಾತು ಮಾತಿಗೂ ಉಪವಾಸವೆಂಬ ಮಹಾಸ್ತ್ರವನ್ನು ಬ್ರಹ್ಮಾಸ್ತ್ರವನ್ನು ಎಸೆದು ಬಿಡುತ್ತೀರಿ. ಇದರಿಂದ ಎಷ್ಟು ಜನ ತಲ್ಲಣಕ್ಕೆ ಉದ್ವಿಗ್ನತೆಗೆ ಗಾಭರಿಗೆ ಒಳಗಾಗುತ್ತಾರೆಂಬ ಅರಿವಿದೆಯೇ ನಿಮಗೆ? ಬೇರೆ ದಾರಿಗಳು ನಿಮಗೆ ಹೊಳೆಯುವುದೇ ಇಲ್ಲವೆ?" ಎಂದು ಬಡ ಬಡಮಾತನಾಡಿದಳು. ಒದ್ದುಕೊಂಡು ಬರಲಿದ್ದ ಕಂಬನಿಯನ್ನು ಹಾಗೆಯೇ ಅದುಮಿ ಒಳಸರಿಸಿದಳು. ಮಾತು ಮುಂದುವರಿಸಿದಳು.

"ನೀವು ಉದ್ದೇಶಿಸುವ ಕೆಲಸಗಳು, ಮುಗಿಯುವ ಮೊದಲೇ ನೀವು ಸಾವನ್ನು ಸ್ವಯಂ ಇಚ್ಛೆಯಿಂದ ಬರಮಾಡಿಕೊಳ್ಳುವುದಾದರೆ, ನೀವು ಏನನ್ನು ಸಾಧಿಸಿದಂತೆ? ನಿಮ್ಮ ಸಾವಿನಿಂದ

ಜನದಂಗೆಯೆದ್ದು, ದೇಶದ ತುಂಬೆಲ್ಲ ಹಿಂಸೆ ಅಶಾಂತಿ, ಗಲಭೆ, ಹೊಡೆದಾಟ, ರಕ್ತಪಾತ ಇವೆಲ್ಲ ಆದರೆ, ಯಾರನ್ನು ಹೊಣೆಯಾಗಿಸುತ್ತಾರೆ. ನೀವು ಯೋಚಿಸಿದ್ದೀರಾ?"

ಬಾಪು ಕ್ಷೀಣವಾದ ದನಿಯಲ್ಲಿ ಹೇಳಿದ.

"ಬಾ ನೀನು ಹೇಳುವುದು ಸತ್ಯಸ್ಯ ಸತ್ಯ. ಆದರೆ ನನ್ನ ಉಪವಾಸವೆಂಬ ಮಹಾಸ್ತ್ರಕ್ಕಲ್ಲದೆ ಈ ಸರಕಾರ ಮಣೆಯುವುದಿಲ್ಲ. ಅಲ್ಲದೆ ಒಂದು ವೇಳೆ ನಾನು ಸಾಯುವುದೇ ಖಚಿತವಾದರೆ ನೀನು, ನಮ್ಮ ಮಕ್ಕಳಾದ ರಾಮದಾಸ, ದೇವದಾಸ, ಮಣಿಲಾಲರು ಇದ್ದಾರಲ್ಲ?"

"ನಾವಿದ್ದರೆ ಸಾಕೆ? ನಾಯಕನಿಲ್ಲದಿದ್ದರೆ, ಸೇನಾಪಡೆ ದಿಕ್ಕಾಪಾಲಾಗುತ್ತದೆ. ದಾರಿ ತೋರಲು ನಾಯಕ ಸುರಕ್ಷಿತವಾಗಿ ಮುನ್ನಡೆಸಲು ಬದುಕಿರಬೇಕಲ್ಲವೆ?"

"ದೇವರನ್ನು ನಾನು ನಂಬಿದ್ದೇನೆ. ನನ್ನಿಂದೇನಾಗಬೇಕು, ಹೇಗಾಗಬೇಕು, ಯಾವಾಗ ಆಗಬೇಕು ಎನ್ನುವುದನ್ನು ಅವನೇ ನಿರ್ಧರಿಸುತ್ತಾನೆ" ಎಂದು ಮೌನವಾದ.

ಕಸ್ತೂರಿಗೆ ಇನ್ನು ಮಾತಾಡಿದ್ದು ಸಾಕು. ತೀರಾದಣೆಸಿಬಿಟ್ಟನೇನೋ ಎಂದು ನೊಂದುಕೊಂಡಳು.

ಕಣ್ಣುಮುಚ್ಚಿ ನಿದ್ದೆಗೆ ಇಳಿದಿದ್ದ ಬಾಪುವನ್ನು ನೋಡಿದಳು. ತೀರಾ ತೀರಾ ಸೊರಗಿ ಹೋಗಿದ್ದ. ಶಕ್ತಿಯೆಲ್ಲ ಸೋರಿಹೋಗಿತ್ತು. ರಕ್ತದೊತ್ತಡ ತೀರಾ ಹೆಚ್ಚಾಗಿತ್ತು. ತೂಕವೂ ಬಹಳ ಕಡಿಮೆಯಾಗಿತ್ತು. ಅರೆ ಮಂಪರು, ಅರೆ ಪ್ರಜ್ಞಾವಸ್ಥೆ. ಬಾಪುವಿನ ಸ್ಥಿತಿಯಿಂದ ಗಾಭರಿಗೊಂಡಿದ್ದ ಸರಕಾರ, ಅಸ್ಪೃಶ್ಯರ ವಿಷಯದಲ್ಲಿ ಮತ್ತೆ ಯೋಚಿಸುವಂತೆ ಮಾಡಿತು. ಮತದ ಹಕ್ಕನ್ನು ಪ್ರತ್ಯೇಕವಾಗಿ ಅಸ್ಪೃಶ್ಯರಿಗೆ ಇರಿಸಬೇಕೆಂಬ ನಿಲುವಿನಲ್ಲಿ ಸ್ವಲ್ಪ ಸಡಿಲಗೊಂಡು, ಶಾಸಕ ಸ್ಥಾನಗಳಿಗೆ ಮೀಸಲಾತಿಯನ್ನು ಮಂಜೂರುಮಾಡಿತು. ಯೆರವಾಡ ಒಪ್ಪಂದದ ಪ್ರಕಾರ ಇನ್ನು ಮುಂದೆ ಯಾರೂ ಅಸ್ಪೃಶ್ಯರಲ್ಲ ಎಂದಾಯಿತು.

ಕಸ್ತೂರಬಾಳ ಶುಶ್ರೂಷೆ, ಈ ಒಪ್ಪಂದ, ಗಾಂಧಿಯ ಆರೋಗ್ಯದ ಮೇಲೆ ಸಂಜೀವಿನಿಯ ಪರಿಣಾಮವನ್ನು ಬೀರಿತು. ಗಾಂಧಿಗೆ ಇದರಿಂದ ಸಾವಿರ ಆನೆಯ ಬಲ ಬಂದಂತಾಯಿತು.

ಮುಂದಿನ ಹೋರಾಟಗಳೂ ವಿಜಯವಂತವಾಗುತ್ತವೆ ಎನ್ನುಬ ಭರವಸೆ ಮೂಡಿತು. ಇಷ್ಟೆಲ್ಲ ಆದ ಮೇಲೆ ಬಾಪುವಿಗೆ ಉಪವಾಸ ಕೊನೆಗಾಣಿಸುವ ಸಮಯ ಬಂತು.

ಕಸ್ತೂರಬಾ ಕೈ ಆಸರೆ ಕೊಟ್ಟು ಬಾಪುವನ್ನು ಎಬ್ಬಿಸಿ ಕುಳ್ಳಿರಿಸಿದಳು. ಕಿತ್ತಳೆ ರಸದ ಲೋಟವನ್ನು ಅವನ ತುಟಿಗಳ ಬಳಿ ಹಿಡಿದಳು. ಬಾಪು ಕ್ಷೀಣವಾದ ನಗೆಯೊಂದಿಗೆ 'ಬಾ' ಳನ್ನು ನೋಡಿದ. ಗಂಡ–ಹೆಂಡಿರಿಬ್ಬರ ಕಣ್ಣುಗಳಲ್ಲಿಯೂ ಆನಂದ, ತೃಪ್ತಿಯ ಬೆಳಕು ಫಳಕ್ಕನೆ ಕಾಣಿಸಿ ಮರೆಯಾಯಿತು.

ಬಾಪುವಿನ ಉಪವಾಸಾಂತ್ಯದ ಸುದ್ದಿ, ದೇಶಾದ್ಯಂತ ಹರಡಿ ಜನ ಸಂತೋಷ ಸಮಾಧಾನಗಳಿಂದ ಕುಣಿದಾಡಿದರು. ಅಲ್ಲಲ್ಲಿ ಉತ್ಸವಗಳನ್ನು ನಡೆಸಿದರು.

ಜೈಲು ಅಧಿಕಾರಿಗಳಿಗೆ ಸರಕಾರದ ಪ್ರತಿನಿಧಿಗಳಿಗೆ ತಲೆಮೇಲಿದ್ದ ಬಂಡೆಕಲ್ಲಿನ ಹೊರೆ ಇಳಿದಂತಾಯಿತು. ಕಸ್ತೂರಬಾಳ ಬರವೇ ಗಾಂಧಿಯಲ್ಲಿ ಇಂತಹ ಚೇತರಿಕೆಗೆ ಕಾರಣವೆಂದು ನಂಬಿದರು 'ಬಾ' ಳನ್ನು ಅಭಿನಂದಿಸಿದರು.

ಗಂಡನನ್ನು ನೋಡಿಕೊಳ್ಳಲೆಂದೇ 'ಬಾ'ಳನ್ನು ಯೆರವಾಡ ಜೈಲಿಗೆ ಸ್ಥಳಾಂತರಿಸಲಾಗಿತ್ತು. ಈಗ ಗಾಂಧಿ ಸ್ಥಿತಿ ಸುಧಾರಿಸಿ, ತನ್ನ ಪಾಡಿಗೆ ತಾನು, ತನ್ನ ಕೆಲಸಗಳನ್ನು ಮಾಡಿಕೊಳ್ಳುವಷ್ಟು ಗುಣಮುಖನಾಗಿದ್ದರಿಂದ, 'ಬಾ'ಳನ್ನು ಅಲ್ಲಿಂದ ಹೆಂಗಸರಿದ್ದಲ್ಲಿಗೆ ಕಳಿಸಿದರು. ಆದರೆ 'ಬಾ'ಗೆ ಪ್ರತಿನಿತ್ಯವೂ ಗಂಡನನ್ನು ನೋಡಿ ಬರಲು ಪರವಾನಗಿಯನ್ನು ನೀಡಲಾಯಿತು. ತಾನೇ ಸಿದ್ಧಪಡಿಸುತ್ತಿದ್ದ ಆಹಾರವನ್ನು ನೀಡುತ್ತಿದ್ದಳು. ಗಂಡ ಉಪವಾಸ ಮಾಡುವಾಗಲೆಲ್ಲ ಬಾ ಕೂಡ ಅರೆ ಉಪವಾಸವನ್ನು ಮಾಡುವುದು ರೂಢಿಯಾಗಿತ್ತು. ಹಾಗಾಗಿ ಅವಳೂ ಸಹ ಸಾಕಷ್ಟು ಇಳಿದು ಹೋಗಿದ್ದಳು. ಅವಳಿಗೂ ಆರೈಕೆ ಬೇಕಾಗಿತ್ತಾದರೂ, ಮಾಡುವವರೇ ಇರಲಿಲ್ಲ.

ಬಾಪುವಿನ ಉಪವಾಸ ಒಂದು ರೀತಿಯಲ್ಲಿ 'ಬಾ'ಗೆ ವರದಾನವೆಂಬಂತೆ ಭಾಸವಾಯಿತು. ಬಾಪುವನ್ನು ನೋಡಲು ಮಕ್ಕಳು ಬರುತ್ತಿದ್ದುದರಿಂದ ಕುಟುಂಬದವರೆಲ್ಲ ಪರಸ್ಪರ ಒಬ್ಬರನ್ನೊಬ್ಬರು ನೋಡುವಂತಾಗಿತ್ತು. ರಾಮದಾಸನನ್ನೂ ಯೆರವಾಡ ಜೈಲಿಗೇ ಕಳಿಸಿದ್ದರು. ದೇವದಾಸನಿಗೆ ಬಿಡುಗಡೆ ಆಗಿದ್ದುದರಿಂದ ಅವನೂ ಪದೇ ಪದೇ ಜೈಲಿಗೆ ಭೇಟಿ ಕೊಡುತ್ತಿದ್ದ. ಇನ್ನು ಮಣಿಲಾಲ ದಕ್ಷಿಣ ಆಫ್ರಿಕಾದಲ್ಲಿದ್ದರೂ ಸುದ್ದಿ ತಿಳಿಯುತ್ತಿದ್ದಂತೆ ಹೆಂಡತಿ ಮತ್ತು ನಾಲ್ಕು ವರ್ಷದ ಮಗಳನ್ನು ಕರೆದುಕೊಂಡು ಭಾರತಕ್ಕೆ ಬಂದಿಳಿದು, ಬಾಪುವನ್ನು ಮಾತನಾಡಿಸಲು ಆತುರದಿಂದ ಯೆರವಾಡ ಜೈಲಿಗೆ ಭೇಟಿ ನೀಡಿದ. 'ಬಾ'ಗಂತೂ ಮಗ, ಸೊಸೆ, ಮೊಮ್ಮಗಳಾದ ಪುಟ್ಟ ಸೀತಾಳನ್ನು ನೋಡಿದ್ದೇ, ಅಲ್ಲಿಯವರೆಗಿನ ಅವಳು ಪಟ್ಟ ಪಾಡನ್ನು ಮರೆತಳು. ಒಂದಷ್ಟು ಗಂಟೆಗಳಾದರೂ ಕುಟುಂಬದವರೊಂದಿಗೆ ಕಳೆದದ್ದೇ ಅವಳಿಗೆ ಬಹುದೊಡ್ಡ ಉಡುಗೊರೆ ಎನಿಸಿತು. ಮುಂದಿನ ಕೆಲಸಗಳಿಗೆ ಈ ಅನುಭವಗಳು ಮಕ್ಕಳೊಂದಿಗಿನ ಸಮಾಗಮ. ಸ್ಫೂರ್ತಿಯ ಟಾನಿಕ್ ಆಯಿತು.

ಬಾಪು ಜೈಲಿನಲ್ಲಿಯೇ ಉಳಿದರೆ, ಮುಂದಿನ ಚಳುವಳಿ ಪ್ರತಿಭಟನೆಗಳು ಏನಾಗಬಹುದೆನ್ನುವ ಆಲೋಚನೆಯಿಂದ 'ಬಾ' ಬಾಪುವನ್ನು ತನಗೆ ಬಿಡುಗಡೆಯಾದ ತಕ್ಷಣವೇ ತಾನು ಬಾಪುವಿನ ಕೆಲಸಗಳನ್ನು ಮುಂದುವರಿಸಲು ಅಪ್ಪಣೆ ಕೇಳಿದಳು. ಬಾಪುವಿಗೆ ಹೆಂಡತಿಯ ಮಾತು ಕೇಳಿ ಹೃದಯ ತುಂಬಿ ಬಂತು. ತನಗಿಂತ ತನ್ನ ಹೆಂಡತಿಯ ಪಾತ್ರ, ಹೆಣ್ಣಾಗಿಯೂ ಇತರೆ ಜವಾಬ್ದಾರಿಗಳ ನಡುವೆಯೂ ತೀರಾ ಮಹತ್ತ್ವದ್ದೆನಿಸಿತು. ಹೊರಜಗತ್ತಿನ ಆಗುಹೋಗುಗಳ ಸುಳಿವು ಪಡೆಯಲು ಇದ್ದದ್ದು ಒಂದೇ ಒಂದು ಮಾರ್ಗವೆಂದರೆ 'ಬಾ' ಆಗಿದ್ದಳು.

ಮದ್ರಾಸಿನಲ್ಲಿ ಡಿಸೆಂಬರ್ 3, 1932ರಂದು ಅಸ್ಪೃಶ್ಯತಾ ವಿರೋಧಿ ಸಮಾವೇಶ ಪ್ರಾರಂಭವಾಗಬೇಕಿತ್ತು. ಆದರೆ ಅದರ ರೂವಾರಿ ಬಾಪು ಜೈಲಿನಲ್ಲಿದ್ದುದರಿಂದ 'ಬಾ' ಗೆ ಬಿಡುಗಡೆ ಆಗಿದ್ದುದರಿಂದ ಅವಳೇ ಬಾಪುವನ್ನು ಪ್ರತಿನಿಧಿಸಿ, ಆ ಸಮಾವೇಶದಲ್ಲಿ ಭಾಗವಹಿಸಲು ಹೋದಳು. ಅದೇ ಸಂದರ್ಭದಲ್ಲಿ ಒಂದಷ್ಟು ಮಂದಿ ಹೆಂಗಸರನ್ನು ಕಟ್ಟಿಕೊಂಡು, ಗಾಂಧಿ ಹೊಸದಾಗಿ ನೀಡಿದ್ದ ಹೆಸರಿನ 'ಹರಿಜನ'ರ ಹಕ್ಕುಗಳ ಬಗ್ಗೆ ಅರಿವು ಮೂಡಿಸಲು ಸುತ್ತಮುತ್ತಲ ಊರುಗಳಿಗೆ ಭೇಟಿಕೊಟ್ಟಳು. ಹೆಂಗಸರನ್ನು ಸ್ವಾತಂತ್ರ್ಯ ಹೋರಾಟಕ್ಕೆ ಸಜ್ಜುಗೊಳಿಸಿದಳು. ದೇಶಪ್ರೇಮ, ಜಾತಿಸಮಾನತೆಯ ಭಾವದ ಬೀಜಗಳನ್ನು ಬಿತ್ತಿದಳು. ಅವರಲ್ಲಿನ ಶಕ್ತಿ ಸಾಮರ್ಥ್ಯಗಳನ್ನು ಬಡಿದೆಬ್ಬಿಸಿದಳು. ಇಂಥ ಕಾರ್ಯಭಾರದ ನಡುವೆಯೇ ಬಾಪುವಿನ ಯೋಗ ಕ್ಷೇಮದ ಬಗ್ಗೆ ವಿಚಾರಿಸುತ್ತಿದ್ದಳು.

ಕಸ್ತೂರಬಾಳ ಈ ಕೆಲಸ ಅಂದರೆ ಅಸ್ಪೃಶ್ಯರ ಪರವಾದ ಹೋರಾಟ, ಸಂಪ್ರದಾಯಸ್ಥ ಹಿಂದುಗಳಿಂದ ಕಟುವಾದ ಟೀಕೆಗಳಿಗೆ ಗುರಿಯಾಯಿತು. ಮಡಿವಂತಿಕೆಯ ಜನಕ್ಕೆ 'ಬಾ'ಳ ಈ ಪ್ರಯತ್ನಗಳು ಅಸಹನೀಯವೆನಿಸಿತು.

ಹಿಂದೂಗಳಿಂದ ಒಂದು ರೀತಿಯ ಪ್ರತಿಕ್ರಿಯೆ ಎದುರಾದರೆ, ಬ್ರಿಟಿಷ್ ಸರಕಾರದ ಪ್ರತಿಕ್ರಿಯೆ ಮತ್ತೊಂದು ರೀತಿಯದಾಗಿತ್ತು. ಹೆಂಗಸರನ್ನು ಎತ್ತಿ ಕಟ್ಟುತ್ತಾ, ಪ್ರಚೋದಿಸುತ್ತಾ ಇರುವ 'ಬಾ' ಸರಕಾರದ ದೃಷ್ಟಿಯಲ್ಲಿ ಗಾಂಧಿಗಿಂತ ಅಪಾಯಕಾರಿಯಾಗಿ ಕಾಣಿಸತೊಡಗಿತು. ಭಾರತೀಯ ಕೆಚ್ಚೆದೆಯ ಮಹಿಳೆಯರ ಕತೆಗಳನ್ನು ಬಲ್ಲವರಾಗಿದ್ದರು ಬ್ರಿಟಿಷರು! ಆದ್ದರಿಂದ 'ಬಾ'ಳನ್ನು ಹಾಗೆಯೇ ಬಿಟ್ಟರೆ ಅಪಾಯ ತಪ್ಪುವುದಿಲ್ಲವೆನಿಸಿದ್ದರಿಂದ, ಅವಳನ್ನು ತನ್ನ ಕೆಲಸದಲ್ಲಿ ಮುಂದುವರೆಯಲು ಬಿಡದಂತೆ, ಮತ್ತೆ ಅವಳನ್ನು ಆರು ತಿಂಗಳು ಜೈಲುಶಿಕ್ಷೆಗೆ ದೂಡಿದರು.

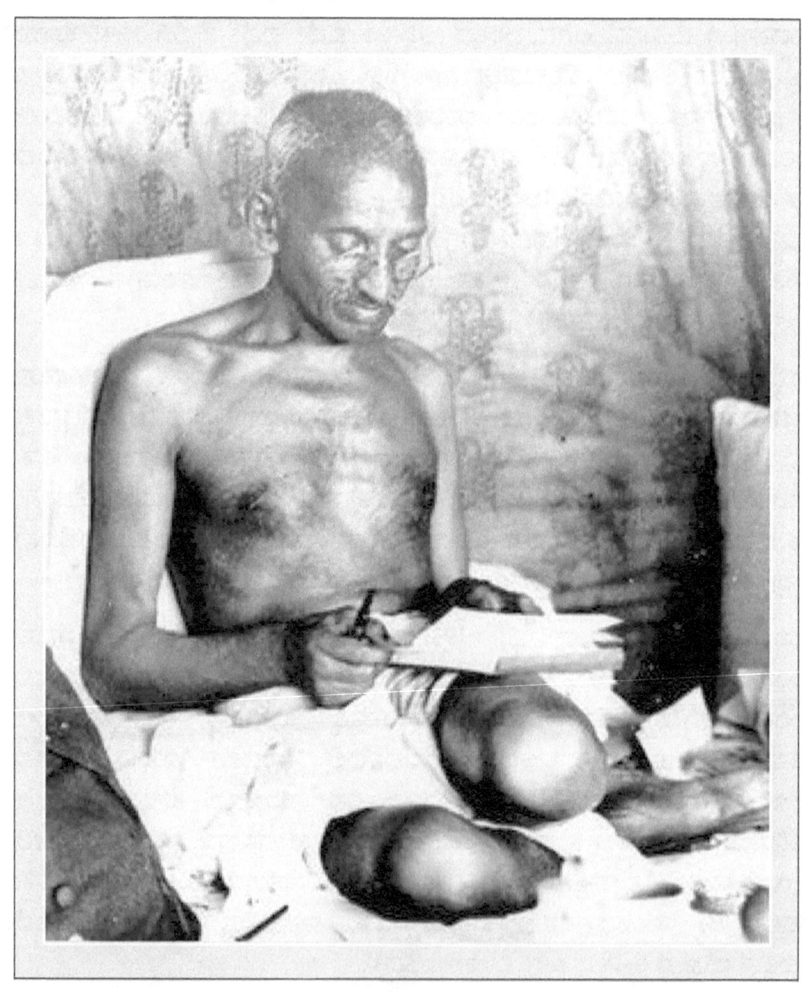

'ಬಾ'ಗೆ ಇದರಿಂದ ಭಯವಾಗಲೀ, ಹತಾಶೆಯಾಗಲಿ ಉಂಟಾಗಲಿಲ್ಲ. ಜೈಲುವಾಸ ಅವಳಿಗೆ ನೀರುಕುಡಿದಷ್ಟು ಸರಾಗವಾಗಿತ್ತು. ಈಗಾಗಲೇ ಎರಡುವರ್ಷಗಳಲ್ಲಿ ಐದುಸಲ ಜೈಲಿಗೆ ಹೋಗಿಬಂದಿರುವಾಗ, ಇದು ಆರನೇ ಸಲದ ಜೈಲುವಾಸದಿಂದ ಅವಳಿಗೆ ಯಾವುದೇ ಬಗೆಯ ಭಯ ಕಾಡಿರಲಿಲ್ಲ. ಆದರೆ ಜೈಲು ಅಧಿಕಾರಿಗಳಿಗೆ ಮಾತ್ರ 'ಬಾ' ಜೈಲಿನಲ್ಲಿದ್ದರೂ ಭಯವೇ? ಸಹ ಕೈದಿಗಳ ಜೊತೆ ಅವಳ ರಾಜಕೀಯ ನಡೆದೇ ನಡೆಯುತ್ತದೆ. ಅವರ ಮನಃ ಪರಿವರ್ತನೆಯ ಪ್ರಯತ್ನಗಳು ಮುಂದುವರೆಯುತ್ತವೆ ಎನಿಸಿ ಅವಳನ್ನು ಸಹಕೈದಿಗಳಿಂದ ಬೇರ್ಪಡಿಸಿ ಪ್ರತ್ಯೇಕವಾದ, ಜೈಲು ಕೊಠಡಿಯಲ್ಲಿ ಇರಿಸಲಾಯಿತು. ಆದರೆ 'ಬಾ' ಇದರಿಂದಲೂ ಎದೆಗೆಡಲಿಲ್ಲ. ಜೊತೆಗಿದ್ದಾಗ ಒಂಟಿಯಾಗಿದ್ದಾಗ, ಸಮಯದ ಸದುಪಯೋಗ ಹೇಗೆಂದು ತಿಳಿದಿದ್ದಳು!

ತನ್ನ ಆಶ್ರಮದ ಜನರ ಬಗ್ಗೆ, ತನ್ನ ಗಂಡನ ಹೋರಾಟದ ಪ್ರಕ್ರಿಯೆಯಲ್ಲಿ ತೊಡಗಿಸಿಕೊಂಡಿದ್ದ, ಅತ್ಯಂತ ಸುಶಿಕ್ಷಿತ ವರಿಷ್ಠ ಕುಟುಂಬಗಳಿಂದ ಬಂದ ಹೆಂಗಸರ ನಡೆ–ನುಡಿ ವರ್ತನೆಗಳ ಬಗ್ಗೆ ಯೋಚಿಸುತ್ತಾ ಕುಳಿತಾಗ, ಅವರ ಮುಂದೆ ಸಾಮಾನ್ಯ ಹೆಂಗಸರ ರೀತಿಗಳೇ ಆಪ್ತವೆನಿಸುತ್ತಿತ್ತು. ಗಾಂಧಿ ಜೊತೆಗೆ ದೇಶೀಯ, ವಿದೇಶೀಯ ಹೆಂಗಸರೆಲ್ಲರೂ ಇದ್ದರು. ಅವರಲ್ಲಿ ಮೀರಾಬೆನ್ ಆಗಿ ನಾಮಾಂತರಗೊಂಡ ಮೆಡಲೀನ್ ಸ್ಲೇಡ್. ಮುರಿಯೆಲ್ ಲೆಸ್ಟರ್, ಸರೋಜಿನಿ ನಾಯ್ಡು, ವಿಜಯಲಕ್ಷ್ಮಿ ಪಂಡಿತ್, ಗಂಗಾಬೆನ್. ಅನುಸೂಯಾ ಸಾರಾಭಾಯ್ ಮೊದಲಾದವರು ಮುಖ್ಯರಾಗಿದ್ದರು. ಕಸ್ತೂರಳಿಗೆ ಸ್ವಲ್ಪ ಸಂಕೋಚ. ಸಾಮಾನ್ಯರೊಂದಿಗೆ ಸಹಜವಾಗಿ ನಿಸ್ಸಂಕೋಚವಾಗಿ ಬೆರೆಯುತ್ತಿದ್ದಂತೆ, ಒಡನಾಡುತ್ತಿದ್ದಂತೆ, ಇವರೊಂದಿಗೆ ಆಗುತ್ತಿರಲಿಲ್ಲ. ಅವರ ಮುಂದೆ ತಾನೋ ಯಃ ಕಶ್ಚಿತ್! ಅವರಷ್ಟು ವಿದ್ಯಾವಂತೆ ಅಲ್ಲ ಸುಲಭವಾಗಿ ಇಂಗ್ಲಿಷಿನಲ್ಲಿ ಮಾತಾಡಲು ಬರುವುದಿಲ್ಲ ಎಂಬ ಕಾರಣಕ್ಕೆ ಸ್ವಲ್ಪ ಸಂಕೋಚದಿಂದಲೇ ಇದ್ದಳು. ಅವರೊಂದಿಗೆ ಕೆಲಸ ಕಾರ್ಯ ಮಾಡಲು ಹಿಂಜರಿಯುತ್ತಿದ್ದಳು. ಜೊತೆಗೆ ಕೆಲವರ ವಿಚಾರದಲ್ಲಿ, ಗಾಂಧಿ ಜೊತೆಗಿನ ಮುಕ್ತ ಸಹವಾಸದಲ್ಲಿ, ಏನೇನೋ ವದಂತಿಗಳು ಬೇರೆ ಹರಿದಾಡುತ್ತಿದ್ದವು. ಆದರೆ 'ಬಾ' ಅವರಿಂದ ಗಂಡನ ಮೇಲಿದ್ದ ಅಭಿಮಾನವನ್ನು ಕಡಿಮೆ ಮಾಡಲಾಗಲಿಲ್ಲ. ಸಂಶಯ ದೃಷ್ಟಿಯನ್ನೂ ಬೆಳೆಸಿಕೊಳ್ಳಲಿಲ್ಲ. ಅಷ್ಟೇ ಅಲ್ಲ ಸಾಮಾನ್ಯರ ಹಾಗೆ, ಪಿಕೆಟಿಂಗ್, ಚಟುವಟಿಕೆಗಳಲ್ಲಿ ಲಾಠಿ ಏಟುಗಳನ್ನು ತಿನ್ನುವುದರಲ್ಲಿ, ಧೈರ್ಯದಿಂದ ಜೈಲುವಾಸಕ್ಕೆ ಮುಂದಾಗುವುದರಲ್ಲಿ ಅವರೆಲ್ಲ ಹಿಂದೆಟು ಹಾಕುತ್ತಿದ್ದರು.

ಗಾಂಧಿಯೊಬ್ಬರಿಗೆ ಮಾತ್ರ, 'ಬಾ'ಗೆ ಪತ್ರ ಬರೆಯಲು ಅನುಮತಿಯನ್ನು ನೀಡಲಾಗಿತ್ತು. ಅದೂ ತಿಂಗಳಿಗೊಮ್ಮೆ ಮಾತ್ರ! ಗಾಂಧಿ ಪತ್ರಗಳಲ್ಲಿ ಹುರಿದುಂಬಿಸುವ ಮಾತು, ಮುಂದಿನ ಯೋಜನೆ ಕುರಿತು. ಸಲಹೆ ಸೂಚನೆಗಳು ಇರುತ್ತಿದ್ದವು.

ಗಾಂಧಿ ಮತ್ತು 'ಬಾ'ರಿಗೆ ಪದೇ ಪದೇ ಜೈಲು ಶಿಕ್ಷೆಯನ್ನು ಎದುರಿಸಬೇಕಾಗುತ್ತಿತ್ತು. ಕುಟುಂಬದ ವಿಚಾರವಾಗಿ ಚಿಂತಿಸಲು, ಎಲ್ಲರೂ ಒಟ್ಟಿಗೆ ಸೇರಲು, ಕೂಡಿ ಹಬ್ಬ ಹರಿದಿನಗಳನ್ನು ಆಚರಿಸಲು ಅವಕಾಶವೇ ಆಗುತ್ತಿರಲಿಲ್ಲ. ಜೈಲು ಶಿಕ್ಷೆಗಳ ಮಧ್ಯಂತರದಲ್ಲಿ ಹೇಗಾದರೂ ಮನೆಯವರ ಬಗ್ಗೆ ಯೋಚಿಸಬೇಕಾಗುತ್ತಿತ್ತು. ಇಂಥ ಒತ್ತಡಗಳ ನಡುವೆ ಅದು ಹೇಗೋ ಮಣಿಲಾಲ, ರಾಮದಾಸರ ಮದುವೆ ಮಾಡಿದ್ದಾಯಿತಾದರೂ ದೇವದಾಸನೊಬ್ಬನದು ಮಾತ್ರ

ಹಾಗೇ ಉಳಿದು ಬಿಟ್ಟಿತ್ತು. ಈ ಸಲ ಜೈಲಿನಿಂದ ಬಿಡುಗಡೆಯಾದ ಮೇಲೆ ದೇವದಾಸನ ವಿವಾಹದ ಕೆಲಸ ಮುಗಿಸಿ ಬಿಡಬೇಕೆಂದು ಆಲೋಚಿಸಿದಳು.

ಅಂತೆಯೇ, ತನ್ನ, ತನ್ನ ಗಂಡನ, ತನ್ನ ಮಗ ದೇವದಾಸನ ಮತ್ತು ಭಾವಿ ಮಾವ ರಾಜಾಜಿ ಅವರ ಜೈಲು ಪರ್ವ ಮುಗಿದಿತ್ತು. ದೇವದಾಸನಂತೂ, ತುಂಬಾ ಖಾಯಿಲೆ ಬಿದ್ದು ಮೃತ್ಯುವಿನ ಬಾಯಿಂದ ಬದುಕುಳಿದಿದ್ದ. ತನ್ನ ಮತ್ತು ತಾನು ಪ್ರೀತಿಸಿದ್ದ ಲಕ್ಷ್ಮಿಯ ನಡುವೆ, ದೊಡ್ಡವರಿಂದ ಉಂಟಾಗಿದ್ದ ದೀರ್ಘ ಅಗಲಿಕೆಯನ್ನೂ ಸಹಿಸಿದ್ದ.

ದೇವದಾಸ ಒಂದಲ್ಲ ಎರಡಲ್ಲ, ಆರು ವರ್ಷಗಳು ಲಕ್ಷ್ಮಿಗಾಗಿ ಕಾದಿದ್ದ, ಜೊತೆಗೆ, ತಾವು ತಮ್ಮ ನಿರ್ಧಾರವನ್ನು ತಿಳಿಸುವವರೆಗೂ ಪರಸ್ಪರ ಭೇಟಿಯಾಗಕೂಡದೆಂಬ, ರಾಜಾಜಿ ಮತ್ತು ಗಾಂಧಿಯ ಷರತ್ತು ಬೇರೆ ಇತ್ತು. ಇದೆಲ್ಲ ನೆನೆದ ಕಸ್ತೂರಬಾ ಜೈಲಿನಿಂದ ಬಿಡುಗಡೆಯಾಗಿ ಬಂದ ಮೇಲೆ, ಲಕ್ಷ್ಮಿ ಮತ್ತು ದೇವದಾಸರ ವಿವಾಹಕ್ಕೆ ಒಂದು ಮುಹೂರ್ತವನ್ನು ಗೊತ್ತುಪಡಿಸಿದರು. ಇದು ಭಿನ್ನಜಾತಿಗೆ ಸೇರಿದ ವಧೂವರರಾಗಿದ್ದರಿಂದ, ಮಹಾರಾಷ್ಟ್ರದ ಸುಧಾರಣಾ ಪಂಥದ ಪುರೋಹಿತ ಲಕ್ಷ್ಮಣಶಾಸ್ತ್ರಿ ಜೋಶಿ ಎಂಬುವರನ್ನು ಸಂಪರ್ಕಿಸಿ, 1933ರ ಜೂನ್ 16ರಂದು ಮದುವೆಯ ವ್ಯವಸ್ಥೆ ಮಾಡಲಾಯಿತು. ಈ ಮದುವೆಗೆ ಕೆಲವೇ ಕೆಲವು ಅತಿಥಿಗಳನ್ನು ಆಹ್ವಾನಿಸ ಲಾಗಿತ್ತು. ಜೊತೆಗೆ ಮುಖ್ಯವಾಗಿ ವಧೂವರರ ಕಡೆಯಿಂದ ದೇವದಾಸನ ತಂದೆತಾಯಿಯರಾದ ಗಾಂಧಿ, ಕಸ್ತೂರಬಾ ಮತ್ತು ರಾಜಗೋಪಾಲಾಚಾರಿ ಯವರು ಇದ್ದು ಸಾಂಗವಾಗಿ, ಆದರೆ ಸರಳವಾಗಿ ಮದುವೆಯನ್ನು ನೆರವೇರಿಸಲಾಯಿತು. ಮದುವೆಯಲ್ಲಿ ಯಾವುದೇ ಆಡಂಬರವಿರಲಿಲ್ಲ. ಉಡುಗೊರೆಗಳೂ ಇರಲಿಲ್ಲ. ಗಾಂಧಿ ನವದಂಪತಿಗಳನ್ನು ಹತ್ತಿರಕ್ಕೆ ಕರೆದು ತೀರಾ ಭಾವುಕರಾಗಿ, ಕಣ್ಣ ಹನಿಗಳನ್ನೇ ಅಕ್ಷತೆಯೆಂಬಂತೆ ಉದುರಿಸಿ, ಒಂದೆರಡು ನಿಮಿಷಗಳ ಕಾಲ ಮಾತು ಹೊರಡದೆ ನಿಂತಿದ್ದು, ನಂತರ ಸಂಬಾಳಿಸಿಕೊಂಡು ಮಗ ದೇವದಾಸನನ್ನು ಕುರಿತು,

'ಮಗು ದೇವದಾಸ್, ನಾನು ನಿನ್ನಿಂದ ಏನನ್ನು ನಿರೀಕ್ಷಿಸುತ್ತೇನೆ ಎಂಬುದು ನಿನಗೆ ತಿಳಿದೇ ಇದೆ. ಅದನ್ನು ಈಡೇರಿಸಬೇಕೆಂಬುದೇ ನನ್ನ ಆಸೆ... ಶುದ್ಧಾತ್ಮಳಾದ ಲೇಡಿ ಥ್ಯಾಕರ್ಸ್ ಮನೆಯಲ್ಲಿ ನಿನ್ನ ಮದುವೆಯಾಗುತ್ತದೆ ಅಂತ ಯಾರಿಗೆ ಗೊತ್ತಿತ್ತು? ನಿಷ್ಕಳಂಕ ಚಾರಿತ್ರ್ಯದ ಮಹಾನ್ ಪಂಡಿತರಾದ ಲಕ್ಷ್ಮಣಶಾಸ್ತ್ರಿಯವರು ಈ ಮದುವೆಯ ಪೌರೋಹಿತ್ಯವಹಿಸುತ್ತಾರೆ ಎಂದು ಯಾರಿಗೆ ತಿಳಿದಿತ್ತು?

ಇವತ್ತು ನೀನು ರಾಜಗೋಪಾಲಚಾರಿಯವರ ಅಮೂಲ್ಯ ರತ್ನವನ್ನು ಕಸಿದು ಕೊಂಡಿದ್ದೀಯ... ಆ ಯೋಗ್ಯತೆ ಅರ್ಹತೆಗಳು ಸದಾ ನಿನ್ನಲ್ಲಿ ಇರಲಿ.

ದೇವರು ನಿನ್ನನ್ನು ಕಾಪಾಡಲಿ. ಅವನೊಬ್ಬನೇ ರಕ್ಷಕ, ಏಕೆಂದರೆ ಅವನೇ ತಂದೆ, ತಾಯಿ, ಬಂಧು ಬಳಗ ಮಿತ್ರರೆಲ್ಲರೂ ಒಳಗೊಂಡ ಏಕೈಕ ರಕ್ಷಕ. ನಿನ್ನ ಬದುಕು ತಾಯ್ನಾಡಿನ, ಮನುಕುಲದ ಸೇವೆಗೆ ಮುಡಿಪಾಗಿರಲಿ, ನೀವಿಬ್ಬರೂ ಸದಾಕಾಲ ವಿನಮ್ರರಾಗಿರಿ. ದೇವರಲ್ಲಿ ಭಯಭಕ್ತಿ ಇರಲಿ" ಎಂದು ಹೇಳುತ್ತಿದ್ದಂತೆ ಗಂಟಲು ಕಟ್ಟಿತು.

ಕಸ್ತೂರ್ ಮತ್ತು ಗಾಂಧಿ ದಂಪತಿಗಳು ಎಲ್ಲಿರುತ್ತಾರೆ ಎಂಬುದೇ ತಿಳಿಯುತ್ತಿರಲಿಲ್ಲ. ಜೈಲು,

ಆಶ್ರಮಗಳಲ್ಲಿ, ಯಾವಾಗ ಜೈಲು, ಯಾವಾಗ ಆಶ್ರಮ ಎಂಬುದು ನಿಶ್ಚಿತವಾಗಿರಲಿಲ್ಲ. ಇತ್ತೀಚಿನ ದಿನಗಳಲ್ಲಿಯಂತೂ ಜೈಲೇ ಖಾಯಂ ವಾಸಸ್ಥಾನವೆಂಬಂತೆ ಆಗಿತ್ತು.

ದೇವದಾಸನ ಮದುವೆಯಾದ ಮೇಲೆ ಮತ್ತೆ ಜೈಲು ಸೇರಿದಳು. ಅವಳು ಜೈಲಿನಲ್ಲಿ ಏನೋ ಒಂದು ಬಗೆಯ ಅಶಾಂತ ವಿಕ್ಷುಬ್ಧ ಸ್ಥಿತಿಯಲ್ಲಿ ಇರುತ್ತಿದ್ದಳು. ಈ ಬಾರಿ ಯಾಕೋ ಸಮಯ ಕಳೆಯುವುದೇ ಕಷ್ಟವೆನಿಸುತ್ತಿತ್ತು, ಅವಳ ಜೊತೆ ಬಂಧನಕ್ಕೊಳಗಾಗಿದ್ದ ಹೆಂಗಸರನ್ನು ಬಿಡುಗಡೆ ಮಾಡಿದ್ದರೂ, 'ಬಾ' ಮಾತ್ರ ಇನ್ನೂ ಶಿಕ್ಷೆಯನ್ನು ಅನುಭವಿಸುತ್ತಿದ್ದಳು. ಜೈಲೇ ಅವಳಿಗೆ ತವರುಮನೆಯಾಗಿತ್ತು. ಗಂಡನ ಧ್ಯೇಯಪೂರ್ತಿಗೆ ಕಂಕಣತೊಟ್ಟಂತೆ ಅನುಭವಿಸುತ್ತಿದ್ದಳು. ದೇವರು ಅನಿರೀಕ್ಷಿತಗಳನ್ನು ಹೇಗೆ ಸೃಷ್ಟಿಸುತ್ತಾನೆ ಎಂಬುದಕ್ಕೆ ಅವಳಿನ್ನೂ ಸೆರೆಮನೆಯಲ್ಲಿದ್ದಾಗಲೇ, ಅಂದರೆ ಬಿಡುಗಡೆಗೆ ಇನ್ನೂ ಒಂದು ತಿಂಗಳು ಇರುವಾಗಲೇ, ಸಾಲುಸಾಲಾಗಿ ಸಿಹಿ ಸುದ್ದಿಗಳು ಬಂದವು. ತನ್ನ ಮೂರೂ ಜನ ಸೊಸೆಯರು ಏಪ್ರಿಲ್ ತಿಂಗಳಲ್ಲೇ ದಿನಗಳ ಅಂತರದಲ್ಲಿ ಮಕ್ಕಳಿಗೆ ಜನ್ಮ ಕೊಟ್ಟಿದ್ದರು. ದಕ್ಷಿಣ ಆಫ್ರಿಕಾದಲ್ಲಿದ್ದ ಮಣಿಲಾಲ ಮತ್ತು ಸುಶೀಲಾಗೆ ಅರುಣ್ ಹೆಸರಿನ ಮಗನೂ, ರಾಮದಾಸ ನಿರ್ಮಲಾರಿಗೆ ಉಷಾ ಎಂಬ ಹೆಣ್ಣು ಮಗಳೂ, ನವದಂಪತಿಗಳಾಗಿದ್ದ ದೇವದಾಸ, ಲಕ್ಷ್ಮಿಯರಿಗೆ ಮೊದಲ ಮಗುವಾಗಿ ತಾರಾ ಎಂಬ ಹೆಣ್ಣು ಮಗಳೂ ಹುಟ್ಟಿದ್ದಳು. ಏಕಕಾಲದಲ್ಲಿ ಎದುರಾದ ಇಂಥ ಸಂತೋಷ ಅವಳ ಎಲ್ಲ ನೋವುಗಳನ್ನೂ ಮರೆಸಿತು.

42

'ಬಾ'ಳ ಜೈಲುವಾಸದ ಅವಧಿ ಮುಗಿಯುತ್ತಿದ್ದಂತೆ ಈ ಗಾಂಧಿ ದಂಪತಿಗಳ ಮುಂದೆ ಭಯಂಕರ ಸಮಸ್ಯೆಗಳು ಎದುರಾದವು. ಜಾತಿ ಹಿಂದುಗಳು ಬಾಪುವಿನ ಹರಿಜನೋದ್ಧಾರದ ಕೆಲಸಗಳ ಬಗ್ಗೆ ಕ್ರುದ್ಧರಾಗಿದ್ದರು. ಜಾತಿ ಭ್ರಷ್ಟತೆಯ ಸಾಂಕ್ರಾಮಿಕ ರೋಗವನ್ನು ಹರಡುತ್ತಿದ್ದಾನೆ ಎಂದು ಬೊಬ್ಬೆ ಹೊಡೆದು ಪ್ರತಿಭಟನೆಗೆ ಸಿದ್ಧರಾಗುತ್ತಿದ್ದರು. ಈ ಕಾರಣದಿಂದಲೂ ಕೆಲವರು ಸ್ವಾತಂತ್ರ್ಯ ಹೋರಾಟದಲ್ಲಿ, ಸಾಥಿಯಾಗಲು ಮುಂದೆ ಬಂದಿದ್ದವರೂ ಹಿಂಜರಿಯತೊಡಗಿದ್ದರು. ಜಾತಿವೈರ ಎಲ್ಲೆಲ್ಲೂ ಒಡೆದೆದ್ದು ಕಾಣುತ್ತಿತ್ತು. ಜಾತಿ ಹಿಂದುಗಳ ದ್ವೇಷ, ಆಕ್ರೋಶ ಎಷ್ಟು ತೀವ್ರವಾಗಿತ್ತೆಂದರೆ, ಹರಿಜನರ ಕೆಲಸಕ್ಕಾಗಿ ಕಾರಿನಲ್ಲಿ ಪ್ರಯಾಣಿಸುತ್ತಿರುವಾಗ, ಗಾಂಧಿ ದಂಪತಿಗಳನ್ನು ಗುರಿ ಮಾಡಿ ನಾಡ ಬಾಂಬನ್ನು ಅವರ ಮೇಲೆ ಎಸೆದರು. ಪೂನಾದ ಮುನಿಸಿಪಲ್ ಹಾಲ್‍ನಲ್ಲಿ ಗಾಂಧಿ ಭಾಷಣ ಮಾಡುವವರಿದ್ದರು, ಅವರ ಹಿಂದೆಯೇ ಇನ್ನೊಂದಷ್ಟು ಜನ ಬೇರೆ ಬೇರೆ ವಾಹನಗಳಲ್ಲಿ ಹಿಂಬಾಲಿಸುತ್ತಿದ್ದರು. ಆದರೆ ಅದೃಷ್ಟ ಚೆನ್ನಾಗಿದ್ದು ಬಾ ಮತ್ತು ಬಾಪು ಬದುಕಿ ಉಳಿದರು. ಅವರ ಹಿಂದೆ ಬರುತ್ತಿದ್ದ ಒಂದಷ್ಟು ಮಂದಿಗೆ ಸಣ್ಣ ಪುಟ್ಟ ಗಾಯಗಳಾದವು. ಸದ್ಯಕ್ಕೆ ಯಾವುದೇ ಗಂಭೀರ ಅನಾಹುತವಾಗಲಿಲ್ಲ, ಇದೆಲ್ಲ ನೋಡುತ್ತಿದ್ದ 'ಬಾ' ಈ ಹೋರಾಟಗಳು ಮುಗಿಯುವ ಹೊತ್ತಿಗೆ ನಾವೆಷ್ಟು ಸುರಕ್ಷಿತವಾಗಿ ಬದುಕಿ ಉಳಿಯಬಲ್ಲೆವು ಎಂದು ಯೋಚಿಸಿದಳು. ತನ್ನ ದೇಶವಾಗಿ ಮಡಿವಂತಿಕೆಯ ಹಿಂದುಗಳಿಂದ,

ಬ್ರಿಟಿಷ್ ಸರಕಾರದಿಂದ ಗಾಂಧಿ ಮತ್ತು 'ಬಾ' ಅವರಿಗೆ, ಹೆಜ್ಜೆಹೆಜ್ಜೆಗೂ ಅಪಾಯ ಕಾದಿತ್ತು. ಅದರಲ್ಲಿಯೂ ಅಹಮದಾಬಾದಿನವರಿಂದ! ಹೀಗಿದ್ದುದರಿಂದ ಗಾಂಧಿ ಸಬರಮತಿ ಆಶ್ರಮವನ್ನು ಬಿಟ್ಟು ಬೇರೆಲ್ಲಾದರೂ ನೆಲೆಯೂರ ಬೇಕೆಂದು ನಿರ್ಧರಿಸಿದ. ಉಪ್ಪಿನ ಸತ್ಯಾಗ್ರಹವಾದಂದಿನಿಂದ ಸರಕಾರ ಇವರ ಮೇಲೆ ಗುಪ್ತ ಚರ್ಚಿ ನಡೆಸುತ್ತಿತ್ತು. ಗಾಂಧಿಗೆ ಆಗಲೇ ಸಬರಮತಿ ಆಶ್ರಮದ ಹಣೆ ಬರಹ ಮನದಟ್ಟಾಗಿತ್ತು. ಅಲ್ಲಿ ಜೀವನ ಮುಂದುವರೆಸುವುದು ಕ್ಷೇಮಕರವಲ್ಲ ಎನಿಸಿತು. ಅದಕ್ಕಾಗಿ ಕೂಡಲೇ ವ್ಯವಸ್ಥೆ ಮಾಡಲು ಮುಂದಾದ. ಆದರೆ ಮುಂದೆ ತಾನು ಇರುವುದಾದರೂ ಎಲ್ಲಿ? ಚಟುವಟಿಕೆಗಳನ್ನು ಮುಂದುವರೆಸುವುದಾದರೂ ಹೇಗೆ ಎಂದು ಯೋಚಿಸಿ, ತನ್ನ ಒಂದಷ್ಟು ಮಿತ್ರರ ಹತ್ತಿರ, ಮುಂದಿನ ತನ್ನ ಆಲೋಚನೆ, ಅಂದಿನ ಸಂದಿಗ್ಧಗಳ ಬಗ್ಗೆ ಚರ್ಚಿಸಿದಾಗ, ಬಜಾಜರು ಮಹಾರಾಷ್ಟ್ರದ ಪೂರ್ವದಲ್ಲಿದ್ದ ವರ್ಧಾ, ತನ್ನ ಊರಾಗಿರುವುದೇ ಅಲ್ಲದೆ, ಈಗಾಗಲೇ ವಿನೋಬಾ ಭಾವೆ ಅವರು ಅಲ್ಲಿ ಆಶ್ರಮ ಮಾಡಿಕೊಂಡಿರುವುದರಿಂದ ಗಾಂಧಿಯೂ ಅಲ್ಲಿ ನೆಲೆಸಬಹುದೆಂದು ಸಲಹೆಯಿತ್ತರು. ಗಾಂಧಿ ಬಜಾಜರ ಸಲಹೆಯನ್ನು ಸ್ವೀಕರಿಸಿ ವರ್ಧಾಕ್ಕೆ ಹೋಗಲು ನಿರ್ಧರಿಸಿದರು. ಹೋಗುವುದಕ್ಕೆ ಮೊದಲು, ಸಾಬರಮತಿ ಆಶ್ರಮದಲ್ಲಿಯೇ ಉಳಿದಿದ್ದವರಿಗೆ ಹರಿಜನರ ಅಭಿವೃದ್ಧಿ, ಪ್ರಗತಿ ಕೆಲಸಗಳನ್ನು ತಪ್ಪದೆ ಮುಂದುವರೆಸಿಕೊಂಡು ಹೋಗುವಂತೆ ತಿಳಿಸಿದ್ದೇ ಅಲ್ಲದೆ, ಕೆಲಸ ಕಾರ್ಯಗಳು ಹೇಗೆ ನಡೆಯಬೇಕೆಂಬುದನ್ನೂ ವಿವರಿಸಿದ.

ಜೈಲಿನಲ್ಲಿರುವಾಗಿನಿಂದಲೇ 'ಬಾ' ಬಾಪುವಿನ ಮನಸ್ಸಿನಲ್ಲಿ ನಡೆಯುತ್ತಿದ್ದ ಸಂಘರ್ಷ, ಅಸ್ಥಿರತೆಯ ಭಾವ, ಸ್ಥಳಾಂತರವಾಗಬೇಕೆಂಬ ಆಲೋಚನೆ–ಇವೆಲ್ಲವುಗಳ ಬಗ್ಗೆ ಸೂಕ್ಷ್ಮವಾಗಿ ಗ್ರಹಿಸಿದ್ದಳು. ಗಾಂಧಿಯ ಮಾತಿನ ಧಾಟಿಯಿಂದ, ಅವನ ಮನದಾಳದ ಭಾವನೆಗಳನ್ನು ಅರಿಯಲು ಪ್ರಯತ್ನಿಸಿದ್ದಳು.

ಕೂಡಲೇ ಬಾಪು, ವಾರ್ಧಾ ಬಳಿಯ ಸೇವಾಗ್ರಾಮವೆಂಬಲ್ಲಿದ್ದ, ಪುಟ್ಟ ಮಣ್ಣಿನ ಕುಟೀರದಲ್ಲಿ ವಾಸಿಸತೊಡಗಿದ್ದ. ಗಂಡನಿದ್ದೆಡೆ ಹೆಂಡತಿ ಇರಬೇಕಾದ್ದು ಅನಿವಾರ್ಯವೆಂದು ಭಾವಿಸಿ 'ಬಾ' ಕೂಡಲೇ ಬಾಪು ಇದ್ದಲ್ಲಿಗೆ ಹೋದಳು. ಆದರೆ 'ಬಾಪು'ವಿಗೆ 'ಬಾ' ಬಂದದ್ದು ಸಂತೋಷ ಕೊಡುವುದಕ್ಕೆ ಬದಲಾಗಿ, ಏನೋ ಕಸಿವಿಸಿಗೆ ಒಳಗಾದಂತೆ ವರ್ತಿಸಿದ. ಅಲ್ಲದೆ 'ಬಾ' ಳನ್ನು ಇಲ್ಲಿ ಬಂದು ನನ್ನ ನೆಮ್ಮದಿ, ಏಕಾಂತಕ್ಕೆ ತೊಂದರೆ ಕೊಡುವುದಕ್ಕಿಂತ ಇದ್ದಲ್ಲಿಯೇ ಇದ್ದು ಹರಿಜನ ಕೆಲಸಗಳನ್ನು ಮುಂದುವರೆಸಬಹುದಲ್ಲ ಎಂದು ಸ್ವಲ್ಪ ಅಸಮಾಧಾನದಿಂದಲೇ ಹೇಳಿದ. ಅವನ ಮಾತುಗಳಿಂದ ಬೇಸರವಾದರೂ, ಅಸಮಾಧಾನಗೊಳ್ಳಲಿಲ್ಲ ಶಾಂತವಾಗಿಯೇ ಹೇಳಿದಳು.

"ಬಾಪು ನಾನು ಬಂದದ್ದು ನಿಮಗೆ ತೊಂದರೆ ಕೊಡಬೇಕೆಂದಲ್ಲ, ಇಲ್ಲಿಯವರೆಗೆ ನಿಮ್ಮೊಟ್ಟಿಗೆ ಕೆಲಸಮಾಡಿದ್ದೇನೆ, ಊರೂರು ಸುತ್ತಿದ್ದೇನೆ, ತಿಂಗಳುಗಟ್ಟಲೆ ಜೈಲುವಾಸಮಾಡಿದ್ದೇನೆ, ಇಲ್ಲಿಯೂ ನೀವು ಒಬ್ಬರೇ ಆಗಿಬಿಟ್ಟಿದ್ದೀರಿ, ನಿಮಗೆ ಸಹಾಯಕ್ಕೆ ನಿಮ್ಮ ಹೆಂಡತಿಯಾಗಿ ಅಲ್ಲದಿದ್ದರೂ ಸಂಗಾತಿಯಾಗಿ ಇರಬೇಕಾಗುತ್ತದೆ ಎಂದು ಬಂದೆ. ನಾನು ಇಲ್ಲಿ ಬಂದಿರುವದು ನಿಮ್ಮ ಕೆಲಸ ಕಾರ್ಯಗಳಿಗೆ ಅಡ್ಡಿ ಎನಿಸಿದರೆ ತಿಳಿಸಿ, ನಾನೆಲ್ಲಿಗೆ ಬೇಕಾದರೂ ಹೋಗುತ್ತೇನೆ. ಏನಾದರೂ ಅನುಭವಿಸುತ್ತೇನೆ" ಎಂದಳು.

ಗಾಂಧಿಯ ಮನಸ್ಸಿಗೆ ಚುಚ್ಚಿದಂತಾಯಿತು. ಅವಳ ಮನಸ್ಸನ್ನು ನೋಯಿಸಿದ್ದರ ತಪ್ಪಿನ ಅರಿವಾಯಿತು.

ಬಾ ನಿನ್ನನ್ನು ನೋಯಿಸಬೇಕೆಂದು ಹೇಳಲಿಲ್ಲ. ದಿನನಿತ್ಯದ ವಿದ್ಯಮಾನಗಳನ್ನು ನೋಡಿದರೆ ಒಮ್ಮೆ ಅಳುಕು ಉಂಟಾಗುತ್ತದೆ. ನನ್ನ ಕಾರ್ಯದಲ್ಲಿ ನನಗೇ ಭರವಸೆಯಿಲ್ಲವೇನೋ ಎನಿಸುತ್ತದೆ. ನನಗೆ ಏಕಾಂತ ಬೇಕು. ಧ್ಯಾನ ಮಾಡಬೇಕು. ನನ್ನ ಅಂತರಂಗದೊಂದಿಗೆ ಸಂವಾದ ಬೇಕು, ಅದಕ್ಕಾಗಿ ಆ ಮಾತನಾಡಿದೆ. ನೀನಿಲ್ಲದೆ ನಾನು ಅಪೂರ್ಣ ಬಾ! ನೀನು ಅನುಭವಿಸುತ್ತಿರುವ ಶಿಕ್ಷೆ, ಸಂಕಟಗಳನ್ನು ನೆನೆದಾಗ, ಮಕ್ಕಳ ವಿಚಾರ ಆಲೋಚಿಸಿದಾಗ ನಿಮ್ಮೆಲ್ಲರನ್ನೂ ಸ್ವಾತಂತ್ರ್ಯ ಹೋರಾಟದ ಅಗ್ನಿಗೆ ಆಹುತಿಕೊಡಬಾರದಿತ್ತು ಎನಿಸುತ್ತದೆ.

"ಬಾಪು ನೀವು ಇಷ್ಟೊಂದು ಮರುಗಬೇಕಲ್ಲ. ನಿಮ್ಮ ಭಾವನೆಗಳನ್ನು, ಆಂತರ್ಯದ ಸೆಳೆತಗಳನ್ನು ಅರ್ಥಮಾಡಿಕೊಂಡಿದ್ದೇನೆ. ನಿಮ್ಮ ನಿಷ್ಠುರ ಮಾತಿನ ಹಿಂದೆ ಯಾವುದೇ ಬಗೆಯ ಕೇಡಿನ ಭಾವನೆ, ದ್ವೇಷ ಇರುವುದಿಲ್ಲವೆಂದು ನನಗೆ ಗೊತ್ತು. ನೀವು ಸದಾ ಏಕಾಂತವನ್ನು ಬಯಸುವವರು. ನಿಮ್ಮ ಏಕಾಂತಕ್ಕೆ ಭಂಗವುಟು ಮಾಡಲು ಬಯಸುವುದಿಲ್ಲ ನೀವಿಲ್ಲದೆಯೂ ನಿಮ್ಮ ಕೆಲಸಗಳನ್ನು ಮುಂದುವರೆಸುತ್ತೇನೆಂದು ಭರವಸೆಯನ್ನು ಖಂಡಿತವಾಗಿಯೂ ಕೊಡಬಲ್ಲೆ. ಒಂದು ರೀತಿಯಿಂದ ಇದು ನನಗೆ ವೈಯುಕ್ತಿಕವಾಗಿ ಶಿಕ್ಷ ಬಿಡುಗಡೆ, ಮತ್ತು ರಜೆಯೂ ಕೂಡಾ! ನನ್ನ ಮಕ್ಕಳು ಮೊಮ್ಮಕ್ಕಳನ್ನೆಲ್ಲಾ ನೋಡಿಬರುತ್ತೇನೆ".

"ಬಹಳ ಒಳ್ಳೆಯದು. ನನ್ನ ತಪ್ಪಾಗಿ ಭಾವಿಸದಿದ್ದರೆ ಸಾಕು. ನಿನ್ನ ಮಕ್ಕಳಿಗೆ, ಮೊಮ್ಮಕ್ಕಳಿಗೆ ನನ್ನ ಆಶೀರ್ವಾದಗಳನ್ನು ತಿಳಿಸು. ನಿನ್ನ ಪ್ರವಾಸ, ಕೆಲಸಗಳು ಏನಿವೆಯೋ ಅವೆಲ್ಲವನ್ನೂ ಮುಗಿಸಿ, ಮತ್ತೆ ನನ್ನೊಟ್ಟಿಗೆ ಪ್ರಯಾಣಕ್ಕೆ ಸಜ್ಜಾಗು. ಹೋಗಿ ಬಾ. ದೇವರು ನಿನಗೆ ಶಕ್ತಿ, ಸಾಮರ್ಥ್ಯ ಸಹನೆಗಳನ್ನು ನೀಡಲಿ".

ಎರಡು ವರ್ಷಗಳ ರಜೆಯ ಪರ್ವ ಕಸ್ತೂರಬಾಳದಾಯಿತು. ಆದರೆ ಹಾಗಂತ ಅವಳಿಗೆ ತನ್ನದೊಂದು ಮನೆ ಮಕ್ಕಳು ಗಂಡ–ಎಲ್ಲರೊಂದಿಗೂ ಸಂತೋಷದಿಂದ ಕಳೆಯುವ ಸಾಧ್ಯತೆಗಳೇ ಇರಲಿಲ್ಲವಾಗಿ, ಸ್ಥಗಿತಗೊಂಡಿದ್ದ ಹರಿಜನೋದ್ಧಾರದ ಕೆಲಸಗಳಲ್ಲಿ ತೊಡಗಿಸಿಕೊಂಡಳು. ದೂರದ ಹತ್ತಿರದ ಹಳ್ಳಿಗಳಿಗೆ ಭೇಟಿಕೊಟ್ಟು, ಅಲ್ಲಿನ ಹೆಂಗಸರಿಗೆ, ತಮ್ಮ ವಿಕಾಸಕ್ಕಾಗಿ ಏನೇನು ಮಾಡಬೇಕೆಂಬುದನ್ನು ಕಲಿಸಿಕೊಡುತ್ತಿದ್ದಳು. ಮಧ್ಯೆ ಮಧ್ಯೆ ಬಂಧುಬಳಗದವರನ್ನು ಮಾತಾಡಿಸಿಕೊಂಡು ಬರುತ್ತಿದ್ದಳು. ಜೊತೆಗೆ ಬಾಪುಗೆ ಅಗತ್ಯವಿದ್ದಾಗ ಹೋಗಿ ಅವನ ನೆರವಿಗೆ ನಿಂತು ಬರುತ್ತಿದ್ದಳು. ಮಕ್ಕಳು ಮೊಮ್ಮಕ್ಕಳನ್ನು ನೋಡಬಯಸಿದಾಗ, ಒಮ್ಮೊಮ್ಮೆ ಗಾಂಧಿಯನ್ನೂ ಒತ್ತಾಯಿಸುತ್ತಿದ್ದಳು. ಆದರೆ ಗಾಂಧಿಗೆ, 'ಬಾ' ಜೊತೆ ಅವಳು ಕರೆದಾಗಲೆಲ್ಲ ಹೋಗಲು ಸಾಧ್ಯವಾಗುತ್ತಿರಲಿಲ್ಲ. ಇಂಥಾ ಓಡಾಟದ ಸಮಯದಲ್ಲಿ ಆರ್ಥಿಕ ಮುಗ್ಗಟ್ಟಿನಿಂದ ಬಹಳವಾಗಿ ಬಳಲುತ್ತಿದ್ದ. ತಂದೆತಾಯಿಯರಿಂದ ಸಹಾಯವನ್ನು ನಿರೀಕ್ಷಿಸದ ಸ್ವಾಭಿಮಾನಿ ರಾಮದಾಸ, ತಂದೆಯ ಹೆಸರಿನ ಲಾಭ ಪಡೆದು ಕೆಲಸ ಗಿಟ್ಟಿಸಿಕೊಳ್ಳುವುದನ್ನು ಒಪ್ಪದೆ, ವೇಷಾಂತರಗಳಿಂದ ಸ್ಟೇಷನ್ನಿನಲ್ಲಿ ಕೂಲಿ ಕೆಲಸ ಮಾಡಲು ಮುಂದಾದ. ದೈಹಿಕ ಶ್ರಮ, ಮಾನಸಿಕ ಒತ್ತಡಗಳಿಂದ ಜರ್ಝರಿತನಾಗಿದ್ದ ರಾಮದಾಸ ಹಾಸಿಗೆ ಹಿಡಿದ ಸುದ್ದಿ ತಿಳಿದು, ಗಂಡನ ವಿಚಾರ ಮರೆತು, ಅವನಿಗೆ ಆಸರೆಯಾಗಿ ಬಂದು ನಿಂತಳು. ರಾಮದಾಸನ ಪರಿವಾರ ಸಬರಮತಿ ಆಶ್ರಮದಲ್ಲಿಯೇ ಇತ್ತು. ಸಬರಮತಿಯ ನಂಟು 'ಬಾ'ಗೆ ಅಪಾರವಾಗಿತ್ತು. ಅಲ್ಲಿ ಮಗನ ಆರೈಕೆಗೆ ನಿಂತಳು. ಏನು ಮಾಡಿದರೂ ರಾಮದಾಸ ಮೊದಲಿನಂತೆ ಆಗಲಿಲ್ಲ. ದೈಹಿಕ, ಅನಾರೋಗ್ಯಕ್ಕಿಂತ ಮಾನಸಿಕ ಚಿಂತೆಯೇ ಕಾರಣವೆಂಬುದನ್ನು ಅರಿತ 'ಬಾ' ಮಗನಿಗೆ ಎಲ್ಲಿಯಾದರೂ ನೌಕರಿಗೆ ಪ್ರಯತ್ನಿಸುವಂತೆ ಸಲಹೆ ಕೊಟ್ಟಳು. ರಾಮದಾಸನಿಗೂ ತಾನು ಆರ್ಥಿಕವಾಗಿ ಚೇತರಿಸಿಕೊಳ್ಳದಿದ್ದರೆ ಮಕ್ಕಳ ಭವಿಷ್ಯ ಏನಾಗುವುದೋ ಎಂದು ಹೆದರಿ, ಮುಂಬಯಿಯಲ್ಲಿ ಕೆಲಸ ಹುಡುಕಲು ಸಿದ್ಧನಾಗಿ ಹೊರಟು ಬಿಟ್ಟ.

ಅದೃಷ್ಟದಿಂದ ರಾಮದಾಸನಿಗೆ ಒಂದು ಕೆಲಸ ಸಿಕ್ಕಿತು. ಸ್ವಲ್ಪ ಸುಧಾರಿಸಿಕೊಂಡ ನಂತರ ಹೆಂಡತಿ ಮಕ್ಕಳನ್ನು ಕರೆಸಿಕೊಂಡ. ಎಲ್ಲರೂ ಆ ಹೊಸ ಪರಿಸರಕ್ಕೆ ಹೊಂದಿಕೊಂಡರೂ, ಕನೂ ಆ ವಾತಾವರಣಕ್ಕೆ ಹೊಂದಿಕೊಳ್ಳಲಾಗದೆ ಬಡವಾಗಿ ಹೋದ. ವಿಷಯ ತಿಳಿಯುತ್ತಿದ್ದಂತೆ 'ಬಾ' ಬಂದು ಅವನನ್ನು ತಮ್ಮೊಂದಿಗೆ ಇರಿಸಿಕೊಳ್ಳಲು, ಕರೆದುಕೊಂಡು ಹೋದಳು. ಗಾಂಧಿಗೆ ಕನೂ ಎಂದರೆ ಬಹಳ ಪ್ರೀತಿ, ಸದಾ ಅಜ್ಜನ ಜೊತೆ ಇರುತ್ತಿದ್ದ. ರಾಮದಾಸ ಹೊಸ ಕೆಲಸದಲ್ಲಿ ಮಗ್ನನಾಗಿದ್ದ. ನಿರ್ಮಲಾ ಬರುವ ಸಂಬಳದಲ್ಲಿಯೇ ಅತ್ಯಂತ ಅಚ್ಚುಕಟ್ಟಾಗಿ ಸಂಸಾರ ನಿರ್ವಹಿಸುತ್ತಿದ್ದಳು.

ರಾಮದಾಸನು ಒಂದು ರೀತಿಯಲ್ಲಿ ಸಂಸಾರದಲ್ಲಿ ಸ್ಥಿರಗೊಂಡಿದ್ದ. ದೇವದಾಸನೂ ಹಾಗೆಯೇ ಮಕ್ಕಳೊಂದಿಗೆ ದಿಲ್ಲಿಯಲ್ಲಿ ನೆಲೆಸಿದ್ದ. 'ಬಾ' ಮೊಮ್ಮಗಳಾದ, ಹರಿಲಾಲನ

ಕಡೆಯ ಮಗಳು ಮನೂಳನ್ನೂ ಜೊತೆಗೂಡಿಸಿಕೊಂಡು, ದೇವದಾಸನನ್ನು ನೋಡಲು ದಿಲ್ಲಿಗೆ ಹೊರಟಳು.

ಹರಿಲಾಲನ ಹೊರತಾಗಿ ಮಿಕ್ಕ ಮೂವರು ಮಕ್ಕಳೂ ಜೀವನದಲ್ಲಿ, ಇದ್ದುದರಲ್ಲಿ ನೆಮ್ಮದಿಯ ಬದುಕನ್ನು ನಡೆಸಿದ್ದರು. ಹರಿಲಾಲನು ಮೊದಲಿನಂತೆ ನಿಶ್ಚಿತ ನೆಲೆಯಿಲ್ಲದೆ, ಗುರಿಯಿಲ್ಲದೆ ಅಲೆಮಾರಿಯಾಗಿದ್ದ. ಅವರಿವರ ಮಾತುಗಳಿಗೆ ಕಿವಿಗೊಟ್ಟು, ತಪ್ಪುದಾರಿ ಹಿಡಿಯುತ್ತಿದ್ದ 'ಬಾ'ಗೆ ಇವನ ಚಿಂತೆಯೇ ಹೆಚ್ಚಾಗಿತ್ತು. ಅಪ್ಪ, ಮಗನ ನಡುವಿನ ಸಂಘರ್ಷ ತಾಕಲಾಟಗಳು, ಹೊರಗೆ ಬಹಿರಂಗವಾಗಿ ಕಾಣಿಸಿಕೊಳ್ಳದಿದ್ದರೂ, ಒಳಗೇ ಮುಂದುವರಿಯುತ್ತಿದೆಯೇನೋ ಎನಿಸಿತು. ನೋಡಬೇಕೆಂದೂ ಎನಿಸುತ್ತಿತ್ತು. ತನಗೆ ತಿಳಿದಂತೆ ಬಾಪು ಒಂದೆರಡು ಬಾರಿ ಪತ್ರ ಬರೆದು ತಮ್ಮೊಂದಿಗೆ ಇರಲು ಆಹ್ವಾನಿಸಿದ್ದ. ಆದರೆ ಅವನಿಗೆ ಆ ಆಹ್ವಾನದಲ್ಲಿಯೂ ಏನೋ ಕುಹಕವಿದೆಯೆಂದು ಹೇಳಿ ನಿಷ್ಠುರವಾಗಿ ನಿರಾಕರಿಸಿದ್ದ.

ಅನಿರೀಕ್ಷಿತವಾಗಿ 'ಬಾ'ಳ ಬಯಕೆ ಈಡೇರುವ ಸಂದರ್ಭ ಬಂದೇ ಬಂತು 'ಬಾ' ತನ್ನೆಲ್ಲ ಮಕ್ಕಳ ಮೊಮ್ಮಕ್ಕಳ ಭೇಟಿ ಮುಗಿಸಿದ್ದಳು. ಕೆಲವೆಡೆಗೆ ಗಾಂಧಿಯೂ ಬಂದಿದ್ದ. ಆದರೆ ಹೆಚ್ಚಾಗಿ ಒಬ್ಬಳೇ ಓಡಾಡಿ, ಅವರನ್ನೆಲ್ಲ ಕಂಡು ಮಾತನಾಡಿಸಿ ಬಂದಿದ್ದಳು. 1936ರ ಏಪ್ರಿಲ್‌ನಲ್ಲಿ ನಾಗಪುರದಲ್ಲಿ ಒಂದು ಅಖಿಲ ಭಾರತೀಯ ಸಾಹಿತ್ಯ ಸಮ್ಮೇಳನ ನಡೆಯುತ್ತಿತ್ತು. ಬಾಪುವನ್ನು ಅದಕ್ಕೆ ಆಹ್ವಾನಿಸಲಾಗಿತ್ತು ಬಾಪು,'ಬಾ'ಳನ್ನೂ ಜೊತೆಗೆ ಬರಹೇಳಿದ. ನಾಗಪುರಕ್ಕೆ ಪ್ರಯಾಣಿಸುವಾಗ 'ಕತ್ನಿ' ಎಂಬ ರೈಲ್ವೆ ಸ್ಟೇಷನ್‌ನಲ್ಲಿ ಸ್ವಲ್ಪಹೊತ್ತು ನಿಂತಿತು. ಅಸಂಖ್ಯಾತ ದರ್ಶಕರು ಬಾಪುವನ್ನು ನೋಡಲು ಅಲ್ಲಿ ಜಮಾಯಿಸಿದ್ದರು. ಅವರೆಲ್ಲರೂ ಒಕ್ಕೊರಲಿನಿಂದ "ಮಹಾತ್ಮ ಗಾಂಧೀಕಿ ಜೈ" ಎಂದು ಎತ್ತರದ ದನಿಯಲ್ಲಿ ಪದೇ ಪದೇ ಜಯಕಾರ ಮಾಡುತ್ತಿದ್ದರು. ಈ ಜಯಕಾರದ ನಡುವೆ, ಈ ಕೂಗಿಗಿಂತ ಭಿನ್ನವಾಗಿ, 'ಕಸ್ತೂರಬಾ ಕೀ ಜೈ' ಎಂಬ ಕೂಗು ಆ ಕೂಗುಗಳನ್ನು ಸೀಳಿಕೊಂಡು ಕೇಳಿಸಿತು. 'ಬಾ' ಅಚ್ಚರಿ ಪಟ್ಟಲು. ಬಾಪುವಿಗೂ ಅಚ್ಚರಿಯಾಯಿತು. ರೈಲಿನ ತೆರೆದ ಕಿಟಕಿಯೊಳಗಿಂದ ಜನರ ಮಧ್ಯೆ ನಿಂತಿದ್ದ ಹರಿಲಾಲನನ್ನು ಇಬ್ಬರೂ ಗಮನಿಸಿದರು. ಅವನು 'ಮಾತಾ ಕಸ್ತೂರಬಾ ಕೀ ಜೈ' ಎಂದು ಕೂಗುತ್ತಲೇ ಹತ್ತಿರ ಹತ್ತಿರ ಬರುತ್ತಿದ್ದ. ತೀರಾ ಹತ್ತಿರಕ್ಕೆ ಬಂದಾಗ, ಅವನ ವೇಷ ನೋಡಿ ದಿಗ್ಭ್ರಾಂತರಾದರು. ವಯಸ್ಸಾದವನಂತೆ ಕಾಯಿಲೆ ಬಿದ್ದವನಂತೆ, ಕೊಳಕಾದ ಚಿಂದಿ ಬಟ್ಟೆಗಳಲ್ಲಿದ್ದ ಅವನ ರೀತಿ ನೋಡಿದರೆ ತನ್ನನ್ನು ಮಾತಾಡಿಸುವ ಇಚ್ಛೆಯೂ ಇದ್ದಂತೆ ಕಾಣಲಿಲ್ಲ. ಇನ್ನು ತಾನಾಗಿ ಅವನನ್ನು ಮಾತನಾಡಿಸ ಹೋದರೆ, ಒಂದಕ್ಕೆರಡು ಮಾತಾಡಿ, ಬಾಯಿಗೆ ಬಂದಂತೆ ತನ್ನನ್ನು ಬೈದರೆ, ದೂರಿದರೆ, ಜನರ ಮುಂದೆ ತಲೆತಗ್ಗಿಸುವಂತಾಗುತ್ತದೆಂದು ಕಿಟಕಿಯಿಂದ ಹೊರಗೆ ಚಾಚಿದ್ದ ಕತ್ತನ್ನು ಒಳಗೆಳೆದುಕೊಂಡ.

ಬಾಪು 'ಬಾ' ಇಬ್ಬರೂ ಬರುತ್ತಾರೆಂಬ ಸುದ್ದಿ ಕೇಳಿಸಿಕೊಂಡಿದ್ದ ಹರಿಲಾಲ. ಎಲ್ಲರಿಗಿಂತ ಮೊದಲೇ ಸ್ಟೇಷನ್ನಿಗೆ ಬಂದು ಕಾದಿದ್ದ. ಗಾಂಧಿ ತಲೆಯನ್ನು ಒಳಗೆಳೆದುಕೊಂಡವರೆ, 'ಬಾ'ಗೆ "ನೋಡು ನಿನ್ನ ಮಗ, ನಿನ್ನ ಪ್ರೀತಿಯ ಮಗ ಹರಿಲಾಲ ಬಂದಿದ್ದಾನೆ. ಸರಿಯಾಗಿ ಗಮನಿಸು".

ಕಸ್ತೂರಬಾ ಮೈಯೆಲ್ಲಾ ಕಣ್ಣಾಗಿಸಿಕೊಂಡು ನೋಡಿದಳು. ತನ್ನ ಬಗ್ಗೆ ಜಯಕಾರ ಹಾಕುತ್ತಿರುವವನು ಅವನೇ'. ಅವನ ಸ್ಥಿತಿ ನೋಡಿ ಕರುಳು ಕಿವುಚಿದಂತಾಯಿತು. ಹೇಗಿದ್ದವನು

ಹೇಗಾಗಿದ್ದಾನೆ ಎಂದು ಮಮ್ಮಲ ಮರುಗಿದಳು. ಕಣ್ಣು ಮನಸ್ಸುಗಳೆರಡೂ ಕಂಬನಿಗರೆದವು. ಬಿಕ್ಕುತ್ತಲೇ ಕ್ಷೀಣದನಿಯಲ್ಲಿ,

"ಮಗು ಹರಿಲಾಲ ಹತ್ತಿರ ಬಾ" ಎಂದು ಕರೆದಳು. ಹರಿಲಾಲ ತಾಯಿಯನ್ನು ಸಮೀಪಿಸಿದ. ತಾಯಿ ಅವನನ್ನು ಮಾತನಾಡಿಸುವ ಮೊದಲೇ, ತಾಯಿಯತ್ತ ತಾನು ಕೈಲಿ ಹಿಡಿದಿದ್ದ ಎರಡು ಕಿತ್ತಲೆಹಣ್ಣುಗಳನ್ನು ಚಾಚಿ ನೀಡಿದ. ತಾಯಿ ಪ್ರೀತಿಯಿಂದ ತೆಗೆದುಕೊಂಡಳು.

"ಮಗು ಹೇಗಿದ್ದೀಯಪ್ಪ? ಇದೇನು ನಿನ್ನ ವೇಷ? ನಿನ್ನ ಆರೋಗ್ಯದ ಕಡೆ ಗಮನ ಕೊಡಬಾರದೇನೋ? ನಿನ್ನ ತಮ್ಮಂದಿರೆಲ್ಲ ಅವರ ಮಕ್ಕಳೊಂದಿಗೆ ಇದ್ದುದರಲ್ಲೇ ಸುಖಿವಾಗಿದ್ದಾರೆ. ನೀನೊಬ್ಬನೇಕೆ ಎಲ್ಲ ಸಂಬಂಧಗಳನ್ನು ಕತ್ತರಿಸಿಕೊಂಡು ನರಕದಲ್ಲಿ ಬದುಕುತ್ತಿದ್ದೀಯೆ?" "ಅವರೆಲ್ಲ ಅವರಪ್ಪನ ಚೇಲಾಗಳು", ಸ್ವತಂತ್ರವಾದ ಕನಸುಗಳನ್ನು ಇರಿಸಿಕೊಂಡವರಲ್ಲ, ಸ್ವತಂತ್ರವಾಗಿ ಬದುಕನ್ನು ಹುಡುಕಿಕೊಳ್ಳಬೇಕೆಂದಿಲ್ಲ. ಆದರೆ ಅದೆಲ್ಲವನ್ನು ನಾನು ಬಯಸಿದೆ, ನನಗೆ ಸಿಗಲಿಲ್ಲ. ಅಪ್ಪನ ಗುಲಾಮನಂತೆ ಬದುಕುವುದು ನನಗೆ ಸಾಧ್ಯವಿಲ್ಲ. ನನ್ನಿಷ್ಟದಂತೆ ಬದುಕುತ್ತಿದ್ದೇನೆ."

"ಹಾಗಲ್ಲ, ಸಿಟ್ಟುಮಾಡಿಕೊಂಡು ಮಾತಾಡಬೇಡ. ನಿಮ್ಮಪ್ಪ ನೀನು ತಿಳಿದಿರುವ ಹಾಗೆ ಕೆಟ್ಟವರಲ್ಲ. ಅವರಿಗೂ ಮಕ್ಕಳ ಮೇಲೆ ಪ್ರೀತಿಯಿದೆ. ಅವರ ಬದುಕಿನ ಬಗ್ಗೆ ಕಾಳಜಿಯಿದೆ. ಈಗಲೂ ಬಂದು ನಮ್ಮ ಜೊತೆ ಇದ್ದು ನೋಡು. ನನ್ನ ಮಾತುಗಳ ಸತ್ಯ ನಿನಗೆ ಅರ್ಥವಾಗುತ್ತದೆ." ಎಂದು ಅವನು ತಾಯಿಯ ಬಳಿಗೆ ಚಾಚಿದ್ದ ಕೈಯನ್ನು ನೇವರಿಸುತ್ತಾ ಹೇಳಿದಳು.

ತಂದೆ ಮಗ ಮಾತಾಡುತ್ತಿದ್ದುದನ್ನು ಗಮನಿಸಿದ ಗಾಂಧಿ, ಮುಗುಳು ನಗೆ ನಗುತ್ತಾ,

"ಏನೋ ಹರಿ, ನಾನು ನಿನಗೆ ಪರಕೀಯನಾಗಿ ಬಿಟ್ಟೆನೇನೋ', ನಿನ್ನ ತಂದೆ ಅಲ್ಲವೇನೋ, ಅಮ್ಮನಿಗೆ ಮಾತ್ರ ಹಣ್ಣು ಕೊಟ್ಟೆ, ನನಗೂ ಒಂದು ಹಣ್ಣು ನೀಡಬಾರದೇನೋ"

"ಇಲ್ಲ, ನಾನು ಹಣ್ಣನ್ನು ಅಮ್ಮನಿಗೆಂದೇ ತಂದೆನೇ ಹೊರತು ನಿಮಗಾಗಿ ಅಲ್ಲ. ಇಷ್ಟಕ್ಕೂ ನೀವೇನು ದೊಡ್ಡ ವ್ಯಕ್ತಿಗಳೇ, ಮಹಾತ್ಮರೇ? ಒಂದು ವೇಳೆ ಜನ ಹಾಗೆ ಭಾವಿಸುವುದಾದರೆ, ಅದಕ್ಕೆಲ್ಲ ಕಾರಣ ನನ್ನ ತಾಯಿ", ಇಷ್ಟು ಎತ್ತರಕ್ಕೆ ನೀವು ಬೆಳೆಯಲು ನನ್ನ ಅಮ್ಮ ಪಟ್ಟ ಕಷ್ಟ, ಮಾಡಿದ ತ್ಯಾಗಗಳೇ ಕಾರಣ. ಅಮ್ಮ ಇಲ್ಲದಿದ್ದರೆ ನೀವು ಕೇವಲ ಒಂದು ಸೊನ್ನೆ."

"ನಿಜ ಹರಿ, ನೀನು ಹೇಳಿದ ಈ ಮಾತುಗಳಲ್ಲೂ ಸತ್ಯ, ಅದನ್ನೆಂದೂ ನಾನು ತಿಸ್ಕರಿಸುವುದಿಲ್ಲ. ಅವಳು ಮಾಡಿದ ತ್ಯಾಗದ ಮುಂದೆ ನಾನೇನೂ ಅಲ್ಲ. ಅದನ್ನು ಮನಃಪೂರ್ವಕವಾಗಿ ಒಪ್ಪಿಕೊಳ್ಳುತ್ತೇನೆ. ಸರಿ ಅದೆಲ್ಲ ಇರಲಿ, ಈಗಲಾದರೂ ನಮ್ಮ ಜೊತೆ ಬರುವಿಯೇನು" ಎಂದು ಕೇಳಿದ ಬಾಪು.

"ಖಂಡಿತಾ ಇಲ್ಲ. ಎಂದಿಗೂ ನಿನ್ನ ಜೊತೆ ಬರಲಾರೆ, ಇರಲಾರೆ. ಜನ್ಮ ಜನ್ಮಾಂತರದಲ್ಲೂ ನಿನಗೆ ಮಗನಾಗಿ ಹುಟ್ಟುವುದಿಲ್ಲ. ಮಕ್ಕಳನ್ನೇ ನೇಣಿಗೆ ಒಡ್ಡಿ ಖುಷಿ ಪಡುವಂತಹ ನಿನ್ನಂತಹ ತಂದೆಯನ್ನು ನಾನೆಂದೂ ನೋಡಿರಲಿಲ್ಲ; ನೋಡುವುದಿಲ್ಲ, ಮಾತಾಡುವುದಿಲ್ಲ. 'ಬಾ' ಜೊತೆಗೆ ಮಾತಾಡಬೇಕೆಂದಷ್ಟೇ ಈಗ ಬಂದಿದ್ದೇನೆ' ಎಂದ.

ಇನ್ನು ಅವನೊಂದಿಗೆ ಹೆಚ್ಚಿಗೆ ಮಾತನಾಡ ಹೋದರೆ ಕೆಲಸ ಕೆಡುತ್ತದೆ. ಸಾವಿರಾರು ಮಂದಿ ಸುತ್ತಲೂ ಇರುವಾಗ ಅವನ ಬಾಯಿ ಹೊಲಸು ಚೆಲ್ಲಿದರೆ, ನೋಡುತ್ತಿರುವವರ ಮುಂದೆ ನಾನು ಸಣ್ಣವನಾಗುತ್ತೇನೆ, ಎಂದು ಯೋಚಿಸಿ, ಎದೆಯಲ್ಲಿ ಅವನೊಂದಿಗೆ ಮಾತಾಡಬೇಕೆಂಬ ಆಸೆ ಒತ್ತರಿಸಿ ಬರುತ್ತಿದ್ದರೂ, ಹತ್ತಿಕ್ಕಿಕೊಂಡು ಮೌನ ವಹಿಸಿದ. ಆದರೂ ಜನರಲ್ಲಿ ಗುಸಗುಸ ಶುರುವಾಗಿತ್ತು. ಅವರ ಸಂಬಂಧದ ಬಗ್ಗೆ ಜನ ಊಹಿಸಲು ತೊಡಗಿದ್ದರು.

ಬಾಪು ಜೊತೆ ಅವರು ನಡೆದುಕೊಂಡ ರೀತಿಯಿಂದ ಕಂಗೆಟ್ಟು ಕುಳಿತಿದ್ದ 'ಬಾ'ಳನ್ನು ಗಮನಿಸಿ,

'ಬಾ' ಇನ್ನೂ ಯಾಕೆ ಹಾಗೆ ಕುಳಿತಿದ್ದೀ ಹಣ್ಣನ್ನು ತಿನ್ನು" ಎಂದಾಗ ಎಚ್ಚೆತ್ತುಕೊಂಡು, ಆ ಹಣ್ಣುಗಳನ್ನು ಎಲ್ಲಿಂದ ತಂದೆ ಎಂದು ಪ್ರಶ್ನಿಸಿದಳು.

"ನಾನು ಎಲ್ಲಿಂದ ತಂದರೇನು? ಹೇಗೆ ತಂದರೇನು, ಭಿಕ್ಷೆ ಬೇಡಿಯೇ ತಂದಿದ್ದೇನೆ ಎಂದು ತಿಳಿದುಕೋ, ಆದರೆ ನನ್ನ ಮುಂದೆಯೇ ಈ ಹಣ್ಣುಗಳನ್ನು ತಿನ್ನಬೇಕು, ಆಗಲಿಲ್ಲವೆಂದರೆ ನನಗೇ ವಾಪಸ್ ಕೊಡು, ಬಾಪುವಿಗೆ ಮಾತ್ರ ಕೊಡಬೇಡ" ಎಂದ.

ಕಸ್ತೂರಬಾಗೆ ತಡೆದುಕೊಳ್ಳಲು ಆಗಲಿಲ್ಲ, ತಂದೆಯ ಬಗ್ಗೆ ಹೇಗೆ ಕ್ರೂರವಾಗಿ ನಡೆದುಕೊಳ್ಳುತ್ತಿದ್ದಾನೆ, ನಿಜವಾಗಿಯೂ ಇವನು ಬಾಪುವಿನ ಮಗನೇ ಎಂದು ನನಗೂ ಅನುಮಾನ ಬರುವಂತಾಗುತ್ತದೆ. ತಂದೆಯನ್ನೇ ಸರಿಯಾಗಿ ಅರ್ಥಮಾಡಿಕೊಳ್ಳುತ್ತಿಲ್ಲವಲ್ಲ! ಮಕ್ಕಳಿಗೆ ಅನ್ಯಾಯ ಮಾಡಿ, ಮೋಸಮಾಡಿ ತಾನು ಮಾತ್ರ ಸುಖಪಡುತ್ತಿದ್ದರೆ, ಮಕ್ಕಳು ಸಿಟ್ಟಾಗುವುದರಲ್ಲಿ ಅರ್ಥವಿದೆ, ಆದರೆ ತಾನೂ ಕಿಂಚಿತ್ತಾದರೂ ಸುಖಪಡುತ್ತಿಲ್ಲ, ತನ್ನ ಮಕ್ಕಳೂ ಕೂಡಾ ದೇಶದ, ಸಮಾಜದ ಎಲ್ಲ ಮಕ್ಕಳಂತೆ ಎಂದು ಭಾವಿಸಿರುವುದರಿಂದಲೇ ಅವರಿಗೆ ಯಾವುದೇ ವಿಶೇಷ ಸವಲತ್ತುಗಳನ್ನು ನೀಡುವುದನ್ನು ನಿರಾಕರಿಸಿದ್ದಾರೆ. ಅಷ್ಟು ಹೊರತಾಗಿ ಮಕ್ಕಳನ್ನೆಂದೂ ಶತ್ರುಗಳೆಂದು ಭಾವಿಸಿಲ್ಲ ಇವನೇಕೆ ಹೀಗೆ ಎಕರಪೆಕರಾಗಿ ವರ್ತಿಸುತ್ತಿದ್ದಾನೆ, ಎಂದು ತುಂಬಾ ಸಂಕಟ ಪಟ್ಟಳು. ಮತ್ತೆ ಅವನ ಕೈಗಳನ್ನು ಹಿಡಿದುಕೊಂಡು,

"ಮಗು ನಿನ್ನ ತಂದೆಯ ಬಗ್ಗೆ ಇಷ್ಟು ನಿಷ್ಠುರನಾಗಬೇಡ, ನಿನ್ನ ನೋಡಿದರೆ ಕರುಳು ಹಿಂಡಿದಂತಾಗುತ್ತದೆ. ನೀನು, ನಿನ್ನ ಸ್ಥಿತಿ ನಮ್ಮ ಕಣ್ಣುಂದೆ ಬಂದಾಗಲೆಲ್ಲ ನಾವೆಷ್ಟು ಸಂಕಟ ಪಡುತ್ತೇವೆ ಎನ್ನುವ ಕಲ್ಪನೆಯಾದರೂ, ನಿನಗೆ ಇದೆಯೇನು? ನಿನ್ನ ದ್ವೇಷವನ್ನು ಬದಿಗಿಕ್ಕಿಸೋಡು ನಿನ್ನ ತಂದೆ ಎಂಥವರೆಂದು, ಎಂಥ ಮಹಾತ್ಮನೆಂದು ನಿನಗೇ ತಿಳಿಯುತ್ತದೆ. ಈಗ ನಾನು ಹೇಳುತ್ತಿದ್ದೇನೆ, ನಡೆದದ್ದನ್ನೆಲ್ಲ ಒಂದು ಕೆಟ್ಟ ಕನಸೆಂದು ಮರೆತು ನಮ್ಮೊಂದಿಗೆ ಬಾ" ಎಂದು ಕಣ್ಣೀರಿಟ್ಟು ಬೇಡಿಕೊಂಡಳು ಆದರೂ ಹರಿಲಾಲನ ಮನಸ್ಸು ಸ್ವಲ್ಪವೂ ಮೆದುವಾಗಲಿಲ್ಲ, 'ಬಾ' ಕಣ್ಣೀರಿಟ್ಟರೂ, ಅದು ಅವಳಿಗೆ ಮಾಮೂಲೆಂದು ಭಾವಿಸಿದ.

"ಯಾರೇ ಕರೆದರೂ ನಾನಂತೂ ಬರುವುದಿಲ್ಲ, ಬರುವ ಮಾತನ್ನು ಎತ್ತಲೇ ಬೇಡಿ, ಬರುವುದಿಲ್ಲವೆಂದು ಈಗಾಗಲೇ ಸಾವಿರ ಸಲ ಹೇಳಿದ್ದೇನೆ. ನಾನೀಗ ಇರುವಂತೆಯೇ ಇರಲು ಬಿಡಿ. ಹೀಗೆ ಸುಖಿವಾಗಿದ್ದೇನೆ. ನನಗೇನೂ ನನ್ನ ಬದುಕಿನ ಬಗ್ಗೆ ಪಶ್ಚಾತ್ತಾಪವಿಲ್ಲ. ನೀವೇನೂ ನನ್ನ ಬಗ್ಗೆ ಚಿಂತಿಸಬೇಡಿ, ಹೇಗೆ ಚೆನ್ನಾಗಿ ಬಾಳಬೇಕೆಂದು ನನಗೆ ಗೊತ್ತಿದೆ, ನಿಮ್ಮ ಉಪದೇಶ

ನನಗೆ ಬೇಕಿಲ್ಲ. ನನ್ನ ಆತ್ಮಸಾಕ್ಷಿ ಹೇಳುವಂತೆ ನನ್ನ ಬದುಕನ್ನು ರೂಪಿಸಿಕೊಳ್ಳುತ್ತೇನೆ." ಹರಿಲಾಲನ ಮಾತು ಮುಗಿಯುತ್ತಿದ್ದಂತೆ ಗಾರ್ಡ್ ಸೀಟಿ ಊದಿದ. ರೈಲು ನಿಧಾನವಾಗಿ ಪ್ಲಾಟ್‌ಫಾರಮ್ ಬಿಟ್ಟು ಸಾಗಿತು. ತಾಯಿ ಮಗ ಕೈ ಸನ್ನೆಗಳಿಂದ ಒಬ್ಬರಿಗೊಬ್ಬರು ಬೀಳ್ಕೊಟ್ಟರು. ಒಂದಷ್ಟು ದೂರ ರೈಲು ಸಾಗಿದಾಗ, 'ಬಾ'ಗೆ ಥಟ್ಟನೆ ಸೀಟಿನ ಕೆಳಗೆ ಇಟ್ಟುಕೊಂಡಿದ್ದ, ತಾವು ತಂದಿದ್ದ ಹಣ್ಣುಗಳ ನೆನಪಾಯಿತು. 'ಛೆ! ಏನು ಮಾಡಿಬಿಟ್ಟೆ, ಮಾತಿನಲ್ಲಿ ಮರೆತೆನಲ್ಲ. ಪಾಪ ಆ ಮಗು ಹಸಿದಿದ್ದಿರಬೇಕು, ಅವನಿಗೊಂದೆರಡು ಹಣ್ಣು ಕೊಟ್ಟಿದ್ದರೆ ಚೆನ್ನಾಗಿತ್ತು, ಎಂದು ಒಳಗೆ ಮರುಗಿದಳು. ರೈಲು ಮುಂದೆ ಹೊರಟು ಬಿಟ್ಟಿತ್ತು. ಆದರೆ ಮತ್ತೊಮ್ಮೆ "ಮಾತಾ ಕಸ್ತೂರಬಾ ಕಿ ಜೈ" ಎಂಬ ಕೂಗು ಕೇಳಿಸಿತು. ಆ ಧ್ವನಿಯ ಅನುರಣನದ ಸುಖವನ್ನು ಅನುಭವಿಸುತ್ತಿದ್ದ 'ಬಾ', ಆ ಕೂಗು ದೂರ ಸರಿದಂತೆ ವಾಸ್ತವ ಲೋಕಕ್ಕೆ ಬಂದಳು. ಹರಿಕೊಟ್ಟಿದ್ದ ಎರಡು ಹಣ್ಣುಗಳಲ್ಲಿ ಒಂದನ್ನು 'ಬಾ' ಬಾಪುವಿನತ್ತ ಚಾಚಿದಳು.

"ತೆಗೆದುಕೊಳ್ಳಿ, ಮಗ ಮಾತಾಡದಿದ್ದರೂ ಮಗನ ಪ್ರೀತಿಯ ರಸವನ್ನಾದರೂ ಆಸ್ವಾದಿಸಿ"

"ಬೇಡ ಬೇಡ, ನಿನ್ನ ಮಗ ನಿನಗೆಂದು ಕೊಟ್ಟ ಹಣ್ಣುಗಳನ್ನು ನೀನೇ ತಿನ್ನು. ಅವನ ಭಾವನೆಗಳಿಗೆ ಧಕ್ಕೆ ತರುವುದು ನನಗೆ ಇಷ್ಟವಿಲ್ಲ".

ಜೋರಾಗಿ ರೈಲು ಓಡುತ್ತಿತ್ತು. ದಾರಿ ಸವೆಯುತ್ತಿದ್ದಂತೆ ತಮ್ಮ ಕಣ್ಮುಂದಿನ ಈ ಘಟನೆಗಳನ್ನು ಮರೆಯುವ ಪ್ರಯತ್ನವನ್ನು ಮಾಡಿದರು. ಭಾವುಕತೆ, ಭಾವನಾತ್ಮಕತೆ ತಮ್ಮ ರಚನಾತ್ಮಕ ಕೆಲಸಗಳಿಗೆ ಅಡ್ಡಿಯಾಗಬಾರದೆಂದು ಭಾವಿಸಿ, ಇಬ್ಬರೂ ತಮ್ಮ ತಮ್ಮದೇ ಯೋಚನಾಲಹರಿಗಳಲ್ಲಿ ಕಳೆದುಹೋದರು.

43

ಬಾ ಹರಿಲಾಲನ ಬಗ್ಗೆ ತಳೆದ ಭೀತಿಗಳೆಲ್ಲ ಸಾಕ್ಷಾತ್ಕಾರಗೊಂಡಂತೆ ಹರಿಲಾಲನ ಬಗ್ಗೆ ಪತ್ರಿಕೆಗಳಲ್ಲಿ ತರಾವರಿ ಸುದ್ದಿಗಳು ಹರಿದಾಡುತ್ತಿದ್ದವು. ಹರಿಲಾಲನ ಪರವಾಗಿಯೇ ಯಾವಾಗಲೂ ಗಂಡನ ಜೊತೆ ಮಾತಾಡುತ್ತಿದ್ದಳು. ಆದರೆ ಈಗ ನಾಗಪುರದಲ್ಲಿ ಅವನನ್ನು ನೋಡಿದ ಮೇಲೆ ಎಲ್ಲವೂ ಸತ್ಯವೆನಿಸಿತು, ಕುಡಿತ, ಹೆಂಗಸರ ಸಹವಾಸ, ಕಂಡಕಂಡವರಲ್ಲಿ ಸಾಲ! ಕೋರ್ಟು ಕಛೇರಿ ಹತ್ತುವವರೆಗೂ ಸಾಗಿತ್ತು. ಎಲ್ಲವನ್ನೂ ಸಹಿಸಿಕೊಂಡಿದ್ದಳು. ಆದರೆ ಪದೇ ಪದೇ ಅಪ್ಪನನ್ನು ಕುರಿತು ಅತ್ಯಂತ ಕೆಟ್ಟ ಕೆಟ್ಟಮಾತುಗಳಲ್ಲಿ ಬಹಿರಂಗ ಪತ್ರಗಳನ್ನು ಪತ್ರಿಕೆಗಳಿಗೆ ನೀಡುತ್ತಿದ್ದ. ಇದು ಜನರಿಗೆ ಒಂದು ರೀತಿಯ ಅಗ್ಗದ ಮನರಂಜನೆಯಾಗಿದ್ದರೆ, ಗಾಂಧಿಯ ವಿರೋಧಿಗಳಿಗೆ, ತಮ್ಮ ಬೇಳೆ ಬೇಯಿಸಿಕೊಳ್ಳಲು ಒಂದು ದಾರಿ ಕಾಣುತ್ತಿತ್ತು. ಅದರಲ್ಲಿಯೂ ಮುಸ್ಲಿಂ ಸಮುದಾಯಕ್ಕಂತೂ ಅವನು ಇಸ್ಲಾಂ ಧರ್ಮವನ್ನು ಒಪ್ಪಿಕೊಂಡು ಮತಾಂತರಗೊಂಡ ವಿಷಯ ದೇಶಾದ್ಯಂತ ಆಕಾಶವಾಣಿಯಲ್ಲಿ ಪ್ರಸಾರಗೊಂಡಮೇಲೆ ಮತ್ತೂ ಕುಣಿದಾಡಿದರು. "ಹರಿಲಾಲಗಾಂಧಿ, ಮಹಾತ್ಮಗಾಂಧಿಯ ಮಗ ಬೊಂಬಾಯಿಯ ಒಂದು

ದೊಡ್ಡ ಮಸೀದಿಯಲ್ಲಿ ಇಸ್ಲಾಂ ಧರ್ಮವನ್ನು ಸ್ವೀಕರಿಸಿ, ತನ್ನ ಹೆಸರನ್ನು ಅಬ್ದುಲ್ಲಾ ಗಾಂಧಿ ಎಂದು ಬದಲಾಯಿಸಿಕೊಂಡಿದ್ದಾನೆ" ಎಂದು ಸುದ್ದಿ ಪ್ರಸಾರವಾಯಿತು.

ಬದಲಾದ ನಂತರ ಅವನ ಮುಸ್ಲಿಂ ಗೆಳೆಯರು ಅವನನ್ನು ಎತ್ತಿಕೊಂಡು ಮೆರವಣಿಗೆ ಮಾಡಿ ಅವನನ್ನು ಹೊಗಳುತ್ತಾ ಇನ್ನು ಮುಂದೆ ಅವನನನ್ನು 'ಮೌಲ್ವಿ' ಎಂದು ಕರೆಯಬೇಕೆಂದು ಘೋಷಿಸಿದರು. ಅಲ್ಲದೆ ಅವನು ಇಸ್ಲಾಂಧರ್ಮ ಕುರಿತು ಪ್ರವಚನ ಮಾಡುತ್ತಾನೆಂದೂ ಸಾರಿದ್ದರು.

ಬಾಗೆ ಇದೆಲ್ಲವನ್ನು ನುಂಗಿಕೊಳ್ಳುವುದು ಸಾಧ್ಯವೇ ಆಗಲಿಲ್ಲ. ಅವನ ಬಗ್ಗೆ ಇದ್ದ ಅವಳೆದೆಯ ಅನುಕಂಪ ಸುಟ್ಟು ಕರಕಲಾಯಿತು. ತಾಳ್ಮೆಗೂ ಒಂದು ಮಿತಿ ಇರುತ್ತದೆ. ದೇಶವೆಲ್ಲ ಮಹಾತ್ಮನೆಂದು ಕೊಂಡಾಡುವ ತಂದೆಗೆ, ಇಂಥವನು ಮಗನಾದದ್ದು, ಗಂಡನ ದುರದೃಷ್ಟವೂ ಹೌದು, ತಾಯಿಯಾದ ತನ್ನ ಪಾಪದ ಪಿಂಡವೂ ಹೌದು. ಹುಟ್ಟುವ ಮೊದಲೇ ಸಾಯಬಾರದಿತ್ತೇ ಎನ್ನುವಷ್ಟ ಮಟ್ಟಿಗೆ ಅವಳ ಹೃದಯ ಕಲ್ಲಾಗಿ ಹೋಗಿತ್ತು. ಹಾಗಂತ ಸುಮ್ಮನಿದ್ದುಬಿಟ್ಟರೆ ಅವನು ಮುಂದೆ ಇನ್ನೇನೇನು ಮಾಡುತ್ತಾನೆಯೋ! ಏನಾದರೂ ಕಡೆಯ ಪ್ರಯತ್ನವಾಗಿ ಅವನಿಗೆ ಬುದ್ಧಿ ಹೇಳಬೇಕು ಅತಿಯಾಗಿ ಪ್ರೀತಿಸುವ ತಾಯಿಯೆದೆಯ ನೋವಿನ ಗಾಯಗಳನ್ನು ತೋರಿಸಬೇಕು. ದಹಿಸುತ್ತಿರುವ ಭಾವನೆಗಳನ್ನು ವಿವರಿಸಿ ಹೇಳಬೇಕು. ತಂದೆಯ ಅಂತರಾಳದ ಪ್ರೀತಿ, ವಾತ್ಸಲ್ಯದ ಸೆಲೆಗಳನ್ನು ವಿವರಿಸಿ ಹೇಳಬೇಕು. ಅವನು ಮಾಡುತ್ತಿರುವ ಭಯಂಕರ ಪಾಪಗಳನ್ನು ಅವನ ಕಣ್ಣಿಗೆ ರಾಚುವಂತೆ ವಿವರಿಸಿ, ಕಾಣುವಂತೆ ಮಾಡಬೇಕು ಎನಿಸಿ, ದಿಲ್ಲಿಯಲ್ಲಿದ್ದ ದೇವದಾಸನ ಕೈಯಲ್ಲಿ ಮಗ ಹರಿಗೆ ಪತ್ರ ಬರೆಸಿದಳು.

"ನನ್ನ ಪ್ರೀತಿಯ ಮಗು ಹರಿಲಾಲ,

ಕುಡಿದು ಬೀದಿಯಲ್ಲಿ ಪ್ರಜ್ಞಾಹೀನ ಸ್ಥಿತಿಯಲ್ಲಿ ಬಿದ್ದಿದ್ದ ನಿನ್ನನ್ನು ಮದ್ರಾಸಿನ ಪೊಲೀಸರು ಗಮನಿಸಿ, ಅವರ ವಶಕ್ಕೆ ತೆಗೆದುಕೊಂಡರೆಂಬ ಸುದ್ದಿಯನ್ನು ಓದಿದೆ. ಮರುದಿನ ಮ್ಯಾಜಿಸ್ಟ್ರೇಟರು ನಿನಗೆ ಒಂದು ರೂಪಾಯಿ ದಂಡ ವಿಧಿಸಿ ಹೋಗಲು ಬಿಟ್ಟರಂತೆ, ಬಹಳ ಕರುಣಾಮಯಿ ಇರಬೇಕು ಆ ನ್ಯಾಯಾಧೀಶರು!

ನಾನು ನಿನಗೆ ನಿನ್ನನ್ನು ನಿಯಂತ್ರಿಸಿಕೊಳ್ಳಲು ಹೇಳುತ್ತಲೇ ಬಂದಿದ್ದೇನಿ, ನಿನ್ನ ವಯಸ್ಸಾದ ತಂದೆ ತಾಯಿಗಳ ಬಗ್ಗೆ ಯೋಚಿಸು, ವಯಸ್ಸಿಗೆ ಬರುತ್ತಿರುವ ಮಕ್ಕಳ ಬಗ್ಗೆ ಯೋಚಿಸು. ನಮಗೆಲ್ಲರಿಗೂ ಎಷ್ಟೊಂದು ದುಃಖವನ್ನು ಕೊಡುತ್ತಿದ್ದೀಯ, ಇಷ್ಟೇ ಅಲ್ಲದೆ, ನೀನು ಇತ್ತೀಚೆಗೆ ನಿನ್ನ ತಂದೆಯನ್ನು, ಇಂಥಾ ದೊಡ್ಡ ವ್ಯಕ್ತಿಯನ್ನು ಕುರಿತು ವ್ಯಂಗ್ಯ. ಕಟಕಿಗಳಿಂದ, ನಿಸ್ಸಿಷ್ಟದಂತೆ ಮಾತಾಡಿ ಅವಮಾನ ಮಾಡುತ್ತಿದ್ದೀ ಎಂಬುದೂ ತಿಳಿದು ಬಂತು, ನೀನೆಷ್ಟೇ ನಿನ್ನ ತಂದೆಯನ್ನು ದೂರಿದರೂ, ಕೆಟ್ಟದ್ದಾಗಿ ಮಾತಾಡಿದರೂ ನಿನ್ನ ತಂದೆಯೆದೆಯಲ್ಲಿ ಅಪಾರವಾದ ಪ್ರೀತಿಯೇ ತುಂಬಿದೆ. ನಿನ್ನನ್ನು ಎಷ್ಟೋ ಸಲ ಕೈಚಾಚಿ ಬಾ ಎಂದು ಕರೆದರು, ಊಟ, ತಿಂಡಿ, ಬಟ್ಟೆ ಕೊಟ್ಟು ನಿನ್ನನ್ನು ನೋಡಿಕೊಳ್ಳುವುದಲ್ಲದೆ ನಿನ್ನ ಶುಶ್ರೂಷೆಗೂ ಸಿದ್ಧರಿದ್ದರು, ಆದರೆ ನೀನೆಂದೂ ಅವರ ಕರೆಯನ್ನು ಕೇಳಿಸಿಕೊಳ್ಳಲಿಲ್ಲ. ಅವರು ಹೇಳಿದ ಒಳ್ಳೆಯ ಮಾತುಗಳು ನಿನಗೆ ಸಹ್ಯವಾಗಲಿಲ್ಲ. ನಿನ್ನ ತಂದೆ ನಮಗೆ ಮಾತ್ರ ಸೇರಿದವರಲ್ಲ, ನಮ್ಮ ಜವಾಬ್ದಾರಿ ಮಾತ್ರವೇ ಅವರದಲ್ಲ. ನಮ್ಮ ಜೊತೆಗೆ

ಪ್ರಪಂಚದ ಜವಾಬ್ದಾರಿಗಳನ್ನೆಲ್ಲ ಹೊತ್ತಿದ್ದಾರೆ, ಹಾಗಿರುವಾಗ, ಅವರಿಗೆ ನಿಮ್ಮ ಆಸೆ, ಆಕಾಂಕ್ಷೆಗಳನ್ನು ಪೂರೈಸಲು ಸಾಧ್ಯವಿಲ್ಲ. ಪಾಪ ನಿಮ್ಮ ವಿಚಾರವಾಗಿ ಒಳಗೇ ಅನುಭವಿಸುತ್ತಿರುವ ಸಂಕಟವನ್ನು ಯಾರೊಂದಿಗೂ ಹೇಳಿಕೊಳ್ಳಲಾರರು.

ನಿನ್ನಿಂದ ನಾನು ಅನುಭವಿಸುತ್ತಿರುವ ಮಾನಸಿಕ ಯಾತನೆಯನ್ನು ಇನ್ನು ನನ್ನಿಂದ ಸಹಿಸಿಕೊಳ್ಳಲು ಸಾಧ್ಯವಿಲ್ಲ. ಪ್ರತಿ ದಿನ, ಪ್ರತಿ ಕ್ಷಣ, ನಿನ್ನ ಬಗ್ಗೆ ಎಂಥಾ ಆಘಾತಕಾರಿ ಸುದ್ದಿಗಳು ಬರುತ್ತವೆಯೋ ಎಂದು ಹೆದರಿ ಕಂಗಲಾಗಿದ್ದೇನೆ. ಎದ್ದರೆ, ಕೂತರೆ, ನೀನೆಂಥಾ ಆಹಾರ ತೆಗೆದುಕೊಳ್ಳುತ್ತಿರುವೆಯೋ ಎಂಥಾದ್ದನ್ನು ಕುಡಿಯುತ್ತಿದ್ದೀಯೋ... ಎಷ್ಟೋ ಸಲ ನಿನ್ನನ್ನು ಭೇಟಿಯಾಗಬೇಕೆಂದುಕೊಳ್ಳುತ್ತೇನೆ. ಆದರೆ ಈಗ ನೀನು ಸಣ್ಣವಯಸ್ಸಿನವನಲ್ಲ. ಐವತ್ತರ ಪ್ರಾಯವನ್ನು ಸಮೀಪಿಸುತ್ತಿದ್ದೀಯ, ಬಯಸಿ ನಿನ್ನ ಬಳಿಗೆ ಬರಬೇಕೆಂದು ಬಂದಾಗ, ನಿನ್ನಿಂದ ಏನೇನು ಕೇಳಬೇಕಾಗಿ ಬರುತ್ತದೆಯೋ ಎಂದು ಹೆದರಿಕೆಯಾಗುತ್ತದೆ.

ಇನ್ನೊಂದು ವಿಷಯಕ್ಕೆ ಬರುವುದಾದರೆ ನಮ್ಮ ಪೂರ್ವಿಕರ ಧರ್ಮವನ್ನು ನಿರಾಕರಿಸಿ, ಬೇರೆ ಧರ್ಮವನ್ನು ಸ್ವೀಕರಿಸಿದೆಯಂತೆ, ಇರಲಿ, ಅದು ನಿನ್ನ ಇಷ್ಟ. ಆದರೆ ನನಗೆ ಮಾತ್ರ ಇಷ್ಟವಿಲ್ಲ ಎಂಬುದನ್ನಂತೂ ಸ್ಪಷ್ಟಪಡಿಸುತ್ತಿದ್ದೇನೆ. ಆದರೆ ಇನ್ನು ಮುಂದೆ ನನ್ನನ್ನು ಸುಧಾರಿಸಿಕೊಳ್ಳುತ್ತೇನೆ ಎಂಬ ನಿನ್ನ ಹೇಳಿಕೆಯನ್ನು ಕೇಳಿ ಸಂತೋಷಪಟ್ಟೆ, ಹೋಗಲಿ ಇನ್ನು ಮುಂದಾದರೂ ನಿನ್ನ ಬದುಕು ಒಂದು ಹಾದಿಗೆ ಬರುತ್ತದೆ ಎಂದು ಸಮಾಧಾನಪಟ್ಟೆ, ಆದರೆ ಅದೂ ಕೂಡಾ ನಿನ್ನ ಮುಂದುವರೆದ ಹಳೆ ವರ್ತನೆಯನ್ನು ಕೇಳಿ ನನ್ನಲ್ಲಿ ಮೂಡಿದ್ದ ಭರವಸೆ ಚೂರು ಚೂರಾಯಿತು. ಮುಗ್ಧ ಜನರನ್ನು ನಿನ್ನಂತೆ ಧರ್ಮಾಂತರಗೊಳ್ಳಲು ಪ್ರಚೋದಿಸುತ್ತಿರುವೆಯಂತೆ. ಇದೆಲ್ಲ ಏನು? ಯಾಕೆ ಹೀಗೆ ನಿನ್ನ ತಲೆ ವಿಕೃತ ವಿಚಾರಗಳನ್ನೇ ತುಂಬಿಕೊಂಡಿದೆ. ನೀನು ಹೇಳುವುದೆಲ್ಲವನ್ನೂ ಜನ ಒಂದಿಷ್ಟೂ ಅನುಮಾನವಿಲ್ಲದಂತೆ, ಅಂಥ ಮಹಾತ್ಮನ ಮಗನೆಂದು, ನಂಬಿ ನಡೆಯುತ್ತಾರೆ. ಇದೇ ರೀತಿ ನೀನು ಹೀಗೆ ಅಡ್ಡದಾರಿಗಳಲ್ಲೇ ಮುಂದುವರೆದರೆ, ಒಂದಲ್ಲ ಒಂದು ದಿನ ಜನ ನಿನ್ನನ್ನು ಥೀ ಥೂ ಎಂದು ದೂರವಿಡುತ್ತಾರೆ. ನೋಡು ಹರಿ, ನನ್ನ ಪ್ರಾರ್ಥನೆಯನ್ನು ಕೇಳಿಸಿಕೋ, ನಿನ್ನ ಇಂದಿನ ಅಪರಾಧಗಳಿಂದ ದೂರ ಸರಿದು ನೇರ ಬಾಳನ್ನು ಸ್ವಚ್ಛ ಬಾಳನ್ನು ಬಾಳು. ಒಂದು ಮಾತು. ಈ ನಿನ್ನ ನೊಂದ ತಾಯಿ ಹೇಳುತ್ತಿದ್ದೇನೆ. ನಿನ್ನ ತಂದೆ ನಿನ್ನ ತಪ್ಪುಗಳನ್ನು ಕ್ಷಮಿಸಬಹುದು. ಆದರೆ ದೇವರು ನಿನ್ನನ್ನು ಎಂದಿಗೂ ಕ್ಷಮಿಸುವುದಿಲ್ಲ."

ನಿನ್ನ ಪ್ರೀತಿಯ, ಬಾ.

ಮೇಲಿನ ಪತ್ರವನ್ನು ಮುಗಿಸಿದಳೋ ಇಲ್ಲವೋ, ಮತ್ತೊಂದು ಪತ್ರವನ್ನು ಬರೆಸಿದಳು. ಮಗನಿಗೆ ಬುದ್ಧಿವಾದ ಹೇಳಿದ್ದಾಯಿತು. ಆದರೆ ಅವನನ್ನು ದಾರಿ ತಪ್ಪಿಸಿದ, ಮುಸ್ಲಿಂ ಬಂಧುಗಳಿಗೂ ಒಂದೆರಡು ಮಾತನ್ನು ಹೇಳಬಯಸಿದಳು. ಈ ಪತ್ರವನ್ನೂ ಬಹಿರಂಗ ಪತ್ರವಾಗಿ ಎಲ್ಲ ಪತ್ರಿಕೆಗಳಲ್ಲಿ ಬರುವಂತೆ ಕೋರಿದ್ದಳು. ತನ್ನ ಪತ್ರವನ್ನು 'ನೊಂದ ತಾಯಿಯ ಕ್ಷಣ ದನಿ' 'ಆತ್ಮಸಾಕ್ಷಿಯನ್ನು ಕೇಳಿಕೊಳ್ಳಿ' ಎಂಬ ಶೀರ್ಷಿಕೆಗಳಲ್ಲಿ ಕಳಿಸಿದಳು.

ನಿಮ್ಮ ನಡೆವಳಿಕೆ ನನಗೆ ಅರ್ಥವಾಗುತ್ತಿಲ್ಲ. ದೊಡ್ಡ ಸಂಖ್ಯೆಯ ವಿಚಾರವಂತ ಮುಸ್ಲಿಮರು ಮತ್ತು ಆಜನ್ಮ ಸ್ನೇಹಿತರೂ, ಮುಸ್ಲಿಮರು, ಈ ಪ್ರಸಂಗವನ್ನು ಖಂಡಿಸಿದ್ದನ್ನು ಕೇಳಿ ನನಗೆ ಸಂತೋಷವಾಯಿತು.... ನನ್ನ ಮಗ ತಪ್ಪುದಾರಿ ಹಿಡಿಯುವುದನ್ನು ತಪ್ಪಿಸುವುದಕ್ಕೆ ಬದಲಾಗಿ, ಮತಾಂತರದ ಹೆಸರಲ್ಲಿ ಇನ್ನಷ್ಟು ಹದಗೆಡುವಂತೆ ಮಾಡಿದ್ದು ನನಗೆ ನೋವುಂಟು ಮಾಡಿದೆ. ಅವನನ್ನು ಕೆಟ್ಟ ಚಾಳಿಗಳಿಂದ ಬಿಡಿಸಿ, ಸರಿದಾರಿಗೆ ತರುವುದಕ್ಕೆ ಬದಲಾಗಿ, ಅವನನ್ನು ಅಂದರೆ ನನ್ನ ಅಂಥ ಮಗನನ್ನು 'ಮೌಲ್ಟಿ' ಎಂದು ಮೆರೆಸಿ ತಲೆಕೆಡಿಸಿರುವುದು ನಿಮಗೆ ಸರಿಯೆನಿಸುತ್ತಿದೆಯೇ. ಅಂಥ ದುಷ್ಟ ಚಾಳಿಗಳಿಗೆ ಬಲಿಯಾದವನನ್ನು ನಿಮ್ಮ ಧರ್ಮ 'ಮೌಲ್ಟಿ' ಎಂದು ಒಪ್ಪಿಕೊಳ್ಳುತ್ತದೆಯೇ?

"ಅವನನ್ನು ನಿಮ್ಮ ಸೋದರನೆಂದು ನಿಜವಾಗಿಯೂ ಭಾವಿಸುವುದಾದರೆ, ಈಗ ಮಾಡುತ್ತಿರುವುದನ್ನು ನಿಲ್ಲಿಸಿ, ಇದೆಲ್ಲ ಅವನ ಕ್ಷೇಮ, ಹಿತದ ದೃಷ್ಟಿಯಿಂದಲ್ಲ ಎನ್ನವುದು ನನಗೆ ತಿಳಿದಿದೆ. ಆದರೂ ನಮ್ಮನ್ನು ನಗೆಪಾಟಲಿಗೆ ಗುರಿಮಾಡಬೇಕೆಂಬ ಉದ್ದೇಶದಿಂದಲೇ ಇದೆಲ್ಲ ಮಾಡುತ್ತಿರುವಿರಾದರೆ, ನಾನು ಏನನ್ನೂ ಹೇಳಲಾರೆ, ಹೇಳುವುದಿಲ್ಲ. ನೀವು ಮಾಡಬೇಕಾದ್ದೆಲ್ಲವನ್ನೂ ಮಾಡಿ, ಆದರೆ ಒಂದು ಮಾತು ನಿಮಗೆ ತಿಳಿಸಲೇ ಬೇಕಾದ್ದು, ನನ್ನ ಕರ್ತವ್ಯ. ನೀವು ಮಾಡುತ್ತಿರುವ ಕೆಲಸ ಸರಿಯಲ್ಲ. ಅದು ದೇವರಿಗೂ ಗೊತ್ತಿದೆ. ಇಷ್ಟೇ ನಾನು ಹೇಳುವುದು, ಯೋಚಿಸಬೇಕಾದ್ದನ್ನು ನಿಮಗೆ ಬಿಟ್ಟಿದ್ದೇನೆ."

ಹರಿಲಾಲನ ಚಿಂತೆಯಲ್ಲಿಯೇ ಅದೆಷ್ಟು ನಿದ್ರೆಗೆಟ್ಟ ರಾತ್ರಿಗಳನ್ನು ಕಳೆದಳೋ! ತನ್ನ ಮತ್ತು ಗಂಡನ ಸಂಕಟವನ್ನು ತೋಡಿಕೊಳ್ಳಲು ಅವಳಿಗಿದ್ದವರೆಂದರೆ, ದೇವದಾಸ, ರಾಮದಾಸ. ಮಣಿಲಾಲ ದೂರದಲ್ಲಿದ್ದ. ಅವನಿಗೂ ಗಾಂಧಿಯಿಂದ ಹರಿಲಾಲನ ವಿಚಾರವಾಗಿ ಸೂಕ್ಷ್ಮವಾದ ವಿವರಗಳು ದೊರೆಯುತ್ತಿದ್ದವು.

ಗಾಂಧಿ ಮತಾಂತರದ ವಿಚಾರವಾಗಿ ಕೇಳಿಸಿಕೊಂಡಿದ್ದರೂ ಪತ್ರಿಕೆಗಳಲ್ಲಿ ಓದಿದ್ದರೂ ಭಾವುಕತೆಗಾಗಲೀ, ಉದ್ವಿಗ್ನತೆಗಾಗಲೀ ಒಳಗಾಗಿರಲಿಲ್ಲ. ಆದರೆ 'ಬಾ'ಗೆ ಹಾಗೆ ಸಲೀಸಾಗಿ, ನಿರ್ಭಾವುಕವಾಗಿ ಸ್ವೀಕರಿಸುವುದು ಸಾಧ್ಯವಿರಲಿಲ್ಲ. ಅವಳದು ಹೆತ್ತ ಕರುಳು! ಮತಾಂತರವನ್ನು ದೊಡ್ಡ ಸಮಸ್ಯೆಯೆಂದೇ ಗಾಂಧಿ ಭಾವಿಸಿರಲಿಲ್ಲ ಹರಿಲಾಲ ಇಸ್ಲಾಂ ಧರ್ಮವನ್ನು ಮನಃಪೂರ್ವಕವಾಗಿ ಒಪ್ಪಿ, ಆ ಧರ್ಮದ ಸೂಕ್ಷ್ಮಗಳನ್ನು ಅರಿತು ಸ್ವೀಕರಿಸಿದ್ದೇ ಆದರೆ ಖಂಡಿತವಾಗಿಯೂ ಅಭ್ಯಂತರವಿಲ್ಲ. ಆದರೆ ಮಗ ಮತಾಂತರಗೊಂಡಿರುವುದು ತನ್ನ ಮೇಲಿನ ದ್ವೇಷಕ್ಕಾಗಿ, ತನ್ನನ್ನು ನೋಯಿಸುವುದಕ್ಕಾಗಿ ಎಂದು ತಿಳಿದಿದ್ದ, ಅಲ್ಲದೆ ಈ ಮತಾಂತರದಿಂದ ಹಿಂದೂ ಧರ್ಮಕ್ಕೆ ನಷ್ಟವಾಗುವುದೆಂದಾಗಲೀ, ಇಸ್ಲಾಂ ಧರ್ಮಕ್ಕೆ ಲಾಭವಾಗುವುದೆಂದಾಗಲೀ ಭಾವಿಸಲಿಲ್ಲ. ಅಬ್ದುಲ್ಲಾನೋ ಹರಿಲಾಲನೋ ಯಾವುದಾದರೂ ತನಗೇನೂ ಸಂಬಂಧಿಸಿದ್ದಲ. ಆದರೆ ನಿಜವಾದ ದೈವಭಕ್ತಿಯನ್ನಿರಿಸಿಕೊಂಡಿದ್ದರೆ ಸಾಕು, ಎಂದು ಯೋಚಿಸಿ, ಈ ಹಗರಣದ ಬಗ್ಗೆ ಹೆಚ್ಚಿಗೆ ತಲೆ ಕೆಡಿಸಿಕೊಳ್ಳಲಿಲ್ಲ.

ಹರಿಲಾಲನ ಬಗ್ಗೆ ದಿನ ದಿನಕ್ಕೆ ಬರುತ್ತಿದ್ದ ಹೊಸ ಸುದ್ದಿಗಳಿಂದ ಹರಿಲಾಲನ ಮಗ ಕ್ರಾಂತಿ ಮತ್ತು ಗಾಂಧಿ ಕುಟುಂಬದ ಸದಸ್ಯರು, ಆಪ್ತ ಸ್ನೇಹಿತರು, ಆಶ್ರಮವಾಸಿಗಳು ತುಂಬ ನೊಂದುಕೊಳ್ಳುತ್ತಿದ್ದರು. ಅವನಿಗೆ ಸದ್ಬುದ್ಧಿ ನೀಡಲೆಂದು ದೇವರನ್ನು ಪ್ರಾರ್ಥಿಸುತ್ತಿದ್ದರು.

ಮಾನಸಿಕವಾಗಿ, ದೈಹಿಕವಾಗಿ ತುಂಬಾ ಬಳಲಿದ್ದ ಬಾಪು, ಒಂದಷ್ಟು ದಿನ ಎಲ್ಲಿಯಾದರೂ ಜನ ಸಂಪರ್ಕವಿಲ್ಲದಂತೆ ಏಕಾಂತದಲ್ಲಿ ಧ್ಯಾನದಲ್ಲಿ ಕಳೆಯಬೇಕೆಂದು ಯೋಚಿಸುತ್ತಿದ್ದ. ಹೆಸರಾಗುತ್ತಿದ್ದಂತೆ, ಜನ ಬಂದು ತಮ್ಮನ್ನು ಕಾಣಲು ಪ್ರಯತ್ನಿಸುತ್ತಿದ್ದರು, ಬಂದವರನ್ನು ನಿರಾಶೆಗೊಳಿಸುವುದೂ ಸಾಧ್ಯವಿರಲಿಲ್ಲ. ಹಾಗಾಗಿ ಒಂದು ನಿರ್ಜನ ಪ್ರದೇಶದ ಹುಡುಕಾಟದಲ್ಲಿದ್ದಾಗ, ಜಮನಲಾಲ ಬಜಾಜ್, ಈ ಸಲವೂ ಗಾಂಧಿಯ ನೆರವಿಗೆ ಬಂದ. ಗಾಂಧಿ ಎಲ್ಲಿಯಾದರೂ ಅಂಥ ನಿರ್ಜನವಾದ ಮತ್ತು ಯಾವುದೇ ನಾಗರಿಕ ಸೌಲಭ್ಯಗಳಿಲ್ಲದ ಜಾಗಕ್ಕಾಗಿ ವಿಚಾರಿಸುತ್ತಿದ್ದಾಗ, ಸೆಗಾಂವ್ ಎಂಬ ಒಂದು ಪ್ರದೇಶ ಗಮನಕ್ಕೆ ಬಂತು. ಅದು ತಾನು ನಿರೀಕ್ಷಿಸುತ್ತಿದ್ದ ರೀತಿಗೆ ಹೊಂದುತ್ತಿತ್ತು. ರಸ್ತೆಗಳಾಗಲೀ, ಅಂಗಡಿಗಳಾಗಲೀ, ಅಂಚೆ ಕಟೇರಿಯಾಗಲೀ, ಮನೆಗಳಾಗಲೀ ಅಲ್ಲಿ ಇರಲಿಲ್ಲ. ಒಂದೇ ಒಂದು ಪಾಳುಬಿದ್ದಂತಿದ್ದ ಮಣ್ಣಿನ ಕುಟೀರವೊಂದು ಎದ್ದು ಕಾಣಿಸುತ್ತಿತ್ತು. ಆ ಜಾಗ ಬಜಾಜರದೆಂದು ತಿಳಿಯಿತು. ಮಾತಿನಲ್ಲಿ ಅದರ ಬಗ್ಗೆ, ಅವರ ಬಳಿ ಪ್ರಸ್ತಾಪಿಸಿದಾಗ, ತನ್ನ ಗೆಳೆಯ ಗಾಂಧಿಗೆ ಸಂತೋಷದಿಂದ ಅದನ್ನ ಸಮರ್ಪಿಸಿದ, ಹಾಗೆಯೇ ಗಾಂಧಿಯ ವಾಸಕ್ಕೆ ಅನುಕೂಲ ವ್ಯವಸ್ಥೆಯನ್ನೂ ಮಾಡುವುದಾಗಿ ತಿಳಿಸಿದ. ಆದರೆ ಗಾಂಧಿ ತನಗಾಗಿ ಕೇವಲ ಒಂದು ಕೋಣೆಯ ಸಣ್ಣ ಕುಟೀರವೇ ಸಾಕು. ಅದನ್ನು ರೂಪಿಸುವಲ್ಲಿ ಒಂದು ನೂರು ರೂಪಾಯಿಗಿಂತ ಹೆಚ್ಚಿಗೆ ಖರ್ಚು ಮಾಡಬಾರದೆಂದು ಷರತ್ತು ಹಾಕಿದ. ಅಲ್ಲದೆ ನನ್ನ ಖರ್ಚುಗಳಿಗಾಗಿ ಸೆಗಾಂವ್ ಕಡೆಯಿಂದ ಪ್ರಯತ್ನಗಳು ನಡೆಯಬಾರದು. ತಾನು ಇಲ್ಲಿ ಉಳಿದುಕೊಂಡರೂ ಹೊರಗಿನ ಕೆಲಸದ ಚಟುವಟಿಕೆಗಳನ್ನು ಮುಂದುವರೆಸುವುದಾಗಿಯೂ, ಆದರೆ ಹೊರಗಿನಿಂದ ಸಂದರ್ಶಕರು ಯಾರೂ ಇಲ್ಲಿಗೆ ಬಂದು ತೊಂದರೆ ಕೊಡಬಾರದೆಂದೂ ಸೂಚಿಸಿದ.

ತನ್ನ ಈ ಆಲೋಚನೆಯನ್ನು 'ಬಾ'ಗೆ ತಿಳಿಸಲೇಬೇಕೆಂದು ಒಂದು ದಿನ ಅವಳನ್ನು ತುರ್ತಾಗಿ ಕರೆಸಿದ. ಬಾ ಬರುತ್ತಲೇ ಘಟ್ಟನೆ,

"ಏನು ಇದ್ದಕ್ಕಿದ್ದಂತೆ ಇಷ್ಟೊಂದು ಅವಸರದಲ್ಲಿ ನನ್ನನ್ನು ಕರೆಸಿದ್ದೀರಿ? ನನ್ನಿಂದೇನಾದರೂ ಆಗಬೇಕಿದೆಯೇನು?"

"ನಿನ್ನಿಂದ ಆಗಬೇಕಾದ್ದು ಇದೆ ಎಂದರೆ, ಇದೆ, ಇಲ್ಲ ಎಂದರೆ ಇಲ್ಲ."

"ಅದೇನು ಹೇಳಬೇಕೆಂದಿದ್ದೀರೋ, ನೇರವಾಗಿ ಹೇಳಿ, ಈ ಬಳಸುಗಳು, ಒಡಪುಗಳು ಬೇಕಿಲ್ಲ."

"ಕಸ್ತೂರ್ ನಮ್ಮ ಹರಿ ನನ್ನ ಮೇಲ್ಯಾಕೆ ಇಷ್ಟು ಕ್ರುದ್ಧನಾಗಿದ್ದಾನೆ? ಮೊನ್ನೆ ಅವನನ್ನು ನೋಡಿದಾಗಿನಿಂದ ನನ್ನ ಮನಸ್ಸಿಗೆ ಶಾಂತಿಯೇ ಇಲ್ಲ, ಇವನ್ಯಾಕೆ ನನ್ನನ್ನು ಅರ್ಥಮಾಡಿಕೊಳ್ಳುತ್ತಿಲ್ಲ, ನನ್ನ ಮಕ್ಕಳಿಗೆ ನಾನು ಶಿಫಾರಸು ಮಾಡಿದರೆ ಜನರಿಗೆ ನಾನು ನಿಷ್ಪಕ್ಷಪಾತಿ ಎನ್ನುವುದು ಹೇಗೆ ತಾನೇ ಅರ್ಥವಾಗುತ್ತೆ? ಅಂದಿನ ಆ ಒಂದು ನನ್ನ ನಿಷ್ಠುರ ನಿರ್ಧಾರ ಅವನನ್ನು ಇಷ್ಟರ ಮಟ್ಟಿಗೆ ದೂರ ಮಾಡಿಬಿಟ್ಟಿತೇ? ಇಲ್ಲವೇ ಅವನ ಸ್ವಭಾವವೇ ಹಾಗೆಯೇ? ಅಥವಾ ಅವನನ್ನು ನಿನ್ನ ಹೊಟ್ಟೆಗೆ ಹಾಕಿದ ಕ್ಷಣಗಳಲ್ಲಿ, ನನ್ನಲ್ಲೇನಾದರೂ ದುರಾಲೋಚನೆಗಳಿದ್ದವೇ?"

"ಈಗ ಅದನ್ನೆಲ್ಲ ತೆಗೆದುಕೊಂಡು ಮನಸ್ಸಿನಲ್ಲೇಕೆ ಕೊರಗುತ್ತೀರಿ, ಅವನ ಸ್ವಭಾವವೇ ಹಾಗೆ ಈ ಜನ್ಮದಲ್ಲಿಯೂ ಅವನು ಬದಲಾಗುವುದೇ ಇಲ್ಲ. ಅವನನ್ನು ಮರೆತುಬಿಡಿ, ಅವನು ನನ್ನ ಮಗನೇ ಅಲ್ಲ ಅಂದುಕೊಂಡು ಬಿಡಿ".

"ಹಾಗೆ ಮಾಡುವುದು ಅಷ್ಟೊಂದು ಸುಲಭವಾಗಿದ್ದರೆ, ಇಲ್ಲೀವರೆಗೆ ನಾನು ಕೊರಗುತ್ತಲೇ ಇರುತ್ತಿದ್ದೆನೇ?"

"ಹಾಗಾದರೆ ಅದಕ್ಕೆ ಏನು ಮಾಡಬೇಂತೀರಿ?"

"ನಾನು ಒಂದಷ್ಟು ಕಾಲ ಎಲ್ಲರಿಂದ ದೂರ, ಏಕಾಂತದಲ್ಲಿ ಇರಬೇಕೆಂದು ಆಲೋಚಿಸುತ್ತಿದ್ದೇನೆ."

"ನೀವು ಏಕಾಂತದಲ್ಲಿದ್ದರೂ ಒಂದೆ, ಜನರ ಮಧ್ಯೆ ಇದ್ದರೂ ಒಂದೆ, ಮನಸ್ಸು ನಾವು ಹೇಳಿದಂತೆ ಕೇಳಬೇಕಲ್ಲ?"

"ಪ್ರಯತ್ನ ಮಾಡಿ ನೋಡುತ್ತೇನೆ. ಈಗಾಗಲೇ ಅಂತಹ ಒಂದು ಜಾಗವನ್ನೂ ಗುರುತಿಸಿದ್ದೇನೆ. ವಾರ್ಧಾದಿಂದ ಸ್ವಲ್ಪ ದೂರದಲ್ಲಿ ನಿರ್ಜನ ಪ್ರದೇಶವಿದೆ. ಅದು ಸೆಗಾಂವ್. ಅಲ್ಲೊಂದು ಕುಟೀರವನ್ನು ನಿರ್ಮಿಸಿಕೊಂಡು ಇರಲು ಯೋಚಿಸಿದ್ದೇನೆ. ಯಾವ ಸೌಲಭ್ಯಗಳೂ ಇಲ್ಲದ ಜಾಗದಲ್ಲಿ, ಮನಃಶುದ್ಧಿಗಾಗಿ ಏಕಾಂತ, ಮೌನ, ಧ್ಯಾನಗಳಲ್ಲಿ ತೊಡಗಿಸಿಕೊಳ್ಳುತ್ತೇನೆ, ನೀನೂ ನನ್ನ ಏಕಾಂತವನ್ನು ಭರಿಸುವಷ್ಟು ಸಮರ್ಥಳಾಗಿದ್ದರೆ, ನನ್ನೊಡನೆ ಇರಬಹುದು. ನನ್ನ ಚಟುವಟಿಕೆಗಳನ್ನು ಮುಂದುವರೆಸಲು ನಿಶ್ಚಿತ ದಿನಗಳಲ್ಲಿ ನಾನೇ ಬಂದು ನೋಡಿಕೊಳ್ಳುತ್ತೇನೆ. ಆದರೆ ಯಾರೊಬ್ಬರೂ ನನ್ನನ್ನು ಕಾಣಲು ಸೆಗಾಂವ್‌ಗೆ ಬರಬಾರದು".

ತಕ್ಷಣ ಕಸ್ತೂರಬಾ ಏನನ್ನೂ ಹೇಳಲಿಲ್ಲ, ಬಾಪುವಿನಿಂದ, ಅವರ ಏಕಾಂತಕ್ಕೆ ಭಂಗಬಾರದಿರಲೆಂದು, ತಾನು ಗಂಡನಿಂದ ದೂರವೇ ಇರಬೇಕೆಂದು ನಿಶ್ಚಯಿಸಿದಳು.

ಬಾಪು ತನ್ನ ಇಚ್ಛೆಯಂತೆ ಏಕಾಂತವಾಸವನ್ನು ಮುಂದುವರೆಸುತ್ತಿದ್ದ. ಆದರೆ ಅವನನ್ನು ನೆಚ್ಚಿಕೊಂಡ ಜನರ ಒತ್ತಾಯವನ್ನು ತಪ್ಪಿಸಿಕೊಳ್ಳಲು ಸಾಧ್ಯವಾಗಲಿಲ್ಲ. ಬರಬರುತ್ತಾ ಗಾಂಧಿಯ ಷರತ್ತು ಸಡಿಲಗೊಂಡಿತು. ಗಾಂಧಿಯಿದ್ದ ಆ ಸೆಗಾಂವ್ ಸಾಕಷ್ಟು ಅಭಿವೃದ್ಧಿಯನ್ನು ಕಾಣತೊಡಗಿತು. ಮೊದಲು ಬಾಪುವಿದ್ದ ಮಣ್ಣಿನ ಕುಟೀರವನ್ನು ಏಳು ಜನ ಹಂಚಿಕೊಳ್ಳಬೇಕಾಯಿತು. ಬಾ ತಾನು ಅಲ್ಲಿ ಇರದಿದ್ದರೂ ಒಂದು ದಿನ ಮೊಮ್ಮಗಳು ಮನುವನ್ನು ಧೂಳು ತುಂಬಿದ, ಬಿಸಿಲು ಸುರಿಯುತ್ತಿದ್ದ ರಸ್ತೆಗಳಲ್ಲಿ ವಾರ್ಧಾದಿಂದ ಐದು ಮೈಲಿ ನಡೆಸಿಕೊಂಡು ಬಾಪುವಿದ್ದ ಕುಟೀರವನ್ನು ನೋಡಲು ಹೋದಳು. ಬಾಪು ಕುಟೀರ ಈಗಾಗಲೇ ಜನರಿಂದ ತುಂಬಿಹೋಗಿತ್ತು. ಅದು ಹೇಗೋ ಒಂದು ರಾತ್ರಿ, ಅಜ್ಜಿ ಮೊಮ್ಮಗಳು ಕಳೆದು, ಒಂದಷ್ಟು ದಿನ ನೆಂಟರು, ಸ್ನೇಹಿತರ ಮನೆಗಳಿಗೆ ಭೇಟಿ ಕೊಡುವುದರಲ್ಲಿ ದಿನ ಕಳೆದು ಕಸ್ತೂರಬಾಳಿಗೂ ಪ್ರತ್ಯೇಕವಾಗಿ ಒಂದು ಮನೆ ಸಿದ್ಧವಾಗುವಷ್ಟು ಹೊತ್ತಿಗೆ ಸೆಗಾಂವ್‌ಗೆ ಹಿಂತಿರುಗಿದಳು. ಮಣ್ಣಿನ ಗೋಡೆಗಳಿಂದ, ಹಂಚುಗಳಿಂದ ಸಿದ್ಧವಾದ ಮನೆಯಾದರೂ, ಮನೆಯ ವರಾಂಡ ವಿಶಾಲವಾಗಿದ್ದು, ಧಾರಾಳವಾದ ಗಾಳಿ ಬೆಳಕಿನಿಂದ ಹಾಯೆನಿಸುವಂತಿತ್ತು.

ಹರಿದು ಬರುತ್ತಿದ್ದ ಜನ ಸಮೂಹವನ್ನಾಗಲೀ, ಗಾಂಧಿಯೊಡನೆ ವಾಸಿಸಬೇಕೆನ್ನುವ ಗಾಂಧಿ ಅನುಯಾಯಿಗಳನ್ನಾಗಲೀ ತಡೆದು ನಿಲ್ಲಿಸುವುದು ಸಾಧ್ಯವಾಗಲಿಲ್ಲ, ಇದೊಂದು ಆಶ್ರಮವಾಗ ಬೇಕೆಂಬ ಆಸೆ ಗಾಂಧಿಗೆ ಇರಲಿಲ್ಲವಾದರೂ ಪರಿಸ್ಥಿತಿ, ಸಂದರ್ಭಗಳು ಆ ಜಾಗವನ್ನು ಮತ್ತೊಂದು ಆಶ್ರಮವಾಗಿ ಪರಿವರ್ತಿಸಿತು. ಗಾಂಧಿ ಪರಿವಾರ ದೊಡ್ಡದಾಗಿ ಬೆಳೆಯಿತು, ಫೀನಿಕ್ಸ್, ಟಾಲ್‌ಸ್ಟಾಯ್ ಮತ್ತು ಸಬರಮತಿ ಆಶ್ರಮಗಳಂತೆ, ಇಲ್ಲಿಯೂ ರಸ್ತೆಗಳು ನಿರ್ಮಾಣವಾದವು, ಮರಗಳು, ಹೂವು ಹಣ್ಣಿನ ತೋಟಗಳೂ ಕಾಣಿಸಿಕೊಂಡವು. ಸೇವಾ ಚಟುವಟಿಕೆಗಳೂ ಸರಾಗವಾಗಿ ಮುಂದುವರೆಯಿತು. ಸಮುದಾಯ ಬದುಕಿನ ನಕ್ಷೆ ಸಿದ್ಧವಾಯಿತು. ಈ ಆಶ್ರಮಕ್ಕೂ ಒಂದು ಹೆಸರಿನ ಅಗತ್ಯ ಕಂಡು ಬಂದು ಅದಕ್ಕೆ ಸೇವಾಗ್ರಾಮ ಆಶ್ರಮವೆಂದು ಹೆಸರು ಪ್ರಚಲಿತವಾಯಿತು. ಅದೊಂದು ಪುಟ್ಟ ಗ್ರಾಮವಾಗಿ ಪರಿವರ್ತಿತವಾಯಿತು.

ಆಶ್ರಮ ಜೀವನದಲ್ಲಿ 'ಬಾ'ಳದೇ ಪ್ರಮುಖ ಪಾತ್ರ, ಆಶ್ರಮದ ಬಿಡುವಿಲ್ಲದ ಕೆಲಸ ಕಾರ್ಯಗಳು, ಮಧ್ಯೆ ಮಧ್ಯೆ ಹೊರಗಿನ ಸಮಾಜ ಕಾರ್ಯಗಳು, ನಿರಂತರ ಬಂದು ಹೋಗುತ್ತಿದ್ದ ಅತಿಥಿ ಅಭ್ಯಾಗತರನ್ನು ನೋಡಿಕೊಳ್ಳುವ ಜವಾಬ್ದಾರಿ, ಹೀಗೆ ಅಸಂಖ್ಯ ಕೆಲಸಗಳಿದ್ದೂ ಬಾ ಚರಕವನ್ನೂ ಬಿಡುತ್ತಿರಲಿಲ್ಲ. ನಿಲ್ಲದ ಯಂತ್ರದಂತೆ ಕೆಲಸ ಮಾಡುತ್ತಿದ್ದಳು. ಬಾಪುವಿನ ಯೋಗಕ್ಷೇಮವನ್ನು ನೋಡಿಕೊಳ್ಳುವುದರ ಜೊತೆಗೆ ಅವನ ಅಗತ್ಯಗಳನ್ನೂ ಪೂರೈಸುತ್ತಿದ್ದಳು.

'ಬಾ' ಈಗ ಮೊದಲಿನಂತೆ ಗಂಡನಿಗೆ ಹೆದರಿ ನಿಲ್ಲುವ ಹೆಣ್ಣಾಗಿ ಉಳಿಯಲಿಲ್ಲ. ಅತ್ಯಂತ ಪ್ರಬುದ್ಧಳಾಗಿಯೂ, ವಿವೇಕವಂತಳಾಗಿಯೂ, ಎಲ್ಲ ಆಘಾತಗಳ ನಡುವೆಯೂ ಬದುಕನ್ನು ಸಮರ್ಥವಾಗಿ ನಿರ್ವಹಿಸಬಲ್ಲವಳಾಗಿದ್ದಳು. ಬಾಪುವಿನ ಅಸಹಾಯಕ ಕ್ಷಣಗಳಲ್ಲಿ ಚಾಣಾಕ್ಷ ಮಂತ್ರಿಯಾಗಿ ಸಲಹೆ ಸೂಚನೆಗಳನ್ನು, (ಅವನು ಒಪ್ಪಲಿ, ಬಿಡಲಿ?) ನೀಡಲು ಮುಂದಾಗುತ್ತಿದ್ದಳು.

ಆಶ್ರಮದ ನಿಯಮಗಳಿಗೆ ಯಾವುದೇ ರಿಯಾಯಿತಿ ಇಲ್ಲದೆ ಹೋದರೂ, ಬಾಪು 'ಬಾ'ಳನ್ನು ಸಂಪೂರ್ಣವಾಗಿ ಅರ್ಥಮಾಡಿಕೊಂಡಿದ್ದರಿಂದ, ವಿನಾಯಿತಿ ತೋರುತ್ತಿದ್ದ. ಕೋಲೆ ಬಸವನಂತೆ 'ಬಾ'ಗೆ ಈಗ ಬಾಪುವನ್ನು ಅನುಸರಿಸುವ ಅಗತ್ಯವಿರಲಿಲ್ಲ. ಬಾಪುವಿನ ಒತ್ತಾಯವೂ ಇರಲಿಲ್ಲ. ತನಗೆ ಸರಿ ತೋಚಿದಂತೆ, ನಡೆಯುವಷ್ಟು ಸಾಹಸವನ್ನು ಮೆರೆಸುವುದರಲ್ಲಿ ಹಿಂಜರಿಕೆ ತೋರಲಿಲ್ಲ. ಗಾಂಧಿಯಷ್ಟೇ ಆತ್ಮ ಭರವಸೆ, ಧೀರ ನಿಲುವು, ಸಹ ಕಾರ್ಯಕರ್ತರಲ್ಲಿ, ಸ್ಫೂರ್ತಿ ಮೂಡಿಸುವ ಸಾಮರ್ಥ್ಯವನ್ನು ಹೊಂದಿದ್ದಳು, ಬೌದ್ಧಿಕವಾಗಿಯೂ, ಶೈಕ್ಷಣಿಕವಾಗಿಯೂ ಬೆಳೆದಿದ್ದಳು, ಓದಲು, ಬರೆಯಲು ಕಲಿತಳು, ಪತ್ರಿಕೆಗಳಲ್ಲಿನ ಸುದ್ದಿ ಸಮಾಚಾರಗಳನ್ನು ಕಷ್ಟಪಟ್ಟಾದರೂ ಸ್ವತಃ ಓದಿಕೊಳ್ಳುತ್ತಿದ್ದಳು. ಜೈಲಿನಲ್ಲಿರುವ ದಿನಗಳಲ್ಲಿ ವಿದ್ಯಾವಂತ ಸಹಕೈದಿಗಳಿಂದ ಇಂಗ್ಲಿಷನ್ನೂ ಕಲಿಯುತ್ತಿದ್ದಳು. ಸೇವಾಗ್ರಾಮ ಆಶ್ರಮದಲ್ಲಿ ಅಮೃತಲಾಲ್ ನಾನಾವತಿ ಎನ್ನುವ ವ್ಯಕ್ತಿ, ಬಾಪು ಮತ್ತು ಬಾ ರ ಸೇವೆಯಲ್ಲಿ ತನ್ನನ್ನು ತೊಡಗಿಸಿಕೊಂಡಿದ್ದ. ಆತ ಸಂಗೀತಪಾಠ ನಡೆಸುತ್ತಿದ್ದ. ಬಾ ಕೂಡಾ ಓದುವ ತರಗತಿಗೆ ಸೇರಿಕೊಂಡಿದ್ದಳು. ಓದುವ ದರಲ್ಲಿಯೂ 'ಬಾ' ಚಾಣೆ ಎಂಬುದನ್ನು ತೋರಿಸಿಕೊಂಡಿದ್ದಳು. ಪ್ರತಿಯೊಂದು ಕೆಲಸದಲ್ಲಿಯೂ ಪೂರ್ಣ ಆಸಕ್ತಿಯನ್ನು ತೋರುತ್ತಿದ್ದಳು. ಸಮಯ ಪಾಲನೆಯಲ್ಲೂ ಮುಂದಿರುತ್ತಿದ್ದಳು. ಆಶ್ರಮದ ವರಾಂಡಾದಲ್ಲಿ ಸರಿಯಾಗಿ ಬೆಳಿಗ್ಗೆ ಎಂಟುಗಂಟೆಗೆ ತರಗತಿ ಪ್ರಾರಂಭವಾಗುತ್ತಿತ್ತು.

ರಾತ್ರಿಯ ಹೊತ್ತು, ದೀಪಹಚ್ಚಿದ ಮೇಲೆ 'ಬಾ' ಗುಜರಾತಿಯಲ್ಲಿದ್ದ ಭಗವದ್ಗೀತೆಯ ಅಧ್ಯಾಯಗಳನ್ನು ಓದಿಕೊಂಡು ಬಾಯಿಪಾಠ ಮಾಡುತ್ತಿದ್ದಳು.

'ಬಾ'ಳ ಚಟುವಟಿಕೆಗಳನ್ನು ಮೆಚ್ಚುವವರು ಇದ್ದಂತೆ ಟೀಕಿಸುವವರೂ ಇದ್ದರು. 'ಬಾ' ಬಾಪುವಿನ ಗುಲಾಮಗಳು 'ಬಾ'ಗೆ ಸ್ವಾತಂತ್ರ್ಯವಿಲ್ಲ. ಬಾಪು ಹೇಳಿದ್ದೇ ನಡೆಯುವುದು. ಬಾ ಮೇಲೆ ಗಾಂಧಿಯ ನಿರ್ಬಂಧಗಳು ಬಹಳವಾಗಿವೆ. ಪಾಪ 'ಬಾ' ತುಟಿಪಿಟಕ್ಕೆನ್ನದೆ, ಅವೆಲ್ಲವನ್ನೂ ಸಹಿಸಿಕೊಂಡು ಪಾಲಿಸುತ್ತಾಳೆ ಎಂದೆಲ್ಲ ಹೊಸ ವಿಚಾರಗಳನ್ನು ಹೊಂದಿದ್ದ ಹೆಣ್ಣೊಬ್ಬಳು ಯಾರಿಗೋ ಪತ್ರ ಬರೆದಿದ್ದಳಂತೆ, ಪತ್ರದ ವಿಚಾರ 'ಬಾ'ಗೆ ತಿಳಿದದ್ದೇ ಪತ್ರ ಬರೆದಾಕೆಯನ್ನು ಕರೆಸಿದಳು. ಆಕೆಗೆ ಬಾಪುವಿನ ಬಗ್ಗೆ ಇದ್ದ ತಪ್ಪು ಕಲ್ಪನೆಗಳನ್ನು ಸರಿಮಾಡಬೇಕೆಂದುಕೊಂಡು ಹೇಳಿದಳು.

"ನೋಡಮ್ಮ, ಏನೇ ನಡೆದರೂ ಗಂಡ–ಹೆಂಡತಿಯಾದ ನಮ್ಮಿಬ್ಬರ ಮಧ್ಯೆ! ಅದೆಲ್ಲದರ ನಡುವೆ ನಿಮ್ಮ ಉಸಾಬರಿ ನಮಗೆ ಬೇಕಿಲ್ಲ. ಅವನು ನನಗೆ ಬೈಯ್ಯಬಹುದು, ಹೊಡೆಯಬಹುದು ಅದಕ್ಕೆ ತಲೆ ಕೆಡಿಸಿಕೊಳ್ಳಬೇಕಾಗಿರುವುದು ನಾನೇ ಹೊರತು ಬೇರೆ ಯಾರೂ ಅಲ್ಲ. ಅದರ ಕುರಿತು ನಿಮ್ಮ ಸಹಾನುಭೂತಿ ನನಗೆ ಬೇಕಿಲ್ಲ. ಇಷ್ಟಕ್ಕೂ ಬಾಪುವನ್ನು ನೀವೆಷ್ಟು ಅರ್ಥಮಾಡಿ ನೋಡಿದ್ದೀರಿ? ಆಶ್ರಮ ನಿಯಮಗಳನ್ನು ಮೀರಿ ಯಾರೇ ನಡೆದರೂ, ಹೆಂಡತಿ, ಮಕ್ಕಳೇ ಆಗಿರಬಹುದು, ಮುಲಾಜಿಲ್ಲದೆ ಸಿಟ್ಟು ಮಾಡಿಕೊಳ್ಳುತ್ತಾರೆ. ನಿಯಮಗಳನ್ನು ಮತ್ತೆಂದೂ ಮುರಿಯಬಾರದೆಂದು ಎಚ್ಚರಿಸುತ್ತಾರೆ. ಇದರಲ್ಲಿ ತಪ್ಪೇನಿದೆ? ಇನ್ನು ನನ್ನ ವಿಷಯದಲ್ಲಿ ಹೆಂಡತಿ ಎನ್ನುವ ಕಾರಣಕ್ಕಾಗಿ, ಒಂದೆರಡು ಮಾತು ಹೆಚ್ಚಾಗಿಯೇ ಹೇಳಬಹುದು. ಆದರೆ ಹಾಗೆ ಹೇಳುವುದು ನನ್ನ ಒಳ್ಳೆಯದಕ್ಕೇ ಹೊರತು, ಬೇರೆ ಉದ್ದೇಶವಿಲ್ಲ. ಹಾಗಿರುವಾಗ ನನ್ನ ವಿಚಾರವಾಗಿ ನಿಮಗ್ಯಾಕೆ ಅಷ್ಟು ಕಾಳಜಿ? ನಾನು ಅವರನ್ನು ಅರ್ಥಮಾಡಿಕೊಂಡಿದ್ದೇನೆ. ಅವರ ಕೆಲಸಗಳಿಗೆ ನಾನು ಸಹಕರಿಸಿ, ಜೊತೆಯಾಗಿಯೇ ಹೆಜ್ಜೆ ಹಾಕಬೇಕೆಂದಿದ್ದೇನೆ. ನನಗೆ ಸಿಕ್ಕಿರುವ ಸ್ವಾತಂತ್ರ್ಯವೇ ನನಗೆ ಸಾಕು. ದಯವಿಟ್ಟು ನಮ್ಮ ಪಾಡಿಗೆ ನಮ್ಮನ್ನು ಬಿಡಿ. ನಿಮ್ಮ ಸಹಾನುಭೂತಿ ನನಗೆ ಬೇಕಿಲ್ಲ. ನಾನು ವಿದ್ಯಾವಂತಳಲ್ಲದಿರಬಹುದು, ಆದರೆ ಜನರನ್ನು ಅರ್ಥಮಾಡಿಕೊಳ್ಳಬಲ್ಲೆ. ನಿಮ್ಮ ರಕ್ಷಣೆ ನನಗೆ ಬೇಕಿಲ್ಲ."

'ಬಾ'ಳ ದೀರ್ಘಭಾಷಣವನ್ನು ಕೇಳಿದ ಆ ಹೆಂಗಸು, ಹಣ್ಣುಗಾಯಿ ನೀರುಗಾಯಿ ಆಗಿಹೋದಳು. ಬಾಳ ಮಾತುಗಳಲ್ಲಿ ಅಡಗಿದ್ದ ಗಂಡನ ಬಗೆಗಿನ ನಿಷ್ಠೆಯ ಪರಿಚಯವಾಯಿತು. ತಾನಾಡಿದ ಸ್ವಾತಂತ್ರ್ಯದ ಶಬ್ದದ ಅರ್ಥವನ್ನು ಪುನರಾಲೋಚಿಸಿದಳು. ತಲೆತಗ್ಗಿಸಿ ನಿಂತಿದ್ದವಳು.

"ಬಾ, ನನ್ನನ್ನು ಕ್ಷಮಿಸಿ, ನಿಮ್ಮಿಬ್ಬರ ಸಂಬಂಧವನ್ನು ಸರಿಯಾಗಿ ಅರ್ಥಮಾಡಿಕೊಳ್ಳದೆ ಏನೋ ಬರೆದುಬಿಟ್ಟೆ. ಬಾಪುವನ್ನು ದೂರುವ ಉದ್ದೇಶಕ್ಕಿಂತ, ನೀವು ವಿನಾ ಕಾರಣ ಕಷ್ಟಪಡುತ್ತಿದ್ದೀರಲ್ಲ ಎಂಬ ಸಂಕಟವನ್ನು ಹಂಚಿಕೊಳ್ಳುವ ಉದ್ದೇಶದಿಂದ ಏನೋ ಹೇಗೆ ಬರೆದನೇ ಹೊರತು, ಮತ್ತೇನಿಲ್ಲ."

"ಆಯಿತು ಇನ್ನು ಮುಂದೆ ಇಂಥ ತಪ್ಪುಗಳಿಗೆ ಅವಕಾಶ ಕೊಡದೆ, ಆಶ್ರಮ ನಿಯಮಗಳಿಗೆ ಬದ್ಧವಾಗಿ ನಡೆದುಕೋ" ಅಲ್ಲದೆ, ಆಶ್ರಮದ ಹಣವನ್ನಾಗಲೀ ಪದಾರ್ಥಗಳನ್ನಾಗಲೀ, ವಸ್ತುಗಳನ್ನಾಗಲೀ, ದುಂದಾಗಿ ಖರ್ಚುಮಾಡುವುದು ನಿಯಮಗಳಿಗೆ ವಿರುದ್ಧ. ಬಹಳ ಎಚ್ಚರಿಕೆಯಿಂದ, ಲೆಕ್ಕಾಚಾರದಿಂದ ಖರ್ಚುಮಾಡಬೇಕು. ಅನವಶ್ಯಕವಾಗಿ ಖರ್ಚುಮಾಡಬಾರದು. ತೀರಾ ಅನಿವಾರ್ಯವೆನಿಸಿದಾಗಷ್ಟೇ ಸ್ವಲ್ಪ ಸಡಿಲಗೊಳ್ಳಬಹುದು" ಎದಷ್ಟೇ ಹೇಳಿ ಮುಗಿಸಿದ ನಂತರ, ಮತ್ತೊಮ್ಮೆ ಆ ಹೆಂಗಸು ಕ್ಷಮೆಕೋರಿ ಸಪ್ಪೆ ಮೋರೆ ಹಾಕಿಕೊಂಡು ಹೊರಟು ಹೋದಳು.

ಸೇವಾಶ್ರಮದಿಂದ ಆರು ಕಿಲೋಮೀಟರ್ ದೂರದಲ್ಲಿ, ಗಾಂಧಿ ತತ್ತ್ವಾದರ್ಶಗಳ ಆಧಾರದ ಮೇಲೆ ಒಂದು ಅಬಲಾಶ್ರಮವಿದ್ದು, ಅದರಲ್ಲಿ ಅಸಹಾಯಕ ಹೆಣ್ಣುಮಕ್ಕಳಿಗೆ ವೃತ್ತಿಪರ ಶಿಕ್ಷಣ ತರಬೇತಿಯನ್ನು ನೀಡಲಾಗುತ್ತಿತ್ತು, ಸಾಮಾನ್ಯವಾಗಿ ಈ ಆಶ್ರಮದಲ್ಲಿ ಅಕ್ಟೋಬರ್ ಎರಡರಂದು ಗಾಂಧಿ ಜಯಂತಿ ಪ್ರಯುಕ್ತ ಗಾಂಧಿಯನ್ನು ಸನ್ಮಾನಿಸಲಾಗುತ್ತಿತ್ತು. ಈ ಸಂಬಂಧವಾಗಿ ಆರು ಮೈಲಿಗಳ ದೂರದಿಂದ ಸೇವಾಗ್ರಾಮಕ್ಕೆ ನಡೆದು ಬಂದು, ಆ ದಿನವನ್ನು ಆಶ್ರಮದಲ್ಲಿ ಕಳೆಯುತ್ತಿದ್ದರು. ಇಡೀ ದಿನ ಆಶ್ರಮದಲ್ಲಿ ಇರಬೇಕಾದ್ದರಿಂದ ಊಟ, ತಿಂಡಿಯ ಸಮಸ್ಯೆ ಇದ್ದೇ ಇರುತ್ತಿತ್ತು. ಆಶ್ರಮದವರ ಊಟ–ತಿಂಡಿಗಳ ಜೊತೆಗೇ ಇವರದೂ ಆಗಬಹುದಿತ್ತು. ಆದರೆ, ಗಾಂಧಿ ಅವರಿಗೆ ಮೊದಲೇ ಸೂಚಿಸಿದ್ದಂತೆ ತಮ್ಮ ಊಟ–ತಿಂಡಿ ವ್ಯವಸ್ಥೆ ಖುದ್ದಾಗಿ ಮಾಡಿಕೊಳ್ಳಬೇಕಿತ್ತು. ಆಶ್ರಮದ ನೀರನ್ನು ಮಾತ್ರವೇ ಬಳಸಬಹುದಿತ್ತು. ಹಾಗಾಗಿ ಆ ಹೆಂಗಸರು ತಮ್ಮ ಊಟದ ಬುತ್ತಿಯನ್ನು ತಾವೇ ಕಟ್ಟಿಕೊಂಡು ಬಂದಿದ್ದರು. ತಮ್ಮ ಮಹಿಳಾ ಆಶ್ರಮವನ್ನು ಬೆಳಿಗ್ಗೆ ಐದುಗಂಟೆಗೇ ಸಿದ್ಧವಾಗಿ, ಊಟ ಕಟ್ಟಿಕೊಂಡು ನಡೆದು ಬಂದಿದ್ದರು. ಬಾಪುವಿನ ಸಮಯ ಪಾಲನೆಯ ಬಗ್ಗೆ ಗೊತ್ತಿದ್ದುದರಿಂದ ಹೇಳಿದ್ದ ಸಮಯಕ್ಕೆ ಸರಿಯಾಗಿ ಸೇವಾಗ್ರಾಮದಾಶ್ರಮ ತಲುಪಿದ್ದರು.

ಬಾಗೆ ಈ ವಿಷಯವಾಗಿ ಏನೂ ಗೊತ್ತಿರಲಿಲ್ಲ. ಅವರು ಬಂದದ್ದನ್ನೂ ಅಷ್ಟಾಗಿ ಗಮನಿಸಿರಲಿಲ್ಲ. ಆಶ್ರಮದ ಕೆಲಸಗಳಲ್ಲಿ ವ್ಯಸ್ತರಾಗಿಬಿಟ್ಟರು. ದೂರದಿಂದ ನಡೆದು ದಣಿದಿದ್ದರಿಂದ, ಚೆನ್ನಾಗಿ ಹಸಿದಿದ್ದರಿಂದ, ತಾವು ತಂದ ಆಹಾರವನ್ನು ಒಂದು ಕಡೆ ಕುಳಿತು ಸೇವಿಸಲು ತೊಡಗಿದರು. ಆ ಕಡೆ ಆಕಸ್ಮಿಕವಾಗಿ ಬಂದ ಬಾ, ಅದನ್ನು ನೋಡಿ ಆಶ್ಚರ್ಯಪಟ್ಟಳು.

"ಅರೆ, ಇದೇನು ಮಾಡುತ್ತಿದ್ದೀರಿ, ಇಲ್ಲೇಕೆ ತಿನ್ನುತ್ತಿದ್ದೀರಿ? ಆಶ್ರಮದವರ ಜೊತೆಗೇ ತಿನ್ನಬಹುದಿತ್ತಲ್ಲ?"

"ಕ್ಷಮಿಸಿ ಬಾ, ನಾವು ಪ್ರತ್ಯೇಕವಾಗಿ ತಿನ್ನಬೇಕೆಂದಿರಲಿಲ್ಲ ನಾವು ಇಲ್ಲಿ ಬರುವ ಕಾರ್ಯಕ್ರಮವನ್ನು ಬಾಪುವಿಗೆ ತಿಳಿಸಿದಾಗ ಅವರೇ ನಮ್ಮ ಊಟ–ತಿಂಡಿಗೆ ಖುದ್ದಾಗಿ ವ್ಯವಸ್ಥೆ ಮಾಡಿಕೊಳ್ಳಬೇಕೆಂದೂ, ಕೇವಲ ನೀರನ್ನು ಮಾತ್ರ ಆಶ್ರಮದ ಬಾವಿಯಿಂದ ತೆಗೆದುಕೊಳ್ಳಬಹುದೆಂದೂ ತಿಳಿಸಿದ್ದರು."

ಒಳ್ಳೆ ಬಾಪು, ಅವರಿಗೇನು ಗೊತ್ತಾಗುತ್ತೆ? ಬಂದ ಅತಿಥಿಗಳನ್ನು ಹೀಗೆ ನೋಡಿಕೊಳ್ಳುವುದೇ? ಎನಿಸಿ

"ಸಾಕು ಎದ್ದೇಳಿ, ನೀವೆಲ್ಲ ನನ್ನ ಜೊತೆಗೆ ಬನ್ನಿ" ಎಂದು ಹೇಳಿ ತನ್ನ ಕುಟೀರಕ್ಕೆ ಕರೆದುಕೊಂಡು ಹೋದಳು. ಅಲ್ಲಿ ಚೆನ್ನಾಗಿ, ಸೊಂಪಾಗಿ ಬೆಳೆದ ಮರದಡಿಯಲ್ಲಿ ಕುಳಿತುಕೊಳ್ಳುವಂತೆ ಹೇಳಿ, ಒಳಗೆ ಹೋಗಿ ತನ್ನಲ್ಲಿದ್ದ ಸಿಹಿತಿಂಡಿಗಳಷ್ಟನ್ನೂ ಅವರಿಗೆ ಧಾರಾಳವಾಗಿ ಉಣಬಡಿಸಿದಳು. ಆಶ್ರಮದ ಅಡಿಗೆ ಮನೆ ಬಾಗಿಲು ತೆಗೆಸಿ, ಅಲ್ಲಿದ್ದ ಇನ್ನೂ ಹಲವಾರು ತಿಂಡಿ ಪದಾರ್ಥಗಳನ್ನು ತಂದು ಬಡಿಸಿದಳು. ಆ ಹೆಂಗಸರೆಲ್ಲಾ 'ಬಾ'ಳ ಔದಾರ್ಯವನ್ನು, ಆತಿಥ್ಯವನ್ನು ಕಂಡು ಬೆರಗಾಗಿ, ಮನಸ್ಸಿನಲ್ಲಿಯೇ ಕೊಂಡಾಡಿದರು.

ಅದೇ ಸಮಯಕ್ಕೆ ಗಾಂಧಿ ಅಲ್ಲಿ ಪ್ರವೇಶಿಸಿದ. ಅವನಿಗೆ ಅವರು ಸಂತೃಪ್ತಿಯಿಂದ ತಿನ್ನುತ್ತಿದ್ದುದನ್ನು ಗಮನಿಸಿ ಬಾಳನ್ನು ಹೊರಗೆ ಕರೆದೊಯ್ದ.

"ಬಾ ಏನಿದೆಲ್ಲ? ಬಂದ ಬಂದವರಿಗೆಲ್ಲಾ ಹೀಗೆ ಆತಿಥ್ಯ ನೀಡ್ತಾ ಇದ್ರೆ ಆಶ್ರಮ ಏನಾಗಬೇಕು?"

"ಆಗೋದೇನೂ ಇಲ್ಲ. ಒಂದು ದಿನ ಒಂದಿಷ್ಟು ಜನಕ್ಕೆ ಊಟ ತಿಂಡಿಕೊಟ್ಟ ಮಾತ್ರಕ್ಕೆ ಆಶ್ರಮಕ್ಕೆ ಬರಬರೋದಿಲ್ಲ.

ಬಂದವರಿಗೆ ಒಂದಿಷ್ಟು ಊಟ ತಿಂಡಿ ಕೊಡದಿರುವಷ್ಟು ದಾರಿದ್ರ್ಯ ಆಶ್ರಮಕ್ಕೆ ಇನ್ನೂ ಬಂದಿಲ್ಲ. ನೀವು ಬಾಯಿಮುಚ್ಚಿಕೊಂಡು ಸುಮ್ಮನಿರಿ."

"ನಾನು ಅವರು ಇಲ್ಲಿಗೆ ಬರುತ್ತೇವೆಂದು ಹೇಳಿದಾಗಲೇ ನನ್ನ ಷರತ್ತುಗಳನ್ನು ಹೇಳಿದ್ದೆ."

"ನಿಮ್ಮ ಷರತ್ತುಗಳನ್ನು ಪಕ್ಕಕ್ಕೆ ಇಡಿ. ಇನ್ನು ಮುಂದೆ ಇಂಥ ದರಿದ್ರ ಸ್ಥಿತಿಗೆ ನಮ್ಮನ್ನು ತಳ್ಳಬೇಡಿ. ನೋಡಿ ಇನ್ನೂ ನನಗೆ ಉಪದೇಶ ನೀಡಬೇಕೆಂದು ಯೋಚಿಸಿದ್ದರೆ, ಆಮೇಲೆ ನೋಡೋಣ. ಈಗ ನೀವು ದಯವಿಟ್ಟು ಇಲ್ಲಿಂದ ಹೋಗಿ. ಇವರು ನನ್ನ ಅತಿಥಿಗಳು. ನಾನು ಮನೆಯ ಯಜಮಾನಿ. ನನ್ನ ಅತಿಥಿಗಳು ಹಸಿದುಕೊಂಡು ಹೋಗುವುದು ನನಗೆ ಇಷ್ಟವಿಲ್ಲ. ಹೇಳಿದ್ದು ಅರ್ಥವಾಯಿತು ತಾನೇ?"

ಬಾಪು ಮತ್ತೊಂದು ಮಾತಾಡದೆ ಅಲ್ಲಿಂದ ಸುಮ್ಮನೆ ಹಿಂತಿರುಗಿ ಹೋದ.

ಬಾಪುವಿಗೆ 'ಬಾ'ಳ ಅಂತರಾಳದ ಭಾವನೆಗಳು ಅರ್ಥವಾಗಿದ್ದವು. ಅವಳಿಗೆ ಅನುಕಂಪ ಜಾಸ್ತಿ. ಪ್ರೀತಿ, ಪ್ರೇಮ, ವಾತ್ಸಲ್ಯ, ಸಹನೆಗಳು ಅವಳ ವ್ಯಕ್ತಿತ್ವದ ಭಾಗವಾಗಿತ್ತು. ಆಶ್ರಮವಾಸಿ ಗಳೆಲ್ಲರ ಬಗ್ಗೆಯೂ ಸಮಾನ ಪ್ರೀತಿ. ಸಮಾನ ದೃಷ್ಟಿ ಇನ್ನು ಮಕ್ಕಳು ಮೊಮ್ಮಕ್ಕಳ ಬಗ್ಗೆ ಹೇಳುವಂತೆಯೇ ಇಲ್ಲ. ಅದೂ ಹರಿಲಾಲನ ಮಕ್ಕಳ ಮೇಲೆ, ತಂದೆ, ತಾಯಿಯರ ವಾತ್ಸಲ್ಯ ವಂಚಿತರಾಗಿದ್ದವರ ಮೇಲೆ ಅತಿಯಾದ ಮಮಕಾರ. ಮನು, ಹೆಚ್ಚು ಕಡಿಮೆ ಆಶ್ರಮದಲ್ಲಿಯೇ ಉಳಿದುಬಿಟ್ಟಿದ್ದಳು. ರಸಿಕನನ್ನು ದೇವದಾಸ ಇರಿಸಿಕೊಂಡಿದ್ದ. ಬಿಡುವಾದಾಗಲೆಲ್ಲ, ಮೊಮ್ಮಕ್ಕಳು ಆಶ್ರಮದಲ್ಲಿ ಸೇರಿಬಿಡುತ್ತಿದ್ದರು. ಆ ದಿನಗಳು 'ಬಾ'ಗೆ ಸ್ವರ್ಗಸುಖದ ದಿನಗಳಾಗಿರುತ್ತಿದ್ದವು.

44

ಬಾಪುಗೆ ಈ ನಡುವೆ ರಕ್ತದ ಒತ್ತಡದಲ್ಲಿ ಏರುಪೇರಾಗುತ್ತಿತ್ತು. ಮನೆ ಮದ್ದುಗಳಿಂದಲೇ ವಾಸಿ ಮಾಡಿಕೊಳ್ಳುವ ಪ್ರಯತ್ನ ನಡೆಸುತ್ತಿದ್ದ. ಒಳಗೆ ವಿಪರೀತ ಸೆಕೆ. ಸ್ವಲ್ಪ ಗಾಳಿಯಾಡುವಲ್ಲಿ ಮಲಗಿದ್ದರೆ ಹಾಯೆನಿಸುತ್ತದೆ ಎಂದು ವರಾಂಡಾದಲ್ಲಿ ಮಲಗುತ್ತಿದ್ದ. ಆದರೆ ಚಳಿಗಾಲದಲ್ಲಿ ಭಯಂಕರ ಚಳಿ, ಇದರಿಂದಾಗಿ ಹೊರಗೆ ಮಲಗಿದರೆ ಬಾಪುವಿನ ಆರೋಗ್ಯಕ್ಕೆ ತೊಂದರೆಯಾಗುತ್ತದೆ. ಆದಷ್ಟೂ ಒಳಗೆ ಮಲಗಬೇಕಾಗುತ್ತದೆ ಎಂದು ವೈದ್ಯರು ಬೇರೆ ಸಲಹೆ ನೀಡಿದ್ದರು. ಆದರೆ ಗಾಂಧಿ ಮೊದಲಿಸಿಂದಲೂ ಹಠವಾದಿ. ಯಾರು ಹೇಳುವ ಮಾತನ್ನೂ ಕೇಳಿಸಿಕೊಳ್ಳುತ್ತಿರಲಿಲ್ಲ. ಇದು ಒಂದು ಕಾರಣವೇ ಆದರೂ ಮತ್ತೂ ಒಂದು ಕಾರಣವಿತ್ತು. ಅಲ್ಲಿ

ಮಲಗಲು ಜಾಗವೂ ಇರಲಿಲ್ಲ. ಆದರೂ 'ಬಾ' ತನ್ನ ಪುಟ್ಟ ಕೋಣೆಯನ್ನು ಬಾಪುವಿಗಾಗಿ ತೆರವುಮಾಡಿಕೊಡಲು ಮುಂದಾದಳು. ಆದರೆ ಬಾಪುವಿಗೆ ಒಂದು ಅಭ್ಯಾಸವಿತ್ತು. ತಮ್ಮ ಜೊತೆ ಇಬ್ಬರು ಮಹಿಳೆಯರನ್ನೂ ಮಲಗಿಸಿಕೊಳ್ಳುತ್ತಿದ್ದ 'ಬಾ'ಳ ಕೋಣೆ ಮೂರು ನಾಲ್ಕು ಜನಕ್ಕೆ ಸಾಕಾಗುತ್ತಿರಲಿಲ್ಲ. ಅದೇ ಸಮಯದಲ್ಲಿ ಬಾಪು ಮತ್ತು ಬಾರ ಖಾಸಗಿ ವಲಯಕ್ಕೆ ಸೇರಿದ ಮಹಿಳೆಯರಲ್ಲಿ ಮೀರಾಬೆನ್, ಬಾಪುವಿನ ಜೊತೆ ವಿಚಾರ ಮಾಡದೆ ಬಾಪುವಿನ ಅನುಕೂಲಕ್ಕಾಗಿ ತನ್ನ ಕುಟೀರವನ್ನು ತೆರವು ಮಾಡಿದಳು. ಬಾಪು ಇದರಿಂದ ಸಂತೋಷ ಪಡುವುದಕ್ಕೆ ಬದಲಾಗಿ, ಮೀರಾಬೆನ್‍ಳನ್ನು ತರಾಟೆಗೆ ತೆಗೆದುಕೊಂಡ, ಇನ್ನೊಬ್ಬರ ಹಕ್ಕನ್ನು ಕಿತ್ತುಕೊಂಡು ತಾನು ಅತಿಕ್ರಮ ಪ್ರವೇಶ ಮಾಡುವುದಕ್ಕೆ ಒಪ್ಪಲಿಲ್ಲ. ಇದನ್ನು ಗಮನಿಸುತ್ತಿದ್ದ 'ಬಾ', ಕಷ್ಟವೋ ಸುಖವೋ ಹೇಗೋ ಹೊಂದಿಕೊಂಡು ತನ್ನ ಕುಟೀರದಲ್ಲಿನ ಕೋಣೆಯಲ್ಲಿಯೇ ಮಲಗಲೆಂದು ಹಠಹಿಡಿದಳು. ಬಾಪುವಿಗೆ ಒಂದು ಥರ ಕಸಿವಿಸಿ ಎನಿಸಿತು. ಬಡಪಾಯಿ ಬಾ ತನ್ನ ಮುದಿ ವಯಸ್ಸಿನಲ್ಲಿ ನೆಮ್ಮದಿಯಾಗಿ, ಏಕಾಂತದಲ್ಲಿ ದಿನಗಳನ್ನು ಕಳೆಯಲೆಂದು ತಾನೇ ಖುದ್ದಾಗಿ ನಿಂತು, ಎಲ್ಲ ಸವಲತ್ತುಗಳೂ ಲಭ್ಯವಾಗುವಂತೆ ನೋಡಿಕೊಂಡು ಕಟ್ಟಿಸಿದ್ದ. ಈಗ 'ಬಾ' ತನಗಾಗಿ ಬಿಟ್ಟುಕೊಟ್ಟದ್ದು, ಮನಸ್ಸಿಗೆ ನೋವುಂಟು ಮಾಡಿತು; ಅರಪಾಢಿ ಪ್ರಶ್ನೆ ಕಾಡತೊಡಗಿತು. ನೇರವಾಗಿ ಅವಳನ್ನು ಕಂಡು ಮಾತಾಡಿಸಿ ತನ್ನ ಭಾವನೆಗಳನ್ನು ಹೇಳಬೇಕೆಂದುಕೊಂಡು ಕೋಣೆಯನ್ನು ಪ್ರವೇಶಿಸುವುದಕ್ಕೆ ಮುನ್ನ ಅವಳಿಗೆ ಹೇಳಿದ.

"'ಬಾ' ಕೋಣೆಯನ್ನು ಬಿಟ್ಟುಕೊಡುವುದಕ್ಕೆ ಮೊದಲು ಸ್ವಲ್ಪ ಯೋಚಿಸಬೇಕಿತ್ತು. ನಿನ್ನ ಅನುಕೂಲಕ್ಕಾಗಿ ಕಟ್ಟಿಕೊಟ್ಟದ್ದನ್ನು ನನಗೆ ಬಿಟ್ಟು ನೀನು ಹೊರಗೆ ಮಲಗಬೇಕಾದ ಪರಿಸ್ಥಿತಿಯನ್ನು ನೋಡಿದಾಗ ನನ್ನ ಮನಸ್ಸು ಒಪ್ಪುವುದಿಲ್ಲ."

"ನೀವೇನೋ ಅಷ್ಟೊಂದು ಚಿಂತೆಮಾಡಬೇಕಾದ್ದಿಲ್ಲ. ನಿಮ್ಮ ಆರೋಗ್ಯ ನನಗೆ ಮುಖ್ಯ. ಅಲ್ಲದೆ ಸಮಸ್ಯೆ ನಿಮ್ಮೊಬ್ಬರದಲ್ಲ. ನಿಮ್ಮ ಜೊತೆ ನೀವಲ್ಲದೆ ಇನ್ನೂ ಕೆಲವರು ಮಹಿಳೆಯರೂ ಮಲಗುತ್ತಾರಲ್ಲವೇ? ಅವರ ಅನುಕೂಲವನ್ನೂ ಗಮನಿಸಬೇಕಲ್ಲ?"

"ಬಾ ನನಗೊಂದು ವಿಚಿತ್ರವಾದ ಅಭ್ಯಾಸವಿದೆ. ನನಗೆ ಚಳಿಗಾಲದಲ್ಲಿ ಚಳಿಯ ಹೊಡೆತಕ್ಕೆ ವಿಪರೀತ ನಡುಕ ಉಂಟಾಗುವುದರಿಂದ, ನನ್ನ ಪಕ್ಕದಲ್ಲಿನ ಮಹಿಳೆಯರಿಗೆ ಒತ್ತರಿಸಿಕೊಂಡು ಮಲಗುತ್ತೇನೆ. ನೀನು ಹೆಂಡತಿ. ಇದನ್ನೆಲ್ಲ ನೋಡಿ ನಿನಗೆ ಅಸೂಯೆ, ಅನುಮಾನಗಳು ಉಂಟಾಗುವುದಿಲ್ಲವೇ?"

"ನಾನು ವಿಧಿವತ್ತಾಗಿ ಕೈ ಹಿಡಿದ ನಿಮ್ಮ ಹೆಂಡತಿ. ಆದರೆ ನನಗಿಂತ ಹೆಚ್ಚಾಗಿ ಈ ಮಹಿಳೆಯರಿಂದ ಸಾಂತ್ವನ, ಸಮಾಧಾನ ಸಿಗುವುದಾದರೆ ನಾನೇಕೆ ಅಡ್ಡಿಬರಲಿ. ಅಲ್ಲದೆ ನೀವು ಬ್ರಹ್ಮಚರ್ಯ ವ್ರತಪಾಲಕರು, ಅನುಚಿತವಾದ, ಅಸಭ್ಯವಾದ ಕೆಲಸವನ್ನು ಮಾಡಲಾರಿರಿ ಎಂಬ ನಂಬಿಕೆಯಲ್ಲಿದ್ದೇನೆ. ಕೆಲವೊಮ್ಮೆ ನೀವು ನಡೆದುಕೊಳ್ಳುವ ರೀತಿ, ನನಗೆ ಹುಚ್ಚಾಟಗಳಂತೆ ತೋರಿವೆಯಾದರೂ, ನಾನು ನಿಮ್ಮ ಹೆಂಡತಿ, ನಿಮ್ಮ ಯಾವ ನಡೆ, ನಡೆವಳಿಕೆಗಳಿಂದ, ದೈಹಿಕ ಶಕ್ತಿ, ಮಾನಸಿಕ ಸ್ವಾಸ್ಥ್ಯ ಲಭ್ಯವಾಗುತ್ತದೆಂದು ತೋರಿದರೆ, ಅದರಂತೆ ನಡೆಯಲು ನಿಮ್ಮನ್ನು ಬಿಟ್ಟು, ನಿಮ್ಮನ್ನು ಈ ದೇಶಕ್ಕೆ, ಈ ಸಮಾಜಕ್ಕೆ, ಈ ಜನಕ್ಕೆ, ಮಾನಸಿಕ, ದೈಹಿಕ ಸ್ವಾಸ್ಥ್ಯವನ್ನು

ಕಾಪಾಡಿಕೊಡುವುದು ನನ್ನ ಧರ್ಮವೆಂದು ನಂಬಿದ್ದೇನೆ. ನನ್ನ ಬಗ್ಗೆ ಚಿಂತೆ ಬೇಡ. ನಿಮ್ಮನ್ನು ನಿಮ್ಮ ಪ್ರಾಮಾಣಿಕತೆ ಮತ್ತು ಆತ್ಮಸಾಕ್ಷಿಗೆ ಬಿಡುತ್ತಿದ್ದೇನೆ."

ಬಾಪುವಿಗೆ 'ಬಾ'ನ ಮಾತುಗಳಲ್ಲಿ ವಿಷಾದವೋ ವ್ಯಂಗ್ಯವೋ ಎಂದು ಥಟ್ಟನೆ ಗುರುತಿಸಲು ಸಾಧ್ಯವಾಗಲಿಲ್ಲ. ಹಿಂದೆ ಯಾವುದೋ ಒಂದು ಸಂದರ್ಭದಲ್ಲಿ "ಗಂಡ ಹೇಳಿದ್ದನ್ನು ಹೆಂಡತಿ ಮಾಡಲೇಬೇಕು. ಒಬ್ಬರ ಮಾತನ್ನು ಮತ್ತೊಬ್ಬರು ಪ್ರಶ್ನಿಸಿದರೆ, ಘರ್ಷಣೆ ಸಹಜವಾಗಿ ಹುಟ್ಟಿಕೊಳ್ಳುತ್ತದೆ. ದಾಂಪತ್ಯದ ಬುನಾದಿಯೇ ಸಡಿಲಗೊಂಡು ವಿನಾಶಕ್ಕೆ ದಾರಿ ಮಾಡುತ್ತದೆ. ಆದ್ದರಿಂದ ಗಂಡ ಏನೇ ಹೇಳಿದರೂ ಹಾಗೇ ಮಾಡಬೇಕು. ಹೇಗೆ ನಡೆದುಕೊಂಡರೂ ಸಹಿಸಿಕೊಳ್ಳಬೇಕು"–ಎಂಬ ಮಾತುಗಳು ನೆನಪಾದವು. ಆ ನೆನಪುಗಳು ಕೇವಲ ನೆನಪುಗಳಾಗಲಿಲ್ಲ. ಮುಳ್ಳುಗಳಾಗಿ ಇರಿದವು.

ಬಾಪುವಿನ ವಿಚಿತ್ರ ಪದ್ಧತಿಗಳು ರಹಸ್ಯವಾಗೇನೂ ಉಳಿಯಲಿಲ್ಲ. ಮಕ್ಕಳು ಮೊಮ್ಮಕ್ಕಳು, ಮಿತ್ರರು, ಶತ್ರುಗಳು ಹೀಗೆ ಎಲ್ಲರಿಗೂ ಅದು ಹೇಗೋ ತಿಳಿದುಹೋಗುತ್ತಿದ್ದವು. ಆದರೆ ಗಾಂಧಿಗೆ ತಾನು ಮಾಡುತ್ತಿರುವ ಕೆಲಸದಲ್ಲಿ ಪಾಪದ ಸ್ಪರ್ಶವಿಲ್ಲ. ಅದೇನಿದ್ದರೂ ನನ್ನ ನಡುಕಕ್ಕೆ ಪರಿಹಾರವಷ್ಟೇ ಎನಿಸುತ್ತಿತ್ತು. ಆದರೆ ಸೊಸೆ ಸುಶೀಲಾ 'ಬಾ'ಳನ್ನು ಬಹಳ ಹತ್ತಿರದಿಂದ ಕಂಡವಳಾಗಿದ್ದಳು. ಬಹಳ ಬೇಗನೆ ಸೂಕ್ಷ್ಮಗಳನ್ನು ಅರ್ಥಮಾಡಿಕೊಳ್ಳುತ್ತಿದ್ದಳು. ಇದೆಲ್ಲ ಗೊತ್ತಿದ್ದೂ 'ಬಾ' ಸುಮ್ಮನೆ ಸಹಿಸಿಕೊಂಡಿದ್ದು ತಪ್ಪು ಮಾಡುತ್ತಿದ್ದಾಳೆ ಎನಿಸಿತು.

ಬಾಪುವಿನ ಇಂತಹ ದೌರ್ಬಲ್ಯಕ್ಕೆ ಕಾರಣಗಳೇನಿರಬಹುದು ಎಂದು ಆಲೋಚಿಸುವುದೇ ಅವರ ಕೆಲಸವಾಗಿತ್ತು. ಇದಕ್ಕೆಲ್ಲ ದೇಹದ ಆರೋಗ್ಯ ಸಂಬಂಧವಾದ ದೋಷವೇ? ಹಲವಾರು ವರ್ಷಗಳಿಂದ ಅನೇಕ ಸಂಘರ್ಷಗಳನ್ನು ಎದುರಿಗೆ ಬಂದುದೂ ಕಾರಣವೇ? ಇಲ್ಲವೆ ಹಿರಿಯ ಮಗನ ವಿಚಾರದಲ್ಲಿ ಅನುಭವಿಸಿದ ಯಾತನೆ. ಹಿಂಸೆ–ತಾಪಗಳು ಆ ರೀತಿಯ ವರ್ತನೆಗೆ ಪ್ರಚೋದನೆಗೆ ಕಾರಣವೇ ಎಂದು ತಮ ತಮಗೆ ತೋಚಿದ ರೀತಿಯಲ್ಲಿ ತರ್ಕಿಸುತ್ತಿದ್ದರು. ಬಾಪುವಿಗೂ ಜನರು ತನ್ನ ಬಗ್ಗೆ ಅನೇಕ ಬಗೆಯ ಊಹಾಪೋಹಗಳನ್ನು ಸೃಷ್ಟಿಸಿಕೊಳ್ಳುತ್ತಿದ್ದಾರೆಯೇ ಎನಿಸಿತು. ಕೆಲವರು, ಹೆಂಡತಿಯ ಮತ್ತು ಬಾಪುವಿನೊಂದಿಗೆ ಸಲುಗೆಯಿದ್ದವರು ಅವನ ವಿಚಿತ್ರ ವರ್ತನೆಯ ಹಿಂದಿನ ಉದ್ದೇಶವೇನೆಂದು ಪ್ರಶ್ನಿಸಿದರು. ಬಾಪು ಮೊದಲಿನಿಂದ ಅನುಸರಿಸಿಕೊಂಡು, ನಂಬಿಕೊಂಡು ಬಂದಿದ್ದ ಬ್ರಹ್ಮಚರ್ಯ ವ್ರತಾಚರಣೆಯ ಒಂದು ಪ್ರಯೋಗವೆಂದೂ, ಒಬ್ಬರನ್ನೊಬ್ಬರು ತಬ್ಬಿಕೊಂಡು ಮಲಗುವುದರಿಂದ ತಮ್ಮ ಮತ್ತು ಸಂಗಾತಿಯ ಬ್ರಹ್ಮಚರ್ಯ ಬಲಗೊಳ್ಳುವುದೆಂದೂ ಅಲ್ಲದೆ ಅದು ಒಂದು ಚಿಕಿತ್ಸೆಯ ಮಾದರಿಯೂ ಆಗಿದೆಯೆಂದು ಎಲ್ಲರ ಮುಂದೆ ಸಮರ್ಥಿಸಿಕೊಂಡರು. ಗಾಂಧಿ ತಾನು ಮಾಡುತ್ತಿರುವುದು ಕಾಮಮುಕ್ತ ಕ್ರಿಯೆಯಾಗಿದೆಯೇ ಹೊರತು ಬೇರೇನೂ ಅಲ್ಲವೆಂದು ಯಾವ ಸಂಕೋಚ ಹೆದರಿಕೆಗಳಿಲ್ಲದೆ ಹೇಳಿದಮೇಲೆ ಯಾರಿಗೂ ಬಾಪುವನ್ನು ತಪ್ಪಿತಸ್ಥನೆಂದು ತೀರ್ಮಾನಿಸಲು ಸಾಧ್ಯವಾಗಲಿಲ್ಲ.

ಆದರೆ ಬಾಪು ಎಲ್ಲರ ಬಾಯಿ ಮುಚ್ಚಿಸಿದನಾದರೂ ತನ್ನ ಆತ್ಮ ಸಾಕ್ಷಿಯಿಂದ ಮರೆಮಾಚಲಾಗಲಿಲ್ಲ. ಈ ವರ್ತನೆ ಸುಮಾರು ವಾರಗಳ ಕಾಲ ಮುಂದುವರೆಯಿತು. ಆದರೆ

ಒಮ್ಮೆ ಮಾತ್ರ ಇದ್ದಕ್ಕಿದ್ದಂತೆ ವೀರ್ಯಸ್ಖಲನದ ಅನುಭವವಾದ್ದರ್ದೇ ತೀರಾ ನಾಚಿಕೆಯಿಂದ ಕುಗ್ಗಿಹೋದ. ಆತ್ಮಶೋಧಕ್ಕೆ ಮುಂದಾದ, ಪಾಪಪ್ರಜ್ಞೆ ಕಾಡತೊಡಗಿತು. ಕಾಮಮುಕ್ತ ಕ್ರಿಯೆಯಾಗಿದ್ದ ಪಕ್ಷದಲ್ಲಿ ಹೀಗಾಗಬಾರದಿತ್ತು. ಇನ್ನು ಮುಂದೆ ಆ ಮಹಿಳೆಯರನ್ನು ನನ್ನ ಸೇವೆಗೆ ಬರಬೇಡಿ ಎಂದು ಹೇಳಬೇಕು ಎಂದುಕೊಂಡನೇ ಹೊರತು ಒಂದಷ್ಟು ಗಂಟೆಗಳು ಕಳೆಯುತ್ತಿದ್ದಂತೆ, ತಾನು ಅಂದುಕೊಂಡದ್ದನ್ನೇ ಮರೆತುಬಿಟ್ಟ! ಆದರೆ ನಡೆದ ಅನಾಹುತವನ್ನು ಮರೆಯಲು ಸಾಧ್ಯವೇ ಆಗಲಿಲ್ಲ. ನಾಚಿಕೆ ಯಾತನೆ ಅಸಹನೀಯವೆನಿಸಿತು. ಆತ್ಮವಿಶ್ವಾಸ ಸೋರಿಹೋಗುತ್ತಿರುವಂತೆ ಭಾಸವಾಯಿತು. ಇದೆಲ್ಲದರಿಂದ ಬಿಡುಗಡೆ ಹೊಂದಿ ನಿರಾಳವಾಗಿ ಉಸಿರಾಡಬೇಕಾದರೆ, ನನ್ನ ಸಹಕಾರ್ಯಕರ್ತರ ಮುಂದೆ ನನ್ನ ಅಳಲನ್ನು ನನ್ನನ್ನು ಕಾಡುತ್ತಿರುವ ಪಾಪಪ್ರಜ್ಞೆಯ ಸ್ವರೂಪವನ್ನು ತೋಡಿಕೊಳ್ಳಬೇಕೆನಿಸಿ, ಟಿಪ್ಪಣಿ ರೂಪದಲ್ಲಿ, ತನ್ನ ಅನಿಸಿಕೆ ಆಲೋಚನೆಗಳನ್ನು ಹೀಗೆ ದಾಖಲಿಸಿದ.

"ನನಗೆ ನಾಚಿಕೆಯಾಯಿತು. ಏಪ್ರಿಲ್ 7ರ ಅನುಭವದ ನಂತರ ನನಗೆ ನಿದ್ದೆಯೇ ಬರಲಿಲ್ಲ. ಜಗಲಿಯ ಮೇಲೆ ಓಡಾಡುತ್ತ ಸಮಾಧಾನ ಕಂಡುಕೊಂಡೆ... ನನ್ನ ಹಾಸಿಗೆ ಹತ್ತಿರ ಮಲಗಿಕೊಳ್ಳುವ ಸುಶೀಲ ಅಥವಾ ಪ್ರಭಾವತಿಯರ ಸೇವೆಗೆ ನಾನು ಅನರ್ಹ ಎನಿಸಿತು.

ಬೆಳಗಿನ ಜಾವದ ಪ್ರಾರ್ಥನೆಯ ನಂತರ ನಾನು ಅವರಿಗೆ ನನ್ನ ಅವಸ್ಥೆಯನ್ನು ವಿವರಿಸಿ ಅವರ ಸೇವೆ ಬೇಡವೆಂದು ಹೇಳಿದೆ. ಅವರಿಬ್ಬರಿಗೂ ನನ್ನ ನಿರ್ಧಾರ ಕೆಡುಕೆನಿಸಿತು. ಹನ್ನೆರಡು ಗಂಟೆಗಳೊಳಗೆ ನನ್ನ ನಿರ್ಧಾರ ಬದಲಾಯಿಸಿ ಅವರ ಸೇವೆ ಮುಂದುವರೆಯಲಿ ಎಂದು ಹೇಳಿದೆ.

ಆದರೆ ನನ್ನ ಬೇಗುದಿ ನಿಲ್ಲಲಿಲ್ಲ. 14ರಂದು ನನಗೆ ಬೇರೊಂದು ಬಗೆಯ ಅನುಭವವಾಗಿತ್ತು. ಇದು ನನ್ನ ನಾಚಿಕೆ, ಯಾತನೆಗಳನ್ನು ಹೆಚ್ಚಿಸಿತ್ತು. ನಾನು ಸುಳಿಯಲ್ಲಿ ಸಿಕ್ಕಿ ಬಿದ್ದಿದ್ದೆ. ಜಿನ್ನಾರನ್ನು ಭೇಟಿಯಾಗಬೇಕಿತ್ತು. ನಾನು ಅತ್ಮವಿಶ್ವಾಸ ಕಳೆದುಕೊಂಡಿದ್ದೆ.

ಏಪ್ರಿಲ್ 7ರ ನಂತರದಲ್ಲಿ ನನ್ನಲ್ಲಿ ಒಂದು ಸಂಶಯ ಮೂಡಿತ್ತು.. ನನ್ನ ಯೋಚನೆಗಳು ಹಾಗೂ ಮನಸ್ಸು ಯಾಕೆ ಪರಿಶುದ್ಧವಾಗಿಲ್ಲ? ನಿರ್ಮಲವಾಗಿಲ್ಲ? ಹೆಣ್ಣಿನೊಡನೆ ಸಂಪರ್ಕ ಸೂಕ್ಷ್ಮವಾಗಿ ನನ್ನ ಹಾದಿಯಲ್ಲಿ ತೊಡಕಾಗಿರಬಹುದೇ? ಈ ಪ್ರಶ್ನೆಗೆ ಯಾರು ಉತ್ತರ ಹೇಳಬಲ್ಲರು? ಏಕೈಕ ಪರಿಹಾರವೆಂದರೆ, ದೇವರೇ ಉತ್ತರಿಸಬೇಕು, ನಾನು ಸಕಲ ರೀತಿಯ ದೈಹಿಕ ಸ್ಪರ್ಶಗಳನ್ನು ದೂರಮಾಡಬೇಕು, ನನ್ನ ಮನಸ್ಸನ್ನು ಅರ್ಥಮಾಡಿಕೊಳ್ಳಬೇಕು. ಅದನ್ನು ಜಯಿಸಬೇಕು...

ಇಷ್ಟೊಂದು ಭಯಂಕರವಾಗುತ್ತದೆ ಎಂದು ಗೊತ್ತಾಗಿದ್ದಿದ್ದರೆ ನಾನೀ ಪ್ರಯೋಗಕ್ಕೆ ಕೈ ಹಾಕುತ್ತಿರಲಿಲ್ಲ. ಇಂಥ ಪ್ರಯೋಗ ನಡೆಸಲು ಯೋಗ್ಯ ಎನಿಸಿದಲ್ಲಿ ಇದನ್ನು ನಾನು ವಿಧಿಸುವ ಷರತ್ತಿನ ಮೇಲೆ ಕೈಗೊಳ್ಳುವಂತೆ ಎಲ್ಲ ಸಹೋದ್ಯೋಗಿಗಳ ಮನ ಒಲಿಸಬೇಕಿತ್ತು. ನನ್ನ ಪ್ರಯೋಗ ಬ್ರಹ್ಮಚರ್ಯ ಗೊತ್ತುಪಡಿಸಿರುವ ಎಲ್ಲೆಗಳನ್ನು ಮೀರಿತ್ತು. ಸಂಪೂರ್ಣ ಬ್ರಹ್ಮಚರ್ಯ ಪಾಲಿಸುವವನಿಂದ ಮಾತ್ರ ಅಹಿಂಸೆಯಲ್ಲಿ ತರಬೇತಿ ನೀಡುವುದು ಸಾಧ್ಯ.

ಗಾಢವಾದ ಚಿಂತನೆ ನಡೆಸಿದ ನಂತರ ಮಹಿಳೆಯರಿಂದ ದೈಹಿಕ ಸಂಪರ್ಕ ಒಳಗೊಂಡಂಥ ಸೇವೆ ಮಾಡಿಸಿಕೊಳ್ಳದೆ ಇರಲು ನಿರ್ಧರಿಸಿದ್ದೇನೆ. ತೀರಾ ಅನಿವಾರ್ಯವಾದಲ್ಲಿ ಮಾತ್ರ ಇದಕ್ಕೆ ವಿನಾಯಿತಿ... ನಾನು ಅವರನ್ನು ತಮಾಶೆಗಾಗಲೀ, ವಾತ್ಸಲ್ಯದಿಂದಾಗಲೇ ಸ್ಪರ್ಶಿಸಬಾರದು...

ಬ್ರಹ್ಮಚರ್ಯ ವ್ರತಪಾಲನೆಯ ಪ್ರತಿಜ್ಞೆ ಕೈಗೊಳ್ಳುವುದಕ್ಕೆ ಮೊದಲು ನಾನು ನಿರಾತಂಕ ಮನಸ್ಸಿನಿಂದ ಅಥವಾ ಅಕ್ಕರೆಯಿಂದ ಹಲವಾರು ಮಹಿಳೆಯರ ಮೈ–ಕೈ ಮುಟ್ಟಿದ್ದೇನೆ. ಅದರಿಂದ ನನಗೆ ಪ್ರತಿಕೂಲಕರ ಪರಿಣಾಮವೇನೂ ಆಗಲಿಲ್ಲ ಅಥವಾ ನಾನು ಸ್ಪರ್ಶಿಸಿದ ಮಹಿಳೆಯರಲ್ಲಿ ಯಾರಿಗಾದರೂ ನಾನು ಸ್ಪರ್ಶಿಸಿದಾಗ ಲೈಂಗಿಕ ಉದ್ರೇಕ ಉಂಟಾಗಿರಬಹುದೇ ಎನ್ನುವುದು ನನಗೆ ತಿಳಿಯದು.

ಭವಿಷ್ಯ ನನ್ನನ್ನು ಎಲ್ಲಿಗೆ ಕೊಂಡೊಯ್ಯುವುದೋ ಯಾರು ಬಲ್ಲರು? ಯಾರಿಂದ ತಾನೇ ಹೇಳಲು ಸಾಧ್ಯ? ಪ್ರೀತಿಪೂರ್ವಕವಾಗಿ ಭಗವಂತನಿಗೆ ಸಮರ್ಪಿಸಿಕೊಳ್ಳುವುದೇ ನನ್ನ ತೀವ್ರ ಆಕಾಂಕ್ಷೆ. ಅವನು ಎಲ್ಲಿಗೆ ಬೇಕೋ ಅಲ್ಲಿಗೆ ಕೊಂಡೊಯ್ಯಲಿ. ನನ್ನನ್ನು ಸಮರ್ಪಿಸಿಕೊಳ್ಳುವುದಷ್ಟೇ ನನ್ನಲ್ಲಿನ ಪ್ರಬಲವಾದ ಆಕಾಂಕ್ಷೆ.... ಎಂದು ಸುದೀರ್ಘವಾದ ಟಿಪ್ಪಣಿ ಬರೆದು, ಆತ್ಮ ವಿಶ್ಲೇಷಣೆಯ ಮೂಲಕ ತನ್ನಂತರಾಳದ ಹೊಯ್ದಾಟವನ್ನು ತೋಡಿಕೊಂಡು, ಸ್ವಲ್ಪಮಟ್ಟಿಗೆ ಎದೆಯ ಭಾರವನ್ನು ಕಳೆದುಕೊಂಡಂತೆ ಕಾಣಿಸಿದ.

ಗಾಂಧಿಯ ಹುಚ್ಚಿನಲ್ಲಿ ಮುಳುಗಿರುತ್ತಿದ್ದ ಮತ್ತು ತನ್ನ ಜೊತೆ ಇಂಥ ಸನಿಹದ ಸಾಂಗತ್ಯ ಬಯಸುತ್ತಿದ್ದ ಮೀರಾಳು ಕೂಡ ಬಾಪುವಿಗೆ ಹೀಗೆ ಮಾಡಬಾರದಿತ್ತು ಎಂದು ಹೇಳುವ ಸಾಹಸ ಮಾಡಿದಳು. ಗಾಂಧಿ ಮತ್ತು ಮಹಿಳೆಯರ ಸಂಬಂಧಗಳ ಕುರಿತು ಚರ್ಚೆಗಳು ಪರ, ವಿರೋಧದ ನೆಲೆಯಲ್ಲಿ ಮುಂದುವರೆದೇ ಇದ್ದವು.

ಇಷ್ಟೆಲ್ಲ ಹಗರಣಗಳು ನಡೆಯುತ್ತಿದ್ದರೂ, ಇದೇ ಒಂದು ದೊಡ್ಡ ವಿಷಯದಂತೆ ವಾದ– ವಿವಾದಗಳು ಮುಂದುವರೆಯುತ್ತಿದ್ದರೂ 'ಬಾ' ಯಾರೊಂದಿಗೂ ತನ್ನ ಗಂಡನ ನಡತೆ ಕುರಿತು ಚರ್ಚಿಸಲು ಹೋಗಲಿಲ್ಲ ಕೇವಲ ಮೂಕ ಸಾಕ್ಷಿಯಾಗಿ ನಿಂತು, ತನ್ನೊಳಗೇ ತಾನು ವಿಲಿವಿಲಿ ಒದ್ದಾಡುತ್ತಿದ್ದಳು. ಹೆಂಗಸರ ಅಪ್ಪುಗೆಯಿಂದ ಅವರ ಆರೋಗ್ಯ ಸಮಸ್ಯೆಗಳಿಗೆ ಪರಿಹಾರ ಸಿಗುವುದಾದರೆ, ತಾನೂ ಹೆಣ್ಣಲ್ಲವೇ?... ಅವರ್ಯಾಕೆ ನಾಲ್ಕು ಜನರ ಬಾಯಿಗೆ ಬೀಳುವಂತಹ ಕೆಲಸಗಳನ್ನು ಮಾಡಬೇಕು? ಪ್ರೀತಿ ಪ್ರೇಮಗಳಿಲ್ಲದೆ ಇಷ್ಟು ಹತ್ತಿರವಾಗಿಸಿಕೊಳ್ಳಲು ಸಾಧ್ಯವಿತ್ತೇ? ನನ್ನ ಗಂಡ ಮಹಾತ್ಮನೆಂದು ಕರೆಸಿಕೊಂಡೂ ಈ ಥರದ ನಡವಳಿಕೆ ಶೋಭಿಸುವುದೇ? ಮಕ್ಕಳ ದೃಷ್ಟಿಯಲ್ಲಿ ಎಷ್ಟು ಸಣ್ಣವರಾಗಿರಬಹುದು? ಮದುವೆಯಾಗಿ, ಮಕ್ಕಳಾಗಿರುವ ನನ್ನ ಮಕ್ಕಳಿಗೆ ಹೆಣ್ಣು ಗಂಡು ಸಂಬಂಧಗಳು ಅರ್ಥವಾಗುವುದಿಲ್ಲವೇ? ಒಬ್ಬರನ್ನು ದೂರುವ, ಅವರ ತಪ್ಪುಗಳನ್ನು ತಪ್ಪೆಂದು ಶಿಕ್ಷೆ ವಿಧಿಸುವ ಮನುಷ್ಯರಾಗಿರುವ ಇವರ ತಪ್ಪಿಗೆ ಶಿಕ್ಷೆ ಕೊಡುವವರು ಯಾರು? ಅವರ ನಡತೆಯನ್ನು ನಾನೂ ಪ್ರಶ್ನಿಸಬಲ್ಲೆ, ಸಮಜಾಯಿಷಿ ಕೇಳಬಲ್ಲೆ. ಆದರೆ ಇಲ್ಲಿ ನಾವು ಬದುಕುತ್ತಿರುವುದು ಸಮುದಾಯ ಬದುಕು. ನನ್ನ ಮತ್ತು ನನ್ನ ಗಂಡನ ಮರ್ಯಾದೆಯನ್ನು ಉಳಿಸಿಕೊಳ್ಳುವುದಕ್ಕಾಗಿಯಾದರೂ ಬಾಯಿ ಹೊಲಿದುಕೊಂಡು ಸುಮ್ಮನಿರಬೇಕು. ನನಗೇನೂ ತಿಳಿಯುವುದಿಲ್ಲವೆಂದು, ನಾನೆಂದೂ ಅವರನ್ನು ಪ್ರಶ್ನಿಸಲಾರೆನೆಂದು ತಿಳಿದಿರಬೇಕು. ನಾನು ಅವಿದ್ಯಾವಂತೆ, ಅವರ ವಲಯದ ಹೆಂಗಸರ ಜೊತೆಗೆ ನಾನಿರುವುದು ಅವರಿಗೆ ಅವಮಾನವೆನಿಸಿರಬೇಕೆ? ಹಾಗಾದರೆ ಅವರು ನನ್ನ ಬಗ್ಗೆ ತೋರುವ ಪ್ರೀತಿ, ಮೆಚ್ಚುಗೆಗಳು ಕೇವಲ ತೋರಿಕೆಯೇ? ತನಗೆ ಎಲ್ಲರೂ ಒಂದೇ ಎನ್ನುವ ನೆಪದಲ್ಲಿ, ನನ್ನ ಕಡೆ ವಿಶೇಷ ಲಕ್ಷ್ಯ ಕೊಡದಿದ್ದಾರೆಯೇ? ಅವರಲ್ಲಿ ಕಾಣಿಸಿಕೊಳ್ಳುತ್ತಿರುವ ಎರಡು ಮುಖಿಗಳಲ್ಲಿ

ಯಾವುದು ಸತ್ಯ... ಯಾವುದು ಸತ್ಯ? ಎಂದು ಚೀರಿಚೀರಿ ಕೇಳಿಕೊಳ್ಳಬೇಕೆನಿಸುತ್ತಿತ್ತು. ತನ್ನ ದೃಷ್ಟಿಯಲ್ಲಿ ಸರಿಯೆನಿಸಿದ ಕೆಲಸಗಳನ್ನು, ವಿಚಾರಗಳನ್ನೂ ಅವರಿಗಾಗಿ ಸಹಿಸಿಕೊಳ್ಳುತ್ತಲೇ ಬಂದಿರುವೆ. ಆದರೆ ಈ ಲೈಂಗಿಕ ಸಂಬಂಧದ ವಿಚಾರದಲ್ಲಿ ಅದು ಯಾಕೋ ಏನೋ ರಾಜಿ ಮಾಡಿಕೊಳ್ಳಲು ಸಾಧ್ಯವೇ ಆಗುತ್ತಿಲ್ಲ ಆದರೂ ಅದನ್ನು ಬಹಿರಂಗದಲ್ಲಿ ತೋರಿಸಿಕೊಂಡು ನಮ್ಮಿಬ್ಬರ ಸಂಬಂಧಗಳ ಬಗ್ಗೆ ಇಲ್ಲ ಸಲ್ಲದ ಮಾತಿಗೆ ದಾರಿ ಮಾಡುವುದು ಎಷ್ಟಕ್ಕೂ ಸರಿಯಿಲ್ಲವೆನಿಸಿ, ತನ್ನ ಪಾಡಿಗೆ ತಾನು ಸುಮ್ಮನಾಗಿ ಬಿಟ್ಟಳು. ಬಾಪುವಿನ ಜತೆ ಅನಿವಾರ್ಯವೆನಿಸದ ಹೊರತು, ಪ್ರವಾಸಗಳಿಗೆ ಹೋಗುತ್ತಿರಲಿಲ್ಲ. ಆಶ್ರಮದ ಕೆಲಸಗಳ ಮಟ್ಟಿಗೆ ತಾನು ವ್ಯಸ್ತಳಾಗಿ ಇರುತ್ತಿದ್ದಳು.

ಕಸ್ತೂರಬಾ ಮರೆಯಬಹುದು ಆದರೆ ಗಾಂಧಿಯ ಪ್ರತಿಕ್ಷಣದ ನಡಿಗೆಯನ್ನು, ಜೀವನಶೈಲಿಯನ್ನು, ಅವನು ನೀಡುತ್ತಿದ್ದ ಹೇಳಿಕೆಗಳನ್ನು ಜಗತ್ತು ಗಮನಿಸುತ್ತಿತ್ತು. ದೇಶ ವಿದೇಶಗಳ ಪತ್ರಿಕೆಗಳಲ್ಲೆಲ್ಲ ಗಾಂಧಿಯ ಬ್ರಹ್ಮಚರ್ಯದ ಟೀಕೆ, ಟಿಪ್ಪಣಿಗಳು ಬರುತ್ತಿತ್ತು. ಬ್ರಹ್ಮಚರ್ಯವೊಂದು ಸೋಗು, ಆಳದಲ್ಲಿನ ಭೋಗಾಸಕ್ತಿಯನ್ನು ಮರೆಮಾಚುವುದಕ್ಷ್ಟೇ ಅದು! ಹೆಂಗಸರಿಂದ ಮಾಲೀಷು ಮಾಡಿಸಿಕೊಳ್ಳುತ್ತಾನೆ; ನಿರ್ಭಯ, ನಿಸ್ಸಂಕೋಚಗಳಿಂದ ಹೆಂಗಸರ ಎದುರಿಗೇ ಬೆತ್ತಲೆ ಮೈಮೇಲೆ ನೀರೆರೆದುಕೊಳ್ಳುತ್ತಾನೆ, ಇತ್ಯಾದಿ ಇತ್ಯಾದಿ ತೀರಾ ಖಾಸಗಿಯಾದ ವಿಷಯಗಳೂ ಹಾರಾಡುತ್ತಿದ್ದವು.

45

ಕಸ್ತೂರಬಾ ಇದೆಲ್ಲವನ್ನೂ ಕೇಳಿಕೇಳಿ ಕುಸಿದುಹೋಗಿದ್ದಳು. ಆದರೂ ಅವನು ಮಹಾತ್ಮ!! ಇಂತಹ ಭಾವ ತುಮುಲಗಳ ನಡುವೆಯೇ, ಗಾಂಧಿ ಒರಿಸ್ಸಾದ ದೆಲಾಂಗ್ ಪ್ರದೇಶದಲ್ಲಿ ನಡೆಯುವ ರಾಜಕೀಯ ಸಮಾವೇಶಕ್ಕೆ ಹೋಗಲಿರುವುದನ್ನು ಕೇಳಿ, 'ಬಾ' ಎಲ್ಲ ತುಮುಲ ಗಳನ್ನು, ಸದ್ಯಕ್ಕೆ ಬದಿಗಿಟ್ಟು, ಗಾಂಧಿ ಜೊತೆಯಾಗಿ ಹೋಗುವ ಇಚ್ಛೆಯನ್ನು ವ್ಯಕ್ತಮಾಡಿದಳು. ಅಲ್ಲಿಗೆ ಹೋಗಲು ಮುಖ್ಯ ಪ್ರೇರಣೆಯೆಂದರೆ ಜಗನ್ನಾಥಪುರಿ ದೇವಾಲಯ. 'ಬಾ' ಜೊತೆಗೆ ಸೊಸೆ ಸುಶೀಲಾ, ಮಹದೇವ ದೇಸಾಯಿಯ ಹೆಂಡತಿ ದುರ್ಗಾಬೆನ್ ಅಲ್ಲದೆ ಇನ್ನೂ ಕೆಲವರು ಆಶ್ರಮ ಮಹಿಳೆಯರೂ ಇದ್ದರು. ಅವರಿಗೆ ಸಮಾವೇಶದಲ್ಲಿ ಭಾಗವಹಿಸಬೇಕೆಂಬ ಉದ್ದೇಶವೇನೂ ಇರಲಿಲ್ಲ. ಆದ್ದರಿಂದ ಅದೊಂದು ರೀತಿಯಲ್ಲಿ ತೀರ್ಥಯಾತ್ರೆಗೆ ಹೊರಟ ತಂಡದಂತೆ ಇತ್ತು. ಗಾಂಧಿಗೆ ಇವರ ಉದ್ದೇಶ ತಿಳಿದಿರಲಿಲ್ಲ. ಅಲ್ಲಿಗೆ ಹೋದ ಮೇಲೆ ಅವರೆಲ್ಲರಿಗೂ ಪುರಿ ಜಗನ್ನಾಥ ದರುಶನ ಮಾಡಬೇಕೆಂಬ ಆಸೆಯಾಯಿತು. ಅದರೆ ಬಾಪುಗೆ ದೇವಸ್ಥಾನ ಪ್ರವೇಶವನ್ನು, ಹರಿಜನರಿಗೆ ನಿಷೇಧಿಸಿದ್ದರಿಂದ ಹರಿಜನರಿಗೆ ಹೇರಿದ ಈ ನಿಷೇಧವನ್ನು ರದ್ದುಪಡಿಸಿ, ಅವರಿಗೆ ಪ್ರವೇಶ ಕಲ್ಪಿಸುವವರೆಗೂ ಹರಿಜನರ ಪರವಾಗಿ ಹೋರಾಡುತ್ತಿರುವ ತಾವು ಯಾರೂ ದೇವಸ್ಥಾನ ಪ್ರವೇಶ ಮಾಡಕೂಡದೆಂಬ ನಿಯಮವನ್ನು ಹೇರಿದ.

ಹೆಂಗಸರು ತಾವು ಪೂರಿ ಜಗನ್ನಾಥನನ್ನು ನೋಡಿ ಬರುವ ಆಸೆಯನ್ನು ವ್ಯಕ್ತಪಡಿಸಿದರು. ಬಾಪು, ಮಹದೇವ ದೇಸಾಯಿಗೆ ಅವರನ್ನು ಕರೆದುಕೊಂಡು ಹೋಗಲು ಸೂಚಿಸಿದ.

ಪೂರಿಯಲ್ಲಿ ಸಮುದ್ರ ಸ್ನಾನ ಮಾಡಿ, ದೂರದಿಂದಲೇ ದೇವಾಲಯ ದರ್ಶನ ಮಾಡಿ ಬರುತ್ತಾರೆಂದು ಬಾಪು ನಂಬಿದ್ದ. ಎಲ್ಲರೂ ಪೂರಿಗೆ ಹೋಗಿ, ಸಮುದ್ರ ಸ್ನಾನ ಮಾಡಿ, ಪೇಟೆಯಲ್ಲೆಲ್ಲ ಸುತ್ತಾಡಿ, ದೇವಸ್ಥಾನಕ್ಕೆ ಬಂದರು. ದೇವಸ್ಥಾನದಲ್ಲಿ ಹಿಂದುಗಳ ಹೊರತು ಮತ್ಯಾರಿಗೂ ಪ್ರವೇಶವಿಲ್ಲವೆಂಬ ಫಲಕವಿತ್ತು. ಕಸ್ತೂರಬಾ ಮತ್ತು ಇತರ ಹೆಂಗಸರೆಲ್ಲ ದೇವಸ್ಥಾನದೊಳಕ್ಕೆ ಹೋಗಿ ದೇವರ ದರ್ಶನ ಮಾಡಿ ಸಂತೃಪಿಯಿಂದ ಹೊರಗೆ ಬಂದರು. ಅದೇನು ದುರಾದೃಷ್ಟವೋ, ಬಾಪು ಹಿಂತಿರುಗಿ ಬಂದಿದ್ದ ಮಹಿಳೆಯರ ಮೇಲೆ ಮತ್ತು ಹೆಂಡತಿಯ ಮೇಲೆ ರೇಗಾಡಿದ. ಅದು ಹೇಗೋ ಬಾಪುಗೆ ಜಗನ್ನಾಥ ದೇವಾಲಯದ ಒಳಹೊಕ್ಕು ಬಂದ ಸುದ್ದಿ ಕಿವಿಗೆ ಬಿತ್ತು. ಶ್ರೀಮತಿ ಗಾಂಧಿ ದೇವಸ್ಥಾನದ ಒಳಹೋಗಿ ಬಂದಿದ್ದಾರೆ ಎನ್ನುವ ಸುದ್ದಿ ಹರಡಿಬಿಟ್ಟಿತು. ಹರಿಜನರ ಪ್ರವೇಶಕ್ಕೆ ಅವಕಾಶ ಕೊಡುವವರೆಗೂ ತಾವೂ ದೇವಾಲಯ ಪ್ರವೇಶ ಮಾಡುವುದಿಲ್ಲವೆಂಬ ಪ್ರತಿಜ್ಞೆಗೆ ಭಂಗವಾಯಿತಲ್ಲ ಅನ್ನುವ ರೋಷ, ಬಾಪುವಿನದಾಗಿತ್ತು. ಈ ವಿಷಯ ಆಶ್ರಮದವರೆಲ್ಲರಿಗೂ ಗೊತ್ತಿತ್ತು. ಅಲ್ಲದೆ 'ಬಾ' ಸ್ವತಃ ಹರಿಜನರ ಪರವಾಗಿ ನಿಂತು ಚಳುವಳಿ ಮಾಡಿದವಳು. ಅಂಥಾದ್ದರಲ್ಲಿ ಅವಳೇ ಹೋಗಿ ಬಂದದ್ದು ಬಾಪುವನ್ನು ಮತ್ತಷ್ಟು ರೇಗಿಸಿತ್ತು. ಅವನ ಸಿಟ್ಟು ಮಹದೇವ ದೇಸಾಯಿ ಕಡೆಗೆ ತಿರುಗಿತು.

"ಮಹಾದೇವ್, ನೀನು ದೊಡ್ಡ ತಪ್ಪು ಮಾಡಿದೆ. ಇದರಿಂದ ನಿನಗೂ ನನಗೂ ಮತ್ತು ದುರ್ಗಾಳಿಗೂ ಅನ್ಯಾಯವಾಯಿತು. ನೀನು ಅವರೆಲ್ಲರಿಗೆ, ಹಿಂದೆ ನಡೆದ ಘಟನೆಯನ್ನು ತಿಳಿಸಿ ಹೇಳಬೇಕಿತ್ತು. ಪ್ರವೇಶವನ್ನು ನೀಡಬೇಕೆಂದು ಕೇಳಿದ ನನ್ನ ಮೇಲೆ, ಪ್ರವೇಶ ಪಡೆಯಲು ಮುಂದಾದ ಹರಿಜನರ ಮೇಲೆ ನಡೆದ ಹಲ್ಲೆಯ ವಿಚಾರ ತಿಳಿಸಿದ್ದರೆ ಇವತ್ತು ನನಗೆ ತಲೆ ತಗ್ಗಿಸುವ ಪ್ರಸಂಗ ಬರುತ್ತಿರಲಿಲ್ಲ. ಹೋಗಲೇಬೇಕೆಂದೆನಿಸಿದ್ದರೆ, ನಾವೇನೂ ಮಾಡುವ ಹಾಗಿರಲಿಲ್ಲ. ಆದರೆ ವಿಷಯವನ್ನು ವಿವರಿಸಿ ತಿಳಿಸುವುದು ನಮ್ಮ ಜವಾಬ್ದಾರಿ."

ಬಾಪುವಿನ ಮಾತು ಕೇಳಿ ಮಹಾದೇವ ದೇಸಾಯಿ ಆದ ಆಚಾತುರ್ಯಕ್ಕಾಗಿ ಬಹಳವಾಗಿ ನೊಂದುಕೊಂಡ. ಗಾಂಧಿಯೂ ಕೂಡ ಅಪರಾಧಿ ಭಾವದೊಂದಿಗೆ, ಗಾಂಧಿ ಸೇವಾ ಸಂಘದ ಸದಸ್ಯರ ಮುಂದೆ ತನ್ನ ಸಂಕಟವನ್ನು ಹೇಳಿಕೊಂಡ.

"ಬಾ ದೇವಸ್ಥಾನಕ್ಕೆ ಹೋಗದೆ ಬಂದಿದ್ದರೆ ನಾನು ಐದುಗಜ ಮೇಲೇರಿ ಬಿಡುತ್ತಿದ್ದೆ. ಅದರ ಬದಲು ಈಗ ಹಳ್ಳಕ್ಕೆ ಬಿದ್ದಿದ್ದೇನೆ. ನನ್ನ ಕೆಲಸದಲ್ಲಿ ಆಧಾರವೇ ಕುಸಿದು ಬಿದ್ದಂತಾಗಿದೆ. ತಾವೇನು ಮಾಡುತ್ತಿದ್ದೇವೆ ಎಂಬ ಅರಿವು ಅವರಿಗೆ ಇರಲಿಲ್ಲ ಎಂಬುದರಲ್ಲಿ ಸಂದೇಹವಿಲ್ಲ. ಆದರೆ ತಿಳಿದಿದ್ದವರಾದರೂ ತಿಳಿಸಿ ಹೇಳಬೇಕಿತ್ತಲ್ಲವೇ? ಆದ್ದರಿಂದ ತಪ್ಪು ಅವರದಲ್ಲ. ನಮ್ಮದು, ಅಜ್ಞಾನವನ್ನು ಹೋಗಲಾಡಿಸುವುದು ಅಹಿಂಸೆಯೇ ಹೊರತು ಹಿಂಸೆ ಅಲ್ಲ. ಇಂದು ಹರಿಜನರು ನಾವು ಮೋಸಗಾರರು ಎಂದುಕೊಂಡರೆ ಅದರಲ್ಲಿ ತಪ್ಪಿಲ್ಲ. ಅವರಿಗೆ ಪ್ರವೇಶವಿಲ್ಲದ ದೇವಸ್ಥಾನಕ್ಕೆ ನಾವು ಹೋಗುತ್ತೀವಿ ಎನ್ನುವುದಾದರೆ. ಅವರಿಗೆ ನಮ್ಮಲ್ಲಿ ನಂಬಿಕೆ ಹುಟ್ಟುವುದಾದರೂ ಹೇಗೆ? ನಮ್ಮನ್ನು ತಮ್ಮವರೆಂದು ಹೇಗೆ ತಾನೇ ಹೇಳಿಕೊಳ್ಳಲು ಸಾಧ್ಯ?"

ಬಾಪುವಿನ ಮನದಾಳದ ನೋವಿನ ಮಾತುಗಳು, ಮಹಾದೇವ ದೇಸಾಯಿಯ ಮನದಲ್ಲಿ ಅಪರಾಧಿ ಭಾವವನ್ನು ಮೂಡಿಸಿತು. ಅಸ್ಪೃಶ್ಯತೆಯ ವಿಚಾರದಲ್ಲಿ ಇಂತಹ ಅವಿವೇಕದ ಕೆಲಸವನ್ನು ಮಾಡಿದೆನೆಂದ ಮೇಲೆ, ಬಾಪುವಿನ ವಿಚಾರಗಳನ್ನು, ಸಂದೇಶಗಳನ್ನು ಈ ವಿಶಾಲ ಜಗತ್ತಿಗೆ ತಿಳಿಸುವುದಾದರೂ ಹೇಗೆ? ತಿಳಿಸುವ ಸಾಮರ್ಥ್ಯವಾದರೂ ತನಗೆ ಇದೆಯೇನು? ಎಂದು ತನ್ನನ್ನೇ ದೂಷಿಸಿಕೊಂಡ.

ಒಬ್ಬರನ್ನಲ್ಲ, ಇಬ್ಬರನ್ನಲ್ಲ. ಎಲ್ಲರನ್ನೂ ಇಡೀ ರಾತ್ರಿ ಚಿಂತೆ ಕಾಡುತ್ತಿತ್ತು. ಬಾ ಮತ್ತು ದುರ್ಗಾಬೆನ್ ಇಬ್ಬರೂ ರಾತ್ರಿಯಿಡೀ ಅಳುತ್ತಲೇ ಕುಳಿತಿದ್ದರು.

ಬಾಪು ಅಳಲಿಲ್ಲ. ತುಂಬಾ ಭಾವುಕನಾಗಿದ್ದ. ರಕ್ತದ ಒತ್ತಡ ಹೆಚ್ಚಾಯಿತು. ಮಹಾದೇವ ದೇಸಾಯಿಯಂತೂ ಬಾಪು ಜೊತೆ ಇರುವುದಕ್ಕೆ ಅವರ ಸೇವೆ ಮಾಡುವುದಕ್ಕೆ ತಾನು ಅರ್ಹನಲ್ಲ ಎನಿಸಿಬಿಟ್ಟಿತು. ಬೆಳಗಾಗುವುದನ್ನೇ ಕಾಯುತ್ತಿದ್ದ. ರಾತ್ರಿಯ ತನ್ನ ನಿರ್ಧಾರವನ್ನು ತಿಳಿಸಿಬಿಡಬೇಕೆಂದು ಚಡಪಡಿಸುತ್ತಿದ್ದ, ಬೆಳಗಾಗುತ್ತಲೇ ತನ್ನ ಪೆಟ್ಟಿ ಪೆಟಾರಿ ಸಿದ್ಧಮಾಡಿಕೊಂಡು ಬಾಪು ಬಳಿಗೆ ಬಂದು ನಿಂತ. ಬಾಪುವಿಗೆ ಆಶ್ಚರ್ಯವಾಯಿತು.

"ಏನು ಮಹಾದೇವ್ ಮತ್ತೆಲ್ಲಿಗೆ ಪ್ರಯಾಣ ಬೆಳೆಸಿದ್ದಿ?"

"ಬಾಪು ನಿಮ್ಮ ಮುಂದೆ ನಿಲ್ಲಲೂ ನನಗೆ ನಾಚಿಕೆ ಎನಿಸುತ್ತಿದೆ. ನಿಮ್ಮ ಸೇವೆಯ ಭಾಗ್ಯ ಇನ್ನು ಮುಂದೆ ನನಗಿಲ್ಲ. ನಾನೂ ನನ್ನ ಹೆಂಡತಿ ನಮ್ಮ ಊರಿಗೆ ಹೋಗಿ ಏನೋ ಇರುವ ಒಂದಿಷ್ಟು ಹೊಲಗದ್ದೆ ನೋಡಿಕೊಂಡು ಜೀವನ ಮಾಡೋಣವೆಂದು ನಿರ್ಧರಿಸಿದ್ದೇವೆ." ಎನ್ನುತ್ತಿದ್ದಂತೆಯೇ ದೇಸಾಯಿಯ ಮಗ ನಾರಾಯಣ ಮತ್ತು ದುರ್ಗಾಬೆನ್, ತಾವಿಬ್ಬರೂ ಬರುವುದಿಲ್ಲವೆಂದು ಹಟ ಹಿಡಿದರು.

ಬಾಪು ನಗೆಯ ಲಹರಿಯಲ್ಲಿದ್ದರು. "ನೋಡು ನೀನೇನೋ ಹೋಗಬೇಕೆನ್ನುತ್ತೀಯ. ಆದರೆ ನಿನ್ನ ಮಗ, ಹೆಂಡತಿ, ಬಾಪು ಮತ್ತು ಬಾರನ್ನು ಬಿಟ್ಟು ಬರುತ್ತಾರೇನು ಮೊದಲು ಖಚಿತಪಡಿಸಿಕೋ... ಅಯ್ಯೋ ಹುಚ್ಚ ನನ್ನ ಈ ಸಿಟ್ಟಿಗೆಲ್ಲ ಇಷ್ಟು ಹೆದರುತ್ತಾರೆಯೇ? ಇಂಥ ಎಷ್ಟು ಸಿಟ್ಟುಗಳನ್ನು ನೀನು ಸಹಿಸಿಕೊಂಡಿಲ್ಲ. ನಿನಗೆ ನಿಜವಾಗಿಯೂ ಬುದ್ಧಿಯಿಲ್ಲ."

"ಬಾಪು ನೀವು ಸಿಟ್ಟಾದಿರಿ ಎಂಬ ಕಾರಣಕ್ಕಾಗಿ ನಾನು ಹೋಗಬೇಕು ಎನ್ನುತ್ತಿಲ್ಲ. ನಿಮ್ಮನ್ನು ಅರ್ಥಮಾಡಿಕೊಳ್ಳಲಾಗದ್ದಕ್ಕೆ. ನಿಮ್ಮ ವಿಚಾರ, ಸಂದೇಶಗಳನ್ನು ಸರಿಯಾಗಿ ಲೋಕಕ್ಕೆ ತಲುಪಿಸಲಾಗದ್ದಕ್ಕೆ, ನನ್ನ ಅಸಮರ್ಥತೆಗೆ ನಾಚಿ ಹೋಗಬೇಕೆಂದು ಹೇಳಿದೆ ಅಷ್ಟೆ!"

"ಅದಕ್ಕೆ ಹೀಗೆ ಪಲಾಯನ ಮಾಡುವುದೇ? ನಿನ್ನ ಕುರುಡು ಪ್ರೇಮದ ಕಾರಣ ನೀನು ನಿನ್ನ ಹೆಂಡತಿಯ ಮೌಢ್ಯವನ್ನು ಬೆಂಬಲಿಸಿದೆ. ನಿನ್ನ ತಪ್ಪು ಮನವರಿಕೆಯಾದೊಡನೆ, ಮರುದಿನವೇ ಸಂಘದ ಸತ್ಯಾಗ್ರಹಿಗಳೊಡನೆ ಪೂರಿಗೆ ಹೋಗಬೇಕಿತ್ತು. ಅದು ಬಿಟ್ಟು ಅಳುತ್ತಾ ಕುಳಿತೆಯಲ್ಲ ಎಂತಹ ಹೇಡಿತನ?" ಎಂದು ಹೇಳಿ ದೊಡ್ಡದಾಗಿ ನಕ್ಕುಬಿಟ್ಟ.

ಮಹಾದೇವ ದೇಸಾಯಿಯ ಮೊಗದಲ್ಲಿಯೂ ನಗೆ ಮಿಂಚು ಮೂಡಿ ಮರೆಯಾಯಿತು. ಇಂಥ ಮಹಾನುಭಾವನ ಸಂಗವನ್ನು ಬಿಡುವ ಅವಿವೇಕವನ್ನು ಮಾಡಿದೆನಲ್ಲ! ಎಂದು ಪರಿತಪಿಸಿದ.

ಇದರೊಂದಿಗೆ ಕವಿದ ಕಾರ್ಮೋಡಗಳು ಸರಿದು, ಎಂದೂ ಬಾಪು ಬಾರ ಸಂಗವನ್ನು ಸಾಯುವ ಕ್ಷಣಗಳವರೆಗೂ ಬಿಡುವುದಿಲ್ಲವೆಂದು ಪ್ರತಿಜ್ಞೆ ಮಾಡಿದ.

✳   ✳   ✳

ಅತ್ಯಂತ ಗಂಭೀರವಾದ ರಾಜಕೀಯ ಸಮಸ್ಯೆಯೊಂದು ಮೊಳಕೆಯೊಡೆದು. ಬೃಹದಾಕಾರವಾಗಿ ಟಿಸಿಲೊಡೆಯಿತು. ಬ್ರಿಟಿಷ್ ಪ್ರಾಂತಗಳಲ್ಲಿ ಸ್ವಯಮಾಡಳಿತ ಬಂದ ಮೇಲೆ ರಾಜಮಹಾರಾಜರುಗಳೂ ತಮ್ಮ ತಮ್ಮ ಸಂಸ್ಥಾನಗಳಿಗೂ ಅದು ಬೇಕೆಂದು ದಂಗೆಯೆದ್ದರು. ಇದು ಮುಂದುವರೆದರೆ ಭವಿಷ್ಯ ಭಾರತದ ಏಕ್ಯತೆಗೆ, ಸ್ಥಿರತೆಗೆ ಅಪಾಯ ತಪ್ಪಿದ್ದಲ್ಲವೆಂದು ಗಾಂಧಿ, ಸಂಸ್ಥಾನದ ಪ್ರಜೆಗಳಿಗೆ ಪ್ರಜಾಪ್ರಭುತ್ವ ಸ್ವಯಂ ಆಡಳಿತ ಪರಿಕಲ್ಪನೆಗಳ ಕುರಿತು ಮಾರ್ಗದರ್ಶನದ ಅಗತ್ಯವನ್ನು ಮನಗಂಡ. ಮೈಸೂರು, ತಿರುವಾಂಕೂರು, ಜೈಪುರ್ ಹೈದರಾಬಾದ್ ಮುಂತಾದ ಸಂಸ್ಥಾನಗಳಲ್ಲಿ ಪ್ರಜಾಮಂಡಳ ಸ್ಥಾಪನೆಗೆ ಬೆಂಬಲ ನೀಡಲಾಯಿತು. ಇದೇ ಸಮಯದಲ್ಲಿ ರಾಜಕೋಟೆ ಅತ್ಯಂತ ದಯನೀಯ ಸ್ಥಿತಿಯಲ್ಲಿತ್ತು. ರಾಜಕೋಟೆಯ ದೊರೆ ಧರ್ಮೇಂದ ಸಿನ್ನಾ ದುರ್ಬಲನೂ ಹೊಣೆಗೇಡಿಯೂ ಆಗಿದ್ದ. ಅಮಾನುಷವಾದ ನಿಯಮಗಳನ್ನು ಹೇರಿ, ಜನಗಳನ್ನು ಕ್ರೂರವಾಗಿ ಹಿಂಸಿಸುತ್ತಿದ್ದ. ಸಂಸ್ಥಾನದ ಮಾಲಿಕತ್ವದಲ್ಲಿ ನಡೆಯುತ್ತಿದ್ದ ಗಿರಣಿ ಕಾರ್ಮಿಕರನ್ನು ಹದಿನಾಲ್ಕು ಗಂಟೆ ದುಡಿಯಲು ಹಚ್ಚಿದ.

ಮುಗ್ಧ ಹೆಣ್ಣು ಮಕ್ಕಳ ಮೇಲೆ ಲೈಂಗಿಕ ಅತ್ಯಾಚಾರಗಳನ್ನೂ ನಡೆಸುತ್ತಿದ್ದ. ಸಂಸ್ಥಾನದ ಆಸ್ತಿಯನ್ನು ಮನಸೋ ಇಚ್ಛೆ. ಏಕಸ್ವಾಮ್ಯ ಸಂಸ್ಥೆಗಳಿಗೆ ಒಪ್ಪಿಸುತ್ತಿದ್ದುದ್ದೇ ಅಲ್ಲದೆ, ವಿದ್ಯುತ್ ಸರಬರಾಜು ಕಂಪನಿಯನ್ನು ಅಡಮಾಡುವ ಪ್ರಯತ್ನವನ್ನೂ ಮಾಡುತ್ತಿದ್ದ. ಇಂಥ ಒಂದು ಅರಾಜಕ ಆಳ್ವಿಕೆಯನ್ನು ನಿಯಂತ್ರಣದಲ್ಲಿ ಇರಿಸದ ಹೊರತು, ರಾಜಕೋಟೆಯ ಪ್ರಜೆಗಳು ನರಕವನ್ನು ಅನುಭವಿಸುವಂತೆ ಆಗುತ್ತದೆ ಎಂದು ಭಾವಿಸಿ, ರಾಜಕೀಯ ಸುಧಾರಣೆ ಬೇಕೆಂದು ಆಗ್ರಹಿಸಿ, ಮಹಿಳೆಯರೂ ಸೇರಿದಂತೆ ಚಳುವಳಿ ಅಥವಾ ಸತ್ಯಾಗ್ರಹಕ್ಕೆ ಮುಂದಾದರು. ಅಹಿಂಸಾತ್ಮಕ ಪ್ರತಿಭಟನೆಯ ಮೂಲಕ ಜೈಲುವಾಸಕ್ಕೂ ಸಿದ್ಧವಾದರು. ಮಹಾರಾಜ ರಾಜಕೋಟೆಯ ಪರವಾಗಿ ನಿಂತ ಅವನ ದಿವಾನನಾಗಿದ್ದ ವೀರವಾಲನ ದ್ರೋಹ ರಾಜನನ್ನು ರಾಜಕೋಟೆಯಿಂದ ಹೊರೆಗೆ ಹಾಕಿದರು. ವಲ್ಲಭ ಬಾಯಿ ಪಟೇಲರ ಮಗಳಾದ ಮಣಿಬೆನ್ ಮೊದಲಾಗಿ ಅನೇಕ ಹೆಂಗಸರು ಜೈಲು ಸೇರಿದರು.

ರಾಜಕೋಟೆಯಲ್ಲಿನ ರಾಜಕೀಯ ವಿದ್ಯಮಾನಗಳನ್ನು ಸೇವಾಗ್ರಾಮದಲ್ಲಿದ್ದ 'ಬಾ' ಕೇಳಿಸಿಕೊಂಡಳು. ಒಡನೆಯೇ ಸಿಡಿದೆದ್ದಳು. ರಾಜಕೋಟೆ ತನ್ನೂರು, ಅಲ್ಲಿನ ಜನ ಹಿಂಸೆ, ದೌರ್ಜನ್ಯ ದಬ್ಬಾಳಿಕೆಗಳಿಂದ ತತ್ತರಿಸುತ್ತಿದ್ದುದನ್ನು ಸಹಿಸಿಕೊಳ್ಳಲಾರದೆ ಹೋದಳು. ಎಲ್ಲಕ್ಕಿಂತ ಹೆಚ್ಚಾಗಿ ಅವಳನ್ನು ಕೆರಳಿಸಿದ್ದೆಂದರೆ ಹೆಂಗಸರ ಮೇಲಿನ ದೌರ್ಜನ್ಯ ಅತ್ಯಾಚಾರಗಳು! ಹೆಂಗಸರ ಮರ್ಯಾದೆ ಪ್ರತಿಷ್ಠೆಯನ್ನು ರಕ್ಷಿಸಿಕೊಳ್ಳಲೇಬೇಕಾದ ತುರ್ತನ್ನು ಗಮನಿಸಿದಳು. ಕೂಡಲೇ ರಾಜಕೋಟೆಗೆ ತೆರಳಿ ಏನಾದರೂ ಮಾಡಲೇಬೇಕೆಂದು ನಿರ್ಧರಿಸಿದಳು.

ಬಾಪುವಿಗೂ ಕಾಯದೆ, ಅಂಬಾಲಾಲ್ ಸಾರಾಬಾಯಿಯ ಮಗಳಾದ ಮೃದುಲಾ ಸಾರಾಬಾಯಿ ಯನ್ನು ಜೊತೆಗಿಟ್ಟುಕೊಂಡು ಹೊರಟೇ ಬಿಟ್ಟಳು. ತನ್ನ ಬಳಿಯಿದ್ದ ಮೊಮ್ಮಗ ಕನುವನ್ನು ಗಂಡನ ರಕ್ಷಣೆಯಲ್ಲಿ ಬಿಟ್ಟು, ರಾಜಕೋಟೆ ಹೆಂಗಸರನ್ನು ಸಂಘಟಿಸಲು ರಾಜಕೋಟೆಗೆ ದೌಡಾಯಿಸಿದಳು. ರಾಜಕೋಟೆ ತಲುಪಿದ್ದೇ ಅಲ್ಲಿನ ಹೆಂಗಸರನ್ನು ಒಟ್ಟುಗೂಡಿಸಿ

ಅವರೆಲ್ಲರೂ ತಮ್ಮ ಹಕ್ಕುಗಳ ರಕ್ಷಣೆಗಾಗಿ, ತಮ್ಮ ಮೇಲಿನ ದೌರ್ಜನ್ಯ, ದಬ್ಬಾಳಿಕೆ, ಅತ್ಯಾಚಾರಗಳ ವಿರುದ್ಧವಾಗಿ ಹೋರಾಡ ಬೇಕೆಂದು ಹುರಿದುಂಬಿಸಿದಳು. ರಾಜಕೋಟೆಗೆ ಬರುವುದಕ್ಕೆ ಕೆಲದಿನಗಳ ಹಿಂದಷ್ಟೇ 'ಬಾ', ದೇವದಾಸನ ಮನೆಯಲ್ಲಿ ಬವಳಿ ಬಂದು ಬಿದ್ದು ಬಿಟ್ಟದ್ದಳು. ಬಹಳ ಸುಸ್ತಾಗಿದ್ದಳು. ಹಾಗಿರುವಾಗ, ಬಾ ರಾಜಕೋಟೆಗೆ ಹೋಗವುದು ಬೇಡವೆಂದು ಎಷ್ಟು ಹೇಳಿದರೂ ಕೇಳಿಸಿಕೊಳ್ಳಲಿಲ್ಲ. ಅವಳ ಅಂತರಾತ್ಮಕ್ಕೆ ಹೆಣ್ಣುಮಕ್ಕಳ ಆರ್ತಧ್ವನಿ ಕೇಳಿಸುತ್ತಿತ್ತು. ಅದಕ್ಕಾಗಿ, ರಾಜಕೋಟೆಯ ಹೆಣ್ಣುಮಕ್ಕಳು ಸಂಕಷ್ಟದಲ್ಲಿ ಸಿಲುಕಿರುವಾಗ, ಸ್ವಾತಂತ್ರ್ಯಕ್ಕಾಗಿ ಹೋರಾಡುತ್ತಿರುವಾಗ ತಾನು ಸುಮ್ಮನೆ ಕೂರುವುದು ಸಾಧ್ಯವಿಲ್ಲ ಎಂದು ಹೇಳಿ ಹೊರಟುಬಂದಿದ್ದಳು.

ರಾಜಕೋಟೆ ಪ್ರವೇಶಿಸುತ್ತಿದ್ದಂತೆಯೇ, ಹೆಣ್ಣುಮಕ್ಕಳನ್ನು ಹೋರಾಟದ ರಂಗಕ್ಕೆ ಇಳಿಸುತ್ತಿದ್ದಂತೆಯೇ, ಕಸ್ತೂರಬಾ ಮಣಿಬೇನ್ ಮತ್ತು ಮೃದುಲಾ ಸಾರಾಭಾಯಿಯವರನ್ನು ಬಂಧಿಸಿ, ಭಗ್ನ ಕಟ್ಟಡವೊಂದರಲ್ಲಿ ಕೂಡಿಹಾಕಿದರು. ಅವಳನ್ನು ಹೋರಾಟದಿಂದ ದೂರ ಉಳಿಯುವಂತೆ ಮಾಡಲು, ಗಾಂಧಿ, ಅನಾರೋಗ್ಯದಿಂದಿದ್ದಾರೆ ಎಂದು ಸುಳ್ಳು ವದಂತಿಯನ್ನು ಹಬ್ಬಿಸಿದರು. 'ಬಾ' ಅದಕ್ಕೆ ವಿಚಲಿತಳಾಗಲಿಲ್ಲ. ಗಾಂಧಿ ಮತ್ತು ಬಾರ ನಡುವೆ ಪತ್ರ ವ್ಯವಹಾರ ಮುಂದುವರೆದಿತ್ತು.

ಆದರೆ ವಿಧಿ ಸುಳ್ಳನ್ನು ಒಂದು ದಿನ ನಿಜವಾಗಿಸಿತು. ಬಾಪು ಮತ್ತು ಬಾ ಇಬ್ಬರ ಆರೋಗ್ಯವೂ ಕೆಟ್ಟಿತ್ತಾದರೂ ಬಾಪು, ಬಾಗೆ ತನ್ನ ಆರೋಗ್ಯದ ಬಗ್ಗೆ ಚಿಂತೆಬೇಡ, ಸುಶೀಲಾ ನನ್ನನ್ನು ನೋಡಿ ಕೊಳ್ಳುತ್ತಿದ್ದಾಳೆ. ನಿನ್ನ ಆರೋಗ್ಯದ ಕಡೆ ಗಮನವಿರಲಿ. ಧೈರ್ಯ ಕಳೆದುಕೊಳ್ಳಬೇಡ ಎಂದು ಪತ್ರದಲ್ಲಿ ತಿಳಿಸಿದ್ದ. ಬಾಳ ಅನಾರೋಗ್ಯ ರಾಜಕೋಟೆಯ ಜನರಲ್ಲಿ ಅನುಕಂಪ ಮೂಡಿಸಿತ್ತು. ಬಾಪು ಬಾಗೆ ಎಷ್ಟೇ ಸಮಾಧಾನದ ಪತ್ರಗಳನ್ನು ಬರೆದರೂ, ಮನಸ್ಸು ನಿಲ್ಲಲಿಲ್ಲ. ಅಲ್ಲದೆ ರಾಜಕೋಟೆಯ ಸಮಸ್ಯೆ ಅಧಿಕವಾಗುತ್ತಿತ್ತು. ರಾಜಕೋಟೆಯ ಅಧಿಕೃತ ರಾಜನ ಪರವಾಗಿ ವಾಸ್ತವದಲ್ಲಿ ವೀರವಾಲನೇ ರಾಜ್ಯಭಾರ ಮಾಡುತ್ತಿದ್ದ. ಆತ ನಂಬಿಕೆಗೆ ತೀರಾ ಅನರ್ಹನೆಂಬುದು ಗಾಂಧಿಗೆ ತಿಳಿದಿತ್ತು. ವಂಚನೆ ದ್ರೋಹದ ಮೂಲಕವೇ ಆಳುವ ರಾಜನ ಬಗ್ಗೆ ಯೋಚಿಸುವಂತೆ, ರೆಸಿಡೆಂಟ್ ಗಿಬ್ಬನ್‌ಗೆ ಪತ್ರ ಬರೆದರು. ಸುಧಾರಣಾ ಸಮಿತಿ ಅಸ್ತಿತ್ವಕ್ಕೆ ತರುವ ಭರವಸೆಯನ್ನು ಪಟೇಲರಿಗೆ ನೀಡಿದ್ದರೂ, ಏನೂ ಪ್ರಯೋಜನವಾಗಿರಲಿಲ್ಲವಾದ ಕಾರಣ ಬಾಪು ಉಪವಾಸ ಸತ್ಯಾಗ್ರಹ ಆರಂಭಿಸಿದ.

ಬಾಪುವಿಗಿಂತ 'ಬಾ' ಅಪಾಯಕಾರಿಯಾಗಿ ಕಂಡಳು. ಸಹಕೈದಿಗಳಿಂದ ದೂರಮಾಡಿ ಒಂಟಿಯಾಗಿ ಕೂಡಿ ಹಾಕಿದರು. ಜನಸಂಪರ್ಕದಿಂದ ಬಾಳನ್ನು ದೂರವಿರಿಸಿದರೆ, ಒಂಟಿತನದ ಭಯದಿಂದ, ಹೋರಾಟ ಪ್ರತಿಭಟನೆಗಳ ತಂಟೆಗೆ ಹೋಗುವುದಿಲ್ಲವೆನ್ನುವುದು ಠಾಕೂರನ ಲೆಕ್ಕಾಚಾರ! ಆದರೆ ಬಾ ಬಡಪಟ್ಟಿಗೆ ಹೆದರುವಳಾಗಿರಲಿಲ್ಲ.

ಹಾಗೆ ನೋಡಿದರೆ ಬಾಳ ಬಂಧನದ ವಿಷಯ ತಿಳಿಯುತ್ತಿದ್ದಂತೆ ಗಲಭೆಗಳು, ಹೊಡೆದಾಟ ಬಡಿದಾಟಗಳು ಮಿತಿಮೀರಿದವು. ಇದರಿಂದ ಹೆದರಿದ ಅವನು ದಂಗೆ, ಗಲಭೆಗಳು ತಾರಕಕ್ಕೇರಿದರೆ ಏನಾಗಬಹುದೆಂದು ಊಹಿಸುತ್ತಿದ್ದಂತೆಯೇ, ಬಾಳ ಬಿಡುಗಡೆಗೆ ಮುಂದಾದ. ಆದರೆ ಗೃಹಬಂಧನ ಮುಂದುವರೆಯಿತು. ಆದ ಬದಲಾವಣೆಯೆಂದರೆ ಬಾಳ ಸಂಗಾತಿಗಳಾದ ಮಣಿಬೇನ್ ಮತ್ತು ಮೃದುಲಾಸಾರಾಭಾಯಿಯವರನ್ನೂ ಜೊತೆಗಿರಿಸಲಾಯಿತು. ರಾಜಕೈದಿಗಳಾಗಿ ಅರಮನೆಯಲ್ಲಿದ್ದರು.

ಕಾವಲು ಭಟರ ನಿರಂತರ ಕಣ್ಣಾವಲಿದ್ದರೂ, ಹೊರಗೆ ಅಡ್ಡಾಡಲು ಮತ್ತು ಪತ್ರಗಳನ್ನು ಸ್ವೀಕರಿಸಲು ಅನುವು ಮಾಡಿಕೊಡಲಾಗಿತ್ತು. ಗಾಂಧಿಯಿಂದ ಪ್ರೋತ್ಸಾಹದಾಯಕ ಪತ್ರಗಳು ನಿರಂತರವಾಗಿ ಬರುತ್ತಿದ್ದವು.

ಗಾಂಧಿಯ ಉಪವಾಸವೂ ಕೂಡ ಸತ್ಯಾಗ್ರಹಿಗಳನ್ನು ಜೈಲಿನಲ್ಲಿ ನಡೆಸಿಕೊಳ್ಳುತ್ತಿದ್ದ ರೀತಿಗೆ ವಿರೋಧ ವ್ಯಕ್ತಪಡಿಸುವುದಾಗಿತ್ತು. ಕ್ರೂರವಾದ ರೀತಿಯಲ್ಲಿ ನಡೆಸಿಕೊಳ್ಳುತ್ತಿದ್ದುದನ್ನು ಗಾಂಧಿಯ ಗಮನಕ್ಕೆ ತಂದಿದ್ದರು. ಗಾಂಧಿ ಖುದ್ದಾಗಿ ಬಂದು ಅಲ್ಲಿನ ಪರಿಸ್ಥಿತಿಯನ್ನು ಕಣ್ಣಾರೆ ನೋಡಿದ್ದ. ಹಾಗೆಯೇ ಬಾ ಮತ್ತು ಸಂಗಾತಿಯನ್ನು ಕೂಡಿಹಾಕಿದ್ದ ತಾಂಬಾ ಅರಮನೆಗೆ ಬಂದು, ಅವರನ್ನು ಭೇಟಿಯಾಗಿದ್ದ.

ತಾನು ಆ ಭೇಟಿಯ ನಂತರವೇ ಉಪವಾಸವನ್ನು ಆರಂಭಿಸಿದ್ದು, ತನ್ನ ಉಪವಾಸದ ವಿಷಯವನ್ನು ಬಾಗೆ ತಿಳಿಸುವುದು ತನ್ನ ಕರ್ತವ್ಯವೆನಿಸಿ, ಸುಶೀಲಾ ನಯ್ಯರ್ ಮೂಲಕ ಸಂದೇಶವನ್ನು ಕಳಿಸಿದ್ದ. ಬಾಪು ಊಹಿಸಿದಂತೆ ಅವಳಿಗೆ ಗಂಡನ ಉಪವಾಸದ ಸುದ್ದಿ ದಿಗ್ಭ್ರಮೆಗೆ ಗುರಿಮಾಡಿತು. ಒಂದು ಮಾತು ಉಪವಾಸಕ್ಕೆ ಮುಂದಾಗುವ ಮೊದಲೇ ಹೇಳಬಹುದಿತ್ತಲ್ಲ ಎಂದು ಸ್ವಲ್ಪ ಸಿಟ್ಟಾದಳು. ಉಪವಾಸದ ಅವಧಿಯಲ್ಲಿ ಗಾಂಧಿಯ ಸ್ಥಿತಿ ಏನಾಗುವುದನ್ನು ತಿಳಿದಿದ್ದಳು. ಅವಳು ಗಾಭರಿಗೊಳ್ಳುವಳೆಂಬ ವಿಷಯವನ್ನು ಗಾಂಧಿಯೂ ತಿಳಿಸಿದ್ದ. ಗಾಂಧಿ 'ಬಾ'ಗೆ ತನ್ನ ಜೊತೆ ಬಂದು ಇರುವ ಮನಸ್ಸಿದ್ದರೆ ರಾಜಾಧಿಕಾರಿಗಳನ್ನು ಕೇಳಿ ವ್ಯವಸ್ಥೆ ಮಾಡುವುದಾಗಿಯೂ ಹೇಳಿ ಕಳಿಸಿದ್ದ.

ಆದರೆ 'ಬಾ' ಹಾಗೆ ಮಾಡಲು ಒಪ್ಪಲಿಲ್ಲ. ಗಂಡನ ತತ್ವಾದರ್ಶಗಳಿಗೆ ಬದ್ಧಳಾಗಿದ್ದವಳಿಗೆ ಪರಿಸ್ಥಿತಿಯ ಬಗ್ಗೆ ತರ್ಕಬದ್ಧವಾಗಿ ಆಲೋಚಿಸುವಷ್ಟು ಸಾಮರ್ಥ್ಯವಿತ್ತು. ತಾನೊಬ್ಬಳು ಬಿಡುಗಡೆ ಬಯಸಿ, ಗಂಡನ ನೆಪದಲ್ಲಿ ಹೊರಗೆ ಬರುವುದೆಂದರೆ, ಸತ್ಯಾಗ್ರಹದ ಸಿದ್ಧಾಂತಗಳಿಗೆ ದ್ರೋಹಮಾಡಿದಂತೆ ಎಂದೆನಿಸಿ, ಬರುವ ಅಪಾಯಗಳಿಗೆ ಎದೆಯೊಡ್ಡಿ ನಿಲ್ಲುವ ನಿರ್ಧಾರವನ್ನು ಮಾಡಿದಳು, ಮತ್ತು ಗಂಡನಿಗೂ ಅದನ್ನು ಹೇಳಿಕಳಿಸಿದಳು.

'ಬಾ' ಬಿಡುಗಡೆಯನ್ನು ಬಯಸಲಿಲ್ಲವಾದರೂ ಪತ್ರಿಕೆಗಳಲ್ಲಿ ಕಸ್ತೂರಬಾಳ ಬಂಧನ, ಗಾಂಧಿಯ ಬಂಧನದ ಬಗ್ಗೆ ಸಾಕಷ್ಟು ಸುದ್ದಿಯಾಯಿತು. ರಾಜಾಧಿಕಾರಿಗಳಿಗೆ, ಬ್ರಿಟಿಷ್ ಅಧಿಕಾರಿಗಳಿಗೆ ಒಂದು ರೀತಿಯಲ್ಲಿ ತಲೆತಗ್ಗಿಸುವಂತಾಯಿತು. ಸ್ವಯಂ ಪ್ರೇರಣೆಯಿಂದ, ಬಾಳನ್ನು ತಾಂಬಾದಿಂದ ಬಿಡುಗಡೆ ಮಾಡಿ, ಗಾಂಧಿಯಿದ್ದೆಡೆಗೆ ಕಳಿಸಿಕೊಟ್ಟರು. ಇದ್ದಕ್ಕಿದ್ದಂತೆ ಬಾ ತನ್ನ ಬಳಿಗೆ ಬಂದದ್ದು ಗಾಂಧಿಗೆ ಅಚ್ಚರಿ ಉಂಟುಮಾಡಿತು. ಹಾಗೆಯೇ ಸ್ವಲ್ಪ ಸಿಟ್ಟೂ ಬಂತು.

"ಬಾ ಇದೇನು ಮಾಡಿದೆ? ಏನೇ ಕಷ್ಟ ಬಂದರೂ ಅವರ ಹಂಗಿಗೆ ಬೀಳಬಾರದೆಂಬುದು ಗೊತ್ತಿದ್ದೂ ನೀನೇಕೆ ಬಿಡುಗಡೆ ಬೇಡಿದೆ?".

ನಾನು ಯಾರನ್ನೂ ಯಾವುದಕ್ಕೂ ಬೇಡಲಿಲ್ಲ. ನನ್ನನ್ನು ತಾಂಬಾದ ಗೃಹಬಂಧನದಿಂದ ಇಲ್ಲಿಗೆ ತರುತ್ತಾರೆಂದು ನನಗೂ, ಇಲ್ಲಿಗೆ ಬರುವವರೆಗೂ ಗೊತ್ತಿರಲಿಲ್ಲ. ನಾನೇ ಪ್ರಶ್ನಿಸಿದಾಗ, ಸರಕಾರದ ಆದೇಶದಂತೆ ನಿಮ್ಮನ್ನು ಬಾಪು ಜೊತೆ ಇರಲು ತಂದಿದ್ದೇವೆ. ನೀವೇನೇ ಪ್ರಶ್ನೆಗಳನ್ನು ಕೇಳಿದರೂ ನಾವು ಉತ್ತರಿಸುವ ಸ್ಥಿತಿಯಲ್ಲಿ ಇಲ್ಲ ಎಂದು ಹೇಳಿದರು."

"ಸರಿ ನಿನ್ನನ್ನು ಕರೆತರುವಾಗ ನಿನ್ನ ಸಂಗಾತಿಗಳಾದ ಮೃದುಲಾ ಮತ್ತು ಮಣಿಬೆನ್ ರ ಬಗ್ಗೆ ವಿಚಾರಿಸಬಾರದಿತ್ತೆ? ಅಷ್ಟಕ್ಕೂ ನೀನು ಬರಲೇಬಾರದಿತ್ತು."

ಬಾಪುವಿನ ಮಾತುಗಳನ್ನು ಕೇಳಿಸಿಕೊಂಡ ಮೇಲೆ ಬಾಗೆ ತನ್ನ ತಪ್ಪಿನ ಅರಿವಾಯಿತು. ಬಾಪುವಿನ ಆರೋಗ್ಯದ ಬಗ್ಗೆ ಎಷ್ಟು ಉದ್ವಿಗ್ನಳಾಗಿದ್ದಳೆಂದರೆ, ತನ್ನ ಜೊತೆಯವರ ವಿಚಾರ ಯೋಚಿಸುವುದನ್ನೇ ಮರೆತಿದ್ದಳು.

"ಕ್ಷಮಿಸಿ ಬಾಪು ನಾನು ಮತ್ತೊಮ್ಮೆ ದೊಡ್ಡ ತಪ್ಪು ಮಾಡಿದೆ. ಎಂಥದೋ ಮರೆವು" ಇವರೆಲ್ಲ ಯಾಕೆ ನನ್ನನ್ನು ಅಲ್ಲಿಂದ ಕರೆದೊಯ್ಯುತ್ತಿದ್ದಾರೆಂಬ ಯೋಚನೆಯಲ್ಲಿ ಯಾವುದೇ ಪ್ರತಿಭಟನೆಯಿಲ್ಲದೆ ಸುಮ್ಮನೆ ಅವರನ್ನು ಅನುಸರಿಸಿ ಬಂದದ್ದು ನಿಜಕ್ಕೂ ಅಕ್ಷಮ್ಯ ಅಪರಾಧ."

"ಹಾಗಾದರೆ ಅವರ ವಿಚಾರದಲ್ಲಿ ಈಗೇನು ಮಾಡುತ್ತೀ?"

"ಮಾಡುವುದೇನು? ಈ ಸಂಜೆಗೇ ತಾಂಬಾಗೆ ಹಿಂತಿರುಗುತ್ತೇನೆ."

"ನಿನ್ನನ್ನು ಮತ್ತೆ ಬಂಧಿಸಲು ತಿರಸ್ಕರಿಸಿದರೆ ಆಗೇನು ಮಾಡುತ್ತೀ?"

"ಮಾಡಿ ತೋರಿಸುತ್ತೇನೆ. ಆ ಬಂಗಲೆಯ ಗೇಟಿನ ಮುಂದೆ ಕುಳಿತು ಬಂಧಿಸುವಂತೆ ಆಗ್ರಹಿಸುತ್ತೇನೆ. ಸತ್ಯಾಗ್ರಹ ಮಾಡುತ್ತೇನೆ."

"ಮಾಡ್ತೀ ಮಾಡ್ತೀ! ನಿನ್ನ ಸತ್ಯಾಗ್ರಹ ನೀನು ಯಾವ ಯಾವುದಕ್ಕೋ ಬಳಸಿಕೊಳ್ಳುವಷ್ಟು ಅಗ್ಗವಾಯಿತೇನು?"

"ಅಗ್ಗವಾದ್ದಲ್ಲವೆಂದೇ ಆ ಅಸ್ತ್ರ ಪ್ರಯೋಗ ಮಾಡುತ್ತೇನೆಂದು ಹೇಳಿದೆ."

"ಸರಿ ಮುಂದೆ ಹೇಗೆ ಮಾಡುತ್ತೀಯೋ ನೋಡು. ನಿನ್ನ ನಿರ್ಧಾರಕ್ಕೆ ಬಿಡುತ್ತೇನೆ. ಸರಿ ತೋರಿದ್ದನ್ನು ಯೋಚಿಸು."

ಇಬ್ಬರ ಸಂಭಾಷಣೆ, ನಗೆಯಲ್ಲಿ ಮುಕ್ತಾಯವಾಯಿತು.

46

ಬಾ ಹೇಳಿದಂತೆ, ಅದೇ ದಿನ ಸಂಜೆ ತಾನೊಬ್ಬಳೇ ತಾಂಬಾಗೆ ಹಿಂತಿರುಗಿದಳು. ಬಂಗಲೆಯ ಮುಂದೆ ಕುಳಿತುಬಿಟ್ಟಳು. ಕಾವಲುಗಾರರು ಮೊದಲು ಅವಳ ಪ್ರವೇಶಕ್ಕೆ ಅಡ್ಡಿ ಮಾಡಿದರು. ರಾತ್ರಿಯಾಗುತ್ತಿದ್ದಂತೆ, ಎಲ್ಲಿಯ ಗ್ರಹಚಾರ' ಎಂದು ತಲೆ ಚಚ್ಚಿಕೊಳ್ಳುತ್ತಾ ಅವಳನ್ನು ಬಂಗಲೆಯ ಒಳಗೆ ಹೋಗಲು ಬಿಟ್ಟರು. ಮಾರನೆಯ ದಿನ ಬೆಳಿಗ್ಗೆಯೇ ಕಸ್ತೂರಬಾ ಮತ್ತು ಉಳಿದಿಬ್ಬರನ್ನೂ ಬಿಡುಗಡೆ ಮಾಡಿದರು.

ಅಷ್ಟೆಲ್ಲ ಗಲಭೆ, ಸತ್ಯಾಗ್ರಹ, ಬಂಧನಗಳ ನಂತರ ಕಡೆಗೆ ರಾಜಕೋಟೆಯ ರಾಜ ಉದಾರ ಮನಸ್ಸಿನಿಂದ, ಬಂಧನಕ್ಕೆ ಒಳಗಾಗಿದ್ದವರನ್ನೆಲ್ಲ ಬಿಡುಗಡೆ ಮಾಡಿದ. ಜೊತೆಗೆ ಸ್ನೇಹದ

ಒಪ್ಪಂದಕ್ಕೂ ಮುಂದಾದ. ಗಾಂಧಿ ಮತ್ತು ವಲ್ಲಭಭಾಯಿ ಪಟೇಲರು ನಿರೀಕ್ಷಿಸಿದ, ಯೋಚಿಸಿದ ರಾಜಕೀಯ ಸುಧಾರಣಾ ಸಮಿತಿಯನ್ನು ನೇಮಿಸಲು ಸರಕಾರದ ಒಪ್ಪಿಗೆಯೂ ದೊರೆಯಿತು. ಇದರೊಂದಿಗೆ ಬಾಪು ತನ್ನ ಉಪವಾಸ ಸತ್ಯಾಗ್ರಹವನ್ನು ಹಿಂತೆಗೆದುಕೊಂಡ.

ಕಸ್ತೂರಬಾ ಮತ್ತೆ ರಾಜಕೋಟೆಯಿಂದ ಸೇವಾಗ್ರಾಮಕ್ಕೆ ಹಿಂತಿರುಗಿ ಆಶ್ರಮದ ಕೆಲಸಗಳಲ್ಲಿ ಮಗ್ನಳಾದಳು. ಆದರೆ ಯಾಕೋ ಹವಾಮಾನದ ವ್ಯತ್ಯಾಸಗಳಿಂದಲೋ, ಹೋರಾಟ, ಜೈಲುವಾಸಗಳಿಂದ ದಣಿದದ್ದರಿಂದಲೋ ಪದೇಪದೇ ಆರೋಗ್ಯ ಕೆಡುತ್ತಿತ್ತು. ಕೆಮ್ಮು, ನೆಗಡಿ ಒಂದು ಕಡೆಯಾದರೆ ಮಲೇರಿಯಾ ಜ್ವರದಿಂದ ತೀರಾ ತೀರಾ ನಿಶ್ಶಕ್ತಳಾದಳು. ನೋಡುವುದಕ್ಕೆ ಗಾಭರಿಯಾಗುವ ರೀತಿಯಲ್ಲಿ ಹಂಚಿಕಡ್ಡಿಯಂತೆ ತೆಳ್ಳಗಾದಳು. ರಕ್ತ ಮಾಂಸಗಳೇ ಇಲ್ಲವೇನೋ ಎಂಬಂತೆ, ಬರಿ ಎಲುವು ಗೂಡು, ಅಸ್ಥಿ ಪಂಜರದಂತಾದಳು. ಅವಳ ಸ್ಥಿತಿ ನೋಡಿ ಗಾಂಧಿ ಮಮ್ಮಲ ಮರುಗಿದ. ಇದಕ್ಕೆ ಗಾಂಧಿ ಬಳಿ ಯಾವುದೇ ನೈಸರ್ಗಿಕ ಉಪಚಾರ ಇರಲಿಲ್ಲ. ನಿರಂತರವಾಗಿ ವೈದ್ಯರ ಗಮನ ಅವಳ ಮೇಲೆ ಇರಬೇಕಾದ ಪರಿಸ್ಥಿತಿ ಉಂಟಾಯಿತು. ಅದೃಷ್ಟಕ್ಕೆ ಸುಶೀಲಾ ನಯ್ಯರ್, ವೈದ್ಯಕೀಯ ಶಿಕ್ಷಣ ಮುಗಿಸಿ ಬಂದಿದ್ದಳು' ಬಾಗೆ ಅವಳ ಮೇಲೆ ನಂಬಿಕೆ ಮತ್ತು ಅತಿಯಾದ ಪ್ರೀತಿಯನ್ನು ಇರಿಸಿಕೊಂಡಿದ್ದಳು. ಸುಶೀಲಾ ಕೂಡಾ 'ಬಾ'ಳನ್ನು ತಾಯಿಗಿಂತ ಹೆಚ್ಚಾಗಿ ಪ್ರೀತಿಸುತ್ತಿದ್ದಳು. ಆದರೆ ಅವಳನ್ನು ತನ್ನ ಜೊತೆ ತನ್ನ ಮೇಲೆ ನಿಗಾ ಇರಿಸಲು, ಇರುವಂತೆ ಹೇಳಲು ಸಾಧ್ಯವಿರಲಿಲ್ಲ. ಸುಶೀಲಾ ಸ್ನಾತಕೋತ್ತರ ಪದವಿಗಾಗಿ ಇನ್ನೂ ಓದುತ್ತಿದ್ದಳು. ಹಾಗಾಗಿ ಓದನ್ನು ನಿಲ್ಲಿಸಿ ಬರುವಂತೆ ಹೇಳುವುದಕ್ಕೆ ಅವಕಾಶವೇ ಇರಲಿಲ್ಲ. ಆದರೆ ಸುಶೀಲಾ ಇದ್ದಲ್ಲಿಗೇ ಹೋಗಿ ಇರಲು ಯಾವ ಅಭ್ಯಂತರವೂ ಇರಲಿಲ್ಲ. ಸುಶೀಲಾ ಓದುತ್ತಿದ್ದುದು ದಿಲ್ಲಿಯಲ್ಲಿ, ಕಸ್ತೂರಬಾ ಮಗ ದೇವದಾಸ ಹೇಗಿದ್ದರೂ ದಿಲ್ಲಿಯಲ್ಲಿಯೇ ನೆಲೆಸಿದ್ದ. ಸಮಸ್ಯೆಗೆ ಸುಲಭ ಪರಿಹಾರವಿತ್ತು.

ಬಾಪು ಇದನ್ನೆಲ್ಲ ಯೋಚಿಸಿ, ಸುಶೀಲಾ ಮತ್ತು ದೇವದಾಸನಿಗೆ ಕಾಗದ ಬರೆದು 'ಬಾ'ಳ ಅನಾರೋಗ್ಯದ ಬಗ್ಗೆ ತಿಳಿಸಿದ್ದ.

'ಬಾ'ಳ ಪ್ರಯಾಣಕ್ಕೆ ಸಿದ್ಧತೆಗಳು ನಡೆದವು. ಬಾಪು 'ಬಾ'ಳ ಬಳಿಗೆ ಬಂದು,

'ಬಾ ನಿನಗೊಂದು ಸಂತೋಷದ ಸುದ್ದಿ'

"ನನಗೆಂಥ ಸಂತೋಷದ ಸುದ್ದಿ?"

"ಅದೆಂದರೆ ನೀನು ನಿನ್ನ ಪ್ರೀತಿಯ ದೇವದಾಸ, ಲಕ್ಷ್ಮಿ ಮತ್ತು ಮೊಮ್ಮಕ್ಕಳ ಜೊತೆ ಇರಲು ಹೋಗುತ್ತಿದ್ದಿ?"

"ಈಗ್ಯಾಕೆ ನಾನು ಹೋಗಬೇಕು, ಅಲ್ಲಿ ಅಂಥಾ ಕೆಲಸವೇನೂ ಇಲ್ಲವಲ್ಲ."

"ಕೆಲಸವಿದ್ದರೆ ಮಾತ್ರ ಹೋಗಬೇಕೇನು? ಈಗ ನಿನ್ನ ಆರೋಗ್ಯದ ಚಿಂತೆ ಹತ್ತಿಕೊಂಡಿದೆ. ಅಲ್ಲಿ ನಿನ್ನನ್ನು ನೋಡಿಕೊಳ್ಳಲು ನಮ್ಮ ಮಕ್ಕಳು ಮೊಮ್ಮಕ್ಕಳು ಇರುತ್ತಾರೆ. ನಿನ್ನ ಆರೋಗ್ಯದ ಬಗ್ಗೆ ಆಗಾಗ ಬಂದು ನೋಡಿಕೊಂಡು ಹೋಗಲು ಸುಶೀಲಾ ನಯ್ಯರ್ ಕೂಡಾ ಇರುತ್ತಾಳೆ ಹೇಗಿದ್ದರೂ ನಿಮ್ಮಿಬ್ಬರದೂ ಗಾಢವಾದ ನಂಟಲ್ಲವೇ?"

"ನನ್ನನ್ನು ನೋಡಿಕೊಳ್ಳಲು ಅವರೆಲ್ಲರೂ ಇರುತ್ತಾರೆ. ಆದರೆ ಇಲ್ಲಿ ನಿಮ್ಮನ್ನು ನೋಡಿಕೊಳ್ಳುವವರು ಯಾರು? ಮೊದಲಿನಿಂದಲೂ ನೀವು ಉಪವಾಸಗಳಿಂದ ಆಗಾಗ ಆರೋಗ್ಯ ಕೆಡಿಸಿಕೊಳ್ಳುತ್ತೀರಿ. ನಿಮ್ಮ ಹತ್ತಿರವಿದ್ದು ನಾನು ಮಾಡುತ್ತಿದ್ದೆ. ನಾನೀಗ ನಿಮ್ಮಿಂದ ದೂರ ಹೋದರೆ ಹೇಗೆ? ನಾನು ನೆಮ್ಮದಿಯಾಗಿರಲು ಸಾಧ್ಯವೇ?"

ಅಯ್ಯೋ ಹುಚ್ಚಿ, ನನ್ನನ್ನು ಕಷ್ಟದಲ್ಲಿ, ಅನಾರೋಗ್ಯದಲ್ಲಿ ಸಹಕರಿಸಲು, ಸೇವೆಮಾಡಲು ಎಷ್ಟು ಜನ ಬೇಕಾದರೂ ಇದ್ದಾರೆ, ನಮ್ಮ ಮಹಾದೇವ ದೇಸಾಯಿ ಮಗ ನಾರಾಯಣ ದೇಸಾಯಿ– ಪ್ಯಾರೇಲಾಲ, ಮೀರಾ, ಮಣಿಬೆನ್, ಮೃದುಲಾ–ಇನ್ನೂ ಎಷ್ಟೋ ಮಂದಿ ಇದ್ದಾರೆ. ನಾಳೆಯೇ ಹೊರಡಲು ಸಿದ್ಧಳಾಗು. ಮಹಾದೇವ ನಿನ್ನನ್ನು ಟ್ರೈನ್ ಹತ್ತಿಸಿ ಬರುತ್ತಾನೆ. ಬೇಗ ಗುಣಮುಖಳಾಗಿ ಬಾ. ಇನ್ನೂ ಬಹಳ ಸಲ ಜೈಲಿನ ಊಟ ಮಾಡಬೇಕಾಗಿದೆ."

'ಬಾ' ಕಡೆಗೆ ಒಪ್ಪಿಕೊಂಡು ಹೊರಡಲು ಅನುವಾದಳು. ಅವಳು ಹತ್ತಿದ ಟ್ರೈನು ಹೊರಟ ದಿನಾಂಕ ಇತ್ಯಾದಿ ವಿವರಗಳನ್ನು ಕೂಡಲೇ ದೇವದಾಸ ಮತ್ತು ಸುಶೀಲಾಗೆ ತಂತಿ ಮೂಲಕ ಕಳಿಸಿದ.

ಸೂಚಿಸಿದ್ದ ಸಮಯ ಮತ್ತು ದಿನದಂದು ದೇವದಾಸ, ಸುಶೀಲಾರು 'ಬಾ'ಳನ್ನು ಬರಮಾಡಿ ಕೊಂಡರು. 'ಬಾ' ಒಬ್ಬಳೇ ಬಂದ ವಿಷಯ ಅವರಿಬ್ಬರನ್ನೂ ಅಚ್ಚರಿಗೊಳಿಸಿತು. ನೀವ್ಯಾಕೆ ಒಬ್ಬರೇ ಬಂದಿರಿ? ಎನ್ನುವ ಪ್ರಶ್ನೆಗೆ, ದಿಟ್ಟವಾಗಿ ನನಗೆ ಜೊತೆ ಯಾಕೆ ಬೇಕು? ನಾನೊಬ್ಬಳೇ ಬರುವಷ್ಟು ಭ್ರಾಂತಿ ನನಗಿಲ್ಲವೇ' ಎನ್ನುವ ಉತ್ತರಕ್ಕೆ, ದೇವ್ರು ಮತ್ತು ಸುಶೀಲಾ, ಮೆಚ್ಚುಗೆಯ ನಗೆ ನಕ್ಕರು.

ದೇವದಾಸನ ಮನೆ ತಲುಪಿದ ಮೇಲೆ, ಲಕ್ಷ್ಮೀ 'ಬಾ'ಗೆ ಯಾವುದಕ್ಕೂ ತೊಂದರೆಯಾಗದಂತೆ ಪ್ರತ್ಯೇಕವಾದ ಕೋಣೆಯೊಂದನ್ನು ಅಚ್ಚುಕಟ್ಟಾಗಿ ಸಿದ್ಧಪಡಿಸಿದ್ದಳು. ಸುಶೀಲಾ ಆ ದಿನ ಸಂಜೆವರೆಗೂ ಅಲ್ಲಿಯೇ ಇದ್ದು ನಂತರ ತನ್ನ ಹಾಸ್ಟೆಲ್ ಗೆ ಹಿಂತಿರುಗಿದಳು.

ಮೊಮ್ಮಕ್ಕಳಿಗಂತೂ ಅಜ್ಜಿ ಬಂದದ್ದು ಹಬ್ಬದ ಸಂಭ್ರಮವನ್ನೇ ತಂದಿತ್ತು. ಅಜ್ಜಿಗೂ, ಮೊಮ್ಮಕ್ಕಳ ಗಲಾಟೆ, ಅವಳ ಮೇಲೆ ಎರಗುವ ಆಟಗಳು ಬಹಳ ಪ್ರಿಯವೆನಿಸಿತು. ಆದರೆ ದೇವದಾಸ್ ಮತ್ತು ಲಕ್ಷ್ಮಿ, ಅಜ್ಜಿಯ ಆರೋಗ್ಯ ಸರಿಯಿಲ್ಲದಿರುವಾಗ, ಹೀಗೆಲ್ಲ ಅವಳನ್ನು ಗೋಳಾಡಿಸ ಬಾರದೆಂದು, ತೊಂದರೆಕೊಡಬಾರದೆಂದು ತಾಕೀತು ಮಾಡಿದ ಮೇಲೆ ಆ ಮಕ್ಕಳು ಸುಮ್ಮನಾದರು.

ಸುಶೀಲಾ ನಯ್ಯರ್ ಪ್ರತಿದಿನಾ ಯಾವುದೋ ಒಂದು ಸಮಯದಲ್ಲಿ ಬಂದು ಆರೋಗ್ಯ ಪರೀಕ್ಷಿಸಿ ಹೋಗುತ್ತಿದ್ದಳು. ಔಷಧಿಗಳನ್ನು, ಟಾನಿಕ್ಕುಗಳನ್ನು ತಪ್ಪದೆ ತೆಗೆದುಕೊಳ್ಳಬೇಕೆಂದು ಎಚ್ಚರಿಕೆ ನೀಡಿದ್ದಳು.

'ಬಾವಿಧೇಯಳಂತೆ ಸುಶೀಲಾಳ ಆದೇಶವನ್ನು ಪಾಲಿಸುತ್ತಿದ್ದಳು. ಮಗ ಸೊಸೆಯ ಬಲವಂತದಿಂದ ಹಣ್ಣು ಹಂಪಲನ್ನು ಸೇವಿಸುತ್ತಿದ್ದಳು. ದಿನ ಕಳೆದಂತೆ 'ಬಾ'ಳ ಆರೋಗ್ಯ ಸುಧಾರಿಸುತ್ತಿತ್ತು. ಈಗ ಅವಳಿಗೆ ಹಾಸಿಗೆಗೆ ಅಂಟಿಕೊಂಡು ಮಲಗಬೇಕಾದ ಅವಶ್ಯಕತೆ ಇರಲಿಲ್ಲ. ಆರೋಗ್ಯದಲ್ಲಿ ಸುಧಾರಣೆ ಕಾಣುತ್ತಿದ್ದಂತೆ, ಮನಸ್ಸು ಆಶ್ರಮದ ಬದುಕಿಗೆ ತುಡಿಯುತ್ತಿತ್ತು. ಅಲ್ಲಿ ಕೈ ತುಂಬ ಕೆಲಸವಿರುತ್ತಿತ್ತು. ಇಲ್ಲಿ ಮಾಡುವುದಕ್ಕೆ ಕೆಲಸವೇನೂ ಇರಲಿಲ್ಲ. ಕಡೆಗೆ ಆಶ್ರಮದಲ್ಲಿ ನಡೆಯುತ್ತಿದ್ದ, ಪ್ರಾರ್ಥನೆ, ಭಜನೆಗಳಿಗೂ ಅವಕಾಶವಿರಲಿಲ್ಲ. ಒಮ್ಮೆಯಾದರೂ ಸಾಮೂಹಿಕ ಪ್ರಾರ್ಥನೆ ಮಾಡಬೇಕೆನಿಸಿ, ಸುಶೀಲಾಳನ್ನು ಅವಳ ಹಾಸ್ಟೆಲ್‌ಗೆ ಕರೆದುಕೊಂಡು ಹೋಗಿ ಅಲ್ಲಿ

ಸಾಮೂಹಿಕವಾಗಿ ಪ್ರಾರ್ಥನೆ ಮಾಡಲು ಅವಕಾಶವಿದೆಯೇ ಎಂದು ವಿಚಾರಿಸಿದಳು. ಸುಶೀಲಾ ಒಪ್ಪಿ ಅದಕ್ಕೆ ವ್ಯವಸ್ಥೆ ಮಾಡಿದಳು. ಹಾಸ್ಟೆಲ್‌ನಲ್ಲಿ ವಿಪರೀತ ಸೆಕೆ, ಬಾಗೆ ಮಲಗುವುದಕ್ಕೂ ಆಗಲಿಲ್ಲ. ಜೊತೆಗೆ ಬ್ರಾಂಕ್ಯೆಟಿಸ್ ನ್ಯುಮೋನಿಯಾ ಆಗಿ, ಮತ್ತೆ ದೇವದಾಸನ ಮನೆಗೆ ಕರೆತಂದರು.

ಗಾಂಧಿಯಿಂದ, ಎಷ್ಟೇ ರಾಜಕೀಯ ಒತ್ತಡಗಳಿದ್ದರೂ ಆಗಾಗ ಅವಳ ಆರೋಗ್ಯ ವಿಚಾರಿಸುವ ಪತ್ರಗಳು ಬರುತ್ತಲೇ ಇದ್ದವು. ನಿರಂತರವಾಗಿ ಬರುತ್ತಿದ್ದ ಪತ್ರಗಳಿಂದಲೇ ಗಾಂಧಿಯು ಕ್ಷೇಮವಾಗಿರುವುದನ್ನು ಊಹಿಸಿ ನೆಮ್ಮದಿಯ ನಿಟ್ಟುಸಿರನ್ನು ಬಿಡುತ್ತಿದ್ದಳು. ಇದೂ ಒಂದು ರೀತಿಯಿಂದ ಬೇಗನೆ ಗುಣಮುಖವಾಗಲು ಸಹಕರಿಸಿತು.

ದಿನಗಳು ಕಳೆದಂತೆ, ಮಾಮೂಲಿನ ಸ್ಥಿತಿಗೆ ಬಂದಳು. ಸೇವಾಗ್ರಾಮಕ್ಕೆ ಹಿಂತಿರುಗಬೇಕೆಂದು ತುಡಿಯುತ್ತಿದ್ದಳು. ದೇವದಾಸನನ್ನು ಆದಷ್ಟು ಬೇಗ ತನ್ನನ್ನು ಸೇವಾಗ್ರಾಮಕ್ಕೆ ಕರೆದುಕೊಂಡು ಹೋಗಲು ಒತ್ತಾಯಿಸುತ್ತಿದ್ದಳು. ದೇವದಾಸನಿಗೆ ತಾಯಿ ಮನಸ್ಸು ಗೊತ್ತು. ಅವಳಿಗೆ ಸುಮ್ಮನೆ ಕೂರುವುದೆಂದರೆ ಹಿಂಸೆಯೇ? ಜೊತೆಗೆ ಬಾಪುವನ್ನು ಬಿಟ್ಟಿರುವುದೂ, ಅವನ ಸೇವೆ ಮಾಡದೆ ಇರುವುದೂ ಅವಳಿಂದಾಗುತ್ತಿರಲಿಲ್ಲ.

'ಬಾ'ಳ ಆರೋಗ್ಯವೇನೋ ಸುಧಾರಿಸಿದೆ, ಆದರೆ ಒಬ್ಬಳನ್ನೇ ಕಳಿಸಿಕೊಡಲು ದೇವದಾಸ ದಂಪತಿಗಳಿಗೆ ಒಪ್ಪಿಗೆಯಾಗಲಿಲ್ಲ. ಅದಕ್ಕೆ ತಾವೂ ಕೂಡಾ ಅವಳೊಂದಿಗೆ ಸೇವಾಶ್ರಮಕ್ಕೆ ಹೋಗಿ, ಬಾ ಮತ್ತು ಬಾಪು ಜೊತೆ ಒಂದಷ್ಟು ದಿನ ಇದ್ದು ಬರೋಣವೆಂದು ಯೋಚಿಸಿ, ಬಾಗೆ ತಮ್ಮ ಆಸೆಯನ್ನು ತಿಳಿಸಿದರು. ಇದರಿಂದ ಬಾಳ ಮನಸ್ಸು ಸಂತೋಷದಿಂದ ಗರಿಗೆದರಿತು.

ಸೇವಾಗ್ರಾಮಕ್ಕೆ ಬಂದಿಳಿದದ್ದೇ, ತನ್ನ ನಿತ್ಯ ಕೆಲಸಗಳಿಗೆ ಇಳಿದಳು. ಆಶ್ರಮದ ಪ್ರತಿಯೊಂದು ಕೆಲಸವೂ ಅವಳ ಮೇಲ್ವಿಚಾರಣೆಯಲ್ಲಿ ನಡೆಯುತ್ತಿತ್ತು. ಯಾರ್ಯಾರು ಯಾವ ಯಾವ ಕೆಲಸಮಾಡಬೇಕೆಂಬುದು ಪೂರ್ವನಿಯೋಜಿತವಾಗಿರುತ್ತಿತ್ತು. ಎಲ್ಲಕ್ಕಿಂತ ಹೆಚ್ಚಿನ ಎಚ್ಚರಿಕೆಯ ಅಗತ್ಯವಿರುವ ಖರ್ಚು, ಆದಾಯಗಳ ಲೆಕ್ಕಾಚಾರ 'ಬಾ'ಳ ಸುಪರ್ದಿಯಲ್ಲಿತ್ತು. ಈ ಕೆಲಸಗಳ ಮಧ್ಯೆಯೇ ಒಮ್ಮೆ ಬಾಪುಜೊತೆ ಒಂದು ಸಣ್ಣ ಕೆಲಸಕ್ಕಾಗಿ, ಪ್ರವಾಸ ಹೊರಟಳು. ಹಿಂದು, ಮುಸ್ಲಿಂ ಐಕ್ಯತೆಯ ಬಗ್ಗೆ ಪ್ರಚಾರ ಭಾಷಣಗಳನ್ನು ಮಾಡುವುದಾಗಿತ್ತು! ಆ ಕೆಲಸ, 'ಬಾ' ಇಷ್ಟೊಂದು ಉತ್ಸಾಹ ಹುಮ್ಮಸ್ಸಿನಿಂದ ಕೆಲಸಗಳಿಗೆ ನುಗ್ಗುತ್ತಿರುವುದು ಬಾಪುವಿಗೆ ನೆಮ್ಮದಿಯನ್ನು ತಂದಿತ್ತು. ದಿಲ್ಲಿಗೆ ಹೋಗುವ ಮೊದಲು ಅವಳನ್ನು ನೋಡಿದ್ದಾಗ, ಗಾಂಧಿ ತತ್ತರಿಸಿ ಹೋಗಿದ್ದ. ಬದುಕಿ ಉಳಿಯಬಹುದೇ ಎಂದು ಸಂದೇಹಿಸಿಯೂ ಇದ್ದ. ಅಂಥಾ ಸ್ಥಿತಿಯಿಂದ ಹೊರಬಂದು ಮತ್ತೆ ದೇಶದ ಕೆಲಸಗಳಿಗೆ ಸಾಹಸದಿಂದ ಮುಂದಾಗುತ್ತಿರುವುದನ್ನು ನೋಡಿದಾಗ, ಅವಳಿಗೆ ಪುನರ್ಜನ್ಮ ಕೊಟ್ಟನೆಂದು ದೇವರಿಗೆ ಕೃತಜ್ಞತೆ ಸಲ್ಲಿಸಿದ.

ಇದೇ ಸಮಯದಲ್ಲಿ ಭಾರತದಲ್ಲಿ ಅತ್ಯಂತ ಸಂಕಟದ ಪರಿಸ್ಥಿತಿ ಸೃಷ್ಟಿಯಾಗಿತ್ತು. ಭಾರತೀಯರು ಕೃದ್ಧರಾಗಿದ್ದರು. ರಾಜಕೀಯ ಮುಖಂಡರು, ಕಾಂಗ್ರೆಸ್ ಪಕ್ಷದವರು, ನಿರಂತರವಾಗಿ ಬಾಪುವನ್ನು ಭೇಟಿಯಾಗಲು, ಮುಂದಿನ ನಡೆಯ ಬಗ್ಗೆ ಚರ್ಚಿಸಲು, ಸೇವಾಗ್ರಾಮಾಶ್ರಮಕ್ಕೆ ಬರುತ್ತಲೇ ಇದ್ದರು.

ಬ್ರಿಟಿಷರು ಭಾರತೀಯರ ಯಾವ ಬೇಡಿಕೆಗೂ ಸ್ಪಂದಿಸುತ್ತಿರಲಿಲ್ಲ. ಜೊತೆಗೆ ಎರಡನೆ ಮಹಾಯುದ್ಧ ಸಂಭವಿಸುವ ಸಾಧ್ಯತೆಗಳೂ ಇದ್ದವು. ಬ್ರಿಟಿಷ್ ವಸಾಹತು ಆಳ್ವಿಕೆಗೆ ಒಳಪಟ್ಟ ಎಲ್ಲ ರಾಷ್ಟ್ರಗಳಿಗೂ, ಜಪಾನೀಯರ ಆಕ್ರಮಣದ ಬೆದರಿಕೆ ಇತ್ತು. ಬ್ರಿಟಿಷರಿಗೆ ಭಾರತೀಯರ ಸಹಾಯ ಅನಿವಾರ್ಯವಾಗಿತ್ತಾದರೂ, ರಾಜಕೀಯ ನೇತಾರರ ಮತ್ತು ಭಾರತೀಯ ಪ್ರಜೆಗಳ ಜೊತೆ ಯಾವುದೇ ಮಾತುಕತೆ ಇರಲಿಲ್ಲ. ಸಲಹೆಗಳನ್ನೂ ಆಹ್ವಾನಿಸಿರಲಿಲ್ಲ. ಬ್ರಿಟಿಷ್ ಸರಕಾರದ ಈ ಧೋರಣೆ ಭಾರತೀಯರನ್ನು ಮತ್ತಷ್ಟು ಕೆರಳಿಸಿತು. ಅಖಿಲಭಾರತ ಕಾಂಗ್ರೆಸ್ ಸಮಿತಿಯ ಅಧಿವೇಶನ ಮುಂಬಯಿಯಲ್ಲಿ ನಡೆಯಿತು. ಅಧಿವೇಶನದ ಅಧ್ಯಕ್ಷತೆ ವಹಿಸಿದ್ದ ಜವಾಹರಲಾಲ ನೆಹರು 'ಭಾರತ ಬಿಟ್ಟು ತೊಲಗಿ' ನಿರ್ಣಯ ಮಂಡಿಸಿದರು. ಪಟೇಲರಿಂದ ಅನುಮೋದನೆ ದೊರೆಯಿತು. ಭಾರತೀಯರೂ ಸ್ವಾತಂತ್ರ್ಯದ ಸವಿಯನ್ನು ಅನುಭವಿಸಬೇಕು. ಅದಕ್ಕಾಗಿ ಬ್ರಿಟಿಷ್ ಸರಕಾರ ಕೂಡಲೇ ಕೊನೆಗೊಳ್ಳಬೇಕು. ಇಲ್ಲವಾದಲ್ಲಿ 'ನಾಗರೀಕರ ಕಾಯಿದೆ ಭಂಗ' ಚಳುವಳಿಯನ್ನು ಉಗ್ರವಾಗಿ ನಡೆಸಲಾಗುವುದೆಂದು ಸೂಚನೆ ಕಳುಹಿಸಲಾಯಿತು.

ಗಾಂಧಿ ಇಂಥ ಗಂಭೀರ ಸಮಸ್ಯೆಗಳ ಸಂದಿಗ್ಧದಲ್ಲಿ ಪೂರ್ತಿಯಾಗಿ ಸಿಲುಕಿಕೊಂಡಿದ್ದ. ಬಾ ತನ್ನ ಕುಟುಂಬದ ಜೊತೆಗೆ ಮಧುರ ಕ್ಷಣಗಳನ್ನು ಕಳೆಯುತ್ತಿದ್ದಳು. ಮೊಮ್ಮಕ್ಕಳಿಗೆ ಪ್ರತಿನಿತ್ಯವೂ ಏನಾದರೂ ಸಿಹಿತಿಂಡಿಗಳನ್ನು ಮಾಡಿಕೊಡುತ್ತಿದ್ದಳು. ಪಕ್ಕದಲ್ಲಿ ಮಲಗಿಸಿಕೊಂಡು ಕತೆಗಳನ್ನು ಹೇಳುತ್ತಿದ್ದಳು. ಆದರೆ ಗಾಂಧಿಗೆ ಸಂದರ್ಶಕರೊಂದಿಗೆ ಮಾತನಾಡುವುದಕ್ಕೇ ಸಮಯ ಸಾಕಾಗುತ್ತಿರಲಿಲ್ಲ. ಇನ್ನು ಮೊಮ್ಮಕ್ಕಳ ಜೊತೆಗೆ ಸಮಯ ಕಳೆಯುವುದಾದರೂ ಹೇಗೆ? ಸಂದರ್ಶಕರೊಂದಿಗಿದ್ದಾಗಲೇ ಮೊಮ್ಮಕ್ಕಳು ಮೆಲ್ಲಗೆ ನುಸುಳಿ ಬಾಪುವಿನ ಪಕ್ಕ ಸೇರುತ್ತಿದ್ದರು. ಪ್ರಶ್ನಿಸುತ್ತಿದ್ದರು. ಆಗೊಮ್ಮೆ ಹೇಗೋ ಒಂದೆರಡು ನಗೆ ಮುಗುಳನ್ನು ಚೆಲ್ಲಿ, ಉತ್ತರ ಆಮೇಲೆ ಹೇಳುತ್ತೇನೆಂದು ಸನ್ನೆ ಮಾಡಿ ತಿಳಿಸುತ್ತಿದ್ದ.

ದೇವದಾಸ ಕೆಲಸ ಕಾರ್ಯಗಳನ್ನು ಬಿಟ್ಟು ಬಂದಿದ್ದ. ಒಂದಷ್ಟು ದಿನ ಇದ್ದದ್ದೇ ಹೆಚ್ಚು. ಬಾಳನ್ನು ಸಮಾಧಾನ ಮಾಡಿ, ಆರೋಗ್ಯದ ಕಡೆ ಗಮನಹರಿಸಲು ಎಚ್ಚರಿಸಿ, ಹೆಂಡತಿ ಮಕ್ಕಳೊಂದಿಗೆ ಹೊರಟುಬಿಟ್ಟ, ಅದೇ ಸಮಯಕ್ಕೆ ಬಂದಿದ್ದ ಮಣಿಲಾಲನ ಹೆಂಡತಿ ಮಕ್ಕಳೂ, ದೇವದಾಸನ ಕುಟುಂಬದೊಂದಿಗೆ ಇದ್ದದ್ದು, ಬಾಪು ದಂಪತಿಗೆ ಸುಖ ಸಂತೋಷದ ಕ್ಷಣಗಳಾಗಿದ್ದವು. ಅವರ ಬೇರೆಲ್ಲ ನೋವುಗಳು, ಕಾರ್ಯದೊತ್ತಡಗಳು ಈ ಸುಖದ ಮುಂದೆ ಸ್ವಲ್ಪ ಕಾಲ ಬಿಡುವನ್ನು ನೀಡಿದ್ದವು.

ದೇವದಾಸ ಕುಟುಂಬ ಹೊರಟ ಕೆಲದಿನಗಳ ನಂತರ ಮಣಿಲಾಲನ ಕುಟುಂಬವೂ ದಕ್ಷಿಣ ಆಫ್ರಿಕಾಗೆ ಹೊರಡಲು ತಯಾರಿನಡೆಸಿದರು. ಸುಶೀಲಾ ತನ್ನ ಆಯ್ಕೆಯ ಸೊಸೆಯಾಗಿದ್ದು ಬಾ, ಅವಳ ಮೇಲೆ ನಿಲ್ಲದ ಪ್ರೀತಿಯ ಮಳೆಗೆರೆಯುತ್ತಿದ್ದಳು. ಸುಶೀಲಾ ಕೂಡಾ 'ಬಾ' ಜೊತೆಜೊತೆಗೇ ಎಲ್ಲ ಕೆಲಸಗಳಲ್ಲಿಯೂ ಸಹಾಯಕ್ಕೆ ಧಾವಿಸುತ್ತಿದ್ದಳು. ಬಾಳ ಮಕ್ಕಳ ಮೇಲಿನ ಪ್ರೀತಿಯ ತೀವ್ರತೆಯನ್ನು ಗಮನಿಸಿದ ಬಾಪು ಬಾಳನ್ನು ಛೇಡಿಸಬೇಕೆಂದು,

"ಬಾ ನಿನಗೆ ನಿನ್ನ ಮಕ್ಕಳು, ಸೊಸೆಯಂದಿರು ಮೊಮ್ಮಕ್ಕಳು ಸಿಕ್ಕಿಬಿಟ್ಟರೆ, ಈ ಬಡಪಾಯಿ ಗಂಡನ ಪಾಡು ಯಾರಿಗೂ ಬೇಡ"

"ಹೌದೌದು. ನಿಮಗಂತೂ ಸಾಯುವ ತನಕ ಮಾಡುವುದು ಇದ್ದೇ ಇದೆಯಲ್ಲ ಹಾಗಿರುವಾಗ ನಿಮಗೇಕೆ ಹೊಟ್ಟೆಕಿಚ್ಚು?"

"ಹೊಟ್ಟೆ ಕಿಚ್ಚಿಗೆ ಹೇಳುತ್ತಿಲ್ಲ. ನಿನ್ನ ಸುಖವನ್ನು ದೃಷ್ಟಿಯಲ್ಲಿ ಇಟ್ಟುಕೊಂಡು ಹೇಳುತ್ತಿದ್ದೇನೆ. ದಕ್ಷಿಣ ಆಫ್ರಿಕಾದಲ್ಲಿ ಹೇಗಿದ್ದರೂ ಮಣಿ ಸುಶೀಲಾರ ದೊಡ್ಡ ಬಂಗಲೆಯಿದೆ. ಆರಾಮವಾಗಿ ಅಲ್ಲಿ ಮಕ್ಕಳು, ಸೊಸೆ, ಮೊಮ್ಮಕ್ಕಳ ಜೊತೆ ಹಾಯಾಗಿ ಇರೋದಕ್ಕೆ ಅನುಕೂಲ ಇದೆ. ನಿನಗೆ ಮಾಡಿ ಹಾಕೋದಕ್ಕೆ ನಿನ್ನ ಮುದ್ದು ಸೊಸೆ, ತುದಿಗಾಲ ಮೇಲೆ ನಿಂತಿರುತ್ತಾಳೆ, ಅದಕ್ಕೆ ಹೇಳ್ತಾ ಇದ್ದೇನಿ ಸೇವಾಗ್ರಾಮ ಆಶ್ರಮ ಬಿಟ್ಟು ಅವರ ಜೊತೆ ಹೋಗಿ ಇದ್ದುಬಿಡು ಎಂದು ಹೇಳಿ ಸುಶೀಲಾ ಕಡೆ ತಿರುಗಿ,

"ಏನು ಸುಶೀಲಾ ನಾನು ಹೇಳಿದ್ದು ಸರಿ ತಾನೇ! ಅದೇನು ನೀನು ಬಾಳನ್ನು ಅಷ್ಟೊಂದು ಹಚ್ಚಿಕೊಂಡಿದ್ದಿ. ಅವಳೆಷ್ಟು ಲಂಚಕೊಟ್ಟಿದ್ದಾಳೆ ನಿನಗೆ?" ಎಂದು ತುಂಟತನದಿಂದ ಪ್ರಶ್ನಿಸಿದ.

ಬಾಪುವಿನ ರೀತಿಯಲ್ಲಿಯೇ ಸುಶೀಲಾ ಕೂಡಾ "ಬಾಪು ನಿಮಗೂ ಕೂಡಾ ಅಷ್ಟೇ ಚೆನ್ನಾಗಿ ನೋಡಿಕೊಳ್ಳುತ್ತೇನೆ. ಆದರೆ ನೀವೇ ನೂತ ನೂಲನ್ನು ಒಂದಷ್ಟು ಕೊಡುತ್ತೇನೆಂದರೆ ಮಾತ್ರವೇ!" ಎಂದಳು.

ಅವಳ ಜಾಣ ಮಾತುಗಳನ್ನು ಕೇಳಿಸಿಕೊಂಡ ಬಾಪು. 'ಅಬ್ಬ' ನೀನೇನೂ ಸಾಮಾನ್ಯಳಲ್ಲ? ಬಾ ಚೆನ್ನಾಗಿ ನಿನಗೆ ತರಬೇತಿ ಕೊಟ್ಟಿದ್ದಾಳೆ ಅನಿಸುತ್ತೆ".

"ಬಾಪು ನೀವಿಬ್ಬರೂ ನಮ್ಮ ಜೀವ. ನಿಮ್ಮ ಕೆಲಸಗಳನ್ನು ನಿಮ್ಮ ಅನ್ಯೋನ್ಯತೆಯನ್ನು ನೋಡಿದರೆ ಹೆಮ್ಮೆ ಎನಿಸುತ್ತದೆ. ನೀವು ದೇಶಕ್ಕಾಗಿ ಮಾಡುತ್ತಿರುವ ಸೇವೆಯಲ್ಲಿ ಕಿಂಚಿತ್ತೂ ನಮ್ಮ ಪಾಲಿದ್ದರೆ ನಮಗೆ ಅದೇ ದೊಡ್ಡ ವಿಷಯ".

"ಸುಶೀಲಾ ಈ ದೇಶವನ್ನು ದಾಸ್ಯದ ಸಂಕೋಲೆಗಳಿಂದ ಬಿಡಿಸಬೇಕಾದರೆ ನಾವಿಬ್ಬರಿದ್ದರೆ ಸಾಲದು. ಈ ದೇಶದ ಋಣ ತಿಂದ ಪ್ರತಿಯೊಬ್ಬ ಭಾರತೀಯನೂ ಸ್ವಾತಂತ್ರ್ಯವೆಂಬ ಹೋರಾಟದ ಅಗ್ನಿಯಲ್ಲಿ ಸಮಿತ್ತಾಗಿ ಸಮರ್ಪಿಸಿಕೊಳ್ಳಬೇಕು. ನಾನು ನನ್ನ ಕುಟುಂಬವನ್ನೇ ಅರ್ಪಿಸಿಬಿಟ್ಟಿದ್ದೇನೆ. ಅದರ ಭಾಗವೇ ನೀನು."

ಬಾಪು ಭಾವುಕರಾಗುತ್ತಿರುವುದನ್ನು ಗಮನಿಸಿದಳು. "ಬಾಪು ನಮ್ಮ ಕೆಲಸ ಅಲ್ಲಿ ಮುಗಿಯಿತೆಂದರೆ ನಾವೂ ಇಲ್ಲಿಗೇ ಬಂದುಬಿಡುತ್ತೆವೆ." ಎಂದಳು.

"ಭೇಷ್, ಮಗಳೆ ಭೇಷ್..... ಎಂದು ಬೆನ್ನುತಟ್ಟಿ, 'ಬಾ ನೀನು ನಿನ್ನ ಕೈಯಾರೆ ನೂತನೂಲಿನಿಂದ ತಯಾರಿಸಿದ ಸೀರೆ ಇದೆಯಲ್ಲ ಅದನ್ನು ಸುಶೀಲಾಗೆ ತಂದುಕೊಡು."

"ಬಾಪು ನೀವು ಹೇಳುವುದಕ್ಕೆ ಮೊದಲೇ ಬಾ ಅದನ್ನು ನನ್ನ ಪೆಟ್ಟಿಗೆಯಲ್ಲಿ ತಂದಿರಿಸಿಬಿಟ್ಟಿದ್ದಾರೆ."

"ಓ ಹಾಗೋ! ನಿನ್ನ ಬಾಗೆ ಭಯ. ನಾನು ಯಾರಿಗಾದರೂ ಕೊಟ್ಟುಬಿಟ್ಟೆನೆಂದು ಹೆದರಿ ಬಂದೋಬಸ್ತು ಮಾಡಿಬಿಟ್ಟಿದ್ದಾಳೆ ಅನ್ನು. ಅಂದಹಾಗೆ ಆ ಸೀರೆಗೆ ಬೇಕಾದ ನೂಲಿನಲ್ಲಿ ಅರ್ಧಪಾಲು ನನ್ನದೂ ಇದೆಯೆನ್ನುವುದನ್ನು ಮರೆಯಬೇಡ."

ಈ ಮೂವರ ನಡುವೆ ಹೃದಯಸ್ಪರ್ಶಿ ಸಂವಾದ ನಡೆಯಿತು.

ಅಂತೂ ಭಾರತ ಬಿಟ್ಟು ತೊಲಗಿ ಚಳುವಳಿ ಭಾರತದಾದ್ಯಂತ ವ್ಯಾಪಿಸಿತು. ಗಾಂಧಿ ಮತ್ತು ಅವನ ಅನುಯಾಯಿಗಳು 2ನೇ ಆಗಸ್ಟ್ 1942ರಂದು ಮುಂಬಯಿಗೆ ಹೊರಟರು. ಗಾಂಧಿ ಜೊತೆ ಬಾ ಅಲ್ಲದೆ ಸರೋಜಿನಿ ನಾಯುಡು, ಮೀರಾಬೆನ್, ವಿಜಯಲಕ್ಷ್ಮಿ ಪಂಡಿತ್, ಅಮೃತ್ ಕೌರ್, ಮೃದುಲಾ ಸಾರಾಬಾಯಿ, ಮಣಿಬೆನ್ ಪಟೇಲ್ ಮೊದಲಾದವರೂ ಕೂಡಾ ಗಾಂಧಿ ತಂಡದಲ್ಲಿ ಇದ್ದರು. ಮುಂಬಯಿಯಲ್ಲಿ ಜಿ.ಡಿ. ಬಿರ್ಲಾರ ಬಹುವಿಶಾಲವಾದ ಬಂಗಲೆ ಇದ್ದು ಈ ಸತ್ಯಾಗ್ರಹಿಗಳೆಲ್ಲ ಅಲ್ಲಿ ಉಳಿದುಕೊಂಡರು.

ಗಾಂಧಿ ಭಾಷಣಕ್ಕೆ ಲಕ್ವಾಂತರ ಮಂದಿ ಸೇರಿದ್ದರು. ರೋಮಾಂಚನವನ್ನು ಸೃಷ್ಟಿಸುವ, ಕ್ರಿಯಾಶೀಲತೆಗೆ ಯಾರನ್ನಾದರೂ ಬಡಿದೆಬ್ಬಿಸುವ ರೀತಿಯಲ್ಲಿ ಭಾಷಣವಿತ್ತು. ಕರತಾಡನದ ಸದ್ದು ಜಗತ್ತಿನಾದ್ಯಂತ ಅನುರಣಿಸಿತು.

ಇಷ್ಟೆಲ್ಲ ಆಗುತ್ತಿದ್ದುದನ್ನು ಸುಶೀಲಾ ನಯ್ಯರ್ ಪತ್ರಿಕೆಗಳಲ್ಲಿ ಓದಿದ್ದಳು. ಅವಳಿಗೆ 'ಬಾ'ಳ ಆರೋಗ್ಯದ ಬಗ್ಗೆ ಚಿಂತೆಯಾಯಿತು. ಕೂಡಲೇ, ಹೊರಟುಬಂದಳು. ಎಷ್ಟು ಪ್ರಯತ್ನಿಸಿ ಶೀಘ್ರವಾಗಿ ಬಂದಳಾದರೂ, ಎಲ್ಲರ ಜೊತೆ ಭಾಷಣ ಕೇಳಲಾಗಲಿಲ್ಲ. ಬಾ ಒಬ್ಬಳೇ ಅದೂ ಇದೂ ಕೆಲಸಗಳಲ್ಲಿ ತೊಡಗಿದ್ದಳು. ಸ್ವಲ್ಪ ಸಮಾಧಾನವಾದದ್ದರಿಂದ ಭಾಷಣವನ್ನು ಕೇಳಿಸಿಕೊಳ್ಳಲು ಓಡಿದಳಾದರೂ, ಪೂರ್ತಿ ಕೇಳಲಾಗಲಿಲ್ಲ. ಭಾಷಣ ಮುಗಿಯುತ್ತಿದ್ದಾಗ ಬಂದು ಕಡೆಯ ಒಂದೆರಡು ಮಾತುಗಳನ್ನಷ್ಟೇ ಕೇಳಿಸಿಕೊಂಡಳು.

ಎಂಟುಗಂಟೆಯ ಸುಮಾರಿಗೆ ಎಲ್ಲರೂ ಹಿಂತಿರುಗಿದರು. ಸುಶೀಲಾಳ ವೈದ್ಯಕೀಯ ಕೋರ್ಸ್ ಮುಗಿದಿತ್ತು. ಎಲ್ಲರಿಗೂ ಇದರಿಂದ ಸಂತೋಷವಾಯಿತು. ಆದರೆ ಸುಶೀಲಾ ಬಾಪು ಮತ್ತು 'ಬಾ'ರ ಬಗ್ಗೆ ತುಂಬಾ ಕಳವಳಗೊಂಡಿದ್ದಳು. ಬಾಪುವನ್ನು ಬಂಧಿಸುವ ಸಾಧ್ಯತೆಯ ಬಗ್ಗೆ ಎಲ್ಲರೂ ಗುಸಗುಸ ಮಾತಾಡುತ್ತಿದ್ದರು.

ಬಾಪು ಮುಂದಿನ ಕಾರ್ಯಕ್ರಮದ ಬಗ್ಗೆ ರಾತ್ರಿಯ ಪ್ರಾರ್ಥನೆ ಮುಗಿದ ಮೇಲೆ ವಿವರಿಸಿದ. ಎಲ್ಲರೂ ಸಾಮೂಹಿಕ ಸತ್ಯಾಗ್ರಹಕ್ಕೆ ಸಿದ್ಧವಾಗಬೇಕೆಂದೂ, ತಾನು ನೀಡುತ್ತಿರುವ 'ಮಾಡು ಅಥವಾ ಮಡಿ' ಎಂಬ ಮಂತ್ರವನ್ನು ಮನಸ್ಸಿನಲ್ಲಿ ಇರಿಸಿಕೊಂಡು ನಮ್ಮ ಗುರಿಯಾದ ಸ್ವತಂತ್ರ ಭಾರತವನ್ನು ಸಾಧಿಸಬೇಕು ಇಲ್ಲದವಾದಲ್ಲಿ ಪ್ರಾಣತ್ಯಾಗ ಮಾಡಬೇಕೆಂಬ ದೃಢ ಸಂಕಲ್ಪವನ್ನು ಎದೆಯಲ್ಲಿರಿಸಿಕೊಳ್ಳಬೇಕೆಂದು ತಿಳಿಸಿದ. ನೆರೆದಿದ್ದವರಲ್ಲಿ ಅದಮ್ಯ ಉತ್ಸಾಹದ ಚಿಲುಮೆ ಚಿಮ್ಮುತ್ತಿತ್ತು.

ಎಲ್ಲರಿಗೂ ಮಾಡಬೇಕಾದ್ದನ್ನ ತಿಳಿಸಿ ಹೇಳಿದ ಮೇಲೆ ನಿದ್ರಿಸಲು ನಿರಾತಂಕ ಮನಸ್ಸಿನಿಂದ ತನ್ನ ಕೊಠಡಿಯನ್ನು ಪ್ರವೇಶಿಸಿದ. ಎಲ್ಲರಿಗೂ ಗಾಂಧಿಯ ಬಂಧನದ ಭೀತಿ ಇತ್ತಾದರೂ, ಗಾಂಧಿಗೆ ಮಾತ್ರ ತನ್ನನ್ನು ಬಂಧಿಸಲಾರರು ಎನ್ನುವ ನಂಬಿಕೆ ಇತ್ತು.

ಗಾಂಧಿ ನಿದ್ದೆಗೆ ಜಾರಿ ಸ್ವಲ್ಪ ಹೊತ್ತು ಕಳೆದಿರಬಹುದು, ಮಹಾದೇವ ದೇಸಾಯಿ ಗಾಂಧಿ ಮಲಗಿದ್ದೆಡೆಗೆ ಹೋದ, ಮೆಲ್ಲಗೆ "ಬಾಪು" ಎಂದು ಕರೆದ. ಇನ್ನೂ ಗಾಂಧಿ ದೀರ್ಘ ನಿದ್ದೆಗೆ ಇಳಿದಿರಲಿಲ್ಲವಾಗಿ ಮಹಾದೇವ ದೇಸಾಯಿಯ ದನಿ ಕೇಳಿ ಎದ್ದು ಆಶ್ಚರ್ಯದಿಂದ ಕೇಳಿದ:–

"ಯಾಕೆ ಮಹಾದೇವಾ ನಿದ್ದೆ ಬರಲಿಲ್ಲವೇ?"

"ಇಲ್ಲ ಬಾಪು ಒಂದು ಕ್ಷಣವೂ ಕಣ್ಣ ಮುಚ್ಚಲು ಸಾಧ್ಯವಾಗುತ್ತಿಲ್ಲ. ಟೆಲಿಫೋನ್ ಸದ್ದು ಕೇಳಿಸುತ್ತಲೇ ಇದೆ. ಯಾರೊಬ್ಬರೂ ಸರಿಯಾಗಿ ನಿದ್ದೆ ಮಾಡುತ್ತಿಲ್ಲವೆನಿಸುತ್ತಿದೆ."

"ಯಾಕೆ, ಎಲ್ಲರಿಗೂ ಏನಾಗಿದೆ?"

"ಎಲ್ಲರೂ ನಿಮ್ಮ ಚಿಂತೆಯಲ್ಲಿಯೇ ಜಾಗರಣೆ ಮಾಡುತ್ತಿದ್ದಾರೆ. ಗಾಂಧಿಯನ್ನು ಬಂಧಿಸಿದ್ದಾರೆಯೇ ಎಂದು ಹೊರಗಿನವರೆಲ್ಲ ಫೋನಿನಲ್ಲಿ ಪ್ರಶ್ನಿಸುತ್ತಿದ್ದಾರೆ.

"ಅವರಿಗೆ ಬುದ್ಧಿ ಇಲ್ಲ. ಸರಕಾರಕ್ಕೆ, ಇಡೀ ಭಾರತಕ್ಕೆ ಇಂದು ಗೆಳೆಯನಾಗಿರುವ ನನ್ನನ್ನು ಬಂಧಿಸುವ ಸಾಹಸ ಎಲ್ಲಿರುತ್ತೆ" ಎಂದು ವದಂತಿಗಳನ್ನು, ಸುದ್ದಿಗಳನ್ನು ತನ್ನ ಆಪ್ತರ ಆತಂಕಗಳನ್ನು ತಳ್ಳಿ ಹಾಕಿದ.

ಕಸ್ತೂರಬಾ ಸುಶೀಲಾಳನ್ನು ಓದುವುದನ್ನು ಬಿಟ್ಟು ಇಲ್ಲಿಗೆ ಓಡಿ ಬಂದದ್ದೇಕೆಂದು ಸಿಟ್ಟಿನಿಂದ ವಿಚಾರಿಸುತ್ತಿದ್ದಳು.

ಅದೇ ಸಮಯಕ್ಕೆ ಮಹಾದೇವ ದೇಸಾಯಿ ಎದುಸಿರು ಬಿಡುತ್ತಾ ಬಾಪು ಬಾಪು ಎಂದು ಉದ್ವೇಗದಿಂದ ಕೂಗುತ್ತಾ ನೇರವಾಗಿ ಬಾಪುವಿನ ಕೋಣೆಯನ್ನು ಪ್ರವೇಶಿಸಿದ. ಗಾಭರಿಯಿಂದ ಪ್ರವೇಶಿಸಿದ ಮಹಾದೇವ ದೇಸಾಯಿಯನ್ನು "ಏನಾಯಿತು ಮಹಾದೇವ್, ಯಾಕಿಷ್ಟು ಗಾಭರಿಗೊಂಡಿದ್ದೀ"

"ಪೋಲೀಸರು ಬಂದು ನಿಮಗಾಗಿ ಕಾಯುತ್ತಿದ್ದಾರೆ. ಅವರು ನಿಮ್ಮ ಜೊತೆ ಮಾತನಾಡಬೇಕಂತೆ".

ಹೂಂ! ಹಾಗಾದರೆ ವದಂತಿಗಳು ನಿಜವೇ ಆಗುತ್ತಿದೆ ಎಂದುಕೊಂಡ.

"ಸರಿ ನಾನು ಸಿದ್ಧವಾಗಲು ಎಷ್ಟು ಸಮಯ ಕೊಡುತ್ತಾರಂತೆ."

"ಒಂದು ಅರ್ಧಗಂಟೆಯಲ್ಲಿ ತಮ್ಮ ಜೊತೆ ಇರಬೇಕಂತೆ. ಕೂಡಲೆ ಬಾಪು ಕೋಣೆಯಲ್ಲಿದ್ದ ತನ್ನ ಬಟ್ಟೆಗಳಲ್ಲಿ ಒಂದೆರಡು ಜೊತೆ, ಗಡಿಯಾರ, ಕನ್ನಡಕ, ಇಂಕ್ ಬಾಟಲಿ ಎಲ್ಲವನ್ನೂ ಒಂದು ಹೆಗಲ ಚೀಲದಲ್ಲಿ ತುಂಬಿಕೊಂಡ. ಜೈಲಿಗೆ ಹೋಗುವ ಮುನ್ನ ಎಲ್ಲರ ಜೊತೆ ಪ್ರಾರ್ಥನೆ ಮಾಡಬೇಕೆಂದು, ಎಲ್ಲರನ್ನೂ ಕರೆಸಿದ. ಪ್ರಾರ್ಥನೆ ಮುಗಿಯುತ್ತಿದ್ದಂತೆ ಪೊಲೀಸರು ಒಳನುಗ್ಗಿದರು. ಹೊರಗೆ ಬಂದು ವಿಚಾರಿಸಿದ ಮೇಲೆ ತಿಳಿಯಿತು, ವಾರೆಂಟ್ ತನಗೆ ಮಾತ್ರವಲ್ಲ ಎಂದು. ಬಂಧನಕ್ಕೆ ಒಳಗಾಗಬೇಕಾದವರ ಪಟ್ಟಿಯಲ್ಲಿ ಸರೋಜಿನಿ ನಾಯುಡು ಮತ್ತು ಮೀರಾಬೆನ್ ಕೂಡಾ ಇದ್ದರು. ಕಸ್ತೂರಬಾಗೆ ಆಶ್ಚರ್ಯವಾಯಿತು. ಹಾಗೆ ನೋಡಿದರೆ ಅವರ ಹೆಸರಿಗೆ ಬದಲಾಗಿ ತನ್ನ ಹೆಸರೇ ಇರಬೇಕಿತ್ತಲ್ಲ. ಯಾಕೆ ಬಿಟ್ಟು ಹೋಯಿತೆಂದು ಆಲೋಚಿಸಿದಳು.

ಹಾಗೆಯೇ ಆ ಇಬ್ಬರು ಮಹಿಳೆಯರೂ ಇದನ್ನೇ ಯೋಚಿಸುತ್ತಿದ್ದರು. ಆದರೆ ಈಗಲ್ಲ, ಇಂದಲ್ಲ ನಾಳೆಯಾದರೂ ಬಾ ತಮ್ಮ ಜೊತೆ ಜೈಲು ಸಂಗಾತಿಯಾಗಿ ಬರುತ್ತಾಳೆಂಬುದು ಖಾತ್ರಿಯಿತ್ತು.

ಅಂಥಾ ಗಂಭೀರ ಕ್ಷಣದಲ್ಲಿಯೂ ಬಾಪು ತಮಾಶೆಯಾಗಿ, ನೋಡು ನೀನೂ ಬರುವೆಯಾದರೆ ನಮ್ಮ ಜೊತೆಗೇ ಬಂದು ಬಿಡು. ಹೇಗಿದ್ದರೂ ಮೀರಾ ಸರೋಜಿನಿಯರೂ ಇದ್ದಾರೆ."

"ನೀವು ಅಪ್ಪಣೆ ಕೊಟ್ಟರೆ ಸಾಕು ಒಂದೆರಡು ನಿಮಿಷಗಳಲ್ಲಿ ರೆಡಿಯಾಗಿ ಬಂದುಬಿಡುತ್ತೇನೆ."

"ಹಾಂ ನೀನೂ ನಮ್ಮ ಜೊತೆ ಸೇರುವುದಂತೂ ಖಂಡಿತ. ಆದರೆ ಈಗ ಆಶ್ರಮದ ರಕ್ಷಣೆ ನೋಡಿಕೊಳ್ಳಬೇಕಾದ ಜವಾಬ್ದಾರಿಯಿದೆ. ಈಗಿನಿಂದಲೇ ಸರಿಯಾಗಿ ಎಲ್ಲ ವ್ಯವಸ್ಥೆ ಮಾಡಿಕೋ, ಯಾವ ಕ್ಷಣದಲ್ಲಾದರೂ ನಿನಗೂ ಜೈಲಿಗೆ ಬರಲು ಆಹ್ವಾನ ಬರಬಹುದು. ಪೊಲೀಸರು ಆತುರ ಪಡಿಸಿದರು. 'ಬಾ' ಅವರು ಹೊರಡುವುದಕ್ಕೆ ಮೊದಲು ಅವರನ್ನೆಲ್ಲ ಕಣ್ತುಂಬ ನೋಡಿದಳು. ಸರೋಜಿನಿ ನಾಯುಡುಗಾಗಿ ಮರುಗಿದಳು. ಆಕೆಯ ಮಗಳ ಆರೋಗ್ಯ ಸರಿಯಿರಲಿಲ್ಲ. ಅಲ್ಲದೆ ಜೈಲುವಾಸಿಗಳನ್ನು ನೋಡಲು ಸ್ನೇಹಿತರನ್ನಾಗಲೀ, ಬಂಧುಗಳನ್ನಾಗಲೀ ಬಿಡುವುದಿಲ್ಲವೆಂದು ಬೇರೆ ಕೇಳಿದ್ದಳು. ಅಷ್ಟೇ ಅಲ್ಲ ಪತ್ರ ಬರೆಯಲು, ಪಡೆಯಲೂ ಅನುಮತಿ ಇರಲಿಲ್ಲ. ಸರೋಜಿನಿ ಬಳಿ ಹೆಚ್ಚಿನ ಬಟ್ಟೆಯೂ ಇರಲಿಲ್ಲ. ಬಿರ್ಲಾ ಬಂಗಲೆಗೆ ಎಷ್ಟು ತಂದಿದ್ದಳೋ ಅಷ್ಟು ಮಾತ್ರವೇ ಅವಳಲ್ಲಿತ್ತು. ಮೀರಾಬೆನ್‌ಗೆ ಒಂದೆರಡು ಬಟ್ಟೆ ತೆಗೆದುಕೊಳ್ಳಲೂ ಬಿಡದೆ ಕರೆದೊಯ್ದರು. ಉಟ್ಟ ಬಟ್ಟೆಯಷ್ಟೇ ಅವಳ ಪಾಲಿಗಿದ್ದದ್ದು.

ವಾಸ್ತವವಾಗಿ ಈ ಬಂಧನ ಪೂರ್ವ ನಿಯೋಜಿತವಾಗಿತ್ತು. ಗಾಂಧಿ ಭಾಷಣಕ್ಕೆ ಮೊದಲೇ ಬಂಧನದ ವಾರೆಂಟ್ ಸಿದ್ಧಪಡಿಸಿಟ್ಟುಕೊಂಡಿದ್ದರು. ಗಾಂಧಿಯನ್ನು ಜೈಲಿಗೆ ಕಳಿಸಿಬಿಟ್ಟರೆ ಜನ ಸುಮ್ಮನಾಗುತ್ತಾರೆ. ಸತ್ಯಾಗ್ರಹ ಮಾಡಲು ಸಾಹಸವಿರುವುದಿಲ್ಲ. ಸತ್ಯಾಗ್ರಹ ಮಾಡುವುದಿರಲಿ, ಸತ್ಯಾಗ್ರಹವನ್ನು ಪ್ರಚೋದಿಸಲೂ ಸಾಧ್ಯವಾಗುವುದಿಲ್ಲ ಎಂದೆಲ್ಲ ಲೆಕ್ಕಾಚಾರದಲ್ಲಿ ಈ ಬಂಧನಗಳು ಅನಿರೀಕ್ಷಿತವಾಗಿ ಎದುರಾಯಿತು.

ಗಾಂಧಿ ಬಂಧನ ಕಾಳ್ಗಿಚ್ಚಿನಂತೆ ಹರಡಿತು. ಜನ ಪ್ರವಾಹ ಬಿರ್ಲಾ ಬಂಗಲೆಗೆ ಹರಿದು ಬಂತು. ಬೀದಿ ಬೀದಿಗಳಲ್ಲಿ ಜನ ಗುಂಪು ಗುಂಪಾಗಿ ನಿಂತು ಚರ್ಚಿಸತೊಡಗಿತು. ಎಲ್ಲರೂ ಬಾಳನ್ನು ಸುತ್ತುಗಟ್ಟಿದರು. ಹೇಗಾಯಿತೆಂದು ವಿಚಾರಿಸತೊಡಗಿದರು. ಖಾಯಿಲೆಯಿಂದ ದಣಿದಿದ್ದರೂ ಒಂದಿಷ್ಟೂ ಬೇಸರಗೊಳ್ಳದೆ, ಅಧೈರ್ಯ ತೋರದೆ ಬಂದವರಿಗೆಲ್ಲ ತಾನೇ ಸಮಾಧಾನ ಹೇಳುತ್ತಾ ಧೈರ್ಯದಿಂದಿರುವಂತೆ ಸೂಚಿಸುತ್ತಿದ್ದಳು. ಈ ಬ್ರಿಟಿಷರು ಬಾಪುವನ್ನು ಏನೂ ಮಾಡುವುದಿಲ್ಲ. ಅವರಿಗೆ ಬಾಪುವಿನ ಭಯ ಕಾಡುತ್ತಿದೆ. ಜನರನ್ನು ಅಧೀರರನ್ನಾಗಿಸಲು ಹೀಗೆ ಮಾಡುತ್ತಿದ್ದಾರೆ. ಆದರೆ ಅವರು ಎಷ್ಟೇ ಪ್ರಯತ್ನಿಸಿದರೂ ನಾವು ಸೋಲುವುದಿಲ್ಲ. ಕಡೆ ತನಕ ಹೋರಾಡುತ್ತೇವೆ' ಎಂದು ಹುರಿದುಂಬಿಸುವ ಮಾತುಗಳನ್ನಾಡಿದಳು.

ಬಾಪು ಬಂಧನಕ್ಕೊಳಗಾಗದಿದ್ದರೆ, ಆ ದಿನ ಸಂಜೆ ಶಿವಾಜಿ ಪಾರ್ಕ್‌ನಲ್ಲಿ ಜನರನ್ನುದ್ದೇಶಿಸಿ ಮಾತನಾಡಬೇಕಿತ್ತು. ಅಪಾರ ಸಂಖ್ಯೆಯ ಜನಸ್ತೋಮ ಅಲ್ಲಿ ಸೇರಿತ್ತು. ಮೈಯೆಲ್ಲಾ ಕಿವಿಯಾಗಿ ಕೇಳಿಸಿಕೊಳ್ಳಲು ಸಜ್ಜುಗೊಂಡಿದ್ದರು. ಆದರೆ ಬಾಪು ಜೈಲಿನಲ್ಲಿದ್ದ . ಬಾಪುವಿಗೆ ಬದಲಾಗಿ, ಆಸೆಕಂಗಳಿಂದ ಕಾದು ಕೂತಿರುವವರನ್ನು ಉದ್ದೇಶಿಸಿ ಮಾತನಾಡುವವರು ಯಾರು ಎಂದು ತಮ್ಮ ತಮ್ಮಲ್ಲೇ ಕೇಳಿಕೊಳ್ಳುತ್ತಿದ್ದರು. ಬ್ರಿಟಿಷ್ ಸರಕಾರಕ್ಕೆ ಬಾಳ ಸಾಮರ್ಥ್ಯದ ಪರಿಚಯವಿತ್ತು.

ಬಾಪು ಜಾಗದಲ್ಲಿ ಅವಳು ನಿಂತು ಮಾತನಾಡಿದರೂ ಬಾಪುವಿನಷ್ಟೇ ಪರಿಣಾಮಕಾರಿಯಾಗ ಬಲ್ಲುದು ಎಂದು ಅವರಿಗೆ ಅನಿಸಿತ್ತು. ಅಲ್ಲದೆ ತಪ್ಪದೆ ಅವಳು ಹೋಗಿ ಭಾಷಣ ಮಾಡಿಯೇ ಮಾಡುತ್ತಾಳೆಂಬ ಖಾತ್ರಿಯೂ ಇತ್ತು. ಅದಕ್ಕಾಗಿ ಅವಳಿಗೆ ಒಂದು ಎಚ್ಚರಿಕೆಯ ಸಂದೇಶವನ್ನು ಕಳಿಸಿತು. "ಶ್ರೀಮತಿ ಗಾಂಧಿಯೇನಾದರೂ ಭಾಷಣ ಮಾಡಲು ಮುಂದಾದರೆ ಆಕೆಯನ್ನೂ ಬಂಧಿಸಲಾಗುವುದು" ಎನ್ನುವುದಾಗಿತ್ತು ಆ ಸಂದೇಶ.

ಬಾ ಸಾಮಾನ್ಯವಾಗಿ ಇಂಥ ಹೆದರಿಕೆ ಬೆದರಿಕೆಗಳಿಗೆ ಸೊಪ್ಪು ಹಾಕುವವಳಾಗಿರಲಿಲ್ಲ. ಈ ಸಂದೇಶದಿಂದ ಹೆದರುವುದಕ್ಕೆ ಬದಲಾಗಿ, ಭಾಷಣ ಮಾಡಿಯೇ ಮಾಡುತ್ತೇನೆಂದು ಹಠಕ್ಕೆ ಬಿದ್ದಳು. ಬಾಳ ನಿಲುವು ಎಲ್ಲರಲ್ಲೂ ಆತಂಕ ಮೂಡಿಸಿತು. ಹಲವಾರು ಪ್ರಶ್ನೆಗಳನ್ನು ಎದುರಿಗಿರಿಸಿಕೊಂಡರು. ಸಾವಿರಾರು ಮಂದಿಯ ಮುಂದೆ ಹೇಗೆ ಮಾತಾಡಿಯಾಳು? ಮೊದಲೇ ಆರೋಗ್ಯ ಸರಿ ಇಲ್ಲ. ಆವೇಶದಲ್ಲಿ ಮಾತಾಡಿದಾಗ ಏನಾದರೂ ಅನಾಹುತವಾದರೆ ಸರಕಾರ, ಭಾಷಣ ಮಾಡುವುದನ್ನು ತಪ್ಪಿಸಲು, ಬಾಪುವನ್ನು ಬಂಧಿಸಿ ಜೈಲಿನಲ್ಲಿ ಇರಿಸಿರುವಾಗ ಬಾಳನ್ನು ಸುಮ್ಮನೆ ಬಿಟ್ಟಾರೆಯೇ?–ಎನ್ನುವ ಹಲವಾರು ಪ್ರಶ್ನೆಗಳು ಹರಿದಾಡಿದವು. ಬಾಗೆ ತೀರಾ ಹತ್ತಿರವಾಗಿದ್ದವರು ಬಾಗೆ ತಿಳಿಸಿ ಹೇಳಲು ಪ್ರಯತ್ನಿಸಿದರು. ಆರೋಗ್ಯದ ದೃಷ್ಟಿಯಿಂದ, ಬಂಧನಕ್ಕೆ ಒಳಗಾಗುವ ಸಂಭಾವ್ಯತೆಯಿಂದ ಭಾಷಣ ಮಾಡುವ ನಿರ್ಧಾರವನ್ನು ಬಿಡಿ ಎಂದು ಎಷ್ಟು ಕೇಳಿಕೊಂಡರೂ, 'ಬಾ' ಮೆತ್ತಗಾಗಲಿಲ್ಲ. ಸಮ್ಮತಿಸಲಿಲ್ಲ.

"ನನಗೆ ಯಾವುದರ ಭಯವೂ ಇಲ್ಲ. ನನ್ನ ಗಂಡ ಮಕ್ಕಳು ಸ್ನೇಹಿತರು, ಬಂಧುಗಳು ಅಲ್ಲದೆ ಇಡೀ ದೇಶದ ಪ್ರಜೆಗಳೇ ಬಂಧನಕ್ಕೆ ಒಳಗಾಗುತ್ತಿರುವಾಗ, ದೇಶವೇ ಒಂದು ಜೈಲುಖಾನೆ ಆಗಿರುವಾಗ, ಅಪಾಯಗಳಿಗೆ ಹೆದರಿ ಸುಮ್ಮನೆ ಕೂಡುವುದು ನಾಚಿಕೆಗೇಡಿನ ಕೆಲಸ, ಅದೊಂದು ಹೇಡಿತನ!!"

ಬಾಪುವಿಗೆ ಬದಲಾಗಿ ಬಾ ಭಾಷಣ ಮಾಡುವುದು ನಿಶ್ಚಿತವಾಯಿತು.

ಸುಶೀಲಾಳನ್ನು ಕರೆದು ತನಗೆ ಭಾಷಣದಲ್ಲಿ ಹೇಳಬೇಕಾದ್ದೆಲ್ಲವನ್ನೂ ಡಿಕ್ಟೇಟ್ ಮಾಡಿದಳು. ಮಾತುಗಳು ದೇಶಪ್ರೇಮದ ರಸದಿಂದ ಅದ್ದಿ ತೆಗೆದ ಹಾಗಿದ್ದವು. ವಿಚಾರಗಳು ಸ್ಪಷ್ಟ, ಪಾರದರ್ಶಕ. ಹೇಳಿದ ಕೂಡಲೇ ಹೃದಯ ತಟ್ಟುವಂತಿದ್ದವು. ತನ್ನ ಭಾಷಣದ ಎರಡು ಪ್ರತಿಗಳನ್ನು ಸಿದ್ಧಪಡಿಸಿದಳು. ಒಂದರಲ್ಲಿ ದೇಶವಾಸಿಗಳನ್ನು ಉದ್ದೇಶಿಸಿ ಹೇಳಿದ ಮಾತುಗಳಿದ್ದರೆ, ಮತ್ತೊಂದರಲ್ಲಿ ಮಹಿಳೆಯರನ್ನು ಉದ್ದೇಶಿಸಿದ ಮಾತುಗಳಿದ್ದವು.

ಭಾಷಣ ಸಿದ್ಧವಾದ ಮೇಲೆ ಬಾ ಮತ್ತು ಸುಶೀಲಾ ಒಂದು ಚೀಲದಲ್ಲಿ ಬೇಕಾದ ವಸ್ತುಗಳನ್ನು ತುಂಬಿಕೊಂಡರು. ಇಬ್ಬರೂ ಹೊರಗೆ ಬಂದಾಗ ಒಂದು ಚಿಕ್ಕ ಕಾರು, ಶಿವಾಜಿ ಪಾರ್ಕಿಗೆ ಅವರನ್ನು ಕರೆದೊಯ್ಯಲು ಕಾದಿತ್ತು. ಇವರು ಕಾರಿನ ಕಡೆ ಹೆಜ್ಜೆ ಹಾಕುತ್ತಿದ್ದಂತೆ, ಪೊಲೀಸ್ ಅಧಿಕಾರಿ ಅವರನ್ನು ಹಿಂಬಲಿಸಿ ಬಂದು, 'ತಾಯಿ ದಯವಿಟ್ಟು ನೀವು ಹೋಗಬೇಡಿ' ಎಂದು ಹೇಳುತ್ತಿದ್ದರೂ, ಕೇಳಿಸಿಕೊಳ್ಳದೆ ಕಾರು ಮುಂದೆ ಸಾಗಿತು. ಬಿರ್ಲಾ ಬಂಗಲೆಯಿಂದ ಯಾರೇ ಹೊರಗೆ ಹೆಜ್ಜೆಯಿಟ್ಟರೂ, ಅವರನ್ನು ಬಂಧಿಸಬೇಕೆಂಬ ಆದೇಶವಿತ್ತು. ಆದರೆ ಆ ಪೊಲೀಸ್ ಅಧಿಕಾರಿಗೆ ಬಾಳನ್ನು ಬಂಧಿಸಲು ಮನಸ್ಸಾಗಲಿಲ್ಲ. ಅವರನ್ನು ಅವರ ಪಾಡಿಗೆ ಹೋಗಲು ಬಿಟ್ಟು ತಾನು ಅಲ್ಲಿಂದ ಕಾಣದಾದ.

ಶಿವಾಜಿ ಪಾರ್ಕ್ ಲಕ್ಷಾಂತರ ಜನರಿಂದ ತುಂಬಿ ತುಳುಕುತ್ತಿತ್ತು. ಭಾಷಣವನ್ನು ಕೇಳಲು ಕಾತರರಾಗಿದ್ದರು. ಅವರ ನಡುವಿನಿಂದ ಬಾ ನಡೆದು ಹೋಗಿ ವೇದಿಕೆ ಹತ್ತಿದ್ದಳು. ಗಂಟಲಲ್ಲಿ ಸ್ವಲ್ಪ ನಡುಕ ಕಾಣಿಸಿಕೊಂಡಿತು. ಆದರೂ ಕುಸಿಯುತ್ತಿದ್ದ ಧೈರ್ಯವನ್ನು ಮತ್ತೆ ಸಂಚಯಿಸಿಕೊಂಡಳು. ತಾನು ಹೇಳಬೇಕಾದ್ದನ್ನು ಹೇಳಲು ಮೊದಲು ಮಾಡಿದಳು.

"ಗಾಂಧಿ ಅಖಿಲ ಭಾರತ ಕಾಂಗ್ರೆಸ್ ಕಮಿಟಿಯ ಮುಂದೆ ತಮ್ಮ ಹೃದಯ ಭಾವನೆಗಳನ್ನೆಲ್ಲ ತೋಡಿಕೊಂಡಿದ್ದಾರೆ. ಅದಕ್ಕೆ ಪ್ರತ್ಯೇಕವಾಗಿ ನಾನು ಹೇಳುವ ಮಾತುಗಳನ್ನು ಸೇರಿಸಬೇಕಾದ್ದಿಲ್ಲ, ನಾವು ಮಾಡುವುದೇನಾದರೂ ಇದ್ದರೆ, ಅವರು ನಿರ್ದೇಶಿಸಿದ ಮಾರ್ಗದಲ್ಲಿ ನಡೆಯುವುದಷ್ಟೆ. ಭಾರತದ ಮಹಿಳೆಯರು ತಮ್ಮ ಶಕ್ತಿ ಸಾಮರ್ಥ್ಯವನ್ನು ತೋರಿಸಲು ಇದೇ ಸಮಯ. ಅವರೆಲ್ಲರೂ ಒಗ್ಗೂಡಿ, ಜಾತಿ ವರ್ಗ ಭೇದಗಳನ್ನು ಮರೆತು ಐಕ್ಯಮತದಿಂದ ಹೋರಾಡಬೇಕು. ಆದರೆ ಸತ್ಯ ಮತ್ತು ಅಹಿಂಸೆಯೇ ನಮ್ಮ ಉಸಿರಾಗಬೇಕು." ಎಂದು ಹೇಳಿ ನಿಲ್ಲಿಸಿದ್ದೇ ಜೋರಾದ, ಕಿವಿಗಡಚಿಕ್ಕುವ ಕರತಾಡನ ಕೇಳಿ ಬಂತು. ಕರತಾಡನದ ಸದ್ದು ಮುಂದುವರೆಯುತ್ತಿದ್ದಂತೆಯೇ ಬಾ ವೇದಿಕೆ ಇಳಿದು ಕಾರಿನ ತನಕ ನಡೆದು ಬಂದಳು. ಕಾರಿನ ಬಾಗಿಲು ತೆಗೆಯಲು ಯತ್ನಿಸುತ್ತಿರುವಾಗ ಪೊಲೀಸೊಬ್ಬನು ಅಡ್ಡಗಟ್ಟಿ,

'ಅಲ್ಲ ತಾಯಿ ಈ ವಯಸ್ಸಿನಲ್ಲಿ ಮನೆಯಿಲ್ಲಿ ಇರುವುದು ಬಿಟ್ಟು ನಿಮಗ್ಯಾಕೆ ಉಸಾಬರಿ?' ಎಂದ.

ಅವನ ಮಾತಿನ ವ್ಯಂಗ್ಯ ಬಾಗೆ ಅರ್ಥವಾಯಿತು. "ಹೋಗುತ್ತೇನೆ. ಮತ್ತೆ ಮತ್ತೆ ಹೋಗಿ ಭಾಷಣ ಮಾಡುತ್ತೇನೆ, ನಿಮ್ಮ ಭಯ ನನಗಿಲ್ಲ."

"ನಿಮಗೆ ಭಯ ಇಲ್ಲದಿರಬಹುದು. ಆದರೆ ನಮಗೆ ನಮ್ಮ ಕರ್ತವ್ಯ ಮಾಡಬೇಕಿದೆ." ಎಂದು ಇಬ್ಬರನ್ನೂ ಬಂಧಿಸಿ, ಆರ್ಥರ್ ರಸ್ತೆಯಲ್ಲಿದ್ದ ಜೈಲಿನ ಕಡೆಗೆ ಕಾರನ್ನು ತಿರುಗಿಸಿದ.

ಬಾ ಕಣ್ಣಲ್ಲಿ ಕಂಬನಿ ಜಿನುಗಿತು. ಸುಶೀಲಾ ಏನಾಯಿತೆಂದು ವಿಚಾರಿಸುತ್ತಿದ್ದರೂ, ಒಂದು ಮಾತನ್ನೂ ಆಡದೆ ಚಿಂತೆಯ ಮೊಗದೊಂದಿಗೆ ಮೌನವಾಗಿ ಕುಳಿತಿದ್ದಳು. ಸುಶೀಲಾ ಹಣೆ ಮುಟ್ಟಿ ನೋಡಿದಳು. ಸ್ವಲ್ಪ ಜ್ವರ ಬಂದ ಹಾಗಿತ್ತು. "ಸುಶೀಲಾ ಈ ಸರಕಾರ ಈ ಬಾರಿ ಜೈಲಿಗೆ ಕಳಿಸಿದರೆ, ಜೀವಂತವಾಗಿ ನಾವು ಹೊರಗೆ ಬರಲಾಗುವುದಿಲ್ಲ! ಕ್ರೌರ್ಯ, ಅಮಾನುಷತೆಗಳ ಸಾಕಾರದಂತಿದೆ ಈ ದರಿದ್ರ ಬಿಳಿಯರ ಸರಕಾರ!"

"ಅಷ್ಟೊಂದು ಮನಸಿಗೆ ಹಚ್ಚಿಕೊಳ್ಳಬೇಡಿ ಬಾ ಯಾರಿಗೂ ಏನೂ ಆಗುವುದಿಲ್ಲ. ಬಾಪು ಸುರಕ್ಷಿತವಾಗಿ ಬಿಡುಗಡೆಗೊಳ್ಳುತ್ತಾರೆ."

"ನನ್ನ ಸಮಾಧಾನಕ್ಕಾಗಿ ಹೀಗೆ ಹೇಳುತ್ತಿರುವಿ, ನಾವು ಜೈಲಿಗೆ ಹೋಗುತ್ತಿರುವುದೂ ಜನಕ್ಕೆ ಗೊತ್ತಾಗುತ್ತಿಲ್ಲ. ಗಲಭೆಗೆ ಹೆದರಿ ಗುಟ್ಟಾಗಿ ನಮ್ಮನ್ನು ಕರೆದೊಯ್ಯುತ್ತಿದ್ದಾರೆ. ಎಲ್ಲರಿಂದಲೂ ನಮ್ಮನ್ನು ದೂರವಿರಿಸಬೇಕೆಂಬ ಉಪಾಯ ಇದಾಗಿದೆ."

ಜೈಲು ತಲುಪಿದಾಗ, ಒಬ್ಬ ಹೆಂಗಸು ಸಮವಸ್ತ್ರದಲ್ಲಿ ಇದ್ದವಳು, ಅವರನ್ನು ಒಂದು ಜೈಲು ಕೋಟೆಗೆ ಕರೆದೊಯ್ದಳು. ಮಂಚಗಳನ್ನು ತಂದಿರಿಸಿದಾಗ, ಅವುಗಳ ಪರಿಸ್ಥಿತಿ ನೋಡಿ, ಹಿಂದಕ್ಕೆ ತೆಗೆದುಕೊಂಡು ಹೋಗಲು ಹೇಳಿದಳು. ನೆಲದ ಮೇಲೆ ಚಾದರವೊಂದನ್ನು ಹಾಸಿಕೊಂಡು

ಮಲಗಿದರು. ಜೈಲಿನಲ್ಲಿ ಕೊಟ್ಟ ಊಟವನ್ನು ಬಾ ಬೇಡವೆಂದು ಹಿಂತಿರುಗಿಸಿದ್ದಳು. ದಣಿದ ದೇಹ ನೆಲದ ಮೇಲೆ ಮೈ ಚಾಚುತ್ತಿದ್ದಂತೆಯೇ ನಿದ್ದೆ ಹತ್ತಿತು.

ಮಾರನೆ ದಿನ ಜ್ವರದ ತಾಪ ಇಳಿದಿತ್ತು. ಖೈದಿಗಳನ್ನು ಪರೀಕ್ಷಿಸಲು ಬಂದ ವೈದ್ಯರು ಬಾಳನ್ನು ಪರೀಕ್ಷಿಸಿದರು ತನಗೆ ಬೇಕಾದ ಒಂದೆರಡು ಆಹಾರ ಪದಾರ್ಥಗಳನ್ನು ನೀಡುವಂತೆ ಕೇಳಿಕೊಂಡರೂ ಜೈಲು ಅಧಿಕಾರಿಗಳು ಕಿವಿಗೊಡಲಿಲ್ಲ. ಹಣಕೊಟ್ಟರೆ ಬೇಕಾದ್ದನ್ನು ತರಿಸಿಕೊಡುವುದಕ್ಕೆ ಅವಕಾಶವಿತ್ತು. ಆದರೆ ಈ ಕೈದಿಗಳು, ವಿಶೇಷ ಕೈದಿಗಳು. ಯಾವುದೇ ಕಾರಣಕ್ಕೂ ಹೊರಗಿನವರೊಂದಿಗೆ ಸಂಪರ್ಕಿಸಬಾರದೆಂಬ ಆದೇಶವಿತ್ತು. ಜೊತೆಗೆ ಅವರ ಬಳಿ ಹಣವೂ ಇರಲಿಲ್ಲ. ಆದರೂ ಸುಶೀಲಾ ಸುಮ್ಮನಾಗಲಿಲ್ಲ. ವೈದ್ಯರಿಗೆ ಒಂದು ಕಾಗದ ಬರೆದು, ನಮ್ಮ ಆಸ್ಪತ್ರೆಯಿಂದ ನಮಗೆ ಅಗತ್ಯವಾದ ಎಲ್ಲವನ್ನೂ ಕಳಿಸಬೇಕು ಎಂದು ವಿನಂತಿಸಿಕೊಳ್ಳಬಹುದು. ಹಾಗೆಯೇ ಇಲ್ಲಿಯೂ ಕೂಡಿ, ನಿಮ್ಮ ಆಸ್ಪತ್ರೆಯಿಂದ ನಮಗೆ ಬೇಕಾದ್ದನ್ನು ನೀನು ಮನಸ್ಸು ಮಾಡಿ ತರಿಸಿಕೊಡಬಹುದು. ಇಲ್ಲವಾದಲ್ಲಿ ನಿನ್ನ ಖರ್ಚಿನಲ್ಲಿ ನಮಗೆ ಬೇಕಾದ್ದನ್ನು ತರಿಸಿಕೊಡು, ನಾನೂ ಕೂಡಾ ನಿನ್ನಂತೆಯೇ ಒಬ್ಬ ಡಾಕ್ಟರು." ಎಂದು ಬರೆದಿದ್ದನ್ನು ಓದಿದ ಮೇಲೆ ಜೈಲಿನ ಡಾಕ್ಟರು, ಆಕೆಯೂ ಮೆಡಿಕಲ್ ಗ್ರಾಜುಯೇಟ್ ಎಂದು ತಿಳಿದ ಮೇಲೆ ಅವರಿಗೆ ಸಹಕರಿಸಿದ. ಅವರಿಗೆ ಬೇಕಾದ ಔಷಧಿಗಳನ್ನು, ಹಣ್ಣುಗಳನ್ನು, ರಸ ತೆಗೆಯಲು ಬೇಕಾದ ಸಾಧನವನ್ನೂ ಒದಗಿಸಿದ. ಇವರಿದ್ದ ಜೈಲು ಕೋಣೆ ತೀರಾ ತೀರಾ ಅಧ್ವಾನವಾಗಿತ್ತು. ದುರ್ನಾತ ಮೂಗಿಗೆ ಬಡಿಯುತ್ತಿತ್ತು. ಶೌಚಾಲಯದಲ್ಲಿ ನೀರು ಸೋರುತ್ತಿತ್ತು. ಅಲ್ಲಿ ಮಲಗುವುದಂತೂ ಸಾಧ್ಯವೇ ಇರಲಿಲ್ಲ. ಅದಕ್ಕಾಗಿ ತಮ್ಮ ಹಾಸಿಗೆಗಳನ್ನು ವರಾಂಡಾಕ್ಕೆ ಎಳೆದು ತಂದರು. ಹೇಗೋ ಆ ರಾತ್ರಿ ಕಳೆದರು.

ಅವರಿಗೆ ತುಂಬಾ ಹಸಿವಾಗಿತ್ತು. ಅವರಿದ್ದ ಜೈಲಿನಲ್ಲಿ ಇನ್ನೊಬ್ಬ ಹೆಂಗಸೂ ಬಂದಿದ್ದಳು. ಬಾ ಳ ಸ್ಥಿತಿ ನೋಡಿ ತನ್ನಲ್ಲಿದ್ದ ಹಣಕೊಟ್ಟು ತಿನ್ನಲು ಒಂದಷ್ಟು ಹಣ್ಣು ತರಿಸಿಕೊಟ್ಟಳು.

ಮಾರನೇ ದಿನ ಅವರನ್ನು ಬೇರೆ ಕಡೆ ಕರೆದೊಯ್ಯುವುದಾಗಿ ತಿಳಿದು ಬಂತು. ಆದರೆ ಎಲ್ಲಿಗೆಂಬುದು ಮಾತ್ರ ಗೊತ್ತಾಗಲಿಲ್ಲ. ಅವರೂ ಹೇಳಲಿಲ್ಲ. ಮೌನವಾಗಿ ಅವರು ಕರೆದೊಯ್ಯುವ ಕಡೆಗೆ ಹೋದರು. ಕಡೆಗೆ ಪೂನಾ ಸ್ಟೇಷನ್‌ನಲ್ಲಿ ತಾವಿರುವುದಾಗಿ ತಿಳಿದರು. ಅದನ್ನು ಗಮನಿಸಿದ ಮೇಲೆ 'ಬಾ'ಗೆ ಯೆರವಾಡ ಜೈಲಿಗೆ ಕರೆದುಕೊಂಡು ಹೋಗಬಹುದೆನಿಸಿತು. ಆದರೆ ಅವಳ ಅನಿಸಿಕೆ ಸುಳ್ಳಾಗಿತ್ತು. ತನಗೆ ಪರಿಚಯವೇ ಇಲ್ಲದ ಪ್ರದೇಶದ ಕಡೆ ಹೋಗುತ್ತಿರುವುದು ಗಮನಕ್ಕೆ ಬಂತು. ಕಡೆಗೆ ಮತ್ತೊಂದು ಟ್ರೈನು ಹತ್ತಿಸಿಕೊಂಡು ಪ್ರಯಾಣಿಸಿದರು. ಅಲ್ಲಿ ಪೊಲೀಸ್ ಸಿಬ್ಬಂದಿ ಇವರಗಾಗಿಯೇ ಎದುರು ನೋಡುತ್ತಿದ್ದಂತೆನಿಸಿತು. ಇವರು ಟ್ರೈನು ಇಳಿಯುತ್ತಿದ್ದಂತೆಯೇ, ಪೊಲೀಸ್ ವಾಹನದಲ್ಲಿ ಕೂರಿಸಿ ಒಂದು ಗಂಟೆ ಪ್ರಯಾಣದ ನಂತರ ಒಂದು ದೊಡ್ಡ ಅರಮನೆಯ ಗೇಟಿನ ಮುಂದೆ ವಾಹನ ನಿಂತಿತು. ಮಿಲಿಟರಿ ಕಾವಲು ಸಿಬ್ಬಂದಿ ಅವರನ್ನು ಒಳಗೆ ಕರೆದೊಯ್ದರು. ಅಲ್ಲಿ ಹಲವು ಮಂದಿ ಸೆರೆಯಾಳುಗಳು ಅಂಗಳವನ್ನು ಗುಡಿಸುತ್ತಿದ್ದರು. 'ಬಾ' ಅಲ್ಲಿ ಕಸಗುಡಿಸುತ್ತಿದ್ದವರನ್ನು, ಬಾಪುವನ್ನು ಎಲ್ಲಿ ಇರಿಸಿದ್ದಾರೆಂದು ವಿಚಾರಿಸಿದಳು. ಕಾರಿಡಾರ್ ನಲ್ಲಿನ ಕೊನೆಯ ಕೋಣೆಯಲ್ಲಿ ಬಾಪು ಇರುವುದನ್ನು ತಿಳಿಸಿದರು. ಅಲ್ಲೆಯ ಪೊಲೀಸ್ ಇನ್‌ಸ್ಪೆಕ್ಟರನ್ನು ಆ ಜಾಗ ಯಾವುದೆಂದು ವಿಚಾರಿಸಿದಾಗ, ಇದು ಹಿಂದೆ

ಆಗಾಖಾನರ ಅದ್ದೂರಿ ಅರಮನೆಯಾಗಿದ್ದದ್ದು, ಈಗ ಗಾಂಧಿ ಮತ್ತು ಇತರೆ ಸತ್ಯಾಗ್ರಹಿಗಳಿಗೆ ಸೆರೆಮನೆಯಾಗಿ ಬಳಸಲಾಗುತ್ತಿದೆ ಎಂದು ತಿಳಿಸಿದ. 'ಬಾ'ಳ ಮುಖದಲ್ಲಿ ಕೂಡಲೇ ಗೆಲುವು ಕಾಣಿಸಿತು. ಗಂಡ ಇಲ್ಲಿಯೇ ಇದ್ದಾನೆ ಎಂದಾಗಲೇ ಅರ್ಧ ತಾಕತ್ತು ಬಂದಿತ್ತು. ಇನ್ನೇನು ಕೆಲವು ಕ್ಷಣಗಳಲ್ಲಿ ಅವರನ್ನು ಕಾಣುತ್ತೇನೆ ಎಂದುಕೊಂಡಾಗ ಗರಿಗೆದರಿದ ನವಿಲಂತಾದಳು. ವರಾಂಡಾ ಹಾದು ಮೆಟ್ಟಲು ಹತ್ತಿ ಬಾಪು ಕೋಣೆಯನ್ನು ಸಮೀಪಿಸಬೇಕಿತ್ತು. ಅವಳಿಗೆ ಹಕಿ ಬಂದದ್ದರಿಂದ ಒಂದಿಷ್ಟೂ ದಣಿವನ್ನೂ ಕಾಣಿಸದೆ ಸರಸರನೆ ಏರಿ, ಅಲ್ಲಿ ಗುಡಿಸುತ್ತಿದ್ದವನನ್ನು ಬಾಪು ಕೋಣೆ ಯಾವುದೆಂದು ಕೇಳಿದಳು. ಅವನು ಅವಳಿಗೆ ತಲೆಬಾಗಿ ಕೈ ಸನ್ನೆಯಿಂದ ಬಾಪು ಕೋಣೆ ತೋರಿಸಿದ. ಈಗ ಸುಶೀಲಾಳ ನೆರವೂ ಬೇಕೆನಿಸಲಿಲ್ಲ.

ಇಬ್ಬರೂ ಬಾಪು ಇದ್ದ ಕೋಣೆ ಪ್ರವೇಶಿಸಿದರು. ಗಾಂಧಿ ಮತ್ತು ಮಹಾದೇವ ದೇಸಾಯಿ ಇಬ್ಬರೂ ಪತ್ರಗಳ ವ್ಯವಹಾರದಲ್ಲಿ ಮಗ್ನರಾಗಿದ್ದರು. ಯಾರೋ ಬಂದರೆಂದು ತಲೆ ಎತ್ತಿ ನೋಡಿದರು. ಮಹಾದೇವ ದೇಸಾಯಿಯ ಮೊಗದಲ್ಲಿ ಫಳಕ್ಕನೆ ಹೊಳಪು ಕಾಣಿಸಿತು. ಬಾಳನ್ನು ನೋಡುತ್ತಿದ್ದಂತೆ ಸಂತೋಷ ತುಂಬಿ ಬಂತು. ಗಾಂಧಿ ಬಾ ಮತ್ತು ಸುಶೀಲಾ ಇಬ್ಬರನ್ನು ಗಮನಿಸಿದ. ಇವರಿಬ್ಬರೂ ಇಲ್ಲಿಗೆ ಹೇಗೆ ಬಂದರೆಂಬ ಸಂದೇಹದಲ್ಲಿ, ನಗೆಮೊಗದಿಂದ ಬರಮಾಡಿಕೊಳ್ಳುವುದನ್ನೂ ಮರೆತು.

"ಹೇಗಿದ್ದೀರಿ ಬಾಪು?" ಇಬ್ಬರೂ ಒಟ್ಟಿಗೆ ವಿಚಾರಿಸಿದರು. "ನಾನೇನೋ ಚೆನ್ನಾಗಿದ್ದೀನಿ, ಇದೇನು ನೀವಿಬ್ಬರೂ ಹೀಗೆ ದಿಢೀರೆಂದು ಪ್ರತ್ಯಕ್ಷವಾಗಿದ್ದೀರಿ? ಯಾರು ನಿಮ್ಮನ್ನು ಕರೆತಂದವರು. ಇಲ್ಲಿಗೆ ಬರುವುದಕ್ಕೆ ಅನುಮತಿ ಪಡೆದಿದ್ದೀರಾ ಹೇಗೆ?" ಎಂದು ಒಂದೇ ಸಮನೆ ಪ್ರಶ್ನಿಸಿದ.

"ಇಲ್ಲ ಇಲ್ಲ ನಾವು ಅವರಿಂದ ಏನನ್ನೂ ಬೇಡಲಿಲ್ಲ. ನಾವಿದ್ದ ಜೈಲಿನಿಂದ ನಮಗೇ ಗೊತ್ತಿಲ್ಲದಂತೆ ನಮ್ಮನ್ನು ತಂದು ಇಲ್ಲಿ ಬಿಟ್ಟರು ಅಷ್ಟೇ"

"ಅವರಾಗಿಯೇ ನಮ್ಮನ್ನು ಕರೆತಂದರು, ನಾವೇನೂ ಅವರನ್ನು ಬೇಡಲಿಲ್ಲ" ಎಂದು ಸುಶೀಲಾ ಮಾತನ್ನು ಮುಂದುವರೆಸಿ ಹೇಳಿದಳು.

"ನೀನು ಬಂದದ್ದು ತಪ್ಪು ಅಂತ ನಾನು ಕೇಳುತ್ತಿಲ್ಲ. ನಿನ್ನ ಆರೋಗ್ಯವೇ ಸರಿಯಿಲ್ಲದಿರುವಾಗ, ನನ್ನ ಬಗ್ಗೆ ಆಲೋಚಿಸಿ ನನ್ನನ್ನು ನೋಡಬೇಕೆನಿಸಿ, ನೀನೇ ಕೇಳಿದೆಯೇನೋ ಎಂದು ತಿಳಿಯುವುದಕ್ಕಷ್ಟೇ ಪ್ರಶ್ನಿಸಿದೆ." ಎಂದು ನಕ್ಕ.

48

ನಂತರ ಸುಶೀಲಾ ಮತ್ತು ಬಾ ಇಬ್ಬರೂ ಕಛೇರಿಗೆ ಹೋಗಿ ರಿಜಿಸ್ಟರಿನಲ್ಲಿ ಕೈದಿಗಳಾಗಿ ನೋಂದಾಯಿಸಿಕೊಂಡರು. ಬಾಪುವಿನ ಕೋಣೆಯ ಪಕ್ಕದಲ್ಲಿಯೇ ಬಾ ಕೋಣೆಯಿತ್ತು. ಬಾ ಸ್ವತಃ ತನ್ನ ಸಾಮಾನುಗಳನ್ನೆಲ್ಲ ಹೊತ್ತು ತಂದುಕೊಂಡಳು.

ಮೊದಲ ದಿನ ಬಾ ಗಂಡನೊಂದಿಗೆ, ಪ್ಯಾರೇಲಾಲ ಮತ್ತು ಮಹಾದೇವ ದೇಸಾಯಿಯೊಂದಿಗೆ ಮಾತಾಡಿ ಬಂದಳು. ಹಾಗೆಯೇ ಅಲ್ಲೆಯೇ ಇದ್ದ ಸರೋಜಿನಿ ನಾಯ್ಡು ಮೀರಾಬೆನ್‌ರನ್ನು ಮಾತಾಡಿಸಿದಳು. ಅಲ್ಲಿದ್ದ ಎಲ್ಲರಂತೆ ಬಾ ವಿದ್ಯಾವಂತಳಾಗಿರಲಿಲ್ಲ. ಓದುವ, ಬರೆಯುವ ಕೆಲಸವಾಗಲೀ, ಗಂಡನಿಗೆ ಕಾರ್ಯದರ್ಶಿಗಳು ಇರುವುದರಿಂದ ಸಹಕರಿಸುವುದಾಗಲೀ ಸಾಧ್ಯವಿರಲಿಲ್ಲ. ಏನೂ ಕೆಲಸವಿಲ್ಲದ್ದರಿಂದ ಸ್ವಲ್ಪ ಬೇಸರವೇ ಆಯಿತು. ಅಡಿಗೆ ಕೆಲಸವನ್ನಾದರೂ ಮಾಡೋಣವೆಂದರೆ ಸಾಮಾನ್ಯ ಕೈದಿಗಳಿದ್ದರು. ಆದರೆ ಈಕೆ ರಾಜಕೀಯ ಕೈದಿಗಳಲ್ಲಿ ಒಬ್ಬಳಾಗಿದ್ದಳು. ಇದೊಂದು ಸಣ್ಣ ಗುಂಪಾಗಿತ್ತು. ಆದರೆ ಬೇರೆಯವರಿಗಿಂತ ಈ ಕೈದಿಗಳಿಗೆ ನಿರ್ಬಂಧಗಳು ಹೆಚ್ಚಾಗಿದ್ದವು. ಹೊರಗಿನ ಪ್ರಪಂಚದ ಜೊತೆಗೆ ಸಂಪರ್ಕಕ್ಕೆ ಸಾಧ್ಯವೇ ಇಲ್ಲದ ರೀತಿಯಲ್ಲಿ ಎಚ್ಚರಿಕೆಯಿಂದ ವ್ಯವಸ್ಥೆ ಮಾಡಲಾಗಿತ್ತು. ಸ್ವಂತ ಮಕ್ಕಳಾಗಲೀ, ತಂದೆ ತಾಯಿಗಳಾಗಲೀ ಯಾರಿಗೂ ಪ್ರವೇಶ ಸಾಧ್ಯವೇ ಇರಲಿಲ್ಲ, ಎಂಥ ವಿಷಮ ಪರಿಸ್ಥಿತಿ ಉಂಟಾದರೂ ಅಲ್ಲಿಯೇ ನೋಡಿಕೊಳ್ಳುವ ವ್ಯವಸ್ಥೆಯಿತ್ತು.

ಕೆಲಸ ಕಾರ್ಯವಿಲ್ಲದೆ ಬಾಗೆ ಹುಚ್ಚುಹಿಡಿದಂತಾಗುತ್ತಿತ್ತು. ಬಾಪುವಿನ ಪಕ್ಕದಲ್ಲಿ ಬೇಕಾದರೆ ಮೂಕ ಪ್ರತಿಮೆಯಂತೆ ಕೂರಬಹುದಾಗಿತ್ತು. ದಿನ ಕಳೆದಂತೆ, ಸಂಗದಲ್ಲಿದ್ದರೂ ನಿಸ್ಸಂಗಿಯಂತೆ ಬದುಕುವುದು ಅವಳಿಗೆ ಸಾಧ್ಯವಾಗದೆ ಮತ್ತೆ ಏನೋ ಕಳೆದುಕೊಂಡ ಭಾವ ಅವಳನ್ನು ಕಾಡತೊಡಗಿತು' ಪೇಲವತೆ, ನಿಶ್ಶಕ್ತಿಗಳು ಕಾಣಿಸಿಕೊಂಡವು.

ಈ ಮಧ್ಯೆ, ಆಗಾಖಾನ್ ಅರಮನೆಯ ವ್ಯವಸ್ಥೆಯನ್ನು ಪರೀಕ್ಷಿಸಲು, ಇನ್‌ಸ್ಪೆಕ್ಟರ್ ಜನರಲ್ ಆಫ್ ಪ್ರಿಸನ್ಸ್, ಕರ್ನಲ್ ಭಂಡಾರಿ ಬರುವರೆಂಬ ಸುದ್ದಿ ಬಂತು. ಕೂಡಲೇ ಎಲ್ಲರೂ ಎಚ್ಚೆತ್ತುಕೊಂಡರು. ಕೈದಿಗಳು ಆಗಾಖಾನ್ ಅರಮನೆಯನ್ನು ಸ್ವಚ್ಛವಾಗಿ ಗುಡಿಸಿ, ಹೂಗಳಿಂದ ಸಿಂಗರಿಸಿದರು. ಸರೋಜಿನಿ ನಾಯ್ಡು ಕೂಡಾ ಹೂ ಗುಚ್ಚಗಳಿಂದ ವಿಶೇಷ ರೀತಿಯಲ್ಲಿ ಅಲಂಕರಿಸಿದಳು. ಸುಶೀಲಾ, ತುಂಬಾ ಜೋರಾಗಿ ನಗುತ್ತಿದ್ದಳು. ಅಷ್ಟರಲ್ಲಿ ಸುಶೀಲಾ, ಸುಶೀಲಾ ಎಂದು ಗಟ್ಟಿಯಾಗಿ ಯಾರೋ ಹೆಸರಿಡಿದು ಕೂಗುತ್ತಿದ್ದುದನ್ನು ಕೇಳಿ ಥಟ್ಟನೆ ನಗುವನ್ನು ನಿಲ್ಲಿಸಿದಳು. ಯಾರಿರಬಹುದೆಂದು ನೋಡಿದಾಗ ಬಾ ಎದುಸಿರು ಬಿಡುತ್ತಾ ಕೂಗುತ್ತಿದ್ದುದು ಕಾಣಿಸಿತು.

"ಸುಶೀಲಾ ಸುಶೀಲಾ ಬೇಗ ಬಾ ಮಹಾದೇವ ದೇಸಾಯಿಗೆ ಫಿಟ್ಸ್ ಬಂದಿದೆ. ನೆಲದ ಮೇಲೆ ಬಿದ್ದುಬಿಟ್ಟಿದ್ದಾನೆ." ಎಂದು ಹೇಳಿ ಸುಶೀಲಾಳನ್ನು ಕೈ ಹಿಡಿದು ಎಳೆದುಕೊಂಡು ಹೋದಳು. ಅಷ್ಟು ಹೊತ್ತಿಗೆ ಗಾಂಧಿಯೂ ಬಂದು ನಿಂತಿದ್ದ. ಏನಾಗಿದೆ ಎಂದು ಕೇಳುವುದಕ್ಕೂ ಆಗಲಿಲ್ಲ. ಆದರೆ ಬಾ 'ಮಹಾದೇವ್! ಮಹಾದೇವ್' ಏಳು ಏಳು ನೋಡು ಬಾಪು ಬಂದಿದ್ದಾರೆ. ನಿನ್ನನ್ನು ಕರೆಯುತ್ತಿದ್ದಾರೆ. ಎಂದು ಹೇಳುತ್ತಿದ್ದರೂ 'ಮಹಾದೇವಸಿಂದ ಹರ ಇಲ್ಲ' ಶಿವ ಇಲ್ಲ. ಸುಶೀಲಾಗೆ ಮಹಾದೇವನ ಪ್ರಾಣ ಹೋಗಿರುವುದು ಗೊತ್ತಾಯಿತು. ಮಹಾದೇವ ಹೃದಯಾಘಾತಕ್ಕೆ ಒಳಗಾಗಿದ್ದ. ಗಾಂಧಿಯ ಭವಿಷ್ಯದ ಬಗ್ಗೆ ಅತಿಯಾಗಿ ತಲೆಕೆಡಿಸಿಕೊಂಡಿದ್ದ. ಗಾಂಧಿಗೆ ಏನಾದರೂ ಆಗಬಹುದೇನೋ ಎನ್ನುವ ಭೀತಿಯೇ ಕ್ಷಣ ಕ್ಷಣವೂ ಅವನನ್ನು ಕಾಡುತ್ತಿತ್ತು.

ಅಲ್ಲಿದ್ದವರಿಗೆಲ್ಲಾ ಈ ಘಟನೆ ಆಘಾತಕಾರಿ ಎನಿಸಿತು. ಇದೊಂದು ದೊಡ್ಡ ದುರಂತ. ಬಾಪು ಮತ್ತು ಬಾರಂತೂ ಮಹಾದೇವನ ಅಗಲಿಕೆಯನ್ನು ಭರಿಸಲಾರದೆ ಹೋದರು. ಆದರೂ ಮಹಾದೇವನ ಅಂತ್ಯ ಸಂಸ್ಕಾರಕ್ಕೆ ವ್ಯವಸ್ಥೆ ಮಾಡಿದರು. "ಮಗು ಮಹಾದೇವ ದೇವರು ನಿನ್ನನ್ನು

ಕಾಪಾಡಲಿ. ನಿನ್ನ ಋಣಕ್ಕೆ ನಾನೇನು ನೀಡಲಿ ಮಗು?" ಎಂದು ಗೋಳಾಡಿದ. ಮಹಾದೇವದೇಸಾಯಿ ಬ್ರಾಹ್ಮಣ, ಬ್ರಾಹ್ಮಣನ ಸಾವು ಕೇಡಿನ ಸೂಚನೆ ಎನ್ನುವುದು ಬಾಳ ನಂಬಿಕೆಯಾಗಿತ್ತು. ಅವನನ್ನು ನೆನೆಸಿಕೊಂಡಷ್ಟೂ ಅಳು ಹೆಚ್ಚಾಗುತ್ತಿತ್ತು. "ಬಾಪು ದೇವರು ಅವನನ್ನು ಕರೆಸಿಕೊಳ್ಳುವ ಬದಲು ನನ್ನನ್ನು ಕರೆಸಿಕೊಳ್ಳಬಾರದಿತ್ತೆ? ದೇವರು ಹೀಗೆ ಮಾಡಿದ್ದು ಯಾವ ನ್ಯಾಯ" ಎಂದು ಬಿಕ್ಕಿಬಿಕ್ಕಿ ಅಳುವುದನ್ನು ಗಾಂಧಿಗೂ ನೋಡಲಾಗಲಿಲ್ಲ. ಸಮಾಧಾನ ಮಾಡಲೂ ಸಾಧ್ಯವಾಗಲಿಲ್ಲ.

ರಾತ್ರಿ ಹಿಂತಿರುಗಿದ ಮೇಲೆ 'ಬಾ' ಬಾಪುವಿಗೆ "ಇದು ಕೆಟ್ಟ ಸೂಚನೆ ಅಲ್ಲವೇನು?" ಎಂದು ಕೇಳಿದಳು.

"ಹೌದು ಇದು ಕೆಟ್ಟ ಸೂಚನೆಯೇ? ಆದರೆ ನಮಗಲ್ಲ ನಮ್ಮನ್ನಾಳುತ್ತಿರುವ ಬಿಳಿಯರ ಸರಕಾರಕ್ಕೆ" ಎಂದ.

ಸುಶೀಲಾಗೆ ಮಹಾದೇವನ ಸಾವು ದೇಶಕ್ಕಾಗಿ ಮಾಡಿದ ಆತ್ಮಾರ್ಪಣವೆನಿಸಿತು.

ಮಹಾದೇವನ ಸಾವು ಒಂದು ರೀತಿಯಲ್ಲಿ ಜೈಲು ಅಧಿಕಾರಿಗಳ ಮನಸ್ಸನ್ನು ಮಾರ್ದವಗೊಳಿಸಿತು. ನಿಯಮ ನಿರ್ಬಂಧಗಳನ್ನು ಸ್ವಲ್ಪ ಸಡಿಲಿಸಿದರು. ರಾಜಕೀಯ ಪತ್ರವ್ಯವಹಾರಕ್ಕೆ ಅವಕಾಶವಿಲ್ಲವಾದರೂ ಕೌಟುಂಬಿಕ ವಿಷಯಗಳಿಗೆ ಸಂಬಂಧಿಸಿದಂತೆ, ಮನೆಯವರಿಗೆ, ಬಂಧುಗಳಿಗೆ ಪತ್ರಗಳನ್ನು ಬರೆಯಲು ಅನುಮತಿ ನೀಡಿದರು. ಅನುಮತಿ ಸಿಕ್ಕಿದ್ದೇ, ಸರೋಜಿನಿ ನಾಯ್ಡು ಮಗಳಿಗೆ ಬರೆದು ಬಟ್ಟೆಗಳನ್ನು ತರಿಸಿಕೊಂಡಳು. ಸುಶೀಲಾಗೆ ಬಾ, ತಾಯಿ ಮತ್ತು ಮನೆಯವರಿಗೆ ಪತ್ರ ಬರೆದು ಯೋಗಕ್ಷೇಮ ವಿಚಾರಿಸುವಂತೆ ಹೇಳಿದಳು. ತನ್ನ ಮಗ ದೇವದಾಸನಿಗೂ ಸುಶೀಲಾಳಿಂದ ಪತ್ರ ಬರೆಸಿದಳು.

ಯಾಂತ್ರಿಕತೆ ಬಾಳನ್ನು ಬಹಳವಾಗಿ ಕಾಡುತ್ತಿತ್ತು. ಮಾಡುವುದಕ್ಕೆ ಕೆಲಸಗಳೇನೂ ಇರುತ್ತಿರಲಿಲ್ಲ. ಶನಿವಾರಗಳಂದು ಮಹಾದೇವ ದೇಸಾಯಿ ಸಮಾಧಿಯ ಬಳಿ ಹೋಗಿ ಪುಷ್ಪಗಳನ್ನು ಅರ್ಪಿಸಿ ಕೆಲಹೊತ್ತು ಕುಳಿತು ಬರುತ್ತಿದ್ದಳು. ಯಾವುದರಲ್ಲೂ ಮನಸ್ಸಿಲ್ಲದೆ ಹೋಗುತ್ತಿತ್ತು. ನೂಲುವುದನ್ನೂ ಮಧ್ಯೆ ಮಧ್ಯೆ ಬಿಡುತ್ತಿದ್ದಳು.

ಇದ್ದುದರಲ್ಲಿ ಮೀರಾಬೆನ್ ತನ್ನ ಜೈಲು ದಿನಗಳನ್ನು ಉತ್ಸಾಹದಿಂದಲೇ ಕಳೆಯುತ್ತಿದ್ದಳು. ಜೈಲಿನ ವೈದ್ಯರ ಜೊತೆ ಗೆಳೆತನ ಬೆಳೆಸಿಕೊಂಡಿದ್ದು ಅವರ ಜೊತೆ ಕೇರಮ್ ಆಡುತ್ತಿದ್ದಳು. ಒಮ್ಮೊಮ್ಮೆ ಬಾಳನ್ನು ಕರೆದು ತಂದು ಅವಳಿಗೂ ಆಡುವುದನ್ನು ಕಲಿಸುತ್ತಿದ್ದಳು. ಕಲಿತು ಆಡಿದರೂ ಸೋಲುತ್ತಿದ್ದುದು ಬಾಗೆ ಬಹಳ ಬೇಸರ ಉಂಟುಮಾಡಿತ್ತು. ಮೀರಾ ಅವಳ ಬೇಸರಕ್ಕೆ ಕಾರಣ ತಿಳಿದು ಬೇಕೆಂದೇ ಆಟದಲ್ಲಿ ಸೋಲುತ್ತಿದ್ದಳು. ಈ ಆಟದಲ್ಲಿ ಮಗ್ನಳಾಗಿದ್ದುದರಿಂದ ಕೇಡಿನ ಭೀತಿಯಿಂದ ಬಾ ಸ್ವಲ್ಪ ದೂರವಿದ್ದಳು.

ಯಾವುದೇ ಕೆಲಸಗಳಲ್ಲಿ ಮಗ್ನಳಾಗಿದ್ದರೂ ಥಟ್ಟನೆ ಒಮ್ಮೊಮ್ಮೆ ಬ್ರಾಹ್ಮಣನ ಸಾವು ನೆನಪಿಗೆ ಬರುತ್ತಿತ್ತು. ಅಸ್ಪೃಶ್ಯರ ಬಗ್ಗೆ ಮೃದು ಭಾವನೆ ಇದ್ದರೂ ಜಾತಿವ್ಯವಸ್ಥೆಯಲ್ಲಿನ ನಂಬಿಕೆ ಸಾಂಪ್ರದಾಯಿಕವಾಗಿತ್ತು. ಬ್ರಾಹ್ಮಣರ ಶ್ರೇಷ್ಠತೆಯನ್ನು ಒಪ್ಪಿಕೊಂಡಿದ್ದಳು. ಆದ್ದರಿಂದಲೇ ಬ್ರಾಹ್ಮಣ ಜಾತಿಯ ಅಡುಗೆಯವನ ಬಗ್ಗೆ ಜೈಲಿನಲ್ಲಿದ್ದರೂ ಬಹಳ ಗೌರವವಿರಿಸಿಕೊಂಡು, 'ಮಹಾರಾಜ್'

ಎಂದು ಕರೆಯುತ್ತಿದ್ದುದೇ ಅಲ್ಲದೆ ಅವನಿಗೆ ಸಣ್ಣ ಪುಟ್ಟ ದಾನ ಧರ್ಮಗಳನ್ನು ಮಾಡುತ್ತಿದ್ದಲು. ಅಂಥಾದ್ದರಲ್ಲಿ ಬ್ರಾಹ್ಮಣ ಜಾತಿಗೆ ಸೇರಿದ ಮಹಾದೇವದೇಸಾಯಿನ ಸಾವು ಅವಳನ್ನು ತುಂಬಾ ಕಾಡುತ್ತಿತ್ತು. ಅದರಿಂದ ಕೇಡಾಗಬಹುದೆಂಬ ಭೀತಿಯಿಂದ, ಪರಿಹಾರೋಪಾಯಗಳನ್ನು ಯೋಚಿಸುತ್ತಿದ್ದಲು. ಇದ್ದಕ್ಕಿದ್ದಂತೆ, ಪಾಪದ ಉಪಶಮನವನ್ನು ಮನಸ್ಸಿನಲ್ಲಿ ಇಟ್ಟುಕೊಂಡು, ಏಕಾದಶಿಯಂದು ಮತ್ತು ಸೋಮವಾರಗಳಂದು ಮತ್ತು ಬರುವ ಹುಣ್ಣಿಮೆಗಳಲ್ಲಿ ಉಪವಾಸ ಮಾಡುವುದಾಗಿ ಸುಶೀಲಾಗೆ ತಿಳಿಸಿದಲು. ಸುಶೀಲಾ ಮತ್ತು ಗಾಂಧಿ, ಬಾಗೆ ಕ್ಯಾಲೆಂಡರ್ ಓದಲು ಬರುವುದಿಲ್ಲವಾಗಿ, ಅಮಾವಾಸ್ಯೆ ಮತ್ತು ಹುಣ್ಣಿಮೆಗಳನ್ನು ಬೇರೆ ಬೇರೆ ಬಣ್ಣದ ಸ್ಯಾಹಿಗಳಿಂದ ಗುರುತಿಸಿ ಇಟ್ಟಿದ್ದು, ಕೆಂಪು ಗುರುತಿದ್ದರೆ ಹುಣ್ಣಿಮೆ, ನೀಲಿ ಗುರುತಿದ್ದರೆ ಅಮಾವಾಸ್ಯೆ ಎಂದು ಅರ್ಥಮಾಡಿಕೊಳ್ಳುತ್ತಿದ್ದಲು. ಆ ದಿನಗಳಲ್ಲಿ ಉಪವಾಸ ಮಾಡುತ್ತಿದ್ದಲು.

ಗಾಂಧಿಯೂ ಸೇರಿದಂತೆ ರಾಜಕೀಯ ಕೈದಿಗಳೆಲ್ಲರೂ ಒಂದು ಬಗೆಯ ಹತಾಶೆ, ನಿರಾಶೆ, ಬೇಸರ. ಅಸ್ವಸ್ಥತೆಗಳನ್ನು ಅನುಭವಿಸತೊಡಗಿದರು. ಎಲ್ಲಕ್ಕಿಂತ ನಿಷ್ಕ್ರಿಯ ಬದುಕು ಅವರನ್ನು ಮತ್ತು ಕಾಡಿತು. ಎಲ್ಲರಿಗಿಂತ ಹೆಚ್ಚಿನ ಕಾಲದ ಜೈಲುವಾಸ ಬಾಪುವಿನದಾಗಿತ್ತು. ಬಾಪುವಿಗೆ ಇದ್ದಕ್ಕಿದ್ದಂತೆ ಈಗಿರುವ ಮನಃಸ್ಥಿತಿಯಿಂದ, ನಿಷ್ಕ್ರಿಯತೆಯಿಂದ ದೂರವಾಗಬೇಕಾದರೆ ಮತ್ತೆ ಆಶ್ರಮದ ಪರಿಸರವನ್ನು ತಾವಿದ್ದಲ್ಲಿಯೇ ಸೃಷ್ಟಿಸಿಕೊಳ್ಳುವುದಾಗಿತ್ತು. ಅದಕ್ಕಾಗಿ ಒಂದು ವೇಳಾಪಟ್ಟಿಯನ್ನು ಸಿದ್ಧಪಡಿಸಿದ. ಇದರಿಂದಾಗಿ ಒಂದು ನಿಮಿಷವೂ ಬಿಡುವಿಲ್ಲದ ಚಟುವಟಿಕೆಗಳಲ್ಲಿ ತೊಡಗಿರುವುದು ಸಾಧ್ಯವಿತ್ತು. ಈಗಂತೂ ಬಾ ಮತ್ತು ಬಾಪು ತಮ್ಮ ಹಣ್ಣಾಗುತ್ತಿದ್ದ ವಯಸ್ಸಿನಲ್ಲಿ ಜೈಲಿನಲ್ಲಾದರೂ ಜೊತೆಗಿದ್ದರು. ಇದನ್ನು 'ಬಾ'ಗೆ ಮತ್ತು ಶಿಕ್ಷಣ ತರಬೇತಿ ಯೋಜನೆ ಮೂಲಕ ಸದುಪಯೋಗ ಪಡಿಸಿಕೊಳ್ಳಬಹುದೆಂದು ಯೋಚಿಸಿ ಕಾರ್ಯೋನ್ಮುಖಿನಾದ.

ಇಷ್ಟು ವರ್ಷಗಳಲ್ಲಿ ಬಾ ಸ್ವಲ್ಪ ಮಟ್ಟಿಗೆ ಹರುಕು ಮುರುಕು ಇಂಗ್ಲಿಷನ್ನು ಬಲ್ಲವಳಾಗಿದ್ದಲು. ತನ್ನ ಮಾತೃಭಾಷೆಯಲ್ಲಿ ಓದುವುದನ್ನು ಬರೆಯುವುದನ್ನೂ ಕಲಿತಿದ್ದಲು. ಬಾಪು ಈಗ ಅವಳಿಗೆ, ಇತಿಹಾಸ, ಭೂಗೋಳ ಶಾಸ್ತ್ರಗಳಲ್ಲಿ ಪ್ರಾಥಮಿಕ ವಿವರಗಳನ್ನು ಬೋಧಿಸಿದ ಭಗವದ್ಗೀತೆಯನ್ನಂತೂ ಪೂರ್ತಿಯಾಗಿ ಬಾಯಿಪಾಠ ಮಾಡಿಬಿಟ್ಟಿದ್ದಲು. ಅಂತೂ ಇಂತೂ ಈ ಹೊಸ ಶಿಕ್ಷಣ ತರಗತಿಗಳಿಂದ ಖುಷಿಪಟ್ಟಲು. ಆದರೆ ಬರವಣಿಗೆಯಲ್ಲಿ ಅಷ್ಟು ಪಳಗಿರಲಿಲ್ಲ. ಅದಕ್ಕಾಗಿ ಬರೆಯುವುದನ್ನು ಅಭ್ಯಾಸ ಮಾಡಿಕೊಳ್ಳಲು ಸೂಚಿಸಿದ. ಸ್ಲೇಟಿನಲ್ಲಿ ಬರೆದು ಬರೆದು ಅಭ್ಯಾಸ ಮಾಡುತ್ತಿದ್ದವಳಿಗೆ , ಜೈಲಿನಲ್ಲಿ ಯಾರಾದರೂ ನೋಟ್ ಬುಕ್ ಬೇಕೆಂದು ಕೇಳಿದರೆ, ಅದನ್ನು ಕೊಡುತ್ತಾರೆಂದು ತಿಳಿದು, ಜೈಲು ಅಧಿಕಾರಿಗಳನ್ನು ಕೇಳಿ ನೋಟ್‌ಬುಕ್ ತರಿಸಿಕೊಂಡಲು.

ಆದರೆ ಬಾಪು ಸುಮ್ಮನಿರದೆ, "ಮಾಡಲು ಚೆನ್ನಾಗಿ ಬರೆಯುವುದನ್ನು ಸ್ಲೇಟನ ಮೇಲೆ ಅಭ್ಯಾಸ ಮಾಡು, ನಂತರ ಪುಸ್ತಕದಲ್ಲಿ ಬರೆಯುವಿಯಂತೆ" ಎಂದು ಹೇಳಿದ್ದೇ 'ಬಾ'ಗೆ ತೀರಾ ಅವಮಾನವಾದಂತಾಗಿ, ಸಿಟ್ಟಿನಿಂದ, ಸ್ಲೇಟನ್ನು ತೆಗೆದುಕೊಂಡು ಹೋಗಿ ಬಾಪುವಿನ ಮುಂದೆ ಇರಿಸಿ, ಗಟ್ಟಿನಿರ್ಧಾರದೊಂದಿಗೆ "ತೊಗೊಳ್ಳಿ, ಇನ್ನು ನಾನು ಕಲಿತದ್ದು ಸಾಕು, ಈ ಜನ್ಮಕ್ಕೆ ಇಷ್ಟು ಕಲಿಸಿದ್ದೀರಿ, ಬಹಳ ಧನ್ಯವಾದಗಳು. ಬರುತ್ತೇನೆ" ಎಂದು ಸರಸರನೆ, ಬಾಪು ತಪ್ಪಾಯಿತು ಎಂದು ಹೇಳುತ್ತಿದ್ದರೂ ಕೇಳಿಸಿಕೊಳ್ಳದೆ ಹೊರಟುಹೋದಲು. ಪ್ಯಾರೇಲಾಲನಿಗೆ ವಿಷಯ ತಿಳಿದು ಇಬ್ಬರ ನಡುವೆ ರಾಜಿ ಮಾಡಿಸಲು ಪ್ರಯತ್ನಿಸಿದರೂ ಸಾಧ್ಯವಾಗಲಿಲ್ಲ. ಪ್ಯಾರೇಲಾಲ 'ಬಾ'ಗೆ

ತಂದುಕೊಟ್ಟ ನೋಟ್ ಬುಕ್ಕನ್ನು ಕೈಲಿಹಿಡಿದು ಬಾಪು ಇದ್ದಲ್ಲಿಗೆ ಹೋದಳು. "ನನಗೆ, ಅಂದರೆ ನನ್ನಂಥ ನಿರಕ್ಷರಕುಕ್ಷಿಗೆ ನೋಟ್ ಬುಕ್ಕಿನ ಅವಶ್ಯಕತೆ ಏನಿದೆ. ನೀವೇ ಇರಿಸಿಕೊಳ್ಳಿ. ನಿಮಗೇ ಕೆಲಸಕ್ಕೆ ಬರುತ್ತೆ!" ಎಂದವಳೇ ಹೊರಟುಬಿಟ್ಟಳು.

ಇದರೊಂದಿಗೆ 'ಬಾ'ಳ ವಿದ್ಯಾಭ್ಯಾಸದ ಘಟ್ಟ ಕೊನೆಯಾಯಿತು.

ಅವರಿಬ್ಬರ ನಡುವಿನ ಮನಸ್ತಾಪ, ಸಿಟ್ಟುಗಳು ಬಹಳ ದಿನ ಉಳಿಯಲಿಲ್ಲ. ಕಚ್ಚಾಡುತ್ತಲೇ ಒಬ್ಬರನ್ನೊಬ್ಬರು ಅತಿಯಾಗಿ ಪ್ರೀತಿಸುತ್ತಿದ್ದರು. ಯಾರೊಬ್ಬರು ಕಾಣದಿದ್ದರೂ ಮುದಿ ಮನಸ್ಸುಗಳು ಆತುರ, ಕಾತುರಗಳಿಂದ ಚಡಪಡಿಸುತ್ತಿದ್ದವು.

ಗಾಂಧಿ ತಾನಿದ್ದಲ್ಲಿಂದಲೇ ಸರಕಾರ ಮತ್ತು ಬೇರೆ ಬೇರೆ ಅಧಿಕಾರಿಗಳಿಗೆ ಪತ್ರಗಳನ್ನು ಬರೆಯುತ್ತಿದ್ದ, ಒಮ್ಮೊಮ್ಮೆ ಬಹಳ ಗಂಭೀರವಾಗಿ, ವೈಸರಾಯಿಗೆ ಬುದ್ಧಿ ಮಾತನ್ನು ಹೇಳುವಂತಹ ಪತ್ರ ಬರೆಯುತ್ತಿದ್ದ. ಅದೇ ಸಮಯದಲ್ಲಿ ಅಲ್ಲಿಗೆ ಬಂದ ಬಾ,

"ಇಷ್ಟೊಂದು ತನ್ಮಯರಾಗಿ ಏನನ್ನು ಮಾಡುತ್ತಿದ್ದೀರಿ?"

"ನೋಡುತ್ತಿರುವೆಯಲ್ಲ, ಪತ್ರ ಬರೆಯುತ್ತಿದ್ದೇನೆ"

"ಯಾರಿಗೆ"

"ವೈಸ್‌ರಾಯ್‌ರಿಗೆ, ಇಲ್ಲ ಸಲ್ಲದ ಸುಳ್ಳುಗಳನ್ನು ಸೃಷ್ಟಿಸಿ, ಅಪಪ್ರಚಾರ ಮಾಡುತ್ತಿದ್ದಾರೆ. 'ಭಾರತಬಿಟ್ಟು ತೊಲಗಿ' ಆಂದೋಲನ ಕುರಿತು ಏನೇನನ್ನೋ ಹಬ್ಬಿಸುತ್ತಿದ್ದಾರೆ. ಹಿಂಸಾತ್ಮಕ ರೀತಿಯಲ್ಲಿ ಬ್ರಿಟಿಷ್ ಸಾಮ್ರಾಜ್ಯದ ಉಚ್ಛಾಟನೆಯ ಉದ್ದೇಶದೊಂದಿಗೆ ಈ ಆಂದೋಲನ ನಡೆಸುತ್ತಿದ್ದಾರೆ, ಎಂದೆಲ್ಲ ಪ್ರಚಾರ ಮಾಡಿ ಬೇರೆ ಬೇರೆ ರಾಷ್ಟ್ರಗಳ ಸಹಾನುಭೂತಿಗೆ ಪ್ರಯತ್ನಿಸುತ್ತಿದ್ದಾರೆ. ಹೀಗಾದರೆ, ಜಗತ್ತಿನ ಜನರು ನಮ್ಮ ಬಗ್ಗೆ ಯಾವ ಭಾವನೆ ತಳೆಯ ಬಹುದೆಂಬ ಚಿಂತೆಯಾಗಿದೆ. ನಿನಗೇ ಗೊತ್ತಿದೆ. ನಾವು ಹೋರಾಟ ಆರಂಭಿಸುವುದಕ್ಕೂ ಮೊದಲೇ ನಮ್ಮನ್ನೆಲ್ಲ ಜೈಲಿಗೆ ಅಟ್ಟಿದ್ದಾರೆ. ಹೀಗಿರುವಾಗ ಹಿಂಸೆಯ ಹೋರಾಟಕ್ಕೆ ಅವಕಾಶವೆಲ್ಲಿದೆ?"

"ಹಾಗಾದರೆ ಈ ವಿಷಯದಲ್ಲಿ ನೀವು ಏನು ಮಾಡಬೇಕೆಂದಿದ್ದೀರಿ? ಅವರ ವಿಚಾರಗಳನ್ನು ಸರಿತಿದ್ದುವ ಬಗೆ ಹೇಗೆ? ಅವರು ಹಬ್ಬಿಸುತ್ತಿರುವ ವದಂತಿಗಳು ಸುಳ್ಳು ಎಂದು ಸಾಬೀತು ಪಡಿಸುವಿರಿ ಹೇಗೆ? ಒಂದೆರಡು ಕ್ಷಣ ಸುಮ್ಮನಿದ್ದು.

"ಬಹುಶಃ ಉಪವಾಸ ಕೂರುವ ಆಲೋಚನೆಯೇನೂ ಸದ್ಯಕ್ಕೆ ಇಲ್ಲ ತಾನೇ?"

ಗಾಂಧಿ ಜೋರಾಗಿ ನಕ್ಕುಬಿಟ್ಟ,

"ನನಗೆ ಉಪವಾಸದ ಹೊರತು ಬೇರೇನೂ ತಿಳಿದಿಲ್ಲವೆಂದು ನಿನ್ನ ಭಾವನೆಯೇ?"

"ಬರಿ ಭಾವನೆಯೇನೂ ಅಲ್ಲ. ನಿಮ್ಮನ್ನು ಎಷ್ಟೋ ವರ್ಷಗಳಿಂದ ನೋಡಿದ್ದೇನೆ. ನಿಮ್ಮನ್ನು ನಿಮ್ಮ ಮನಸ್ಸನ್ನು ಅರ್ಥಮಾಡಿಕೊಂಡಿದ್ದೇನೆ. ನಿಮಗೆ ಉಪವಾಸಕ್ಕಿಂತ ಪ್ರಬಲವಾದ ಅಸ್ತ್ರ ಹೊಳೆಯುವುದೇ ಇಲ್ಲ ಎಂದು ಅನುಭವದಿಂದ ನಂಬಿದ್ದೇನೆ."

"ಹೋಗಲಿ ಇದರ ಹೊರತಾಗಿ ಬೇರೇನನ್ನು ತಾನೇ ನನಗೆ ಮಾಡಲು ಸಾಧ್ಯವಿದೆ? ನೀನೇ ಹೇಳು."

"ನಿಜ, ನೀವು ನಂಬಿರುವುದರಲ್ಲಿ ಸತ್ಯವಿದೆ. ಅದು ನಿಮಗೆ ಪಾಶುಪತಾಸ್ತ್ರದಂತೆ! ಪರಿಣಾಮ ಮಾಡದೆ ಇರುವುದಿಲ್ಲ. ನನ್ನ ಆತಂಕವೆಲ್ಲ ನಿಮ್ಮ ಆರೋಗ್ಯ ಕುರಿತು. ಪ್ರತಿಸಲವೂ ಉಪವಾಸ ಮಾಡಿದಾಗಲೆಲ್ಲಾ ನಿಮ್ಮ ಆರೋಗ್ಯ ಚಿಂತಾಜನಕವಾಗುತ್ತದೆ. ಅದಕ್ಕಷ್ಟು ಹೆದರುತ್ತೇನೆ. ನಿಜವಾಗಿಯಾ ಈ ನಿಮ್ಮ ಉಪವಾಸ ಬ್ರಿಟಿಷರಿಗೆ ಪಾಠ ಕಲಿಸುತ್ತದೆ ಎನ್ನುವುದಾದರೆ, ನಾನು ಯಾವಾಗಲೂ ನಿಮ್ಮ ಜೊತೆಗಿರುತ್ತೇನೆ. ಆದರೆ ಪ್ರಾಣಕ್ಕೇ ಸಂಚಕಾರ ತರಬಹುದಾದ ಉಪವಾಸ ಮಾಡಲೇ ಬೇಕೇ? ವಿನಾಕಾರಣ ಸರಕಾರದ ಜೊತೆ ಜಗಳವಾದರೂ ಯಾಕೆ ಮಾಡಬೇಕು? ಇದೇ ಹೋರಾಟ ಎಷ್ಟು ದಿನಾಂತ ಮುಂದುವರಿಯುತ್ತೆ? ಜನರು ಸಹಿಸಿಕೊಳ್ಳುವುದಾದರೂ ಹೇಗೆ? ಇದರ ಪರಿಣಾಮ ಏನಾಗಬಹುದೆಂದು ಯೋಚಿಸಿದ್ದೀರಾ? ಸಾವು, ನೋವು ಸಂಕಟಗಳಲ್ಲದೆ ಬೇರೇನೂ ಉಳಿಯಲಾರದು."

"ಅಂದರೆ ನಿನ್ನ ಮಾತಿನ ಅರ್ಥ? ಅವರ ಮುಂದೆ ಹೋಗಿ, ಮಾಡಿದ್ದು ತಪ್ಪಾಯಿತು ಎಂದು ಹೇಳಿ ಕ್ಷಮೆಯಾಚಿಸಬೇಕೇ?"

"ನಾವು ಯಾಕೆ ಕ್ಷಮೆ ಬೇಡಬೇಕು... ನಾನು ಹಾಗೆ ಮಾಡಿ ಎಂದು ಹೇಳುವ ಉದ್ದೇಶವಿರಿಸಿ ಕೊಂಡಿರಲಿಲ್ಲ. ಅನ್ಯ ಮಾರ್ಗಗಳಿವೆಯೇನೋ! ಎಂದು ಯೋಚಿಸಲು ಕೊಟ್ಟ ಸೂಚನೆಯಾಗಿತ್ತು... ಎಷ್ಟೊಂದು ಮಂದಿ ಹೆಣ್ಣು ಮಕ್ಕಳು ಜೈಲುಗಳಲ್ಲಿ ನರಕ ಅನುಭವಿಸುತ್ತಿದ್ದಾರೆ." ಹೀಗಿರುವಾಗ ಕ್ಷಮೆ ಬೇಡವುದು ಆತ್ಮಗೌರವ ಆತ್ಮಾಭಿಮಾನಗಳಿಗೇ ಅವಮಾನ ಮಾಡಿದಂತೆ!"

ಒಂದು ನಿಮಿಷ ಮೌನವಾಗಿದ್ದು ಮತ್ತೇನೋ ಆಲೋಚಿಸಿದ್ದಂತೆ ಮಾತು ಮುಂದುವರಿಸಿದಳು.

"ಈಗ ನಾವು ಮಾಡುವುದೇನೂ ಉಳಿದಿಲ್ಲ. ನೀವು ಮಾಡುತ್ತಿರುವುದಕ್ಕೆ ಅಂಟಿಕೊಂಡೇ ಮುಂದುವರೆಯಬೇಕು! ಈಗ ದೇಸಾಯಿ ನಮ್ಮನ್ನು ಅಗಲಿ ಹೋಗಿದ್ದಾನೆ. ಮುಂದಿನ ಸರದಿ ನನ್ನದೇ ಇರುತ್ತದೆ"

ಮಾತಿನಲ್ಲಿ ಭಾವುಕತೆ, ವಿಷಾದ, ಭವಿಷ್ಯಗಳು ಇದ್ದಂತೆ ಕೇಳಿಸಿತು.

ಏನೋ ಘಟ್ಟನೆ ಹೊಳೆದಂತೆ,

"ಬಾಪು ನಾನೊಂದು ಮಾತು ಕೇಳುತ್ತೇನೆ, ನೀವೆಲ್ಲ ಯಾಕೆ ಬ್ರಿಟಿಷರನ್ನು ದೇಶ ಬಿಟ್ಟು ಹೋಗಲು ಒತ್ತಾಯಿಸುತ್ತಿದ್ದೀರಿ? ಭಾರತ ಒಂದು ವಿಶಾಲ ರಾಷ್ಟ್ರವಾಗಿದೆ. ಎಷ್ಟೊಂದು ಜನಾಂಗಗಳು ಇಲ್ಲಿಗೆ ಬಂದು ನೆಲೆಸಿವೆ. ಹೀಗಿರುವಾಗ ನಮ್ಮ ಜೊತೆ ಅವರೂ ಹೊಂದಿಕೊಂಡು ಇರಬಹುದಲ್ಲವೇ? ಅವರಿಗೆ, ಸಹೋದರರಂತೆ, ನಮ್ಮ ಜೊತೆ ಬಾಳಲು ಹೇಳಿ...ಅಷ್ಟಕ್ಕೆ ಈ ಎಲ್ಲಾ ಹೋರಾಟ, ಪ್ರತಿಭಟನೆ, ಹಿಂಸೆ ಎಲ್ಲಕ್ಕೂ ಕೊನೆಯಾಗುತ್ತದೆ."

"ನಿನ್ನ ವಿಚಾರಗಳು ನನಗೂ ಸಹಮತವೇ, ನಾನು ಅವರನ್ನು ದೇಶಬಿಟ್ಟು ಹೋಗಲು ಹೇಳುತ್ತಿರುವುದು ಸೋದರರಾಗಿ ಅಲ್ಲ, ಪ್ರಭುಗಳಾಗಿ!! ನಮ್ಮನ್ನು ಆಳುವ ಪ್ರಭುಗಳಾಗಿ ನಮಗೆ ಬೇಡ. ಸೋದರರಾಗಿ ಇರುವುದಾದರೆ ಇರಿ ಎಂದೇ ಹೇಳುತ್ತಿರುವುದು."

ಸುಶೀಲಾ ಮತ್ತು ಬಾ ಬಿಡುವಾಗಿ ಕುಳಿತು. ಮಾತಾಡುತ್ತಿದ್ದರು. ಜೊತೆ ಜೊತೆಗೇ ಸುಶೀಲಾ 'ಬಾ'ಳ ಕಾಲುಗಳನ್ನು ನೀವುತ್ತಿದ್ದಳು. 'ಬಾ' ಯಾವುದೋ ಆಲೋಚನೆಯಿಂದ ಹೊರಬಂದಂತೆ, "ಸುಶೀಲಾ, ಬಾಪು ಬ್ರಿಟಿಷರಿಗೆ ಸೋದರರಂತೆ ಇರಿ ಎಂದು ಹೇಳಿದರಂತೆ, ಆದರೆ ಅದಕ್ಕೆ ಅವರು ಒಪ್ಪದೆ ನಿಮ್ಮನ್ನಾಳುವ ಅರಸರಂತೆ, ಸರಕಾರದಂತೆ ಇರುತ್ತೇವೆ ಎಂದು ಹಠ ಮಾಡುತ್ತಿದ್ದಾರಂತೆ?" ಎಂದು ಮುಗ್ಧವಾಗಿ ಹೇಳಿದಳು.

"ಹೌದು ಬಾ ನಾವು ಬಯಸುವಂತೆ, ಅವರೂ ನಮ್ಮೊಂದಿಗೆ ಬೇರೆಲ್ಲರೂ ಇರುವಂತೆ ಹೊಂದಿಕೊಂಡಿದ್ದರೆ, ನಮಗೆ ಯಾವ ಅಭ್ಯಂತರವೂ ಇರುವುದಿಲ್ಲ. ಆದರೆ ಅವರು ನಮ್ಮ ಮಾತನ್ನು ಕೇಳಿಸಿಕೊಳ್ಳುತ್ತಿಲ್ಲ."

"ಸುಶೀಲಾ, ಬಾಪು ಉಪವಾಸ ಮಾಡುತ್ತಾರೆ ಅನಿಸುತ್ತಿದೆಯೇ? ನನಗೆ ಅವರದೇ ಚಿಂತೆ' ಅವರು ಎಷ್ಟು ದಿನ ಉಪವಾಸ ಕೂರುತ್ತಾರೋ ಯಾರಿಗೂ ಕಲ್ಪನೆಯಿಲ್ಲ. ಈ ಉಪವಾಸದಿಂದ ಅವರನ್ನು ತಪ್ಪಿಸಲು ಸಾಧ್ಯವಿಲ್ಲವೇ?"

"ಬಾ ಬಾಪು ಯಾರ ಮಾತನ್ನೂ ಕೇಳುವುದಿಲ್ಲ ಎಲ್ಲರಿಗೂ ಅವರ 'ಉಪವಾಸ'ದ ಚಿಂತೆ ಕಾಡುತ್ತಿದೆ. ಪ್ಯಾರೇಲಾಲ ನೆನ್ನೆ ನನ್ನ ಬಳಿ ಬಂದಾಗಲೂ, ಬಾಪು ಎಷ್ಟು ದಿನದ 'ಉಪವಾಸ'ವನ್ನು ತಾಳಿಕೊಳ್ಳಬಹುದು? ವಯಸ್ಸು, ದುರ್ಬಲ ಶರೀರ–ಇಂಥಾ ಸ್ಥಿತಿಯಲ್ಲಿ ದೀರ್ಘ ಉಪವಾಸ ಹಿಡಿದರೆ ಏನುಗತಿ ಎಂಬುದೇ ಚಿಂತೆಯಾಗಿದೆ ಎಂದು ಹೇಳಿದ. ವೈಸ್‌ರಾಯ್‌ರವರಿಗೆ ಇದೇ ವಿಚಾರವಾಗಿ ಏನೋ ಬರೆಯುತ್ತಿದ್ದಾರೆಂದು ತಿಳಿದು ಬಂತು. ಸರೋಜಿನಿ ನಾಯ್ಡುರವರೂ ಇದನ್ನೇ ಯೋಚಿಸುತ್ತಿದ್ದಾರೆ."

"ನಾವೆಲ್ಲಾ ಹಠ ಹಿಡಿದು ಅವರ ಮನಸ್ಸನ್ನು ಬದಲಾಯಿಸಲಾಗುವುದಿಲ್ಲೇ?"

ಇಲ್ಲ ಬಾ ಬಾಪು ಹೇಳುವುದನ್ನು ಕೇಳುವುದೇ ಇಲ್ಲ. ಹೋದಸಲ ಉಪವಾಸವಿದ್ದಾಗ ಐದನೇ ದಿನಕ್ಕೇ ಅವರು ತೀರಾ ಸುಸ್ತಾಗಿ ಬಿಟ್ಟರು. ಈಗ ಇನ್ನೂ ಹೆಚ್ಚಿನ ದಿನಗಳು ಮಾಡಿದರೆ ಎಲ್ಲಿ ಅವರು ನಮ್ಮ ಕೈಜಾರಿ ಹೋಗುತ್ತಾರೋ ಎಂದು ಹೆದರಿಕೆಯಾಗಿದೆ.

"ಸುಶೀಲಾ ನೀನು ಇಲ್ಲೇ ಕುಳಿತಿರು. ಬಾಪುವನ್ನು ಕಂಡು ವಿಷಯ ಏನೆಂದು ತಿಳಿದು ಬರುತ್ತೇನೆ." ಎಂದು ಬಿರಬಿರನೆ ಬಾಪುವಿನ ಕೋಣೆಯ ಕಡೆಗೆ ಹೋದಳು.

ಬಾಪು ಎಂದಿನಂತೆ ಬರೆಯುವುದರಲ್ಲಿ ತಲ್ಲೀನನಾಗಿದ್ದ. ಅವನು ಏನು ಬರೆಯುತ್ತಿದ್ದಾನೆ ಎಂದು ಪ್ರಶ್ನಿಸಲಿಲ್ಲ. ಆದರೆ ಅವಳೇ, "ಬಾಪು ನೀವು ವೈಸರಾಯರಿಗೆ ಬರೆಯುತ್ತಿರುವುದಾದರೆ, ಸ್ವಲ್ಪ ಗಟ್ಟಿಯಾಗಿಯೇ ತರಾಟೆಗೆ ತೆಗೆದುಕೊಂಡು ಬರೆಯಿರಿ. ಅವರು ಇಲ್ಲಿರುವುದು ಸರಿಯಲ್ಲವೆಂದು ಬೈದು ಬರೆಯಿರಿ. ನೀವು ಏನೇ ಬರೆದರೂ ನನ್ನ ಅಭ್ಯಂತರವಿಲ್ಲ. ಆದರೆ ಉಪವಾಸ ಸತ್ಯಾಗ್ರಹ ಮಾಡುತ್ತೇನೆಂದು ಮಾತ್ರ ಬರೆಯದಿರಿ.

ಅಲ್ಲಿಯೇ ನಿಂತಿದ್ದ ಸರೋಜಿನಿ ನಾಯ್ಡು, "ಚಿಂತೆ ಮಾಡಬೇಡಿ ಬಾ. ದೇವರ ಆದೇಶವಿಲ್ಲದೆ ಬಾಪು ಉಪವಾಸ ಮಾಡುವುದಿಲ್ಲ. ಇಲ್ಲಿಯವರೆಗೆ ದೇವರ ಆದೇಶ ಬಂದಿಲ್ಲವಾಗಿ ಉಪವಾಸ ಮಾಡುವುದಿಲ್ಲವೆನ್ನುವುದು ನಮಗೆಲ್ಲಾ ಗೊತ್ತು."

"ಅಯ್ಯೋ ಬಾಪುವನ್ನು ನೀವು ಅರ್ಥಮಾಡಿಕೊಂಡಿಲ್ಲ ಬಾಪುವೇ ತನಗೆ ಉಪವಾಸ ಮಾಡುವಂತೆ ದೇವರ ಆದೇಶ ಆಗಿದೆ ಎಂದರೆ?!"

ಅವಳ ತರ್ಕದ ಪ್ರಶ್ನೆಗೆ ಯಾರ ಬಳಿಯೂ ಉತ್ತರವಿರಲಿಲ್ಲ.

ಬಾಪು ಆ ಹೆಂಗಸರ ಮಾತುಗಳನ್ನು ಕೇಳಿಯೂ ಕೇಳಿಸಿ ಕೊಳ್ಳದಂತೆ ಅಲ್ಲಿಂದ ಎದ್ದು ಹೊರಡಲು ಅನುವಾದ. ಸರೋಜಿನಿ ನಾಯ್ಡು ಒಂದೆರಡು ಹೆಜ್ಜೆಯಲ್ಲಿ ಬಾಪುವಿನ ತೀರಾ ಸಮೀಪಕ್ಕೆ ಹೋದಳು.

"ಬಾಪು, ಉಪವಾಸದ ಬಗ್ಗೆ ಮತ್ತೊಮ್ಮೆ ಯೋಚಿಸಿ, 'ಬಾ' ಅದನ್ನು ಸಹಿಸಿಕೊಳ್ಳುವಷ್ಟು ಶಕ್ತಿಯನ್ನು ಹೊಂದಿಲ್ಲ. ನಮ್ಮ ಕೈ ಬಿಟ್ಟು ಹೋಗಲೂಬಹುದು" ಎಂದು ವಿನಯದಿಂದ ದುಃಖದಿಂದ ಹೇಳಿದಳು.

–ಬಾಪು ಸುಮ್ಮನೆ ಹೊರ ನಡೆದ.

ಮಾರನೇ ದಿನ ಪ್ರಾರ್ಥನೆಯ ನಂತರ ಸರೋಜಿನಿ ನಾಯ್ಡುವನ್ನು ಸ್ವಲ್ಪ ಹೊತ್ತು ತನ್ನ ಜೊತೆ ಇರಲು ಹೇಳಿದ. ರಾತ್ರಿಯೆಲ್ಲಾ ಬಾಪುವಿನ ಚಿಂತೆಯಲ್ಲಿ ನಿದ್ದೆಯಿಲ್ಲದ್ದರಿಂದ ಕಣ್ಣುಗಳು ಊದಿಕೊಂಡಿದ್ದವು.

"ಸರೋಜ ನೆನ್ನೆ ನೀನು 'ಬಾ'ಳ ಬಗ್ಗೆ ಹೇಳಿ ತುಂಬಾ ಆತಂಕಗೊಂಡಿದ್ದೆ. ಕೂಡಲೇ ನಿನ್ನ ಅನುಮಾನಗಳಿಗೆ ನಾನು ಉತ್ತರಿಸಲಿಲ್ಲ... ಈಗ ಹೇಳುತ್ತಿದ್ದೇನೆ.... ಬಾಳ ವಿಚಾರದಲ್ಲಿ ಇಷ್ಟೊಂದು ಹೆದರಬೇಕಾದ್ದಿಲ್ಲ. ಅವಳನ್ನು ನಾನು ಚೆನ್ನಾಗಿಬಲ್ಲೆ ಅವಳೊಟ್ಟಿಗೆ ಅರವತ್ತೆರಡು ವರ್ಷಗಳು ಸಂಸಾರ ಮಾಡಿದ್ದೇನೆ. ನಿಮ್ಮೆಲ್ಲರಿಗಿಂತ ಹೆಚ್ಚಿನ ಧೈರ್ಯವಿದೆ. ಎಂಥ ಸಂಕಟ ಪರಿಸ್ಥಿತಿಯಾದರೂ ತಡೆದುಕೊಳ್ಳಬಲ್ಲಳು. ನಿನಗೆ ಗೊತ್ತಿದೆ. ನೀನೊಮ್ಮೆ, ನನ್ನನ್ನು ನೋಡಲು ಜೈಲಿಗೆ ಬಂದಿದ್ದೆ ನಾನು ಸಾಯುವ ಸ್ಥಿತಿಯಲ್ಲಿದ್ದೆ. ಆಗ ಅವಳೂ ಅಲ್ಲಿದ್ದಳು. ನನಗೆ ನಾನು ಸಾಯುವುದು ಖಚಿತವೆಂದು ತೋರಿತು. 'ಬಾ'ಗೆ ಕೂಡಲೇ ನನ್ನ ವಸ್ತುಗಳನ್ನೆಲ್ಲಾ ತರಲು ಹೇಳಿದೆ. ತಂದ ಮೇಲೆ ಅಲ್ಲಿದ್ದ ಕೆಲಸದವರಿಗೆಲ್ಲ ಕೊಟ್ಟುಬಿಡುವಂತೆ ಹೇಳಿದೆ. ಹಾಗೆಯೇ ಮಾಡಿದಳು. ಒಂದಿಷ್ಟು ಅಳುಪಲ್ಲ' ಅಂಜಿಕೆಯಿಲ್ಲ. ಮನಸ್ಸನ್ನು ದೃಢವಾಗಿಸಿಕೊಂಡು ಬಂದಿದ್ದಳು. ಈಗಲೂ ನಾನು ಹಿಂದಿನ ರಾತ್ರಿಯೇ ಅವಳನ್ನು ಕರೆಸಿ, ಮೂರು ವಾರಗಳ ಉಪವಾಸ ಮಾಡುವುದಾಗಿ ತಿಳಿಸಿ, ಅದಕ್ಕೆ ಅಡ್ಡಿ ಹೇಳದೆ, ಸಂತೋಷದಿಂದ ಒಪ್ಪಿಗೆ ನೀಡುವಂತೆ ಹೇಳಿದೆ. ಕೊಟ್ಟಳು! ಅಲ್ಲಿಗೆ ಪರಿಹಾರವಾಯಿತಲ್ಲ". – ಎಂದು ಜೋರಾಗಿ ನಕ್ಕು, ಧೈರ್ಯವಾಗಿರುವಂತೆ ಸರೋಜಿನಿಗೆ ಬುದ್ಧಿ ಹೇಳಿದ.

1943ರ ಫೆಬ್ರವರಿ 10ನೇ ತಾರೀಖಿನಂದು, ಪ್ರಾರ್ಥನಾ ಸಭೆ ಸೇರಿತು. ಎಲ್ಲರೂ ಒಟ್ಟಿಗೆ ಪ್ರಾರ್ಥನೆ ಮುಗಿಸಿ, ಉಪಾಹಾರ ಸೇವಿಸಿದರು. ಮತ್ತೆ ಪ್ರಾರ್ಥನೆ ಮುಂದುವರೆಯುತ್ತಿದ್ದಂತೆ

ಉಪವಾಸ ಆರಂಭವಾಯಿತು. ಬರೀ ಸಪ್ಪೆ ನೀರನ್ನು ಮಾತ್ರವೇ ಸೇವಿಸಬೇಕಿತ್ತು. ತೀರಾ ದಣಿವಿನ ಅನುಭವವಾದಾಗ ಮಾತ್ರ ನೀರಿನ ಜೊತೆ ಹಣ್ಣಿನ ಒಂದೆರಡು ಹನಿಗಳನ್ನು ಬೆರೆಸಬಹುದಾಗಿತ್ತು.

ಎಂದಿನಿಂದಲೂ ಕಸ್ತೂರಬಾ ಗಾಂಧಿ ಉಪವಾಸಕ್ಕೆ ಕೂತಾಗಿನಿಂದ ಅವಳೂ ಉಪವಾಸ ಮಾಡುತ್ತಿದ್ದಳು. ದಿನಕ್ಕೆ ಒಪ್ಪೊತ್ತು ಮಾತ್ರವೇ ಊಟ! ಈಗಲೂ ಅದೇ ಪದ್ಧತಿಯನ್ನು ಮುಂದುವರೆಸಿದಳು. ಸುಶೀಲಾಗೆ 'ಬಾ'ಳ ದೇಹಸ್ಥಿತಿಯ ಪರಿಚಯವಿತ್ತು. ಹಾಗಾಗಿ ದಿನಕ್ಕೆ ಎರಡು ಹೊತ್ತಾದರೂ ಆಹಾರ ತೆಗೆದುಕೊಳ್ಳಬೇಕು. ಒಂದು ಹೊತ್ತಿನ ಊಟ ದೇಹಕ್ಕೆ ಸಾಕಾಗುವುದಿಲ್ಲ. ಬಾಪುವನ್ನು ನೋಡಿಕೊಳ್ಳುವುದಕ್ಕಾಗಿಯಾದರೂ ನೀವು ಸರಿಯಾಗಿ ಆಹಾರ ತೆಗೆದುಕೊಳ್ಳಬೇಕು ಎಂದು 'ಬಾ'ಳ ಮನವೊಲಿಸುವಂತೆ ಹೇಳಿದಳು.

ಉಪವಾಸಕ್ಕೆ ಕುಳಿತ ಮೂರನೇ ದಿನವೇ ಬಾಪು ನಿಶ್ಯಕ್ತರಾದರೂ ರಕ್ತ ಹೆಪ್ಪುಗಟ್ಟುತ್ತಿತ್ತು. ಮೂತ್ರಪಿಂಡಗಳೂ ದುರ್ಬಲವಾಗುತ್ತಿದ್ದವು. ಬದುಕುಳಿಯುವ ಆಸೆ ಕ್ಷೀಣವಾಗುತ್ತಿತ್ತು. ಬಾ ಗಾಂಧಿ ಮಲಗಿದ್ದ ಹಾಸಿಗೆಯ ಬದಿಯಿಂದ ಒಂದಿಂಚೂ ಸರಿಯಲಿಲ್ಲ. ಹಗಲೂ ರಾತ್ರಿ ಕಣ್ಣಾಗಲು ಇರಿಸಿದ್ದಳು. ಸುಶೀಲಾ ಪದೇಪದೇ ನಾಡಿ ಮಿಡಿತಗಳನ್ನು ಪರೀಕ್ಷಿಸುತ್ತಿದ್ದಳು.

'ಬಾ'ಳ ಸ್ಥಿತಿಯೇ ಸುಶೀಲಾ ಮತ್ತು ಮಿರಾಬೆನ್‌ಳಿಗೆ ಚಿಂತಾಜನಕವಾಗಿ ಕಾಣಿಸುತ್ತಿತ್ತು. ಅಸಹಾಯಕವಾಗಿ ನಿಟ್ಟುಸಿರಿಡುವುದಲ್ಲದೆ ಬಾಗೆ ಬೇರೆ ದಾರಿ ಕಾಣಲಿಲ್ಲ. ಆದರೆ ದೇವರ ಮೇಲೆ ಭರವಸೆ ಇರಿಸಿದಳು. ನಿತ್ಯವೂ ತುಳಸಿಗಿಡದ ಮುಂದೆ ನಿಂತು ಒಂದೆರಡು ನಿಮಿಷಗಳ ಕಾಲ ಕಣ್ಣುಚ್ಚಿ ಕೈ ಜೋಡಿಸಿ ಪ್ರಾರ್ಥಿಸುತ್ತಿದ್ದಳು. ಬಾ ಹೀಗೆ ಪ್ರಾರ್ಥನೆಗೆಂದು ಹೊರಬಂದಾಗ ಸುಶೀಲಾ ಅಥವಾ ಮಿರಾಬೆನ್ ಬಾಪುವಿನ ಪಕ್ಕದಲ್ಲಿ ಇರುತ್ತಿದ್ದರು. ಆಗಾಗ ಹಣ್ಣಿನ ರಸವನ್ನಾದರೂ ತೆಗೆದುಕೊಳ್ಳಲು ಬಾಪುವನ್ನು ಆಗ್ರಹಿಸುತ್ತಿದ್ದರು.

ಒಂದು ಕ್ಷಣ ಇದ್ದ ಹಾಗೆ ಇನ್ನೊಂದು ಕ್ಷಣ ಇರುತ್ತಿರಲಿಲ್ಲ. ಬಾಪುವಿನ ಸ್ಥಿತಿಯಲ್ಲಿ ತುಂಬಾ ಏರುಪೇರಾಗುತ್ತಿತ್ತು.

ಒಂದು ದಿನ ಹೆಣದಂತೆ ಸೆಟೆದುಕೊಂಡಿದ್ದ ದೇಹವನ್ನು ನೋಡಿ ಗಾಭರಿಗೊಂಡರು. ಸುಶೀಲಾ ಕೂಡಲೇ ಒತ್ತಾಯದಿಂದ ತುಟಿ ಬಿಡಿಸಿ ಹನಿಹನಿಯಾಗಿ ಹಣ್ಣಿನ ರಸವನ್ನು ಬಾಯೊಳಕ್ಕೆ ಇಳಿಸಿದಳು. ಬಾಯಿ ಗಂಟಲು ತೇವವಾದ ನಂತರ ನಿಧಾನವಾಗಿ ಬಾಪು ಕಣ್ಣು ತೆರೆದ. ಒಂದಿಷ್ಟು ಜೀವ ಬಂದಿತ್ತು. ಸದ್ಯ ಬಾ ತುಳಸಿ ಪೂಜೆ, ಪ್ರಾರ್ಥನೆ ಮುಗಿಸಿ ಬರುವುದರೊಳಗೆ ಒಂದಿಷ್ಟು ಮಿಸುಕಾಡುವಂತೆ ಕಾಣಿಸಿದ ಬಾಪು. ಮಿರಾಬೆನ್ ಸುಶೀಲಾರಿಗೆ, ದೇವರು ಬಾಳ ಪ್ರಾರ್ಥನೆಯನ್ನು ಕೇಳಿಸಿಕೊಂಡಿರಬೇಕೆನಿಸಿತು.

ಜೈಲಿನಲ್ಲಿ ಮಹಾತ್ಮ ಉಪವಾಸ ಸತ್ಯಾಗ್ರಹ ಮಾಡುತ್ತಿರುವ ಸುದ್ದಿ ಎಲ್ಲೆಲ್ಲೂ ವ್ಯಾಪಿಸಿತು. ದೇಶ ವಿದೇಶದ ಪತ್ರಿಕೆಗಳಲ್ಲಿ ಇದು ಪ್ರಚಾರವಾಯಿತು. ಮಹಾತ್ಮಗಾಂಧಿ ದೇಶಕ್ಕಾಗಿ ಪ್ರಾಣತ್ಯಾಗ ಮಾಡುತ್ತಿದ್ದಾರೆ ಎಂದು ಎಲ್ಲರೂ ಭಾವಿಸಿ, ಉದ್ವಿಗ್ನರಾದರು. ಬಿಳಿಯರ ಸರಕಾರದ ಮೇಲೆ ಆಕ್ರೋಶದ ಜ್ವಾಲೆಗಳು ಪಸರಿಸತೊಡಗಿದವು. ಇನ್ನೇನು ಮಹಾತ್ಮ ಉಳಿಯುವುದಿಲ್ಲ ಎನ್ನುವ ವದಂತಿಯಿಂದ ಸಾವಿರಾರು ಜನಗಳು, ಆಗಾಖಾನ್ ಅರಮನೆಯ ಕಡೆ, ಬಾಪುವನ್ನು ಜೀವಂತವಾಗಿ ನೋಡಬೇಕೆಂಬ ಆತುರದಲ್ಲಿ ಯಾರ ಪರವಾನಗಿಗೂ ಕಾಯದೆ ಒಳನುಗ್ಗಿದರು.

ಗೇಟಿನ ಬಾಗಿಲು ಮುರಿದರು. ಬ್ರಿಟಿಷ್ ಜೈಲು ಅಧಿಕಾರಿಗಳು, ಒಳಗೆ ಬಿಡುವ ಮನಸ್ಸಿಲ್ಲದಿದ್ದರೂ ಜನರ ಅಕ್ರೋಶಕ್ಕೆ ಹೆದರಿ, ಪ್ರವೇಶಕ್ಕೆ ಅನುವು ಮಾಡಿಕೊಟ್ಟರು. ಗದ್ದಲವಿಲ್ಲದೆ ಶಿಸ್ತಿನಿಂದ ಒಬ್ಬರಾದ ಮೇಲೊಬ್ಬರು ಬಾಪುವಿನ ದರ್ಶನ ಪಡೆದರು. ಬಾಪು ಮಾತಾಡುವ ಸ್ಥಿತಿಯಲ್ಲಯೇ ಇರಲಿಲ್ಲ. ನಿಶ್ಚಲವಾಗಿ, ನೀಟಿಕೊಂಡು ಮಲಗಿದ್ದ.

ದಿನದಿನಕ್ಕೆ ಬಾಪು ದರ್ಶನಕ್ಕೆ ಬರುವವರ ಸಂಖ್ಯೆ ನಿಯಂತ್ರಣಕ್ಕೆ ಬರುವಂತೆ ಕಾಣಲಿಲ್ಲ. ಅದಕ್ಕಾಗಿ ಪ್ರವೇಶಕ್ಕೆ ನಿರ್ಬಂಧ ಹಾಕಿದರು. ಬಾಪು ಜೊತೆ, ಒಂದು ಆರುಮಂದಿ ವೈದ್ಯರು ಮತ್ತು ಜೈಲಿನಲ್ಲಿದ್ದ ಗುಂಪು ಮಾತ್ರವೇ ಇರಲು ಅನುಮತಿ ನೀಡಲಾಗಿತ್ತು. ಮಾರ್ಚ್ ಎರಡಕ್ಕೆ ಬಾಪುವಿನ ಉಪವಾಸದ ಇಪ್ಪತ್ತನೇ ದಿನವಾಗಿತ್ತು. ಸಾರ್ವಜನಿಕರ ಸಂದರ್ಶನಕ್ಕೆ ಅದೇ ಕೊನೆಯ ದಿನವಾಗಿತ್ತು. ಬಾಪುವಿನ ಮಕ್ಕಳು ಮಾತ್ರ ಉಪವಾಸದ ಕೊನೆಯದಿನ ಬರಬಹುದೆಂಬ ಆದೇಶವನ್ನು ಕಳಿಸಲಾಯಿತು. ಆದರೆ ಬಾಪು ಸಾರ್ವಜನಿಕರಿಗೆ ದೇಶಭಕ್ತ ಬಂಧುಗಳಿಗೆ ಇಲ್ಲದ ಸೌಲಭ್ಯ ತನ್ನ ಮಕ್ಕಳಿಗೂ ಬೇಡವೆಂದು ತಿಳಿಸಿದ.

ಉಪವಾಸದ ಕೊನೆಯದಿನ, ಬಾಪು ಹಣ್ಣಿನರಸ ಕುಡಿಯುವುದರೊಂದಿಗೆ ಉಪವಾಸಕ್ಕೆ ವಿದಾಯ ಹೇಳಿದ. ಜೊತೆಯ ಕೈದಿಗಳ ಗುಂಪು, ವೈದ್ಯರು, ಬಾ ಮತ್ತು ಬಾಪುವಿನ ನಿರಂತರ ಜೊತೆಯಲ್ಲಿದ್ದವರು ಮಾತ್ರವೇ ಆ ದಿನ ಅಲ್ಲಿದ್ದರು.

ಉಪವಾಸ ಮುಗಿಯುವವರೆಗೂ, ದಣಿವರಿಯದೆ ಹಗಲೂ ರಾತ್ರಿ ಬಾ ಬಾಪುವಿನ ಸಾನ್ನಿಧ್ಯದಲ್ಲಿದ್ದು ಸೇವೆ ಮಾಡಿದಳು. ನಿಂತಲ್ಲಿ ಕುಳಿತಲ್ಲಿ ಗಂಡನ ಪ್ರಾಣರಕ್ಷಣೆಗಾಗಿ ಭಗವಂತನ ಪ್ರಾರ್ಥನೆ ಮಾಡುತ್ತಿದ್ದಳು. ಒಂದು ದಿನವಾದರೂ ವಿಶ್ರಾಂತಿ ಬಯಸಲಿಲ್ಲ. ಅವಳ ಇಚ್ಛಾಶಕ್ತಿಯೇ ಅವಳನ್ನು ಸದೃಢವಾಗಿ ಉಳಿಸಿತ್ತು. ಆದರೆ ಒಮ್ಮೆ ಉಪವಾಸ ಕೊನೆಗೊಂಡತೆ, ಬಾಳ ದೇಹಕ್ಕೆ ಸಹಿಸಿಕೊಳ್ಳುವ ಶಕ್ತಿ ಇರಲಿಲ್ಲ. ಒಮ್ಮೆಲೇ ಅದುಮಿಟ್ಟುಕೊಂಡಿದ್ದ ದೈಹಿಕ ದೌರ್ಬಲ್ಯ ಕಾಣಿಸಿಕೊಂಡಿತು. ಉಸಿರಾಟದ ತೊಂದರೆ, ನಿಲ್ಲದ ಕೆಮ್ಮು, ಅವಳನ್ನು ಹಿಂಡಿಬಿಟ್ಟಿತು.

ಉಪವಾಸದಿಂದ ಚೇತರಿಸಿಕೊಳ್ಳುವ ಪ್ರಯತ್ನದಲ್ಲಿ ಇದ್ದಾಗಲೇ 'ಬಾ'ಳ ಅನಾರೋಗ್ಯ ಬಾಪುವನ್ನು ಚಿಂತೆಗೆ ಗುರಿ ಮಾಡಿತು. ಹೃದಯದ ಸಮಸ್ಯೆ ಗಂಭೀರ ಸ್ಥಿತಿ ತಲುಪಿತ್ತು. ಬಾ ಉಳಿಯುವ ಸೂಚನೆ ಕಾಣಲಿಲ್ಲ. ಅಧಿಕಾರಿಗಳು, ವಿಹ್ವಲರಾದರು. ಒಂದು ವೇಳೆ 'ಬಾ'ಗೆ ಏನಾದರೂ ಆದರೆ ತಮ್ಮನ್ನೇ ಜನ ಕೊಲೆಗಡುಕರೆಂದು ದೂರದೇ ಇರಲಾರರು ಎಂದುಕೊಂಡರು. ಅವಳನ್ನು ನೋಡಿಕೊಳ್ಳಲು ಶುಶ್ರೂಷೆ ಮಾಡಲು ಯಾರಾದರೂ ಒಬ್ಬರು ಜೊತೆಗೆ ಇರಲೇಬೇಕಾದ ಅನಿವಾರ್ಯತೆ ಕಾಣಿಸಿತು. ಸುಶೀಲಾ ವೈದ್ಯಶಿಕ್ಷಣ ಪಡೆದವಳಾಗಿದ್ದರಿಂದ ಅವಳಂತೂ 'ಬಾ' ಪಕ್ಕ ಬಿಟ್ಟು ಕದಲುತ್ತಿರಲಿಲ್ಲ. ಮೀರಾಬೆನ್ ಕೂಡಾ 'ಬಾ'ಳನ್ನು ಎಚ್ಚರದಿಂದ ನೋಡಿಕೊಳ್ಳುತ್ತಿದ್ದರು. ಬಾಳ ಸಲಹೆಯಂತೆ, ತಮ್ಮ ದೂರದ ಬಂಧುವಾದ ಮನುಗಾಂಧಿ (ಗಾಂಧಿಯ ಚಿಕ್ಕಪ್ಪ ತುಳಸಿ ಗಾಂಧಿಯ ಮರಿಮಗಳು)ಯನ್ನು ತನ್ನ ಬಳಿಗೆ ಕರೆಸಿಕೊಂಡಳು. ಇದಕ್ಕೆ ಜೈಲು ಅಧಿಕಾರಿಗಳ ಒಪ್ಪಿಗೆಯೂ ಸಿಕ್ತತು.

ಕರ್ನಲ್ ಭಂಡಾರಿ, 'ಬಾ'ಳನ್ನು ಮಹಾದೇವ ದೇಸಾಯಿ ಕೊನೆಯುಸಿರೆಳೆದ ದಿನ ಮೊದಲ ಬಾರಿಗೆ ನೋಡಿದ್ದ. ಆಕೆಯ ಬಗೆಗೆ ಅಪಾರ ಗೌರವವನ್ನು ತಳೆದಿದ್ದ. ಆದ್ದರಿಂದಲೇ ನಾಗಪುರ

ಜೈಲಿನಲ್ಲಿದ್ದ ಮನುಗಾಂಧಿಗೆ, ಈ ಜೈಲಿಗೆ ಸ್ಥಳಾಂತರ ಮಾಡಿಸಿದ. ಸಮಯಕ್ಕೆ ಸರಿಯಾಗಿ ಮನುಗಾಂಧಿ ಆಗಾಖಾನ್ ಅರಮನೆಗೆ ಬಂದಳು. ಮನುಗಾಂಧಿಯ ಆರೈಕೆ, ಔಷಧೋಪಚಾರಗಳು ಸಾಕಷ್ಟು ಕೆಲಸಮಾಡಿದವು. 'ಬಾ' ಸ್ವಲ್ಪ ಗೆಲುವಾದಳು. ತನ್ನ ದೈನಂದಿನ ಕೆಲಸಗಳನ್ನು ತಾನೇ ಮಾಡಿಕೊಳ್ಳುವಷ್ಟು ಸುಧಾರಿಸಿಕೊಂಡಳು. ಬೇಸರ ಕಳೆಯಲಿಲ್ಲ. ವರಾಂಡಾಕ್ಕೆ ಬಂದು ಕುಳಿತುಕೊಳ್ಳುತ್ತಿದ್ದಳು. ಅಲ್ಲಿ ಬ್ಯಾಡ್ ಮಿಟನ್, ಷಟಲ್ ಕಾಕ್, ಕೇರಮ್ ಆಟವಾಡಲು ಅನುಕೂಲವಿತ್ತು. ಷಟಲ್ ಕಾಕ್ ಆಡಬೇಕೆಂದು ಆಸೆ ಪಟ್ಟಳಾದರೂ ಅವಳಿಂದ ಸಾಧ್ಯವಾಗಲಿಲ್ಲ. ಆದ್ದರಿಂದ ಕೇರಮ್ ಆಡಲು ಕುಳಿತಳು. ಆಟದಲ್ಲಿ ಸಾಕಷ್ಟು ಪರಿಣತಿ ಪಡೆದಿದ್ದಳಾದರೂ ಸೋತಾಗ ಮುಖ ಸಣ್ಣಗೆ ಮಾಡಿಕೊಳ್ಳುತ್ತಿದ್ದಳು. ಇದನ್ನು ನೋಡಿ ಪ್ರತಿಸ್ಪರ್ಧಿ ಆಟಗಾರರು ಅವಳಿಗೆ ಸಂತೋಷವಾಗಲೆಂದು ತಾವೇ ಸೋಲುತ್ತಿದ್ದರು.

ಬಾಳ ಮೇಲ್ವಿಚಾರಣೆಯನ್ನು ಮೀರಾಬೆನ್ ಮತ್ತು ಸುಶೀಲಾರೇ ನೋಡಿಕೊಳ್ಳುತ್ತಿದ್ದರು. ಪಾಪ ಸರೋಜಿನಿ ಬಾಳ ಆರೈಕೆಗೆ ಬರಬೇಕೆಂದುಕೊಂಡರೂ ಅವಳೂ ಹಾಸಿಗೆ ಹಿಡಿದಿದ್ದಳು. ಅವಳನ್ನು ಅಲ್ಲೇಯೇ ಸಾಯಬಿಡಬಾರದೆಂದು ಅವಳಿಗೆ ವೈದ್ಯಕೀಯ ಚಿಕಿತ್ಸೆಯನ್ನು ನೀಡಿದರು. ಅರವತ್ತಾಲ್ಕು ಪ್ರಾಯದ ಸರೋಜಿನಿ ನಾಯಡುಕೂಡಾ ತೀರಾ ತೀರಾ ಅನಾರೋಗ್ಯಕ್ಕೆ ಗುರಿಯಾಗಿದ್ದಳು. ಎಷ್ಟೇ ಅಲ್ಲಿನ ವೈದ್ಯರು ಪ್ರಯತ್ನಪಟ್ಟರೂ ಚೇತರಿಸಿಕೊಳ್ಳುವ ಸೂಚನೆಯೇ ಕಾಣದಿದ್ದಾಗ ಮನೆಗೆ ಕಳಿಸಿಬಿಟ್ಟಿದ್ದರು. ಬಾಳ ದೈವಭಕ್ತಿಯ ಬಗ್ಗೆ ಗೊತ್ತಿದ್ದರಿಂದ ಮೀರಾ ತನ್ನ ಕೊಠಡಿಯಲ್ಲಿದ್ದ ಕೃಷ್ಣನ ಮೂರ್ತಿಯನ್ನು 'ಬಾ'ಳ ಬಳಿಯಿದ್ದ ಸಣ್ಣ ಮೇಜಿನ ಮೇಲೆ ತಂದಿರಿಸಿದಳು. ಹಾಸಿಗೆಯಿಂದ ಎದ್ದು ವ್ಹೀಲ್ ಚೇರ್‌ನಲ್ಲಿ ಕುಳಿತು ಕೃಷ್ಣ ವಿಗ್ರಹಕ್ಕೆ ಎದುರಾಗಿ ಬಂದಳು. ಅದೇ ಸಮಯಕ್ಕೆ ಗಾಂಧಿ ಆ ಕಡೆ ಬಂದಾಗ, ದೇವರ ಪ್ರಾರ್ಥನೆಯಲ್ಲಿ ತಲ್ಲೀನಳಾಗಿದ್ದ ಹೆಂಡತಿಯನ್ನು ಗಮನಿಸುತ್ತಾ ನಿಂತಿದ್ದ ಪ್ರಾರ್ಥನೆ ಮುಗಿಸಿ ಕಣ್ಣು ತೆರೆದಾಗ, ಗಂಡ ನಿಂತಿರುವುದನ್ನು ನೋಡಿದಳು.

"ಇದೇನು ನೀವು ಇಲ್ಲಿ ನನ್ನನ್ನು ನೋಡುತ್ತಾ ನಿಂತಿದ್ದೀರಿ? ನನ್ನ ಬಗ್ಗೆ ಚಿಂತೆ ಬೇಡ. ಕೃಷ್ಣ ನನ್ನ ಜೊತೆಗೇ ಇದ್ದಾನೆ. ಇದು ನಿಮ್ಮ ಸಂಜೆವಿಹಾರದ ಸಮಯ. ಹೋಗುವುದನ್ನು ಬಿಟ್ಟು ಇಲ್ಲಿ ನಿಲ್ಲಬೇಡಿ" ಎಂದು ಬುದ್ಧಿ ಹೇಳಿದಳು. ಗಾಂಧಿ ಪ್ರತಿ ಮಾತಾಡದೆ ಅಲ್ಲಿಂದ ಹೆಜ್ಜೆ ಹಾಕಿದ.

ಗಂಡ–ಹೆಂಡಿರ ತಾಪತ್ರಯಗಳೇನೇ ಇದ್ದರೂ, ಇಬ್ಬರೂ ಮಣಿಲಾಲನಿಗೆ ಪತ್ರಗಳನ್ನು ಬರೆದು ಯೋಗಕ್ಷೇಮ ವಿಚಾರಿಸುತ್ತಿದ್ದರು. ಪ್ರತಿ ಪತ್ರದಲ್ಲಿಯೂ ತಾವು ಚೆನ್ನಗಿ ಆರೋಗ್ಯವಾಗಿ ಇದ್ದೇವೆಂದೇ ಬರೆಯುತ್ತಿದ್ದರು. 'ಬಾ' ಅಂತೂ ತಮ್ಮ ಜೊತೆಗಾರರಾದ ಪ್ಯಾರೇಲಾಲ್, ಮೀರಾ, ಸುಶೀಲಾ, ಸರೋಜಿನಿ ನಾಯ್ಡುರ ಯೋಗಕ್ಷೇಮದ ಬಗ್ಗೆಯೂ ತಿಳಿಸುತ್ತಿದ್ದಳು. ಕುಟುಂಬದವರಾದ, ದೇವದಾಸ, ರಾಮದಾಸ, ಲಕ್ಷ್ಮೀ, ಸುಮಿತ್ರ, ರಾಮಿ, ಚಗನ್‌ಲಾಲ್–ಹೀಗೆ ದೊಡ್ಡ ಪಟ್ಟಿಯನ್ನೇ ಕೊಟ್ಟು ಅವರೆಲ್ಲರ ಬಗ್ಗೆ ವಿಶೇಷವಾಗಿ 'ಬಾ' ತಿಳಿಸುತ್ತಿದ್ದಳು.

ಕಸ್ತೂರಬಾಳನ್ನು ನೋಡಲು ರಾಮದಾಸ, ದೇವದಾಸ ಇಬ್ಬರೂ ಪ್ರತಿದಿನಾ ಬರುತ್ತಿದ್ದರು. ಆದರೆ ಬಾಗೆ ಹರಿಲಾಲನ ನೆನಪು ವಿಪರೀತವಾಗಿ ಕಾಡುತ್ತಿತ್ತು ಅವನು ಅವಳಿಗೆ ಪಾಪದ ಹುಡುಗ; ತಂದೆತಾಯಿಗಳ ಪ್ರೀತಿಯಿಂದ ವಂಚಿತನಾದವ, ಜೀವನದಲ್ಲಿ ಏನೆಲ್ಲ ಕಷ್ಟಗಳನ್ನು ಅನುಭವಿಸಿದ್ದಾನೆ. ಈ ತಂದೆ ಮಗನ ವಿರಸ ಎಂದು ಕೊನೆಯಾಗಿ, ಅವನೂ ಕೂಡಾ ತನ್ನ ಇತರ ಮಕ್ಕಳಂತೆ ನಮ್ಮೊಂದಿಗೆ ಇರುವ ಕಾಲ ಎಂದು ಬರುವುದೋ ದೇವರೇ ಎಂದು ಬೇಡುತ್ತಿದ್ದಳು.

'ಬಾ'ಳ ಅನಾರೋಗ್ಯದ ಬಗ್ಗೆ ಅವನಿಗೆ ತಿಳಿಸಲು ಅವನು ಎಲ್ಲಿದ್ದಾನೆಂಬುದೇ ತಿಳಿದಿರಲಿಲ್ಲ. ಆದರೂ ಬಾ ಪ್ರತಿದಿನಾ ಹರಿ ಬರಲಿಲ್ಲೇ? ಹರಿಬರಲಿಲ್ಲವೇ? ಎಂದು ಕೇಳುವುದರ ಜೊತೆಗೆ, ಒಂದು ಕ್ಷಣ ಸುಮ್ಮನಿದ್ದು, ಇಲ್ಲ ಇಲ್ಲ, ಅವನು ಬಂದೇ ಬರುತ್ತಾನೆ, ನೀವುಗಳೇ ಅವನು ಕೆಟ್ಟವನೆಂದು ಕಳಿಸಿಬಿಟ್ಟಿರುತ್ತೀರಿ' ಎಂದು ದೂರುತ್ತಿದ್ದಳು.

ರಾಮದಾಸ, ದೇವದಾಸರು, "ಹರಿ ಅಣ್ಣನನ್ನು ಎಲ್ಲಿದ್ದರೂ ಹುಡುಕಿ ಬರುವಂತೆ ನೋಡಿ ಕೊಳ್ಳುತ್ತೇವೆ. ನೀವು ಚಿಂತೆ ಮಾಡಬೇಡಿ 'ಬಾ' ನಿಮ್ಮ ಆರೋಗ್ಯಕ್ಕೆ ತೊಂದರೆಯಾದೀತು." – ಎಂದು ಸುಮ್ಮನೆ ಇರಿಸುತ್ತಿದ್ದರು.

ಅದೇನು ಯೋಗಾ ಯೋಗವೋ ಎಂಬಂತೆ, ಅನಿರೀಕ್ಷಿತವಾಗಿ ಹರಿಲಾಲನಿಂದ ಬಾ ಹೆಸರಿಗೆ ಆಗಾಖಾನ್ ವಿಲಾಸಕ್ಕೆ ಒಂದು ಪತ್ರ ಬಂತು. ಪತ್ರ ಹರಿಲಾಲನಿಂದ ಬಂದದ್ದೆಂದು ತಿಳಿಯುತ್ತಿದ್ದಂತೆಯೇ ಚೇತರಿಸಿಕೊಂಡು ಎದ್ದು ಕುಳಿತಳು. ಮನುಗಾಂಧಿಯನ್ನು ಕರೆದು ಹರಿಲಾಲನ ಪತ್ರವನ್ನು ಒಂದಕ್ಷರವೂ ಬಿಡದಂತೆ ಓದಿಸಿಕೊಂಡಳು. ಪತ್ರವನ್ನು ಮಾತೋಶ್ರೀ ಬಾ ಎಂದು ಸಂಬೋಧಿಸಿ, ತನ್ನ ಅಳಲನ್ನು ತೋಡಿಕೊಂಡಿದ್ದ. "ಬಾ ನನಗೆ ನನ್ನ ಜೀವನವೇ ಬೇಸರವಾಗಿದೆ. ತಂದೆ ತಾಯಿ ಬಂಧುಗಳು ಸ್ನೇಹಿತರು ಯಾರೂ ನನ್ನ ಪಾಲಿಗಿಲ್ಲ. ನನ್ನ ಸ್ಥಿತಿಯೂ ಚೆನ್ನಾಗಿಲ್ಲ. ನಾನು ಕೊನೆಯುಸಿರೆಳೆಯುವುದಕ್ಕೆ ಮೊದಲು ಒಮ್ಮೆ ನೋಡಬೇಕೆಂದು ಎನಿಸುತ್ತದೆ. ಬರಬೇಕೆನಿಸುತ್ತದೆ. ಆದರೆ ಬಾಪುಗೆ ನನ್ನ ಕಂಡರೇನೆ ಆಗುವುದಿಲ್ಲ. ಹೀಗಿರುವಾಗ ನಾನು ಬಂದರೆ ನಿಮಗೇ ತೊಂದರೆಯಾದೀತು. ನನ್ನ ಮೇಲೆ ರೇಗಾಡುತ್ತಾರೆ. ಅದನ್ನು ನೋಡಿ ನಿಮಗೆ ನೋವಾಗುತ್ತದೆ. ಈ ಜಗತ್ತಿನಲ್ಲಿ ನನ್ನನ್ನು ಅರ್ಥಮಾಡಿಕೊಂಡವರೆಂದರೆ ನೀವೊಬ್ಬರೇ. ಯಾರಿಗೂ ನನ್ನನ್ನು ಅರ್ಥಮಾಡಿಕೊಳ್ಳಬೇಕೆಂದು ಅನಿಸಲೇ ಇಲ್ಲ. ಬಾಪುವಂತೂ ಪ್ರತಿ ಹಂತದಲ್ಲೂ ನನ್ನನ್ನು ಅಪಾರ್ಥ ಮಾಡಿಕೊಂಡಿದ್ದಾರೆ. ನನ್ನನ್ನು ನಿಷ್ಪ್ರಯೋಜಕನೆಂದು ತೀರ್ಮಾನಿಸಿಬಿಟ್ಟಿದ್ದಾರೆ. ಅವಮಾನ, ತಿರಸ್ಕಾರಗಳಲ್ಲದೆ, ಅವರಿಂದ ಒಂದು ಪ್ರೀತಿಯ ಮಾತೂ ಇಲ್ಲ. ಎಂದೂ ಮೈದಡವಿ ಮುದ್ದಾಡಲಿಲ್ಲ. ಅವರು ಮನಸ್ಸು ಮಾಡಿದ್ದರೆ ಅವರಿಗೆ ಇರುವ ಹೆಸರಿನಿಂದಲೇ ನನ್ನನ್ನು ಯಾವ ಎತ್ತರಕ್ಕಾದರೂ ತಲುಪಿಸಬಹುದಾಗಿತ್ತು. ಆದರೆ ನನ್ನ ದುರಾದೃಷ್ಟ, ಬಿಡಿ ಬಾ ನನ್ನ ಸಂಕಟಗಳನ್ನು ನಿಮ್ಮ ಮುಂದಿಟ್ಟು ನಿಮಗೆ ನೋವುಂಟುಮಾಡುವುದು ನನಗಿಷ್ಟವಿಲ್ಲ. ನಾನಂತೂ ಪತನದಿಂದ ಪಾಪಕೂಪದಲ್ಲಿ ಬಿದ್ದು ನರಕಯಾತನೆ ಅನುಭವಿಸುತ್ತಿದ್ದೇನೆ. ಇರಲಿ ಅದು ನಾನು ಪಡೆದುಬಂದದ್ದು. ನೀವಿಬ್ಬರಾದರೂ ಆಯುರಾರೋಗ್ಯದಿಂದ ಸುಖಿವಾಗಿ ಬಾಳಿ. ನಿಮ್ಮ ಸಂತೋಷವೇ ನನ್ನ ಸಂತೋಷ, ಬಾಪುವಿನಂತಹ ವ್ಯಕ್ತಿಯ ಮುಂದೆ ನೀವೂ ಅಸಹಾಯಕರೇ ! ನನ್ನಂತೆ ನಿಮ್ಮನ್ನೂ ಹರಿದು ಮುಕ್ಕಿದ್ದಾರೆ'–ನಿಮ್ಮ ಹರಿಲಾಲ.

ಪತ್ರವನ್ನು ಕೇಳಿಸಿಕೊಂಡ ಬಾ ಅದೆಲ್ಲ್ತೋ, ಅದುಮಿಟ್ಟುಮಿಟ್ಟುಕೊಂಡಿದ್ದ ದುಃಖ ಕೋಡಿವರಿದು ಹರಿಯಿತು. 'ಅಯ್ಯೋ ಮಗನೇ ಹರಿಲಾಲ, ಎಷ್ಟು ಕಷ್ಟವನ್ನು ಅನುಭವಿಸಿದೆಯೋ, ನಿನ್ನ ತಂದೆ ತಾಯಿಯಾಗಿ ನಿನಗೇನೂ ಮಾಡಲಾಗಲಿಲ್ಲ. ನೀನೂ ಅಂಥವರ ಮಗನಾಗಿ ಕಳಂಕವನ್ನು ಹೊತ್ತೆ. ನಮಗೂ ನೆಮ್ಮದಿಕೊಡಲಿಲ್ಲ. ಆದರೆ ಒಂದನ್ನು ಸ್ಪಷ್ಟವಾಗಿ ಅರ್ಥಮಾಡಿಕೋ. ನಿನ್ನ ತಂದೆ ನಿನ್ನನ್ನೆಂದೂ ದ್ವೇಷಿಸಲಿಲ್ಲ. ನಿನ್ನ ಹಿಂದೆ ಅವರೆಷ್ಟು ನೊಂದಿದ್ದಾರೆ ಎಂಬ ಕಲ್ಪನೆಯಾದರೂ ನಿನಗಿದೆಯೇನೋ, ಅವರು ಬುದ್ಧಿವಾದ ಹೇಳಿದ್ದು ನಿನ್ನ ಒಳಿತಿಗಾಗಿ!

ಆದರೆ ಅದನ್ನು ನೀನು ಅರ್ಥಮಾಡಿಕೊಳ್ಳಲಾಗದೆ ಶತ್ರುವೆಂದು ತೀರ್ಮಾನ ಮಾಡಿಬಿಟ್ಟೆ, ಅವರು ನಿನ್ನನ್ನು ಪ್ರೀತಿಸಲೇ ಇಲ್ಲ ಎಂದು ತೀರ್ಮಾನ ಮಾಡಿಬಿಟ್ಟೆ, ತಮ್ಮ ಸುಖವನ್ನೂ ಕಡೆಗಣಿಸಿ, ಸರ್ವಸ್ವವನ್ನೂ ದೇಶಕ್ಕಾಗಿ ತ್ಯಾಗ ಮಾಡಿಬಿಟ್ಟರು. ಅವರಿಗೆ ಹೆಂಡತಿ ಮಕ್ಕಳು ಎಂಬ ಮಮಕಾರ ಬಿಟ್ಟಲ್ಲದೆ, ತನ್ನ ಸೇವೆ, ತ್ಯಾಗ ಬಲಿದಾನಗಳಿಗೆ ಅರ್ಥವೂ ಇಲ್ಲ, ಮಹತ್ವವೂ ಇಲ್ಲ ಎಂದು ನಂಬಿದ್ದರಿಂದ ನಮ್ಮನ್ನು ಕಡೆಗಣಿಸಲೇ ಬೇಕಾಯಿತು. ನಮ್ಮವರೊಂದಿಗೆ ನಂಟಿರಿಸಿಕೊಂಡು ನಿಸ್ವಾರ್ಥವಾಗಿ ಬದುಕುತ್ತೇನೆಂದು ಹೇಳುವುದು ಎಷ್ಟು ನ್ಯಾಯ? ಇದೆಲ್ಲವನ್ನೂ ನೀನು ಯೋಚಿಸದೆ ನಿನ್ನ ಬಾಪುವನ್ನು ಹೀನಾಮಾನವಾಗಿ ಬೈದೆ. ನೀನು ನನ್ನ ಮಗನೇ ಇರಬಹುದು, ಅವರು ನನಗೆ ಗಂಡ, ಜೀವನ ಪರ್ಯಂತ ಜೊತೆಯಾಗಿ ನಡೆದು ಬಾಳಬೇಕೆಂಬ ವಚನದೊಂದಿಗೆ ಬಂದವಳ ಮನಸ್ಸಿಗೆ ನಿನ್ನ ಬೈಗಳು, ಅವಿವೇಕದ ಮಾತು ಕೇಳಿ ನನಗೆ ಹೇಗೆ ಆಗಿರಬಹುದು. ಒಂದು ಅರ್ಥಮಾಡಿಕೋ, ಬಾಪು ನಮ್ಮೊಬ್ಬರ ಸ್ವತ್ತಲ್ಲ. ಇಡೀ ದೇಶಕ್ಕೇ ಸೇರಿದವರು. ನೀನ್ಯಾಕೆ ಅವರನ್ನು ಸರಿಯಾಗಿ ಅರ್ಥಮಾಡಿಕೊಳ್ಳಲು ಪ್ರಯತ್ನಿಸಲಿಲ್ಲ.

ಈಗಲೂ ನಮಗೆ ನಿನ್ನ ಮೇಲೆ ದ್ವೇಷವಿಲ್ಲ, ಮಣಿಲಾಲ, ರಾಮದಾಸ, ದೇವದಾಸ ಇವರೂ ಕೂಡಾ ನಿನ್ನಂತೆ ಮಕ್ಕಳಲ್ಲವೇ ಅವರನ್ನು ನೋಡಿಕೊಂಡಂತೆ, ನಿನ್ನನ್ನೂ ನೋಡಿಕೊಂಡೆವು. ಅವರು ಯಾರೂ ನಮ್ಮನ್ನು ನಿನ್ನಷ್ಟು ಕಂಗೆಡಿಸಲಿಲ್ಲ. ಅಪಾರ್ಥಮಾಡಿಕೊಂಡು ತಂದೆಯಿಂದ ದೂರಹೋಗಲಿಲ್ಲ. ಯಾಕೆಂದರೆ ಅಪ್ಪನ ದೊಡ್ಡತನ, ಮಹಾನ್ ವ್ಯಕ್ತಿತ್ವವನ್ನು ಅರ್ಥಮಾಡಿಕೊಂಡಿದ್ದಾರೆ. ಆದ್ದರಿಂದಲೇ ದಾರಿ ತಪ್ಪದೆ, ಸರಿಹಾದಿಯಲ್ಲಿ ನಡೆದು, ಹೆಂಡತಿ ಮಕ್ಕಳೊಂದಿಗೆ ಸುಖ ಸಂಸಾರ ಮಾಡುತ್ತಿಲ್ಲವೇ? ನಿನ್ನ ಹಾಗೇ ಇರಬಹುದಿತ್ತು, ನಮ್ಮನ್ನು ನೋಯಿಸಬಹುದಿತ್ತು, ಅವಮಾನ ಮಾಡಬಹುದಿತ್ತು, ತಂದೆಯ ಮಾನ ಹರಾಜು ಹಾಕ ಬಹುದಿತ್ತು. ಆದರೆ ಹಾಗೆ ಮಾಡಲಿಲ್ಲ. ಯಾಕೆ ಅವರು ಹಾಗಿಲ್ಲ ಎಂದು ಪ್ರಶಾಂತ ಮನಸ್ಸಿನಿಂದ ಎಂದಾದರೂ ಆಲೋಚಿಸಿದ್ದೀಯ?... ಇಲ್ಲ! ಇರಲಿ ನೀನು ಮನಸ್ಸು ಮಾಡಿ ನಮ್ಮ ಬಳಿಗೆ ಹಿಂತಿರುಗಿ ಬಂದರೆ, ನಮಗೂ ನೆಮ್ಮದಿ, ನಿನಗೂ ಸುಖ' ಎಂದು ತನಗೆ ತಾನೇ ಹೇಳಿಕೊಂಡು ಒಂದೇ ಸಮನೆ ಕಣ್ಣೀರಿಡುತ್ತಿದ್ದಳು. ಬಾಳ ದುಃಖ ನೋಡುತ್ತಿದ್ದ ಮನೂಗಾಂಧಿಯ ಕಣ್ಣೂ ಒದ್ದೆಯಾಯಿತು. ಹತ್ತಿರದ ಮೇಜಿನ ಮೇಲೆ ಕಾಗದಗಳನ್ನು ಹರಡಿಕೊಂಡು ನೋಡುತ್ತಾ ಕುಳಿತಿದ್ದ ಗಾಂಧಿ 'ಬಾ'ಳ ಮಾತುಗಳನ್ನು ಕೇಳಿಸಿಕೊಂಡನಾದರೂ ಪ್ರತಿಕ್ರಿಯಿಸಲಿಲ್ಲ. ಸಮಾಧಾನ ಮಾಡಲೂ ಹೋಗಲಿಲ್ಲ. ಹಾಗೆಂದು ಗಾಂಧಿಗೆ ದುಃಖವಾಗಲಿಲ್ಲವೆಂದಲ್ಲ: ಹರಿಲಾಲನ ಬಗ್ಗೆ ದುಃಖಿಸಲಿಲ್ಲವಾದರೂ ಬಾಳ ದುಃಖವನ್ನು ಸಹಿಸಲಾರದೆ ದುಃಖಿಸಿದ. ಜೊತೆಗೆ ಹರಿಲಾಲನ ನೆನಪುಗಳಿಂದ ಬಾಳ ಸ್ಥಿತಿ ಏನಾಗುವುದೋ ಎಂದು ಹೆದರಿದ.

ಒಂದೆರಡು ದಿನಗಳು ಕಳೆದು ರಾಮದಾಸ ಬಂದ. ತಾಯಿಯನ್ನು ಸಮೀಪಿಸಿದ. ಕಣ್ಣು ಮುಚ್ಚಿದ್ದಳಾದರೂ ಕಂಬನಿ ಒಸರುತ್ತಿತ್ತು. ದೇಹ ಹಿಂದಿನ ಸಲಕ್ಕಿಂತ ಹೆಚ್ಚು ಕ್ಷೀಣಿಸಿತ್ತು. ಕಾರಣ ಏನೆಂದು ಮನೂಗಾಂಧಿಯನ್ನು ವಿಚಾರಿಸಿದ. ಮನೂ ಹರಿಲಾಲನ ಪತ್ರದ ಬಗ್ಗೆ ಪ್ರಸ್ತಾಪಿಸಿದಳು. ಕೂಡಲೇ ರಾಮದಾಸ ಅವಳ ಆ ಸ್ಥಿತಿಗೆ ಕಾರಣವೇನೆಂದು ಅರ್ಥಮಾಡಿಕೊಂಡ. ತಾಯಿಯ ತಲೆಯ ಹತ್ತಿರ ಕುಳಿತುಕೊಂಡು ಹಣ್ಣಾದ ಆ ಕೂದಲನ್ನು ನೇವರಿಸುತ್ತಾ, ಮೆಲ್ಲನೆ 'ಬಾ' ನಾನು ರಾಮದಾಸ ಬಂದಿದ್ದೇನೆ, ಕಣ್ಣು ಬಿಟ್ಟು ನೋಡಿ ಎಂದ "ಕಿವಿ ಚುರುಕಾಗಿತ್ತು, ಕಣ್ಣು ತೆರೆದು ನೋಡಿದಳು. "ಯಾವಾಗ ಬಂದೆ ಮಗು, ನಾನು ಗಮನಿಸಲಿಲ್ಲ' ಎಂದಳು. "ಇರಲಿ ಬಿಡಿ ಬಾ.

ಅಂದ ಹಾಗೆ ನಿಮ್ಮ ಆರೋಗ್ಯ ಹೇಗಿದೆ?" ಎಂದ "ನನ್ನ ಆರೋಗ್ಯಕ್ಕೇನು ಕೇಡು ಇನ್ನೂ ಬದುಕಿರುವುದೇ ಅದಕ್ಕೆ ಸಾಕ್ಷಿ ಅಲ್ಲವೇ?" "ಹಾಗೆಲ್ಲ ಮಾತಾಡಬೇಡಿ ಬಾ ನಮ್ಮನ್ನು ಬಿಟ್ಟು ನೀವು ಹೋಗಲು ಸಾಧ್ಯವಿಲ್ಲ. ಮೊಮ್ಮಕ್ಕಳ ಮದುವೆ ಮುಂಜಿ ನೋಡಬೇಡವೇ?" ದೇಶಕ್ಕೆ ಬರುವ ಸ್ವಾತಂತ್ರ್ಯದ ಸಂತೋಷ ಅನುಭವಿಸಬೇಡವೇ?"

" ರಾಮಾ ಅದೆಲ್ಲ ಒತ್ತಟ್ಟಿಗೆ ಇರಲಿ ನೀನು ನನಗೊಂದು ಉಪಕಾರ ಮಾಡಬೇಕು. ನಮ್ಮ ಹರಿಲಾಲ, ಅದೇ ನಿನ್ನ ಅಣ್ಣ ಎಲ್ಲಿದ್ದಾನೆಂದು ತಿಳಿದುಕೊಂಡು ಹೇಳಬಲ್ಲೆಯಾ' ಅವನಿಗೆ ಪತ್ರ ಬರೆಯಬೇಕಿದೆ. ಒಂದು ವೇಳೆ ಅವನೇ ಸಿಕ್ಕರೆ, ಬಾ ನೋಡಬೇಕೆಂದಿದ್ದಾರೆ ಎಂದು ಹೇಳಿ ಕರೆದುಕೊಂಡು ಬಾ."

ರಾಮದಾಸನಿಗೆ ಹರಿಲಾಲನ ಅವಾಂತರಗಳೆಲ್ಲವೂ ತಿಳಿದಿತ್ತು. ಆದರೂ ಅದೆಲ್ಲವನ್ನು ಹೇಳಿ, ತಾಯಿಯನ್ನು ಇನ್ನಷ್ಟು ನೋಯಿಸಲು ಇಷ್ಟವಾಗಲಿಲ್ಲ. ಅವನಿಗೆ ಹರಿಲಾಲ ಮತಾಂತರಗೊಂಡು ಹೆಸರು ಅಬ್ದುಲ್ಲಾಗಾಂಧಿ ಎಂದು ಬದಲಾಯಿಸಿಕೊಂಡಿದ್ದ. ಮತ್ತು ಈಚೀಚೆಗೆ ಆರ್ಯ ಸಮಾಜದ ಚಟುವಟಿಕೆಗಳಲ್ಲಿ ಓಡಾಡುತ್ತಿದ್ದುದು ಎಲ್ಲವನ್ನೂ ಅರಿತಿದ್ದ. ಆದರೆ ತಾಯಿಯ ಮುಂದೆ ಅವನ ಪ್ರಸ್ತಾಪವನ್ನು ಮಾಡಲಿಲ್ಲ. ಆದರೆ ಹರಿದಾಸ ಸಿಕ್ಕರೆ ಖಂಡಿತ ಕರೆತರುತ್ತೇನೆಂದು ಮಾತಿನ ಭರವಸೆ ನೀಡಿ, ಅಲ್ಲಿಂದ ಹೊರಟ. ಕೂಡಲೇ ಹರಿಲಾಲನಿಗೆ ತಾಯಿಯ ವಿಷಯವಾಗಿ, ತನ್ನ ಸ್ನೇಹಿತರ ಮುಖಾಂತರ ಸಂದೇಶವನ್ನು ತಲುಪಿಸುವ ಪ್ರಯತ್ನ ಮಾಡಿದ.

50

ಅಕ್ಟೋಬರ್ ಎರಡರಂದು ಬಾಪುವಿನ ಜನ್ಮದಿನ. ಜೈಲಿನಲ್ಲಿ ಇದು ಎರಡನೆ ಹುಟ್ಟು ಹಬ್ಬವಾಗಿತ್ತು. ಜೈಲು ಕೈದಿಗಳು ಬಾಪು ಗೌರವಾರ್ಥ ಹುಟ್ಟು ಹಬ್ಬ ಆಚರಿಸಬೇಕೆಂದುಕೊಂಡು ಊಟದ ಹಾಲನ್ನು ಹೂಗಳಿಂದ ದೀಪಗಳಿಂದ ಅಲಂಕರಿಸಿದರು 'ಬಾ' ಆ ಹುಟ್ಟುಹಬ್ಬದ ಆಚರಣೆಯಲ್ಲಿ ಭಾಗವಹಿಸಲು ಉತ್ಸುಕಳಾಗಿದ್ದಳು.

ಥಟ್ಟನೆ ಅವಳಿಗೆ ತನ್ನ ಸೀರೆಯೊಂದರ ನೆನಪಾಯಿತು. ಮೋಹನ್‌ದಾಸ ಗಾಂಧಿ ಸ್ವತಃ ನೂತು ನೇಯಿಸಿದ ಕೆಂಪಂಚಿನ ಕಾಟಸ್ ಸೀರೆಯನ್ನು ಸೇವಾಗ್ರಾಮದಲ್ಲಿ ಬಹಳ ಜೋಪಾನವಾಗಿ ಇರಿಸಿದ್ದಳು. ಒಂದು ವೇಳೆ ತಾನು ಸತ್ತರೆ ಆ ಸೀರೆಯನ್ನೇ ತನ್ನ ಪಾರ್ಥಿವ ಶರೀರಕ್ಕೆ ಉಡಿಸಬೇಕೆಂದು ಸೂಚನೆಯನ್ನೂ ಕೊಟ್ಟಿರಿಸಿದ್ದಳು. ಆದರೆ ಈಗ ಇನ್ನೂ ಬದುಕಿದ್ದಾಳೆ. ಗಂಡನ ಹುಟ್ಟುಹಬ್ಬದ ಸವಿನೆನಪಾಗಿ ಅದನ್ನು ಉಡಬೇಕೆಂದುಕೊಂಡಳು. ಆದರೆ ಎಲ್ಲಿ ಇರಿಸಿದ್ದೇನೆಂಬುದನ್ನು ಮರೆತುಬಿಟ್ಟಿದ್ದಳು. ಮನೂಗಾಂಧಿ ಸಮಯಕ್ಕೆ ಸರಿಯಾಗಿ ಸಹಾಯಕ್ಕೆ ಬಂದಳು. ಅವಳೂ ಆಗಾಗ ಆಶ್ರಮದಲ್ಲಿ ಬಾ ಜೊತೆ ದಿನಗಟ್ಟಲೆ ಇರುತ್ತಿದ್ದಳು. ಅಂಥ ಸಮಯದಲ್ಲಿ ಬಾ ಆ ಸೀರೆಯನ್ನು ಎಲ್ಲಿ ಇರಿಸಿದ್ದಳೆಂಬುದನ್ನು ನೋಡಿದ್ದಳು. ಈಗ

ಅವಳು ಸೀರೆ ಇರುವ ಜಾಗದ ಸೂಚನೆಯನ್ನು ನೀಡಿ ಕಳಿಸಿದ್ದಳು. ಆದ್ದರಿಂದ ಸೀರೆ ಪತ್ತೆಯಾಗಿ, ಸಮಯಕ್ಕೆ ಸರಿಯಾಗಿ ಬಾಳ ಕೈಸೇರಿತು. ತುಂಬಾ ಸಮಾಧಾನ ಪಟ್ಟಳು.

ಹುಟ್ಟು ಹಬ್ಬದ ಆಚರಣೆಯ ಆ ದಿನ ಬಾ ಆನಂದದ ಬೆಳಕಿನಲ್ಲಿ, ಮದುಮಗಳಂತೆ ಕಂಡಳು. ಉಲ್ಲಾಸದಿಂದ ಕ್ಷಣಗಳನ್ನು ಕಳೆದಳು. ಸಂತೋಷಾತಿರೇಕದ ಆ ಕ್ಷಣಗಳು 'ಬಾ'ಳ ಹೃದಯದ ಮೇಲೆ ಹೆಚ್ಚಿನ ಒತ್ತಡ ಹಾಕಿದವು. ಎದೆಮಿಡಿತ ಕ್ಷೀಣವಾಗುತ್ತಿತ್ತು. ಅದು ಹೇಗೋ ತುರ್ತು ಚಿಕಿತ್ಸೆಯಿಂದ ಪಾರಾದಳು.

ನಂತರ ಮತ್ತೆರಡು ಬಾರಿ, 1944ರ ಜನವರಿಯಲ್ಲಿ ಹೃದಯಾಘಾತಗಳನ್ನು ಎದುರಿಸಿದಳು. ಆದರೆ ನೋವು ಉಸಿರಾಟದ ತೊಂದರೆ ಮುಂದುವರೆಯಿತು. ಆಯುರ್ವೇದ ವೈದ್ಯರನ್ನು ಕರೆಸಬೇಕೆಂದು ಕೋರಿದಳು. ಅವಳ ಕೋರಿಕೆಯಂತೆ ಆಯುರ್ವೇದ ಪಂಡಿತರೇ ಬಂದು ಚಿಕಿತ್ಸೆ ನೀಡಿದರು. ಸ್ವಲ್ಪ ಸುಧಾರಣೆ ಕಾಣಿಸಿತು. ಅವಳಿಗೂ ಸಂತೋಷವಾಯಿತು.

ಇನ್ನೇನು ತಾನು ಪೂರ್ಣ ಗುಣಮುಖಳಾಗಿ, ಜೈಲಿನಿಂದ ಬಿಡುಗಡೆ ಹೊಂದಿ ಬಾಪುವಿನ ಕೆಲಸಗಳಲ್ಲಿ ತೊಡಗುತ್ತೇನೆ ಎಂದೆಲ್ಲಾ ಭವಿಷ್ಯದ ಕನಸನ್ನು ಕಾಣುತ್ತಿದ್ದಳು. ಆದರೆ ದುರಾದೃಷ್ಟವೆಂದರೆ ಮತ್ತೆ ಸಮಸ್ಯೆ ಮರುಕಳಿಸಿತು. ಬಾಪು ಅವಳ ಸನಿಹ ಬಿಟ್ಟು ಸರಿಯಲಿಲ್ಲ.

ತನು ಸಾಯುವ ಸ್ಥಿತಿಯಲ್ಲಿ ಇರುವುದನ್ನೂ ಮರೆತು, ಏನೋ ನೆನಪಿಸಿಕೊಂಡು, 'ಬಾಪು, ಅವರ ಜೊತೆ ಜಗಳಬೇಕೇ?" ಎಂದಳು.

'ಜಗಳವೇನೂ ಇಲ್ಲ. ಸೋದರರಂತೆ ಇರುವುದಾದರೆ ಇರಲಿ' ಎಂದು ಹಿಂದಿನ ಸಲ ಇದೇ ಪ್ರಶ್ನೆಗೆ ಉತ್ತರಿಸಿದಂತೆ ಉತ್ತರಿಸಿದ.

"ಬಾಪು ನನ್ನ ಕಡೆಯಾಸೆಯೊಂದನ್ನು ನೆರವೇರಿಸಿಕೊಡುವಿರಾ."

ಕಡೆಯಾಸೆಯೆಂದು ಹೇಳ ಬೇಡ ಕಸ್ತೂರ್ (ತುಂಬಿ ಬಂದ ಪ್ರೀತಿಯಿಂದ ಎಷ್ಟೋ ದಿನದ ಮೇಲೆ ಹೆಸರು ಹಿಡಿದು ಸಂಬೋಧಿಸಿದ). ನಿನ್ನಾಸೆಗಳೇನಿದ್ದರೂ ಪೂರೈಸಲು ನಾನು ನಮ್ಮ ಮಕ್ಕಳು ಎಲ್ಲರೂ ಇದ್ದೇವೆ."

"ಬಾಪು ನನಗೆ ನನ್ನ ಹಿರಿಯ ಮಗ ಹರಿಲಾಲನನ್ನು ಸಾಯುವ ಮೊದಲೊಮ್ಮೆ ಅಪ್ಪಿಕೊಳ್ಳ ಬೇಕೆಂದಿದ್ದೇನೆ. ಅವನು ಎಲ್ಲಿದ್ದರೂ ಹುಡುಕಿಸಿ ಕರೆತನ್ನಿ. ಅಷ್ಟಾದರೆ ಸಾಕು ಬೇರೇನೂ ಬೇಡ."

ಗಾಂಧಿ ಪೊಲೀಸರಿಗೆ ಹರಿಲಾಲನನ್ನು ಹುಡುಕಿಕೊಡುವಂತೆ ಪ್ರಾರ್ಥಿಸಿದ. ಅದಕ್ಕೂ ಮೊದಲೇ ರಾಮದಾಸನ ಸಂದೇಶವೂ ಹರಿಲಾಲನ ಕೈ ಸೇರಿತು. ತಾಯಿಯ ಅನಾರೋಗ್ಯದ ಸಂಗತಿ ತಿಳಿಯುತ್ತಿದ್ದಂತೆ ಹೊರಟುಬಂದ. ಬಂದು ಆಗಾಖಾನ್ ಅರಮನೆ ಗೇಟಿನ ಮುಂದೆ ನಿಂತಿದ್ದ ಹರಿಲಾಲನ ವೇಷ, ಅವನು ಕುಡಿದು ತೂರಾಡುತ್ತಿದ್ದ ರೀತಿಯನ್ನು, ನೋಡಿದ ಕಾವಲುಭಟರು ಅವನನ್ನು ಒಳಗೆ ಬಿಡಲು ನಿರಾಕರಿಸಿದರು. ಆದರೆ ಹರಿಲಾಲ ಸ್ವಲ್ಪ ಎತ್ತರದ ದನಿಯಲ್ಲಿ ಕೂಗಾಡಿ, ನಂತರ ತಾನು ಮಹಾತ್ಮಾಗಾಂಧಿಯ ಹಿರಿಯ ಮಗನೆಂದು ತಿಳಿಸಿದ. ಚಿಂದಿ ಬಟ್ಟೆ ಕೆದರಿದ ಕೂದಲು ಕೊಳಕು ಮುಖ ನೋಡಿದ ಅವರಿಗೆ ಅವನ ಮಾತಿನಲ್ಲಿ ನಂಬಿಕೆ ಬರಲಿಲ್ಲ. ಒಳಗೆ ಹೋಗಿ ಬಾಪು ಅವರನ್ನು ಕೇಳಿ ಬರೋಣವೆಂದು ಬಂದ.

"ಬಾಪು ಯಾರೋ ಭಿಕಾರಿಯಂತಿರುವ ಮನುಷ್ಯ ನಿಮ್ಮ ಮಗನೆಂದು ಹೇಳಿಕೊಂಡು ಒಳಗೆ ಬರಲು ಹಠ ಮಾಡುತ್ತಿದ್ದಾನೆ."

ರಾಮದಾಸ, ಬಾಪುರಿಗೆ ಗೊತ್ತಾಯಿತು ಅವನು ಹರಿಲಾಲನೇ ಇರಬೇಕೆಂದು ಊಹಿಸಿದರು. ರಾಮದಾಸ ಆ ಕಾವಲುಗಾರನೊಂದಿಗೆ ಹೋದ. ನೋಡಿ ಗಾಭರಿಗೊಂಡ ಇವನು ಹರಿಲಾಲ ದಾದಾನೇ! ಎಂದು ತನ್ನಲ್ಲೇ ಉದ್ಗರಿಸಿದ. ಮುಂದೆ ಬಂದು ತೂರಾಡುತ್ತಿದ್ದ ಅವನ ಕೈ ಹಿಡಿದುಕೊಂಡು ಬಾ ಇದ್ದ ಕೋಣೆಗೆ ಕರೆದೊಯ್ದ. 'ಬಾ' ಅರೆ ಮಂಪರಿನಲ್ಲಿ ಇದ್ದಳು. ರಾಮದಾಸ ಹತ್ತಿರ ಹೋಗಿ ಕಿವಿಯಲ್ಲಿ 'ಬಾ ನಿಮ್ಮ ಮಗ ಹರಿಲಾಲ ಬಂದಿದ್ದಾನೆ ಏಳಿ' ಎಂದ. ಹರಿಲಾಲ! ಹೆಸರು ಸಂಜೀವಿನಿಯಂತೆ ಕೆಲಸ ಮಾಡಿತು. ದಢಕ್ಕನೆ ಎದ್ದು ಕುಳಿತಳು. ಎದುರಿಗೆ ಹರಿಲಾಲನಿದ್ದ. ಒಂದು ಕ್ಷಣ ತನ್ನ ಕಣ್ಣನ್ನು ತಾನೇ ನಂಬಲಿಲ್ಲ. ನಿಜವಾಗಿಯೂ ಇವನು ಹರಿಲಾಲನೇ? ಎಂದು ಮತ್ತೆ ಮತ್ತೆ ಪ್ರಶ್ನಿಸಿಕೊಂಡಳು. ಸುಮ್ಮನೆ ದಿಟ್ಟಿಸುತ್ತಿದ್ದ ತಾಯಿಯನ್ನು ಹರಿಲಾಲನೂ ನೋಡಿದ. "ಬಾ ಇಗೋ ನಿಮ್ಮ ಪ್ರೀತಿಯ ಮಗ ಹರಿ ಬಂದಿದ್ದಾನೆ. ನಿಮ್ಮ ಮಡಿಲಲ್ಲಿ ಹುದುಗಿ ನಿಮ್ಮ ಪ್ರೀತಿಯನ್ನು ಸವಿಯಲು ಬಂದಿದ್ದಾನೆ' ಎನ್ನುತ್ತಾ ಬಾಳ ಎದೆಯ ಮೇಲೆ ತಲೆಯಿಟ್ಟು ಬಿಕ್ಕಿ ಬಿಕ್ಕಿ ಅಳತೊಡಗಿದ.

"ಮಗನೇ, ಕಂದಾ ಈಗಲಾದರೂ ನಿನಗೆ ಈ ತಾಯಿಯ ನೆನಪಾಯಿತಲ್ಲ. ಸದ್ಯ ನಾನು ಸಾಯುವುದಕ್ಕೆ ಮೊದಲೇ ನೀನು ಬಂದೆಯಲ್ಲ ಅಷ್ಟೇ ಸಾಕು. ನಾನು ನೆಮ್ಮದಿಯಿಂದ ತೃಪ್ತಿಯಿಂದ ಸಾಯುತ್ತೇನೆ.

"ಬಾ ಹೀಗೆಲ್ಲಾ ಸಾಯುವ ಮಾತಾಡಬೇಡಿ. ಈ ಕೆಟ್ಟ ಮಗನಿಗಾಗಿ ನೀವು ಇಷ್ಟೊಂದು ದುಃಖಿಸಬೇಕೇ?"

"ಮಗು ತಾಯಿಗೆ ಕೆಟ್ಟ ಮಗನೋ, ಒಳ್ಳೆಯ ಮಗನೋ ಎಲ್ಲರೂ ಈ ಕರುಳ ಬಳ್ಳಿಗಳೇ! ... ಇದೇನು ಮಗು ನಿನ್ನ ಅವತಾರ? ಎಷ್ಟೊಂದು ಬಡವಾಗಿದ್ದೀ."

"ಬಾ ನಿಮ್ಮ ಆರೋಗ್ಯ ಸರಿಯಿಲ್ಲ. ಹೆಚ್ಚು ಮಾತಾಡಬೇಡಿ ತುಂಬಾ ತೊಂದರೆಯಾಗುತ್ತದೆ. ನಿಮ್ಮ ಆರೋಗ್ಯ ಸರಿಯಿಲ್ಲವೆಂದು ತಿಳಿಯುತ್ತಲೇ ಓಡಿ ಬಂದೆ. ನಿಮಗೆ ನಮಸ್ಕಾರ ಮಾಡಿ, ನಿಮ್ಮಿಂದ ಆಶೀರ್ವಾದ ಪಡೆದು ಹೋಗೋಣವೆಂದು ಬಂದೆ."

"ಬಾಗೆ ಮಾತಾಡಲು ಕಷ್ಟವಾಗುತ್ತಿದ್ದರೂ, ತನ್ನೆದೆಯಾಳದ ಭಾವನೆಗಳನ್ನೆಲ್ಲ ಹೇಳಿಕೊಂಡು ಬಿಡಬೇಕೆಂಬ ಆತುರ, ಮತ್ತು ತುರ್ತು.

"ನನಗೇನೂ ಆಗುವುದಿಲ್ಲ ಬಿಡು ಹರಿ. ಈಗ ನೀನು ಬಂದು ಬಿಟ್ಟೆಯಲ್ಲ. ಎಲ್ಲ ಸರಿಹೋಗುತ್ತದೆ. ಆದರೆ ನಿನ್ನ ಈ ಅವಸ್ಥೆಯನ್ನು ನೋಡಿದರೆ ಸಂಕಟವಾಗುತ್ತದೆ. ಎಷ್ಟು ವರ್ಷಗಳಾಯಿತು ನಿನ್ನನ್ನು ನೋಡಿ, ಆದರೆ ನಿನ್ನ ಸುದ್ದಿಗಳನ್ನು ಮಾತ್ರವೇ ಕೇಳುತ್ತಿದ್ದೆವು. ಈ ವಯಸ್ಸಿಗೇ ಮುದುಕನಂತೆ ಕಾಣುತ್ತಿದ್ದೀಯೆ. ಹೊಟ್ಟೆ ಕಡೆ ಗಮನ ಕೊಡುತ್ತಿಲ್ಲವೆನಿಸುತ್ತದೆ. ಹೋಗಲಿ ಈಗ ಹೇಳು. ನಿನ್ನ ಜೀವನಕ್ಕೆ ಏನು ಮಾಡುತ್ತಿದ್ದೀಯ? ಎಲ್ಲಿ ವಾಸ ಮಾಡುತ್ತಿರುವೆ."

ಬಾ ಒಂದಾದ ಮೇಲೊಂದು ಪ್ರಶ್ನೆ ಕೇಳುತ್ತಲೇ ಇದ್ದಳು. ಹರಿಲಾಲ ಮಾತ್ರ ಯಾವ ಪ್ರಶ್ನೆಗೂ ಉತ್ತರ ಕೊಡುವ ಗೋಜಿಗೆ ಹೋಗಲಿಲ್ಲ.

ಬಾಪು ತಾಯಿ ಮಗನ ಮಾತುಗಳನ್ನು ಕೇಳಿಸಿಕೊಳ್ಳುತ್ತಿದ್ದ. ಹರಿಲಾಲನನ್ನು ತಾನಾಗಿ ಮಾತನಾಡಿಸಲು ಹೋಗಲಿಲ್ಲ. ಮಾತಾಡಿದರೆ ಎಲ್ಲಿ ಮೇಲೆ ಬೀಳುತ್ತಾನೋ, ಏನೇನು ಬಯ್ಯುತ್ತಾನೋ! ಇಲ್ಲಿನ ಜನರ ಎದುರು ಮಾನ ಕಳೆದುಕೊಳ್ಳುವುದಕ್ಕಿಂತ ಮೌನವಾಗಿದ್ದು ಮರ್ಯಾದೆ ಉಳಿಸಿಕೊಳ್ಳುವುದು ಮೇಲೆಂದು ಭಾವಿಸಿದ.

ಬಾ ಮಾತು ಮುಂದುವರೆಸಿದಲು.

"ಹರಿ ನೀನು ನನಗೆ ಮಾತುಕೊಡಬೇಕು. ನೀನು ಇನ್ನು ಮುಂದೆ ಎಲ್ಲಿಯೂ ಹೋಗಬಾರದು. ನಮ್ಮ ಜೊತೆಗೇ ಇರಬೇಕು. ನೀನು ಇದಕ್ಕೆ ಒಪ್ಪಿ ಬರುವುದಾದರೆ ನನಗೆ ನಿನ್ನ ಬಾಪುಗೆ ತುಂಬ ಸಂತೋಷವಾಗುತ್ತದೆ."

"ನನ್ನ ಮಾತಿರಲಿ ಬಾ. ನೀವು ಇಷ್ಟೊಂದು ಆರೋಗ್ಯ ಕೆಡಿಸಿಕೊಂಡೂ, ನನಗೊಂದು ಸುದ್ದಿ ಮುಟ್ಟಿಸಬಾರದಿತ್ತೆ? ನಿಮ್ಮ ಸೇವೆಗೆ ಓಡೋಡಿ ಬರುತ್ತಿದ್ದೆ. ಎಷ್ಟು ಬಡವಾಗಿ ಬಿಟ್ಟಿದ್ದೀರಿ. ನನಗೆ ತಿಳಿಸದೆ, ಸಿಟ್ಟು ಬರುವಂತೆ ಮಾಡಿದ್ದೀರಿ."

"ನಿನ್ನ ಆಕ್ಷೇಪ ನ್ಯಾಯವಾದದ್ದೇ! ನೀನು ಎಲ್ಲಿದ್ದೀ, ಏನಾಗಿದ್ದೀ, ನಿನ್ನ ಮನೆ ವಿಳಾಸ, ಗಿಳಾಸ ಯಾವೊಂದನ್ನೂ ತಿಳಿಸದಿದ್ದರೆ ನಿನ್ನನ್ನು ಸಂಪರ್ಕಿಸುವುದಾದರೂ ಹೇಗೆ? ನಿನ್ನನ್ನು ಕಾಣಬೇಕೆಂದು ಕ್ಷಣಕ್ಷಣವೂ ತುಡಿಯುತ್ತಿದ್ದೆ. ನಿನ್ನ ನೆನಪುಗಳು ನನ್ನನ್ನು ಒಳಗೊಳಗೇ ದಹಿಸುತ್ತಿದ್ದವು. ಈಗ ಬಂದಿದ್ದೀಯ. ಇಲ್ಲಿಂದ ಹೋಗುವ ಮಾತನ್ನು ಎತ್ತಬೇಡ. ನಮ್ಮ ಜೊತೆಗಿದ್ದರೆ ಅದೇ ನಮಗೆ ಸ್ವರ್ಗ ಸುಖಿ. ಆನಂದ."

"ನಾನೂ ಇಲ್ಲಿಯೇ ಇರಬೇಕೆಂದುಕೊಳ್ಳುತ್ತೇನೆ. ಆದರೆ ಇರುವುದಕ್ಕೆ ಜೈಲಿನ ಅಧಿಕಾರಿಗಳು ಅವಕಾಶಕೊಡಬೇಕಲ್ಲ. ಈ ದಿನ ಬರುವುದಕ್ಕೇ ಎಷ್ಟು ಕಷ್ಟ ಪಟ್ಟಿದ್ದೇನೆ. ತುಂಬಾ ಅಂಗಲಾಚಿ ಬೇಡಿದ್ದಕ್ಕ್ಷ್ಟೇ ನಿಮ್ಮನ್ನು ನೋಡಲು ಸಾಧ್ಯವಾಯಿತು. ಈ ದಿನಕ್ಕ್ಷ್ಟೇ ನನಗೆ ಅನುಮತಿ ನೀಡಿದ್ದಾರೆ. ದಿನಾ ಬಂದು ನೋಡಲೂ ಅವಕಾಶ ನೀಡುತ್ತಿಲ್ಲ."

"ಯಾಕಂತೆ? ದೇವದಾಸ, ರಾಮದಾಸರು ಪ್ರತಿದಿನವೂ ಬಂದು ನೋಡಲು ಸಾಧ್ಯವಿರುವಾಗ, ನಿನಗೇಕೆ ಸಾಧ್ಯವಿಲ್ಲ. ನೀನೂ ಅವರಂತೆ ನನ್ನ ಮಗನಲ್ಲವೇ. ಹೋಗು ಆ ಜೈಲು ಅಧಿಕಾರಿ ಯಾರಿದ್ದಾರೋ ಕರೆತು ತಾ, ಅವನಿಗೆ ನಾನೇ ಹೇಳುತ್ತೇನೆ. ಬಾಯಿ ಮುಚ್ಚಿಕೊಂಡು ಅನುಮತಿ ನೀಡುತ್ತಾರೆ."

ಅಲ್ಲಿಯವರೆಗೂ ಮೌನವಾಗಿದ್ದ ಬಾಪು.

"ಹರಿಲಾಲ ನಿನ್ನ ಬಾ ಹೇಳುತ್ತಿರುವುದನ್ನು ಕೇಳಿಸಿಕೋ, ಅವಳು ಬಯಸಿದಂತೆ ಪ್ರತಿನಿತ್ಯ ಅವಳ ಕಣ್ಣೆದುರು ಕಾಣಿಸಿಕೊಳ್ಳುತ್ತಿದ್ದರೆ, ಬಾಳ ಆರೋಗ್ಯ ತಂತಾನೇ ಸುಧಾರಿಸುತ್ತದೆ. ನಿನಗೆ ಬೇರೇನೂ ಕೆಲಸಗಳು ಇಲ್ಲದಿದ್ದರೆ ದಯವಿಟ್ಟು ಅವಳ ಮಾತನ್ನು ನಡೆಸಿಕೊಡು. ನಾನೇ ಬೇಕಾದರೆ ಜೈಲಿನ ಅಧಿಕಾರೊಗಳೊಂದಿಗೆ ಮಾತಾಡಿ ಬರುತ್ತೇನೆ." ಎಂದು ಹೊರಡಲು ಎದ್ದಾಗ ಬಾ,

"ಹೋಗಿ ಬಾಪು. ಹೋಗಿ ದಬಾಯಿಸಿ ಕೇಳಿ. ಇವರಿಗೆ ಮನುಷ್ಯತ್ವ ಅನ್ನೋದು ಇದ್ದರೆ ಖಂಡಿತವಾಗಿ ಒಪ್ಪುತ್ತಾರೆ. ತಾಯಿಯನ್ನು ನೋಡಲೂ ಮಕ್ಕಳನ್ನು ಬಿಡುವುದಿಲ್ಲವೆಂದರೆ ಎಂಥ

ಕೌರ್ಯ ಇವರದು. ದಿನಾ ಒಂದಷ್ಟು ಹೊತ್ತು ಬಂದು ಮಾತನಾಡಿಸಿಕೊಂಡು ಹೋದರೆ ಇವರ ಗಂಟೇನು ಹೋಗುತ್ತದೆ. ಏನೋ ದೇವರ ದಯೆ, ಈಗಲಾದರೂ ದೇವರು ನನ್ನ ಮಗನನ್ನು ನನ್ನ ಬಳಿಗೆ ಕಳಿಸಿಕೊಟ್ಟಿದ್ದಾನೆ. ಹಾಗೆಯೇ ತನ್ನ ಜೊತೆಗೆ ಇರುವಂತೆ ದಯಪಾಲಿಸಿದರೆ, ಆ ದೇವರಿಗೆ ಕೋಟಿ ಕೋಟಿ ನಮನಗಳನ್ನು ಹೇಳುತ್ತೇನೆ."

ಬಾಪು ಕೂಡಲೇ ಎದ್ದುಹೋಗಿ ಜೈಲು ಅಧಿಕಾರಿಗಳನ್ನು ಕಂಡು ಮಾತಾಡಿಸಿ, 'ಬಾ'ಳ ಸ್ಥಿತಿಯನ್ನು ವಿವರಿಸಿ, ಬದುಕಿರುವಾಗ ಸಂತೋಷದಿಂದಿರಲು ಇದೇ ಅವಕಾಶವೆಂದು ಮನಮುಟ್ಟುವಂತೆ ವಿವರಿಸಿದ ಮೇಲೆ, ಕರ್ನಲ್ ಭಂಡಾರಿ ಅವರು ಬಾಳನ್ನು ಅರಿತಿದ್ದ ಕಾರಣ, ಕೂಡಲೇ ಹರಿಲಾಲನಿಗೆ ದಿನಾ ಬಂದು ಹೋಗಲು ಅನುಮತಿ ದೊರೆಯಿತು. ಬಾಪು ಮುಖ ಅರಳಿಸಿಕೊಂಡು, ಒಳಬಂದು,

"ಬಾ ನಿನ್ನ ದೇವರು ನಿನ್ನ ಪ್ರಾರ್ಥನೆ ಕೇಳಿಸಿಕೊಂಡರು ಇನ್ನು ಮೇಲೆ ನಿನ್ನ ಮಗಾ ದಿನಾ ನಿನ್ನನ್ನು ಬಂದು ನೋಡುತ್ತಾನೆ." ಮರೆಯದೆ ನಿನ್ನ ಕೋಟಿ ನಮಸ್ಕಾರಗಳನ್ನು ಸಲ್ಲಿಸಿಬಿಡು" ಎಂದು ಸಣ್ಣ ನಗೆ ನಕ್ಕ.

ಸಂಜೆ ಆರುಗಂಟೆಗೆ ಜೈಲಿನ ಅಧಿಕಾರಿಗಳು ಬಂದು, ಹರಿಲಾಲನಿಗೆ ಸಮಯವಾಯಿತೆಂದು ತಿಳಿಸಿದರು. ತಾಯಿ ಮಗನಿಗೆ ಒಬ್ಬರನ್ನೊಬ್ಬರು ಬಿಟ್ಟಿರಲು ಮನಸ್ಸೇ ಆಗಲಿಲ್ಲ. ಹರಿಲಾಲ ಎದ್ದಾಗ ಬಾ ಅವನ ಕೈ ಹಿಡಿದು "ಹರಿ ಹೋಗಲೇಬೇಕೇ?" ಎಂದು ಆರ್ತವಾಗಿ ಕೇಳಿದಳು.

"ಬಾ ನೋಡುತ್ತಿದ್ದೀಯಲ್ಲ, ಹೊರಡಬೇಕೆಂದು ಆದೇಶಿಸುತ್ತಿದ್ದಾರೆ. ನಾಳೆ ಹೇಗಿದ್ದರೂ ಬರುತ್ತೇನಲ್ಲ?" ಎಂದು ಹೇಳಿ ಹೊರಟ.

ಬಾಪು ಕಲ್ಲು ವಿಗ್ರಹದಂತೆ ಕುಳಿತಿದ್ದರು. ಅವಳಿಗೆ ಬಾಪುವಿನ ಮೇಲೆ ಸಿಟ್ಟು, ಮಗ ಬಂದಿದ್ದರೂ ಮಾತಾಡಿಸಲಿಲ್ಲವಲ್ಲ ಎಂದು. ಅವನು ಬುದ್ಧಿ ಇಲ್ಲದವನು ಅವಿವೇಕಿ ಆದರೆ ಇವರಿಗೇನಾಗಿತ್ತು. ಮಗನ ಬಳಿಯೂ ಮಾತಾಡಲು ಸ್ವಾಭಿಮಾನ ಅಡ್ಡ ಬಂತೇ? ಎಂದು ಒಂದು ಕಡೆ ಅನಿಸಿದರೆ, ಮತ್ತೊಂದು ಕಡೆ ತಂದೆ ಮಗನ ಮಾತುಗಳು ಕಿಡಿಗಳಾಗಿ ಹಾರಿ, ರಾದ್ಧಾಂತವಾದರೆ? ಅಯ್ಯೋಪ್ಪಾ ಬೇಡವೇ ಬೇಡ! ಹೇಗಿದ್ದರೂ ಅವನು ದಿನಾ ಬರುವುದರಿಂದ ಮೌನದ ಮಂಜು ಕರಗಿ ಪ್ರೀತಿ ವಾತ್ಸಲ್ಯದ ಕಾವು ಪಸರಿಸಬಹುದು. ಒಂದೇ ದಿನದಲ್ಲಿ ರಾಜಿಯಾಗುವುದು ಸಾಧ್ಯವಾಗುವುದಾದರೂ ಹೇಗೆ?, ಹರಿ ಮಾತ್ರ ತಪ್ಪು ಮಾಡಲಿಲ್ಲವೇ? ತಂದೆಯಾದವನು ಗುಂಡು ಕಲ್ಲಿನಂತೆ ಎದುರಿಗೆ ಕೂತಿದ್ದರೂ, ಅವರ ಬಗ್ಗೆ ಮುಖ ಗಂಟಿಕ್ಕಿ ಕೊಂಡಿದ್ದನೇ ಹೊರತು, ಒಮ್ಮೆಯಾದರೂ ಅವರ ಕಡೆ ನೋಡಲಿಲ್ಲ. ಅವನ ಜೊತೆ ಮಾತಾಡುವುದೆಂದರೆ ಕೆಸರಿನಲ್ಲಿ ಕಲ್ಲುಹಾಕಿ ಮುಖಕ್ಕೆ ಸಿಡಿಸಿಕೊಂಡ ಹಾಗೆಯೇ? ಬಾಪು ಮಾಡಿದ್ದೇ ಸರಿ. ಎಂದು ಸಮಾಧಾನ ತಂದುಕೊಂಡಳು.

ಬಾಪು ಬಾಳ ಮನಸ್ಸನ್ನು ಅರಿತಿದ್ದ. ಅವಳ ನಿರೀಕ್ಷೆ ತನ್ನಿಂದ ಏನು ಎನ್ನುವುದನ್ನೂ ಗ್ರಹಿಸಿದ್ದ. ಹರಿಲಾಲನ ಬಗ್ಗೆ ಮುಕ್ತ ಮೆಚ್ಚುಗೆಯ ಮಾತಾಡಿದರೆ ಅವಳಿಗೆ ತುಂಬಾ ಸಂತೋಷವಾಗುತ್ತದೆ. ಅವಳ ಆರೋಗ್ಯವೂ ಸುಧಾರಿಸುತ್ತದೆ ಎಂದುಕೊಂಡು, ಮಗನು ಅತ್ತ ಹೊರಡುತ್ತಿದ್ದಂತೆ, ಬಾಪು ಬಾ ಬಳಿಗೆ ಬಂದು ಕುಳಿತುಕೊಂಡು,

"ಮಗನನ್ನು ನೋಡಿ ಸಮಾಧಾನವಾಯಿತಲ್ಲವೇ? ಇನ್ನೇನು ಪ್ರತಿದಿನವೂ ಮಗ ಬರುತ್ತಾನೆ."

"ಹೌದು ಬಾಪು ಈಗ ನನಗೆ ನೂರು ಆನೆ ಬಲ ಬಂದಂತಾಗಿದೆ. ಆದರೆ ನನಗೊಂದೇ ಒಂದು ದುಃಖ! ಇಷ್ಟು ಹೊತ್ತು ಕೂತಿದ್ದರೂ ನಿಮ್ಮ ಬಳಿ ಒಂದು ಮಾತನ್ನೂ ಆಡಲಿಲ್ಲವಲ್ಲ ಎಂದು ಸಂಕಟವಾಗುತ್ತದೆ."

"ಮಾತಾಡದಿದ್ದರೇನಾಯಿತು? ಅದರಿಂದ ಅವನ ಬಗ್ಗೆ ನನಗಿರುವ ಪ್ರೀತಿಯೇನೂ ಕಡಿಮೆಯಾಗುವುದಿಲ್ಲವಲ್ಲ? ನಾನೇ ಮಾತಾಡಿಸಬಹುದಾಗಿತ್ತು. ಆದರೆ ಅವನಿಗಿಷ್ಟವಾಗದಿದ್ದರೆ, ರೇಗಾಡಿ ಕೂಗಾಡಿ, ಹಾರಾಡಿ ರಾದ್ಧಾಂತ ಮಾಡಬಹುದೆಂದು ಹೆದರಿ ನಾನೇ ಸುಮ್ಮನಿದ್ದೆ. ಸದ್ಯ ನಿನ್ನ ಆರೋಗ್ಯ ಸುಧಾರಿಸಿದರೆ ಸಾಕು." ನಾನು ಅವನಿಗಾಗಿ ಎಷ್ಟು ಸಂಕಟಪಟ್ಟಿದ್ದೇನೆ. ಅವನ ಬದುಕಿನ ದುರಂತಗಳನ್ನು ನೆನೆದು ತತ್ತರಿಸಿದ್ದೇನೆ. ಎಷ್ಟೋ ಸಲ ಅವನು ಹೀಗಾಗಲು ನಿಜವಾಗಿಯೂ ನಾನೇ ಕಾರಣವಾಗಿದ್ದೇನೆಯೇ? ಎಂದು ಯೋಚಿಸಿ ಹಳಿದುಕೊಂಡಿದ್ದೇನೆ. ಬಾ ಹಾಗೆ ನೋಡಿದರೆ ನನಗೆ ಬೇರೆಲ್ಲರಿಗಿಂತಲೂ ಅವನ ಮೇಲೇ ಹೆಚ್ಚಿನ ಪ್ರೀತಿ, ಗಮನ. ದಾರಿತಪ್ಪುವುದನ್ನು ತಪ್ಪಿಸಿ, ಎಲ್ಲರಂತೆ ಸುಖವಾಗಿರುವಂತೆ ಮಾಡಬೇಕೆಂದು ಯೋಚಿಸಿದ್ದೇನೆ. ಆದರೆ ಅದಕ್ಕೆ ಆಸ್ಪದವೇ ಇಲ್ಲದಂತೆ, ನನ್ನನ್ನು ದ್ವೇಷಿಸುತ್ತಲೇ, ನನ್ನ ಮನಸ್ಸಿಗೆ ಹಿಡಿಯದ ಕೆಲಸಗಳನ್ನೇ ಉದ್ದೇಶ ಪೂರ್ವಕವಾಗಿ ಮಾಡಿ ನನ್ನ ಮೇಲೆ ಸೇಡು ತೀರಿಸಿಕೊಳ್ಳಲು ಪ್ರಯತ್ನಿಸಿದ್ದಾನೆ. ಆದರೂ ಅವನ ಮೇಲೆಂದೂ ನಾನು ಸಿಟ್ಟಾಗಲಿಲ್ಲ. ದ್ವೇಷವನ್ನು ಮಾಡಲಿಲ್ಲ. ಇವತ್ತಿಗೂ ನಾನು ಅವನನ್ನು ಮನಃಪೂರ್ವಕವಾಗಿ ಪ್ರೀತಿಸುತ್ತೇನೆ. ಆದರೆ, ಅವನು ಮಾತ್ರ ನನ್ನ ವಿಚಾರದಲ್ಲಿ ಬದಲಾಗುವುದಿಲ್ಲ. ದ್ವೇಷವನ್ನು ಎದೆಯಲ್ಲಿರಿಸಿಕೊಂಡೇ ಸಾಯುತ್ತಾನೆ. ನಾನೇನೂ ಮಾಡಲಾರೆ. ಅವನಿಗೆ ಒಳ್ಳೆಯ ಬುದ್ಧಿ ಕೊಡಲಿ ಎಂದು ದೇವರನ್ನು ಪ್ರಾರ್ಥಿಸುತ್ತೇನೆ ಅಷ್ಟೇ!'

51

ಬಾ ಇಡೀ ದಿನ ಹರಿಲಾಲನ ಬಗ್ಗೆಯೇ ಯೋಚಿಸುತ್ತಾ ಅವನ ಬಾಲ್ಯದ ದಿನಗಳನ್ನು ಮೆಲುಕು ಹಾಕುತ್ತಾ, ನಾಳಿನ ಅವನ ಬರವಿಗಾಗಿ ಎದುರು ನೋಡುತ್ತಿದ್ದಳು.

ಹರಿಲಾಲನ ಚಿಂತೆಯೇ ಅವಳ ಅನಾರೋಗ್ಯಕ್ಕೆ ಕಾರಣ ಎಂಬುದನ್ನು ಬಾಪು ಸ್ಪಷ್ಟವಾಗಿ ಅರಿತ.

"ಕಸ್ಟೂರ್ ಈಗಲಾದರೂ ನೆಮ್ಮದಿಯಿಂದ ನಿದ್ದೆ ಮಾಡು. ಇನ್ನೇನು ಪ್ರತಿದಿನಾ ಅವನು ನಿನ್ನನ್ನು ನೋಡಲು ಬರುತ್ತಾನಲ್ಲ!

"ಹೌದು ಬಾಪು. ಆದರೆ ನನಗೊಂದು ಚಿಂತೆ ಕಾಡುತ್ತಿದೆ. ನಾನು ಸಾಯುವುದಂತೂ ಖಂಡಿತ. ಆಮೇಲೆ ಹರಿಲಾಲನ ಗತಿಯೇನು? ಅವನನ್ನು ನೋಡಿಕೊಳ್ಳುವವರು ಯಾರು? ಪಾಪದ ಹುಡುಗ. ಹೆಂಡತಿಯೂ ಇಲ್ಲ. ಜೊತೆಗೆ ಅವನನ್ನು ಸರಿದಾರಿಗೆ ತರುವುದಕ್ಕೆ ಪ್ರಯತ್ನಿಸುವ ಆಪ್ತರೂ ಇಲ್ಲ. ಅವನು ಬಹಳ ಒಳ್ಳೆಯ ಹುಡುಗ. ಆಫ್ರಿಕಾದಲ್ಲಿ ನೀವೇ

ನೋಡಿದಿರಲ್ಲ! ಘೋಟಾ ಗಾಂಧೀ! ಘೋಟಾಗಾಂಧಿ! ಎಂದು ಜನ ಕೊಂಡಾಡಿದ್ದರಲ್ಲ. ತಾನೂ ಒಬ್ಬ ಆದರ್ಶ ಸತ್ಯಾಗ್ರಹಿಯಾಗಿ ನಿಮ್ಮ ಕೆಲಸದ ಹೊಣೆ ಹೊತ್ತು ಮುಂದುವರೆಸುತ್ತೇನೆ ಎಂದು ಬೇರೆ ಹೇಳಿದ್ದ. ನಿಮ್ಮ ಆದರ್ಶಗಳನ್ನು ಒಪ್ಪಿದ್ದ. ಆದರೆ ನೀವು ಮಾಡಿದ ಒಂದೇ ಒಂದು ತಪ್ಪಿನಿಂದಾಗಿ, ಅವನೆದೆ ಒಡೆದು ಹೋಯಿತು. ಬ್ಯಾರಿಸ್ಟರಿ ಓದಲು ಇಂಗ್ಲೆಂಡಿಗೆ ಹೋಗಲು, ಅವನಲ್ಲಿದ್ದ ಕೊರತೆಯಾದರೂ ಏನು? ಅವನೂ ಆಶ್ರಮವಾಸಿಗಳಲ್ಲಿ ಒಬ್ಬನಾಗಿದ್ದ, ಭಗನ್ಲಾಲ ಸಮುದಾಯ ಸೇವೆ ಮಾಡುವಂತೆ ಇವನೂ ಮಾಡುತ್ತಿದ್ದ. ಸೂಕ್ಷ್ಮಮತಿಯಾಗಿದ್ದ. ಆದರೆ ಅವನು ಮಾಡಿದ ಪಾಪವೆಂದರೆ, ನಿಮ್ಮಂಥ ತಂದೆಗೆ ಮಗನಾಗಿ ಹುಟ್ಟಿದ್ದು!! ನಿಮ್ಮ ಸಿದ್ಧಾಂತ ಆದರ್ಶಗಳಿಗೆ ಬಲಿಗೊಟ್ಟಿರಿ. ಅವನಿಗೆ ಭವಿಷ್ಯವೂ ಇಲ್ಲ. ಬದುಕೂ ಇಲ್ಲ ಎಂಬಂತೆ ಮಾಡಿದಿರಿ. ಅವನು ನಿಮ್ಮಿಂದಾದ ಇಂತಹ ಆಘಾತವನ್ನು ಹೇಗೆತಾನೇ ಸಹಿಸಿಕೊಂಡಾನು? ನಾಳೆ ಬರಲಿ ಅವನಿಗೆ ಬುದ್ಧಿ ಹೇಳುತ್ತೇನೆ. ತಾಯಿಯ ಮಾತನ್ನು ಕೇಳಿಸಿಕೊಳ್ಳುತ್ತಾನೆ ಎನ್ನುವ ನಂಬಿಕೆ ನನಗಿದೆ. ತನ್ನ ಕೆಟ್ಟ ಚಾಳಿಗಳನ್ನೆಲ್ಲ ಬಿಟ್ಟು, ನಿಮ್ಮೊಂದಿಗೆ ಸೇರುವಂತೆ ಹೇಳುತ್ತೇನೆ."

"ಕಸ್ತೂರ್, ನಿನ್ನ ಮಾತು ಕೇಳಿ ಅವನು ಬದಲಾಗುವುದಾದರೆ, ಅದಕ್ಕಿಂತ ಬೇರೆ ಸಂತೋಷ ನನಗಿಲ್ಲ. ನಾನು ಅವನಲ್ಲಿ ಕ್ಷಮೆಯಾಚಿಸುತ್ತೇನೆ. ಅವನ ಬಗ್ಗೆ ನನಗೆಷ್ಟು ಪ್ರೀತಿಯಿದೆ ಎನ್ನುವುದನ್ನು ನಿಮಗೆ ನಾನು ಕಾಣಿಸಲಾರೆ. ನಮ್ಮ ಮಗನಲ್ಲವೇ? ಮಕ್ಕಳ ತಪ್ಪನ್ನು ಹೊಟ್ಟೆಯಲ್ಲಿ ಹಾಕಿಕೊಳ್ಳಲು ನಾನು ಸದಾ ಸಿದ್ಧನಿದ್ದೇನೆ. ನೀನೀಗಲೇ ಸಾಕಷ್ಟು ಮಾತಾಡಿ ದಣೆದಿದ್ದೀಯ. ಮಲಗಿಕೋ. ಬೆಳಿಗ್ಗೆ ಅವನು ಬಂದೇ ಬರುತ್ತಾನೆ. ಸಾಕಷ್ಟು ಮಾತಾಡಬಹುದು." ಎಂದು ಸಮಾಧಾನ ಹೇಳಿ ಇಬ್ಬರೂ ನಿದ್ದೆಗೆ ಜಾರಿದರು.

ಬೆಳಿಗ್ಗೆ ಎದ್ದಾಗ 'ಬಾ' ಲವಲವಿಕೆಯಿಂದ ಇದ್ದಳು. ಹರಿಲಾಲನ ಭೇಟಿಯೋ, ಒಂದು ಹಂತದವರೆಗೆ ಸಂಜೀವಿನಿಯಾಗಿ ಕೆಲಸಮಾಡಿತ್ತು. ಈಗಲೂ ಬಾ ಮಗನ ನಿರೀಕ್ಷೆಯಲ್ಲಿ ಕಾದು ಕುಳಿತಳು. ಅವನು ಬಂದರೆ ಅವನ ಬಳಿ ಏನೇನು ಮಾತಾಡಬೇಕು. ತಂದೆಯೊಂದಿಗೆ ರಾಜಿ ಮಾಡಿಕೊಳ್ಳುವಂತೆ ಒಳ್ಳೆಯ ಮಾತಿನಲ್ಲಿ ಅವನಿಗೆ ತಿಳಿಸಿ ಹೇಳಬೇಕು. ಮಕ್ಕಳ ಯೋಗ ಕ್ಷೇಮದ ಬಗ್ಗೆ ಚಿಂತೆ ಬೇಡವೆಂದು ಸಮಾಧಾನ ಹೇಳಬೇಕು. ಎಂದೆಲ್ಲ ಯೋಚಿಸುತ್ತಿದ್ದಳು. ಪದೇ ಪದೇ ಗಾಂಧಿಯನ್ನು ಗಂಟೆ ಎಷ್ಟಾಯಿತೆಂದು ಕೇಳುತ್ತಿದ್ದಳು.

ಹತ್ತುಗಂಟೆಯಾಗಿದ್ದರೂ ಹರಿಲಾಲನ ಸುಳಿವಿರಲಿಲ್ಲ. "ಬಾಪು ಸ್ವಲ್ಪ ಹೊರಗೆ ಹೋಗಿ ನೋಡಿ, ಅವನೇಕೆ ಇನ್ನೂ ಬಂದಿಲ್ಲ. ಏನಾದರೂ ತೊಂದರೆಯಾಗಿದೆಯೋ ಏನೋ ಇಲ್ಲ ಜೈಲಿನ ಅಧಿಕಾರಿಗಳು ಅವನನ್ನು ಒಳಗೆ ಬಿಡಲಿಲ್ಲವೋ ಹೇಗೆ, ಸ್ವಲ್ಪ ವಿಚಾರಿಸಿ ಬನ್ನಿ."

"ನೀನಷ್ಟೊಂದು ಕಾತುರಳಾಗಬೇಡ. ಬರುತ್ತೇನೆ ಎಂದ ಮೇಲೆ ಬಂದೇ ಬರುತ್ತಾನೆ. ರಾತ್ರಿಯೆಲ್ಲಾದರೂ ಕುಡಿದು ತಡವಾಗಿ ಬಂದು ನಿದ್ದೆ ಹೋಗಿರಬಹುದು. ತಡವಾಗಿ ಬಂದಾನು. ಅಧಿಕಾರಿಗಳಿಗೆ ಹೇಳಿದ್ದೇನೆ. ಯಾವಾಗ ಬಂದರೂ ಬಿಡುತ್ತಾರೆ. ನೀನು ಸುಮ್ಮನೆ ಆತಂಕ ಪಡಬೇಡ."

ಗಾಂಧಿ ಎಷ್ಟು ಸಮಾಧಾನ ಹೇಳಿದರೂ ತಾಯಿ ಮನಸ್ಸು ತುಡಿಯುತ್ತಲೇ ಇತ್ತು. ಕ್ಷಣ ಕ್ಷಣವೂ ಮುಳ್ಳಿನ ಮೇಲೆ ಕುಳಿತಂತೆ ಚಡಪಡಿಸುತ್ತಿದ್ದಳು. ಎದ್ದುಬಂದು ಕಿಟಕಿಗೆ ಮುಖವಿಟ್ಟು ಬರುತ್ತಿದ್ದಾನೇನೋ ಎಂದು ಕಣ್ಣರಳಿಸಿ ನೋಡಿದಳು. ಗಡಿಯಾರದ ಮುಳ್ಳುಗಳು ಮಾತ್ರ ನಿಲ್ಲದೆ ಮುಂದೆ ಮುಂದೆ ಸಾಗುತ್ತಲೇ ಇದ್ದವು. ಬರುತ್ತೇನೆಂದು ಅಷ್ಟು ಖಚಿತವಾಗಿ ಹೇಳಿಯೂ

ಬರಲಿಲ್ಲವೆಂದರೆ ಏನಾಗಿರಬಹುದು? ಆರೋಗ್ಯವೇನಾದರೂ ಸರಿಯಿದೆಯೋ ಇಲ್ಲವೋ, ಅವನನ್ನು ನೋಡಿಕೊಳ್ಳಲಾದರೂ ಯಾರಿದ್ದಾರೆ. ಬಾಪು ಮಾತಿಗೆ ಬೆಲೆ ಕೊಡದೆ ಅವನನ್ನು ಬಾಗಿಲಲ್ಲೇ ತಡೆದಿರಲೂಬಹುದು. ಬಂದೇ ಬರಬೇಕಿತ್ತು. ಅರೆ! ಆಗಲೇ ಗಂಟೆ ಹನ್ನೆರಡು!!.... ಆದರೂ ಹರಿಲಾಲನ ಸುಳಿವಿಲ್ಲ.

ಆಗ ತಾನೇ ತಾಯಿಯನ್ನು ನೋಡಲು ಒಳಗೆ ಬಂದ ದೇವದಾಸ ತಾಯಿಯ ಚಡಪಡಿಕೆಯನ್ನು ಗಮನಿಸಿದ. ಕಾರಣ ಕೇಳುವ ಮೊದಲೇ 'ಬಾ' ದೇವೂ ನಿನ್ನಭಾಯಿ ಹರಿ ಬರುತ್ತೇನೆಂದು ಹೇಳಿದ್ದ. ಇಷ್ಟು ಹೊತ್ತಾದರೂ ಅವನ ಸುಳಿವಿಲ್ಲ. ಸ್ವಲ್ಪ ನೋಡಿ ಬರಬಾರದೇ? ಎಂದು ಹೇಳಿದಳು.

ಹರಿಯ ಚರಿತ್ರೆಯನ್ನು ಅರಿತಿದ್ದ ದೇವದಾಸನಿಗೂ ತುಸು ಆತಂಕವಾಯಿತು. ಎಲ್ಲೋ ಚೆನ್ನಾಗಿ ಕುಡಿದು ಅಮಲಿನಲ್ಲಿ ಎಲ್ಲವನ್ನೂ ಮರೆತಿರಬೇಕೆಂದು ಊಹಿಸಿದ. ಆದರೆ ತಾಯಿಯ ಬಳಿ ಅದನ್ನು ಹೇಳಲಿಲ್ಲ. ಬದಲಾಗಿ ಬಂದೇ ಬರುತ್ತಾನೆಂದು ಸಮಾಧಾನ ಹೇಳಿದ. ಆದರೆ ಆ ಸಮಾಧಾನ ಎಷ್ಟು ಹುಸಿ! ಎಂದು ತನ್ನಲ್ಲೇ ನಕ್ಕ!

ಆಗಾಖಾನ್ ಅರಮನೆಯ ಕೈದಿಗಳು ಮಾಮೂಲಿನಂತೆ 'ಬಾ'ಳ ಯೋಗಕ್ಷೇಮ ವಿಚಾರಿಸಲು ಬಂದಿದ್ದರು. ಅವಳ ದುಗುಡ ತುಂಬಿದ ಮುಖದ ಹಿಂದಿನ ಕಾರಣಗಳು ಅವರೆಲ್ಲರಿಗೂ ಪರಿಚಿತವಾಗಿದ್ದವು. ಆ ಸ್ಥಿತಿಯಲ್ಲಿ ಯಾರಿಗೂ ಅವಳನ್ನು ಮಾತಾಡಿಸಿ ಒಳಗಿನ ದುಃಖವನ್ನು ಕೆರಳಿಸಲು ಮನಸ್ಸಾಗಲಿಲ್ಲ.

ಹರಿಗಾಗಿ ಕಾಯುವಷ್ಟೂ ಕಾದಳು. ನಿರಾಶೆ ಒಳಗೆ ಜಾರುತ್ತಿದ್ದಂತೆ, ಖಿನ್ನತೆ ಅವಳನ್ನು ಆವರಿಸಿತು. ಮಾತು ಸೋತಿತು. ಕಣ್ಣು ಕಾಯಿಗಟ್ಟಿತು. ರುದ್ರ ಮೌನದ ಗುಹೆಯಲ್ಲಿ ಅವಿತುಕೊಂಡಳು. ಯಾರ ಕಣ್ಣಿಗೂ ಬೀಳದಂತೆ ನೋವು ಸಂಕಟಗಳನ್ನು ಅನುಭವಿಸಿದಳು. ಹರಿಲಾಲನೇ ಪೂರ್ತಿಯಾಗಿ ಆವರಿಸಿಕೊಂಡುಬಿಟ್ಟಿದ್ದ. ಹಸಿವು, ನೀರಡಿಕೆಗಳ ಅನುಭವವೇ ಇರಲಿಲ್ಲ. ಕೊನೆ ಕ್ಷಣಗಳನ್ನು ಎದುರಿಸುತ್ತಿರುವ ಅವಳಿಗೆ ಜೀವದಾನ ಸಾಧ್ಯವಾಗುವುದಾದರೆ, ಅದು ಹರಿಲಾಲನಿಂದ ಮಾತ್ರವೇ' ದಿನ ಕಳೆದು ರಾತ್ರಿಯಾಯಿತು... ಹಾಗೆಯೇ ಬೆಳಗೂ ಆಯಿತು. ಹರಿಲಾಲನ ಸುಳಿವೇ ಇರಲಿಲ್ಲ. ಮೌನವಾಗಿ ರಾತ್ರಿಯೆಲ್ಲಾ ಕಣ್ಣೀರು ಹರಿಸಿ, ಕಣ್ಣು ಕೆಂಪಗೆ ಊದಿಕೊಂಡಿತ್ತು. ಹರಿಲಾಲನನ್ನು ನೋಡುವ ಭರವಸೆ ಕುಸಿಯುತ್ತಿದ್ದಂತೆ, ಆರೋಗ್ಯವೂ ಕ್ಷೀಣಿಸುತ್ತಿತ್ತು.

ಅಂಥ ಸಮಯದಲ್ಲಿ ಫಳಕ್ಕನೆ ಆಸೆಯ ಕಿರಣವೊಂದು ಮೂಡಿತೆಂಬಂತೆ, ಹರಿಲಾಲನ ಆಗಮನದ ಸುದ್ದಿ ಬಂತು. ಸೂಪರಿಡೆಂಟರಿಗೆ ಫೋನುಮಾಡಿ ತಾನು ಪೂನಾದಲ್ಲಿ ಇರುವುದಾಗಿಯೂ, ಖಂಡಿತ ಬರುವುದಾಗಿಯೂ ತಮಗೆ ತಿಳಿಸಬೇಕೆಂದು ಹೇಳಿದ್ದಾರೆ ಎಂಬ ವಿವರ ಬಾಳ ಕಿವಿಗೆ ಅಮೃತದಂತೆನಿಸಿತು.

ಹಾಗಿದ್ದರೆ, ಅವನು ನೆನ್ನೆಯಾಕೆ ಬರಲಿಲ್ಲ. ಜೈಲು ಅಧಿಕಾರಿಗಳು ಅವನನ್ನು ತಡೆದಿರ ಬಹುದೇ? ಎಂದು ಯೋಚಿಸುವಷ್ಟರಲ್ಲಿ, ಅಧಿಕಾರಿಯೇ ಖುದ್ದಾಗಿ ಬಂದು ಅವಳ ಕಿವಿಗೆ ಬಿದ್ದ ಸಮಾಚಾರ ನಿಜವೆಂದೂ, ತನಗೇ ಫೋನು ಮಾಡಿ ಹರಿಲಾಲನು ತಿಳಿಸಿದ್ದಾರೆಂದು ಹೇಳಿದ.

ಬಾಗೆ ನಂಬಿಕೆ ಬರಲಿಲ್ಲ.

"ನಿಜವಾಗಿಯೂ ನೀವು ನೆನ್ನೆ ಅವನನ್ನು ತಡೆಯಲಿಲ್ಲ ತಾನೇ?" ಎಂದು ಪ್ರಶ್ನಿಸಿದಳು ಅನುಮಾನದಿಂದ.

ಜೈಲು ಸೂಪರಿಂಡೆಂಟರಿಗೆ 'ಬಾ'ಳನ್ನು ಹೇಗೆ ನಂಬಿಸುವುದು ಎಂದು ತೋಚಲಿಲ್ಲ.

"ಬಾಪು ಬಾ ಅವರಿಗೆ ನೀವಾದರೂ ಹೇಳಿ ನಾಮು ನಿಜವನ್ನೇ ಹೇಳುತ್ತಿದ್ದೇನೆ. ರಾತ್ರಿ ನಿದ್ದೆ ಸರಿಯಿರಲಿಲ್ಲವಾಗಿ, ಬೆಳಿಗ್ಗೆ ಎಚ್ಚರವೇ ಆಗಲಿಲ್ಲವಂತೆ, ಅದಕ್ಕೆ ಅವರು ನೆನ್ನೆ ಬರಲಾಗಲಿಲ್ಲವೆಂದು ತಿಳಿಸಿದರು."

ಬಾಪು ಯಾರ ಮಾತಿಗೂ ಪ್ರತ್ಯುತ್ತರ ಕೊಡಲಿಲ್ಲ.

ಕಸ್ತೂರಬಾಗೆ ಗಂಡನ ನೋಟ, ಮೌನಗಳನ್ನು ಎದುರಿಸಲು ಸಾಧ್ಯವಾಗಲಿಲ್ಲ.

ಬಾಪುವಿನ ಒಳಗುದಿಯನ್ನು ಯಾರಿಗೂ ಅರ್ಥಮಾಡಿಕೊಳ್ಳಲು ಸಾಧ್ಯವಾಗಲಿಲ್ಲ. ತಾಯಿಯ ಗಂಭೀರ ಸ್ಥಿತಿಯನ್ನು ನೋಡಿಯೂ ಇವನಿಗೆ ಕುಡಿಯಲು ಮನಸ್ಸಾದರೂ ಹೇಗೆ ಬಂತು? ಕಸ್ತೂರಳಿಗಾಗಿ ನಾನು ಅವನಿಂದಾದ ಅವಮಾನ ಹಿಂಸೆ, ನಿಂದೆಗಳನ್ನೆಲ್ಲ ಸಹಿಸಿಕೊಂಡು, ಬರಮಾಡಿಕೊಳ್ಳಲು ಸಿದ್ಧವಾಗಿದ್ದೆನಲ್ಲ! ಈಗ ಮತ್ತೊಮ್ಮೆ ನನ್ನ ಮನಸ್ಸು ಮುರಿದಿದ್ದಾನೆ.' ಇವನು ಮನುಷ್ಯನೇ ಅಲ್ಲ' – ಎಂದೆಲ್ಲ ಯೋಚಿಸುತ್ತಿದ್ದ 'ಬಾ'ಳಿಗೆ ಇಂಥ ಮಗನ ಪರವಾಗಿ ನಿಂತು ಗಂಡನನ್ನು, ಅವನದೇ ತಪ್ಪೆಂದು ವಾದಿಸಿ ನೋಯಿಸಿದೆನಲ್ಲಾ ಎಂದು ಮರುಗುವಂತೆ ಆಯಿತು. ಬಾಪುವಿನ ಆ ಕ್ಷಣದ ನಿಲುವು ಮಗನ ಬಗೆಗೆ ಎಷ್ಟು ಅಸಹ್ಯ ಪಟ್ಟುಕೊಂಡಿರಬಹುದೆಂಬುದನ್ನು ಸೂಚಿಸುತ್ತಿತ್ತು.

ಅಂತೂ ಇಂತೂ ಕೊನೆಗೂ ಹರಿಲಾಲ ಬಂದ. ಬಾಳ ಕೋಣೆಯ ಒಳಗೆ ಕಾಲಿರಿಸಿದ. ಆದರೆ ತೂರಾಡುತ್ತಿದ್ದ. ಸಮತೋಲನವಿಲ್ಲದೆ ಬಿದ್ದುಬಿಡುವನೇನೋ ಎನಿಸಿತ್ತು. ಜೈಲು ಅಧಿಕಾರಿ, ಅವನಿಗೆ ನೇರ ನಿಲ್ಲಲು ಸಹಕರಿಸಿದ.

ಬಾಪು ಮತ್ತು ಬಾ ಇಬ್ಬರೂ ಅವನತ್ತ ನೋಡಿದರು. ಮೊದಲ ಸಲ ಬಂದಾಗಿಂತಲೂ ದೈನೇಸಿ ಸ್ಥಿತಿಯಲ್ಲಿದ್ದ. ಕೊಳಕು ಬಟ್ಟೆ, ಕೆದರಿದ ಕೂದಲು, ಗಬ್ಬುನಾತ!!– ಇವುಗಳೊಂದಿಗೆ ತೂರಾಡುತ್ತಲೇ ಬಾಳ ಹಾಸಿಗೆ ಬಳಿ ಬಂದು ಕಾಲು ಮುಟ್ಟಿ ನಮಸ್ಕರಿಸಿದ. 'ಬಾ' ಕುಳಿತುಕೊಳ್ಳುವಂತೆ ಸೂಚಿಸಿದಳು. ತೀರಾ ಹತ್ತಿರವಿದ್ದರಿಂದ ಹುಳಿ ಹೆಂಡದ ವಾಸನೆ 'ಬಾ'ಳ ಮೂಗಿಗೆ ಬಡಿಯಿತು. ಮುಖ ಕಿವಿಚಿಕೊಂಡಳು.

"ಏನಿದು ಅವಸ್ಥೆ, ಕುಡಿಯುವುದಿಲ್ಲವೆಂದು ಹೇಳಿಯೂ ಕುಡಿದು ಬಂದಿರುವೆಯಲ್ಲಾ. ತಂದೆ ತಾಯಿಯ ಎದುರಿನಲ್ಲಿಯೇ ಹೀಗೆ ಕುಡಿದು ಬರುವುದು ಎಷ್ಟು ಸರಿ? ಅವರಿಗೆಷ್ಟು ನೋವಾಗುವುದು ಎನ್ನುವ ಕಲ್ಪನೆಯೂ ಇಲ್ಲವೇನು? ನೀನು ಇಷ್ಟು ಆಳವಾಗಿ ವಿನಾಶದ ಪ್ರಪಾತಕ್ಕೆ ಇಳಿಯುತ್ತೀಯೆಂದು ನಾನು ಕನಸುಮನಸಿನಲ್ಲಿಯೂ ಭಾವಿಸಿರಲಿಲ್ಲ. ಇದೇ ನಿನ್ನ ನಿರಂತರ ಸ್ಥಿತಿಯಾದರೆ ನಿನ್ನ ಮಕ್ಕಳು, ಅಳಿಯಂದಿರು, ಸೊಸೆಯಂದಿರು ಮೊಮ್ಮಕ್ಕಳು ಸ್ನೇಹಿತರು ನಿನ್ನ ಬಗ್ಗೆ ಏನು ಯೋಚಿಸಬಹುದು ಎನ್ನುವ ಪ್ರಜ್ಞೆಯಾದರೂ ಇದೆಯೇನು? ಇನ್ನು

ನಮ್ಮ ವಿಚಾರಕ್ಕೆ ಬರುವುದಾದರೆ, ನಿನ್ನಂಥ ಮಗನಿಗೆ ಜನ್ಮಕೊಟ್ಟದ್ದು ಯಾವ ಪಾಪದ ಪರಿಣಾಮವೋ ಏನೋ! ಕುಡಿತ, ಹಾದರಗಳ ಹಾದಿ ಹಿಡಿದಿರುವ ವಿಷಯವನ್ನು ಕೇಳಿದ್ದೇ ಹೊರತಾಗಿ ನೋಡುವ ಪಾಪಕ್ಕೆ ಬಲಿಯಾಗಿರಲಿಲ್ಲ. ಈಗ ಸಾಯುವ ಗಳಿಗೆಗಳಲ್ಲಿ ಅದನ್ನೂ ಸಾಧ್ಯಮಾಡಿ ಒಂದಿಷ್ಟು ನರಕವನ್ನು ಕಾಣಿಸಿಬಿಟ್ಟೆಯಲ್ಲ ಮಗನೇ!! ಎಂದು ಜೋರಾಗಿ ಅಳುವುದಕ್ಕೆ ಆರಂಭಿಸಿಬಿಟ್ಟಲು. ಈ ಸ್ಥಿತಿಯಲ್ಲಿ ನೋಡಬೇಕಾಗಿ ಬರುತ್ತದೆಂಬ ಕಲ್ಪನೆ ಇದ್ದಿದ್ದರೆ, ನಿನ್ನನ್ನು ಬರಬೇಕೆಂದಾಗಲೀ, ಕಾಣಬೇಕೆಂದಾಗಲೀ ತುಡಿಯುತ್ತಿರಲಿಲ್ಲ. ನಮಗೇಕೆ ಈ ಶಿಕ್ಷೆಯನ್ನು ದಯಪಾಲಿಸುತ್ತಿರುವೆ? ಹೋಗು. ಹೊರಟುಹೋಗು." ಈ ಸ್ಥಿತಿಯಲ್ಲಿನ ನಿನ್ನ ನೆನಪು ನನಗೆ ಬೇಡ. ನನಗೆ ಬೇಡ... ಬಾಪು! ಇವನನ್ನು ನನ್ನೆದುರಿನಿಂದ ದೂರಹೋಗುವಂತೆ ಹೇಳಿ... ದೂರಹೋಗುವಂತೆ ಹೇಳಿ... ಎಂದು ಉದ್ವಿಗ್ನತೆಗೆ ಒಳಗಾಗುತ್ತಿರುವಂತೆ ಬಾ ಪ್ರಜ್ಞೆ ತಪ್ಪಿದಲು. ದೇವು ಮತ್ತು ಜೈಲು ಅಧಿಕಾರಿ ಹರಿಲಾಲನನ್ನು ಬಾಳ ಸಮೀಪದಿಂದ ಸರಿಸಿ, ರೆಟ್ಟೆ ಹಿಡಿದುಕೊಂಡು ಮೆಲ್ಲಗೆ ಎಬ್ಬಿಸಿದರು. ಹರಿಲಾಲನಿಗೆ ಬಾಳ ಭಾವಾವೇಶ ಹೊರಗಟ್ಟುವಂತೆ ನೀಡಿದ ನಿರ್ದೇಶ ಮತ್ತಿನಿಂದ ಹೊರಬರುವಂತೆ ಮಾಡಿತು.

ಅವರ ಕೈಯಿಂದ ಬಿಡಿಸಿಕೊಂಡು, ಬಾ...ಬಾ...ಬಾ... ನನ್ನನ್ನು ದೂರಮಾಡಬೇಡ. ನಾನು ಕುಡಿದಿಲ್ಲ. ಒಮ್ಮೆ ನನ್ನ ಕಡೆನೋಡಿ. ನಾನು ಇನ್ನೆಂದೂ ನಿಮ್ಮನ್ನು ನೋಯಿಸುವುದಿಲ್ಲ. ನಿಮಗಾಗಿ ನಾನು ಬದುಕುತ್ತೇನೆ. ನನ್ನ ತಪ್ಪುಗಳನ್ನು ತಿದ್ದಿಕೊಳ್ಳುತ್ತೇನೆ. ಬಾಪುವಿನ ಜೊತೆ ಸತ್ಯಾಗ್ರಹ ಮಾಡುತ್ತೇನೆ. ಬಾಪುವಿಗೆ ತಕ್ಕ ಮಗ ಎನಿಸಿಕೊಳ್ಳುತ್ತೇನೆ. ಒಮ್ಮೆ ನನ್ನ ಕಡೆ ನೋಡಿ. ನಿಮ್ಮನ್ನು ತುಂಬಾ ನೋಯಿಸಿದೆ... ಬಾ ಮಾತಾಡಿ ಬಾ... ಮಾತಾಡಿ ಬಾ. ಎಂದು ಜೋರಾಗಿ ಕೂಗುತ್ತಾ ಅಳತೊಡಗಿದ. ದೇವದಾಸ ಸಮಾಧಾನ ಪಡಿಸುತ್ತ ಹೊರಗೆ ಕರೆದುಕೊಂಡು ಹೋದ.

ಬಾಗೆ ಪ್ರಜ್ಞೆ ಮರುಕಳಿಸಲಿಲ್ಲ.

ಹೊರಗಿನಿಂದ ತರಿಸಿದ ಪೆನ್ಸಿಲಿನ್ ಕೊಡುವ ಪ್ರಯತ್ನ ಮಾಡಲಾಯಿತು. ವೈದ್ಯರು ಔಷಧೋಪಚಾರಗಳು ಯಾವುವೂ ಪ್ರಯೋಜನವಾಗಲಾರದೆಂದು ಹೇಳಿಬಿಟ್ಟರು. ಕಸ್ತೂರಬಾಳ ಗಂಭೀರ ಸ್ಥಿತಿಯ ಬಗ್ಗೆ ಸುದ್ದಿ ಎಲ್ಲೆಲ್ಲೂ ಹರಡಿತು. ಪತ್ರಿಕೆಗಳಲ್ಲಿ ಅದೇ ಪ್ರಮುಖ ಸುದ್ದಿಯಾಯಿತು. ಗಾಂಧಿಗೆ ಕಸ್ತೂರಬಾಳ ಅಂತಿಮಕ್ಷಣಗಳು ಸಮೀಪಿಸುತ್ತಿರುವುದು ಖಚಿತವಾಯಿತು. ಆಫ್ರಿಕಾದಲ್ಲಿದ್ದ ಮಣಿಲಾಲ ಸುಶೀಲಾರಿಗೆ ಸುದ್ದಿ ಕಳಿಸಿದ್ದೇ ಅಲ್ಲದೆ, ಗಾಂಧಿ ತಿಳಿದವರಿಂದ ಭಾರತಕ್ಕೆ ಬರಲು ಪ್ರಯಾಣದ ವ್ಯವಸ್ಥೆಯನ್ನೂ ಮಾಡಿಸಿದ. 'ಬಾ' ಬಾಪು ನೆಂಟರಿಷ್ಟರಿಗೂ ಸುದ್ದಿ ಹೋಯಿತು. ಬಾ ಮತ್ತು ಬಾಪು ಅಭಿಮಾನಿಗಳು, ಸತ್ಯಾಗ್ರಹಿಗಳೂ, ರಾಷ್ಟ್ರೀಯನಾಯಕರು ಆಪ್ತರು ಆಗಾಖಾನ್ ಅರಮನೆಯ ಬಳಿ ಗುಂಪುಗೂಡಿದರು. ಬಾಳ ಅಂತಿಮದರ್ಶನಕ್ಕಾಗಿ ಸಾಲುಗಟ್ಟಿ ನಿಂತಿದ್ದರು.

ಬಾಳ ಸಮೀಪದಲ್ಲಿಯೇ ನಿಂತಿದ್ದ ದೇವದಾಸ ಘಟ್ಟನೆ ಬಾಳ ದೇಹದಲ್ಲಿ ಸ್ವಲ್ಪ ಅಲುಗಾಟ ಕಾಣಿಸಿತು. ಜೀವ ಇನ್ನೂ ಅವಳ ದೇಹಕ್ಕೆ ಅಂಟಿಕೊಂಡಿದೆ. ಮಾಂತ್ರಿಕ ಶಕ್ತಿಯನ್ನು ಉಳ್ಳದ್ದೆಂದು ಭಾವಿಸಿದ ಪೆನ್ಸಿಲಿನ್ ಅನ್ನು ದೇವದಾಸ ಬಾಗೆ ಕೊಡಿಸುವಂತೆ ಬಾಪುವನ್ನು ಕೇಳಿಕೊಂಡ. ಸಂಜೀವಿನಿ ಶಕ್ತಿಯುಳ್ಳ ಈ ಪೆನ್ಸಿಲಿನ್‌ನನ್ನು ಕೊಡಿಸಿ, ಕೊನೆಯ ಪ್ರಯತ್ನವಾಗಿ, ಪರಿಣಾಮಕ್ಕಾಗಿ ಕಾಯೋಣ ಎಂದ. ಪ್ರತಿ ನಾಲ್ಕು ಗಂಟೆಗಳಿಗೊಮ್ಮೆ ಕೊಡಬೇಕಾಗಿದ್ದ ಈ ಚುಚ್ಚುಮದ್ದಿನ ಬಗ್ಗೆ ಬಾಪುಗೆ ನಂಬಿಕೆಯಿತ್ತಾದರೂ, ಈಗ ಅದು ಬಾಳ ಪ್ರಾಣ ಉಳಿಸಲಾರದು. ಪ್ರಾಣ ಉಳಿಸುವ ಚೈತನ್ಯ ದೇವರೊಬ್ಬರಿಗಲ್ಲದೆ ಬೇರೆ ಯಾರಿಂದಲೂ ಸಾಧ್ಯವಿಲ್ಲ. ಈ ನೋವು ಯಾತನೆಗಳಿಂದ ಸ್ವಲ್ಪ ಬಿಡುವು ಸಿಗಬಹುದೇ ಹೊರತು ಜೀವವನ್ನಂತೂ ಉಳಿಸಲು ಸಾಧ್ಯವಿಲ್ಲ. ಈ ಚುಚ್ಚುಮದ್ದು ಇನ್ನಷ್ಟು ಹಿಂಸೆಯಾಗಿ ಆಕೆಗೆ ಪರಿಣಮಿಸಬಹುದು. ಆದರೆ ಪರಿಣಾಮ ಪ್ರಯೋಜನ ವಿಲ್ಲದ್ದಾದೀತು ಎನಿಸಿ, "ದೇವೂ ತಾಯಿಯನ್ನು ಉಳಿಸಬೇಕೆಂಬ ನಿನ್ನ ಉತ್ಸುಕತೆಯನ್ನು ಅರ್ಥಮಾಡಿಕೊಳ್ಳಬಲ್ಲೆ. ಆದರೆ ಯಾವುದಾದರೂ ಪವಾಡ ನಡೆದಲ್ಲವೆ ಬಾಳನ್ನು ಉಳಿಸಲು ಸಾಧ್ಯವಿಲ್ಲ. ಆದರೂ ನಿನ್ನ ಮನಸ್ಸಿಗೆ ನನ್ನ ಮಾತುಗಳಿಂದ ನೋವಾಗುವುದಾದರೆ ನಾನೇನೂ ಹೇಳುವುದಿಲ್ಲ. ನಿನ್ನಿಚ್ಛೆಯಂತೆ ಮಾಡು. ನಾನು ಅಡ್ಡಿ ಬರುವುದಿಲ್ಲ."

ಬಾಪುವಿನ ಮಾತುಗಳು ಸತ್ಯವೇ ಎನಿಸಿತು. ದೇವದಾಸನಿಗೂ ಬಾ ಉಳಿಯುವುದಿಲ್ಲವೆಂಬುದು ಖಾತ್ರಿಯಾಗಿತ್ತು. ಆದರೆ ಕಡೆಯ ಪ್ರಯತ್ನವಾಗಿ, ಅದನ್ನು ಕೊಟ್ಟು ಅದೃಷ್ಟ ಪರೀಕ್ಷೆ ಮಾಡಬಹುದಲ್ಲ ಎಂದಷ್ಟೇ, ಅವನೂ ಬಾಪುವನ್ನು ಕೇಳಿಕೊಂಡದ್ದು. ಈಗ ಬಾಪು ತಿಳಿಸಿ ಹೇಳಿದ ಮೇಲೆ ಅವನೂ ಸುಮ್ಮನಾದ. ಮತ್ತೆ ಒತ್ತಾಯ ಮಾಡಲಿಲ್ಲ. ಮುಂದೆ ಏನು ಮಾಡಬೇಕೆಂದು ಯೋಚಿಸುವಷ್ಟರಲ್ಲಿ ಯಾರೋ, ಒಬ್ಬರು ಗಾಭರಿಯಿಂದ ಕಸ್ತೂರಬಾಳ ಕೋಣೆಯಿಂದ 'ಬಾಪು! ಬಾಪು' ಎಂದು ಕೂಗುತ್ತಾ ಹೊರಬಂದ.

"ಬಾಪು ಬೇಗ ಬನ್ನಿ 'ಬಾ'ಗೆ ಸ್ಮೃತಿ ಬಂದಿದೆ. ನಿಮ್ಮನ್ನು ಕರೆತರಬೇಕೆಂದು ಹೇಳುತ್ತಿದ್ದಾರೆ. ಯಾಕೋ ತುಂಬಾ ಸುಸ್ತಾಗಿ ಕಾಣಿಸುತ್ತಿದ್ದಾರೆ. ಉಸಿರಾಡಲೂ ಸಂಕಟ ಪಡುತ್ತಿದ್ದಾರೆ. ಬನ್ನಿ ಬಾಪು. ಬೇಗ ಬನ್ನಿ," ಎಂದು ಕರೆದುಕೊಂಡು ಹೋದ.

ಬಾಪು ಕೋಣೆಯ ಒಳಗೆ ಹೋಗಿ ಬಾಳ ಪಕ್ಕದಲ್ಲಿ ಕುಳಿತ. ಬಾಳ ಕಡೆ ನೋಡಿದ. ತುಂಬ ಸಂಕಟವಾಯಿತು. ನಿಗ್ರಹಿಸಿಕೊಳ್ಳದಿದ್ದರೆ ಕಂಬನಿ ಪಟಪಟನೆ ಉದುರುವ ಸಾಧ್ಯತೆ ಇತ್ತು. ತನ್ನ ಆ ಸ್ಥಿತಿಯನ್ನು ಗಮನಿಸಿದರೆ ಬಾಳ ಮನಸ್ಸು ಚಡಪಡಿಸುತ್ತದೆ ಎಂದು ಭಾವಿಸಿ. ಒತ್ತರಿಸಿ ಬರುತ್ತಿದ್ದ ದುಃಖವನ್ನು ಹತ್ತಿಕ್ಕಿಕೊಂಡ. ಅವಳನ್ನು ಒಳಗೆ ಹತ್ತಿರಕ್ಕೆ ಕರೆದುಕೊಂಡು ಪ್ರೀತಿಯಿಂದ.

"ಕಸ್ತೂರ್ ಹೇಳು ಏನಾಗುತ್ತಿದೆ? ಏನೋ ಹೇಳಬೇಕೆಂದಿರುವಂತೆ ಕಾಣಿಸುತ್ತಿದೆ. ಹೇಳು ಏನಾದರೂ ಬೇಕಿದೆಯಾ?"

"ನನಗೇನೂ ತಿಳಿಯುತ್ತಿಲ್ಲ. ಏನೋ ಸಂಕಟವಾಗುತ್ತಿದೆ. ಏನೆಂದು ಹೇಳಲಾಗುತ್ತಿಲ್ಲ" ಎಂದು ಪಿಸುದನಿಯಲ್ಲಿ ಹೇಳಿದಳು.

ಬಾಪು ಊಹಿಸಬಲ್ಲವನಾಗಿದ್ದ. ಕಡೆಯ ಕ್ಷಣದ ಹರಿಲಾಲನ ನೆನಪು ಅವಳನ್ನು ಕಾಡುತ್ತಿರಬೇಕೆಂದು ಊಹಿಸಿದ. ಗಾಂಧಿಯ ಎದೆಗೆ ಆನಿಕೊಂಡು ಮೆಲ್ಲನೆ ಉಸಿರಾಡ ತೊಡಗಿದಳು. ಮುಖ ಪ್ರಶಾಂತವಾಗಿತ್ತು. ಸ್ವಲ್ಪ ಗೌರ ಗೌರ ಸದ್ದಾಯಿತು. ಕ್ರಮೇಣ ಉಸಿರಾಟ

ಕಡಿಮೆಯಾಗುತ್ತ ಹೋಯಿತು. ಗಾಂಧಿಯೂ ಒಂದು ಕ್ಷಣ ಅವಳನ್ನು ಬಿಟ್ಟು ಕದಲಲಿಲ್ಲ. ಸುಮಾರು ರಾತ್ರಿ 7.30ರ ಹೊತ್ತಿಗೆ ಪೂರ್ತಿ ಉಸಿರಾಟ ನಿಂತು ಹೋಯಿತು. ಬಾಳ ಹಾಸಿಗೆಯ ಸುತ್ತ ಅವಳ ಹತ್ತಿರದ, ಪ್ರೀತಿಯ ಬಳಗವಿತ್ತು. ಆಗಲೇ ಬಿಕ್ಕಿ ಬಿಕ್ಕಿ ಅಳುವ ಸದ್ದು ಶುರುವಾಯಿತು. ಮತ್ತೆ ತಮಗೆ ತಾವೇ ಸಮಾಧಾನ ತಂದುಕೊಂಡು, ಸಾಮೂಹಿಕವಾಗಿ, ಅವಳಿಗೆ ಅತ್ಯಂತ ಪ್ರೀತಿಯಾಗಿದ್ದ ಪ್ರಾರ್ಥನೆಗಳನ್ನು ಹಾಡಿದರು.

ಮೀರಾಬೆನ್, ಸುಶೀಲಾ ನಯ್ಯರ್ ಮೊದಲಾದವರು, ಹಿಂದೂ ಸಂಪ್ರದಾಯದ ಪ್ರಕಾರ ಮಾಡಬೇಕಾದ ವಿಧಿಗಳನ್ನು ಪೂರೈಸುತ್ತಿದ್ದರು. ಮೊಮ್ಮಕ್ಕಳಾದ, ಕನು, ಮನು, ರೀಮಾ ಮೊದಲಾದವರೆಲ್ಲರೂ 'ಬಾ' ಇರುತ್ತಿದ್ದ ಕೋಣೆಯನ್ನು ಶುಭ್ರ ಮಾಡಿದರು. ಪಾರ್ಥಿವ ಶರೀರಕ್ಕೆ ಸ್ನಾನಾದಿಗಳನ್ನು ಮಾಡಿಸಿ, ಕುಂಕುಮ ಹೂಗಳಿಂದ ಸಿಂಗರಿಸಿ ಬಾ ಆಸೆಪಟ್ಟು ಬಾಪುವಿನ ಹುಟ್ಟುಹಬ್ಬಕ್ಕೆ ಉಡಬೇಕೆಂದು ತರಿಸಿದ್ದ ಕೆಂಪಂಚಿನ ಬಿಳಿಯ ಖಾದಿ ಸೀರೆಯನ್ನು ಅವಳ ಅಂತಿಮಯಾತ್ರೆಯ ಕ್ಷಣಕ್ಕಾಗಿ ಉಡಿಸಲಾಯಿತು. ತುಳಸೀ ಮಾಲೆಯಿಂದ ಕೊರಳ ಸಿಂಗಾರ ಮಾಡಿದರು. ದಟ್ಟವಾಗಿ ಹೆಣೆದ ಬಿಳಿ ಹೂಗಳ ಹಾರಗಳಿಂದ ಬಾಳ ಆ ಪುಟ್ಟದೇಹವನ್ನು ಮುಚ್ಚಿದರು. ಮಕ್ಕಳು, ಮೊಮ್ಮಕ್ಕಳು ಎಲ್ಲರೂ ಸೇರಿದರು. ಜೊತೆಗೆ ಸಹ ಕೈದಿಗಳೂ ಒಟ್ಟುಗೂಡಿದರು.

'ಬಾ'ಳ ಸಾವಿನ ಸುದ್ದಿಯನ್ನು ದೇಶವಾಸಿಗಳ ಗಮನಕ್ಕೆ ಬಾರದಂತಿರಿಸಲು ಎಷ್ಟೇ ಪ್ರಯತ್ನಪಟ್ಟರೂ, ಅಧಿಕಾರಿಗಳಿಂದ ಅದು ಸಾಧ್ಯವಾಗಲಿಲ್ಲ. ಕಾಳ್ಗಿಚ್ಚಿನಂತೆ ಸುದ್ದಿ ದೇಶವ್ಯಾಪಿಯಾಗಿ ಹರಡಿತು. ಜನ ಸಮುದ್ರೋಪಾದಿಯಲ್ಲಿ ಬಂದು ಆಗಾಖಾನ್ ಅರಮನೆಯ ಮುಂದೆ ನಿಂತು ಬಾಳ ಬಗ್ಗೆ ವಿಚಾರಿಸಿದರು. ಜೈಲಿನ ಸಿಬ್ಬಂದಿ ಪಿಸುದನಿಯಲ್ಲಿ ಬಂದು ಅಲ್ಲಿ ನೆರೆದಿದ್ದ ಗುಂಪಿಗೆ ದುಃಖದಿಂದ 'ಬಾ' ಇನ್ನಿಲ್ಲ ಎಂದದ್ದೇ. ನೆರೆದ ಜನರ ದುಃಖ ಚೀತ್ಕಾರಗಳು ಮುಗಿಲು ಮುಟ್ಟಿದವು.

ಮಹಾತ್ಮಾಗಾಂಧಿಯ ಪ್ರೀತಿಯ ಮಡದಿ ಕಸ್ತೂರಬಾಳ ಮರಣವಾರ್ತೆಗೆ ಸಾರ್ವಜನಿಕರಿಂದ ಬರಬಹುದಾದ ಪ್ರತಿಕ್ರಿಯೆಯನ್ನು ಊಹಿಸಿ, ಆಗಾಖಾನ್ ಅರಮನೆಗೆ, ಅಂತಿಮ ಸಂಸ್ಕಾರದ ಏರ್ಪಾಡುಗಳನ್ನು ಮಾಡುವಂತೆ ಆದೇಶಿಸಿ, ತಮ್ಮ ಪ್ರತಿನಿಧಿಯೊಬ್ಬನನ್ನು ಸರಕಾರ ಕಳಿಸಿಕೊಟ್ಟಿತು. ದಹನ ಸಂಸ್ಕಾರ ಜೈಲಿನ ಒಳಾಂಗಣದಲ್ಲಿಯೋ ಅಥವಾ ಹೊರಗೋ– ಹೇಗೆಂಬುದನ್ನು ಗಾಂಧಿಯಿಂದ ಕೇಳಿದರು.

ಸರಕಾರಕ್ಕೆ ಒಂದು ರೀತಿಯಲ್ಲಿ ತಲೆನೋವೆನಿಸಿತು. ಜೈಲಿನ ಒಳಗೆ ಸಂಸ್ಕಾರವಾದಲ್ಲಿ, ಅಲ್ಲಿ ಕೈದಿಗಳಿಗೆ ಮತ್ತು ಬಂಧುಮಿತ್ರರಿಗೆ ಮಾತ್ರವೇ ಅಂತಿಮ ದರ್ಶನ ಭಾಗ್ಯ ಲಭಿಸುತ್ತದೆ. ಆದರೆ ಹೊರಗಡೆ ಮಾಡಿದರೆ ದೇಶಾದ್ಯಂತ ಸಂಚಲನ ಉಂಟಾಗುತ್ತದೆ. ಇಂಥಾ ಮಹಾತ್ಮನ ಮಡದಿಯ ಸಾವಿನಲ್ಲಿಯೂ ಸರಕಾರ ರಾಷ್ಟ್ರಕ್ಕೇ ತಾಯಿ ಎನಿಸಿಕೊಂಡವಳ ದರ್ಶನದಿಂದ ವಂಚಿಸಿತೆಂದು ಆಕ್ರೋಶಕ್ಕೆ ಒಳಗಾಗುವ ಸಾಧ್ಯತೆಗಳೂ ಇದ್ದವು. ಇದರ ಪರಿಹಾರ ಸಾಧ್ಯವಾಗ ಬೇಕಾದರೆ ಗಾಂಧಿಯೇ ಹೇಗೆ ಅಭಿಪ್ರಾಯ ಪಡುತ್ತಾನೋ ಎನ್ನುವುದನ್ನು ಆಧರಿಸಿತ್ತು.

ಗಾಂಧಿಯ ಅಭಿಪ್ರಾಯದಂತೆ, ಸಾರ್ವಜನಿಕರಿಗೆ ಅನುಕೂಲವಾಗುವಂತೆ ಬಾಳ ಪಾರ್ಥಿವ ಶರೀರವನ್ನು ಆಗಾಖಾನ್ ಅರಮನೆಯಿಂದ ಹೊರಗೆ ಸ್ವಲ್ಪ ದೂರದಲ್ಲಿ ಮಹಾದೇವ ದೇಸಾಯಿಯ ಸಮಾಧಿಯ ಹತ್ತಿರವೇ ಬಾಳ ಅಗ್ನಿ ಸಂಸ್ಕಾರದ ವ್ಯವಸ್ಥೆಯಾಯಿತು.

ಗಾಂಧಿಯ ಶ್ರೀಮಂತ ಮಿತ್ರರಿಂದ, ಶ್ರೀಗಂಧದ ಚಿಕ್ಕೆಗಳಿಂದಲೇ ಬಾಳ ಸಂಸ್ಕಾರವಾಗ ಬೇಕೆಂಬ ಒತ್ತಾಯದ ಪ್ರಾರ್ಥನೆ ಬಂತು. ಆದರೆ ಗಾಂಧಿ ಅದಕ್ಕೆ ಒಪ್ಪಲಿಲ್ಲ. ಆಗ ಜೈಲಿನ ಸೂಪರಿಡೆಂಟರು, ಒಂದಷ್ಟು ಶ್ರೀಗಂಧದ ಚಿಕ್ಕೆಗಳು ತನ್ನಲ್ಲಿವೆಯೆಂದೂ ಅದನ್ನು ಬಾಳ ದಹನ ಸಂಸ್ಕಾರಕ್ಕೆ ಉಪಯೋಗಿಸಿಕೊಳ್ಳಬೇಕೆಂದು ಬೇಡಿಕೊಂಡರು. ಆದರೆ ಗಾಂಧಿಗೆ ಆ ಸಮಯದಲ್ಲೂ, ಶ್ರೀಗಂಧ ಅಲ್ಲಿಗೆ ಬಂದದ್ದಾದರೂ ಹೇಗೆಂಬ ಕುತೂಹಲ! ಕೇಳಿದಾಗ, ಪಾಪದ ಸೂಪರಿಡೆಂಟ್ ನಿಜ ಹೇಳಿಬಿಟ್ಟ. ಇಪ್ಪತ್ತೊಂದು ದಿನ ಉಪವಾಸದಲ್ಲಿ ಬಾಪು ತೀರಿಕೊಂಡರೆ, ಅವರ ಸಂಸ್ಕಾರಕ್ಕೆಂದು ತಂದಿರಿಸಿದ್ದ ಸಂಗತಿ ತಿಳಿದು, ವಿಷಾದದ ನಗೆ ನಗುತ್ತ, ಹಾಗಾದರೆ ಬಿಡು. ನನ್ನೆಂದ ಮೇಲೆ, ನನಗಾಗಿ ತಂದಿದ್ದು ಎಂದ ಮೇಲೆ, ಅದು ಹೆಂಡತಿಯದೂ ಆದಂತೆ ಎಂದು ಹೇಳಿ, ಸ್ವೀಕರಿಸಿದ.

ಊರೂರುಗಳಿಂದ, ಸೇವಾಗ್ರಾಮದ ಆಶ್ರಮದಿಂದ ಬಾಳ ಅಭಿಮಾನಿ ವರ್ಗಗಳಿಂದ ಜನ ಬರುತ್ತಲೇ ಇದ್ದರು.

ಪತ್ರಕರ್ತರು, ರಾಷ್ಟ್ರನಾಯಕರೂ ಎಲ್ಲರೂ ಅಲ್ಲಿ ಸೇರಿದರು. ಬಾಳಿಗೆ ಶ್ರದ್ಧಾಂಜಲಿ ಸಲ್ಲಿಸಿದರು. ಇಡೀ ರಾಷ್ಟ್ರವೇ ಆಕೆಯ ಧೈರ್ಯ, ಸಾಹಸ, ತಾಳ್ಮೆ, ಪ್ರೀತಿ ವಾತ್ಸಲ್ಯಗಳನ್ನು, ಬಾಪುವಿನ ಸಂಗಾತಿಯಾಗಿ ಹೋರಾಟಗಳಲ್ಲಿ ಪಾಲ್ಗೊಂಡ ಪರಿಯನ್ನು ಮುಕ್ತ ಕಂಠದಿಂದ ಹೊಗಳಿ ಕೊಂಡಾಡಿತು. ಟೈಮ್ಸ್ ಆಫ್ ಇಂಡಿಯಾದ ಸಂಪಾದಕೀಯದಲ್ಲಿ ಬಾಳ ಮಹೋನ್ನತಿಕೆಯನ್ನು ಎತ್ತಿ ಹಿಡಿಯಿತು. ದೇಶದ ಮಹೋನ್ನತ ಮಹಿಳೆಯರ ಸಾಲಿನಲ್ಲಿಯೇ ಮತ್ತು ಎತ್ತರದ ಮಹಿಳೆಯೆಂದರೆ ಶ್ರೀಮತಿ ಗಾಂಧಿ! ಆಕೆಯ ಜೀವನ ಧ್ಯೇಯವೇ ಪತಿನಿಷ್ಠೆಯಾಗಿತ್ತು. ತೀರಾ ಮೃದು ಸ್ವಭಾವದವರು ಸಾರ್ವಜನಿಕವಾಗಿ ಮಾತಾಡುವಲ್ಲಿ ಸಂಕೋಚದ ಪ್ರವೃತ್ತಿಯಿದ್ದವಳಾದರೂ ಬಾಪುವಿನಂತಹ ವ್ಯಕ್ತಿಯನ್ನು ಮದುವೆಯಾಗಿದ್ದೇ, ಆಕೆಯ ಗುರಿಯೇ ಬದಲಾಯಿತು. ಭಾರತೀಯರ ನಡುವೆ ಮಹಾನ್ ವ್ಯಕ್ತಿಯಾಗಿ ರೂಪುಗೊಂಡಳು. ಗಂಡನ ಜೊತೆ ಜೊತೆಯಲ್ಲಿಯೇ ಹೋರಾಟಗಳಲ್ಲಿ ಮುಂಚೂಣಿಯಲ್ಲಿದ್ದು, ಹಲವು ಬಾರಿ ಜೈಲುವಾಸವನ್ನು ಅನುಭವಿಸಿದರು. ಆಕೆಯ ಧೈರ್ಯ ಸಾಹಸಗಳು ಅವಿಸ್ಮರಣೀಯ.. ಎಂದೆಲ್ಲಾ ಬಣ್ಣಿಸಲಾಗಿತ್ತು.

ಬಾಳ ದೇಹವನ್ನು ಚಿತೆಯ ಮೇಲೆ ಇರಿಸುತ್ತಿದ್ದಂತೆಯೇ ಬಾಪುವಿನೆದೆಯಲ್ಲಿ ಹೆಪ್ಪುಗಟ್ಟಿದ್ದ ದುಃಖ ಒಮ್ಮೆಲೇ ಕೋಡಿವರಿಯಿತು. ಎಲ್ಲ ಧರ್ಮಗ್ರಂಥಗಳಿಂದ ಪಠನ ವಾಚನಗಳು ನಡೆದವು.

ದಕ್ಷಿಣ ಆಫ್ರಿಕಾದಿಂದ ಮಣಿಲಾಲನಿಗೆ ಸಮಯಕ್ಕೆ ಸರಿಯಾಗಿ ಬರಲಾಗಲಿಲ್ಲವಾದ್ದರಿಂದ ರಾಮದಾಸ, ದೇವದಾಸರಿಬ್ಬರೇ ಸಂಸ್ಕಾರ ವಿಧಿಗಳನ್ನು ಪೂರೈಸಿದರು. ವಾಸ್ತವವಾಗಿ ಹಿರಿಯ ಮಗನಾಗಿ ಹರಿಲಾಲ ಮಾಡಬೇಕಾಗಿದ್ದ ಕೆಲಸಗಳನ್ನು ಅವನ ಬದುಕಿನ ರೀತಿಯಿಂದಾಗಿ, ಮುರಿದ ಸಂಬಂಧಗಳಿಂದಾಗಿ, ಕಿರಿಯ ಮಕ್ಕಳು ಮಾಡುವಂತಾಯಿತು.

ಕಸ್ತೂರಬಾ, ಬಾಪುವಿನ ಸಾಹಚರ್ಯದಲ್ಲಿ ದಾಂಪತ್ಯದ ಬೆಸುಗೆಯಲ್ಲಿ ನಂಜು, ನೋವು, ಸಂಕಟ, ಕೀಳರಿಮೆಯಿಂದಾಗುತ್ತಿದ್ದ ಅವಮಾನಗಳನ್ನೆಲ್ಲ ನುಂಗಿಕೊಂಡು, ಅರವತ್ತೆರಡು ವರ್ಷಗಳ ಸುದೀರ್ಘ ದಾಂಪತ್ಯವನ್ನು ನಡೆಸಿ ತನ್ನ 75ನೇ ವಯಸ್ಸಿನಲ್ಲಿ ಕೊನೆಯುಸಿರೆಳೆದು

ಮಣ್ಣಲ್ಲಿ ಮಣ್ಣಾಗಿ ಹೋದಳು. ಬಾಪುವಿನಂತಹ ಆಲದ ನೆರಳಲ್ಲಿಯೇ ತನ್ನ ಕುಬ್ಜತೆಯನ್ನು ಮರೆತು, ತನ್ನ ಗಂಡನ ವ್ಯಕ್ತಿತ್ವದಲ್ಲಿಯೇ ಕರಗಿ ಹೋದಳು.

ಬಾಳ ಸಾವಿನ ನಂತರ ಗಾಂಧಿಯಲ್ಲಿ ಉತ್ಸಾಹವಾಗಲೀ, ಚೈತನ್ಯವಾಗಲೀ ಉಳಿದಿರಲಿಲ್ಲ. ಜೊತೆಗೆ ಅನಾರೋಗ್ಯ ಬೇರೆ ಕಾಡುತ್ತಿತ್ತು. ಎಲ್ಲಕ್ಕಿಂತ ಹೆಚ್ಚಾಗಿ ಎಲ್ಲಿಯೋ ಒಂದು ಕಡೆ ಅಪರಾಧಿಭಾವ ಕಾಡುತ್ತಿತ್ತು. ತನ್ನ ಹೆಂಡತಿಯಾಗಿ ಬಾ ಎಂದಾದರೂ ಸುಖ ಪಟ್ಟಿದ್ದಾಳೆಯೇ? ಹರಿಲಾಲ ಹೇಳಿದಂತೆ ಬಾಳನ್ನು ನಾನು ನನ್ನ ನಿಷ್ಠುರ ನಿಯಮಗಳಿಂದ, ಅಸಾಮಾನ್ಯ ನಿರೀಕ್ಷೆಗಳಿಂದ, ಗಂಡು ಅಹಮ್ಮಿನಿಂದ ಅವಳನ್ನೆಷ್ಟು ಕಾಡಿರಬಹುದು. ಅವಳಿಗೆ ಅನೇಕ ಸಲ, ಅವಿದ್ಯಾವಂತಳೆಂಬ ಕಾರಣದಿಂದ ಬಂದವರ ಮುಂದೆ ಆಶ್ರಮವಾಸಿಗಳ ಮುಂದೆ ಅವಮಾನ ಮಾಡಿದ್ದುಂಟು. ಗದ್ದರಿಸಿದ್ದುಂಟು. ಅವಳ ಆಸೆ ಆಕಾಂಕ್ಷೆಗಳ ಮೇಲೆ ತಣ್ಣೀರು ಎರಚಿದ್ದುಂಟು, ಹೇಯವಾದ ಕೆಲಸಗಳನ್ನು ಮಾಡಿಸಿದ್ದುಂಟು, ಆದರೆ... ಆದರೆ ಒಮ್ಮೆಯಾದರೂ ನನಗೆ ವ್ಯತಿರೇಕವಾಗಿ ನಡೆದುಕೊಳ್ಳಲಿಲ್ಲ. ನನ್ನ ಆದರ್ಶಪಾಲನೆ, ಹೋರಾಟಗಳಿಗಾಗಿ ಅವಳನ್ನು ಮಕ್ಕಳನ್ನು ಬಲಿಗೊಟ್ಟೆ. ಇಡೀ ಜವಾಬ್ದಾರಿಯನ್ನು ಅವಳಿಗೆ ವಹಿಸಿಬಿಟ್ಟೆ. ನನಗೆ ಲೋಕೋದ್ಧಾರವೊಂದೇ ಮುಖ್ಯವೆಂದೇಕೆ ಎನಿಸಿತು? ಅವಳಲ್ಲಿ ಪ್ರಚಂಡ ಶಕ್ತಿ ಇತ್ತು. ಅದನ್ನು ಬೇಲೇ ಕಟ್ಟುವುದಕ್ಕೆ ವ್ಯವಧಾನವೇ ಇರಲಿಲ್ಲ. ಪ್ರತಿಕ್ಷಣವೂ ನನ್ನ ಹೆಜ್ಜೆಯೊಂದಿಗೆ ಹೆಜ್ಜೆ ಹಾಕುವುದನ್ನೇ ತನ್ನ ಸತೀಧರ್ಮವೆಂದು ಭಾವಿಸಿ. ನಡೆದಳೇ ಹೊರತು. ಒಮ್ಮೆಯಾದರೂ ಗೊಣಗಲಿಲ್ಲ. ಕಠಿನ ಪರಿಸ್ಥಿತಿಗಳಲ್ಲಿ ನನಗೆ ಸರಿಸಾಟಿಯಾಗಿ ಎದೆಗೊಟ್ಟು ನಿಂತಳು. ಅವಳ ಸಹನೆ, ತ್ಯಾಗ, ಬಲಿದಾನಗಳಿಲ್ಲದಿದ್ದರೆ ಇಂದು ನಾನು ಹೀಗಿರಲು ಸಾಧ್ಯವಿತ್ತೇ. ಹರಿ ತನ್ನ ಸಿಟ್ಟಿನಲ್ಲಾದರೂ ನಿಜವನ್ನು ಹೇಳಿದ್ದಾನೆ. ಬಾ ಇಲ್ಲದಿದ್ದರೆ ನಾನೇನೂ ಅಗುತ್ತಿರಲಿಲ್ಲವೇನೋ! – ಎಂದೆಲ್ಲಾ ಯೋಚಿಸುವುದರಲ್ಲಿಯೇ ದಿನಗಳನ್ನು ಕಷ್ಟದಲ್ಲಿ ಕಳೆದ. ಈ ಯೋಚನೆಯೇ ಹಾಸಿಗೆ ಹಿಡಿಯುವಂತೆ ಮಾಡಿತು. ಗಾಂಧಿಯ ಅನಾರೋಗ್ಯ, ಬ್ರಿಟಿಷರ ಎದೆಗೆಡಿಸಿತು. ಜೈಲಿನಲ್ಲಿ ಆಶ್ರಮದಲ್ಲಿ ನೋಡಿಕೊಳ್ಳಲು ಮೀರಾ, ಮನು, ಸುಶೀಲಾ, ಪ್ರಭಾವತಿ ಮೊದಲಾದವರಿದ್ದರು. ಗಾಂಧಿ ಬಗ್ಗೆ ಹೆಚ್ಚಿನ ಕಾಳಜಿ ವಹಿಸುತ್ತಿದ್ದರು. ಆದರೆ ಯಾರೆಷ್ಟೇ ತನ್ನ ಬಗ್ಗೆ ಮುತುವರ್ಜಿ ವಹಿಸಿದರೂ ಬಾಳ ಸ್ಥಾನವನ್ನು ತುಂಬಲಾಗಲಿಲ್ಲ. ಬದುಕಿದ್ದಾಗ ಗಾಢವಾಗಿ ಪ್ರೀತಿಸಲಾಗದಿದ್ದ, ಅವಳ ಗುಣ ವ್ಯಕ್ತಿತ್ವಳ ಚೆನ್ನತ್ವವನ್ನು ಅಳೆಯಲಾಗದಿದ್ದ ಗಾಂಧಿಗೆ ಈಗ ಬಾ ತುಂಬಲಾರದ ನಷ್ಟವೆನಿಸಿತು. ಅವಳ ಬೆಲೆ ಈಗ ಅರಿವಾಗತೊಡಗಿತು. ಅರವತ್ತೆರಡು ವರ್ಷಗಳ ಸುದೀರ್ಘ ದಾಂಪತ್ಯದಲ್ಲಿನ ಹಲವಾರು ಸಂಗತಿಗಳನ್ನು ಮೆಲುಕು ಹಾಕುತ್ತಾ ಹೋದಂತೆ, ತನ್ನ ಅಜ್ಞಾನದ, ಅಹಂಕಾರದ ಪದರಗಳ ಆಳದಲ್ಲಿ ಹುದುಗಿದ್ದ ಕಸ್ತೂರಬಾಳ ಆತ್ಮದ ಬೆಳಕು, ಅದರ ಪ್ರಖರತೆಯ ಅನುಭವವಾಗತೊಡಗಿತು.

ದಾಂಪತ್ಯದ ಬದುಕಿನಲ್ಲಿ ಇಬ್ಬರಿಗೂ ಒಬ್ಬರ ಬಗ್ಗೆ ಒಬ್ಬರಿಗೆ ನಿರಾಸೆ ಅತೃಪ್ತಿಗಳಿದ್ದವು. ಆದರೂ ಅದು ವಿಷಮತೆಯ ನೆಲೆಗೆ ತಲುಪಲಿಲ್ಲ. ಲೋಕರೂಢಿಗಿಂತ ಭಿನ್ನವಾಗಿ ಬದುಕಬೇಕೆಂಬುವ ಹಂಬಲದಲ್ಲಿ ಗಾಂಧಿ ಕೆಲವರ ಅಸಮಾಧಾನಕ್ಕೆ ಕಾರಣರಾಗಿದ್ದರೂ, ಸ್ವತಃ ಕಸ್ತೂರಬಾಳೇ ಬಹಳವಾಗಿ ಬೇಸರಗೊಂಡಿದ್ದರೂ ಕಡೆಕಡೆಗೆ ತನ್ನನ್ನು ಗಂಡನ ವಿಚಾರಗಳಿಗೆ, ಸಿದ್ಧಾಂತಗಳಿಗೆ, ಜೀವನ ಶೈಲಿಗಳಿಗೆ ಹೊಂದಿಸಿಕೊಂಡು, ಅವನಲ್ಲಿ ತನ್ನನ್ನು ಸಂಪೂರ್ಣವಾಗಿ

ವಿಲೀನವಾಗಿಸಿಕೊಂಡಿದ್ದಳು. ಇದೆಲ್ಲವೂ ಗಾಂಧಿಗೆ ನೆನಪಾಗಿ ಮರುಕಳಿಸಿ, ಯಾತನೆ ಪಡುತ್ತಿದ್ದ. ಮತ್ತೆ ತನಗೊಂದು ಪುನರ್ಜನ್ಮ ಇರುವುದೇ ನಿಜವಾದರೆ ಬಾಳನ್ನೇ ಹೆಂಡತಿಯಾಗಿ ಪಡೆಯಬೇಕೆಂದು ಪ್ರಯತ್ನಿಸುತ್ತೇನೆ ಎಂದುಕೊಂಡ.

ಬಾಳ ಸಾವು ಗಾಂಧಿಯ ಅರ್ಧದಷ್ಟು ಶಕ್ತಿಯನ್ನು ಕಸಿದುಕೊಂಡಿದ್ದರ ಜೊತೆಗೆ, ಅತಿಯಾದ, ಭಾವೋದ್ವೇಗದ ಒತ್ತಡವೂ ಸೇರಿ, ರಕ್ತಹೀನತೆ, ರಕ್ತದೊತ್ತಡ, ಮೂತ್ರಪಿಂಡಗಳ ಕಾರ್ಯ ನಿರ್ವಹಣೆಯಲ್ಲಿ ಏರುಪೇರಾಗತೊಡಗಿತು. ಇನ್ನು ತನಗೆ ಸಕ್ರಿಯ ರಾಜಕಾರಣದಲ್ಲಿ ತೊಡಗಿಸಿ ಕೊಳ್ಳಲು ಸಾಧ್ಯವಾಗಲಾರದೇನೋ ಎನ್ನುವ ಭೀತಿ ಆವರಿಸಿತು. ಇದರಿಂದ ಬ್ರಿಟಿಷ್ ಅಧಿಕಾರಿಗಳು, ಉಂಟಾಗಬಹುದಾದ ಪರಿಣಾಮಗಳಿಗೆ ಹೆದರಿ ಬಾಪುವನ್ನು ಬಿಡುಗಡೆ ಮಾಡುವ ನಿರ್ಧಾರಕ್ಕೆ ಬಂದರು. ಅವನ ಜೊತೆಗೆ ಅವನ ಸಂಗಾತಿಗಳನ್ನೂ ಬಿಡುಗಡೆ ಮಾಡುವುದಾಗಿ ತೀರ್ಮಾನವಾಯಿತು. ರಾತ್ರಿಯನ್ನೆಲ್ಲ ನಿದ್ದೆಯಿಲ್ಲದೆ ಕಳೆದಿದ್ದರೂ, ಬಿಡುಗಡೆಯ ಸಂಭ್ರಮ ಅವರನ್ನು ಗೆಲುವಾಗಿಯೇ ಇರಿಸಿತ್ತು. ಸರಾಗವಾಗಿ ಓಡಾಡುತ್ತಿದ್ದ ಆಗಾಖಾನ್ ಜೈಲಿನಿಂದ ಹೊರಗೆ ಹೋಗುವ ಮೊದಲು ಕಸ್ತೂರಬಾಳ ದಹನಸಂಸ್ಕಾರ ನಡೆದ ಸ್ಥಳಕ್ಕೆ ತಾನು ಮತ್ತು ತನ್ನ ಸಂಗಡಿಗರೆಲ್ಲರೂ ನಡೆದು ಅಲ್ಲಿ ಶ್ರದ್ಧಾಂಜಲಿ ಸಲ್ಲಿಸಿದರು. ಪ್ರಾರ್ಥನೆಗಳನ್ನು ಹಾಡಿದರು.

ಆಶ್ರಮವನ್ನು ತಲುಪಿದ ಮೇಲೆ, ಒಮ್ಮೆ ಸುತ್ತಲೂ ಕಣ್ಣಾಡಿಸಿದ. ಧುತ್ತೆಂದು ಬಾಳ ನೆನಪು ರಾಚಿತು. ಎಲ್ಲೆಲ್ಲೂ ಅವಳದೇ ಓಡಾಟ, ಯಜಮಾನಿಕೆಗಳು, ಬಾ. ಬಾ.. ಬಾ ಎಲ್ಲ ಮೂಲೆಗಳಿಂದಲೂ ಅನುರಣಿತವಾಗುತ್ತಿದ್ದಂತೆ ಭಾಸವಾಯಿತು. ಮಕ್ಕಳು ಮೊಮ್ಮಕ್ಕಳು, ಆಶ್ರಮವಾಸಿಗಳು, ಅತಿಥಿಗಳ ನಡುವೆಯಿದ್ದರೂ ಒಳಗಿನ ಒಂಟಿತನದ ಯಾತನೆಯಿಂದ ಹೊರಬರಲು ಸಾಧ್ಯವಾಗುತ್ತಿರಲಿಲ್ಲ. ಪ್ರಾಣದ ಮೇಲೆ ಆಸೆಯೇ ಇರಲಿಲ್ಲ. ಆದರೆ ತನ್ನ ಮುಂದಿರುವ ದೊಡ್ಡ ಹೊಣೆಗಾರಿಕೆ ಭಾರತಕ್ಕೆ ಸ್ವರಾಜ್ಯವನ್ನು ಕೊಡಿಸುವುದಕ್ಕಾಗಿ ಬದುಕಲೇಬೇಕು ಎಂದುಕೊಳ್ಳುತ್ತಿದ್ದ 'ಬಾ'ಳ ನೆನಪಿನಿಂದ ಬಿಡಿಸಿಕೊಳ್ಳಲು ಮೊಮ್ಮಕ್ಕಳ ಜೊತೆ ಸ್ವಲ್ಪ ಹೊತ್ತು ಕಳೆಯುತ್ತಿದ್ದ; ನೂಲುವ ಕೆಲಸದಲ್ಲಿ ಹೆಚ್ಚು ಹೆಚ್ಚು ತೊಡಗಿಸಿಕೊಳ್ಳುತ್ತಿದ್ದ.

ಕಡೆಕಡೆಯ ದಿನಗಳಲ್ಲಿ ಬಾಪು ಮತ್ತು ಬಾರ ನಡುವಿನ ನಂಟು ಗಾಢವಾಗುತ್ತಿತ್ತು. ನನಗೆ ನೀನು ನಿನಗೆ ನಾನು– ಎಂದು ನಾ ನೀಗಳ ಅನನ್ಯ ಸಂಬಂಧದ ಬಗ್ಗೆ ಮಾತಾಡುತ್ತಿದ್ದರು. ಮೊದಲಿನಿಂದಲೂ ಗಾಂಧಿ, ತನ್ನ ಕಣ್ಮುಂದೆ ಬಾಳ ಸಾವನ್ನು ಹಾರೈಸುತ್ತಿದ್ದರ ಕಾರಣ ತಾನಿಲ್ಲದೆ ಒಂಟಿಯಾಗುವ ಬಾಳ ಬದುಕಿನ ಭವಿಷ್ಯದ ಬಗ್ಗೆ ಏನಾಗುವುದೋ ಎಂಬ ಹೆದರಿಕೆ ಕಾಡುತ್ತಿತ್ತು. ಆದರೆ ಈಗ ನೋಡಿದರೆ ಅವಳ ಅಗಲಿಕೆಯನ್ನು ಅವನಿಗೆ ಭರಿಸಲಾಗುತ್ತಿರಲಿಲ್ಲ. ಭಯಂಕರ ಶೂನ್ಯತೆ ಅವನನ್ನು ಆವರಿಸಿಕೊಂಡಿತ್ತು. ಒಮ್ಮೊಮ್ಮೆ ಪೆನ್ಸಿಲಿನ್ ಕೊಡುವುದನ್ನು ನಿರಾಕರಿಸಿ ತಾನು ತಪ್ಪು ಮಾಡಿದೆನೇ? ನಿಜವಾಗಿಯೂ ಅದರಿಂದ ಅವಳಿಗೆ ಜೀವದಾನ ಸಿಗುತ್ತಿತ್ತೇ? – ಎಂದೆಲ್ಲ ಯೋಚಿಸಿದ. ಡಾ. ಸುಶೀಲಾ ಮತ್ತು ದೇವದಾಸನನ್ನು ಈ ವಿಚಾರವಾಗಿ ಪ್ರಶ್ನಿಸಿದ ತನ್ನ ಮಾತಿನ ಒತ್ತಡದಿಂದ ಇಬ್ಬರೂ ಸುಮ್ಮನಿದ್ದೀರಾ ಹೇಗೆಂದು ಕೇಳಿದ. ಆದರೆ ಅವರಿಬ್ಬರೂ ಗಾಂಧಿಯ ಅನುಮಾನವನ್ನು ದೂರ ಮಾಡಿದರು. ಪೆನ್ಸಿಲಿನ್ ನೀಡಿದ್ದರೂ 'ಬಾ' ಬದುಕುವ ಸಾಧ್ಯತೆಯಿರಲಿಲ್ಲ ಎಂದು ತಿಳಿಸಿ ಸಮಾಧಾನ ಹೇಳಿದರು.

ಸುಶೀಲಾಳನ್ನು ಕರೆದು, 'ಸುಶೀಲಾ ಬಾಳ ಜೀವನ ಚರಿತ್ರೆ ಎಲ್ಲಿವರೆಗೆ ಬಂತು? ಬೇಗ ಮುಗಿಸು. ನಾನೂ ಬಹಳ ಕಾಲ ಬದುಕುವೆನೆಂಬ ಭರವಸೆಯಿಲ್ಲ. ನನ್ನ ಕೆಲಸ ಮುಗಿಯುತ್ತಿದ್ದಂತೆಯೇ ಭಗವಂತನೆಡೆಗೆ ಹೋಗಬೇಕಾಗಬಹುದು. ಆದ್ದರಿಂದ ಆದಷ್ಟು ಬೇಗ ಮುಗಿಸು. ನಿನ್ನ ಆ ಪುಸ್ತಕಕ್ಕೆ ನಮ್ಮಿಬ್ಬರ ದಾಂಪತ್ಯ ಕುರಿತಾಗಿ ಒಂದು ಮುನ್ನುಡಿ ಬರೆಯುತ್ತೇನೆ. ಅವಳ ಪ್ರೀತಿಯ ಭಾಷೆಯಾದ ಗುಜರಾತಿಯಲ್ಲೇ ಬರೆಯುತ್ತೇನೆ" ಎಂದು ಒತ್ತಿ ಹೇಳಿದ.

ಬಾ ಬಾಪುವಿನ ಅನನ್ಯ ಭಾಗವಾಗಿದ್ದಳು. ಅವನದೇ ತೀರ್ಮಾನ? ಆದರೆ ಅದಕ್ಕೆ ಅವಳ ಒಪ್ಪಿಗೆ! ಅವನೆಲ್ಲ ಚಟುವಟಿಕೆಗಳ ಭಾಗವಾದಳು. ಅವನಂತೆ ಸೇವೆಯನ್ನೇ ಧರ್ಮವೆಂದು ಕೊಂಡಳು. ಗಂಡನ ವೃದ್ಧಿ, ವಿಕಾಸಗಳೇ ತನ್ನವೂ ಎಂದುಕೊಂಡಳು. ನೋಡುವವರಿಗೆ ಗಂಡನಿಗೆ ಗುಲಾಮಳಂತೆ ಕಂಡರೂ ಅದನ್ನು ತನಗೆ ಪರಂಪರೆಯಿಂದ ಬಂದ ಅಮೂಲ್ಯ ಆದರ್ಶವೆಂದು ಭಾವಿಸಿದಳು. ಪತಿಸೇವೆಯೇ ತನ್ನ ಬದುಕಿನ ಪುರುಷಾರ್ಥವೆಂದು ಕೊಂಡಳು.

ಹೆಂಡತಿ ಸೃಷ್ಟಿಸಿದ ಶೂನ್ಯತೆಯನ್ನು ರಾಜಕಾರಣದ ಕ್ರಿಯಾಶೀಲತೆಯಿಂದ ತುಂಬಿಕೊಂಡ.

ನಮ್ಮ ಪ್ರಕಟಣೆಗಳು

1.   ಕನಸುಗಳಿಗೆ ಕಿನಾರಗಳಿರುವುದಿಲ್ಲ*   ರವಿಕುಮಾರ್   ರೂ.   70.00
2.   ಕಿಲಾರಿ *   ಡಾ. ಎಸ್.ಎಮ್. ಮುತ್ತಯ್ಯ   ರೂ.   50.00
3.   ಸಂವೇದನೆ (ಬರಗೂರು ರಾಮಚಂದ್ರಪ್ಪ ಜೀವನ ಮತ್ತು ಸಾಹಿತ್ಯ)*
     ಡಾ. ಎಸ್. ಮಾರುತಿ   ರೂ.   160.00
4.   ಬೆಳಕಿನ ಪಾದ *   ಬಾಲಕೃಷ್ಣ ನಾಯಕ್ ಡಿ.   ರೂ.   40.00
5.   ಪಾತ್ರಗಳು ಇರಲಿ ಗೆಳೆಯ *   ಸತ್ಯನಾರಾಯಣರಾವ್ ಅಣತಿ   ರೂ.   50.00
6.   ದೂಸ್ರಾ *   ರವಿಕುಮಾರ್   ರೂ.   60.00
7.   ನೆಲದ ಮರೆಯ ನಿಧಾನ *   ಸಿದ್ದು ಯಾಪಲಾಪರವಿ   ರೂ.   40.00
8.   ಅಪರೂಪದ ಮನುಷ್ಯ *   ಆತ್ಮಕೂರ ವಾಮನಾಚಾರ್ಯ   ರೂ.   80.00
9.   ವಸಂತಸ್ಮೃತಿ *   ಡಿ.ಆರ್. ನಾಗರಾಜ್   ರೂ.   70.00
10. ಮಹಿಳೆ ಮತ್ತು ದುಡಿಮೆ   ಡಾ. ಬಿ.ಹೆಚ್. ಅಂಜನಪ್ಪ   ರೂ.   200.00
11. ಸರ್ವಜ್ಞನ ವಚನಗಳು   ಡಾ. ಕೆ.ಆರ್. ಗಣೇಶ್   ರೂ.   200.00
12. ಕೃತಿಪ್ರವೇಶ (ಪ್ರೊ. ಮಲ್ಲೇಪುರಂ ಜಿ. ವೆಂಕಟೇಶ್
     ಅವರ ಕೃತಿಗಳ ಸಮಗ್ರ ಅವಲೋಕನ)   ಡಾ.ಎಸ್.ಎಸ್.ಅಂಗಡಿ.   ರೂ.   100.00
13. ಮಣ್ಣಿನ ಕವಿತೆ *   ಡಾ. ನಿಂಗಪ್ಪ ಮುದೇನೂರು   ರೂ.   60.00
14. ಸೊಂಡೂರು ಕುಮಾರಸ್ವಾಮಿ *   ಡಾ. ನಿಂಗಪ್ಪ ಮುದೇನೂರು   ರೂ.   160.00
15. ಲಿಖಿತ – ಅಲಿಖಿತ *   ಡಾ. ಎಸ್.ಎಮ್. ಮುತ್ತಯ್ಯ   ರೂ.   160.00
16. ವರ್ತಮಾನ *   ಬಿ.ಪಿ. ಶಿವಾನಂದ ರಾವ್   ರೂ.   85.00
17. ಗಾದೇಯ ಮಾತು *   ಪ್ರೊ. ಮಲ್ಲೇಪುರಂ ಜಿ. ವೆಂಕಟೇಶ್ ರೂ.   25.00
18. ಹಡೆ ಎರಿಸಿದ ಸೂರ್ಯನ ಕುದುರೆ *   ಸತ್ಯನಾರಾಯಣ ರಾವ್ ಅಣತಿ   ರೂ.   25.00
19. ನಿಜದ ಬೆಳಗು *   ಅಕ್ಕಿ ಬಸವೇಶ್   ರೂ.   30.00
20. ವಚನ ಬೆಳಗು *   ಡಾ. ನಾಗರಾಜ ಎಂ.   ರೂ.   70.00
21. ವರದಿಗಾರರೇ ಈ ಕಡೆ ಸ್ವಲ್ಪ ನೋಡಿ*   ಪಿ. ರಾಜೇಂದ್ರ   ರೂ.   60.00
22. ನಮ್ಮ ಕರ್ನಾಟಕ   ಪಿ. ರಾಜೇಂದ್ರ   ರೂ.   70.00
23. ವೇದ–ತಂತ್ರ–ಸಂಸ್ಕೃತಿ *   ಡಾ. ಜಿ.ಬಿ. ಹರೀಶ್   ರೂ.   90.00
24. ಸಖಿ–ಸಖಿ (ಗಜಲ್‌ಗಳು) *   ರವಿ ಹಂಪಿ   ರೂ.   40.00
25. ಆಕಾಶದ ಹಾಡು *   ಅನಸೂಯದೇವಿ   ರೂ.   120.00
26. ಬಿಂಬದೊಳಗಣ ಪ್ರಾಣ *   ಡಾ. ಹೆಬ್ಬಾಲೆ ನಾಗೇಶ್   ರೂ.   50.00
27. ವಿಜಯನಗರ ಸಾಮ್ರಾಜ್ಯದ ಕನಸುಗಾರ ಕುಮಾರರಾಮ _ ಓಂಕಾರಪ್ಪ   ರೂ.   250.00
28. ಮಳೆಗಾಲದ ಕಾಡು *   ಸ್ವಾಮಿನಾಥ   ರೂ.   30.00
29. ವಾಲ್ಮೀಕಿ   ಡಾ. ಸರಜೂ ಕಾಟ್ಕರ್   ರೂ.   100.00
30. ಕರ್ನಾಟಕ ಬುಡಕಟ್ಟು ಭಾಷೆ *   ಡಾ. ಎಸ್.ಎಸ್. ಅಂಗಡಿ   ರೂ.   225.00
31. ಕತ್ತಲ ಬೆಳಗು *   ಜ.ನಾ. ತೇಜಶ್ರೀ   ರೂ.   40.00
32. ನವವಿಸರ್ಗ *   ಡಾ. ಕವಿತಾ ರೈ   ರೂ.   130.00
33. ಕಡಲ ತಡಿಯ ತಲ್ಲಣ   ಉಷಾ ಕಟ್ಟೆಮನೆ   ರೂ.   150.00
     ಡಾ. ಪುರುಷೋತ್ತಮ ಬಿಳಿಮಲೆ
34. ಬಂಟರು ಬದುಕು ಮತ್ತು ಬದಲಾವಣೆ   ಡಾ. ಶೇಖರ   ರೂ.   300.00
35. ಸೆಕ್ಸ್ ವರ್ಕರ್ ಒಬ್ಬಳ ಆತ್ಮಕಥನ   ಕೆ. ನಾರಾಯಣಸ್ವಾಮಿ   ರೂ.   150.00
36. ಈ ಕ್ಷಣ   ಜ್ಯೋತಿ ಗುರುಪ್ರಸಾದ್   ರೂ.   65.00
37. ಗಣೇಶನ ಬೆಂಗೂರು ಯಾತ್ರೆ   ಪ್ರಕಾಶ್ ಕೆ. ನಾಡಿಗ್   ರೂ.   65.00
38. ಕೃಷ್ಣ ಕಷಾಯ   ಪಿ.ವಿ. ರಾಮಚಂದ್ರ   ರೂ.   100.00

ಪ್ರತಿಗಳು ಮುಗಿದಿವೆ

www.ingramcontent.com/pod-product-compliance
Lightning Source LLC
Chambersburg PA
CBHW021335150726
`7989CB00005B/2001